ಛಂದ ಪುಸ್ತಕ

ಓದಿ ಓದಿ ಮರುಳಾಗಿ!

ಪ್ರಿಯೇ ಚಾರುಶೀಲೆ...

ಕಾದಂಬರಿ

ನಾಗರಾಜ ವಸ್ತಾರೆ

PRIYEE CHAARUSHEELE...
-A novel in Kannada by Nagaraja Vastarey
Published by Chanda Pustaka,
I-004, Mantri Paradise,
Bannerughatta Road, Bangalore-560 076
ISBN: 978-81-964641-2-7

ಹಕ್ಕುಗಳು: ಲೇಖಕರವು

ಮೊದಲ ಮುದ್ರಣ: 2019

ಮುಖಪುಟ: ಸೌಮ್ಯ ಕಲ್ಯಾಣಕರ್
ಕರಡು ತಿದ್ದುವಿಕೆ: ಜ್ಯೋತಿ ಮಹಾದೇವ್
ಪುಟಗಳು: 318 ಬೆಲೆ: ₹ 380
ಕಾಗದ: ಎನ್‌ಎಸ್ ಮ್ಯಾಪ್ಲಿತೊ 70 ಜಿಎಸ್‌ಎಂ, 1/8 ಡೆಮಿ

ಪ್ರತಿಗಳಿಗಾಗಿ ಸಂಪರ್ಕಿಸಿ:

ಛಂದ ಪುಸ್ತಕ
ಐ-004, ಮಂತ್ರಿ ಪ್ಯಾರಡೈಸ್
ಬನ್ನೇರುಘಟ್ಟ ರಸ್ತೆ
ಬೆಂಗಳೂರು-560 076
ಸೆಲ್: 98444 22782
me@vasudhendra.com

ಮುದ್ರಣ:

ಟ್ರಿನಿಟಿ ಅಕಾಡೆಮಿ, ಕುಡ್ಲು ಗೇಟ್, ಹೊಸೂರು ರಸ್ತೆ, ಬೆಂಗಳೂರು

ನಾಗರಾಜ ವಸ್ತಾರೆ

ಕವಿ, ಕತೆಗಾರ, ಪ್ರಬಂಧಕಾರ, ಆರ್ಕಿಟೆಕ್ಟ್ ನಾಗರಾಜ ವಸ್ತಾರೆ 'ಹಕೂನ ಮಟಾಟ', 'ನಿರವಯವ', '90 ಡಿಗ್ರಿ', '180 ಡಿಗ್ರಿ' ಎಂಬ ಕಥಾಸಂಕಲನಗಳನ್ನೂ, 'ಮಡಿಲು', 'ಅರ್ಬನ್ ಪ್ಯಾಂಥರ್' ಎಂಬ ನೀಳ್ಗತೆಗಳನ್ನೂ, 'ಬಣ್ಣದ ದಂಗೆ' ಎಂಬ ಕಾದಂಬರಿಯನ್ನೂ ಪ್ರಕಟಿಸಿದ್ದಾರೆ. 'ಹಳೆಮನೆ ಕತೆ', 'ಕಮಾನು–ಕಟ್ಟುಕತೆ ಕಟ್ಟುಪಾಡು' ಅವರ ಅಂಕಣ ಬರಹಗಳ ಸಂಕಲನವಾದರೆ, 'ಸಾಂಚಿಮುದ್ರೆ' ಮತ್ತು 'ಪಟ್ಟಣ ಪುರಾಣ' ಅವರ ಪ್ರಬಂಧ–ಸಂಗ್ರಹಗಳು. 'ವಸ್ತಾರೆ ಪದ್ಯಗಳು' ಮತ್ತು 'ವಸ್ತಾರೆ ಇನ್ನೂ 75' ಕವನ ಸಂಕಲನಗಳು. 2018ರ ಜನವರಿಯಲ್ಲಿ ವಸ್ತಾರೆಯವರ 8 ಪುಸ್ತಕಗಳು ಒಟ್ಟೊಟ್ಟಿಗೆ ಬೆಳಕು ಕಂಡಿವೆ. ಈವರೆಗೆ ಹದಿನಾಲ್ಕು ಪುಸ್ತಕಗಳನ್ನು ಪ್ರಕಟಿಸಿರುವ ಅವರು ಬೆಂಗಳೂರಿನಲ್ಲಿ ನೆಲೆಸಿದ್ದಾರೆ.

ಶಿವಮೊಗ್ಗ ಕನ್ನಡಸಂಘದ 'ಡಾ. ಯು ಆರ್ ಅನಂತಮೂರ್ತಿ ಪ್ರಶಸ್ತಿ', ಪುತಿನ ಪ್ರತಿಷ್ಠಾನದ 'ಕಾವ್ಯ ಪುರಸ್ಕಾರ', ಸಾಹಿತ್ಯ ಅಕೆಡೆಮಿಯ 'ಪುಸ್ತಕ ಬಹುಮಾನ'ಗಳನ್ನು ಪಡೆದಿದ್ದಾರೆ.

vastarey@vastareysmdc.co.in | 9845220573

ಕರಿಮುಸುಡಿಯ ದೇವರಿಗೆ

ತೇರಿಗೆ

ಮತ್ತು

ಐಳಮಾತಂಗಿ

ಯರಿಗೆ

v

ಶ್ರೀಯುತರಾದ
ಎಚ್ ಎಸ್ ರಾಘವೇಂದ್ರರಾವ್
ವಿವೇಕ ಶಾನಭಾಗ
ಗುರುಪ್ರಸಾದ ಕಾಗಿನೆಲೆ
ಎಂ ಆರ್ ದತ್ತಾತ್ರಿ
ವಸುಧೇಂದ್ರ
ಕರ್ಕಿ ಕೃಷ್ಣಮೂರ್ತಿ
ಬಾಲಸುಬ್ರಹ್ಮಣ್ಯ

ಮತ್ತು

ಶ್ರೀಮತಿಯರಾದ
ಸುಮಂಗಲಾ
ಸಂಧ್ಯಾರಾಣಿ
ವಿಜಯಶ್ರೀ

–ಇವರುಗಳಿಗೆ ಈ ಪುಸ್ತಕದ ಸಂದರ್ಭದಲ್ಲಿ ನನ್ನ ಋಣವಿದೆ.
ಈ ಎಲ್ಲರೂ ಓದಿ ಹುರಿದುಂಬಿಸದಿದ್ದರೆ 'ಐಳಮಾತಂಗಿ' ಪ್ರಸಂಗವು
ಈ ಪರಿಯ ರೂಪು ತಾಳುತ್ತಿರಲಿಲ್ಲ.
ಈ ಎಲ್ಲರನ್ನೂ ಮನಸಾರೆ ನೆನೆಯುವಷ್ಟೇ ವಸುಧೇಂದ್ರನ
'ಛಂದ ಪುಸ್ತಕ'ಕ್ಕೂ ನಾನು ಕೃತಜ್ಞ.

–ನಾಗರಾಜ ರಾಮಸ್ವಾಮಿ ವಸ್ತಾರೆ
ಎರಡು ಸಾವಿರದ ಹತ್ತೊಂಬತ್ತನೇ ಇಸವಿಯ ಶ್ರಾವಣದ ಮೊದಲ ದಿವಸ

ಪ್ರಿಯೇ ಚಾರುಶೀಲೆ...

ಮೊದಲೆಂಬ ಮೊದಲಿಗೂ ಮೊದಲಾದುದೇನು?
ತೊದಲೆಂಬ ತೊದಲಿನ ತೊದಲಾದರೂ ಏನು?
ಬದಲೆಂಬ ಬದಲಿಗೆ ಬದಲಿದ್ದುದೇನು?
ಅದಲುಬದಲೆಂದು ಬದಲಾದವೇನು?
ಕಾಲದ ಬಗುಲೊಳಗೆ ಮೊದಲೆಂಬುದೇನು?
ಹಗಲಿನ ಕೊನೆಮೊದಲು ಕರಿಗತ್ತಲ ಕಾನು!
ಹೆಗಲಿನ ಹೊರೆ ತಾನು ಬರಿಬತ್ತಲ ಬಾನು!

ಈ ನಡುವೆ, ಹೀಗೆ ಸುಮ್ಮನೆ ಹಾಡು ಹುಟ್ಟುತ್ತದೆ. ಅಷ್ಟೇ ಸುಮ್ಮಸುಮ್ಮನೆ ಹುಟ್ಟಿ ಹಾಡುತ್ತದೆ.

ಹಾಡು ಹುಟ್ಟುವುದಕ್ಕೂ, ಹುಟ್ಟಿ ಹಾಡುವುದಕ್ಕೂ ವ್ಯತ್ಯಾಸವಿದೆಯಾ?

ಇದೆ ಅಂದುಕೊಂಡರೆ ಇದೆ... ಇಲ್ಲ ಅಂದರೆ ಇಲ್ಲ!

ಇದೆ ಅಂತಾದರೆ ಏನಿದೆ? ಹಾಗೇ, ಇಲ್ಲ ಅಂತಂದರೆ ಏನಿಲ್ಲ?

ಹೀಗೆಲ್ಲ, ಮಾತಿನಲ್ಲಿ ಎಷ್ಟೇ ತಿಣುಕಿದರೂ ವ್ಯತ್ಯಾಸ ಇದ್ದೇ ಇದೆ! ಅಷ್ಟೇ ಇಲ್ಲ ಕೂಡ... ಹಾಗಾದರೆ ಏನಿದೆ ಮತ್ತು ಏನಿಲ್ಲ?

ಇನ್ನೊಮ್ಮೆ ಹೇಳುತ್ತೇನೆ: ಏನು 'ಇದೆ'?; ಮತ್ತು ಏನು 'ಇಲ್ಲ'?

ವಿಚಿತ್ರ ತಾನೆ?

ಇರಲಿ... ಈ 'ಇದೆ' ಮತ್ತು 'ಇಲ್ಲ'ಗಳ ನಡುವೆಯೇ ಈ ಇಡೀ ಜಗತ್ತಿದೆ. ನಾನಿದ್ದೇನೆ... ನೀವಿದ್ದೀರಿ... ಅದು–ಇದು, ಅವನು–ಅವಳು, ಅವರು–ಇವರು... ಎಲ್ಲವೂ ಇವೆ! ಸೂರ್ಯ–ಚಂದ್ರಗಳೂ ಇವೆ... ಉಂಟಾಗಿವೆ!

ಹಾಗೇ ಈ ಜಗತ್ತೂ ಇದೆ! 'ಇದ್ದು'ಕೊಂಡೇ ಉಂಟಾಗಿದೆ!

ಸ್ವಲ್ಪ ವ್ಯಾಕರಣ ಹೊಕ್ಕು ನೋಡಿ... 'ಇರು' ಅನ್ನುವ ಧಾತುವಿನಿಂದ– ಇದೆ, ಇದ್ದೇನೆ, ಇರುತ್ತೇನೆ... ಇವೆ, ಇದ್ದಾವೆ, ಇರುತ್ತಾವೆ... ಈ ಬಗೆಯ ರೂಪಗಳು

ಹುಟ್ಟುತ್ತವೆ. 'ಇದ್ದೇನೆ' ಅನ್ನುವ ವರ್ತಮಾನ, 'ಇದ್ದೆ' ಅನ್ನುವ ಭೂತ, 'ಇರುತ್ತೇನೆ' ಎಂಬ ಭವಿಷ್ಯ... ಇವೆಲ್ಲಗಳ ಆಚೆ ಇನ್ನೊಂದೇನಾದರೂ ಇದೆಯಾ? ಹುಷ್ಟ್...

ಇದು ಸ್ವಲ್ಪ ಅತಿಯಾಯಿತಲ್ಲವಾ? ವಿಷಯ ಏನಂತ ನನಗೂ ಮರೆತೇಹೋಯಿತು. ಇರಲಿ... ಸುರುಮಾಡಿದ್ದೇನಾದ್ದರಿಂದ ಹೇಳಿಬಿಡುತ್ತೇನೆ. ನಮ್ಮ ನಡುವೊಂದು ಬಲು ಪುರಾತನ ಪದ್ಯವಿದೆ... ಅದರ ಪ್ರಕಾರ, ಈ ಜಗತ್ತಿನಲ್ಲಿ ಮೊದಲು ಏನೂ ಇರಲಿಲ್ಲವಂತೆ! 'ಏನೂ' ಅಂದರೆ ಏನೂ ಏನೇನೂ ಇದ್ದಿಲ್ಲವಂತೆ! 'ಇದೆ' ಅನ್ನುವುದೇ 'ಇದ್ದಿಲ್ಲ' ಅಂದಮೇಲೆ, 'ಇಲ್ಲ' ಅನ್ನೋದು ತಾನೇ ಎಲ್ಲಿದ್ದೀತು? ನಾನು ಹೇಳುತಿರೋದು ಭಾಷೆ ಅನ್ನೋ ಭಾಷೆಯೂ ಇಲ್ಲದ ಕಾಲ...

ಆದರೆ ಭಾಷೆ ಅನ್ನೋದೇ ಹೀಗೆ. ಈ ಭಾಷೆ ಅನ್ನೋದೇ ಹೀಗೆ. ಮಾತಿನಲ್ಲೇ ಕರಾಮತ್ತು ನಡೆಸುತ್ತೆ... ಚಮತ್ಕಾರ ಮಾಡಿಬಿಡುತ್ತೆ.

ಹಾಡು ಹುಟ್ಟಿತು ಅಂದೆನಲ್ಲ, ಹಾಗೇ ಹುಟ್ಟಿ ಹಾಡಿತು ಅಂತಲೂ ಹೇಳಿದೆನಲ್ಲ... ಹೇಗೆ ಅನ್ನೋದನ್ನ ಹೇಳಿಬಿಡುತೀನಿ...

1

ಹೀಗೆ, ಏನನ್ನೋ ಬರೆದುಕೊಂಡು, ಬರೆದಿದ್ದು ಓದಿಕೊಂಡು... ಓದಿಕೊಂಡು ಅಂದರೆ ನನಗೆ ನಾನೇ ಗಟ್ಟಿಯಾಗಿ ಹೇಳಿಕೊಂಡು, ನನ್ನದಷ್ಟೂ ದನಿ–ಧುನಿ ಕೊಟ್ಟು... ಹಾಡಬಲ್ಲದ್ದನ್ನು ಹಾಡಿ, ಹಾಡಲಾಗದ್ದನ್ನು ಹೇಳಿ... ರೆಕಾರ್ಡ್ ಮಾಡಿಕೊಂಡು, 'ಫೇಸ್‌ಬುಕ್'ನಲ್ಲಿ ಇಡೀ ಜಗತ್ತಿನೊಡನೆ ಹಂಚಿಬಿಡುವಾ... ಎಂದು ಹೊಂಚಿಕೊಂಡಿದ್ದೆನಷ್ಟೆ, ಹೀಗಾಗಿಹೋಯಿತು!

ಆಯಿತು ಅಂದರೆ 'ಆಗಬಾರದ್ದು' ಆಗಿಹೋಯಿತು!

ಆಗಬಾರದ್ದು ಅಂದರೆ ನಾನೆಂದೂ ಊಹಿಸದ್ದು... ಅನೂಹ್ಯ ಅನ್ನುವರಲ್ಲ, ಆ ತರಹದ್ದು...

'ಎಲ್ಲಿ ಎಲ್ಲಿ ಎಲ್ಲಿ? ಏನದು ಹೇಳಿ...' ಎಲ್ಲಿಂದಲೋ ಬಂದ ಧ್ವನಿ ಹೇಳಿತು. ಹೆಂಗೊರಳು. ಅಂದರೆ ಹೆಣ್ದನಿ... ಹುಡುಗಿಯ ವಾಯ್ಸು.

ಯಾರೆಂದು ನೋಡಿದರೆ ಆಕೆ ನಿಂತಿದ್ದಳು. ಚೆಲುವಾಂತ ಚೆಲುವೆ. ಸುಂದರಿ. ಎದುರಿಗಿರುವ ಕಡಲೂ, ಮೇಲಿರುವ ಬಾನೂ– ಅಕೋ ಅಲ್ಲಿರುವ ಕ್ಷಿತಿಜವೇ ಮಿದ್ದಿದ್ದ ಸಂಜೆಯಲ್ಲಿ ಒಳಗಿದ್ದು ಎದ್ದಂತಹ ಹುಡುಗಿ. ಸಪೂರದ ಬಳ್ಳಿಯ ತಳಿರಂತಹ ಮೈಯಿ... ಕಡಲಿನ ಮೈಮೀಟಿ ಬರುವ ಗಾಳಿಗೆ ಅಲುಗಿಯೂ ಅಲುಗದ ಹೂವಿನ ಜೊಂಪೆಯಂತಿದ್ದಳು... ಐ ಮೀನ್, ಆ ರೀತಿ ನಿಂತಿದ್ದಳು.

'ಎಲ್ಲಿ? ಇನ್ನೊಮ್ಮೆ ಓದಿ ಪ್ಲೀಸ್...'

ನನ್ನ ಮುಸುಡಿಗೂ ಮುಂಚೂಣಿಯಲ್ಲಿ ಹುಲುಸಾಗಿರುವ ಗಡ್ಡವನ್ನು, ನಾನು ಆಗಿಂದಾಗ ನೀವಿಕೊಳ್ಳುವುದು– ಈ ಗಡ್ಡದ ಬೆಳವಣಿಗೆಯೊಟ್ಟಿಗೇ ಬೆಸೆದುಕೊಂಡಿರುವ ಒಂದು ವಾಡಿಕೆ! ಒನ್ನಮೂನೆ ಅವಿನಾಭಾವವೆಂಬರಲ್ಲ, ಆ ಬಗೆಯ ರೂಢಿ! ನಾನು ಗಡ್ಡ ನೇವರಿಸುವಷ್ಟೇ ಫ್ರೀಕ್ವೆಂಟಾಗಿ, ನನಗೇ ಗೊತ್ತಿರದೆ ಜರುಗುವ ಇನ್ನೊಂದು ಸಂಗತಿಯೆಂದರೆ– ಗಡ್ಡವನ್ನು ನೀವುವ ಕೈಯೇ ಮುಂದುವರೆದು ನನ್ನ ತುದಿಮೀಸೆಯನ್ನೂ ತಿರುವುವುದು!

ಯಾವಾಗ್ಗಿನಂತೆ ಗಡ್ಡ–ಮೀಸೆಗಳಲ್ಲಿ ಕೈಯಿಕ್ಕಿಕೊಂಡು, ನನ್ನನಗೇ ಬರೆದುಕೊಂಡಿದ್ದನ್ನು, ನನಗೆ ನಾನೇ ಓದಿಕೊಂಡಿದ್ದವನನ್ನು– ಈ ಹೆಣ್ಣು, ಅನಾಮತ್ತನೆ ಆಗಂತುಕೆಯಂತೆ ಎದುರಾಗಿ ಈ ಪರಿ ಕೇಳುವುದೆ?

ಕೊಂಚ ತಬ್ಬಿಬ್ಬಾದೆ. ನಿಜಕ್ಕೂ ಹೌಹಾರಿದೆ!

ಸರಕ್ಕನೆ ಗಡ್ಡ–ಮೀಸೆಗಳಲ್ಲಿನ ಕೈಯಿಳಿಸಿ, ಕೇಳಿದ್ದು ನನ್ನನ್ನೇ... ಎಂದು ಶಂಕಿಸಿ ಅತ್ತಿಂದಿತ್ತಲೊಮ್ಮೆ ನೋಡಿದೆ. ಸುತ್ತಮುತ್ತ ಯಾರೂ ಇರಲಿಲ್ಲ. ಇದ್ದುದು– ನಾನು, ಅವಳು, ಕಡಲು ಮತ್ತು ಆಕಾಶ... ಅಷ್ಟೆ.

'ಹೂಂರೀ... ನಿಮ್ಮನ್ನೇ ಕೇಳಿದ್ದು...' ನಕ್ಕಳು. 'ಎಲ್ಲಿ ಅದನ್ನಿನ್ನೊಂದು ಸಲ ಹೇಳಿ...'

'...'

'ಅದೇನೋ ಮೊದಲು ತೊದಲು ಅಂತಿದ್ದರಲ್ಲರೀ, ಅದನ್ನ...'

'ಓಹ್... ಇದಾ?' ಥಟಕ್ಕನೆ ವಿಷಯ ಹೊಳೆದು ನಕ್ಕುಬಿಟ್ಟೆ. 'ಏನೋ ನನ್ನಷ್ಟಕ್ಕೆ ಹೇಳಿಕೋತಿದ್ದೆ... ಬಿಡಿ...' ಪೆಕರು ಪೆಕರಾಗಿ ಮಾತೆಣಿಸಿದೆ.

'ಛೆ ಛೇ... ಚೆನ್ನಾಗಿದೆಪ್ಪಾ... ಏನೂಂತ ಹೇಳಿ... ನಾಚಿಕೋತೀರೇಕೆ? ಅಥವಾ, ನಾನಿಲ್ಲಿ ಇಲ್ಲ ಅಂದುಕೊಂಡು ಹೇಳಿಬಿಡಿ... ಈ ಕಡಲು ನೋಡಿಕೊಂಡು ನಿಮ್ಮಷ್ಟಕ್ಕೆ ಹೇಳಿಕೊಂಡು ಹೋಗಿ...'

ಹುಡುಗಿ, ಈಗ ನನ್ನಿಂದ ಒಂದೆರಡು ಹೆಜ್ಜೆ ಮುಂದಡಿಯಿಟ್ಟು ಮರಳಿನಲ್ಲಿ ಮೈಯೂರಿಕೊಂಡು ಕುಳಿತಳು. ದಿಗಂತದಲ್ಲಿ ಕಣ್ಣಿಟ್ಟಳು. ಅಲ್ಲಿದ್ದ ಸಂಜೆಯ ರೇಕುಗಳನ್ನು ತಿದ್ದಿ ಮತ್ತೆ ಬಿಡಿಸಿದಳೋ, ಹೇಗೆ? ಒಂದರೆ–ಗಳಿಗೆ ಅವಳನ್ನೇ ವಾರೆಗಣ್ಣಿಕ್ಕಿ ನೋಡಿದೆ. ಅಂದವಾದ ಮೈಯಿ. ಚಂದದ ಮೋರೆ. ಸುಂದರ ಸಾಯಂಕಾಲವೇ ಮೈಪಡೆದಂತನಿಸಿದಳು.

'ಹೇಳಿ... ಹೇಳುತೀರಲ್ಲವಾ, ಪ್ಲೀಸ್...' ಮತ್ತೆ ಗೋಗರೆದಳು. 'ನೋಡಿ, ನಾನು ಕಣ್ಣು ಮುಚ್ಚಿಕೊಂಡಿದೀನಿ... ನಾನಿದ್ದೀನಿ ಅಂತಲೇ ಅಂದುಕೋಬೇಡಿ...'

ಉದ್ದೀಪಿಸಿದಳು.

'ಸರಿ...' ಅಂತಂದೆ. ಮೊಬೈಲು ತೆರೆದು ಬರೆದುಕೊಂಡಿದ್ದನ್ನೆಲ್ಲ ಗಿಳಿಪಾಠದ ಹಾಗೆ ಒಪ್ಪಿಸಿದೆ. ಒಪ್ಪಿಸುವಾಗ, ಮತ್ತೊಮ್ಮೆ, ನನಗೇ ಗೊತ್ತಿರದಷ್ಟು ತನ್ಮಯನಾಗಿ ಗಡ್ಡವನ್ನು ನೀವಿದೆ. ಮೀಸೆಯ ಎರಡೂ ತುದಿಗಳನ್ನು ತಿರಿಯಿಸಿ ತಿರುವಿದೆ.

ಹುಡುಗಿ, ನಡುನಡುವೆ 'ಆಹ್...' ಎಂದಳು. ವಾಹ್ವಾಹ್ ಎಂದು ಉದ್ಗರಿಸಿದಳು. ಸುಖದ ಮೇರುವಿನಲ್ಲಿರುವ ಹೆಣ್ಣು ಮುಲುಗುವಂತೆ ದನಿಗೈದಳು.

'ಏನ್ರೀ ಇದು? ಇಷ್ಟು ಇರೋಟಿಕ್ ಆಗಿ ಮೋನ್ ಮಾಡುತೀರಿ?'

'ಸಾಮಾನ್ಯರು ಯಾವುದೇ ಮುಲುಗನ್ನೂ ಇರೋಟಿಕ್ ಆಗಿ ನೋಡುತಾರೆ...' ಕಣ್ಣು ಹೊಡೆದಳು. 'ಸುಖ ಯಾವೊತ್ತಿದ್ದರೂ ಸುಖವೇ ಅಲ್ಲವಾ?' ಅನ್ನುತ್ತ ತಾನೂ ನಕ್ಕಳು. 'ಇರಲಿ... ಎಷ್ಟು ಚೆನ್ನಾಗಿ ಹೇಳಿದಿರಿ, ನೋಡಿ... ಇದೆ ಅನ್ನೋದೇ ಇದ್ದಿಲ್ಲ ಅಂದ ಮೇಲೆ ಇಲ್ಲ ಅನ್ನೋದುಂಟೆ? ಆಹ್ಹ್...' ಮೆಲುಮೆಲುಕಿ ಬೀಗಿದಳು.

ಏನು ಹೇಳುವುದಂತ ತೋಚಲಿಲ್ಲ.

'ಹೋಗಲಿ ಬಿಡಿ... ನಾನು ಮಾತಂಗಿ ಅಂತ... ನಿಮ್ಮ ಹೆಸರೇನು?' ಕುಳಿತಲ್ಲಿಂದಲೇ ಹಿಂತಿರುಗಿ ನೋಡದೆ ಹೇಳಿ-ಕೇಳಿದಳು.

'ಐಳನ್...'

ನಾನು, ಹೀಗೆ ನನ್ನ ಹೆಸರು ಹೇಳಿಕೊಳ್ಳುವುದಕ್ಕೂ, ಕಡಲಿನಿಂದ ಉಮ್ಮಳಿಸಿ ಹೊಮ್ಮಿದ ಹೆದ್ದೆರೆಯೊಂದು ಏರೇರಿ ಬಂದು ಮೊರೆಯುವುದಕ್ಕೂ ಸರಿಯಾಗಿ ಬಂತು. ನನ್ನ ಹೆಸರು ಕೇಳಿಸಲಿಲ್ಲವೇನೋ... ಅಥವಾ ಅರ್ಥವಾಗಲಿಲ್ಲವೇನೋ, 'ವ್ವಾಟ್?' ಅನ್ನುತ್ತ, ನನ್ನತ್ತಲೇ ತಿರುಗಿ ನೋಡಿದಳು.

'ಐಳನ್... ಐಳ- ಸಂಸ್ಕೃತದ ಹೆಸರು. ಇಳೆಯಿಂದ ಹುಟ್ಟಿದ್ದು ಅನ್ನೋ ಅರ್ಥ ಅದಕ್ಕೆ... ಐಳನ್ ಅದರ ತಮಿಳು ರೂಪ...'

'ಐಸೀ... ಚೆನ್ನಾಗಿದೆ' ಅನ್ನುತ್ತ, ಮಾತಂಗಿ ಕೊಂಚ ಕೊಂಚವೇ ಹಿಂಜರುಗಿಕೊಳ್ಳುತ್ತ ಬದಿಗೆ ಬಂದಳು.

'ಮಾತಂಗಿ ಅನ್ನೋದೂ ಚೆನ್ನಾಗಿದೆ...' ಈಗ ಅವಳ ಮೋರೆಯಲ್ಲಿಯೇ ಕಣ್ಣಿರಿಸಿ ಹೇಳಿದೆ. ನಾನಿನ್ನೂ ಮಾತೇ ಮುಗಿಸಿರಲಿಲ್ಲ, 'ಮತ್ತೆ ಇಷ್ಟು ಚೆನ್ನಾಗಿ ಕನ್ನಡ ಮಾತಾಡುತೀರಲ್ರೀ?' ಎಂದು ಒಮ್ಮೆಗೇ ಕೇಳಿದಳು.

'ಓಹ್... ಅದಾ? ನಾನು ಅರ್ಧ ಕನ್ನಡ; ಅರ್ಧ ತಮಿಳ... ನನ್ನಮ್ಮ ಮೈಸೂರಿನವರು. ಅಪ್ಪ ಕುಂಭಕೋಣಂ... ಹೈಸ್ಕೂಲ್‌ವರೆಗೂ ಮೈಸೂರಲ್ಲೇ ಇದ್ದೆ... ಮರಿಮಲ್ಲಪ್ಪಾಸ್‌ನಲ್ಲಿ ಓದಿದ್ದು...' ಇಷ್ಟು ಹೇಳಿದ ಮೇಲೆ, ಅಗತ್ಯಕ್ಕೂ ಹೆಚ್ಚು ಪ್ರವರ ಬಿಚ್ಚಿದೆನೇ... ಅಂತನ್ನಿಸಿ, ನಾಚುಗೆಯಿಂದ ಸುಮ್ಮನಾದೆ.

'ಪರನಾಡಿನಲ್ಲಿ ಮನಸೊಳಗಿನ ನುಡಿ ಕೇಳಿಸಿಕೊಳ್ಳೋಕೆ ಖುಷಿ ಅನಿಸುತ್ತೆ...'

'ಯು ಸೆಡ್ ಇಟ್ಟ್...' ಅಂತಂದೆ. 'ಆದರೆ ನೀವು ಯಾರು, ಏನು ಅಂತ ಹೇಳಲೇ ಇಲ್ಲವಲ್ಲ?'

'ನಾನಾ?' ನಕ್ಕಳು. 'ನಾನು, ಸದ್ಯಕ್ಕೆ- ಅರೆಗನ್ನಡದ ಹುಡುಗನೊಡನೆ ಮಾತಾಡುತಿರೋ ಬರಿಗನ್ನಡದ ಹುಡುಗಿ...' ನಗು ಮುಂದುವರೆಸಿದಳು.

ಮಾತು ಚೆನ್ನನಿಸಿತಾಗಿ ನಾನೂ ನಸುನಕ್ಕೆ. 'ಒಬ್ಬರೇ ಬಂದಿದೀರಾ?'

'ಕಡಲಿನ ದಂಡೆಯಲ್ಲಿ- ಅದೂ ಇಳಿಸಂಜೆಯಲ್ಲಿ ಒಬ್ಬಳೇ ಇದ್ದೀನಿ ಅಂದರೆ, ಸದ್ಯಕ್ಕೆ ಒಬ್ಬಳೇ ಇದ್ದೀನಿ ಅಂತಲೇ ಅರ್ಥ ಅಲ್ಲವೆ?'

'ಮಾತು ಚೆನ್ನಾಗಿ ಆಡುತೀರಿ...'

'ನಿಮ್ಮಷ್ಟು ಅಲ್ಲ!'

'ಸರಿ... ನನ್ನ ಪ್ರಶ್ನೆಗೆ ಉತ್ತರ ಬರಲಿಲ್ಲ...'

'ಏನು ಪ್ರಶ್ನೆ?' ಎಂದವಳು ಮತ್ತೆ ನನ್ನ ಉತ್ತರಕ್ಕೂ ಕಾಯದೆ, 'ಹೋಗಲಿ ಬಿಡಿ...' ಎಂದು ಹೇಳಿ ಸುಮ್ಮನಾದಳು. ಅನಂತರ ನನ್ನತ್ತಲೇ ನೇರವಾಗಿ ಮತ್ತು ಆಳವಾಗಿ ನೋಡಿದಳು.

2

'ಹೀಗೆ ಹೇಳುತೀನಂತ ತಪ್ಪು ತಿಳೀಬೇಡಿ, ಪ್ಲೀಸ್... ಈ ಗಡ್ಡ ನಿಮಗೆ ಚೆನ್ನಾಗಿ ಹೊಂದುತ್ತೆ. ಹಾಗೇ, ನೀವು ಆಗಿಂದಾಗ ಮೀಸೆ ತಿರುವಿಕೊಳ್ಳೋ ರೀತಿ ಕೂಡ...'

ಅಪರಿಚಿತ ಹೆಣ್ಣು, ಸೀದಾ ನನ್ನ ಕುರಿತಾಡಿದ್ದು ತೀರಾ ತೀರಾ ಮುಜುಗರ ಹುಟ್ಟಿಸಿತು. ಏಕ್‌ದಮ್ ನನ್ನ ಗಡ್ಡದೊಳಕ್ಕೇ ಬೆರಳಿಟ್ಟು, ಅಲ್ಲಿ ಗುಂಗುರು ಗುಂಗುರಾಗಿ ಮುರುಟಿದ ಕೂದಲುಜೊಂಪೆಯನ್ನು ಸುತ್ತಿ- ಮೆಲ್ಲಗೆ ಕಚಗುಳಿಯಿಟ್ಟಂತನ್ನಿಸಿತು! ಸಾಲದುದಕ್ಕೆ, ಅವಳು ಈ ಮಾತನ್ನು ಹೇಳುವ ಹೊತ್ತಿಗೆ ಸರಿಯಾಗಿ, ನಾನೂ- ನನ್ನ ಗಡ್ಡವನ್ನೊಮ್ಮೆ ಮೆಲುವಾಗಿ ನೇವರಿಸಿದ ಬಳಿಕ, ಇನ್ನಿಲ್ಲದಷ್ಟು ರಾಜಾರೋಷವಾಗಿ ಮೀಸೆ ತಿರುವತೊಡಗಿದ್ದೆ!

'ಸೈಡ್‌ಪೋಸಿನಲ್ಲಿ ಒಳ್ಳೇ ಛತ್ರಪತಿ ಶಿವಾಜಿ ಮಹಾರಾಜ್ ಥರ ಕಾಣಿಸುತೀರಿ...' ಸ್ವಲ್ಪ ಮಾತು ತಡೆದ ಮಾತಂಗಿ, ಹೀಗೊಂದು ಕಾಂಪ್ಲಿಮೆಂಟನ್ನೂ ಒಗೆಯುವಾಗ, ಸಿಕ್ಕಾಪಟ್ಟೆ ಎಚ್ಚರ ತಾಳಿಬಿಟ್ಟೆ! ತಕ್ಷಣ, ಗಡ್ಡದಲ್ಲಿದ್ದ ಕೈತೆಗೆದು ಸುಮ್ಮನಾದೆ!

ಇನ್ನು ಸುಮ್ಮನಾದೆನೆನ್ನುವುದೂ ಸುಳ್ಳೇನೇ! ಯಾಕೆಂದರೆ ಕೈಯನ್ನೆಂದೂ ಸುಮ್ಮನಿಟ್ಟುಕೊಳ್ಳುವ ಆಸಾಮಿಯೇ ನಾನಲ್ಲ... ಏನೂ ಮಾಡದೆ ನಾನು

ಸುಮ್ಮನಿರುವೆನೆಂದರೂ, ನನ್ನ ಕೈಗಳು ಸುಮ್ಮನಿರಲೊಲ್ಲವೇ? ನನಗೇ ಗೊತ್ತಿರದೆ, ಎರಡರಲ್ಲೊಂದು- ಸದಾ ನನ್ನ ಗಡ್ಡದಲ್ಲಿ ತೊಡಗಿಕೊಂಡಿರುವುದು. ನನ್ನ ಮುಸುಡಿಯದೇ ವಿಸ್ತರಣೆಯೆಂಬಂತೆ, ಕೆನ್ನೆ-ಗದ್ದಗಳಿಂದ ಹೊಮ್ಮಿಚೆಲ್ಲುವ ಹುಲುಸಾದ ಕೂದಲಿನ ಫಸಲನ್ನು- ಒಂದೇ ಸಮ ನೀವುತ್ತಿರುವುದು. ನಡುನಡುವೆ ನನ್ನ ಮೀಸೆಗೂ 'ಕೈ'ಯಿಕ್ಕಿ ತಿರುವುವುದು! ಎಷ್ಟರ ಮಟ್ಟಿಗೆಂದರೆ- ಕೆಲವೊಮ್ಮೆ ಒಂದು ಕೈ ಗಡ್ಡದಲ್ಲಿದ್ದರೆ, ಇನ್ನೊಂದು ಮೀಸೆಯ ತುದಿಯಲ್ಲಿ ಜಡಿದುಕೊಂಡಿರುವುದು! ಹಾಗೇ ಈ ತುದಿಗೊಮ್ಮೆ, ಆ ತುದಿಗೊಮ್ಮೆ... ಎಂದು ಹೊರಹೊರಳಿ ಆವರ್ತಿಸುವುದು!

'ಅಯ್ಯೋ... ನೀವು ಮೀಸೆ ತಿರುವೋದು ಚೆನ್ನಾಗಿದೆ ಅಂತಂದೇರೀ... ಕೈಯೇಕೆ ತೆಗೆದಿರೀ?' ಮಾತಂಗಿ ಮತ್ತೊಮ್ಮೆ ಹೇಳುವಾಗ, ಮಾತೇ ತೋಚದೆ ನಾಚಿಕೊಂಡೆ.

'ವೆಲ್ಲ್... ಯು ಆರ್ ಮೇಕಿಂಗ್ ಮಿ ಟೂ ಟೂ ಕಾನ್ಷಿಯಸ್...' ಎಂದು ಹೇಳಿದೆ.

ಇಷ್ಟಿದ್ದೂ, ಮಾತಂಗಿ ಹೇಳಿದ ಕಾಂಪ್ಲಿಮೆಂಟು ನನ್ನಲ್ಲಿ ಒನ್ನಮೂನೆ ನಾಚುಗೆ ಹುಟ್ಟಿಸಿತು. ಇದೀಗ ತಾನೇ ನನ್ನ ಗುರುತು ಕಂಡುಕೊಂಡ ಈ ಹೆಣ್ಣಿನ ಕಣ್ಣುಗಳಾದರೂ, ನನ್ನನ್ನು, 'ಇಷ್ಟೆಲ್ಲ' ನೋಡುತ್ತಿವೆಯೆಂಬ ಸಂಗತಿಯೇ ಭಾರೀ ವಿಚಿತ್ರವೆನ್ನಿಸಿತು!

'ನನಗನಿಸಿದ್ದು ಹೇಳಿದೇಪ್ಪ... ಸುಮ್ಮನೆ ಫ್ಲರ್ಟಿಂಗಿಗೆ ಅಲ್ಲ!

ಅರ್‍ರೇ... ಹೆಣ್ಣಾದ ಹೆಣ್ಣು ಹೀಗೆಲ್ಲ ಆಡಬಹುದೆ? ಆಶ್ಚರ್ಯವಾಯಿತು. ಅಥವಾ, ನಾನೇನು- ಈ ಹೆಣ್ಣು ಸುಮ್ಮನೆ ಪುಸಲಾಯಿಸುತ್ತಿದೆಯೆಂದು ಅಂದುಕೊಂಡೆನೆ? ಅಕಸ್ಮಾತ್ ಹಾಗನಿಸಿದ ಪಕ್ಷಕ್ಕೆ, ಅದು 'ಹಾಗೇ' ಹೌದೆಂದು ಹೇಳಬಲ್ಲೆನೆ? ಹೇಳಲಾದೀತೆ? ಹುಹ್ಹ್... ಅದಿರಲಿ... ನನ್ನ ಮನಸ್ಸೇಕೆ ಇವಳು ಹೇಳುವುದನ್ನೆಲ್ಲ ಈ ಪರಿ ಮೆಚ್ಚುತ್ತಿದೆ? ಇವಳ ಮಾತು ಮಾತನ್ನೂ ಯಾಕೆ ಹೊಗಳಿಕೆಯೆಂದು ಬಗೆದು ಖುಷಿಸುತ್ತಿದೆ?

ಈ ಎಲ್ಲ ಎಣಿಕೆಗಳ ನಡುವೆಯೇ, ನನ್ನ ಕೈಗಳು ಮತ್ತೊಮ್ಮೆ ನನ್ನ ಗಡ್ಡ-ಮೀಸೆಗಳಲ್ಲಿ ತೊಡಗಿದವು. ಇವಳು ಹೇಳುತ್ತಿರುವ 'ಫ್ಲರ್ಟಿಂಗ್' ಮಾತುಗಳಿಗೆ ಮಾರುಹೋದೆನೋ ಹೇಗೆ? ನನ್ನ ಕೆನ್ನೆಗಲ್ಲಗಳೆಲ್ಲ ಪೊದೆಗೂದಲಿನೊಳಗೇ ಉಳಿದು ಕೆಂಪೇರಿದವೇನು?

'ನೋಡಿ ನೋಡಿ... ಮತ್ತೆ ನೀವು ಮೀಸೆ ತಿರುವುತಾ ಇದ್ದೀರಿ...' ಎಂದು ಮಾತಂಗಿ ಹೇಳುವುದಕ್ಕೂ, ನನ್ನ ಎಡಗೈ ಮೀಸೆಯ ಬಲತುದಿಯನ್ನು- ಒತ್ತಾಯಿಸಿ ಒತ್ತರಿಸಿ ತಿರುವುವುದಕ್ಕೂ ತಾಳೆಯಾಗಿ ಬಂತು!

ಆ ಕೂಡಲೇ ಕೈಯಿಳಿಸಿ, 'ಓಹ್ ನೋ... ನಾಟ್ ಅಗೇನ್...' ಅನ್ನುತ್ತ ನಕ್ಕೆ.

ಮಾತಂಗಿಯೂ ನನ್ನೊಡನೆ ನಗು ಬೆರೆಸುವಾಗ, ನಮ್ಮಿಬ್ಬರ ಹಿಂದಕ್ಕಿದ್ದ

ಬಂಗಾಳಕೊಲ್ಲಿಯೂ ಒಮ್ಮೆ ಜೋರಾಗಿ ಮೊರೆಯಿತು!

ತಕ್ಷಣ ಅತ್ತಿತ್ತ ಗೋಣಿಕ್ಕಿ ನೋಡಿದೆ. ಯಾರಾದರೂ ನಮ್ಮಿಬ್ಬರನ್ನು ನೋಡಿಗೀಡಿಬಿಟ್ಟರೆ... ಎಂಬ ಕೆಟ್ಟ ಶಂಕೆ ಮತ್ತು ಕುತೂಹಲದಿಂದ ನೋಡಿದೆ!

ಕಿನಾರೆಯಲ್ಲಿ ಇನ್ನಾರೂ ಇರಲಿಲ್ಲ. ಬೇರೆಯೆನ್ನುವ ಜೀವವೇ ಇರಲಿಲ್ಲ... ನಾವಿದ್ದಲ್ಲಿಂದ ಒಂದ್ನೈನೂರು ಮೀಟರು ದೂರಕ್ಕೆ, ಇಬ್ಬರೂ ಇದ್ದು ತಂಗಲಿದ್ದ ಹೊಟೆಲು- ಸುತ್ತಲಿನ ಇಳಿಗತ್ತಲಿನಲ್ಲಿ, ತನ್ನೆಲ್ಲ ಒಳಟೊಳ್ಳುಗಳೊಳಕ್ಕೆ ಗಾಢ ಹಳದಿಯ ಹೊಂಬೆಳಕನ್ನು ಹೊದ್ದು ಉಟ್ಟು ಮೋಹಕವಾಗಿ ತೋರುತ್ತಿತ್ತು. ಉಕ್ಕುಗಡಲಿನ ಕತ್ತಲಿನಲ್ಲಿ ಬೆಳಕನ್ನೇ ಚಿತ್ರಿಸಿದಂತನಿಸುತ್ತಿತ್ತು! ಒಂದೇ ಸಮ ಮೊರೆದು ಭೋರ್ಗರೆಯುವ ಅಲೆಗಳದ್ದಲ್ಲದೆ, ಉಳಿದಂತೆ ಬರೀ ನೀರವ... ಪುರಿ-ಶಹರದ ಪೂರ್ವಕ್ಕೆ, ಮತ್ತು ಉತ್ತರದಿಂದ ದಕ್ಷಿಣಕ್ಕೆ ಸಾಗುವ ಸಮುದ್ರದಂಡೆಯ ಮೇಲೆ ಕಿನಾರೆಗೇ ಅಂಟಿಕೊಂಡ ರೆಸಾರ್ಟು ಅದು... ಬ್ರಿಟಿಷರ ಕಾಲದ 'ರೇಲ್ವೇ'ಕಟ್ಟಡವೊಂದನ್ನು ಹೊಟೆಲಾಗಿ ಮಾರ್ಪಡಿಸಿದ 'ಹೆರಿಟೇಜ್' ಥೀಮು ಅದಕ್ಕೆ. ಪ್ರತಿರಾತ್ರಿಗೆ ಜಿಎಸ್ಟೀ ಸಹಿತ ಐದು ಸಾವಿರದ ಐನೂರ ಅವರತ್ತೆಂಟು ದುಡ್ಡು... ದುಬಾರಿ ಬಾಡಿಗೆಯಾದರೂ ನನ್ನ ಮಟ್ಟಿಗಂತೂ ಬೇರೆ ವಿಧಿಯಿರಲಿಲ್ಲ. ಗೊತ್ತುಗುರಿಯಿರದೆ ಹೊರಟ ಒಬ್ಬಂಟಿ ಯಾತ್ರಿಕನಿಗೆ ಈ ಪರಿ ಐಷಾರಾಮವೇತಕ್ಕೆ? ಅದೂ- ಈಗೊಂದಿಷ್ಟು ನಿದ್ರೆ, ಬೆಳಿಗ್ಗೆಯೊಂದು ಸ್ನಾನದ ಸಲುವಾಗಿ? -ಎಂದೆಲ್ಲ ಮೀನಮೇಷವೆಣಿಸಿಕೊಂಡೇ ಕಾರ್ಡುಜ್ಜಿದ್ದೆ... ಹೊರಗೆ ಜಗನ್ನಾಥಪುರಿಯಲ್ಲಿ 'ರಥಯಾತ್ರೆ'ಯ ಸಂಭ್ರಮವಾದ್ದರಿಂದ- ಇದ್ದುಬದ್ದ ಹೊಟೆಲುಗಳೆಲ್ಲ ಬುಕ್ ಆಗಿ, ಬೇರೆ ಅವಕಾಶವಿಲ್ಲದೆಯೆ ಮಧ್ಯಾಹ್ನ ಎರಡೂವರೆಗೆ ಇಲ್ಲಿ ಬಂದು ದಾಖಲಾಗಿದ್ದೆ. ಅಸಲಿನಲ್ಲಿ ರಥಯಾತ್ರೆಯ ವಿಚಾರವೇ ನನಗೆ ಗೊತ್ತಿರಲಿಲ್ಲ.

'ನಿಮ್ಮದೇನು ಪ್ಲ್ಯಾನು ಈಗ?' ಮಾತಂಗಿ ಕೇಳಿದಳು.

ಮನಸ್ಸಿಗೆ ಬೇಜಾರೆಂದು, ಇದ್ದಕ್ಕಿದ್ದಂತೆ ಮತ್ತು ಏಕಾಏಕಿ ಎದ್ದು ಹೊರಟವನು ಪ್ಲ್ಯಾನು ಮಾಡುತ್ತಾನೆಲ್ಲಿ?

ಒಟ್ಟಾರೆ, ನನ್ನದೇ ಈ ಪರಿ ಹಿನ್ನೆಲೆಯಿರುವಾಗ, ಒಬ್ಬಂಟಿ ಹೆಣ್ಣೊಂದು ನನಗೂ ಹೆಚ್ಚು ಏಕಾಕಿಯಾಗಿ ಕಡಲ ಕಿನಾರೆಯಲ್ಲಿ ಕಂಡು ಬರುವುದು ಕುತೂಹಲ ತಾನೇ? ಯಾರು, ಏನು, ಯಾಕೆಂದೆಲ್ಲ ಪ್ರಶ್ನೆಗಳೆದ್ದವು. ಕೇಳುವಾಗ ಹುಡುಗಿ ಉತ್ತರಿಸಲಿಲ್ಲವಾದ್ದರಿಂದ ಮಿಕ್ಕಿಯೇ ತೀರಿದವು... ತೀರಿದವೆಲ್ಲಿ, ಮಿಕ್ಕು ಮಿಕ್ಕು ಮನಸು ಮುಕ್ಕಿದವು ಅಷ್ಟೆ.

'ಇನ್ನೊಂದು ಸ್ವಲ್ಪ ಹೊತ್ತು ಇಲ್ಲೇ ಇದ್ದು, ಕತ್ತಲೂರಿದ ಮೇಲೆ ರೂಮು... ನಿದ್ದೆ...' ಎಂದು ಹೇಳಿದೆ.

'...'

'ಯಾಕೆ?'

'ಒಟ್ಟಿಗೆ ಊಟ ಮಾಡಬಹುದಾ ಅಂತ ಯೋಚಿಸಿದೆ ಅಷ್ಟೆ...'

'ಸರಿ...'

'ಆದರೆ ಒಂದು ಕಂಡೀಷನ್ನು. ನನ್ನ ಬಿಲ್ಲು ನಾನು, ನಿಮ್ಮದು ನೀವು...'

ಹೆಣ್ಣು ಸರಿ ಅನ್ನುವ ಹಾಗೆ ತಲೆದೂಗುವಾಗ, ನನಗೂ ಒನ್ನಮೂನೆ ನಿರಾಳವೆನ್ನಿಸಿತಾಗಿ ನಾನೂ ತಲೆದೂಗಿದೆ.

3

'ಮಾತಂಗಿ ಅಂದರೇನು ಗೊತ್ತಾ?' ಊಟಕ್ಕೆ ಕುಳಿತಾಗ ಕೇಳಿದೆ. ಯಾರು, ಏನು, ಎತ್ತ ಗೊತ್ತಿರದ ಅಪರಿಚಿತೆಯೊಡನೆ ಮಾತು ಹುಟ್ಟಿಸುವುದಾದರೂ ಹೇಗೆ... ಹಾಗಾಗಿ ಕೇಳಿದೆ. ಮುಕ್ಕಾಲು ಗಂಟೆಯ ಹಿಂದಷ್ಟೇ ಈ ಹೆಣ್ಣು ಅಚಾನಕಾಗಿ ಸಿಕ್ಕಾಗಿನಿಂದ ಅವಳಿಗಿಂತ ಹೆಚ್ಚಿಗೆ ನಾನೇ, ನನ್ನ ಬಗ್ಗೆ ಹತ್ತೆಂಟು ಹೇಳಿಕೊಂಡಿದ್ದೆ. ಯಾರು ಏನೆತ್ತವೆಂತೆಲ್ಲ ಬಯೋಡೇಟಾ ಒಪ್ಪಿಸಿದ್ದೆ. ಮಾತನಾಡುವ ಭರದಲ್ಲಿ ಮನೆಯಲ್ಲಿ ಯಾರಿಗೂ ಹೇಳದೆ ಕೇಳದೆ ಹೊರಟುಬಂದೆನೆಂದೂ ಹೇಳಿಬಿಟ್ಟೆ! ಈ ಕುರಿತೇ ಒಂದಿಷ್ಟು ತನಿಖೆ ಕೈಕೊಂಡಳು! ಹೇಳಬೇಕೆನಿಸಿದರೆ ಹೇಳಿ... ಅನ್ನುವಂತೆ ಒತ್ತಾಯವೆನಿಸದ ಹಾಗೆ ಹೇಳಿದಳು. ನಿಜವನ್ನು ಸೋಸಿ ಬಸಿದು ಹೇಳಿದ್ದಾಯಿತು. ಮಾತನ್ನು ತೂಗಿ ಅಳೆದು ಆಡಿದ್ದೆ. ಒಳಬದುಕಿನ ಸಂಕಟವನ್ನು ಕಂಡಕಂಡಲ್ಲಿ ಹರಿಬಿಡುವುದೆ? ಸಾಕಷ್ಟು ಎಚ್ಚರಿಕೆ ವಹಿಸಿದ್ದೆ.

ಮಾತಂಗಿ, 'ಅಫ್ಕೋರ್ಸ್ ಐ ನೋ!' ಅನ್ನುತ್ತ ನಕ್ಕಳು. 'ಅರ್ಥವಿಲ್ಲದ ಹೆಸರಿಟ್ಟುಕೊಂಡಿರೋ ಜನ ಇರುತಾರೇನ್ರೀ?' ನಗು ನಗುತ್ತಲೇ ಕೇಳಿದಳು.

'ಹಾಗಾದರೆ ಏನೂಂತ ಹೇಳಿ...'

'ನೀವೇ ಹೇಳಬಹುದಲ್ಲವಾ?' ವಾಪಸು ಪ್ರಶ್ನೆಯೆಸಗಿದಳು.

'ಅರೇ... ನಿಮ್ಮ ಹೆಸರಿನ ಅರ್ಥ ನನಗೇಕೆ ಗೊತ್ತಿರಬೇಕು?'

'ಮೊದಲು ತೊದಲು ಅಂತ ಪದ್ಯ ಹೇಳೋ ಜನಕ್ಕೆ ಎಲ್ಲಾ ಗೊತ್ತಿರಬೇಕಪ್ಪ..' ತುಂಟ ನೋಟ ಬೀರಿ ಹೇಳಿದಳು.

'ಏನೋ ಹೊಳೆದ ಮಾತು ಹೇಳಿದೆನಪ್ಪಾ...' ಮಾತಂಗಿಯ ಮಾತಿನ ನೇರಕ್ಕೇ ಪ್ರಾಸ ಹೊಂಚುತ್ತ ಅಣಕಿಸುವ ಹಾಗೆ ಹೇಳಿದೆ. ಕಂಗಾಲಾದಳೇನೋ... ಸರಿ, ನಾನೇ ಮುಂದುವರೆಸಿದೆ. '...ನನಗೆ ಈ ಜಗತ್ತಿನ ಉಗಮದ ಬಗ್ಗೆ ವಿಪರೀತ ಆಸಕ್ತಿ. ಸದಾ

ನನ್ನಲ್ಲಿ ಈ ಪ್ರಶ್ನೆಗಳೇಳುತ್ತೆ... ನಿನ್ನೇನೂ ಇದನ್ನೇ ಯೋಚಿಸಿಕೊಂಡು ಮಲಗಿದ್ದೆ... ನಿದ್ದೆಯಿಲ್ಲದೆ ರಾತ್ರಿ ಸವೆಸಿದೆ. ನಿನ್ನೆ ವಿಶಾಖಪಟ್ಟಣದಿಂದ ರೇಲಿನಲ್ಲಿ ಬರುತಿರುವಾಗ ಹೀಗೆ ಹೊಳೀತು...'

'ಇಂಟರೆಸ್ಟಿಂಗ್...'

'ಈ ಜಗತ್ತಿನ ಪ್ರತಿಯೊಂದು ಸಂಸ್ಕೃತಿಯಲ್ಲೂ ತನ್ನದೇ ಆದ ವರ್ಲ್ಡ್‌ವ್ಯೂ ಅಂತಿರುತ್ತೆ... ಈವನ್ ದಿ ಟ್ರೈಬ್ಸ್ ಹ್ಯಾವ್ ಇಟ್, ಯು ನೋ...'

'ರಿಅಲೀ?'

'ಯೆಸ್ಸ್... ಪ್ರತಿಯೊಂದು ಜನಾಂಗವೂ ತನ್ನ ಸುತ್ತಲಿನ ಭೂಮಿ ಆಕಾಶಕ್ಕೆ ತಕ್ಕುದಾಗಿ, ಪ್ರಕೃತಿಗೆ ತಕ್ಕುದಾಗಿ– ತನ್ನದೇ ದಾವೆಗಳನ್ನ ಮಾಡಿಕೊಳ್ಳುತ್ತೆ... ಈ ಜಗತ್ತಿನ ಸೃಷ್ಟಿಯ ಬಗ್ಗೆ ಒಪೀನಿಯನ್ ಕೊಟ್ಟುಕೊಳ್ಳುತ್ತೆ... ಒಪೀನಿಯನ್ ಅಂದರೆ ಊಹೆ. ಊಹೆಗೆ ತಕ್ಕ ನಂಬಿಕೆ... ಆಫ್ರಿಕಾದಲ್ಲಿನ ಮರುಭೂಮಿಯಲ್ಲಿ ಬದುಕುವ ಬುಡಕಟ್ಟೊಂದು ಇಡೀ ಜಗತ್ತೇ ಮರಳುಗಾಡು ಅನ್ನುತ್ತದಂತೆ... ಮೊದಲು ಎಲ್ಲೆಲ್ಲೂ ಮರಳೇ ಮರಳಿತ್ತು... ಮರಳಿನಿಂದಲೇ ಜಗತ್ತುಂಟಾಯಿತು... ಈ ಭೂಮಿ, ಆಕಾಶ, ಮರ, ಗಿಡ, ಪಶು, ಪಕ್ಷಿ... ಎಲ್ಲವೂ, ಮೂಲತಃ ಮರಳಿನ ಕಣವೇ ಎಂದು ಅಭಿಮತಿಸುತ್ತೆ...'

'ವ್ಹಾಹ್...'

'ಅದು ಸರಿ... ಬರೀ ನನ್ನಿಂದಲೇ ಮಾತು ಹೇಳಿಸುತಿದೀರಲ್ಲ, ನಿಮ್ಮ ಬಗ್ಗೆ ಏನೂ ಹೇಳಿಕೊಳ್ಳಲೇ ಇಲ್ಲ...'

'ನನಗೆ ಆಡೋದಕ್ಕಿಂತ ಕೇಳಿಸಿಕೊಳ್ಳೋದು ಇಷ್ಟ...'

'...'

'ಎಲ್ಲಿ? ಆ ಮೊದಲು–ತೊದಲು ಅನ್ನೋದನ್ನೇ ಇನ್ನೊಂದು ಸಲಿ ಹೇಳಿ...'

'ನೋ... ಐ ವೋಂಟ್!'

'ಹೇಳಿರಿ, ಪ್ಲೀಸ್...'

'ನೋ!'

'ಅ... ಐ... ಐಳಾ...' ಮಾತಂಗಿ, ಈಗ ನನ್ನ ಹೆಸರು ಹೇಳಲಿಕ್ಕೆ ತೊಡಗಿ ತಡವರಿಸಿದಳು. ನೆನಪೇ ಮರೆತುಹೋಯಿತೆಂಬಂತೆ ತೊಡರಾಡಿದಳು. 'ಥತ್ತ್... ಏನ್ರೀ ಅದು? ಬರುತಾನೇ ಇಲ್ಲ...' ಚಡಪಡಿಸಿದಳು. 'ಎಲ್ಲರಿಗೂ ಬಾಯಿ ಹೊರಳೋಂಥ ಹೆಸರಿಟ್ಟುಕೊಳ್ಳೋದಲ್ಲವಾ?' ಕನಲಿದಳು. ಕಡೆಗೆ, 'ಹ್ಞಾಂ... ಐಳನ್!' ಎಂದು ನೆನಪಿಸಿಕೊಂಡು, ನನ್ನ ಹೆಸರಿನ ಉಲುಹನ್ನು ತ್ರಾಸುಪಟ್ಟು ನಾಲಗೆಗೆ ಒಗ್ಗಿಸಿಕೊಂಡು– 'ಐಳನ್ ಐಳನ್ ಐಳನ್ ಐಳನ್...' ಎಂದು ಉದ್ದವಾಗಿ ಹತ್ತಾರು

ಸರ್ತಿ, ಶಾಲೆಯ ಮಕ್ಕಳು ಮಾತು ಗಟ್ಟಿ ಮಾಡಿಕೊಳ್ಳುವ ಹಾಗೆಯೇ- ಹೇಳಿಕೊಂಡು ನಕ್ಕಳು. 'ಸರಿ ಅಲ್ಲವಾ? ಐ ಮೀನ್, ಉಚ್ಚಾರ ಸರಿಯಿದೆ ಅಲ್ಲವಾ?'

ನಾನು ಸುಮ್ಮನೆ ನಕ್ಕೆ.

'ಆಕ್ಚುಅಲೀ, ನಿಮ್ಮ ಹೆಸರು ಚೆನ್ನಾಗಿದೆ... ಸುಮ್ಮನೆ ನಾಲಿಗೆ ಹೊರಳದೆ ಪ್ರಯಾಸವಾಯಿತು...' ಅನ್ನುತ್ತ, ಮಾತಂಗಿ ಸಮಜಾಯಿಷಿಸಿಕೊಳ್ಳುವ ಹೊತ್ತಿಗೆ, ನನ್ನ ಎಡಗೈ ಮತ್ತೊಮ್ಮೆ ನನ್ನ ಮೋರೆಯೇರಿ ಅಲ್ಲಿನ ಹೊರಳುಮೀಸೆಯ ತಿರುವು ಹೆಚ್ಚಿಸುತ್ತಿತ್ತು. 'ಅದು ಸರಿ... ನೀವು ಇದನ್ನು ಇಷ್ಟು ಕರ್ಲೀ ಕರ್ಲೀ ಆಗಿ ಹೇಗ್ರೀ ಇಟ್ಟುಕೋತೀರಿ? ಕ್ವೈಟ್ ಇಂಟ್ರೀಗಿಂಗ್...' ಎಂದು ಹಿಂದೆಯೇ ಕೇಳಿದಳು. ನಾನು ಥಟಕ್ಕನೆ ಕೈಯಿಳಿಸುವಾಗ ಮತ್ತೊಮ್ಮೆ ನಕ್ಕಳು. 'ಹೌದುರೀ... ಮೀಸೆಯ ಸುರುಳಿ ಕಾಪಾಡಿಕೊಳ್ಳೋದು ಹೇಗೆ? ಪಾರ್ಲರಿನಲ್ಲಿ ಶೇಪಿಂಗ್ ಮಾಡಿಸುತೀರಾ? ಅಥವಾ, ಜೆಲ್ಲ್-ಗಿಲ್ಲ್ ಹಾಕ್ಕೋತೀರಾ?'

'ಬೋತ್...' ಎಂದು ಹೇಳಿದೆ.

'ಹವ್ವ್ ಹವ್ವ್... ಡಿಟೇಲಾಗಿ ಹೇಳಿ...'

ಮಾತಂಗಿಯ ಕುತೂಹಲವು ನನ್ನನ್ನು ಮತ್ತೊಮ್ಮೆ ನಾಚುಗೆಗೀಡಾಗಿಸಿತು. ಲೀವಿಟ್ಟ್... ಅಂತಂದು ಕೈಚೆಲ್ಲಿದೆ!

4

ಅಷ್ಟರಲ್ಲಿ ನಮ್ಮ 'ಆರ್ಡರು' ಮೇಜು ತಲುಪಿತು. ನಾನು ಒಂದಿಷ್ಟು ಅನ್ನ ಮತ್ತು ಮೊಸರು ಮಾತ್ರ ಆದೇಶಿಸಿದ್ದೆ. ಇದು ಹಣ ಉಳಿಸುವ ಯೋಜನೆ! ಅಸಲಿನಲ್ಲಿ, ಸದ್ಯದ ನನ್ನ ಇಡೀ ಯಾತ್ರೆಯು ಗೊತ್ತುಗುರಿಯಿಲ್ಲದೆ ಜರುಗಿದೆಯಾದ್ದರಿಂದ, ಪ್ರತಿದಿನಕ್ಕೆ, ಹೆಚ್ಚೆಂದರೆ ಸಾವಿರ ರೂಪಾಯಿ ಮಾತ್ರ ಖರ್ಚು ಮಾಡುವುದೆಂದು ನಿರ್ಧರಿಸಿದ್ದೆ... ಸಾಧ್ಯವಾದಷ್ಟೂ ಕ್ರೆಡಿಟ್ ಕಾರ್ಡ್ ಬಳಸೆನೆಂದೂ ನಿಶ್ಚಯಿಸಿದ್ದೆ. ಅವೊತ್ತು, ಬೇರೇನೂ ವಿಧಿಯಿಲ್ಲವಾಗಿ, ಬರೇ ರೂಮ್-ಬಾಡಿಗೆಗೇ ಐದೂ ಸಾವಿರ ಚಿಲ್ಲರೆ ದುಡ್ಡು ಪೋಲಾಯಿತಷ್ಟೆ? ಹಾಗಾಗಿ ಈ ಲೆಕ್ಕಾಚಾರ! ಇದೇ ಕಾರಣಕ್ಕೆ, ಮಾತಂಗಿ- 'ಲೆಟ್ಸ್ ಡೈನೌಟ್' ಅಂತಂದಿದ್ದೇ, ಅವರವರ ಬಿಲ್ಲನ್ನು 'ಅವರೇ' ಭರಿಸುವುದೆಂಬ ಕರಾರು ಇಟ್ಟಿದ್ದೆ. ಇಷ್ಟಕ್ಕೂ, ಯಾವುದೇ ಹೆಣ್ಣೊಡನೆ ಹೊರಬರುವಾಗ, ಸಂಪೂರ್ಣವಾಗಿ ಖರ್ಚು-ವೆಚ್ಚ ತೆತ್ತರಷ್ಟೇ- ಗಂಡಿಗೆ ಘನತೆಯೆಂದು ನನಗೆ ಚೆನ್ನಾಗಿ ಗೊತ್ತು... ಆಕೆಯ ಇಷ್ಟಾನಿಷ್ಟ ಪೂರೈಸಿದರೆ ಮಾತ್ರ ತಾನೇ ಅವನಿಗೆ ವರ್ಚಸ್ಸು? ಆದಾಗ್ಯೂ ಮುಲಾಜಿಲ್ಲದೆ, 'ಲೆಟ್ಸ್ ಗೋ ಡಚ್...' ಅಂತಂದಿದ್ದೆ.

ಮಾತಂಗಿ, ಮೇಜಿನಲ್ಲಿನ 'ಮೆನು'ಕಾರ್ಡನ್ನು ಮೊದಲಿನಿಂದ ಕೊನೆಯವರೆಗೂ ಒಂದೊಂದಾಗಿ ಓದಿ ಅರ್ಥೈಸಿಕೊಂಡು, ಕಡೆಯಲ್ಲಿ– ಗೋಧಿಯ ರೊಟ್ಟಿ, ಕಲೆಸಿದ ತರಕಾರಿ ಮತ್ತು ಬೇಳೆಯಲ್ಲದೆ, ಒಡನೆರಡು ಮೇಲ್ತಿನಿಸೂ ಆದೇಶಿಸುವಾಗ– ನಾನು, 'ವೆಲ್... ನನಗೆ ಆ ಯಾವುದೂ ಬೇಡ...' ಎಂದು ಎಚ್ಚರಿಕೆಯ ಮಾತನ್ನೂ ಹೇಳಿದ್ದೆ. ಬಿಲ್ಲಿನ ಮೊತ್ತವನ್ನು ಸಮ ಸಮ ಹಂಚಿಕೊಂಡೆವೆಂದರೂ ದೊಡ್ಡ ಹಣವಾದೀತೆಂಬ ಎಣಿಕೆಯೇ ನನ್ನನ್ನು ಎಚ್ಚರಿಸಿತ್ತು.

'ಡಿಡ್ ಐ ಸೇ ಇಟ್ಸ್ ಫಾರ್ ಯು?' ಮಾತಂಗಿ ಕಣ್ಣು–ಮಿಟುಕಿ ನಕ್ಕಿದ್ದಳು. 'ಏನು ಗೊತ್ತಾ? ನಾನು ಮಹಾ ಮಹಾ ತಿಂಡಿಪೋತಿ!' ಅನ್ನುತ್ತ ನಗು ಮುಂದುವರೆಸಿದ್ದಳು.

'ಈ ಲೆಟ್ಸ್ ಗೋ ಡಚ್ ಅನ್ನೋ ಮಾತಿದೆಯಲ್ಲ, ಹೇಗೆ ಚಾಲ್ತಿಗೆ ಬಂತು ಅಂತ ಗೊತ್ತಾ?' ಎಂದು, ಆಡುತ್ತಿದ್ದ ವಿಷಯ ಮರೆಸುವ ಹಾಗೆ, ಮುಂದಿನ ಮಾತಿನಲ್ಲಿ ತೊಡಗಿದ್ದೆ.

'ಹೇಗೆ?'

'ಹದಿನೇಳನೇ ಶತಮಾನದಲ್ಲಿ ಇಂಗ್ಲಿಷರು ಮತ್ತು ಡಚ್ಚರು ಸಮುದ್ರಮಾರ್ಗಗಳ ಮೇಲಿನ ಮೊನೋಪೊಲಿ ಸಾಧಿಸೋಕೆ ಸದಾ ಕಿತ್ತಾಡುತಿದ್ದರಲ್ಲ... ಆವಾಗ ಹುಟ್ಟಿಕೊಂಡಿದ್ದು! ನೆದರ್ಲೆಂಡಿನ ಮಂದಿ ಭಾರೀ ಜುಗ್ಗರು ಅಂತ ಇಂಗ್ಲೆಂಡಿನವರ ಅಭಿಪ್ರಾಯವಂತೆ... ಗೋ ಡಚ್ ಅಂತಂದರೆ ನೀನು ನನ್ನ ಅತಿಥಿಯಲ್ಲ... ನಿನ್ನ ಖರ್ಚನ್ನು ನೀನೇ ನೋಡಿಕೋ ಅನ್ನೋ ಅರ್ಥ!'

'ಅರ್ಥ ಆಯಿತು, ಡೂಡ್... ಐ ವಿಲ್ ಪೇ ಫಾರ್ ಯು ಆಸ್ ವೆಲ್...'

ಮಾತಂಗಿ ಥಟಕ್ಕನೆ ಹೇಳಿದ ಈ ಮಾತು ನನ್ನನ್ನು ಕೆಲಕಾಲ ಚುಚ್ಚಿತಾದರೂ, ನನ್ನೊಳಗಿನ ಹಕೀಕತು ನನಗೆ ತಾನೇ ಗೊತ್ತು? ಒಳವುಡುಪಿನ ಹರುಕನ್ನು ತೆರೆದು ಹೊರಗೆ ತೋರುವುದುಂಟೆ? ಅಂಡು ಹರಿದ ಚಡ್ಡಿಯನ್ನು ಒಳಗೆ ತೊಟ್ಟು ಹೊರಗಿನ ಬಟ್ಟೆ ಕಳಚುವುದುಂಟೆ? ಹೀಗೆಲ್ಲ ಯೋಚಿಸುವ ನಡುವೆ, ಬೇಕೆಂತಲೇ, ಮುಂದಿನ ಮಾತು ಹೊಂಚಿಕೊಂಡು 'ಮಾತಂಗಿ'ಯ ಅರ್ಥವನ್ನು ಕೇಳಿದ್ದೆ. ಅವಳು ಉತ್ತರಿಸದ ಪಕ್ಷಕ್ಕೆ ನಾನೇನು ಹೇಳಬಹುದೆನ್ನುವ ಎಣಿಕೆಯನ್ನೂ ಮಾಡಿಕೊಂಡಿದ್ದೆ.

ಇಷ್ಟಿದ್ದೂ ಮಾತಂಗಿ, ಮೇಜಿಗೆ ಬಂದ ತಿನಿಸನ್ನೆಲ್ಲ ನನಗೂ ಬಡಿಸಿದಳು. ಒತ್ತಾಯದಿಂದ ತಿನ್ನಿಸಿದಳು. ಬಾಯಿ ಚಪ್ಪರಿಸುವ ನಡುವೆ, ನಾನು ನನ್ನ ಗಡ್ಡ–ಮೀಸೆಗಳಿಗೆಲ್ಲ ಉಣಿಸಿದ್ದೇನೆಂದು ತೋರುವ ಸನ್ನೆ ಮಾಡಿ ನಕ್ಕಳು. 'ನನಗೀಗ ಗೊತ್ತಾಯಿತು, ಯಾಕೆ ಈ ಜಗತ್ತಿನ ಎಲ್ಲ ಗಂಡಸರೂ ಗಡ್ಡ–ಮೀಸೆ ಇಟ್ಟುಕೊಳ್ಳೋಲ್ಲ ಅಂತ...' ಎಂದು ಹೇಳಿ, ತಮಾಷೆಯಿಂದ ಆಶ್ಚರ್ಯಿಸುವ ನಡುವೆಯೇ, ನನ್ನ ಎಂಜಿಲು ತಟ್ಟೆಗೂ ಕೈಯಿಕ್ಕಿ– ಒಂದೆರಡು ತುತ್ತು ಮೊಸರನ್ನ ಹೆಕ್ಕಿ ಚಪ್ಪರಿಸಿದಳು.

ನಡುನಡುವೆ ನನ್ನ ಪ್ಲೇಟಿನಂಚಿನಲ್ಲಿದ್ದ ಉಪ್ಪಿನಕಾಯಿಯನ್ನೂ ತೋರುಬೆರಳಿನಲ್ಲಿ ಮುಟ್ಟಿ ಚೀಪಿದಳು. ಆಗ ಬಾಯಲ್ಲಿ ನೀರೂರಿಬಂದ ಎಂಜಿಲನ್ನು ಸೊರ್ರೆಂದು ಸೀಟಿ ನುಂಗಿದಳು. 'ಏನು ಗೊತ್ತಾ? ಈ ತನಕ ಬದುಕಿನಲ್ಲಿ ಮಾಡದಿರೋದನ್ನೆಲ್ಲ ಮಾಡಬೇಕು ಅನ್ನೋ ಆಸೆ...' ಅನ್ನುತ್ತ, ಕಡೆಯದಾಗಿ ಮೊಸರು ಮೆತ್ತಿದ ಅಂಗೈ-ಮುಂಗೈ ನೆಕ್ಕಿಕೊಂಡು ಹೇಳಿದಳು.

'ಅಂದರೆ?'

'ಫಾರ್ ಎಗ್ಸಾಂಪಲ್- ನಾನು ಈವರೆಗೆ ಯಾರ ಎಂಜಿಲನ್ನೂ ತಿಂದವಳಲ್ಲ, ಗೊತ್ತಾ?'

ವಿಚಿತ್ರವೆನ್ನಿಸಿತು. ಬರೇ ಒಂದೆರಡು ತಾಸಿನ ಪರಿಚಯ ನಮ್ಮದು! ಈ ಪರಿಯ ಸದರವೇ? ಥುತ್...

'ವಾಟ್ ಆರ್ ಯು ಟ್ರೈಯಿಂಗ್ ಟು ಸೇ?' ಗಹನವಾಗಿ ಕೇಳಿದೆ.

'ಬೇರೇನೂ ಇಲ್ಲಪ್ಪ... ಸುಮ್ಮನೆ ನಿನ್ನ ಗಡ್ಡ-ಮೀಸೆಗೆಲ್ಲ ಯಾಕೆ ಉಣಬಡಿಸಿದ್ದೀ ಅಂತಂದೆ!' ಎಂದು ಹೇಳಿದ ಮಾತಂಗಿ, ಅನಾಮತ್ತಾಗಿ ಏಕವಚನಕ್ಕಿಳಿದು ಕಣ್ಣು-ಹೊಡೆದಳು. ಸುಖಾಸುಮ್ಮನೆ ಚೇಷ್ಟೆಗಿಳಿಯುವ ತುಂಟಪೋರಿಯಂತಹ ಅವಳ ಚಹರೆಯನ್ನು ನೋಡಿ, ನನ್ನೊಳಗೆ ಕೋಟಿ ಮಿಂಚುಗಳ ಸಂಚಲನವಾಯಿತು! 'ಏನೇನೋ ಯೋಚಿಸಬೇಡ...' ಅಂದವಳು, ಸರಕ್ಕನೆ ಮಾತು ನುಂಗಿ- 'ನಿನ್ನನ್ನು ಹೋಗೋ ಬಾರೋ ಅನ್ನಬಹುದಾ?' ಎಂದು ನೇರ ಕೇಳಿಯೇಬಿಟ್ಟಳು!

'ವ್... ವೈ ನಾಟ್?' ತಡವರಿಸಿಕೊಂಡು ಸಮ್ಮತಿಸಿದೆ.

'ನನಗೆ ಕನ್ನಡದ ಮೇಲಿರೋ ಒಂದೇ ಒಂದು ತಗಾದೆ ಅಂತಂದರೆ... ಬಹುಶಃ, ಇದು ಅಷ್ಟೂ ಭಾರತೀಯ ಭಾಷೆಗಳ ಮೇಲಿನ ತಗಾದೆಯೇನೋ... ಈ ಭಾಷೆಗಳಲ್ಲಿ ನಮ್ಮ ಸಮವಯಸ್ಸಿನವರಿಗೂ ಹೋಗಿ ಬನ್ನಿ ಅನ್ನುತೀವಿ ಅಲ್ಲವಾ? ಇಟ್ ಸೌಂಡ್ಸ್ ಸೋ ಸ್ಟುಪಿಡ್, ಯು ನೋ... ಆದರೆ ಇಂಗ್ಲಿಷ್‌ನಲ್ಲಿ ಹಾಗಿಲ್ಲ...'

ಸುಮ್ಮನೆ ನಸುನಕ್ಕೆ.

'ನೀನೂ ನನ್ನನ್ನ ಹೋಗು ಬಾ ಅನ್ನಬಹುದು...'

ಸ್ವಲ್ಪ ಅಜೀಬನಿಸಿತಾದರೂ, ನಾನು ಪ್ರಯಾಸಪಡುತ್ತಲೇ ಸುರುಗೈದ ಈ 'ಹೋಗು-ಬಾ' ಪ್ರಯೋಗವು ನಮ್ಮಿಬ್ಬರನ್ನೂ ಅನಾಮತ್ತನೆ ಹತ್ತಿರವಾಗಿಸಿಬಿಟ್ಟಿತು! ಎಷ್ಟು ಹತ್ತಿರವೆಂದರೆ, ಊಟದ ಖರ್ಚನ್ನು ಒಂಟಿಹೆಣ್ಣೊಂದು ತೆರುವುದು ತರವಲ್ಲವೆಂದು ನನಗೇ ಅನ್ನಿಸಿಬಂದು- ಒತ್ತಾಯದಿಂದ ನಾನೇ ಕಾರ್ಡುಜ್ಜಿ ತೆತ್ತಿದ್ದಾಯಿತು!

ಆದರೆ ಎರಡು ಸಾವಿರ ಚಿಲ್ಲರೆಯ 'ಎಕ್ಸ್‌ಟ್ರಾ' ವೆಚ್ಚವು ಮಾತ್ರ ನನ್ನನ್ನು ಆ

ಬಳಿಕ ಕಾಡದುಳಿಸಲಿಲ್ಲ!

5

'ವೈ ಡೋಂಟ್ ವಿ ಗೋ ಫಾರ್ ಎ ವಾಕ್?'

ಊಟದ ಬಳಿಕ ಮಾತಂಗಿ ಕೇಳುವಾಗ ಒಲ್ಲೆನ್ನಲಾಗದೆಯೇ ವಾಚು ನೋಡಿಕೊಂಡೆ. ಆಗ ಹನ್ನೊಂದು ಗಂಟೆಯ ಆಸುಪಾಸು!

'ತುಂಬಾ ಲೇಟಾಯಿತಲ್ಲವಾ?' ಅನುಮಾನಿಸುತ್ತಲೇ ಕೇಳಿದೆ. ಭಿಡೆಯಿರದೆ ಗಡ್ಡ ನೀವಿಕೊಳ್ಳುತ್ತಲೇ ಕೇಳಿದೆ. ಸಂಬೋಧನೆಯಲ್ಲಿ ಏಕವಚನವೂ ಜಾರಿಗೊಂಡ ಮೇಲೆ, ನಾಚುಗೆಯ ಮಾತೆಲ್ಲಿ? ಈ ಸರ್ತಿ ಮೀಸೆಯ ತುದಿಗಳನ್ನು ಬೇಕೆಂದೇ ತಿರುವಿದೆ! ನನ್ನ ಚಹರೆ-ಚರ್ಯೆಯನ್ನು, ಬದಿಯಲ್ಲಿನ ಚೆಲುವೆ, ಇನ್ನೊಮ್ಮೆ ಪ್ರಶಂಸಿಸಿಯಾಳೆಂಬ ಮಳ್ಳಮಳ್ಳನೆ ಉಮೇದೂ ಇದ್ದಿತಷ್ಟೆ? ಎಂತಲೇ ಮೀಸೆಯನ್ನು ತಿರುವಿಯೇ ತಿರುವಿದೆ!

'ಇಟ್ಸ್ ನಾಟ್ ಲೇಟ್, ಬಟ್ ವೆರಿ ವೆರಿ ಹಾಟ್ ಫಾರ್ ಶುಅರ್...' ಅಂತಂದಳು!

'...'

ಮಾತಂಗಿ 'ವೆರಿ ವೆರಿ ಹಾಟ್' ಅಂದಿದ್ದು ನನ್ನಲ್ಲಿ 'ಏನೇನನ್ನೋ' ಚೋದಿಸಿತು.

'ಪೆದ್ದ... ತುಂಬಾ ಸೆಕೆ ಅಂತ ಹೇಳಿದೆ...' ಅನ್ನುತ್ತ ನಕ್ಕಳು.

ಜುಲೈ ತಿಂಗಳ ಸುರುಸುರುವಿನ ದಿವಸವಾದ್ದರಿಂದ, ಆಕಾಶದಲ್ಲಿ ಎಲ್ಲೆಲ್ಲೂ ಅಂಗಾರವನ್ನು ಉಗ್ಗಿಕೊಂಡಿದ್ದ ಹಗಲು- ರಾತ್ರಿಯಲ್ಲೂ ತನ್ನ ಕಾವು ತಗ್ಗಿಸದೆ ಧಗಭಗಿಸುತ್ತಲೇ ಇತ್ತು. ಅಸಲಿನಲ್ಲಿ, ರಾತ್ರಿಯೆಂಬ ರಾತ್ರಿಗೂ ತಣಿದು ಲಘುವಾದರೆ ಸೈಯೆನಿಸಿತ್ತೇನೋ... ಮಧ್ಯಾಹ್ನ ರೇಲಿನಿಂದಿಳಿದಿದ್ದೇ, ರೂಮು ಹುಡುಕಿಕೊಂಡು ಈ ಹೊಟೆಲಿಂದ ಆ ಹೊಟೆಲೆಂದು ಊರೆಲ್ಲ ಸುತ್ತಿ ಉಂಟಾದ ಆಯಾಸ- ನನ್ನ ಮೈಯನ್ನು ಒಂದೇ ಸಮ ಜಗ್ಗಿಸುತ್ತಲಿತ್ತು. ರೂಮು ಹೊಕ್ಕು ಬಿದ್ದುಕೊಂಡರೆ ಸಾಕೆನಿಸಿತ್ತು.

'ಹೇ ಕಮ್ಮಾನ್... ಐ ವಾಂಟ್ ಟು ಡೂ ಸಮ್ತಿಂಗ್ ದಟ್ ಐ ಹ್ಯಾವ್ ನಾಟ್ ಡನ್ ಟಿಲ್ ಡೇಟ್...' ಅನ್ನುತ್ತ, ಮಾತಂಗಿ ಅನಾಮತ್ತನೆ ನನ್ನ ಕೈಹಿಡಿದು ಎಳೆದಳು. ಜರ್ಕ್-ಹೊಡೆದು ಮುಗ್ಗರಿಸುವಂತಾಯಿತು. 'ವೇಯ್ಟ್ ವೇಯ್ಟ್...' ಅನ್ನುತ್ತ ಮೈ ಸಂಭಾಳಿಸಿಕೊಂಡು ನಿಂತೆ.

ಈವರೆಗೆ ಮಾಡದಿರೋದನ್ನು ಮಾಡೋದು ಅಂದರೆ? ನನಗೆ ನಾನೇ ಕೇಳಿಕೊಂಡೆ... ಏನಿರಬಹುದು ಮರ್ಮ? ಯಾಕೋ ಅಜೀಬನ್ನಿಸಿತು. ಅದೂ

ಅಲ್ಲದೆ, ಕಂಡು ಗೊತ್ತಿರದ ಗಂಡಸಿನ ಕೈಹಿಡಿದು ಎಳೆಯುವುದು ಚೆನ್ನವೇ? ಚಾರವೇ? ಅಥವಾ, ಇದು ಈವರೆಗೆ ಇವಳು ಮಾಡಿರದ್ದನ್ನು ಮಾಡುತ್ತಿರುವುದಕ್ಕೆ ಸೂಚ್ಯವೇ? ಪೀಠಿಕೆಯೇ?

ಮನಸ್ಸಿನಲ್ಲಿ ಶಿಷ್ಟಾಚಾರ-ಕುರಿತಾಗಿ ಹತ್ತೆಂಟು ಸಭ್ಯಾಸಭ್ಯ ಯೋಚನೆಗಳು ಸುಳಿದವಾದರೂ, ಹೆಣ್ಣು- ನನ್ನ ಕೈಜಗ್ಗುವಲ್ಲಿ ಕೈಕೊಂಡ ಸಲಿಗೆ ಮಾತ್ರ ಇಷ್ಟವಾಯಿತು. ಅವಳ ಕೈ-ಸೋಂಕು ನನ್ನ ಮೈಯಲ್ಲಿ ಸಡಗರದ ಮಿಂಚು ಹುಟ್ಟಿಸಿದ್ದು ಹೌದು! ಅಲ್ಲದೆ, ಅವಳ ಬಲಗೈಯಲ್ಲಿನ ಉಂಗುರವು ನನ್ನನ್ನು ಸಣ್ಣಗೆ ಚುಚ್ಚಿದ್ದೂ ಸತ್ಯವೇ!

ಕಿಡಿ ತಾಕಿದ ಕರ್ಪೂರದ ಹಾಗೆ ಉರಿದೆನೋ, ಹೇಗೆ?

ಮಾತಂಗಿ, ಆ ಹೊತ್ತಿನಲ್ಲಿ- ನನ್ನ ಮನಸಿನಲ್ಲಿನ ಮೀನಮೇಷವನ್ನು ಏನೆಂದು ಅರ್ಥೈಸಿಕೊಂಡಳೆಂಬಂತೆ, ಒಮ್ಮೆಗೇ, 'ಸರಿ... ನಿನಗೆ ಆಗಲ್ಲ ಅಂದರೆ ನಾನೊಬ್ಬಳೇ ಹೋಗುತೀನಿ...' ಎಂದು ಖಡಕ್ಕನೆ ಹೇಳಿ ಮುಂಜರುಗಿಬಿಟ್ಟಳು!

ಕಸಿವಿಸಿಯಾಯಿತು. ನನ್ನನ್ನು ಹಿಂದಿರಗೊಟ್ಟು ಹೊರಟೇಹೋದರೆ?

'ವೇಯ್ಟ್ ವೇಯ್ಟ್...' ಅಂತಂದೆ. 'ನಾನೂ ಬರುತೀನಿ...'

ಹೀಗೆ ಹೇಳಿದ ಬಳಿಕ- ಹೊಟೆಲಿನ 'ಲಾಬಿ'ಯಲ್ಲಿದ್ದ ಪರಿಚಾರಕರು ನಮ್ಮತ್ತಲೇ ದೃಷ್ಟಿ ದಟ್ಟಯಿಸಿ ನೋಡುತ್ತಿದ್ದಾರನ್ನಿಸಿ, ಒನ್ನಮೂನೆ ನಾಚುಗೆಯಾಯಿತು. 'ಫ್ರಂಟ್-ಡೆಸ್ಕ್'ನಲ್ಲಿದ್ದ ಲಲನೆ ನನ್ನತ್ತಲೊಮ್ಮೆ ನೋಡಿ ನಸುವೇ ನಕ್ಕು ಸುಮ್ಮನಾದಳು. ನಾನು, ಆ ಕೂಡಲೇ, ಮನಸೊಳಗಿನ ಮಾತು ನುಂಗಿ- ಹೆಜ್ಜೆಯ ಲಗುಬಗೆ ಹೆಚ್ಚಿಸಿ, ಈಗಾಗಲೇ ಮುಂದೆ ನಡೆದಿದ್ದ ಮಾತಂಗಿಯ ಮಗ್ಗುಲಿಗೆ ಬಂದು- 'ಈ ಹೊತ್ತಿನಲ್ಲಿ ಎಲ್ಲೀಂತ ಹೋಗೋದು?' ಎಂದು, ದನಿ ಮೆಲುವಾಗಿಸಿ ಕೇಳಿದೆ.

'ಹೀಗೇ... ಸುಮ್ಮನೆ ಗೊತ್ತುಗುರಿಯಿಲ್ಲದೆ ಸುತ್ತಾಡೋದು...' ಅನ್ನುವಾಗ, ನಡಿಗೆಯ ವೇಗ ತಗ್ಗಿಸಿದಳೇ ವಿನಃ, ನನ್ನತ್ತ ಮೋರೆಯಿಕ್ಕಿ ಹೇಳಲಿಲ್ಲ. ನಾನೇ ಹೆಜ್ಜೆಯ ತ್ವರೆ ಹೆಚ್ಚಿಸಿದೆ. ಮೈ ದಣಿದಿದ್ದ ಕಾರಣಕ್ಕೇನೋ ತುಸುವೇ ಏದುಸಿರುಂಟಾಯಿತು. 'ಗೊತ್ತುಗುರಿಯಿಲ್ಲದೆ ಅಂದರೆ?' ಉಬ್ಬಸಪಡುತ್ತಲೇ ಕೇಳಿದೆ.

'ಗೊತ್ತುಗುರಿಯಿಲ್ಲದೆ ಅಂದರೆ ಗೊತ್ತುಗುರಿಯಿಲ್ಲದೆ ಅನ್ನೋ ಅರ್ಥ, ಕಣೋ... ಏನೇನೋ ಕೇಳಬೇಡ... ಚಲೋ, ಲೆಟ್ಸ್ ಗೋ...' ಅಂತಂದು ನಡಿಗೆಯನ್ನು ಮತ್ತಷ್ಟು ವೇಗಯಿಸಿದಳು.

'ಮಾತಂಗಿ, ಒನ್ನಿಮಿಷ... ಒಂದೇ ಒಂದು ನಿಮಿಷ...'

'ಹೇಳು...' ಅನ್ನುತ್ತ ನಿಂತುಕೊಂಡಳು.

'ಅದೇನೋ- ಈ ತನಕ ಮಾಡದ್ದನ್ನು ಮಾಡುತೀನಿ ಅಂತೀಯ... ಗೊತ್ತುಗುರಿಯಿಲ್ಲದೆ ಸುತ್ತುತೀನಿ ಅಂತೀಯ... ವಾಟ್ಸ್ ಆಲ್ ದಿಸ್? ಏನೂಂತ

ಹೇಳಬಾರದಾ?'

'ಓಹ್ಹ್ ಅದಾ?' ಅಂತಂದು ನಕ್ಕು, 'ಸದ್ಯಕ್ಕೆ ಇದು...' ಅನ್ನುತ್ತ, ಸೀದಾ ನನ್ನ ಮೀಸೆಗೇ ಕೈಯಿಕ್ಕಿ, ಬಲಗಡೆಯ ತುದಿಯನ್ನೊಮ್ಮೆ ಜೋರಾಗಿ ತಿರುವಿದಳು! ನಾನು ನೋವಿನಿಂದ, 'ಹ್ಹಾ...' ಎಂದು ಒರಲಿಕೊಳ್ಳುವಾಗ, ಅವಳು 'ಹುಹ್ಹ್...' ಅಂತಂದು ಕೈತೆಗೆಯುವ ಮುನ್ನ, ಮೆಲ್ಲಗೆ ಗಡ್ಡದಲ್ಲೊಮ್ಮೆ ಕೈಯಾಡಿಸಿ, ಮತ್ತೊಮ್ಮೆ ಕಾಲಿಗೆ ಕೆಲಸ ಕೊಟ್ಟಳು. 'ಇಷ್ಟವಿದ್ದರೆ ತಾವೂ ಬರಬಹುದು... ನಾನಂತೂ ಹೋಗುವವಳೇ!'

ಅರೆ... ನಾನೇಕೆ ಈ ಸುಡುಗಾಡು ಹೆಣ್ಣಿನ ಹಿಂದೆ ಬಿದ್ದೆ... ಎಂದು ಯೋಚಿಸತೊಡಗಿದೆ. ಅರ್ಥವಾಗಲಿಲ್ಲ. ಇದೇನು ಮಾಯೆಯೇ? ಅಥವಾ, ಇವಳೇನು ಮಾಯಾಂಗನೆಯೇ? ಹುಹ್ಹ್... ಸುಮ್ಮನೆ ಹೆಜ್ಜೆ ಹಾಕಿದೆ. ಓಡುವ ಮಂಗದ ಹಿಂದೆ ಬಾಲವೂ ಓಡುತ್ತದಲ್ಲ, ಥೇಟು ಹಾಗಾಗಿಬಿಟ್ಟೆನೇ? ಅಲ್ಲ... ಇಷ್ಟು ನಿರ್ಭಿಡೆಯಿಂದ ನನ್ನ ಮೀಸೆಗೇ ಕೈಯಿಕ್ಕಿದರೂ ಸುಮ್ಮನಿದ್ದೆನಲ್ಲ... ಯಾಕೆ? ಯ್ಯ್... ಯಾ...ಕೆ?

ಮಾತಂಗಿಯನ್ನು ಹಿಂಬಾಲಿಸುತ್ತಿರುವ ಭರದಲ್ಲಿಯೇ– ಹೊಟೆಲಿನ ಮಂದಿಯ ಕಣ್ಣುಗಳೂ ನನ್ನ ಹಿಂದಿವೆಯೇ... ಎಂದೊಮ್ಮೆ ಗಮನಿಸಿದೆ. ಉಹ್ಹೂಂ... ಹಾಗಿರಲಿಲ್ಲ. ಈ ಜನರಿಗೆ ನಾನು ಮತ್ತು ಇವಳು– ಕೆಲಸಮಯದ ಹಿಂದಷ್ಟೇ ಸಿಕ್ಕವರೆಂದು ಹೇಗೆ ತಾನೇ ಗೊತ್ತಿದ್ದೀತು? ನಾನು ಇವಳಿಗೆ 'ಏನಾದರೂ' ಆಗಿರಬಹುದಷ್ಟೆ? ಹಾಗೇ ಇವಳೂ ನನಗೆ 'ಏನಾದರೂ...'

ಈ ಯೋಚನೆಯು ನನ್ನನ್ನು ಇನ್ನಷ್ಟು ರೋಚಿಸಿತು!

ಈ ಪರಿಯ ರೋಮಾಂಚಿತ ಗಳಿಗೆಗಳೊಡನೆಯೇ ಮುಂದಿರುವ ಮಾಯೆಯನ್ನು ಬೆನ್ನಟ್ಟಿದೆ.

ಕೆಲವೇ ಕ್ಷಣಗಳಲ್ಲಿ– ಇಬ್ಬರೂ ಹೊಟೆಲಿನ 'ಲಾಬಿ'ಯನ್ನು ದಾಟಿ, ಎದುರಿಗಿನ ಉದ್ಯಾನವನವನ್ನು ಬಳಸುವ ನಡೆದಾರಿಯಲ್ಲಿದ್ದೆವು. ಬೆಳಕು ತಗ್ಗಿ ಮಬ್ಬು ತಾಳಿದ ನಸುಗತ್ತಲಿನಲ್ಲಿ ನಾವೂ ಮಬ್ಬಾಗುತ್ತಿದ್ದೆವೇನೋ, ಆಗ, ಮಾತಂಗಿ ಇದ್ದಕ್ಕಿದ್ದಂತೆ– 'ನಾವು ಸಿಟಿಯೊಳಕ್ಕೆ ಯಾಕೆ ಹೋಗಬಾರದು? ದೇವಸ್ಥಾನದ ಹತ್ತಿರ ಹೋದರೆ ಹೇಗೆ?' ಎಂದು ಕೇಳಿದಳು.

'ಆರ್ ಯು ಕ್ರೇಜೀ? ಕ್ರೌಡ್ ಹೇಗಿರುತ್ತೆ ಗೊತ್ತಾ?'

'ಸೀರಿಯಸ್‌ಲೀ? ಇನ್ನೂ ಜನ ಇರುತಾರೇಂತೀಯಾ?'

ಹೌದೆಂದು ತಲೆಯಾಡಿಸಿದೆ. 'ರಥಯಾತ್ರೆ ಅಂದರೆ– ಈ ಊರಿನಲ್ಲಿ ಜನ ಮಲಗೋದೇ ಇಲ್ಲವಂತೆ... ರಾತ್ರಿಯೆಲ್ಲ ಎದ್ದಿದ್ದು ನಾಳೆಯ ಇವೆಂಟಿಗೆ ಸಜ್ಜಾಗಿರುತಾರೆ... ಎಲ್ಲೆಲ್ಲಿಂದ ಬಂದಿರುತಾರೆ ಗೊತ್ತಾ? ಕಿನಾರೆಯಾಚೆಗಿನ

ಬಂಗಾಳೀ–ಕಡಲೇ ಊರೊಳಗೆ ಹೊಮ್ಮಿದೆ ಅನ್ನೋ ಅಷ್ಟು ಜನ ಇರುತಾರೆ... ಇವೊತ್ತು ಮಧ್ಯಾಹ್ನ ಸ್ಟೇಶನಿನಿಂದ ಬರುವಾಗ ನೋಡಿದೆನಲ್ಲ... ಜನ ಜನ ಜನ! ಎಷ್ಟು ಜನ ಗೊತ್ತಾ?'

ನನ್ನ ಈ ಮಾತುಗಳು ಹೆಣ್ಣನ್ನು ವಿಚಲಿಸಬಹುದೆಂಬ ವಿಚಿತ್ರ ಉಮೇದಿನಲ್ಲಿ, ನಾನು ಕಣ್ಣಾರೆ ಕಂಡಿದ್ದಕ್ಕೂ ಹೆಚ್ಚು ಮಸಾಲೆ ಹಚ್ಚಿ ಹೇಳಿದೆ. ದುರದೃಷ್ಟವಶಾತ್– ಜಗನ್ನಾಥ 'ಪುರೀಶ'ನ ಚಿತ್ತವೇ ಇನ್ನೊಂದಿತ್ತೇನೋ... ಫಲಿಸಲಿಲ್ಲ!

'ಹಾಗಾದರೆ ನಾನು ಹೋಗಲೇಬೇಕು!' ಎಂದು ಮಾತಂಗಿ, ಖಡಾಖಂಡಿತವಾಗಿ ಹೇಳಿದ್ದೇ, ನನ್ನ ತಕ್ಷಣದ 'ಸದ್ಯ'ದ ಸೂತ್ರವೇ ಅವಳೆನ್ನುವ ಹಾಗೆ, 'ಓಕೆ... ಲೆಟ್ಸ್ ಗೋ...' ಅಂದುಬಿಟ್ಟೆ.

6

'ಐಳ... ನಿನ್ನ ರೂಮ್ ನಂಬರೇನು?'

ಇಬ್ಬರೂ ನಡೆಯ ಪಥ ಬದಲಿಸಿ, ಹೊಟೆಲಿನ ಗೇಟು ತಲುಪುವುದಕ್ಕೆ ಸರಿಯಾಗಿ– ಮಾತಂಗಿ ಕೇಳಿದಳು.

'ತ್ರೀ ಟೂ ಒನ್... ಯಾಕೆ?'

'ಹಾಗಾದರೆ ನನ್ನ ರೂಮೇ ಹತ್ತಿರ ಬಿಡು... ನನ್ನದು ನೂರಾ ಒಂದು...'

'...'

ಈ ಪರಿ ಪ್ರಶ್ನೋಪರಿಗಳ ಬಗ್ಗೆ ನಾನು ತಲೆಕೆಡಿಸಿಕೊಳ್ಳುವ ಮುನ್ನವೇ– ಮಾತಂಗಿ, ನನ್ನ ಚಿಂತೆಯ ಬಗೆಹರಿಸಿದಳು. 'ಏನಿಲ್ಲ... ನಾನು ಬಾತ್‌ರೂಮಿಗೆ ಹೋಗಬೇಕು. ನಿನ್ನ ರೂಮು ಹತ್ತಿರ ಇದೆಯೇನೋ ಅಂದುಕೊಂಡು ಕೇಳಿದೆ...' ಅಂದಳು.

ಈ ಮಾತು ನನ್ನನ್ನು ಪುನಃ ಚೋದಿಸಿಬಿಟ್ಟಿತು. ನಾನು ಹೊಕ್ಕ ಶೌಚವನ್ನು ತಾನೂ ಬಳಸಿಯೇನೆಂದು ಹೇಳಿದ್ದಂತೂ– ಏಕ್‌ದಮ್ ರೋಚಿಸಿಟ್ಟಿತು. ಚಂದದ ಹೆಣ್ಣೊಂದು, ಗೊತ್ತುಗುರಿಯಿಲ್ಲದೆ ಕೆಲವೇ ಗಂಟೆಗಳ ಹಿಂದೆ ಗುರುತು ಕಂಡುಕೊಂಡ ಗಂಡಸೊಡನೆ– ಅವನ ಕೋಣೆಯವರೆಗೂ ಹೋಗಬಹುದೆನ್ನುವ ಸಂಗತಿಯು ವಿಚಿತ್ರವೆನಿಸುವಷ್ಟೇ, ಅಜೀಬನೆ ಪುಲಕವನ್ನೂ ಉಂಟುಮಾಡಿತು!

ಅಥವಾ, ನಾನೇ ಅನಗತ್ಯವಾಗಿ ಹೆಚ್ಚು ಯೋಚಿಸಿದ್ದೇನೆಯೇ? ಒತ್ತಾಯದಿಂದ ಮನಸ್ಸು ನಿಗ್ರಹಿಸಿದೆ.

'ಸರಿ... ಇಲ್ಲೇ ಇರು... ಐ ವಿಲ್ ಜಸ್ಟ್ ಬಿ ಬ್ಯಾಕ್...' ಎಂದು ಹೇಳಿ, ಒಂದೆರಡು

ಹೆಜ್ಜೆ ಹೊಟೆಲಿನತ್ತ ಸಾಗಿದ ಮಾತಂಗಿ, ಮರುಕ್ಷಣಕ್ಕೆಲ್ಲ ವಾಪಸು ನಡೆದುಬಂದು– 'ಒಂದ್ಯೆದು ನಿಮಿಷ ಆಗಬಹುದು... ಈ ಜುಎಲರಿನೆಲ್ಲ ಬಿಚ್ಚಿಟ್ಟು ಬಂದುಬಿಡುತೀನಿ ಆಯಿತಾ?' ಎಂದು ತಿಳಿಸಿ, ಪುನಃ ಸರಿದುಹೋದಳು.

ಹಾಗೆ ನೋಡಿದರೆ, ಹೆಣ್ಣು ಹೆಚ್ಚೇನೂ ತೊಟ್ಟಿರಲಿಲ್ಲ. ಐ ಮೀನ್– ಕಳಚಿಡಲೇಬೇಕಾದಷ್ಟು ದುಬಾರಿ ತೊಡಿಕೆಯನ್ನೇನೂ ಮೈಕೈಗಿಟ್ಟಿರಲಿಲ್ಲ. ಕಡುನೀಲಿಯ ಡೆನಿಮಿನ ಮೇಲೆ, ತೆಳ್ಳಗೊಂದು ಬೆಳ್ಳನೆ ಶರಟು ಹಾಕಿಕೊಂಡಿದ್ದಳು. ಕುಂಕುಮವಿಲ್ಲದ ಬೋಳುಹಣೆಯಷ್ಟೇ ಕೊರಳನ್ನೂ ಬೋಳಾಗಿ ತೋರುವ ಹಾಗೊಂದು ತೆಳ್ಳನೆ ವೈಟ್‌ಮೆಟಲಿನ ಸರಿಗೆ ತೊಟ್ಟಿದ್ದಳು. ಬಹುಶಃ ಪ್ಲಾಟಿನಂ ಸರವಿದ್ದೀತು... ಈ ಸರದ ನಯನಾಜೂಕಿಗೆ ತಕ್ಕುದಾಗಿ, ಅಷ್ಟೇ ನಾಜೂಕಿನ ಬಿಳಿಹರಳಿನ ಲಾಕೆಟ್ಟು ತೂಗಿದ್ದಳು. ಲಾಕೆಟ್ಟು ನನ್ನ ಪಾದದ ಕಿರುಬೆರಳಿನ ಉಗುರಿನಲ್ಲಿ ಅರ್ಧ ಗಾತ್ರಕ್ಕಿತ್ತೇನೋ, ಅಷ್ಟೆ... ಆದರೆ ಅದು ಅವಳ ಎದೆಸೀಳಿನವರೆಗೂ, ಅಥವಾ ಸೀಳಿನ ತುಸು ಮೇಲಕ್ಕೆ ತೂಗಿಕೊಂಡು, ನನ್ನ ಚಿತ್ತಾದಿಚಿತ್ತದ ಉದ್ದಗಲಕ್ಕೂ– ವಿಚಿತ್ರ ಕೋನಗಳಲ್ಲಿ ತೂಗಿ ತೊನೆದು, ಥರಥರವಾಗಿ ಫಳಿಸಿದ್ದು ಸತ್ಯ! ಮೂಗಿನಲ್ಲಿ, ಬಲಗಡೆಗೆ ಇಂಥದೇ ಬಿಳಿಯ ಹರಳಿನ ಮೂಗುತಿಯಿತ್ತು... ಆಗೀಗ ಕಂಡೀತಾದರೂ ಹುಡುಕಲೇಬೇಕೆನ್ನುವಷ್ಟು ಚಿಕ್ಕನೆ ಬೊಟ್ಟೆನಿಸದ ಬೊಟ್ಟು ಅದು! ದೂರದ ನಕ್ಷತ್ರದಂತಹ ಮಿಣುಕು... ಇನ್ನು, ಕಿವಿಗಳಲ್ಲೂ– ಕೊರಳಿನಲ್ಲಿ ಇಳಿದ ಲಾಕೆಟಿನಂಥದೇ ಛವಿಯ ತೊಡಿಕೆ! ಈ ಎಲ್ಲವೂ ಒಡಗೂಡಿ ಒಂದು 'ಸೆಟ್' ಇರಬಹುದು... ಒಟ್ಟಾರೆ ದುಬಾರಿ ಸರಕಾದರೂ ಭಾರೀ ಅನಿಸಗೊಡದಷ್ಟು ಸರಳವಾಗಿತ್ತು!

ಇಷ್ಟಾಗಿ, ಮಾತಂಗಿಯ ಕೈಮೈಯಲ್ಲಿದ್ದ ಈ ಇಡೀ ಒಡವೆಯ ಸೆಟ್ಟಿಗೆ ಹೊರತಾಗಿ ಮತ್ತು, ಬಲು ವಿಶಿಷ್ಟವಾಗಿ ಅನಿಸಿದ್ದು– ಅವಳ ಬಲಗೈಯ ನಡುಬೆರಳಿನಲ್ಲಿ ತೊಟ್ಟಿದ್ದ ಬಲು ನಾಜೂಕಿನ ಉಂಗುರ. ಅಸಲಿನಲ್ಲಿ ಅದು ಉಂಗುರವೆನಿಸಿದ್ದೇ ಕಡಿಮೆ! ತೆಳ್ಳನೆ ತಳಿರಿನಂತಹ ಆ ಬೆರಳಿನಲ್ಲಿ, ಮಿಡಿನಾಗರದ ಸಿಂಬೆಯನಿಸುವ ಹಾಗೆ– ಮೂರು ದುಂಡು ತಾಳಿಕೊಂಡಿತ್ತು. ಮೂರು ದುಂಡೆಂದರೆ ಮೂರು ಸುತ್ತು; ಒಂದರ್ಥದಲ್ಲಿ ಸ್ಪ್ರಿಂಗಿನಂತಹ ಸುರುಳಿ. ಒಂದೊಂದೂವರೆ ಎಮ್ಮೆಮ್ಮು ದಪ್ಪದ ಲೋಹದ ತಂತಿಯು ತಂತಾನೇ ನುಲಿದು ಸುರುಟಿತೇ– ಎಂದನಿಸಗೊಡುವ ನಾಜೂಕಿನ ಮಾಟ. ಚಿನ್ನದ ಹಾಗೆ ತೀರಾ ಹಳದಿಯಿಲ್ಲದ, ನೇರ ತಾಮ್ರವೂ ಅಂತನಿಸದ– ಆದರೆ ಬಣ್ಣದಲ್ಲಿ ಮಾತ್ರ, ತುಸುವೇ ತಾಮ್ರದತ್ತ ವಾಲುವ ಲೋಹ ಅದು... ನೋಡಿದರೆ ಫಕ್ಕನೆ ಬೆಳ್ಳಂಬಿಳಿ ಅನಿಸಬೇಕು, ಅಂತಹ ಬಣ್ಣ.

ಈ ಉಂಗುರದ ಬಣ್ಣ ಮತ್ತು ಮಾಟ, ನನ್ನನ್ನು ಕೆಲಗಳಿಗೆ ಹಿಡಿದಿಟ್ಟಿದ್ದು ಹೌದು. ಊಟಕ್ಕೆ ಕುಳಿತಾಗ, ಎದುರುಕುಳಿತ ಹೆಣ್ಣು, ಬಲು ನಾಜೂಕಾಗಿ– ಬಲಗೈಯಲ್ಲಿ

ಪ್ಲೇಟಿನಲ್ಲಿನ ತಿನಿಸು ಕೆದಕುವುದನ್ನು ನೋಡಿ, ನಾನು ಮಾರುಹೋಗಿದ್ದೂ ಹೌದು. ತೆಳ್ಳನೆ ಬಳ್ಳಿಯಲ್ಲಿನ ತೆಳ್ಳಂತೆಳು ಚಿಗುರಿನಂತಹ ಅವಳ ಕೈ-ಬೆರಳುಗಳಲ್ಲಿ, ಬಲಗಡೆಯ ಒಂದನ್ನು ಮಾತ್ರ ಬೇರ್ಪಡಿಸಿ ತೋರುವ ಈ ಉಂಗುರವು- ಅವಳ ಇಡೀ ಬಲಗೈಯಿಗೊಂದು ಶೋಭೆಯಿತ್ತಿತ್ತೇನೋ! ನನ್ನ ಮಟ್ಟಿಗೆ, ಈವರೆಗೆ ನಾನು ಕಂಡಿರುವ ಈ ಮಾತಂಗಿಯ ಇಡೀ ವ್ಯಕ್ತಿತ್ವದ್ದೇ ದ್ಯೋತಕವೆಂದನಿಸಿತು!

'ಈ ಉಂಗುರ ಎಷ್ಟು ಚೆನ್ನಾಗಿದೆ. ನಿನಗೆ ತುಂಬಾ ಸೂಟ್ ಆಗುತ್ತೆ...' ಅಂತಂದಿದ್ದೆ. ಮಾತಂಗಿ, ಫಿಂಗರ್‌ಬೋಲ್‌ನಲ್ಲಿ ತನ್ನೆಲ್ಲ ಬೆರಳಿಳಿಸಿ ನಿಂಬೆಯ ನೀರು ಕಲಕುತ್ತಿರುವಾಗ, ಉಂಗುರವನ್ನೇ ನೋಡಿಕೊಂಡು ಹೇಳಿದ್ದೆ. 'ಅ ಜುಎಲ್ ಇನ್ ದಿ ಕ್ರೋನ್ ಅನ್ನುತಾರಲ್ಲ, ಹಾಗೆ!'

'ಅಂದರೆ ನಾನು ಕಿರೀಟ... ಇದು ಮುಕುಟಮಣಿ ಅಂತಲೇ, ಒಡೆಯಾ?' ಅಂತಂದು ತಮಾಷೆ ಮಾಡಿದ್ದಳು!

'ಯೆಸ್ಸ್ ಯೆಸ್ಸ್! ಐ ಡೆಫಿನಿಟ್ಲೀ ಮೀನ್ ಸೋ...'

'ಥ್ಯಾಂಕ್ಸ್, ಡೂಡ್... ನನ್ನನ್ನು ಯಾರೂ ಹೀಗೆಲ್ಲ ಹೊಗಳಿರಲಿಲ್ಲ...' ಎಂದು ನಗು ಮುಂದುವರೆಸುತ್ತಿರುವ ನಡುವೆ, ಹೌದೋ ಅಲ್ಲವೋ ಎಂಬಂತೆ ನಾಚಿದಳು.

'ಏನು ಮೆಟಲ್ ಇದು?' ಉಂಗುರವನ್ನು ಮಾಡಿದ ಧಾತುವನ್ನು ಕುರಿತು ವಿಚಾರಿಸಿದೆ.

'ಪ್ಲಾಟಿನಂ... ನನಗೆ ಚಿನ್ನದ ಬಣ್ಣ ಮತ್ತು ಹೊಳಪು ಅಷ್ಟಾಗಿ ಇಷ್ಟ ಆಗಲ್ಲ... ಹೊಳೆಯಬೇಕು, ಆದರೆ ಹೊಳೆದು ಕೋರೈಸಬಾರದು, ಆ ಥರದ ಒಡವೆ ನನಗಿಷ್ಟ...'

'ಮೇಬಿ ಲೈಕ್ ಯು...' ಎಂದು ಆಡಹೊರಟಿದ್ದನ್ನು, ಆ ಕೂಡಲೇ ತಡೆದು, 'ಬಟ್ ದಿಸ್ ರಿಂಗ್ ಈಸ್ ಅಟ್ಟರ್ಲೀ ಯೂನಿಕ್ಕ್...' ಎಂದು ಹೇಳಿ ನಕ್ಕಿದ್ದೆ.

ಆ ಹೊತ್ತಿನಲ್ಲಿ ಮಾತಂಗಿ, ಮತ್ತೊಮ್ಮೆ, ನೇರ ನಾಚುಗೆಯೆಂದನಿಸದ ನಾಚುಗೆ ತಾಳಿದ್ದಳು!

7

ಮಾತಂಗಿಯ ಬಗ್ಗೆ ಯೋಚಿಸುತ್ತಲೇ ಮೊಬೈಲೆತ್ತಿಕೊಂಡು ಅದರ ಮೈ ಮೀಂಟಿದೆ. ಅದನ್ನು ಈ ತನಕ 'ಫ್ಲೈಟ್ ಮೋಡ್'ನಲ್ಲಿಯೇ ಇಟ್ಟಿದ್ದೆ. ಚೆನ್ನೈಯಲ್ಲಿರುವ ನನ್ನ ಅಮ್ಮನಾಗಲೀ, ಅಪ್ಪನಾಗಲೀ- ಸುತರಾಂ ಸಂಪರ್ಕಿಸುವುದು ಬೇಡವೆಂದು ಹೀಗೆ ಮಾಡಿದ್ದು! ಇಬ್ಬರ ಮೇಲೂ ಮುನಿದು ಬಂದಿದ್ದೆನಲ್ಲ, ಆ ಕಾರಣಕ್ಕೆ! ಅಸಲಿನಲ್ಲಿ, ಮನೆಯಲ್ಲಿ ಸದ್ಯಕ್ಕೆ- ನಾನೊಂದು ತೀರ, ಅವರೊಂದು ತೀರ... ನಾನು

ಪಾಂಡವ, ಅವರು ಕೌರವ– ಈ ಪರಿಯ ವರಸೆ! ನಿಜಕ್ಕಾದರೆ, ಗೊತ್ತುಗುರಿಯಿಲ್ಲದೆ ಬದುಕಲಿಚ್ಛಿಸುವ ಮೂವ್ವತ್ತೆರಡು ವಯಸಿನ ಈ ಪುಂಡ ಬಡ್ಡೀಗಂಡನನ್ನು, ಈಗ, ಇಬ್ಬರೂ ಒಟ್ಟೊಟ್ಟಿಗೇ ಪಳಗಿಸಲು ಹವಣಿಸುತ್ತಿರುವವರು... ವೃಥಾ ಹೆಣಗುತ್ತಿರುವವರು... ಮೂಗಿಗೆ ದಾರ ಜಡಿದು ನಿಯಂತ್ರಿಸಬಯಸುವವರು... ಕೊಬ್ಬಿದ ಗೂಳಿಯನ್ನು ತಮ್ಮ ನೇರಕ್ಕೆ ದುಡಿಯುವ ಎತ್ತೊಂದಾಗಿಸುವುದು ಹಿಂಸೆಯೆಂದು ಇಬ್ಬರಿಗೂ ಅರ್ಥವಾಗುತ್ತಿಲ್ಲ! ನನಗೂ ಹಿಂಸೆ; ಅವರ ಮಟ್ಟಿಗೆ ದುಪ್ಪಟ್ಟು ಮುಪ್ಪಟ್ಟು ಹಿಂಸೆ.

'ಏನಾದರೂ ಮಾಡ್ರೀ... ಇವನ ವಯಸಿನವರೆಲ್ಲ ಚೆನ್ನಾದ ಕೆಲಸ ಅಂತ ಹಿಡಕೊಂಡು, ಮದುವೆಯಾಗಿ ಸಂಸಾರ ಮಾಡುತಿದ್ದಾರೆ... ಇವನು ಹೀಗೆ ಅಂಡಲೆಯೋದು ನೋಡಕ್ಕಾಗಲ್ಲರೀ..' ಅಮ್ಮ, ಈಗೀಗ ಸಮಯ ಸಿಕ್ಕಾಗಲೆಲ್ಲ ಅಪ್ಪನೆದುರು ಅತ್ತುಕೊಂಡು ಹೇಳುತ್ತಾಳೆ. 'ಬೇಡ ಬೇಡ ಅಂದರೂ, ಇಷ್ಟು ದಿನ ನೀನು ತಾನೇ ಮಗನನ್ನು ವಹಿಸಿಕೊಂಡು ಮಾತಾಡಿದ್ದು... ಈಗ ಅನುಭವಿಸು... ಎಷ್ಟು ತಿಳಿಹೇಳಿದರೂ ಕೇಳಿಸಿಕೊಳ್ಳಲಿಲ್ಲ! ನೀನು ಹೆತ್ತ ಮಗ ತಾನೇ ಅವನು!' ಅಪ್ಪ ಕಟುವಾಗಿ ಪ್ರತಿಕ್ರಿಯಿಸುತ್ತಾರೆ... ಅಮ್ಮ ಹಲುಬತೊಡಗುತ್ತಾಳೆ. 'ನಿಮ್ಮ ಮಗನೂ ಅಲ್ಲವೇನ್ರೀ? ಹಾಗೆಲ್ಲ ಹೇಳಬೇಡಿರೀ... ಇರೋನು ಒಬ್ಬ; ಮಗ ಹಾಳಾಗಿಹೋದಾನು...' ಎಂದು ಅಂಗಲಾಚುತ್ತಾಳೆ. 'ಸರಿ... ಮೊದಲು ಅವನನ್ನು ಕರಕೊಂಡು ಬಂದು ಎದುರಿಗೆ ಕೂತುಕೋ... ಆದರೆ ಒಂದು ಕಂಡೀಶನ್ನು... ನಾನೊಬ್ಬನೇ ಮಾತಾಡುತೀನಿ; ನೀನು ತುಟಿ–ಪಿಟಿಕ್ಕನ್ನದೆ ತೆಪ್ಪಗಿರಬೇಕು, ಆಯಿತಾ? ಮೊದಲು ನಾನು ಹೇಳಿದ್ದು ಮಾಡು... ಕರಕೊಂಡು ಬಾ...' ಅಪ್ಪ ಹೀಗೆಲ್ಲ ಶರತ್ತು ಹಚ್ಚಿ ಹೇಳಿದ್ದೇ ಸೈ, ಅಮ್ಮ, ನನ್ನ ಸುತ್ತಮುತ್ತಲೂ ಮುತ್ತಿ ಮುತ್ತಿ ಪುಸಲಾಯಿಸುತ್ತಾಳೆ. ನುಣುಚಿಕೊಂಡಷ್ಟೂ ಹತ್ತಿರ ಸರಿದು ರಮಿಸತೊಡಗುತ್ತಾಳೆ. 'ಕಣ್ಣಾ... ಕಣ್ಣಾ...' ಅನ್ನುತ್ತ ಕೃಷ್ಣನನ್ನು ಗೋಗರೆಯುವ ಯಶೋದೆಯೇ ಆಗಿಬಿಡುತ್ತಾಳೆ... ಕೂತರೂ ರಂಪ, ನಿಂತರೆ ಹೆಚ್ಚು ರಂಪ! ಇತ್ತಲಾದರೂ ಸೈ, ಅತ್ತಲಾದರೂ ಸೈ– ಥೇಟು ಗರಗರ ಸರಸರ ಸರಿಯುವ ಗರಗಸದ ಹಾಗೆ, ಎತ್ತೆತ್ತಲೂ ಕೊಯ್ಯುತ್ತಾರೆ... ಇಲ್ಲೊಂದು ಅಡ್ಡಮಾತು ಹೇಳುವುದಾದರೆ ಗರಗಸಕ್ಕೆ ತಮಿಳಿನಲ್ಲಿ 'ರಂಪ' ಅನ್ನುತ್ತಾರೆ... ಅಮ್ಮನದ್ದು ಆ ಥರದ ರಂಪ! ಥತ್... ಇವನ್ನೆಲ್ಲ ಹೇಳಿಕೊಂಡು ಹೋದರೆ ದೊಡ್ಡದೊಂದು ರಾಮಾಯಣವೇ ಆದೀತು! ದುಗುಡವೇ ದುಗುಡದ ಕಾರ್ಮೋಡ ಕವಿದ ಕರ್ಮಕಾಂಡ!

ಈ ಪರಿ ಹಿನ್ನೆಲೆಯನ್ನೆಲ್ಲ ಒತ್ತಾಯದಿಂದ ಮನಸೊಳಗೇ ಒತ್ತರಿಸಿಟ್ಟುಕೊಂಡು, 'ಮೊದಲೆಂಬ ಮೊದಲಿಗೂ ಮೊದಲಾದುದೇನು?' ಎಂಬ ಕಡತವನ್ನು, ಮತ್ತೊಮ್ಮೆ ಫೇಸ್‌ಬುಕ್ಕಿನಲ್ಲಿ ಹಚ್ಚೋಣವೆಂದು ತೆರೆದೆನಷ್ಟೆ, 'ಹೇ... ಸ್ಸ... ಸ್ಸಾರೀ... ಸ್ವಲ್ಪ ಲೇಟ್ ಆಯಿತು...' ಅನ್ನುತ್ತ ಮಾತಂಗಿ ಹುಡುಕಿಕೊಂಡು ಬಂದಳು. ಬಂದವಳೇ ನೇರ–

ನನ್ನ ಮೀಸೆಗೆ ಕೈಯಿಕ್ಕಿ, ಮತ್ತೊಮ್ಮೆ ತಿರುವಹೊಂಚಿದಳು! ಈ ಸರ್ತಿ ಅವಳ ಕೈ ನನ್ನ ಎಡಮೀಸೆಯನ್ನು ಹಿಡಿಯಹವಣಿಸಿತ್ತು!

ನಾನು ಸರಕ್ಕನೆ ಹಿಮ್ಮೆಟ್ಟಿ, ಹುಹ್ಹ್... ಅನ್ನುತ್ತಲೊಮ್ಮೆ ಸಶಬ್ದವಾಗಿ ಉಸಿರು ದಬ್ಬಿ ಫೋನು ಮಡಿಚಿದೆ.

'ಆ ಸರ್ತಿ ಬಲಗಡೆ ತಿರುವಿದೆ ಅಲ್ಲವಾ? ಈಗ ಈ ಕಡೆ ಮಾಡಿದರೆ ಸರಿಯಾಗಿ ಬ್ಯಾಲೆನ್ಸ್ ಆಗುತ್ತೆ!' ಎಂದು ಹೇಳಿ, ಬಲು ಒತ್ತಾಯದಿಂದ ಆಡಿದ್ದನ್ನು ಮಾಡಿಯೇಬಿಟ್ಟಳು! ಸುಮ್ಮನೆ, ಎರಡು ಮಾತಿಲ್ಲದೆ ಈ ಕಡೆಯ ಮೀಸೆಯನ್ನೂ ತಿರುವಿಸಿಕೊಂಡೆ!

'ಫೋನಿನಲ್ಲಿ ಏನೋ ಗಹನವಾಗಿ ನೋಡುತಾ ಇದ್ದೀ?' ಮತ್ತೆ ಮಾತಿಗೆ ತೊಡಗಿದಳು.

'ಏನಿಲ್ಲ... ಸುಮ್ಮನೆ ಹೀಗೇ...' ಅಂತಂದು, ಮೊಬೈಲನ್ನು ಸರಕ್ಕನೆ ಕಿಸೆಗೆ ಮರಳಿಸಿ, 'ಅರೇ... ನೀನು ಬಟ್ಟೆ ಬದಲಿಸಿ ಬರುತೀನಿ ಅಂತಂದೆಯಲ್ಲವಾ? ಡಿಡ್ ಯು ನಾಟ್ ಚೇಂಜ್?' ಎಂದು, ಮೊದಲಿದ್ದುದೇ ಡೆನಿಮ್‌ನಲ್ಲಿ– ಆದರೆ ಮೇಲಂಗಿ ಮಾತ್ರ ಬದಲಿಸಿದ್ದವಳನ್ನು ಗಮನಿಸುತ್ತ ಕೇಳಿದೆ. 'ನಿನಗೆ ಈ ಹಳದಿ ಚೆನ್ನಾಗಿ ಹೊಂದಿ ಬರುತಿದೆ...' ಎಂದು, ಅವಳು ತೊಟ್ಟಿದ್ದ ಶರ್ಟಿನಲ್ಲಿನ ಕಳಿತ ಕಡುನಿಂಬೆಯ ಬಣ್ಣವನ್ನು ನೋಡಿ ಪ್ರಶಂಸಿಸಿದೆ. 'ಆಲ್ಸೋ– ಸರ, ಮೂಗುಬೊಟ್ಟು ಮತ್ತು ಕಿವೀದೆಲ್ಲ ತೆಗೆದಿಟ್ಟು ಬಂದಿದೀಯಾ? ಏನು ಗೊತ್ತಾ? ಆ ಒಡವೆಗಳ ಹರಳಿನ ಮಿರುಗು ನನ್ನನ್ನು ಕುಕ್ಕುತಾ ಇದ್ದವು...' ಅಂತಲೂ, ಅವಳ ಬೋಳು ಬೋಳು ನಿರಾಭರಣದ ಒಡಲಿನುದ್ದಕ್ಕೂ ಕಣ್ಣು ಹಾಯಿಸಿಕೊಂಡು ಹೇಳಿದೆ. ಈ ನಡುವೆ, ನನ್ನನ್ನು ಒಳಗೇ ಉದ್ದೀಪಿಸಿದ ಅವಳ ಮೈಯ ಅಂಕುಡೊಂಕು–ಕೊಂಕುಗಳ ಕುರಿತ ಮಾತನ್ನು ಮಾತ್ರ ನುಂಗಿಕೊಂಡೆ!

'ಏನೋ... ಏನೋ? ಹಾಗೆ ನೋಡುತಾ ಇದ್ದೀ?' ಮಾತಂಗಿ ಸರಕ್ಕನೆ ಪ್ರಶ್ನಿಸಿದಳು. 'ಪರಸ್ತ್ರೀಯನ್ನು ಹಾಗೆಲ್ಲ ನೋಡಬಾರದು ಗೊತ್ತಾ? ಐ ಮೀನ್ ಹೀಗೆಲ್ಲ ಕಣ್ಣು ಹಾಕಬಾರದು...' ಅಂತಂದು ಕಣ್ಮಿಟುಕಿ ನಕ್ಕಳು.

ಕೊಂಚ ಹೌಹಾರಿದೆ. ಇವಳ ಮಾತುಗಳಲ್ಲಿ ಯಾವುದು ಗಂಭೀರ, ಯಾವುದು ಸದರ... ಯಾವಾಗ ಸಸಾರ... ಎಂದು ಸಣ್ಣನೆ ಶಂಕೆಯಾಯಿತು.

ಏನು ಹೇಳುವುದಂತ ಯೋಚಿಸುವಾಗಲೇ, ಮಾತಂಗಿ, 'ಯು ನೋ ವ್ಹಾಟ್ಸ್... ನೀನು ನನ್ನನ್ನು ಹಾಗೆ ನೋಡಿದ್ದು ನನಗೆ ಇಷ್ಟವಾಯಿತು, ಗೊತ್ತಾ?' ಅಂತಂದು, ಮತ್ತೊಮ್ಮೆ ಕಣ್ಮಿಟುಕಿ, ನನ್ನ ಸೊಂಟವನ್ನು ಅನಾಮತ್ತನೆ ಬಳಸಿ ಹಿಡಿದು, 'ಚಲೋ... ಲೆಟ್ಸ್ ಗೆಟ್ ಗೋಇಂಗ್...' ಎಂದು ಹೇಳಿ, ನನ್ನ ಎಡದ ಮೊಣಕೈಯಲ್ಲಿ ಕೈಯಿಕ್ಕಿ

ಸೆಳೆದಳು. ಆ ಹೊತ್ತಿನಲ್ಲಿ ಅವಳ ಬಲಗಡೆಯ ನಡುಬೆರಳಿನ ಉಂಗುರವು– ಸರಕ್ಕನೆ ಮತ್ತು ಸಣ್ಣಗೆ ನನ್ನ ಎಡಬಗಲನ್ನು ಗೀಚಿತಾದರೂ, ನೋವು ತಡೆದುಕೊಂಡು ಮುನ್ನಡೆದೆ. ಇಲ್ಲೊಂದು ಗುಟ್ಟು ಹೇಳಬಹುದಾದರೆ, ಬದಿಗಿರುವ ಹೆಣ್ಣಿನ ಸಾರಾಸಗಟು ಗುರುತೇ ಕಿಬ್ಬೊಟ್ಟೆಯ ಎಡಭಾಗದಲ್ಲಿ ಮೂಡಿಬಂದಂತನಿಸಿ, ನಿಸ್ಸೀಮ ಮುದವುಂಟಾಯಿತು!

ಭರಪೂರ ತೆರೆದ ಹೆದ್ದೆರೆಯೊಂದರಲ್ಲಿ ಪೂರಾ ಸಿಲುಕಿದ ಮೀನಿನ ಹಾಗೆ ಕುಲುಕಿಕೊಂಡು ಬಳುಕಿಕೊಂಡು ಮುಂದೆ ಸಾಗಿದೆ.

8

ನಾವಿಬ್ಬರೂ ಹೊಟೆಲಿನ ಗೇಟು ದಾಟಿ ಹೊರಗಿನ ರಸ್ತೆಯಲ್ಲಿ ಇಳಿಯುವವರೆಗೂ, ಮಾತಂಗಿ, ನನ್ನ ಎಡಸೊಂಟಕ್ಕೆ ತಾಕಿಸಿದ್ದ ಕೈಯನ್ನು ಹಿಂದೆಗೆಯಲಿಲ್ಲ! ಉಂಗುರವಾದರೂ, ಆಗಿಂದಾಗ್ಗೆ, ಈ ಮೊದಲು ಗೀಚಿದಲ್ಲೇ ಪದೇ ಪದೇ ಗೀಚುತ್ತಲೇ ಇತ್ತು! ನಾನೂ ಅಷ್ಟೇ, ಅವಳ ಬಳಸುಗ್ಗೆ ಮತ್ತು ಈ ಉಂಗುರದ ಸೋಂಕಿನಿಂದಾಗಿ ಮೈಯಲ್ಲೆಲ್ಲ ಉಂಟಾದ– 'ಆಶೆಬುರುಕ' ಮಿಂಚು–ಸಂಚನ್ನು ಮಣಿಸಲು ಹೆಣಗುತ್ತಲೇ ಸಾಗಿದೆ!

ನಾವು ದಾರಿ ತಪ್ಪಿದ್ದೇವೆಂದು ಅನ್ನಿಸಿಬರುವಾಗ, 'ನಾವು ಯಾವ ಕಡೆ ಹೋಗುತಿದೀವಿ ಅಂತ ಗೊತ್ತಾ ನಿನಗೆ?' ಎಂದು ಮೆಲ್ಲಗೆ ಕೇಳಿದೆ.

'ಹುಹ್ಹ್...' ಅನ್ನುತ್ತ ಕೈ ಕೊಡವಹೊರಟ ಮಾತಂಗಿ, ತಕ್ಷಣ, 'ಔಚ್ಚ್...' ಎಂದು ಮೆಲ್ಲಗೆ ಒರಲಿ ತಡೆದಳು! ಅವಳ ಉಂಗುರವು ನನ್ನ ಮೇಲಂಗಿಯ ನೂಲಿನೆಳೆಯೊಂದನ್ನು ಸಿಬುರಿ ಸಿಕ್ಕಿಕೊಂಡುಬಿಟ್ಟಿತು! ಇನ್ನೂ ಎಳೆದರೆ ನನ್ನ ಶರಟೇ ಹರಿಯುವಂತಹ ಪರಿಸ್ಥಿತಿ!

ಸಾಲುದುದಕ್ಕೆ ನಾನೂ ಒಂದು ಹೆಜ್ಜೆ ಮುಂಜರಿದು ಕೊಂಚ ಅಧ್ವಾನವೇ ಆಯಿತು. 'ವೇಯ್ಟ್...' ಅನ್ನುತ್ತ ನಿಂತೆ. ನಿಧಾನವಾಗಿ, ಮತ್ತು ಅಷ್ಟೇ ಜತನವಾಗಿ ನನ್ನ ಉಡುಪಿನಲ್ಲಿ ಗಂಟುಗಟ್ಟಿದ ಉಂಗುರವನ್ನು ಅವಳ ಕೈಯೊಟ್ಟಿಗೆ ಬಿಡಿಸಿದ್ದಾಯಿತು. ಒಂದೆರಡು ಸಲ ಅವಳ ಮುಂಗೈ–ಅಂಗೈಗಳು ನೇರವಾಗಿ ನನ್ನೆರಡೂ ಕೈಸೋಕಿ, ಮತ್ತೊಮ್ಮೆ ಮುದವುಂಟುಮಾಡಿದವು. 'ಓಹ್ಹ್... ಹೋಯಿತು ನನ್ನ ಶರಟು!' ಎಂದು ಅವಳು ಕೈತೆಗೆದುಕೊಂಡ ಮೇಲೆ, ಮುದ್ದುಮುದ್ದಾಗಿ ಚೀರಿ ಉದ್ಗರಿಸಿದೆ. 'ಸ್ಸಾರೀ...' ಅಂತಂದು ತನ್ನ ಉಂಗುರದೊಳಕ್ಕೇ ಕಣ್ಣಿಟ್ಟು ನೋಡಿಕೊಂಡಳು. ಅದರ ಸಂದೊಳಗಿದ್ದ ನೂಲಿನ ಸಿಬುರನ್ನು ಇನ್ನೊಂದು ಕೈಯಿಂದ ಜೋಪಾನವಾಗಿ

ಬಿಡಿಸಿದಳು.

'ಆಕ್ಚುಅಲೀ, ನಿನ್ನೀ ಉಂಗುರ ಇಷ್ಟು ಖತರುನಾಕಂತ ಗೊತ್ತಿರಲಿಲ್ಲ...' ಎಂದೆ.

'ಆದರೆ ನಿನ್ನ ಶರಟಿನಷ್ಟಲ್ಲ, ಬಿಡು!' ನಸುನಕ್ಕಳು.

'ವ್ವಾಟ್ಟ್?'

'ಹೌದು ಮತ್ತೆ... ಸಿಕ್ಕಿದ್ದೇ ಸಾಕು ಅಂತ ಹಿಡಕೊಂಡೇ ಬಿಡುತ್ತಲ್ಲ!'

ಈಗ ನಾನು ನಕ್ಕೆ.

'ಅರೇ... ನಿನಗೆ ದಾರಿ ಗೊತ್ತೂಂತ ಅಂದುಕೊಂಡಿದ್ದೆ... ನಿನಗೂ ಗೊತ್ತಿಲ್ಲವಾ?' ಎಂದು, ಮುಂಚಿನ ಯೋಚನೆಯ ಜಾಡಿಗೇ ಮರಳಿ ಚಡಪಡಿಸಿದಳು.

'ಸರಿ... ಯಾರನ್ನಾದರೂ ಕೇಳೋಣ, ಇರು...' ಎಂದು ಹೇಳಿದೆ.

'ವೇಯ್ಟ್... ಲೆಟ್ಸ್ ಚೆಕ್ ಇನ್ ದಿ ಮ್ಯಾಪ್...' ಎಂದು ಹೇಳಿದ ಮಾತಂಗಿ, ತನ್ನ ಡೆನಿಮ್ ಪ್ಯಾಂಟಿನ ಹಿಂದಿನ ಕಿಸೆಯಿಂದ ಮೊಬೈಲು ಹೆಕ್ಕಿಕೊಂಡು ಗೂಗಲ್–ಮ್ಯಾಪು ತೆರೆದಳು. ಫೋನಿನಲ್ಲಿನ 'ಚಕ್ರ' ಸರಭರ ಸುತ್ತತೊಡಗಿ, ಸುತ್ತಲಾರದೆ ನಿಂತು–ಕಡೆಗೆ ತನಗೆ ತಾನೇ ತಲೆ ತಿರುಗಿ(ದಂತೆ) ಸುಮ್ಮನಾಯಿತು. 'ಛೇ... ಸಿಗ್ನಲೇ ಇಲ್ಲ...' ಅನ್ನುತ್ತ 'ಏರ್ಟೆಲ್'ನನ್ನೊಂದಷ್ಟು ಹಳಿದಳು. ಅಲ್ಲದೆ, ನಮ್ಮ ದೇಶದ ಮಂದಿಯ ಸೇವಾಪ್ರಸಕ್ತತೆಯೇ ಇಂತೆಂದು, ಕುಲಗೆಟ್ಟ ಸರ್ವಿಸೆಂದು– ಇಡೀ ಭರತಖಂಡವನ್ನೇ ಅತ್ಯಖಂಡವಾಗಿ ದೂರಿದಳು! 'ಇದೇ ಟೈಮಿನಲ್ಲಿ ಕೈಕೊಡುತ್ತಲ್ಲ... ಹಾಳಾದ್ದು...' ಎಂದು ಮುಸುಮುಸುಗರೆಯುತ್ತ ಮೊಬೈಲನ್ನು ವಾಪಸು ಕಿಸೆಗಿಳಿಸಿದಳು. 'ನಿನ್ನದರಲ್ಲಿ ಚೆಕ್ ಮಾಡೋದಲ್ಲವಾ?'

'ನನ್ನದೂ ಇದೇ ಆಗಿದೆ... ಸಂಜೆಯಿಂದ ಚೆಕ್ ಮಾಡುತಾನೇ ಇದೀನಿ... ನೆಟ್‌ವರ್ಕ್ ಈಸ್ ಸೋ ಪ್ಯಾಚೀ...' ಎಂದು ಅನಾಯಾಸವಾಗಿ ಒಂದು ಸುಳ್ಳು ಹೊಸೆದೆ. ಯಾವುದೇ ಕಾರಣಕ್ಕೂ ಮೊಬೈಲನ್ನು 'ಆನ್'–ಮಾಡೆನೆಂದು ನನ್ನನಗೇ ಶಪಥ ಮಾಡಿರುವುದನ್ನು– ಮನಸ್ಸಿನೊಳಗೇ ಸ್ವಗತವಾಡಿಕೊಂಡೆ.

ಮಾತಂಗಿಗೆ ನನ್ನ ಉತ್ತರವನ್ನು ಕೇಳಿಸುವ ವ್ಯವಧಾನವೇ ಇರಲಿಲ್ಲ. ಇಷ್ಟಾಗಿ, ಅವಳ ಗುರಿಯೇ ಬೇರೆಯಿತ್ತು... ಅವಳೇ ಹೇಳುವ ಹಾಗೆ– ಅದು ಗೊತ್ತುಗುರಿಯಿಲ್ಲದ ಗುರಿ! 'ಭಾಇ ಸಾಬ್... ಮಂದಿರ್ ತಕ್ ಜಾನೇ ಕಾ ರಾಸ್ತಾ ಕೋನ್ಸಾ ಹೇ?' ಎಂದು ಎದುರುಗಡೆಯಿಂದ ನಿಧಾನವಾಗಿ ನಡೆದುಬರುತ್ತಿದ್ದ ಬದಿಹೋಕನನ್ನು ವಿಚಾರಿಸಿಯೇಬಿಟ್ಟಳು. ಆತ ಕೈಮುಂದು ಮೈಹಿಂದು ಮಾಡಿ ಏನೇನೋ ಹೇಳಿದ! ಆತ ಹೇಳಿಕೊಟ್ಟ ದಾರಿಯ ಮೇರೆಗೆ– ಎರಡು ಅಡ್ಡರಸ್ತೆ ಮತ್ತು ಒಂದು ಮುಖ್ಯರಸ್ತೆಯನ್ನು ದಾಟುವ ಸುಮಾರಿಗೆಲ್ಲ, ನನಗೆ, ಮಧ್ಯಾಹ್ನ ಹೊಟೆಲು ಹುಡುಕಿಕೊಂಡು ಅಡ್ಡಾಡಿದ್ದ ಕುರುಹುಗಳೆಲ್ಲ ಎದುರಾಗಿ, ದೇಗುಲವೆಲ್ಲಿದೆಯೆಂದು

ಘಟಕ್ಕನೆ ಊಹಿಸಿಬಿಟ್ಟೆ!

'ಗೊತ್ತಾಯ್ತು... ಗೊತ್ತಾಯ್ತು...' ಎಂದು ಅತಿರೇಕದಿಂದ ಒರಲಿದೆ. ಒಂದು ನಿಸ್ಸೀಮ ಯುರೇಕಾ-ಗಳಿಗೆ ಅದು!

ಮಾತಂಗಿ ನನ್ನತ್ತಲೊಮ್ಮೆ ಅತಿಚಕಿತಮುಖಿಯಾಗಿ ನೋಡಿದಳು. 'ನನಗೆ ದೇವಸ್ಥಾನ ಎಲ್ಲಿ ಅಂತ ಗೊತ್ತು...' ಎಂದು, ಈಗೊಂದಿಷ್ಟು ನಿರುಮ್ಮಳವಾಗಿ ಹೇಳಿದೆ. 'ಓಹ್ ಲೆಟ್ಸ್ ಗೋ ದೆನ್ನ್...' ಅಂತಂದಳು. 'ಇದಕ್ಕೆ ಪ್ಯಾರಲೆಲ್ ಆಗಿರೋ ರೋಡಿಗೆ ಹೋಗಬೇಕು... ಒಂದಿನ್ನೂರು ಮುನ್ನೂರು ಮೀಟರೇನೋ...' ಅಂದುದನ್ನು, ಅವಳು ಕೇಳಿಸಿಕೊಳ್ಳಲಿಲ್ಲ. ದಾಪುಗಾಲಿಕ್ಕಿ ಮುನ್ನಡೆದಳು.

ತೀರಾ ಸಾಧಾರಣವಾದ ರಸ್ತೆ ಅದು. ಕೆಲವೊಮ್ಮೆ ಕಡಿದು, ಒಮ್ಮೊಮ್ಮೆ ಹಿರಿದು... ಬಳುಕುಮೈಯುಳ್ಳ ಹಾವಿನ ಹಾಗೆ ಅಂಕುಡೊಂಕು ದಾರಿ ಹಿಡಿದು ಸಾಗಿತ್ತು. ನಮಗಂತೂ, ಈ ರಸ್ತೆಯಲ್ಲಿ ಹೊರಳು-ಹೊರಳಿಗೂ ಹೊಸ ನೋಟವುಂಟಾಯಿತು. ಹೊಸ ನೋಟದ ಉದ್ದೀಪನೆಯಾಯಿತು. ಅದ್ಭುತ ಅನುಭವವಾಯಿತು. ರಸ್ತೆಯೂ, ಅದರ ಇಕ್ಕೆಲದ ಬದಿಗಳೂ, ಅಲ್ಲಿದ್ದ ಮಂದಿಯೂ ಅಭೂತಪೂರ್ವ ಅನುಭೂತಿಯನ್ನು ಕಟ್ಟಿದವು. ಅಸಾಧಾರಣ ಮಂದಿ. ಅಸಾಧಾರಣ ಸಂಖ್ಯೆ. ಅಸಾಧಾರಣ ಚೈತನ್ಯ!

ನಟ್ಟಿರುಳಿನ ನಟ್ಟನಡುವೆಯೂ ಮಾರ್ಕೆಟ್ಟಿನಲ್ಲಿರುವಂತೆ ಜನ ನೆರೆಯುವುದೆಂದರೆ? ರಸ್ತೆಗೆ ರಸ್ತೆಯೇ ಕಿಕ್ಕಿರಿದು ಇರುಕಿದಂತೆ ನೆರೆಯಿತಾದರೆ?

ಜಾಗರಣೆಯೇ ಜಗನ್ನಾಥನಿಗೆ ಸೇವೆಯೆನ್ನುವ ಹಾಗೆ- ಮಂದಿ, ಎಲ್ಲೆಲ್ಲೂ ಎಲ್ಲೆಂದರಲ್ಲೂ ಎಚ್ಚೆತ್ತುಕೊಂಡಿದ್ದವು. ಅಂತಿಂತಲ್ಲದ ಎಚ್ಚರ. ಕಟ್ಟೆಚ್ಚರ! ಜಗದ್ಸುಪ್ತಿಯೊಳಗೂ ಬೃಹತ್ ಜಾಗೃತಿಯುಂಟು... ಅನ್ನುವರಲ್ಲ, ಅಂತಹ ಎಚ್ಚರ!

ಮಂದಿಗೆ ಮಂದಿಯೇ ಹೀಗಿದ್ದರಾಗಿ- ಊರೆಂಬ ಊರಿನ ಪರಮಭೌತ ಪರಿಕರದ ಜಡವೂ ಚೇತನವೇ ಆಗಿತ್ತು!

9

ನಾವು ನಡೆಯುತ್ತಿದ್ದ ಹಿಂದಕ್ಕೆ ವಿರಳಗೊಳ್ಳುವ ಜನವು, ಮುಂದೆ ಮುಂದೆ ಸಾಗಿದ ಹಾಗೆ- ಇರುವೆದಂಡಿನ ಹಾಗೆ ಥಂಡಿ ಥಂಡಿ ಹೆಚ್ಚಿಕೊಂಡವು. ಇಕ್ಕೆಲದ ಅಂಗಡಿಗಳನ್ನು ಸಮಸಮಕ್ಕೂ ಮುತ್ತಿದ್ದವು. ಸುರುಸುರುಳಿಯಾಗಿ ಸುತ್ತಿದ್ದವು. ಸುತ್ತಿ ಮುತ್ತಿದವೋ, ಮುತ್ತಿ ಸುತ್ತಿದವೋ... ತಿಳಿಯದಾಯಿತು!

ಇನ್ನು, ಸರಿಹೊತ್ತೆಂಬ ಅರಿವಿರದೆಯೆ, ಮಂದಿ- ಕುಡಿವುದೇನು... ತಿಂಬುದೇನು...

ತಿಂಬುದರ ಇಂಬದೇನು... ಮುಂಬದೇನು... ಆಹಾ... ಸೊಂಪೆಂಬುದು ಹಂಬದೇನು... ತಿಳಿಯದಾಯಿತು!

ನೋಡಿದಲ್ಲೆಲ್ಲ ಕರಿದ ತಿನಿಸು. ಹಿಟ್ಟು ಲಟ್ಟಿಸಿದ ಹಾಳೆಯನ್ನು ಕೆಲವೆಂಟು ಕೋನಾದಿ–ತ್ರಿಕೋನವಾಗಿ ಮಡಿಚಿ, ಹಲವೆಂಟು ಮೂಲೆಗಳ ಆಕೃತಿಯಾಗಿಸಿ– ಕುದಿಬಂದ ಎಣ್ಣೆಗಿಳಿಸಿ, ಗರಿಮುರಿಯಾಗಿ ಬಾಡಿಸಿ ತೆಗೆದ ತಿಂಡಿ. ನೂರೆಂಟು ಬಗೆಯ ತಿಂಡಿ. ಬಗೆಬಗೆಯ ಹೆಸರು... ಇದೇನು ಅದೇನು... ಅಲ್ಲಿಹುದರ ಹೆಸರೇನು... ಇಲ್ಲಿಹುದರ ಕೊಸರೇನು... ತಿಳಿಯದಾಯಿತು!

ಇತ್ತ, ಕಾದ ಎಣ್ಣೆಯ ಸಮಕ್ಕೂ ಕೊತ ಕೊತ ಕೊತ ಕುದಿವ ಬೆಳ್ಳನೆ ಕ್ಷೀರದ ಘಮಘಮನೆ ಕಂಪು... ದೊಡ್ಡ ದೊಡ್ಡ ಕೊಪ್ಪರಿಗೆಗಳ ಭರ್ತಿ ಅಷ್ಟೇ ದೊಡ್ಡದಾಗಿ ಕುದಿತೆರೆದ ಹಾಲು. ಹಾಲಲ್ಲ, ಹಾಲ್ಗಡಲು! ಕುದ್ದು ಕುದ್ದು ಕುದ್ದು ಕುದಿತದ್ದೇ ಅಲೆಯೊಡೆದು ಮರಳೇ ಮರಳುವ ಹಾಲು. ಹಾಲೇ ಹಾಲಿನ ಕಡಲು. ಇರು... ಇರಿರು... ಇನ್ನೇನು ಜಗನ್ನಾಥನ ಮಡದಿಯೇ ಸಿರಿಸಿರಿಯಾಗಿ ಮೈದಳೆದಾಳೆಂಬ ಭ್ರಾಂತಿನಲ್ಲಿ ಮರಳುವ ಹಾಲು... ಅಲ್ಲಲ್ಲ ಹಾಲಿನ ಮರುಳು! ಮರಳಿ ಮರಳಿ ಇಂಗಿಯೇ ಇಂಗುವ ದ್ರವವು– ಘನವಾಗಿ ಮಾರ್ಪಟ್ಟು, ಸಿಹಿಯೊಡನೆ ಸೇರ್ಪಟ್ಟು ಏನೆಲ್ಲ ಖೋವಾ... ಯಾಪರಿಯ ಫೇಡಾ... ಮಲ್ಪೋವಾ... ರಸಗುಲ್ಲ... ಜಾಮೂನು... ಚಂಪಾಕಲಿ... ಒಂದೇ ಒಂದು ದ್ರವ್ಯದ ಏನೆಲ್ಲ ಪರಿಭಕ್ಷ್ಯ... ನಿಜಕ್ಕೂ ತಿಳಿಯದಾಯಿತು!

ಇನ್ನು, ಅಲ್ಲಿಲ್ಲಿ ಹಾಡಿ ಪಾಡಿ ಜಗನ್ನಾಥನನ್ನು 'ವೃಥಾ' ಭಜಿಸುವ ಮಂದಿ. ಮಗ್ಗುಲಿಗೇ, ಇವರ ಹಾಡಿಗೆ ತಕ್ಕುದಾಗಿ, ಅದೇ ಜಗನ್ನಾಥನಿಗಾಗಿ– ಅಷ್ಟೇ 'ಸುಮ್ಮಸುಮ್ಮನೆ' ಹೆಜ್ಜೆ ತುಯ್ಯುವ ಮಂದಿ. ಹೌದು... ಅಲ್ಲಿಲ್ಲಿ ಎಂಬುದು ಉತ್ಪ್ರೇಕ್ಷೆ; ಎಲ್ಲೆಲ್ಲೂ ಎಂಬುದೇ ಸರಿ. ಹೌದು ಹೌದು, ಅಲ್ಲಲ್ಲಿ ಅಂದರೆ ಎಲ್ಲೆಲ್ಲೂ ಹಾಡು ಮತ್ತು ಕುಣಿತ. ಹಾಡಿಗೆ ತಕ್ಕ ಕುಣಿತ. ಕುಣಿತಕ್ಕೆ ತಕ್ಕ ಬಡಿತ. ಈ ಬಡಿತವೇನು ಹಾಡಿನದ್ದೇ? ಇಲ್ಲಾ, ಕುಣಿತದ್ದೇ? ಅಥವಾ, ಹಾಡೇ ಕುಣಿತವೇ? ಕುಣಿತವೇ ಹಾಡೇ? ಒಟ್ಟಿನಲ್ಲಿ ತಾಳಕ್ಕೆ ತಕ್ಕ ಮೇಳ. ತಾಳಮೇಳ!

ಕುಣಿತವೆಂದರೆ ಬರೇ ಕುಣಿತವಲ್ಲ. ಧನ್ ಧನಾಧನ್ ಎಂಬುದಾದ ರಭಸವಲ್ಲ. ಎಗ್ಗುಸಿಗ್ಗಿರದ ಓಘದ ವೇಗವೂ ಅಲ್ಲ! ಇವೊತ್ತಿನ ಸಿನೆಮಾಗಳಲ್ಲಿ ಜರುಗುವ ಹಾಗೆ, ಎಲ್ಲರೂ, ಅಂದರೆ ನರ್ತಕರು ಸಾಲುಸಾಲಾಗಿ ಕವಾಯತಿಗೆ ನಿಂತರೆಂಬಂತೆ ಕೆಮೆರಾವನ್ನೇ ಎದುರುನೋಡಿಕೊಂಡು, ಕುಣಿದೇ ಕುಣಿಯುವ ಡ್ರಿಲ್ಲಿನೋಪಾದಿಯ ನೃತ್ಯವರ್ತನೆಯಲ್ಲ. ಒನ್ ಟೂ ತ್ರೀ ಫೋರ್, ಒನ್ ಟೂ ತ್ರೀ ಫೋರ್... ಎಂಬೊಂದು ಯಂತ್ರಮಂತ್ರಕ್ಕೆ ತಕ್ಕಂತೆ ಮೈನುಲಿಯಿಸುವ ಬಾಗುಬಳುಕಿನ

ತಾಲೀಮಲ್ಲ. ಅಣುಕೇಂದ್ರದೊಳಗೆ ನ್ಯೂಕ್ಲಿಯಸ್ಸಿನ ಸುತ್ತ ಆಟ ಕಟ್ಟಿ ಕುಣಿಯುವ, ಕುಣಿದು ಕುಪ್ಪಳಿಸುವ ಎಲೆಕ್ಟ್ರಾನುಗಳದ್ದೇ ಅನಿಸಬಲ್ಲ ಕಣಕಣ ರಿಂಗಣ. ಅಣುರಿಂಗಣ.

ರಿಂಗಣವೆಂದರೆ ದುಂಡಗೆ ಕುಣಿಯುವ ಅರ್ಥ. ಕೋಲಾಟದಲ್ಲೋ, ಸುಗ್ಗಿಕುಣಿತದಲ್ಲೋ– ಮಂದಿ, ದೊಡ್ಡದೊಂದು ವರ್ತುಲದ ದುಂಡು ಕಟ್ಟಿಕೊಂಡು, ತಮ್ಮ ತಮ್ಮ ಸುತ್ತಲೇ ಸುತ್ತುತ್ತಲೇ ಮುಂದುವರೆದು, ಮುಂದುವರೆದಂತೆ ಸುತ್ತಿ ಮುತ್ತಿ... ಹೀಗೆ ಸುತ್ತುತ್ತ ಮುತ್ತುತ್ತ ಕುಣಿಯುತ್ತ ಮಾಡುವ ದುಂಡುದುಂಡನೆ ಚಟುವಟಿಕೆ. ಚಲನೆ. ನರ್ತನ. ನಡುವೆ ಕೃಷ್ಣನಿದ್ದಾನೆಂದು 'ಅಂದು'ಕೊಂಡೋ, ಇಲ್ಲಾ ಕೃಷ್ಣನನ್ನೇ ಸಾಕ್ಷಾತ್ ಇರಿಸಿಕೊಂಡು– ಗೋಪಿಕಾಂಗನೆಯರು, ಸುತ್ತಿ ಸುಳಿದು ಬಳಸಿ ಮುತ್ತಿ ಕುಣಿಯುವುದಿಲ್ಲವೇ, ಅದುವೇ ರಿಂಗಣ! ಸೂರ್ಯದ ಸುತ್ತಲೂ ಸಮಸ್ತ ಗ್ರಹಪರಿವಾರವು ಗರಗರಗರ ಸುತ್ತುಬರುವುದಿಲ್ಲವೇ, ಆ ಪರಿಯ ರಿಂಗಣ! ಗ್ರಹವೊಂದು ತನ್ನ ಸುತ್ತಲೊಮ್ಮೆ ತಾನು ಭ್ರಮಿಸುವುದು ದಿವಸ, ಸೂರ್ಯವನ್ನೊಮ್ಮೆ ಸುತ್ತುವುದು ವರುಷ... ಈ ಪರಿಯ ಕಾಲಮಾನ. ಸ್ಥಾನಮಾನ!

'ಕರಣಗಣ' ರಿಂಗಣ– ಎಂದೊಂದು ಕವಿವಾಣಿಯಿದೆಯಷ್ಟೆ? ಕರಣಗಣವೆಂದರೆ ತ್ರಿಕರಣ. ಕಾಯಾ ವಾಚಾ ಮನಸಾ... ಅನ್ನುತ್ತೇವಲ್ಲ, ಹಾಗೇ, ಸಂಗತಿಯೊಂದರಲ್ಲಿ– ದೇಹಕ್ಕೆ ದೇಹವೂ, ಮನಸ್ಸಿಗೆ ಮನಸ್ಸೂ, ಮಾತಿಗೆ ಮಾತೂ ತೊಡಗಿಕೊಳ್ಳುವುದನ್ನು ತ್ರಿಕರಣವೆನ್ನುತ್ತಾರಂತೆ... 'ಬಯಕೆ ತೋಟದ ಬೇಲಿಯೊಳಗೆ ಕರಣಗಣದೀ ರಿಂಗಣ...' ಎಂದು 'ಮೋಹನಮುರಲಿ'ಯ ಕವಿ ಹೇಳುವುದು, ಇದೇ ಅರ್ಥದಲ್ಲಿ. ಇಲ್ಲಿ ರಿಂಗಣ ಅಂಬುದಾದರೂ ಏನು? ಅಥವಾ ಯಾತರದ್ದು? ಅದು ತನುಮನ–ವಚನಗಳು ಏಕತ್ರ ಸಂಭವಿಸಿ ಉಂಟಾಗುವಂಥದ್ದು! ಇನ್ನು, ಈ ಮೂರರಲ್ಲಿ ಯಾವುದು ಹೆಚ್ಚು ಮತ್ತು ಯಾವುದು ಕಮ್ಮಿ? ಯಾವುದು ಮೊದಲು ಮತ್ತು ಯಾವುದು ತರುವಾಯ?

ಯಾರಿಗೆ ಗೊತ್ತು?

ಅಸಲಿನಲ್ಲಿ, ಭಜನೆಯೆಂದರೆ ಸೃಜನೆಯೂ ಹೌದು... ಇಷ್ಟಾಗಿ, ಹಾಡಿದ್ದರಷ್ಟೆ ತಾನೇ ಕುಣಿತ? ಕೊರಳು ನುಡಿಯುವುದೆಂದು ಒಡಲು ದುಡಿಯುವುದು! ಒಡಲು ಮಿಡಿಯುವುದೆಂದು ಕೊರಳು ತುಡಿಯುವುದು... ಒಂದರ್ಥದಲ್ಲಿ, ಇದು ಅದರ ತಾಯಿ; ಅದು ಇದರ ಮರಿ! ಜಗನ್ನಾಥನನ್ನು ಭಜಿಸುವಷ್ಟೇ ಸಮಸಮವಾಗಿ ಅವನ ಕೈವಶವಾಗಿರುವ 'ನಿಯಾಮಕ'ವನ್ನೂ ಸೃಜಿಸುವುದೆಂದರೆ ಕಡಿಮೆಯೇ? ಅವನಾದರೂ ಸ್ವಯಂವಿಷ್ಣು. ಒಮ್ಮೆ ರಾಮ... ಇನ್ನೊಮ್ಮೆ ಪರಶುರಾಮ... ಮತ್ಸ್ಯ–ಕೂರ್ಮಾದಿಯೆಂದು ಏನೇನೋ ಅವತಾರ... ಇಲ್ಲದಿದ್ದಲ್ಲಿ– 'ಪ್ರಳಯಪಯೋಧಿಜಲೇ ಧೃತವಾನಸಿ ವೇದಂ...' ಎಂದು ಸುರುಗೈದು, 'ಮ್ಲೇಚ್ಛನಿವಹನಿಧನೇ ಕಲಯಸಿ ಕಖಾಲಮ್...' ಎಂದು ಹತ್ತು ಬಗೆಯಲ್ಲಿ ಕವಿ ಸುಮ್ಮನೆ ಬರೆದನೇನು?

ಮೀನಶರೀರ, ಕಚ್ಛಪರೂಪ, ಸೂಕರೂಪ, ನರಹರಿರೂಪ, ವಾಮನರೂಪ, ಭೃಗುಪತಿರೂಪ, ರಘುಪತಿವೇಷ, ಹಲಧರರೂಪ, ಬುದ್ಧಶರೀರ, ಕಲ್ಕಿಶರೀರ... –ಹೀಗೆ 'ದಶವಿಧರೂಪ'ವೆಂದು ಜಯದೇವ ಬಣ್ಣಿಸಿದ್ದೇನು ಸುಮ್ಮಗೆಯೇ?

ಸುಮ್ಮನೆ ಅಂದರೆ ಬರೀ ಸುಮ್ಮಗೆ ಅಲ್ಲ. ಸುಮ್ಮನೆ ಅಂದರೆ ಸುಮ್ಮನವೂ ಹೌದು. ಸುಮ್ಮನವೆಂದರೆ ಚೆನ್ನಾದ ಮನಸ್ಸು. ಅಥವಾ, ಸುಮ್ಮಾನ. ಸುಮ್ಮನೆ ಸುಮ್ಮನ(ಸು) ತಾಳಿ ಮಾಡುವುದೇ ಸುಮ್ಮಾನ. ಸುಮ್ಮಾನವೆಂದರೆ ಸಂತೋಷವೂ ಹೌದು. ದುಮ್ಮಾನ ಎಂದೊಂದಿದೆಯಲ್ಲ, ಅದಕ್ಕೆ ಆಪೋಸಿಟ್ಟೂ ಹೌದು! ಇರಲಿ... ಇಡೀ ಮನುಷ್ಯ ಜಗತ್ತು ಈ ಚಿಕ್ಕದೊಂದು ಸುಮ್ಮನಕ್ಕಾಗಿ ಏನೇನೆಲ್ಲ ಮಾಡುತ್ತದೆ! ಕೊರಳಿನಲ್ಲಿ ಹಾಡು ಕಟ್ಟುತ್ತದೆ. ಹೆಜ್ಜೆಗೆ ಗೆಜ್ಜೆ ಕಟ್ಟುತ್ತದೆ. ತೂಗುತ್ತದೆ. ತುಯ್ಯುತ್ತದೆ. ಜಗತ್ತನ್ನೇ ತೂಗಿ ತುಯ್ಯಿಸುತ್ತದೆ. ಇದನ್ನು ಸ್ವಯಂ ಜಗನ್ನಾಥನೂ ಮಾಡುತ್ತಾನೆ. ಸುಖಾಸುಮ್ಮನೆ ಕೊಳಲನೂದುವ ಗೋವಿಂದನಾತ! 'ಜಗನ್ನಾಥ'ನೂ ಕೂಡ!

ಆದರೆ ಮರುಳು ಮನಸ್ಸಿಗೆ ಇಡೀ ಜಗತ್ತೇ ಸ್ವಯಂ ತುಯ್ಯುತ್ತಿದೆಯೆಂದು ಅರ್ಥವಾಗುವುದಿಲ್ಲ... ಹೌದು. ಜಗತ್ತು ಸದಾ ಡೋಲಾಯಮಾನ! ಜಗನ್ನಾಥನೇ ಅದರ ಡೋಲಾಯಕಾರ! ಅಂದರೆ ಜಗನ್ನಾಥನೇ ಜಗತ್ತಿನ ತೂಗುಕಾರ... ಅಥವಾ ನಾವು ಜಗತ್ತೆನ್ನುವುದು– ಆ ಜಗನ್ನಾಥನು. ಮೇಲಿನಿಂದ ಕೆಳಗಿಳಿಬಿಟ್ಟು ಆಟ ಕಟ್ಟಿರುವ ತೂಗುಗುಂಡು!

ಹುಹ್ಹ್... ಮನುಷ್ಯನ ಈ ಪರಿ ಸುಮ್ಮಾನವನ್ನು ನೋಡಿದ್ದೇ, ನನ್ನೊಳಗಿನ ಕವಿಯಂತೂ ಧೇಯ್ಯನೆ ಎಚ್ಚೆತ್ತು ಧಿಗ್ಗನೆದ್ದು ನಿಲ್ಲುತ್ತಾನೆ! ಥಾಥೈಯೆಂದು ನರ್ತನಕ್ಕೇ ತೊಡಗಿಬಿಡುತ್ತಾನೆ. ಹಾಗೆ ನೋಡಿದರೆ, ಸಾಹಿತ್ಯವೂ ಸುಮ್ಮಾನವೇ! ಪದ್ಯವೂ ಒನ್ನಮೂನೆ ಸುಮ್ಮಾನವೇ! ಸದ್ಯಕ್ಕೆ ಪದ್ಯವೆಂದರೆ ಸ್ತುತಿ. ಸ್ತುತಿಯೆಂದರೆ ಸ್ಥಿತಿ. ಮುಂದುವರೆದರೆ ಅದೇ ನಾಟ್ಯಪರಿಸ್ಥಿತಿ!

ಅಂದರೆ ಇದೇ ಅದಾಗಿ ತಾಳುವ ಮಾಯೆ!

ನಾವಿಬ್ಬರೂ ಅವತಾರದಿಂದ ಅವತಾರಕ್ಕೆ ಅವತರಣಿಕೆಗಳನ್ನು ದಾಟಿದ ಹಾಗೆ ಜಗತ್ತೇ ಬದಲಿತನ್ನಿಸಿತು. ಅನ್ನಿಸುವುದೇನು, ಬದಬದಲಿ ಇನ್ನೊಂದಾಯಿತು... ಮತ್ತೊಂದಾಯಿತು... ನಡೆಯುತ್ತ ನಡೆಯುತ್ತ ಸಂದಣಿ ಹೆಚ್ಚಿತು... ಸದ್ದು ಹೆಚ್ಚಿತು. ಸದ್ದು ನಾದವಾಯಿತು. ಓಂಕಾರ ಹುಟ್ಟಿತು!

ಹೀಗೆ, ಅಡಿಗಡಿಗೂ ಬದಲುವ ರಸ್ತೆಯಲ್ಲಿ, ನಮಗೆ ಎಂದೆಂದಿನ ಕೊಳಕು ಕಾಣಿಸಲೇ ಇಲ್ಲ. ಕೊಳೆನೀರು ಹರಿಸುವ ಮೋರಿಚರಂಡಿಗಳೂ ಕಾಣಬರಲಿಲ್ಲ... ನಿಜಕ್ಕೂ ನೆಲದ ಮೇಲಿನ ಹೊಲಸು ಕಾಣಿಸಲಿಲ್ಲ. ಕಾಣಿಸಿದ್ದೇ ಇನ್ನೊಂದು. ಅದು ನೆಲದ ಮೇಲಿನ ಆಕಾಶ ಮಾತ್ರ! ಕಾಣದ ಜಗನ್ನಿಯಾಮಕವನ್ನು

ಕಾಣಿಸಿಕೊಳ್ಳಲಿಕ್ಕೆಂದು ಲಕ್ಷ-ಕೋಟಿ ಸಂಖ್ಯೆಯಲ್ಲಿ, ಅಷ್ಟೇ ಕೋಟ್ಯಂತರ ಲಕ್ಷ್ಯಗಳನ್ನು ಆಕಾಶದಲ್ಲಿ ತಾಳಿ ತಾಳಿಸುತ್ತ- ಮರುಳಾಗಿ ಬಂದ ಮಂದಿ. ಮರುಳೇ ಮರುಳಿನ ಮಂದಿ! ಅಗೋಚರವೊಂದು ಇನ್ನು ಗೋಚರಿಸುವುದೇ ಸೈಯೆಂದು ನಂಬಿ ನೆರೆದ ಬರೀ ಅಸಂಖ್ಯಾತ ಮರುಳುಮಂದಿ. ಈ ಪರಿಯ ಹುಚ್ಚು ಹುಚ್ಚು ಮರುಳನ್ನು ಅದೇ ಮಂದಿ ಭಕುತಿಯೆಂದರಲ್ಲ... ವಿಚಿತ್ರ ತಾನೇ? ನಟ್ಟನಡುವಿನ ನಡುರಾತ್ರಿಗೂ- ಸದ್ಯಕ್ಕೆ ಹಗಲೆಂಬ ಮರುಳು ತಾಕಿಸಿ, ಈ ಪರಿ ನೆರೆವುದೇನು ವಿಚಿತ್ರವಲ್ಲವೇ? ಜಗದ್ಕೇಂದ್ರವಾಗಿ ಜಗನ್ನಾಥನಿರುವಾಗ ಅದೇ ಜಗತ್ತನ್ನು ಬೆಳಗಲಿಕ್ಕೆ ಸೂರ್ಯವೆಂದೊಂದು ಸೋಗಾದರೂ ಯಾಕೆ? ಅಥವಾ, ಅದು ಬೇಕೆ?

10

'ಐಳ ಐಳ... ಅಲ್ಲಿ ನೋಡು!'

ಸುತ್ತಲಿನ ದೃಶ್ಯಕ್ಕೆ ಈ ತನಕ ಪರವಶಳಾಗಿ ನಡೆದಿದ್ದ ಮಾತಂಗಿ ಥಟಕ್ಕನೆ ಹೊರಬಂದು ಹೇಳಿದಳು. ತಕ್ಷಣ, ಅವಳು ಬೊಟ್ಟಿಟ್ಟು ತೋರಿದತ್ತ ಕಣ್ಣು ಹಾಯಿಸಿ ನೋಡಿದೆ. 'ಆ ಹನುಮಂತನ್ನ ನೋಡು... ಎಷ್ಟು ಚೆನ್ನಾಗಿ ಹಾರುತಾನೆ!' ಎಂದು ಕೌತುಕ ಹಚ್ಚಿ ಒರಲಿಕೊಂಡಳು. ಹೇಳುವಾಗ ಅವಳ ಕಣ್ಣು ಮಿಂಚಿದವು!

ಹೌದು... ಹನುಮಂತನ ವೇಷ ಕಟ್ಟಿದವನೊಬ್ಬ- ರಸ್ತೆಬದಿಯ ಕಟ್ಟಡಗಳಲ್ಲಿ ಮೇಲುಗಡೆ, ಸೂರಿನಿಂದ ಸೂರಿಗೆ... ತಾರಸಿಯಿಂದ ತಾರಸಿಗೆ... ಉಪ್ಪರಿಗೆಯಿಂದ ಉಪ್ಪರಿಗೆಗೆ... ಉದ್ದಾನುದ್ದ ಬಾಲವನ್ನು ತುಯ್ಯಗೊಟ್ಟು ಸರಸರ ಪರಪರ ಹಾರುತ್ತಿದ್ದ. ಅವನ ಈ ಪರಿ ನೆಗೆತವನ್ನು ಅನುಸರಿಸಿ ಹಿಂದಿನ ಬಾಲವೂ ಇದ್ದಲ್ಲೇ ಕುಪ್ಪಳಿಸಿ ಜಿಗಿಯುತ್ತಿತ್ತು. 'ಐಳಾ... ದಿಸ್ ಈಸ್ ಸೋ ಅಮೇಜಿಂಗ್... ನನಗೆ ಇಪ್ಪತ್ತೊಂದನೇ ಶತಮಾನದಲ್ಲಿ ಇದ್ದೀನಿ ಅಂತ ಅನಿಸುತಲೇ ಇಲ್ಲವಲ್ಲೋ...' ಮಾತಂಗಿ ಭಾವುಕಳಾದಳು. ಅವಳು ಹೇಳಿದ ಮುಂದಿನ ಮಾತು, ಆಗಷ್ಟೇ ನಮ್ಮಿಬ್ಬರನ್ನು ಬಳಸಿ ಮುಂದುವರೆದ ಬದಿಯ ಮೇಳದ ಗೌಜಿನಲ್ಲಿ ನನಗೆ ಕೇಳಿಸಲೇ ಇಲ್ಲ. 'ಏನು? ಏನಂದೆ?' ಎಂದು ಧ್ವನಿಯೆತ್ತರಿಸಿ ಕೇಳಿ, ಮಾತಿನೊಡನೆ ಕೈಸನ್ನೆಯನ್ನೂ ಮಾಡಿ ತೋರಿದೆ. ಮತ್ತೇನೋ ಹೇಳಿದಳು. 'ವ್ವ... ವ್ವಾಟ್?' ಎಂದು ಅವಳ ಬಲಗಿವಿಯ ಬಳಿ ಮೋರೆಯಿಕ್ಕಿ ಕೇಳಿದೆ. 'ದ್ವಾಪರದಲ್ಲೋ ಕೃತಯುಗದಲ್ಲೋ ಇದ್ದೀನಿ ಅಂತನಿಸುತಿದೆ...' ಎಂದು, ಅವಳೂ ನನ್ನ ಎಡಗಿವಿಯಲ್ಲಿ ಬಾಯಿಕ್ಕಿ ಒರಲಿದಳು. ಆಗ ಅವಳ ತುಟಿಗಳು ನನ್ನ ಎಡಗೆನ್ನೆಯನ್ನೊಮ್ಮೆ ನಾಜೂಕಾಗಿ ಸವರಿ ಹಿಂಜರಿದವು.

ಆಹಾ! ಮೈಯೆಲ್ಲ ಪುಳಕವಾಯಿತು! ಅಕಸ್ಮಾತ್ ಆಗಿದ್ದೋ, ಬೇಕೆಂದೇ ಮುದ್ದಿಸಿದಳೋ, ತಿಳಿಯದಾದೆ. ನನ್ನ ಕಡುಗೂದಲಿನ ಮೋರೆಯಲ್ಲಿ, ಗಡ್ಡ-ಮೀಸೆಗಳನ್ನು ಮೀರಿ, ಸೀದಾ ಕೆನ್ನೆಯ ತೊಗಲಿಗೇ ಗುರಿಯಿಟ್ಟು ತುಟಿ ಹಚ್ಚುವುದೇನು ಸಾಮಾನ್ಯವೇ? ಚಾಲಾಕಿ ಹೆಣ್ಣು... ಅಂದುಕೊಂಡೆ. ಅಸಲಿನಲ್ಲಿ ಎಲ್ಲವೂ ಕ್ಷಣಾರ್ಧದಲ್ಲಿ ಜರುಗಿದ್ದು... ಮುಂದಿನ ಕ್ಷಣಕ್ಕೆಲ್ಲ, ಮಾತಂಗಿ, 'ಹೇ ಸ್ಸ್... ಸ್ಸಾರಿ...' ಅಂತಂದು, ನನ್ನ ಎಡಗೆನ್ನೆಗೆ ಬೆರಳಿಕ್ಕಿ ಸವರಿ- 'ಇಲ್ಲೆಲ್ಲ ನನ್ನ ತುಟಿಗಳ ಗ್ಲಾಸ್ ಮೆತ್ತಿಕೊಂಡಿದೆ ನೋಡು...' ಅನ್ನುತ್ತ, ನನ್ನ ಕೆನ್ನೆಯಲ್ಲುಳಿದ 'ಅಧರ'ಮುದ್ರೆಯನ್ನು ಹೆಕ್ಕಿ ಡೆನಿಮಿನ ಹಿಂಬದಿಗೊರೆಸಿಕೊಂಡು ನಕ್ಕಳು. ಹೀಗೆ ಮಾಡುವಾಗ ಮತ್ತೊಮ್ಮೆ ನನ್ನ ಗಡ್ಡವನ್ನು ಸವರಿದಳು! ನನಗಾದರೂ ನಾಚುವುದೋ, ನಲಿಯುವುದೋ... ತಿಳಿಯದಾಯಿತು.

ಅಷ್ಟರಲ್ಲಿ, ನಮ್ಮನ್ನು ಸುತ್ತುವರೆದಿದ್ದ ಮೇಳವು ಮುಂದುವರೆದು- ನಮ್ಮ ನಡುವೆ ತುಸುವೇ ಖಾಲಿ ತೆರಹುಂಟಾಯಿತು. 'ಹೇ ಅಲ್ಲಿ ನೋಡು...' ಎಂದು ನಾನೂ, ಮತ್ತೊಮ್ಮೆ ಅದೇ ಹನುಮಂತನತ್ತ ಬೊಟ್ಟು ಮಾಡಿ ತೋರಿದೆ. ಹನುಮನ ವೇಷಧಾರಿ, 'ಐಡಿಯಾ' ಮೊಬೈಲಿನ ದೊಡ್ಡದೊಂದು ಜಾಹಿರಾತು ಪಟದ ಬದಿನಿಂತು ಸಿಗರೇಟು ಎಳೆಯುತ್ತಿದ್ದ! 'ವೆಲ್ಲ್... ಮೇರಾ ಭಾರತ್ ಮಹಾನ್!' ಅನ್ನುತ್ತ ಮಾತಂಗಿ ನಕ್ಕಳು. 'ಯು ಆರ್ ರೈಟ್... ಈ ದೇಶದಲ್ಲಿ ಹತ್ತಾರು ಕಾಲಸಂದರ್ಭಗಳು ಒಟ್ಟೊಟ್ಟಿಗೆ ಒಂದರ ಮೇಲೊಂದು ಹೇರಿಕೊಂಡಿರುತ್ತವೆ... ನಾನು-ನೀನು ಉಂಟಾಗಿರುವ ಈ ಶತಮಾನದಲ್ಲಿ ದ್ವಾಪರವೂ ಕೃತಯುಗವೂ ಇವೆ ನೋಡು...' ಎಂದು, ನಾನು ಹೇಳುವ ಸುಮಾರಿಗೆ- ಮಾತಂಗಿ, ತನ್ನ ಮೊಬೈಲಿನ ತೆರೆಯನ್ನು ಮೀಟಿ ಮೀಟಿ ವಿಸ್ತರಿಸಿ- ಹನುಮನನ್ನೂ, ಅವನ ಪೇಇಂಟೆಡ್ ಮೈಯನ್ನೂ, ಮುಸುಡಿಯಲ್ಲಿ ಹೊಮ್ಮುವ ಸಿಗರೇಟಿನ ಉಗಿಯನ್ನೂ, 'ಐಡಿಯಾ'-ದ ಅಭಿಷೇಕ್ ಬಚ್ಚನ್‌ನನ್ನೂ- ಒಂದೇ ಫ್ರೇಮಿನಲ್ಲಿ ಸೆರೆ ಹಿಡಿದು ತೋರಿದಳು. ಚಿತ್ರ ಬಲು ಸ್ಪಷ್ಟವಾಗಿತ್ತು. ಅವಳದ್ದು, ನನ್ನ ಬಳಿ ಇರುವಂಥದೇ ಹೈ-ರೆಸೊಲ್ಯೂಷನಿನ ಹೈಫೈ ಐಫೋನ್ ಎಂಬುದನ್ನು ನೋಡಿ ಗಮನಿಸಿಕೊಂಡೆ.

ಬಳಿಕ ಇನ್ನೆರಡು ಹೆಜ್ಜೆ ಮುಂಜರುಗಿದ್ದೆವೇನೋ, ಬದಿಗಿನ ಗುಂಪಿನೊಳಗಿನಿಂದ ಇಬ್ಬರು ಸೀದಾ ನಮ್ಮ ನೇರಕ್ಕೆ ಬಂದು- ಮಾತಂಗಿಗೆ ಎದುರಾಗಿ, 'ನೀವು... ನೀವು...' ಎಂದು- ಕಣ್ಣರಳಿಸಿಕೊಂಡು ನಿಂತು, ಅವಳನ್ನು ಹೇಗೋ ಗುರುತು ಹಿಡಿದವರಂತೆ, 'ಕನ್ನಡ'ದಲ್ಲಿ ತಡವರಿಸಿದರು! ಮಾತಂಗಿ, ತಕ್ಷಣವೇ ಅವರನ್ನು ಬದಿಗೆ ಕರೆದೊಯ್ದು- ಏನನ್ನೋ ಹೇಳತೊಡಗಿದಳು! ಹೆಣ್ಣೇಕೋ ಹೌಹಾರಿದಂತಿತ್ತು. ಏನು ಮುಚ್ಚುಮರೆಯೋ ಏನೋ... ಅಂದುಕೊಂಡೆ. ಅಜೀಬನ್ನಿಸಿತು. ನನ್ನನ್ನು ಹೊರತುಪಡಿಸುವ ಹಾಗೆ- ಏಕ್‌ದಮ್ ಬದಿಸರಿದು ಹೋಗಿದ್ದು ಯಾಕೋ

ಚೆನ್ನನಿಸಲಿಲ್ಲ. ಅವಳ ಈ ವರ್ತನೆಯು, ನಿಜಕ್ಕೂ ಮುಖಕ್ಕೆ ರಾಚಿ ಹೊಡೆದಂತೆ ಅನಿಸಿತಾದರೂ, ನಮ್ಮಿಬ್ಬರದೂ ಎಂತಹ ಸಂಬಂಧ... ಎಷ್ಟು ಹೊತ್ತಿನ ಬಂಧ... ಎಂದು ನನಗೆ ನಾನೇ ಹೇಳಿಕೊಂಡು ಸುಮ್ಮನಾದೆ. ಸುಮ್ಮನಾದೆನೆಲ್ಲಿ? ವಿಚಿತ್ರವಾದ ಕುತೂಹಲ ತಾಳಿ, ನೇರ ನೋಡದಿದ್ದರೂ ಅವಳತ್ತಲೇ ವಾರೆಗಣ್ಣಿಟ್ಟು ಗಮನಿಸತೊಡಗಿದೆ.

'ನಾನು ಅವಳಲ್ಲರೀ... ನನ್ನ ಥರವೇ ಆಕೆ ಇದ್ದಾಳೆ, ಅಷ್ಟೇ...' ಎಂದು ಮಾತಂಗಿ ಸಮಜಾಯಿಷಿಸಲಿಕ್ಕೆ ತೊಡಗಿದಳು. 'ಸುಳ್ಳಲ್ಲ ತಾನೇ ಮೇಡಂ?' ಎಂದು ಮಾತನಾಡಿಸಬಂದ ಇಬ್ಬರೂ ಒಂದೇ ಸಮ ಕೇಳಿದ್ದೇ ಕೇಳಿದರು. 'ಹೂಂರೀ... ಈ ಜಗನ್ನಾಥನ ಮೇಲೆ ಆಣೆ!' ಎಂದು ಇವಳು ಹೇಳಿದ ಮೇಲಷ್ಟೇ, ಇಬ್ಬರಿಗೂ ಕೊಂಚ ಖಾತ್ರಿಯುಂಟಾದಂತನ್ನಿಸಿ– 'ಸರಿ ಸರಿ, ಮೇಡಂ...' ಎಂದು ಹೇಳಿ ಹೊರಟರು. 'ಅವಳ ಥರಾನೇ ಇದ್ದಾಳಲ್ಲಪ್ಪ?' ಎಂದು, ಆ ಎರಡೂ ಬದಿಹೋಕರು ತಂತಮ್ಮಲ್ಲೇ ಹೇಳಿಕೊಂಡು ಹೊರಟಿದ್ದು– ವಿಚಿತ್ರವೆನ್ನಿಸಿತು. ಇಬ್ಬರೂ ಮತ್ತೆ ಆ ಮೊದಲಿದ್ದ ಗುಂಪು ಸೇರಿಕೊಂಡ ಮೇಲೂ– ಇವಳತ್ತಲೇ ಒಂದು ಕಣ್ಣಿನ ನಿಗಾವಹಿಸಿದ್ದು, ಇನ್ನಷ್ಟು ಕುತೂಹಲಕಾರಿಯೆನ್ನಿಸಿತು.

ಮಾತಂಗಿ ತಕ್ಷಣ ನನ್ನತ್ತ ವಾಪಸು ಬಂದು, 'ಕಮ್ಮ್.. ಲೆಟ್ಸ್ ಗೋ...' ಅಂತಂದು, ನನ್ನ ಕೈಹಿಡಿದುಕೊಂಡು– ಮತ್ತೊಮ್ಮೆ ನನ್ನನ್ನು ಸರಭರನೆ ಸೆಳೆದಳು. ಈ ಸರ್ತಿ ನನ್ನ ಮೈಗೆ ಕೈಯಿಕ್ಕುವ ಮೊದಲು, ಉಂಗುರದ ಲೋಹವು ನನ್ನನ್ನು ಚುಚ್ಚದ ಹಾಗೆ ಎಚ್ಚರವಹಿಸಿ, ನಡುಬೆರಳಿನಲ್ಲೇ ಅದನ್ನು ತನ್ನ ಅಂಗೈಯೆಡೆಗೆ ತಿರುಗಿಸಿಕೊಂಡಳು! 'ಇಗ್ನೋರ್ ದೆಮ್... ವಾಪಸು ತಿರುಗಿ ನೋಡಬೇಡ...' ಎಂದು ಹೇಳಿ, ನಾನು ಅತ್ತಿತ್ತ ಗೋಣು ತಿರುವಲಿಕ್ಕೂ ಎಡೆಗೊಡದೆ ಎಳೆದುಕೊಂಡು ಹೊರಟಳು.

ಯಾಕೆಂದು ಏನೆಂದು– ನಾನೂ ಕೇಳಲಿಲ್ಲ; ಅವಳೂ ಹೇಳಲಿಲ್ಲ!

11

ಮುಂದೆ ರಸ್ತೆ ಮತ್ತೆ ಕಡಿದಾಯಿತು. ಕಡಿತಕ್ಕೆ ತಕ್ಕಂತೆ ಮಂದಿ ಹೆಚ್ಚಿ ತೋರಿದರು. ಎದುರಿಗಿನ ಎರಡು ಗುಂಪು ದಾಟುವವರೆಗೂ, ಮಾತಂಗಿ, ನನ್ನ ಬಗಲಿನಲ್ಲಿ ತೋಳು ತೂರಿಟ್ಟುಕೊಂಡೇ ನಡೆದಳು. ಆಗಿಂದಾಗ ಅವಳ ಹೆಜ್ಜೆ ತೊಡರಿತೆಂದು ನಾನೂ, ನಾನು ಮುಗ್ಗರಿಸಿದೆನೆಂದೂ ಅವಳೂ– ತಡವರಿಸುತ್ತಲೇ ನಡೆದೆವು. ಒಮ್ಮೊಮ್ಮೆ ಯಾರಾದರೂ ಮಂದಿ ಅಡ್ಡವಾದಾಗ ಒಬ್ಬರನ್ನೊಬ್ಬರು ಕೈಬಿಡುವುದು ಅನಿವಾರ್ಯವಿತ್ತಾದರೂ, ನಡುಬಂದವರು ಬಳಸಿ ಮುಂದೆ ಸಾಗಿದ್ದೇ– ಮಾತಂಗಿ,

ಪುನಃ ನನ್ನ ಬಗುಲನ್ನು ತೋಳು ತೂರಿಸಿ ತಳೆಯುವಳು. 'ಯು ಆರ್ ಮೈ ಎಸ್ಕಾರ್ಟ್ ಟುನೈಟ್... ತಪ್ಪಿ ಹೋಗೋ ಹಾಗಿದ್ದರೆ, ಹೊಟೆಲು ತಲುಪಿಸಿ ಹೋಗು...' ಎಂದು ನಡಿಗೆಯ ಭರದ ನಡುವೆ ಆಡಿದಳು. 'ನಿನ್ನನ್ನು ಕಳಕೊಳ್ಳೋಕೆ ಆಗಲ್ಲ ಕಣೋ, ಐಳ...' ಎಂದು ಅಡಿಗಡಿಗೂ ಹೇಳಿದಳು. ವಿಚಿತ್ರವನ್ನಿಸಿತು. ಸಂತೋಷವೂ ಆಯಿತು! 'ನಮ್ಮದು ಗಂಟೆಗಳ ಸಂಬಂಧ ಅಲ್ಲವಾ?' ಎಂದು ಕೇಳಬೇಕೆನ್ನಿಸಿತು; ಕೇಳಲಿಲ್ಲ. ಅಥವಾ, ಕೇಳುವ ಮನಸ್ಸು ಮಾಡಲಿಲ್ಲ!

'ನೀನೇನು ಯೋಚಿಸುತಾ ಇದ್ದೀ ಅಂತ ನನಗೆ ಗೊತ್ತು...' ಮತ್ತೆ ರಸ್ತೆ ಅಗಲಗೊಂಡು, ಜನಸಾಂದ್ರತೆ ತಗ್ಗಿತೆನ್ನುವಾಗ– ಮಾತಂಗಿ, ತುಸುವೇ ವೇಗ ಕ್ಷೀಣಯಿಸಿ ಹೇಳಿದಳು.

'ಏನು?'

'ಬೇಡ ಬಿಡು...'

'ಮನಸಿನಲ್ಲಿ ಏನಿದೆಯೋ ಅದನ್ನ ಮಾತಾಗಿಸಬೇಕು... ಮಾತು ನುಂಗೋದು ಅಪಚಾರ. ಈ ಜಗನ್ನಾಥನ ಸನ್ನಿಧಿಯಲ್ಲಿ ನೀನು ಹೇಳೋದು ತಪ್ಪಿದ್ದರೂ ಮನ್ನಾ, ಆಯಿತಾ?' ಎಂದು ನಾನು ಪೂರ್ತಾ ನಿಂತು ಹೇಳಿದೆ.

ನನ್ನ ಎಡಬದಿಯಲ್ಲಿ ಬಲು ನಿಕಟವಾಗಿ ನಿಂತ ಮಾತಂಗಿ, ಈಗ, ನಾನು ಆ ಮೊದಲು ನೋಡಿದ್ದಕ್ಕೂ ಹೆಚ್ಚು ಚೆನ್ನನಿಸಿದಳು. ಸರಿಸುಮಾರು ನನ್ನ ಕಿವಿ ತಾಕುವ ಎತ್ತರ. ತೊಳೆದ ನೈದಿಲೆಯಂತಹ ಮೋರೆ. ಅದರಲ್ಲಿನ ನಿರಾಭರಣದ ಚಹರೆ... ಆದರೆ ಕಣ್ಣುಗಳೇಕೋ ಬೆದರಿವೆ ಅನ್ನಿಸಿತು. ಹಣೆಯ ಮೇಲೆ ಸಾಲುಗಟ್ಟಿದ ಬೆವರಹನಿಗಳೇ– ಅವಳ ಮೇಲ್ತುದಿಯ ಮೇಲೂ ಸಣ್ಣಗೆ ಅಂಚುಗಟ್ಟಿದ್ದವು. ಮುಂಜಾನೆಯ ಭಾಷ್ಪವನ್ನು ತಾಳಿದ ಎಳೆಯ ಹುಲ್ಲುಗರಿಕೆಯ ಮೊನೆಯಲ್ಲಿರುವಂಥದೇ ಭಂಗುರಪ್ರಜ್ಞೆಯನ್ನು– ಈ ಹನಿಗಳು ನಮ್ಮ ನಡುವೆ ಹುಟ್ಟಿಸಿದ್ದವೇನೋ... ತಕ್ಷಣ ಕಿಸೆಯಲ್ಲಿನ ಟಿಷ್ಯೂಚೌಕವೆಳೆದು ಅವಳ ಮೋರೆಯನ್ನೆಲ್ಲ ಒತ್ತಿದೆ. ಹಣೆಯು ಮುಂದಲೆಯಾಗಿ ಹಿಂದೆ ಸರಿಯುವಲ್ಲೆಲ್ಲ ಮೆಲುವಾಗಿ ಒತ್ತಿ ಒರೆಸಿದೆ. ಟಿಷ್ಯೂವನ್ನು ತೋರುಬೆರಳಿಗೆ ಸುತ್ತಿ, ತುಟಿಗಳ ಮೇಲೆ ಹರಿಸುವಾಗಲೂ– ಮಾತಂಗಿ ಚಕಾರವೆತ್ತಲಿಲ್ಲ. ಆ ಹೊತ್ತನ್ನು ಮನಃಪೂರ್ವಕವಾಗಿ ಆಸ್ವಾದಿಸುವೆನೆಂಬಂತೆ, ಕಣ್ಣುಗಳಿಗೆ ಎವೆ ಹೊದೆಸಿ– ತನ್ನೊಳಗೆ ತಾನೇ ಹುದುಗಿ, ಸದರಿ ಟಿಷ್ಯೂ–ಸೇವೆಗೆ ಮೋರೆಯೊಪ್ಪಿಸಿದಳು. ನನ್ನೊಳಗೆ ಮತ್ತೊಮ್ಮೆ ಆಶೆಬುರುಕ ಮಿಂಚು ಹುಟ್ಟಿತು. ಸಂಚಿನ ಸಂಚಲನ ಮೂಡಿಸಿತು!

ಇವಿಷ್ಟೂ ಕ್ಷಣದೆಣಿಕೆಯ ಸಂಗತಿಯೆನ್ನಬೇಕು! ಮಾತಂಗಿ ಮುಚ್ಚಿದಷ್ಟೇ ತ್ವರೆಯಿಂದ ಕಣ್ಣು ತೆರೆದಳು. ಪರಪ್ರಪಂಚವು ಮತ್ತೆ ಇಹಕ್ಕೆ ಬಂದು ನಿಂತಿತು. ಮುಗ್ಗರಿಸಿತು.

‘ಏನೂಂತ ಹೇಳಿಬಿಡು, ಮಾತಂಗಿ...’ ಮತ್ತೆ ಹೇಳಿದೆ.

‘ಇಲ್ಲಿ ಬೇಡ... ಜಗನ್ನಾಥನ ಸನ್ನಿಧಿ ಅಂದೆಯಲ್ಲ, ಅಲ್ಲಿ ಹೇಳುತೀನಿ...’ ಅನ್ನುತ್ತ, ನನ್ನ ಕೈಯಲ್ಲಿನ ಟಿಷ್ಯೂವೆಳೆದುಕೊಂಡು, ಮುದುಡಿ ಉಂಡೆಗಟ್ಟಿ ಕಿಸೆಯಲ್ಲಿ ಇಳಿಬಿಟ್ಟುಕೊಂಡಳು.

ಈ ಹೊತ್ತಿಗೆ ಸರಿಯಾಗಿ, ಇದ್ದಕ್ಕಿದ್ದಂತೆ ಯಾರೋ ಬಂದು ಎದುರುನಿಂತಂತಾಯಿತು. ಮಾತಂಗಿ ಕಿಟಾರನೆ ಕಿರುಚಿಕೊಳ್ಳಲು ಬಾಯ್ದೆರೆದವಳು ಮಾತು ಹೊರಳದೆ, ನನ್ನನ್ನು ಅನಾಮತ್ತನೆ ಅಪ್ಪಿ ನಿಂತಳು. ಸನ್ನಿವೇಶದ ಹಕೀಕತು ತಿಳಿಯಲಿಕ್ಕೆ ಒಂದಷ್ಟು ಕ್ಷಣಗಳೇ ಪೋಲಾದವು.

12

ಸೂರಿನ ಮೇಲಿದ್ದ ಆ ‘ಹನುಮಂತ’ ಅದಾವ ಮಾಯದಲ್ಲಿ ಧುತ್ತನೆ ನಮ್ಮೆದುರು ಅವತರಿಸಿದನೋ, ಯಾರಿಗೆ ಗೊತ್ತು? ಒಟ್ಟಿನಲ್ಲಿ ಅವತರಿಸಿದ್ದ! ಸದರಿ ಹನುಮನು ನೂರಕ್ಕೆ ನೂರು ‘ಹನುಮ’ನಾಗಿಯೇ ಕಂಡರೂ, ಈ ಕಲಿಗಾಲದಲ್ಲಿ ನಮ್ಮಂತೆಯೇ ನೆಲದಲ್ಲಿ ನಡೆದಾಡುವ ಮನುಷ್ಯನೇ ತಾನೇ? ಮಾತಂಗಿ, ಒಮ್ಮಿಂದೊಮ್ಮೆ ಕಿರುಚುವ ಬಾಯಿ ಮಾಡಿದ್ದೇ ಸೈಯಿ– ನಖಶಿಖಾಂತ ಹೆದರಿ, ಎದ್ದೆನೋ ಬಿದ್ದೆನೋ ಎಂದು ಪರಾರಿಯಾದ!

‘ಅಬ್ಬಾ... ಎಷ್ಟು ಹೆದರಿಬಿಟ್ಟಿದ್ದೆ ಗೊತ್ತಾ?’ ಎಂದು ಹೇಳಿದ ಮಾತಂಗಿ, ತುಸುಕಾಲ ಇದ್ದಲ್ಲೇ ಇದ್ದು ಸುಧಾರಿಸಿಕೊಂಡಳು.

ಇದ್ದಲ್ಲೇ ಅಂದರೆ ನನ್ನ ಆವರಣದೊಳಗೇ! ಮತ್ತು ನನ್ನನ್ನು ಅಪ್ಪಿಕೊಂಡೇ! ಆ ಹೊತ್ತಿನಲ್ಲಿ ಅವಳ ಗುಂಡಿಗೆಯ ಢವವು ನನ್ನೊಳಗೂ ಸಶಬ್ದವಾಗಿ ಮಿಡಿದುಬಂತು... ಬಹುಶಃ ನನ್ನೆಲ್ಲ ಒಳಬಡಿತ ಮಿಡಿತ–ತುಡಿತಗಳೊಡನೆ ಒಂದಿಷ್ಟು ಬೆಸೆದಿರಲೂ ಸಾಕು! ಅಲ್ಲದೆ, ನನ್ನ ಗಡ್ಡದ ತುದಿಗೂದಲು, ಅವಳ ಮುಡಿಯಲ್ಲಿ ಇದ್ದೂ ಇರದಂತಿರುವ ತೆಳ್ಳನೆ ಬೈತಲೆಯನ್ನು– ಕೆಲಕಾಲ ಕವಿದು ಮುಚ್ಚಿತು!

ಕಡೆಗೂ ಈ ಬೆಸುಗೆಯನ್ನು ಒತ್ತಾಯದಿಂದ ಕಡಿಯುವ ಹೊತ್ತೂ ಉಂಟಾಗಿಬಂತು. ಎಷ್ಟು ಕಾಲವಂತ ಸಾರ್ವಜನಿಕವಾಗಿ ಮೈತಾಕಿಸಿ ನಿಲ್ಲುವುದು? ‘ಸರಿ... ಲೆಟ್ಸ್ ಗೆಟ್ ಗೋಇಂಗ್...’ ಅಂತಂದು, ಈ ಸರ್ತಿ ನಾನೇ ಮಾತಂಗಿಯನ್ನು ಮುನ್ನಡೆಸಿಕೊಂಡು ಹೋದೆ. ಅವಳ ಬದಿಬಳಸಿಕೊಂಡು ಮುನ್ನಡೆಯತೊಡಗಿದೆ. ನಾವಿದ್ದ ರಸ್ತೆಯು– ರಥಯಾತ್ರೆ ಜರುಗುವ ವಿಶಾಲವಾದ ಇನ್ನೊಂದರಲ್ಲಿ ‘ಇಲ್ಲ’ಗೊಳ್ಳುವ ಸುಮಾರಿಗೆ ಆಕೆಯ ಭಯಹರಣಗೊಂಡಿತ್ತು.

ನಾವಿಬ್ಬರೂ ಇಲ್ಲಿಂದ ಹೊರಳಿ ಅಲ್ಲಿ ಸಲ್ಲಿದ್ದಷ್ಟೆ- ಜಗತ್ತು ಇನ್ನಷ್ಟು ಬದಲಿಹೋಯಿತು. ನೆಲಕ್ಕೆ ನೆಲವೂ ನಭಕ್ಕೆ ನಭವೂ ಬೇರೊಂದೇ ಆಗಿ ತೋರಿದವು! ಅಬ್ಬಾ! ಏನನ್ನುವುದು ಅದನ್ನು? ಅದೇನು ರಸ್ತೆಯೋ? ಬಯಲೋ? ರಥಬೀದಿಯೋ? ಅಥವಾ, ಮಂದಿಯೇ ಮಂದಿ ನೆರೆದುಂಟಾದ ಜಾತ್ರೆಯೋ? ಅರಿವಾಗಲಿಲ್ಲ! ಏನೇ ಅಂದರೂ ಅದು ಅದುವೇ ತಾನೇ? ರಸ್ತೆಯೆಂದರೆ ರಸ್ತೆ. ಬಯಲೆಂದರೆ ಬಯಲು. ಜಾತ್ರೆಯೆಂದರೆ ಜಾತ್ರೆ... ಹೌದು, ಆ ರಾತ್ರಿಯೆಂಬ ರಾತ್ರಿಯು ತನ್ನ ಸರಿಹೊತ್ತು ಮುಗಿಸಿ, ಇಂಗ್ಲಿಷ್-ವಾಡಿಕೆಯಲ್ಲಿ ನಾಳೆಯೆಂಬುದು ಇವೊತ್ತಾಗುವ ಠಾಕುಠೀಕಿನ ಹೊತ್ತಿನಲ್ಲಿ- ನಾನು ಮತ್ತು ಮಾತಂಗಿ, ಇಡೀ ಜಗತ್ತಿನಲ್ಲೇ ಅತಿ ದೊಡ್ಡದಾದ ರಥವು ಸರಿದು ಜರುಗುವ ವರ್ಷದ ಪಥವನ್ನು ಸದ್ದಿರದೆ ಸಂದುಕೊಂಡೆವು! ಜನವೇ ಜನವಾದ ಸುನಾಮಿಯಲ್ಲೊಂದು ಸಣ್ಣನೆ ಹೊಳೆಯೆಂಬಂತೆ- ತಾಕಿ ಮೈಕಳೆದುಕೊಂಡೆವು!

ಈ ಮೈಕಳೆವುದೆಂಬುದನ್ನು ಇಲ್ಲಿ ಅಷ್ಟಿಷ್ಟಾದರೂ ತಿಳಿಹೇಳಲೇಬೇಕು... ವಿಸ್ತರಿಸಿ ವಿಶದಿಸಲೇಬೇಕು... ರಥಬೀದಿಯಲ್ಲಿ, ಆ ಹೊತ್ತಿನಲ್ಲಿದ್ದ ಲಕ್ಷಾಂತರ ಕೋಟ್ಯಂತರ ಮಂದಿಯ ನಡುವೆ, ಒಬ್ಬರಿಗೊಬ್ಬರು ಅದಿಬದಿಯಾಗಿ ನಿಂತರೆ- ಆರಡಿಗೆ ಆರಡಿಯಿರಬಲ್ಲ ನಮ್ಮಿಬ್ಬರ ಆಯದ್ದೇನು ಲೆಕ್ಕವಾದೀತು, ಹೇಳಿ! ಇಬ್ಬರೂ ಒಡಗೂಡಿದರೆ ಈ ಬೀದಿಯ ತುಣುತುಣುಕಿನಲ್ಲಿ ತೃಣದಡಿಯ ತೃಣವಾಗಬಹುದೇನೋ ಅಷ್ಟೆ! ಇನ್ನು, ನಾವು ಕಂಡಿದ್ದನ್ನು ಕಂಡಂತೆಯೇ ಆಡುವುದಾದರೆ, ಇಬ್ಬರ ಕಣ್ಣು ಹಾಯುವುದಕ್ಕೂ- ಇಡೀ ಭೂಮಂಡಲವನ್ನೇ ಕವಿಯತಕ್ಕ ಜನವಿದ್ದಿತೆಂದರೂ ಕಡಿಮೆಯೇನೇ! ರಥಯಾತ್ರೆಯ ಮುನ್ನಾರಾತ್ರಿಯಲ್ಲಿಯೇ ಈ ಪರಿಯೆಂದರೆ ಸಾಕ್ಷಾತ್ ಯಾತ್ರೆ ಜರುಗುವ ಹಗಲಿನಲ್ಲಿ ಏನಾಗಬಹುದು? ಈ ಊಹೆಯೇ ನಮ್ಮಿಬ್ಬರನ್ನು ರೋಚಿಸಿತು. ರೋಮಾಂಚಿಸಿತು! ಇಂತಹ ಜನಾತಿಶಯವುಳ್ಳ ಎಡೆಯಲ್ಲಿ ಮೈಮರೆಯುವುದೆಂದರೆ, ನಾನು ಈ ಮೊದಲು ಹೇಳಿದ ಮೈಕಳೆದುಕೊಳ್ಳುವುದಕ್ಕೆ ಇನ್ನೊಂದೇ ಅರ್ಥ ತಾನೇ? ಮನುಷ್ಯ-'ಪರಿಗ್ರಹ'ಕ್ಕೆ ಸಿಕ್ಕೂ ಸಿಗದ ಹಾಗೆ- ಇದ್ದೂ ಇಲ್ಲವಾಗುವ, ಯಾತರೆದುರೂ ನಗಣ್ಯವೆನಿಸುವ ಅತಿದೈವಿಕ ಲೆಕ್ಕ ತಾನೇ ಅದು?

ಹೌದು... ರಥಬೀದಿಯಲ್ಲಿ ಇಕ್ಕೆಲವನ್ನು ಕವಿದ ಕಟ್ಟಡಗಳೇನೂ ಸಾಮಾನ್ಯವಿರಲಿಲ್ಲ. ಒಂದೊಂದಕ್ಕೂ ಮೂರ್ನಾಕು ಅಂತಸ್ತಿನ ಗತ್ತು ಮತ್ತು ಘನತೆ! ಕೆಳಗೆ ರಸ್ತೆಯಲ್ಲಿ ಉದ್ದಗಲಕ್ಕೂ ಹಬ್ಬಿದ್ದು ಸಾಲದೆಂಬಂತೆ, ಈ ಇಮಾರತುಗಳ ಮೇಲೂ- ನಾ ತಾ ಎಂದು ಏರಿಪೇರಿ ಸೇರಿಕೊಂಡ ಮಂದಿ... ಕೆಲವು ಕಟ್ಟಡಗಳ ಮೇಲೆ ಮತ್ತು ಅಲ್ಲಿಲ್ಲಿ ತುಸು ತೆರಹಿರುವಲ್ಲೆಲ್ಲ- ಈ ರಥಯಾತ್ರೆಗೆಂದೇ ಅಟ್ಟಣಿಗೆಗಳನ್ನು ಕಟ್ಟಿದ್ದರೆ, ಅಲ್ಲೂ ಹೆಜ್ಜೇನಿನ ಹಾಗೆ ಮುಗಿಬಿದ್ದು ಮುಸುರಿದ ಮಂದಿ... ಸೂರಿನಲ್ಲಿ, ಹೆಂಚಿನಲ್ಲಿ,

ಛಾವಣಿಯಲ್ಲಿ... ಮಹಡಿ–ಉಪ್ಪರಿಗೆಗಳಲ್ಲಿ... ಬಾಲ್ಕನಿಯ ಚಾಚುಗಳಲ್ಲಿ... –ಹೀಗೆ ನೋಟ ಹರಿಯುವಲ್ಲೆಲ್ಲ ಜಗನ್ನಾಥನ ಪಥಸಂಚಲನಕ್ಕೆಂದು ಕಾದು ಕುಳಿತ ಮಂದಿ! ಈ ಪರಿಯ ಜನಸ್ತೋಮವನ್ನು ಕಾಣುವುದಾದರೂ ಎಲ್ಲಿ? ಕಾಣದಿರುವುದೆಲ್ಲಿ? ಕಂಡು ಗೆಲ್ಲುವುದೆಲ್ಲಿ? ಕಾಣದೆ ಸೋಲುವುದೆಲ್ಲಿ? ಆಹಾ... ಹೇ ಪೃಥಿವೀದೇವಿ... ಮಹಿಮೆಯೆಂದರೆ ನಿನ್ನದು... ಅನ್ನಬೇಕು; ಅಂದು ಕೈಮುಗಿಯಬೇಕು... ಅಂತಿಂತಲ್ಲ– ನಿನ್ನ ಪಾರ್ಥಿವ ಸೃಷ್ಟಿ!

ಇನ್ನುಳಿದಂತೆ, ರಥಬೀದಿಯು, ನಾವು ಹಿಂದೆ ನಡೆದುಬಂದ ಸಣ್ಣಬೀದಿಯದೇ ಅಪರಿಮಿತ ವಿಸ್ತರಣೆ ಎಂಬಂತಿತ್ತು. ಅವವೇ ಅಂಗಡಿ–ಮುಂಗಟ್ಟು... ಅವವೇ ತಿಂಡಿತಿನಿಸು... ಆ ಪರಿಯದೇ ಪರಮಾತಿ ಪರಮ ಕ್ಷೀರಾಬ್ಧಿತೀರ್ಥ. ರಸ್ತೆಯ ಬದಿಗಲ್ಲದೆ, ನಡುವೆಯೂ ತೆರಹಿರುವಲ್ಲೆಲ್ಲ– ತಳ್ಳುಗಾಡಿಗಳಲ್ಲಿ, ಮೋಟಾರುಗಳಲ್ಲಿ ಜಂಗಮರೂಪಿ ಅಂಗಡಿಗಳು. ಇವುಗಳೇ ನೆಲಜಡಿದು ಕುಳಿತಂತೆ ಡೇರೆ ನೆಟ್ಟುಕೊಂಡು ಕುಳಿತ ಸ್ಥಿರಸ್ಥವಿರ ದೂಕಾನುಗಳು... ಕೊಡುವುದೇನು, ಕೊಳುವುದೇನು... ಮಾರಾಟವೇನು, ಖರೀದಿಯೇನು... ಒಟ್ಟಾರೆ ಅದೊಂದು ದೊಡ್ಡ ಸಂತೆ! ಬಹುಶಃ ಸಂತೆಯೇ ಸಂತೆಯಾದ ಮನುಷ್ಯ–ಜಗತ್ತಿನಲ್ಲಿ ಅತಿ ಬೃಹತ್ತಾದ ಸಂತೆ!

ಇನ್ನು, ಈ ಪರಿ ನೆರೆಗೊಂಡ ಜನದ ನಡುವೆಯೂ ಹತ್ತೆಂಟು ಪರಿಯ ಕಾಲಕ್ಷೇಪ. ಕಥಾಕಾಲಕ್ಷೇಪ. ಹಾಡುಕುಣಿತ, ಸಂಗೀತಾದಿ ನೃತ್ಯಗಳ... ಕಾಲಕ್ಷೇಪ. ಒಡಿಯಾ, ಕಥಕ್, ಕೂಚ್ಚಿಪ್ಪುಡಿ... ಇತ್ಯಾದಿ ನಟನೆ, ನಾಟ್ಯ, ನಟುವಾಂಗ...ಇತ್ಯಾದಿಯ ಸಕ್ಷೇಪ ಸಾಪೇಕ್ಷ ಕಾಲಕ್ಷೇಪ. ಗುಂಪುಗುಂಪಿನಲ್ಲೂ ನಡುನಿಂತವನು ಕೃಷ್ಣ, ಬದಿಕುಣಿಯುವ ಗೋಪಗೋಪಿಕಾ ವೃಂದ... ಹೀಗೆ ಪರಿಪರಿಯಾದ ಕಷ್ಣ–ಗೋಪಿಕೆಯರ ಆಟಗಳ ಮಹಾಕಾಲಕ್ಷೇಪ. ಪುರಾಣವೇನು, ಭಾಗವತವೇನು... ಆಹಾ, ಮಹಾ ಮಹಾ ಮಹಾಭಾರತವೇ ತಾನೇನು... ಒಟ್ಟಾರೆ ಎಲ್ಲೆಲ್ಲೂ ಅವನೇ! ಆ ಕೃಷ್ಣನೇ! ಇದಲ್ಲವೇ ದ್ವಾರಕೆ... ಇದು ತಾನೇ ಬೃಂದಾವನ... ಇಕೋ ಇದುವೇ ಮಥುರಾನಗರಿ... ಅಕೋ ಅದು ಕುರುಕ್ಷೇತ್ರ... ಅನ್ನುವಷ್ಟು ಕೃಷ್ಣ! ನಾಳೆ ರಥವೇರಿ ಬರಲಿಕ್ಕಿರುವವನೇ ಇಂದು ಎಲ್ಲೆಲ್ಲೂ ತಾನಾದೆನೆನ್ನುವಷ್ಟು ಕೃಷ್ಣ ಕೃಷ್ಣ ಕೃಷ್ಣ!

ನಾನು, ಮಾತಂಗಿ– ಇಂತಹ ರಥಬೀದಿಯನ್ನು ಸೇರುವಾಗ, ಸಾಕ್ಷಾತ್ ಜಗನ್ನಾಥ–ಕೃಷ್ಣನಿರುವ ಗುಡಿ ಎಲ್ಲೆಂದು ಫಕ್ಕನೆ ಹೊಳೆಯಲಿಲ್ಲ! ಐ ಮೀನ್, ನಾವು ಗುಡಿಗೆ ಹೋಗಲಿಕ್ಕೆ ಎಡಕ್ಕೆ ಸಾಗುವುದೋ, ಇಲ್ಲಾ ಬಲಕ್ಕೋ... ಎಂದು ಆ ಕ್ಷಣಕ್ಕೆ ಹೊಳೆಯಲಿಲ್ಲ. ಇಷ್ಟೆಲ್ಲ 'ಕೃತ್ರಿಮ'ಕೃಷ್ಣರೊಡನೆ ದಿಟದ ದೇವರೆಲ್ಲಿಯೆಂದು ನಮಗೆ ತಿಳಿಯಲೇ ಇಲ್ಲ... ಇಬ್ಬರೂ ಒಂದು ಕ್ಷಣ ಕಂಗಾಲಾಗಿದ್ದು ಹೌದು!

'ಮಂದಿರ್ ಕಹಾಂ? ರಥ್ ಕಹಾಂ?' ಎಂದು ಮಂದಿಯಲ್ಲಿ ವಿಚಾರಿಸುವಾಗ,

ಓಗೊಟ್ಟ ಮಹಾಶಯನು ಬಾಯ್ತುಂಬಿದ ತಂಬುಲವನ್ನು- ನಮ್ಮೆದುರೇ ಬದಿಗೆ ತುಪ್ಪಿ, 'ಅಕೋ ಅಲ್ಲಿ...' ಎಂದು, ಒಂದೆಡೆಗೆ ಕೈಮಾಡಿ ತೋರಿದ... ಮಾತಂಗಿ, ಇನ್ನೇನೋ ಕೇಳಹೊರಟು- ಬಾಯಿಗೆ ನೇರ್ಪಾದ 'ಹಿಂದಿ'ಯೊದಗದೆ ಸುಮ್ಮನಾದಳು... 'ಹೀಗೇ ಹೋದರೆ ಇಪ್ಪತ್ತು ಮಿನಿಟಿನ ದಾರಿ...' ಅಂತಂದ ಆ ಮಹಾಶಯ, ಕಣ್ಣೆದುರೇ ಎಲ್ಲೋ ಹೊರಳಿ ಕಾಣೆಯಾದ.

ಈ ಹೊತ್ತಿಗೆ ಸರಿಯಾಗಿ, ನಾನು, ಬದಿಯಲ್ಲಿನ ಗಾನವೃಂದವು ಮೊಳಗುತ್ತಿದ್ದ- 'ನಾಥ ಹರೇ ಜಗನ್ನಾಥ ಹರೇ...' ಎಂಬ ಜಯದೇವನ ಸಾಲು ಹೆಕ್ಕಿಕೊಂಡು, ಮೀಸೆ ತಿರುವುತ್ತಲೇ ನನ್ನಷ್ಟಕ್ಕೆ ನಾನು ಗುನುಗಿಕೊಂಡೆ. ಮಾತಂಗಿ, ನನ್ನತ್ತಲೇ ಒಮ್ಮೆ ದಿಟ್ಟಿಸಿ ನೋಡುವಾಗ, 'ಕಮ್ಮ್...' ಅಂತಂದು ಹಾಡು ನಿಲ್ಲಿಸಿ, ಮೋರೆಯಲ್ಲಿನ ಎಡಗೈ ಕಿತ್ತು ಅವಳಿಗೊಡ್ಡಿದೆ.

ಸರಿ... ಇಬ್ಬರೂ ಆ ಜಗನ್ನಾಥನನ್ನು ಕಾಣುವ ದಾರಿಯನ್ನು ಹಿಡಿದೆವು. ಕೈಕೈ ಹಿಡಿದೇ ಮುನ್ನಡೆದೆವು.

13

'ಹವ್ವ್ ಗುಡ್ ಈಸ್ ಯುಅರ್ ಹಿಂದಿ?' ಮಾತಂಗಿ ಇದ್ದಕ್ಕಿದ್ದಂತೆ ಕೇಳಿದಳು.

'ನಾಟ್ ಬ್ಯಾಡ್...' ಅಂತಂದೆ. 'ಆಕ್ಚುಅಲೀ ಚೆನ್ನಾಗೇ ಬರುತ್ತೆ... ಅಯಾಮ್ ಕ್ವೈಟ್ ಫ್ಲುಎಂಟ್ ವಿತ್ ಇಟ್...'

'ನನ್ನ ಹಿಂದಿ ಅಷ್ಟಕ್ಕಷ್ಟೆ... ಇಂಗ್ಲಿಷೂ ಅಷ್ಟಕ್ಕಷ್ಟೆ. ಚೆನ್ನಾಗಿ ಬರೋದು ಕನ್ನಡ ಮಾತ್ರ...'

'ಇಷ್ಟು ಚೆನ್ನಾಗಿ ಇಂಗ್ಲಿಷ್ ಬರುತ್ತೆ... ಅಷ್ಟಕ್ಕಷ್ಟೇ ಅನ್ನುತೀಯಲ್ಲ?'

'ವೆಲ್ಲ್... ಇಂಗ್ಲಿಷ್ ಮಾತು ಬರುತ್ತೆ... ವ್ಯವಹಾರಕ್ಕಾಗಿ ಕಲಿತಿದ್ದು... ಓದೋದು ಬರೆಯೋದು ಅಷ್ಟಕ್ಕಷ್ಟೆ...'

'ಸುಮ್ಮನೆ ಸುಳ್ಳಾಡುತಿದ್ದೀ...'

'ಸುಳ್ಳೆಂಥದ್ದೋ, ಐಳ?' ನಕ್ಕಳು. 'ಅಲ್ಲಿ ನೋಡು... ಅಲ್ಲೇನೋ ಬರೆದಿದೆಯಲ್ಲ...' ಎಂದು ಬದಿಯಲ್ಲಿದ್ದ ಕಟ್ಟಡದ ಮೇಲೆ ತೂಗಿದ ಹೋರ್ಡಿಂಗಿನತ್ತ ಬೊಟ್ಟುದೋರಿ, 'ಅದನ್ನ ಓದಕ್ಕೆ ಬರಲ್ಲ... ಐ ನೋ ಇಟ್ ಈಸ್ ಸೋ ಸ್ಟುಪಿಡ್ಡ್... ರಿಟನ್ ಇಂಗ್ಲಿಷ್ ಈಸ್ ವೆರಿ ವೆರಿ ಸ್ಟುಪಿಡ್ ರೈಟ್?' ಅಂತಂದು, ಇಂಗ್ಲಿಷಿನಲ್ಲಿಯ ತನ್ನ ಕೆಲವು ಸ್ಪೆಲಿಂಗ್-ಪ್ರಮಾದಗಳನ್ನು ಜೋಕು ಹೇಳುವಷ್ಟು ತಮಾಷೆಯಾಗಿ ಆಡಿ ನಕ್ಕಳು.

ನಾನೂ ನನ್ನ ಸ್ಕೂಲುದಿವಸಗಳಲ್ಲಿನ ಕಂಡ ಕೆಲವು ಇಂಗ್ಲಿಷ್-ವೈಚಿತ್ರ್ಯಗಳನ್ನು

ಹೇಳಿಕೊಂಡು ನಕ್ಕೆ.

'ಅದು ಸರಿ, ನಿನಗೆ ಏನೇನೆಲ್ಲ ಭಾಷೆ ಬರುತ್ತೆ?' ವಿಚಾರಿಸಿದಳು.

'ಐದು ಭಾಷೆ ಬರುತ್ತೆ... ಹೇಳಿದೆನಲ್ಲ, ನಾನು ಅರ್ಧ ತಮಿಳ, ಅರ್ಧ ಕನ್ನಡಿಗ ಅಂತ... ಕನ್ನಡ-ತಮಿಳು ಚೆನ್ನಾಗಿಯೇ ಬರುತ್ತೆ... ಐ ಕೆನ್ ರೀಡ್ ಅಂಡ್ ರೈಟ್ ದೆಮ್ ಕ್ವೈಟ್ ವೆಲ್ಲ್... ತಮಿಳಿನಲ್ಲಿ ಪದ್ಯ-ಗಿದ್ಯ ಬರೀತೀನಿ. ತಮಿಳು ಚೆನ್ನಾಗಿ ಗೊತ್ತಿದ್ದರೆ ಮಲಯಾಳಂ ತಾನಾಗೇ ಬರುತ್ತೆ... ಇನ್ನು, ನಾನು ಪುಣೆಯಲ್ಲಿ ಇಂಜಿನಿಯರಿಂಗ್ ಮಾಡಿದ್ದು... ಹಾಗಾಗಿ ಮರಾಠಿ ಬರುತ್ತೆ... ಮಾತಾಡೋದು ಕಷ್ಟವಾದರೂ ಅರ್ಥ ಆಗುತ್ತೆ. ಹಿಂದಿ ನಿರರ್ಗಳವಾಗಿ ಬರುತ್ತೆ... ಫೈನಲೀ, ಇಂಗ್ಲಿಷ್ ಇದ್ದೇ ಇದೆಯಲ್ಲ- ಆಡೋಕೂ ಮಾಡೋಕೂ ಬಂದೇ ಬರುತ್ತೆ...'

'ಆಡೋದು ಸರಿ, ಮಾಡೋದು ಅಂದರೆ?'

'ವೆಲ್ಲ್... ಐ ಗಿವ್ ಶೋಸ್... ನಾನೊಬ್ಬ ಅಕಂಪ್ಲಿಷ್ಡ್ ಸಿಂಗರ್... ಹಾಡುತೀನಿ. ಚೆನ್ನಾಗೇ ಹಾಡುತೀನಿ... ಕರ್ನಾಟಿಕ್ ಕಲಿತಿದೀನಿ. ಹಿಂದೂಸ್ಥಾನೀ ಅಷ್ಟಿಷ್ಟು ಬರುತ್ತೆ... ಎರಡು ವರ್ಷ ಬನಾರಸ್‌ನಲ್ಲಿದ್ದು ಧ್ರುಪದದ ಬೆನ್ನು ಹತ್ತಿದ್ದೂ ಇದೆ... ಹಾಗೇ ಕುಕಿಂಗ್ ಈಸ್ ಮೈ ಪ್ಯಾಶನ್. ಚೆನ್ನಾಗಿ ಅಡುಗೆ ಮಾಡುತೀನಿ. ಅಡುಗೆಯ ಡೆಮೋ ಕೊಡುತೀನಿ... ಕರಿ ಅಂಡ್ ಕಲ್ಚರ್ ಅನ್ನೋ ಟೆಲಿವಿಶನ್ ಸೀರೀಸ್ ಪ್ರೊಡ್ಯೂಸ್ ಮಾಡುತಿದೀನಿ...'

'ವಾವ್ವ್...' ಮಾತಂಗಿ ಕಣ್ಣರಳಿಸಿಕೊಂಡು, ನನ್ನನ್ನೂ ನಿಲ್ಲಿಸಿಕೊಂಡು ನಿಂತಳು. ನನ್ನನ್ನೇ ಒಂದು ಕ್ಷಣ ಸದೀರ್ಘವಾಗಿ ನೋಡಿದಳು.

'ಟ್ರಾವೆಲ್ ಬ್ಲಾಗಿಂಗ್ ಮಾಡುತೀನಿ... ಮೈ ಟ್ರಾವೆಲ್ ಈಸ್ ಆಲ್ ಅಬೌಟ್ ಫುಡ್... ಈ ಕುರಿತೇ ನಾನೊಂದು ವೆಬ್ ಸೀರೀಸ್ ಮಾಡಿರೋದು... ಇಂಗ್ಲಿಷನ್ನು ಮಾಡುತೀನಿ ಅಂತಂದಿದ್ದು ಈ ಅರ್ಥದಲ್ಲಿ!'

ಮಾತಂಗಿ ನನ್ನನ್ನು ನೋಡಿಕೊಂಡೇ ನಿಂತಳು. 'ಎಲ್ಲಿ ನಿನ್ನ ಕೈ ಕೊಡು...' ಅಂತಂದು, ತನ್ನ ಎರಡೂ ಅಂಗೈಯೊಳಗೆ ನನ್ನ ಬಲಗೈಯನ್ನು ತಾಳಿ-ಕಣ್ಣಿಗೊತ್ತಿಕೊಂಡು, ಬಳಿಕ ಮುಂಗೈಯನ್ನು ಮುದ್ದಿಸಿದಳು. 'ಆದರೆ ನೀನು ಇನ್ನೊಂದು ಹೇಳಿಕೊಳ್ಳಲೇ ಇಲ್ಲವಲ್ಲ...' ಎಂದು ಸಣ್ಣನೆ ತಗಾದೆಯಿಟ್ಟಳು. ಏನೆಂಬ ಕುತೂಹಲ ತಾಳುವಾಗ, 'ನೀನೊಬ್ಬ ಗತ್ತಿನ ಮೀಸೆಗಾರ ಅಂತ ಹೇಳಲೇ ಇಲ್ಲ...' ಅಂತಲೂ ಹೇಳಿ ನಕ್ಕಳು 'ಒಂದು ಕಾಲಕ್ಕೆ ಕಮಲ್‌ಹಾಸನ್‌ದೊಂದು ಸಿನೆಮಾ ಬಂದಿತ್ತಲ್ಲ, ಸಕಲಕಲಾವಲ್ಲವನ್ ಅಂತ...' ಎಂದು ಮುಂದೇನೋ ಹೇಳಲಿಕ್ಕಿದ್ದವಳನ್ನು, 'ಓಕೆ ಓಕೆ... ಅಷ್ಟೆಲ್ಲ ಹೊಗಳೋದು ಬೇಡ...' ಅನ್ನುತ್ತ ನಕ್ಕೆ. 'ಸದ್ಯಕ್ಕೇನೇ ಇದ್ದರೂ ಕಳೆದ ಸಂಜೆಯಿಂದ ಸಿಕ್ಕಿರುವ ಈ ಅದೃಷ್ಟವನ್ನು ಹೇಗೆ ಒಳಮಾಡಿಕೊಳ್ಳೋದೆಂಬ

ಚಿಂತೆಯಲ್ಲಿ ಕಂಗೆಟ್ಟಿರೋ ದಾಸ ನಾನು!' ಎಂದು ಮನಸಾರೆ ಅನಿಸಿದ್ದು ಹೇಳಿ, ನಾನೂ ಅವಳ ಎರಡೂ ಮುಂಗೈಗಳನ್ನೊಮ್ಮೆ ಮುದ್ದಿಸಿದೆ.

'ಚೆನ್ನಾದ ಮಾತುಗಾರ ಕೂಡ ನೀನು...' ಅನ್ನುತ್ತ ಮಾತಂಗಿ ತನ್ನ ಕೈಗಳನ್ನು ಹಿಂತೆಗೆದುಕೊಂಡಳು. ಒಂದರ್ಥದಲ್ಲಿ ಕೈಕೊಡವಿಕೊಂಡಳೇನೋ... 'ನೀನು ಅದೃಷ್ಟ ಅಂದುಕೊಂಡಿದ್ದು ದುರದೃಷ್ಟವೂ ಆಗಿರಬಹುದಲ್ಲವಾ?' ಅಂತಂದು, ಹಿಂದೆಯೇ ಮುಖವನ್ನು ಆಕಾಶದತ್ತ ತಿರುವಿ ನೆಟ್ಟುನಿಂತಳು.

'ಅಂದರೆ?' ಹೌಹಾರಿಕೊಂಡು ಕೇಳಿದೆ.

ಮಾತಂಗಿ, ಕೆಲಹೊತ್ತು- ಇಡೀ ರಥಬೀದಿಯನ್ನು ಮೇಲಿನಿಂದ ಕವಿದಿದ್ದ ನಕ್ಷತ್ರಖಚಿತ ರಾತ್ರಿಯೊಳಕ್ಕೆ ಊರಿದ ಮೋರೆಯನ್ನು ಕೆಳಗಿಳಿಸಲೇ ಇಲ್ಲ! ಪಿಚ್ಚೆನ್ನಿಸಿತು. ಈ ಹೆಣ್ಣೇಕೆ ಇಷ್ಟು ಒಡಪೊಡಪು ಅಂತನ್ನಿಸಿತು. ನಾನು ಹಿಡಿದ ಕೈಗಳನ್ನು ತಕ್ಷಣ ಹಿಂತೆಗೆದುಕೊಂಡಿದ್ದೂ, ಏನೋ ಹೊಲಸು ಮೆತ್ತಿತೆಂಬಂತೆ ಝಾಡಿಸಿದ್ದೂ- ಇವೆರಡೂ ವಿಚಿತ್ರವೆನ್ನಿಸಿತು. ಅಥವಾ, ನಾನೇ ತಪ್ಪು ಅರ್ಥೈಸಿಕೊಂಡೆನೆ? 'ಏ.. ಏನಾಯಿತು?' ಎಂದು ಕೂಗಿ ಕೇಳಿದೆ. 'ಏನಿಲ್ಲ...' ಎಂದು ಗೋಣೆಳಿಸಿದರೂ ನನ್ನಿಂದಾಚೆ ಮೋರೆಯಿಕ್ಕಿದಳು. ಅವಳ ಕಣ್ಣುಗಳಲ್ಲಿ ಪಸೆಗೂಡಿದ್ದು ಚೆನ್ನಾಗಿ ಕಂಡುಬಂತು. 'ಏನಾಯಿತು, ಮಾತಂಗಿ? ಡಿಡ್ ಐ ಸೇ ಸಮ್ತಿಂಗ್ ರಾಂಗ್?' ಸಮಾಧಾನಿಸುವ ಹಾಗೆ ಕೇಳಿದೆ.

'ಏನಿಲ್ಲ ಬಿಡು... ನನ್ನದೇ ಒಂದು ಕತೆ... ನತದೃಷ್ಟದ ಕತೆ... ಈಗೇಕೆ ಅದೆಲ್ಲ? ಬಿಟ್ಟುಬಿಡು...' ಅನ್ನುತ್ತ, ಮರುಕ್ಷಣಕ್ಕೆಲ್ಲ ಮೋರೆಯಲ್ಲಿ ನಗು ತುಳುಕಿಕೊಂಡು, 'ಲೆಟ್ಸ್ ಗೋ...' ಅಂತಂದಳು.

'ಅಯಾಮ್ ಸ್ಸ್ ಸ್ಸಾರೀ...' ಅಂತಂದು ನಡೆಯತೊಡಗಿದೆ.

'ಸ್ಸಾರೀ ಯಾತಕ್ಕೆ, ಐಳಾ? ಏನನ್ನೂ ಹೇಳಿಕೊಳ್ಳೋ ಸ್ಥಿತಿಯಲ್ಲಿ ನಾನಿಲ್ಲ... ಸದ್ಯಕ್ಕೆ ಗೊತ್ತುಗುರಿಯಿಲ್ಲದೆ ಇರೋಳು, ನಾನು... ಹೇಳಿದೆನಲ್ಲ, ಐ ಜಸ್ಟ್ ಇಂಟೆಂಡ್ ಡುಇಂಗ್ ಸಮ್ತಿಂಗ್ ದಟ್ ಐ ಹ್ಯಾವ್ ನೆವರ್ ಡನ್ ಟಿಲ್ ನವ್ವ್...'

'...'

'ಹೇಳುತೀನಿ- ನಡಿ... ಈ ರಾತ್ರಿ ನೀನು ತಾನೇ ನನ್ನ ಜೊತೆಗಾರ!'

'...'

'ಹೆದರಿಕೋ ಬೇಡವೋ, ಹುಡುಗ... ನಾನೇನು ನಿನ್ನ ಕಚ್ಚಿ ತಿಂದುಬಿಡಲ್ಲ...' ಥಟಕ್ಕನೆ ಮೋರೆಯಲ್ಲಿ ನಗು ತಂದುಕೊಂಡು ಹೇಳಿದಳು.

'ಏನೂಂತ ಹೇಳಬಾರದಾ? ಪ್ಲೀಸ್...'

'ಸದ್ಯಕ್ಕೆ ಆ ಮಾತು ಬೇಡ... ಜಗನ್ನಾಥನ ಸನ್ನಿಧಿಯಲ್ಲಿ ಅಂತಂದೆಯಲ್ಲ,

ಅವಕಾಶವಾದರೆ ಅಲ್ಲಿ ಹೇಳುತೀನಿ...'

'ಸರಿ... ಐ ವೋನ್ಟ್ ಇನ್ಸಿಸ್ಟ್...'

ಮಾತಂಗಿ ಮತ್ತೊಮ್ಮೆ ನನ್ನ ಬಗಲು ಬಳಸಿದಳು. ಈ ಸರ್ತಿ ನನಗೇಕೋ ಚೆನ್ನನಿಸಲಿಲ್ಲ. ಕೊಸರಿಕೊಳ್ಳಬೇಕೆನಿಸಿತಾದರೂ ಸಹಿಸಿಕೊಂಡೆ. ಕಡೆಗೂ ಮಿಥುನಕ್ಕೆ ತೊಡಗಿದ ಸರ್ಪಗಳ ಹಾಗೆ- ಒಬ್ಬರಿಗೊಬ್ಬರು ಮೊಣಕೈ ಬೆಸೆದುಕೊಂಡು ಮುನ್ನಡೆದೆವು. ನಡುವೆ ಕೆಲಕಾಲ ಮೌನ ಮಿಕ್ಕಿತು.

14

ಒಂದರ್ಥದಲ್ಲಿ ಮೌನ ಮಿಕ್ಕಿತೆಂಬುದೂ ಸುಳ್ಳೇನೇ. ಮನಸೊಳಗೆ ಹತ್ತೆಂಟು ಮಾತು ಹುಟ್ಟಿದವು. ಒಂದನ್ನೊಂದು ಬೆನ್ನಟ್ಟಿಕೊಂಡವು. ಆಡಿದವು. ಅಟ್ಟಾಡಿದವು. ಪರಸ್ಪರ ಕೇಳಿಕೊಂಡವು. ಕೆಣಕಿಕೊಂಡವು. ಮಾತಂಗಿ, ಆಗಷ್ಟೇ ಹೇಳಿದ ಮಾತುಗಳೆಲ್ಲ ನನ್ನೊಳಗೆ ಮರುದನಿದು ಬಂದವು. ಗೊತ್ತುಗುರಿಯಿಲ್ಲದೆ ಇರುವವಳೆಂದು ಪದೇ ಪದೇ ಹೇಳುವಳಲ್ಲ, ಹೀಗಂದರೇನು? ಈ ತನಕ ಮಾಡದ್ದನ್ನು ಮಾಡುತ್ತೇನೆಂದರೆ? ಅದಿರಲಿ... 'ಈ ರಾತ್ರಿ ನೀನೇ ನನ್ನ ಜೊತೆಗಾರ' ಎಂದಿನ್ನೊಂದು ವಿಶೇಷ ಸಂಗತಿಯನ್ನು ಹೇಳಿದ್ದು ಸುಳ್ಳೇ? ಅದು ಸತ್ಯವೇ? ಈ ಮಾತಿನ ಅರ್ಥವೇನು? ಇದಕ್ಕೆ ಲೈಂಗಿಕ ಪರಿಭಾಷೆಯಿತ್ತು ನೋಡುವುದೇ? ಹಾಗಿದ್ದಲ್ಲಿ, ನಾನು ಮುತ್ತಿಕ್ಕಿದ ಕೈಗಳನ್ನೇಕೆ ಕೊಡವಿಕೊಂಡಳು? ಅಂದರೆ ಅಲೈಂಗಿಕವೇ ಇದ್ದೀತು... ಇದನ್ನು ಬರೇ ಸ್ನೇಹವೆಂದು ಬಗೆಯಲಿಕ್ಕೆ, ನಮ್ಮಿಬ್ಬರದೇನು ವರ್ಷಾಂತರದ ಗುರುತೇ? ಪರಿಚಯವೇ? ಇವಳೇನೆಂದು ನನಗೂ, ನಾನೇನೆಂದು ಇವಳಿಗೂ- ಅಥವಾ ಒಬ್ಬರಿಗೊಬ್ಬರು ಅಂತ ಎಷ್ಟು ಗೊತ್ತು? ಹೀಗಿರುವಾಗ ಯಾಕೆ ಪದೇ ಪದೇ ಬಗಲು ಬಳಸುತ್ತಾಳೆ? ಅಂಟಿಕೊಳ್ಳುತ್ತಾಳೆ? ಯಾಕೆ ಈ ಪರಿ ಕೈಹಿಡಿದು ನಡೆಯುತ್ತಾಳೆ? ಈ ಪರಿಯ ಸ್ಪರ್ಶವು ನನ್ನೊಳಗೆ ಹುಟ್ಟಿಸುವ ಉದ್ದೀಪನವನ್ನು ಏನನ್ನುವುದು? ಏನೆಂದು ವಿಶ್ಲೇಷಿಸುವುದು? ಅಲ್ಲ... ನನ್ನ ಮೈಮನಸಿನಲ್ಲಿನ ರಸ-ರಸಾಯನವು ಮುಂದಿಕ್ಕಿ ಕೆಣಕುವ ಚೋದಕ್ಕೇನನ್ನುವುದು? ಚೋದ್ಯ ತಾನೇ? ಅಥವಾ ಪ್ರಲೋಭನೆಯೇ? ಪ್ರಚೋದನೆಯೇ? ಮುಂದುವರೆ ಮುಂದುವರೆ... ಎಂದು ಹೇಳದೆಯೂ ಹೇಳುತ್ತಿರುವ ಬಗೆಯೇ? ತಿಳಿಯದಾದೆ!

ಯೋಚಿಸಿ ಯೋಚಿಸಿ ಕಂಗೆಟ್ಟೆ.

ಇಷ್ಟಿದ್ದೂ, ಇಬ್ಬರೂ ಕೈ-ಕೈ ಬೆಸೆದುಕೊಂಡು ಮುನ್ನಡೆದು ಬಂದಿದ್ದು ನನ್ನ ಮಟ್ಟಿಗೆ ವಿಚಿತ್ರವೇ ಇದ್ದಿತು. ಈ ನಡುವೆ ನನ್ನೊಳಗೂ- ಮನಸೊಂದು ಮೈಯೊಂದು ಆಗಿ,

ನನ್ನತನವೇ ವಿಭಜಿಸಿಕೊಂಡಿತೋ ಹೇಗೆ? ಹೌದು... ಮೈಯೂ ಮನಸೂ ಬೇರೆ ಬೇರೆಯೆಂದು ಬಗೆಯಬಹುದೇ? ಅಥವಾ, ಕಡು ಮಾನುಷವಾದ ನಡೆನುಡಿಗಳನ್ನು ಸರಿ–ತಪ್ಪುಗಳೆಂದು, ನಿಖರ–ನಿಗದಿಗಳುಳ್ಳ ಎರಡಾಗಿ ವಿಂಗಡಿಸಿಡಬಹುದೇ? ಈ ಪರಿಯ ಪಂಗಡ ಕಟ್ಟುವುದರ ಬಾಧ್ಯತೆಯಾದರೂ ಏನು? ಬಾಧ್ಯಸ್ಥಿಕೆ ಯಾರದು? ನನ್ನ 'ಸರಿ'ಯು ಇವಳಿಗೆ ತಪ್ಪಾಗಬಹುದೇ? ಹಾಗೇ ಇವಳ 'ತಪ್ಪು' ನನಗೆ ಸರಿಯಿರಬಹುದಷ್ಟೆ? ಅಂದಮೇಲೆ ಈ ಜಗತ್ತಿನಲ್ಲಿರುವ ಒಳಿತು–ಕೆಡಕಷ್ಟೂ ಆಯಾ ಸಂದರ್ಭವನ್ನು ಆಧರಿಸಿ ಹಚ್ಚಿದ ತತ್ಕಾಲೀನ ನಿಲುವಲ್ಲವೇ? ಇವೆಲ್ಲವೂ ನೋಡುವ ಕಣ್ಣಿಗೆ ತಕ್ಕಂತುಂಟಾದ ಬಗೆ ತಾನೇ? ಅಂದರೆ ಕಣ್ಬಗೆಯಲ್ಲವೇ?

ಇಲ್ಲೊಂದು ಅತ್ಯಸಂಬದ್ಧ ಸಂಗತಿಯನ್ನು ಹೇಳುವುದಾದರೆ, ನನ್ನನ್ನು ಉಂಟುಮಾಡಿದ ಕರ್ತಾರಿಕೆಯು ಏನೇನೆಲ್ಲ ನನ್ನಲ್ಲಿ ಹೂಡಿಟ್ಟಿದೆ ಗೊತ್ತೆ? ಇಟ್ಟುಕೋ ಎಂದು ಇದ್ದಬದ್ದ ಪ್ರಭೆ–ಪ್ರತಿಭೆಯನ್ನೆಲ್ಲ ಕಟ್ಟಿ ಕಟ್ಟಿ ಅಟ್ಟಿದೆ... ಹೇಳಿದೆನಲ್ಲ– ನನಗೆ ಹಾಡು ಗೊತ್ತು. ಸಾಹಿತ್ಯ ಗೊತ್ತು. ಸಂಗೀತ ಗೊತ್ತು... ಅಡುಗೆ ಗೊತ್ತು... ಇವೆಲ್ಲವುಗಳ ಬಗ್ಗೆ ಆಡುವುದು ಗೊತ್ತು... ಎಲ್ಲಕ್ಕಿಂತ ಭಾಷೆ ಚೆನ್ನಾಗಿ ಗೊತ್ತು. ನನ್ನ ಮಟ್ಟಿಗೆ ಈ ಜಗತ್ತನ್ನು ಕಟ್ಟಿರುವುದೇ ಭಾಷೆ. ಪುರಿಯ ಜಗನ್ನಾಥನನ್ನು ಹುಟ್ಟಿಸಿದ್ದೂ ಭಾಷೆಯೇ... ಈ 'ಜಗನ್ನಾಥ' ಎಂಬುದೇ ಒಂದು ಅದ್ಭುತ ಕಲ್ಪನೆಯಷ್ಟೆ? ಲೋಕ ಕಾಯಲಿಕ್ಕೊಂದು ದೇವರಿದೆಯೆಂಬುದೇ ಒಂದು ನಂಬಿಕೆ. ಭಾಷೆಯು ಉಂಟುಮಾಡಿದ ನಂಬಿಕೆ...

ಇರಲಿ.. ವಿಷಯ ಇನ್ನೊಂದಾಗಿ ಬೆಳೆಯಿತನಿಸಿದರೆ ಕ್ಷಮೆ ಇರಲಿ. ಈ 'ಕಣ್ಬಗೆ' ಎಂಬ ಪದವು ನನ್ನಲ್ಲುಂಟಾಯಿತಲ್ಲ– ಅದಕ್ಕೆ ಮನಸೋತುಕೊಂಡು ಇನ್ನೇನೇನೋ ಹೇಳಿದೆ. ಅಸಲಿನಲ್ಲಿ, ನನ್ನ ಅಪ್ಪ ಹೇಳುವ ಪ್ರಕಾರ– ನನ್ನ ಜಾಯಮಾನವೇ ಇಷ್ಟು. ಯಾವುದನ್ನೂ ಅಂದರೆ ಯಾವುದೇ ಒಂದನ್ನು ಗಟ್ಟಿಯಾಗಿ ಹಿಡಕೊಳ್ಳಬಲ್ಲ ಮನುಷ್ಯನೇ ನಾನಲ್ಲವಂತೆ... ಒಂದರ ಕುರಿತಾಡುವಾಗ ನಡುವೇನೋ ಸಿಕ್ಕಿತೆಂದು– ಹೀಗೆ ಅಚಾನಕು ಸಿಕ್ಕಿದ್ದರ ಬೆನ್ನುಹತ್ತಿ ಮೊದಲನೆಯದನ್ನು ಮರೆಯುತ್ತೇನಂತೆ... 'ಇದಕ್ಕೇ ನೀನು ಮೂವತ್ತೆರಡಾದರೂ ಬದುಕಿನಲ್ಲೊಂದು ನೆಲೆ ಕಂಡಿಲ್ಲ, ಮಗನೇ...' ಎಂದು ಅಪ್ಪ, ಇತ್ತಿತ್ತಲಾಗಿ ಅವಕಾಶ ಸಿಕ್ಕಾಗಲೆಲ್ಲ ಹೇಳುತ್ತಾರೆ... ಇರಲಿ. ವಾಪಸು ಮಾತಂಗಿಯ ಸಂಗತಿಗೆ ಬರುತ್ತೇನೆ. ಆದರೆ, ಈ 'ಕಣ್ಬಗೆ'ಯೆಂಬುದನ್ನು ಬಿಟ್ಟುಬಿಡುವುದು ಹೇಗೆ? ಕಣ್ಬಗೆಯೆಂದರೆ ಇಂಗ್ಲಿಷಿನಲ್ಲಿ 'ವ್ಯೂಪಾಇಂಟ್' ಅನ್ನುತ್ತಾರಲ್ಲ, ಅದೇ? ಅದಕ್ಕೆ ಸಮಸಮವೇ? ತತ್ಸಮವೇ? ಥತ್... ಹಾಳಾಗಿ ಹೋಗಲಿ...

'ಕರಾವಲಂಬ–ಸ್ತುತಿ ಅಂತಂದೊಂದಿದೆ, ನಿನಗೆ ಗೊತ್ತಾ?' ನಡಿಗೆಯ ನಡುವೆ ಕೈತಪ್ಪಿದಾಗಲೆಲ್ಲ– ವಾಪಸು ಹೊಂಚಿ ಹಿಡಿಯುವ ಮಾತಂಗಿಯನ್ನು ಸುಮ್ಮನೆ ಕೇಳಿದೆ. 'ಇಲ್ಲ... ಏನದು?' ಎಂದು ಕೇಳಿದವಳು, 'ನೀನು ಬಲು ಪ್ರತಿಭಾವಂತ

ಕಣಯ್ಯ... ಏನೇನೆಲ್ಲ ನಿನಗೆ ಗೊತ್ತು!' ಎಂದೊಂದಿಷ್ಟು ಹೊಗಳಿ– ಶೂಲಕ್ಕೇರಿಸಿ, 'ಸರಿ... ಈಗ ಹೇಳು...' ಎಂದು ಹೇಳಿದಳು.

'ಕರಾವಲಂಬ ಅಂತಂದರೆ ಕೈಯಿಗೆ ಆಧಾರವನ್ನು ಕೊಡು ಅನ್ನುವ ಅರ್ಥ. ಅವಲಂಬಿಸು ಅನ್ನೋ ಪದ ಗೊತ್ತಲ್ಲವಾ? ಆ ನೆಲೆಯಲ್ಲಿ ಇದನ್ನು ನೋಡು... ಅರ್ಥವಾಗುತ್ತೆ...'

'ಹ್ಞಾಂ... ಕರಾವಲಂಬ ಅಂದರೆ ಕೈಹಿಡಿದು ಮುನ್ನಡೆಸು ಅನ್ನುವ ಅಂತಲಾ?'

'ಯೆಸ್... ಒಂದು ರೀತಿಯಲ್ಲಿ ಹಾಗೇ... ದುರ್ಬಲನಾದ ನನ್ನನ್ನು ಕೈಯಾನಿಸಿ ಸಂತೈಸು ಅನ್ನೋದು ಸೂಕ್ತ ಅನಿಸುತ್ತೆ...'

'ಓ ಹಾಗಾ? ಕನ್ನಡದಲ್ಲಿ ಒಂದು ಹಾಡಿದೆಯಲ್ಲ– ಕರುಣಾಳು ಬಾ ಬೆಳಕೆ– ಕೈಹಿಡಿದು ನಡೆಸೆನ್ನನು ಅಂತ... ಕೇಳಿದ್ದೀಯಾ?'

'ವೆಲ್... ಅದು ಇಂಗ್ಲಿಷಿನ ಇನ್ನೊಂದು ಹಾಡಿನಿಂದ ಹುಟ್ಟಿದ್ದು... ಒಂದರ್ಥದಲ್ಲಿ ಅನುವಾದ ಅನ್ನೋದಕ್ಕಿಂತ ಅನುಸರಣೆ... ಆದರೆ ಕರಾವಲಂಬ ಅನ್ನೋ ಪದವನ್ನು ಕೇಳಿಸಿಕೋ... ಎಷ್ಟು ಚೆನ್ನಾಗಿದೆ ಅಲ್ಲವಾ?'

'ಏನೋ ಸ್ತುತಿ ಅಂದೆಯಲ್ಲ– ಅದರಲ್ಲಿ ಹೇಗೆ ಬರುತ್ತೆ, ಹೇಳು...'

'ಸರಿಯಾಗಿ ನೆನಪಿಲ್ಲ... ಶ್ರೀಮದ್ಪಯೋನಿಧಿನಿಕೇತನ ಚಕ್ರಪಾಣೇ ಅಂತೇನೋ ಸುರುವಾಗುತ್ತೆ... ಲಕ್ಷ್ಮೀನೃಸಿಂಹ ಮಮ ದೇಹಿ ಕರಾವಲಂಬಂ ಎಂದು ಕೊನೆಗೊಳ್ಳುತ್ತೆ...'

'ವ್ವಾವ್... ಮಮ ದೇಹಿ ಕರಾವಲಂಬಂ... ಎಷ್ಟು ಚೆನ್ನಾಗಿದೆ... ಈಗ ನೆನಪಾಯಿತು. ನಾನೂ ಇದನ್ನ ಕೇಳಿದ್ದೀನಿ...' ಎಂದು ಹೇಳಿದ ಮಾತಂಗಿ, 'ಅದು ಸರಿ, ಐಳ... ಇದ್ದಕ್ಕಿದ್ದ ಹಾಗೇ ಇದೇಕೆ ನಿನಗೆ ನೆನಪಾಯಿತು?' ಎಂದು ಕೇಳಿದಾಗ, ನಾನು ನೇರವಾಗಿ ಉತ್ತರಿಸದೆ– ಸುಮ್ಮಗೆ ಮುಸುಡಿ ಕೊಂಕಿಸಿ ನಕ್ಕೆ. 'ಐಳ... ಡೋಂಟ್ ಡು ದಿಸ್... ಪ್ಲೀಸ್, ಯಾಕೇಂತ ಹೇಳು...' ಒತ್ತಾಯಿಸಿದಳು. ನಾನು ನಗು ಮುಂದುವರೆಸಿದೆ. 'ಗೊತ್ತಾಯಿತು ಬಿಡು... ನಿನ್ನ ಕೈ ಹಿಡಕೋತಿದೀನಿ ಅಂತಲಾ? ಹೋಗೋಲೋ... ನಾನು ಹಿಡಕೋತಿರೋದು ನೀನೆಲ್ಲಿ ಕೈತಪ್ಪಿ ಹೋಗುತೀಯೋ ಅಂತ... ನಿನ್ನನ್ನು ಅವಲಂಬಿಸೋಕಲ್ಲ... ನಾನು ಯಾರನ್ನೂ ಅವಲಂಬಿಸಿದೋಳಲ್ಲ– ಗೊತ್ತಾ?' ಎಂದು ಹೇಳಿ ನಕ್ಕಳು. ಆಗ ನಾನು, ಬಲು ನಾಟಕೀಯವಾಗಿ– 'ಗೊತ್ತು!' ಅಂತಂದೆ.

'ಹೇಗೆ?'

'ಈಗಷ್ಟೇ ನೀನೇ ಹೇಳಿದೆಯಲ್ಲ...' ಎರಡೂ ಕೈಗಳಿಂದ ನನ್ನ ಮೀಸೆಯ ಎರಡೂ ಕಡೆಗಳನ್ನು ಒಮ್ಮೆಗೇ ತಿರುವಿ ನಗತೊಡಗಿದೆ.

ಮಾತಂಗಿಯೂ ನಕ್ಕಳು. ನಗುನಗುವ ನಡುವೆಯೇ, ತಾನೂ ತನ್ನ ಮುಸುಡಿಯಲ್ಲಿ ಕೈಯಿಕ್ಕಿಕೊಂಡು– ತನ್ನ ಹೆಣ್ಣುಮೋರೆಯಲ್ಲಿ 'ಇದ್ದಿರದ' ಮೀಸೆಯನ್ನು ತಿರುತಿರುವುವ ಹಾಗೆ ನಟಿಸಿದಳು. 'ನೀನು ಭೀಮನೋ, ಬಲರಾಮನೋ ಆಗಿರಬೇಕಿತ್ತು, ಕಣೋ...' ಎಂದು, ನನ್ನನ್ನೇ ಏಕತ್ರ ನೋಡಿಕೊಂಡು ಸುಮ್ಮನಾದಳು. ಈ ನಡುವೆ, ಇನ್ನೇನೋ ಹೊಳೆಯಿತೆಂಬಂತೆ, 'ಐಳ ಐಳ... ಒನ್ನಿಮಿಷ ನಿಂತುಕೋ... ನಾನೊಂದು ಕೇಳಲಾ?' ಅಂತಂದು, ಕೆಲವು ಕ್ಷಣಗಳಷ್ಟು ಮಾತು ನಿಲ್ಲಿಸಿದಳು. 'ಏನು ಗೊತ್ತಾ? ನೀನು ನನಗೆ ಸಾಥು ಕೊಡುತೀಯಾ?' ಎಂದು ಬಲು ನಿಸ್ಸೀಮ ಘನಗಂಭೀರವಾಗಿ ಕೇಳಿದಳು.

ಆಶ್ಚರ್ಯವಾಯಿತು! ನನ್ನನ್ನು ಅಣಕಿಸಿ ಹಾಸ್ಯಕ್ಕೆ ತೊಡಗಿದವಳು, ಇದ್ದಕ್ಕಿದ್ದಂತೆ ಗಂಭೀರವಾಗುವುದೆಂದರೆ?

'ಏನು ಹಾಗಂದರೆ?' ಕೇಳಿದೆ.

'ಸಿಂಪಲ್... ನನ್ನದೊಂದು ಅಜೆಂಡಾ ಇದೆ... ಹೇಳು ಸಾಥ್ ಕೊಡುತೀಯಾ?'

'ಬಲು ವಿಚಿತ್ರಾಮ್ಮ ನೀನು... ಏನನ್ನೂ ಸರಿಯಾಗಿ ಹೇಳುತಾನೇ ಇಲ್ಲ!'

'ಎಷ್ಟು ಸಲ ಹೇಳೋದೋ... ಈವರೆಗೆ ಮಾಡದ್ದನ್ನು ಮಾಡೋಳಿದೀನಿ ಅಂತ... ಹೇಳು– ಕೈ ಮಿಲಾಯಿಸುತೀಯಾ...'

ಹೀಗೆ ಹೇಳಿ, ತನ್ನ ಬಲಗೈ ಮುಂದೆ ಚಾಚಿದ ಮಾತಂಗಿ ಎಷ್ಟು ಚೆನ್ನಾಗಿ ಕಂಡಳೆನಿಸಿದರೆ... ಆಹಾ... ಆ ಸಂಗತಿಯನ್ನು ಮಾತಿನಲ್ಲಿ ಹೇಳುವುದು ಕಷ್ಟ! ಅತಿದೂರದಲ್ಲಿ ಮಿನುಗುವ ಆಕಾಶಕಾಯವೊಂದು ತನ್ನೆಲ್ಲ ಮಿಣುಕುಸಹಿತ ಧರೆಗಿಳಿದು ಬಂದಂತನ್ನಿಸಿತು. ಸುತ್ತಲೂ ಮಸುಕಿದ್ದ ಮಬ್ಬುಗತ್ತಲಿನ ನಡುವಿನ ಬೆಳಕೇ ತಾನೆನ್ನುವ ಹಾಗೆ– ಆಲ್ಮೋಸ್ಟ್ ಮಿಂಚುಹುಳವೊಂದರ ಸ್ವಯಂದ್ಯುತಿಯೆಂಬಂತೆ ಫಳಫಳನೆ ಮಿರುಗಿದಳು. ತಕ್ಷಣ ಅವಳ ಕೈಹಿಡಿದು 'ಯೆಸ್ಸ್...' ಅಂತಂದೆ. 'ನಿಜವಾಗಿ?' ಅನ್ನುತ್ತ ಮತ್ತೆ ಮತ್ತೆ ಬೆಳಕು ಹೊಮ್ಮಿದಳು.

'ಯೆಸ್ಸ್ ಯೆಸ್ಸ್ ಅಂಡ್ ಯೆಸ್ಸ್...' ಎಂದು ತ್ವರಿತವಾಗಿ ಹೇಳಿ, ಅದೇ ರಭಸದ ನಡುವೆ– ಎರಡೂ ಕೈಗಳಿಂದ ಅವಳ ಮೋರೆಯನ್ನು ಅನಾಮತ್ತನೆ ಬಾಚಿಕೊಂಡು, ಮೆಲ್ಲಗೆ ತುಟಿಗಳನ್ನು ಚುಂಬಿಸಿಬಿಟ್ಟೆ!

ಹೌದು... ಒಂದೆರಡು ಕ್ಷಣವಷ್ಟೆ... ಎಣಿಕೆ ಹಚ್ಚಿದ್ದಾದರೆ ಬರೇ ನಾಲ್ಕಾರು ಸರ್ತಿ ಕಣ್ಮಿಟುಕುವ ಗಡುವು ಅಷ್ಟೇ!

ಈ ಸರ್ತಿ ಮಾತಂಗಿ ಹಿಂಜರಿಯಲಿಲ್ಲ. ಹಿಮ್ಮೆಟ್ಟಲಿಲ್ಲ. ಒಲ್ಲೆನ್ನಲಿಲ್ಲ... ಸೈ ಅನ್ನಲೂ ಇಲ್ಲ. ಇನ್ನು, ನನ್ನ ಗಡ್ಡ–ಮೀಸೆಯ ಚೂಪುಚೂಪನೆ ಮುಳ್ಳುಗಳು ಅವಳ ಮೋರೆಯಲ್ಲೆಲ್ಲ ಹೊರಳಿ ತಿವಿದವಾದರೆ ನವಿರಾದ ಚಾಮರ ತೀಡಿತೆಂಬಂತೆ... ಸುಮ್ಮನೆ ಮುಖವೊಡ್ಡಿಕೊಂಡು, ಏನೂ ಆಡದೆ ಮಾಡದೆ ಸುಮ್ಮನಿದ್ದಳು! ಹಿಂದೊಮ್ಮೆ

ಹೇಳಿದೆನಲ್ಲ– ಸುಮ್ಮನೆ ಅಂದರೆ ಸುಮ್ಮನವೆಂದು! ಸುಮ್ಮಾನವೆಂದು! ಹಾಗೇ ನಿಜಕ್ಕೂ ಸುಮ್ಮನೆ ಉಳಿದಳು.

ಆ ಹೊತ್ತಿನಲ್ಲಿ, ಇಡೀ ರಥಬೀದಿಯು ತನ್ನೆಲ್ಲ ಝಗಮಗದ ಸಡಗರದ ಸಹಿತ ನಮ್ಮಿಬ್ಬರ ಸುತ್ತಲೇ ಹೆಪ್ಪಿಕೊಂಡಂತನ್ನಿಸಿತು. ಹಾಗೇ ಸ್ತಬ್ಧಯಿಸಿತೇನೋ... ಇನ್ನು, ಹೊತ್ತೆಂಬ ಹೊತ್ತೂ ಘನೀಭವಿಸಿತೋ ಹೇಗೆ?

ಹೌದು... ಕೆಲವೇ ಕ್ಷಣ. ಕೆಲವೇ ಕೆಲವು ಕ್ಷಣ! ನಾಲ್ಕಾರು ಸರ್ತಿ ಎವೆಯಿಕ್ಕುವಷ್ಟೇ ಕ್ಷಣ ಮಾತ್ರ!

ಎಂತಹ ಪವಾಡವಾದರೂ ಕ್ಷಣಿಕವಷ್ಟೆ? ಮಹಿಮೆಯೆಂಬ ಮಹಿಮೆಗೂ ಕೋಲ್ಮಿಂಚು ಫಳಿಸುವಷ್ಟು ಎಣಿಕೆ ತಾನೇ?

ಇದ್ದಕ್ಕಿದ್ದಂತೆ ಯಾರೋ ಕರೆದಂತಾಯಿತು. ಅನಾಮತ್ತನೆ ಬೇರ್ಪಟ್ಟೆವು!

ಮಾತಂಗಿಯಂತೂ, ನನ್ನ ಮುಖರೋಮದ ಕೂರುಗಳು– ತನ್ನ ತೆಳ್ಳಬೆಳ್ಳನೆ ಮೋರೆಯನ್ನು ಕಲಕಿ ಕೆಂಪೇರಿಸಿದ್ದರ ಸಮ–ಸಮೇತವೇ ಅವಾಕ್ಕು ತಾಳಿ ನಿಂತಳು!

15

ಯಾರೋ ಕರೆದಂತಾಯಿತು ಅಂದೆನಲ್ಲ, ನಿಜವೇ? ಭ್ರಾಂತೇ? ಕನಸೊಳಗಿನ ಕರೆಯೇ? ಮೊರೆಯೇ?

ಕರೆದಿದ್ದಂತೂ ದಿಟವೇ! ನಿಜವನ್ನು ಬಸಿದು ಸೋಸಿ, ಒಳಗಿನಿಂದ ನಿಜವನ್ನೇ ಹೆಕ್ಕಿದಷ್ಟು ನಿಜವೇನೇ!

ಕರೆದಿದ್ದು ಏನನ್ನು? ಮತ್ತು ಯಾರನ್ನು?

ಎಂಥದೋ 'ಇಂದೀವರೆ' ಎಂಬ ಹೆಸರು. ನಾನು ಈವರೆಗೆ ಕೇಳಿದ್ದಿರದ ಹೆಸರು... ಇಂದೀವರೆಯೆಂದರೆ ಚಂದ್ರದೆದುರು ಅರಳುವ ತಾವರೆ ಎಂಬ ಅರ್ಥವಂತೆ... ಅಂದರೆ ನೈದಿಲೆ! ಭಾಷೆಯೆಂಬ ಭಾಷೆಯು ಕಟ್ಟಬಲ್ಲ ಚಮತ್ಕಾರ ತಾನೇ ಇದು?

'ಅದು ಸರಿ... ಈ ಇಂದೀವರೆ ಯಾರು?' ಕೇಳಿದೆ.

ಮಾತಂಗಿ, ತಕ್ಷಣವೇ ಕೊಂಚ ಹಿಂತೆಗೆದುಹೋದಳು! 'ಅಯ್ಯೋ ಬಿಡು... ಇದು ನನಗೆ ಇದ್ದಿದ್ದೇ...' ಎಂದು ಕಸಿವಿಸಿಯ ನಡುವೆ ಹೇಳಿದಳು. 'ಆ ಹೆಸರಿನ ಒಬ್ಬಳು ಇದ್ದಾಳೆ... ಶೀ ಈಸ್ ಎ ಸೆಲೆಬ್ರಿಟಿ. ಕನ್ನಡದಲ್ಲಿ ದೊಡ್ಡ ರೇಜ್! ನಾನು ಅವಳ ಥರಾನೇ ಇದ್ದೀನಂತೆ... ಹಾಗಾಗಿ ನೋಡಿದವರೆಲ್ಲ ನಾನೇ ಅವಳು ಅಂತ ಹುಡುಕ್ಕೊಂಡು ಬರುತಾರೆ...'

ನಾನೂ ಆಶ್ಚರ್ಯದಿಂದ ಹಿಮ್ಮೆಟ್ಟಿ ನಿಂತೆ!

ಇದೇನು ನಿಜವೇ? ಭ್ರಮೆಯೇ? ಕನಸೊಳಗಿನ ಮಿಂಚೇ? ಸಂಚೇ? ಸಂಚಕಾರವೇ?

'ನಿಜ ಹೇಳು... ನೀನೇ ಅವಳಾಗಿರಬಹುದಲ್ಲವೇ?'

ಮಾತಂಗಿ ನಗತೊಡಗಿದಳು. ನಕ್ಕಿದ್ದೇಕೋ ಕುಹಕವೆನ್ನಿಸಿತು.

'ಯಾಕೆ ನಗುತಿದ್ದೀ? ಹೇಳು...' ಕೊಂಚ ಗದರಿದೆ.

'ವೆಲ್ಲ್... ಡಸ್ ಇಟ್ ಮೇಕ್ ಎನಿ ಡಿಫರೆನ್ಸ್?'

'ಅಂದರೆ?'

'ಹೇ ಐಳ... ನಾನು ಹೇಳೋದು ಕೇಳು... ನಿನ್ನೊಡನೆ ಏನು ಮುಚ್ಚುಮರೆ? ಈ ರಾತ್ರಿಯ ಜೊತೆಗಾರ ನೀನು... ಹೂ ನೋಸ್ ಇಫ್ ದೇರ್ ಈಸ್ ಎ ಟುಮಾರೋ ಫಾರ್ ಅಸ್!' ಅನ್ನುತ್ತ ಮತ್ತೆ ನನ್ನನ್ನು ಅಪ್ಪಲಿಕ್ಕೆ ಬಂದಳು.

ಹಿಂದೆ ಸರಿದು ನಿಂತೆ! ಗರಗರಗರನೆ ಭ್ರಮಿಸಿದೆ!

ಈ ಹೆಣ್ಣು ಹೀಗೆ ಹೇಳಿದ್ದೇ ನನಗೆ ಇನ್ನಿಲ್ಲದ ಸಿಟ್ಟುಬಂತು. ಕಂಬವನ್ನೊಡೆದು ಬಂದ ದೇವರಷ್ಟು ವ್ಯಗ್ರನಾಗಿ ಹೋದೆ! ಕೂಡಲೆ, ಚಂಡಿ ಹಿಡಿದ ಮಗುವು ಒಲ್ಲದ ಆಟಿಕೆಯನ್ನು ಬಿಸುಟಿ ಮುನ್ನಡೆಯುವ ಹಾಗೆ, ಅವಳನ್ನು ಇದ್ದಲ್ಲೇ ಕೈಬಿಟ್ಟು ಕೊಡವಿ ಒಬ್ಬನೇ ನಡೆಯತೊಡಗಿದೆ. ಅವಳತ್ತ ಹಿಂತಿರುಗಿಯೂ ನೋಡಲಿಲ್ಲ. ಸರಭರ ಸರಭರ ಹೆಜ್ಜೆಯಿಕ್ಕಿದೆ. ಆದರೆ ಯಾಕೋ ಕಾಣೆ, ಕಾಲಲ್ಲಿ ಸೋಲು ಬಂದಂತನ್ನಿಸಿತು. ವಿಶಾಖಪಟ್ಟಣದಿಂದ ರೇಲಿನಲ್ಲಿ, ರಿಸರ್ವೇಶನಿಲ್ಲದೆ ಎಂಟೊಬತ್ತು ತಾಸು ನಿದ್ದೆಗೆಟ್ಟು ಪಯಣಿಸಿದ್ದು... ಹೊಟೆಲುರೂಮಿಗಾಗಿ ಬೇಸಗೆಯ ಧುಮುಧುಮು ಹಗಲಿನಲ್ಲಿ ಇದೇ ಪುರೀ ಶಹರದಲ್ಲಿ ಹುಚ್ಚನಂತೆ ಅಂಡಲೆದಿದ್ದು... ಸಂಜೆಯ ಮೇಲೆ 'ಮೊದಲು–ತೊದಲು' ಹೇಳಿಕೊಂಡು ಬೀಚಿನಲ್ಲಿ ಎಗ್ಗಿರದೆ ಅಡ್ಡಾಡಿದ್ದು... ಸಾಲದುದಕ್ಕೆ ಈಗ ಸರಿಹೊತ್ತಿನಲ್ಲಿ ಈ ಹಾಳು ಹೆಣ್ಣಿನೊಡನೆ ಎರಡೆರಡೂವರೆ ಕಿಲೋಮೀಟರು ನಡೆದಿದ್ದು... ಇವೆಲ್ಲವೂ ಉಂಟಾಗಿಸಿದ ದಣಿವು, ಆಯಾಸ ಒಟ್ಟೊಟ್ಟಿಗೆ ಬಂದು ಕಾಲಿನಲ್ಲಿ ಜಡಿದವೇನೋ... ಮುಂದಡಿಯಿಡಲಿಕ್ಕು ತ್ರಾಸಾಯಿತು!

ಅರೆ... ಈವರೆಗೆ ಇವಳೊಡನೆ ನಡೆದುಬರುವಾಗ ಇನ್ನಿಲ್ಲದ ಹುರುಪಿನಲ್ಲಿದ್ದೆನಲ್ಲ, ಅದೇನು ಸೋಗೇ? ಈಗ ಇವಳದೊಂದು ಮಾತು ನನ್ನ ಚೈತನ್ಯವನ್ನೇ ಕೆಡಹಿಟ್ಟಿತೆ? ಥೂ... ಆಗಿದ್ದಾಗಲಿ. ಇವಳನ್ನು ಕೊಡವಿಬಂದಿದ್ದಾಯಿತು. ಇನ್ನು ಮುನ್ನಡೆಯುವುದೇ ಸೈ... ಎಂದು ನಡಿಗೆಯನ್ನು ದರಬರ ದರಬರ ಎಳೆಯತೊಡಗಿದೆ.

ಅಲ್ಲ... ಹೆಣ್ಣಿಗೆ ನಾಚುಗೆ ಅಂತೊಂದಿರಬೇಕಲ್ಲವೆ? ಹೆಣ್ಣೆಂಬ ಸಂಗತಿ ಬದಿಗಿರಲಿ, ಯಾವುದೇ ಮನುಷ್ಯನಿಗಾದರೂ ಕೊಂಚ ಎಗ್ಗುಸಿಗ್ಗು ಬೇಕಲ್ಲವೇ? ಈ ಪರಿಯ ಲಜ್ಜೆಗೇಡಿಗೇನನ್ನುವುದು? ತಾನಲ್ಲದ್ದನ್ನೆಲ್ಲ ತಾನೆಂದು ಬಗೆದು ಬದುಕುವುದನ್ನು

ಏನನ್ನುವುದು? ಅಥವಾ, ತನ್ನನ್ನು ತಾನಲ್ಲವೆಂದು ಅಲ್ಲಗಳೆವುದನ್ನು ಏನನ್ನುವುದು? ಇವಳದೇನು ಭ್ರಮೆಯೇ? ಭ್ರಾಂತೇ? ಭ್ರಮಣವೇ? ಥೂ... ಅಥವಾ... ಇವಳೇನು ಮಾಟಗಾತಿಯೇ? ನನ್ನನ್ನು ಒಳಗಿನಿಂದಲೇ ಹಿಂಡಿ ಗೂರಾಡಿ ಕೈಚೆಲ್ಲಬಂದ ಮಾಯಾಂಗನೆಯೇ? ದುಡ್ಡಿಗಾಗಿ ಬಂದ ಮೋಸಗಾತಿಯೇ? ಧಗಾಕೋರಳೇ? ಏನಿರಬಹುದು? ಆರ್ ಈಸ್ ಇಟ್ ದಟ್ ಶಿ ಈಸ್ ಇಂಪೋಸ್ಟರಿಂಗ್?

ಈ ಯೋಚನೆ ಬಂದಿದ್ದೇ ಥರಥರನೆ ನಡುಗಿಹೋದೆ!

ಹೌದು... ಈ ಇಂಪೋಸ್ಟರಿಸಂ ಬಗ್ಗೆ ಏನನ್ನುವುದು? ಅಸಲಿನಲ್ಲಿ ಇದೊಂದು ಬಗೆಯ ಮನೋರೋಗವಂತೆ... ಬಹುಶಃ ರೋಗವೆಂದರೆ ತಪ್ಪಾದೀತು... ಮನೋರುಜೆ ಅನ್ನುವುದೇ? ಉಹ್ಞೂಂ... ರುಜೆಯೆಂದರೂ ತಪ್ಪೇನೇ. ಹೀಗಂದರೆ ಸುಮ್ಮನೆ ಮಾತು ಕ್ಷಾರವಾದೀತು... ಅಸಲಿನಲ್ಲಿ, ಇದೊಂದು ಬಗೆಯ ಕೀಳರಿಮೆ. ಆದರೆ ಕೀಳರಿಮೆಗಿಂತಲೂ ಹೆಚ್ಚು! ಈ ಕುರಿತು ನಾನೊಂದಿಷ್ಟು ಓದಿ ತಿಳಿದುಕೊಂಡಿರುವ ಮೇರೆಗೆ ಇಷ್ಟು ಹೇಳಬಲ್ಲೆ: ವ್ಯಕ್ತಿಯೊಬ್ಬ ತನ್ನ ನಿಜದ ಸಾಮರ್ಥ್ಯವನ್ನು ತಾನೇ ಶಂಕಿಸಿಕೊಂಡು, ತಾನೊಬ್ಬ 'ಫ್ರಾಡ್' ಎಂದು ಒಳಗಿಂದೊಳಗೆ ಭ್ರಮಿಸುವ ಲಕ್ಷಣ ಇದು. ಫ್ರಾಡ್ ಅಂದರೆ 'ಫ್ರಾಡ್' ಅಂತಲೇ ಏನಲ್ಲ... ಜಗತ್ತು ತನ್ನ ಕುರಿತು ಹಾಗೆಂದುಕೊಂಡುಬಿಟ್ಟರೆ? ತನ್ನಲ್ಲಿ ದಿಟವಾಗಿ ಅರ್ಹತೆಯಿಲ್ಲವೆಂದು ಬಗೆದುಬಿಟ್ಟರೆ? ತನ್ನನ್ನು 'ಫ್ರಾಡ್' ಎಂದು ಕರೆದುಬಿಟ್ಟರೆ? ಹೀಗೆ ತನ್ನ ಮೇಲೆ ತನಗೇ ಏನೇನೋ ಊಹಾಪೋಹ! ಸಂಶಯ!

ದಿಟಕ್ಕೂ ಮುಂದೆ ಆಗಬಲ್ಲ, ಅಥವಾ ಆಗದೆಯೂ ಇರಬಲ್ಲ, ಸಂದೇಹವನ್ನು ಮನಸಿನಲ್ಲಿ ತಾಳಿಕೊಂಡು... ಹೀಗಾಗಿಬಿಟ್ಟ'ರೆ', ಹಾಗಾಗಿಬಿಟ್ಟ'ರೆ'... ಈ 'ರೆ'ಕಾರದ ಬಗ್ಗೆ ಏನನ್ನುವುದು? ಭವಿಷ್ಯದ ಬಗೆಗಿನ ಊಹಾಕಾರದಿಂದಾಗಿ, ಸದ್ಯದ ವರ್ತಮಾನವನ್ನು ಹಾಹಾಕಾರದೊಡನೆ ಜರುಗಿಸುವ ರೀತಿಯನ್ನು ಏನೆಂದು ತಾನೇ ಬಗೆಯುವುದು?

16

ಈ ಪರಿಯ '...ರೆ'ಗಳನ್ನಿಟ್ಟುಕೊಂಡೇ ಬದುಕಿದ ಮಂದಿ ಇತಿಹಾಸದಲ್ಲಿದ್ದಾರೆ. ನಾನು, ಸಂಗೀತದಲ್ಲಿ ಬಲುವಾಗಿ ಮೆಚ್ಚುವ ಕೋರ್ಲಾ ಪಂಡಿತ್ ಎಂದೊಬ್ಬ ಮ್ಯುಸೀಶಿಯನ್ನು ಹೀಗಿದ್ದನಂತೆ. ಹುಟ್ಟಿನಿಂದ ಅಮೆರಿಕಾದ ಮನುಷ್ಯ. ಜಾನ್ ರೊಲೆಂಡ್ ರೆಡ್ ಎಂಬ ಹೆಸರಿಟ್ಟುಕೊಂಡು– ಅರ್ಧ ಐರೋಪ್ಯ, ಕೆಲವರ್ಧ ಆಫ್ರಿಕನ್ ಮೂಲವಿದ್ದ ಕುಟುಂಬದಲ್ಲಿ ಜನಿಸಿದ. ಮೊದಲ ಜಗದ್ಯುದ್ಧಕ್ಕೂ ಮೊದಲು– ಅಂದರೆ

ಹತ್ತೊಂಬತ್ತು ನೂರ ನಲವತ್ತರ ಸುಮಾರಿನಲ್ಲಿ, ಅಮೆರಿಕೆಯಲ್ಲಿ ಮೊದಮೊದಲು ಟೆಲಿವಿಷನ್ ಉಂಟಾದಾಗ– 'ಸಂಗೀತಸಾಹಸ' ಎಂಬ ಹೆಸರಿನ ಮೊಟ್ಟ ಮೊದಲ ಟೀವೀ–ಸರಣಿಯ ಮೂಲಕ ಬೆಳಕಿಗೆ ಬಂದ. 'ಕೋಲ್ಲಾ ಪಂಡಿತ್ಸ್ ಅಡ್ವೆಂಚರ್ಸ್ ಇನ್ ಮ್ಯೂಸಿಕ್' –ಇದು ಅವನನ್ನು ಜಗತ್ತಿಗೆ ಪರಿಚಯಿಸಿದ ಟೀವೀಶೋ. ಅಲ್ಲಿನದಿಲ್ಲಿ ಇಲ್ಲಿನದಲ್ಲಿ ಬೆರೆಸಿ, ಒಂದರ್ಥದಲ್ಲಿ ಕಲಬೆರಕೆ ಮಾಡಿ– ಇವೊತ್ತು 'ಫ್ಯೂಷನ್' ಎಂದು ಕರೆಯಲಾಗುವ, ಏಕ್‌ದಮ್ ಅಶುದ್ಧ ಸಂಗೀತದಿಂದ ದೊಡ್ಡ ಹೆಸರು ಮಾಡಿಬಿಟ್ಟ! ವಿಚಿತ್ರವೆಂದರೆ– ಮಹಾಶಯ, ಭಾರತಕ್ಕೆ ಬಂದಿರದೆಯೂ ಅಥವಾ, ಯಾವುದೇ ಭಾರತೀಯ ಹಿನ್ನೆಲೆಯಿಲ್ಲದೆಯೂ– ತಾನು ದೆಹಲಿಯಲ್ಲಿ ಹುಟ್ಟಿದ ಫ್ರೆಂಚ್–ಮೂಲದ ಭಾರತೀಯ... ಎಂದು ಬೊಗಳೆಬಿಟ್ಟ, ತನ್ನನ್ನು ಕೋಲ್ಲಾ ಪಂಡಿತ್ ಎಂದೇ ಕರೆದುಕೊಂಡ! ಸಾರ್ವಜನಿಕ ವೇದಿಕೆಗಳಲ್ಲಿರಲಿ, ಖಾಸಗೀ ಬದುಕಿನಲ್ಲೂ ತಾನು ಭಾರತೀಯನೆಂದೇ ನಂಬಿದ್ದ! ಸಾಯುವವರೆಗೂ ಹಾಗೇ ಇದ್ದ!

ಹತ್ತೊಂಬತ್ತನೇ ಶತಮಾನದ ಇಂಗ್ಲೆಂಡಿನಲ್ಲಿದ್ದ ಒಬ್ಬಾಕೆ– ತಾನೋರ್ವ ರಾಜಕುವರಿಯೆಂದು ನಂಬಿದ್ದಳಂತೆ! ತನ್ನನ್ನು ಪ್ರಿನ್ಸೆಸ್ ಎಂದೇ ಕರೆದುಕೊಂಡು ಬದುಕಿದ್ದಳಂತೆ... ತನ್ನ ಮನೆಯವರು ಯಾವುದೋ ಅರಸೊತ್ತಿಗೆಯ ಮಂದಿ ಎಂದು– ಬೇರೆಯವರಿಗೆ ಹೇಳಿಕೊಳ್ಳುವುದೇನು, ನಿಜಕ್ಕೂ ಹಾಗೇ ಭ್ರಮಿಸಿದ್ದಳಂತೆ... ಯಾವ ಕಡೆಯ ಪ್ರಿನ್ಸೆಸ್ ನೀನೆಂದು ಕೇಳಿದರೆ– 'ಇಲ್ಲಿಗೆ ಬಲುದೂರದಲ್ಲೊಂದು ದ್ವೀಪವಿದೆ... ಅಲ್ಲಿನ ರಾಜಕುಲದವಳು ನಾನು!' ಅನ್ನುತ್ತಿದ್ದಳಂತೆ! ಅಷ್ಟೇ ಅರಸಿಯಂತೆ ಮೆರೆಯುತ್ತಿದ್ದಳಂತೆ!

ಇಷ್ಟೇ ಏಕೆ... ಚೆನ್ನೈನಲ್ಲಿ ನನ್ನೊಬ್ಬ ಚಿಕ್ಕಂದಿನ ಗೆಳೆಯನಿದ್ದ... ಈಗ ಕೊಚ್ಚಿನ್‌ನಲ್ಲಿ ನೆಲೆಸಿದ್ದಾನೆ. ಭಾರೀ ಚೆಲುವ. ಇಂಟೆನ್ಸ್ಲೀ ಹ್ಯಾಂಡ್‌ಸಮ್ ಫೆಲೋ. ಕಾಲೇಜಿನಲ್ಲಿರುವಾಗ, ಯಾವುದೋ ಹುಡುಗಿ– 'ನೀನು ಕಮಲಹಾಸನ್ ಥರ ಇದ್ದೀ...' ಅಂದುದನ್ನೇ ನೆಚ್ಚಿಕೊಂಡು, ತಾನೇ 'ಅವನೆಂದು' ನಂಬಿಹೋಗಿದ್ದ. ನೋಡಲಿಕ್ಕೆ ಒಂದರ್ಥದಲ್ಲಿ ಕಮಲ್‌ನನ್ನು ಹೋಲುತ್ತಿದ್ದ, ಆ ಮಾತು ಬೇರೆ. ಆದರೆ, ನಂಬಿದ್ದನ್ನು ಎಷ್ಟು ನೆಚ್ಚಿದ್ದನೆಂದರೆ– 'ನೀನು ಅವನ ಥರವೇ ಹೊರತು ಖಾಯಂ ಅವನಲ್ಲ...' ಎಂದು ನಾವೆಷ್ಟೇ ಹೇಳಿದರೂ ಒಪ್ಪದೆ ಭ್ರಾಂತಿನಲ್ಲೇ ಇದ್ದುಬಿಟ್ಟ! ಕಡೆಗೆ, ಈ ಭ್ರಮೆ ಬಿಡಿಸಲಿಕ್ಕೆ ವೈದ್ಯಕೀಯ–ಔಷಧೀಯ ಅಂತ ನೂರೆಂಟು ಸುಡುಗಾಡು ಆದವು!

ಇರಲಿ... ಈಗ ನನಗೆ ಬೆನ್ನುಬಿದ್ದು ತಗುಲಿಕೊಂಡಿರುವ ಈ ಹೆಣ್ಣೂ ಇಂಥದೇ ಒಂದು ಭ್ರಮೆಯಲ್ಲಿದ್ದಾಳೆಯೆ? ಇವಳೇನು, ಕನ್ನಡ ಸಿನೆಮಾದಲ್ಲಿ ದೊಡ್ಡ ಹೆಸರಿದೆಯೆಂದು ಹೇಳುವ ಆ 'ಇನ್ನೊಬ್ಬ'ಳನ್ನು ಈ ಮಟ್ಟಿಗೆ ಹೋಲುತ್ತಾಳೆಯೆ?

ಅಥವಾ ಅವಳೇ ಇವಳೇ? ಹ್ಲಾಂ... ಅದೇನೋ ಇನ್ನೊಂದು ಹೆಸರು ಹೇಳಿದಳಲ್ಲ, ಏನದು? ಏನಪ್ಪ ಅದು? ತಲೆಕೆಡಿಸಿಕೊಂಡೆ. ಫಕ್ಕನೆ ಆ 'ಇನ್ನೊಬ್ಬ'ಳ ಹೆಸರು ನೆನಪಿಗೆ ಬರದಿದ್ದಾಗ ಚಡಪಡಿಸಿದೆ. ಏನದು? ಇಂದಿರೆ? ಇಂದೂವರೆಯೆ? ಛೇ... ಹ್ಲಾಂ... ಇಂದೀವರೆ! ಎಷ್ಟು ಚಂದದ ಹೆಸರು... ಇರಲಿ, ಇವಳೇನು ಇಂದೀವರೆಯೇ? ಇಲ್ಲಾ, ಮಾತಂಗಿಯೇ?

ಇಷ್ಟಿದ್ದೂ, ತಾನು ಇಂದೀವರೆ ಅಲ್ಲವೆಂದು ಒತ್ತೊತ್ತಿ ಹೇಳಿಕೊಳ್ಳುವ ದರ್ದಾದರೂ ಏನು? ಈವರೆಗೆ ಅಚಾನಕು ಸಿಕ್ಕು ಗುರುತು ಹಿಡಿದ ಇಬ್ಬರೆದುರೂ ತಾನು 'ಅವಳಲ್ಲ'ವೆಂದು ದಬಾಯಿಸಿದಳಲ್ಲ... ಇದೇನು ತಾನು ತನ್ನದೇ ಅಸ್ತಿತ್ವದಿಂದ ಹೊರತಾಗಿರುವ ಸ್ಥಿತಿಯೇ? ಇಂಗ್ಲಿಷಿನಲ್ಲಿ 'ಡಿಸೋಸಿಏಟಿವ್ ಐಡೆಂಟಿಟಿ ಡಿಸಾರ್ಡರ್' ಅನ್ನುತ್ತಾರಲ್ಲ, ಆ ತರಹದ ವ್ಯಾಧಿಯೇ? ತನ್ನ ಗುರುತಿನಿಂದ ತಾನೇ ಹೊರತಾಗಿ ಬದುಕುವುದೇ? ಅಥವಾ, ಇವಳು ನಿಜಕ್ಕೂ ಮಾತಂಗಿಯೇ ಆಗಿದ್ದಲ್ಲಿ ಮತ್ತು ಆ ಇಂದೀವರೆ ಅಂತೊಬ್ಬಾಕೆಯೂ ಇದ್ದಲ್ಲಿ– ಇವಳು ನಿಜದಾಣೆ, ನಿಜವನ್ನೇ ಹೇಳುತ್ತಿರುವಳಷ್ಟೆ? ಇದ್ದರೂ ಇದ್ದೀತು... ಹೌದು... ಈಗಲೇ ಫೋನು ಆನ್–ಮಾಡಿ 'ಇಂದೀವರೆ'ಯ ಬಗ್ಗೆ ಗೂಗಲಿಸಬಹುದಲ್ಲ ಅಂದುಕೊಂಡೆ. ತಕ್ಷಣವೇ ಈ ಯೋಚನೆಯನ್ನು ಹತ್ತಿಕ್ಕಿದೆ... ಹುಹ್ಞ್... ಯಾರಾದರೇನು? ಇವಳಿಂದ ನನಗೆ ಆಗಬೇಕಾಗಿರುವುದಾದರೂ ಏನು?

ಹಿಂದೆಯೇ ಇನ್ನೊಂದು ಯೋಚನೆ ಹುಟ್ಟಿತು. ಅಲ್ಲ... ಕೆಲವೇ ಮಿನಿಟುಗಳ ಹಿಂದೆ ಈ ಹೆಣ್ಣಿನ ಮೋರೆಯನ್ನು ಬೊಗಸೆಯಲ್ಲಿ ಹಿಡಿದು– ನೂರೆಂಟು ಸಿಹಿ ಉಮೇದುಗಳ ತುಟಿ ಹಚ್ಚಿದ್ದೆನಲ್ಲ, ಅದು ಸುಳ್ಳೇ? ಆ ಗಳಿಗೆಯಲ್ಲಿ ಜಗತ್ತಿನ ಇನ್ನಾವ ಸಂಗ–ಸಾಂಗತ್ಯವಾದರೂ ಗೌಣವೆಂದು– ಇಷ್ಟೆಲ್ಲ ಜನಸಾಗರದೆದುರೇ, ಸುತ್ತಮುತ್ತ ಯಾರೊಬ್ಬರೂ ಇಲ್ಲವೆಂದುಕೊಂಡು, ನನ್ನೊಳಗಿನ ಬಿಗಿಮೊಹರು ಬಿಗಿದೆನಲ್ಲ– ಅದಕ್ಕೆ ಬೆಲೆಯಿಲ್ಲವೆ? ಛೇ... ಹೌದು. ಇವಳು ಯಾರು?

ದೇವರೇ... ಇವಳು ಯಾರು?

ಜಗನ್ನಾಥನೆಂಬ ಜಗನ್ನಾಥನೂ– ಮೇಲೆಲ್ಲೋ ಇನ್ನೊಂದಾಗಿ ಇರುವುದರ ಅವತಾರವೆಂದು, ಈಗ ನನಗೆ ಒಮ್ಮಿಂದೊಮ್ಮೆ ಅನ್ನಿಸಿಬಂತು. ನನಗೇ ಅರಿವಿರದೆ ಜಯದೇವನ 'ಪ್ರಳಯಪಯೋಧಿತಲೇ... ಕೇಶವ...' ಹಾಡಿನ ಗುನುಗುಂಟಾಯಿತು! ಹಿಂದೆಯೇ, ನಾನೆಂಬ ನಾನು ತಾನೇ ಯಾರು... ಎಂಬ ಸಂದಿಗ್ಧವೂ ಹುಟ್ಟಿತು. ನಾನೇನು ಸಂಗೀತಗಾರನೇ? ಪದ್ಯಕಾರನೇ? ಬಾಣಸಿಗನೇ? ಕಿರುತೆರೆಯ ನಿರೂಪಕನೇ? ಭಾಷಾಕಾರಿಕನೇ? ಯಾರು ನಾನು? ಒಬ್ಬನೇ ನಾನು, ಈ ಪರಿ ಏನೇನೆಲ್ಲ ಆಗಬಹುದಾದ ಮೇಲೆ– ಇವಳು ಯಾರಾದರೇನು? ಅವಳಾದರೇನು?

ಇವಳಾದರೇನು?

ಇಷ್ಟೆಲ್ಲ ಅನ್ನಿಸಿದ ಮೇಲೆ ಒಂದು ನಿರ್ಧಾರಕ್ಕೆ ಬಂದೆ.

ಇವಳೇ ಹೇಳಿದ ಹಾಗೆ– ಇಬ್ಬರದೂ ಒಂದು ರಾತ್ರಿಯ ಸಂಗಾತವಷ್ಟೆ? ಆಚೆಗಿನ ಉಸಾಬರಿ ಯಾತಕ್ಕೆ? ಆಗಿದ್ದಾಗಿ ಹೋಗಲಿ... ವಾಪಸು ಹೋದರಾಯಿತು. ನಾಳೆಯಿಂದ ನಾನು ಯಾರೋ, ಇವಳು ಯಾರೋ ತಾನೇ?

ಇಷ್ಟೆಲ್ಲ ಮಥಿಸಿದ ತರುವಾಯ ಮನಸ್ಸು ತಂತಾನೇ ಹಗುರಾಯಿತು. ಒಳಗಿನ ವ್ಯಗ್ರತೆ ನಿಧಾನವಾಗಿ ತಗ್ಗಿತು.

ಎಷ್ಟು ನಡೆದಿದ್ದೆನೋ ಕಾಣೆ, ಆ ಹೊತ್ತಿಗೆ ಸರಿಯಾಗಿ– ಕಣ್ಣು ಸಾಗುವಷ್ಟೂ ಸಾಗುವ ಕ್ಷಿತಿಜದಂತಹ ದೂರದಲ್ಲಿ, ನಾಳೆ ಎಳೆಯಲ್ಪಡಲು ಸಜ್ಜುಗೊಂಡ ಮೂರು ಬೃಹದ್ರಥಗಳು ಸರ್ವಾಲಂಕಾರ ತಳೆದು ತೋರಿಬಂದವು! ಬದಿಯಲ್ಲಿಯೇ ಒಂದು ಮೇಳದಿಂದ ಹೀಗೆ ಕೇಳಿಬಂತು: ವಂದೇ ವಂದ್ಯಂ ಜಗದ್ವಂದ್ಯಂ ವಾಸುದೇವಂ ನಿರಂಜನಂ ವಂದೇ ವಂದೇ...

ಒಮ್ಮೆಗೇ ಭಾವುಕಗೊಂಡು– ಆ ಮೂರೂ ರಥಗಳತ್ತ ಕೈಯೆತ್ತಿ ಮುಗಿದು ಜಗನ್ನಾಥನನ್ನು ಸ್ಮರಿಸಿದೆ.

ಕೃಷ್ಣಂ ವಂದೇ ಜಗದ್ವಂದ್ಯಂ... ವಾಸುದೇವಂ ನಿರಂಜನಂ...

17

ಬಿಟ್ಟು ಬಂದ ಹೆಣ್ಣನ್ನು ಹುಡುಕಲು ಕಷ್ಟವೆನಿಸಲಿಲ್ಲ. ಹಾಗಂತ ಸುಲಭವೂ ಇರಲಿಲ್ಲ.

ಯಾಕೆ ಕಷ್ಟವೆನಿಸಲಿಲ್ಲ ಅಂದರೆ– ಮಾತಂಗಿ, ನಾನು ವಾಪಸಾಗುವವರೆಗೂ, ಎಲ್ಲಿ ಬಿಟ್ಟು ಬಂದಿದ್ದೆನೋ ಅಲ್ಲೇ ಇದ್ದಳು. ಇದ್ದಲ್ಲೇ ಘನೀಭವಿಸಿ ಕಟೆದ ಕಲ್ಲಿನ ಮುತ್ಥಳಿಯ ಹಾಗೆ– ಸಾವಿರಾರು ಕಾಲದುದ್ದಕ್ಕೂ ರಾಮಪಾದಕ್ಕಾಗಿ ಕಾದ ಅಹಲ್ಯೆಯೇ ತಾನೆಂಬಂತೆ ಉಳಿದಿದ್ದಳು.

ಹಾಗಾದರೆ ಯಾಕೆ ಸುಲಭವಿರಲಿಲ್ಲ?

ರಥಬೀದಿಯಲ್ಲಿ ನಡೆಯುವಾಗ ಇಬ್ಬರೂ– ಒಬ್ಬರಲ್ಲೊಬ್ಬರು ಎಷ್ಟು ತೊಡಗಿಕೊಂಡಿದ್ದೆವೆಂದರೆ, ನನ್ನೊಳಗಂತೂ, ಬರೇ ಜಗನ್ನಾಥಮಯವಾದ ಆ ಜಗತ್ತಿನಲ್ಲಿ, ತರಹೇವಾರಿ ಚಹರೆಗಳ ಮಂದಿಯಲ್ಲದೆ ಬೇರೆ ಗುರುತೇ ಉಳಿಯಲಿಲ್ಲ. ಮನಸೊಳಗೆ ಅಚ್ಚೊಕೊಂಡುಳಿಯಲಿಲ್ಲ. ಯಾವುದಾದರೂ ಬೋರ್ಡೋ, ಬಿಲ್ಡಿಂಗೋ... ಲ್ಯಾಂಡ್‌ಮಾರ್ಕೋ... ಗೊತ್ತಿದ್ದಲ್ಲಿ, ಆ ರೆಫರೆನ್ಸಿಟ್ಟುಕೊಂಡು ಅಲ್ಲಿಲ್ಲಿ ಹುಡುಕಬಹುದಿತ್ತು.

ಇಲ್ಲಿ–ಅಲ್ಲೆಂದು ಅಷ್ಟಿಷ್ಟು ಊಹಿಸಬಹುದಿತ್ತು... ಆಚೀಚೆ ನೋಡಿದ್ದರಲ್ಲವೇ ಹಾಗೆ ಗುರುತಿಟ್ಟುಕೊಳ್ಳಲಿಕ್ಕೆ? ಅಲ್ಲದೆ, ಸುತ್ತಲಿನ ಕೆಲವು ಮೇಳಗಳು ಸ್ಥಿರವಾಗಿ ಒಂದೆಡೆ ನಿಲ್ಲದೆ ವೃಥಾ ಜರುಗುವ 'ಜಂಗಮ'ವಾಗಿದ್ದವು. ಕೃಷ್ಣಕಥೆಯನ್ನು ರೂಪಕಿಸುತ್ತ, ನಿರೂಪಿಸುತ್ತ... ಕುಣಿದು ಕುಪ್ಪಳಿಸುತ್ತ... ಕೋಲಾಟದಲ್ಲಿ ತೊಡಗಿ ಮೈಜಿಗಿಸುತ್ತ, ಇಲ್ಲಿಂದಲ್ಲಿ ಅಲ್ಲಿಂದಿಲ್ಲಿ ಎಂಬಂತೆ ಸಂಚರಿಸಿ– ಒಟ್ಟಾರೆ, ಅಲ್ಲಿನ ನಿಶಾನೆಗಳೆಲ್ಲ ಕಲಕಿಹೋಗಿದ್ದವು. ಪರಸ್ಪರ ಪರಿವಿಡಿಯೇ ಇಲ್ಲದಷ್ಟು ಕದಲಿಹೋಗಿದ್ದವು.

ವಾಪಸು ನಡೆಯುವ ದಾರಿಯುದ್ದಕ್ಕೂ– ದೇವರೇ... ಬೇಗ ಸಿಕ್ಕಿಬಿಡಲಿ... ದೇವರೇ... ಅವಳು ನನಗಾಗಿ ಕಾಯಲಿ... ಎಂದು ಮನಸೊಳಗೆ ಹಲುಬಿಕೊಂಡೇ ಹಿಂತಿರುಗತೊಡಗಿದೆ. ಹೋಗಲಿ... ಎಷ್ಟು ಹೆಜ್ಜೆ ಮುಂದೆ ಸಾಗಿದ್ದೆನೆಂಬ ಲೆಕ್ಕವಾದರೂ ಇತ್ತೇ? ಇಲ್ಲಸಲ್ಲದ ಸ್ವಯ ತಾಳಿ, ನಾನೇ ನಾನೆಂದು ಅಹಂಭೂತವಾಗಿ, ಕೆಂಡಾಮಂಡಲಗೊಂಡು ನಡೆದುಬಿಟ್ಟಿದ್ದೆನಷ್ಟೆ? ಮೈದಣಿವನ್ನೂ ಲೆಕ್ಕಿಸದೆ ಧಾವಿಸಿ ಸಂಚರಿಸಿದ್ದೆ... ಹೀಗಿರುವಾಗ ಹೇಗೆ ತಾನೇ ಹುಡುಕುವುದು?

ಹತ್ತೆಂಟು ಮಿನಿಟುಗಳ ವ್ಯವಧಾನದ ನಡಿಗೆಗೆಲ್ಲ ಮಾತಂಗಿ ಪುನಃ ಸಿಕ್ಕಳು. ನೆಟ್ಟ ಬಾವುಟದ ಹಾಗೆ ಇದ್ದಲ್ಲೇ ಇದ್ದು, ಒಳಮನಸ್ಸಿನ ನಿರೀಕ್ಷೆಯನ್ನೆಲ್ಲ ಹೊರಗೆ ಪಟಪಟಿಸಿಕೊಂಡು ನನಗಾಗಿಯೇ ಕಾದಿದ್ದಳು. ನನ್ನನ್ನು ನೋಡಿದ್ದೇ ತನ್ನ ಕಲ್ತನವನ್ನು ದಾಟಿ– ಓಡೋಡಿಬಂದು ಅಪ್ಪಿಕೊಂಡಳು. ಕ್ಷಣಕಾಲ ಮಾತೇ ಇಲ್ಲದೆ ಅತ್ತುಬಿಟ್ಟಳು. 'ಹವ್ವ್ ಡೇರ್ ಕೆನ್ ಯು ಡು ದಿಸ್ ಟು ಮಿ?' ಎಂದು ಮುಳಿದಳು. ಮುನಿದಳು. ಚಂಡಿಹಿಡಿದ ಮಗುವಿನ ಹಾಗೆ ರಪರಪನೆ ರಾಚಿದಳು.

'ಸ್ಸ್... ಸ್ಸಾರೀ...' ಅಂತಂದೆ. ಭಾವುಕನಾದೆ. ಕಡೆಗೆ ನಾನೂ ಕಣ್ದುಂಬಿಕೊಂಡು ಅತ್ತುಬಿಟ್ಟೆ.

ನನಗೇ ಆಶ್ಚರ್ಯವಾಯಿತು. ಇದೇನು ಜನ್ಮಾಂತರದ ಬಂಧವೇ? ಇವಳೇನು ಹೆಂಡತಿಯೇ? ಪ್ರೇಯಸಿಯೇ? ಥುತ್ತ್... ಹೀಗೇಕೆ ಮಾಡಿದೆ? ಇವಳು ಯಾರೆಂದು ಸಹ ಅರಿಯೆ! ಮನಸ್ಸು ಮತ್ತೆ ಅವಳ ಐಡೆಂಟಿಟಿಯತ್ತ ಜಾರಹೊರಟಿದ್ದನ್ನು ಒತ್ತಾಯಿಸಿ ತಡೆದೆ. ಇವಳ ಬಗ್ಗೆ ತನಿಖೆ ತಾಳಲಿಕ್ಕೆ, ನನಗೇ ನಾನೇನೆಂದು ಗೊತ್ತಿಲ್ಲವೇ... ಎಂದು ನನ್ನನ್ನೇ ಮತ್ತೆ ಪ್ರಶ್ನಿಸಿಕೊಂಡೆ. ಕೃಷ್ಣನಾದರೇನು... ರಾಮನಾದರೇನು... ಕಡೆಗೆ ಕ್ರಿಸ್ತನಾದರೇನು... ಒಂದೇ ತಾನೇ– ಎಂದು ಸೆಕ್ಯುಲರಿಕೆ ಮೆರೆದೆ!

'ಸರಿ... ವಾಟ್ ಡು ವಿ ಡೂ, ನವ್ವ್?' ಎಂದು ಕೇಳಿದೆ.

'ಮುಂದೇನೂಂತ ಕೇಳೋಕೆ ಮೊದಲು, ಎಲ್ಲಿ ಒಂದು ಸಲ ಮೀಸೆ ತಿರುವಿಕೋ... ಕಣ್ತುಂಬ ನೋಡಿಬಿಡುತೀನಿ...' ಎಂದು ಹೇಳುತ್ತ, ಈ ಹೊತ್ತಿಗೆ ಮನಸ್ಸು ತಿಳಿಯಾಗಿಸಿಕೊಂಡ ಮಾತಂಗಿ, ಕಣ್ಣು ಹೊಡೆದು ನಸುನಕ್ಕಳು.

ಒಳಗೇ ಥಾಥೈ ನಡೆಸಿದ್ದ ಉತ್ಕಟತೆಯೇಕೋ ನನ್ನನ್ನು ನಗಗೊಡಲಿಲ್ಲ! 'ಮಾತಂಗಿ... ನೋಡು, ನೀನು ಯಾರೇ ಆಗಿರು... ಈ ರಾತ್ರಿಯಲ್ಲಿ ನೀನು ನನ್ನ ಜೊತೆಗಾತಿ ಅಷ್ಟೆ... ನೀನೇ ಕೇಳಿದೆಯಲ್ಲ ನಮ್ಮ ಪಾಲಿಗೆ ನಾಳೆ ಅಂತೊಂದು ಇದೆಯಾ ಅಂತ...' ಅನ್ನುತ್ತ ಮತ್ತೆ ಭಾವುಕನಾದೆ.

ನಸುನಕ್ಕಳು. 'ನಾಳೆಯನ್ನು ಮಾಡಿಕೋಬೇಕು, ಐಳ... ಬಟ್ ಟುಡೇ ಈಸ್ ಡಿಫರೆಂಟ್...' ಅನ್ನುತ್ತ, ನನ್ನ ಮೀಸೆಯ ಎರಡೂ ತುದಿಗಳನ್ನೊಮ್ಮೆ ತೀಡಿತಿರುವಿ, ತುಸು ಜೋರಾಗಿಯೇ ನಕ್ಕಳು.

ದೇವರೇ... ಇದೇನು ನಗುವೇ? ಇಲ್ಲಾ, ಚಂದ ಹಕ್ಕಿಯೊಂದರ ಅತಿ ಮಧುರ ಗುಟುರೇ... ಅಂದುಕೊಂಡೆ.

'ಇಲ್ಲಿಂದ ಕದಲೋಕೆ ಮೊದಲು ಹೇಳು– ಇವೊತ್ತು ನಾನಂತೂ ಈವರೆಗೆ ಮಾಡದ್ದನ್ನು ಮಾಡಿಯೇ ತೀರೋಳು! ಸಾಥು ಕೊಡುತೀಯಲ್ಲವಾ? ಟೆಲ್ ಮೀ...' ಒತ್ತಾಯಿಸಿ ಕೇಳಿದಳು.

'ಯೆಸ್ಸ್... ಶುಅರ್ಲೀ ಐ ವಿಲ್ಲ್...'

'ಪ್ರಾಮಿಸ್?'

'ಯೆಸ್ಸ್... ಪ್ರಾಮಿಸ್...'

'ಸರಿ... ನಡಿ ಹೋಗೋಣ... ಜಗನ್ನಾಥನ ಎದುರು ನನ್ನದೇನು ಪ್ಲ್ಯಾನು ಅಂತ ಹೇಳುತೀನಿ...'

'ಹೆಣ್ಣೇ ಹೆಣ್ಣೇ... ಮತ್ತೆ ಒಗಟೊಗಟಾಗಿ ಮಾತಾಡಬೇಡ... ಲೆಟ್ಸ್ ಗೋ...' ಅಂತಂದು, ಈ ಸರ್ತಿ ನನ್ನ ಬಲಗಡೆಯ ಮೊಣಕೈಯನ್ನು ಮಾತಂಗಿಗೆ ಒಡ್ಡಿದೆ. ಅವಳು ತನ್ನ ಎಡತೋಳನ್ನು ಒಳತೂರಿ ವಂಕಿಯ ಹಾಗೆ ಬೆಸೆದು, 'ಯೆಸ್... ಲೆಟ್ಸ್ ಗೋ...' ಅಂತಂದಳು.

ಮರಳಿ ಮುನ್ನಡೆ ಕೈಕೊಂಡೆವು.

18

'ಅಯ್ಯೋ ಅಯ್ಯೋ... ಐಳ... ಎಷ್ಟು ಚೆನ್ನಾಗಿದೆಯಲ್ಲೋ ಮುಂಡೇದು!'

ಮಾತಂಗಿ ಒಮ್ಮೆಗೇ ಒರಲಿಕೊಂಡಾಗ ನನಗೆ ಕಸಿವಿಸಿಯಾಯಿತು. ಸಾಮಾನ್ಯ ಹೆಣ್ಣಿನ ಹಾಗೆ, 'ಅತ್ಯಪ್ಪಟ' ಕನ್ನಡದಲ್ಲಿ ಏನನ್ನು ಹೊಗಳಿದಳು... ಎಂದು ನೋಡುವಾಗ, ನಾನು ಈಗಾಗಲೇ ಕಂಡಿದ್ದ ಮೂರೂ ತೇರುಗಳು, ಈಗ ಅವಳ ಕಣ್ಣಿಗೆ ಬಿದ್ದು– ಸಂತೋಷದ ಗರ ಬಿದ್ದಿತೆಂಬಂತೆ ಅರಚಿಕೊಂಡಳು! ಗರಗರನೆ ತಿರುಗುವುದೊಂದು

ಬಾಕಿ! ಮರುಕ್ಷಣಕ್ಕೆಲ್ಲ ತಾನು ಹೇಳಿದ ತಪ್ಪು ಅರಿತವಳೆಂಬಂತೆ– 'ಸ್ಸಾರೀ ಜಗನ್ನಾಥ... ಸ್ಸಾರಿ... ಬಾಯಿ ತಪ್ಪಿ ಮುಂಡೇದು ಅಂದುಬಿಟ್ಟೆ...' ಎಂದು ಗಲ್ಲಬಡಿದುಕೊಂಡಳು.

ಸಮಸ್ತ ಜಗತ್ತಿನ ಗತ್ತನ್ನೆಲ್ಲ ಒಟ್ಟಯಿಸಿ ಕಟ್ಟಿದಂತಿದ್ದ ಮೂರೂ ರಥಗಳು ಮೋಹಕವೆನಿಸಿದವು. ಭಾರೀ ಅನ್ನಿಸಿದವು. ಅವುಗಳ ಕಟ್ಟಡವನ್ನು ಮಾಡಿದ ಅಟ್ಟಣಿಗೆಯೇ ಅದಿಬದಿಯ ಇಮಾರತುಗಳ ಎತ್ತರವನ್ನು ಮೀರಿಸಿತ್ತು. ಕಲಶವಂತೂ ಬಾನೊಳಗಿನ ಕತ್ತಲನ್ನೇ ಕಲಕಹೊರಟಿದೆ ಎಂಬ ಮೋಡಿ ಮಾಡಿತು. ಕಲಶಕ್ಕೆ ಅದಿಬದಿಯಿಂದ ಆಯಕೊಟ್ಟಿರುವ ಮರದ ಗಿಳಿಗಳು– ಕತ್ತಲೆಂಬ ಕತ್ತಲಿನಲ್ಲೂ ಹಸಿರಾಗಿ ತೋರಿ ಮೆರೆದವು! ಬೇಗನೆ ಹತ್ತಿರಕ್ಕೆ ಹೋಗಿ ನೋಡುವುದೆಂಬ ಮನಸ್ಸಾಯಿತು!

'ಇದು ಇಡೀ ಭೂಮಂಡಲದಲ್ಲೇ ಅತಿ ದೊಡ್ಡದಾದ ರಥ ಗೊತ್ತಾ?' ಎಂದು ಮಾತಂಗಿಗೆ ಹೇಳಿದೆ.

'ಮೂರಿವೆಯಲ್ಲ, ಐಳ... ಯಾವುದು?'

'ಸ್ವಲ್ಪ ಮುಂದಿದೆ ನೋಡು... ಕೆಂಪು ಹಳದಿ ಬಟ್ಟೆ ಹೊದೆಸಿದ್ದಾರಲ್ಲ, ಅದು...'

'ಇನ್ನೆರಡು?'

'ನಿನಗೆ ಜಗನ್ನಾಥ ಪುರಿಯ ಬಗ್ಗೆ ಏನೊಂದರೆ ಏನೂ ಗೊತ್ತಿಲ್ಲವಾ, ಮಾತಂಗೀ...'

'ಉಹ್ಞೂಂ...'

'ಮತ್ತೆ ಯಾವ ಸಲುವಾಗಿ ನೀನಿಲ್ಲಿ ಬಂದಿದ್ದು?'

'ಹೇಳಿದೆನಲ್ಲ... ಗೊತ್ತುಗುರಿಯಿರದೆ ಬಂದೆ ಅಂತ...'

'ನಾನೂ ಗೊತ್ತುಗುರಿಯಿರದೆ ಬಂದಿದ್ದು...' ಅನ್ನುತ್ತ ನಕ್ಕೆ.

ನಾನು ಫಕಫಕನೆ ನಕ್ಕಿದ್ದು ಮಾತಂಗಿಯನ್ನು ಕೊಂಚ ವಿಚಲಿಸಿತೇನೋ... ಒಂದು ಕ್ಷಣ ಪೆಚ್ಚನೆ ಮೋರೆ ಮಾಡಿಕೊಂಡಳು. 'ಈಗೇನು ಮತ್ತೊಂದು ಸಲ ಕೋಪಿಸಿಕೊಳ್ಳೋ ಇರಾದೆನಾ? ಏನೋ ನಿನಗೆ ವಿಷಯ ಗೊತ್ತೂಂತ ಕೇಳಿದೆ ಅಷ್ಟೆ... ಸರಿ ಬಿಡು, ಈಗಿಂದ ನಿನ್ನನ್ನೇನೂ ಕೇಳಲ್ಲ, ಆಯಿತಾ?' ಎಂದು ಮುಸುಡಿಯುಬ್ಬಿಸಿಕೊಂಡು, ಅನಾಮತ್ತನೆ ಕೈಕೊಡವಿ ನಡೆಯತೊಡಗಿದಳು.

'ಹೇ ಸ್ಸಾರೀ... ಐ ಡಿಡ್ನ್ಟ್ ಮೀನ್ ಎನಿತಿಂಗ್ ಲೈಕ್ ದಟ್... ನಾನು ಸುಮ್ಮನೆ ಹಾಗೆ ಕೇಳಿದ್ದು. ನಿನ್ನನ್ನು ನೋಯಿಸಬೇಕು ಅಂತಲ್ಲ...'

'ಐಳ... ನಿನಗೆ ಹೇಳಿದೆ ಅಲ್ಲವಾ– ನನಗೆ ಇಂಗ್ಲಿಷ್ ಓದೋಕೆ ಬರೆಯೋಕೆ ಬರಲ್ಲ ಅಂತ... ನಾನು ಹೆಚ್ಚೇನೋ ಓದಿದೋಳಲ್ಲ... ಇನ್ನು ನಾನೇಕೆ ಇಲ್ಲಿಗೆ ಬಂದೆ ಅನ್ನೋದನ್ನ ನಿನಗೆ ಹೇಳುತೀನಿ... ಸ್ವಲ್ಪ ತಡಕೋ... ನನಗೆ ಜಗನ್ನಾಥನ ದರ್ಶನ

ಅಂತೊಂದು ಮಾಡಿಸು... ಹೇಳಿಬಿಡುತೀನಿ...'

'ಸರಿ... ಕೈ ಹಿಡಕೋ... ಹೊರಡೋಣ...' ಅಂತಂದೆ. ಮರಳಿ ಕೈಬೆಸೆದುಕೊಂಡೆವು. 'ಜಗನ್ನಾಥನ ದರ್ಶನದ ಬಗ್ಗೆ ನನಗೆ ಗೊತ್ತಿಲ್ಲ, ಮಾತಂಗಿ... ಗುಡಿಯವರೆಗಂತೂ ಕರೆದೊಯ್ಯಬಲ್ಲೆ... ಒಳಗೆ ಸಿಕ್ಕಾಪಟ್ಟೇ ನೇಮನಿಷ್ಠೆ ಇರುತ್ತೆ...' ಮುನ್ನಡೆಯುತ್ತ ಹೇಳಿದೆ.

'ನೀನು ಈ ಮೊದಲೇ ಇಲ್ಲಿ ಬಂದಿದೀಯೇನೋ, ಐಳ?'

'ಇಲ್ಲ... ಆದರೆ ಓದಿಕೊಂಡಿದೀನಿ... ಐ ಲವ್ ರೀಡಿಂಗ್...'

'ಸರಿ... ಅದೇನೋ ರಥಗಳ ಬಗ್ಗೆ ಹೇಳುತಿದ್ದೀಯಲ್ಲ, ಮುಂದುವರೆಸು...'

'ಎಲ್ಲಿ ನಿಲ್ಲಿಸಿದೆ ಹೇಳು... ಹ್ಞಾಂ... ಉಳಿದೆರಡು ರಥಗಳಲ್ಲಿ ಒಂದು ಸುಭದ್ರೆಯದ್ದು... ಇನ್ನೊಂದು ಬಲಭದ್ರನದ್ದು...'

'ಓಹ್... ಸುಭದ್ರಾ, ಬಲಭದ್ರ ಅಂದರೆ ಕೃಷ್ಣನಿಗೆ ಜೊತೇಲಿ ಹುಟ್ಟಿದವರಲ್ಲವಾ? ಇಂಟರೆಸ್ಟಿಂಗ್... ಮುಂದೆ ಹೇಳು...'

'ಜಗನ್ನಾಥನಿಗೆ ಜಗದ್ಭದ್ರ ಅಂತಲೂ ಕರೆಯೋದಿದೆ!

'ವಾಹ್... ಸುಭದ್ರಾ, ಬಲಭದ್ರ, ಜಗದ್ಭದ್ರ! ಎಷ್ಟು ಚೆನ್ನಾಗಿದೆ ಅಲ್ಲವಾ?'

'ಇನ್ನು, ಜಗನ್ನಾಥನ ರಥಕ್ಕೆ ನಂದಿಘೋಷ ಅಂತ ಕರೀತಾರೆ... ಅದೇ ಬಲಭದ್ರನದ್ದು ತಾಳಧ್ವಜ ಅಂತ... ಬಲಭದ್ರನ ರಥದ ಮೇಲಿನ ಪತಾಕೆಯಲ್ಲಿ ತಾಳೆಯ ಮರ ಇರುತ್ತೆ, ಅದಕ್ಕೆ ಈ ಹೆಸರು... ಅಲ್ಲಿ ಹಸಿರು ಮತ್ತು ಕೆಂಪಿನ ಬಟ್ಟೆ ಉಡಿಸಿದ್ದಾರಲ್ಲ, ಅದು ಬಲಭದ್ರನ ರಥ... ಇನ್ನೊಂದು ಅಂದರೆ ಕಪ್ಪು ಕೆಂಪು ಬಟ್ಟೆಯದಿದೆಯಲ್ಲ ಅದು ಸುಭದ್ರೆಯದ್ದು... ಅದರ ಹೆಸರು ದರ್ಪಭಂಜಿನಿ ಅಂತ... ಅಂದರೆ ಅದರ ಕೆಳಗೆ ಸಿಕ್ಕವರ ಗರ್ವಭಂಗ ಆಗುತ್ತಂತೆ!'

'ಓಹ್... ಈ ರಥಗಳ ಅಡಿ ಸಿಕ್ಕರೆ ಮನುಷ್ಯರ ಗರ್ವವೇನು, ಪ್ರಾಣವೂ ಭಂಗಗೊಳ್ಳುತ್ತೆ ಅಲ್ಲವಾ?'

ಮಾತಂಗಿ ಹೀಗೆ ಹೇಳುವಾಗ, ಇಬ್ಬರೂ ಒಡಗೂಡಿ ನಕ್ಕೆವು.

'ನಿನಗೆ ಇಂಗ್ಲಿಷಿನಲ್ಲಿ ಜಗರ್ನಾಟ್ (juggernaut) ಅನ್ನೋ ಒಂದು ಪ್ರಯೋಗ ಇದೆ ಗೊತ್ತಾ?'

'ಉಹ್ಞೂಂ...'

'ಹಾಗಂದರೆ ಒಂದು ದಮನಿಸಲಾಗದ ಶಕ್ತಿ ಅನ್ನುವ ಅರ್ಥ... ಈ ಪದ ಹುಟ್ಟಿಕೊಂಡಿದ್ದೇ ಆ ಇಂಗ್ಲಿಷ್ ನನ್ನ ಮಕ್ಕಳು ಜಗನ್ನಾಥನ ರಥವನ್ನು ನೋಡಿ ಅನ್ನಲಾಗುತ್ತೆ...'

'ವಾಟ್?'

'ಯೆಸ್ಸ್... ಈ ರಥದ ಗತ್ತನ್ನು ನೋಡಿದರೆ ಹಾಗೇ ಅನಿಸುತ್ತೆ. ಒಂದು ಕಾಲಕ್ಕೆ ಇಡೀ ಜಗತ್ತಿನಲ್ಲಿ ಇಷ್ಟು ದೊಡ್ಡ ಮನುಷ್ಯನಿರ್ಮಿತ ವಾಹನ ಇರಲಿಲ್ಲ, ಗೊತ್ತಾ? ಇದರ ಪ್ರತಿಯೊಂದು ಭಾಗವನ್ನೂ ಕೈಯಾರೆ ಮಾಡಲಾಗುತ್ತೆ... ನತಿಂಗ್ ಈಸ್ ಫ್ಯಾಕ್ಟೊರಿಮೇಡ್...'

'ಹೇ ಐಳ... ನಿನಗೆ ಇದೆಲ್ಲ ಹೇಗೋ ಗೊತ್ತು?' ಮಾತಂಗಿ ಕಟ್ಟಚ್ಚರಿ ತಾಳಿ ಕೇಳಿದಳು. ನಾನು ತಕ್ಷಣ ಕಿಸೆಯಿಂದ ಮೊಬೈಲೆತ್ತಿಕೊಂಡು ತೋರಿ, 'ಎಲ್ಲಾ ಇದರ ಮಹಿಮೆ ಕಣಮ್ಮಾ... ಒಬ್ಬನೇ ಇರೋವಾಗಲೆಲ್ಲ ಅದು ಇದು ಹುಡುಕಿಕೊಂಡಿರುತೀನಿ...' ಎಂದು ಹೇಳಿದೆ. 'ನಿನಗೆ ಈ ಇನ್ನೊಂದೂ ಹೇಳಬೇಕು... ಹೇಳಲಾ?'

'ನೀನೆಷ್ಟು ಚೆನ್ನಾದ ಮಾತುಗಾರ... ಕೇಳೋಕೆ ಬಲು ಚೆನ್ನನಿಸುತ್ತೆ... ಹೇಳು ಹೇಳು...'

'ಸುಮ್ಮನೆ ಹರಿಕಥೆ ಅಂದುಕೋಬಾರದು...' ಅನ್ನುವ ಶರತ್ತು ಹಾಕಿದೆ. 'ಮುಗಿಸುವವರೆಗೂ ಸುಮ್ಮನೆ ಇರಬೇಕು... ಏನು ಎತ್ತ ಕೇಳುವ ಹಾಗಿಲ್ಲ, ಆಯಿತಾ? ಒಂದು ಕೆಲಸ ಮಾಡು. ಬಾ ಇಲ್ಲಿ ನಿಂತುಕೋ... ನಾನು ಇಲ್ಲಿ ನಿಲ್ಲುತೀನಿ...' ಅಂತಂದು, ರಥಬೀದಿಯಲ್ಲೇ ಕೊಂಚ ಜನವಿರಳವೆನಿಸುವ ಜಾಗದಲ್ಲಿ ಮಾತಂಗಿಯನ್ನು ನಿಲ್ಲಹೇಳಿದೆ.

19

'ಮಾತಂಗಿ... ಮೊದಲೊಂದಿಷ್ಟು ಪೀಠಿಕೆ ಹೇಳಬೇಕು...' ಸುರುಹಚ್ಚಿಕೊಂಡೆ. 'ಈ ರಥಯಾತ್ರೆ ಇದೆಯಲ್ಲ, ಕಡಿಮೆ ಅಂದರೂ ಸಾವಿರ ವರ್ಷಗಳ ಹಿಂದೆ ಸುರುವಾಗಿದ್ದಂತೆ... ನಿಮ್ಮ ತಲಕಾಡಿನಲ್ಲಿ ಗಂಗದೊರೆಗಳದ್ದೊಂದು ಸಾಮ್ರಾಜ್ಯ ಇದ್ದಿತಲ್ಲ, ಅವರದೊಂದು ಟಿಸಿಲು ಇಲ್ಲಿ ಬಂದು, ಈ ಒರಿಸ್ಸಾ ಪ್ರದೇಶದಲ್ಲಿ ನೆಲೆ ನಿಂತಿತು... ಅವರು ಕಟ್ಟಿದ ದೇವಸ್ಥಾನ ಇದು.. ಈ ರಥಯಾತ್ರೆಯ ಪ್ರತೀತಿ ಇಡೀ ದೇಶದಲ್ಲೇ ಅತ್ಯಂತ ಹಳೆಯದು ಅನ್ನುವ ನಂಬಿಕೆ ಇದೆ... ಒಂದು ಕಾಲಕ್ಕೆ ಎಲ್ಲೆಲ್ಲೂ ವರ್ಣಾಶ್ರಮ ಪದ್ಧತಿ ಇತ್ತಲ್ಲ- ಎಲ್ಲ ವರ್ಗದ ಜನರಿಗೂ ದೇವಸ್ಥಾನದೊಳಗೆ ಪ್ರವೇಶವಿರಲಿಲ್ಲ... ಹಾಗಾಗಿ, ಸ್ವಯಂ ಜಗನ್ನಾಥನೇ ವರ್ಷಕ್ಕೊಂದು ಸರ್ತಿ ದೇವಸ್ಥಾನದಿಂದ ಹೊರಗೆ ಬಂದು ಎಲ್ಲರಿಗೂ ದರ್ಶನ ಕೊಡುವ ಪದ್ಧತಿಯನ್ನು ಜಾರಿಗೆ ತಂದನಂತೆ... ಇರಲಿ... ಇವಿಷ್ಟೂ ನಂಬಿಕೆ...'

'ಇವೆಲ್ಲ ನನಗೆ ಹೇಗೆ ಗೊತ್ತಾಯಿತು ಅಂತ ನಿನಗೆ ಆಶ್ಚರ್ಯ ಆಗಬಹುದು... ಐ ಲವ್ ಟ್ರ್ಯಾವೆಲಿಂಗ್... ಐ ಡು ಫುಡ್-ಟ್ರ್ಯಾವೆಲಿಂಗ್... ಹೀಗಂದರೆ ಏನು ಅಂತ

ಮೊಟಕಾಗಿ ಹೇಳಿಬಿಡುತೀನಿ... ನಾವು ಇವೊತ್ತು ಇಂಡಿಯಾ ಅಂತ ಭ್ರಮಿಸುವ ಒಂದು ಪ್ರದೇಶ ಇದೆಯಲ್ಲ, ಇದೆಷ್ಟು ದೊಡ್ಡದು ಅಂತ ಬರೇ ಮ್ಯಾಪ್ ನೋಡಿದರೆ ಗೊತ್ತಾಗೋದಿಲ್ಲ... ಇದನ್ನ ಕಂಡು ನೋಡಬೇಕು... ಕಂಡು ನೋಡೋದು ಅಂದರೆ ವಿಮಾನದಲ್ಲಿ ಹಾರಾಡಿಕೊಂಡು ನೋಡೋದಲ್ಲ. ರೇಲಿನಲ್ಲಿ, ಬಸ್ಸಿನಲ್ಲಿ– ಜನಸಾಮಾನ್ಯರ ನಡುವೆ ನಡೆದಾಡಿಕೊಂಡು ಕಾಣೋದು. ಕಾಣುತ್ತ ಕಾಣುತ್ತ ಕಂಡುಕೊಳ್ಳೋದು... ಈ ದೇಶದಲ್ಲಿ ಏನೆಲ್ಲ ಇದೆ ಅನ್ನೋದನ್ನ ಅಡ್ಡಾಡಿಯೇ ನೋಡಬೇಕು... ಪ್ರತಿ ಹತ್ತಿಪ್ಪತ್ತು ಕಿಲೋಮೀಟರು ದೂರಕ್ಕೆಲ್ಲ ಇಲ್ಲಿನ ನೆಲ ಬದಲುತ್ತೆ. ಆಕಾಶ ಬದಲುತ್ತೆ... ಬಟ್ಟೆಬರೆ, ಉಡುಗೆ ತೊಡುಗೆ, ನಡೆನುಡಿ, ಆಚಾರ–ವಿಚಾರ... ಎಲ್ಲವೂ ಬದಲಿಬಿಡುತ್ತೆ... ಹಾಗೇ ಜನರ ಆಹಾರಪದ್ಧತಿಯೂ ಬದಲಾಗುತ್ತೆ... ನನಗೆ ಈ ಕಡೆಯದರಲ್ಲಿ, ಅಂದರೆ ಆಹಾರದ ಸಂಗತಿಯಲ್ಲಿ ವಿಶೇಷವಾದ ಆಸ್ಥೆ ಇದೆ... ಅಂಡ್ ಐ ಲವ್ ಕುಕಿಂಗ್. ಆಲ್ಸೋ ಅಯಾಮ್ ಅ ಗ್ರೇಟ್ ಫುಡೀ... ನಾನು ಬೇರೆ ಬೇರೆ ಪ್ರದೇಶಗಳ ಅಡುಗೆಯನ್ನ ಕಲಿತುಕೊಳ್ಳಲಿಕ್ಕೆ ಪ್ರವಾಸ ಮಾಡುತೀನಿ... ಅಲ್ಲಿನ ಆಹಾರಪದ್ಧತಿಯನ್ನ ದಾಖಲಿಸುತೀನಿ...

'ಈ ಅಡುಗೆಯ ಜೊತೆಗೆ ತಳುಕಿಟ್ಟುಕೊಂಡು– ಅಲ್ಲಿನ ಉಳಿದ ವಿಷಯಗಳನ್ನೂ ಕಂಡುಕೊಳ್ಳುತೀನಿ... ಫೊಟಾಗ್ರಫಿ ಮಾಡುತೀನಿ. ಹಾಡುತೀನಿ ಅಂದೆನಲ್ಲ, ಅಲ್ಲಲ್ಲಿನ ಹಾಡುಗಳನ್ನು ಕಲೀತೀನಿ... ಇನ್ನು, ನನಗೆ ಯಾವೊತ್ತೂ ಭಾಷೆಯ ಮೇಲೆ ಒಂದು ಕಣ್ಣು ಹೆಚ್ಚೇ ನಿಗಾ ಇದೆ ಅನಿಸುತ್ತೆ... ಅಡುಗೆಯ ಮೂಲಕ ಅಲ್ಲಿನ ಭಾಷೆಯನ್ನೂ ಅಷ್ಟಿಷ್ಟು ಕಲೀತೀನಿ... ಏನು ಗೊತ್ತಾ, ಇವನ್ನೆಲ್ಲ ಮಾಡಲಿಕ್ಕೆ ಒಂದು ಜೀವಮಾನ ಸಾಲದು ಅನಿಸುತ್ತೆ... ಯಾವುದೇ ದೇವರಲ್ಲಿ ನಾನಿಡುವ ಮೊರೆ ಏನಂದರೆ, ನನ್ನನ್ನು ದೀರ್ಘಾಯುವಾಗಿ ಸಾಯಿಸು ಅಂತ. ಹಣ್ಣು ಹಣ್ಣು ಮುಪ್ಪಿರುವವರೆಗೂ ನಾನು ಬದುಕಿರಬೇಕು... ಮತ್ತು ಇಡೀ ಬದುಕನ್ನು ನಾನು ಹೀಗೇ ಕಳೆಯಬೇಕು...

'ಥೂ ನೋಡು! ಏನೋ ಶುರು ಮಾಡಿದೆ, ಎಲ್ಲೆಲ್ಲೋ ಹೋದೆ... ತುಂಬಾ ಓದಿಕೊಂಡವರು, ತುಂಬಾ ಕಂಡುಕೊಂಡವರ ಜಾಯಮಾನವೇ ಇಷ್ಟು. ದೆ ಕೆನ್ ನೆವರ್ ಬಿ ಕ್ರಿಸ್ಪ್ ಅಂಡ್ ಟು ದಿ ಪಾಇಂಟ್... ಇರಲಿ... ಒಂದು ಹೇಳಲೇಬೇಕು. ನಾನು ಯಾವುದೇ ಊರಿಗೆ ಹೋಗುವ ಮೊದಲು ಒಂದಷ್ಟು ರಿಸರ್ಚ್ ಮಾಡುತೀನಿ... ಅಲ್ಲಿನ ಇತಿಹಾಸ, ಐತಿಹ್ಯ, ಜಾನಪದ... ಇವುಗಳ ಬಗ್ಗೆ ಓದಿಕೊಂಡಿರುತೀನಿ... ಯೋಚನೆಗೊಂದಿಷ್ಟು ಗ್ರಾಸವಿಟ್ಟರೆ ಹೀಗೆ ಏನೇನೋ ಹೊಳೆದುಬರುತ್ತೆ...

'ಅರೆ... ನಾನು ಮಾತಾಡುತಾನೇ ಇದೀನಿ. ನೀನೇನು ಸುಮ್ಮನೆ ಕೂತಿದೀಯಲ್ಲ... ಏನಾದರೂ ಹೇಳು!'

ತುಟಿ ಪಿಟಿಕ್ಕನ್ನದೆ ನನ್ನನ್ನೇ ನೋಡಿಕೊಂಡಿದ್ದ ಮಾತಂಗಿಯನ್ನು ಕಡೆಯಲ್ಲಿ

ಕೇಳಿದೆ. ಫಕ್ಕನೆ ಏನೂ ಹೇಳದಿದ್ದಾಗ ಮೆಲ್ಲಗೆ ಮೈಮುಟ್ಟಿ ಅಲುಗಿಸಿದೆ. ಇನ್ನಿರದ ಪರವಶತೆಯಲ್ಲಿ ಮಗ್ನಳಿದ್ದವಳು– ನನ್ನ ಸ್ಪರ್ಶದಿಂದ ತನ್ನ ಬೇರಿನ ಬುಡಕ್ಕೇ ಕೊಡಲಿ ತಾಕಿತೆಂಬಂತೆ ಹೌಹಾರಿದಳು. 'ಹೇ... ನೀನೇ ಅಲ್ಲವೇನೋ ಏನೂ ಪ್ರಶ್ನೆ ಕೇಳಬಾರದು ಅಂದಿದ್ದು!' ಎಂದು ಕನಲಿದಳು.

'ಅಯ್ಯೋ ನಾನಿನ್ನೂ ವಿಷಯಕ್ಕೇ ಬಂದಿಲ್ಲ... ನಿನಗೊಂದಿಷ್ಟು ಓದಿಸೋದಿದೆ...' ಅಂತಂದು, ಕಿಸೆಯಲ್ಲಿದ್ದ ವಾಲೆಟ್ಟ್ ಎಳೆದು– ಕ್ರೆಡಿಟ್ ಕಾರ್ಡುಗಳ ನಡುವೆ ಮಡಿಚಿಟ್ಟುಕೊಂಡಿದ್ದ ಚೀಟಿಯೊಂದನ್ನು ತೆರೆದೆ.

'ಹೇ ಐಳ... ನೀನು ಸುರು ಮಾಡೋಕೆ ಮೊದಲು ಒಂದು ಸಣ್ಣ ಸಂಗತಿ ಹೇಳಿಬಿಡುತೀನಿ... ನನ್ನದೂ ತಲಕಾಡಿನ ಮೂಲ. ಅಲ್ಲಿನ ಕಾವೇರಿದಂಡೆಯಲ್ಲೇ ಮನೆ... ನನ್ನ ಊರಿನಲ್ಲಿದ್ದ ಅರಸರೇ ಈ ಜಗನ್ನಾಥನ ಗುಡಿಯನ್ನೂ ಕಟ್ಟಿದರು ಅನ್ನೋದು ಎಷ್ಟು ಹೆಮ್ಮೆ ಗೊತ್ತಾ? ಎಂತಹ ರೋಮಾಂಚನ ಆಗುತಿದೆಯೋ!'

ಕಿಸೆಯಿಂದ ತೆಗೆದ ಚೀಟಿಯ ಮಡಿಕೆಯನ್ನು ಬಿಡಿಸುತ್ತ ನಸುನಕ್ಕೆ.

'ಸರಿ... ಈಗ ನೀನು ಸುರುಮಾಡು... ಇನ್ನೇನೂ ಪ್ರಶ್ನೆ ಕೇಳದೆ ಕೇಳಿಸಿಕೋತೀನಿ...'

'ಆಲ್ ರೈಟ್... ಕೇಳಿಸಿಕೋ... ಇದನ್ನು ರಥದ ಬಗ್ಗೆ ಬರೆದಿದ್ದು. ಉಡುಪಿಯ ರಥೋತ್ಸವದ ಸುಮಾರಿನಲ್ಲಿ ಬರೆದಿದ್ದು... ಈಗ ನೆನಪಾಯಿತು, ಇದು ನನ್ನ ವಾಲೆಟಿನಲ್ಲಿ ಹಾಗೇ ಇದೆ ಅಂತ...' ಎಂದು ಹೇಳಿ ಓದಲಿಕ್ಕೆ ತೊಡಗಿದೆ.

20

ಎಳೆ. ಎಳೆ... ಇನ್ನೂ ಎಳೆ. ಹಿಗ್ಗಾಮುಗ್ಗಾ ಎಳೆ... ಇನ್ನಷ್ಟು ಎಳೆ...

ಎಳೆಯುವುದರಿಂದ ಅದು ಹತ್ತಿರವಾಗುತ್ತದೆ. ಹಾಗೇ, ನೀನೂ ಅದಕ್ಕೆ! ಅದರ ಹತ್ತಿರಕ್ಕೆ! ಒಳ–ಸನ್ನಿಧಾನಕ್ಕೆ!

ಹಗ್ಗವನ್ನು ಎಳೆಯುವುದರಿಂದ ಅದು ನಿನ್ನತ್ತ ಸರಿದುಬರುತ್ತದೆ. ನೀನೂ ಅದರತ್ತ ಸರಿದುಹೋಗುತ್ತೀಯೆ... ನೀನು ಹಿಂಜರಿಯುತ್ತೀ. ಹಿಂಜರುಗುತ್ತೀ... ಅದೂ, ಅಷ್ಟೇ ಮುಂಜರಿಯುತ್ತದೆ. ಮುಂಜರುಗುತ್ತದೆ... ಅಂದರೆ ಮುಂದೆ ಮುಂದೆ ಜರುಗಿಬರುತ್ತದೆ!

ಎಳೆ. ಎಳೆ... ಮತ್ತಷ್ಟು ಎಳೆ...

ಎಳೆದು ಮುಂಬಂದ ಹಗ್ಗವನ್ನು ಬಿಟ್ಟು, ಮೊದಲು ಹಿಡಿದಲ್ಲಿನಿಂದ ಹಿಂದೆ ಹಿಡಿಯುವುದರಿಂದ... ಮತ್ತು ಪ್ರತಿಸಲವೂ ಹೀಗೇ ಹಗ್ಗದ ಹಿಂದು–ಹಿಂದನ್ನು ಹಿಡಿದು, ಮತ್ತೆ ಮತ್ತೆ ಎಳೆದು... ಹೀಗೆ, ನೀನು ಇಡೀ ಹಗ್ಗವನ್ನೇ ಕ್ರಮಿಸುವುದರಿಂದ...

ಕಡೆಗೆ, ಅದರ ಹಿಂದುದಿಯವರೆಗೂ ಬಂದುಬಿಡುತ್ತೀಯೆ...

ಹಿಂದುದಿಯೆಂದರೆ ಹಿಂದಿನ ತುದಿ.

ನೀನು ಮತ್ತೂ ಎಳೆಯುತ್ತೀಯೆ. ಮತ್ತೂ ಮತ್ತೂ ಎಳೆಯುತ್ತೀಯೆ.

ನೀನು ಎಳೆಯುವಷ್ಟೇ ಅದು ನಿನ್ನನ್ನು ಸೆಳೆಯುತ್ತದೆ.

ಈಗ ಯೋಚಿಸು... ಹಗ್ಗ ಶೂನ್ಯವಾಗುವಲ್ಲಿ ಅದು ಇದೆ! ಹಗ್ಗ ಶೂನ್ಯವಾಗುವಲ್ಲಿ ನೀನೂ ಇದ್ದೀಯೆ!

ಏನೂ ಇಲ್ಲದ ಮತ್ತು ಎಲ್ಲವೂ ಇರುವ ಶೂನ್ಯದಲ್ಲಿ ಅದೂ, ಮತ್ತು ಅಷ್ಟೇ ನೀನೂ ಒಟ್ಟಾಗುತ್ತೀರಿ... ಏಕತ್ರ ಸಂಭವಿಸುತ್ತೀರಿ. ಏಕಯಿಸಿಬಿಡುತ್ತೀರಿ. ಹಾಗೇ ಶೂನ್ಯವಾಗುತ್ತೀರಿ!

ಎಳೆತ ಮತ್ತು ಸೆಳೆತ– ಪರಸ್ಪರ ಒಂದಾಗುವಾಗ, ಒಂದಂತೂ ಸತ್ಯ! ಆಗ ಏನೂ ಇಲ್ಲ... ಯಾಕೆಂದರೆ ಇರುವುದೆಲ್ಲ ಶೂನ್ಯ!

21

ಮಾತಂಗಿ ಕಲ್ಗೊಂಬೆಯಂತೆ ನಿಂತುಬಿಟ್ಟಿದ್ದಳು. ಕೆಲಕಾಲ ಮಾತಿರಲಿ ಮೌನವನ್ನೂ ಹುಟ್ಟಗೊಡದೆ ಇದ್ದುಬಿಟ್ಟಳು. ಕಣ್ಣುಗಳಲ್ಲಿ ಭಾಷ್ಪ. 'ಹೇ ಏನಾಯಿತು...' ಅನ್ನುವಾಗ, 'ಸುಮ್ಮನಿರು... ಸುಮ್ಮನಿರು... ನಾನು ನಿನ್ನ ಮಾತುಗಳನ್ನ ಆಸ್ವಾದಿಸುತ್ತಿದ್ದೀನಿ... ಐ ಜಸ್ಟ್ ವಾಂಟ್ ಟು ರೆಲಿಶ್ ದಿಸ್ ಫಾರ್ ಸಮ್‌ಟೈಮ್...' ಅಂತಂದು, ಕೆಲವು ಕ್ಷಣಗಳಷ್ಟು ಹಿನ್ನೆಲೆಯಲ್ಲಿದ್ದ ಮೂರೂ ರಥಗಳನ್ನು ಎವೆಯಿಕ್ಕದೆ ನೋಡಿ– ಬಳಿಕ ಕಣ್ಣು ಮುಚ್ಚಿ, ಏನನ್ನೋ ಧ್ಯಾನಿಸಿದ ಮೇಲೆ, 'ಅಯಾಮ್ ಡನ್... ಲೆಟ್ಸ್ ಗೋ...' ಎಂದು ಹೇಳಿದಳು.

ಮತ್ತೆ ಹೊರಡುವುದೆಂದು ನಾಲ್ಕಾರು ಹೆಜ್ಜೆ ಮುಂದಿಟ್ಟೆವಷ್ಟೆ– ಎಲ್ಲಿತ್ತೋ ಏನೋ, ಏನಾಯಿತೋ ಕಾಣೆ... ಒಮ್ಮೆಗೇ ಮಳೆ ಹನಿಯತೊಡಗಿತು. ಬೇಸಗೆಯ ಕಾವಿನಲ್ಲಿ ಮೈಕಾಯಿಸಿಕೊಂಡಿದ್ದ ಆಕಾಶವು ಇನ್ನು ಕಾಯೆನ್ನುವ ಹಾಗೆ, ತಂತಾನೇ ತಣಿದು ಮೈದಳೆದು ಇಳಿಯತೊಡಗಿತು. ಮಿಂಚಲಿಲ್ಲ. ಗುಡುಗಲಿಲ್ಲ. ಗಾಳಿ–ಧೂಳಿ... ಇತ್ಯಾದಿ ಆರ್ಭಟಗಳಿಲ್ಲ... ಸುಮ್ಮನೆ ತುಂತುರಾಗಿ ಚೆಲ್ಲಿತು. ನೀರಾಗಿ ಹರಿಯಿತು.

'ದೇಖಾ? ದೇಖಾ? ಯೇ ತೋ ಹೋನಾ ಹೀ ಥಾ!' ಬದಿಯಿಂದೊಂದು ಕೊರಳು ಉಲಿಯಿತು. 'ಬಿನಾ ಬಾರಿಶ್ ಜಗನ್ನಾಥ್‌ಜೀ ಕೈಸೇ ಹಿಲೇಂಗೇ, ಬೋಲ್!'

ಮಳೆಯಿರದ ಹೊರತು ಜಗನ್ನಾಥನೆಲ್ಲಿ ಮಿಸುಕಿಯಾನು? ಈ ಪರಿ ಉದ್ಗರಿಸಿದ ರಥಬೀದಿಯ ಮಂದಿ, ವರ್ಷಾವರಿ ರೂಢಿಯೇ ಇದೆನ್ನುವ ಹಾಗೆ, ಭಾರೀ

ಸಂತೋಷದಿಂದ ಇದ್ದಲ್ಲೇ ಇರುವಲ್ಲೇ ಮಳೆಯಿಳಿಸಿಕೊಳ್ಳಲು ಸಜ್ಜಾಗಿಬಿಟ್ಟರು! ಬಟ್ಟೆಬರೆ ಟ್ರಂಕು ಹೋಲ್ಡಾಲು ಸೂಟ್‌ಕೇಸಿತ್ಯಾದಿಯನ್ನು ಒತ್ತಟ್ಟಿಗಿರಿಸಿ, ಒಂದರ ಮೇಲೊಂದು ಪೇರಿಸಿ– ಕಂಬಳಿ, ಪಾಲಿಥೀನು, ಟಾರ್ಪಾಲುಗಳನ್ನು ಕವಿದರು. ತಂತಮ್ಮ ತಲೆಗಳ ಮೇಲೆ ಟೊಪ್ಪಿಗೆ, ಮುಂಡಾಸು, ರುಮಾಲು ತೊಟ್ಟುಕೊಂಡರು. ಸೀರೆಯುಟ್ಟ ಹೆಣ್ಣುಗಳು ತಲೆಯಲ್ಲಿ ಸೆರಗು ಹೊದ್ದುಕೊಂಡವು. ಇನ್ನುಳಿದವು ದುಪ್ಪಟ್ಟ ಇಳಿಬಿಟ್ಟುಕೊಂಡವು. 'ತುಂಬಾ ಜೋರಾಗಿ ಬಂದರೆ ಏನು ಮಾಡುತೀರಿ?' ಬದಿಗಿದ್ದವನನ್ನು ಸುಮ್ಮನೆ ಕೇಳಿದೆ. 'ಕ್ಯಾ ಕರೇ... ಗುಡಿಯೊಳಗಿನ ಜಗನ್ನಾಥ ಬಹಿರಂಗಕ್ಕೆ ಬರುವುದೇ ಈ ಇಡೀ ಪ್ರಾಂತ್ಯಕ್ಕೆ ಮಳೆ ತರುವ ಸಲುವಾಗಿ... ಮಳೆಯನ್ನಾದರೂ ತಡೆದುಕೊಂಡೇವು, ಅವನನ್ನು ತಡೆಯಲಾದೀತೆ?' ಎಂದು, ಮಹಾಶಯ ನಿರ್ಭೀತನಾಗಿ ಹೇಳಿದ. 'ಇಷ್ಟು ಮಂದಿ ಸೇರಿದ್ದೀರಲ್ಲ, ಎಲ್ಲರಿಗೂ ನೆರಳೆಲ್ಲಿದೆ?' ಎಂದು ಕೇಳುವಾಗ, 'ಭಯ್ಯಾ... ದೇಖ್ತೇ ರಹಿಯೋ... ಮಳೆ ಕೊಡುವ ಜಗನ್ನಾಥ ನೆರಳು ಕೊಡನೇನು?' ಎಂದು ಹೇಳಿ ನಿರುಮ್ಮಳ ತಾಳಿದ.

ಮಹಾಶಯ ಹೇಳಿದ್ದಕ್ಕೆ ಸರಿಯಾಗಿ, ನೋಡುನೋಡುತ್ತಲೇ– ರಥಬೀದಿಯಲ್ಲಿ ಎಲ್ಲೆಲ್ಲೂ ಕೊಡೆ ಬಿಚ್ಚಿಕೊಂಡವು. ಕಪ್ಪುಕಪ್ಪನೆ ದೊಡ್ಡದೊಡ್ಡನೆ ಕೊಡೆ. ಕೊಡೆಯೇ ಕೊಡೆ ಅನಿಸುವಷ್ಟು ಕೊಡೆ. ಬೀದಿಗೆ ಬೀದಿಯೇ ಛತ್ರಾಶ್ರಯ ತಾಳಿತೆಂಬಂತೆ– ಅದರೊಳಗೆ ಎಷ್ಟು ಮಂದಿ ನೆರೆದಿದ್ದರೋ ಅಷ್ಟು... ಅಷ್ಟಲ್ಲದಿದ್ದರೆ, ಇಬ್ಬರಿಗೆ ತಲಾ ಒಂದೆನ್ನುವಂತೆ ಅರ್ಧಸಂಖ್ಯೆಯಷ್ಟು– ಕೊಡೆಗಳು ತೆರೆತೆರೆದು ಹರಡಿದವು. ದೂರದ ಕಾಡಿನಲ್ಲಿ ಮಳೆ ಸುರಿದಿದ್ದೇ ಸೈ, ಎಲ್ಲೆಲ್ಲಿಂದಲೋ ಎದ್ದು ನಿಲ್ಲುವ ಶಿಲೀಂಧ್ರಗಳ ಹಾಗೆ– ನಮ್ಮಿಬ್ಬರ ಸುತ್ತ ಕೊಡೆಯೇ ಕೊಡೆಯಾದ ಜಗತ್ತು ಆವಿರ್ಭವಿಸಿತು!

ಹೌದು... ಕೊಡೆ ಕೊಡೆ ಕೊಡೆ... ನೋಡಿದಲ್ಲೆಲ್ಲ ಅವೇ ಅವೇ!

ನೆಲದಲ್ಲಿ, ಬೀದಿಯಲ್ಲಿ, ಆಚೀಚಿನ ಕಟ್ಟಡಗಳಲ್ಲಿ, ಅಂಗಡಿ–ಅಟ್ಟಣಿಗೆಗಳಲ್ಲಿ... ತಳ್ಳುಗಾಡಿಯ ಮೇಲೆ... ಸೈಕಲ್ಲು, ಬೈಕು, ಸ್ಕೂಟರುಗಳ ಮೇಲೆ... ಅಡ್ಡಾಡುವ ಮಂದಿಯ ತಲೆಯ ಮೇಲೆ... –ಹೀಗೆ ಛತ್ರಿಯೇ ಛತ್ರಿಯಾದ ಛಾತ್ರ-ಚಿತ್ರಿಕೆಯೊಂದನ್ನು, ಮರುಬೆಳಿಗ್ಗೆ ರಥವೇರಲಿಕ್ಕಿರುವ ಜಗನ್ನಾಥನೇ ಬಿಡಿಸಿದನೋ– ಎಂಬಷ್ಟು ಸೊಂಪಾಗಿ, ಲಕ್ಷಾಂತರ ಕೊಡೆಗಳುಂಟಾದವು!

ಕಡೆಯಲ್ಲಿ, ಕೊಡೆಗಳ ಮೋಡವೇ ಕಟ್ಟಿತೆನ್ನಬೇಕು... ಬರೀ ಕರಿಗೊಡೆಗಳಾದ್ದರಿಂದ ಅದು ಕಾರ್ಮೋಡವೇ ತಾನನ್ನಬೇಕು!

'ದೇಖಾ, ದೇಖಾ?' ಬದಿಯಲ್ಲಿನ ವ್ಯಕ್ತಿ, ಕಣ್ಣೆದುರೇ ಉಂಟಾದ ಚಮತ್ಕಾರಕ್ಕೆ– ಸ್ವಯಂ ಚಮತ್ಕರಿಸುವ ಮಾತು ಹೇಳಿದ. 'ಮಳೆಯಿರಲಿ, ಇಲ್ಲದಿರಲಿ... ಜಗನ್ನಾಥನ ಮಕ್ಕಳು ನಾವು. ಅವನನ್ನು ಏಕಾಏಕಿ ಬಿಟ್ಟು ಹೊರಟೇವೆಯೇ? ನಾಳೆ ಹೇಗಿರುತ್ತೆ,

ನೋಡಿ... ಇಲ್ಲಿ ಮಿಸುಕೋಕೆ ಎಡೆ ಇರಲ್ಲ... ಮಳೆ ಸುರಿಯುತಿದ್ದರೂ ಇಲ್ಲೇ ಇರುವಲ್ಲೇ ಇರುತೀವಿ...'

ಈ ಮಾತಿನ್ನೂ ಪೂರೈಸಲಿಲ್ಲ, ಇದ್ದಕ್ಕಿದ್ದಂತೆ ಮಳೆಯ ರಭಸ ಹೆಚ್ಚಿತು!

ಧೋ ಎಂದು ಧುಮ್ಮಿಕ್ಕಿತು! ಧಾರೆ ಧಾರೆಯಾಗಿ ಇಳಿಯಿತು!

ಯಾವಾಗ ಮಳೆನೀರು ಕೋಲು-ಕೊಳವೆಯಂತೆ ದಪ್ಪವಾಗಿ ಇಳಿಯತೊಡಗಿತೋ- ರಥಬೀದಿಯಲ್ಲಿನ ಸಮಸ್ತವೂ ಒಕ್ಕೊರಲು ತಾಳಿ ಜಗನ್ನಾಥನನ್ನು ಕೊಂಡಾಡಿತು. ಹರ್ಷೋದ್ಗಾರ ತಾಳಿತು. ಕೆಲವರು ಮಳೆಯ ವರಸೆಗೆ ತಕ್ಕುದಾಗಿ ಥಕಥಕ ಕುಣಿಯತೊಡಗಿದರು. ತೊಯ್ದರು. ತುಯ್ದರು. ಹನಿದು ತೊನೆದಾಡಿದರು... ಕಹಳೆಗಳು ಮೊಳಗಿದವು. ಚಂಡೆ-ನಗಾರಿಯಂತಹವು ವಾದ್ಯಕ್ಕೆ ತೊಡಗಿದವು. ಗಂಟೆ-ಜಾಗಟೆಗಳ ಢಣವುಂಟಾದವು!

ಈ ನಡುವೆ ಮಾತಂಗಿ, ಒದ್ದೆ ಗುಬ್ಬಚ್ಚಿಯ ಹಾಗೆ ಮೈಮುದುಡಿಕೊಂಡು, ನನಗೊತ್ತರಿಸಿಕೊಂಡು ನಿಂತಳು. ಮಳೆ ಹೆಚ್ಚಿದ ಹಾಗೆ ಹೆಚ್ಚು ಹೆಚ್ಚು ಒತ್ತಿಕೊಂಡಳು. ನನ್ನ ಮನಸ್ಸಿನಲ್ಲಿ ಮುದ ಮೂಡಿತು. ಅತ್ಯಪೂರ್ವವಾಗಿ ಚೆನ್ನನಿಸಿತು. ಇಬ್ಬರೂ ನೆನೆದುಕೊಂಡೇ ನಿಂತೆವು. ನಿಂತು ತಣಿದೆವು. ತಣಿದಂತೆ ತಣಿದಂತೆ ನನ್ನ ಮೈಮನಸ್ಸಿನ ದಣಿವೆಲ್ಲ ನೀಗಿಹೋಯಿತು. ಚೇತೋಹಾರಿ ಎಂಬ ಸರಕೊಂದಿದ್ದರೆ ಅದು ಮಳೆಯೇ ಅಂತನ್ನಿಸಿಬಂತು!

ಮಳೆಯೂ ಜಗನ್ನಾಥನ ಮಹಿಮೆಯೇ ಅಂತಂದ ಆಸಾಮಿ, ನಮ್ಮಿಬ್ಬರನ್ನೂ, ತನ್ನ ಕೊಡೆಯೊಳಗಿನ ನೆರಳಿಗೆ ಕರೆದರೂ- ನೆನೆಯುವುದೇ ಚೆನ್ನೆಂದು, ಆಕಾಶಕ್ಕೆ ಮೈಯೊಡ್ಡಿಕೊಂಡೇ ಉಳಿದೆವು! ಕೆಲಹೊತ್ತಿನಲ್ಲಿ ಆಕಾಶದ ತಂಪೆಲ್ಲ ಭುವಿಯ ಮೇಲೂ ಹಬ್ಬಿ, ಜಗತ್ತಿಗೆ ಜಗತ್ತೇ ಮಂಜಿನಂತೆ ಶೀತಲಿಸುವಾಗ- ನೆನೆದಿದ್ದು ಸಾಕೆನಿಸಿತು. ನಮ್ಮೊಡನೆ ಕೊಡೆಯಿರಲಿಲ್ಲವಲ್ಲ, ಮಾತಂಗಿಯನ್ನು ಮೆಲುವಾಗಿ ಅಪ್ಪಿಕೊಂಡು- 'ಕಮ್ಮ್... ಲೆಟ್ಸ್ ಗೋ ಅಂಡ್ ಗೆಟ್ ಅಂಡರ್ ದಿ ಶೇಡ್...' ಅಂತಂದೆ. ನಮ್ಮಂತೆಯೇ ಕೊಡೆ ಹೊಂದಿದ್ದಿರದ ಹತ್ತೆಂಟು ಮಂದಿ ನೆರಳಿನತ್ತ ಓಡಿದ ಹಾಗೆಯೇ, ಇಬ್ಬರೂ ಕೈ-ಕೈ ಹಿಡಿದು ಓಟ ಕಿತ್ತೆವು. ಬದಿಗೇ ಇದ್ದ ಕಟ್ಟಡವೊಂದರ ವೆರಾಂಡವನ್ನು ಹೊಕ್ಕುಕೊಂಡೆವು.

22

ವೆರಾಂಡ ಅಂದರೆ ಕಿಟಕಿ-ಬಾಗಿಲುಳ್ಳ ಮುಚ್ಚಿದ ಮುಂಭಾಗ ಅಂತೇನಲ್ಲ; ಬೀದಿಗೂ ಕಟ್ಟಡದ ಒಳವಿಗೂ ನಡುವಿರುವ ಒಂದು ಪದರ ಅಷ್ಟೇ. ಪೂರ್ತಿ

ಮುಚ್ಚಿಗೆಯೂ ಇರದ, ಪೂರ್ತಿ ತೆರಹೂ ಇರದ- ಎರಡರ ನಡುವಿನದೊಂದು ಎಡೆ. ಒಳಗಿನದು ಕಪ್ಪು ಅಂತಾದರೆ, ಹೊರಗೆ ಬಿಳಿಯಿದ್ದರೆ- ಕಪ್ಪುಬಿಳಿಯ ನಡುವಿನ ಬೂದುಬಣ್ಣದ ಜಾಗ. ದಕ್ಷಿಣದ ಪ್ರಾಂತ್ಯಗಳಲ್ಲಿ ಜಗುಲಿ ಇರುತ್ತದಲ್ಲ, ಥೇಟು ಹಾಗೇ. ತಮಿಳುಸೀಮೆಯಲ್ಲಿ ಮನೆಯೆದುರಿನ ಜಗುಲಿಯನ್ನು ತಿಣ್ಣೆ ಅನ್ನುವರಲ್ಲ, ಹಾಗೊಂದು ಸ್ಥಿತಿ.

ಸದರಿ ವೆರಾಂಡದಲ್ಲಿ, ನಮ್ಮಿಬ್ಬರ ಹಾಗೇ- ಇಪ್ಪತ್ತು ಇಪ್ಪತ್ತೈದು ಮಂದಿ, ಮಳೆ ತಡೆಯುವ ನೆರಳಿನಲ್ಲಿ ನಿಂತಿದ್ದರು. ಒಂದರ್ಥದಲ್ಲಿ, ಲಿಫ್ಟೊಳಗಿನ ಪುಟ್ಟ ಸೀಮೆಯೊಳಗೆ ಪರಸ್ಪರ ಮೈತಾಕಿಸಿಕೊಂಡು, ಉಸಿರು ಬಿಗಿಹಿಡಿದುಕೊಂಡು- ಮಂದಿ ನಿಲ್ಲುವ ಹಾಗೇ, ಎಲ್ಲರೂ ಒಬ್ಬರಿಗೊಬ್ಬರು ಅಂಟಿಯೂ ಅಂಟದಂತೆ ನಿಂತಿದ್ದೆವು. ಮಾತಂಗಿಯಂತೂ ನನ್ನೊಳಗೆ ಏಕಯಿಸಿಬಿಟ್ಟಳೆನ್ನುವಷ್ಟು ನಿಕಟವಾಗಿದ್ದಳು!

ವೆರಾಂಡಕ್ಕೂ ಬೀದಿಗೂ ನಡುವೆ ದೊಡ್ಡ ದೊಡ್ಡ ಆರ್ಚುಗಳನ್ನು ಹೊತ್ತ- ಒಟ್ಟು ಏಳು ಕಂಭಗಳ ಪದರವೊಂದಿತ್ತು. ಕಂಭವೆಂದರೆ ಸುಮಾರು ಎರಡು-ಮೂರಡಿ ಗಾತ್ರದ ಗೋಡೆ... ಎರಡು ಕಂಭಗಳ ನಡುವೆ ಎಂಟೆಂಟಡಿಯ ಅಂತರವೇನೋ... ಹಾಗೆಯೇ, ಎರಡು ಕಂಭಗಳನ್ನು ಅವುಗಳ ತಲೆಕಟ್ಟಿನ ಮೇಲೆ- ಮೇಲಿನಿಂದ ಸೇರಿಸುವ ಹಾಗೊಂದು ಕಮಾನು; ಅಂದರೆ ಅರ್ಧ ವೃತ್ತದಂತಹ ಆರ್ಚು. ಈ ಕಮಾನುಗಳಿಗೂ ಕಂಭಕ್ಕಿರುವಂತೆಯೇ ಎರಡು ಮೂರಡಿಯ ದಪ್ಪ. ಕಟ್ಟಡದ ನಟ್ಟನಡುವಿರುವ ಕಮಾನಿನ ಎದುರು ಐದಾರು ಸೋಪಾನಗಳಿದ್ದವು. ಅವನ್ನು ಹತ್ತಿಕೊಂಡು ಹೋದರೆ ಒಳಗೊಂದು ಅಂಗಳ. ಕಟ್ಟಡದ ಒಳಗಿನ ಭಾಗವು ಈ ಅಂಗಳಕ್ಕೆ ಉದಾರವಾಗಿ ತೆರೆದುಕೊಂಡು, ಗಾಳಿ ಬೆಳಕು... ಇತ್ಯಾದಿ 'ಪ್ರಾಣ'ವನ್ನು ತನ್ನೊಳಕ್ಕೆ ದಕ್ಕಿಸಿಕೊಳ್ಳುವುದು... ವೆರಾಂಡದಲ್ಲಿ ನಿಲ್ಲುವಾಗ- ಅಂಗಳವೂ, ಅದನ್ನು ಸುತ್ತುವರೆಯುವ ಗೋಡೆಗಳೂ, ಗೋಡೆಯಲ್ಲಿನ ಕಿಟಕಿಗಳೂ.. ಒಳಗಿನಿಂದ ಇಳಿಬಿಟ್ಟ ಪರದೆಗಳೂ... ಒಳಗನ್ನು ಬೆಳಗುತ್ತಿರುವ ಯಥೇಚ್ಛ ವಿದ್ಯುದ್ದ್ಯುತಿಯೂ... -ಎಲ್ಲವೂ ಒಟ್ಟೊಟ್ಟಿಗೆ ನಿಚ್ಚಳವಾಗಿ ಕಾಣುವುದು; ಮತ್ತು ಅದೊಂದು ಅರಮನೆಯಂತಹ ಮನೆಯೇ ಹೌದೆಂದು ಗಾಢವಾಗಿ ಅನ್ನಿಸುವುದು!

ಹಾಗಂತ, ಅದೇನೂ ಮೈಸೂರಿನ ಅರಮನೆಯಷ್ಟು ಭಾರೀ ಇರಲಿಲ್ಲ. ರಾಜಾಸ್ಥಾನದ ಮಹಲುಗಳಿಗೆ ಹೋಲಿಸಲಾಗಿ ಸಾಮಾನ್ಯವೇ ಇದ್ದಿತು. ಆದರೆ, ರಥಬೀದಿಯಲ್ಲಿನ ಉಳಿದ ಕಟ್ಟಡಗಳೆದುರು ಸೊಂಪಾಗಿ ತೋರುವುದು. ಚೆನ್ನಾಗಿ ಸುಣ್ಣಬಣ್ಣ ತಾಳಿಕೊಂಡು ಪೊಗದಸ್ತಾಗಿ ಇರುವುದು. ಇನ್ನೂ ಹೇಳುವುದಾದರೆ, ಊರಿನಲ್ಲಿನ ಒಬ್ಬ ಭಾರೀ ಕುಳದ ಓನರಿಕೆಯೆಂದು ಎದ್ದು ತೋರುವುದು!

ವೆರಾಂಡದಲ್ಲಿನ ಒಂದು ಗೋಡೆಯ ಮೇಲೆ ಬಲು ಸುಂದರವಾಗಿ ಕೈಯಾರೆ

ಬಿಡಿಸಿದ ಜಗದ್ಭದ್ರನ ಚಿತ್ರವಿತ್ತು. ಆಚೀಚೆಗೆ, ನೇಪಥ್ಯದಲ್ಲಿರುವಂತೆ ಸ್ವಲ್ಪ ಹಿಂದಕ್ಕೆ ಬಲಭದ್ರ-ಸುಭದ್ರೆಯರೂ ಇದ್ದರು. ಕರ್‍ರಂಕರಿ ಮೈಯುಳ್ಳ ಜಗನ್ನಾಥನ ಮುಖವು-ದುಂಡುದುಂಡನೆ ಬೆಳ್ಗಣ್ಣುಗಳನ್ನು ಬರೆಸಿಕೊಂಡು, ತೆಳ್ಳಬೆಳ್ಳನೆ ಡೊಂಕಿದ ಗೆರೆಯ ಹುಬ್ಬಿಟ್ಟುಕೊಂಡು, ನಡುವೊಂದು ಅಷ್ಟೇ ಬೆಳ್ಳನೆ ಕೃಷ್ಣನಾಮವನ್ನು ತಾಳಿ... ಆಚೀಚೆ ಶಂಖ-ಚಕ್ರಗಳನ್ನು ಕಟ್ಟಿಕೊಂಡು, ತಲೆಯಲ್ಲಿ ನವಿಲುಗರಿಯುಳ್ಳ ಜರತಾರೀ ಪೇಟ ಸುತ್ತಿಕೊಂಡಿರುವಂತಿದ್ದು, ಏಕ್‌ದಮ್ 'ಟ್ರೈಬಲ್' ಆರ್ಟ್ ಎನ್ನುವ ಹಾಗೆ, ಬಲು ಮೋಹಕವಾಗಿ ತೋರಿತು... ಇನ್ನು ಬಲಭದ್ರ-ಸುಭದ್ರೆಯರ ಚಿತ್ರಿಕೆಗಳೂ ಜಗನ್ನಾಥನೆಂಬ ಮೋಹನಾಂಗನದೇ ಅಪಭ್ರಂಶವೆಂಬಷ್ಟು ಸುಂದರವಿದ್ದವು.

'ಎಷ್ಟು ಚೆನ್ನಾಗಿದೆ ಅಲ್ಲವಾ?' ಈ ಭಿತ್ತಿಕಲೆಯನ್ನು ನೋಡಿದ್ದೇ ಮಾತಂಗಿ, ಮೆಲ್ಲಗೆ ನನ್ನ ಕಿವಿಯಲ್ಲುಸುರಿದಳು. 'ಪ್ರತಿಬಿಂಬವೇ ಇಷ್ಟು ಚೆನ್ನಿದೆ ಅಂದ ಮೇಲೆ ಮೂಲದೇವರು ಇನ್ನೆಷ್ಟು ಚೆನ್ನಿದ್ದಾನೋ...' ಎಂದು ಅಚ್ಚರಿಯಿಂದ ಹೇಳಿದಳು.

ಇನ್ನು, ನಾನು-ಮಾತಂಗಿ ಕಟ್ಟಡದ ನಡುವಿನ ಕಮಾನಿನಲ್ಲಿ ಒಂದು ಕಂಭಕ್ಕೆ ಬೆನ್ನು ಆನಿಸಿಕೊಂಡು ನಿಂತಿದ್ದೆವು. ಅಷ್ಟೇ ಒಬ್ಬರನ್ನೊಬ್ಬರು ಆನಿಸಿಕೊಂಡಿದ್ದೆವು. ಮಳೆಯಿಂದಾಗಿ ಮಾತಂಗಿಯ ಮೇಲಂಗಿಯಂತೂ- ಅದರಲ್ಲೂ ಅವಳ ಬೆನ್ನು, ಸುಮಾರು ತೊಯ್ದುಕೊಂಡಿತ್ತು. ಇಬ್ಬರೂ ಸಾಕಷ್ಟು ನೆರಳಿನಲ್ಲಿದ್ದೆವಾದರೂ, ಹೊರಗೆ ಸೂರಿನಿಂದ ಸುರಿಯುವ ಮಳೆಯು ನೆಲ ತಾಕುವ ಹೊತ್ತಿನಲ್ಲಿ ಸಿಡಿದು, ಒಂದಿಷ್ಟು ತುಂತುರೆಬ್ಬಿಸಿ ಇಲ್ಲವಾಗುವುದು... ಪ್ರತಿಸರ್ತಿ ತುಂತುರು ಸಿಡಿವಾಗಲೂ ಮಾತಂಗಿಯ ಮೈಯಲ್ಲಿ ಸಣ್ಣಗೆ ನಡುಕ ಹುಟ್ಟುವುದು. ತುಟಿಗಳು ಕಂಪಿಸಿ ಅದುರುವವು. ಆಗ ತನಗೇ ಗೊತ್ತಿರದೆ ಅವಳ ಒಡಲು ನನ್ನನ್ನು ಇನ್ನಷ್ಟು ಆತುಕೊಳ್ಳುವುದು!

ಒಂದು ಹಂತದಲ್ಲಿ ಸುರಿಮಳೆಯ ಮೇಲೆ- ಅಡ್ಡವಾಗಿ, ಎರ್‍ರಾಬಿರ್‍ರಿ ಗಾಳಿ ಬೀಸಿ, ಎಣಿಸಿರದ ದಿಕ್ಕಿನಿಂದ ನೀರು ಒಳಬಂದು ನಮ್ಮನ್ನು ರಾಚುವಾಗ- ಮಾತಂಗಿ, ಹೋ... ಎಂದು ಅರಚಿಬಿಟ್ಟಳು! ಅವಳು ಇದ್ದಕ್ಕಿದ್ದಂತೆ ಎಬ್ಬಿಸಿದ ಹುಯಿಲಿನಿಂದಾಗಿ, ಅದಿಬದಿಯ ಮಂದಿಯೆಲ್ಲ ಹೌಹಾರಿದರು. ಬಲು ಗಾಬರಿಯಿಂದ ನಮ್ಮತ್ತಲೇ ಒಮ್ಮೆ ನಿರುಕಿದರು. ಆ ಕ್ಷಣಕ್ಕೆ ಬಲು ದಿಗಿಲುಂಟಾಗಿ ನನ್ನ ಗುಂಡಿಗೆಯೇ ಬಾಯಿಗೆ ಬಂದಂತನ್ನಿಸಿತು! ಇಷ್ಟಾಗುವ ಸುಮಾರಿಗೆ ಪರಿಸ್ಥಿತಿಯನ್ನು ಅರ್ಥೈಸಿಕೊಂಡ ಮಾತಂಗಿ, ಒಳಗಿಂದೊಳಗೆ ನಾಚುಗೆ ತಾಳಿ- ನನ್ನ ಹೆಗಲಿನಲ್ಲಿ ಮುಖವಿಟ್ಟು, 'ಸ್ಸಾರೀ ಐಳ!' ಎಂದು ನನಗೊಬ್ಬನಿಗಷ್ಟೇ ಕೇಳಿಸುವಂತೆ ಹೇಳಿದಳು.

ನನಗೂ ನಾಚುಗೆಯಾಯಿತು. ಏನು ಮಾಡುವುದೆಂದು ತೋಚಲಿಲ್ಲ. ಹತ್ತಿಪ್ಪತ್ತು ಮಂದಿಯ ನಲವತ್ತೂ ಚಿಲ್ಲರೆ ಕಣ್ಣುಗಳು ಒಟ್ಟೊಟ್ಟಿಗೇ ನಮ್ಮತ್ತ ನೋಡಿದವೆಂದರೆ ಮುಜುಗರ ತಾನೇ? ಏನಂದುಕೊಂಡಿದ್ದಾರು? ಯೋಚಿಸಿದೆ. ಏನು ತಾನೇ

ಅಂದುಕೊಂಡಾರು? ಹೆಚ್ಚೆಂದರೆ ಹನಿಮೂನಿಗೆ ಬಂದ ಹರೆಯದ ಜೋಡಿ ಅಂದುಕೊಳ್ಳಬಹುದು... ಹೂ ಕೇರ್ಸ್!

ಈ 'ಹೂ ಕೇರ್ಸ್?' ಎಂಬುದನ್ನು ನನ್ನನಗೇ ಹೇಳಿಕೊಂಡೆನೋ, ತುಟಿ ಬಿಚ್ಚಿ ಆಡಿದೆನೋ- ಅರಿಯೆ, ಅದು ಮಾತಂಗಿಗೆ ಕೇಳಿಸಿದ್ದಿರಬೇಕು! ತಕ್ಷಣ, 'ಏನಂದೆ? ವ್ಹಾಟ್ ಡಿಡ್ ಯು ಸೇ?' ಎಂದು ಪಿಸುಗಟ್ಟಿ ಕೇಳಿದಳು.

'ನತ್ತಿಂಗ್...' ಎಂದು ಮಾತು ಮರೆಸಿದೆ.

ಮಾತಂಗಿ ಇನ್ನಷ್ಟು ಮುದುಡಿ ನನ್ನ ಭುಜಕ್ಕೆ ಒತ್ತರಿಸಿಕೊಂಡಳು.

23

ಸುಮಾರು ಹೊತ್ತು ಮಳೆ ನಿಲ್ಲಲಿಲ್ಲ. ಸುರಿವುದಲ್ಲದೆ ಇನ್ನು ರಹವಿಲ್ಲವೆಂಬಂತೆ ಸುರಿಯುತ್ತಲೇ ಇತ್ತು! ಹೆಚ್ಚು ಕಡಿಮೆ ಮುಕ್ಕಾಲು ತಾಸು ಸುರಿಯಿತೇನೋ... ಈ ಹೊತ್ತಿಗೆ, ವೆರಾಂಡದಲ್ಲಿನ ಮಂದಿ ಇದ್ದಲ್ಲಿಯೇ ಹೊಂದಿಕೊಂಡು- ಅಲ್ಲಿನವರು ಇಲ್ಲಿ, ಇಲ್ಲಿನವರು ಅಲ್ಲಿ- ಎಂಬಂತೆ ತಂತಮ್ಮ ಗುಂಪುಗಳನ್ನು ಸೇರಿಕೊಂಡರೂ ನೂಕುನುಗ್ಗಲಿದ್ದೇ ಇತ್ತು. ನಾನು ಮಾತಂಗಿಯಿದ್ದ ಕಡೆ, ಅಂದರೆ ಕಟ್ಟಡದ ಸೋಪಾನಗಳ ಮುಂದೆ- ನಾವಿಬ್ಬರಲ್ಲದೆ ಇನ್ನು ಮೂವರು ಮಾತ್ರ ಉಳಿದೆವು. ನಾವುಗಳಿದ್ದ ಕಮಾನಿನ ಎದುರಿಗೇ- ಒಳಗಿನ ಅಂಗಳಕ್ಕೆ ತೆರೆದುಕೊಳ್ಳುವ ದ್ವಾರವೂ, ಒಡನೆರಡು ಆಚೀಚೆ ತೆರೆಯುವ ಚಿತ್ತಾರದ ಕದಗಳೂ ಇದ್ದು- ಬಲಗಡೆಯ ಕದದ ಒಳಬದಿಯಲ್ಲೊಂದು ತಗಡಿನ ಕುರ್ಚಿಯ ಮೇಲೆ, ಖಾಕೀಬಟ್ಟೆ ತೊಟ್ಟ ಒಬ್ಬ ಚೌಕೀದಾರ ಕುಳಿತಿದ್ದ. ಮಳೆಗೆ ಬೆನ್ನು ಮಾಡಿಕೊಂಡು ಕಮಾನುಗಂಬದ ಬದಿಗೇ ಇದ್ದ ನಮ್ಮಿಬ್ಬರನ್ನು ನೋಡಿ, 'ಅಂದರ್ ಆವ್ ಅಂದರ್ ಆವ್...' ಎಂದು ಕೂಗಿ ಕರೆದ. ಇಬ್ಬರೂ ಅವನಿದ್ದ ದ್ವಾರದ ಬಳಿ ಹೋಗಿ ನಿಂತೆವು.

ಈಗ ನಾವು ನಿಂತಲ್ಲಿನಿಂದ- ಅಂಗಳದ ಇನ್ನೆರಡು ಪಾರ್ಶ್ವಗಳು ಚೆನ್ನಾಗಿ ತೋರಿಬಂದು, ಒಳಗಿರುವ ಮನೆಯ ಅರಮನೆ'ತನ'ದ ಚಿತ್ರವು ಇನ್ನಷ್ಟು ಸ್ಪಷ್ಟವಾಯಿತು. 'ಇದೇನಿದು? ಮನೆಯಾ ಹೊಟೆಲ್ಲಾ?' ಒಳಗಿನ ಐಷಾರಾಮವನ್ನು ನೋಡಿ ನನಗೇ ಗೊತ್ತಿರದೆ ಹೀಗೊಂದು ಪ್ರಶ್ನೆ ಹೊಮ್ಮಿದೆ.

'ರಾಜಮಹಲ್...' ಚೌಕೀದಾರ ಮೆಲುದನಿಯಲ್ಲಿ ಹೇಳಿದ. 'ಈ ಊರಿನ ರಾಜರ ಮನೆ ಇದು...'

'ಅರಮನೆಯಾ?' ಮಾತಂಗಿ ದೊಡ್ಡದೊಂದು ಉದ್ಗಾರ ತಾಳಿದಳು!

'ಹ್ಞಾಂಜೀ... ದೇಶದಲ್ಲಿ ಪ್ರಜಾಸರ್ಕಾರವಿದ್ದರೂ ಜಗನ್ನಾಥನ ಸನ್ನಿಧಿಯಲ್ಲಿ ನಮ್ಮ

ರಾಜನ ಮಾತೇ ಅಂತಿಮ. ಅವರ ಅಪ್ಪಣೆಯಿಲ್ಲದೆ ಗುಡಿಯೊಳಗಿನ ಹುಲ್ಲುಕಡ್ಡಿ ಕೂಡ ಕದಲೋದಿಲ್ಲ...'

'...'

'ಈ ಪ್ರದೇಶದ ಜನ ಈ ರಾಜನೇ ಜಗನ್ನಾಥನ ಸ್ವರೂಪ ಅಂತ ಮನ್ನಿಸುತ್ತಾರೆ... ನಾಳೆ ರಥಯಾತ್ರೆಗೆ ಚಾಲನೆ ನೀಡೋದು ರಾಜರೇನೇ... ಅವರು ಜಗನ್ನಾಥಜೀಯ ರಥದೆದುರಿನ ರಸ್ತೆಯನ್ನು ಗುಡಿಸುತ್ತಾರೆ. ಆಮೇಲೆ ರಥ ಜರುಗುತ್ತೆ...'

'ಅವರ ಹೆಸರು?'

'ಗಂಗವಂಶೀ ಗಜಪತಿ ಮಹಾರಾಜ ದಿವ್ಯಸಿಂಹ ದೇವ...'

ಈ ಹೆಸರು ಕೇಳಿದ್ದೇ, ಮಾತಂಗಿ– 'ನಮ್ಮ ತಲಕಾಡನ್ನು ಆಳಿದ್ದೂ ಇದೇ ಗಂಗವಂಶದ ದೊರೆಗಳು, ಐಳ...' ಅನ್ನುತ್ತ ಅತ್ಯಂತ ಪುಳಕದ ಮಾತನ್ನು ಹೇಳಿಕೊಂಡು ಬೀಗಿದಳು.

ಚೌಕೀದಾರನಿಗೆ ಕನ್ನಡದ ಸುಳುಹೆಲ್ಲಿ ತಿಳಿದೀತು? ಅಥವಾ, ಒಡಿಸ್ಸೀ ಪ್ರಾಂತ್ಯದ ಗಂಗವಂಶಿಗರು ತಲಕಾಡಿನ ಗಂಗರೇ ಹೊರಳಿ ಉಂಟಾಗಿಸಿದ ಟಿಸಿಲೆಂದು ಅರ್ಥವಾದೀತೇನು? ಅವನು ತನ್ನಷ್ಟಕ್ಕೆ ತನ್ನ ಸ್ವಾಮಿನಿಷ್ಠ ಮಾತುಗಳನ್ನು ಮುಂದುವರೆಸಿದ.

'ಬಹಳ ಒಳ್ಳೆಯವರು... ತುಂಬಾ ಸರಳವಾಗಿ ಬದುಕುತ್ತಾರೆ. ಸಸ್ಯಾಹಾರಿ... ಈ ಮೊದಲು ಚಿಕನ್ ಮಟನ್ ತಿನ್ನುತಾ ಇದ್ದರು. ಯಾವಾಗ ಜಗನ್ನಾಥಜೀಯ ಪ್ರೇರಣೆಯುಂಟಾಯಿತೋ, ಆ ದೇವರ ಆದ್ಯಸೇವಕರಾಗಿಬಿಟ್ಟರು... ಇವರು ಬಿಡುವುದಿರಲಿ, ಮಾಂಸವೇ ಇವರನ್ನು ಬಿಟ್ಟುಹೋಯಿತು... ಮಂದಿರದ ಕಮಿಟಿಯ ಅಧ್ಯಕ್ಷರಾಗಿದ್ದಾರೆ. ಜಗನ್ನಾಥ ದೇವರಿಗೊಂದು ಮುಖವಾಣಿ ಅಂತಿದ್ದರೆ– ಅದು ಇವರೇ. ಇವರು ಹೇಳಿದಂತೆಯೇ ಪುರಿ ನಗರ ನಡೆದುಕೊಳ್ಳುತ್ತೆ... ರಾಜಾಸ್ಥಾನದ ದೊರೆಗಳ ಹಾಗೆ ಐಷಾರಾಮ ಮಾಡಿದವರಲ್ಲ. ಯಾವೊತ್ತೂ ದೊಡ್ಡಸ್ತಿಕೆ ಮೆರೆಯುವವರಲ್ಲ...'

ಮಾತಂಗಿ ಬಲು ಕುತೂಹಲದಿಂದ ಕಾವಲುಗಾರನ ಮಾತುಗಳನ್ನು ಕೇಳಿಸಿಕೊಂಡಳು. ಅವಳಿಗೆ– ಈ ಮಹಾರಾಜನ ವಂಶದ ಮೂಲಕ್ಕೂ, ತಾನು ಹುಟ್ಟಿದ ಊರಿಗೂ– ಏನೋ ನಂಟಿದೆಯೆಂಬುದೇ ಹೆಮ್ಮೆಯ ಸಂಗತಿ ಅಂತನ್ನಿಸಿಬಂತು. ನಡುನಡುವೆ ಒನ್ನಮೂನೆ ಗರ್ವವನ್ನೂ ತಾಳಿದಳು.

'ನೀವೇ ಯೋಚಿಸಿ ನೋಡಿ... ಜಯಪುರದಲ್ಲೋ, ಮೈಸೂರಿನಲ್ಲೋ ಹೀಗೆ ರಾಜಮಹಲಿನ ವೆರಾಂಡದಲ್ಲಿ ನಿಮಗೆ ನಿಲ್ಲುವ ಅವಕಾಶ ಇದೆಯಾ? ಇದೇ ನಮ್ಮ ಮಹಾರಾಜರ ದೊಡ್ಡಸ್ತಿಕೆ ಗೊತ್ತಾ?'

ಈಗ ಮಾತಂಗಿಯ ಮೈಮನಸ್ಸುಗಳ ಪುಳಕದ ಮೀಟರು ಉಚ್ಚ್ರಾಯಕ್ಕೇರಿಬಿಟ್ಟಿತು! ಒಳಮರ್ಕ್ಯುರಿಯು ಥರ್ಮಾಮೀಟರಿನಿಂದ ಉಕ್ಕಿ ಹೊರಹೊಮ್ಮುವುದಷ್ಟೇ ಬಾಕಿ! 'ಹಮ್ ಉನ್ಸೇ ಮಿಲ್ ಸಕ್ತೇ ಹೇ, ಕ್ಯಾ?' ಎಂದು ಧುಡುಮ್ಮನೆ ಕೇಳಿಯೇಬಿಟ್ಟಳು!

'ಎಷ್ಟು ಹೊತ್ತಾಗಿದೆ ಗೊತ್ತಾ?' ಚೌಕೀದಾರ ಕೇಳಿದ.

'ಸಾಢೇ ಬಾರಹ್...'

'ಮತ್ತೆ... ನಾಳೆ ಹತ್ತೂವರೆಗೆ ರಥಯಾತ್ರೆ ಅಂತಂದರೆ ನೇಮನಿಷ್ಠೆ ಇರುತ್ತಲ್ಲವಾ?'

ಮಾತಂಗಿಗೆ ಉತ್ಸಾಹಭಂಗವಾದಂತಾಯಿತು. 'ಐಳ... ಸುಮ್ಮನೆ ಅವರನ್ನ ದೂರದಿಂದ ನೋಡಬಹುದಾ ಅಂತ ಕೇಳಿ ನೋಡೋ...' ಎಂದು ಕಿವಿಯಲ್ಲಿ ಉಸುರಿದಳು. 'ನಮ್ಮೂರನ್ನು ಆಳಿದ ವಂಶ ಅಂದರೇನು ಕಡಿಮೆಯಾ?' ಎಂದೂ ನನಗೆ ಹೇಳದೆಯೇ ಗೊಣಗಿಕೊಂಡಳು.

'ಆಪ್ ಕಿಧರ್ ಕೇ ಹೋ?' ಚೌಕೀದಾರ ನನ್ನನ್ನೇ ನೇರ ನೋಡಿಕೊಂಡು ಕೇಳಿದ. 'ಹೊಸದಾಗಿ ಮದುವೆಯಾಗಿದ್ದಾ?' ಎಂದು ಸರಕ್ಕನೆ ಇನ್ನೂ ಒಂದು ಪ್ರಶ್ನೆಯನ್ನು ಎದುರಿಗಿಟ್ಟ. ಆ ಹೊತ್ತಿನಲ್ಲಿ ಮಾತಂಗಿಗೆ ಏನನ್ನಿಸಿತೋ ಕಾಣೆ, ನಾನಂತೂ ಒಳಗಿಂದೊಳಗೇ ನಾಚುಗೆಗೀಡಾದೆ. ಏನು ಹೇಳುವುದಂತ ಫಕ್ಕನೆ ಹೊಳೆಯಲಿಲ್ಲ.

'ಹಮ್ ಬ್ಯಾಂಗಲೋರ್ ಸೇ ಹೇ...' ಮಾತಂಗಿ ಭಿಡೆಯಿರದೆ ಉತ್ತರಿಸಿದಳು. ಅವನ ಎರಡನೇ ಪ್ರಶ್ನೆಯನ್ನು ಬೇಕೆಂದೇ ಅವಗಣಿಸಿದಳೋ, ಅಥವಾ ಮರೆತಳೋ– ತಿಳಿಯಲಿಲ್ಲ. ಚೌಕೀದಾರನು ಮತ್ತೆ ಆ ಪ್ರಶ್ನೆಗೆ ವಾಪಸಾಗುವ ಮೊದಲು, 'ಆಪ್ ಬ್ಯಾಂಗಲೋರ್ ಆಯೇ ಹೋ ಕಭೀ?' ಎಂದು ಕೇಳಿದಳು. ಮಾತಿನ ಜಾಡು ಇನ್ನೆಲ್ಲೋ ಸರಿದುಕೊಂಡಿತು.

24

'ಒಂದು ಕೆಲಸ ಮಾಡಿ... ಇಕೋ ನೀವು ಅಲ್ಲಿ ಕೂರಬಹುದು... ಮಳೆ ನಿಲ್ಲೋದು ತಡವಾಗಬಹುದು...' ನಡುವಿನ ಮಾತು ಸಲೀಸುಗೊಂಡಾಗ, ಚೌಕೀದಾರ, ಆ ವೆರಾಂಡದ ಕೊನೆಯ ಕಮಾನಿಗೆ ಅಂಟಿಕೊಂಡಂತಿದ್ದ ಮೂಲೆಯನ್ನು ತೋರಿ– ನಾವಿಬ್ಬರೂ ಅಲ್ಲಿ ಉಳಿಯಬಹುದೆಂದು ಸೂಚಿಸಿದ. 'ಇದು ತೀರಾ ದಾರಿಯಾಗಿಹೋಯಿತು... ಮನೆಯೊಳಗೆ ಬಂದು ಹೋಗುವವರು ಇರುತಾರೆ...' ಎಂದು ಹೇಳಿ, ನಮ್ಮನ್ನು ಸಾಗಹಾಕುವುದಕ್ಕೆ ಕಾರಣವನ್ನೂ ಇತ್ತ. ನಾನೂ ಮಾತಂಗಿಯೂ ಅವನು ಹೇಳಿದ ಮೂಲೆಗೆ ಹೋಗುವವರೆಗೂ ಜೊತೆಗೆ ಬಂದ

ಕೂಡ. 'ಈಗಷ್ಟೇ ಮದುವೆಯಾಗಿದೀರಿ ಅನಿಸುತ್ತೆ... ಆರಾಮಾಗಿ ಕೂತುಕೊಳ್ಳಿ...' ಎಂದು ನಮ್ಮ 'ಸೋ-ಕಾಲ್ಡ್' ನವದಾಂಪತ್ಯದ ಬಗ್ಗೆ ಇನ್ನಿರದ ಕಾಳಜಿಯನ್ನೂ ತೋರಿದ.

'ಭಾಈ ಸಾಬ್... ಹಮೇ ಮಂದಿರ್ ಮೇ ದರ್ಶನ್ ಹೋಗಾ ಕ್ಯಾ?' ಮಾತಂಗಿ, ಚೌಕೀದಾರನು ನಮ್ಮಿಂದ ಕದಲಿ ವಾಪಸಾಗುವ ಮುನ್ನ ಕೇಳಿದಳು. ಈವರೆಗೆ ರಾಜದರ್ಶನವನ್ನು ಕೋರಿದವಳು, ಇದ್ದಕ್ಕಿದ್ದಂತೆ ದೇವರ ದರ್ಶನದತ್ತ ಮಾತು ಹೊರಳಿಸಿದ್ದು- ನನ್ನಲ್ಲಿ ಅಚ್ಚರಿ ಹುಟ್ಟಿಸಿತು!

'ಮೂರು ಗಂಟೆಗೆ ಕಡೆಯ ಪೂಜೆ ಆಗುತ್ತೆ... ಆಮೇಲೆ ಜಗನ್ನಾಥಜೀಯನ್ನು ಮಲಗಿಸಲಾಗುತ್ತೆ... ಮಳೆ ನಿಂತರೆ ಹೋಗಬಹುದು...'

'ಆಗುತ್ತೆ ಅಲ್ಲವಾ?' ಮಾತಂಗಿ ನನ್ನತ್ತ ನೋಡಿ ಕೇಳಿದಳು.

ನಾನು ಸುಮ್ಮನೆ ತಲೆದೂಗಿದೆ.

'ಅಬ್ ಆರಾಮ್ ಸೇ ಬೈಠೋ... ಬಾರಿಶ್ ಕಮ್ ಹೋತೇ ಹೀ ಜಾಓ...' ಎಂದು ಹೇಳಿದ ಚೌಕೀದಾರ ಮತ್ತೆ ತಾನಿದ್ದಲ್ಲಿಗೆ ಸರಿದಿದ್ದೇ, ಮಾತಂಗಿ ನನ್ನತ್ತ ನೋಡಿ ಒಮ್ಮೆಗೇ ಕಿಸಕ್ಕನೆ ನಕ್ಕುಬಿಟ್ಟಳು! ಕಾರಣವೇನೆಂದು ನನಗೆ ಗೊತ್ತಿತ್ತು. ಚೆನ್ನಾಗಿಯೇ ಗೊತ್ತಿತ್ತು.

'ಮಹಾ ಚಾಲಾಕಿ ನೀನು!' ಅಂತಂದು ನಾನೂ ನಗತೊಡಗಿದೆ.

'ಬಾ... ಇಲ್ಲಿ ಕೂತುಕೋ...' ಎಂದು ಮಾತಂಗಿ ಹೇಳುವಾಗ, ನಾನು ಎರಡೂ ಕೈಗಳನ್ನು ಸೂರಿನತ್ತ ಚಾಚಿ ಮೈಮುರಿದೆ. ಅವಳು ನನ್ನ ಸೊಂಟದಲ್ಲಿನ ಬೆಲ್ಟಿಗೆ ಕೈಯಿಕ್ಕಿ ನನ್ನನ್ನು ಅನಾಮತ್ತನೆ ಜಗ್ಗಿದಳು. ಧೇಯ್ಡನೆ ಹಿಂದೆ ಬಿದ್ದೆ. ಅವಳೊಡನೆಯೇ ಬಿದ್ದೆ.

ಮಾತಂಗಿ ಮತ್ತೊಮ್ಮೆ ಕಿಸಕ್ಕನೆ ನಕ್ಕಳು. ನಾನು ದಡಬಡನೆ ಎದ್ದು, 'ಸ್ಟುಪಿಡ್ಡ್...' ಅನ್ನುತ್ತ ಅವಳ ಮಗ್ಗುಲಿಗೆ ಆತುಕೊಂಡು ಕುಳಿತೆ. 'ಹೇಗಿದ್ದರೂ ಗಂಡಹೆಂಡತಿ ಅಂದಿದ್ದಾನೆ. ತಕ್ಕುದಾಗಿ ಏನಾದರೂ ಮಾಡಿದರಾಯಿತು...' ಮಾತಂಗಿ, ನನ್ನ ಕಿವಿಯೊಳಕ್ಕೆ ಉಸುರಿದ್ದನ್ನು ಒಲ್ಲೆಂದು ಅಲ್ಲಗಳೆದೆ.

ಚೌಕೀದಾರ, ತಾನಿದ್ದಲ್ಲಿಂದಲೇ- ನಮ್ಮಿಬ್ಬರ ಈ 'ಕಳ್ಳಾಟ'ವನ್ನು ವಾರೆಗಣ್ಣಿನಲ್ಲಿ ಗಮನಿಸಿ ನಸುನಕ್ಕು, ತನ್ನ ಮುಂದಿನ ಕೆಲಸದಲ್ಲಿ ತೊಡಗಿಕೊಂಡ.

ಮಾತಂಗಿ, ತಕ್ಷಣ, ನನ್ನ ಮೇಲೆ ಒತ್ತರಿಸಿಕೊಂಡು- 'ಐಳ... ನಾನಂದುಕೊಂಡಿರೋ ಕೆಲಸ ಆಗುತ್ತಲ್ಲವಾ?' ಎಂದು ಕೇಳಿದಳು.

'ಏನು ಕೆಲಸ?'

'ದೇವರ ದರ್ಶನ ಆಗುತ್ತಲ್ಲವಾ? ಇಟ್ ಮೀನ್ಸ್ ಸೋ ಮಚ್ ಟು ಮೀ...'

'ಇಟ್ ಮೀನ್ಸ್ ಎ ಲಾಟ್ ಟು ಮಿ ಟೂ...'

'ಯಾಕೆ?'

'ಜಗನ್ನಾಥನ ಎದುರು ನೀನೇನೋ ಹೇಳುತೀನಿ ಅಂದೆಯಲ್ಲ, ಅದಕ್ಕೆ...'

'ಯೆಸ್ಸ್... ಐ ವಿಲ್ಲ್... ಐ ಡೆಫಿನೆಟ್‌ಲೀ ವಿಲ್ಲ್...' ಎಂದು ಮೆಲುದನಿಯಲ್ಲಿ ಹೇಳಿದಳು. 'ಈಗ ಒಂದು ಕೆಲಸ ಮಾಡು... ಟೆಲ್ ಮಿ ಸಮ್‌ತಿಂಗ್...'

'ಟೆಲ್ ಮಿ ಸಮ್‌ತಿಂಗ್ ಅಂದರೆ?'

'ಏನಾದರೂ...'

'ಹುಹ್ಹ್...'

'ಸರಿ... ಆಗ ಹೇಳಿದೆಯಲ್ಲ– ಎಳೆ ಎಳೆ ಎಳೆ ಅಂತ ಅದನ್ನೇ ಇನ್ನೊಂದು ಸಲ ಹೇಳು...'

ಮಾತಂಗಿ ಹೀಗೆ ಹೇಳಿದ್ದೇ ತಡ– ದಡಬಡನೆ ಎದ್ದು ನಿಂತೆ. 'ಯಾಕೆ? ಏನಾಯಿತು?' ಎಂದು ಕೇಳಿದಳು. ಅವಳಿಗೆ ಉತ್ತರ ಕೊಡದೆಯೇ– ಕಿಸೆಗೆ ಕೈಯಿಕ್ಕಿ ವಾಲೆಟ್ಟೆಳೆದುಕೊಂಡು, ಕೆಲಸಮಯದ ಹಿಂದೆ ಬೀದಿಯಲ್ಲಿ ಅವಳಿಗೆ ಓದಿ ಒಪ್ಪಿಸಿದ 'ಎಳೆ ಎಳೆ' ಪಠ್ಯದ ಚೀಟಿಯನ್ನು ಹುಡುಕಿದೆ. ಇರಲಿಲ್ಲ! ಗಾಬರಿಯೇ ಮೊದಲಾಯಿತು! ಮಳೆಬಿದ್ದ ಅವಸರದಲ್ಲಿ ಎಲ್ಲಿ ಕೈಬಿಟ್ಟೆನೋ ಅಂದುಕೊಂಡು, ಉಳಿದ ಕಿಸೆಗಳನ್ನೆಲ್ಲ ತಡಕತೊಡಗಿದೆ. 'ಇದಾ?' ಅನ್ನುತ್ತ, ಮಾತಂಗಿ ತನ್ನ ಪಾಕೆಟಿನಿಂದ ಆ ಚೀಟಿಯನ್ನು ತೆಗೆದು ನನ್ನ ಕೈಗಿತ್ತಳು.

'ಅಬ್ಬಾ... ನಿನ್ನ ಹತ್ತಿರ ಇತ್ತಾ?' ಅನ್ನುತ್ತ, ಕೊಂಚ ನಿರಾಳವಾಗಿ, ಚೀಟಿಯನ್ನು ಇಸಕೊಂಡು– ಮತ್ತೆ ವಾಲೆಟ್ಟಿನಲ್ಲಿಟ್ಟುಕೊಂಡು ಕುಳಿತೆ.

'ಯಾಕೆ? ಈ ಚೀಟಿ ಅಷ್ಟೊಂದು ಇಂಪಾರ್ಟೆಂಟಾ?'

'ಅಲ್ಲವಾ ಮತ್ತೆ? ಐ ಹ್ಯಾವ್ ಇನ್ವೆಸ್ಟೆಡ್ ಎ ಡಿಜಿಟ್ ಆಫ್ ಮೈ ಲೈಫ್ ಆನ್ ಇಟ್...' ಎಂದು ಹೇಳಿದೆ. 'ನನ್ನ ಬದುಕಿನ ಒಂದು ಪಾಲು ಇದರಲ್ಲಿದೆ...'

'ಐ ನೋ!' ಅನ್ನುತ್ತ ನಕ್ಕಳು. 'ಯು ನೋ ವಾಟ್? ಆಗ ನೀನು ಹೇಳಿದ್ದು ತುಂಬಾ ಅಂದರೆ ತುಂಬಾ ಇಷ್ಟ ಆಯಿತು... ಎಷ್ಟು ಇಷ್ಟ ಆಯಿತು ಅಂದರೆ– ಅದಕ್ಕೇ, ಆ ಕೂಡಲೇ ಮಳೆ ಬಂದುಬಿಟ್ಟಿತು...'

'...'

'ಓಕೆ... ಈಗ ಇನ್ನೊಂದಿಷ್ಟು ಹೇಳು...'

'ಏನು ಹೇಳಲಿ... ಮತ್ತೆ ಏನಾದರೂ ಅಂತನ್ನಬೇಡ...'

'ಸರಿ... ಅದೇನೋ ಶೋಸ್ ಮಾಡುತೀನಿ ಅಂದೆಯಲ್ಲ– ಆ ಬಗ್ಗೆ ಹೇಳು... ಸಾಧ್ಯವಾದರೆ ನಿನ್ನ ಬದುಕಿನ ಬಗ್ಗೆ ಹೇಳಿಕೋ... ಹೀಗೇ ಏನಾದರೂ ಜೆನೆರಲ್ಲಾಗಿ...'

ನನಗೆ, ಆ ಕ್ಷಣಕ್ಕೆ, ಈ ಹೆಣ್ಣಿನೆದುರು ಹೇಳಿಕೊಳ್ಳುವ ತುರ್ತೆಂದು ಏನೂ ಇರಲಿಲ್ಲ. ಆದರೂ ಮಾತಿಗಿಳಿದೆ. ಇಷ್ಟಕ್ಕೂ ಮಳೆ ನಿಲ್ಲಬೇಕಿತ್ತಲ್ಲ... ಆವರೆಗೆ ಹೊತ್ತು ನೂಕುವುದಾದರೂ ಎಂತು? ಹಾಗಾಗಿ ಮಾತನಾಡಿದೆ.

'ಸರಿ... ಈ ಕಡೆ ತಿರುಗು... ಹೀಗೆ ಕೂತುಕೋ. ನನ್ನನ್ನೇ ನೋಡಿಕೊಂಡು ಕೂರು... ನಾನು ನನ್ನ ಶೋಗಳಲ್ಲಿ ಮಾಡೋ ಹಾಗೆ ಒಂದು ಸಣ್ಣ ಪೀಸ್ ಪ್ರೆಸೆಂಟ್ ಮಾಡುತೀನಿ... ಮಧ್ಯೆ ಮಾತಾಡೋ ಹಾಗಿಲ್ಲ... ವೇದಿಕೆಯ ಮೇಲಿದ್ದೀನಿ ಅಂತಂದುಕೋ... ಆಯಿತಾ? ಶಲ್ಲೈ ಸ್ಟಾರ್ಟ್?'

ಒಂದಿಷ್ಟು ಕೆಮ್ಮಿ ಗಂಟಲು ತಿದ್ದಿಕೊಂಡು ಸುರುಹಚ್ಚಿದೆ.

25

ಮಾತು ಸುರುಗೊಳಿಸುವ ಹೊತ್ತಿಗೆ, ನನಗೇಕೋ– ಏನೂ ಹೇಳುವುದು ಬೇಡವೆನ್ನಿಸಿತು.

ತನ್ನ ಬಗ್ಗೆ ಇನಿತಾದರೂ ಸುಳುಹು ಬಿಡದವಳೆದುರು ನಾನೇಕೆ ಸುಮ್ಮನೆ ಇಲ್ಲಸಲ್ಲದ್ದನ್ನು ತೋಡಿಕೊಳ್ಳಲಿ? ಏನು ಕೇಳಿದರೂ, ಬಲು ಚಾಲಾಕಿನಿಂದ ಮಾತು ಹಾರಿಸುತ್ತಾಳಲ್ಲ... ಒತ್ತಾಯಿಸಿದರೆ ತನಗೆ ಇತಿಮಿತಿಗಳಿವೆಯೆಂದು ನನಗೂ ಮಿತಿ ಹಚ್ಚುತ್ತಾಳಲ್ಲ... ಇಂಥವಳೆದುರು ಏತರ ಮಾತು? ಸಂಬಂಧವೆಂದರೆ ಕೊಡುವಷ್ಟೇ ಇಸಕೊಳ್ಳುವುದೂ ತಾನೇ? ಕೊಡುಕೊಳುಗಳಿಲ್ಲದ್ದನ್ನು ನಂಟೆನ್ನುವುದಾದರೂ ಹೇಗೆ? ಮಾತುಗಳೆಲ್ಲ ಒಮ್ಮುಖವಿದ್ದಲ್ಲಿ ಮಾತುಕತೆಯೆಂತಾದೀತು? ಇದನ್ನು ಸಂವಾದವಂತಿರಲಿ, ಸಂಭಾಷಣೆಯೆಂದಾದರೂ ಬಗೆಯಲಾದೀತೆ?

ಹೀಗೊಂದು ಅಜೀಬನೆ ಸಂಶಯ ತಾಳಿ ಸುಮ್ಮನೆ ಮನಸ್ಸು ಜೀಕಿಸಿದೆ. 'ನೀನು ನಿನ್ನ ಬಗ್ಗೆ ಆಡುವುದಾದರೆ ಮಾತ್ರ ನಾನು ಸುರುಮಾಡಿಯೇನೆಂದು' ಕರಾರು ಇಡಬೇಕೆನಿಸಿತಾದರೂ, ಮಾತೊಲ್ಲದ ಹೆಣ್ಣನ್ನು ಸುಮ್ಮನೆ ಬಲಾತ್ಕರಿಸುವುದೇಕೆಂದು ಅನ್ನಿಸಿ, ಶರತ್ತನ್ನು ಹೊರಗೆಡಹದೆಯೇ ಒಳಮಿಗಿಸಿಕೊಂಡೆ. ಇಷ್ಟಿದ್ದೂ, ನಾನೇಕೆ ನನ್ನ 'ಶೋ'ಗಳ ಬಗ್ಗೆ ಹೇಳಬೇಕೆಂದು... ಒತ್ತರಿಸಿ ಅನ್ನಿಸಿಬಂತು. ಆಡುವುದು ಬೇಡವೆಂದು ಸುಮ್ಮನಾದೆ.

'ಎಲ್ಲಿ? ನಿನ್ನ ಕೈಕೊಡು...' ಎಂದು ಹೇಳಿ, ವಿಷಯ ಮರೆಸುವ ಉಮೇದಿನಲ್ಲಿ, ಮಾತಂಗಿಯ ಬಲಗೈಯನ್ನು ನನ್ನ ಬೊಗಸೆಯಲ್ಲಿ ತಾಳಿಕೊಂಡೆ.

'ಯ್ಯ್ಯಾ... ಯಾಕೆ?' ಸಣ್ಣಗೆ ಕಳವಳಿಸಿದಳು. ಕೈಯನ್ನು ವಾಪಸು ಪಡೆಯ–ಯತ್ನಿಸಿದಳು.

'ಏನಿಲ್ಲ...' ಅನ್ನುತ್ತ ಆ ಬಲಗೈಯ ಮೇಲೆ ಹಿಡಿತ ಹಚ್ಚಿ, ನಡುಬೆರಳಿಗೆ ದೃಷ್ಟಿಯಿಡುತ್ತ ಹೇಳಿದೆ. 'ಈ ಉಂಗುರ ಸುಖಾಸುಮ್ಮನೆ ನನ್ನ ಸೊಂಟವನ್ನು ಗೀಚಿ ಪರಚಿತಲ್ಲ, ಶಿಕ್ಷೆ ಕೊಡಲಿಕ್ಕೆ...'

'ಓಹ್ಹ್... ಸ್ಸಾರೀ, ಕಣೋ- ಐಳ...' ಎಂದು ಮುಲುಗಿದಳು. 'ತುಂಬಾ ನೋವಾಯಿತಾ?' ಧ್ವನಿಯಲ್ಲಿ ತನ್ನ ನೋವು ಹಚ್ಚಿ ಕೇಳಿದಳು.

ನಾನು, ಬಲು ನಾಜೂಕಿನ ಆ ಉಂಗುರದೊಳಗೆ ನೆಟ್ಟ ಕಣ್ಣುಗಳನ್ನು ಕದಲಿಸದೆಯೇ, 'ಯೆಸ್ಸ್.. ಇಟ್ ಡಿಡ್ ಹರ್ಟ್ ಮೀ...' ಎಂದು ಹೇಳಿದೆ. ಹೆಣ್ಣು, 'ಎಲ್ಲಿ ಎಲ್ಲಿ... ತೋರಿಸು...' ಅಂತಂದು, ಬಲು ಕಾಳಜಿಯಿಂದ ಕೊಸರಿಕೊಳ್ಳುವಾಗ, ಕೈಯನ್ನು ಮತ್ತೆ ಭದ್ರವಾಗಿ ಹಿಡಿದುಕೊಂಡು, 'ಮೊದಲು ಈ ಉಂಗುರಕ್ಕೆ ಶಿಕ್ಷೆಯಾಗಬೇಕು...' ಅಂತಂದೆ.

'ಸರಿ... ಏನು ಮಾಡುತೀಯೋ ಮಾಡಿಕೋ... ಆದರೆ ಒಂದು ಕಂಡಿಷನ್ನು. ಇದನ್ನು ಕೈಯಿಂದ ತೆಗೆಯೋ ಹಾಗಿಲ್ಲ ಅಷ್ಟೇ...' ಎಂದು ಹೇಳಿ, ತನ್ನ ಕೈಯನ್ನು ನನ್ನ ಕೈಗಳೊಳಗೇ ಇರಗೊಟ್ಟು ಸುಮ್ಮನಾದಳು.

'ಯಾಕೆ ತೆಗೆಯಬಾರದು? ಇದೇನು ನಿನ್ನ ವೆಡ್ಡಿಂಗ್ ರಿಂಗಾ?' ಕುತೂಹಲವನ್ನು ಸ್ವಲ್ಪ ಹೆಚ್ಚೇ ಕೌತುಕಿಸಿ ಕೇಳಿದೆ.

'ಹಾಗೇ ಅಂತಂದುಕೋ...'

ತಕ್ಷಣ ಮಾತಂಗಿಯ ಬಲಗೈಯನ್ನು ಕೊಡವಿ ನನ್ನನ್ನು ನಾನೇ ಹಿಂತೆಗೆದುಕೊಂಡು ಕುಳಿತೆ! ಆ ಹೊತ್ತಿನಲ್ಲಿ ನನ್ನನ್ನು ಒತ್ತರಿಸಿ ಮುತ್ತಿದ ನಿರಾಶೆಯನ್ನು ಹತ್ತಿಕ್ಕುವುದೇ ದುಸ್ಸಾಧ್ಯವೆಂತನ್ನಿಸಿತು. ನನಗೇ ಗೊತ್ತಿರದೆ ನನ್ನ ಮೋರೆ ಧುಮುಗುಟ್ಟಿತು ಕೂಡ! ಬಹುಶಃ, ಮಗ್ಗುಲಿಗಿದ್ದ ಹೆಣ್ಣಿನ ಮೇಲೂ ನನ್ನ ಕಾವುಗ್ಗಿ ಕಾರಿತೇನೋ!

'ಹೇ... ಸುಮ್ಮನೆ ಹೇಳಿದೆ...' ಅನ್ನುತ್ತ ಮಾತಂಗಿ ನಕ್ಕಳು. 'ಅದು ಸರಿ, ನನಗೆ ಮದುವೆಯಾಗಿದ್ದರೆ ನಿನಗೇನು ತ್ರಾಸು ಹೇಳು...' ಅಂತಂದು ನಗುತ್ತಲೇ ಛೇಡಿಸಿದಳು.

ಗಣಬಂದ ಹಾಗೆ ನನ್ನಲ್ಲಿ ಕೋಪ ಮೈವೆತ್ತಿ ಬಂತು!

ಹಿಂದೆಯೇ ತಲೆಯೊಳಗೆ ಬಾಂಬು ಸಿಡಿದಂತಾಯಿತು! ಮನಸ್ಸಿಗೆ ಮನಸ್ಸೇ ಛಿದ್ರಯಿಸಿರಲು ಸಾಕು! ಅನಾಮತ್ತನೆ ಎದ್ದು ನಿಲ್ಲಹೊರಟವನನ್ನು, ಮಾತಂಗಿ, ಅಷ್ಟೇ ಅನಾಮತ್ತನೆ ತಡೆದಳು. 'ಐಳ... ಪ್ಲೀಸ್...' ಎಂದು ಗೋಗರೆದಳು. 'ನಾನು ಹೇಳಿದ್ದು ಸುಳ್ಳು...' ಅಂಗಲಾಚಿದಳು.

ಸರಿ... ಮರಳಿ ಬದಿಮಿಕ್ಕೆನಾದರೂ, ಒಲ್ಲದ ಮನಸ್ಸಿನಿಂದಲೇ ಅಂತರ ಕಾಯ್ದುಕೊಂಡು ಕುಳಿತೆ.

'ಏನು ಗೊತ್ತಾ, ಐಳಾ? ನನಗೆ ನನ್ನದೇ ಕೆಲವು ಇತಿಮಿತಿಗಳಿವೆ... ಸುಮಾರು

ವಿಷಯಗಳನ್ನ ನಾನು ಹಂಚಿಕೊಳ್ಳಲಾರೆ... ಏನು ಹೇಳಲಿಕ್ಕಾಗದಿದ್ದರೂ ಇಷ್ಟು ಮಾತ್ರ ಹೇಳಬಲ್ಲೆ. ದಿಸ್ ರಿಂಗ್ ಈಸ್ ಕ್ವೈಟ್ ಸ್ಪೆಷಲ್ ಅಂಡ್ ಪ್ರೆಶಿಯಸ್ ಟು ಮಿ... ಸ್ಪೆಷಲ್ ಏಕೆಂತಂದರೆ ಇದನ್ನು ನಾನು ನನ್ನ ಮೊದಲ ದುಡಿಮೆಯಲ್ಲಿ ಕೊಂಡಿದ್ದು. ಅದಕ್ಕೇ ನಾನು ಇದನ್ನು ಯಾವೊತ್ತೂ ಕಳಚಿಡಲಾರೆ... ಇದರ ಬಗ್ಗೆ ನಾನು ಸ್ವಲ್ಪ ಹೆಚ್ಚೇ ಸೆಂಟಿ ಇದ್ದೀನಿ... ನನ್ನನ್ನೇ ಕಳಕೊಂಡರೂ ಇದನ್ನು ಕಳಕೊಳ್ಳಲಾರೆ!'

ಈ ಮಾತುಗಳನ್ನು, ನಾನಾದರೂ, ಹೆಣ್ಣಿನತ್ತ ನೇರ ನೋಡದೆಯೇ ಕೇಳಿಸಿಕೊಂಡೆ. ಅವಳು ತನ್ನ ಉಂಗುರದ ಬಗ್ಗೆ ವಿವರಿಸಿದ್ದು ನನ್ನನ್ನು ತುಸು ಹಗುರಾಗಿಸಿದ್ದೇನೋ ಸರಿಯೆ... ಎಂತಲೇ, ಇನ್ನಷ್ಟು ಹೇಳಿಯಾಳೆಂದು ಉಮೇದು ತಾಳಿದೆ. ಮುಂದಿನ ಮಾತು ನಿರೀಕ್ಷಿಸಿಕೊಂಡು, ಬೀದಿಯಲ್ಲಿನ ಸುರಿಮಳೆಯತ್ತಲೇ ಕಣ್ಣಿಕ್ಕಿಕೊಂಡು ಕಾದೆ. 'ಇದು ಪ್ರೆಶಿಯಸ್ ಯಾಕೇಂತ ಕೇಳು...' ಎಂದು ಅವಳು ಕೇಳಿದ್ದೇ, ಥಟಕ್ಕನೆ ಅವಳ ಮೋರೆಯತ್ತ ನೋಡಿದೆ.

ನಿಜವೆಂಬುದರ ಝಲಕೊಂದು ನಿಜವಾಗಿ ಝಲಕಿಕೊಂಡು ಬಂದಿತು!

'ನೀನು ಇದರ ಮೇಲೆ ಇಷ್ಟು ಕಣ್ಣು ಹಾಕಿದೆಯಲ್ಲ, ಅದಕ್ಕೇ ಇದು ಪ್ರೆಶಿಯಸ್ಸ್...' ಎಂಬ ಮಾತು ಬಂದಿದ್ದೇ ತಡ, ಚಂದ್ರದ ಮೋಹಕ್ಕೀಡಾದ ಚಾತಕದ ಹಾಗೆ– ಸೀದಾ ಮಾತಂಗಿಯ ಕಣ್ಣುಗಳಲ್ಲಿ ಇಳಿದುಹೋದೆ! 'ಯೆಸ್ಸ್.. ಐ ಮೀನ್ ಇಟ್ಸ್...' ಎಂದು ಬಲು ಆರ್ತವಾಗಿ ಆರ್ದ್ರಯಿಸಿಲು. ಕೊಳದಂತಹ ಆ ಕಣ್ಣುಗಳಲ್ಲೇ ಕೆಲಕಾಲ ಈಡಾಡಿದೆ. ಕೂಡಲೇ, ಅವಳ ಬಲಗೈಯನ್ನು ಮತ್ತೊಮ್ಮೆ ಹೆಕ್ಕಿಕೊಂಡು, ನನ್ನ ಎಡಗೈಯಿಂದ ಅದರ ಮಣಿಕಟ್ಟು ಹಿಡಿದು ಅವಳತ್ತಲೇ ನಿರುಕಿನೋಡಿದೆ. ಅವಳ ಎರಡೂ ಕಣ್ಣುಗಳಲ್ಲಿ ಒಂದೊಂದು ಹನಿಬಿಂದು ತಾಳಿಬಂದು, ಮೆಲ್ಲಗೆ ಇಳಿಯಹೊರಟಿದ್ದವು! ಅವಳನ್ನು ನೋಡಿಕೊಂಡೇ, ಕೆಲಹೊತ್ತಿಗೆ ಮುನ್ನ, ಆ ಉಂಗುರವೆಲ್ಲಿ ನನ್ನನ್ನು ಪುನಃ ಗೀರುತ್ತದೆಂಬ ಕಾಳಜಿಯಲ್ಲಿ ಉಲ್ಟಾಗೈದಿಟ್ಟುಕೊಂಡಳಲ್ಲ– ಅದನ್ನು ಮೆಲ್ಲಮೆಲ್ಲಗೆ ತಿರುವಿ ಸರಿಪಡಿಸಿದೆ. ಅಂದರೆ ಅದರ 'ಸರಿ'ಬದಿಯು ಮುಂಗೈಯಲ್ಲಿ ನೇರ ಕಾಣಿಸುವ ಹಾಗೆ ತಿದ್ದಿ ತಿರುಗಿಸಿದೆ. ಹಾಗೇ, ಅವಳ ಬಲಗೈಯ ನಡುಬೆರಳನ್ನೂ ಉಂಗುರವನ್ನೂ ಒಟ್ಟೊಟ್ಟಿಗೇ ಕಣ್ಣೊಳಗೆ ತಾಳಿಕೊಂಡು, ಯಾಕೋ ಏನೋ, ನಾನೂ ಬಲು ಗಾಢವಾಗಿ ಭಾವುಕಗೊಂಡೆ.

'ಆಹಾ... ನನ್ನನ್ನು ಈ ಪರಿ ಹಚ್ಚಿಕೋಬೇಡವೋ...' ಮಾತಂಗಿ, ನನ್ನ ಭಾವನೆಗಳನ್ನು ಅಳೆದವಳಂತೆ ಎಚ್ಚರಿಕೆಯ ಮಾತು ಹೇಳಿದಳು. 'ಹಾಗೇ ನನ್ನನ್ನೂ ಹಚ್ಚಿಕೊಳ್ಳದ ಹಾಗೆ ತಡಿ... ವೆನ್ ವಿ ಪಾರ್ಟ್ ಇಟ್ ಶುಡ್ ನಾಟ್ ಬಿ ಟಫ್... ಬೋತ್ ಆಫ್ ಅಸ್ ಶುಡ್ ಬಿ ಎಟ್ ಅಟ್ಮೋಸ್ಟ್ ಈಸ್! ನಮ್ಮಿಬ್ಬರ ವಿದಾಯವೂ ಭೇಟಿಯಷ್ಟೇ ಮಧುರವಾಗಿರಬೇಕು, ತಿಳೀತಾ?' ಅನುತ್ತಲೇ ನನ್ನ ಗಡ್ಡದ

ಆಳದಲ್ಲೊಮ್ಮೆ ಕೈಯಿಕ್ಕಿ ಕಲಕಿದಳು.

ನನ್ನ ಮೋರೆಯನ್ನಷ್ಟೇ ಅಲ್ಲ, ಮನಸನ್ನೇ ಕಲಕಿ ಕದಡಿದಳಾದರೂ– ಒಳಗೊಂದು ಮುದವಿತ್ತು! ನಿಸ್ಸೀಮ ಸುಖವಿತ್ತು!

'ಡು ಯು ರಿಯಲೀ ಮೀನ್ ಇಟ್?'

ಮಾತಂಗಿ, ನನ್ನ ಈ ಪ್ರಶ್ನೆಯನ್ನು ಬೇಕೆಂದೇ ಉತ್ತರಿಸಲಿಲ್ಲ. 'ಸರಿ... ಈಗ ಅದೇನೋ ಪೀಸ್ ಪ್ರೆಸೆಂಟ್ ಮಾಡುತೀನಿ ಅಂದೆಯಲ್ಲ, ಮಾಡುತೀಯೋ ಇಲ್ಲವೋ?' ಎಂದು ಮಾತು ತಿರುಗಿಸಿದಳು.

ಸರಿ... ಇನ್ನು, ಈ ಹೆಣ್ಣನ್ನು ಸತಾಯಿಸೆನೆಂದುಕೊಂಡು, 'ವೆಲ್... ಒಂದು ಹೇಳುತೀನಿ, ಮಾತಂಗಿ... ನಾವು ಒಬ್ಬರನ್ನೊಬ್ಬರು ಸಂಧಿಸಿದಷ್ಟೇ ನಮ್ಮ ಬೀಳ್ಕೊಡುಗೆಯೂ ಚೆನ್ನಿರುತ್ತೆ. ಹಾಗೆ ನಡಕೋತೀನಿ...' ಎಂದು, ಮೆಲ್ಲಗೊಂದು ಆಶ್ವಾಸನೆಯಿತ್ತೆ.

ದೇವರೇ... ನಾನು ಹೇಳಿದ್ದು ಬರೇ ಸೋಗಿನ ಮಾತಾಗದಿರಲಿ... ಎಂದು, ನಾವು ಕುಳಿತಲ್ಲಿನಿಂದ ಮಳೆಯ ಮುಸುಕಿನಲ್ಲಿ ಅಷ್ಟಿಷ್ಟು ಕಾಣಿಸುತ್ತಿದ್ದ– ಮೂರೂ ರಥಗಳನ್ನು ನೋಡಿಕೊಂಡು, ಮನಸೊಳಗೇ ಹೇಳಿಕೊಂಡೆ.

'ಓಕೆ... ಸ್ಟಾರ್ಟ್ ದೆನ್...' ಮಾತಂಗಿ ಹೇಳಿದಳು. 'ನೀನು ಈಗ ವೇದಿಕೆಯಲ್ಲಿದ್ದೀ ಅಂದುಕೋತೀನಿ. ನೀನೂ ನನ್ನನ್ನು ನಿನ್ನೆದುರಿನ ಪ್ರೇಕ್ಷಕಿ ಅಂತಂದುಕೋ...' ಅನ್ನುತ್ತ, ತನ್ನೊಳಗಿನ ಗದ್ಗದವನ್ನು ಹತ್ತಿಕ್ಕಿಕೊಂಡು ಹೇಳಿದಳು.

ಮತ್ತೊಮ್ಮೆ ಕೆಮ್ಮಿ ಗಂಟಲು ತಿದ್ದಿಕೊಂಡು ಮಾತಿಗೆ ತೊಡಗಿದೆ.

26

ಮಹನೀಯರೇ ಮತ್ತು ಮಹಿಳೆಯರೇ... 'ಸಾರು ಮತ್ತು ಸಂಸ್ಕೃತಿ' ಕಾರ್ಯಕ್ರಮಕ್ಕೆ ನಿಮಗೆ ಸ್ವಾಗತ.

ನನ್ನ ಹೆಸರು ಐಳನ್.

ಐಳನ್ ಧೀಮಣಿ ಮರುನ್ನದಿ.

'ಧೀಮಣಿ' ನನ್ನ ಅಪ್ಪನ ಕಡೆಯ ಕುಟುಂಬದ ಹೆಸರು. 'ಮರುನ್ನದಿ' ನನ್ನ ಅಮ್ಮನ ಕಡೆಯದ್ದು. ಇವೆರಡೂ ನನಗೆ ಇಷ್ಟ ಅಂತ, ನಾನೇ– 'ನನ್ನ ಹೆಸರನ್ನು ಹೀಗೆ ಮಾಡಿಕೊಂಡಿದ್ದು...' ನಾನು ಅರ್ಧ ತಮಿಳ, ಇನ್ನರ್ಧ ಕನ್ನಡ. ಅಪ್ಪ ಕುಂಭಕೋಣಂ ಕಡೆಯವರು, ಅಮ್ಮ ಮೈಸೂರಿನ ಹತ್ತಿರವಿರುವ ಮಂಡ್ಯದವರು. ಎರಡೂ ಕಾವೇರಿಯ ಸೀಮೆ. ಮಂಡ್ಯದ ಕಾವೇರಿಯೇ ಕುಂಭಕೋಣಂ–ಗೂ

ಬರುವುದಷ್ಟೆ? ನಿಮಗೆ ಗೊತ್ತು, ಕಾವೇರಿ ದಕ್ಷಿಣದೇಶದ ಜೀವ; ಹರಿದಲ್ಲೆಲ್ಲ ಹಸಿರು-ಹರಿತ್ತಿನ ತೇರು!

'ಧೀಮಣಿ' ಅಂದರೆ ಪಂಡಿತ ಅನ್ನುವ ಅರ್ಥ. ನನ್ನ ತಂದೆಯ ಕಡೆಯ ಪೂರ್ವಿಕರು ಭಾರೀ ಘನಪಾಠಿಗಳಾಗಿದ್ದರು. ಆಸ್ಥಾನದಲ್ಲಿ ವೇದಪಾಠ ಹೇಳುತ್ತಿದ್ದವರು... ಹಾಗಾಗಿ ಈ ಬಿರುದು. ಮನೆತನಕ್ಕೂ ಇದೇ ಹೆಸರು.

ಇನ್ನು, ಅಮ್ಮನ ಕಡೆಯವರು ವ್ಯವಸಾಯದ ಮಂದಿ. 'ಮರುನ್ನದಿ' ಅಂದರೆ ದೇವಲೋಕದ ನದಿ; ಗಂಗೆ ಎಂದು ಅರ್ಥ. ಈ ಹೆಸರು ಅವರಿಗೇಕೆ ಬಂತು ಅಂತ ಅವರಿಗೇ ಗೊತ್ತಿಲ್ಲ. ಆದರೆ ಗಂಗೆಯನ್ನು ಮುಡಿಯಲ್ಲಿ ಕಟ್ಟಿಕೊಂಡ ಶಿವನ ಹಾಗೆ, ಈ ಹೆಸರನ್ನು ಈ ತನಕ ಹೊತ್ತುಕೊಂಡಿದ್ದಾರೆ. ನನ್ನ ಸೋದರಮಾವಂದಿರ ಮಕ್ಕಳ ಹೆಸರಿನ ತುದಿಯಲ್ಲೂ ಈ 'ಮರುನ್ನದಿ' ಅನ್ನೋದು ಇದ್ದೇ ಇದೆ!

ನಾವೆಲ್ಲ ಕಸಿನುಗಳ ನಡುವೆ, ನಾನೊಬ್ಬನೇ- 'ಅಪ್ಪನ ಕಡೆಯದನ್ನೂ, ಅಮ್ಮನ ಕಡೆಯದ್ದನ್ನೂ' ಒಟ್ಟಿಗೆ ಸೇರಿಸಿಕೊಂಡು, ನಾನು 'ಎರಡೂ ಕಡೆ'ಯವನು ಅಂತ ಹೇಳಿಕೊಳ್ಳೋದು. ಹೀಗೆ ಎರಡೂ ಕಡೆ ಸೇರಿರೋದು ನನಗೆ ಹೆಮ್ಮೆಯ ವಿಷಯ! ನಾನು ನನ್ನ ಅಪ್ಪನಿಗೂ ಹೆಚ್ಚಾಗಿ ನನ್ನ ಅಮ್ಮನ ಮಗ! ನನಗೆ ತಮಿಳು ಹೇಗೆ ಬೇಕೂ, ಕನ್ನಡವೂ ಅಷ್ಟೇ ಬೇಕು... ಎರಡು ತಾಯಿಯರ ಒಡಗೂಸು ನಾನು. ಇತ್ತ ಬಂದರೆ ತಮಿಳ್ಮಗ; ಅತ್ತ ಹೋದರೆ ಕನ್ನಡ ಕುವರ!

ಇನ್ನು ಐಳನ್.

ಐಳ ಅಂತಂದರೆ ಇಳೆಗೆ ಸಂಬಂಧಿಸಿದ್ದು ಅನ್ನುವ ಅರ್ಥ. ಸಂಸ್ಕೃತದಲ್ಲಿ ಭೌಮ ಅನ್ನುವ ಇನ್ನೊಂದು ಪದ ಇದೆ. ಪಾರ್ಥಿವ ಅಂತಲೂ ಒಂದಿದೆ. ಭೌಮ ಅಂದರೆ ಭೂಮಿಗೆ ಸಂಬಂಧಿಸಿದ್ದು. ಪಾರ್ಥಿವ ಅಂದರೆ ಪೃಥ್ವಿಯಿಂದ ಆದದ್ದು... ಹಾಗೇ ಐಳ ಅಂದರೆ ಇಳೆಯಿಂದ ಉಂಟಾದದ್ದು.

ನನಗೆ ಹೆಸರುಗಳ ಬಗ್ಗೆ ವಿಚಿತ್ರವಾದ ಖಾಯಿಷಿದೆ. ಹಾಗೇ ಭಾಷೆಯ ಬಗ್ಗೆ ಕೂಡ... ಯಾವುದೇ ಹೊಸ ಪದ ಎದುರಾದಾಗಲೂ- ಅದರ ಮೂಲದವರೆಗೂ ಹೋಗಿ, ಅದರೊಳಗಿನ ಎಲ್ಲವನ್ನೂ ಜಾಲಾಡಿ, ಜರಡಿಯಾಡಿ, ಸೋಸಿ... ಶೋಧಿಸಿ-ಹಾಗಂದರೇನು ಅಂತ ಕಂಡುಕೋತೀನಿ... ಹೀಗೆ ಕಂಡುಕೊಳ್ಳೋದು ನನಗೆ ಮುಖ್ಯ ಅನ್ನೋದಕ್ಕಿಂತ, ಅದು ನನ್ನ ಜಾಯಮಾನ ಅಂತನ್ನಬಹುದು!

ಉದಾಹರಣೆಗೆ ಧೃತರಾಷ್ಟ್ರ. ಸಾಮಾನ್ಯರಿಗೆ, ಧೃತರಾಷ್ಟ್ರ ಅಂತಂದರೆ ಕೌರವರ ಅಪ್ಪ, ಮಹಾಭಾರತದಲ್ಲೊಂದು ಪಾತ್ರ ಎಂಬ ಅರ್ಥ ಮಾತ್ರ. ನನಗೆ ಧೃತರಾಷ್ಟ್ರ ಅಂತಂದರೆ ಧೃತವಾದ ರಾಷ್ಟ್ರ; ಅಂದರೆ ಸ್ಥಿರವಾದ ಸಾಮ್ರಾಜ್ಯ; ಅಥವಾ, ಸ್ಥಿರವಾದ ಸಾಮ್ರಾಜ್ಯವುಳ್ಳವನು ಎಂಬ ಹೆಚ್ಚಿನ ಅರ್ಥ.

ಹಾಗೇ 'ಇಂಗಡಲ್' ಎಂದೊಂದು ಶಬ್ದ ಇದೆ ನೋಡಿ; ದ್ರಾವಿಡ ಶಬ್ದ. ಇದು ಬಹುಶಃ ಕನ್ನಡದಲ್ಲೂ ಇದ್ದೀತು. 'ಇನಿದು' ಅನ್ನುವ ಮೂಲಪದದಿಂದ ಇದು ಹುಟ್ಟಿದೆ. 'ಇನಿದು' ಅಂದರೆ ಸಿಹಿಯಾದುದು ಎಂಬ ಅರ್ಥ. ಇಂಪು ಅನ್ನುವ ಇನ್ನೊಂದು ಶಬ್ದಕ್ಕೆ ಹತ್ತಿರದ್ದು... 'ಇನಿದು' ಅಂದರೆ ಅಮೃತ ಅಂತೆಂಬ ಅರ್ಥವೂ ಇದೆ... 'ಇಂಗಡಲ್' ಅಂತಂದರೆ ಹಾಲಿನ ಸಮುದ್ರ ಎಂಬ ಅರ್ಥ. ಹಾಗೇ 'ಇಂಗೊರಳ್' ಅಂದರೆ ಇಂಪಾದ ಕೊರಳು ಎಂಬ ಅರ್ಥ! ಹೀಗಿರುವಾಗ, 'ಇಂಗೊಳಲ್' ಅಂತಲೂ ಹೇಳಬಹುದಲ್ಲವೇ? ಅಂದರೆ ಇಂಪಾದ ಕೊಳಲು ಅನ್ನುವ ಹಾಗೆ? 'ಇಂಚರ' ಅಂದರೇನೂಂತ ನಮಗೆ ಗೊತ್ತೇ ಇದೆ; ಇನಿದು ಪ್ಲಸ್ ಸ್ವರ– ಇಂಚರ...

'ಪೊಂಗೊಳಲ್' ಅನ್ನುವ ಒಂದು ಬಳಕೆ ಇದೆ. ಪುರಂದರರ ಒಂದು ಹಾಡಿನಲ್ಲಿ 'ಪೊಂಗೊಳಲನೂದುತಿಹ ಯದುಕುಲೋತ್ತುಂಗ...' ಅನ್ನೋ ಸಾಲು ಬರುತ್ತೆ. 'ಪೊಂಗೊಳಲ್' ಅಂದರೆ ಪೊನ್ನಿನ ಅಥವಾ ಹೊನ್ನಿನ ಕೊಳಲು ಅನ್ನುವ ಅರ್ಥ. ಇದನ್ನು ಯಾರೂ 'ಇಂಗೊಳಲ್' ಅಂದರೆ ಇನಿದಾದ ಕೊಳಲು ಅಂತ ಯಾಕೆ ಬಳಸಿಲ್ಲ ಅನ್ನೋದು ನನ್ನನ್ನು ಆಗಾಗ ಕಾಡೋ ಪ್ರಶ್ನೆ. ಇರಲಿ... ಇದೇ ಹಾಡಿನಲ್ಲಿ 'ತಿಂಗಳಪಾಂಗನೇ ರಜತಶುಭಾಂಗ' ಅನ್ನುವ ಬಳಕೆ ಇದೆ. ಇಲ್ಲಿ 'ತಿಂಗಳಪಾಂಗ' ಅಂದರೇನು?

ಹಾಗಂದರೆ, ಚಂದ್ರದಂತಹ ಆಕಾರವನ್ನು ಹೊಂದಿರುವವನು. 'ತಿಂಗಳು' ಅಂದರೆ ನಮಗೆ ಗೊತ್ತೇ ಇದೆ. 'ಪಾಂಗು' ಅಂದರೆ ಬಗೆ, ಚೆಲುವು, ಆಕೃತಿ... ಅನ್ನುವ ಅರ್ಥ. 'ಪಾಂಗು' ಅಂದರೆ 'ಪಾಗು' ಅರ್ಥಾತ್ ರುಮಾಲು ಅನ್ನುವ ಅರ್ಥವೂ ಇದೆ. ಹಾಗಾದರೆ 'ತಿಂಗಳಪಾಂಗನೇ' ಅಂದರೆ 'ಚಂದ್ರವನ್ನು ರುಮಾಲಾಗಿ ಧರಿಸಿರುವವನೇ...' ಎಂಬ ಸಂಬೋಧನೆಯೇ? ಅಥವಾ, ತಿಂಗಳಿನ ಸೊಗಸನ್ನು ಹೊಂದಿರುವವನೇ? ಏನೇ ಇರಲಿ, 'ಪಾಂಗು' ಅನ್ನೋದು ಎಷ್ಟು ಚೆನ್ನಾದ ಪ್ರಯೋಗ ಅಲ್ಲವೇ?

ಹ್ಞಾಂ... ಇತ್ಯರ್ಥ ಅನ್ನುವ ಪದವನ್ನು ಗಮನಿಸಿ. ಇತಿ–ಅರ್ಥ ಎಂದು ಬಿಡಿಸಿ ನೋಡಿ. ಈಗ ಇವೆರಡನ್ನೂ 'ಇತ್ಯರ್ಥ' ಎಂದು ಬೆರೆಸಿ ನೋಡಿ... ಹಾಗಂದರೆ ಏನೂಂತ ತಂತಾನೇ ಹೊಳೆದುಬಿಡುತ್ತೆ! 'ಜಗಳ ಇತ್ಯರ್ಥವಾಯಿತು' ಅನ್ನುವಲ್ಲಿ– ಜಗಳದಲ್ಲಿ ತೊಡಗಿದ ಎರಡೂ ಕಡೆಯ ಮಂದಿ 'ಇತಿ–ಅರ್ಥ'ವನ್ನು ಕಂಡುಕೊಂಡರು ಎನ್ನುವ ಅರ್ಥವಿದೆ ಅನಿಸುತ್ತೆ!

ಈ ಬಗ್ಗೆ ಹೆಚ್ಚು ವಿಸ್ತರಿಸುವುದು ಬೇಡ.

ಇದನ್ನೆಲ್ಲ ಏಕೆ ಹೇಳಿದೆ ಅಂತಂದರೆ– ನನ್ನ ಬಗ್ಗೆ ನಾನು ಹೇಳಿಕೊಳ್ಳಲಿಕ್ಕೆ

ಇವುಗಳಿಲ್ಲದೆಯೇ ಆಗುವುದೇ ಇಲ್ಲ! ಇವುಗಳಿಲ್ಲದೆಯೇ ನಾನು ಏನೇನೂ ಅಲ್ಲ. ಇವುಗಳಿಲ್ಲದ ನಾನೊಂದು ದೊಡ್ಡ ಸೊನ್ನೆ ಅಷ್ಟೆ. ಬರೀ ಶೂನ್ಯ!

ಭಾಷೆ ಅನ್ನುವುದು ನನ್ನ ಹುಟ್ಟಿನೊಟ್ಟಿಗೇ ಬೆಸೆದುಕೊಂಡು ಉಂಟಾದ ಮಾಯೆ. ಅಥವಾ, ಭಾಷೆಯೇ ಹುಟ್ಟಿಸಿದ ಒಂದು ಮಾಯೆ– ನಾನು!

ಇದನ್ನೇ ನನ್ನತನ– ಅಥವಾ ಈ ಐಳನ 'ಐಳತನ' ಅನ್ನಬಹುದೇನೋ... ಅಸಲಿನಲ್ಲಿ, ಈ ಐಳನಿಗೆ ಇನ್ನೂ ಕೆಲವು 'ತನ'ಗಳಿವೆ. ಕೆಲವಾರು 'ಐಳತನ'ಗಳಿವೆ!

ಈ 'ಐಳ' ಒಬ್ಬ ಹಾಡುಗಾರನೂ ಹೌದು... ಕರ್ನಾಟಕ ಸಂಗೀತವನ್ನು ಸಾಕಷ್ಟು ಚೆನ್ನಾಗಿ ಅಭ್ಯಾಸ ಮಾಡಿದವನು. ನಾಲ್ಕನೇ ವಯಸ್ಸಿನಿಂದಲೇ– ಹಾಡುಗಾರಿಕೆ ನನ್ನೊಡನೆ ಬೆಸಕೊಂಡುಬಿಟ್ಟಿದೆ. ಈ ಬಗ್ಗೆ ಹೆಚ್ಚು ಹೇಳುವುದು ಬೇಡ. ಸುಬ್ರಹ್ಮಣ್ಯ ಭಾರತಿಯವರ ಒಂದು ಹಾಡು ಹಾಡಿಬಿಡುತೀನಿ, ಅಷ್ಟೆ.

'ಚಿನ್ನಂಜಿರು ಕಿಳಿಯೇ! ಕಣ್ಣಮ್ಮಾ... ಸೆಲ್ವಕ್ ಕಳಂಜಿಯಮೇ...'

ಇದು ಭಾರತೀಯಾರ್ ಅಂದರೆ ಸುಬ್ರಹ್ಮಣ್ಯ ಭಾರತಿಯವರ ಹಾಡು... ಗಿಳಿಯೊಂದನ್ನು ಉದ್ದೇಶಿಸಿ ಹಾಡಿರೋ ಅಂಥದ್ದು. ನೀನು ನನ್ನೊಳಗೆ ಬಂದು, ನಿರರ್ಥಕವಾಗಿರುವ ಈ ಬದುಕಿನ ಉದ್ದೇಶವನ್ನು ಎತ್ತರಿಸು... ಅಂತೆಂಬ ಪ್ರಾರ್ಥನೆ ಇಲ್ಲಿದೆ! ಇನ್ನು, ಗಿಳಿ ಅಂದರೆ ಅದೇನು ನಿಜಕ್ಕೂ ಗಿಳಿಯೇ, ಇಲ್ಲಾ ಇನ್ನೊಂದೇ? ಗೊತ್ತಿಲ್ಲ... ನನಗೆ ಗಿಳಿ ಅಂದರೆ ಗಿಳಿಯೇನೇ...

27

ಹಾಡುವುದು ನನ್ನ 'ಇನ್ನೊಂದುತನ' ಅನ್ನಬಹುದಾದರೆ– ಭಾಷೆ ಮತ್ತು ಹಾಡುಗಾರಿಕೆಯ ಆಚೆಗೂ ನನ್ನ ಇನ್ನೆರಡು 'ಐಳತನ'ಗಳಿವೆ. ಇವು ಭಾಷೆ ಮತ್ತು ಹಾಡುಗಾರಿಕೆಯ ಸಲುವಿನಲ್ಲಿ ಉಂಟಾದದ್ದೇನೋ... ಭಾಷೆಯನ್ನು ಇನ್ನಿರದೆ ನೆಚ್ಚುತ್ತೇನಾಗಿ, ಅದನ್ನು ನನ್ನದೇ ನಿಟ್ಟು–ನೇರಗಳಿಗೆ ತಕ್ಕಂತೆ ಬಳಸುತ್ತೇನಾಗಿ, ಕೆಲವೊಮ್ಮೆ ಸದರದಿಂದ ಪ್ರಯೋಗಿಸುತ್ತೇನಾಗಿ– ಒಂದಿಷ್ಟನ್ನು ಬರೆಯುತ್ತೇನೆ.

ಮೊದಲೆಂಬ ಮೊದಲಿಗೂ ಮೊದಲಾದುದೇನು? ತೊದಲೆಂಬ ತೊದಲಿನ ತೊದಲಾದರೂ ಏನು?

ಬದಲೆಂಬ ಬದಲಿಗೆ ಬದಲಿದ್ದುದೇನು?
ಅದಲುಬದಲೆಂದು ಬದಲಾದವೇನು?
ಕಾಲದ ಬಗಲೊಳಗೆ ಮೊದಲೆಂಬುದೇನು?

ಹಗಲಿನ ಕೊನೆಮೊದಲು ಕರಿಗತ್ತಲ ಕಾನು!
ಹೆಗಲಿನ ಹೊರೆ ತಾನು ಬರಿಬತ್ತಲ ಬಾನು!

ಇದೂ ಸಹ ಹೀಗೇ ಒಂದು ಪ್ರಯೋಗ... ಭಾಷಾಪ್ರಯೋಗ. ಯಾವುದೋ
ಒಂದು ಪದಮೂಲವನ್ನು, ಪದವೆಂಬುದರ ಪ್ರಯೋಗ–ಸಾಧ್ಯತೆಯನ್ನು
ಹುಡುಕಿಕೊಂಡು ಹೋಗುವಾಗ ಹುಟ್ಟಿದ್ದು... ನಾನು ಹಾಡುಗಾರನೆಂತಲೂ
ಹೇಳಿದೆನಲ್ಲ, ಈ ಪ್ರಯೋಗವನ್ನು ನಾನು ಹಾಡಲೂ ಬಲ್ಲೆ... ಅಂದರೆ ಆಡಲೂ
ಬಲ್ಲೆ; ಅಷ್ಟೇ ಹಾಡಲೂ ಬಲ್ಲೆ!

ಆಡುವುದು ಮತ್ತು ಹಾಡುವುದು– ನನ್ನ 'ಐಳತನ'ದೊಳಗೆ, ಯಾವಾಗಲೂ
ಒಂದೇ ಆಗಿದ್ದೂ– ಎರಡಾಗಿ ತೋರಿಕೊಳ್ಳುವ ಅಂಶಗಳು. ಒಂದಿಲ್ಲದೆ
ಇನ್ನೊಂದಿಲ್ಲವೆನ್ನುವಷ್ಟು ಸದಾ ಒಟ್ಟಿಗಿರುವ ಅಂಶಗಳು.

ಉದಾಹರಣೆಗೆ ಇದನ್ನು ಕೇಳಿಸಿಕೊಳ್ಳಿ. ನಾನೇ ಬರೆದಿದ್ದು... ತೇರಿನ ಹಾಡು
ಎಂಬ ಹೆಸರು ಇದಕ್ಕೆ.

ಎಳೆ ಎಳೆ ಎಳೆ ಎಳೆ...
ಸೆಳೆ ಸೆಳೆ ಸೆಳೆ ಸೆಳೆ...

ಎಳೆದಷ್ಟೂ ಸೆಳೆವುದು
ಎಳೆದಂತೆ ಕಳೆವುದು
ಇನ್ನೇನೇನೋ ಮೈದಳೆವುದು...
ಮಾಯೆಯೆಂಬ ಮೈಯಿ ತಳೆವುದು...
ಒಡನೆಯೇ
ಮೈಯಿರದ ಆಸೆ ಮೊಳೆವುದು...

ಎಳೆ ಎಳೆ ಎಳೆ ಎಳೆ...
ಸೆಳೆ ಸೆಳೆ ಸೆಳೆ ಸೆಳೆ...

ಎಳೆದಂತೆ ಬರುವುದು
ಎಳೆಳೆದೆಳೆದು ಸರಿವುದು
ತೇರನೇರಿ ಮುಂದೆ ಬರುವುದು...

ತೇರಿನತ್ತ ಮೈಯಿ ಸರಿವುದು...
ಕಡೆಯಲಿ
ತೇರೊಳಗೇ ಮೈಯಿ ಸುರಿವುದು...

ಎಳೆ ಎಳೆ ಎಳೆ ಎಳೆ...
ಸೆಳೆ ಸೆಳೆ ಸೆಳೆ ಸೆಳೆ...

ಎಳೆದಂತೆ ಮುಂದಕೆ
ಸೆಳೆದಂತೆ ಹಿಂದಕೆ
ಹಿಂದುಮುಂದು ಕಳೆದು ಹೊಂದಿಕೆ...
ಒಂದನೊಂದು ಸಂದ ಚಂದಕೆ...
ಒಂದಾದವು
ಓಹೋ
ಒಂದಾದವು ಮುಗಿದು ಅಂದಕೆ...

ಎಳೆ ಎಳೆ ಎಳೆ ಎಳೆ...
ಸೆಳೆ ಸೆಳೆ ಸೆಳೆ ಸೆಳೆ...

ಇದು ತೇರಿನ ಹಾಡು... ತೇರೆಳೆಯುವ ಹಾಡು. ಇದನ್ನು ನಾನು ತಮಿಳಿನಲ್ಲಿ ಮೊದಲು ಬರೆದಿದ್ದು... ನನ್ನ ಮಟ್ಟಿಗೆ, ಇದು ತಮಿಳಿನಲ್ಲಿ ಇನ್ನೂ ಹೆಚ್ಚು ಚೆನ್ನಾಗಿ ಕೇಳಿಬರುತ್ತೆ... ಈಗಷ್ಟೇ ನಾನು ಹಾಡಿದ್ದು, ನನ್ನ ಸಲುವಾಗಿ ನನ್ನ ಅಮ್ಮ ಕನ್ನಡಿಸಿಕೊಟ್ಟಿದ್ದು.

28

ಇಷ್ಟೇ ಅಲ್ಲದೆ, ನಾನು ಇಷ್ಟಪಟ್ಟು ಮಾಡುವ ಇನ್ನೂ ಒಂದು ಕೆಲಸವಿದೆ... ಚಿಕ್ಕಂದಿನಲ್ಲಿ, ನನ್ನ ಓರಗೆಯವರೆಲ್ಲ– ಕ್ರಿಕೆಟ್ಟು ಟೆನಿಸ್ಸು... ಅಂತ ಆಡಿಕೊಂಡಿದ್ದರೆ, ನಾನು ಹಾಡು–ಹಸೆ–ಭಾಷೆ ಅಂತ ಇನ್ನೊಂದೇ ಲೋಕದಲ್ಲಿರುತ್ತಿದ್ದೆ. ಬಹುಶಃ ನಾವೆಲ್ಲ ಗಂಡುಮಕ್ಕಳು ಹೆಚ್ಚಾಗಿ ನೆಚ್ಚದ, ಮೆಚ್ಚಲೊಲ್ಲದ ಲೋಕ ಅದು... ನನ್ನ ಮಟ್ಟಿಗೆ ಅಂತಿಂತಲ್ಲದ ಲೋಕ!

ನಿಜ ಹೇಳುತ್ತೇನೆ: ಆ ಲೋಕದಲ್ಲಿ ಬಣ್ಣಬಣ್ಣದ ಬಣ್ಣಗಳಿದ್ದವು. ಬಗೆಬಗೆಯ ಕತೆಗಳಿದ್ದವು. ಸಿರಿಸಿರಿಯಾದ ಹಾಡುಗಳಿದ್ದವು... ಅರಿಸಿನ-ಕುಂಕುಮ, ಸಿಂಧೂರ... ಚಂದನ... ಅಂತ ನೂರಾರು ಹುಡಿಗಳಿದ್ದವು. ನೂರಾರು ಬಣ್ಣಗಳಿದ್ದವು. ನೂರೆಂಟು ಅಲಂಕಾರಗಳಿದ್ದವು. ಬಗೆಬಗೆಯಾದ ಬಳೆಗಳಿದ್ದವು. ಸೀರೆ-ದಾವಣಿಗಳಿದ್ದವು... ರುಚಿರುಚಿಯಾದ ಅಡುಗೆಗಳಿದ್ದವು... ಓಹ್ಹ್... ಒಂದೇ ಎರಡೇ?

ಎಂತಹ ವೈಭವೋಪೇತವಾದ ಲೋಕ ಅದು... ಇಂಗ್ಲಿಷಿನಲ್ಲಿ 'ಏಸ್ಥೆಟಿಕ್ಸ್ ಆಫ್ ಮಲ್ಟಿಟ್ಯೂಡ್' ಅನ್ನುವ ಒಂದು ಮಾತಿದೆ. ಒಂದೇ ಸಂಗತಿಯನ್ನು ನೂರಾರು ಸರ್ತಿ ಮಾಡಿ, ಕ್ರಮಬದ್ಧವಾಗಿ ಒಂದೆಡೆ ಇಟ್ಟಾಗ- ಒನ್ನಮೂನೆ ಸೊಬಗು ಹುಟ್ಟುವುದಲ್ಲ... ಈ ಪರಿಯ ಸೊಬಗೇ ಸೊಬಗಿನ ಸೊಂಪು ಅದು! ಅಂತಹ ಲೋಕ ಅದು!

ಈ ಬಗ್ಗೆ ಇನ್ನೊಮ್ಮೆ ಮಾತಾಡುತೀನಿ. ಈ ಅಡುಗೆ ಅಂತೊಂದಿದೆಯಲ್ಲ- ಅದು ನನ್ನ ಪಾಲಿಗೆ ಒಂದು ಅತ್ಯಾಪ್ತ ಅಭಿವ್ಯಕ್ತಿ.

ಅಸಲಿನಲ್ಲಿ, ಚಿಕ್ಕವನಿರುವಾಗ ನಾನು ಸದಾ ಅಡುಗೆಯ ಮನೆಯಲ್ಲೇ ಇರುತ್ತಿದ್ದೆ. ಅಜ್ಜಿ, ಚಿಕ್ಕಜ್ಜಿ, ಅಮ್ಮ, ಚಿಕ್ಕಮ್ಮಂದಿರು... ಅತ್ತೆಯರು... ಇವರೊಡನೆ ಕಾಲ ಕಳೆಯುತ್ತಿದ್ದೆ. ಅವರುಗಳ ಹಾಡುಪಾಡು, ಆಚಾರ-ವಿಚಾರ, ಬಗೆಬಗೆಯ ಸಂಪ್ರದಾಯಗಳು, ಹುಣ್ಣಿಮೆ-ಅಮಾವಾಸ್ಯೆಗೆ ಬರುತ್ತಿದ್ದ ವ್ರತಗಳು... ಶ್ರಾವಣದಲ್ಲಿ ಹುಟ್ಟುವ ಅನುದಿನದ ಹಬ್ಬಗಳು... ಇವುಗಳ ಜೊತೆಗೆ ಬಗೆಬಗೆಯಾದ ಅಡುಗೆ... ಆಹ್ಹ್...

ಈ ದೇಶದಲ್ಲಿ ಭಾರತೀಯತೆ ಅಂತೇನಾದರೂ ಉಳಿದಿದ್ದರೆ ಅದು ಹೆಂಗಸರಿಂದ ಅಂತ ನನಗೆ ಯಾವಾಗಲೂ ಅನ್ನಿಸಿದೆ. ಬಲು ಗಾಢವಾಗಿ ಅನ್ನಿಸಿದೆ. ಯಾಕೆಂದರೆ ದುಡಿಯುವ ಗಂಡಸರೆಲ್ಲ- ಅದರಲ್ಲೂ ಹೆಚ್ಚೆಲ್ಲ ಓದಿ ನೌಕರಿ ಹಿಡಿದ ಪುರುಷರೆಲ್ಲ, ಉದ್ಯೋಗಾರ್ಥವಾಗಿ, ಅಂದರೆ ಪ್ರೊಫೆಶನಲ್ ದಾಕ್ಷಿಣ್ಯಕ್ಕೇನೋ- ಪೂರ್ತಿ ಇಂಗ್ಲಿಷ್ ರಿವಾಜುಗಳನ್ನೇ ಪಾಲಿಸುತ್ತಾರೆ. ಇಂಗ್ಲಿಷಿನಲ್ಲಿಯೇ ಮಾತಾಡುತ್ತಾರೆ... ಇದು ಇವೊತ್ತು-ನಿನ್ನೆಯದಲ್ಲ. ನನ್ನ ತಾತನ ಕಾಲದಿಂದಲೂ ಆಗಿರೋದು. ನನ್ನ ಅಜ್ಜಿ, ಅಂದರೆ ಅಪ್ಪನ ತಾಯಿ- ಒಳಮನೆಯಲ್ಲಿ ಹದಿನಾರು ಗಜದ ಸೀರೆ ಸುತ್ತಿಕೊಳ್ಳುತ್ತಿದ್ದರೆ, ಅಜ್ಜ ಮಾತ್ರ ಝೋಕಾಗಿ ಸೂಟುಬೂಟು ತೊಡುವ ಕಲೆಕ್ಟರ್ ಆಗಿದ್ದರು. ನನ್ನ ಅಮ್ಮನೂ ಅಷ್ಟೆ- ಹಬ್ಬ-ಹರಿದಿನ ಅಂತಂದರೆ, ಇವೊತ್ತಿಗೂ ಕಚ್ಚೆಯ ಸೀರೆ ಉಡುತ್ತಾಳೆ... ಮಂಡ್ಯಕ್ಕೆ ಹೋದರೆ ಅಲ್ಲಿಯ ಥರದ ಸೀರೆ; ಚೆನ್ನೈನಲ್ಲಿ ತಮಿಳು ಬಗೆಯ ಸೀರೆ... ನನ್ನ ಅಪ್ಪ ಪೊಲೀಸ್ ಇಲಾಖೆಯಲ್ಲಿ ತಮಿಳುನಾಡಿನ ಅತ್ಯುನ್ನತ ಹುದ್ದೆಯಲ್ಲಿದ್ದಾರೆ... ಅಂದಮೇಲೆ ಗೊತ್ತಲ್ಲ, ನಿದ್ದೆಯೆಂಬ ನಿದ್ದೆಯಲ್ಲೂ ಸರ್ಕಾರದ ಮುಲಾಜು-ರಿವಾಜನ್ನೇ ನಡೆಸುತ್ತಾರೆ.

ನನ್ನ ಮೇಲೆ ಹೆಚ್ಚು ಪ್ರಭಾವವುಂಟಾಗಿದ್ದು ನನ್ನ ಅಜ್ಜ ಮತ್ತು ಅಪ್ಪನದು ಅಲ್ಲ...

ಅಜ್ಜಿ ಮತ್ತು ಅಮ್ಮನದ್ದು... ಎರಡೂ ಕಡೆಯ ಅಜ್ಜಿಯರದ್ದು. ಹಾಗೇ ಎರಡೂ ಕಡೆಯ ಅಡುಗೆ...

ಉದಾಹರಣೆಗೆ ಹೇಳುತ್ತೀನಿ: ನನ್ನ ಅಮ್ಮನ ಅಮ್ಮ ಅಂದರೆ ಮಂಡ್ಯದ ಅಜ್ಜಿ- ಯುಗಾದಿ ಹಬ್ಬದಲ್ಲಿ ಚಿತ್ರಾನ್ನ ಕಲೆಸುವ ರೀತಿ ಎಷ್ಟು ಚೆನ್ನಾಗಿರುತ್ತಿತ್ತು ಅಂದರೆ, ಕಲೆಸಿದ ಅನ್ನವನ್ನು ಯಾವೊತ್ತೂ ಇಷ್ಟಪಡದ ನಾನು, ಅಜ್ಜಿ ಸಿರಿಸಿರಿಯಾಗಿ ಅದನ್ನು ಮಾಡುವ ರೀತಿಗೆ ಮಾರುಹೋಗಿದ್ದೆ. ದೊಡ್ಡ ಹಿತ್ತಾಳೆಯ ಹರಿವಾಣದಲ್ಲಿ ಅನ್ನ ತೋಡಿಕೊಂಡು, ಅದರ ಹಬೆ ತಣಿಯುವವರೆಗೂ ಕಾದು... ಏನು ಗೊತ್ತಾ? ಹಬೆಯಾಡುವ ಅನ್ನವನ್ನು ನೋಡುವುದೇ ಒಂದು ಖುಷಿ. ಹೆಂಚಿನಲ್ಲಿರೊ ಬೆಳಕಿಂಡಿಯವರೆಗೂ ಹಬೆ ಏರೇರಿ ಹಬ್ಬುವುದಿದೆಯಲ್ಲ- ಅದು ಈ ಜಗತ್ತಿನ ಯಾವ ಖುಷಿಗೂ ಕಡಿಮೆಯಿಲ್ಲ, ಅಲ್ಲವಾ?

ಹರಿವಾಣದಲ್ಲಿನ ಅನ್ನದ ಹಬೆ ತಣಿದು- ಅದು ಉದುರು ಉದುರಾಗಿ ಹರವಿದ ಮೇಲೆ, ಎಳೆಯ ಮಾವಿನಕಾಯಿಯನ್ನು ತುರಿದುಹಾಕಿ, ಜೊತೆಗೆ ರುಬ್ಬಿದ ತೆಂಗಿನ ಸಾಸಿವೆಯನ್ನು ಹಾಕಿ, ಕರಿಬೇವು ಕೊತ್ತಂಬರಿ... ಹುರಿದ ಕಡಲೇಕಾಯಿ... ಯಥೇಚ್ಛವಾದ ಇಂಗು... ಒಗ್ಗರಣೆ... ಇವನ್ನೆಲ್ಲ ನೋಡಿದ ನಾನು, ಬಾಯಲ್ಲಿ ನೀರೂರಿಸಿಕೊಂಡು- ಆ ಚಿತ್ರಾನ್ನವನ್ನು ಬಕಾಸುರನ ಹಾಗೆ ಕಬಳಿಸುತಾ ಇದ್ದೆ!

ಇದು ಮೈಸೂರಿನ ಕಡೆಯ ಕತೆಯಾದರೆ, ತಮಿಳುನಾಡಿನ ಕುಂಭಕೋಣಂನಲ್ಲಿ- ನನ್ನ ಇನ್ನೊಬ್ಬ ಅಜ್ಜಿ, ಇಷ್ಟೇ ಸಂಭ್ರಮ ಸಡಗರದಿಂದ ಪೊಂಗಲ್ ಮಾಡುತಿದ್ದಳು... ಚಿನ್ನದ ಬಣ್ಣದ ಸಕ್ಕರೆ ಪೊಂಗಲ್ ನನಗೆ ಯಾವೊತ್ತೂ ಪ್ರೀತಿ. ತಿನ್ನೋದಕ್ಕಿಂತ ಅದನ್ನು ನೋಡುವುದು ಹೆಚ್ಚು ಪ್ರೀತಿ... ಸಣ್ಣನೆ ಉರಿಯಲ್ಲಿ ಬೆಲ್ಲದ ಪಾಕ ಮಾಡಿಕೊಂಡು, ಅದಕ್ಕೆ ಹೆಸರುಬೇಳೆಯ ಜೊತೆ ಬೆಂದ ಅಕ್ಕಿಯನ್ನು ಬೆರೆಸಿ, ಮನೆಯಲ್ಲೇ ಕಾಸಿದ ಬೆಣ್ಣೆಯ ತುಪ್ಪವನ್ನು ಹುದುಗಿಸಿ... ಗೊಟಾಯಿಸುವ ಚಿತ್ರ ನನ್ನನ್ನು ಇವೊತ್ತಿಗೂ ಕೆಣಕುತ್ತೆ... ನನ್ನ ಕಲ್ಪನೆಗಳ ಮೇಲೆ ಸವಾರಿ ಮಾಡುತ್ತೆ!

ಹೀಗೆ ಈ ಕಡೆಯ ಚಟ್ಣಿಪುಡಿ, ಆ ಕಡೆಯ ಪೋಡಿ-ಪೊರಿಯಲ್... ಈ ಕಡೆಯ ಮನೋಹರದುಂಡೆ, ಆ ಕಡೆಯ ತೇಂಕುಳಲ್... ಈ ಕಡೆಯ ಕಜ್ಜಾಯ, ಆ ಕಡೆಯ ಅದಿರಸಂ... -ಎರಡೂ ನನ್ನ ನಾಲಗೆಯ ಚಪಲದ ಒಂದು ಭಾಗವೇ ಆಗಿಬಿಟ್ಟವು!

ನಾಲಗೆಯ ಚಪಲ ಅಂತಂದರೆ, ನನ್ನ ಮಟ್ಟಿಗೆ, ಬರೇ ಪ್ರಾಪಂಚಿಕ ವಿಷಯಾಸಕ್ತಿ ಅಲ್ಲ! ಅದೊಂದು ಬಗೆಯ ತಪಸ್ಸು! ಇಂದ್ರಿಯಗಳೊಡನೆ ಮನಸ್ಸೂ ಕೂಡಿ ಮಾಡುವ ಕೆಲಸ. ಅಥವಾ, ತಂದುಕೊಳ್ಳುವ ಅನುಭವ.

ಉದಾಹರಣೆಗೆ: ಬಾಯ್ಗಿಳಿಯುವ ಯಾವುದೇ ತಿನಿಸು ಮೊದಲು ಕಣ್ಣಿಗೂ

ಚೆನ್ನನಿಸಬೇಕಷ್ಟೆ? ತಿನ್ನುವ ಮುನ್ನ ನೋಟ ಚೆನ್ನಿರಬೇಕು. ಘ್ರಾಣ ಚೆನ್ನಿರಬೇಕು. ನಾಲಗೆಯಲ್ಲಿ ನೀರೂರಿಬರಬೇಕು. ಮುಟ್ಟುವಾಗ ಬೆರಳಿಗೂ ಹದವೆನ್ನಿಸಬೇಕು... ಹೀಗೆ! ಇರಲಿ, ತಿಂದುದನ್ನು ಅರಗಿಸಿಕೊಳ್ಳುವುದೇನು ಸುಮ್ಮನೆಯೇ? ಅಷ್ಟೂ ಇಂದ್ರಿಯಗಳು ಕೂಡಿ ಮಾಡುವ ಕೆಲಸ. ಜೀರ್ಣಕ್ರಿಯೆಯೆಂಬುದು ಸಾಕ್ಷಾತ್ ಭಕ್ಷಣೆಗೂ ಮುನ್ನ ಸುರುಗೊಳ್ಳುವ ಐಂದ್ರಿತಮಾಯೆ! ಇಂದ್ರಜಾಲ!

ಇಂತಹ ಇಂದ್ರಿಯಾದಿ ಮಾಯೆಯೊಡನೆ ಮನಸ್ಸನ್ನೂ ಒಮ್ಮೆ ಸಾವಕಾಶ ಹೂಡಿ ನೋಡಿ! ಆಹಾ... ಅದೊಂದು ಪರಮಾನಂದ ಕ್ರಿಯೆ ತಾನೇ? ಉದರಸೌಖ್ಯವು ಮನಸ್ಸಿನ ಹದುಳವೂ ಹೌದು! ಇದು ತಪಸ್ಸಲ್ಲದೆ ಮತ್ತೇನು?

29

ಇಂತಹ ನಾನು, ಅಡುಗೆಯ ಪ್ರಯೋಗದಲ್ಲಿ ತೊಡಗಿದ್ದು- ಮ್ಯಾನೇಜ್‌ಮೆಂಟ್ ಮಾಡಲಿಕ್ಕೆಂದು ಕೆನಡಾಕ್ಕೆ ಹೋದಾಗ. ಅಲ್ಲಿ ಒಬ್ಬನೇ ಮನೆ ಮಾಡಿಕೊಂಡು ಇದ್ದೆನಲ್ಲ, ದಿನಕ್ಕೊಂದು ಅಡುಗೆ... ದಿನಕ್ಕೊಂದು ಪ್ರಯೋಗ. ಇವೊತ್ತಿದು, ನಾಳೆ ಅದು, ನಾಳಿದ್ದಿಗೆ ಇನ್ನೊಂದು ಮತ್ತೊಂದು ಅಂತ ಸುರುಗೊಂಡಿದ್ದು- ನನ್ನನ್ನು ಇಲ್ಲಿಯವರೆಗೆ ತಂದು ನಿಲ್ಲಿಸಿದೆ.

ಒಂದು ಹೇಳಬಲ್ಲೆ: ಅಡುಗೆ ಅಂತಂದರೆ ಒಂದು ವಿಧಿ; ವಿಧಾನ. ವಿಧಿ-ವಿಧಾನ ಅಂತಂದರೆ ಸಂಪ್ರದಾಯ. ಹಿಂದಿನವರು ಮಾಡಿದ ಕೈರುಚಿಯನ್ನೇ ನಾವು ಮುಂದುವರೆಸುತ್ತೀವಾದ್ದರಿಂದ ಅದೊಂದು ನಮೂನೆಯ ಆಮ್ನಾಯ! ಆಮ್ನಾಯ ಅಂತಂದರೆ ಪ್ರಾಚೀನ ಪದ್ಧತಿಯ ಮುಂದುವರಿಕೆ ಅನ್ನುವ ಅರ್ಥ... ಈಗ ರೂಢಿ ಅನ್ನುವ ಪದವನ್ನೇ ನೋಡಿ... ನನ್ನ ಅಜ್ಜಿ ಮಾಡಿದ್ದನ್ನು ನನ್ನ ಅಮ್ಮ ಮಾಡುತಾಳೆ. ತನ್ನ ಅಮ್ಮನೋ, ಅತ್ತೆಯೋ ಮಾಡುತಿದ್ದುದನ್ನು ನನ್ನ ಅಜ್ಜಿ ಮಾಡುತಾ ಇದ್ದಳು... ನನ್ನ ಮುತ್ತಜ್ಜಿ ಅವಳ ಅಮ್ಮ-ಅಜ್ಜಿ ಮಾಡಿದ್ದನ್ನು ಮುಂದುವರೆಸಿದಳು... ಹಾಗಾಗಿ ಇದೊಂದು ಚರಿತ್ರೆ, ಚಾರಿತ್ರಿಕ ಮುನ್ನಡೆ! ಐತಿಹಾಸಿಕ ಮುಂದುವರಿಕೆ!

ಯೋಚಿಸಿ ನೋಡಿ: ಇದು ಯಾವ ಚರಿತ್ರೆಗಿಂತ ಕಡಿಮೆ? ಪಾಣಿಪಟ್ಟು- ತಾಳಿಕೋಟೆಗಳಲ್ಲಿ ಮಂದಿ ಯುದ್ಧ ಕಾಯಲಿಕ್ಕೂ ಮೊದಲೇ, ಅಲೆಕ್ಸಾಂಡರ್ ಅಂತೊಬ್ಬ ಸಾವಿರಾರು ಮೈಲಿ ದೂರದ ಗ್ರೀಸ್ ದೇಶದಿಂದ ದಂಡೆತ್ತಿ ಬರಲಿಕ್ಕೂ ಮುನ್ನವೇ, ಇನ್ನು ಮಹಾಭಾರತದ ಮಹಾಸಂಗ್ರಾಮ ಜರುಗಲಿಕ್ಕೂ ಮುಂಚಿನಿಂದ- ಈ ದೇಶದಲ್ಲಿ ಅಡುಗೆಯ ಪ್ರತೀತಿ ಇತ್ತು. ಆಗಿನ ಮಂದಿ ಮಾಡಿದ್ದನ್ನೇ ನಾವು ಇವೊತ್ತು ಇನ್ನೊಂದಾಗಿ ಮುಂದುವರೆಸಿಕೊಂಡು ಬರುತ್ತೀವಿ, ಅಲ್ಲವೇ?

ಕೆನಡಾದಲ್ಲಿ ಓದು ಮುಗಿಸಿದ ಮೇಲೆ, ಅಲ್ಲೇ ಒಂದು ದೊಡ್ಡ ರಖಮಿನ ಕೆಲಸಕ್ಕೆ ಸೇರಿಕೊಂಡೆ. ದುಡಿದೆ ದುಡಿದೆ ದುಡಿದೆ... ಆದರೆ ಗಾಣದೆತ್ತಿನ ಹಾಗೆ ಇದ್ದಲ್ಲೇ ಇದ್ದುಬಿಟ್ಟೆ... ದಿನವೂ ಡೆಡ್‌ಲೈನುಗಳ ಬೆನ್ನುಬಿದ್ದು ಹಗಲುರಾತ್ರಿಗಳ ಲೆಕ್ಕ ಸಿಗದೆ ಒಳ್ಳೆ ಕೂಚುಭಟ್ಟನೇ ಆಗಿಬಿಟ್ಟೆ! ಬೌದ್ಧಿಕವಾಗಿ ಮುಂದುವರೆದೆನೆ? ಆಧ್ಯಾತ್ಮಿಕವಾಗಿ ಏನನ್ನಾದರೂ ಕಂಡುಕೊಂಡೆನೆ? ಪಾರಮಾರ್ಥಿಕವಾಗಿ ಏನಾದರೂ ದಕ್ಕಿತೆ? ಉಹ್ಞೂಂ... ಕಡೆಗೂ ಈ ಪರಿಯ ಕೆಲಸ ನನಗೆ ಹೊಂದಿಬರಲಿಲ್ಲ. ನಾನು ಅದನ್ನ ಬಿಡೋದಿರಲಿ, ಅದೇ ನನ್ನನ್ನು ಕೊಡವಿ ಕೈತೊಳೆದುಕೊಂಡಿತು!

ಸರಿ... ಗೊತ್ತುಗುರಿಯಿರದೆ ಚೆನ್ನೈಗೆ ವಾಪಸಾದೆ. ಹಾಡುವ ಕೆರಿಯರ್ ಸುರುಮಾಡೋಣ ಅಂತಂದುಕೊಂಡೆ. ಆ ಸಲುವಾಗಿ, ನಾನು, ಈಗಾಗಲೇ ನೆಲೆಯೂರಿದ ದಿಗ್ಗಜರನ್ನೆಲ್ಲ ಬಗ್ಗುಬಡಿಯಬೇಕಿತ್ತು... ಸಂಗೀತವೂ ಒಂದು ತಪಸ್ಸು ತಾನೇ? ಅದರ ಬೆನ್ನಟ್ಟಿಹೋಗುವುದಾದರೆ– ನಾನೇ ಮಾಡಬೇಕಿರುವ ಉಳಿದ ಕನಸುಗಳ ಸವ್ವಾರಿಯನ್ನು ಯಾರಿಗೆ ಬಿಡೋದು? ಎಲ್ಲಕ್ಕಿಂತ ನನಗೆ ಪದ್ಯಾತ್ಮಕವಾಗಿ ಬದುಕುವ ಉಮೇದುಗಳಿದ್ದವು... ಸಂಗೀತವನ್ನು ಹಾಡದಿದ್ದರೂ ಸಂಗೀತದ ಹಾಗೆ ಇರುವ ಉಮೇದು... ಹಕ್ಕಿಯ ಹಾಗೆ ಛಂದ–ಸ್ವಚ್ಛಂದವಾಗಿರುವ ಆಶಯ. ನೆಲ ಬೇಕೆನಿಸುವಾಗ ನೆಲಕ್ಕೆ, ಆಕಾಶದ ವಾಂಛೆಯಿರುವಾಗ ರೆಕ್ಕೆ... ಇದು ನನಗೆ ಬೇಕಿತ್ತು!

ಸರಿ... ಸುಮಾರು ಎರಡು ವರ್ಷ ಇಡೀ ದಕ್ಷಿಣ ಭಾರತವನ್ನು ಸುತ್ತಿದೆ. ಕಾಡುಮೇಡು, ಬೆಟ್ಟಗುಡ್ಡ, ಕಣಿವೆ–ಪ್ರಪಾತ... ಹೊಲಗದ್ದೆ... ಅಣೆಕಟ್ಟು, ಜಲಾಶಯ, ಕೆರೆಕಟ್ಟೆ... ಹೀಗೆ! ಹಸಿರೇ ಹಸಿರಾದ ಕಾವೇರಿಯ ಸೀಮೆ... ಕಪ್ಪೇ ಬದುಕಾದ ಕೃಷ್ಣೆಯ ಮೆಕ್ಕಲು... ಬೆಳದಿಂಗಳೂ ಬಯಲೆನಿಸುವ ದಖನ್ನು... ಮಲೆನಾಡು, ವಯನಾಡು, ಮಲಬಾರು, ನೀಲಗಿರಿ... ಕಾಫೀ–ಟೀ ಫಸಲಿನ ಮಳೆಗಾಡು... –ಇವನ್ನೆಲ್ಲ ಹುಡುಕಿಕೊಂಡು ಎಲ್ಲೆಲ್ಲೂ ಸುತ್ತಿದೆ. ಕಂಡಕಂಡಲ್ಲಿ ತಂಗಿದೆ... ಒಬ್ಬನೇ ಹಾಡಿಕೊಂಡೆ. ನನ್ನನಗೇ ಬರೆದುಕೊಂಡೆ. ನನ್ನದೇ ಹಾಡು ಕಟ್ಟಿಕೊಂಡೆ. ಹೊಸ ಹೊಸ ರುಚಿಗಳನ್ನು ಅರಿತುಕೊಂಡೆ... ಕಲಿತುಕೊಂಡೆ... ರುಚಿಗೆ ತಕ್ಕ ಅಭಿರುಚಿಯೇ ಆಗಿಬಿಟ್ಟೆ!

ಇವೊತ್ತು, ಅಡುಗೆಯ ಮೂಲಕ ನಾನು ಆಡಬಲ್ಲೆ. ಅದರ ಬಗ್ಗೆ ಆಡಬಲ್ಲೆ. ಹಾಡಬಲ್ಲೆ... ಸಾಹಿತ್ಯ ಬರೆಯಬಲ್ಲೆ. ನನ್ನ ಹಾಡುಗಳನ್ನು ನಾನೇ ಕಟ್ಟಬಲ್ಲೆ. ಆದರೆ ಒಂದಂತೂ ಸತ್ಯ; ಅಡುಗೆ ನನಗೆ ಮುಖ್ಯವೂ ಅಲ್ಲ; ಉದ್ದೇಶವೂ ಅಲ್ಲ! ಅದು ನನ್ನ ಜಾಯಮಾನ; ಮತ್ತು ಬದುಕು!

ಅಡುಗೆ ಅಂದರೆ ಒಂದು ಮೀಡಿಯಮ್ಮು... ಅಷ್ಟೇ ಒಂದು ಈಡಿಯಮ್ಮು, ಅಂದರೆ ಅಭಿವ್ಯಕ್ತಿ. ನಿಮಗೆ ಗೊತ್ತಿರಬಹುದು: ಆಲ್ಕೆಮಿ ಎಂದೊಂದು ಬಗೆಯಿದೆ...

ಅಸಲಿನಲ್ಲಿ ಅದೊಂದು ಬಗೆಯ ದಾವೆ ಅಥವಾ ವಾದ... ಅವಲೋಹಗಳನ್ನು ಬೆರೆಸಿ ಚಿನ್ನವನ್ನು ಮಾಡಬಹುದೆನ್ನುವ ಮಿತ್ಥೊಂದನ್ನು ಆಲ್ಕೆಮಿ ಪ್ರತಿಪಾದಿಸುತ್ತದೆ. ಹೀಗೆ ಚಿನ್ನವಲ್ಲದ್ದರಿಂದ ಚಿನ್ನವನ್ನು ಮಾಡಬಲ್ಲವವನನ್ನು ಆಲ್ಕೆಮಿಸ್ಟ್ ಅನ್ನಲಾಗುತ್ತೆ. ಅಂದರೆ ಅವನೊಬ್ಬ ರಸಜ್ಞ... ಅಥವಾ ರಸತಜ್ಞ, ಅವನು ರಸವಿರುವ ಏನನ್ನೂ ಮಾಡಬಲ್ಲ. ಸ-ರಸವನ್ನು ಹುಟ್ಟಿಸಬಲ್ಲ. ಸ್ವಾರಸ್ಯವನ್ನೂ ಕಟ್ಟಿಡಬಲ್ಲ! ಸ್ವಾರಸ್ಯ ಅಂತಂದರೆ ಸ್ವರಸ-ತನ. ರಸತಜ್ಞನಾದವನು ಸಣ್ಣ ಸಣ್ಣ ಸಂಗತಿಗಳಿಂದಲೇ ಸರಸವನ್ನೂ, ಅಷ್ಟೇ ಸ್ವಾರಸ್ಯವನ್ನೂ ಕಟ್ಟಬಲ್ಲ!

ನಾನು ಮಾಡುತ್ತಿರುವುದು ಇಂತಹ ಅಡುಗೆ. ಚಿನ್ನದ ಅಡುಗೆ... ಹಾಗೆ ನೋಡಿದರೆ ಜಗತ್ತಿನ ಎಲ್ಲ ಅಡುಗೆಗಳೂ ಇಂಥವೇ... ಸಮುದ್ರದ ಉಪ್ಪು, ಬೆಟ್ಟದ ನೆಲ್ಲೀಕಾಯಿ ಸೇರಿ ಉಪ್ಪಿನಕಾಯಿ ಆಗುವಂತಹ ಒಂದು ಸಿದ್ಧಿ. ಇರಾನೀ ಮೂಲದ ಇಂಗು, ಇನ್ನೆಲ್ಲಿಯದೋ ತೆಂಗು... ಬಿಸಿಲುಭೂಮಿಯಲ್ಲಿ ಬೆಳೆಯುವ ಮೆಣಸಿನಕಾಯಿ... ಸಾಸಿವೆಯೆಂಬ ಸಾಸಿವೆ... ಇವೆಲ್ಲವೂ ಸೇರಿ ಸಾರಾಗಬಹುದಾದರೆ- ಇಂಥವೇ ಹತ್ತಾರು ಸಂಗತಿಗಳು ಸೇರಿ ಸಂಸ್ಕೃತಿಯಾಗುತ್ತದಲ್ಲವೆ?

ಎತ್ತಣ ಮಾಮರ ಎತ್ತಣ ಕೋಗಿಲೆ
ಎತ್ತಣಿಂದೆತ್ತಣ ಸಂಬಂಧವಯ್ಯಾ?
ಬೆಟ್ಟದ ಮೇಲಣ ನೆಲ್ಲಿಯ ಕಾಯಿ ಸಮುದ್ರದೊಳಗಣ ಉಪ್ಪು
ಎತ್ತಣಿಂದೆತ್ತಣ ಸಂಬಂಧವಯ್ಯಾ?
ಗುಹೇಶ್ವರಲಿಂಗಕ್ಕೆಯೂ ನಮಗೆಯೂ
ಎತ್ತಣಿಂದೆತ್ತಣ ಸಂಬಂಧವಯ್ಯಾ?

ನಮಸ್ಕಾರ!

30

ಮಾತಂಗಿ ಬೆಕ್ಕಸಗಣ್ಣು ತಾಳಿ ಎವೆಯಿಕ್ಕದೆ ಕುಳಿತಿದ್ದಳು. ನಾನು ಹೇಳಿದ ಮಾತುಗಳನ್ನು- ನನ್ನೆಲ್ಲ ಹಾವಭಾವ ಭಂಗಿ-ಚಹರೆಗಳ ಸಹಿತ ಮನಸ್ಸು ತುಂಬಿಕೊಂಡವಳು, ನನ್ನ ಮಾತು ಮುಗಿದಿದ್ದೇ ಸೈ, ಎದ್ದು ನಿಂತು ಚಪ್ಪಾಳೆ ತಟ್ಟಿದಳು. 'ಐಆ...' ಎಂದೊಮ್ಮೆ ಮೆಲ್ಲಗೆ ಕಿರುಚಿ ಹರ್ಷೋದ್ಗಾರ ಮಾಡಿದಳು.

ನಾನು ಇಡೀ 'ಶೋ'ವನ್ನು ಮಾತಂಗಿಯ ಸಲುವಾಗಿ, ಹ್ರಸ್ವಗೊಳಿಸಿ, ಬರೇ

ಝಲಕನ್ನಷ್ಟೇ ತೋರಗೊಟ್ಟಿದ್ದೆ. ಅಲ್ಲದೆ, ನಾವಿದ್ದುದು ಯಾರದೋ ಮನೆಯ ಅಂದರೆ– ಪುರಿಯ ಮಹಾರಾಜನ ಮನೆಯ ವೆರಾಂಡದಲ್ಲಿನ ಸಾರ್ವಜನಿಕ ಎಡೆಯಾಗಿದ್ದರಿಂದ, ಸಾಲದುದಕ್ಕೆ ಅಲ್ಲಿನ ಮಳೆನೆರಳಿನಲ್ಲಿ ನಮ್ಮಂತೆಯೇ ನೆರೆದಿದ್ದ ಹತ್ತಾರು ಮಂದಿ ತಲಾ ಒಂದಾದರೂ ಕಣ್ಕಿವಿಯನ್ನು ನಮ್ಮ ಮೇಲೇ ನೆಟ್ಟಂತನಿಸಿದ್ದರಿಂದ– ನನಗೆ, ತೀರಾ 'ಶೋ'ನಲ್ಲಿ ಮಾಡುವಂತಹ 'ಶೋ' ಮಾಡಲಾಗಲಿಲ್ಲ. ಶುರುವಿನಲ್ಲಿ, ಸುತ್ತಲಿದ್ದ ಜನರು– ಬಲು ಕೌತುಕ ತಾಳಿ ನನ್ನ ಮಾತುಗಳನ್ನು ಕೇಳಿಸಿಕೊಂಡರಾದರೂ, ಕನ್ನಡದಲ್ಲಿ ಹೇಳಿದೆನಾದ್ದರಿಂದ– ಕೆಲವೇ ಮಿನಿಟುಗಳಲ್ಲಿ ಕುತೂಹಲ ಕಳೆದುಕೊಂಡು ಸುಮ್ಮನಾದರು. ತಂತಮ್ಮಲ್ಲೇ ತೊಡಗಿಕೊಂಡು ಉಳಿದರು. ಇಷ್ಟಿದ್ದೂ, ಭಾವಾವೇಶವಿಲ್ಲದ ಮೆಲುದನಿಯಲ್ಲಿ ಮಾತು ಕಟ್ಟುವುದು– ಸ್ವಲ್ಪ ಕಷ್ಟವೇ ಆಯಿತು.

'ಇದನ್ನೇನು ಉರು ಹಚ್ಚಿದೀಯೋ, ಇಲ್ಲಾ ಇಂಪ್ರಾಂಪ್ಟು ಹೇಳಿದ್ದೋ?' ಮಾತಂಗಿ ಕೇಳಿದಳು.

'ವೆಲ್ಲ್... ಬೋತ್...' ಅಂತಂದೆ. 'ಈ ರೀತಿ ಎಷ್ಟು ಶೋಸ್ ಮಾಡಿದೀನಿ ಅಂದರೆ, ನನಗೆ ಯಾವ ತಯಾರಿಯಿಲ್ಲದೆ ಮಾತು ಹುಟ್ಟುತ್ತೆ... ಆದರೆ, ಈ ಶೋನ ಮಾತ್ರ ನಿನಗಾಗಿಯೇ ಮಾಡಿದ್ದು... ಮೋರೋವರ್, ನಿನಗೆ ನನ್ನ ಕೆಲಸದ ಬಗ್ಗೆ ಪೂರ್ತಿ ಮಾಹಿತಿ ಕೊಡೋದಿತ್ತಲ್ಲ– ಹಾಗಾಗಿ ಸ್ವಲ್ಪ ಹೆಚ್ಚು ಹಾಡಿದೆನೇನೋ... ಇನ್ನು ರಿಯಲ್ ಶೋಗಳಲ್ಲಿ ಅಡುಗೇನೂ ಮಾಡಿ ತೋರಿಸುತೀನಿ... ಕೆಲಸ ಮಾಡುಮಾಡುತ್ತಲೇ ಹಾಡಿಕೋತೀನಿ... ಗುನುಗಿಕೋತೀನಿ...'

'ವ್ಹಾವ್... ನೀನು ಇಷ್ಟು ಪ್ರತಿಭಾವಂತ ಅಂದುಕೊಂಡೇ ಇರಲಿಲ್ಲ, ಐಳ... ಒಂದು ವಿಷಯ ಹೇಳಲಾ?'

'ಏನು?'

'ಬೇಡ ಬಿಡು... ತಪ್ಪಾಗುತ್ತೆ...'

'ಹುಹ್ಹ್... ಇದೇ ಬೇಡ ಅನ್ನೋದು. ಮನಸ್ಸಿಗೆ ಬಂದ ಮಾತನ್ನು ಹೊರಗೆಡಹದೇ ಇರೋದು ಅಪಚಾರ... ನನಗೂ, ಆ ಜಗನ್ನಾಥನಿಗೂ...'

'ಹೋಗೋ... ನಾಚುಗೆ ಆಗುತ್ತೆ...'

'ಹೇಳು... ಪ್ಲೀಸ್ ಹೇಳು...'

'ಏನು ಗೊತ್ತಾ? ನೀನು ಚೆನ್ನಾಗಿ ಮಾತಾಡಿದೆ ಅನ್ನೋದು ಸತ್ಯವೇ... ಅದರಷ್ಟೇ ಸತ್ಯ, ನೀನು ಮಾತನಾಡುವ ರೀತಿ! ನಿನ್ನ ಹಾವಭಾವ, ಆಡುಭಂಗಿ... ಗಡ್ಡ ನೀವಿಕೊಳ್ಳೋ ರೀತಿ, ಎಲ್ಲಕ್ಕಿಂತ ಆಗಾಗ ಮೀಸೆ ತಿರುವಿಕೋತೀಯಲ್ಲ– ಅದು! ಆಹ್ಹ್... ದಿಸ್ ಮೀಸೆ ಈಸ್ ಇನ್ ಡೀಡ್ ದಿ ಬೆಸ್ಟ್ ಪಾರ್ಟ್ ಆಫ್ ಯುವರ್

ನರೇಟಿವ್... ನಿನ್ನ ಪ್ರೆಸೆಂಟೇಷನಿನಲ್ಲಿ ನಿನ್ನ ಮೀಸೆಯದೂ ಒಂದು ಪಾತ್ರ ಅನಿಸುತ್ತೆ!'

ಈ ಮಾತು ಕೇಳಿದ್ದೇ, ನಾನು ಯಾವುದೇ ಭಿಡೆಯಿರದೆ– ಇನ್ನೊಮ್ಮೆ ಮೀಸೆಗೆ ಕೈಯಿಕ್ಕಿ, ಅದರ ಎರಡೂ ತುದಿಗಳನ್ನು ಭರ್ಜರಿಯಾಗಿ ತಿರುವಿದೆ! 'ಹೀಗೇ ಹೀಗೇ...' ಅನ್ನುತ್ತ, ಮಾತಂಗಿ ಕಿಸಕ್ಕನೆ ನಕ್ಕುಬಿಟ್ಟಳು. 'ಏನು ಗೊತ್ತಾ? ನಿನ್ನನ್ನು ಮೊದಲ ಸಲ ನೋಡಿದಾಗ, ಎಷ್ಟು ಪೆಕರು ಪೆಕರಾಗಿದ್ದಾನೆ– ಈ ಕವಿ ಅಂದುಕೊಂಡಿದ್ದೆ!' ಅಂತಂದು ನಗು ಹೆಚ್ಚಿಸಿದಳು.

'ಅಷ್ಟೇ ತಾನೇ? ಪರವಾಗಿಲ್ಲ ಬಿಡು...' ನಾನೂ ನಕ್ಕೆ. 'ನಾನೊಬ್ಬ ಪೆಕರಂಭಟ್ಟ ಅಂತ ನನ್ನ ಅಮ್ಮ ಆಗಾಗ ಹೇಳುತಿರುತಾಳೆ...'

'ಓಹ್... ಶಿ ಈಸ್ ರೈಟ್!' ಮಾತಂಗಿ ಮತ್ತೆ ನಕ್ಕಳು. 'ನೀನೇನು– ಪೂರ್ತಿ ನಿನ್ನ ಅಮ್ಮನ ಮಗನಾ? ಐ ಮೀನ್... ಅಮ್ಮನ್ನ ಕಂಡರೆ ನಿನಗೆ ತುಂಬಾ ಇಷ್ಟನಾ?'

'ತುಂಬಾ ತುಂಬಾ... ರೊಂಬ ರೊಂಬ...'

'ಗೊತ್ತಾಗುತ್ತೆ, ಬಿಡು... ನಿನ್ನ ಅಮ್ಮ ನಿನ್ನನ್ನು ತಿದ್ದಿ ತೀಡಿ ಮಾಡಿಟ್ಟಿದ್ದಾರೆ– ಒಳ್ಳೇ ಪಾಕದಲ್ಲಿ ಅದ್ದಿದ ಜಾಮೂನಿನ ಥರ! ಜತನ, ನಯ, ನಾಜೂಕು... ಅಕ್ಕರೆ, ಆಸ್ಥೆ... ಎಲ್ಲಾ ಹಾಕಿ ಹದ ಮಾಡಿದ್ದಾರೆ... ಅದಕ್ಕೇ ಯಾವ ಕಡೆಯಿಂದ ತಿಂದರೂ ಸಿಹಿಯೋ ಸಿಹಿ! ಏನು ಮಾಡಿದರೂ ಚೆನ್ನು... ನೋಡಲಿಕ್ಕೂ ಅಷ್ಟೇ ಚೆನ್ನು... ಎಷ್ಟಾದರೂ ಅಮ್ಮನ ಮುದ್ದಿನಲ್ಲಿ ಅದ್ದಿದ ಜಾಮೂನಲ್ಲವಾ?'

ಮಾತಂಗಿ ಹೀಗೆ ಹೇಳಿದ್ದೇ, ನನಗೆ ಇನ್ನಿಲ್ಲದ ನಾಚುಗೆಯಾಯಿತು. ಲಜ್ಜೆಗೂ ಲಜ್ಜೆಯಾಯಿತೆಂಬಷ್ಟು ನಾಚಿದೆ!

'ಹೇ... ಲುಕ್ ಲುಕ್... ನಾಚಿಕೋತಿರೋದು ನೋಡು! ಬಿನ್ನಾಣಗಾರ!' ಅಂತ ಹೇಳಿದ ಮಾತಂಗಿ, ಅನಾಮತ್ತನೆ ಮೇಲೆರಗಿ ಬಂದು– ನನ್ನ ಕೆನ್ನೆ, ಗಲ್ಲ, ಗದ್ದಗಳಷ್ಟೇ ಮೀಸೆ–ಗಡ್ಡಗಳ ಮೇಲೂ ಲೊಚಲೊಚಕ್ಕನೆ ಮುದ್ದಿಸಿಬಿಟ್ಟಳು!

ಅಬ್ಬಾ! ಹೆಣ್ಣಿಗೇನು ತಲೆಗಿಲೆ ಕೆಟ್ಟಿದೆಯೇ?

ಫಕ್ಕನೆ ನನ್ನನ್ನು ನಾನೇ ಹಿಂದಕ್ಕೆ ತೆಗೆದೆ. ಆಚೀಚೆ ನೋಡಿದೆ. ಪುಣ್ಯವಶಾತ್, ಯಾರೂ ನಮ್ಮನ್ನು ಗಮನಿಸುತ್ತಿರಲಿಲ್ಲ. ಅಲ್ಲದೆ, ಈ ಹೊತ್ತಿಗಾಗಲೇ, ಮಳೆಯ ಆಟಾಟೋಪ ತುಸು ತಗ್ಗಿತ್ತಾಗಿ– ಹೆಚ್ಚು ಮಂದಿಯೂ ಅಲ್ಲಿರಲಿಲ್ಲ!

'ಹೇ... ವಾಟ್ ಡಿಡ್ ಯು ಡೂ?' ಕನಲಿದೆ. ಆದರೆ ಮುನಿಯಲಿಲ್ಲ. 'ಯು ಮಸ್ಟ್ ಬಿ ಮ್ಯಾಡ್... ಐ ಬೆಟ್ ಯು ಆರ್!'

ಅಸಲಿನಲ್ಲಿ, ನನಗೆ ಮುನಿಯಬೇಕನಿಸಲೇ ಇಲ್ಲ! ಇನ್ನು, ಮನಸ್ಸು ಒಳಗಿಂದೊಳಗೇ ಇಚ್ಛಿಸುವ ಸಂಗತಿಯ ಬಗ್ಗೆ, ಹೊರಗಿನಿಂದ ಕೋಪಿಸಿಕೊಳ್ಳುವುದು ತರವೇ? ಅಥವಾ, ನ್ಯಾಯವೇ?

ಮಾತಂಗಿ ನನ್ನತ್ತಲೊಂದು ಅತಿಸಂಪನ್ನ ನಗು ಚೆಲ್ಲಿ ನೋಡಿದಳು. ಅದೊಂದು ಸ್ವಪ್ನಸದೃಶ ಮಂದಹಾಸ!

31

'ಸರಿ... ನಿನ್ನಮ್ಮ ನೋಡಲಿಕ್ಕೆ ಹೇಗಿದ್ದಾರೆ?' ಮಾತಂಗಿ ಕೇಳುವಾಗ, ನನ್ನಲ್ಲಿ ಮಾತುಗಳೇ ಹುಟ್ಟಲಿಲ್ಲ. ಈ ಕುರಿತು ಉತ್ತರಿಸಬೇಕೆಂತಲೂ ಅನಿಸಲಿಲ್ಲ. ಇಷ್ಟಿದ್ದೂ ಅವಳು, 'ಐ ಮೀನ್, ನೀನು ನಿನ್ನ ಅಮ್ಮನ ಥರವೋ ಅಪ್ಪನ ಥರವೋ?' ಎಂದು ಮುಂದುವರೆಸಿ ಕೇಳಿದಳು.

'ನಾನು ನನ್ನ ಥರ!' ಖಡಕ್ಕನೆ ಹೇಳಿದೆ.

'ಅಂದರೆ?'

'ಅಂದರೆ ನಾನು ನನ್ನ ಹಾಗೇ ಅಂತ...'

'ಐಳ, ಪ್ಲೀಸ್...' ಮಾತಂಗಿ ಲಲ್ಲೆಗೆ ತೊಡಗುವಾಗ, ಸುಮ್ಮನೆ ಪೆದ್ದುಪೆದ್ದಾಗಿ ಆಡುತ್ತಿದ್ದಾಳನ್ನಿಸಿ– 'ಪ್ಲೀಸ್, ಆ ಮಾತು ಬೇಡ... ಮಳೆ ನಿಂತಿದೆ. ಹೋಗೋಣ ಬಾ...' ಎಂದು ಹೇಳಿದೆ.

ಆ ಹೊತ್ತಿಗೆ ಸರಿಯಾಗಿ, ಅರಮನೆಯ ಚೌಕೀದಾರನೂ ನಮ್ಮತ್ತ ಸರಿದುಬಂದು ಮಳೆ ತಗ್ಗಿದೆಯೆಂದು ಸೂಚಿಸಿದ. 'ಇದಕ್ಕಿಂತ ಕಡಿಮೆ ಆಗಲಿಕ್ಕಿಲ್ಲ... ಅಲ್ಲದೆ, ಜಗನ್ನಾಥಜೀ ಮಳೆಯಿಲ್ಲದೆ ರಥವೇರಿದ್ದೇ ಇಲ್ಲ... ಇನ್ನೂ ಹೆಚ್ಚೀತೇ ವಿನಃ ಕಡಿಮೆ ಆಗೋದು ಸುಳ್ಳು...' ಅಂತೆಂದು ಭವಿಷ್ಯವನ್ನೂ ನುಡಿದ.

ಮಾತಂಗಿ ತನ್ನ ಪ್ರಶ್ನೆಯೊಡನಿದ್ದ ಕುತೂಹಲವನ್ನು ಒತ್ತಾಯದಿಂದ ಕಡಿದು ಕುಳಿತಲ್ಲಿಂದ ಎದ್ದುನಿಂತಳು. 'ಭಯ್ಯಾಜೀ ಥ್ಯಾಂಕ್ ಯೂ...' ಎಂದು, ಚೌಕೀದಾರನಿಗೆ ಹೇಳಿದಳು. ನಡುವಯಸ್ಸಿನ ಆತ– ಸ್ವಲ್ಪ ಸ್ಥೂಲಶರೀರಿ, ತನ್ನ ಅಗಾಧವಾದ ಮೈ–ಕುಲುಕಿಕೊಂಡು ಪೆಕರುಪೆಕರಾಗಿ ನಕ್ಕು ಬೀಳ್ಕೊಟ್ಟ.

ಸಣ್ಣ ಸಣ್ಣನೆ ಬೂಂದೀಕಾಳಿನ ಹಾಗಿದ್ದ ಇಳಿಮಳೆಗೆ ಮೈಯೊಡ್ಡಿಕೊಂಡ ರಥಬೀದಿಯೊಳಕ್ಕೆ, ಮೆಲ್ಲನೆ ಕಾಲಿಳಿಸುವಾಗ– ನನಗೆ ಮೈಯೆಲ್ಲ ಜೋಮು ಹಿಡಿದುಬಂತು. ನಿಧಾನವಾಗಿ ಕಾಲೆಳೆದುಕೊಂಡು ಸಾಗಿದೆ. ಒಂದೆರಡು ಬಾರಿ ಮೈಮುರಿದೆ ಕೂಡ. ಮಾತಂಗಿ ನನಗಿಂತಲೂ ಮೆಲ್ಲಮೆಲ್ಲನೆ ಹೆಜ್ಜೆಗಳಲ್ಲಿ– ಬಲು ಜತನವಾಗಿ ನೆಲದ ಮೇಲೆಯೇ ಕಣ್ಣಿಕ್ಕಿ ನಡೆದಳು. ದುಬಾರೀ ಸ್ಯಾಂಡಲುಗಳನ್ನು ಮಾಡಿದ ಚಿತ್ತಾರದ ತೊಗಲು ಒದ್ದೆಯಾದರೆ ದುಡ್ಡು ಹಾಳೆನ್ನುವ ಆತಂಕ ಅವಳಿಗೆ. ಹಾಗಾಗಿ ಹೆಜ್ಜೆ ಹೆಜ್ಜೆಗೂ ಜೋಪಾನ ತಾಳಿದಳು. ಅವಳ ಈ ನಾಜೂಕಿನ ನಡಿಗೆ

ಬಲು ಝೋಕಾಗಿ ತೋರಿಬಂತು!

ಸಮುದ್ರಮಟ್ಟದ ಊರಾದರೂ, ಎಲ್ಲೂ ಮಳೆ ನಿಂತು ಉಂಟಾದ ರಾಡಿಯಿರಲಿಲ್ಲ. ಈಗ ರಥಬೀದಿಯಲ್ಲಿ ಕೊಡೆಗಳ ಸಂಖ್ಯೆ ತಗ್ಗಿ, ಹೆಚ್ಚು ಹೆಚ್ಚು ಮಂದಿ ತೋರಿಬಂದರು. ಆದರೆ ಜನರೆಲ್ಲ ಇದ್ದಲ್ಲೇ ಲಗುಬಗೆಯಿಂದ ಇದ್ದರು. ಆ ಪಾಟಿ ಸುರಿಮಳೆಯಲ್ಲೂ- ಬಾಣಲೆಯ ಕಾವಿಗೆ ಚಿಟಪಿಟನೆ ಸಿಡಿಯುವ ಹುರಿಗಾಳಿನಂತೆ ಚಟಪಟ ಚಟಪಟಿಸಿಕೊಂಡೇ ಇದ್ದರು.

'ಕಮ್ಮ್ ಫಾಸ್ಟ್...' ಮಾತಂಗಿಯ ನಯನಿಧಾನವನ್ನು ಸಹಿಸಲಾಗದೆ ಕೂಗಿದೆ. 'ಆಗಲೇ ಒಂದೂವರೆ... ಬೇಗ ಹೋದರೆ ಕೃಷ್ಣ ಸಿಕ್ಕಾನು!' ಎಂದು ಎಚ್ಚರಿಸಿದೆ.

'ಇರು ಇರು...' ಅನ್ನುತ್ತ ನನ್ನನ್ನು ಸೇರಿ ಸರಕ್ಕನೆ ಕೈಹಿಡಿದುಕೊಂಡಳು. 'ಮಳೆ ಬರುತ್ತೆ ಅಂದಿದ್ದರೆ ಜರ್ಕಿನ್ನು, ಕೋಟು ತರಬಹುದಿತ್ತು...' ಮುಂಗೈ-ಮೊಣಕೈಗಳ ಮೇಲೆ ಹನಿಗಟ್ಟಿದ ಮಳೆಯನ್ನು ಕೊಡವಿ ತೀಡಿ ತಳ್ಳಿದಳು.

'ಸರಿ... ಬೇಗ ಹೋಗೋಣ...' ಅವಸರಿಸಿ ಹೇಳಿದೆ.

ಐದು ಮಿನಿಟಿನ ನಡಿಗೆ ಮುಗಿಸುವ ಹೊತ್ತಿಗೆ- ಮೂರೂ ರಥಗಳ ಬದಿಗೆ ಬಂದು ನಿಂತೆವು. ಅಸಲಿನಲ್ಲಿ, ನಮ್ಮಿಬ್ಬರಿಗೂ ಅವುಗಳ ನಿಜಗಾತ್ರದ ಅರಿವುಂಟಾಗಿದ್ದು ಆಗಲೇ! ಆರಡಿ ಒಂದಿಂಚು ಉದ್ದದ ನನಗಿಂತಲೂ ಎತ್ತರವಿದ್ದ ರಥದ ಗಾಲಿಗಳನ್ನು ನೋಡಿ ಆಶ್ಚರ್ಯವೇ ಮೊದಲಾಯಿತು. ನಾಳೆಯ ಎಳೆತಕ್ಕೆಂದು ಹುರಿಹುರಿಯಾಗಿ ಅಣಿಗೊಂಡ ಹಗ್ಗದ ರಾಶಿಯೇ ಅಲ್ಲಿ ಚೆಲ್ಲಿತ್ತು. ತಿಂದುಂಡು ಕೊಬ್ಬಿದ ಹೆಬ್ಬಾವಿನ ಹಾಗೆ ನೆಲದಲ್ಲಿ ಬಿದ್ದುಕೊಂಡಿದ್ದ ಹಗ್ಗವನ್ನು ಹಿಡಿದುಕೊಳ್ಳಲಿಕ್ಕೆ- ನಾವು ಇಬ್ಬಿಬ್ಬರ ಎರಡೂ ಕೈ ಸೇರಿ ಸಾಲದಾದವು. ಒಂದೊಂದು ರಥಕ್ಕೂ- ಒಂದಲ್ಲ, ಎರಡಲ್ಲ... ಒಟ್ಟು ನಾಲ್ಕು ಜೊತೆ ಹಗ್ಗಗಳಿದ್ದವು. ಈ ಹಗ್ಗಗಳ ದ್ರವ್ಯದೊಳಗೆ ಎಷ್ಟು ಸೆಣಬಿರಬಹುದೆಂದು- ಕೂಡಲೆ ನನ್ನ ಮನಸ್ಸು ಊಹಿಸತೊಡಗಿತು... ರಥಗಳ ಮುಂದೆ ಜೋಡಿಸಿದ್ದ ಮರದ ಕುದುರೆಗಳಿಗೂ, ಕಟ್ಟಿಗೆಯಿಂದಲೇ ಮಾಡಿ ಕೂರಿಸಿದ್ದ ಬೊಂಬೆ-ಸಾರಥಿಯರಿಗೂ... ಕಡೆಗೆ ಚಕ್ರಗಳಿಗೆ ಕಟ್ಟಿದ ಉಕ್ಕಿನ ಕೀಲುಗಳಿಗೂ... ಹೀಗೆ ಒಂದೊಂದಕ್ಕೂ ಅಷ್ಟೆ, ಅಸಾಧ್ಯ ಗಾತ್ರ! ಅತಿಶಯವೆನ್ನತಕ್ಕ ಅಮಾನುಷ ಅಳತೆ! ಅಬ್ಬಾ... ಅಂದುಕೊಳ್ಳಲಿಕ್ಕೆ ಮನಸು ಸಹಕರಿಸಲಿಲ್ಲ. ಈ ಪರಿಯ ಆಚ್ಚರಿ-ಉದ್ಗಾರ ತಾಳಿದರೆ, ಕುರುಸಭೆಯಲ್ಲಿ, ಆ ಪರಿ ವಿಶ್ವರೂಪವನ್ನು ಧರಿಸಿ ತೋರಿದ ಜಗನ್ನಾಥನಿಗೆ ಅವಮಾನವಷ್ಟೆ? ಎಂತಲೇ ಒಳಮಾತನ್ನು ಒಳಗೇ ಇರಿಸಿ, ಮೌನವನ್ನೂ ಮಿಸುಕಗೊಡದೆ ಸುಮ್ಮನಾದೆ!

'ಐಳ... ಥ್ಯಾಂಕ್ಯೂ ಕಣೋ...'

ಸುಭದ್ರೆಯ ರಥಕ್ಕೆ ಸಾರಥಿಯಾದ ಅರ್ಜುನಬೊಂಬೆಯ ಬದಿನಿಂತು- ಒಬ್ಬಳೇ ಸೆಲ್ಫೀ ಕ್ಲಿಕ್ಕಿಸಿಕೊಂಡ ಮಾತಂಗಿ, ಬಳಿಕ ಮೊಬೈಲಿನಲ್ಲಿ, ಆ ಫೋಟೋವನ್ನು ಹಿಗ್ಗಿಸುತ್ತ

ಕುಗ್ಗಿಸುತ್ತ– ಅದರ ಅಂದಚಂದ ಗಮನಿಸುತ್ತ ಹೇಳಿದಳು. 'ನೀನೂ ಬರುತೀಯಾ? ಒಟ್ಟಿಗೆ ಒಂದು ತಗೋಳ್ಳೋಣ...' ಅಂದಳು.

ಮರದ ಒಡಲಿನ ಮೇಲೆ ಮಿರುಗುವ ಪೇಇಂಟಿನಲ್ಲಿ ಕ್ಷಾತ್ರಕಳೆಯನ್ನು ಬರೆಸಿಕೊಂಡಿದ್ದ ಆ ಅರ್ಜುನನು, ತನ್ನ ಹುರಿಮೀಸೆ ತಿರುವಿಕೊಂಡೂ ನಮ್ರನೆನಿಸುವ ಪರಿಯೊಂದಾದರೆ– ಅದೇ ಅರ್ಜುನನ ಮಹಾಗಾತ್ರದೆದುರು ಚೋಟು ಮೆಣಸಿನಕಾಯಿಯಂತೆ ಕಂಡ ಮಾತಂಗಿಯ ಈ ಸೆಲ್ಫೀ–ಪೋಸು ತೀರಾ ಕ್ಷುಲ್ಲಕದ್ದೆನ್ನಿಸಿದ ಇನ್ನೊಂದು ರೀತಿ... ಎರಡೂ ನನ್ನ ಕಣ್ಮನದೊಳಗೆ, ಸುಮ್ಮನೆ ಒಂದನ್ನೊಂದು ಸೆಣಸಿದವು!

'ನೋ ನೋ... ಬೇಗ ದರ್ಶನಕ್ಕೆ ಹೋಗೋಣ... ಲೇಟಾಗಿಬಿಡುತ್ತೆ...' ಅನ್ನುತ್ತ ಮತ್ತೆ ಅವಸರ ಮಾಡಿದೆ.

ಆ ಕ್ಷಣಕ್ಕೆ, ಮಾತಂಗಿಯ ಹುರುಪು ಹರಿದಿರಲು ಸಾಕು! ಹುಹ್ಞ್... ಎಂದು ಕನಲಿ ನನ್ನ ಬದಿಬಂದು ನಿಂತು, ಅರ್ಜುನ–ಬೊಂಬೆಯ ಹುರಿಮೀಸೆಯನ್ನು ತೋರಿ– 'ಥೇಟು ನಿನ್ನ ಥರವೇ ಇದ್ದಾನಲ್ಲ... ಗಡ್ಡ ಒಂದಿಲ್ಲ ಅಷ್ಟೇ...' ಎಂದು ಸರಕ್ಕನೆ ಹೇಳಿದ ಮೇಲೆ– ನನ್ನತ್ತಲೇ ಕಣ್ಣು ತಾಳಿ, 'ಅಗಲವಾದ ಹಣೆ. ಉದ್ದನೆ ಮೂಗು... ಕಟೆದ ತುಟಿ, ಜಟಿಲ ಕಟಿ... ಹರವಾದ ಎದೆ...' ಎಂದೆಲ್ಲ ಮೈ ಬಣ್ಣಿಸತೊಡಗಿದಳು! ಅವಳ ನೋಟವು ನನ್ನ ಅವಯವಗಳ ಮೇಲೆಲ್ಲ ಹರಿದಿದ್ದು ನೋಡಿ, ಮುಜುಗರವಾಯಿತು!

'ಹೇ ಅಲ್ಲಿ ನೋಡು...' ಎಂದು, ವಿಷಯಾಂತರಿಸುವ ನೆಪದಲ್ಲಿ, ಜಗನ್ನಾಥನ 'ನಂದಿಘೋಷ'ರಥದ ಬದಿಗಿದ್ದ ಅಟ್ಟಣಿಗೆಯತ್ತ ಬೊಟ್ಟುಮಾಡಿ ತೋರಿದೆ.

ಅಟ್ಟಣಿಗೆಯ ಮೇಲೆ ಮತ್ತೊಮ್ಮೆ ಮನುಷ್ಯ–ಹನುಮಂತ ಕಂಡುಬಂದ. ನಾವು ಮೊದಲೇ ನೋಡಿದ್ದ 'ಹನುಮ'ನೇ ಇವನೋ, ಅಥವಾ ಇನ್ನೊಬ್ಬನೋ– ಯಾರಿಗೆ ಗೊತ್ತು? ವಿಚಿತ್ರವಾಗಿ ಕಪಿಚೇಷ್ಟೆ ಮಾಡಿಕೊಂಡು, ಅತ್ತಿಂದಿತ್ತ ಇತ್ತಿಂದತ್ತ ಜಿಗಿಯುತ್ತಿದ್ದ! ಅವನೆದುರು, ಅಂದರೆ ಕೆಳಗೆ ನೆಲದ ಮೇಲೆ ನಿಂತಿದ್ದ ಚಿಣ್ಣರ ಹಿಂಡು– ಅವನತ್ತಲೇ ಗೋಣಿಕ್ಕಿ ಕೈಯಿಕ್ಕಿ ಕೇಕೆ ಹಾಕುತ್ತಿತ್ತು. ತಕ್ಕುದಾಗಿ ಹನುಮನೂ 'ಗುರ್ರ್... ಗುಟುರ್ರ್...' ಎಂದು ತಮಾಷೆಗೆ ತೊಡಗಿದ್ದ.

'ನೀನೆಷ್ಟು ಹೆದರಿಕೊಂಡುಬಿಟ್ಟಿದ್ದೆ ಅಲ್ಲವಾ?' ಎಂದು, ಇಬ್ಬರೂ ನಡೆದುಬರುತ್ತಿರುವಾಗ– ಇದ್ದಕ್ಕಿದ್ದಂತೆ ಹನುಮನೆದುರಾಗಿ, ಮಾತಂಗಿ ಕಿರುಚಿಕೊಂಡಿದ್ದನ್ನು ನೆನೆದು ಹೇಳಿದೆ. 'ಮತ್ತೊಂದು ಸಲ ಕರೀಲಾ?' ಎಂದು ತಮಾಷೆ ಮಾಡಿದೆ. 'ಮಾರಾಯ... ಸುಮ್ಮನಿರು... ಇನ್ನು ನನಗೆ ರಾತ್ರಿ ನಿದ್ದೆ ಬರೋದಿಲ್ಲ...' ಅನ್ನುತ್ತ, ಕೈ–ಕೈ ಜೋಡಿಸಿ ನಕ್ಕಳು.

'ಈಗ ಎಷ್ಟು ಗಂಟೆ ಅಂದುಕೊಂಡಿದ್ದೀ? ಇನ್ನೆಲ್ಲಿಯ ನಿದ್ದೆ?'

'ಅದೂ ಸರೀನೇ... ನಡಿ, ಬೇಗ ಒಳಗೆ ಹೋಗೋಣ...' ಈ ಸರ್ತಿ ಮಾತಂಗಿ ಅವಸರಿಸಿದಳು.

32

ದೇವಾಲಯದ ಒಳಹೊಕ್ಕುವ ಮೊದಲು ಚಪ್ಪಲಿ ಎಲ್ಲಿ ಬಿಡುವುದೆಂಬುದೇ ಸುಮಾರು ಯೋಚನೆಯಾಯಿತು. ನಿಷ್ಕರ್ಷೆಯಾಯಿತು. ಅಸಲಿನಲ್ಲಿ, ಮಾತಂಗಿಗಿಂತ ನಾನೇ ಹೆಚ್ಚು ಚಿಂತೆಗೀಡಾಗಿದ್ದು. ವರಿ ಮಾಡಿಕೊಂಡಿದ್ದು!

ಸದ್ಯಕ್ಕೆ ನನ್ನಲ್ಲಿರುವುದು ಒಂದೇ ಒಂದು ಜೊತೆ ಬೂಟು... ಫಾರ್ಮಲ್ ಇನ್ಫಾರ್ಮಲ್– ಎಲ್ಲದಕ್ಕೂ ಒಂದೇ. ಅಕಸ್ಮಾತ್ ಕಳೆದುಗಿಳೆದುಕೊಂಡರೆ ಹೊಸತು ಕೊಳ್ಳುವುದಲ್ಲದೆ ಇನ್ನು ವಿಧಿಯುಂಟೇ? ಸುಮ್ಮನೆ ಬೆನ್ನಿಗೆ ಚೀಲ ತಗುಲಿಸಿಕೊಂಡು, ಏಕಾಏಕಿ ಹೊರಟವನಲ್ಲವೆ ನಾನು? ಅಥವಾ ಇನ್ನೊಂದು ಜೊತೆ ಖರೀದಿಸುವುದೇನು ಸುಲಭವೇ? ಸುಖಾಸುಮ್ಮನೆ ಆರೆಂಟು ಸಾವಿರ ಖರ್ಚು ತಾನೇ?

ಮಾತಂಗಿ ಮಾತ್ರ, ಯಾವ ಗೊಡವೆಯೂ ಇಲ್ಲದೆ– ಇಲ್ಲಿ ಬಿಡೋಣವೆಂದು, ಅಕೋ ಅಲ್ಲಿ ಬಿಡೋಣವೆಂದು... ಕಂಡಕಂಡ ಕಡೆಯಲ್ಲೆಲ್ಲ ಬೊಟ್ಟುದೋರಿ ಸೂಚಿಸಿದಳು. ನಾನು ಉಹ್ಞೂಂ ಉಹ್ಞೂಂ ಅನ್ನುತ್ತಲೇ ಕಾಲಹರಣ ಮಾಡಿದೆ. ಹೀಗೆ, ನಮ್ಮ ನಡುವೊಂದು ಬಗೆಹರಿಯದ ವಾದವೇರ್ಪಟ್ಟಾಗ, ಬದಿಹೋಕನೊಬ್ಬ– 'ಈ ಊರಿನಲ್ಲಿ ಎಲ್ಲೇ ಬಿಟ್ಟುಹೋದರೂ ಬಿಟ್ಟಿದ್ದು ಬಿಟ್ಟಲ್ಲೇ ಇರುತ್ತೆ... ಜಗನ್ನಾಥಗಿಂತ ಮಿಗಿಲು ಕಳ್ಳರುಂಟೇ ಜಗದಿ?' ಎಂದು ಘನಸೂಕ್ಷ್ಮವಾದ ಮಾತು ಹೇಳಿ ಸರಿದುಹೋಗುವುದೆ?

ಸರಿ... ದೇಗುಲದ ಮುಖ್ಯದ್ವಾರದ ಪಕ್ಕದಲ್ಲಿ ಪೇರಿಕೊಂಡಿದ್ದ ರಾಶಿ ಮೆಟ್ಟುಗಳ ಗುಡ್ಡದ ಬದಿಗೇ– ಮೂಲೆಯಲ್ಲೊಂದು ಜತನವಾದ ಜಾಗ ಹುಡುಕಿಕೊಂಡೆವು. ಮಾತಂಗಿಯೇ, 'ಐ ತಿಂಕ್ ದಿಸ್ ಪ್ಲೇಸ್ ಈಸ್ ಗುಡ್...' ಅಂತಂದು, ಬಲು ಪ್ರಶಸ್ತವಾದ ಎಡೆಯೊಂದನ್ನು ನಿಗದಿಸಿದಳು! ಚಪ್ಪಲಿ ಕಳಚುವಾಗಲೂ, ತನ್ನ ಸ್ಯಾಂಡಲುಗಳ ಅಡಿಯನ್ನೊಮ್ಮೆ ಕೂಲಂಕಷ ಪರೀಕ್ಷಿಸಿ, 'ಸೋಲು'ಗಳಲ್ಲಿ ಏನೂ ಮೆತ್ತಿಲ್ಲವಷ್ಟೇ ಎಂದು ಖಾತ್ರಿ ಮಾಡಿಕೊಂಡಳು. ಚಪ್ಪಲಿಯ ಅಡಿಗಳನ್ನು ಅವಳು ಭದ್ರಗೊಳಿಸಿದ ರೀತಿ ಮಾತ್ರ ವಿಚಿತ್ರವೆನ್ನಿಸಿತು!

ಬರಿಗಾಲಿಗಿಳಿದಾಗ ತಳನೆಲವು ತಣ್ಣಗೆ ಕೊರೆಯತೊಡಗಿತು. ಭೂಮಿಯದೇ ಒಸರೆನ್ನುವ ಹಾಗೆ ಕಾಲಿನ ಮೇಲೆ–ಕೆಳಗೆಲ್ಲ ಉದ್ದಂಡ ಜಿನುಗುಜಲ. ಆವರೆಗೆ ಬೂಟೊಳಗೇ ಬೆಚ್ಚಗಿದ್ದ ನನ್ನ ಪಾದಗಳು– ಈ ಪರಿ ಸ್ಥಿತ್ಯಂತರವನ್ನು ಮೊದಲು

ಪ್ರತಿರೋಧಿಸಿದವಾದರೂ, ಕ್ರಮೇಣ, ಹೊರಗಿನ ಉಷ್ಣದ್ದೇ ಸಮಸ್ಥಿತಿ ತಾಳಿ ಹೊಂದಿಕೊಂಡುಬಿಟ್ಟವು. ಪೂರ್ತಿ ಒದ್ದೆಯಾದ ಮೇಲೆ ಚಳಿಯೇನು ಕಾವೇನು? ನನ್ನ ಅಂಗಾಲಿನ ಪರಿಸ್ಥಿತಿಯೇ ಮಾತಂಗಿಗೂ ಆಯಿತು... ಮೊದಲು ಥಂಡಿ ಥಂಡಿಯೆಂದು ಸಣ್ಣಗೆ ಜಿಗಿದಾಡಿದವಳು, ಕೆಲವೇ ಕ್ಷಣಗಳಲ್ಲಿ– ನೆಲವಿಲ್ಲದೆ ತಾನೆಲ್ಲಿ ಎಂಬಂತೆ ಒಗ್ಗಿಕೊಂಡಳು!

ಮೆಟ್ಟು ಬಿಟ್ಟಲ್ಲಿನಿಂದ ಇತ್ತ ನಡೆಯುವವರೆಗೂ, ಚೆಲ್ಲಾಪಿಲ್ಲಿ ಚೆಲ್ಲಿದ ಅಧ್ವಾನದಂತಿದ್ದ ಚಪ್ಪಲಿಗಳ ನಡುವೆ, ನೆಲ ಹುಡುಕಿಕೊಂಡೇ ನಡೆಯುವುದಾಯಿತು. ಒತ್ತರಿಸುವ ಕಾರ್ಮೋಡಗಳ ನಡುವೆ ಒಂದಿಷ್ಟು ಬಿಳಿಯನ್ನು ಹುಡುಕುವುದಾಗುತ್ತದಲ್ಲ– ಹಾಗೆ, ಕಣ್ಣಲ್ಲಿ ಕಣ್ಣಿಟ್ಟು ನೆಲವನ್ನು ಆಯುವುದಾಯಿತು! ಕೆಲವೊಮ್ಮೆ ಹಾರಿದ್ದಾಯಿತು. ಹಲವೊಮ್ಮೆ ಜಿಗಿದಿದ್ದಾಯಿತು. ಹೆಜ್ಜೆಗಳ ಅಂತರ ಹೆಚ್ಚಿಸಿ ನಡೆದಿದ್ದಾಯಿತು. ಒಬ್ಬರೊಬ್ಬರ ಕೈ ಹಿಡಿದಿದ್ದಾಯಿತು. ಪರಸ್ಪರ ಆಯ ಕೊಟ್ಟುಕೊಂಡಿದ್ದಾಯಿತು. ಮಾತಂಗಿ, ಮೊದಮೊದಲು ಪಾದಗಳನ್ನು ನೆಲಕ್ಕೆ ಸೋಕಿಸುವಾಗ– ಮೋರೆಯಲ್ಲಿ ಕೊಂಚ ಅಸಹನೆ ತಾಳಿದವಳು, ಬಳಿಕ ನಡೆಯಲಿಕ್ಕೆಲ್ಲೂ ಸಾಘುಸ್ವಚ್ಛನೆ ಎಡೆಯೇ ಇಲ್ಲವೆಂದು ಗೊತ್ತಾಗಿ, ಭಿಡೆ ಕಳಚಿ ನಡೆಯತೊಡಗಿದಳು. ಈಗ ಅವಳ ನಡಿಗೆಯು ಸ್ವಲ್ಪ ಸುಧಾರಿಸಿ, ಕ್ರಮೇಣವಾಗಿ ಸ್ಥಿರಗೊಂಡಿತು.

ಚಪ್ಪಲಿಗಳ ರಾಶಿ ದಾಟಿ, ನೆಲವೇ ನೆಲವಿದ್ದ ಎಡೆ ತಲುಪಿದ ಮೇಲೂ– ಒಂದೆರಡು ಸರ್ತಿ, ತನ್ನ ಸ್ಯಾಂಡಲುಗಳು ಸುರಕ್ಷವಿವೆಯೇ ಎಂದು, ತಿರುತಿರುಗಿ ಪರೀಕ್ಷಿಸಿದಳು. 'ವೆಲ್ಲ್... ನನ್ನ ಹತ್ತಿರ ಇರೋದು ಒಂದೇ ಜೊತೆ. ಕಳೆದುಹೋದರೆ ಪಡ್ಚ!' ಎಂದು ನಾನು ಹೇಳುವಾಗ, ತುಸು ನಗುತ್ತ, 'ಹಾಗಲ್ಲವೋ, ಐಳ... ಈ ಸ್ಯಾಂಡಲುಗಳನ್ನು ನಾನು ಕಳಕೊಳ್ಳಲಾರೆ. ನಾನು ಅವನ್ನು ಹಾಕ್ಕೊಂಡಿರೋದೇ ಬೇರೆ ಕಾರಣಕ್ಕೆ... ದೇ ಆರ್ ಮೈ ಸೇಫ್ಟಿ ಇಂಡೆಂಟ್ಸ್...' ಎಂದು ಹೇಳಿದಳು. ಕಾಲ್ಮೆಟ್ಟಿನಲ್ಲೇನು ಸುರಕ್ಷೆ... ಎಂಬ ತಗಾದೆ ಹುಟ್ಟಿತಾದರೂ, ಸದರಿ ಸಂಗತಿಗೆ ಹೆಚ್ಚೇನೂ ವಿಶೇಷ ಹಚ್ಚದೆ ಮುಂದೆ ನಡೆದೆ.

ಹತ್ತೆಂಟು ಮೀಟರು ದೂರದ ದೇಗುಲದ ಪೂರ್ವದ್ವಾರಕ್ಕೆ ಬಂದರೆ ಜನವೇ ಜನವಿದ್ದ ನೂಕುನುಗ್ಗಲಿತ್ತು. ಜೇನುಹುಳುಗಳ ಹಾಗೆ ಮುತ್ತಿ, ಒಬ್ಬರನ್ನೊಬ್ಬರು ಮೆತ್ತಿಕೊಂಡ ಮಂದಿ ಜೇನಿನ ಹುಟ್ಟನ್ನೇ ನೆನಪಿಸಿದ್ದು ಅತಿಶಯವಲ್ಲ. 'ಈ ಪಾಟಿ ಜನರ ಮಧ್ಯೆ ಒಳಗೆ ಹೋಗೋದು ಹೇಗೋ...' ಅನ್ನುತ್ತ ಮಾತಂಗಿ ಅನುಮಾನಿಸಿಕೊಂಡು ನಿಂತಳು. 'ಬಾ ಬಾ... ಇಲ್ಲೇ ಇದ್ದರೆ ದರ್ಶನ ಸಿಗಲ್ಲ...' ಎಂದು ಅವಸರಿಸುತ್ತ, 'ಒಂದು ಕೆಲಸ ಮಾಡೋಣ. ಗಟ್ಟಿಯಾಗಿ ನಿನ್ನ ಕೈ ಹಿಡಕೋತೀನಿ... ಬಿಟ್ಟುಹೋಗಬೇಡ ಆಯಿತಾ?' ಅನ್ನುವಷ್ಟರಲ್ಲಿ ನಾನೇ ಅವಳ ಕೈಹಿಡಿದುಕೊಂಡೆ. 'ಇರೋ ಇರೋ...'

ಎಂದು ಅವಳು ಅರಚಿಕೊಳ್ಳುವಾಗ ಕೈಬಿಟ್ಟೆ. ಅವಳು ನೆಲದತ್ತ ಬಾಗಿ, ಪ್ಯಾಂಟಿನ ಕೆಳತುದಿಯನ್ನು ಮಡಿಚಿಕೊಳ್ಳುವುದನ್ನು ನೋಡಿ– 'ಗುಡ್ ಐಡಿಯಾ...' ಅಂತಂದು, ನಾನೂ ನನ್ನ ಪ್ಯಾಂಟಿನ ಕಾಲುಗಳನ್ನು ಮೇಲೇರಿಸಿಕೊಂಡೆ.

ಇನ್ನು, ಪ್ಯಾಂಟಿನ ತುದಿ ಮಡಿಚಲು ಬಗ್ಗಿದ್ದೆನಲ್ಲ– ಆಗ, ಅಯಾಚಿತವಾಗಿ ಮಾತಂಗಿಯ ಬೋಳುಬೋಳಾದ ಮೊಣಕಾಲುಗಳು ಕಾಣಸಿಕ್ಕವು. ಬಲಗಾಲಿನಲ್ಲಿ ಪಾದದ ಕೊಂಚ ಮೇಲಕ್ಕೆ ದಪ್ಪನೆ ಕರಿದಾರವನ್ನು ಸುತ್ತಿಕೊಂಡಿದ್ದಳು. ದೇಗುಲದೆದುರಿನ 'ಹೈಮಾಸ್ಟ್' ಲೈಟುಗಳ ಬೆಳ್ಳನೆ ಬೆಳಕು ಅವಳ ಹಿಂಗಾಲನ್ನು ಬೆಳ್ಳಗೆ ಬೆಳಗಿ ಮಿರುಗಿಸಿ ತೋರಿತು. ಈಗಷ್ಟೇ ಕತ್ತರಿಸಿ ಸೊನೆಯೊಸರದ ಬಾಳೆಯ ದಿಂಡಿನ ಹಾಗೆ ತೋರಿದ ಮೀನಖಂಡಗಳು ಬಲು ಚೆನ್ನನಿಸಿದವು.

'ನಿನ್ನ ಕಾಲು ಎಷ್ಟು ಚೆನ್ನಾಗಿವೆ! ಐ ಹ್ಯಾವ್ ಎನ್ ಇಮ್ಮೆನ್ಸ್ ಫೆಟಿಷ್ ಫಾರ್ ಬೇರ್ ಲೆಗ್ಸ್...' ಅಂತಂದೆ.

'ಥೂ... ಏನೋ ನೀನು! ಎಲ್ಲೆಲ್ಲೋ ಕಣ್ಣು ಹಾಕುತೀಯಾ!' ನಾಚಿಕೊಂಡಳು.

'ಕಣ್ಣು ಹಾಕಿದರೇನು? ದೃಷ್ಟಿಗೆ ಕರೀದಾರ ಕಟ್ಟಿಕೊಂಡಿದೀಯಲ್ಲ' ಅನ್ನುವಾಗ ಮತ್ತೂ ನಾಚಿದಳು. 'ನೋಡು ನೋಡು... ಹೇಗೆ ಬ್ಲಷ್ ಮಾಡುತಿದೀಯ! ಕೆನ್ನೆಯೆಲ್ಲ ಕೆಂಪಾಗಿವೆ...' ಅನ್ನುವಾಗ ಕಣ್ಣಲ್ಲೇ ಗದರಿದಳು. 'ಆದರೆ ಆಗ ನಾನು ನಾಚಿಕೊಂಡೆ ಅಂತ ನೀನೇನೋ ಮಾಡಿದೆಯಲ್ಲ, ಅದನ್ನ ನಾನು ಮಾಡೋಕಾಗುತ್ತಾ?' ಎಂದು ಹೇಳಹೊರಟರೆ, 'ಸುಮ್ಮನಿರೋ...' ಎಂದು ಕಿರುಚಿದಳು.

'ಹೌದು ಮತ್ತೆ... ಈ ಪಾಟಿ ಬೆಳಕಿನಡಿಯಲ್ಲಿ ಮಾಡೋಕಾಗುತ್ತಾ?' ಮೆಲ್ಲಗೆ ಗೊಣಗಿದೆ.

ಮಾತಂಗಿ, ತಕ್ಷಣ ತುಟಿಗಳ ಮೇಲೆ ತೋರುಬೆರಳಿಟ್ಟು– 'ಶ್!' ಅಂತಂದು, ಅದೇ ಬೆರಳಿನಿಂದ ದೇಗುಲದ್ವಾರದ ಆಚೀಚೆಯಿದ್ದ ಎರಡು ಸಿಂಹಮೂರ್ತಿಗಳನ್ನು ತೋರಿ, 'ಅವು ಜೀವ ತಾಳಿ ನಿನ್ನ ಮೇಲೆರಗಿಯಾವು!' ಎಂದು ಸನ್ನೆ ಮಾಡಿದಳು.

ನಗುತ್ತ ಮಾತು ಬದಲಿಸಿದೆ. 'ಈ ದ್ವಾರದಲ್ಲಿ ಸಿಂಹಗಳಿರುವುದರಿಂದ ಸಿಂಘದ್ವಾರ ಅನ್ನುತಾರೆ...' ಹಿಂದಿನ ರಾತ್ರಿ ಗೂಗಲಿನಲ್ಲಿ ಓದಿದ ಪಠ್ಯದ ಮೇರೆಗೆ ಹೇಳಿದೆ. 'ಈ ದೇವಾಲಯದ ಹರಹು ಹತ್ತು ಎಕರೆಯಂತೆ... ಜಗನ್ನಾಥ ಮಂದಿರದ ಸುತ್ತಲೂ ಕೋಟೆಯಂತಹ ಗೋಡೆಗಳ ಎರಡು ಉಂಗುರಗಳಿವೆ... ನಾಕೂ ದಿಕ್ಕಿಗೆ ನಾಕು ದ್ವಾರ. ಇದು ಸಿಂಘದ್ವಾರ. ಇನ್ನು ಮೂರು– ವ್ಯಾಘ್ರದ್ವಾರ, ಹಸ್ತಿದ್ವಾರ ಮತ್ತು ಅಶ್ವದ್ವಾರ...' ಪುರಾತತ್ತ್ವ ಸಂಗತಿಯನ್ನು ರೋಚಕವಾಗಿ ಹೇಳುವ ಗೈಡೊಬ್ಬನ ಹಾಗೆ ವಿವರಿಸಿದೆ.

'ಏನೋ! ಒಳ್ಳೇ ಚರಿತ್ರೆಯ ಟೆಸ್ಟ್ ಬರೆಯೋ ಹಾಗೆ ಹೇಳುತಾ ಇದ್ದೀ?' ಅಂತಂದ ಮಾತಂಗಿ, 'ಸರಿ... ಏನೇನು ಹೇಳಿದೆ ಹೇಳು?' ಎಂದು ಮೊಟಕಾಗಿ

ಕೇಳಿ, ಹಿಂದೆಯೇ– ಸಿಂಹ, ವ್ಯಾಘ್ರ, ಹಸ್ತಿ ಮತ್ತು ಅಶ್ವ... ಎಂಬುದನ್ನು ಎರಡೆರಡು ಸರ್ತಿ ಉಚ್ಚರಿಸಿ, ಮನನ ಮಾಡಿಕೊಂಡಳು.

'ಈಗ ನೀನೇಕೆ ಉರು ಹಚ್ಚುತಿದ್ದೀ? ನಾಳೆ ಪರೀಕ್ಷೆ ಏನಿಲ್ಲವಲ್ಲಾ...' ಎಂದು ಹೇಳಿ ನಕ್ಕೆ.

'ಅದು ಸರಿ... ಇದೇನಿದು? ಇಷ್ಟು ದೊಡ್ಡ ಕಂಭ?' ಎಂದು ಬದಿಗಿದ್ದ ಬೃಹತ್ತನೆ ಕಲ್ಗಂಬವನ್ನು ತೋರಿ ಕೇಳಿದಳು.

'ಇದನ್ನು ಅರುಣಸ್ತಂಭ ಅನ್ನುತಾರಂತೆ... ಇಟ್ಸ್ ಲೈಕ್ ಎ ಮಾರ್ಕ್ ಆನ್ ದಿ ಈಸ್ಟರ್ನ್ ಸೈಡ್... ಮೊದಲು ಕೊನಾರ್ಕದ ಸನ್–ಟೆಂಪಲಿನಲ್ಲಿತ್ತಂತೆ... ಈಗ ಇಲ್ಲಿಗೆ ಶಿಫ್ಟ್ ಮಾಡಿದ್ದಾರೆ!'

ನಾನು ಹೇಳುತ್ತಿರುವುದಕ್ಕೆ ಸರಿಯಾಗಿ, ಈವರೆಗೆ ಸಣ್ಣಗೆ ಜಿನುಗುತ್ತಿದ್ದ ಮಳೆಯು– ಒಮ್ಮಿಂದೊಮ್ಮೆಗೇ ಜೋರಾಯಿತು. ಟಪಟಪವೆಂದು ನೆತ್ತಿಯ ಮೇಲೆ ಹನಿಗಳು ರಾಚಿಬಂದವು. ತಕ್ಷಣ, 'ಚಲೋ... ಅಲ್ಲಿ ಹೋಗೋಣ...' ಎಂದು ಮಾತಂಗಿಯ ಬಲಗೈಯನ್ನು ಬಾಚಿಹಿಡಿದು, ಸಿಂಹದ್ವಾರದೊಳಕ್ಕೆ ಎಳೆದೊಯ್ದೆ.

ಕೆಲವೇ ಕ್ಷಣಗಳಲ್ಲಿ ಮಂದಿಯೇ ಮಂದಿಯಿದ್ದ ಆ ಜೇನುಹುಟ್ಟನ್ನು ಸೇರಿ– ಆ ಜನಗಣದೊಳಕ್ಕೆ ಮುತ್ತಿ ಮೆತ್ತಿಕೊಂಡೆವು.

33

'ಥೂಥುಥು... ಹೀಗೇ ಅಂಟಿಕೊಂಡು ಹೋಗಬೇಕಾ?'

'ಇಲ್ಲದಿದ್ದರೆ ಇದ್ದಲ್ಲೇ ಇರುತೀವಿ, ಅಷ್ಟೇ!'

'ಕರ್ಮ!'

ಒಬ್ಬರಿಗೊಬ್ಬರು ಪಿಸುಗುಡುತ್ತಲೇ ಈ ಮಾತುಗಳನ್ನು ಹೇಳಿಕೊಂಡೆವು.

ಭದ್ರವಾದ ಕೋಟೆಯ ಬಾಗಿಲಿನಂತಿದ್ದ ಸಿಂಹದ್ವಾರವನ್ನು ದಾಟುವುದರಲ್ಲಿ ಹತ್ತಾರು ಮಿನಿಟುಗಳು ಸಂದವು. ದ್ವಾರದ ಮೇಲೆ ಸೂರಿದ್ದುದರಿಂದ ಕೊಂಚ ಸುಭದ್ರವೆನ್ನಿಸಿತೇ ಹೊರತು, ಹೊರಗೆ ಧಭಧಭಧಭ ಮಳೆ ರಾಚುತ್ತಲೇ ಇತ್ತು. ಮೇಲಿನಿಂದ ಒಂದೇ ಸಮ ಒನಕೆ ಕುಟ್ಟುವ ಸದ್ದು... ಆಕಾಶಕ್ಕೆ ಆಕಾಶವೇ ಗುದ್ದುವ ಗದ್ದಲ. ಅದಿಬದಿಯ ಮಂದಿಯ ಹಲವೆಂಟು ಭಾಷೆಗಳ ಏರುಮಾತು ಬೇರೆ. ಒಟ್ಟಾರೆ ಅಬ್ಬರವೋ ಅಬ್ಬರ... ಇಷ್ಟು ಸಾಲದೆಂಬಂತೆ, ನೂರೆಂಟು ಮಂದಿ ಕಲೆತು, ಕಲಕಿ ಕಲೆಸಿದ ಮೈಗಂಧದೊಡನೆ ಸುರಿಮಳೆಯ ಥಂಡಿಯೂ ಸೇರಿ– ಸಿಂಹದ್ವಾರದೊಳಗಿನ ಕಿಕ್ಕಿರಿದ ವಾತಾವರಣವು, ಒನ್ನಮೂನೆ ಮುಗ್ಗಲು ಮುಗ್ಗಲು

ರುಚಿ ತಾಳಿಕೊಂಡಿತ್ತು! ಅಸಲಿನಲ್ಲಿ, ಕುಲಗೆಟ್ಟ ರುಚಿಯ ಘಮಲು!

'ಎಷ್ಟು ಜನ ಇದ್ದಾರೆ ಅಲ್ಲವಾ? ಎಲ್ಲ ಕಡೆಯಿಂದ ಬಂದಿರುತ್ತಾರಾ?'

ಈವರೆಗೆ ಈ ಪರಿ ಜನಸ್ತೋಮವನ್ನು ಹೊರಗೆ ನೋಡಿದ್ದೆವಾದರೂ, ಈ ರೀತಿ, ಪರಸ್ಪರ ಮೈತಾಕುವಷ್ಟು ಹತ್ತಿರದಿಂದ– ಸದ್ದುಗದ್ದಲದೊಳಗಿದ್ದು ಕಂಡಿಲ್ಲವಾದ್ದರಿಂದ, ಅನುಭವ ತೀರಾ ವಿಭಿನ್ನವೆನ್ನಿಸಿತು. ಸದರಿ ಜನಕೋಟಿಯು ಇಡೀ ಇಂಡಿಯಾದ ಮಿನಿಏಚರಿನ ಪಡಿಯಚ್ಚೆಂದು, ನನಗೆ ಒತ್ತರಿಸಿ ಅನ್ನಿಸಿಬಂತು.

'ಈಗ ನಾವಿಬ್ಬರೂ ಬಂದಿಲ್ಲವಾ?' ಮಾತಂಗಿಯ ಪ್ರಶ್ನೆಗೆ ಮರುಪ್ರಶ್ನೆಯೆಸಗಿ ಕೇಳಿದೆ.

ಈ ಹೊತ್ತಿಗೆ, ನಾವಿದ್ದ ಸಿಂಹದ್ವಾರವು ತನ್ನ ಒಳಬದಿಯಲ್ಲಿ ಮತ್ತೊಮ್ಮೆ ಸೂರಿರದ ಆಕಾಶಕ್ಕೆ ತೆರೆದುಕೊಳ್ಳುವ ಎಡೆಯನ್ನು ತಲುಪಿದೆವು. ಅಂದರೆ, ಸರತಿಸಾಲಿನಲ್ಲಿ ಮೂರು ನಾಲ್ಕು ಮಂದಿಯಷ್ಟು ಹಿಂದೆ. ದ್ವಾರದ ಒಳರಹದಲ್ಲಿ ಮೂವರು ನಾಲ್ವರು ಸೆಕ್ಯುರಿಟಿಯ ಮಂದಿ ನಿಂತು, ಕಣ್ಣಲ್ಲಿ ಕಣ್ಣಿಟ್ಟು, ಒಬ್ಬೊಬ್ಬರನ್ನೂ ತಪಾಸಣೆ ಮಾಡುತ್ತಿದ್ದರು. 'ಕ್ಯಾಮೆರಾ ಮನಾ ಹೇ, ಅಂದರ್... ಇಧರ್ ಹೀ ಛೋಡ್ ಕೇ ಜಾನಾ. ಫೋಟೋ ಖೀಚ್‌ನಾ ಮನಾ ಹೇ. ಮೊಬೈಲ್ ಬಂದ್ ಕರಿಯೋ...' ಎಂದು ಒಂದೇ ರಾಗದಲ್ಲಿ, ಒಂದೇ ಸಮ ಒರಲಿಕೊಳ್ಳುವುದೇ ಕರ್ಮವೆಂಬಂತೆ– ಹೇಳುವವನು ಒಂದೆಡೆಗಾದರೆ, ದ್ವಾರದ ಆಚೀಚೆಗಿದ್ದ ಇನ್ನಿಬ್ಬರು ಚೌಕೀದಾರರು– ಪ್ರತಿಯೊಬ್ಬರ ಜೇಬುತಡಕಿ ವಿಚಾರಿಸಿಕೊಂಡು, ಕೆಮೆರಾವಿದ್ದಲ್ಲಿ ಅದನ್ನು ಇಸಕೊಂಡು, ಮೊಬೈಲು ತೆರೆಸಿ 'ಆಫ್' ಆಗಿದೆಯೇ ಎಂದು ಪರೀಕ್ಷಿಸಿ, ಆಚೆಗಿನ 'ಮೆಟಲ್–ಡಿಟೆಕ್ಟರ್'ನ ಫ್ರೇಮೊಳಗೆ ತೂರಿಹೋಗುವ ದಾರಿ ಕಲ್ಪಿಸುವರು. ಇನ್ನೊಬ್ಬ ಸೆಕ್ಯುರಿಟಿಯ ಆಸಾಮಿ, ಅಕಸ್ಮಾತ್ ಆ 'ಲೋಹಾನ್ವೇಷಕ' ಚೌಕಟ್ಟೇನಾದರೂ 'ಸಂಶಯದ ಸದ್ದು' ಬೀಪಿದರೆ– ದಾಟಿದ ಜನವನ್ನು ವಾಪಸು ಕರೆಸಿ, ಮೈಮುಟ್ಟಿ ಹುಡುಕಿ, ಮದ್ದುಗಿದ್ದು ಚಾಕುಚೂರಿ ಬಂದೂಕು–ಗುಂಡಿತ್ಯಾದಿಯೇನೂ ಇಲ್ಲವೆಂದು ಖಾತ್ರಿ ಮಾಡಿಕೊಂಡು ಜರುಗಹೇಳುವನು.

'ಐಶಾ... ವಾಟ್ಸ್ ದಿಸ್ ಮ್ಯಾನ್? ಇದು ದೇವಸ್ಥಾನ ಅಲ್ಲವಾ?' ಮಾತಂಗಿ ಪಿಸುಗುಟ್ಟಿದಳು.

'ವೆಲ್ಲ್... ಇದು ಸಮುದ್ರದಂಡೆಯ ಮೇಲಿರುವ ಊರು. ಏನೂ ಆಗಬಹುದು...'

'ಆದರೂ ಇಷ್ಟೆಲ್ಲ ಸೆಕ್ಯುರಿಟಿಯಾ?' ಅಚ್ಚರಿ ಹೆಚ್ಚಿಸಿ ಕೇಳಿದಳು. 'ಇದೇನು ಏರ್ಪೋರ್ಟಿಗೆ ಕೆಟ್ಟುಹೋಯಿತಾ? ಹೀಗೆಲ್ಲ ಮೈಮುಟ್ಟಿ ಚೆಕ್ ಮಾಡೋದು ಅಂದರೆ?'

'ಈ ದೇವಸ್ಥಾನಕ್ಕೆ ಸಮುದ್ರದ ಮೇಲಿನಿಂದ ದಂಡೆತ್ತಿ ಬಂದವರ ದೊಡ್ಡ

ಇತಿಹಾಸವೇ ಇದೆಯಂತೆ... ಅಲ್ಲದೆ, ಈ ನಮ್ಮ ದೇಶ ಏನೇನೆಲ್ಲ ಆಕ್ರಮಣಗಳಿಗೆ ತುತ್ತಾಗಿದೆ ಅಲ್ಲವಾ? ಹತ್ತಿರ ಹತ್ತಿರ ಸಾವಿರ ವರ್ಷಗಳ ಕಾಲ, ಅವಿಚ್ಛಿನ್ನವಾಗಿ ಈ ದೇವಸ್ಥಾನದಲ್ಲಿ ಪೂಜೆ ನಡೆದಿದೆ ಅಂದರೆ ನೀನೇ ಊಹಿಸಿಕೋ... ಇಸ್ ಇನ್ಟ್ ಇಟ್ ಸಮ್‌ತಿಂಗ್?'

ಇರಲಿ... ನಮ್ಮ ಈ ಮಾತುಗಳ ನಡುವೆಯೇ ಹೀಗೊಂದಾಯಿತು: ನಮ್ಮ ಕಣ್ಣೆದುರೇ ಮೊದಲಿನ ಸೆಕ್ಯುರಿಟಿಯನ್ನು ದಾಟಿದ ಮನುಷ್ಯನೊಬ್ಬ 'ಲೋಹಾನ್ವೇಷಕ'ವನ್ನು ತೂರುವಾಗ ನಪಾಸಾದನು. ಕರ್‍ರನೆ ಮುಂಡು ತೊಟ್ಟು, ತುಸುಗಪ್ಪು ಮೈಬಣ್ಣವಿದ್ದ- ಆತನನ್ನು ನೋಡುತ್ತಲೇ ಮಲೆಯಾಳಿ ಎಂದು ಗುರುತಿಸಬಹುದಿತ್ತು. ಅವನನ್ನು ವಾಪಸು ಕರೆದು ಮತ್ತೊಮ್ಮೆ ಪರೀಕ್ಷಿಸಲಾಯಿತು. ಆತನ ಬದಿಚೀಲದಲ್ಲಿ ಎರಡು ಮೊಬೈಲು ಸಿಕ್ಕವು. ದುರದೃಷ್ಟಕ್ಕೆ, ಆತ ಒಂದನ್ನು ಬಂದುಮಾಡಿರಲಿಲ್ಲ! ಸರಿ... ದೊಡ್ಡ ಅನಾಹುತವೇ ಜರುಗಿಹೋಯಿತು. ಇದ್ದಕ್ಕಿದ್ದಂತೆ ಮಾತೇ ಮಾತಿನ ವರಸೆಯೇರ್ಪಟ್ಟಿತು. ಸೆಕ್ಯುರಿಟಿಯವನ ಹಿಂದಿ ಇವನಿಗೆ ಅರ್ಥವಾಗದು; ಈತನ ಭಾಷೆ ಅವನಿಗೆ ತಿಳಿಬಾರದು. ಇಬ್ಬರೂ ಏರುದನಿಯಲ್ಲಿ ಚೀರತೊಡಗಿದರು. ಮಲೆಯಾಳಿಯು, 'ಈ ಮೊಬೈಲು ನನ್ನ ಹೆಂಡತೀದು... ಇಲ್ಲಿದೇಂತ ನನಗೆ ಗೊತ್ತಿರಲಿಲ್ಲ...' ಎಂದು ಹೇಳಿದ್ದು, ನನಗೆ ನಿಕಷವಾಗಿ ತಿಳಿದುಬಂತು. ಆದರೆ ಈ ಸಮಜಾಯಿಷಿಯನ್ನು ಅರ್ಥೈಸುವವರಾರು? ಭಾಷೆಗೆ ತಕ್ಕ ಕಿವಿಯಿಲ್ಲದೆ ಮಲೆಯಾಳಿಯ ಮೊರೆ ಸೋಲತೊಡಗಿತು. ಅವನಿಗೂ ಮೊದಲು 'ಲೋಹಾನ್ವೇಷಕ'ವನ್ನು ದಾಟಿದ ಅವನ ಹೆಂಡತಿ, ವಾಪಸು ಬಂದು ತಿಳಿಹೇಳಿದ್ದೂನೂ ವ್ಯರ್ಥವಾಯಿತು. ಈ ಹೊತ್ತಿಗೆಲ್ಲ ಎಲ್ಲಿದ್ದರೋ ಏನೋ, ಇನ್ನಿಬ್ಬರು ಸೆಕ್ಯುರಿಟಿಗಳು ಇದ್ದಕ್ಕಿದ್ದಂತೆ ಧಾವಿಸಿ ಬಂದು- ಈ ಮಲೆಯಾಳಿಯನ್ನು ಹಿಡಿದುಕೊಂಡು ಹೊರಟೇಬಿಟ್ಟರು. ಇವನು ಕೊಸರಿಕೊಳ್ಳಲು ಹವಣಿಸಿದನೆಂದು ದಭಾರನೆ ಬೆನ್ನಿನ ಮೇಲೊಮ್ಮೆ ತದುಕಿದರು! ಗಂಡನನ್ನು ಬಿಡಿಸಿಕೊಳ್ಳಲೆಂದು ಒಂದೇ ಸಮ ಅಳತೊಡಗಿದ ಹೆಂಡತಿಯ ಹುಯಿಲು- ಮಳೆಯೊಡನೆ ಚೋಡಿಗೆ ನಿಂತ ಕಂಬನಿಯ ಕುಯಿಲಾಯಿತು!

ನನಗೋ, ಏಕ್‌ದಮ್ ಹೌಹಾರುವಂತಾಯಿತು!

ಮಾತಂಗಿ ಬಲು ದಿಗಿಲಿನಿಂದ ನನ್ನತ್ತಲೊಮ್ಮೆ ನೋಡಿದಳು. ಆಲ್ಮೋಸ್ಟ್ ಅಂಟಿನಿಂತಿದ್ದೆವಾದ್ದರಿಂದ, ಅವಳು ಸಣ್ಣಗೆ ಕಂಪಿಸಿದ್ದು- ನನ್ನ ಒಳಸಂವೇದನೆಗಳಲ್ಲಿ ಮಿಡುಕಿಬಂತು! ವಿಚಿತ್ರವೆನ್ನಿಸಿತು! ಇದೇನು ಸ್ವತಂತ್ರ ಭಾರತದ ಒಂದು ಭಾಗವೇ... ಎಂದು ಚಿಂತೆಯಾಯಿತು. ಮುಜುಗರ ಹುಟ್ಟಿತು. ಎಲ್ಲಕ್ಕಿಂತ ಭಾಷೆಯೆಂಬ ಭಾಷೆಯೇ ಸಂವಹಿಸದೆ ಸೋತರೆ? ದೇವರೇ... ಒಂದೇ ದೇಶವಾದರೂ ಏನೆಲ್ಲ ವಿಂಗಡಣೆ...

ಅಂತನ್ನಿಸಿ ಕಾಡಿತು. ಇಷ್ಟಿದ್ದೂ ಸುರಿಮಳೆಯು ಮಾತ್ರ ಯಾವ ಏರುಪೇರೂ ಇರದೆ ತನ್ನಷ್ಟಕ್ಕೆ ತನ್ನ ಸುರಿಗೆಲಸದಲ್ಲಿ ತೊಡಗಿಕೊಂಡಿತ್ತು.

ಇತ್ತ, ನಮ್ಮ ಕಡೆಗಿದ್ದ ಸೆಕ್ಯುರಿಟಿಯ ಮಂದಿಯೂ ಅಷ್ಟೆ- ಅತ್ತ ಕಡೆ ಏನೂ ಘಟಿಸಿಲ್ಲವೆಂಬಷ್ಟು ಸಹಜವಾಗಿ ಮುಂದಿನ ಮಂದಿಯ ತಪಾಸಣೆಯಲ್ಲಿ ತೊಡಗಿದರು. 'ಕ್ಯಾಮೆರಾ ಮನಾ ಹೇ ಅಂದರ್... ಫೋನ್ ಬಂದ್ ಕರಿಯೋ...' ಎಂಬ ಉದ್ಘೋಷದಲ್ಲಿ ತೊಡಗಿಯೇ ಇದ್ದರು.

ಮುಂದಿನ ಐದಾರು ಮಿನಿಟುಗಳಲ್ಲಿ, ನನ್ನ ಮತ್ತು ಮಾತಂಗಿಯ ಸರತಿ ಬಂತು.

ಮಾತಂಗಿ ತನ್ನ ಐಫೋನನ್ನು ಬಂದುಗ್ಯೆಯುವ ಹೊತ್ತಿಗೆ, ನಾನೂ ನನ್ನ ಕೈಫೋನನ್ನು ಕಿಸೆಯಿಂದೆಳೆದುಕೊಂಡರೆ- ಅದು ಚಾರ್ಜಿರದೆ ಸೊರಗಿ ತಂತಾನೇ 'ಆಫು'ಗೊಂಡಿತ್ತು. ಇಬ್ಬರೂ ನಮ್ಮ ನಮ್ಮ ಮೊಬೈಲುಗಳನ್ನು ತಪಾಸಣೆಗೊಡ್ಡಿ, ಮೆಟಲ್-ಡಿಟೆಕ್ಟರಿನ ಬಳಿಸಾರುವ ಸುಮಾರಿಗೆ, ನಮ್ಮನ್ನು ಆಗಷ್ಟೇ ಪರೀಕ್ಷಿಸಿದ ಇಬ್ಬರೂ ಚೌಕೀದಾರರತ್ತ ಗಮನ ಚೆಲ್ಲಿದೆ. ವೈಕುಂಠದ್ವಾರವನ್ನು ಕಾಯುವ ಜಯವಿಜಯರನ್ನು ಹೋಲುತ್ತಿದ್ದರು! ಕೋರೆಹಲ್ಲುಗಳಿರಲಿಲ್ಲ ಅಷ್ಟೆ... ಶಿಶುಪಾಲ-ದಂತವಕ್ರರಿಗಿರುವ ಮೀಸೆತಿರುವು; ಕೋರೆಹಲ್ಲು ಮತ್ತು ಕ್ರೂರದೃಷ್ಟಿ!

ನನ್ನ ಈ ಯೋಚನೆಗೆ ನಾನೇ ನಸುನಕ್ಕೆ.

34

ಲೋಹಾನ್ವೇಷಕ-ಚೌಕಟ್ಟಿನ ಆಚೆಗಿನ ನೋಟವನ್ನು ಮರೆಗಟ್ಟಲಿಕ್ಕೆಂದೇ ಇಡಲಾಗಿದ್ದ ಕಟ್ಟಿಗೆಯ ಸ್ಕ್ರೀನನ್ನು, ಕೊಂಚ ಬಳಸಿಕೊಂಡು ದಾಟಿದ್ದೇ- ಮಳೆಯ ವೈಭವದ ಇನ್ನೊಂದೇ ರೀತಿ ನಮಗೆದುರಾಯಿತು!

ಆಕಾಶದಿಂದ ಚೆಲ್ಲುವ ಸುರಿಮಳೆಯ ಧಭಧಭದೊಡನೆ ಪೈಪೋಟಿಗೆ ನಿಂತಹಾಗೆ- ಭೋರ್ಗರೆದು ಧುಮ್ಮಿಕ್ಕುವ ನದಿಯಂತಹ ನೀರು ನಮ್ಮನ್ನು ಎದುರುಗೊಂಡಿತು! ಬರೇ ಎದುರಾಗಿದ್ದಲ್ಲ, ಏನನ್ನಾದರೂ ಸೈಯೆ- ಕೊಚ್ಚಿ ಕೊಚ್ಚಿ ಕೊಂಡೊಯ್ಯುವ ಭರದಲ್ಲಿ ನಮ್ಮತ್ತ ಧಾವಿಸುತ್ತಿತ್ತು! ನೀರೆಂದರೆ ನೀರಲ್ಲ, ಕೆಂಪೋ ಕೆಂಪಾದ ಕೆನ್ನೀರು! ಶಿವಜಟೆಯಿಂದಿಳಿವ ಗಂಗೆಯ ಹಾಗೆ ಉರುಳುರುಳಿಕೊಂಡು ಬಂದಿತು! ಒಂದು ಕ್ಷಣಕ್ಕೆ ನನಗೆ- ಚುಂಚನಕಟ್ಟೆಯಲ್ಲಿ ಭಾರೀ ಭಾರೀ ಬೆಡಗು ತಾಳಿಕೊಂಡು ಹರಿಯುವ ಕಾವೇರಿಯ ಸಡಗರದ ನೆನಪುಂಟಾಯಿತು. ಆದರೆ ಅದೇ ಕಾವೇರಿಯ ಹೊಗೆನಿಕಲ್-ಧುಮುಕಿನಷ್ಟು ವ್ಯಗ್ರವೆನಿಸಲಿಲ್ಲ.

ಮಾತಂಗಿ, ಈ ಪರಿಯಾದ ಹೊಳೆಯಲ್ಲದ ಹೊಳೆಯನ್ನು ನೋಡಿ

ದಂಗುಬಡಿದುಹೋದಳು. ತಕ್ಷಣಕ್ಕೆ ನನ್ನ ಮೊಣಕೈ ಮೇಲಿನ ತನ್ನ ಬಿಗಿತವನ್ನು ಹೆಚ್ಚಿಸಿ ಇನ್ನೂ ಬಿಗಿದುಕೊಂಡಳು. 'ಐಶಾ... ಭಯ ಆಗುತ್ತೋ!' ಎಂದು ಅವಳು ಚೀರಿಕೊಂಡಿದ್ದು, ನೀರ್ಸದ್ದಿನ ಸರಭರದ ನಡುವೆ ನನಗೆ ತಡವಾಗಿ ಅರ್ಥವಾಯಿತು! 'ವೆಲ್ಲ್... ವಿ ಹ್ಯಾವ್ ನೋ ಚಾಯ್ಸ್...' ಎಂದು, ನಮ್ಮ ಮುಂದಿನ ಮಂದಿಯೆಲ್ಲ ಮೊಣಕಾಲು ಮಟ್ಟದ ನೀರಿನೊಳಗೆ ಇಳಿದು, ಮೆಲ್ಲ ಮೆಲ್ಲಗೆ ಕ್ರಮಿಸುತ್ತಿರುವುದನ್ನು ನೋಡಿಕೊಂಡು ಹೇಳಿದೆ.

ಅಸಲಿನಲ್ಲಿ, ಆ ತನಕ ನಾವು ಸಿಂಹದ್ವಾರದಿಂದ ದಾಟಿದ್ದು ಜಗನ್ನಾಥ-ಮಂದಿರದ ಹೊರಗೋಡೆಯನ್ನು ಮಾತ್ರ. ಅಂದರೆ ಹೊರಗಿನಿಂದ ಒಂದು ಪದರದ ಅಳತೆ. ಜಗನ್ನಾಥನ ದಿಟದ ಅಂತರಂಗಕ್ಕೆ ಹೋಗುವುದೆಂದರೆ, ಇನ್ನೂ ಒಂದು ಕೋಟೆಯಂತಹ ಗೋಡೆಯನ್ನು ದಾಟಬೇಕು. ಅಂದರೆ ಮತ್ತೂ ಒಂದು ಆವರಣವನ್ನು ಮೀರಬೇಕು. ನಾವು ನಿಂತಿದ್ದ ಜಾಗದಿಂದ ತಲೆಯೆತ್ತಿ ನೋಡಿದರೆ, ಎರಡನೆಯ ಗೋಡೆಯಲ್ಲಿರುವ ಎದುರುಬಾಗಿಲನ್ನು ತೂರಿಪಾರಾಗಲು- ಸರಿಸುಮಾರು ಒಂದು ಮಹಡಿಯ ಎತ್ತರವನ್ನು ಏರಬೇಕು. ಅಂದರೆ ಇಪ್ಪತ್ತು-ಇಪ್ಪತ್ತೊಂದು ಮೆಟ್ಟಿಲುಗಳನ್ನು ಹತ್ತಬೇಕು... ನಿಜಕ್ಕಾದರೆ, ನಮ್ಮನ್ನು ಒಳಮಾಡಿಕೊಂಡ ನೀರಿನ ಪರಿ ಮತ್ತು ಝರಿ ಇವಿವೇ ಸೋಪಾನಗಳಲ್ಲಿ ಧುಮುಕಿ ಬಂದಂಥದ್ದು!

ಕಡೆಗೂ ನೀರೊಳಕ್ಕೆ ಇಳಿದೆವು. ಅದಕ್ಕೆ ಮೊದಲು, ಇಬ್ಬರೂ ಪ್ಯಾಂಟಿನ ಕೆಳತುದಿಯಲ್ಲಿನ ಮಡಿಕೆಯನ್ನು ಇನ್ನಷ್ಟು ಏರಿಸಿಕೊಂಡು- ಕೆಳಗಿಳಿಯದಂತೆ ಎಚ್ಚರವಹಿಸಿ ಅಣಿಯಾದೆವು. ಹುಷಾರು ಹುಷಾರು... ಎಂದು ಪರಸ್ಪರ ಹೇಳಿಕೊಂಡೆವು. ಯಾವಾಗ್ಗಿನ ಹಾಗೆ, ಒಬ್ಬರಿಗೊಬ್ಬರು ಕೈಯಾಯ ಮೈಯಾಯ ಕೊಟ್ಟುಕೊಂಡೆವಷ್ಟೆ- 'ಅಲಗ್ ಅಲಗ್ ಜಾಯೀಯೋ... ಏ ಮಂದಿರ್ ಹೇ...' ಎಂದು, ಮುಂದಿನ ನೂರಾರು ಮಂದಿಯಲ್ಲಿಂದ ಏರುಗೊರಳೊಂದು ಒರಲಿ ಹೇಳಿತು. ನಮಗೆಂದೇ ಹೇಳಿದ್ದೆಂದು ತಿಳಿಯಿತಾಗಿ, ಆ ಕೂಡಲೇ, ಇಬ್ಬರೂ ಮೈಗಳ ನಡುವೊಂದಿಷ್ಟು ಅಂತರ ತಂದುಕೊಂಡೆವು. 'ಜಲ್ದೀ ಕರಿಯೋ ಜಲ್ದೀ ಕರೀಯೋ...' ಎಂದು, ಎಲ್ಲರನ್ನೂ ನಿರ್ದೇಶಿಸುತ್ತಿದ್ದ ವ್ಯಕ್ತಿಯೊಬ್ಬ ಎಡಗಡೆಯ ಜಗುಲಿಯ ಮೇಲೆ ಕುಳಿತಿದ್ದ. ಎದೆಮಟ್ಟಕ್ಕೆ ನರೆಗಡ್ಡವಿಳಿಬಿಟ್ಟುಕೊಂಡು, ಮೈಗೊಂದು ಅಂಗವಸ್ತ್ರವನ್ನೂ ಕಾಣಿಸದೆ- ಉಬ್ಬಿದ ಹೊಟ್ಟೆಯನ್ನು ಬಿಗಿಯುವ ಹಾಗೆ, ನೀಲಿ ಮತ್ತು ಹಳದಿ ಬಣ್ಣದ ಪಟ್ಟಾಪಟ್ಟಿ ಕಚ್ಚೆಪಂಚೆಯನ್ನು ಉಟ್ಟುಕೊಂಡಿದ್ದ. ದಪ್ಪ ಎಳೆಯ ಜನಿವಾರವು ಮಹಾಶಯನ ಮೇಲುಮೈಯನ್ನು ಬಳಸಿತ್ತು. ಆತ ನಿಂತಲ್ಲಿನಿಂದ ಒಳಮಂದಿರದತ್ತ ಏರಿ ಬರುವ ಎಲ್ಲರೂ ಕಾಣಿಸುತ್ತಿದ್ದರು. ತೀರಾ ಜಗುಲಿಯಲ್ಲದ, ಹಾಗಂತ ಬೃಹತ್ ಜಗತಿಯೆಂತಲೂ ಅನ್ನಲಾಗದ ಎತ್ತರದಲ್ಲಿ- ಮಹಾಶಯ ನಿಂತಿದ್ದ.

ಮಳೆಯ ಗೊಡವೆಯೇ ಇರದಂತೆ ನಿಂತು– ಒಮ್ಮೆ ಕೆಳಬಾಗಿಲತ್ತ, ಹಿಂದೆಯೇ ಮೇಲುಬಾಗಿಲಿನತ್ತ... ನಡುನಡುವೆ ನೆಲದತ್ತ... ಹೀಗೆ ಕೊರಳನ್ನು ಅತ್ತಿಂದಿತ್ತ ವಾಲಿಸುತ್ತ, ಗಂಟೆಗೊರಳು ತಾಳಿಕೊಂಡಿದ್ದ. ದನಿಯೆತ್ತರಿಸಿ ಕೂಗಿ ಜನರನ್ನು ನಿಯಂತ್ರಿಸುತ್ತಿದ್ದ.

ಮೆಟ್ಟಿಲೇರಿಕೊಂಡೇ ಆತನ ಕಚ್ಚೆಪಂಚೆಯನ್ನು ಸುಮ್ಮನೆ ಗಮನಿಸಿದೆ. ಎರಡು ಬೆರಳಗಲದ ಕಡುನೀಲಿ ಬಣ್ಣದ ಪಟ್ಟಿಯ ಪಕ್ಕಕ್ಕೆ, ನಾಲ್ಕು ಬೆರಳಗಲದ ಕಡುಹಳದಿಯ ಪಟ್ಟಿಯಿರುವ– ಆ ಪಟ್ಟಾಪಟ್ಟಿ ಬಟ್ಟೆ ಅದು; ಒಂದು ಅಂಗೈಯಳತೆಯ ಅಡ್ಡಗೆಂಪಿನ ಅಂಚು ಹೊಂದಿತ್ತು. ಧೋತರ ಸಿಕ್ಕಾಪಟ್ಟೆ ಚಂದವೆನ್ನಿಸಿತು. ನನಗಾದರೂ, ಮನುಷ್ಯಕೃತ ವಿವರಗಳೆಂದರೆ ಮೊದಲಿನಿಂದಲೂ ಒಂದು ಕೈ ಹೆಚ್ಚೇ ಆಸ್ಥೆ. ಸೊಬಗೆಂಬ ಸೊಬಗಿನಲ್ಲೂ ಏನೋ ಸಿದ್ಧಾಂತ ಕಾಣುವ ಜನ ನಾನು. ಚೆನ್ನಾಗಿರುವ ಏನಾದರೂ ಸೈ, ವಿಶೇಷವಾಗಿ ಕಣ್ಣಿಡುವವ. ಹೇಳಿದೆನಲ್ಲ, ಪುಳಿಯೋಗರೆ–ಚಿತ್ರಾನ್ನದಂತಹ ಅಡುಗೆಯ ಕಲರುಕಲಸಿನಲ್ಲೂ 'ಡಿಟೇಲು' ಹುಡುಕುವ ಆಸಾಮಿ!

ಒಟ್ಟಿನಲ್ಲಿ, ಆ ಮಹಾಶಯನ ಧೋತರದ ಬಣ್ಣ–ಡಿಸೈನುಗಳೆರಡೂ ನನಗೆ ಮೋಹಕವೆನಿಸಿದವು. ಹಾಗೇ ಅದನ್ನು ಕಟ್ಟಿಕೊಂಡ ಬಗೆ ಕೂಡ. ಸೊಂಟದಿಂದ ಮಂಡಿಯವರೆಗಿನ ಎರಡೂ ಮೇಲ್ಗಾಲುಗಳನ್ನು ಬಿಡಿ ಬಿಡಿಯಾಗಿ ಸುತ್ತಿ– ಇತ್ತ ಹೊಕ್ಕಳನ್ನೂ, ಅತ್ತ ಬೆನ್ನುಮೂಳೆಯ ಬಾಲವನ್ನೂ, ನಡುವಿರುವ ಗುಹ್ಯವನ್ನೂ ಒಟ್ಟೊಟ್ಟಿಗೆ ಬಳಸುವಂತೆ, ವಿಶಿಷ್ಟ ಬಗೆಯ ಬಂಧ ಸಾಧಿಸಿ ಉಟ್ಟ– ಒಂದೇ ಬಟ್ಟೆಯ ಕಚ್ಚೆ ಅದು. ಯಾರಾದರೂ, 'ಇದೇನು ಮಹಾ? ಇಡೀ ದೇಶವೇ ಹೀಗೆ ಧೋತರ ಕಟ್ಟುತ್ತದೆ!' ಅಂದುಕೊಂಡರೆ, ಈ ಅನಿಸಿಕೆಗೇ ಕೇಡು. 'ಇನ್ನೊಂದು' ಬಗೆಯನ್ನು 'ಇನ್ನೊಂದಾಗಿ' ಕಾಣದ ಕಣ್ಣಿನ ಕೇಡು. ವಿಶೇಷವನ್ನು ವಿಶೇಷವೆಂದು ಮನ್ನಿಸಲೊಲ್ಲದ ಸುಡುಗಾಡು ಮನಸ್ಸಿನ ಕೇಡು!

ನನ್ನ ಮಟ್ಟಿಗೆ, ನಾನು ಹತ್ತಿರದಿಂದ ಕಂಡಿರುವ ಮತ್ತು ಆಗೊಮ್ಮೆ ಈಗೊಮ್ಮೆ ಉಡಲಿಚ್ಛಿಸುವ– ಕುಂಭಕೋಣಂ, ಮೇಲುಕೋಟೆಗಳ ಬೆಳ್ಳಂಬೆಳ್ಳನೆ ಕಚ್ಚೆಯ ಪರಿಗೂ, ಇಲ್ಲಿನ ಮಂದಿಯದಕ್ಕೂ ಒಂದು ಸಣ್ಣ ವ್ಯತ್ಯಯವಿದೆಯೆಂದು ಅನ್ನಿಸಿತು. ಸಣ್ಣದಾದರೂ ವಿಶೇಷವೆನಿಸುವ ವ್ಯತ್ಯಾಸ!

ಮೈಯಲ್ಲಿ ಮುಚ್ಚಬೇಕಾದುದಷ್ಟನ್ನೇ ಮುಚ್ಚಿಕೊಂಡು– ತೀರಾ ಕಾಚವೆನಿಸಗೊಡದೆ, ಇತ್ತ ಪೂರ್ತಾ ಕಚ್ಚೆಪಂಚೆಯೂ ಅನ್ನಿಸದ ಹಾಗೆ– ಧೋತರವನ್ನುಡುವ ಈ ರೀತಿ ಢಾಳಾಗಿ ಕಣ್ಣಿಗೆ ಕಟ್ಟಿಬಂತು!

ನೋಡುನೋಡುತ್ತಲೇ, ನಮ್ಮ ಕಣ್ಣೆದುರೇ– ಮೆಟ್ಟಿಲೇರುತ್ತಿದ್ದ ನೂರಾರು ಮಂದಿಯ ನಡುವೆ ಹತ್ತೆಂಟು ಈ ಪರಿಯ ಕಚ್ಚೆಧಾರಿಗಳು ಕಂಡುಬಂದರು.

ಕಡಲಿಗಿಳಿಯುವ ಮುನ್ನ ಬೀಚುಡುಗೆ ತೊಡುವ ಮಂದಿಯಷ್ಟೇ ಬತ್ತಲು-ಬತ್ತಲಾಗಿದ್ದು, 'ಸಂಕ್ಷಿಪ್ತ'ವಿದ್ದರೂ 'ಸಾಕಷ್ಟು' ತೊಟ್ಟಂತನ್ನಿಸುವ- ಬಣ್ಣ ಬಣ್ಣದ ಧೋತರಧಾರಿಗಳು ಕಾಣಸಿಕ್ಕರು. ಬಣ್ಣ ಬಣ್ಣವೆಂದರೆ ಒಂದು ಮೈಯಲ್ಲಿ ಒಂದು ಬಣ್ಣ ಅಂತೇನಲ್ಲ... ಬಗೆಬಗೆಯ ಮಂದಿಗೆ ಬಗೆಬಗೆಯ ಬಣ್ಣವೆಂತಲೂ ಅಲ್ಲ. ಒಂದೊಂದು ಧೋತರದ ಮೇಲೂ ಒಟ್ಟು ಮೂರು ಬಣ್ಣ; ಮುಬ್ಬಣ್ಣ! ಅಂಚಿಗೊಂದು ಮತ್ತು ಒಡಲಿಗೆರಡೆನ್ನುವ ತ್ರಿವರ್ಣ! ಒಬ್ಬೊಬ್ಬರ ಮೇಲೂ ಅಂಥದೇ ಕಚ್ಚೆ... ಅಷ್ಟೇ ಸಂಕ್ಷಿಪ್ತ; ಅಷ್ಟೇ ವಿಸ್ತಾರ!

ಬಹುಶಃ ಕಡಲತೀರದ ಮಂದಿಯಾದ್ದರಿಂದ, ಮೈಯ ಮೇಲೆ ಸಾಕಷ್ಟು ವಾತಾನುಕೂಲವಿರಲೆಂದು ಹೀಗೆ ಕಟ್ಟುವರೇನೋ- ಅಂದುಕೊಂಡೆ. ಸದರಿ ಧೋತರಗಳಲ್ಲಿನ ಪರಿಪರಿ ಬಣ್ಣಗಳು ನನ್ನ ಮನಸ್ಸು ಹಿಡಿದಿದ್ದು ಹೌದು! ಹಾಗೇ ಸದರಿ ಕಚ್ಚೆಯ ಪರಿಬಂಧ ಕೂಡ!

35

ತುಂಬಿದ ಕಾವೇರಿಯ ಮಹಾಪೂರದಲ್ಲಿ ಸಿಕ್ಕಿಕೊಂಡವರ ಹಾಗೆ, ನಾನು ಮಾತಂಗಿ- ಒಂದೊಂದೇ ಮೆಟ್ಟಿಲನ್ನು ಬಲು ಜತನವಾಗಿ ಏರತೊಡಗಿದೆವು. ಹಿಂದೆಮುಂದೆ ಅದಿಬದಿಯಲ್ಲಿನ ಒತ್ತುಸಂದಣಿಯಲ್ಲಿ, ಪೂರಾ, ನೂರಕ್ಕೆ ನೂರು ಒಂದಾಗಿ ಏರತೊಡಗಿದೆವು.

ಏರುಮಂದಿಯ ಮೊಣಕಾಲು ಮುಳುಗುವಷ್ಟು ಒಳಗಿಳಿಸಿಕೊಂಡು- ತಾನು ಹರಿಯುತ್ತಲೇ ಹರಿಯುವತ್ತಲೇ ನಮ್ಮನ್ನೂ ತಳ್ಳುತ್ತ ತುಯ್ಯುತ್ತ, ನಮ್ಮ ಕಾಲ್ಬಲ ಸೆಣಸುವಷ್ಟು ತನ್ನ ನೀರ್ಬಲ ತೋರುತ್ತ... ಸುರಿಮಳೆಗೆ ತಕ್ಕುದಾಗಿ ಕೊಬ್ಬಿ ಕೆರಳುತ್ತ... ಜಲಲ ಜಲಲವೆಂದು ಇಳಿದುಬರುವ ಈ ಮಹಾ ಸಲಿಲಧಾರೆ- ಎಲ್ಲರನ್ನೂ ಕೆಣಕಿದ್ದು ಹೌದು. ಸುಮ್ಮಸುಮ್ಮನೆ ತೊಯ್ದು ತೊಯ್ದಿದ್ದೇ ಬಂತು! ಹಮ್ಮುಹಮ್ಮನೆ ತುಯ್ದು ತುಯ್ದಿದ್ದೇ ಬಂತು! ಈ ಪರಿಯ ಜಲಪಾತದಲ್ಲಿ ಮಿಂದು ಜಗನ್ನಾಥನನ್ನು ನೋಡಿದರೇನು ಬಂತು? ನೋಡದಿದ್ದರೇನು ಸೂರೆ ಹೋದೀತು? ಹ್ಹಾಹ್ಹೂ... ಎಂದೆಲ್ಲ ಉದ್ಗಾರ ತಾಳಿಕೊಂಡೇ ಏರಿದ್ದಾಯಿತು!

'ಪರ್ವತಾರೋಹಣ ಗೊತ್ತು; ಆದರೆ ಜಲಾರೋಹಣದ ಮೊದಲ ಸಲ'ವೆಂದು ಮನಸೊಳಗೇ ಅಂದುಕೊಂಡು, 'ವಿ ಟ್ರೆಕ್ ಮೌಂಟನ್ಸ್, ನಾಟ್ ವಾಟರ್!' ಎಂದು ಬಾಯ್ದೆರೆದು ಹೇಳಿಕೊಂಡು, ಅದಿಬದಿಯ ಮಂದಿಯಂತೆಯೇ- ನಾನೂ, ಮಾತಂಗಿಯೂ, ಮೆಲ್ಲಮೆಲ್ಲನೆ ಒಂದೊಂದೇ ನೀರ್ಮೆಟ್ಟಿಲು ಹತ್ತಿದೆವು.

ಈ ನಡುವೆ, ಒಲ್ಲೆಂದರೂ ಆಜ್ಞೆ ಮೀರುವ ಮುಂಡನ ಹಾಗೆ, ಒಂದೇ ಸಮ ಕೆಳಜಾರುವ ಪ್ಯಾಂಟಿನ ತುದಿ ಸಂಬಳಿಸುವುದೇ ಹರಸಾಹಸವಾಯಿತು. ಮಡಿಚಿ ಸರಿಪಡಿಸಿಕೊಂಡಷ್ಟೂ, ಮೂರನೆಯ ಹೆಜ್ಜೆಗೆಲ್ಲ ಇಳಿದು ನೀರು ಸೇರುವುದು– ಈ ಹುಚ್ಚು ಪ್ಯಾಂಟಿನ ಮಳೆಹಾಳು ಭಂಡತನ ತಾನೇ? ಎತ್ತೆತ್ತಿ ಮೇಲ್ಸರಿಸಿದಷ್ಟೂ ಕೆಳಕ್ಕೆಳೆದು ಕಾಡುವ ನೀರಿನದ್ದೂ ಸುಡುಗಾಡು ಚಂಡಿತನ ತಾನೇ? ಹುಹ್ಹ್... ಕಡೆಗೂ ತೊಯ್ದಿದ್ದೇ ಆಯಿತು! ಕೆಳನೀರು ತಳ ತೊಯ್ಯಿಸಿದರೆ ಮಳೆನೀರು ತಲೆ ತೊಯ್ಯಿಸಿತು. ಕೆಳಗಿನದು ಕಾಲ್ತೊಳೆದರೆ ಮೇಲಿನದು ಮೈತೊಳೆಯಿತು. ಥತ್... ಬರೀ ಕೈಕಾಲು ತೊಯ್ದರಾದರೂ ಓಕೆ, ಮೈಗೆ ಮೈಯೇ ತೊಯ್ದುಹೋಯಿತು. ತೊಟ್ಟ ಬಟ್ಟೆಯಷ್ಟೂ ತೊಯ್ದು ತೊಪ್ಪೆಯಾದವು!

ಅಸಭ್ಯವೆನಿಸಿದರೂ ಸೈಯೆ, ಇದೊಂದನ್ನು ಅರುಹಲೇಬೇಕು... ಸುಡುಬೇಸಗೆಯ ಧಗೆಯೆಂದು, ಮಾತಂಗಿ ತೆಳ್ಳನೆ ಮೇಲಂಗಿ ತೊಟ್ಟಿದ್ದಳಲ್ಲ... ಆಹಾ ನೋಡಲಾಗದು ಅವಸ್ಥೆ! ಮಳೆಯಲ್ಲಿನ ಅವ್ಯವಸ್ಥೆ! ತೆಳು ಹಳದಿ ಬಣ್ಣದ ಶರಟು– ಅವಳ ಎಣ್ಣೆಗೆಂಪನೆ ಮೈಗಂಟಿಕೊಂಡು ಎಲ್ಲೆಲ್ಲೂ ಒದ್ದೆಯ ಠಸ್ಸೆಯೊತ್ತಿಕೊಂಡು, ವಿಚಿತ್ರವಾಗಿ ಕಂಡುಬಂತು. ಎಷ್ಟೇ ನೋಡಲೊಲ್ಲೆನೆಂದರೂ ಒಳಗಿನ ಬೆಳ್ಳನೆ ಬ್ರೇಸಿಯರ್ಸು ಢಾಳಾಗಿ ಮೈದೋರಿಬಂತು! ಅಷ್ಟೇ ಢಾಳಾಗಿ ಅವಳ ಸ್ತನಸಂಪದವೂ ಸಹ! ‘ಎಲ್ಲಿ... ಕಣ್ತೆಗಿ... ಕಣ್ತೆಗಿ...’ ಎಂದು ಮಾತಂಗಿ, ಆಗಿಂದಾಗ್ಗೆ ಹೇಳಿ ನಾಚತೊಡಗಿದಳು. ಅವಳತ್ತ ನೋಡುವುದೆಂದರೆ ‘ಅಲ್ಲೂ’ ನೋಡುವುದೇ ತಾನೇ? ಎಷ್ಟು ಸರ್ತಿಯಂತ ಹೇಳಿಯಾಳು? ಕಡೆಗೆ, ಮಳೆಯೆಂಬ ಮಳೆಗೆ ಹೊಂದಿಕೊಂಡಷ್ಟೇ ನನ್ನ ಕಣ್ಣಿಗೂ ಒಗ್ಗಿಹೋದಳು!

ಈ ನಡುವೆ ನೆನೆನೆನೆದು ಒದ್ದೆ ಹೆಚ್ಚಿತೆಂದು, ಮಾತಂಗಿ ತನ್ನ ತೊಟ್ಟ ಬಟ್ಟೆಯನ್ನು ತೊಟ್ಟಂತೆಯೇ ಹಿಂಡಿದರೆ– ಮೈಯಿಂದಲೂ ಮಳೆ ಹನಿದುಕೊಂಡಿಳಿಯಿವುದೇ? ‘ನೀನೂ ಹಿಂಡಿಕೋ... ಇಲ್ಲದಿದ್ದರೆ ಭಾರವಾಗುತ್ತೆ...’ ಅನ್ನುತ್ತ ಒತ್ತಾಯಿಸಿ, ನನ್ನ ಬಟ್ಟೆಯನ್ನೂ ಹಿಂಡಿಸಿದಳು. ‘ಹಾಗಲ್ಲವೋ... ಹೀಗೆ... ಹೀಗೆ...’ ಅನ್ನುತ್ತ, ಕೆಲವೊಮ್ಮೆ ತಾನೇ ಕೈಯಿಕ್ಕಿ ಹಿಂಡಿದಳು. ಇದರಿಂದಾಗಿ, ನನ್ನ ಮೈಯಲ್ಲೆಲ್ಲ ಬಿಸುಪುಂಟಾಗಿ ಬರುವಾಗ, ಒಳಗಿನ ಜಗನ್ನಾಥನನ್ನು ನೆನೆದು ಮೈಯುಷ್ಣ ಸಂಬಳಿಸಿಕೊಂಡೆ!

‘ಈ ಪಂಚೆ ಎಷ್ಟು ಚೆನ್ನಾಗಿದೆ ಅಲ್ಲಾ?’ ನಮ್ಮ ಎದುರಿನ ಮೆಟ್ಟಿಲಲ್ಲಿದ್ದ ಕಚ್ಚೆಧಾರಿ ಆಸಾಮಿ ಉಟ್ಟಿದ್ದನ್ನು ನೋಡಿದ ಮಾತಂಗಿ ಹೇಳಿದಳು. ‘ಒಳ್ಳೆ ತಿರಂಗೀ ಝಂಡಾ ಇದ್ದ ಹಾಗಿದೆ...’

ಹೌದು. ಕೇಸರಿ, ಬಿಳಿ, ಹಸಿರಿದ್ದ ಪಂಚೆ ಅದು. ಮೂರರ ಪ್ರಮಾಣದಲ್ಲಿ ಏರುಪೇರಿತ್ತೆಂಬುದು ಬಿಟ್ಟರೆ, ಅದು ಥೇಟು ರಾಷ್ಟ್ರಧ್ವಜದ ಹಾಗೆಯೇ ಇತ್ತು.

ಸಾಲುದುದಕ್ಕೆ ಕೊನಾರ್ಕದ ಚಕ್ರದ ಬಿಡಿ ಬಿಡಿ ಮೊಹರು ಕೂಡ ಅಲ್ಲಿಲ್ಲಿ ಛಾಪುಗೊಂಡಿದ್ದವು!

ಕಚ್ಚೆಧಾರಿ ಮಹಾಶಯನಿಗೆ, ಮಾತಂಗಿ 'ತಿರಂಗೀ ಝುಂಡಾ' ಅಂದಿದ್ದು ಅರ್ಥವಾಯಿತೇನೋ. ಥಟಕ್ಕನೆ ಹಿಂದಕ್ಕೆ ತಿರುಗಿ ಅವಳತ್ತಲೊಮ್ಮೆ, ನನ್ನತ್ತಲೊಮ್ಮೆ ನೋಡಿ ನಕ್ಕ. 'ಆಪ್ ಯೇ ಧೋತರ್ ಕೇ ಬಾರೇ ಮೇ ಬಾತ್ ಕೀ?' ಎಂದು ಪ್ರಶ್ನಿಸಿದ. 'ಹ್ಞಾಂ ಜೀ...' ಮಾತಂಗಿಯ ಪರವಾಗಿ ನಾನು ಉತ್ತರಿಸಿದೆ. 'ಬಹುತ್ ಸುಂದರ್ ಹೇ...'

ಇಷ್ಟು ವಿನಿಮಯದೊಡನೆ ನಮ್ಮ ನಡುವೆ ಕೆಲಮಾತು ಹುಟ್ಟಿದವು.

ಜಗನ್ನಾಥ-ಮಂದಿರದ ಪೂಜೆಯ ಉಸ್ತುವಾರಿಗಿರುವ ಪೂಜಾರಿಗಳನ್ನು 'ಪಂಡಾ' ಅನ್ನಲಾಗುವುದೆಂದೂ, ತಾನೂ ಹೀಗೊಬ್ಬ 'ಪಂಡಾ'ನೆಂದು ಆತ ಹೇಳಿಕೊಂಡ. ಪಂಡಾ ಅಂದರೆ ಪಂಡಿತ್ ಎಂಬುದರ ಅಪಭ್ರಂಶವಂತೆ. ಅಸಲಿನಲ್ಲಿ, ಉತ್ಕಲ ಬ್ರಾಹ್ಮಣರೆಂದು- ಒಡಿಸ್ಸೀ ಮನೆಮಾತು ಹೊಂದಿರುವ ಒಂದು ಪಂಗಡವಿದೆಯಂತೆ. ಒಂದಾನೊಮ್ಮೆ ವಿಂಧ್ಯಪರ್ವತದ ಉತ್ತರದಲ್ಲಿ ನೆಲೆಸಿದ್ದ- 'ಪಂಚಗೌಡ'ವೆಂಬ ಐದು ಬಗೆಯ ಬ್ರಾಹ್ಮಣ ಪರಂಪರೆಯಲ್ಲಿ ಈ ಪಂಡಾಗಳದ್ದೂ ಒಂದು ಕುಲವಂತೆ. ಹನ್ನೆರಡನೇ ಶತಮಾನದಲ್ಲಿ ಜಗನ್ನಾಥ-ಮಂದಿರವನ್ನು ಕಟ್ಟಿಸಿದ ಗಂಗವಂಶೀ ದೊರೆಗಳ- ಅದರಲ್ಲೂ ಮಂದಿರದ ಮೊದಲ ನಿರ್ಮಾತೃವಾದ ಅನಂತವರ್ಮ ಚೋಡಗಂಗನ, ಕೋರಿಕೆಯ ಮೇರೆಗೆ ಈ ಪಂಡಾ-ಮಂದಿ ವಿಂಧ್ಯವನ್ನು ತೊರೆದು ಒದಿಶಾಕ್ಕೆ ಬಂದು ನೆಲೆನಿಂತರಂತೆ... ಹೀಗೆ, ಐದಾರು ಮೆಟ್ಟಿಲುಗಳ ದೂರದಲ್ಲಿ ಇಷ್ಟೆಲ್ಲ ಮಾತುಕತೆ ಜರುಗಿತು.

ಮನುಷ್ಯ, ತನ್ನ ಹೆಸರು ಕೌಶಿಕ ಮಹೋಪಾತ್ರನೆಂದು ಹೇಳಿಕೊಂಡ. ಭುವನೇಶ್ವರದಲ್ಲಿ ನೌಕರಿಗಿದ್ದೇನೆಂತಲೂ ಹೇಳಿದ. ರಥಯಾತ್ರೆಯ ಸಮಯದಲ್ಲಿ ಆತನ ಮನೆತನದ್ದೊಂದು ಸೇವೆಯಿರುತ್ತದಂತೆ. ಆ ಸಲುವಾಗಿ ಬಂದಿದ್ದೇನೆಂದು ಅರುಹಿಕೊಂಡ. ಉಳಿದಂತೆ ಆತನಿಗೂ ಮಂದಿರಕ್ಕೂ ಅನುಗಾಲದ ನಂಟಂತೇನೂ ಇಲ್ಲವಂತೆಂದ. ಏನು ಸೇವೆಯೆಂದು ವಿಚಾರಿಸಿದಾಗ, ಜಗನ್ನಾಥ ಶಿಖರದ ಮೇಲಿರುವ ಧ್ವಜಕ್ಕೆ ಸಂಬಂಧಿಸಿದ್ದೆಂದು ಮೊಟುಕಾಗಿ ಹೇಳಿದ. ಈ ಕುರಿತು ಹೆಚ್ಚು ಕೇಳಬೇಕೆನಿಸಿತಾದರೂ, ಈ ಪರಿಯ ಮಳೆಯಲ್ಲಿ ಮಾತು ತರವಲ್ಲವೆಂದುಕೊಂಡು ಸುಮ್ಮನಾದೆ. ನಾನು ಚೆನ್ನೈಯವನು ಎಂದು ಹೇಳಿದಾಗ, ತನ್ನೊಬ್ಬ ತಮ್ಮ 'ಮೀನಂಬಾಕ್ಕಂ'ನಲ್ಲೊಂದು ಬ್ಯಾಂಕಿನಲ್ಲಿ ಉದ್ಯೋಗಕ್ಕಿದ್ದಾನೆಂದೂ ಮಾತು ಬೆಳೆಸಿದ.

ಈ ನಡುವೊಮ್ಮೆ, ಈ ಕೌಶಿಕ ಮಹೋಪಾತ್ರ- ಮಾತಂಗಿಯತ್ತ ಕಣ್ಣು ಹಾಯಿಸಿ, 'ಇಬ್ಬರೂ ಹೊಸದಾಗಿ ಮದುವೆಯಾದವರಾ?' ಎಂತಲೂ ಕೇಳಿಬಿಟ್ಟ! ನನಗಂತೂ

ಬೇಜಾನ್ ಕಕ್ಕಾವಿಕ್ಕಿಯಾಯಿತು. ನನ್ನ ಎಡಗೈ ಹಿಡಿದಿದ್ದ ಮಾತಂಗಿ, ಒಮ್ಮೆಗೇ ನನ್ನ ಮೊಣಕೈ ಚಿವುಟಿದಳು. ಆ ಹೊತ್ತಿನಲ್ಲಿ ನಾನು ಅವಳ ಮುಖದಲ್ಲಿ ಕಣ್ಣಿಕ್ಕುವ ಪ್ರಯಾಸವನ್ನು ಮಾಡಲಿಲ್ಲ.

'ನಿಮಗೆ ಈ ಧೋತರ ಬೇಕಿದ್ದರೆ ಮಂದಿರದ ಬದಿಯಲ್ಲೇ ಒಂದು ಅಂಗಡಿಯಿದೆ... ಸಿಗುತ್ತೆ...' ಎಂದು, ಮುಂದೆ ಮಾತು ಬೆಳೆಸಹೊರಟ ಕೌಶಿಕ ಮಹೋಪಾತ್ರನನ್ನು, ಮೇಲಿನಿಂದ ಯಾರೋ ಕೂಗಿಕರೆದರು. ತಕ್ಷಣ, ಆತ ಮಾತನ್ನು ಅರೆಬರೆಯೇ ನಿಲ್ಲಿಸಿ, 'ಬಂದೆ ಬಂದೆ...' ಎಂದು ಒಡಿಯಾದಲ್ಲಿ ಕೂಗಿ, 'ಫಿರ್ ಮಿಲೇಂಗೇ...' ಎಂದು ನನಗೆ ಹೇಳಿ, ಸರಭರನೆ ಎಡಕ್ಕೆ ಹೊರಳಿ ಎಲ್ಲೋ ಮಾಯವಾದ.

'ಐಳಾ... ಏನೋ ಇದು? ಕಂಡಕಂಡವರೆಲ್ಲ ಗಂಡ-ಹೆಂಡತೀನಾ ಅಂತ ಕೇಳುತಾರಲ್ಲೋ...' ಮಾತಂಗಿ ಕೋಪಿಸಿಕೊಂಡು ಕೇಳಿದಳು.

'ಆಗಿಬಿಡೋಣವಾ?' ತಮಾಷೆಗೆ ಹೇಳಿ ನಕ್ಕೆ.

'ಹುಹ್ಹ್... ಯಾತಕ್ಕೆ ಹೇಳು? ನೀನು ಯಾರೂಂತ ಕೂಡ ನನಗೆ ಗೊತ್ತಿಲ್ಲ!' ಮುಳಿದಳು.

'ಲುಕ್ ಹೂ ಈಸ್ ಟಾಕಿಂಗ್? ನಾನಾದರೂ ನನ್ನ ಬಗ್ಗೆ ಹೇಳಿಕೊಂಡಿದ್ದೀನಿ... ಸಾಕಷ್ಟು ಹೇಳಿದೀನಿ... ನೀನು ಯಾರೂಂತ ನನಗೂ ಗೊತ್ತಿಲ್ಲ. ನೀನೇನು ಮಾತಂಗಿಯೋ, ಇಲ್ಲಾ ಆ ಇನ್ನೊಂದಾ... ಏನಪ್ಪ ಆ ಹೆಸರು?' ಥಕ್ಕನೆ ಇಂದೀವರೆಯ ಹೆಸರು ನೆನಪಿಗೆ ಬರದೆ ತೊಡರಿದೆ. 'ಏನು ಹೆಸರು ಹೇಳು?' ತಡವರಿಸಿದೆ.

'ಅವಳ ಬಗ್ಗೆ ಹೇಳಿದರೆ ಚಚ್ಚಿಹಾಕಿಬಿಡುತೀನಿ...' ಮತ್ತಷ್ಟು ಮುನಿದಳು. ನಿಜಕ್ಕೂ ಕನಲಿದಳು.

'ಈಸೀ ಈಸೀ...' ಸಮಾಧಾನಿಸುತ್ತ ಹೇಳಿದೆ. 'ನಾನೇನು ಹೇಳಿದೆ ಅಂದರೆ- ನನಗೆ ನೀನು ಯಾರು ಅಂತ ಸಹ ಸರಿಯಾಗಿ ಗೊತ್ತಿಲ್ಲ... ನೀನು ನಿಜಕ್ಕೂ ಮಾತಂಗಿ ಹೌದಾ?'

'ಟ್ರಸ್ಟ್ ಮಿ!' ಅಂತಂದಳು.

'ದೇವರ ಸನ್ನಿಧಿಯಲ್ಲಿ ನಿನ್ನ ಬಗ್ಗೆ ಹೇಳಕೋತೀನಿ ಅಂತ ಭಾಷೆ ಕೊಟ್ಟಿದ್ದೀಯಾ...' ಅನ್ನುವಾಗ, 'ಹೇ ನಿನ್ನ ಮುಖ ನೋಡೀಕೋ... ಹೇಗೆ ನಿನ್ನ ಗಡ್ಡದಿಂದಲೂ ಮಳೆ ತೊಟ್ಟಿಕ್ಕುತ್ತಿದೆ...' ಎಂದು ಹೇಳಿ, ನನ್ನ ಮೀಸೆಯಲ್ಲೊಮ್ಮೆ ಕೈಯಾಡಿಸುತ್ತ ನಕ್ಕಳು.

'ಪದೇ ಪದೇ ಮಾತು ಮರೆಸುತಾಳೆ ಜಾಣೆ!' ಎಂದು ನನಗೆ ನಾನೇ ಗೊಣಗಿಕೊಂಡಿದ್ದು, ಹೇಗೆ ಕೇಳಿಸಿತೋ ಕಾಣೆ- 'ನಾನು ಪೆದ್ದಿ ಕಣೋ, ಐಳ... ನಿನ್ನಷ್ಟು ಇಂಟೆಲಿಜೆಂಟ್ ಅಲ್ಲ...' ಎಂದು ಕಿಚಾಯಿಸಿ ಇನ್ನಷ್ಟು ನಕ್ಕಳು.

36

ಕಡೆಗೂ ಜಗನ್ನಾಥನೆಂಬ 'ಕಾಷ್ಠಕೃಷ್ಣ'ನನ್ನು ಎದುರುಗೊಳ್ಳುವ ಸಮಯ ಬಂದೇಬಿಟ್ಟಿತು! ಕಷ್ಟವಷ್ಟೂ ಸಾರ್ಥಯಿಸಿತು!

ಕಾಷ್ಠಕೃಷ್ಣನೆಂದರೆ ಕಟ್ಟಿಗೆಯಲ್ಲಿ ಕಟೆದ ಮೈಯುಳ್ಳ ದೇವರು. ಮರದ ಒಡಲಿನ ಕೃಷ್ಣದೇವರು.

ಮೈಯೆಂದರೆ ಪೂರ್ತಿ ಮೈಯೇನಲ್ಲ. ಬರೀ ಮುಸುಡಿ ಮಾತ್ರ. ಅದೂ ಕರ್‍ರಂಕರಿ ಬಣ್ಣ ಮೆತ್ತಿದ ಮರದ ಮುಸುಡಿ!

ನನಗಾದರೂ, ಈ ಮರಮುಸುಡಿಯ ದೇವರು ಅಥವಾ ಕರಿಮರದ ಮುಸುಡಿಯ ದೇವರು ಇಷ್ಟವಾಗಲಿಕ್ಕೆ ಒಂದು ಕಾರಣವಿದೆ. ಏನೆಂದು ಹೇಳಿಬಿಡುತ್ತೇನೆ:

ದೇಶದ ಉಳಿದೆಡೆಗಳಲ್ಲಿ ಕೃಷ್ಣನನ್ನು 'ಕೃಷ್ಣ'ನೆಂಬಂತೆಯೇ ಅಂದರೆ ನಾನು ನೀವಿರುವ ಹಾಗೇ, ಮನುಷ್ಯನ ಮೈಕೊಟ್ಟು, ಸೊಬಗುಸೊಂಪಿನ ಜತನವಿಟ್ಟು ಕಲ್ಲಿನಲ್ಲಿ ಕೆತ್ತಲಾಗಿರುತ್ತದೆ. ಅವನನ್ನು ಅವನಿರುವಂತೆಯೇ– ಶಾಸ್ತ್ರೋಕ್ತವಾಗಿ, ಅಂದರೆ ಶಾಸ್ತ್ರಗಳು ಹೇಳುವಂತೆಯೇ ಮಾಡಲಾಗಿರುತ್ತದೆ. ಇಂತಹ ಕೆತ್ತನೆಗಳಲ್ಲಿ 'ಕೃಷ್ಣ'ತನದ ನೇರ ನಿರೂಪಣೆಯಿದೆ. ಪ್ರತಿಮೆಗಳಿಲ್ಲ. ಸಂಕೇತಗಳಿಲ್ಲ. ರೂಪಕಗಳಿಲ್ಲ... ಸಾಹಿತ್ಯಿಕವಾದ ಜಟಿಲ ಸೂಚ್ಯಗಳಿಲ್ಲ.

ದಕ್ಷಿಣದ ದೇಶದಲ್ಲಿ ಈ 'ಮೇಘಶ್ಯಾಮ'ನನ್ನು ಅಂದರೆ ಅವನ ಕರ್‍ರನೆ ಕಾರ್ಮೋಡದಂತಹ ಒಡಲನ್ನು, ಕರಿಗಲ್ಲಿನಲ್ಲಿ ಕೆತ್ತಿರುವುದರಿಂದ, ಮಹಾಶಯನ ಅಂದಚಂದವಷ್ಟೂ ನಮ್ಮ ಬರಿಗಣ್ಣಿಗೆ ನೇರ ಕಾಣದ ಹಾಗೆ, ಆ ಕರಿಬಣ್ಣದಲ್ಲೆಲ್ಲೋ ಅಡಕಗೊಂಡಿರುತ್ತದೆ. ಅಡಗಿಕೊಂಡಿರುತ್ತದೆ. ಆತನನ್ನು 'ಆತ'ನೆಂದು ತೋರುವ ಸಲುವಾಗಿ– ಬೆಳ್ಳಿಯಲ್ಲಿ ಮಾಡಿದ ಕಣ್ಣು, ಮೂಗು, ತುಟಿ... ಇತ್ಯಾದಿ 'ಕಡು–ಮಾನುಷ' ಅವಯವಗಳನ್ನು ಹಚ್ಚಿ ಅಲಂಕರಿಸಲಾಗುತ್ತದೆ. ನಾಮವೆಂಬ ನಾಮವನ್ನೂ ಅಂಟಿಸಿ ತೋರಲಾಗುತ್ತದೆ.

ಅದೇ ಉತ್ತರಸೀಮೆಯ ಕೃಷ್ಣ ಹೀಗಲ್ಲ. ಅವನನ್ನು ಬೆಳ್ಳಂಬಿಳಿ ಕಲ್ಲಿನಲ್ಲಿ, ಕೊಳಲೂದುತ್ತ ಮತ್ತು ಅಡ್ಡಗಾಲಿಟ್ಟುಕೊಂಡಿರುವಂತೆ– ಬಲುಮೋಹಕವಾಗಿ ಕಟೆಯಲಾಗುತ್ತದೆ. ನಾಮವನ್ನೂ ಕಟೆದು ತೋರಲಾಗುತ್ತದೆ. ಸದರಿ ಕೃಷ್ಣನು ಹೆಸರಿಗೆ ಮಾತ್ರ ಕರಿ; ಮತ್ತು ನೋಡಲಿಕ್ಕೆ ಬರೀ ಬಿಳಿ! ಹಾಲ್ಬಣ್ಣದ ಮಾರ್ಬಲಿನಲ್ಲಿ, ಕಣ್ಣಿಮೀಲಿತ ನಸುನೋಟದೊಡನೆ, ಹುಬ್ಬೆಂಬ ಹುಬ್ಬಿನ ತೆಳುಗೆರೆಯಿಂದ ಸುರುಗೊಂಡು ಮುಡಿಯಲ್ಲಿರುವ ನವಿಲುಗರಿಯವರೆಗೂ– ಆಸ್ಥೆ ಹಚ್ಚಿ ಕಟೆಯುವ ಶಿಲ್ಪಿಯು, ಕೃಷ್ಣ'ಬಾಹ್ಯ'ವನ್ನು ಕಡುಸಂಪನ್ನವಾಗಿ ತೆರೆದು ತಾಳಿಸುತ್ತಾನೆ!

ಕೃಷ್ಣನನ್ನು, ಹೀಗೆ ಎರಡು ಪರಿಗಳಲ್ಲಿ ಕಾಣಿಸುವ ಬಗೆಯೇನೇ ಇರಲಿ, ಅವನು ನೇರವಾಗಿ ಕೃಷ್ಣನೇ ಅನ್ನಿಸಿ ಮೈದೋರಿಕೊಳ್ಳುತ್ತಾನೆ.

ಹೀಗೆ, ಬರೀ ಮನುಷ್ಯನ ಕೈಚಳಕದಿಂದೆಲ್ಲ ದೇವರುಂಟಾಗಿ ಬಂದರೆ, ಆ ದೇವರಿಗೇನು ತಾನೇ ಕೆಲಸ– ಹೇಳಿ? ಮನುಷ್ಯಕೃತ್ಯವು ಮಾನುಷವಾಗಿ ಇರಬೇಕಷ್ಟೆ? ಮಾನವನ ಕೆಲಸದಲ್ಲಿ 'ಮಾನವೀಯತೆ' ಬೇಕಷ್ಟೆ? ಇನ್ನು, ಕೆತ್ತಿದ್ದೆಲ್ಲ ಸಾಕ್ಷಾತ್ ದೇವರಾಗಿಬಿಟ್ಟರೆ ಆ ಪರದೈವ ತಾನೇ ಏನು ಮಾಡೀತು?

ಅಸಲಿನಲ್ಲಿ, ಜಗನ್ನಾಥಪುರಿಯ ಕಾಷ್ಠಕೃಷ್ಣನು ವಿಶೇಷವೆನಿಸುವುದು ಇಲ್ಲೇ! ಹೆಚ್ಚೆಂದರೆ, ಅವನು ತನ್ನ ಮೋರೆಯದೊಂದು ಮೊಹರಷ್ಟನ್ನೇ ಹೊರಗೆ ತೋರಿಕೊಂಡು– ಒಂದು ಅತ್ಯದ್ಭುತ ಕಲಾಕೃತಿಯಾಗಿ ಕಾಣಸಿಗುತ್ತಾನೆ. ಎಷ್ಟರ ಮಟ್ಟಿಗೆಂದರೆ, ಈ ಕೃಷ್ಣನನ್ನು ಕೃಷ್ಣನೆಂದು ಊಹಿಸಲಿಕ್ಕೂ ಮಂದಿಗೆ ಮನಸ್ಸು ಹಚ್ಚುವುದಾಗುತ್ತದೆ!

ಹೌದು... ಪುರಿಯ ಜಗನ್ನಾಥನು– ಹತ್ತೆಂಟು ಶತಮಾನಗಳ ಕತೆ–ಪುರಾಣಗಳು ಕಲ್ಪಿಸಿದ 'ಕೃಷ್ಣಪ್ರಜ್ಞೆ'ಯೆಂಬುದರ ಅತಿ 'ಸಾಧಾರಣ ಮನುಷ್ಯನಿರ್ಮಿತಿ ಮಾತ್ರ. ಕೃಷ್ಣನೆಂಬುದೇ ಕಲ್ಪನೆಯಾದರೆ, ಈ ಕಾಷ್ಠಕೃಷ್ಣವು ಅದೇ ಕಲ್ಪನೆಯ ಮರುಕಲ್ಪನೆ! ಕೃಷ್ಣಕಲ್ಪನೆಯ ಪ್ರತಿಕಲ್ಪನೆ!

ಈ ಮರದ ಮುಸುಡಿಯ ದೇವರೇ ಕೃಷ್ಣನೆಂದು ಎಲ್ಲರಂತೆಯೇ ನನ್ನ ಪರಿಭಾವನೆಯೂ ಹೌದು. ಅವನ ಮುಸುಡಿಯ ನಿಜಾಕಾರವನ್ನು ಕನ್ನಡದಲ್ಲಿ ಹೇಳುವುದು ಕಷ್ಟ. ಇಂಗ್ಲಿಷಿನಲ್ಲಿ ಇದು 'ಪಾಲಿಹೆಡ್ರನ್' ಎಂದು ಕರೆಸಿಕೊಳ್ಳುವ ಒಂದು ಘನ. ಅಂದರೆ ಆರಕ್ಕೂ ಹೆಚ್ಚು ಬದಿಗಳಿರುವ ಘನಾಕಾರ. ಸದರಿ ಮುಸುಡಿಯು, ಒಂದೇ ಒಂದು ಕಡೆ ಮೂಗೆನಿಸುವ ಹಾಗೆ ಸ್ವಲ್ಪ ಉಬ್ಬಿಕೊಂಡಿರುತ್ತದೆ... ಹೌದು, ಮೂಗೊಂದನ್ನೇ ಈ ಕೃಷ್ಣಮುಖವು ನಿಜವಾಗಿ ಕಟೆದುಕೊಂಡಿರುವುದು... ಉಳಿದಂತೆ ಅದು ಪೂರ್ತಿ ಸಪಾಟು. ಕಣ್ಣಿಲ್ಲ. ಕಿವಿಯಿಲ್ಲ... ತುಟಿಯಿಲ್ಲ! ಬೇರೆ ಅವಯಯಗಳೇ ಇಲ್ಲ!

ಈ ನಡುವೆ, ಮರದ ಮುಸುಡಿಯ ದೇವರು, ತನ್ನ ಮುಸುಡಿಯಲ್ಲಿ ಮುಕ್ಕಾಲು ಪಾಲಿನಲ್ಲಿ ಕರ್ರನೆ ಕರಿಬಣ್ಣವನ್ನು ತಾಳಿಕೊಂಡಿದೆ. ಅಸಲಿನಲ್ಲಿ, ಕೃಷ್ಣನೆಂಬ ಈ ಕೃಷ್ಣನು ಸಾರ್ಥಯಿಸುವುದು ಇಲ್ಲೇ; ಈ ಕರಿಬಣ್ಣದಲ್ಲೇ!

ಉಳಿದಂತೆ ಮೋರೆಯೆಲ್ಲ ಬಣ್ಣ. ಮೋರೆಯೇ ಅಲ್ಲದ ಬರೀ ಬಣ್ಣ!

ಅಂದರೆ, ಬರೀ ಬಣ್ಣ ಹಚ್ಚಿ, ಏನೂ ಏರುಪೇರಿಲ್ಲದೆ ತೀರಾ ಸಪಾಟಾಗಿ ಬಿಡಿಸಿದ ರೇಖಾಚಿತ್ರ ಅದು. ಒಡನೊಂದಿಷ್ಟು ಚಿತ್ತಾರ. ಮೂಗಿನುಬ್ಬಿನ ಆಚೀಚೆ, ಕೊಂಚ ಮೇಲಕ್ಕೆ– ಎರಡು ಬೆಳ್ಳನೆ ವೃತ್ತಗಳ ಒಳಗೆ ತಲಾ ಒಂದೊಂದು ಕರ್ರನೆ ದುಂಡು; ಈ

ಪರಿ ಕರಿಬಿಳಿಗಳು ಸೇರಿ ಎರಡು ಕಣ್ಣು. ಮೂಗಿನ ಕೆಳಗೆ ಕೆಂಪೇ ಕೆಂಪಾಗಿ ಬಿಡಿಸಿದ ಕೆಂದುಟಿ. ತುಟಿಗಳದ್ದೇ ಕೆಂಪು ಕಣ್ಣುಗಳ ಮೇಲಕ್ಕೂ ಮರುಕಳಿಸಿ ಹಣೆ. ಹಾಗೇ, ಈ ರಕ್ತಲಲಾಟದ ಮೇಲೆ ಬೆಳ್ಳನೆ ಕೃಷ್ಣನಾಮ!

ಒಟ್ಟಾರೆ ನೋಡುವಲ್ಲಿ, ಈ ಕರಿಯ ಮರಮುಸುಡಿಯ ದೇವರು ಹೆಚ್ಚೇನೂ ಶಾಸ್ತ್ರಕ್ಕೊಳಪಡದೆ... ಅಂದರೆ ಶಾಸ್ತ್ರಬದ್ಧ ಕೆತ್ತನೆಗೊಳಗಾಗದೆ, ನಮ್ಮ ಮನುಷ್ಯತ್ವಕ್ಕೆ ಹತ್ತಿರವಿದೆಯೆಂದು ಅನಿಸುವುದು– ಈ ಪರಿಯ ಸರಳತೆಯಿಂದಲೇ. ಚಂದ ಕಾಣುವುದೇ ಸೈಯೆಂಬ– ಯಾವುದೇ ಮನುಷ್ಯಕಲೆಯ ಹಠವಿಲ್ಲದೆಯೇ!

ಈ ಕೃಷ್ಣನ ಕಾಷ್ಠಶರೀರವನ್ನು ಕಳೇಬರ ಅನ್ನುತ್ತಾರೆ. ಅಂದರೆ ದೇವರೆಂಬ ದೇವರೂ– ನಾವು ಮನುಷ್ಯರ ಹಾಗೇ, 'ಸಾಯುವ' ಕಳೇಬರದೊಳಗೆ ಇರುವನೆಂಬ ಇಂಗಿತ. ಎಂಟು ಅಥವಾ ಹನ್ನೆರಡು ವರ್ಷಗಳಿಗೊಮ್ಮೆ, ಜಗನ್ನಾಥನ ಹಳೆಯ ಕಳೇಬರವನ್ನು ವಿಸರ್ಜಿಸಲಾಗುತ್ತದೆ. 'ನವಕಳೇಬರ'ವೆನ್ನುವ ಒಂದು ಸಂಸ್ಕಾರದ ಮುಖೇನ– ಜಗನ್ನಾಥ ಕೃಷ್ಣ, ಹೊಸತಾದ ಕಾಷ್ಠದೇಹವನ್ನು ತಾಳಿಬರುತ್ತಾನೆ!

ಇನ್ನು ಪ್ರತಿನಿತ್ಯವೂ, ಈ ಜಗನ್ನಾಥನನ್ನು ಒಳಗುಡಿಯ ಏಕಾಂತದಲ್ಲಿ ಮಲಗಿಸುವುದೇ ಒಂದು ಪದ್ಧತಿಯಂತೆ! ಮಲಗುವುದೆಂದರೆ ಕಣ್ಣು ಮುಚ್ಚಬೇಕಷ್ಟೆ? ಎಂತಲೇ ಪ್ರತಿರಾತ್ರಿ ಅವನ ಕಣ್ಣುಗಳನ್ನು ಕರಿಬಣ್ಣ ಹಚ್ಚಿ ಮುಚ್ಚಿಸಲಾಗುತ್ತದೆ. ಹಾಗೇ, ಪ್ರತಿ ಸುಪ್ರಭಾತದಲ್ಲೂ ಹೊಸ ಕಣ್ಣುಗಳನ್ನು ಬರೆಯಲಾಗುತ್ತದೆ! ಅವನ ಸನ್ನಿಧಿಯಲ್ಲಿ, ಈ ಸೇವೆಗೆಂದೇ ನಿಯುಕ್ತಗೊಂಡ ಕುಟುಂಬಗಳಿವೆಯಂತೆ... ಎಂಟು ನೂರು ವರ್ಷಗಳಿಂದ ಈ ಕುಟುಂಬದವರೇ ಈ ಕೃಷ್ಣನಿಗೆ ಕಣ್ಣು ಕೊಡುತ್ತಾರೆ. ಹಾಗೇ ಕಣ್ಣು 'ಮರೆಸು'ತ್ತಾರೆ!

ಹೀಗೆ ದೇವರೆಂಬ ದೇವರೂ ನನ್ನಂತೆಯೇ ಮನುಷ್ಯನೆಂಬುದು ಕೌತುಕ ತಾನೇ? ಅಷ್ಟೇ ಹಿರಿ ಹಿರಿ ಹಿಗ್ಗಿನ ಸಿರಿಯೇ ಸರಿ!

ಕಡೆಯದಾಗಿ, ಜಗನ್ನಾಥನು ತನ್ನ ಬಲಮೂಗಿನಲ್ಲೊಂದು ನತ್ತು ತೊಡುತ್ತಾನೆ. ನತ್ತೆಂದರೆ, ರಾಜಪೂತ ಗಂಡಸರು ಕಿವಿಯಲ್ಲಿ ತೊಡುವ ಮುರದ ಹಾಗಿರುವ– ಆದರೆ ಮೂಗಿಗೆ ತೊಡಿಸಲಾಗುವ ಒಂದು ಒಡವೆ. ಅಂದರೆ, ಮೂಗಿನ ಒಂದು ಹೊಳ್ಳೆಯನ್ನು ಒಳಗೂ ಹೊರಗೂ ಬಳಸುವಂತಿದ್ದು, ಮೂಗಿಗೇ ಚುಚ್ಚಲಾಗುವ ನೋಸ್–ರಿಂಗು!

ನಮ್ಮ ಇಡೀ ದೇಶದಲ್ಲಿನ ಕೋಟ್ಯಂತರ ದೇವರುಗಳ ನಡುವೆ ಈ ಜಗನ್ನಾಥನೊಬ್ಬನೇ– ಹೀಗೆ ಮೂಗಿನಲ್ಲಿ ರಿಂಗಿಟ್ಟುಕೊಂಡಿರುವ ಗಂಡುದೇವರು! ಇನ್ನು, ರತ್ನಖಚಿತವಾದ ಈ ಮೂಗಿನ ರಿಂಗೂ ಸಹ ಅವನ ಮೋರೆಯಲ್ಲೊಂದು ಚಿತ್ರವೇ; ದಿನವೂ ಕೈಯಾರೆ ಬರೆಯಲ್ಪಡುವಂಥದು! ದೇವರಿಗೆ ಕಣ್ಣು ಕೊಡುವ

ಮಂದಿಯೇ ಇದನ್ನೂ ಬಿಡಿಸುವರಂತೆ!

37

ಮಳೆನೀರಿನ ಮೆಟ್ಟಿಲೋಣಿಯನ್ನು ಏರಿಕೊಂಡು ಬಂದು– ಎದುರಿಗಿನ ಇನ್ನೊಂದು ಬಾಗಿಲಿನಲ್ಲಿ ನಿಲ್ಲುವ ಹೊತ್ತಿಗೆ, ನನ್ನಲ್ಲೊಂದು ಶಂಕೆಯುಂಟಾಯಿತು. ಈ ಪಾಟಿ ತುಂಬಿಹರಿಯುವ ಹೊಳೆಯಂತಹ ನೀರು ಹರಿದು ಹೊರಗೆ ಎಲ್ಲಿ ಸಾಗುತ್ತದೆ? ಸಿಂಹದ್ವಾರವನ್ನು ದಾಟುವವರೆಗೂ ಒಳಗೆ ಹೀಗೊಂದು ಹೊಳೆಯಿದೆಯೆಂದು ಅನಿಸಲಿಲ್ಲವಲ್ಲ?

'ಐಳ... ಇಷ್ಟು ನೀರು, ಒಂದೇ ಸಲ ಹೊರಗೆ ನುಗ್ಗಿದರೆ– ಊರಿಗೆ ಊರೇ ಕೊಚ್ಚಿಕೊಂಡು ಹೋಗಬೇಕಲ್ಲವಾ?' ಇಬ್ಬರೂ ಎರಡನೇ ಬಾಗಿಲನ್ನು ಸೇರುತ್ತಿರುವ ಸುಮಾರಿಗೆ, ಮಾತಂಗಿ, ನನ್ನ ಮನಸ್ಸನ್ನೇ ಆಡುತ್ತಿರುವ ಹಾಗೆ ಕೇಳಿದಳು.

'ವೆಲ್ಲ್... ಪ್ಲ್ಯಾನ್ ಮಾಡಿರುತಾರೆ– ಬಿಡು...' ಅಂತಂದು, ಹರಿಯುವ ನೀರೆಲ್ಲವೂ ಸಿಂಹದ್ವಾರದ ಬದಿಯಲ್ಲಿನ ನೆಲದೊಳಕ್ಕೆ ಇಂಗುತ್ತಿರುವುದನ್ನು ತೋರಿಸಿದೆ. 'ಅವರ್ ಏನ್ಶಿಯೆಂಟ್ಸ್ ಹ್ಯಾಡ್ ಎ ಲಾಟ್ ಆಫ್ ಫೋರ್‌ಸೈಟ್... ನಮ್ಮ ಹಾಗಲ್ಲ!'

ಮಾತಂಗಿ, 'ಟ್ರೂ ಟ್ರೂ...' ಅನ್ನುತ್ತಿರುವ ನಡುವೆಯೇ, ನಾವು ಎರಡನೇ ಬಾಗಿಲನ್ನು ದಾಟಿದೆವು.

ಇನ್ನು, ಈ ಬಾಗಿಲಿನ ದಾಟು, ಎರಡೂ ಎಡೆ–ಕಡೆಗಳ ನಡುವಿನ ಸಾಧಾರಣ ಕ್ರಮಣವಾಗಿರಲಿಲ್ಲ! ಯಾಕೆಂದರೆ, ಇತ್ತಲಿನ ಕಡಿದಾದ ಓಣಿಗೂ– ಅತ್ತಲಿನ, ಬಯಲೇ ಬತ್ತಲಾದಂತಹ ಆವರಣಕ್ಕೂ– ನೆಲಮುಗಿಲಿನ ಅಂತರವಿತ್ತು. ಅಸಲಿನಲ್ಲಿ, ಮರ್ತ್ಯಾಮರ್ತ್ಯಗಳ ನಡುವಿನ ಅರ್ಥಾಂತರ!

ಹೌದು... ಆ ಬಾಗಿಲಾಚೆಗಿನ ಜಗತ್ತು ಬೇರೆಯೇ ಇದ್ದಿತು. ಆ ಜಗತ್ತನ್ನು ಬಣ್ಣಿಸತೊಡಗಿದರೆ ಸುಮ್ಮನೆ, ಹಿಂದಿನವರು ಹೇಳಿದ ಕೃಷ್ಣವೈಭವವನ್ನೇ ಮರುಮರಳಿ ಹೇಳಿದಂತಾಗುವುದೇನೋ! ಅಥವಾ, ಹೇಳಿದರೆ ತಾನೇ ಏನು? ತಪ್ಪೇನು?

ಇಷ್ಟಾಗಿ, ಮರ್ತ್ಯವೇ ಮರ್ತ್ಯದಲ್ಲಿರುವ ನಾನು ಮಾಂತ್ರಿಕವಾದುದನ್ನು ಹೇಳಿ ಅಮರ್ತ್ಯವನ್ನು ಸೃಜಿಸಬಲ್ಲೆನೇನು? ಅಥವಾ, ಈ ಇಪ್ಪತ್ತೊಂದನೇ ಶತಮಾನದ 'ಪ್ರತ್ಯತಿ' ಪರಮ ವಿಷಯಾಸಕ್ತನಾದ ನಾನು ಹೇಳುವುದು– ಹನ್ನೆರಡನೇ ಶತಮಾನದ ಜಯದೇವನ ಕೃಷ್ಣಾತಿಶಯಕ್ಕೆ ಸಮವಾದೀತೇನು? 'ಲಲಿತವಾದ ಲವಂಗದ ಲತೆಯನ್ನು ಪರಿಶೀಲಿಸುವ ಬೆಟ್ಟದ ಗಾಳಿಯಲ್ಲಿ...' ಎಂದೆಲ್ಲ ಕೃಷ್ಣನ ಹೊತ್ತುಗೊತ್ತುಗಳ ಬಗ್ಗೆ ತಿಳಿಸಬಲ್ಲೆನೇನು? ಅಥವಾ, 'ಯುವತಿಜನೇನ ಸಮಂ ಸಖಿ...' ಎಂದು, ಅದೇ

ಕೃಷ್ಣನು ಅಂಗನೆಯರ ಒಡಕುಣಿಯುವ 'ಯುವತಿಜನ-ಮಧ್ಯ'ನೇ ಹೌದೆಂದು, ಆ ಜಯದೇವನ ಹಾಗೆ ಬಣ್ಣಿಸಬಲ್ಲೆನೇನು?

ತೃಣದಂತಹ ನಾನು ತೃಣವಾದುದಷ್ಟನ್ನೇ ಅರುಹಬಲ್ಲೆ... ಕಣ್ಣೆದುರಿನ ಭೌತಿಕ ಪರಿಸರವನ್ನಷ್ಟೇ ತಿಳಿಹೇಳಬಲ್ಲೆ... ಭೌತಿಕ ಪರಿಕರಗಳಿಂದ ಆದವನ್ನಷ್ಟೇ ನೋಡಬಲ್ಲೆ. ಇಂದ್ರಿಯಗಳಿಗೆ ಸಿಗಬಲ್ಲ ಸಂಗತಿಗಳನ್ನು ಮಾತ್ರ ಗ್ರಹಿಸಬಲ್ಲೆ... ದೃಶ್ಯ, ಶ್ರವ್ಯ, ಸ್ಪರ್ಶ, ಘ್ರಾಣ, ರುಚಿಗಳಿಗೆ ನಿಲುಕದ್ದನ್ನು ಹೇಳುವುದಾದರೂ ಹೇಗೆ?

ಅರಿಯೆ!

ಇರಲಿ... ಹೆಚ್ಚೇನೂ ಉತ್ಪ್ರೇಕ್ಷಿಸದೆ ಕಂಡಿದ್ದಾಡುವುದಾದರೆ, ಎತ್ತರದ ಗೋಡೆಯಿಂದ ಸುತ್ತುವರೆದ ಆ ಉನ್ನತ ಭೂಮಿಯಲ್ಲಿ- ನನಗೆ ಮತ್ತು ಮಾತಂಗಿಗೆ, ಆಕಾಶದಲ್ಲಿ ಇನ್ನೂರಿಪ್ಪತ್ತು ಅಡಿಗಳಷ್ಟು ಉದ್ದಕ್ಕೆ ಉದ್ದಂಡವಾಗಿ ನಿಂತ ಜಗನ್ನಾಥ ದೇವರ ಶಿಖರ ಕಂಡುಬಂತು. ಶಿಖರವೆಂದರೆ ನಿಜಕ್ಕೂ ಶಿಖರವೇ ಸರಿ! ಬದಿಯಲ್ಲಿ ನಿಂತರೆ ನನಗಿಂತ ಮೂವ್ವತ್ತೈದು ನಲವತ್ತು ಪಟ್ಟು ಎತ್ತರ! ತಂಜಾವೂರಿನಲ್ಲಿರುವ 'ಪೆರಿಯ ಕೊಇಲ್'ನಷ್ಟೇ ಸರಿಸುಮಾರು ಅಳತೆ! ಎಂಟು ನೂರು ವರ್ಷಗಳ ಹಿಂದೆ, ಅಂದರೆ ಇದನ್ನು ಕಟ್ಟಿದ ಕಾಲಕ್ಕೆ- ಇಷ್ಟು ಎತ್ತರವಾದ ಮನುಷ್ಯನಿರ್ಮಿತ ಸಂಗತಿಯೇ ಇಡೀ ಭರತಖಂಡದಲ್ಲಿ ಇದ್ದಿರಲಿಲ್ಲವಂತೆ... ಹಾಗೇ, ಈ ಶಿಖರದ ನೆರಳು ಈವರೆಗೆ ನೆಲಮುಟ್ಟಿಲ್ಲವಂತೆ... ಇದನ್ನು ನೋಡಲಿಕ್ಕೆಂದೇ ಬ್ರಹ್ಮದೇವರು ಆಕಾಶದಿಂದ ಕೆಳಗಿಳಿದು ಬಂದನಂತೆ... ಆಹಾ... ಏನೇನೆಲ್ಲ ಹಾಳುಮೂಳು ಐತಿಹ್ಯ!

ಇನ್ನುಳಿದಂತೆ, ಆ ಆವರಣದೊಳಗೂ- ಮಂದಿರದ ಹೊರಗೆ ಕಂಡಷ್ಟೇ ಮಂದಿಯಿದ್ದು ಎಲ್ಲೆಲ್ಲೂ ಮುಸುರಿಕೊಂಡಿದ್ದರು. ಸುರಿಯುತ್ತಲೇ ಇದ್ದ ಮಳೆಯನ್ನು ಲೆಕ್ಕಿಸದೆ ಒಬ್ಬರಿಗೊಬ್ಬರು ಮುಗಿಬಿದ್ದು ನಿಂತಿದ್ದರು. ಎಲ್ಲರೊಳಗೂ, ಏನಾದರೂ ಸೈ- ಜಗನ್ನಾಥಕೃಷ್ಣನನ್ನು ಕಾಣಲೇಬೇಕೆನ್ನುವ ಉಮೇದು. ಹೆಬ್ಬಯಕೆ ಅನ್ನುತ್ತಾರಲ್ಲ ಅಂತಹ ಹಂಬಲ!

ಇನ್ನು, ನಾವು ನಿಂತಿದ್ದಾದರೂ ಅವೊತ್ತಿನ ಕಟ್ಟಕಡೆಯ ದರ್ಶನಕ್ಕೆ. ತಪ್ಪಿತಾದರೆ, ಮುಂದಿನ ಹತ್ತು ದಿವಸಗಳ ಕಾಲ ಕೃಷ್ಣದೇವರು ಗುಡಿಯೊಳಗಿನ ಪ್ರಶಸ್ತ ಪ್ರಸಕ್ತ ವೈಭವದಲ್ಲಿ ಕಾಣಸಿಗುವುದಿಲ್ಲ! ರಥಬೀದಿಯಲ್ಲಿ ಸಾರ್ವಜನಿಕವಾಗಿ ತೆರೆದುನಿಂತು, ಬಿಸಿಲು ಮಳೆ ಗಾಳಿಯಿತ್ಯಾದಿ ಎಲಿಮೆಂಟುಗಳಿಗೆ ಮೈಯೊಡ್ಡಿ, ಗೋಡೆ-ಸೂರುಗಳ ಮನೆಯಿಲ್ಲದೆ, ಏರಿದ ತೇರಿನೊಳಗೇ ಇದ್ದುಬಿಡುತ್ತಾನೆ. ದಿನಗಟ್ಟಲೆ ಪಯಣಿಸುವ ರೇಲಿನಲ್ಲಿನ ಮಂದಿಯ ಹಾಗೆ- ವಾಹನದೊಳಗೇ ತಂಗಿಬಿಡುತ್ತಾನೆ. ಎಂತಲೇ, ಸರಿಹೊತ್ತಾದರೂ ಸರಿಯೇ, ಗುಡಿಯೊಳಗೇ ಕಂಡೇವೆಂದು ಈ ಪಾಟಿ ಮಂದಿ!

ನಮ್ಮ ಕಣ್ಣೆದುರಿನಲ್ಲಿ ಕಡಿಮೆಯೆಂದರೂ ಸಾವಿರ ಸಾವಿರಕ್ಕೂ ಹೆಚ್ಚು ಜನರಿದ್ದರು.

ಕದಡಿದ ಜೇನುಹುಟ್ಟಿನ ಹಾಗೆ, ಕಂಡಾಪಟ್ಟೆ ಕೆರಳಿ ಚೆಲ್ಲಾಪಿಲ್ಲಿ ಚದುರಿಕೊಂಡಿದ್ದರು! ಹತೋಟಿಯಿಲ್ಲದ ಜೇನ್ನೊಣಗಳಂತೆಯೇ ಗುಂಯ್ಞ್-ಗುಂಯ್ಞ್‌ಗುಡುತ್ತ, ಕಂಡಕಂಡಲ್ಲೆಲ್ಲ ಯೆರ್ರಾಬಿರ್ರಿ ಭ್ರಮಿಸುವರು. ಅಂತಿಂತಲ್ಲದ ಅರಾಜಕತೆ! ಜಗನ್ನಾಥನ ಬದಿಯಲ್ಲೇ ಈ ಜಗವನ್ನಾಳುವಾತ ಮರಗಟ್ಟಿಹೋದನೆ... ಎಂಬಷ್ಟು ಅವ್ಯವಸ್ಥೆ!

ಹ್ಞೂಂ... ಮಂದಿ ಮಂದಿ ಮಂದಿ... ಎಲ್ಲೆಲ್ಲೂ ಅವರೇ... ಮೊದಲ ಮಳೆ ಬಿದ್ದಿದ್ದೇ ಸರಕ್ಕನೆ ನೆಲದಿಂದೆದ್ದ ಹುಳುಗಳ ಹಾಗೆ ಎಲ್ಲೆಲ್ಲೂ ಅವರೇ... ಅಲ್ಲಿ-ಇಲ್ಲಿಯೆಂಬ ವ್ಯತ್ಯಯವೇ ಇಲ್ಲದಷ್ಟು ಅವರೇ... ಹಿಂದೆಮುಂದೆ ಇದ್ದು, ಮುಂದೆಹಿಂದೆ ಬಿದ್ದು... ತಾಕಿದರೆ ಎಡರಿ, ಎಡವಿದರೆ ತೊಡರಿ... ಮುಟ್ಟಿದರೆ ಮುನಿದು, ಮೆಟ್ಟಿದರೆ ಸಿಡಿದು... ಸದ್ಯದ ಗುರಿಯಷ್ಟೂ ಕೃಷ್ಣ ಜಗನ್ನಾಥನಷ್ಟೇ ಎಂಬಂತೆ- ಎತ್ತ ಕಂಡೇನು... ಎಂದು ಕಂಡೇನು... ಎಂತು ಕಂಡೇನು... ಎಂದೆಲ್ಲ ತರಾತುರಿ ತಾಳುತ್ತ, ಅದಿಬದಿಯನ್ನು ನೂಕುತ್ತ, ಅದಿಬದಿಗೆ ನುಗ್ಗುತ್ತ... ಕೃಷ್ಣಪ್ರಜ್ಞೆಯೆದುರು ಇನ್ನು ಮತಿಯೇ ಇಲ್ಲವೆಂದು, ಅವನ ಒಂದೇ ಒಂದು ನೋಟಕ್ಕಾಗಿ ಹಾತೊರೆಯುತ್ತ... ಅಂಡಲೆಯುವಷ್ಟು ಮಂದಿ ಮಂದಿ ಮಂದಿ!

ಹುಹ್ಞ್... ದೃಷ್ಟಿಯೂ ಸೌಭಾಗ್ಯವೆನಿಸುವ ಪರಿಯಲ್ಲವೇ ಇದು?

ಇಂತಹ ಜನವೇ ಜನವಿದ್ದ ತುರ್ತುಪರಿಸ್ಥಿತಿಯೊಳಕ್ಕೆ ನಾನು ಮತ್ತು ಮಾತಂಗಿ- ನೂಕಿಕೊಳ್ಳುವಾಗ, ನನ್ನ ಕೈವಾಚಿನಲ್ಲಿ ಸರಿಯಾಗಿ ಎರಡು ಗಂಟೆ ಹನ್ನೆರಡು ನಿಮಿಷ ಮತ್ತು ನಲವತ್ತೆರಡು ಸೆಕೆಂಡುಗಳು! ಅಂದರೆ ಕೃಷ್ಣದರ್ಶನಕ್ಕಾಗಿ ನಮ್ಮಲ್ಲಿದ್ದುದು- ಬರೇ ನಲವತ್ತೇಳು ಮಿನಿಟು, ಹದಿನೆಂಟು ಸೆಕೆಂಡುಗಳ ಗಡುವು!

ಇನ್ನು ಕೆಲಹಿಂದೆ, ಕಾಷ್ಠಹರಿಯನ್ನು ಕಾಣುವ ಗಳಿಗೆ ಬಂದೇಬಿಟ್ಟಿತು ಅಂದೆನಲ್ಲ- ಅದೆಷ್ಟು ಸುಳ್ಳೆಂದು, ಈ ಸಾವಿರಾರು ಜನರ ಮಧ್ಯೆ ನಾನು ವಾಚು ನೋಡಿಕೊಳ್ಳುವಾಗ ಅನಿಸದಿರಲಿಲ್ಲ!

38

'ಐಳ... ಈಗೇನು ಮಾಡೋದೋ?' ಮಾತಂಗಿ ಭಾರೀ ಕಂಗಾಲಾಗಿ, ಮೂರನೆಯ ಸಲ ಕೇಳಿದಳು.

ಜಗನ್ನಾಥ-ಶಿಖರದ ನೆತ್ತಿಯ ತುತ್ತತುದಿಯಲ್ಲಿ ನೆಟ್ಟು- ಶಿಖರವನ್ನು ಮತ್ತಷ್ಟು ಎತ್ತರಿಸುವ 'ನೀಲವರ್ತುಲ'ವೆಂಬ ಲೋಹದ ಚಕ್ರವನ್ನೂ, ಅದಕ್ಕಿಂತ ಎತ್ತರಕ್ಕೆ ಹಾರುವ 'ಪತಿತಪಾವಕ'ವೆಂಬ ಬಾವುಟವನ್ನೂ ದಿಟ್ಟಿಸಿಕೊಂಡು, ಮೈಯಿರಲಿ, ಮನಸೂ ಮರೆತುಕೊಂಡಿದ್ದ ನನಗೆ- ಮಾತಂಗಿಯ ಮಾತು ಕೇಳಿಸಲೇ ಇಲ್ಲ.

ಈ ಮೂರನೇ ಸರ್ತಿ, ಅನಾಮತ್ತನೆ ಧ್ಯಾನಭಂಗಗೊಂಡವನಂತೆ– 'ಏನಂದೀ?' ಎಂದು ಕೇಳಿದೆ.

'ಹುಹ್ಹ್... ಇನ್ನೂ ಒಂದು ಸಲ ಕೇಳುತೀನಿ... ಇದು ನಾಲ್ಕನೇ ಸಲ ಕೇಳುತಾ ಇರೋದು... ಈಗೇನು ಮಾಡೋದು ಹೇಳು!' ಎಂದು, ನೇರವಾಗಿ ಕಿವಿಯಲ್ಲಿ ಅರಚಿದಳು.

'ಇರು ಇರು... ಏನಾದರೂ ಮಾಡೋಣ...' ಎಂದು ಹೇಳಿದ ಮೇಲಷ್ಟೇ, ನನಗೆ, ಎದುರಿಗಿದ್ದ ಜನಪರಿಸ್ಥಿತಿಯ ತುರ್ತುಸಂದಿಗ್ಧದ ಅರ್ಥವಾಗಿದ್ದು! ಹುಣ್ಣಿಮೆಯ ರಾತ್ರಿಯಲ್ಲಿ ಜಡಿಮಳೆಗೀಡಾದ ಕಡಲಿನೋಪಾದಿಯ ಸಂದರ್ಭ ಅದು! ಹೆಗ್ಗಡಲಿನಷ್ಟೇ ಮಂದಿ; ಅಷ್ಟೇ ಯಾತಕ್ಕೂ ಎಡೆಗೊಡದ ಜಡಿಮಳೆ!

ಆಗಲೇ ನಾನು ನನ್ನ ಕೈವಾಚು ನೋಡಿಕೊಂಡಿದ್ದು... ನನಗೆ ಸಮಯ–ಸಂದರ್ಭದ ಕೆಟ್ಟ ಅರಿವುಂಟಾಗಿದ್ದು!

ಹೌದು. ಕಡಲೇ ಉಮ್ಮಳಿಸಿತೆಂಬಂತೆ, ಎಲ್ಲೆಲ್ಲಿಂದಲೂ ನುಗ್ಗಿನೂಕುವ ಮಂದಿಯನ್ನು ನೋಡಿ– ಇನ್ನು ದರ್ಶನ ಅಸಾಧ್ಯವೆಂದು, ನನ್ನೊಳಗೆ ಒತ್ತರಿಸಿ ಅನ್ನಿಸಿಬಂತು. ಅಲ್ಲದೆ ಮಳೆ ಕಡಿಮೆಗೊಳ್ಳುವ ಯಾವ ಸೂಚನೆಯೂ ಕಾಣಿಸಲಿಲ್ಲ. ಏನೂ ತೋಚದೆ ಸುಮ್ಮನಿರುವಾಗ, 'ಏನೋ ಮಾಡೋದು?' ಎಂದು ಮಾತಂಗಿ ಮತ್ತೊಮ್ಮೆ ಕೇಳಿದಳು.

'ಆ ಜಗನ್ನಾಥನೇ ದಾರಿ ತೋರಿಸಬೇಕು ಅಷ್ಟೇ...'

'ದೇವರ ದರ್ಶನವಿಲ್ಲದೆ ನಾನು ವಾಪಸಾಗೋಳಲ್ಲ... ಅದು ನನಗೆ ಬಹಳ ಬಹಳ ಮುಖ್ಯ...' ಮಾತಂಗಿ ಪಟ್ಟುಹಿಡಿದು ಹೇಳಿದಳು. 'ಜಸ್ಟ್ ಥಿಂಕ್... ಏನಾದರೂ ಮಾಡು...'

'ಒಂದು ಕೆಲಸ ಮಾಡೋಣವಾ?' ನಾಟಕೀಯವಾಗಿ ಹೇಳಿದೆ. 'ಕರಿರಾಜ ಕಷ್ಟದೊಳು ಆದಿಮೂಲ ಎಂದು– ಕರೆಯಲಾಕ್ಷಣ ಬಂದು ಒದಗಿದೆಯೋ ನರಹರಿಯೇ...' ಎಂದು ಹಾಡತೊಡಗಿದೆ.

'ಹುಹ್ಹ್... ಏನೋ ನೀನು? ಏನಾದರೂ ಮಾಡೋ ಅಂತಂದರೆ...'

'ಸಮಯಾಸಮಯವುಂಟೇ ಭಕ್ತವತ್ಸಲ ನಿನಗೆ– ಅಂತ ಹಾಡೋಣವಾ?' ಎಂದು ನಗುತ್ತ ಹೇಳಿ, 'ಸೀರಿಯಸ್‌ಲೀ... ಐ ಮೀನ್ ಇಟ್... ಐ ಮೀನ್ ದಟ್ಸ್ ದಿ ಓನ್ಲೀ ವೇ!' ಎಂದು ಗಂಭೀರವಾಗಿ ಹೇಳಿದೆ.

'ಸರಿ... ನೀನು ಇಲ್ಲೇ ನಿಂತುಕೊಂಡು ಹಾಡಿಕೋ... ನಾನೇ ಏನಾದರೂ ಮಾಡುತೀನಿ...' ಅನ್ನುತ್ತ ಮಾತಂಗಿ ಹೊರಟೇಬಿಟ್ಟಳು. ಹೊರಟಳೆಂದರೆ ಹೊರಟೇಬಿಟ್ಟಳೆಂದೇನಲ್ಲ. ಅಸಂಖ್ಯಾತ ಜನಗಣದೊಳಗೆ ತಾನೊಬ್ಬಳೇ

ನುಸುಳಹೊಂಚುತ್ತ, ಥೇಟು ಝಾಂಸಿಯ ರಾಣಿಯ ಹಾಗೆ– ವೈರಿಸೈನ್ಯದ ಪದಾತಿಗಣದ ಮೇಲೆ ಒಮ್ಮಿಂದೊಮ್ಮೆ ಧುಮುಕುವಷ್ಟು ರೋಷ ತಾಳಿ ಅಣಿಗೊಂಡಳು... ಇನ್ನೇನು ನುಗ್ಗಬೇಕು ಅನಿಸುವಷ್ಟರಲ್ಲಿ ಅವನು ಬಂದೇ ಬಿಟ್ಟ!

ಅವನೇ! ಅವನೇ!

ಅಂದರೆ ಅವನೇ... ಆ ಕಮಲಾಕ್ಷ ಕೇಶವನೇ!

ಆತನೊಬ್ಬ 'ಪಂಡಾ' ಬ್ರಾಹ್ಮಣ. ಮೊದಲು ಸಿಕ್ಕಿದ್ದನಲ್ಲ, ಕೌಶಿಕ ಮಹೋಪಾತ್ರ– ಅವನದೇ ಜಾತಿಪಂಥದ ಮನುಷ್ಯ. ಹಾಗೆಯೇ ವೇಷ ತೊಟ್ಟಿದ್ದ. ಅಂತೆಯೇ ಕಚ್ಚೆ ಕಟ್ಟಿದ್ದ. ಹೊಕ್ಕೊಳಿನ ಕೆಳಗೆ ಮತ್ತು ಮಂಡಿಗಿಂತಲೂ ಎಷ್ಟೋ ಮೇಲೆ– ಇಷ್ಟೇ ಮೈಕವಿಯುವ ಧೋತರದಲ್ಲಿದ್ದ. ಮೈಯೆಲ್ಲ ಒದ್ದೆ. ಮುಡಿಯಿಂದ ತೊಟ್ಟಿಕ್ಕುವ ನೀರು... ಪಂಚೆ ಸಹ ನೆನೆದು ತೊಪ್ಪೆ. ನನ್ನ ಮೊರೆ ಕೇಳಿಸಿಕೊಂಡ ದೇವರಂತೆಯೇ ನಮ್ಮತ್ತ ನಡೆದುಬಂದ. ಮಹಾಶಯನಿಗೆ ಸರಿಸುಮಾರು ನನ್ನ ವಯಸ್ಸೇನೋ.

'ದರ್ಶನ್ ಹೋನಾ ಹೇ, ಕ್ಯಾ?' ಎಂದು ಕೇಳಿದ.

'ಹ್ಞಾಂ...' ಎಂದು ನಾನು ಹೇಳುತ್ತಿರುವ ಹಾಗೇ, ಇನ್ನೇನು ಸಂದಣಿಯಲ್ಲಿ ಸಂದುವುದೇ ಸೈಯೆಂದು ಸಜ್ಜಾಗಿದ್ದ ಮಾತಂಗಿ– ಒಮ್ಮೆಗೇ ತಡೆದುನಿಂತು, 'ಕಿತನಾ ಚಾಹೀಯೇ?' ಎಂದು ಸೀದಾ ಕೇಳಿಯೇಬಿಟ್ಟಳು!

ನನಗೋ, ಏನು ನಡೆಯುತ್ತಿದೆಯೆಂದು ಫಕ್ಕನೆ ಅರ್ಥವಾಗಲಿಲ್ಲ.

ದುಡ್ಡಿಗೆ ಮೈ–ವ್ಯವಹಾರ ಕೈಕೊಳ್ಳುವವರು, ಮಾತು–ಪೀಠಿಕೆಯಿಲ್ಲದೆ, ನೇರ ಪಾಇಂಟಿಗಿಳಿಯುತ್ತಾರಲ್ಲ, ಥೇಟು ಹಾಗೇ!

'ಕಿತನಾ ದೇ ಸಕೋಗೇ, ಗುಡಿಯಾ?' ಪಂಡಾ ಬ್ರಾಹ್ಮಣ ವಾಪಸು ಕೇಳಿದ.

ನನಗೆ, ಇಡೀ ಸನ್ನಿವೇಶವೇ ಒಂದು ವ್ಯಾಪಾರವೆಂದು ಅಷ್ಟಿಷ್ಟಾಗಿ ಅರಿವಿಗೆ ಬಂತು. ದೇವರ ಬದಿಯಲ್ಲಿ ಈ ಪರಿ ದಂಧೆಯೇ? ವಿಚಿತ್ರವೆನ್ನಿಸಿತು. ಮಳೆ, ಹೊಳೆ, ಈ ಪಾಟಿ ಜನ... ಅಬ್ಬರ... ಉಬ್ಬರ... ಉಬ್ಬಸ... ಏದುಸಿರು... ನೂಕುನುಗ್ಗಲು... ಇಷ್ಟೆಲ್ಲ ಪಾರು ಮಾಡಿಕೊಂಡು ಬಂದು, ಜಗನ್ನಾಥನ ಮೇಲೊಂದು ದೃಷ್ಟಿ ಹಾಯಲಿಕ್ಕೂ ಹಣ ತೆರುವುದೇ? ಥತ್...

'ಆಪ್ ಬೋಲೋ...' ಮಾತಂಗಿ ನುರಿತ ಗ್ರಾಹಕಳ ಹಾಗೆ ಹೇಳಿದಳು.

'ದೋ ಹಜಾರ್...'

'ಅಹ್ಞ್... ನೈ ಚಾಹೀಯೇ...'

'ಆಪ್ ಬೋಲೋ...'

ಇಬ್ಬರ ನಡುವೆ ಈ ಪರಿ ವ್ಯವಹಾರ ನಡೆಯುತ್ತಿರುವಾಗ ನಾನು ಮೂಕಪ್ರೇಕ್ಷಕನಾಗಿ ನಿಂತೆ. ಏನೆಂದರೆ ಏನೂ ತೋಚಬರಲಿಲ್ಲ. ಪಂಡಾ, ಒಬ್ಬೊಬ್ಬರಿಗೆ ಒಂದೊಂದು

ಸಾವಿರವೆಂದು ಸುರುಮಾಡಿ, ಐನೂರು ಕಡಿಮೆ ಮಾಡಿಯೇನೆಂದು ವಾದಿಸಿ– ಮಾತಂಗಿಯನ್ನು ಒಪ್ಪಿಸಲು ಹವಣಿಸಿದ. ಇವಳು ಸುತರಾಂ ಒಪ್ಪದೆ, ಒಂದು ಸಾವಿರ ಅಂತಂದಳು. ಅವನು ನೂರಿನ್ನೂರು ಹೆಚ್ಚು ಕೊಡೆಂದು ಪುಸಲಾಯಿಸಿದ. ಇವಳು ಪಟ್ಟುಬಿಡದೆ, ಸಾವಿರಕ್ಕೂ ಒಂದು ಪೈಸೆ ಹೆಚ್ಚಿಲ್ಲವೆಂದು ಖಡಕ್ಕನೆ ಹೇಳಿದಳು. ಇಷ್ಟೆಲ್ಲ ಚೌಕಾಸಿಯ ಬಳಿಕ ಪಂಡಾ ಒಪ್ಪಿಕೊಂಡ. ಒಂದೇ ಒಂದು ಝಲಕುನೋಟಕ್ಕೆಂದು, ಬ್ರಾಹ್ಮಣನಾದವನು, ಜಗದ್ಧಾರಕ ಜಗನ್ನಾಥನನ್ನೇ ಮಾರಿದ್ದು ಅಜೀಬನ್ನಿಸಿತು! ಇವಳೂ ಸಾವಿರ ದುಡ್ಡಿಗೆ ಎರಡು 'ನೋಟ'ಗಳನ್ನು ಕೊಂಡಳೆಂಬುದೂ ಅಷ್ಟೇ ವಿಚಿತ್ರವಿದ್ದಿತು!

ಇಷ್ಟೆಲ್ಲ ಮಾತುಕತೆಯ ಬಳಿಕ– 'ಐನೂರು ರೂಪಾಯಿ ಈಗ ಕೊಡಿ... ಉಳಿದಿದ್ದು ದರ್ಶನ ನಂತರ...' ಎಂದು ಪಂಡಾ ಹೇಳಿದಾಗ, ಮಾತಂಗಿ ಇದ್ದಕ್ಕಿದ್ದಂತೆ, 'ಓಹ್ ಶಿಟ್ಟ್!' ಎಂದು ಹೇಳಿಬಿಡುವುದೇ? ಹೇಳಿ ತಲೆ ಚಚ್ಚಿಕೊಳ್ಳುವುದೇ?

ನನ್ನ ಹಾಗೇ ಪಂಡಾನೂ ಆಶ್ಚರ್ಯಕ್ಕೀಡಾದ.

'ಐಳ... ನಾನು ಪರ್ಸೇ ತಂದಿಲ್ಲವಲ್ಲೋ... ನಿನ್ನ ಹತ್ತಿರ ದುಡ್ಡಿದೆಯಾ?'

ಮಾತಂಗಿಯ ಈ ಮಾತಿಗೆ ಏನು ಹೇಳುವುದಂತಲೇ ತಿಳಿಯಲಿಲ್ಲ!

ಒಮ್ಮೆಗೇ ಎರಗುವಂತೆದ್ದ ಸಿಟ್ಟನ್ನೂ ಮಾತನ್ನೂ ಒತ್ತರಿಸಿ ತಡೆದು, ಕಿಸೆಗೆ ಕೈಯಿಕ್ಕಿ– ವಾಲೆಟು ತೆಗೆದೆ. ನನ್ನ ಜೇಬಿನ ಸ್ಥಿತಿಗತಿಯೇನೆಂದು ನನಗೆ ಗೊತ್ತೇ ಇತ್ತು. ದಿನಕ್ಕೆ ಸಾವಿರ ದುಡ್ಡಿಗೂ ಹೆಚ್ಚು ಖರ್ಚು ಮಾಡೆನೆಂದು ಎಣಿಸಿಕೊಂಡಿದ್ದೆನಲ್ಲ, ಈ ಜಗನ್ನಾಥನ ಸನ್ನಿಧಿಯಲ್ಲಿ... ಥುತ್... ನನ್ನ ಸುತ್ತಲೂ ಹಬ್ಬಿರುವ 'ಮಾತಂಗೀ'ಕ್ಷೇತ್ರದಲ್ಲಿ– ಅವೊತ್ತು, ಹತ್ತಿರ ಹತ್ತಿರ ಎಂಟೊಂಬತ್ತು ಸಾವಿರ ಪೋಲಾಗಿತ್ತು! ನಾನು ದುಡ್ಡಿನ ವಿಷಯದಲ್ಲಿ ಯಾವೊತ್ತೂ ಸ್ವಲ್ಪ ಬೇಜವಾಬ್ದಾರಿಯ ಆಸಾಮಿ. ವಾಲೆಟಿನೊಳಗಿರುವುದನ್ನು ಎಣಿಸುವುದೇ ಕಡಿಮೆ... ಸುಮ್ಮನೆ ಖರ್ಚಾಗುತ್ತದೆಂದು ಐನೂರು ರೂಪಾಯಿಗೂ ಹೆಚ್ಚು 'ಡ್ರಾ' ಮಾಡುವುದಿಲ್ಲ... ಹೀಗಾಗಿ, ನನ್ನ ಬಳಿ ದುಡ್ಡಿಲ್ಲವೆಂದು ನನಗೆ ಗೊತ್ತಿತ್ತು. ಚೆನ್ನಾಗಿಯೇ ಗೊತ್ತಿತ್ತು!

'ನನ್ನ ಹತ್ತಿರನೂ ಅಷ್ಟು ದುಡ್ಡಿರಲಿಕ್ಕಿಲ್ಲ... ನೋಡುತೀನಿರು...' ಅನ್ನುತ್ತ ವಾಲೆಟು ತೆರೆದೆ. ನೂರರ ಐದು ಬಂಧಗಳಷ್ಟೇ ಇದ್ದವು. ವಾಲೆಟಿನ ಸಂದುಗೊಂದನ್ನೆಲ್ಲ ತಡಕಿದ ಮೇಲೆ ಇನ್ನೂ ಒಂದೆಂಬತ್ತು ರೂಪಾಯಿಯಷ್ಟು ಪುಡಿಗಾಸು ಒದಗಿತು.

ಮಾತಂಗಿಯಂತೂ ಇನ್ನಿರದ ಕಕ್ಕಾವಿಕ್ಕಿ ತಾಳಿದಳು.

ಪಂಡಾನೂ ಕಸಿವಿಸಿಗೊಂಡಿದ್ದ. ನಮ್ಮಿಬ್ಬರ ಬದಲಿಗೆ ಬೇರೆ ಕುಳಗಳನ್ನು ಹಿಡಿದಿದ್ದರೆ ಕಮಾಯಿ ಚೆನ್ನಿರುತ್ತಿತ್ತೆಂದು– ಮನಸೊಳಗೇ ಪೇಚಾಡಿಕೊಂಡನೇನೋ... ಸುಖಾಸುಮ್ಮನೆ ಹದಿನೈದು ಮಿನಿಟು ಪೋಲಾದವೆಂದು ಎಣಿಸಿರಲಿಕ್ಕೆ ಸಾಕು!

ಈ ಪರಿ ಪೇಚಾಟದ ನಡುವೆಯೂ ಸೋಲಲೊಲ್ಲದ ಲಾಲಚೀಚರ್ಯೆಯನ್ನು ತಾಳಿ ನಿಂತ!

'ಬೇಡ ಬಿಡಿ...' ಎಂದು ಒಂದು ಹೆಜ್ಜೆಯಷ್ಟು ಬೆನ್ನು ಹಿಂದಿಕ್ಕಿದವನಿಗೆ– ಏನಾಯಿತೋ ಏನೋ, ತಕ್ಷಣ ವಾಪಸು ತಿರುಗಿ, 'ಠೀಕ್ ಹೇ ಆವೋ...' ಅಂತಂದು, ಒಮ್ಮೆಗೇ, ನನ್ನಲ್ಲಿದ್ದ ಅಷ್ಟೂ ದುಡ್ಡನ್ನು ಕಸಿದುಕೊಂಡು, ತನ್ನ ಕಚ್ಚೆಪಂಚೆಯ ಸೊಂಟವನ್ನು ಬಿಗಿಯುವಲ್ಲಿ– ಬಂಧಗೊಳಿಸಿ ಕಟ್ಟಿಕೊಂಡ.

'ಅಷ್ಟೂ ದುಡ್ಡು ಈಗಲೇ ಕಿತ್ತಿಟ್ಟುಕೊಂಡನಲ್ಲೋ!' ಎಂದು ಮಾತಂಗಿ, ಸಣ್ಣಗೆ ಕನ್ನಡದಲ್ಲಿ ಒರಲಿಕೊಳ್ಳುವಾಗ– ಆ ಮಾತು ಅರ್ಥವಾಯಿತೆಂಬಂತೆ, ಪಂಡಾ– 'ಹೌದು ಮತ್ತೆ... ಈ ನುಗ್ಗಲಿನಲ್ಲಿ ನೀವು ಕೈತಪ್ಪಿಹೋದರೆ ಬಡ ಬ್ರಾಹ್ಮಣ ನಾನು, ಏನು ಮಾಡಲಿ?' ಎಂದು ಹಿಂದಿಯಲ್ಲಿ ಬಡಬಡನೆ ಕೇಳಿದ.

'ನೀವೇ ನಮ್ಮ ಕೈಬಿಟ್ಟು ಹೋದರೆ ಏನು ಮಾಡೋದು?' ಎಂದು ಮಾತಂಗಿ ಮಾತು ಬೆಳೆಸುವಾಗ– ನಾನು, 'ಶ್ಯ್...' ಅಂತಂದು ಗದರಿದೆ. ಆ ಕ್ಷಣಕ್ಕೆ ತೆಪ್ಪಗಾದಳು.

ಜಗನ್ನಾಥನ ಮಂದಿರಕ್ಕೆ, ಸಾಮಾನ್ಯವಾಗಿ ಎಲ್ಲ ಪುರಾತನ ದೇಗುಲಗಳಿರುವಂತೆಯೇ– ಪೂರ್ವಕ್ಕೆ ಮಹಾದ್ವಾರವಿದ್ದಿತು. ಆಚೀಚೆ ಅಂದರೆ ಉತ್ತರ ಮತ್ತು ದಕ್ಷಿಣ ದಿಕ್ಕುಗಳಲ್ಲಿ ಇನ್ನೆರಡು ದ್ವಾರಗಳು. ಮೊದಲಿನದು ಒಳಹೋಗಲಿಕ್ಕೆ, ಇನ್ನೆರಡು ಹೊರಬರಲಿಕ್ಕೆ. ಅಂದರೆ, ಗುಡಿಯನ್ನು– ಪೂರ್ವದಿಂದ ಹೊಕ್ಕು, ಉತ್ತರಕ್ಕೋ ದಕ್ಷಿಣಕ್ಕೋ ತೆರೆಯುವ ಮರಿಬಾಗಿಲುಗಳಿಂದ– ಹೊರಬರುವ ವಾಡಿಕೆ. ಎಲ್ಲ ದೇವಸ್ಥಾನಗಳಲ್ಲೂ ಇರುವ ಬಲು ಪುರಾತನ ರೂಢಿ.

ಪಂಡಾ ನಮ್ಮನ್ನು ಎದುರುಗೊಂಡ ಸುಮಾರಿನಲ್ಲಿ, ನಾನು ಮತ್ತು ಮಾತಂಗಿ, ಪೂರ್ವ ದಿಕ್ಕಿನ ಮಹಾದ್ವಾರದ ಎದುರುನಿಂತು– ಒಳಹೋಗುವುದೆಂತೆಂದು, ಅಲ್ಲಿ ನೆರೆದ ಜನಸಂದಣಿಯ ನಡುವೆ ಲೆಕ್ಕ ಹಾಕಿಕೊಳ್ಳುತ್ತಿದ್ದೆವು. ಈ ಲೆಕ್ಕಾಚಾರದ ಮಧ್ಯೆ, ನಮಗೆ, ಒಳಗಿನ ಮಂದಿ ಆಚೀಚೆನಿಂದ ಹೊರಬರುವ ಮರಿದ್ವಾರಗಳಿಂದಲೇ– ನಾವು ನುಸುಳಿ ಒಳಹೋಗಬಹುದೆಂದು ಹೊಳೆಯಲೇ ಇಲ್ಲ. ಅಕಸ್ಮಾತ್ ಹೊಳೆದಿದ್ದರೂ, ನಾವು ಹಾಗೆ ಮಾಡುವ ಪರಿಸ್ಥಿತಿಯೂ ಇರಲಿಲ್ಲ. ಯಾಕೆಂದರೆ, ಈ ಕಿರುಬಾಗಿಲುಗಳಿಂದ ಯಾರೂ ಒಳನುಗ್ಗದ ಹಾಗೆ ತಡೆಯುವ– ಕಿರಾತಕರಂತಹ ಚೌಕೀದಾರರು, ಅಲ್ಲಿ ಕಾವಲು ನಿಂತಿದ್ದರು!

ನನ್ನ ಕೈಯಲ್ಲಿದ್ದ ಐನೂರೂ ಕೊಸರು ದುಡ್ಡು ಕಿತ್ತುಕೊಂಡ ಪಂಡಾ, 'ಮೇರೇ

ಸಾಥ್ ಆಯೀಯೋ... ಸಾಥ್ ಆಯೀಯೋ...' ಅನ್ನುತ್ತ, ನನ್ನ ಬಲಗೈ ಹಿಡಿದು- ಏಕ್‌ದಮ್ ಪಾಣಿಗ್ರಹಣ ಕೈಕೊಂಡ ಹಾಗೆ, ನನ್ನನ್ನು ಮುಂದೆ ಕರೆದೊಯ್ದ. ಮಾತಂಗಿ, ನನ್ನ ಎಡಗೈ ಹಿಡಿದುಕೊಂಡು ನಮ್ಮಿಬ್ಬರ ಜೊತೆಗೇ ನಡೆಯತೊಡಗಿದಳು. ಯಾವಾಗ ಪಂಡಾ ನಮ್ಮನ್ನು ದಕ್ಷಿಣ ದಿಕ್ಕಿಗೆ ಹೊರಳಿಸಿದನೋ, ಮಾತಂಗಿಗೆ ಅವನ ಪೂರ್ತಾ ಪ್ಲ್ಯಾನು ಅರ್ಥವಾಗಿಬಿಟ್ಟಿತು. 'ಲೋ.. ಇವನು ಖದೀಮ ಇದ್ದಾನೆ... ಕಳ್ಳದಾರಿ ಹಿಡಿಸುತಿದ್ದಾನೆ...' ಎಂದು ಮೆಲುದನಿಯಲ್ಲಿ ಹೇಳಿದಳು. 'ಹೀಗೆಲ್ಲಿ ಕರಕೊಂಡು ಹೊರಟಿರಿ?' ನಾನು ಪಂಡಾನನ್ನು ಕೇಳಿದೆ. 'ದುಡ್ಡಿಸಕೊಂಡಿದೀನಲ್ಲವಾ? ದರ್ಶನ ಮಾಡಿಸೋದು ನನ್ನ ಹೊಣೆ...' ಎಂದು ನನ್ನ ಕೈಬಿಡದೆಯೇ ಹೇಳಿದ.

'ಹಮೇ ದೂಸರಾ ರಾಸ್ತಾ ನೈ ಚಾಹಿಯೇ...' ಮಾತಂಗಿ ಗಡಸುದನಿ ಹಚ್ಚಿ ಹೇಳಿದಳು. 'ನಾವು ದೇವರನ್ನ ಈ ಬಾಗಿಲಿನಿಂದಲೇ ನೋಡಬೇಕು...' ಎಂದು ಹಠ ಹಿಡಿದಳು. ಪಂಡಾ ಪೀಕಲಾಟಕ್ಕೆ ಸಿಲುಕಿದ. ಅವನೇನೋ ಹೇಳಬಂದಾಗ, 'ಹಮ್ ಲೋಗ್ ಚೋರ್ ಹೇ, ಕ್ಯಾ? ನಮ್ಮನ್ನು ಇಲ್ಲಿಂದಲೇ ಕರಕೊಂಡು ಹೋಗಿ...' ಎಂದು ದಬಾಯಿಸಿದಳು.

ಪಂಡಾ ಹಣೆ ಚಚ್ಚಿಕೊಂಡ. ಬಳಿಕ ಸುಮ್ಮಗೇನೋ ಯೋಚಿಸಿ, ಏನೋ ಐಡಿಯಾ ತಂದುಕೊಂಡು, 'ಠೀಕ್ ಹೇ...' ಅಂತಂದ. 'ನೀವಿಬ್ಬರೂ ಇಲ್ಲೇ ಎರಡು ಮಿನಿಟು ನಿಂತುಕೊಳ್ಳಿ... ನಾನು ಅಡ್ಜಸ್ಟ್ ಮಾಡಿ ಬರುತೀನಿ...' ಎಂದು ಹೇಳಿ, ನಾವು ಕ್ರಮಿಸಿದ ಎರಡನೇ ದ್ವಾರದ ಬದಿಗಿನ ಗೋಡೆಯ ಪಕ್ಕದಲ್ಲಿ- ಹೆಚ್ಚೇನೂ ಮಂದಿಯಿರದ ಕೊಂಚ ಮಳೆನೆರಳಿರುವ ಕಡೆ, ನಮ್ಮಿಬ್ಬರನ್ನೂ ನಿಲ್ಲಹೇಳಿ ಹೊರಟ.

'ಆಪ್ ಪರ್ ವಿಶ್ವಾಸ ಕರೇ?' ಮಾತಂಗಿ ಮತ್ತೆ ಗುಮಾನಿಯ ಮಾತು ಹೇಳಿದಳು.

ಪಂಡಾ, ನನ್ನತ್ತಲೊಮ್ಮೆ ನೋಡಿ- ತುಂಟನ ಹಾಗೆ ನಕ್ಕು, ಮೆಲುದನಿಯಲ್ಲಿ, 'ನಿಮಗೆ ಗೊತ್ತಲ್ಲವಾ? ನಮ್ಮ ಧಣಿ ಜಗನ್ನಾಥಗಿಂತ ದೊಡ್ಡ ಕಳ್ಳ ಇದ್ದಾನೆಯೇ?' ಎಂದು ಮಾರ್ಮಿಕವಾಗಿ ನುಡಿದು, 'ಯಕೀನ್ ಕರೋ... ಅಭೀ ಆಯಾ!' ಎಂದು, ನಾವಿಬ್ಬರೂ ನಂಬುವ ಮಾತು ಹೇಳಿ ಸರಿದುಹೋದ.

'ಈ ಮನುಷ್ಯ ಒಂಥರಾ ಇಷ್ಟ ಆಗುತಾನಲ್ಲವಾ?' ಪಂಡಾ ನಮ್ಮತ್ತ ಬೆನ್ನಿಕ್ಕುತ್ತಲೇ ಮಾತಂಗಿ ಕೇಳಿದಳು.

'ಇಷ್ಟ ಆಗುತಾನೆ ಅಂದರೆ? ಚೆನ್ನಾಗಿದ್ದಾನೆ ಅಂತಾನಾ?' ಅನ್ನುತ್ತ ನಾನು ಕಣ್ಣು ಹೊಡೆದೆ.

ಅಸಲಿನಲ್ಲಿ, ಈ ಪಂಡಾ ಭಾರೀ ಲಕ್ಷಣವಂತ. ಜತನವಾಗಿ ತಿದ್ದಿ ತೆಗೆದ ಬೊಂಬೆಯ ಹಾಗಿದ್ದ. ಮೈ-ಬತ್ತಲೆಯನ್ನು ಥಾಳಾಗಿ ಕಾಣಗೊಡುವ ಚೋಟುಪಂಚೆಯಲ್ಲಿ ಬಹಳ ಚಂದ ಕಾಣುತ್ತಿದ್ದ... ಹ್ಞಾಂ... ಇನ್ನೊಂದು ಹೇಳುವುದು ಮರೆತೆ- ಅವನ

ತೋಳುಗಳು ಎದೆಯನ್ನು ಸಂಧಿಸುವಲ್ಲಿನ ಭುಜಗಳ ಮೇಲೆ, ಎರಡೂ ಕಡೆ– ಸೂಕ್ಷ್ಮ ಕುಸುರಿಯುಳ್ಳ ಅಂಗೈಯಗಲದ ಚಿತ್ರವಿದ್ದವು. ಭುಜಕೀರ್ತಿಯ ಹಾಗೆ ಹೆಗಲಿನಿಂದ ಮೊಣಕೈಯವರೆಗೆ ಹಬ್ಬಿಕೊಂಡಿದ್ದವು. ಎಂಥದೋ ದೈವಿಕ ಮೊಹರಿರಬೇಕು. ಅಥವಾ, ಹಚ್ಚೆಯೋ ಏನೋ, ಗಡಿಬಿಡಿಯಲ್ಲಿ ನಾನು ಸರಿಯಾಗಿ ಗಮನಿಸಲಿಲ್ಲ. ಐ ಮೀನ್, ಕುಸುರಿಯ ವಿವರವೇನೆಂದು ಗಹನವಾಗಿ ನೋಡಲಾಗಲಿಲ್ಲ. ಅವನು ಮರಳಿ ಬಂದಾಗ– ಅವುಗಳ ವಿಶೇಷವೇನೆಂದು ಕೇಳಬೇಕೆಂದುಕೊಂಡೆ.

'ಆಕ್ಚುಅಲೀ ಹೀ ಈಸ್ ಹ್ಯಾಂಡ್‌ಸಮ್...' ಮಾತಂಗಿ ಹೇಳಿದಳು.

'ಯು ಮೀನ್– ಯು ಫೈಂಡ್ ಹಿಮ್ ಹಾಟ್?'

'ಹುಹ್ಹ್...' ಎಂದು ಸರಕ್ಕನೆ ಹೇಳಿದಳು. 'ಐಳಾ... ನಿನ್ನ ಮನಸ್ಸು ಏನೇನೋ ಯೋಚನೆ ಮಾಡುತಿದೆ... ಅವನು ಇಷ್ಟ ಆಗುತಾನೆ ಅಂದಿದ್ದು– ಸುಮ್ಮನೆ... ಜೆನೆರಲ್ಲಾಗಿ... ಇಷ್ಟ ಆಗುತ್ತಲೇ ಕೂಡಾ ಮಲಗಬೇಕು ಅಂತಿದೆಯೇ?' ಅನ್ನುತ್ತ ನಕ್ಕಳು. ಹಿಂದೆಯೇ, 'ಹೌದು... ನೀನು ಅವನ ಭುಜದ ಮೇಲಿದ್ದ ಟ್ಯಾಟೂ ನೋಡಿದೆಯಾ? ಎಷ್ಟು ಅದ್ಭುತವಾಗಿತ್ತಲ್ಲವಾ?' ಎಂತಲೂ ಕೇಳಿದಳು.

'ಹ್ಞೂಂ... ನಾನೂ ಅದನ್ನೇ ಹೇಳೋಣ ಅಂತಿದ್ದೆ...'

'ಶಂಖ–ಚಕ್ರ ಅನಿಸುತ್ತೆ... ಹಣೆಯಲ್ಲಿ ಕೃಷ್ಣನಾಮ ಬೇರೆ ಇಟ್ಟುಕೊಂಡಿದ್ದಾನೆ. ನೋಡಲಿಕ್ಕೆ ಕೃಷ್ಣನೇ ಅನಿಸುತ್ತಾನೆ...'

ಮಾತಂಗಿ, ಪಂಡಾನನ್ನು ಈ ಪರಿ ಮೆಚ್ಚಿದ್ದು– ನನಗೇಕೋ ಇಷ್ಟವಾಗಲಿಲ್ಲ. ನಿಜಕ್ಕೂ ಕೆಟ್ಟದ್ದೆನಿಸಿತು. ಈಗಲಂತೂ, ಈ ಪಂಡಾ, ನನ್ನ ಮಟ್ಟಿಗೆ ಕಡು ದುಷ್ಟನಾಗಿ ತೋರಿಬಂದ! ಅಥವಾ, ನನ್ನದೇನು ಅಸಹನೆಯೋ, ಅಸೂಯೆಯೋ? ಯಾರಿಗೆ ಗೊತ್ತು? ಸಲ್ಲದ ಯೋಚನೆಯಾಯಿತು. ಹ್ಞೂಂ... ನಾನೂ ಸರಿಯೇ, ಸಂಜೆಯಷ್ಟೇ ಸಿಕ್ಕವಳನ್ನು ಈ ಪಾಟಿ ಹಚ್ಚಿಕೊಳ್ಳುವುದೇ... –ಅಂದುಕೊಂಡು, ವಾಪಸು ಜಾಡಿಗೆ ಬಂದೆ.

'ಇಷ್ಟು ಹೊತ್ತಿನ ತನಕ ನಾನು ನಿನ್ನ ರಾತ್ರಿಯ ಜೊತೆಗಾರ ಅಂತಿದ್ದೀ? ಡು ಯು ವಾಂಟ್ ಟು ಶಿಫ್ಟ್?' ಎಂದು ನಗುತ್ತಲೇ ಕೇಳಿದೆ.

'ಐಳಾ!' ಮಾತಂಗಿ ಮುನಿದು ಕಿರುಚಿದಳು. 'ನಾನು ಹೇಳಿದ್ದು ಹಾಗಲ್ಲ... ಇಟ್ ವಾಸ್ ಎನ್ ಅಸೆಕ್ಷುಅಲ್ ಕಮೆಂಟ್.. ಸುಮ್ಮನೆ ಒಂದು ಅಬ್ಸೊರ್ವೇಶನ್ ಅಷ್ಟೇ... ನೀನೇ ಏನೇನೋ ಅಂದುಕೋತಿದ್ದೀ!'

'ಸರಿ... ಹಾಗಾದರೆ ಇನ್ನೊಂದು ಕೇಳಲಾ?'

'ಕೇಳು...'

'ಸುಳ್ಳು ಹೇಳಲ್ಲ, ತಾನೇ?'

'ಕೇಳೋ... ಸತಾಯಿಸಬೇಡ...'

'ನಾನು ನಿನ್ನ ರಾತ್ರಿಯ ಜೊತೆಗಾರ ಅಂದಿದ್ದೂ ಇಷ್ಟೇ ಅಲೈಂಗಿಕವಾಗಿಯಾ?'

'ಥೂ ನಿನ್ನ!' ಎಂದು ದನಿಯೆತ್ತರಿಸಿ ಹೇಳಿದ ಮಾತಂಗಿ– ಅಷ್ಟೇ ಜೋರಾಗಿ ನಗುತ್ತ, ನನ್ನ ಗದ್ದ–ಗಲ್ಲವನ್ನು ಕವಿದ ಗಡ್ಡದ ತುದಿ ಹಿಡಿದು ಹಿಂಡಿದಳು. ಗಡ್ಡದಿಂದ ತೆರೆದ ನಲ್ಲಿಯ ಹಾಗೆ ನೀರು ತೊಟ್ಟಿಕ್ಕಿತು. ಮಾತಂಗಿ, ನನ್ನನ್ನೊಮ್ಮೆ ನೋಡಿ ನಾಚುತ್ತಲೇ ಬಾಚಿ ಅಪ್ಪಿಕೊಂಡಳು.

ಎರಡು ಥಂಡಿಮೈಗಳು ತಾಕಿ ಕಿಡಿ ಸಿಡಿಸಬಲ್ಲವೆಂದು, ಒಳಗುಡಿಯಲ್ಲಿನ ಕರಿಮರದ ಮುಸುಡಿಯಾಣೆ– ನನಗೆ ಗೊತ್ತಿರಲಿಲ್ಲ!

40

ಕಿಡಿ, ಕಿಚ್ಚೆಂದೆಲ್ಲ ಏನೇ ಉಪಮಿಸಿದರೂ– ಮಳೆಯಲ್ಲಿ ತೊಯ್ದಿದ್ದ ನಮ್ಮಿಬ್ಬರ ಮೈ–ನಡುಕವೇನೂ ಕಡಿಮೆಯಿರಲಿಲ್ಲ. ಮೈ ತಾಕುವಲ್ಲಿ ಕಿಚ್ಚುದಿಸಿತೆಂದಿದ್ದು ಮನಸೊಳಗಿನ ಅನಿಸಿಕೆಯೇ ಹೊರತು, ಹಕೀಕತು ಬೇರೆಯೇ ಇದ್ದಿತು!

ಮಳೆ ಮಾತ್ರ ಹೊಯ್ಯುತ್ತಲೇ ಇತ್ತು. ನೆಲದ ಮೇಲಿನ ಮನುಷ್ಯಮಂದಿ ಮಾಡಿದ ವರ್ಷಪೂರ್ತಿಯ ಕೊಳಕು ತೊಳೆದರಷ್ಟೇ ತೀರೇರುವೆನೆಂಬ– ಜಗನ್ನಾಥನದೇ ಅಪ್ಪಣೆಗೆಂಬಂತೆ, ಇಡೀ ರಾತ್ರ್ಯಾಕಾಶವು ಒಂದೇ ಸಮ ಚೆಲ್ಲಿಕೊಂಡೇ ಇತ್ತು! ನಡುನಡುವೆ, ಅನತಿ ದೂರದ ಕಡಲಿನ ಮೈತೀಡಿಕೊಂಡೇಳುವ ಗಾಳಿ– ಎಲ್ಲೆಲ್ಲಿಂದಲೋ ಬೀಸಿಬಂದು, ಸುರಿಯುವ ಈ ಮಳೆಯಾದರೂ ಅಷ್ಟೇ ಅನೂಹ್ಯವಾದ ಎರಚಲು ತಾಳಿ, ಎಲ್ಲೆಲ್ಲಿಂದಲೋ ಸಿಡಿಯುವುದು. ಕೆಲವೊಮ್ಮೆ ಕಡಲಿನಿಂದಲೇ ಉದಿಸಿ ಐತಂದ ಹೆದ್ದೆರೆಯ ಹಾಗೆ ಬಂದು ಮೈಕೈ ರಾಚುವುದು. ಇನ್ನು, ತೊಟ್ಟ ಬಟ್ಟೆಯನ್ನು ಕೈಗೆಟುಕುವಷ್ಟು ಸಿಕ್ಕಸಿಕ್ಕಲ್ಲಿ ಹಿಂಡುವಾಗ– ಒಂದಿಷ್ಟು ಒಣಗಿತೇನೋ ಅಂದುಕೊಂಡರೆ, ಆ ಅನಿಸಿಕೆಯೇ ವಿಭ್ರಮಿಸಿ, ಮತ್ತೊಮ್ಮೆ ಒದ್ದೆಯಾಗುವುದು. ಮತ್ತೆ ಮತ್ತೆ ಮೈಯೆಲ್ಲ ಅದುರದುರಿ ನಡುಗುವುದು.

ಈಗ, ನಾವು ನಿಂತ ಎಡೆಯು ಗುಡಿಯ ಪೂರ್ವದ್ವಾರದಿಂದ ಸ್ವಲ್ಪ ಉತ್ತರಕ್ಕಿತ್ತಾದ್ದರಿಂದ, ದೇವಾಲಯದ ಒಂದು ಇಡೀ ಪಾರ್ಶ್ವವು ಸ್ಥೂಲವಾಗಿ ಕಾಣತೊಡಗಿತು. ಜಗನ್ನಾಥ–ಶಿಖರದ ಗತ್ತಿನ ಎತ್ತರವು– ತನ್ನ ಕೆಳಗೆ, ನೆಲದ ಮೇಲೆ ಹುಳುಗಳಂತೆ ಹರಿದಾಡುವ ಸಾವಿರ ಸಾವಿರ ಮಂದಿಯನ್ನು, ಅಷ್ಟೇ ಏಕೆ ಗುಡಿಯ ಹೊರಗಿರುವ ಲಕ್ಷಗಟ್ಟಲೆ ಜನವನ್ನೂ ಕಣ್ಣಿಟ್ಟು ನೋಡತೊಡಗಿತ್ತೇನೋ... ಶಿಖರದ ಎದುರಿಗೆ, ಎತ್ತರದಲ್ಲಿ ಅದಕ್ಕಿಂತ ಕಡಿಮೆ ಕಡಿಮೆಯಾಗಿ ಎದ್ದುಕೊಳ್ಳುವ–

ಜಗಮೋಹನ, ನಟಮಂದಿರ, ಭೋಗಮಂದಿರವೆಂಬ ಇನ್ನೂ ಮೂರು ಕಟ್ಟಡಗಳು– ಒಂದನ್ನೊಂದು ಪೋಣಿಸಿಕೊಂಡ ಹೂವಿನ ದಂಡೆಯಷ್ಟು ಸುಂದರವಾಗಿ ತೋರಿದವು.

ಹತ್ತು ಎಕರೆ ವಿಸ್ತೀರ್ಣವುಳ್ಳ ಜಾಗವನ್ನು, ಅದರ ಮುಕ್ಕಾಲು ಉದ್ದಕ್ಕೆ ಹಬ್ಬಿರುವ ಕಟ್ಟಡವೊಂದನ್ನು– ಒಂದೇ ಕಣ್ಣಳತೆಯಲ್ಲಿ ನೋಡುವುದೇನು ಸುಲಭವೇ? ಸಾಧ್ಯವೇ? ಅಥವಾ, ಎಂಟು–ಹತ್ತು ನೂರು ವರ್ಷಗಳ ಪುರಾತನ ಕಾಲವೊಂದು, ನಮ್ಮೆದುರಿನ ವರ್ತಮಾನದುದ್ದಕ್ಕೂ ಮೈಚೆಲ್ಲಿಕೊಂಡು– ನೋಡಿಕೋ ಎಂದು ಮೈದೋರುವುದೇನು ಸಾಮಾನ್ಯವೇ? ನನಗಂತೂ ಕೆಲವೆಂಟು ಶತಮಾನಗಳಲ್ಲಿ ಹಿಂದಕ್ಕೂ ಮುಂದಕ್ಕೂ ಕುಪ್ಪಳಿಸಿದಂತಾಯಿತು!

ಇಡೀ ಕಟ್ಟಡದ ಮೇಲೆ ಫ್ಲಡ್–ಲೈಟುಗ್ಗಿದ್ದುದರಿಂದ, ಸುತ್ತಲಿನ ವಾತಾವರಣವೂ ಚಂದವೆನಿಸಿತು. ಹೀಗೆ ಚಂದವೆನಿಸಿದ್ದು, ನಿಜಕ್ಕೂ– ಕಟ್ಟಡದ ಉಬ್ಬುತಗ್ಗಿನ ಮೈಯೋ, ಮೇಲೆ ಚೆಲ್ಲಿದ್ದ ಬೆಳಕೋ... ಇಲ್ಲಾ, ಬೆಳಕು ಹುಟ್ಟಿಸುವ ನೆರಳೋ... ಎಂದು ಅನ್ನಿಸಿಬಂತು. ಅಲ್ಲದೆ, ಬೆಳ್ಳನೆ ಬೆಳಕಿನ ವಿದ್ಯುತ್ಪ್ರಭೆಯು– ಇಳಿಮಳೆಯ ಹನಿಗಳನ್ನೂ, ಕೋಲಂತಹ ಧಾರೆ–ಟಿಸಿಲುಗಳನ್ನೂ ಬೆಳಕಿನಿಂದಲೇ ಬೆಳಗಿ ತೊಳೆದುಕೊಂಡು– ಇಡೀ ಶಿಖರಕ್ಕೆ ಶಿಖರವೇ, ಒಂದು ಬೆಳ್ಳಂಬೆಳ್ಳಿಯ ಸನ್ನಿವೇಶದಲ್ಲಿ ಹೊಕ್ಕಂತನ್ನಿಸಿ ಕಂಡುಬಂತು!

'ಎಷ್ಟು ಚೆನ್ನಾಗಿದೆ ಅಲ್ಲವಾ? ಬಂದಿದ್ದು ಸಾರ್ಥಕವಾಯಿತು...' ಮಾತಂಗಿ ಹೇಳಿದಳು. 'ಹಾಳಾದವರು, ಫೋಟೋ ನಿಷೇಧಿಸಿದ್ದಾರಲ್ಲ...' ಎಂದು ದನಿ ತಗ್ಗಿಸಿ, ದೇವಾಲಯದ 'ಆಡಳಿತ'ವನ್ನೊಂದಿಷ್ಟು ಹಳಿದಳು. 'ಅಲ್ಲಿ ನೋಡು... ಅಲ್ಲೊಂದು ಬಾವುಟ ಹಾರುತಾ ಇದೆ ಅಲ್ಲವಾ? ಅದರ ಕೆಳಗೊಂದು ಚಕ್ರ ಬೇರೆ ಇದೆ!' ಆಶ್ಚರ್ಯಕ್ಕೀಡಾದಳು.

'ಆ ಬಾವುಟಕ್ಕೊಂದು ಚಂದದ ಹೆಸರೂ ಇದೆ ಗೊತ್ತಾ?'

'ಏನು?'

'ಪತಿತೋದ್ಧಾರಕ...'

'ಹಾಗಂದರೆ?'

'ನಿನಗೆ ಪತನ ಅಂದರೆ ಗೊತ್ತಲ್ಲವಾ?'

'ಉಹ್ಞೂಂ...'

'ಪತನ ಅಂದರೆ ಬೀಳೋದು ಅಂತ. ಪತಿತ ಅಂತಂದರೆ ಬಿದ್ದಿರೋದು ಅಂತ. ಪತಿತೋದ್ಧಾರಕ ಅಂತಂದರೆ ಬಿದ್ದವರನ್ನು ಎತ್ತುವಂಥದ್ದು...'

'ಆಹ್ಹ್...'

'ಅದನ್ನ ಪತಿತಪಾವಕ ಅಂತಲೂ ಕರೀತಾರೆ... ಇಲ್ಲಿ ಪತಿತ ಅಂತಂದರೆ ಪಾಪಕ್ಕೆ ಬಿದ್ದವನು ಅನ್ನುವ ಅರ್ಥ. ಪಾವಕ ಅಂದರೆ ಬೆಂಕಿ... ಅರ್ಥ ಮಾಡಿಕೋ... ಇನ್ನು ಆ ಚಕ್ರಕ್ಕೂ ಒಂದು ಹೆಸರಿದೆ. ನೀಲವರ್ತುಲ ಅಂತ. ಹಾಗಂದರೆ ಆಕಾಶದ ನೀಲಿಯಲ್ಲಿ ವರ್ತುಲವುಂಟು ಮಾಡುತ್ತೆ ಅಂತ...'

'ನೀನೊಬ್ಬ ಪ್ರೊಫೆಸರ್ ಆಗಿರಬೇಕಿತ್ತು, ಕಣೋ- ಐಳ...' ಮಾತಂಗಿ ಹೇಳಿದಳು. 'ಅದಿರಲಿ... ಅಷ್ಟು ಎತ್ತರಕ್ಕೆ ಹೋಗಿ ಬಾವುಟ ಹೇಗೆ ಕಟ್ಟುತ್ತಾರೋ?'

'ಆ ಬಾವುಟವನ್ನು ದಿನಾ ಸಂಜೆ ಸೂರ್ಯಾಸ್ತದ ಹೊತ್ತಿನಲ್ಲಿ ಬದಲಿಸುತ್ತಾರಂತೆ. ಎಂಟು ನೂರು ವರ್ಷಗಳಿಂದ ಈ ಪದ್ಧತಿಯಿದೆಯಂತೆ... ಒಂದು ದಿನವೂ ತಪ್ಪಿಲ್ಲವಂತೆ...' ಈ ಪರಿ ಹೇಳುವ ಉಮೇದು ನನ್ನಲ್ಲೇಕೆ ಬಂದಿತೋ, ಕಾಣೆ- ಒಟ್ಟಾರೆ ಮಾತು ಮುಂದುವರೆಸಿದೆ. 'ಸ್ವಲ್ಪ ಹೊತ್ತಿಗೆ ಮುಂಚೆ ಒಬ್ಬ ಪಂಡಾ ಸಿಕ್ಕನಲ್ಲ, ಅದೇ ಕೌಶಿಕ ಮಹೋಪಾತ್ರ, ಅವನು ಈ ಧ್ವಜದ ಸೇವೆಗೆಂತಲೇ ಬಂದಿರೋದು... ಧ್ವಜ-ಪರಿವರ್ತನೆ ಅನ್ನೋದು ಈ ದೇವಸ್ಥಾನದಲ್ಲಿ ದೊಡ್ಡ ಇವೆಂಟು!'

ನಾನು ಹೇಳಿದ್ದನ್ನು ಮಾತಂಗಿ ಕೇಳಿಸಿಕೊಂಡಳೋ, ಇಲ್ಲವೋ- ಶಿಖರವನ್ನೇ ನೇರ ಕಣ್ಣೊಳಕ್ಕೆ ತಂದುಕೊಂಡು ಕೆಲವು ಕ್ಷಣ ಸುಮ್ಮನೆ ಇದ್ದಳು. ಅದರ ಎತ್ತರವನ್ನು ಎಣಿಸುತ್ತಿದ್ದಾಳೆಯೇ... ಅಂದುಕೊಂಡೆ.

'ಏನು ಯೋಚಿಸುತಾ ಇದ್ದೀ?' ಸುಮ್ಮನೆ ಕೇಳಿದೆ.

'ಏನಿಲ್ಲ... ನಾನು ಈವರೆಗೆ ಮಾಡದ್ದನ್ನು ಮಾಡಬೇಕು ಅಂದೆನಲ್ಲ, ಈಗ ಸೀದಾ ಈ ಶಿಖರವನ್ನು ಹತ್ತಿಬಿಟ್ಟರೆ ಹೇಗೆ ಅಂತ ನೋಡುತಾ ಇದ್ದೀನಿ...' ಮಾತಂಗಿ, ನನ್ನತ್ತ ನೋಡದೆಯೇ ಹೇಳಿದಳು. ತಮಾಷೆ ಮಾಡುತ್ತಿದ್ದಾಳೇನೋ... ಅಂದುಕೊಂಡೆ. 'ಆರ್ ಯು ಮ್ಯಾಡ್?' ಎಂದು ಫಕ್ಕನೆ ಕೇಳಿದೆ. 'ನೋ... ಅಯಾಮ್ ಮಾತಂಗಿ...' ಅನ್ನುತ್ತ ಕಿಸಕ್ಕನೆ ನಕ್ಕಳು. ಹಿಂದೆಯೇ, 'ಜೋಕ್ಸ್ ಅಸೈಡ್... ಛಾನ್ಸು ಸಿಕ್ಕರೆ ನಾನು ಬಾವುಟದವರೆಗೂ ಹತ್ತೋಳೇ... ಅಯಾಮ್ ಸೀರಿಯಸ್...' ಎಂದೂ ಹೇಳಿದಳು.

'ಸುಮ್ಮನಿರು ಸದ್ಯ... ಅದನ್ನ ಹತ್ತುಗಿತ್ತೋಕೆ ಹೋಗಿ ಸಿಕ್ಕಿಹಾಕ್ಕೊಂಡಿಯಾ... ಆ ಮಲೆಯಾಳೀ ಹೇಗೆ ತದುಕಿಸಿಕೊಂಡ ಅಂತ ನೋಡಿದೆಯಲ್ಲವಾ?'

ಮಾತಂಗಿಗೆ ನನ್ನ ಮಾತಿನ ಲೆಕ್ಕವೇ ಇದ್ದಂತಿರಲಿಲ್ಲ. ಕಣ್ಣುಗಳನ್ನು ತದೇಕ ಶಿಖರದೆತ್ತರಕ್ಕೂ ಹರಿಯಗೊಟ್ಟುಕೊಂಡೇ ನಿಂತಳು.

41

ಅಷ್ಟರಲ್ಲಿ ಪಂಡಾ ವಾಪಸಾದ. 'ಆಯೀಯೇ ಆಯೀಯೇ... ಅಂದರ್

ಜಾಯೇಂಗೇ...' ಎಂದು ಏರುದನಿಯಲ್ಲಿ ಕೂಗಿಕರೆದ.

ಮಾತಂಗಿ, ಶಿಖರದ ತುತ್ತತುದಿಯಲ್ಲಿ ನೆಟ್ಟ ನೋಟವನ್ನು ಒತ್ತಾಯದಿಂದ ನೆಲಕ್ಕಿಳಿಸಿದಳು. ಒನ್ನಮೂನೆ ತಪೋಭಂಗಕ್ಕೀಡಾದಂತೆ ಪಂಡಾನನ್ನು ನೋಡಿದಳು.

'ದರ್ಶನ ಸ್ವಲ್ಪ ಕಷ್ಟವೇ ಇದೆ... ಇನ್ನೇನು ಹದಿನೈದು ಇಪ್ಪತ್ತು ಮಿನಿಟಿನಲ್ಲಿ ದೇವರನ್ನು ಮಲಗಿಸಲಾಗುತ್ತೆ. ಉತ್ತರದ್ವಾರದಿಂದ ಹೋದರೆ ಒಂದು ಝಲಕು ಸಿಗಬಹುದು ಅಷ್ಟೇ...' ಪಂಡಾ ಮಾತಿಗಿಳಿದ. 'ಆದರೆ ಈ ಮೇಡಂ ಅದನ್ನ ಕಳ್ಳದಾರಿ ಅಂದುಬಿಟ್ಟರಲ್ಲ...' ಅನ್ನುತ್ತ, ತಪ್ಪಿತಸ್ಥನಂತೆ ಮುಖ ಮಾಡಿಕೊಂಡು, ನನ್ನತ್ತ ನೋಡಿ ಹೇಳಿದ.

ಕೆಲಸಮಯದ ಹಿಂದಷ್ಟೇ, ಮಾತಂಗಿ, ದೇವರನ್ನು ಸರಿದಾರಿಯಲ್ಲಿಯೇ ನೋಡತಕ್ಕುದೆಂದು ಕಿತ್ತಾಡಿದ್ದಳಲ್ಲ– ಮತ್ತೆ ರಣದುರ್ಗೆಯೇ ಆದಾಳೆಂದುಕೊಂಡರೆ ಸುಳ್ಳಾಯಿತು! ಈಗ ಏಕ್‌ದಮ್ ಮಂದಗೌರಿಯಾಗಿಬಿಟ್ಟಳು! 'ಅಯ್ಯೋ ಪಂಡಾಜೀ... ಎಲ್ಲೋ ಒಂದು ಕಡೆ ಹೋದರಾಯಿತು, ಬಿಡಿ...' ಉದಾಸೀನದ ಮಾತು ಹೇಳಿದಳು. 'ನನಗೆ ಒಳಗಿರುವ ಜಗನ್ನಾಥನಿಗಿಂತ ಹೊರಗಿರುವ ಈ ಶಿಖರವೇ ಹೆಚ್ಚು ಚೆನ್ನನಿಸುತಿದೆ...' ಆ ಮೊದಲು, ಕಳ್ಳದಾರಿ ಬೇಡವೆಂದಿದ್ದೇ ಸುಳ್ಳೆಂಬಷ್ಟು ನೈಜವಾಗಿ ಆಡಿದಳು.

ಕಡೆಯ ಮಾತು ಕೇಳಿದ್ದೇ, ನಾನು ಮಾತಂಗಿಯನ್ನು– ಬೆನ್ನಿನಲ್ಲಿ ತಿವಿದು, 'ಅದನ್ನ ಹತ್ತುತೀನಿ ಅಂತೆಲ್ಲ ಹೇಳಿಗೀಳಿಯಾ!' ಎಂದು ಸಣ್ಣಗೆ ಪಿಸುಗುಟ್ಟಿ ಎಚ್ಚರಿಸಿದೆ.

ಸರಿ... ಮಳೆಯಲ್ಲಿ ನೆನೆದುಕೊಂಡೇ ಉತ್ತರದ್ವಾರದವರೆಗೆ ನಡೆದೆವು.

ಗುಡಿಯ ಮುಖ್ಯದ್ವಾರದಲ್ಲಿ ನೆರೆದ ಮಂದಿಗಿಂತಲೂ– ಈ ಮರಿಬಾಗಿಲಿನಲ್ಲಿಯೇ ಹೆಚ್ಚು ಸಂದಣಿಯಿದ್ದಂತಿತ್ತು! ದೇವರನ್ನು ಈಗಾಗಲೇ ಕಂಡವರಾದರೂ– ನೂಕುತ್ತ ನುಗ್ಗುತ್ತ, ಒರಲುತ್ತ ಅರಚುತ್ತ, ಹೊರಗಿರುವ ಕೀಚಕ–ತಾಟಕರಂತಹ ಕಾವಲಿನ ಮಂದಿಯಿಂದ ಎರ್ರಾಬಿರ್ರಿ ದಬ್ಬಿಸಿಕೊಳ್ಳುತ್ತ... ಕತ್ತೆಯ ಬೆನ್ನಿನಲ್ಲಿ ಕುದುರೆ ಸವಾರಿ ಹೊರಟಿತೆಂಬಷ್ಟು ಅಡ್ಡಾದಿಡ್ಡಿಯಾಗಿ ಹೊರಬೀಳುತ್ತಿದ್ದರು! ದುರವಸ್ಥೆಯೇ ವ್ಯವಸ್ಥೆಯೆಂಬ ಸ್ಥಿತಿ ನಿರ್ಮಿತಗೊಂಡಿತ್ತು!

ನನಗಂತೂ ಎದೆ ಧಸಕ್ಕನೆ ಜರಿದು ನಿಂತಂತಾಯಿತು.

ಈ ಪಾಟಿ ಮಂದಿ ಹೊರನುಗ್ಗುವುದಕ್ಕೆ ವಿರುದ್ಧವಾಗಿ ನಾವು ಒಳಸಾಗುವುದೆಂದರೆ? ಸಾಧ್ಯವೇ? ಸಿಂಧುವೇ? ಬಲು ದುರಿತವೇ ಸರಿ!

'ಹೋಗಲೇಬೇಕೇನೋ, ಐಳ...' ಆವರೆಗೆ ಪಟ್ಟ ಪ್ರಯಾಸವೇ ಅನರ್ಥವೆಂಬಷ್ಟು ಸಹಜವಾಗಿ– ಮಾತಂಗಿ ಕೇಳಿದಳು.

'ಆಫ್ ಕೋರ್ಸ್!' ಖಂಡಿತವಾಗಿ ಆಡಿದೆ.

‘ಸರಿ...’ ಅನ್ನುತ್ತ ಸುಮ್ಮನಾದಳು.

ಸುಮ್ಮನಾದಳೆಲ್ಲಿ, ಅನ್ಯಮನಸ್ಕಳಾಗಿಯೇ ಮಿಕ್ಕಳು. ಅವಳ ಕಣ್ಣೆಣಿಕೆಯಷ್ಟೂ ಶಿಖರೋತ್ತುಂಗವನ್ನೇ ಹೊಂಚಿಕೊಂಡಿತ್ತು!

‘ಇತನೀ ಸೀ ಭೀಡ್ ಮೇ ಅಂದರ್ ಜಾಯೇಂಗೇ ಕೈಸೇ?’ ನಾನು ಪಂಡಾನನ್ನು ಕೇಳಿದೆ. ಪಂಡಾ ನನ್ನತ್ತಲೊಂದು ಮುಗುಳ್ನಗೆ ಬೀರಿ, ನನ್ನ ಕೈಹಿಡಿದುಕೊಂಡು ಹೊರಟ. ಮಾತಂಗಿ ನನ್ನನ್ನು ಹಿಡಿದುಕೊಂಡಳು. ‘ಹಾಥ್ ಛೋಡೋ ಮತ್...’ ಎಂದು ಮತ್ತೆ ಮತ್ತೆ ಹೇಳುತ್ತಲೇ ನಮ್ಮನ್ನು ಮುನ್ನಡೆಸಿದ. ಅವನು ನುಗ್ಗಿದಲ್ಲೆಲ್ಲ ನಮಗೂ ನುಗ್ಗುವುದಾಯಿತು. ಜಗನ್ನಾಥನದೇ ಮಹಿಮೆಯೇನೋ, ಮೂವರಲ್ಲಿ ಯಾರೊಬ್ಬರದೂ ಕೈತಪ್ಪಲಿಲ್ಲ.

ಆ ಪಾಟಿ ಅಕ್ಷೋಹಿಣಿ ಜನಸೈನ್ಯವನ್ನು ಹೇಗೆ ಪಾರುಮಾಡಿದೆವೋ- ಯಾರಿಗೆ ಗೊತ್ತು, ಅಂತೂ ಇಂತೂ ಜಗನ್ನಾಥನ ‘ಜಗಮೋಹನ’ವನ್ನು ತಲುಪಿದೆವು.

ಜಗಮೋಹನವೆಂದರೆ ಎಂಟು ಕಂಭಗಳ ಮೇಲೆ- ಹದಿನಾರು ಮೂಲೆಯ ಸೂರುಳ್ಳ ಒಂದು ದೊಡ್ಡನೆ ಪಡಸಾಲೆ. ಕಲ್ಲಿನ ಕಂಭ. ಕಲ್ಲಿನ ತೊಲೆ. ಕಲ್ಲಿನದೇ ಸೂರು. ಈ ಜಗಮೋಹನಕ್ಕೆ ಅಂಟಿಕೊಂಡಂತೆ, ಜಗನ್ನಾಥ ಮತ್ತು ಆತನ ಒಡಹುಟ್ಟಿದ ಮಂದಿಯಿರುವ ಒಳಗುಡಿ. ಸರಿ... ಸದರಿ ಜಗಮೋಹನದಲ್ಲೂ ಎಷ್ಟು ಮಂದಿಯಿದ್ದರೆಂದರೆ, ನಾವುಗಳು ನೆಲಕ್ಕಿಂತಲೂ ಸೂರು ನೋಡಿದ್ದೇ ಹೆಚ್ಚು... ಅದಿಬದಿಯೆನ್ನದೆ, ಹಿಂದುಮುಂದೆನ್ನದೆ ಎಲ್ಲೆಲ್ಲಿಂದಲೂ- ಇಂಚಿಂಚೂ ಬಿಡದೆ ಕವಿದು ಕಿಕ್ಕಿರಿದ ಜನರ ನಡುವೆ, ನೆಲವು ತಾನೇ ಕಂಡೀತೆಲ್ಲಿ? ಹಾಗಾಗಿ ಸೂರು ನೋಡಿಕೊಂಡೇ ಇದ್ದುದಾಯಿತು.

ಸೂರಿನ ಭರ್ತಿ, ಅದರ ನಿಜ ಸಂಗತಿಯೇ ಕಾಣಸಿಗದ ಹಾಗೆ- ಬಣ್ಣದ ಚಿತ್ರಗಳನ್ನು ಬರೆಯಲಾಗಿತ್ತು. ದಶಾವತಾರ ಚಿತ್ರಗಳು. ಭಾಗವತದ ಚಿತ್ರಗಳು. ಕೃಷ್ಣ ಜಗನ್ನಾಥನ ಬಾಲಲೀಲೆಯ ಪರಿಪರಿಯನ್ನು ಪರಿಪರಿಯಾಗಿ ಬಿಡಿಸಿಡುವ ಚಿತ್ರಗಳು... ಕಂಸಚಾಣೂರರನ್ನು ಮರ್ದಿಸಿದ, ಪೂತನಿಯ ಸ್ತನ ಕಚ್ಚಿದ, ಚಕ್ರಾಸುರನನ್ನು ಭಂಜಿಸಿದ... ಬೆರಳಿಟ್ಟು ಬೆಟ್ಟವೆತ್ತಿದ... ಹಾವುಹೆಡೆಯಲ್ಲಿ ಥಾಥೈ ಕುಣಿದ... ಅರ್ಜುನನೆದುರು ಗೀತೆ ಹೇಳಿದ... ಕಡೆಗೆ ಇಡೀ ಜಗನ್ಮಯವನ್ನೇ ಮೈವೆತ್ತಿ ತಾಳಿದ... ನೂರೆಂಟು ಚಿತ್ರಗಳು! ಬಣ್ಣ ಬಣ್ಣದ ಚಿತ್ರಗಳು!

ಇಷ್ಟೆಲ್ಲ ಚಿತ್ರಗಳ ನಡುವಿದ್ದ- ನಾನೂ, ಮಾತಂಗಿಯೂ, ಪಂಡಾನೂ... ಸುತ್ತಲೂ ಅಂಟಿಕೊಂಡಿದ್ದ ಮಂದಿಯೂ... ಒಟ್ಟಾರೆ ಎಲ್ಲರೂ- ಯಾವುದೋ ಚಿತ್ರಕರ್ತನು ಬರೆದ ಚಿತ್ರಗಳೇ ಆಗಿಹೋದೆವೇನೋ! ಪರಿಪರಿ ಬಣ್ಣಗಳೊಳಗೆ ನಮ್ಮನ್ನೂ ಕಲೆಸಿ ಕಲೆತೇ ಹೋದೆವೇನೋ! ಅಥವಾ, ದಿಟಕ್ಕೂ ಕಲೆತುಕೊಂಡಿದ್ದರೆ

ಚೆನ್ನಿತ್ತು. ಆದರೆ ಕಡುಪಾರ್ಥಿವ ಕಳೇಬರವುಳ್ಳ ನಾವು– ಆ ಭಿತ್ತಿನಲ್ಲಿನದ್ದೊಂದು ಅಮರ್ತ್ಯಸೀಮೆಯೊಳಕ್ಕೆ ಏರ್ಪಟ್ಟೆವಾದರೂ ಹೇಗೆ? ಅಸಿಂಧು ತಾನೇ?

'ಆಯೀಯೋ ಆಯೀಯೋ...' ಅನ್ನುತ್ತ ಪಂಡಾನು– ನುಗ್ಗುತ್ತಲೇ, ನಮ್ಮನ್ನು ನುಗ್ಗಿಸುತ್ತಲೇ– ನಮ್ಮನ್ನು ಕೆಲಮಂದಿಯನ್ನು ದಾಟಿಸಿ, ಸಂದಣಿ ಭಂಜಿಸಿ ಕೊಂಚವೇ ಕೊಂಚ ಮುನ್ನಡೆಸಿಕೊಂಡು ಹೋದನಷ್ಟೆ... ಎದುರಿಗಿದ್ದ ನೂರಾರು ಮಂದಿಯ ನಡುವೆ, ಆಚೆಗಿದ್ದ ಕರಿಮುಸುಡಿಯ ದೇವರು ಅಷ್ಟಿಷ್ಟು ಮಾತ್ರ ನಮ್ಮ ಕಣ್ಣಿಗೆ ಬಿದ್ದ!

ಇನ್ನೂ... ಇನ್ನಷ್ಟು... ಎಂದು ಮನಸ್ಸು ಹಾತೊರೆಯುವ ಹೊತ್ತಿಗೆ, ವೇಳೆ ತೀರಿತೆಂದು ಒಳಗುಡಿಯ ಬಾಗಿಲುಗಳು ಮುಚ್ಚಿಕೊಂಡವು.

42

'ಸಚ್ಚೀ ಮೇ ಲೋಗ್ ಊಪರ್ ತಕ್ ಜಾತೇ ಹೇ, ಕ್ಯಾ?'

ಜಗನ್ನಾಥನ ಕಿಂಚಿದ್ದರ್ಶನದ ಬಳಿಕ, ಗುಡಿಯ ದಕ್ಷಿಣದ್ವಾರದಿಂದ, ನಮ್ಮನ್ನು ಕೈಹಿಡಿದುಕೊಂಡೇ ಹೊರಕ್ಕೆ ತಂದುಬಿಟ್ಟ– ಪಂಡಾನನ್ನು, ಕೈಬಿಟ್ಟಿದ್ದೇ ತಡ, ಶಿಖರದತ್ತಲೇ ಕಣ್ಣಿಕ್ಕಿಕೊಂಡು ಮಾತಂಗಿ ಕೇಳಿದಳು.

ಈ ಹೊತ್ತಿಗೆ ಮಳೆ ಸ್ವಲ್ಪ ಕಡಿಮೆಯಾಗಿತ್ತು. ಸಣ್ಣನೆ ಜಿಟಿಪಿಟಿ ತಾಳಿ ಹನಿಯುತ್ತಿತ್ತು.

'ಹ್ಞಾಂಜೀ... ಈ ಮಂದಿರದಲ್ಲಿ ಒಂದೊಂದು ಸೇವೆಗೆ ಒಂದೊಂದು ಕುಟುಂಬ ಅಂತ ಇರುತ್ತೆ... ಒಂದಾನೊಂದು ಕಾಲಕ್ಕೆ, ಅಂದರೆ ಇಂದ್ರದ್ಯುಮ್ನ ದೊರೆಗಳಿದ್ದ ಕಾಲದಲ್ಲೇ– ಇಂತಿಂಥ ಮಂದಿ ಇಂತಿಂಥ ಕೆಲಸ ಮಾಡಬೇಕು ಅಂತ ನಿಯುಕ್ತಿಯಾಗಿದೆ. ಆವೊತ್ತಿನಿಂದ ಈವೊತ್ತಿನ ತನಕ ಅದೇ ಪ್ರತೀತಿ ನಡಕೊಂಡು ಬಂದಿದೆ...'

'ಇಂದ್ರದ್ಯುಮ್ನ ಅಂದರೆ ಯಾರು?' ನಾನು ಕೇಳಿದೆ.

'ಅವರೇ ಈ ದೇವಸ್ಥಾನವನ್ನು ಕಟ್ಟಿಸಿದ ಗಂಗವಂಶೀ ದೊರೆ... ಚರಿತ್ರೆ ಏನನ್ನೇ ಹೇಳಬಹುದು. ನಮ್ಮ ಮಟ್ಟಿಗೆ ಇಂದ್ರದ್ಯುಮ್ನ ದೊರೆಯೇ ಕಟ್ಟಿಸಿದ್ದು ಅನ್ನೋ ನಂಬಿಕೆ. ಆ ಕಾಲಕ್ಕೆ, ಜಗನ್ನಾಥ ದೇವರು ನೀಲಮಾಧವ ಅನ್ನೋ ಹೆಸರಿಟ್ಟುಕೊಂಡು ಕಾಡಿನಲ್ಲಿ ಅಲೆದಾಡುತ್ತಿದ್ದರು. ಕಾಡಿನ ದೇವರಾಗಿದ್ದರು. ಇಂದ್ರದ್ಯುಮ್ನ ದೊರೆ, ನೀಲಮಾಧವರನ್ನ ಇಲ್ಲಿ ಕರಕೊಂಡು ಬಂದು ನಾಡಿನ ದೇವರಾಗಿ ಕೂಡಿಟ್ಟರು. ನೀಲಮಾಧವರು ಇಡೀ ಉತ್ಕಲಭೂಮಿಯನ್ನು ಪಾಲಿಸುವ ದೇವರಾಗಿಬಿಟ್ಟರು... ಅವರನ್ನು ಲೋಗರು ಜಗನ್ನಾಥ ಕೃಷ್ಣ ಅಂತ ಕರೆದು ನಡಕೊಂಡರು...'

ನನ್ನ ಮಟ್ಟಿಗೆ, ಪಂಡಾ ಹೇಳಿದ ಈ ಕಥೆ ಬಲು ರೋಚಕವೆನ್ನಿಸಿತು. ಇನ್ನಷ್ಟು

ಹೇಳಲಿ... ಆಡಲಿ... ಅಂತೆಂಬ ಆಸೆ ಉತ್ಕಟವಾಗಿ ಮೊಳೆಯಿತು. ಈ ರೀತಿಯ ಕತೆಗಳು ನನ್ನ 'ಶೋ'ಗಳಲ್ಲಿ ಪ್ರಯೋಜನಕ್ಕೆ ಬರುತ್ತವೆ. ಹಾಗಾಗಿ ಇನ್ನಿರದ ಕುತೂಹಲ ತಾಳಿದೆ.

ಮಾತಂಗಿ ಮಾತ್ರ, ಇವೇತರ ಗೊಡವೆಯೂ ಇಲ್ಲದೆ– ಶಿಖರದತ್ತಲೇ ಕಣ್ಣಿಟ್ಟುಕೊಂಡು ಇದ್ದಳು. ಮಹಾರಾಯಿತಿಯ ಯೋಚನೆಗಳೇ ಇನ್ನೊಂದು ಜಾಡಿನಲ್ಲಿದ್ದವು!

'ಠೀಕ್ ಹೇ... ಕಾಮ್ ಹೋಗಯಾ, ನಾ? ಅಬ್ ಹಮ್ ಚಲ್ತೇ ಹೇಂ...' ಅನ್ನುತ್ತ ಪಂಡಾ ಹೊರಟುನಿಂತ.

ಮಾತಂಗಿ ಇದ್ದಕ್ಕಿದ್ದಂತೆ ಎಚ್ಚೆತ್ತಳು. 'ನಿಮ್ಮ ಮೈಮೇಲಿರೋ ಚಿತ್ರ ಚೆನ್ನಾಗಿದೆ... ಒಮ್ಮೆ ಸರಿಯಾಗಿ ನೋಡಬಹುದಾ? ಒಂದು ಫೋಟೋ ತಗೋಬಹುದಾ?' ಎಂದು ಅವಳು ಕೇಳಿದ್ದೇ ಪಂಡಾ ಒಮ್ಮಿಂದೊಮ್ಮೆ ನಾಚಿಕೊಂಡ. ಪರಾಂಗನೆಯ ಕಣ್ಣುಗಳು ತನ್ನ ಮೈಯಲ್ಲಿ ಹರಿದಾಡುವವೆಂಬ ಸಂಗತಿಯೇ ಅವನನ್ನು ಕಚಗುಳಿಗೀಡಾಗಿಸಿತ್ತು. 'ಏನು ಚಿತ್ರ ಇದು?' ಅನ್ನುತ್ತ ಮಾತಂಗಿ, ಕೊಂಚ ಹತ್ತಿರ ಸರಿದಿದ್ದೇ, ತನ್ನೆರಡೂ ಕೈಗಳನ್ನು ಆಚೀಚೆ– 'ಇಂಟು' ಆಕಾರಕ್ಕೆ ಕವಿದು ಕಟ್ಟಿ, ಏಕ್ದಮ್ ಹೆಂಗಸರ ಹಾಗೆಯೇ ಆದಷ್ಟೂ ಎದೆ ಮುಚ್ಚಿಕೊಂಡು, 'ಶಂಖ ಮತ್ತು ಚಕ್ರ... ಇವನ್ನು ನನ್ನ ಅಪ್ಪ ಬರೆದಿದ್ದು. ನಮ್ಮ ಕುಟುಂಬದ ಮಂದಿಯೇ ಜಗನ್ನಾಥ ರಥದ ಮೇಲೆ ಚಿತ್ರ ಬರೆಯೋದು. ಹಾಗೇ ಜಗನ್ನಾಥರ ಮುಖದ ಮೇಲೆ ಕಣ್ಣು ಬರೆಯೋದು...' ಎಂದೆಲ್ಲ ಲಜ್ಜೆ ತಾಳಿಕೊಂಡೇ ಹೇಳಿದ.

ಮಾತಂಗಿ, ಮತ್ತೊಮ್ಮೆ ಫೋಟೋ ಬೇಕೆಂದು ಹೇಳಿ, ಕಿಸೆಯಿಂದ ಫೋನೆಳೆದುಕೊಳ್ಳುವಾಗ– ಪಂಡಾ, 'ಮನಾ ಹೇ ಮನಾ ಹೇ...' ಅಂತಂದು, ಇಡೀ ಒರಿಸ್ಸಾದ ದೇವಸ್ಥಾನಗಳಲ್ಲಿ ಛಾಯಾಗ್ರಹಣವನ್ನು ನಿಷೇಧಿಸಲಾಗಿದೆ ಎಂದು– ಹೊಸಕಾಲದ ಐತಿಹ್ಯವನ್ನೆಲ್ಲ ಮೊಟುಕಾಗಿ ಆಡಿ ತಿಳಿಸಿ, 'ಸರಿ... ನಾನಿನ್ನು ಹೊರಟೆ. ಆಗಲೇ ಲೇಟ್ ಆಗಿಹೋಗಿದೆ...' ಅನ್ನುತ್ತ, ಯಾವಾಗ ಈ ಹೆಣ್ಣಿನ ಕಣ್ಣುಗಳಿಂದ ಪಾರಾದೇನೋ... ಎಂಬ ಚರುಯೆ ತಾಳಿ ಸರಿದು ಮಾಯವಾದ!

ಮಾತಂಗಿ, 'ಹುಷ್ಷ್...' ಅಂತಂದಳು. ಹಿಂದೆಯೇ ಶಿಖರೋತ್ತುಂಗದಲ್ಲಿ ಕಣ್ಣಿಕ್ಕಿ, 'ಐಳ... ಏನಾದರೂ ಮಾಡಿ ಇದನ್ನು ಹತ್ತಬೇಕಲ್ಲ...' ವಾಂಛೆಯನ್ನು ಪುನರಾವರ್ತಿಸಿ ಹೇಳಿದಳು. 'ಐ ಯೂಸ್ಡ್ ಟು ಡು ವಾಲ್ ಕ್ಲೈಂಬಿಂಗ್... ಚಿಕ್ಕಂದಿನಲ್ಲಿ ಮರ ಹತ್ತುತಿದ್ದೆ. ಮರಕೋತಿ ಆಟದಲ್ಲಿ ಮಹಾ ಮಹಾ ಪ್ರವೀಣೆ ನಾನು...' ಎಂದು, ಇನ್ನೇನನ್ನೋ ಹೇಳಹೊರಟಿದ್ದವಳು, ಪಂಡಾ ನಮ್ಮತ್ತಲೇ ವಾಪಸಾಗುತ್ತಿದ್ದುದನ್ನು ನೋಡಿ ತಡೆದಳು.

ಈಗ ಪಂಡಾನು ತನ್ನ ಮುಂಡದ ಮೇಲೊಂದು ಉತ್ತರೀಯವನ್ನು ಹೊದ್ದುಬಂದಿದ್ದ! ಮಾತಂಗಿ, ಅವನತ್ತಲೇ ನೋಡಿಕೊಂಡು ನನ್ನ ಕಡೆಗೊಂದು ವಾರೆನಗೆ ಸೂಸಿದಳು. ಪ್ರತಿಕ್ರಿಯೆಯಾಗಿ ನಾನೂ ನಸುನಕ್ಕೆ.

'ಇದು ನಿಮ್ಮದೇ ಅಲ್ಲವಾ?' ಅನ್ನುತ್ತ ಪಂಡಾ ನನ್ನತ್ತಲೇ ನಡೆದುಬಂದ. ಅವನ ಕೈಯಲ್ಲೊಂದು ವಾಲೆಟ್ಟಿತ್ತು! ಬಹುಶಃ ನನ್ನದೇ! ಗಾಬರಿಗೊಂಡೆ! ದೇವರೇ... ಅಂತಂದು, ನನ್ನ ಬಟ್ಟೆಯಲ್ಲಿನ ಅಷ್ಟೂ ಕಿಸೆ ತಡಕಿಕೊಂಡೆ.

ಇರಲಿಲ್ಲ!

ಎಲಾ... ಎಲಾ... ಅಂದುಕೊಂಡೆ.

ಇಷ್ಟಕ್ಕೂ, ಯಾವ ಮಾಯೆಯಲ್ಲಿ ಕೈತಪ್ಪಿತೋ ಯಾರಿಗೆ ಗೊತ್ತು? ಇವನೇನಾದರೂ ಹಣ ಕಿತ್ತುಕೊಳ್ಳುವ ಭರದಲ್ಲಿ ಇದನ್ನೂ ಇಸಕೊಂಡುಬಿಟ್ಟನೇ? ಇರಲಿಕ್ಕಿಲ್ಲ... ಯಾಕೆಂದರೆ, ನಾನು ನನ್ನ ವಾಲೆಟ್ಟಿನ ವಿಚಾರದಲ್ಲಿ ಬಲು ಹುಷಾರು. ಯಾವೊತ್ತೂ ತಪ್ಪಗೊಟ್ಟವನಲ್ಲ... ಹೀಗಿರುವಾಗ ಇದು ನನ್ನ ಕಣ್ಕೈಗಳನ್ನು ಮೀರಿ ಹೊರಟಿದ್ದು ಹೇಗೆ? ನೆನಪಾಗಲಿಲ್ಲ!

ಮಾತಂಗಿ, ನನ್ನನ್ನೊಮ್ಮೆ ಅವನನ್ನೊಮ್ಮೆ ನೋಡತೊಡಗಿದಳು.

ವಾಲೆಟ್ಟು ಇಸಕೊಂಡು, ಅದರ ಮೇಲಿದ್ದ ಮಳೆಹನಿಗಳನ್ನು ಕೊಡವಿ– ನನ್ನದೇ ಹೌದೇ ಎಂದು ಒಮ್ಮೆ ಪರೀಕ್ಷಿಸಿಕೊಂಡೆ. ನನ್ನದೇ ಆಗಿತ್ತು! ಪುರಾವೆಗೆಂಬಂತೆ ನನ್ನ ಅಮ್ಮನ ಫೋಟೋ ಅದರಲ್ಲಿತ್ತು. 'ಥ್ಯಾಂಕ್ಸ್, ಪಂಡಾಜೀ... ನೀವು ನನಗೆ ಜೀವ ಕೊಟ್ಟಿರಿ...' ಎಂದು ಕೃತಜ್ಞತೆ ಹೇಳಿದೆ.

'ಪಂಡಾಜೀ ನಿಮ್ಮ ಹೆಸರೇನು?' ನಾನು ವಾಲೆಟನ್ನು ಮರಳಿ ಕಿಸೆಗಿಳಿಸಿಕೊಳ್ಳುವಾಗ ಮಾತಂಗಿ ಕೇಳಿದಳು.

'ಕಮಲಾಕ್ಷ ಕೇಶವ...'

ಕಮಲಾಕ್ಷ ಕೇಶವನೇ? ಕಮಲಾಕ್ಷ ಕಾಗಿನೆಲೆ ಆದಿಕೇಶವನೇ? ದೇವರೇ ಐತರಿಸಿ ಬಂದನೇ? ನಂಬಲಾಗಲಿಲ್ಲ.

'ಆಹ್... ಎಷ್ಟು ಚಂದದ ಹೆಸರು...' ಎಂದು ಉದ್ಗರಿಸಿದೆ. 'ನನಗೆ ಗೊತ್ತಿರುವ ಒಂದು ಭಾಷೆಯಲ್ಲಿ ಈ ಕುರಿತೇ ಒಂದು ಹಾಡಿದೆ...' ಅಂತಂದು, '...ಕಮಲಾಕ್ಷ ಕಾಗಿನೆಲೆಯಾದಿ ಕೇಶವನೇ– ಬಾಗಿಲನು ತೆರೆದು...' ಎಂದು ಸಣ್ಣಗೆ ಹಾಡಿತೋರಿದೆ.

'ಎಷ್ಟು ಚೆನ್ನಾಗಿ ಹಾಡುತೀರಲ್ಲ... ಒಳಗೆ ಜನ ಇರದಿದ್ದರೆ ನಿಮ್ಮಿಂದ ಈ ಹಾಡು ಹಾಡಿಸುತಾ ಇದ್ದೆ...' ಪಂಡಾ ಕೊಂಚ ಪೇಚಾಡಿಕೊಂಡ. 'ಈಗಲೂ ಒಂದು ಕೆಲಸ ಮಾಡಬಹುದು... ಗುಡಿಯ ಹಿಂಬದಿಯಲ್ಲೊಂದು ಮಂಟಪ ಇದೆ. ಅಲ್ಲಿ ರಾತ್ರಿಯಿಡೀ ಮಂದಿ ಸಂಗೀತಸೇವೆ ಮಾಡುತಾರೆ. ಅಲ್ಲಿ ಹೋಗಿ ಒಂದು

ಹಾಡು ಹಾಡಿ... ಜಗನ್ನಾಥಜೀ ಸಂತುಷ್ಟಗೊಳ್ಳುತಾರೆ...' ಅಂತಂದು, ಬಳಿಕ– 'ಸರಿ... ನಾನಿನ್ನು ಹೊರಟೆ...' ಅನ್ನುತ್ತ ನಡೆದುಹೋದ.

ಮಾತಂಗಿ– ಪಂಡಾನ ನಡಿಗೆಯ ಹಿಂದೆಯೇ ಕೆಲಕಾಲ ಕಣ್ಣು ಸಾಗಿಸಿದಳು. ನನ್ನ ಕಿಸೆಯಲ್ಲಿನ ವಾಲೆಟ್ಟು ಅವನ ಕೈಗೆಲ್ಲಿ ಸಿಕ್ಕಿತೆಂಬುದು ನಿಗೂಢವೇ ಉಳಿಯಿತು.

43

'ಸರಿ... ಬಂದ ಕೆಲಸ ಮುಗೀತಲ್ಲ... ಈಗೇನು ಮಾಡೋದು?' ಮಾತಂಗಿಯನ್ನು ಕೇಳಿದೆ. 'ಮೈಯೆಲ್ಲ ನೆಂದು ತೊಪ್ಪೆಯಾಗಿದೆ... ಮೊದಲು ಹೋಗಿ ಬಟ್ಟೆ ಬದಲಾಯಿಸಬೇಕು...'

ಸುಮ್ಮನೆ ಜಿಟಿಪಿಟಿಸುವ ಮಳೆ ರೇಜಿಗೆಯನ್ನು ಮುಂದುವರೆಸಿತ್ತು.

'ಟೈಂ ಎಷ್ಟು ಈಗ?' ಮಾತಂಗಿ ತನ್ನ ಒದ್ದೆಯುಡುಪಿನ ಬಗ್ಗೆ ತಲೆಕೆಡಿಕೊಳ್ಳದೆಯೇ ಕೇಳಿದಳು.

'ಮೂರು ಹತ್ತು... ಯಾಕೆ?' ವಾಚು ನೋಡಿಕೊಂಡು ಹೇಳಿದೆ.

'ಬೆಳಕಾಗೋಕೆ ಇನ್ನೂ ಮೂರು ತಾಸಿದೆ... ಪೂರ್ವದೇಶವಾದ್ದರಿಂದ ಸ್ವಲ್ಪ ಮೊದಲೇ ಆಗುತ್ತೆ. ಹಾಗಾಗಿ ಇನ್ನೂ ಎರಡೂವರೆ ಗಂಟೆ ಅಂತಿಟ್ಟುಕೋ...'

'ಸರಿ... ಏನು ಮಾಡೋಣ ಅಂತಿದ್ದೀ?'

'ಹೇಗಿದ್ದರೂ ಜನ ಕಮ್ಮಿ ಆಗುತಾ ಇದ್ದಾರೆ... ಇಲ್ಲೇ ಒಂದರ್ಧ ಗಂಟೆ ಇದ್ದರೆ ಮುಂದಿನ ಮಾತಾಡಬಹುದು...'

'ಏನೇನೋ ಹೇಳುತಿದೀಯಲ್ಲ, ಮಾತಂಗಿ... ಏನು ಮಾತೂಂತ ಹೇಳು...'

'ಏನಿಲ್ಲ... ಮೊದಲು ಇಲ್ಲಿಂದ ಕದಲೋಣ... ತುಂಬಾ ಜನ ಇದ್ದಾರಲ್ಲವಾ?'

'ಸರಿ, ಆಮೇಲಾದರೂ ಏನೂಂತ ಹೇಳುತಿಯೋ ಇಲ್ಲವೋ?' ಕುತೂಹಲದಿಂದ ಕೇಳಿದೆ. 'ಇಷ್ಟಕ್ಕೂ ನಮ್ಮಿಬ್ಬರದು ಒಂದು ರಾತ್ರಿಯ ಜೊತೆ... ಬೆಳಿಗ್ಗೆ ಆಗುತಿದ್ದ ಹಾಗೇ ನಾ ಯಾರೋ, ನೀ ಯಾರೋ ಅಲ್ಲವಾ? ಅಂದರೆ ನಮ್ಮ ಸಖ್ಯಕ್ಕೆ ಬರೇ ಎರಡು ಮೂರು ತಾಸಿನ ಗಡುವು ಅಷ್ಟೇ...' ಧ್ವನಿಯಲ್ಲಿ ಏರಿಳಿತ ಹೂಡದಿದ್ದರೂ– ಕಡೆಯ ಮಾತನ್ನು ಸ್ವಲ್ಪ ಖಡಕ್ಕಾಗಿಯೇ ಹೇಳಿದೆ.

ಬೆಳಕೊಡೆಯುತ್ತಲೇ ನಾವು ಬೇರ್ಪಡಲಿಕ್ಕಿರುವ ಸಂಗತಿಯು ನನ್ನನ್ನು ತುಸು ತುಸುವೇ ವಿಚಲಿಸತೊಡಗಿತ್ತು.

'ಏನೇನೋ ಹೇಳಬೇಡ, ಕಣೋ... ಮೊದಲು ಇಲ್ಲಿಂದ ಕದಲೋಣ. ಆಮೇಲೆ ಮಾತಾಡೋಣ... ಅಲ್ಲದೆ ಆ ಪಂಡಾ ನಿನಗೆ ಇಲ್ಲೆಲ್ಲೋ ಕೂತು ಹಾಡೂಂತ ಬೇರೆ

ಹೇಳಿದನಲ್ಲವಾ? ನಾನೂ ಆ ಹಾಡು ಕೇಳಿಸಿಕೋತೀನಿ... ಐ ಲೈಕ್ ಯುವರ್ ಸಿಂಗಿಂಗ್...'

ಮಾತಂಗಿಯ ಈ ಮಾತನ್ನು ಅಲ್ಲಗಳೆಯಲಾಗಲಿಲ್ಲ. 'ಸರಿ...' ಅಂತಂದೆ.

ಆ ಹೊತ್ತಿನಲ್ಲಿ ನಾವು ನಿಂತಿದ್ದ ಎಡೆಯಲ್ಲಿ ಹೆಚ್ಚೇನೂ ಮಂದಿಯಿರಲಿಲ್ಲ. ಗುಡಿಯೊಳಗಿದ್ದ ಜನರೆಲ್ಲ ಉತ್ತರದಿಕ್ಕಿನ ಬಾಗಿಲಿನಲ್ಲಿ ಹೊರಹೋಗುತ್ತಿದ್ದರಿಂದ, ಮತ್ತು ಪಂಡಾನು ನಮ್ಮನ್ನು ದಕ್ಷಿಣದಿಂದ ಹೊರತಂದನಾದ್ದರಿಂದ- ಸಂದಣಿಯ ಸಮಸ್ಯೆ ಹೆಚ್ಚನಿಸಲಿಲ್ಲ. ಹಾಗಾಗಿ ದೇಗುಲದ ಈ ಮಗ್ಗುಲಿನ ತೆರಹಿನಲ್ಲಿ ಅಷ್ಟಿಷ್ಟು ನಿರಾಳವಾಗಿ ಅಡ್ಡಾಡಬಹುದಿತ್ತು.

'ಏನೋ? ಆಗಲೇ ನನ್ನ ಕೈಬಿಟ್ಟುಬಿಟ್ಟೆಯಲ್ಲ?' ನನಗಿಂತ ಎರಡು ಹೆಜ್ಜೆ ಹಿಂದಕ್ಕಿದ್ದ ಮಾತಂಗಿ ಕೂಗಿ ಕೇಳಿದಳು. ಪೆಚ್ಚುಪೆಚ್ಚಾದ ಮೋರೆ ತಾಳಿ, 'ಸ್ಸಾರೀ...' ಅನ್ನುತ್ತ ತಡೆದುನಿಂತೆ. ಅವಳು ನನ್ನತ್ತ ಮುಂದಡಿಯಿಟ್ಟು ಬಂದು, ಮತ್ತೆ ಕೈಹಿಡಿದುಕೊಂಡಳು. 'ಏನು ಗೊತ್ತಾ? ಐ ಅಟರ್ಲೀ ಎಂಜಾಯ್ಡ್ ಬೀಇಂಗ್ ವಿತ್ ಯು...' ಎಂದು ನನ್ನತ್ತಲೇ ನೋಡಿಕೊಂಡು ಹೇಳಿದಳು.

'ನನಗೂ ಅಷ್ಟೇ...' ಅಂತಂದೆ.

ಕೆಲಕಾಲ ಇಬ್ಬರ ನೋಟಗಳೂ ಒಂದನ್ನೊಂದು ಸಂಧಿಸಿಕೊಂಡವು. ಮನಸ್ಸೂ ಏಕತ್ರಗೊಂಡವೇನೋ.

ನಾನು ಮಾತಂಗಿಯ ಮುಡಿಗೆ ಕೈಯಿಕ್ಕಿ, ಅಲ್ಲಿ ನೆರೆದಿದ್ದ ಮಳೆಹನಿಗಳನ್ನು ಒರೆಸುವ ಹೊತ್ತಿಗೇ- ಅವಳೂ ನನ್ನ ಗಡ್ಡ-ಮೀಸೆಗಳಲ್ಲಿನ ನೀರನ್ನು ಮೆಲುವಾಗಿ ಕೊಡವಿದಳು. ಹಿಂದೆಯೇ, ನಾನು ನನ್ನ ತಲೆಯನ್ನೊಮ್ಮೆ ಅಲ್ಲಾಡಿಸಿ ಬೀಸಿದಾಗ, ಮೋರೆಯಲ್ಲಿನ ನೀರೆಲ್ಲ ತುಂತುರಂತೆ ಸಿಡಿದು ಅವಳ ಮುಡಿಯ ಮೇಲೆಲ್ಲ ಎರೆದುಕೊಂಡಿಳಿಯಿತು.

ಬಳಿಕ ಇಬ್ಬರೂ ಮುಂದಕ್ಕೆ ನಡೆದೆವು.

ಕೆಲವೇ ಹೆಜ್ಜೆಗಳ ಅಳತೆಯಲ್ಲಿ ಮಳೆಯ ಜಿಟಿಪಿಟಿ ಇಳಿಯತೊಡಗಿತು. ಹನಿಗಳು ವಿರಳಗೊಂಡು ಗಾತ್ರದಲ್ಲೂ ಸಣ್ಣಗಾದವು. ಮಳೆತಗ್ಗುತ್ತಿರುವ ಸಂಕೇತವಾಗಿ, ಅಲ್ಲಲ್ಲಿ ನಿಂತಿದ್ದ ಕೆಲವು ನೀರಿನ ಗುಳಿಗಳಲ್ಲಿ ಸಣ್ಣ ಸಣ್ಣ ಉಂಗುರಗಳ ಅಲೆಯೇರ್ಪಟ್ಟುಕೊಂಡವು.

'ಈ ಕಡೆಯಿಂದ ಬಂದಿದ್ದು ಒಳ್ಳೇದೇ ಆಯಿತು... ಒಂದು ರೀತೀಲಿ ಪ್ರದಕ್ಷಿಣೆ ಆಗುತಾ ಇದೆ. ಅದೂ ಅಲ್ಲದೆ- ಮನಸ್ಸು ಮೆಚ್ಚುವವನ ಕೈಹಿಡಿದು ಗುಡಿ ಸುತ್ತೋದು ಅಂದರೆ ಕಡಿಮೆ ಭಾಗ್ಯವಾ?' ಮಾತಂಗಿ, ಮಾತಿನಲ್ಲಿ ಪ್ರೀತಿ ಹಚ್ಚಿ ಹೇಳಿದಳು.

'ಹೆಣ್ಣೇ ಹೆಣ್ಣೇ... ಸುಮ್ಮನೆ ಏನೇನೋ ಹೇಳಿ ನನ್ನನ್ನು ಕಲಕಬೇಡ... ಇದೇನು

ಜನುಮದ ಜೊತೆ ಅಂದುಕೊಂಡೆಯಾ? ಅಲ್ಲದೆ ನನಗೆ ಇದರಲ್ಲೆಲ್ಲ ನಂಬಿಕೆ ಇಲ್ಲ...'

'ಯಾವುದರಲ್ಲಿ ನಂಬಿಕೆ ಇಲ್ಲ?'

'ಜನ್ಮಪೂರ್ತಿ ಒಬ್ಬಳ ಜೊತೆ ಇರಬಲ್ಲೆ ಅನ್ನೋದರಲ್ಲಿ... ಇಟ್ಸ್ ನೋಶನಲೀ ಸೋ ಸ್ಟುಪಿಡ್...'

'ಸರಿ, ಬಿಡು... ಲೆಟ್ಸ್ ನಾಟ್ ಟಾಕ್ ಅಬೌಟ್ ಇಟ್... ಅಲ್ಲದೆ, ನಾನು ತಾನೇ ಹಾಗೆಲ್ಲಿ ಹೇಳಿದೆ? ನೆನಪಿಸಿಕೋ... ನಾನು ಯಾವಾಗಲೂ ಹೇಳಿದ್ದು- ನೀನು ಈ ರಾತ್ರಿಯ ಜೊತೆಗಾರ ಅಂತಲೇನೇ! ಹೇಗಿದ್ದರೂ ಇನ್ನು ಮೂರು ತಾಸಿವೆ... ಲೆಟ್ಸ್ ಮೇಕ್ ದಿ ಬೆಸ್ಟ್ ಔಟ್ ಆಫ್ ದೆಮ್...'

'ಹುಹ್ಹ್... ಪದೇ ಪದೇ ಒಂದು ರಾತ್ರಿಯ ಜೊತೆ ಅಂತನ್ನಬೇಡ. ಇಷ್ಟ ಆಗುಲ್ಲ!' ಮಾತಂಗಿಯ ಬಲಗೈಯನ್ನು ಹಿಡಿದು ಹೇಳಿದೆ. 'ಇನ್ನೊಂದು ಸಲ ಹೇಳಿದರೆ ಈ ಉಂಗುರ ಬಿಚ್ಚಿಟ್ಟುಕೋತೀನಿ, ಅಷ್ಟೇ!'

'ಅದೊಂದು ಮಾತ್ರ ಮಾಡಬೇಡ...'

'ಬೇರೇನಾದರೂ ಮಾಡಬಹುದಾ?' ಎಂದು ನಾನು ಕೇಳುವಾಗ, ನಾನು ನಕ್ಕಿದ್ದನ್ನೇ ಅನುಸರಿಸಿ, ಮಾತಂಗಿಯೂ ನಕ್ಕು ಸುಮ್ಮನಾದಳು.

ನಡೆ ಮುಂದುವರೆಸಿದೆವು.

ಸುತ್ತಮುತ್ತಲೂ ಕೆಲವಾರು ಸಣ್ಣಪುಟ್ಟ ಗುಡಿಗಳಿದ್ದವು. ಅವುಗಳ ತಲೆಬಾಗಿಲಿನಲ್ಲಿ- ಬಿಮಲಾದೇವಿ, ಉಚ್ಛಿಷ್ಟ ಗಣಪತಿ, ಮಹಾಲಕ್ಷ್ಮಿ, ಸೂರ್ಯ, ಸರಸ್ವತಿ, ಭುವನೇಶ್ವರಿ... ಎಂದೆಲ್ಲ ಬರೆದಿದ್ದರಿಂದ, ಯಾವ ಯಾವ ದೇವರುಗಳದ್ದೆಂದು- ಒಂದಿಷ್ಟು ತಿಳಿದುಬಂತು. ಕಾಲಿಗೆ ಕಾಲೂ, ಕಣ್ಣಿಗೆ ಕಣ್ಣೂ- ದಣಿದಿದ್ದವಾದ್ದರಿಂದ, ನನಗಂತೂ ಈ ಗುಡಿಗಳನ್ನು ನೋಡುವ ಉಮೇದಾಗಲಿಲ್ಲ. ಮಾತಂಗಿಯೂ ಒಳಹೋಗೋಣವೆಂದು ಹೇಳಲಿಲ್ಲ. ಗುಡಿಗಳಲ್ಲದ ಮತ್ತು ದೇವರಿಲ್ಲದ ಒಂದೆರಡು ಮಂಟಪಗಳೂ ಅಲ್ಲಿಲ್ಲಿ ಕಂಡುಬಂದವು.

'ದರ್ಶನ್ ಹುವಾ ಕ್ಯಾ?' ಇದ್ದಕ್ಕಿದ್ದಂತೆ ಕೌಶಿಕ ಮಹೋಪಾತ್ರ ಎದುರಾಗಿ ಕೇಳಿದ. ಸಣ್ಣ ಸಣ್ಣ ಗುಡಿಗಳ ಮಬ್ಬುಮರೆಯಲ್ಲಿ ಸಿಕ್ಕ ಅವನನ್ನು ನಾನು ಗುರುತಿಸಿದ್ದು, ಅವನ ಮೈಯಲ್ಲಿದ್ದ ಕೇಸರಿ ಬಿಳಿ ಹಸಿರು ಪಂಚೆಯಿಂದ! ಅವನ ಬಲಗಡೆಯ ಹೆಗಲಿನಲ್ಲೊಂದು- ಜೋಳಿಗೆಯಂತಹ ಭಾರೀ ವಜನಿನ ಬದಿಚೀಲ ಜೋತುಕೊಂಡಿತ್ತು. ಹಾಗೇ, ಎಡಗೈಯಲ್ಲಿ ಬಾಳೆಯೆಲೆ ಸುತ್ತಿದ ಎಂಥದೋ ಕಟ್ಟು ಇದ್ದಿತು.

'ದರ್ಶನ ಆಯಿತು... ಆದರೆ ದೇವರು ಚೆನ್ನಾಗಿ ಕಾಣಿಸಲಿಲ್ಲ...'

'ಈ ಪರಿ ಜನ ಇದ್ದರೆ ಎಲ್ಲಿಯ ದರ್ಶನ?' ನಕ್ಕು ಹೇಳಿದ. 'ಜಗನ್ನಾಥರನ್ನ

ಚೆನ್ನಾಗಿ ಕಾಣಬೇಕು ಅಂದರೆ ನಾಳೆ ರಾತ್ರಿ ಹತ್ತುಗಂಟೆಯ ನಂತರ ಬೀದಿಯಲ್ಲಿ ಸಿಕ್ಕಾರು... ತೇರಿನಲ್ಲೇ ತಂಗಿರುತ್ತಾರೆ... ಅಲ್ಲಿ ಹೋಗಿ ನೋಡಿ...'

'ಬೀದಿಯಲ್ಲೇ ಇರುತಾರಾ?'

'ಹೌದು... ಅವರಿಗೆ ಇನ್ನು ಹತ್ತು ದಿವಸ ಬೀದಿಯಲ್ಲಿ ವಾಸ... ತೇರೇ ದೇವಸ್ಥಾನ...' ಅಂತಂದವನು ಏನನ್ನೋ ನೆನಪಿಸಿಕೊಂಡು- 'ಎಲ್ಲಿ? ಇಬ್ಬರೂ ಈ ಕಡೆ ಬನ್ನಿ... ಪ್ರಸಾದ ಕೊಡುತೀನಿ...' ಎಂದು, ಇಬ್ಬರನ್ನೂ ಬದಿಗೆ ಬರಹೇಳಿದ.

ನನಗಂತೂ ಎಲ್ಲಾದರೂ ಕೊಂಚ ಕುಳಿತರೆ ಸಾಕೆನಿಸಿತ್ತಷ್ಟೆ, ಮಹೋಪಾತ್ರನ ಈ ಮಾತು ವರವಾಗಿಯೇ ಪರಿಣಮಿಸಿತು!

44

ನಾನು, ಮಾತಂಗಿ- ಕೌಶಿಕ ಮಹೋಪಾತ್ರನು ಕರೆದೊಯ್ದ ಕಡೆ ಭಿಡೆಯಿರದೆ ನಡೆದೆವು. ಬಿಮಲಾದೇವಿಯ ಗುಡಿಯ ಹಿಂದಕ್ಕಿದ್ದ ಒಂದು ಸಣ್ಣನೆ ಮಂಟಪ ಅದು. ನಮ್ಮ ಕಾಲುಗಳ ಮೇಲೆ ನಮಗೇ ನಿಯಂತ್ರಣವಿಲ್ಲವೆಂಬಂತೆ, ಇಬ್ಬರ ಮೈಗಳೂ- ತಂತಾವೇ, ಅಲ್ಲಿನೊಂದು ಜಗುಲಿಯಲ್ಲಿ ಕುಕ್ಕರುಬಡಿದವು. 'ತಗೊಳ್ಳಿ...' ಅನ್ನುತ್ತ ಮಹೋಪಾತ್ರ ತನ್ನ ಬಗುಲುಚೀಲದಿಂದ ಒಂದು ಕುಡಿಕೆ ಪ್ರಸಾದವನ್ನು ಕೈಗಿತ್ತ. 'ದುಡ್ಡುಗಿಡ್ಡು ಕೊಡಬೇಕಾ ಅಂತ ಮೊದಲೇ ಕೇಳಿಬಿಡು, ಐಳ... ಅಂಡ್ ವಿ ಡೋಂಟ್ ಹ್ಯಾವ್ ಮನೀ...' ಮಾತಂಗಿ, ನಾನು ಪ್ರಸಾದದೊಳಕ್ಕೆ ಕೈಯಿಕ್ಕಿದೆನಷ್ಟೇ- ಸರಕ್ಕನೆ ಕೇಳಿಬಿಟ್ಟಳು!

'ಪ್ರಸಾದ್ ಬೇಚೇಂಗೇ, ಕ್ಯಾ?' ಮಹೋಪಾತ್ರ, ಮಾತಂಗಿಯ ಮಾತಿನಲ್ಲಿದ್ದ ಇಂಗ್ಲಿಷ್ ಹೇಳಿಕೆಯನ್ನು ಅರ್ಥೈಸಿಕೊಂಡು ಹೇಳಿದ. ಪ್ರಸಾದವನ್ನು ಮಾರುವಷ್ಟು ಮಹಾಪಾಪವಿನ್ನೊಂದಿಲ್ಲ ಎಂದೊಂದಿಷ್ಟು ವೇದಾಂತಕ್ಕೆ ತೊಡಗಿದ. 'ಹೊಸದಾಗಿ ಮದುವೆ ಆಗಿದ್ದೀರಿ. ತಿನ್ನಿ ತಿನ್ನಿ...' ಎಂದು ಉಪಚರಿಸಿದ.

ಮಾತಂಗಿ, ಆ ಕ್ಷಣಕ್ಕೆ ಒನ್ನಮೂನೆ ಮೋರೆ ಮಾಡಿದಳಾದರೂ- ನಾವು ಮದುವೆಯಾಗಿದ್ದೇವೆಂಬ ಸುಳ್ಳನ್ನಂತೂ ಅಲ್ಲಗಳೆಯಲಿಲ್ಲ. ನನ್ನತ್ತಲೇ ಮತ್ತೊಮ್ಮೆ ವಾರೆನೋಡಿ ನಕ್ಕಳು. ಅವಳ ನಗುವಿನಲ್ಲಿ ನನಗೆ ಬೇರೇನೋ ಅರ್ಥದ ಗರ್ಭ ತೋರಿತು!

ಕುಡಿಕೆಯಲ್ಲಿ, ಅಂಗೈಯಗಲದ ಅರ್ಧದಲ್ಲಿ ಅರ್ಧ ಗಾತ್ರದ ನಾಲಕ್ಕು 'ಮಲಪೋವಾ'ಗಳಿದ್ದವು. ಮಲಪೋವಾ ಅಂದರೆ- ಗಾಢವಾದ ಹಾಲಿನ ಕೆನೆ ಮತ್ತು ಹಿಟ್ಟು ಬೆರೆಸಿ, ನಾದಿ ನಾದಿ ಕಲೆಸಿ ಮತ್ತು ಕರಿದು, ಪಾಕದೊಳಗೆ ಒಮ್ಮೆ ಅದ್ದಿ

ತೆಗೆದ ಸಿಹಿತಿನಿಸು. ಇಬ್ಬರೂ ಹಂಚಿಕೊಂಡು ಉಂಡೆವು. ಅದ್ಭುತವಾಗಿತ್ತು. ಕೊಂಚ ಸೋಂಘು ಬೆರೆಸಿದ್ದಾರೆಂದು ಅನ್ನಿಸಿತು. ಇನ್ನೂ ಬೇಕೆಂದು ಜಿಹ್ವೆ ಚಪಲಿಸಿತು. ಕೊಟ್ಟಿದ್ದೇನೋ ಸೈಯೇ, ಇನ್ನಷ್ಟು ಕೊಡಬಾರದಿತ್ತೇ... ಅಂದುಕೊಂಡೆ. ಇಷ್ಟಕ್ಕೂ ಪ್ರಸಾದ ಅದು... ಬಾಯಾರೆ ಕೇಳುವಂತಿಲ್ಲವೇ? ಅಲ್ಲದೆ ಅಪರಿಚಿತನೆದುರು ಸಲುಗೆಯುಂಟೇ?

'ಎಷ್ಟು ಚೆನ್ನಾಗಿದೆ ಅಲ್ಲವಾ? ಸೋಂಘು ಹಾಕಿದ್ದಾರೆ ಅನಿಸುತ್ತೆ...' ಮಾತಂಗಿ ಹೇಳಿದಳು.

'ಜಗನ್ನಾಥ ದೇವರ ಸರಿಸುಮಾರು ಎಲ್ಲ ಅಡುಗೆಗಳಿಗೂ ಸೋಂಘು ಹಾಕಲಾಗುತ್ತೆ... ಇದೇ ಇಲ್ಲಿನ ವಿಶೇಷ. ನಾಳೆ ನಾಳಿದ್ದು ಸುಮಾರು ಎರಡು ಮೂರು ಲಕ್ಷ ಜನರಿಗೆ ಅಡುಗೆ ಮಾಡಲಾಗುತ್ತೆ... ಬಿಗ್ಗೆಸ್ಟ್ ಅಂಡ್ ಓಲ್ಡೆಸ್ಟ್ ಕಿಚನ್ ಇನ್ ದಿ ವರ್ಲ್ಡ್– ಅಂತ ಬಿಬಿಸಿಯ ಮಂದಿ ದಾಖಲಿಸಿದ್ದಾರೆ...' ಕೌಶಿಕ ಮಹೋಪಾತ್ರ ಮಾತು ಬೆಳೆಸಿದ. ಮಾತಂಗಿ ಕುತೂಹಲ ತಾಳಿಕೊಂಡು ಕೇಳಿಸಿಕೊಂಡಳು. ಮನುಷ್ಯ-ಜಗತ್ತಿನ ಅತ್ಯಂತ ದೊಡ್ಡ ಮತ್ತು ಹಳೆಯ ಅಡುಗೆಮನೆ– ಎಂಬ ಸಂಗತಿಯು ನನ್ನನ್ನೊಂದಿಷ್ಟು ಕೆಣಕಿತು!

ಥೇಟು ನೀರೊಳಗಿಳಿದ ಸಕ್ಕರೆಯ ಹಾಗೆ, ನಮ್ಮ ಬಾಯಿ ಹೊಕ್ಕ ಮಲಪೋವಾದ ಬಿಲ್ಲೆಗಳು– ಹಲ್ಲು, ನಾಲಿಗೆ, ಲಾಲಾರಸಗಳಿಗೆ ಕೆಲಸವನ್ನೇ ಹಚ್ಚದೆ, ತಂತಾವೇ ಕರಗಿ ಇಲ್ಲವಾದವು! ಇಲ್ಲವಾದವೆಲ್ಲಿ, ಬಾಯೊಳಗೊಂದು ನಿಸ್ಸೀಮ ಅತೃಪ್ತಿಯನ್ನು ಮಿಗಿಸಿ, ನಮ್ಮ ನಮ್ಮ ಜೀವದೊಳಕ್ಕೆ ಸಂದುಹೋದವು!

ಜಿಡ್ಡು ಮತ್ತು ಅಂಟುಂಟಾಗಿದ್ದ ಕೈಯನ್ನು ತೊಳೆದುಕೊಳ್ಳಲೆಂದು, ನಾನು, ಬಲು ಆಲಸ್ಯದಿಂದಲೇ ಎದ್ದೆ. ಸೂರಂಚಿನಿಂದ ಇಳಿಯುತ್ತಿದ್ದ ಮಳೆಗೆ ಕೈಯೊಡ್ಡಿ-ಅಷ್ಟಿಷ್ಟು ಒರೆಸಿಕೊಂಡು, ಕಿಸೆಯಿಂದ ಟಿಷ್ಯೂ ಎಳೆದುಕೊಂಡು ಬೆರಳೊತ್ತಿಕೊಂಡೆ. ಮಾತಂಗಿಯೂ ನನ್ನ ಕೈಯಿಂದ ಟಿಷ್ಯೂ ಇಸಕೊಂಡು, ನಾನು ಮಾಡಿದ್ದನ್ನೇ ಮಾಡಿದಳು.

ಆ ಮಂಟಪದ ಮೂಲೆಯಲ್ಲೊಂದು ಸಣ್ಣನೆ ಮೂರ್ತಿಯಿದ್ದುದನ್ನು ನೋಡಿ, ಅಲ್ಲಿಯವರೆಗೂ ಹೆಜ್ಜೆ ಕ್ರಮಿಸಿ ಬಂದೆ. ಮೂರ್ತಿಗೆ ಹಣೆಪಟ್ಟಿಯೆಂಬಂತೆ– 'ಇಂದ್ರದ್ಯುಮ್ನದೇವ' ಎಂದು 'ದೇವನಾಗರಿ'ಯಲ್ಲಿ ಬರೆಯಲಾಗಿತ್ತು. ಈ ಬರಹದ ಕೆಳಗೆ– ಜಿಲೇಬಿ ಜಹಾಂಗೀರು ಸುತ್ತುವ ಹಾಗೆ ಸುರುಳಿಕೊಂಡ ಒಡಿಯಾಲಿಪಿಯೂ ಇದ್ದಿತು.

'ಇವರೇ ಈ ಗುಡಿಯನ್ನು ಕಟ್ಟಿಸಿದ ದೊರೆ...' ಕೌಶಿಕ ಮಹೋಪಾತ್ರ ಹೇಳುತ್ತಿದ್ದಂತೆ, ಕೆಲಮಿನಿಟುಗಳ ಹಿಂದಷ್ಟೇ ಕಮಲಾಕ್ಷ ಕೇಶವನು ಹೇಳಿದ

ಮಾತುಗಳೆಲ್ಲ ನೆನಪಾದವು.

'ಚರಿತ್ರೆಯಲ್ಲಿ ಈ ಹೆಸರಿನ ದೊರೆ ಇರಲಿಲ್ಲ ಅಲ್ಲವಾ?' ಕೇಳಿದೆ.

'ಹೌದು... ಪುರಾಣದಲ್ಲಿದೆ. ಈ ದೇಶದಲ್ಲಿ ಚರಿತ್ರೆಗೂ ಪುರಾಣಕ್ಕೂ ವ್ಯತ್ಯಾಸ ಎಲ್ಲಿದೆ? ಚರಿತ್ರೆ ಅಂದರೆ ಹರಿಯುವುದು ಅಂತ ಅರ್ಥ. ಪುರಾಣವೂ ಬಾಯಿಂದ ಬಾಯಿಗೆ ಹರಿಯೋದರಿಂದ ಅದೂ ಚರಿತ್ರೆಯೇ! ಇನ್ನು, ಪುರಾವೆಯಿಲ್ಲದ್ದು ಪುರಾಣವಾಗುತ್ತೆ. ಚರಿತ್ರೆಯಲ್ಲಿ ಇಲ್ಲದ ಮಾತ್ರಕ್ಕೆ ಸಮಸ್ತ ಒದಿಶಾದಲ್ಲಿ ನೆಲೆನಿಂತಿರುವ ಇಂದ್ರದ್ಯುಮ್ನ ದೊರೆ ಇಲ್ಲವಾಗುತ್ತಾರೆಯೇ?'

'...'

'ಈ ದೊರೆ ಜಗನ್ನಾಥರ ಗುಡಿ ಕಟ್ಟಿಸಿದಾಗ, ಇಡೀ ಭರತವರ್ಷದಲ್ಲಿ ಈ ಗಾತ್ರದ ಗುಡಿ ಇರಲಿಲ್ಲವಂತೆ... ಮೂರೂ ಲೋಕದಲ್ಲೂ ಇಂಥದೊಂದು ದೇವಳ ಇದ್ದಿಲ್ಲವಂತೆ! ಇದನ್ನು ನೋಡಲಿಕ್ಕೆಂದೇ ಬ್ರಹ್ಮದೇವರು ಆಕಾಶದಿಂದ ಕೆಳಗಿಳಿದು ಬಂದರಂತೆ... ಗುಡಿಯನ್ನು ನೋಡಿ ಎಷ್ಟು ಸಂತುಷ್ಟರಾದರು ಅಂದರೆ, ಇಂದ್ರದ್ಯುಮ್ನ ದೊರೆಗೆ ಬೇಕಾದ್ದು ಕೇಳು– ಅಂತಂದರಂತೆ...'

'ಓಹ್ಹ್...'

'ಇವರೇನು ಕೇಳಿರಬಹುದು ಹೇಳಿ?'

'?'

'ನನಗೆ ಮಕ್ಕಳಾಗದೇ ಇರಲಿ ಅಂತ ವರ ಕೇಳಿಕೊಂಡರಂತೆ... ನಾನು ನೀಲಮಾಧವನ ಮೇಲಿನ ಭಕ್ತಿಗೀಡಾದೆ ಅಂತ ಅವನೇ ನನ್ನಿಂದ ತನ್ನ ವಿಶ್ವರೂಪಕ್ಕೆ ತಕ್ಕ ಗಾತ್ರದ ಗುಡಿ ಕಟ್ಟಿಸಿಕೊಂಡ. ನಾಳೆ ನನಗೆ ಮಕ್ಕಳು ಮೊಮ್ಮಕ್ಕಳು ಆದರೆ– ನಾನಿಲ್ಲದ ಸಂದರ್ಭದಲ್ಲಿ, ತಾವೇ ಈ ಗುಡಿಯ ಕರ್ತಾರರು ಅಂತ ಮೆರೆಯಬಾರದಲ್ಲವಾ... ಅಂತ ದೊರೆ ಹೇಳಿದರಂತೆ...'

'...'

'ವಿಪರ್ಯಾಸ ನೋಡಿ– ಇಂದ್ರದ್ಯುಮ್ನ ದೊರೆ ಇದ್ದರೂ ಚರಿತ್ರೆಯಲ್ಲಿ ಇಲ್ಲವಾಗಿದ್ದಾರೆ. ಆದರೆ ಜನಮಾನಸದಲ್ಲಿ ಇದ್ದೇ ಇದ್ದಾರೆ... ಈ ದೊರೆಯ ಮೂರ್ತಿಗೆ ದಿನಕ್ಕೆರಡು ಸರ್ತಿ ಆರತಿ ಆಗುತ್ತೆ... ಇದಲ್ಲವೇ ನೀಲಮಾಧವನ ಮಹಿಮೆ?'

ಇಷ್ಟು ಮಾತುಕತೆ ಪೂರೈಸಿದ ಮೇಲೆ, ಕೌಶಿಕ ಮಹೋಪಾತ್ರನೇ– 'ಸರಿ... ಹೊತ್ತಾಗಿದೆ. ನೀವಿನ್ನು ಹೊರಡಿ...' ಅನ್ನುತ್ತ ಎದ್ದುನಿಂತ. ನಾವೂ ಏಳತೊಡಗುವಾಗ, 'ಹ್ಞಾಂ... ಒಂದು ನಿಮಿಷ...' ಅಂತಂದು, ತನ್ನ ಜೋಳಿಗೆಚೀಲದೊಳಕ್ಕೆ ಕೈಯಿಕ್ಕಿ– ಪಾಲಿಥೀನು ಸುತ್ತಿದ್ದ ಕಟ್ಟೊಂದನ್ನು ನನ್ನ ಕೈಯಲ್ಲಿಟ್ಟ. ಏನೆಂದು ನೋಡಿದರೆ–

ಅವನು ತೊಟ್ಟಿರುವಂಥದೇ 'ತಿರಂಗೀ' ಪಂಚೆಯೊಂದು ಅದರಲ್ಲಿದ್ದಿತು!

'ಏನಿದೆಲ್ಲ?' ನಾನು ಕೇಳಿದೆ.

'ಇಟ್ಟುಕೊಳ್ಳಿ... ನನ್ನ ಉಡುಗೊರೆ ಅಂದುಕೊಳ್ಳಿ...' ಹೇಳಿದ.

ನನಗಂತೂ ಮಾತೇ ಹೊರಳದಾಯಿತು! ಹೇಗೆ ಕೃತಜ್ಞತೆ ಹೇಳಬೇಕೆಂದು ಯೋಚಿಸುತ್ತಿರುವಾಗ, ಅವನೇ– 'ಭಗವದಿಚ್ಛೆ ಇದ್ದಲ್ಲಿ ಇನ್ನೊಮ್ಮೆ ಸಿಗುವಾ... ಬದುಕು ದೊಡ್ಡದಿದೆ. ಇಲ್ಲದಿದ್ದಲ್ಲಿ, ಈ ಪರಿ ಜನಸಂದಣಿಯಲ್ಲಿ ನಾವುಗಳು ಎರಡನೇ ಸರ್ತಿ ಸಿಗೋದು ಹೌದಾ?' ಎಂದು ಕೇಳಿ, ಜಗನ್ನಾಥ–ಶಿಖರದ ಕಲಶದವರೆಗೂ ನೋಟ ಹಾಯಿಸಿಕೊಂಡು ಹೇಳಿದ.

ಈ ಮಾತುಗಳನ್ನು ಕೇಳಿ ನನಗೆ ಕೊರಳು ಕಟ್ಟಿಬಂತು. ಏನು ಹೇಳುವುದಂತ ತೋಚದೆ ಪೇಚಾಡುತ್ತಿರುವಾಗ, ಮಾತಂಗಿ ಮಾತ್ರ, ಇದಾವುದರ ಪರಿವೆಯೇ ಇಲ್ಲದೆ, 'ಪಂಡಾಜೀ... ನಾನು ಇದನ್ನು ಏರಬೇಕಲ್ಲ?' ಎಂದು ಇದ್ದಕ್ಕಿದ್ದಂತೆ ಕೇಳಿದಳು!

ನನಗಾದರೂ ಆಘಾತವೇ ಮೊದಲಾಯಿತು! ಹೆಣ್ಣಿಗೆ, ನಾವಿರುವ ಹೊತ್ತುಗೊತ್ತುಗಳ ಅರಿವು ಬೇಕಲ್ಲವೇ? ಛೇ!

ತಕ್ಷಣ, 'ಶ್!' ಎಂದು ಗದರಿದೆ. 'ಬೇಡ... ದಮ್ಮಯ್ಯ...' ಅಂತನ್ನುವಂತೆ ಕೈಮುಗಿದು ಸನ್ನೆ ಮಾಡಿದೆ. ಯಾವೊಂದೂ ಫಲಿಸಲಿಲ್ಲ.

ನನ್ನ ಈ ಪರಿ ಚಹರೆಚರ್ಯೆಗಳನ್ನು ನೋಡಿಯೂ ನೋಡದೆ ಅವಗಣಿಸಿದ ಮಹೋಪಾತ್ರ, 'ದಿನವೂ ಸಾಯಂಕಾಲದ ಸೂರ್ಯಾಸ್ತಕ್ಕೆ ಮೊದಲು ಇಲ್ಲಿ ಧ್ವಜ ಪರಿವರ್ತನೆ ಅಂತ ಜರುಗುತ್ತೆ... ನಮ್ಮ ಕುಟುಂಬದವರೇ ಇದರ ಮೇಲೆ ಹತ್ತಿ ಧ್ವಜ ಬದಲಾಯಿಸುತಾರೆ... ಇದನ್ನು ಯಾಕೆ ಹೇಳಿದೆ ಅಂದರೆ ಮೇಲೆ ಹೋಗೋದು ಅಷ್ಟು ಸುಲಭ ಅಲ್ಲ...' ಎಂದು ಹೇಳಿದ.

'ಪಂಡಾಜೀ... ಅಯಾಮ್ ಸೀರಿಯಸ್. ಹತ್ತಬೇಕಲ್ಲ...' ಮಾತಂಗಿ ಹಠಕ್ಕೆ ನಿಂತ ಮಗುವಿನ ಹಾಗೆ ಹೇಳಿದಳು.

ಮಹೋಪಾತ್ರ, ಮಾತಂಗಿಯನ್ನೇ ಒಮ್ಮೆ ದೀರ್ಘವಾಗಿ ನೋಡಿ, 'ಉಹ್ಞೂಂ... ಸಿಕ್ಕಾಪಟ್ಟೆ ಸೆಕ್ಯುರಿಟಿ ಇರುತ್ತೆ... ಆದರೆ ಒಂದು ಮಾಡಬಹುದು... ಒಳಗಿರೋ ಜಗನ್ನಾಥರು ನಿನ್ನಷ್ಟು ಚಂದದ ಹೂವೇರಿಸಿಕೊಳ್ಳೋದು ಬೇಡ ಅನ್ನುತಾರೆಯೇ? ಅವರನ್ನೊಮ್ಮೆ ಮೊರೆ ಹೊಕ್ಕು ಕೇಳು...' ಅಂತಂದು, ಹೇಳಿದ ನೇರಕ್ಕೇ ನಮ್ಮೆದುರಿನ ಮಬ್ಬಿನಲ್ಲಿಳಿದು ಮರೆಯಾದ.

ಮಾತಂಗಿ ಬಲುಕಾಲ ಅವಾಕ್ಕು ತಾಳಿಕೊಂಡು ಮಿಕ್ಕಳು.

45

‘ಏನದು? ನೀನು ಪದೇ ಪದೇ ಶಿಖರ ಏರೋ ಮಾತಾಡುತೀ? ಏರಲೇಬೇಕು ಅಂತಂದರೆ ನಿಮ್ಮ ಕನ್ನಡಸೀಮೆಯಲ್ಲಿ ಬೆಟ್ಟಗಳಿಲ್ಲವಾ? ನೂರೆಂಟು ಏರುಮಲೆಗಳಿಲ್ಲವಾ?’ ಕನಲಿದೆ.

‘ನಿನಗೆ ಅರ್ಥ ಆಗಲ್ಲ, ಬಿಡು...’ ಮಾತಂಗಿ ನನ್ನ ಕೈಹಿಡಿದುಕೊಂಡು ಮುನ್ನಡೆದಳು. ‘ಎಲ್ಲಿ? ಆ ಪಂಚೆಯನ್ನು ನನ್ನ ಕೈಗೆ ಕೊಡು... ಹಿಡಕೋತೀನಿ...’ ಅನ್ನುತ್ತ, ನನ್ನ ಎಡಗೈಯಲ್ಲಿದ್ದ, ಮಹೋಪಾತ್ರ ದಯಪಾಲಿಸಿದ ಧೋತರವನ್ನು ಇಸಕೊಂಡು, ತನ್ನ ಬಲಗಡೆಯ ಕಂಕುಳಿನಲ್ಲಿ ಇಟ್ಟುಕೊಂಡಳು.

‘ಒಳ್ಳೇ ಒಗಟಿನ ಜೊತೆಯ ಸಹವಾಸ ಆಯಿತಲ್ಲ... ನೀನೇನು ಅಂತಲೇ ಅರ್ಥವಾಗಲ್ಲ! ಅಲ್ಲಾ, ಇದನ್ನೆಲ್ಲ ಮಾಡಬೇಕು ಅಂತಿದ್ದರೆ ನಾನಿಲ್ಲದೇ ಇರುವಾಗ ಮಾಡು. ನಿನ್ನ ಜೊತೆ ನನ್ನನ್ನೂ ಸಿಕ್ಕಿಹಾಕಿಸೋ ಯೋಚನೆಯಾ ಹೇಗೆ?’ ಕೋಪ ಮುಂದುವರೆಸಿದೆ.

ಏನೂ ಹೇಳದೆಯೇ ಸುಮ್ಮನೆ ನಕ್ಕಳು.

‘ಯಾಕಮ್ಮಾ ನಿನಗೆ ಯಾರೂ ಮಾಡಬಾರದ್ದು ಮಾಡೋ ಯೋಚನೆ?’ ಪಟ್ಟುಬಿಡದೆ ಕೇಳುವಾಗ, ನನ್ನೊಳಗೊಮ್ಮೆ ಆಳವಾಗಿ ನೋಡಿ– ‘ನೀನು ಸಿಕ್ಕಿದಾಗಿನಿಂದ ಇದನ್ನೇ ತಾನೇ ನಾನು ಹೇಳುತಾ ಇರೋದು? ಈಗ ಮತ್ತೆ ಅದೇ ಮಾತು ಬೇಡ... ನಡಿ, ಹೋಗೋಣ...’ ಅನ್ನುತ್ತ ಮುಂದಕ್ಕೆ ಕರೆದೊಯ್ದಳು.

ಆ ಹೊತ್ತಿಗಾಗಲೇ ಮಳೆ ಪೂರ್ತಿಯಾಗಿ ನಿಂತುಹೋಗಿತ್ತು. ರಾತ್ರ್ಯಾಕಾಶವು ಮೋಡಗಳಿಲ್ಲದೆ ಸ್ವಚ್ಛಂದವಾಗಿ ಬಿಚ್ಚಿಕೊಂಡಿತ್ತು. ಒದಿಶಾದಲ್ಲಿನ್ನೂ ಬೇಸಗೆಯ ದಿನಗಳಾದ್ದರಿಂದ– ಸಿಕ್ಕಾಪಟ್ಟೆ ಮಳೆಸುರಿದ ಕುರುಹೂ ಇಲ್ಲದಂತೆ, ನೆನೆದಷ್ಟೇ ಸಭ್ಯವಾಗಿ ಒಣಗಿಕೊಂಡಿತ್ತು. ಅಲ್ಲಿಲ್ಲಿನ ಕುಳಿಗಳಲ್ಲಿ ನೀರು ನಿಂತಿದ್ದುದನ್ನು ಬಿಟ್ಟರೆ ಉಳಿದಂತೆ ಎಲ್ಲವೂ ಸಾಫುಸ್ವಚ್ಛ!

ಎರಡು ಮೂರು ಹೆಜ್ಜೆ ಮುಂದಿಡುವಷ್ಟರಲ್ಲಿ, ಎಲ್ಲಿಂದಲೋ ಡೋಲು–ಹಾರ್ಮೋನಿಯಮ್ಮುಗಳ ವಾದ್ಯದೊಡನೆ ಹತ್ತಾರು ಕೊರಳುಗಳು ಒಡಗೂಡಿ ಹಾಡುವ ಭಜನೆ ಕೇಳಿಬಂತು. ಒಂದರ್ಥದಲ್ಲಿ ವೃಂದಗಾನ! ಬೆಳಗಿಗೆ ಮುನ್ನದ ನಿಚ್ಚಳ ನೀರವ ವಾತಾವರಣದಲ್ಲಿ ಕೇಳಿಬಂದ ಸಂಗೀತವು– ಕೃಷ್ಣ ಜಗನ್ನಾಥನ ಕೊಳಲಿನಲ್ಲಿ ತಳೆದ ಮೋಹನರಾಗವೇ ಎಂಬಷ್ಟು ಸೊಗಸು ಹುಟ್ಟಿಸಿತು.

ಇಬ್ಬರೂ ರಾಗದ ಜಾಡು ಹಿಡಿದು ಹೆಜ್ಜೆ ಹಾಕಿದೆವು.

ಮುಂದಿನ ಒಂದೆರಡು ಮಿನಿಟುಗಳಲ್ಲಿಯೇ, ನಾವು– ಬರೇ ಹಾಡೇ ಹಾಡು

ಮೇಳಯಿಸಿದ್ದ ಮತ್ತು ಈ ತನಕ ಕಂಡಿದ್ದಿರದ ಕಡು ಪುರಾತನ ಲೋಕವೊಂದರಲ್ಲಿ ಸಂದುಕೊಂಡೆವು. ಪುರಾತನವೆಂದರೆ ಪುರಾತತ್ತ್ವಲೋಕ. ಸಾವಿರಾರು ಕಾಲದ 'ಕೃಷ್ಣ'–ಪ್ರತೀತಿಯುಳ್ಳ ಜಗತ್ತು!

ಅಸಲಿನಲ್ಲಿ, ಅದೊಂದು ಮಂಟಪವೆನ್ನಲಾಗದ ಮಂಟಪ. ಒಂದರ್ಥದಲ್ಲಿ ಗುಡಿಯೇ ಅನ್ನಬಹುದು. ರಾಧಾದೇವಿ ಒಳಗುಡಿಯಲ್ಲಿನ ಅಧಿದೇವತೆ. ಅವಳನ್ನು 'ಕೃಷ್ಣಸಖಿ' ಎಂದೇ ಕರೆಯುವುದಂತೆ. ಎಂತಲೇ ಆ ಕಟ್ಟಡಕ್ಕೆ ಇಡಿಯಾಗಿ 'ಸಖ್ಯಮಂಟಪ'ವೆಂದೇ ಹೆಸರು! ಭಾಷೆಯ ಕುರಿತಾಗಿ, ಅರಿತ ಮತ್ತು ನುರಿತ ಅಕ್ಕರಾಸ್ಥೆಯಿಟ್ಟುಕೊಂಡಿರುವ ನಾನು, ಈ ಹೆಸರು ಕೇಳಿದ್ದೇ ರೋಮಾಂಚನಗೊಂಡೆ. ಸಖ, ಸಖಿ... ಸಖ್ಯ... ಇವುಗಳನ್ನೆಲ್ಲ ಒಟ್ಟೊಟ್ಟಿಗೆ ಮೆಲುಕಿಕೊಂಡೆ. ಜಯದೇವ ಕವಿಯ 'ಸಖೀ... ಹೇ ಕೇಶಿಮಥನಂ ಉದಾರಂ...' ಹಾಡು ಮನಸೊಳಗೆ ಮೂಡಿಬಂದಿತು! ಉರ್ದು ಪದ್ಯಗಳಲ್ಲಿ ಬರುವ 'ಸಾಕಿ' ಎಂಬ ಶಬ್ದವೂ ತಳುಕಿಕೊಂಡು ಎದುರಾಯಿತು!

ಇರಲಿ... ಆ ಸಖ್ಯಮಂಟಪವನ್ನು ಹೊಕ್ಕುವಾಗ ಅದರ ಬಹಿರ್ರೂಪವು ನನ್ನನ್ನು ಸೆಳೆಯಲಿಲ್ಲ. ಅಥವಾ, ಅದನ್ನು ನಾನು ನೋಡಲೇ ಇಲ್ಲ! ಹಾಗೆ ನೋಡತಕ್ಕ ವ್ಯವಧಾನವೂ ನನ್ನಲ್ಲಿರಲಿಲ್ಲ. ಒಳಗಿನ ಹಾಡಿಗೆ ಮನಸೋತಿರುವಾಗ ಹೊರಗಿನ ಎಚ್ಚರಕ್ಕೇನು ಕೆಲಸ? ಅಂತರಂಗದ 'ತೋಂತನನ'ಗಳ ಎದುರು ಬಹಿರ್ಜಗತ್ತಿನ ಇತರೆ ಗೊಡವೆಗಳಾದರೂ ಯಾಕೆ?

ಹೌದು. ಸಖ್ಯಮಂಟಪದ ಅಂತರಂಗದ ಅನುಭವವಿರಲಿ, ಸ್ವಯಂ ಅಂತರಂಗವೇ ಇನ್ನೊಂದಾಗಿ ಸೆಳೆಯಿತು! ಬಹುಶಃ ಸೆಳೆಯಲಿಕ್ಕೆಂದೇ ತಳೆಯಿತು! ಶತಮಾನಗಳಿಂದ ಇದ್ದಲ್ಲೇ ಇದ್ದು ಹಳತಾದ ಕಲ್ಲುಗಳಿಂದಾದ– ಮಂಟಪದ ಒಳಮೈ ಸಾಧಾರಣವೆನಿಸಿತಾದರೂ, ಅದರ ಒಳಾವರಣದಲ್ಲೇನೋ ಮೋಡಿಯಿದೆ ಅಂತನ್ನಿಸಿತು. ನಮ್ಮಿಬ್ಬರನ್ನಷ್ಟೇ ಏಕೆ, ತನ್ನೊಳಗಿನ ಎಲ್ಲರನ್ನೂ ಒಮ್ಮೆಗೇ ಮೋಡಿಗೈದಿತ್ತು. ಅಲ್ಲಿ ನೆರೆದ ನೂರಾರು 'ನಾಟೀ'ಚಹರೆಗಳ ನಡುವೆ ಒಂದೆರಡು ಕೆಂಪುಮುಸುಡಿಯ ಫಿರಂಗೀಮೋರೆಗಳೂ ಕಾಣಸಿಕ್ಕವು. ಯಾವುದೋ ದೇಶದ ಟೀವೀ ಮಂದಿಯೇನೋ, ಎಂಥದೋ ಡಾಕ್ಯುಮೆಂಟರಿ ಮಾಡುವ ಉಮೇದಿನಲ್ಲಿದ್ದರು., ಸಾಕ್ಷಾತ್ ಕಾಣಬೇಕಾದ್ದನ್ನು– ಕೆಮೆರಾಗಣ್ಣಿನಲ್ಲಿ ನೋಡಿ ನೋಡಿ ಕೃತಾರ್ಥಿಸುತ್ತಿದ್ದರು!

ನಾನು ಮತ್ತು ಮಾತಂಗಿ, ಮೈಯೆಲ್ಲ ಕಣ್ಣಾಗಿಸಿಕೊಂಡು, ಕಿವಿಯಾಗಿಸಿಕೊಂಡು– ಒಳಮನಸ್ಸನ್ನೂ ಹೊರಗೆ ಹೊದ್ದು ನಿಂತೆವು! ನಿಂತೇ ನಿಂತೆವು. ನೋಡಿದೆವು. ಕೇಳಿದೆವು. ಮುದವೇ ಮುದವಾದ ಅನಿಸಿಕೆಗಳೇ ಆಗಿಬಿಟ್ಟೆವು!

ಆಹಾ! ಹಾಡುಮನುಷ್ಯರ ಕೊರಳು ಮತ್ತು ಬೆರಳು ಸಮಸಮವಾಗಿ

ನುಡಿದುಡಿದು– ನುಡಿಸುವ ದುಡಿಸುವ ಆ ಸಂಗೀತದ ಬಗ್ಗೆ ಏನನ್ನುವುದು? ಕಂಡಿದ್ದು ಆಡಲಿಕ್ಕೆ ಮಾತು ಅರೆಯೆನಿಸಬಹುದು. ಅನಿಸಿದ್ದು ಅರುಹಲಿಕ್ಕೆ ಭಾಷೆಯೇ ಸಾಲದೆನ್ನಿಸಬಹುದು! ಮೌನಕ್ಕೆ ಮೌನವೇ ಚೆನ್ನನಿಸಬಹುದು! ದೇವರೇ... ಭಾಷೆಯೇ ಇಲ್ಲದ ಮೌನಸ್ಥ ಧ್ಯಾನವನ್ನು ದಯಪಾಲಿಸಬಾರದಿತ್ತೇ, ನನಗೆ?

ಇಷ್ಟಿದ್ದೂ ಹೇಳುವುದಾದರೆ– ಒಂದೆಡೆ ಹಾರ್ಮೋನಿಯಮ್ಮಿನ ನುಡಿತ; ಮಗ್ಗುಲಿಗೇ ಡೋಲು–ಖಂಜಿರಗಳ ದುಡಿತ. ಈ ಎರಡಕ್ಕೆ ಸರಿಸಮವಿದ್ದೂ, ಅವಕ್ಕಿಂತ ಮಿಗಿಲು ತಾನೇ ಎಂದು ಕೂಡಿ ಹಾಡುವ ಕೆಲವು ಒಕ್ಕೊರಲು; ಹಲಕೆಲವು ಕೊರಳುಕಂಠಗಳ ಒಕ್ಕೂಟ. ರಾಗಮೋಹನನೇ ನೂರಾರು ಮೈಪಡೆದು ನೆರೆದನೇನೋ ಅನ್ನುವಂತೆ, ಹಲವಾರು ಹಾಡುಗೊರಳಿನ ಮತ್ತು ಬಡಿವ ಬೆರಳಿನ ಮಂದಿ– ನಡುವೊಂದು ತೆರಹು ಬಿಟ್ಟುಕೊಂಡು, ಸುತ್ತಲೂ ದೊಡ್ಡದೊಂದು ದುಂಡು ಕಟ್ಟಿಕೊಂಡು ದುಂಡೇ ದುಂಡಾಗಿ ಮುತ್ತಿಕೊಂಡಿದ್ದರು. ಹಿಂಡೂ ದುಂಡೆಂಬಂತೆ ಸುತ್ತಿಕೊಂಡಿದ್ದರು. ಇವರುಗಳ ಹಿಂದಿನ ಮಂದಿ ಸಾವಕಾಶವಾಗಿ ಅಂಡು ಚೆಲ್ಲಿದ್ದರು. ಉದ್ದಂಡವಾಗಿ ದಂಡುಗಟ್ಟಿದಂತಿದ್ದರು. ಗೋಡೆಗೆ ಒರಗಿ ಕುಳಿತವರಿದ್ದರು. ನಿಂತು ಗೋಡೆಯನ್ನು ಆತವರೂ ಇದ್ದರು.

ಹೀಗೆ ಸುತ್ತುವರೆದ ಮಂದಿಯ ನಟ್ಟನಡುವಿನ ತೆರಹೂ ಅಷ್ಟೇ ದುಂಡಗಿರುವುದು. ಅಂದರೆ ದುಂಡಗೆ ನೆಲ ತೋರುತ್ತ ಸೂರಿನವರೆಗೂ ತೆರೆದುಕೊಂಡಿರುವುದು. ಆ ತೆರಹಿನಲ್ಲಿ ಒಂದೆರಡು ಮಂದಿ ನರ್ತನಕ್ಕೆ ತೊಡಗುವರು. ಹಾಡಿನ ದನಿಗೆ ಮತ್ತು ಧುನಿಗೆ ತಕ್ಕುದಾಗಿ, ಉನ್ಮತ್ತರಾಗಿ ಮೈದೊನೆಯುವರು. ಇಲ್ಲಾ, ಅರ್ಥಬದ್ಧವಾಗಿ ಅಂದರೆ ಹಾಡಿನ ಸಾಹಿತ್ಯಕ್ಕೆ ತಕ್ಕಂತೆ ಭಾವಭಂಗಿ ತಾಳಿ ಅಭಿನಯಿಸುವರು!

'ಭಯ್ಯಾ... ಯೇ ಕ್ಯಾ ಹೇ? ರಾತ್ ಭರ್ ಚಾಲೂ ರಹೇಗಾ, ಕ್ಯಾ?'

ಹಾಡಿಗೆ ಸಮಸಮವಾಗಿ ಒಂದು ನಾಟ್ಯದ ಚೀಜೂ ಮುಗಿದ ಮೇಲೆ, ಗೇಯಕಾರರೆಲ್ಲ ಇನ್ನೊಂದಕ್ಕೆ ಸಜ್ಜಾಗುತ್ತಿರುವ ನಡುವೆ, ಬದಿಗಿದ್ದ ನೋಡುಗನೊಬ್ಬನಲ್ಲಿ ವಿಚಾರಿಸಿದೆ. ಆತ ಚೆನ್ನಾದ ಕೇಳುಗನೂ ಹೌದು... ಒಂದು ಕ್ಷಣ ನನ್ನತ್ತ ನೋಡಿ– ಸುಮ್ಮನೆ ಹೆಚ್ಚು ಮಾತೇಕೆಂಬ ಉಮೇದಿನಲ್ಲೇನೋ– 'ಉಧರ್ ದೇಖೀಯೋ...' ಅಂತಷ್ಟೇ ಹೇಳಿ ಒಂದೆಡೆಗೆ ಕೈಯಿಕ್ಕಿ ತೋರಿದ.

ಆತ ಬೆಟ್ಟು ತೋರಿದ ಗೋಡೆಯ ಮೇಲೊಂದು ಹಳದಿ ಬಟ್ಟೆಯ ಹಾಳೆಯನ್ನು ತೂಗಿಡಲಾಗಿತ್ತು. ಜಾಲಂಧ್ರದ ಮೂಲಕ ಒಳಬರುವ ಗಾಳಿಗೆ ಪಟಪಟಿಸಿ ಹಾರುವ ಆ ಪಟದ ಮೇಲೆ, ಹಸಿರು ಅಕ್ಷರಗಳಲ್ಲಿ– 'ಜಗನ್ನಾಥಜೀ ಸೇವಾಪ್ರಸಕ್ತ ಅಹೋರಾತ್ರಿ ಸಂಗೀತಸಭಾ' ಎಂದು ಬರೆದಿತ್ತು. 'ಇದೇನು? ರಾತ್ರಿಯಿಡೀ ಜರುಗುವ ಸಮಾರಂಭವೇ?' ಎಂಬ ಪ್ರಶ್ನೆಗೆ ಉತ್ತರ ಅದರಲ್ಲಿತ್ತು!

‘ಅಲ್ಲೇನು ಬರೆದಿದೆಯೋ?’ ಮಾತಂಗಿ ಪಿಸುಗುಟ್ಟಿ ಕೇಳಿದಳು. ‘ಚಂದದ ಭಾರತದ ಸುಂದರ ತುಣುಕು– ಅಂತ ಬರೆದಿದೆ...’ ಎಂದು ನನ್ನೊಳಗಿನ ಮಾತನ್ನು ಹೇಳಿದೆ. ‘ಎಷ್ಟು ಚೆನ್ನಾಗಿದೆ ಅಲ್ಲವಾ? ನೀನೇನು ಅನ್ನುತೀ...’ ಎಂದು ಮತ್ತೊಮ್ಮೆ ಅಭಿಪ್ರಾಯ ಕೇಳಿದಳು. ‘ಅ ಬ್ಯೂಟಿಫುಲ್ ಪೀಸ್ ಆಫ್ ಎ ಟೆರ್ರಿಫಿಕ್ ನೇಶನ್...’ ಎಂದು ಮೊದಲು ಹೇಳಿದ್ದನ್ನೇ ಇನ್ನೊಂದಾಗಿ ಇಂಗ್ಲಿಷಿನಲ್ಲಿ ಹೇಳಿದೆ.

46

‘ಸಖ್ಯಮಂಟಪ’ದಲ್ಲಿ ಎಲ್ಲೆಲ್ಲಿನದೋ ಸಂಗೀತದವರು– ಹಿರಿಕಿರಿಯರೆಂಬ ತರತಮವಿರದೆ ಜಮಾಯಿಸಿದ್ದರು. ದೊಡ್ಡ ದೊಡ್ಡ ಶಹರಗಳ ದೊಡ್ಡ ದೊಡ್ಡ ಹೆಸರಿನ ಮಂದಿಯಿರುವಷ್ಟೇ, ಸಣ್ಣಪುಟ್ಟ ಊರುಗಳ ಸಣ್ಣಪುಟ್ಟ ಜನರೂ ನೆರೆದಿದ್ದರು. ಎಲ್ಲ ವಯಸಿನವರೂ ಇದ್ದರು. ಬೊಕ್ಕತಲೆ ಹೊತ್ತು ಗಡ್ಡವೂ ನರೆತು ಮೈಸುಕ್ಕಿಟ್ಟ ಮಂದಿಯಲ್ಲದೆ, ಹುಲುಸಾದ ಮುಡಿ, ಮೈಗೂದಲುಳ್ಳ ಲೋಗರೂ ಇದ್ದರು. ಗರಿಗರಿಯಾದ ಉಡುಗೆಯುಟ್ಟವರೊಡನೆ ಮುದುಡುಬಟ್ಟೆ ತೊಟ್ಟವರೂ ಇದ್ದರು. ಉತ್ತರದಿಶೆಯ ಪರಿಪರಿ ಭಾಷಿಕರಲ್ಲದೆ– ತಮಿಳು ತೆಲುಗಾಡುವ ದ್ರಾವಿಡರೂ ಇದ್ದರು! ಇರುವಂತೆಯೇ ಇದ್ದವರೂ, ಕುಣಿಯಲಿಕ್ಕೆ ವೇಷ ತೊಟ್ಟವರೂ... ಹುಬ್ಬು–ಮುಡಿಯಿಂದ ಹಿಡಿದು ಸೊಂಟಪಟ್ಟಿ ಅಂದುಗೆಯವರೆಗೆ ಮೈಯಲ್ಲೆಲ್ಲ ತೊಟ್ಟ ಸಾಲಂಕೃತರೂ ಇದ್ದರು. ರೇಶಿಮೆ, ಕಾಟನು, ಸಿಂಥೆಟಿಕ್ಕು... ಮಕಮಲ್ಲು... ಮಸಲಿನ್ನು... ಒಂದೇ ಎರಡೇ? ಇಷ್ಟೆಲ್ಲ ಬಗೆಬಗೆಯ ಬಹುತ್ವದೊಳಗಿದ್ದ ಒಂದೇ ಒಂದು ಏಕತಾನವೆಂದರೆ– ಎಲ್ಲರೂ ಒಂದೇ ರೀತಿಯ ಅಮಲು ತಾಳಿದ್ದರು. ಹಾಡಿನ ಅಮಲೇರಿಸಿಕೊಂಡು ತುಯ್ಯುತ್ತಿದ್ದರು. ಅಮಲೆಂದರೆ ಮರುಳು. ಏನೆಂದು ಹೇಳಲಾಗದ ಹುಚ್ಚು ಹುಚ್ಚು ಮರುಳು. ಇದನ್ನು ಕೆಲವರು ಭಕ್ತಿ ಅನ್ನಬಹುದು. ಇಲ್ಲಾ, ಕಡುದೈವಿಕ ಮತ್ತೆನ್ನಬಹುದು... ನನ್ನಂಥವರಿಗೆ ಮಾತ್ರ ಇದು ಮರುಳಲ್ಲದೆ ಇನ್ನೇನು ತಾನೇ ಅನ್ನಿಸೀತು?

ಒಂದು ಹಾಡು ಮುಗಿದ ಮೇಲೆ, ಸಭೆಯಲ್ಲಿನ ಸ್ವಯಂಘೋಷಿತ ಧುರೀಣನೊಬ್ಬ– ‘ಬಂಧುಗಳೇ... ಈ ಅಹೋರಾತ್ರಿ ಸಂಗೀತಸಭೆಯ ಬಗ್ಗೆ ನಿಮಗೆಲ್ಲ ಗೊತ್ತೇ ಇದೆ. ಇಲ್ಲಿ ಹಾಡುವ ಕುಣಿಯುವ ಯಾರನ್ನೂ ಯಾರೂ ಕರೆದಿಲ್ಲ... ಆಹ್ವಾನವಿತ್ತಿಲ್ಲ... ಸ್ವಯಂಪ್ರೇರಿತವಾಗಿ, ಬಹುಶಃ ಜಗನ್ನಾಥ–ಪ್ರೇರಣೆಯಿಂದ ಜರುಗುತ್ತಿರುವ ಉತ್ಸವ ಇದು. ಈ ಕುರಿತು ಗೊತ್ತಿಲ್ಲದ ಮಂದಿಗೆ ಹೀಗೊಂದು ಅರಿಕೆ ಇದೆ... ಇಲ್ಲಿ ನೆರೆದಿರುವ ನಮ್ಮನ್ನೆಲ್ಲ ಮರುಳು ಮಾಡುವ ತಾಕತ್ತಿರುವ ಯಾರಾದರೂ ಮುಂದೆ ಬಂದು

ಹಾಡಬಹುದು...' ಎಂದು ಘೋಷಿಸಿ, ಮುಂದಿನ ಸಂಗತಿಗೆ ಎಡೆಮಾಡಿಕೊಟ್ಟ.

ನನಗೂ, ಮಾತಂಗಿಗೂ- ತಿಳಿಬಾರದ ಒಂದು ಭಾಷೆಯಲ್ಲಿ ಹಾಡು ಸುರುಗೊಂಡಿತು. ಸರಿಸುಮಾರು ನನ್ನದೇ ವಯಸ್ಸಿನ ಒಬ್ಬ ಹಾಡುಗಾರನಾತ- ಚಿಕ್ಕದೊಂದು ಗಣೇಶ-ಪ್ರಾರ್ಥನೆಯನ್ನು ಹಾಡಿ, ಮುಂದುವರೆಸುವ ಮುನ್ನ- ತಾನು 'ಭುಬನೇಶ್ವರ'ದವನೆಂದೂ, ಒಂದು ಒಡಿಯಾಕೃತಿಯನ್ನು ಸಾದರಪಡಿಸುವೆನೆಂದೂ... ಹಿಂದಿಯಲ್ಲಿ ಹೇಳಿ, ಮರಳಿ ಹಾಡು ಸುರುಹಚ್ಚಿಕೊಂಡ.

ಅಸಲಿನಲ್ಲಿ, ಆತ ಹಾಡಿದ್ದು- ಜಯದೇವನ ಹದಿನೇಳನೇ ಅಷ್ಟಪದಿಯ ಒಡಿಯಾ ಅವತರಣಿಕೆ. ಒಂದೆರಡು ಸಾಲು ಕೇಳಿಬಂದಿದ್ದೇ, ಅದರಲ್ಲಿನ ಕೆಲವು ಪದಗಳ ಧುನಿಯನ್ನಾಧರಿಸಿ ನನಗೆ ಹೀಗೆ ಅನ್ನಿಸಿತು. ಅಲ್ಲದೆ, ಸಂಸ್ಕೃತಮೂಲದ ಒಂದೆರಡು ಸಾಲುಗಳನ್ನು ಅಲ್ಲಿರುವಂತೆಯೇ ಬಳಸಲಾಗಿತ್ತು.

ಹರಿ ಹರಿ ಯಾಹಿ ಮಾಧವ ಯಾಹಿ ಕೇಶವ ಮಾ ವದ ಕೈತವವಾದಂ
ತಾಮನುಸುರ ಸರಸೀರುಹಲೋಚನ ಯಾ ತವ ಹರತಿ ವಿಷಾದಂ
ಮಾ ವದ ಕೈತವವಾದಂ...

ಭುಬನೇಶ್ವರನು (ಅಂದರೆ ಭುಬನೇಶ್ವರದವನು) ಹಾಡಿದ ಒಡಿಯಾ ಸಾಹಿತ್ಯದಲ್ಲಿ, 'ಮಾ ವದ ಕೈತವವಾದಂ...' ಸಾಲುಗಳೂ ಇದ್ದುದರಿಂದ- ನನಗೆ, ತಕ್ಷಣ 'ಗೀತಗೋವಿಂದ'ವೆಂದು ಸಲೀಸಾಗಿ ತಿಳಿದುಬಂತು! ಆತನದು ಬಲುವಾದ ಬನಿಯುಳ್ಳ ಧ್ವನಿ. ಚೆನ್ನಾದ ಕಂಠತಾಲೀಮಿದೆಯೆಂದು ಹಾಡಿಗೆ ಮುನ್ನದ ಆಲಾಪದಲ್ಲಿಯೇ ಅನ್ನಿಸಿಬಂತು. ಮಧ್ಯೆಮಧ್ಯೆ ಸೂಕ್ಷ್ಮವಾಗಿ ಹೂಡಿದ ಕುಸುರಿಯಂತಹ ಸಂಗತಿಗಳು ಮೋಡಿ ಮಾಡಿದ್ದು ಹೌದು. ಈ ಹಾಡಿನ ಪ್ರಸ್ತುತಿಯಷ್ಟೇ, ಅದನ್ನು ನೃತ್ಯವಾಗಿ ಅಭಿನಯಿಸಿದ- ಒಬ್ಬಾಕೆಯ ರೀತಿ ಕೂಡ ಚೆನ್ನನಿಸಿತು.

ಎಲ್ಲಕ್ಕಿಂತ ಗಮನೀಯವೆನಿಸಿದ್ದು, ಗಂಡುಮೈಯೊಳಗೆ ಹೆಣ್ಣಡಗಿದೆಯೋ ಅನಿಸಗೊಟ್ಟು, ನಡುನಡುವೆ ಕುಣಿತಕ್ಕಿಳಿದ ಒಬ್ಬ ಬೃಹನ್ನಳೆ! ಯೌವನ ಮುಗಿಯುತ್ತಿರುವ ವಯಸ್ಸು. ಟೆರಿಕಾಟ್ ಪ್ಯಾಂಟಿನ ಮೇಲೆ ಮಂಡಿಗಿಳಿಯುವಷ್ಟು ಉದ್ದದ ಕುರ್ತಾ ತೊಟ್ಟು, ಸೊಂಟಕ್ಕೆ ದುಪ್ಪಟ್ಟಾ ಕಟ್ಟಿ, ಹೆಗಲಿನಲ್ಲೊಂದು ಹಳದಿವಸ್ತ್ರವನ್ನು ಇಳಿಬಿಟ್ಟುಕೊಂಡು... ಜತನವಾಗಿ ರೋಮ ಕಿತ್ತಿದ್ದ ಹುಬ್ಬನ್ನು ಇದ್ದೂ ಇರದಷ್ಟು ತೆಳ್ಳಗಾಗಿಸಿ... ಅಷ್ಟೇ ತೆಳ್ಳಗೆ ಮೇಕಪ್ಪು ತಾಳಿ- ಬಲು ವಯ್ಯಾರದ ಮೈ-ತೊನೆಯಿಸುವ, ಈ ಬೃಹನ್ನಳೆಯ ಹೆಜ್ಜೆಗಳು ನಿಜಕ್ಕೂ ಮೋಹಕವೆನಿಸಿದವು. ಇನ್ನು, ರಾಧೆಯನ್ನು ಅಭಿನಯಿಸಿದ ಬಗೆಯನ್ನಂತೂ... ಆಹ್... ಹೇಳುವುದು ಕಷ್ಟ!

ಬೃಹನ್ನಳೆಗೆ ಬೃಹನ್ನಳೆಯೇ ಒಂದು ಮೋಡಿ ಎಂದೊಂದಾದರೆ, ಆ ನಪುಂಸಕ ಒಡಲಿನಿಂದ ಇಳಿಬಿದ್ದ ಅಂಗವಸ್ತ್ರದ್ದೇ ಇನ್ನೊಂದು ಮೋಡಿ! ಎರಡೂವರೆ ಗಜದ ಆ ಹಳದಿ ಬಟ್ಟೆಯೇ ಒಂದು ಪಾತ್ರವೆನಿಸಿಬಿಟ್ಟಿತೇ? ಜಯದೇವನ ಸಾಹಿತ್ಯಿಕ 'ಶೃಂಗಾರ'ವನ್ನೆಲ್ಲ ಆಶಯಿಸಿ ಮಾಡಿ ತೋರಿತೇ? ಹೇಳಲಾಗುವುದಿಲ್ಲ. ವಿಶೇಷವೆಂದರೆ, ಅದು ಹೆಣ್ಣೂ ಹೌದು; ಅಷ್ಟೇ ಗಂಡೂ ಹೌದು. ಎರಡೂ ಅಲ್ಲದ್ದೂ ಹೌದು. ತನ್ನ ನಿಜ'ಲಿಂಗ'ದ ಹಂಗಿಲ್ಲದೆ ಇನ್ನೊಂದಾಗುವುದು! ಆಗಬಲ್ಲುದು! ಕೆಲವೊಮ್ಮೆ ಸೆರಗಿನಂತೆ ಕವಿದುಕೊಳ್ಳುವುದು. ಮುಖಸೂಕ್ಷ್ಮ ತೋರುವಾಗ ತುಸುವೇ ಜಾರಿ ಕೆಳಗಿಳಿಯುವುದು. ಗಾಳಿಯ ಚಿತ್ರಿಕೆಯಲ್ಲಿ ಸೂರಿನವರೆಗೂ ಅಲೆಯೊಡೆದು ಹಬ್ಬಿ ಬೀರುವುದು. ಮಳೆಯೆನ್ನುವಾಗ ತೊಯ್ದು ತೊಪ್ಪೆಯಾದಂತೆ ಮುದುಡುವುದು... ಅಡ್ಡಗೋಡೆಯ ಹಾಗೆ ಅಂತಃಪಟವಾಗಬಲ್ಲುದು. ಬೃಹನ್ನಳೆಯ ಮೈ ಕೃಷ್ಣನನ್ನು ಆವಾಹಿಸಿಕೊಂಡರೆ, ನೆಲದಲ್ಲಿ ತಂತಾನೇ ಹಾಸಿ, ತನ್ನುದ್ದಕ್ಕೂ ಆ ಕೃಷ್ಣನನ್ನು ನಲಿಯಗೊಡುವುದು.

ಹೊದಿಕೆಯ ವಸ್ತುವು ತನ್ನ ಬಟ್ಟೆತನ ಮೀರಿ ಏನೇನೆಲ್ಲ ಆದೀತೆಂಬುದೇ ದೊಡ್ಡ ಕೌತುಕ. ಹೌದು... ಬಟ್ಟೆಯನ್ನು ಕತ್ತರಿಸಿ ಹೊಲೆದುಬಿಟ್ಟರೆ, ಅದಕ್ಕೆ ಏನು ಕೊಟ್ಟೇವೋ– ಅಷ್ಟೇ ಗಾತ್ರ ಮತ್ತು ಪಾತ್ರ. ಪ್ಯಾಂಟೆಂದರೆ ಪ್ಯಾಂಟು. ಶರ್ಟೆಂದರೆ ಶರ್ಟು. ಬ್ಲೌಸೆಂದರೆ ಬ್ಲೌಸು... ಅಷ್ಟೇ. ಅಂದರೆ ಸಲುವೆಷ್ಟೋ ಅಷ್ಟೇ ರೋಲು. ಆದರೆ ಹೊಲೆಸಿಕೊಳ್ಳದ ಬಟ್ಟೆ ಏನೇನೆಲ್ಲ ಆದೀತು? ಒಂದೇ ಸೀರೆಯ ಥರಗಳೆಷ್ಟು? ಬಣ್ಣಗಳೆಷ್ಟು? ಕುಸುರಿ ಚಿತ್ತಾರವೆಷ್ಟು?

ಇಷ್ಟೇ ಎಂದು ಹೇಳುವುದು ಕಷ್ಟ.

ಇರಲಿ. ಹಾಡು ಸಾಗಿಯೇ ಇತ್ತು.

47

'ಹರಿ ಹರಿ ಯಾಹಿ ಮಾಧವ ಯಾಹಿ ಕೇಶವ ಮಾ ವದ ಕೈತವವಾದಂ!'

ಒಂದು ಇರುಳಿಡೀ ಕೃಷ್ಣನನ್ನು ಎದುರುನೋಡಿಕೊಂಡು ಕಳೆದ ರಾಧೆಯ ತಹತಹವನ್ನು ಧ್ವನಿಸುವ ಈ ಗೀತೆಯ ಸಾಹಿತ್ಯವನ್ನು ಕೇಳಿಯೇ ತಿಳಿಯಬೇಕು! ಸಂಸ್ಕೃತದ್ದನ್ನು ಕನ್ನಡಿಸುವಾಗ, ಇಲ್ಲಾ ತಮಿಳಿನದಾಗಿಸುವಾಗ ಅರ್ಥಪಾತವಿದ್ದಿದ್ದೇ... ಗೀತಗೋವಿಂದವೇ ಹಾಗೆ. ದಕ್ಕಿದಷ್ಟೇ ಅರ್ಥ; ಸೋರಿದ್ದು ಗೋವಿಂದನಿಗೆ!

ಇನ್ನು, ಈ ಹಾಡಿನ ಪೀಠಿಕೆಯೇ ಎಷ್ಟು ಚೆನ್ನಿದೆ ಗೊತ್ತೆ?

ಒಂದು ರಾತ್ರಿಯುದ್ದದ ವಿರಹವನ್ನು, ಮೈಯಲ್ಲೆಲ್ಲ ನೆಟ್ಟುನಾಟಿದ ಬಾಣಗಳ ಬಾಧೆಯೆಂಬಂತೆ– ಕಷ್ಟಪಟ್ಟು ನೀಗಿಕೊಂಡ ರಾಧೆಯೆದುರು, ಮಾರನೆಯ

ಬೆಳ್ಳಂಬೆಳ್ಳನೆ ಮುಂಜಾನೆ, ತೆಳ್ಳಂತೆಳ್ಳನೆ ಗಾಳಿಯಲ್ಲಿ ಕೃಷ್ಣ ಮೈದೋರಿ ಕಾಣಿಸುತ್ತಾನೆ. ಬಂದಿದ್ದೇ ಕ್ಷಮೆ ಕೋರುತ್ತಾನೆ. ಕೈಕೈ ಹಿಸುಕಿಕೊಳ್ಳುತ್ತಾನೆ. ಜೋಡಿಸಿ ಮುಗಿಯುತ್ತಾನೆ. ಮನ್ನಿಸೆನ್ನುತ್ತಾನೆ.

ಆದರೆ ರಾಧೆಯದು ವ್ಯತಿರಿಕ್ತ! ಅಥವಾ, ಅವಳು ವ್ಯತಿರಿಕ್ತೆ!

ಇಡೀ ರಾತ್ರಿ ಯಾರಿಗಾಗಿ ಕಾದಳೋ, ಅವನ ಬಗ್ಗೆ ಒಂದೇ ಸಮ ಮುನಿಮುನಿ ಮುನಿದು– ಸಾಕು ಸಾಕು... ಹೋಗು ಹೋಗು... ಎಂದು ಅಟ್ಟತೊಡಗುತ್ತಾಳೆ.

'ರಾತ್ರಿಯೆಲ್ಲ ಇನ್ನೊಬ್ಬಳೊಡನೆ ಪ್ರಣಯೋನ್ಮತ್ತನಿದ್ದ ನಿನ್ನ ನಿದೆಗೆಟ್ಟ ಕಣ್ಣುಗಳಲ್ಲಿ ಅವಳ ಕದಪಿನ ಕೆಂಪೂ ಅಡರಿದೆಯಲ್ಲೋ, ಕೇಶವ... ಹೋಗಿ ನಿನ್ನ ತುಟಿಗಳನ್ನು ನೋಡಿಕೋ. ಅವುಗಳ ಮೇಲೆ ಕಪ್ಪು ಕದಡಿದೆಯೋ, ಮಾಧವ... ಹೇಳು– ನೀನು ಮುದ್ದಿಸಿದ್ದು ಏನನ್ನು? ಅವಳ ಕಣ್ಣುಗಳನ್ನೋ, ಎವೆಯಂಚಿನ ಕಾಡಿಗೆಯನ್ನೋ? ನಿನ್ನ ಮೈಯನ್ನೆಲ್ಲ ಗೀಚಿರುವ ಉಗುರುಗೀರುಗಳನ್ನು ನೋಡಿಕೋ– ಪಚ್ಚೆಯ ಮೇಲಿನ ಚಿನ್ನದ ರೇಕುಗಳಂತೆ ಎಷ್ಟು ಸ್ವಚ್ಛವಾಗಿವೆ! ಅವಳನ್ನು ಗೆದ್ದ ನಿನ್ನ ಗೆಲುವಿಗಿತ್ತ ಪ್ರಶಸ್ತಿಯಂತಿವೆ! ಅರರೇ... ಕೃಷ್ಣ ಕೃಷ್ಣ! ನಿನ್ನ ತುಟಿಗಳ ಮೇಲೂ ಗೀಚಿಕೊಂಡಿದೆ. ದುರುಳ! ನಾನು ನಿನ್ನಷ್ಟು ಗಾಯಾಳುವಲ್ಲವೋ... ಆದರೆ ಗಾಯವಿಲ್ಲದೆಯೂ ನೋವನುಭವಿಸಿದ್ದೇನೆ! ನಿನ್ನ ಮನಸ್ಸೂ ನಿನ್ನ ಮೈಯಷ್ಟೇ ಕಳಂಕಿತವಲ್ಲೋ... ಯಾಕೆಂದರೆ ನಿನ್ನ ಸಂಗಬಯಸುವ ಇತರೆ ಹೆಣ್ಣುಗಳನ್ನು ನೋಯಿಸುತ್ತೀ! ಇಲ್ಲಾ, ನೀನೇನು ಸ್ತ್ರೀದ್ವೇಷಿಯೇ? ಇರಬಹುದು... ಇಲ್ಲದಿದ್ದಲ್ಲಿ ನಿನಗೆ ಹಾಲೂಡಬಂದ ಪೂತನಿಯನ್ನು ಕೊಂದೆಯೇಕೆ?'

ಹೌದು... ರಾಧೆ ಯಾಕೆ ಹೀಗೆ? ರಾತ್ರಿಯೆಲ್ಲ ಅವನ ದಾರಿ ಕಾಯುತ್ತಿದ್ದವಳು– ಅದೇ ದಾರಿಯನ್ನು ಹಾಡುಹಗಲಿನಲ್ಲಿ ಒದೆಯುವುದೇ? ಹೋಗಲಿ, ಈ ಹಾಡಾದರೂ ಏನು? ದೂರೇ? ಕರಾರೇ? ತಕರಾರೇ? ವೃಥಾ ತಗಾದೆಯೇ? ವಿಲಾಪವೇ? ಪ್ರಲಾಪವೇ? ಏನು?

ಹರಿ ಹರಿ... ಹರಿ...
ಹೋಗೋ ಮಾಧವ, ಹೋಗೆಲೆ ಕೇಶವ
ನಿನ್ನೊಡನೇತರ ವಾದ?
ಹೋಗೋ ಮಾಧವ, ಹೋಗೆಲೆ ಕೇಶವ
ಏತಕೆ ಮೋಸದ ವಾದ?
ಹರಿ ಹರಿ... ಹರಿ...
ತಿರುಗಿ ಹೋಗು ಅವಳತ್ತಲೇ ಕೇಶವ

ಕಳೆವಳು ನಿನ್ನ ವಿಷಾದ
ನಿನ್ನೊಡನೇತರ ವಾದ?

ಹರಿ ಹರಿ... ಹರಿ...
ತಾವರೆಗಣ್ಣಿನ ಬಣ್ಣದ ಮಾತಿನ
ನೀನೇತರ ಸೀದಾ ಸಾದ...
ಏತಕೆ ಹುಸಿ ಹಸಿ ವಾದ?

ಹೀಗೆಲ್ಲ ರಾಧೆ ವಿಲಾಪಿಸುವಾಗ, ಹಾಡಿನ ಕೊನೆಯಲ್ಲಿ- ಜಯದೇವನೆಂಬ ಅದರ 'ಉಲುಹುಗಾರ', ಯಾವ ನೇಪಥ್ಯದಲ್ಲಿದ್ದನೋ, ಈಗ ಇದ್ದಕ್ಕಿದ್ದಂತೆ ಮುಂದೋರಿ ಬರುತ್ತಾನೆ!

ಹರಿ ಹರಿ... ಹರಿ...
ಲೋಲುಪಲೀಲೆಯ ಕೃಷ್ಣನ ಎದುರು
ವಂಚಿತ ರಾಧೆಯ ವಿಲಾಪ...
ಏನಿದು ಈ ಪರಿತಾಪ?

ಹರಿ ಹರಿ... ಹರಿ...
ಕವಿ ಜಯದೇವನ ಪದ ಪದದಲ್ಲೂ
ಇಲ್ಲವೆ ಜೇನ್ದನಿ ಸ್ವಲ್ಪ?
ಇದು ಹೆಜ್ಜೇನಿನ ಸಲ್ಲಾಪ!

ಹರಿ ಹರಿ... ಹರಿ...
ಯಾಹಿ ಮಾಧವ ಯಾಹಿ ಕೇಶವ
ಮಾ ವಾದ ಕೈತವವಾದಂ
ಹೋಗು ಹೋಗು ಅವಳತ್ತಲೇ ಕೇಶವ
ಕಳೆವಳು ನಿನ್ನ ವಿಷಾದಂ!

48

ಭುಬನೇಶ್ವರನ ಹಾಡು ಮುಗಿದು, ಚಪ್ಪಾಳೆಯೆಲ್ಲ ತೀರಿದ ಒಂದು ನಿಸ್ಸೀಮ ಅವಾಕ್ಕಿನ ನಡುವೆ– ಮಾತಂಗಿ, ನನ್ನ ಬದಿಗಿದ್ದಳಲ್ಲ, ಇದ್ದಕ್ಕಿದ್ದಂತೆ, 'ಈಗ ನನ್ನ ಜೊತೆಗಾರ ಒಂದು ಹಾಡು ಹಾಡಬಹುದೇ?' ಎಂದು ಸಭೆಯನ್ನುದ್ದೇಶಿಸಿ ಕೇಳಿಬಿಟ್ಟಳು!

ತಬ್ಬಿಬ್ಬಾಗಿಹೋದೆ!

ಹಾಡಬೇಕೆಂದು ಅಂದುಕೊಂಡಿದ್ದೆನಾದರೂ ಆಗಲೇ ಎಂದು ಅಂದುಕೊಂಡಿರಲಿಲ್ಲ! ನಿಜಕ್ಕೂ ಅಂದುಕೊಂಡಿರಲಿಲ್ಲ!

'ಜಗನ್ನಾಥರ ಗುಡಿಯಲ್ಲಿ ಕಮಲಾಕ್ಷ ಕೇಶವ ಎಂದೊಬ್ಬ ಪಂಡಾಜಿ ಇದ್ದಾರಲ್ಲ, ಅವರು ಇವನಿಗೆ ಇಲ್ಲಿ ಹಾಡಹೇಳಿದರು...' ಮಾತಂಗಿ, ಹೀಗೊಂದು ಪೀಠಿಕೆಯನ್ನೂ ಹೇಳಿಬಿಟ್ಟ ಮೇಲೆ, ಹಾಡುವುದಲ್ಲದೆ ಬೇರೆ ವಿಧಿಯಿರಲಿಲ್ಲ.

ಸರಿ. ಸುರುಹಚ್ಚಿಕೊಂಡೆ.

ಕೆಂದಾವರೆ ಮೈಯಲಿ ಹೊರಳಿದ ದುಂಬಿಗೆ ಮೆತ್ತಿದೆ ಕೆಂಪನೆ ರಂಗು
ಗುಂಯ್ಙ್ಗುಂಯ್ಙ್ಗುಂಯ್ಙನೆ ಸುತ್ತುವುದೇನು, ಅಲ್ಲದೆ ಸುಳ್ಳಿನ ಗುಂಗು!

ಗುನುಗುವ ಗುಂಗಿನ ಗುಂಗುರು ಭೃಂಗ ಯಾತರ ನಿನ್ನಂಗಾಂಗ?
ಹೂವೊಳರಂಗದ ಪರಿ ಪರ ಸಂಗ; ಸೋಗಿನ ಸಭ್ಯತೆಯಭ್ಯಂಗ!

ಯಾವುದೇ ತಾವರೆ ಹೀರಿದರೂನೂ ನೀ ಹೂವಾಗುವೆಯೇನು?
ಕೆಸರೊಳಗಿದ್ದು ಸತ್ತರೂ ನಾನು ಬಿಡೆ ಹೂಕಾರಿಕೆ ಕರುಮವನು

ಹೋಗು ಭ್ರಮರವೇ ಹೋಗು ಭ್ರಮಿತವೇ ನಿನ್ನೊಡನೇತರ ಮಾತು?
ತಿರುಗಿ ಹೋಗು– ಆ ಹೂವತ್ತಲೇ ದುಂಬಿಯೇ, ಒಲಿವುದು ನಿನಗೇ ಸೋತು

ಹೀಗೆಲ್ಲ ಹಾಡಿದೆ. ಹಾಡಿಯೇ ಹಾಡಿದೆ.

ಅದೇ ಜಯದೇವನನ್ನು ನೆನೆದು ಹಾಡಿದೆ. ಅವನನ್ನು ಇನ್ನೊಂದಾಗಿಸಿ ಹಾಡಿದೆ. ನನ್ನದೇ ಆಗಿಸಿಕೊಂಡು ಹಾಡಿ ಕೊಂಡಾಡಿದೆ.

ವಿಚಿತ್ರವೆಂದರೆ ಈ ಹಾಡು– ಅಂದರೆ ಈ ಹಾಡಿನ 'ಆಡು' ಹುಟ್ಟಿದ್ದು ಅಲ್ಲೇ...

ಆ ಕ್ಷಣದಲ್ಲೇ. ನಾನು ಹಾಡುವೆನೆಂದು ಮಾತಂಗಿ ಹೇಳಿದಾಗಲೇ... ಅಥವಾ, ನಾನು ಹಾಡಲಿಕ್ಕೆ ತೊಡಗಿದಾಗಲೇ! ಹೇ... ಜಯದೇವನೇ ನನ್ನೊಳಗೆ ಅವತರಿಸಿಬಂದನೇ? ಇರಲಿಕ್ಕಿಲ್ಲ... ನನ್ನ ಹಾಡು ಅವನದಕ್ಕೆ ಸರಿಸಮವೆಲ್ಲಿ? ಅವನನ್ನು ಅನುಕರಿಸುವ ಅವತರಣಿಕೆಯಾಗಿ ಈ ಹಾಡು ಹುಟ್ಟಿದೆಯಷ್ಟೆ... ಬಹುಶಃ ಜಗನ್ನಾಥಪುರಿಯ ಕರಿಮರದ ಮುಸುಡಿಯೇ ನನ್ನೊಳಗಿಳಿದು ಹಾಡಿತೆ?

ಹರಿ ಹರಿ... ಹರಿ...
ಹೋಗು ಭ್ರಮರವೇ ಹೋಗು ಭ್ರಮಿತವೇ
ನಿನ್ನೊಡನೇತರ ಮಾತು?
ತಿರುಗು ತಿರುಗು ಆ ಹೂವತ್ತಲೇ ದುಂಬಿಯೇ
ಒಲಿವುದು ನಿನಗೇ ಸೋತು!

ಹರಿ ಹರಿ... ಹರಿ...
ಯಾಹಿ ಕೇಶವ ಯಾಹಿ ಮಾಧವ
ನಿನ್ನೊಡನೇತರ ವಾದ?
ತಾವರೆಗಣ್ಣಿನ ಬಣ್ಣದ ಮಾತಿನ
ನೀನೇತರ ಸೀದಾ ಸಾದ?

ಮಾ ವದ ಕೈತವವಾದಂ...
ತಾಮನುಸರ ಸರಸೀರುಹಲೋಚನ
ಯಾ ತವ ಹರತಿ ವಿಷಾದಂ
ಮಾ ವದ ಕೈತವವಾದಂ

ನನ್ನ ಕುರಿತು ನಾನೇ ಹೇಳಿಕೊಳ್ಳುವುದು ಚೆನ್ನಲ್ಲ... ಆದರೆ ನಡೆದಿದ್ದನ್ನು ಹೇಳಬೇಕಷ್ಟೆ? ಈ ಹಾಡಿಗೆ ಮಂದಿ ಮರುಳಾದರು. ತಲೆದೂಗಿದರು. ವ್ಹಾವ್ ವ್ಹಾವ್ ಅಂದರು, ಒಂದು ಹಂತದಲ್ಲಿ ಹುಚ್ಚೆದ್ದುಹೋದರು.

ಹಾಡು ಸುರುಮಾಡುವ ಸಮಯದಲ್ಲಿ, ನಾನು ಭುಬನೇಶ್ವರನು ಹಾಡಿದ ಒಡಿಯಾಶೈಲಿಯಲ್ಲಿಯೇ ಅಂದರೆ ಅವನ ಹಾಡಿನ ಧಾಟಿಯಲ್ಲೇ ಆರಂಭಿಸಿದೆನಾದರೂ— ಕ್ರಮೇಣವಾಗಿ, ಅದನ್ನು ಇನ್ನೊಂದಾಗಿಸಿದೆ. ನಾವು ತಮಿಳುದೇಶದ ಮಂದಿ— ಘನಾತಿಘನವಾದ 'ಕರ್ನಾಟಕಿ'ಯನ್ನು ಹಾಡುವ

ಹಾಗೇ ಅದನ್ನು ಪರಿಶುದ್ಧ ಪರಿಪೂರ್ಣ 'ಸಂಗೀತ'ವನ್ನಾಗಿಸಿದೆ. ನಡುನಡುವೆ, ಕನ್ನಡಸೀಮೆಯವರ ಹಾಗೆ ಅಲ್ಲಲ್ಲಿ 'ಲಘು'ವಾಗಿಸಿದೆ. ಮೆಲ್ಲಗೆ, ತೆಲುಗರು ಹಾಡುವಂತೆ ಇನ್ನೊಂದಾಗಿಸಿದೆ. ತೆಲಂಗಾಣಕ್ಕೂ ಒದಿಶಾಪ್ರಾಂತ್ಯಕ್ಕೂ ನಡುವಿದ್ದು- ಎರಡನ್ನೂ ಸಮಸಮ ಹಂಚಿಕೊಂಡಿರುವ ಜನರಂತೆ ಹಾಗೆ, ಎರಡೂ ಸಂಗತಿಗಳನ್ನು ಬೆರೆಸಿ ಸಂಕರಿಸಿ ಹಾಡಿದೆ. ನಿಧಾನವಾಗಿ, ಆಕಾರವನ್ನು ಎಳೆದೆಳೆದು ಆಲಾಪಿಸಿ ಉತ್ತಾರಾದಿಗೆ ಇಳಿದೆ... ಯಾವುದೆಲ್ಲಿ ಎಂಬಷ್ಟು, ಇಂತು-ಅಂತನಿಸದಷ್ಟು, ಸರಿತಪ್ಪುಗಳ ಗೊಡವೆಯೇ ತಪ್ಪುವಷ್ಟು... ಅದೇ ಇದು, ಇದೇ ಅದು... ಎಂಬಷ್ಟು ಏಕಯಿಸಿಹೋದೆ!

ಇವನ್ನೆಲ್ಲ ನಾನು ಮಾಡಿದೆನೆಂದೇನಲ್ಲ. ಸುತ್ತಲಿನ ಹೊತ್ತುಗೊತ್ತು ನನ್ನನ್ನು ಹಾಗಾಗಿಸಿತ್ತು. ನನ್ನಿಂದ ಹಾಗೆ ಮಾಡಿಸಿತ್ತು.

ನಾನೆಂಬ ನಾನು ಹೀಗುಂಟಾದರೆ, ಮಾತಂಗಿಯ ಅವಸ್ಥೆಯೇನೂ ಬೇರೆಯಿರಲಿಲ್ಲ! ಅವಳ ಮೈಯೊಳಗೆ ಯಾವ ದೈವವು ಏನು ಉಮೇದು ತಾಳಿಕೊಂಡೆದ್ದಿತೋ, ಯಾರಿಗೆ ಗೊತ್ತು? ಒಮ್ಮಿಂದೊಮ್ಮೆ ಕುಳಿತಲ್ಲಿಂದೆದ್ದು, ಕೌಶಿಕ ಮಹೋಪಾತ್ರ ಕೊಟ್ಟ ಧೋತರವಿದ್ದಿತಲ್ಲ- ಅದನ್ನೇ ಸೆರಗಿನ ಹಾಗೆ ಹೊದ್ದು, ಮೈಯಲುಗಿಸಿ ಹೆಜ್ಜೆಗೆ ತೊಡಗಿದಳು. ಭಾವಭಂಗಿ ತಾಳಿ ಕುಣಿಯತೊಡಗಿದಳು! ಕುಣಿದಳೆಂದರೆ ಅಪದ್ಧ ಕುಣಿತವೇನಲ್ಲ... ಪರಿಪೂರ್ಣ ನರ್ತನವೆನ್ನುವರಲ್ಲ, ಅದು!

ಹೌದು... ಏನೆಲ್ಲ ಮುದ್ರೆಗಳನ್ನು ತಳೆದಳು. ತೋರಿದಳು. ಅಭಿನಯಿಸಿದಳು. ಅವುಗಳಿರುವುದೇ ತನಗಾಗಿ ಎಂಬಷ್ಟು ಸಮುದ್ರವಾಗಿ, ಸಮುದ್ರಿತೆಯಾಗಿ... ಸಾಮುದ್ರಿಕವಾಗಿ... ನಟಿಸಿದಳು. ಜಿಗಿದಳು. ಜೀಕಿದಳು. ಜೋಕಾಲಿಯೇ ಆಗಿಹೋದಳು! ಕಾಲುಗಳು ಹೊಸ ಹೊಸ ಪವಾಡ ಕೈಕೊಂಡವು. ರಸವೇ ರಸವಾದ ಸರಸಕ್ಕಿಳಿದವು. ರಸದ ಸರಸ್ಸೇ ಆಗಿಹೋದವು! ಕೈಗಳೂ ಮಾಂತ್ರಿಕಗೊಂಡವು. ಲೀಲೆಯಲ್ಲಿ ತೊಡಗಿಬಿಟ್ಟವು. ಇನ್ನು, ಹೆಣ್ಣಿನ ಮೈಯಿಗೆ ಮೈಯೇ ತಾನೊಂದು ಹಲವು ಕೀಲುಗಳ ಗೊಂಬೆಯೆನ್ನುವ ಹಾಗೆ, ಎಲ್ಲೆಲ್ಲೂ ಕೀಲಿಕೊಟ್ಟಿರುವಂತೆ- ಒಂದು ನಿಸ್ಸೀಮ ಮಾಯಾವಸ್ಥೆಯನ್ನು ತಾಳಿತು. ತುಯ್ತುಯ್ದು ತೂಗಿತು. ಬಾಗಿ ಬಾಗಿ ಬೀಗಿತು. ಕಡಲೆಬ್ಬಿಸಿದ ಹೆದ್ದೆರೆಯಲ್ಲಿ ಸುಮ್ಮನೆ ಆಡಹೋಗಿ, ತೋಟಿ ತಪ್ಪಿ ಸಿಲುಕಿದ ಮೀನಿನಂತೆ ಬಳುಕಿಬಿಟ್ಟಿತು!

ಮಾತಂಗಿ ನಟಿಸಿದಳು. ನಿಜಕ್ಕೂ ನಟನವಾಡಿದಳು!

ಈ ನಡುವೆ, ಗುಂಪೊಳಗಿನಿಂದ ಬೃಹನ್ನಳೆ ಎದ್ದು ನಿಂತಿದ್ದೇ ನೆರೆದ ಅಷ್ಟೂ ಸಮಸ್ತಮಂದಿ ಚಪ್ಪಾಳೆಗೆ ತೊಡಗಿತು. ಕಿವಿಗಡಚುವ ಸದ್ದುಂಟಾಯಿತು!

ನೋಡುನೋಡುತ್ತಲೇ- ಮಾತಂಗಿಯೂ, ಬೃಹನ್ನಳೆಯೂ, ಇಬ್ಬರೂ

ಒಬ್ಬರಿಗೊಬ್ಬರು ಜೋಡಿಯಲ್ಲದ ಜೋಡಿಗೆ ತೊಡಗಿಬಿಟ್ಟರು. ಹತಕ್ಕೆ ಬಿದ್ದವರ ಹಾಗೆ ಕುಣಿದರು... ಕೆಲವೊಮ್ಮೆ ಸೋಲೋ; ಕೆಲವೊಮ್ಮೆ ಜುಗಲುಬಂದಿ. ಕೆಲವೊಮ್ಮೆ ಸಾಟಿ, ಹಲವೊಮ್ಮೆ ಪೈಪೋಟಿ! ಒಮ್ಮೆ ಬೃಹನ್ನಳೆ ಸಪ್ಪೆಯೆನಿಸಿದರೆ, ಕೆಲವೊಮ್ಮೆ ಮಾತಂಗಿಯೂ ಪೇಲವಗೊಳ್ಳುವಳು. ನಲುಗಿದ ಬಳ್ಳಿಯ ಹಾಗೆ ಜೋಲುವಳು. ಅಯ್ಯೋ... ಎಂದೊಮ್ಮೆ ಮನಸ್ಸು ಮಮ್ಮಲಿಸಿದ್ದೇ, ನಾನು ಚಡಪಡಿಸಿದ್ದೇ ಸುಳ್ಳೆನ್ನುವ ಹಾಗೆ– ಕ್ಷಣಮಾತ್ರಕ್ಕೆಲ್ಲ ಪಟ್ಟು ಬದಲಿಸಿ, ಹೊಸತಾಗಿ ಬಳುಕಿ, ಹೊಸ ನಡಿಗೆಯಿಕ್ಕಿ ಹುರುಪು ತಾಳುವಳು. ಬೃಹನ್ನಳೆಯಂತೂ, ತನ್ನೊಳಗಷ್ಟೇ ಎರಡೂ ತತ್ತ್ವವುಂಟೆಂದು– ಒಮ್ಮೆ ಹೆಣ್ಣಾಗಿ, ಒಮ್ಮೆ ಗಂಡಾಗಿ... ಕೆಲವೊಮ್ಮೆ ಎರಡೂ ಅಲ್ಲದ ಇನ್ನೊಂದಾಗಿ, ಅದಾಗಿ ಇದಾಗಿ... ಏನೇನೋ ಆಗಿ ಮೆರೆದರೆ– ಈ ಮಾತಂಗಿ, ಅಪ್ಪಟ ಹೆಣ್ಣಾಗಿ... ರಾಧೆಯೇ ತಾನಾಗಿ, ಸ್ತ್ರೀತ್ವವಿರುವುದೇ ತನಗೆಂಬಂತೆ, ತಾನೇ ತಾನಾಗಿಬಿಟ್ಟಳು!

ಹೀಗೆ, ಈ 'ಸಾಯುವ' ಜಗತ್ತಿನಲ್ಲಿ ಲಿಂಗವೆಂಬ ಲಿಂಗವೂ ಅದೇ ಜಗತ್ತಿನ ಇನ್ನೊಂದು ಮಾಟವಷ್ಟೇ ಎಂದು ಸಾಬೀತುಗೊಂಡಿತು!

49

ಆ 'ಅಹೋರಾತ್ರಿ' ಸಂಗೀತಸಭೆಗೊಂದು ನಿಗದಿಯಿತ್ತು. ನಿಯತಿಯಿತ್ತು. ಯಾರೂ ಯಾರನ್ನೂ ಹೊಗಳಬಾರದೆಂಬ, ಒಬ್ಬರನ್ನೊಬ್ಬರು ತಾರೀಫಿಗೆ ತೊಡಗಬಾರದೆಂಬ, ಪ್ರಶಂಸೆಯೇನಿದ್ದರೂ ಜಗನ್ನಾಥನಿಗೊಬ್ಬನಿಗೇ ಅಂತೆಂಬ– ನಿಯಮವಿದ್ದಿತು!

ಇದ್ದುದು ಒಳ್ಳೆಯದೇ ಆಯಿತು! ಅಲ್ಲಿ ಸ್ವಯಪರವೆಂಬ ವಿಂಗಡಣೆಯೇ ಇರಲಿಲ್ಲ. ಯಾರೂ ಯಾರೊಬ್ಬರ ಕುಶಲ ಕೇಳಲಿಲ್ಲ. ಯಾರೂ ಏನತ್ತವೆಂದು ನೇರ ಹೇಳಲಿಲ್ಲ. ಗುರುತು ಪರಿಚಯ ಹೇಳಿಕೊಳ್ಳಲಿಲ್ಲ. ಹದುಳವೇ... ಯಾವಾಗ ಬಂದಿರಿ... ಎಲ್ಲಿ ನಿಂದಿರಿ... ಅಂತೆಲ್ಲ ಮಾತು ಸಹ ಇರಲಿಲ್ಲ. ಸಾವಿನ ಮನೆಯಲ್ಲಿ, ಹೋದೀರೆ... ಬಂದೀರೆ... ಎಂದು ಯಾರೂ ಯಾರನ್ನೂ ವಿಚಾರಿಸರಲ್ಲ, ಬಹುಶಃ ಹಾಗೇ! ಎಷ್ಟರ ಮಟ್ಟಿಗೆಂದರೆ– ಯಾಕೆ ಎದ್ದಿರಿ... ಇನ್ನಷ್ಟು ಕೂರಿರಿ... ಎಂದೆಲ್ಲ ರಿವಾಜೂ ಇದ್ದಿರಲಿಲ್ಲ! ಒಂದರ್ಥಕ್ಕೆ, ಪುರೀನಗರಕ್ಕೆ ಮಂದಿ ಬರುವುದೇ ಜಗನ್ನಾಥನೆಂಬಾತನ ಕಳೇಬರವನ್ನು ನೋಡಲಿಕ್ಕಷ್ಟೆ? ಅದರೆದುರು ಇನ್ನೇತರ ಮರ್ಜಿ?

ನಾನು ಹಾಡು ಮುಗಿಸಿದ್ದೇ, ಮಾತಂಗಿ, ತನ್ನ ಪದಸಂಚಾರದ ಸಮಾಪ್ತಿಯ ನಡುವೆಯೇ– 'ಚಲ್ಲ್... ಲೆಟ್ಸ್ ಗೋ ಲೆಟ್ಸ್ ಗೋ...' ಎಂದು ಸದ್ದಿರದೆ ತುಟಿಯಾಡಿಸಿ, ಕಣ್ಣಲ್ಲಿಯೇ ಸನ್ನೆ ಮಾಡಿದಳು. ಹಾಡು ಉತ್ತುಂಗಕ್ಕೇರುವ ಹೊತ್ತಿನಲ್ಲಿ ನಾನೂ

ಎದ್ದುನಿಂತಿದ್ದೆನಷ್ಟೆ? ಸರಿ... ಭೇಷಾಯಿತೆನ್ನುವ ಹಾಗೆ ತಕ್ಷಣವೇ ಸಭೆಯಿಂದ ಹೊರಟುಬಿಟ್ಟೆವು. ಒಂದರ್ಥದಲ್ಲಿ ಕಳ್ಳರ ಹಾಗೆ ಪಲಾಯನಗೈದೆವು! ಇನ್ನೇನು ಸಖ್ಯಮಂಟಪ ಕಡೆಯ ಮೆಟ್ಟಿಲಿಳಿಯಬೇಕು, 'ಹೇ ಯು... ಸ್ಟಾಪ್ ಸ್ಟಾಪ್...' ಎಂದೊಂದು ಗಂಡುಗೊರಳು– ಹಿಂದಿನಿಂದ ಒರಲಿಬಂತು. ತಿರುಗಿ ನೋಡಿದರೆ ಒಬ್ಬ ಯುರೋಪಿಯನ್ ಆಳು! ಮಂಟಪದೊಳಗಿದ್ದ ಟೆಲಿವಿಷನ್ ಕ್ರೂವೊಳಗಿನ ಒಬ್ಬ! 'ಕೆನ್ನೈ ಟಾಕ್ ಫಾರ್ ಎ ಮಿನಟ್?' ಎಂದು ಕೇಳಿದ. ನಾನೇನೂ ಹೇಳುವ ಮೊದಲೇ ಮಾತಂಗಿ, 'ಸ್ಸಾರಿ... ವಿ ನೀಡ್ ಟು ರಶ್...' ಅಂತಂದು, ನನ್ನನ್ನು ಎಳೆದುಕೊಂಡು ಹೊರಟೇಬಿಟ್ಟಳು.

ಹೊರಟೆವೆಂದರೆ ಬರೀ ಸುಳ್ಳೇನೋ. ನಿಜಕ್ಕೂ ಓಟ ಕಿತ್ತೆವು!

ಎಗ್ಗಿರದೆ ಕುಣಿದ ಮಾತಂಗಿಯ ಮೈಯಲ್ಲುಂಟಾದ ಉತ್ಕರ್ಷವಿನ್ನೂ ಹಾಗೇ ಇದ್ದಿತಷ್ಟೆ, ಅದು ಇಳಿದು ತಣಿಯುವವರೆಗೂ– ಅವಳು ಓಡಿದಳು. ಹುಟ್ಟಿದ್ದೇ ಸೈ– ಧರೆಗಿಳಿದ ಭರದಲ್ಲಿ, ಕರುವೊಂದು ಸರಸರ ಸರಭರ ಕುಣಿದು ಸಡಗರಿಸುವುದಲ್ಲ, ಆ ಪರಿ ಉಮೇದಿನಿಂದ ಓಡಿಯೇ ಓಡಿದಳು! ಹೀಗೆ ಕರು ಓಡೀತಾದರೆ ಕೊರಳಿನ ಗಂಟೆ ಸುಮ್ಮನೆಯೇ? ನನಗೂ ಓಡುವುದಾಯಿತು.

ಒಂದೆರಡೇ ಮಿನಟುಗಳಲ್ಲಿ ಜಗನ್ನಾಥ ಗುಡಿಯ ಒಳಾಂಗಣದ ಮುಂಬಾಗಿಲಿಗೆ ಬಂದುನಿಂತೆವು! ಧೊಸಧೊಸನೆ ಏದುಸಿರು ಉಗ್ಗಿಕೊಂಡು ನಿಂತೆವು!

ಒಂದಿಷ್ಟು ಮೈ ತಣಿದಿದ್ದೇ ತಡ, ಮಾತಂಗಿ, 'ಹೇ ಐಳ... ಐಳಾ... ನನ್ನ ಮುದ್ದು! ಬಂಗಾರ!' ಅಂತನ್ನುತ್ತ ನನ್ನನ್ನೊಮ್ಮೆ ತಬ್ಬಿಕೊಂಡು, ಹಿಂದೆಯೇ ತನ್ನ ಕೈಗಳೊಳಗೆ ನನ್ನ ಮೋರೆ ಬಾಚಿಕೊಂಡು– 'ಲವ್ಯೂ ಕಣೋ... ಐ ಜಸ್ಟ್ ಡು ನತಿಂಗ್ ಬಟ್ ದಟ್ಟ್!' ಅಂತಂದು, ಒಂದೇ ಸಮ ಮುದ್ದುಗರೆದಳು!

ನಾನಂತೂ, ಏನಾಗುತ್ತಿದೆಯೆಂಬ ಪರಿವೆಯನ್ನೇ ಮೀರಿ– ಈ ಪರಿ ಹದ್ದಿರದ ಮುದ್ದಿಗೆ ಮೈಮುಖವೊಡ್ಡಿ ಸುಮ್ಮನಾದೆ.

'ಏನು ಗೊತ್ತಾ? ಅಯಾಮ್ ಸೋ ಗ್ಲ್ಯಾಡ್ ದಟ್ ಯು ಸ್ಯಾಂಗ್... ಇಲ್ಲದಿದ್ದರೆ ನಾನು ಇಂಥದೊಂದು ಅನುಭವವನ್ನೇ ಮಿಸ್ಸ್ ಮಾಡಿಕೋತಿದ್ದೆ... ಅಯಾಮ್ ಸೋ ಫುಲ್‌ಫಿಲ್ಡ್... ಐ ಮೀನ್ ಇಟ್ಟ್!'

'ರಿಯಲೀ?'

'ಯೆಸ್ಸ್... ಫಾರ್ ಶುಅರ್...'

ತಕ್ಷಣ, ಮಾತಂಗಿಯ ಭುಜ ಬಳಸಿಕೊಂಡು, ಮೈಯೊತ್ತರಿಸಿ ನಿಂತು– 'ಅಲ್ಲಿ ನೋಡು...' ಎಂದು ಜಗನ್ನಾಥ ಗುಡಿಯತ್ತ ಬೊಟ್ಟಿಕ್ಕಿ ತೋರಿದೆ.

ಮಳೆನಿಂತ ಇರುಳು ಅದು. ರಾತ್ರ್ಯಾಕಾಶವಂತೂ ತನ್ನೆಲ್ಲ ಕೊಳೆ ನೀಗಿಕೊಂಡು, ಶುಭ್ರ

ನಿರಭ್ರವಾಗಿ ನಕ್ಷತ್ರಖಚಿತವಾಗಿ ಮೈಬಿಚ್ಚಿ ನಿಚ್ಚಳಿಸಿತ್ತು! ಅದರ ಒಳಸಂಗತಿಯವರೆಗೂ ಮೈ ಚಾಚಿಕೊಂಡಿದ್ದ ಜಗನ್ನಾಥ ಶಿಖರವೂ, ಅಷ್ಟೇ ಮೈತೊಳೆದುಕೊಂಡು– ತುತ್ತತುದಿಯಲ್ಲಿನ 'ನೀಲವರ್ತುಲ' ಮತ್ತು 'ಪತಿತಪಾವಕ'ಗಳೊಡನೆ, ತಾನೂ ಸದರಿ ಆಕಾಶ–ಸಂಗತಿಯದೇ ಭಾಗವೆಂಬಂತೆ ಒಂದಾಗಿ ಹೊಂದಿಕೊಂಡಿತ್ತು. ಜಗನ್ನಾಥನ ಶಿಖರವಂತೂ, ಆ ಹೊತ್ತಿನ ಮಂದ ಬೆಳಕಿನಲ್ಲಿ ತನ್ನ ಒರಟೊರಟು ಮೈಯನ್ನೂ ನುಣ್ಣಗಾಗಿಸಿಕೊಂಡು ನಿಂತಿತ್ತು!

ಇನ್ನು, ಗುಡಿಯ ಸುತ್ತಲಿನ ಪ್ರದೇಶದಲ್ಲಿ ಹೆಚ್ಚು ಮಂದಿಯಿದ್ದಂತಿರಲಿಲ್ಲ. ಕಾಣಿಸಲಿಲ್ಲ. ದೇವಳದ ಉಸ್ತುವಾರಿಯ ಮಂದಿಯ ಹೊರತು ಭಕ್ತಾದಿಗಳು ಹೆಚ್ಚೇನೂ ಇರಲಿಲ್ಲ. ಲಗುಬಗೆಯಿಂದ ಇತ್ತಿಂದತ್ತ ಅತ್ತಿಂದತ್ತ ಲಾಳಿ ಹೊಡೆಯುವ ಹಲವು ಪಂಡಾಮಂದಿ ಕೆಲವು ಗುಂಪುಗಳಲ್ಲಿ ಚದುರಿಕೊಂಡಿದ್ದರು. ಎಂದಿನದೇ ಕಚ್ಚೆ ತೊಟ್ಟು ಮೈಯನ್ನೆಲ್ಲ ಆಕಾಶಕ್ಕೆ ತೆರೆದು ಅಡ್ಡಾಡುತ್ತಿದ್ದರು. ಬೆಳಗಿನ ರಥಯಾತ್ರೆಯ ಸಿದ್ಧತೆಗೆಂದೇನೋ, ಇನ್ನಿರದ ಹುರುಪು ತಾಳಿ– ಶಿಖರದ ಬೃಹತ್ ಗಾತ್ರದೆದುರು, ಮಾವಿನಮರದ ಬೊಡ್ಡೆಯಲ್ಲಿ ಸಿಹಿಯನ್ನರಸಿ ಹರಿದಾಡುವ ಇರುವೆಗಳಂತೆ ಕಂಡರು!

ಮಾತಂಗಿ, ಇವೆಲ್ಲವನ್ನೂ ನನ್ನ ಹಾಗೇ ಒಂದೊಂದಾಗಿ ಗಮನಿಸಿ, 'ಏನು?' ಎಂದು ನನ್ನ ಬಳಸುಗೈಯೊಳಗಿದ್ದೇ ಕೇಳಿದಳು.

'ಅದನ್ನು ಹತ್ತೋದಿಲ್ಲವಾ?'

'ಸದ್ಯಕ್ಕೆ ಬೇಡ... ನಿನ್ನೊಡನೆ ಕಳೆದ ಈ ರಾತ್ರಿಯ ಸಂತುಷ್ಟಿಯನ್ನು ಅಷ್ಟು ಸುಲಭವಾಗಿ ಕಳಕೊಳ್ಳೋದಿಲ್ಲ...'

ಈ ಮಾತು, ನನ್ನಲ್ಲಿ ಹುಟ್ಟಿಸಿದ ಆಹ್ಲಾದಾಶ್ಚರ್ಯಗಳಿಗೆ ಪಾರವೇ ಇರಲಿಲ್ಲ! ಮಾತಿಗೆ ಮಾತೇ ಸೋತಿತೆಂಬಂತೆ, ಹೆಣ್ಣನ್ನು ಅಪ್ಪಿಕೊಂಡೇ ಉಳಿದೆ!

'ಹಾಗಾದರೆ, ಈಗೇನು ಮಾಡೋದು?' ಹತ್ತಾರು ಕ್ಷಣಗಳನ್ನು ತಡೆದು ಕೇಳಿದೆ.

'ಬಾ... ಎಲ್ಲಾದರೂ ಹೋಗೋಣ. ಮೊದಲು ಇಲ್ಲಿಂದ ಹೊರಹೋಗೋಣ...'

ಏದುಸಿರಿನ ನಡುವೆಯೇ ಇಷ್ಟು ಮಾತುಕತೆಯಾದವು. ಇಬ್ಬರ ಮೈಮೋರೆಯಲ್ಲೆಲ್ಲ ಹನಿಗಟ್ಟಿದ್ದ ಬೆವರು– ನೀಡಿಚಾಚಿದ ಅಂಚುಗಳಿಂದೆಲ್ಲ ತೊಟ್ಟಿಕ್ಕಿ ಇಳಿಯಿತು. ಇಳಿಯುವ ಮೊದಲು, ಯಾವ ಹನಿ ಯಾರದೆನ್ನುವ ನಿಗದಿಯನ್ನೇ ಮರೆತು– ಬೆರೆತು ಒಂದಾಗಿ ಹನಿಯಿತು!

'ಎಷ್ಟೊಂದು ಬೆವರಿದ್ದೀಯಲ್ಲವಾ? ತೆಗೀಬಾರದಾ?' ಎಂದು ಮಾತಂಗಿಯ ಮೇಲುಮೈಯಲ್ಲಿದ್ದ ಧೋತರವನ್ನು, ಮೆಲ್ಲಗೆ ಕಳಚತೊಡಗಿದೆ. ಒಂದೇ ಸಮ ಬೆವರಿದ್ದುದರಿಂದ, ಅದು ಅವಳ ಮೈಯಲ್ಲಿ ಕವಚದಂತೆ ಅಂಟಿಕೊಂಡಿತ್ತು. ಬಿಡಿಸುವುದು ತುಸು ತ್ರಾಸವೇ ಆಯಿತು. ಅವಳ ಹಳದಿಬಣ್ಣದ ಮೇಲಂಗಿಯಂತೂ–

ಒಮ್ಮೆ ಮಳೆಯಲ್ಲಿ ನೆನೆದು, ಮಳೆ ನಿಂತ ಮೇಲೆ ಒಣಗಿ, ಮತ್ತೆ ಬೆವರಿಗೀಡಾಗಿ- ತೊಗಲಿನದೇ ಹೊರಪದರವೆಂಬಂತೆ ಮೈಯಲ್ಲಿ ಹೂಡಿಕೊಂಡಿತ್ತು!

ನಾನೇ ಆ ಒದ್ದೆ ಧೋತರವನ್ನೊಮ್ಮೆ ಕೊಡವಿ, ಒಮ್ಮೆ ಹಿಂಡಿ, ಮತ್ತೊಮ್ಮೆ ಕೊಡವಿ... ಮತ್ತೊಮ್ಮೆ ಹಿಂಡಿ... ಅದರೊಳಗಿನ ನೀರು ತಗ್ಗಿದ ಮೇಲೆ, ಮಾತಂಗಿಯ ಮೈಯನ್ನೆಲ್ಲ ಒತ್ತಿ, ಅಲ್ಲಿದ್ದ ಬೆವರಹನಿಗಳನ್ನು ಒರೆಸಿದೆ. ಮತ್ತೂ ಒಮ್ಮೆ ಹಿಂಡಿ-ಕೊಡವುವುದನ್ನು ಪುನರಾವರ್ತಿಸಿದ ಮೇಲೆ ನನ್ನ ಮೈಯನ್ನೂ ಒಮ್ಮೆ ಒರೆಸಿಕೊಂಡೆ.

ಜೀವಕ್ಕೆ ಜೀವ ಬೆರೆತಿತೆಂಬಷ್ಟು ತುಷ್ಟಿಯುಂಟಾಯಿತು!

50

'ಕೋನ್ ಹೇ ಭೈ... ಕೋನ್ ಹೇ?'

ಇದ್ದಕ್ಕಿದ್ದಂತೆ ಒಬ್ಬ ಸೆಕ್ಯುರಿಟಿಯಾಳು ನಮ್ಮನ್ನು ಹುಡುಕಿಕೊಂಡು ಬಂದ.

ಪೊಗದಸ್ತಾದ ಗತ್ತಿನಲ್ಲಿ ಮೀಸೆ ತಿರುವುತ್ತ, ಕಂಡಕಂಡಲ್ಲಿ ಲಾಠಿ ಬೀಸುತ್ತ, ಧಾರ್ಷ್ಟ್ಯ-ಕ್ರೌರ್ಯಗಳೇ ಒಡನಡೆದವೆಂಬಂತೆ ದಾಪುಗಾಲಿಟ್ಟುಕೊಂಡು ಬಂದು ಬಳಿಸಾರಿದ. ಒಂದು ವಾರೆನೋಟದಲ್ಲೇ ನನಗೆ ಆತ ಯಾರೆಂದು ಗೊತ್ತಾಗಿಬಿಟ್ಟಿತು! ನಾವು ಸಿಂಘದ್ವಾರದಲ್ಲಿ ಒಳಬರುವಾಗ, 'ಲೋಹಾನ್ವೇಷಕ' ಚೌಕಟ್ಟಿನಲ್ಲಿ ತೂರುವ ಮುನ್ನ- ಎರಡು ಚೌಕೀದಾರರು, ಆಚೀಚೆ ನಿಂತು ವೈಕುಂಠವನ್ನು ಕಾಯುವ ಜಯವಿಜಯರ ಹಾಗಿರುವರು... ಎಂದು ಈ ಹಿಂದೆ ಹೇಳಿದ್ದೆನಲ್ಲ, ಅವರಲ್ಲೊಬ್ಬ! ಶಿಶುಪಾಲ ಮತ್ತು ದಂತವಕ್ರ- ಇಬ್ಬರಲ್ಲೊಬ್ಬರ ಕಲಿಗಾಲದ ಅಪರವತಾರ!

'ಕೋನ್ ಹೇ? ಇಧರ್ ಕ್ಯಾ ಹೋ ರಹಾ ಹೇ?' ಗಡುಸಾಗಿ ಕೇಳಿದ.

'ಸಖ್ಯಮಂಟಪದಲ್ಲಿ ಹಾಡಲಿಕ್ಕೆ ಹೋಗಿದ್ದೆವು... ತಡವಾಯಿತು...' ಎಂದು ತಡೆತಡೆದು ಉತ್ತರಿಸಿದೆ.

'ಸರಿ ಸರಿ... ಹೊರಡಿ ಇನ್ನು... ಇನ್ನೇನು ಸ್ವಲ್ಪ ಹೊತ್ತಿನಲ್ಲಿ ಮುಂಬಾಗಿಲು ಬಂದಾದೀತು...' ಇಡೀ ಜಗನ್ನಾಥಸೀಮೆಯೇ ತನ್ನದೆನ್ನುವಷ್ಟು ಅಹಮ್ಮು ಹಚ್ಚಿ ಹೇಳಿದ.

ಸದ್ಯ... ಹಸಿವಿಲ್ಲದ ಹುಲಿದವಡೆಯನ್ನು ದಾಟಿದ ದನಗಳ ಹಾಗೆ, ಇಬ್ಬರೂ ಮೊದಲನೆಯ ದ್ವಾರವನ್ನು ಹೊಕ್ಕು ಹೊರಬಂದೆವು. ಮತ್ತೊಮ್ಮೆ ಮೆಟ್ಟಿಲೋಣಿಯೊಳಕ್ಕೆ ಇಳಿದೆವು. ಈ ಸರ್ತಿ ಮೆಟ್ಟಿಲುಗಳು ನೀರು ಹಾಯುವ ಹೊಳೆಯಂತಿರಲಿಲ್ಲ. ಮಳೆ ನಿಂತಿತೆಂದು ನೀರೆಲ್ಲ ಇಂಗಿ, ನೆಲವೆಲ್ಲ ಒಣಗಿ, ಅಷ್ಟಿಷ್ಟು ತಣಿದು- ದಾರಿ ಸಾಫುಗೊಂಡಿತ್ತು. ಓಣಿಯಲ್ಲಿ ಒಮ್ಮೆಗೇ ನುಗ್ಗಿ ನುಸುಳಿದ ಗಾಳಿ- ಮೈಯಲ್ಲಿ ಅಷ್ಟಿಷ್ಟು

ಮುದ ಹುಟ್ಟಿಸಿತು. ಹೊರಗಿನ ಪೂರ್ವದ್ವಾರಕ್ಕೆ ಬರುವ ಸುಮಾರಿಗೆ, ಬದಿಯ ಕಟ್ಟಡದಿಂದಲೇನೋ– ಅಡುಗೆಯ ಪರಿಮಳವು ಹೊಮ್ಮಿತಾಗಿ, ಇಬ್ಬರ ಮೂಗಿನ ಹೊಳ್ಳೆಗಳೂ ಒಮ್ಮೆಗೇ ಅರಳಿಕೊಂಡವು. ಇಡೀ ಜಗತ್ತಿನಲ್ಲಿ ಅತ್ಯಂತ ಹಳೆಯ ಮತ್ತು ಅತ್ಯಂತ ದೊಡ್ಡದಾದ ಅಡುಗೆಮನೆ ಇಲ್ಲಿದೆಯೆಂದು– ಕೌಶಿಕ ಮಹೋಪಾತ್ರ ಹೇಳಿದ್ದು ನೆನಪಾಯಿತು. ಅಡುಗೆಯ ಸಂಗತಿ ಮನಸ್ಸಿಗೆ ಬಂದಿದ್ದೇ ನನ್ನೊಳಗಿನ ಬಾಣಸಿಗನು ಒಂದೇ ಸಮ ಹೆಮ್ಮೆ ಬೀಗಿದ. ತೂಗಿದ.

ಆ ಕೂಡಲೆ, ಈವರೆಗಿದ್ದಿರದ ಹಸಿವು, ಕಡಲೊಳಗಿನ ಬೆಂಕಿಯ ಹಾಗೆ– ನಮ್ಮಿಬ್ಬರೊಳಗೇ ಎಲ್ಲಿ ಅಡಗಿತ್ತೋ, ಇದ್ದಕ್ಕಿದ್ದಂತೆ, ನಮ್ಮನ್ನೇ ತಿಂದೇನೆಂಬಷ್ಟು ಹಸಿಯತೊಡಗಿತು!

ಅಷ್ಟರಲ್ಲಿ, ಅಂದರೆ ಮೆಟ್ಟಿಲುಗಳು ಕೊನೆಗೊಳ್ಳುವ ಎಡೆಯಲ್ಲಿ, ಎಡಗಡೆಯ ಗೋಡೆಯಿಂದ ಚಾಚಿಕೊಂಡ ನಲ್ಲಿಯೊಂದು ಕಂಡಿತು. ನಮ್ಮ ನೀರಡಿಕೆ ತಣಿಸಲಿಕ್ಕೆಂದೇ ನಿಂತು ಅಣಿಯಾಗಿರುವಂತೆ ತೋರಿಬಂತು. ನಲ್ಲಿಯಿದ್ದ ಗೋಡೆಯ ಮೇಲುಗಡೆ, 'ಪೀನೇ ಕಾ ಪಾನೀ' ಎಂದು ದೇವನಾಗರಿಯಲ್ಲೂ, 'ಡ್ರಿಂಕಿಂಗ್ ವಾಟರ್' ಎಂದು ಇಂಗ್ಲಿಷಿನಲ್ಲೂ ಬರೆಯಲಾಗಿತ್ತು. ಸರಿ... ಇಬ್ಬರ ಗಂಟಲೂ ಇಡೀ ಜಗತ್ತಿನ ನೀರನ್ನೇ ಕುಡಿಯುವಷ್ಟು ಒಣಗಿದ್ದವಷ್ಟೆ, ಗಟ ಗಟ ಗಟ... ನೀರಿಳಿಸಿಕೊಂಡೆವು! ನಾನಂತೂ ಅಗಸ್ತ್ಯರು ಕಡಲನ್ನೇ ಆಪೋಶನ ತಕ್ಕೊಂಡಷ್ಟು ಜಲಪಾನ ಕೈಕೊಂಡೆ!

'ದಿಸ್ ಇಂಗ್ಲಿಷ್ ಈಸ್ ಸೋ ಸ್ಟುಪಿಡ್... ಡ್ರಿಂಕಿಂಗ್ ವಾಟರ್ ಅಂದರೆ ಕುಡಿಯುತ್ತಿರುವ ನೀರು ಅಂತ ಅರ್ಥ ಅಲ್ಲವೇನೋ, ಐಳ?' ಮಾತಂಗಿ, ಅತಿ ಕುತೂಹಲದಿಂದ ಹೇಳಿದ್ದನ್ನು, 'ಲೆಟ್ಸ್ ಟಾಕ್ ಅಬೌಟ್ ದಿಸ್ ಲೇಟರ್... ನಮ್ಮನ್ನಿನ್ನು ಒದ್ದೋಡಿಸಿಯಾರು...' ಎಂದು ಅವಳನ್ನು ಮುಂದಕ್ಕೆ ಕರೆದೊಯ್ದೆ. ನನ್ನತ್ತಲೊಮ್ಮೆ, 'ಹುಹ್ಹ್...' ಎಂದು ಕನಲಿ ಮುನ್ನಡೆದಳು.

'ಈಗ ಹೇಳು... ಅದೇನೋ ಡ್ರಿಂಕಿಂಗ್ ವಾಟರ್ ಬಗ್ಗೆ ಹೇಳುತಿದ್ದೀಯಲ್ಲ...' ಎಂದು ಸಿಂಘದ್ವಾರವನ್ನು ದಾಟಿದ ಬಳಿಕ ಕೇಳಿದೆ. ತನ್ನ ಗೊಡವೆಯು, ಸದ್ಯಕ್ಕೆ, 'ಕುಡಿಯುವ ನೀರು' ದಾಟಿ– ಮತ್ತೆಲ್ಲೋ ಇಡುಕಿದೆಯೆಂಬ ಚಹರೆ ತಾಳಿ, 'ಐಳ...' ಎಂದು ರಾಗವಾಗಿ ಮುಲುಗಿದಳು!

'ಹೇಳು...' ಅಂತಂದೆ.

'ಹಸಿವು...'

'ನನಗೂ... ಈಗೇನು ಮಾಡೋಣ?'

'ಮೊದಲು ಚಪ್ಪಲಿ ಹುಡುಕೋಣ...'

ಮೆಟ್ಟು ಹುಡುಕುವುದೇನೂ ಕಷ್ಟವಾಗಲಿಲ್ಲ. ದೇವಸ್ಥಾನದೊಳಗಿನ ಮಂದಿಯೆಲ್ಲ

ಹೊರಗಿದ್ದರಾಗಿ ಚಪ್ಪಲಿಯ ರಾಶಿ ಕಣ್ಣಳತೆಗಿಳಿದಿತ್ತು! ಮಾತಂಗಿ ಮತ್ತೊಮ್ಮೆ ತನ್ನೆರಡೂ ಸ್ಯಾಂಡಲುಗಳ ಅಡಿ ಪರೀಕ್ಷಿಸಿದ ಮೇಲಷ್ಟೇ ಅವುಗಳನ್ನು ಮೆಟ್ಟಿಕೊಂಡಳು. ನಾನೂ ಬೂಟುಗಳನ್ನು ತೊಟ್ಟು ಲೇಸು ಬಿಗಿದೆ.

ಚಪ್ಪಲಿಗಳು ಇದ್ದೆಡೆಯಿಂದ ಹೊರಳಿದೆವಷ್ಟೆ– ಅಲ್ಲೇ ಎಡವಿದರೇ ಸಿಗುವಷ್ಟು ದೂರದಲ್ಲಿ, ಮೂರೂ ರಥಗಳು ಇಂದ್ರವೈಭವವನ್ನು ತಾಳಿ ತೋರಿದವು. ಅವುಗಳ ಮೈಯಲ್ಲೆಲ್ಲ ಇಳಿಬಿಟ್ಟ ಹೂವಿನ ಸರಗಳು ಇಡೀ ವಾತಾವರಣಕ್ಕೇ ತಮ್ಮ ಗಂಧವನ್ನು ಅಡರಿದ್ದವು!

'ಬೇಗ ಕಣೋ... ಲೆಟ್ಸ್ ಗೋ...' ರಥಗಳನ್ನು ನೋಡುತ್ತ ಮೈಮರೆತವನನ್ನು– ಮಾತಂಗಿ, ರಚ್ಚೆ ಹಿಡಿದ ಮಗುವಿನ ಹಾಗೆ, ಮತ್ತೊಮ್ಮೆ ಅತ್ತುಕರೆದಳು!

'ಎಲ್ಲಿ ಹೋಗೋದು?' ಎಚ್ಚೆತ್ತು ಕೇಳಿದೆ.

'ಅಯ್ಯೋ... ನನಗೇನು ಈ ಊರು ಗೊತ್ತೇನಯ್ಯ? ನಡಿ... ಬೀಚ್ ಕಡೆಗೆ ಹೋಗೋಣ...'

'ಬೀಚಿಗಾ? ಈ ಹೊತ್ತಿನಲ್ಲಾ? ಇಲ್ಲೇ ಅಂಗಡಿಯಲ್ಲಿ ಏನಾದರೂ ತಿನ್ನಬಹುದಲ್ಲವಾ?'

'ಬೇಡವೋ... ಸುಮ್ಮನೆ ಜನ ಇರುತಾರೆ... ಆ ಪಾಟಿ ರಶ್ಶಿನಲ್ಲಿ ನನಗೆ ಸರಿ ಹೋಗಲ್ಲ... ಹೇಗೆ ಬೆವರಿದ್ದೀನಿ ನೋಡು...'

ಮಾತಂಗಿಯ ಮೈ, ಇನ್ನೂ ಬೆವರಿನಿಂದ ಒದ್ದೆಯಾಗಿಯೇ ಇತ್ತು. ಮುಖದಲ್ಲಿ ಮುದುಡಿದ ಹೂವಿನ ಚಹರೆಯಿತ್ತು. ಹೌದು... ಸ್ವರ್ಗದಂತಹ ಸ್ವರ್ಗ ಸೃಜಿಸಿ ಕುಣಿಯುವುದೇನು ಸಾಮಾನ್ಯವೇ? ಮೈಯಲ್ಲೆಲ್ಲ ದಣಿವು ಮೈದೆರೆದಿತ್ತು.

ಸರಿ... ಬೀಚಿನತ್ತಲೇ ನಡೆಯತೊಡಗಿದೆವು. ಗುಡಿಯ ಬದಿಯಲ್ಲೇ, ರಥಬೀದಿಯಿಂದ ಕವಲೊಡೆದು ಸಾಗುವ ರಸ್ತೆಯೊಂದರ ಜಾಡು ಹಿಡಿದೆವು. ನಸುಗತ್ತಲಿನ ದಾರಿಯದ್ದಕ್ಕೂ, ಮಂದಿ, ಆ ಹೊತ್ತಿನಲ್ಲೂ– ತಿಂಡಿತಿನಿಸನ್ನು ಸುತ್ತುವ ನೊಣಗಳ ಹಾಗೆ ಮುಗಿಬಿದ್ದಿದ್ದರು! ವಿಚಿತ್ರವೆನಿಸಿತಾದರೂ, ಹಸಿವಿದ್ದಲ್ಲಿ ಇದು ಸಾಮಾನ್ಯವೇ ಅಂದುಕೊಂಡೆ! ಸಾಲದುದಕ್ಕೆ, ಆ ಹೊತ್ತಿನಲ್ಲಿ ನನ್ನ ಹೊಟ್ಟೆಯೂ ಅನ್ನದ ಬ್ರಹ್ಮಾಂಡವನ್ನೇ ಹೊಂದಹೊಂಚಿತ್ತು!

ಕೌಶಿಕ ಮಹೋಪಾತ್ರ ಕೊಟ್ಟ ಧೋತರ ನನ್ನ ಕೈಯಲ್ಲೇ ಇತ್ತು. ಆ ಮೊದಲು ಬೆವರಿನಲ್ಲಿ ನೆನೆದು ತೊಯ್ದು ತೊಪ್ಪೆಯಾಗಿದ್ದುದು ಈಗ ಸ್ವಲ್ಪ ಒಣಗಿದಂತನ್ನಿಸಿತು. ಒಮ್ಮೆ ಕೈಯಲ್ಲಿ, ಒಮ್ಮೆ ಹೆಗಲಿನಲ್ಲಿ, ಒಮ್ಮೆ ಬಗಲಿನಲ್ಲಿ... ಹೀಗೆ, ಮೈಯ ಮೇಲೇ ಅಲ್ಲಿ ಇಲ್ಲಿ ಸಂಬಳಿಸಿಕೊಂಡು ನಡೆದೆ. ದಣಿದ ಮೈಯಿಟ್ಟುಕೊಂಡು ನಡೆಯುವುದೇ ಕಷ್ಟ... ಇನ್ನು ಇದು ಬೇರೆ... ಎಂದೊಮ್ಮೆ ಮನಸ್ಸಿನಲ್ಲಿ ಅಂದುಕೊಂಡೆ. ಕಡೆಗೆ,

ಇದಕ್ಕೊಂದು ಗತಿ ಕಾಣಿಸುವುದೇ ಸೈಯೆಂದು, ಅದನ್ನು ತಲೆಗೆ ಸುತ್ತಿ ರುಮಾಲಿನಂತೆ ಕಟ್ಟಿಕೊಂಡೆ!

ಮಾತಂಗಿ ನನ್ನತ್ತಲೇ ಒಮ್ಮೆ ನೋಡಿ, 'ಹ್ಹೆಹ್ಹೆ... ಚೆನ್ನಾಗಿದೆ. ಚೆನ್ನಾಗಿ ಕಾಣುತಿದ್ದೀ... ಗುಡಿಯಲ್ಲಿ ಜಗನ್ನಾಥ ಕೃಷ್ಣನ ತಲೆಗೂ ಹೀಗೆ ಪೇಟ ಕಟ್ಟಿದ್ದರಲ್ಲವಾ?' ಅನ್ನುತ್ತ, ನನ್ನ ತಲೆಯ ಹಿಂದೆ ಕೊಂಚ ಇಳಿದುಬಂದಿದ್ದ ಧೋತರದ ತುದಿಯನ್ನು- ಮೇಲಕ್ಕೆತ್ತಿ ಬಂಧಿಸಿದಳು. 'ಎಲ್ಲಿ? ಈಗೊಂದು ಸಲ ಮೀಸೆ ತಿರುವು... ಥೇಟು ವೀರ ಪಾಂಡ್ಯ ಕಟ್ಟಬೊಮ್ಮನ್ ಆಗುತ್ತೀ...' ಎಂದು ಛೇಡಿಸಿದಳು!

51

ಒಂದಾನೊಂದು ಕಾಲಕ್ಕೆ, ಜಗನ್ನಾಥ-ಗುಡಿಯಿಂದಲೇ ಬಂಗಾಳದ ಕಡಲು ಕಾಣಿಸುತ್ತಿತ್ತೆಂದು- ನಾನು ಗೂಗಲಿನಲ್ಲಿ ನೋಡಿದ ಹಳೆಯ ಕಾಲದ ಫೋಟೋಗಳನ್ನು ನೆನೆದು, ಮಾತಂಗಿಗೆ ಹೇಳಿದೆ. 'ಈಗ ನೋಡು... ಎಲ್ಲೆಲ್ಲೂ ಊರು ಬೆಳೆದು ಏನಾಗಿಬಿಟ್ಟಿದೆ!' ಅಂತಲೂ ಅತ್ತಿತ್ತಲಿನ ಕಟ್ಟಡಗಳ ನಿಬಿಡತೆಯನ್ನು ನೋಡಿಕೊಂಡು ಹೇಳಿದೆ. 'ಇನ್ನೂ ಒಂದು ಗಮನಿಸಿದೆಯಾ? ಗುಡಿಯ ಸಿಂಘದ್ವಾರ ಪೂರ್ವಕ್ಕಿದೆ. ಕಡಲೂ ಅದೇ ದಿಕ್ಕಿಗಿದೆ... ಅಂದಮೇಲೆ ಜಗನ್ನಾಥ ಕೃಷ್ಣನೂ ಪೂರ್ವದೆಸೆಯನ್ನೇ ನೋಡುತ್ತಿರಬೇಕಷ್ಟೇ...' ಎಂದು ಮನಸೊಳಗಿನ ಲೆಕ್ಕವನ್ನು ಹೇಳುವಾಗ, ಮಾತಂಗಿ, 'ಹೌದಲ್ಲ...' ಅನ್ನುತ್ತ, ನಾನೇನೋ ಹೊಸ ಆವಿಷ್ಕಾರ ಮಾಡಿದ್ದೇನೆಂಬಂತೆ ಕಣ್ಣರಳಿಸಿದಳು. 'ಕೊಲಂಬಸ್ ಇಲ್ಲಾ, ವಾಸ್ಕೋಡಗಾಮ ಕಣೋ ನೀನು!' ಎಂದು ನಕ್ಕಳು. 'ಏನು ಗೊತ್ತಾ- ನನಗೆ ಹಿಸ್ಟೊರಿ, ಜಿಯೋಗ್ರಫಿಯೆಲ್ಲ ಅಷ್ಟಕ್ಕಷ್ಟೇ... ನೀನು ಏನೇನೆಲ್ಲ ತಿಳಕೊಂಡಿದ್ದೀ ಅನ್ನೋದು ಆಶ್ಚರ್ಯ ಹುಟ್ಟಿಸುತ್ತೆ!'

'ನನಗೆ, ನೆಲದ ಮೇಲೆ ನಡೆದಾಡುವ ಮನುಷ್ಯ ಎಲ್ಲೆಲ್ಲೆಲ್ಲ ಕೈಯಿಟ್ಟಿದ್ದಾನೆ ಅನ್ನೋದು ಇನ್ನೂ ಆಶ್ಚರ್ಯ ಹುಟ್ಟಿಸುತ್ತೆ, ಮಾತಂಗಿ... ನೀನೇ ಲೆಕ್ಕ ಹಾಕಿಕೋ- ನೀನು ನಾನು ಹುಟ್ಟಿದಾಗ್ಗಿಗೂ ಈಗಿಗೂ ಪ್ರಪಂಚ ಹೇಗೆ ಬದಲಾಗಿಬಿಟ್ಟಿದೆ, ಅಲ್ಲವಾ?'

ಮಾತಂಗಿಗೆ ಈ ಕುರಿತು ಮಾತು ಬೆಳೆಸಲು ಇಷ್ಟವಿರಲಿಲ್ಲವೇನೋ. ಆಗಾಗ ಹಿಂದಕ್ಕೆ ತಿರುತಿರುಗಿ, ನಾವಿರುವಲ್ಲಿಗೂ ಕಾಣಿಸುತ್ತಿದ್ದ ರಥಗಳನ್ನು ನೋಡಿಕೊಂಡೇ ನಡೆಯುತ್ತಿದ್ದಳು. 'ಅದು ಸರಿ... ಬೀಚು ಇಲ್ಲಿಂದ ಎಷ್ಟು ದೂರ ಇರಬಹುದು?' ಎಂದು ಇದ್ದಕ್ಕಿದ್ದಂತೆ ಕೇಳಿದಳು. ಹಿಂದೆಯೇ, ಕಿಸೆಯಿಂದ ಫೋನೆತ್ತಿಕೊಂಡು, 'ಆಫ್' ಆಗಿದ್ದುದನ್ನು 'ಆನ್'ಗೈದು, ರಥದತ್ತ ಮುಖಮಾಡಿಕೊಂಡು ಒಂದೆರಡು ಫೋಟೋ ಕ್ಲಿಕ್ಕಿಸಿಕೊಂಡಳು.

'ಇನ್ನೇನು ಸಿಕ್ಕಬಹುದು... ಇನ್ನೂ ಒಂದು ಗೊತ್ತಾ? ನಮ್ಮ ಹೊಟೆಲು ಸಹ ಕಡಲತೀರದಲ್ಲೇ ಇರೋದು... ಅಂದರೆ ಬೀಚಿನ ಮೇಲೇ ನಡಕೊಂಡು ಹೋದರೆ ಹೊಟೆಲ್ ಸೇರಿಕೋಬಹುದು...'

'ವ್ಹಾಹ್... ಡಟ್ ವಿಲ್ಲ್ ಬಿ ಸೋ ಕೂಲ್... ಬೇಗ ವಾಪಸು ಹೋಗಿ ಒಂದು ನಿದ್ದೆ ತೆಗೆಯಬಹುದು...' ಎಂದು ಹೇಳಿ, ದೊಡ್ಡದಾಗಿ ಒಮ್ಮೆ ಆಕಳಿಸಿದಳು. ಬಳಿಕ, ಫೋನನ್ನು ವಾಪಸು ಕಿಸೆಗಿಳಿಸಿಕೊಂಡು, ಮೈಕೈಯನ್ನೆಲ್ಲ ಸಾಧ್ಯವಾದಷ್ಟೂ ಚಾಚಿ, ಬೆಕ್ಕಿನ ಹಾಗೊಮ್ಮೆ ಮೈಮುರಿದು– 'ನಾನೊಂದು ಕೇಳಲಾ?' ಎಂದಳು.

'ಹ್ಞೂಂ...'

'ಎಷ್ಟು ಹೊತ್ತಿಗೆ ಬೆಳಕಾಗಬಹುದು?' ಅಂದವಳು, 'ಇರು ಇರು... ಕೇಳಿದ್ದು ಸರಿ ಹೋಗಲಿಲ್ಲ. ಇದನ್ನೇ ಇನ್ನೊಂದು ಥರ ಕೇಳುತೀನಿ... ಇನ್ನೂ ಎಷ್ಟು ಹೊತ್ತು ಈ ಕತ್ತಲಿರಬಹುದು?' ಅನ್ನುತ್ತ ನಕ್ಕಳು. 'ಆಕ್ಚುಅಲೀ ನನಗೆ ಬೆಳಕಾಗೋದೇ ಬೇಡ ಗೊತ್ತಾ... ಹೀಗೇ ನಿನ್ನ ಜೊತೇನೇ ಇದ್ದುಬಿಡೋಣ ಅನಿಸುತ್ತೆ...' ಈ ಮಾತನ್ನು, ನನ್ನನ್ನು ಹಿಂದಿನಿಂದ ಬಂದು ಅಪ್ಪಿಕೊಂಡು, ಕಿವಿಯಲ್ಲಿ ಉಸುರಿ ನಕ್ಕಳು!

ವಿಚಿತ್ರವನ್ನಿಸಿತು. ತಕ್ಷಣ ಮೈಕೊಡವಿಕೊಂಡೆ.

ನಿಜಕ್ಕಾದರೆ, ಇನ್ನೂ ಒಂದೊಂದೂವರೆ ತಾಸಿನಲ್ಲಿ ಬೆಳಕು ಹರಿದೀತೆಂಬ ಸಂಗತಿಯು ನನ್ನನ್ನೇ ಹೆಚ್ಚು ವಿಚಲಿಸಿತ್ತು. ಒಳಗೇ ಕೊರೆಯತೊಡಗಿತ್ತು. ಆದರೆ ಈ ಹೆಣ್ಣು ಈಗಷ್ಟೇ ಹೇಳಿದ ರೀತಿ, ನನ್ನ ಸಂಕಟದ ಸಗಟನ್ನೇ ಊರ್ಜಿಸಿದ್ದು ಹೌದು! ಇವಳು ಪದೇ ಪದೇ ರಾತ್ರಿಯ ಮಾತನ್ನೇ ಆಡುತ್ತಾಳಲ್ಲ, ಯಾಕೆ? ಇವಳೇನು ಇರುಳುಗನ್ನೆಯೇ? ಈಸ್ ಶಿ ನಾಕ್ಟೂರ್ನಲ್? ಯೋಚಿಸಿದೆ. ಐ ಮೀನ್, ಬೆಳಕಾಗುತ್ತಲೇ ಮರೆಯಾಗಲಿಕ್ಕೆ ಇವಳೇನು ಕತ್ತಲಿನ ಸಂಗತಿಯೇ? ರಾತ್ರೋರಾತ್ರಿಯ ಜಾಗೃತಿಯೇ? ಅಥವಾ, ಹಗಲಿನ ನಾಲಗೆಯಲ್ಲಿ ಕರಗಿಹೋಗಲಿಕ್ಕಿರುವ ಪೆಪ್ಪರುಮಿಂಟೇ? ಶಾಪಗ್ರಸ್ತಳೇ?

'ಆದರೂ ನೀನೇನೂ ಹೇಳಲೇ ಇಲ್ಲವಲ್ಲ, ಮಾತಂಗೀ... ನಿನ್ನ ಬಗ್ಗೆ ಹೇಳಿಕೋತೀನಿ ಅಂತಂದೆಯಲ್ಲ...' ಕೇಳಿದೆ.

'ಓ ಅದಾ? ಮುಗೀತು ಬಿಡು... ನನಗೆ ಮರೆತೇ ಹೋಯಿತು... ನಿನಗೇನು ಹೇಳಿದ್ದೆ, ಹೇಳು?' ನಾನೆಸೆದ ಬಾಣವನ್ನು ವಾಪಸು ನನಗೆಸೆದಳು!

'...'

'ಹ್ಞಾಂ... ದೇವರ ಸನ್ನಿಧಿಯಲ್ಲಿ ಹೇಳುತೀನಿ ಅಂದಿದ್ದೆ... ಅದು ಮುಗೀತಲ್ಲ?'

'ವ್ವಾಟ್ಟ್?'

'ಹೌದು ಮತ್ತೆ... ನೀನು ಕೇಳಲಿಲ್ಲ. ನಾನು ಹೇಳಲಿಲ್ಲ...' ಅಂತಂದು

ನಗತೊಡಗಿದಳು! 'ಇದೇನು ಜಗನ್ನಾಥನ ಸನ್ನಿಧಿಯೇ ಹೇಳಲಿಕ್ಕೆ?' ಎಂದು ಗಹಗಹಿಸಿ ಕುಣಿದಾಡಿದಳು!

ಜಯ ಜಗನ್ನಾಥ ಹರೇ!

ಕೃಷ್ಣ ಕೃಷ್ಣ! ಯಾವ ಮಾಯೆಯಲ್ಲಿ ಸಿಲುಕಿಸಿದೆಯಪ್ಪಾ? ಅಲ್ಲಲ್ಲ... ಇವಳು ಬರೇ ಮಾಯೆಯಲ್ಲ. ಕೇವಲ ಮಾಯಾಂಗನೆಯೂ ಅಲ್ಲ! ಮೋಹಿನಿ! ಮನಮೋಹಿನಿ! ಅಥವಾ, ನೀನೇ ಒಂದಾನೊಮ್ಮೆ ಒಬ್ಬ ಮೋಹಿನಿಯಾಗಿದ್ದೆಯಲ್ಲ... ಆ ನಿನ್ನ ಒಂದು ಅಂಶವನ್ನೇ ನನ್ನ ಸಲುವಾಗಿ, 'ಹೋಗು ಹೋಗು... ಆ ಐಳನನ್ನು ಕಾಡಹೋಗು!' ಎಂದು ಕಳುಹಿದ್ದೀಯೋ ಹೇಗೆ?

'ಹೇ ಮಾತಂಗಿ... ಹೀಗೆಲ್ಲ ನಗಬೇಡ... ಏನೂಂತ ಹೇಳಿಬಿಡು!' ಕೋಪಿಸಿಕೊಂಡೆ.

'ಐಳ... ಹೇಳಿದೆನಲ್ಲ... ನಾನು ಈ ರಾತ್ರಿ ಮಾಡಬಾರದ್ದು ಮಾಡುತೀನಿ ಅಂದಿದ್ದೆ. ನಾನು ಯಾರಿಗೂ ಹೇಳದೇ ಕೇಳದೇ ಇಲ್ಲಿಯವರೆಗೂ ಬಂದಿದ್ದೇ ಆ ಕಾರಣಕ್ಕೆ... ಇಲ್ಲಿಯವರೆಗೆ ಅಂದರೆ ಇಲ್ಲಿಗೇ ಅಂತೇನಲ್ಲ. ಎಲ್ಲಾದರೂ ಹೋಗಬೇಕು ಅನ್ನೋ ಇರಾದೆಯಾಯಿತು. ವಾಂಛೆ! ಸುಮ್ಮನೆ ಗೂಗಲು ಮಾಡಿದೆ. ಇಲ್ಲಿ ರಥಯಾತ್ರೆ ಇರೋ ವಿಷಯ ಗೊತ್ತಾಯಿತು... ಮೇಕ್-ಮೈ-ಟ್ರಿಪ್‌ನಲ್ಲಿ ಎರಡು ರೂಮ್ ಬುಕ್ ಮಾಡಿದೆ. ಇಲ್ಲಿಗೆ ಬಂದೆ. ಸಂಜೆ ನೀನು ಸಿಕ್ಕಿದೆ... ಆಮೇಲಿನದು ನಿನಗೆ ಗೊತ್ತೇ ಇದೆಯಲ್ಲ...' ನನಗೆ ಬೇಕಾದ್ದನ್ನು ಬಿಟ್ಟು ಉಳಿದಿದ್ದು ಹೇಳಿದಳು.

'ಹೇಳು ಅಂತಂದರೆ ಸುಮ್ಮನೆ ಒಗಟಿನ ಮಾತು ಹೇಳಿ ಒಗಟಾಗುತಿದ್ದೀ, ಮಾತಂಗಿ... ಎರಡು ರೂಮು ಯಾತಕ್ಕೆ?'

'ಅಯ್ಯೋ, ಬಾಯಿತಪ್ಪಿ ಹೇಳಿಬಿಟ್ಟೆ...'

'...'

'ಹೋಗಲಿ ಬಿಡು... ನನಗೆ ಈ ಒಂದು ರಾತ್ರಿ ಏನೇನೆಲ್ಲ ಮಾಡುವ ಉಮೇದಿತ್ತು. ಯಾರೂ ಮಾಡದ್ದನ್ನ ಮಾಡುತೀನಿ ಅಂತ ನನಗೆ ನಾನೇ ಸವಾಲು ಹಾಕಿಕೊಂಡಿದ್ದೆ. ಅದಕ್ಕೇ ನಾನು ಶಿಖರಾರೋಹಣ ಮಾಡಬೇಕು ಅಂದಿದ್ದು... ಆದರೆ ನೀನು ನನ್ನಿಂದ ಅದಕ್ಕೂ ದೊಡ್ಡ ಕೆಲಸ ಮಾಡಿಸಿದೆ... '

'ಅಂದರೆ?'

'ಮತ್ತೆ ಮತ್ತೆ ಹೇಳಿದ್ದೇ ಹೇಳಿಸುತೀಯಲ್ಲೋ, ಸ್ಟುಪಿಡ್...'

ಮುಖಕ್ಕೆ ಹೊಡೆಯುವ ಹಾಗೆ ಈ ಮಾತು ಬಂದಿದ್ದೇ, 'ಸರಿ ಬಿಡು... ಇನ್ನೇನೂ ಕೇಳಲ್ಲ...' ಅಂತಂದು ಸುಮ್ಮನಾದೆ. ನನ್ನಷ್ಟಕ್ಕೇ ಉಳಿದೆ.

'ನಾನು ಹಾಗೆ ಹೇಳಿದ್ದಲ್ಲವೋ... ಬೇಜಾರಾಗಿದ್ದರೆ, ಸ್ಸಾರೀ ಆಯಿತಾ?' ಮುಂದಿನ ಎರಡು ಮೂರು ಹೆಜ್ಜೆಗೆಲ್ಲ, ಮಾತಂಗಿ ಪುಸಲಾಯಿಸಿಕೊಂಡು ಬಂದಳು.

ಮತ್ತೆ ಮಾತಿಗಿಳಿದಳು. 'ನಿನ್ನ ಹಾಡಿಗೆ ತಕ್ಕುದಾಗಿ ಸಾರ್ವಜನಿಕವಾಗಿ ಕುಣಿದೆನಲ್ಲ, ಅದಕ್ಕಿಂತ ದೊಡ್ಡದು ಬೇಕಾ, ಹೇಳು...' ಅನ್ನುವಾಗ, ಕೊರಳಿನಲ್ಲಿ ಒನ್ನಮೂನೆ ಅಮಲುಂಟಾಯಿತೆಂಬಂತೆ ಗದ್ಗದಿಸಿದಳು.

'ಸರಿ ಬಿಡು... ಇನ್ನು ಒತ್ತಾಯಿಸಲ್ಲ. ಸುಮ್ಮನೆ ಅತಿಕ್ರಮಣ ಆಗುತ್ತೆ...' ಮಾತಿನಲ್ಲಿ ಭಿಡೆ ತಂದುಕೊಂಡು ಹೇಳಿದೆ.

'ಐಳ... ಐಳ... ಅದು ಹಾಗಲ್ಲವೋ... ಇದಕ್ಕಿಂತ ಬೇರೇನೂ ಹೇಳುವ ಸ್ಥಿತಿಯಲ್ಲಿ ನಾನಿಲ್ಲ, ಕಣೋ... ನೀನು ಒತ್ತಾಯಿಸುತೀ ಅಂದರೆ ಸುಮ್ಮನೆ ಸುಳ್ಳಾಡೋದಾಗುತ್ತೆ... ನಿನ್ನೆದುರು ಸುಳ್ಳು ಹೇಳೋದು ಸರಿಯಿರಲ್ಲ... ಪ್ಲೀಸ್...'

ಅಮಾಯಕಳ ಹಾಗೆ, ಬಲು ದೀನವಾಗಿ ಕೈ ಜೋಡಿಸಿದವಳನ್ನು ನೋಡಿ ನನಗೇ ಪಿಚ್ಚೆನ್ನಿಸಿತು. ಯಾಕಾದರೂ ಕೇಳಿದೆನೋ ಅಂತನ್ನಿಸಿತು. ಕಟ್ಟಕಡೆಯ ಹೊತ್ತಿನಲ್ಲಿ ಸುಮ್ಮನೆ– ಸಿಟ್ಟು, ಸೆಡಹು, ಭಿಡೆ, ಕುಹಕ... ಇತ್ಯಾದಿ ಕಾಲಹರಣವೇಕೆ? ಇನ್ನೊಂದು ತಾಸಿನ ಸಖ್ಯವನ್ನು ಹಾಳುಗೆಡಹಲೇಕೆ? ನಗುನಗುತ್ತ ಉಂಟಾದ ಈ ಭೇಟಿಯನ್ನು ನಗುತ್ತಲೇ ಬೀಳ್ಕೊಟ್ಟರಾಯಿತು... ಎಂದು ನಿರ್ಧರಿಸಿದೆ.

'ಅಯ್ಯೋ... ನೀನೇಕೆ ಬೇಜಾರು ಮಾಡಿಕೋತೀ? ನಿನ್ನ ಮೇಲೆ ಕೋಪ ಸಾಧಿಸೋ ಹಾಗಿದ್ದರೆ, ಆವಾಗ ನಿನ್ನನ್ನು ಬಿಟ್ಟುಹೊರಟಿದ್ದೆನಲ್ಲ– ವಾಪಸು ಬರುತಾನೇ ಇರಲಿಲ್ಲ... ನೀನು ಹೇಳಿದ ಹಾಗೆ, ಇದು ಒಂದು ರಾತ್ರಿಯ ಸಖ್ಯ ಅನ್ನೋದನ್ನ ಒಪ್ಪಿಕೊಂಡಿದ್ದೀನಿ...' ಮಾತಂಗಿಯ ಬಲಗೈ ಹಿಡಿದು, ಮುಂಗೈಯನ್ನು ಎದೆಗೆ ತಂದುಕೊಂಡು ಹೇಳಿದೆ. 'ಹ್ಞಾಂ... ನಿನಗೆ ಹೇಳಲೇ ಇಲ್ಲ. ನೀನು ಎಷ್ಟು ಚೆನ್ನಾಗಿ ಡಾನ್ಸ್ ಮಾಡಿದೆ ಗೊತ್ತಾ? ಯು ಮಸ್ಟ್ ಬಿ ಎ ಟ್ರೇನ್ಡ್ ಡಾನ್ಸರ್... ಇಲ್ಲಾ, ದೇವಲೋಕದ ನೃತ್ಯಾಂಗನೆ ಇರಬೇಕು! ನಾನು ಹಾಡಿದ್ದು ನಿಜಕ್ಕೂ ಸಾರ್ಥಕವಾಯಿತು...'

ಸುಮ್ಮನೆ ಮುಗುಳ್ನಕ್ಕಳು.

52

ದೇಶದ ಕರಾವಳಿಯುದ್ದಕ್ಕೂ ಒಂದು ನಿಯತಿಯಿದೆ; ಒಂದು ನಿಯಮಾವಳಿ. ಕಡಲಿನ ಉಬ್ಬರದ ದಿನಗಳಲ್ಲಿ ಕಿನಾರೆಯನ್ನು ಅಪ್ಪಳಿಸುವ ಅಲೆಗಳ ಕಡೆಯಿಂದ ಅರ್ಧ ಕಿಲೋಮೀಟರಿನ ಈಚೆಗೇ ಊರು ಮುಗಿದು ಖತಮ್ ಆಗಬೇಕು. ಅಂದರೆ, ಕಡಲಿನ 'ಹೈಟೈಡ್' ಮಟ್ಟದಿಂದ ಅಳೆಯುವಾಗ, ಈಚಿನ ನೆಲದಲ್ಲಿ ಐನೂರು ಮೀಟರು ಅಗಲದೊಳಗೆ– ಏನನ್ನೂ ಕಟ್ಟುವಂತಿಲ್ಲ!

ಇದೇ ನಿಯಮದ ಮೇರೆಗೆಂಬಂತೆ, ನಾನು, ಮಾತಂಗಿ ನಡೆಯುತ್ತಿದ್ದ ದಾರಿಯಲ್ಲಿನ ಪುರೀಶಹರವೂ– ಕಡಲಿನ ಕಡೆಗೆ ತಗ್ಗಿ ತಗ್ಗಿ ಸಾಗುತ್ತ, ಕ್ರಮಕ್ರಮೇಣ ವಿರಳಗೊಳ್ಳುತ್ತ, ನಿಜಕ್ಕೂ ಕಡಲು ಕಾಣಿಸುವಲ್ಲಿ ಒಮ್ಮಿಂದೊಮ್ಮೆಗೇ ಇಲ್ಲವಾಯಿತು! ಅಷ್ಟೇ ನಿಧಾನವಾಗಿ ಕತ್ತಲಿನಲ್ಲಿದ್ದ ಕಿನಾರೆ ಮೈದೆರೆದು ತೋರಿತು!

'ಹೇ... ಬೀಚ್ ತಲುಪಿಯಾಯಿತು. ಇಲ್ಲಿ ಎಲ್ಲಾದರೂ ಕೂತುಕೊಳ್ಳೋಣವಾ?' ನಾನು ಕೇಳಿದೆ. 'ಬೇಕಿದ್ದರೆ ಇದನ್ನು ಬಿಚ್ಚಿ ಹಾಸುತ್ತೀನಿ...' ತಲೆಯಲ್ಲಿನ ಧೋತರದ ರುಮಾಲಿಗೆ ಕೈಯಿಕ್ಕಿ ಹೇಳಿದೆ.

'ಬೇಡ ಬೇಡ... ರುಮಾಲು ಹಾಗೇ ಇರಲಿ. ನಿನಗೆ ಚೆನ್ನಾಗಿ ಹೊಂದುತ್ತೆ...' ಮಾತಂಗಿ ಹೇಳಿದಳು. 'ಒಮ್ಮೆ ಸಮುದ್ರ ಹೊಕ್ಕು ಬಂದು, ಇಲ್ಲೇನಾದರೂ ತಿನ್ನೋಣ ಅಲ್ಲವಾ?'

'ಸರಿ...' ಅನ್ನುತ್ತ, ತುಸು ಸಡಿಲಗೊಂಡ ರುಮಾಲನ್ನು ವಾಪಸು ಬಂಧಿಸಿದೆ. 'ಈವಾಗ್ಗಿನಿಂದ ಹಗಲು ಹುಟ್ಟುವವರೆಗೂ ನೀನು ಹೇಳಿದಂತೆಯೇ ನಡೀತೀನಿ ಅಂತ ನನ್ನನಗೇ ಮಾತು ಕೊಟ್ಟಿಕೊಂಡಿದೀನಿ, ಗೊತ್ತಾ...' ಎಂದು, ಮನಸೊಳಗಿದ್ದ ಮಾತನ್ನು ಹೊರಗೆಡಹಿ ನುಡಿದೆ.

ಮಾತಂಗಿ ಹುಬ್ಬೇರಿಸಿಕೊಂಡಳು. 'ದಟ್ಸ್ ಸಪ್ರೈರ್ಸಿಂಗ್!' ಎಂದು ಸುದೀರ್ಘವಾಗಿ ಒಮ್ಮೆ ನಕ್ಕಳು. 'ಚಲೋ... ಲೆಟ್ಸ್ ನಾಟ್ ವೇಸ್ಟ್ ಟೈಮ್... ಅಲ್ಲೀವರೆಗೂ ಹೋಗಿ ಒಂದೇ ಒಂದು ಅಲೆಯನ್ನು ಮುಟ್ಟಿ ಬಂದುಬಿಡೋಣ...'

'ಜೀ...' ಅಂತಂದೆ

'ಒಂದೇ ಒಂದು ಅಲೆ' ಎಂಬುದನ್ನು, ಮಾತಂಗಿ, ಮತ್ತೊಮ್ಮೆ ಒತ್ತಿ ಒತ್ತಿ ಹೇಳಿದಳು. ಆಶ್ಚರ್ಯವಾಯಿತು. ಕಡಲಿಗಿಳಿದ ಮೇಲೆ ಒಂದೇ ಒಂದು ಅಲೆಯನ್ನು ಮುಟ್ಟಲುಂಟೆ? ಎರಡನೆಯದಕ್ಕೆ, ನೀನು ಅಸ್ಪೃಶ್ಯ... ಸರಿದು ನಿಲ್ಲು... ಎಂದು ಆಜ್ಞಾಪಿಸುವುದುಂಟೆ? ಛೀ... ಹಚಾ... ಅನ್ನಲಿಕ್ಕೆ ಅಲೆಯೇನು ನಾಯಿಯ ಕುನ್ನಿಯೇ?

ಇಷ್ಟಿದ್ದೂ, ನಾನು, ಯಾಕೆ ಏನು ಎತ್ತ... ಎಂದೆಲ್ಲ ಕೆದಕಲಿಲ್ಲ.

ಸರಿ... ನಿರ್ಣಯಿಸಿಕೊಂಡಂತೆಯೇ, ಹೆಚ್ಚು ಜನಗಣನೆಯೇ ಇದ್ದಿರದ ಆ ಕಿನಾರೆಯಲ್ಲಿ– ಮಬ್ಬುಗತ್ತಲು ಹೊದ್ದು, ಮಲಗಿಯೂ ಮಲಗಿದ್ದಿರದ ಕಡಲಿನತ್ತ, ಒಂದೇ ಒಂದು 'ಶರಧಿತರಂಗ'ವನ್ನು ಮುಟ್ಟುವ ಸಲುವಾಗಿ ಸರಿದುಸಂದೆವು!

'ಐಳ... ಹುಣ್ಣಿಮೆ ಇನ್ನೂ ದೂರ ಇದೆಯಾ?' ಕಡಲಿನ್ನೂ ದೂರವಿದೆ ಅನ್ನುವಾಗ ಮಾತಂಗಿ ಕೇಳಿದಳು.

'ಹ್ಞೂಂ... ಇವೊತ್ತು ಬಿದಿಗೆ ಅಂತನಿಸುತ್ತೆ. ನಾನು ಓದಿರೋ ಪ್ರಕಾರ ರಥಯಾತ್ರೆ ನಡೆಯೋದು ಆಷಾಢದ ಶುಕ್ಲಪಕ್ಷದ ಎರಡನೇ ದಿನ...'

ಇದನ್ನು ಹೇಳಿದ ಮೇಲೆ, ನನ್ನಲ್ಲಿ, ಈ ಹೆಣ್ಣಿಗೆ ಬಿದಿಗೆ-ತದಿಗೆಗಳ ಅರ್ಥ ಗೊತ್ತಿದೆಯೇ... ಎಂದು ಶಂಕೆಯುಂಟಾಯಿತು. ಅಗದಿ ಆಧುನಿಕಳಾದ ಇವಳು, ಹುಣ್ಣಿಮೆ-ಅಮಾವಾಸ್ಯೆಗಳನ್ನು ಗಣಿಸಿಯಾಳೆ? ಅಥವಾ ಗೊತ್ತೇ? ಇನ್ನು ನನಗಾದರೂ, ಸಿಕ್ಕ ಸಿಕ್ಕ ಮಾಹಿತಿಯನ್ನೆಲ್ಲ ಕಲೆಹಾಕುವ ಹುಚ್ಚು! ಆದರೆ ತಿಳಿದಿದ್ದನ್ನೆಲ್ಲ ಇನ್ನೊಬ್ಬರೆದುರು ಕಾರಿಕೊಳ್ಳುವ ಈ ಇನ್ನೊಂದು ಸ್ಥಿತಿ ಯಾತಕ್ಕೆ? ಗೊತ್ತಿರುವುದನ್ನೆಲ್ಲ ಹೇಳಿ, ನಾನು ಹೆಚ್ಚು ಹೆಚ್ಚು ಪ್ರವೀಣನೆಂದು ಬೀಗಬೇಕೆ? ಹೀಗೆಲ್ಲ ಯೋಚಿಸಿ, ಇನ್ನಷ್ಟು ಹೇಳಬೇಕು ಅಂದುಕೊಂಡಿದ್ದನ್ನೆಲ್ಲ ಮನಸೊಳಗೇ ತಡೆದೆ.

'ಅದು ಸರಿ... ಯಾಕೆ ಈ ಪ್ರಶ್ನೆ?'

'ಸುಮ್ಮನೆ ಕೇಳಿದೆ... ಸಮುದ್ರ ಈ ಪಾಟಿ ತಣ್ಣಗೆ ಮಲಗಿದೆಯಲ್ಲ, ಅದಕ್ಕೆ...' ಮಾತಂಗಿ ಹೇಳಿದಳು. ಒಡನೆಯೇ, 'ಅಲ್ಲವೋ, ಗಂಗವಂಶದ ಜನವನ್ನ ಸೂರ್ಯವಂಶಿಗಳು ಅಂತ ಕೇಳಿದ್ದೀನಿ... ನೀನು ಚಾಂದ್ರಮಾನ ಪಂಚಾಂಗದ ಮಾತು ಹೇಳುತಿದ್ದೀ...' ಎಂದು ಇನ್ನೊಂದು ಪ್ರಶ್ನೆ ಕೇಳಿ, ನನ್ನೊಳಗಿನ ಯೋಚನೆಯನ್ನೇ ಅವಾಕ್ಕಾಗಿಸಿದಳು!

'ಹೌದಲ್ಲವಾ?' ಎಂದು ತಲೆಕೆಡಿಸಿಕೊಂಡೆ.

'ಹೋಗಲಿ ಬಿಡು... ಸದ್ಯಕ್ಕೆ ಅದು ಮುಖ್ಯ ಅಲ್ಲ!'

ಆ ತರುವಾಯ, ನಿರ್ಜನವೆಂದರೆ ತೀರಾ ನಿರ್ಜನವಲ್ಲದ, ಹಗಲಿಗೆ ಮುನ್ನದ ಆ ಕಿನಾರೆಯಲ್ಲಿ- ಬಹುತೇಕ ಇಬ್ಬರೇ ಇಬ್ಬರಾಗಿದ್ದ ನಾವು, ಕಡಲನ್ನೇ ಎದುರುನೋಡಿಕೊಂಡು ಕೆಲವು ಕ್ಷಣ ನಿಂತೆವು.

'ಒಂದು ಎರಡು ಮೂರು...' ಮಾತಂಗಿ, ಇದ್ದಕ್ಕಿದ್ದಂತೆ ಎಣಿಸತೊಡಗಿದಳು. '... ಐದು ಆರು ಏಳು... ನೋಡು, ಆ ಏಳನೇ ಅಲೆಯನ್ನು ಮುಟ್ಟಿ ಹೊರಟುಬಿಡೋಣ ಆಯಿತಾ?' ಎಂದು, ಕಡಲೊಡನೆಯೇ ಹಠ ಕಟ್ಟಿ ನಿಂತ ಪುಟ್ಟ ಪೋರಿಯ ಹಾಗೆ ಹೇಳಿದಳು.

ಅಲ್ಲ... ಈ ಏಳನೆಯನದ್ದೇ ಯಾತಕ್ಕೆ? ಮೊದಲಿನದೊಂದೋ, ಆಮೇಲಿನದೊಂದೋ ಆಗಬಹುದಿತ್ತಷ್ಟೆ? ಏಳನೇ ನಂಬರೇನು ಅದೃಷ್ಟಕಾರಿಯೇ... ಎಂದೆಲ್ಲ ಆಶ್ಚರ್ಯಪಟ್ಟೆ. ಆದರೆ ಮಾತಿನಲ್ಲಿ ಕೇಳಲಿಲ್ಲ.

ಹೀಗೆ ನಿಗದಿಗೊಂಡ ಆ ಏಳನೇ ಅಲೆಯು ನಮ್ಮನ್ನೊಮ್ಮೆ ತಾಕಿ ಹಿಂದೆ ಸರಿಯಿತಷ್ಟೇ, ಇಬ್ಬರೂ ಕೂಡಿ ಕೈಕೊಂಡ ನಿಯಮಕ್ಕೆ ತಕ್ಕುದಾಗಿ ವಾಪಾಸಾದೆವು. ಹಿಂತಿರುಗಲಿಕ್ಕೆ ಮೊದಲು ಹೀಗೊಂದು ಪುಟ್ಟ ಸನ್ನಿವೇಶವುಂಟಾಯಿತು.

ಸಮುದ್ರವನ್ನು ತಾಕಿಸಿಕೊಂಡೆವು ಅಂದೆನಲ್ಲ, ಆಗ ಅಲೆಯೇ ನಮ್ಮ ಕಾಲ್ಗೆಡರಿತೋ, ನಾವೇ ಅದರೊಳಗೆ ತೊಡರಿದೆವೋ- ಅನ್ನಲಾಗದ ಒಂದು ತೆಳ್ಳನೆ

ಮುಹೂರ್ತದಲ್ಲಿ ಮಾತಂಗಿ, ನನ್ನ ಕೈಗಳನ್ನು ಹಿಡಿದೆಳೆದು– 'ಐಳ... ಅಲ್ಲೇ ಇರು. ಹತ್ತಿರ ಬರಬೇಡ... ಹ್ಞಾಂ, ಅಲ್ಲೇ... ನೀನೂ ನನ್ನನ್ನು ಎಳೆದುಕೋ...' ಅಂತಂದಳು. ಒಡನೆಯೇ, 'ಏನೋ ಅದು? ನೀನೇನೋ– ಎಳೆ ಎಳೆ ಸೆಳೆ ಸೆಳೆ... ಅಂತ ಹಾಡಿದ್ದು...' ಎಂದು ಹೇಳಿ, ತಂತಾನೇ ಧುನಿ ನೆನಪಿಸಿಕೊಂಡು ಹಾಡಿದಳು.

ಎಳೆದಂತೆ ಬರುವುದು
ಎಳೆಳೆದೆಳೆದು ಸರಿವುದು
ತೀರನೇರಿ ಮುಂದೆ ಬರುವುದು...
ತೇರಿನತ್ತ ಮೈಯಿ ಸರಿವುದು...
ಕಡೆಯಲಿ
ತೀರೊಳಗೇ ಮೈಯಿ ಸುರಿವುದು...

ಎಲ್ಲಿ, ನೀನೂ ಹೇಳು...' ಅಂತಂದು ನನ್ನಿಂದಲೂ ಹೇಳಿಸಿದಳು.

ಎಳೆ ಎಳೆ ಎಳೆ ಎಳೆ... ಸೆಳೆ ಸೆಳೆ ಸೆಳೆ ಸೆಳೆ...

ಇಬ್ಬರೂ ಒಬ್ಬರನ್ನೊಬ್ಬರು ಎಳೆಯುತ್ತ, ಎಳೆದಷ್ಟೇ ಸೆಳೆಯುತ್ತ– ಪರಸ್ಪರ ಹತ್ತಿರಗೊಂಡು, ಒಂದು ಕ್ಷಣ ಇಲ್ಲವಾದೆವು. ನಿಜಕ್ಕೂ ಇಲ್ಲವಾದೆವು!

ಇಷ್ಟು ಗಡುವಿನಲ್ಲಿ, ನಮ್ಮನ್ನು, ತಾಕಿ ತಾಕಿ ಹಿಂದೆ ಹಿಂದೆ ಸರಿದು ಇಲ್ಲವಾದ ಅಲೆಗಳನ್ನು ಎಣಿಸಿದವರಾರು? ಇಷ್ಟಿಷ್ಟೇ ಎಂದು ಲೆಕ್ಕವಿಟ್ಟವರಾರು? ಅಥವಾ, ಇಲ್ಲವಾಗುವುದೆಂಬುದೂ ಒಂದು ಭ್ರಮೆಯೇ ತಾನೇ? ತಾಕಿ, ಹಿಂದೆ ಸರಿದು, ನೊರೆ ಕಳೆದು ನೀರಾಗಿ, ಇಲ್ಲವಾಗುವ ಅಲೆಯೇ– ಮತ್ತೊಮ್ಮೆ ಮೈದಳೆದು, ಮತ್ತೊಂದು ಅಲೆಯಾಗಿ, ಮತ್ತೊಮ್ಮೆ ನಮ್ಮನ್ನು ಬಂದು ತಾಕುವುದಷ್ಟೆ? ಮತ್ತೊಮ್ಮೆ ಎರಗಿ ಸರಿಯುವುದಷ್ಟೆ? ಅಷ್ಟೇ ಮತ್ತೊಮ್ಮೆ ಸರಿದು ಎರಗುವುದಷ್ಟೆ? ಕಡಲೆಂಬ ಕಡಲೆದುರು ಈ ಪರಿ 'ಅಷ್ಟು–ಇಷ್ಟು'ಗಳ ಲೆಕ್ಕಕ್ಕೆ ಅರ್ಥ ತಾನೇ ಎಲ್ಲಿ? ಕೋಷ್ಟಕಕ್ಕೆ ಗಿಟ್ಟಲಿಕ್ಕೆ ಕಡಲೇನು ಕಡಲೇಕಾಯಿ ಮೂಟೆಯೇ?

'ಐಳ... ನಾನು ನಿನ್ನನ್ನು ತಾಕಿದೆನೋ, ನೀನು ನನ್ನನ್ನೋ?' ಕಡೆಯಲ್ಲಿ ಮಾತಂಗಿ ಕೇಳುವಾಗ. 'ಕಡಲೆಡೆಗೆ ನಾವು ಬಂದೆವೋ, ಕಡಲೇ ನಮ್ಮೆಡೆಗೆ ಬಂದಿತೋ?' ಎಂದು ವಾಪಸು ಕೇಳಿದೆ. ಇಬ್ಬರೂ ಮನಃಪೂರ್ತಿ ನಕ್ಕೆವು.

53

ಒಲ್ಲದ ಮನಸ್ಸಿನಿಂದ ಮರಳಿ ಕಿನಾರೆಗೆ ಬಂದಿದ್ದಾಯಿತು.

'ಸರಿ... ಈಗ ಎಲ್ಲಿ ಹೋಗೋಣ?' ನಾನು ಕೇಳಿದೆ.

'ಎಲ್ಲಾದರೂ ಸರಿ... ಏನಾದರೂ ತಿನ್ನಲಿಕ್ಕೆ ಸಿಕ್ಕರೆ ಸಾಕು. ಆಮೇಲೆ ಒಂದು ಬಿಸಿ ಬಿಸಿ ಟೀ...'

ಮತ್ತೆ ನಡೆಯತೊಡಗಿದೆವು. ಮೊದಲು ಕಾಣಸಿಗುವ ಯಾವುದಾದರೂ ಅಂಗಡಿಯೋ ಹೊಟೆಲ್ಲೋ... ಏನೇ ಆದರೂ ಸೈ, ಒಳಹೊಕ್ಕು, ಹೊಟ್ಟೆಬಿರಿಯ ಬಾರಿಸುವುದೆಂದು ನಿರ್ಧರಿಸಿಕೊಂಡೆವು!

ಎರಡು ಹೆಜ್ಜೆ ಕ್ರಮಿಸಲಿಕ್ಕಿಲ್ಲ ನನಗೆ ನೆನಪಾಯಿತು! ಅಯ್ಯೋ... ನಮ್ಮಿಬ್ಬರಲ್ಲೂ ಹಣವೇ ಇಲ್ಲವಲ್ಲ? ಇವಳು ಪರ್ಸು ಮರೆತು ಬಂದರೆ, ನಾನು ದೇವರ ದರ್ಶನಕ್ಕಾಗಿ–ಇದ್ದುಬದ್ದುದನ್ನೆಲ್ಲ ಬಳಿದು ತೆತ್ತೆನಲ್ಲ? ಏನು ಮಾಡುವುದು?

'ಮಾತಂಗಿ, ನನ್ನ ಹತ್ತಿರ ಒಂದೇ ಒಂದು ಪೈಸೆಯಿಲ್ಲ... ಇದ್ದಿದ್ದನ್ನೆಲ್ಲ ಆ ಕಮಲಾಕ್ಷ ಕೇಶವನಿಗೆ ಕೊಟ್ಟಿದ್ದಾಯಿತು. ಈಗೇನು ಮಾಡೋದು?' ಅಳುಕುತ್ತಲೇ ಹೇಳಿದೆ.

'ನನಗೆ ಗೊತ್ತಿಲ್ಲ... ಈಗ ನನಗೇನಾದರೂ ಕೊಡಿಸದಿದ್ದರೆ ನಿನ್ನನ್ನೇ ತಿಂದುಬಿಡುತೀನಿ...' ಗಂಭೀರವಾಗಿ ಹೇಳಿ ಮುನಿದಳು. 'ಏನು ಗೊತ್ತಾ– ನನ್ನ ಹೊಟ್ಟೆಯೊಳಗೊಂದು ತೋಳ ಹೊಕ್ಕು ಕೂತಿದೆ... ಅದು ನಿನ್ನನ್ನೇ ತಿಂದುಬಿಡುತ್ತೆ ಅಷ್ಟೇ!' ಎಂದೊಮ್ಮೆ ದೊಡ್ಡದಾಗಿ ಗುರ್ರ್... ಎಂದು, ಅಷ್ಟೇ ಗುರ್ರನೆ ಗುರಾಯಿಸಿ ನಕ್ಕಳು!

'ಒಳ್ಳೇ ಕತೆಯಾಯಿತಲ್ಲ... ನೀನೇ ಅಲ್ಲವಾ ನನ್ನಿಂದ ದುಡ್ಡು ತೆರಿಸಿ ಕಳ್ಳದರ್ಶನ ಕೊಂಡುಕೊಂಡಿದ್ದು!'

'ನೋಡು ಕಳ್ಳದರ್ಶನ ಅಂತೆಲ್ಲ ಹೇಳಬೇಡ... ನನಗದು ಇಷ್ಟ ಆಗಲ್ಲ!' ಎಂದು ಖಡಕ್ಕನೆ ಹೇಳಿದ ಮಾತಂಗಿ, ತಕ್ಷಣ ಮಾತಿನ ಧಾಟಿಯನ್ನೇ ಇನ್ನೊಂದಾಗಿಸಿದಳು. ಎರಡೇ ಕ್ಷಣದಲ್ಲಿ ಅವಳ ಚಹರೆಚರ್ಯೆಯೆಲ್ಲ ಬದಲಿಹೋದವು. 'ಒಂದು ಕೆಲಸ ಮಾಡಬಹುದು... ಎಲ್ಲಿ? ಸ್ವಲ್ಪ ಹತ್ತಿರಕ್ಕೆ ಬಾ...' ನನ್ನನ್ನು ತನ್ನ ಮುಖದ ಬಳಿಯೆಳೆದುಕೊಂಡಳು. 'ಏನು ಗೊತ್ತಾ? ನನಗೊಂದು ಕೊನೆಯ ಆಸೆ ಇದೆ... ಇಲ್ಲ ಅನ್ನಬೇಡ...' ಎಂದು ಪಿಸುದನಿಯಲ್ಲಿ ಹೇಳಿದಳು. 'ಇದನ್ನು ಕೇಳುತಿದ್ದೀನಿ ಅಂದುಕೋಬೇಡ... ನಾಚುಗೆಯಿಲ್ಲದೆ ಕೋರುತಿದ್ದೀನಿ... ನಡೆಸಿಕೊಡುತೀಯಾ?' ಎಂತಲೂ, ಅಷ್ಟೇ ಮೆಲ್ಲಗೆ ಉಸುರಿದಳು!

ಸಿಕ್ಕಾಪಟ್ಟೆ ಅಜೀಬನ್ನಿಸಿತು. ಯಾಕಿಷ್ಟು ದನಿ ತಗ್ಗಿಸಿ ಗುಟ್ಟಿನ ನಾಟಕ ಮಾಡಿದ್ದಾಳೆ? ಅಥವಾ, ಇದು ನಾಟಕವೇ ಹೌದೇ?

ಗಂಟಲು ಒಣಗಿದಂತಾಗಿ ಉಗುಳು ನುಂಗಿಕೊಂಡೆ.

'ಹೇಳು... ನಡೆಸಿಕೊಡುತೀಯೋ, ಇಲ್ಲವೋ?'

ಅಯ್ಯಯ್ಯೋ... ಇದೇನಿದು ಹೊಸ ವರಾತ? ಸಾಕಾಗಿಹೋಗಿದೆ, ಹೆಣ್ಣುಕಾಟ! ಏನು ಮಾಡುವುದಪ್ಪ... ಅಂದುಕೊಳ್ಳುತ್ತಿದ್ದೆನಷ್ಟೆ, 'ಆಗಲ್ಲ... ಅಂದರೆ ಹೇಳಿಬಿಡು. ದಾಕ್ಷಿಣ್ಯ ಬೇಡ...' ಎಂದು ಒಮ್ಮಿಂದೊಮ್ಮೆಗೆ ಖಾರವಾಗಿ ಹೇಳುವುದೇ?

ವೈರಿಯ ರುಂಡ ಚೆಂಡಾಡುವ ಮುನ್ನ ರಣಚಂಡಿಯು ಕೊಟ್ಟ ಕಟ್ಟಕಡೆಯ ಎಚ್ಚರಿಕೆಯಂತಿತ್ತು, ಈ ಮಾತು!

ಏನು ಮಾಡಲಿ? ಆಗದು ಅಂತನ್ನಲೇ? ಬೇಡವೇ? ಈ 'ಯೆಸ್ ಆರ್ ನೋ'ಗಳ ನಡುವೆಯೇ ಸುಮಾರು ಸಲ ಜೀಕಿದೆ. ಹ್ಞೂಂ ಅನ್ನುವುದೆಷ್ಟು ಸರಿ? ಉಹ್ಞೂಂ ಅಂದರೆಷ್ಟು ತಪ್ಪು? ತುಯ್ದೆ ತುಯ್ದೆ... ಮತ್ತು ತುಯ್ದೆ. ದೊಡ್ಡದೊಂದು ಸಂದಿಗ್ಧವೇ ಏರ್ಪಟ್ಟು ಕಾಡಿತು. ದೇವರೇ... ಯೆಸ್–ನೋ ನಡುವಿನ ಅಂತರವಾದರೂ ಏನು? ಎಷ್ಟು? ಅಥವಾ ಪರಿಣಾಮವೇನು?

ಕಡೆಗೆ, ಕೆಲವೇ ಮಿನಿಟುಗಳ ಹಿಂದೆ, ಬೆಳಕು ಹರಿಯುವವರೆಗೂ ನೀನು ಹೇಳಿದಂತೆ ನಡೆವೆ– ಎಂದು ವಚನವಿತ್ತಿದ್ದೆನಷ್ಟೆ... ಆಗಿದ್ದಾಗಲಿ ಅಂದುಕೊಂಡು ಯೆಸ್ಸಂದುಬಿಟ್ಟೆ!

'ಸರಿ... ನಂಬುತೀನಿ ನಿನ್ನ!' ಎಂದು ಮೆಲುದನಿಯಲ್ಲಿ ಹೇಳಿದಳು. 'ನಾನು ಈ ರಾತ್ರಿ ಮಾಡಬೇಕಾದ ಲಿಸ್ಟಿನಲ್ಲಿ ಕಳ್ಳತನ ಕೂಡ ಇದೆ!' ಎಂದು ಅಷ್ಟೇ ಮೆತ್ತಗೆ ಹೇಳಿ, ಒಮ್ಮೆಗೇ ಜೋರಾಗಿ ನಗತೊಡಗಿದಳು. ಒಂದೆರಡು ಸೆಕೆಂಡಿಗೆಲ್ಲ ನಗು ನಿಲ್ಲಿಸಿ, 'ಸುಮ್ಮನೆ ನಕ್ಕುಕೊಂಡು ಹೇಳಿದೆ ಅಂದರೆ ಸೀರಿಯಸ್ಸಾಗಿ ಅಲ್ಲ ಅಂದುಕೊಂಡೀಯಾ... ನಿಜಕ್ಕೂ ಹೇಳುತಾ ಇದ್ದೀನಿ... ದರೋಡೆ ಮಾಡೋಣ!' ಅಂತಂದಳು. ಮತ್ತೊಮ್ಮೆ ನಕ್ಕಳು. ನಗುನಗುವ ನಡುವೆಯೇ ಮತ್ತೊಮ್ಮೆ ನಗು ತಡೆದು, 'ಯಾಕೋ... ಹಾಗೆ ನೋಡುತಾ ಇದ್ದೀ? ಇಷ್ಟು ಹೊತ್ತಿನ ತನಕ ಜೊತೆಗಿದ್ದೀ... ಹೆಚ್ಚಂದರೆ ಇನ್ನೊಂದು ತಾಸಲ್ಲವಾ? ಅಡ್ಜಸ್ಟ್ ಮಾಡಿಕೊಳ್ಳೋ ಪ್ಲೀಸ್...' ಎಂದು ಹೇಳಿದಳು. ತಕ್ಷಣ ಕಿಸೆಯಿಂದ ಮೊಬೈಲು ಹೊರಕ್ಕೆಳೆದು, ಅದರ ತೆರೆ ಮೀಂಟಿ ನೋಡಿಕೊಂಡು– 'ಅಯ್ಯೋ... ಇನ್ನೂ ನಾಲ್ಕು ಕೂಡ ಆಗಿಲ್ಲ... ಇಂಡಿಯನ್ ಇರುಳಿಗೆ ಆರರಿಂದ ಆರರ ಲೆಕ್ಕ ಅಂತೆಣಿಸಿದರೆ ಇನ್ನೂ ಎರಡು ತಾಸಿದೆ... ವಿ ಕೆನ್ ಡು ಎ ಲಾಟ್ ಇನ್ ದಿಸ್ ಟೈಮ್...' ಅನ್ನುತ್ತ ಕಣ್ಣು ಹೊಡೆದಳು. ಮತ್ತೆ ನಕ್ಕಳು.

ಹೆಣ್ಣು ಜಟಿಲವೆನ್ನಿಸಿದ್ದೇನೋ ಸರಿಯೇ, ಆದರೆ ಇಷ್ಟು ಕುಟಿಲವೇ? ಈ ಪಾಟಿ

ಘಾಟಿಯೇ?

ಈ ಮಾತುಗಳನ್ನು ತಮಾಷೆಯೆನ್ನುವುದೇ? ಇಲ್ಲಾ, ಸೀರಿಯಸ್ಸೆನ್ನುವುದೇ? ಇನ್ನಿರದ ಯೋಚನೆಯಾಯಿತು.

ಏನಿದೇನಿದು? ಕೊನೆಗತ್ತಲಿನ ಪರಿಹಾಸ್ಯವೇ? ಮೊನೆ ಚಿವುಟಿದ ಅಪಹಾಸ್ಯವೇ? ಇಲ್ಲಾ, ಹಾಸ್ಯದ ತಲೆಯೊಡೆದ ಇನ್ನೊಂದೇ? ತಲೆಕೆಟ್ಟ ಹ್ಯೂಮರಿನ ತದ್ವಿರುದ್ಧವೇ?

ಏನನ್ನುವುದು ಇದನ್ನು?

ಹುಚ್ಚು ಹುಚ್ಚು ವರ್ತನೆಯೇ? ಅಥವಾ, ಗಹನವಾದ ಭರ್ತ್ಸನೆಯೇ?

ನಿಜಕ್ಕೂ ತಲೆ ಕೆಟ್ಟಿತು!

ಹೆಣ್ಣಿನ– ಹಾಸ್ಯ ಮತ್ತು ಗಾಂಭೀರ್ಯಗಳ ಆವರ್ತವು ಕೆಲಕಾಲ ಮುಂದುವರೆಯಿತು! ದಿನದಿಂದ ದಿನಕ್ಕೂ, ಪಕ್ಷದಿಂದ ಪಕ್ಷಕ್ಕೂ ಬದಲಾಗುವ ಸಮುದ್ರದ ಹಾಗೆ ಜರುಗಿತು!

ಏನೂ ತೋಚದಾಯಿತು! ನಿಂತಲ್ಲೇ ಕಲ್ಲಾಗಿ ಸ್ಥಿಲ್ಲಾಗಿ ನಿಂತೆ!

‘ಯಾಕೋ? ಏನೂ ಹೇಳುತಾನೇ ಇಲ್ಲವಲ್ಲ?’

‘ಮತ್ತಿನ್ನೇನು ಹೇಳಲಿ, ಮಾತಂಗಿ... ಕಳ್ಳತನ ಮಾಡೋಣ ಅಂತೀಯ! ಅದೂ ದರೋಡೆ ಅಂತ ದೊಡ್ಡದಿನ್ನೊಂದು ಹೇಳುತೀಯಾ? ಆರ್ ಯು ಇನ್ ಯುವರ್ ಸೆನ್ಸಸ್? ಪ್ರಜ್ಞೆ ಇದೆ ತಾನೇ?’

‘ಆಫ್ ಕೋರ್ಸ್... ಅಯಾಮ್ ವೈಡ್ ಅವೇಕ್... ಆಸ್ ಅವೇಕ್ ಆಸ್ ಲೈಟ್! ಇನ್ನೇನು ಎರಡು ತಾಸಿನಲ್ಲಿ ಹೊಸತೊಂದು ಇಂಡಿಯನ್ ಹಗಲು ಹುಟ್ಟಿಬರುತ್ತಲ್ಲವಾ? ಹೊಸತಾಗಿ ಹುಟ್ಟಲಿಕ್ಕಿರೋ ಸೂರ್ಯದಷ್ಟು ಎಚ್ಚರ ಇದೆ... ಐ ಮೀನ್ ಇಟ್!’

‘ಏನು ಹೇಳುತೀಯೇ ತಾಯೀ? ನನಗೆಲ್ಲಿಂದ ಗಂಟುಬಿದ್ದೆಯೇ?’ ಆಕಾಶ ನೋಡಿಕೊಂಡು ಹೇಳಿದೆ.

ನಗತೊಡಗಿದಳು. ‘ನೋಡು... ಅಮ್ಮಾ ತಾಯೀ ಅಂತೆಲ್ಲ ಹೇಳಬೇಡ. ನಮ್ಮೂರಿನಲ್ಲಿ ಅಮ್ಮಾ ತಾಯೀ ಅಂದರೆ ಹೊಟ್ಟೆಗಿಲ್ಲದ ಭಿಕ್ಷುಕಿ ಅಂತ ಅರ್ಥ!’

‘ಎಕ್ಸಾಕ್ಟ್–ಲೀ...’ ತಿಳಿಹೇಳಹೊಂಚಿದೆ. ‘ನಾನು ಹೇಳುತಿರೋದು ಅದನ್ನೇ! ಮೊದಲು ದರೋಡೆ–ಗಿರೋಡೆ ಯೋಚನೆ ಕೈಬಿಡು... ಬೇಕಿದ್ದರೆ ಭಿಕ್ಷೆ ಎತ್ತೋಣ...’ ಈ ಮಾತು ಮುಗಿಸುತ್ತಿರುವಾಗ ನಾನೂ ಕಿಸಕ್ಕನೆ ನಕ್ಕುಬಿಟ್ಟೆ!

‘ಐಶಾ... ಐಶಾ... ನಿನಗೆ ಗೊತ್ತಿಲ್ಲ! ಇವೆಲ್ಲ ನಿನಗೆ ಆಟ ಅಂತನಿಸಬಹುದು... ಆದರೆ ನಿನಗೆ ಅರ್ಥವಾಗುತಿಲ್ಲ, ನನಗೆ ಇವೆಲ್ಲ ಎಷ್ಟು ಮುಖ್ಯ ಅಂತ!’ ಹೀಗೆ ಮುಂದೇನೋ ಹೇಳಹೊರಟ ಮಾತಂಗಿಗೆ ಕೊರಳುಗಟ್ಟಿಕೊಂಡು, ಒಂದು ಕ್ಷಣ

ಬಿಕ್ಕಿದಳು. 'ಹೇಳು... ಇದಕ್ಕೆ ಒಪ್ಪುತೀಯೋ ಇಲ್ಲವೋ? ನಿನ್ನನ್ನೇ ನೆಚ್ಚಿಕೊಂಡಿದ್ದೀನಿ...'

ಹೆಣ್ಮೋರೆಯಲ್ಲಿ, ಈಗ, ದಳಬಳನೆ ಕಣ್ಣುಕ್ಕಿ ಅಳು ಮುಂದಾಗಿ ಬಂದಿತು.

'ರಾತ್ರಿಯೆಲ್ಲ ಮಳೆ ಸುರಿದು ನೀನು ತೊಯ್ದೆ... ಆಮೇಲೆ ಬೆವರಿಳಿಸಿಕೊಂಡು ತೊಯ್ದೆ. ಈಗ ಅತ್ತುಕರೆದು ತೊಯ್ಯಬೇಕು ಅಂದುಕೊಂಡಿದ್ದೀಯೋ ಹೇಗೆ?'

ಮತ್ತೊಮ್ಮೆ ಸರಕ್ಕನೆ ನಕ್ಕಳು! ಮತ್ತೂ ವಿಚಿತ್ರವೆನ್ನಿಸಿತು!

54

ಕ್ಷಣದಿಂದ ಕ್ಷಣಕ್ಕೆ ಇನ್ನೊಂದಾಗುವ ಪರಿಸ್ಥಿತಿಯನ್ನು ಏನನ್ನುವುದು?

ನನಗಾದರೂ, ಒಳಗಿಂದೊಳಗೇ ಒನ್ನಮೂನೆ ದಿಗಿಲು ಹುಟ್ಟಿತು. ಮಿನಿಟು ಮಿನಿಟಿಗೂ ಈ ಹೆಣ್ಣಿನ 'ಮೂಡು' ಬದಲುತ್ತದೆಂದರೆ? ದೇವರೇ... ಇವಳ ತಲೆಯೊಳಗಿನ ಸರಕಾದರೂ ಏನು? ಎಂಥದು? ಇಷ್ಟು ಚೆನ್ನಾದ ಮೈಯೊಳಗೆ ಅತಂತ್ರ ತಂತ್ರಾಂಶವುಂಟೆ? ಮತಿಗೆಟ್ಟ ಸಂಗತಿಯೇ? ಛೇ... ದೇವರು ನಿನ್ನನ್ನು ಹೀಗೆ ಮಾಡಬಾರದಿತ್ತು... ಅಂದುಕೊಂಡೆ.

ಈ ನಡುವೆ, ನನ್ನ ಅಮ್ಮ ಆಗಾಗ ಹೇಳುವ ಒಂದು ಮಾತು ನೆನಪಾಯಿತು. 'ಮಾತಂಗೀ... ಏನು ಗೊತ್ತಾ? ನಮ್ಮಮ್ಮ ಒಂದು ಮಾತು ಹೇಳುತಿರುತಾಳೆ, ಹೇಳಲಾ?' ತುಸು ನಕ್ಕು ಕೇಳಿದೆ.

'ಹೇಳು...'

'ಹಣ್ಣಿಂತಹ ಮೈಮೇಲೆ ಹುಣ್ಣಾದ ಬುರುಡೆ ಅಂತ ಆಗಾಗ ಹೇಳುತಿರುತ್ತಾಳೆ!'

ಈ ಮಾತು ಕೇಳಿದ್ದೇ ತಡ, ಮಾತಂಗಿ, 'ನಿಮ್ಮಮ್ಮ ತಾನೇ ಹೇಳಿದ್ದು... ಪರವಾಗಿಲ್ಲ. ಆಕೆ ನನ್ನನ್ನು ನೋಡಿಲ್ಲವಲ್ಲ?' ಎಂದು ಕಣ್ಮಿಟುಕಿಸಿ ನಕ್ಕಳು. 'ಆಕ್ಚುಅಲೀ ನಿಮ್ಮಮ್ಮ ಎಷ್ಟು ಚೆನ್ನಾಗಿದ್ದಾರೆ... ನಿನ್ನ ಥರವೇ ಇದ್ದಾರಲ್ಲವಾ?' ಎಂದು ಇದ್ದಕ್ಕಿದ್ದಂತೆ ಮಾತು ಬದಲಿಸಿದಳು. 'ನಿನ್ನ ಹತ್ತಿರ ಆಗೊಂದು ಮಾತು ಕೇಳಿದೆ, ಅಲ್ಲವಾ? ನೆನಪಿಸಿಕೋ... ಈ ರಾತ್ರಿಯಲ್ಲೊಂದು ಮಧ್ಯದ ಹಂತದಲ್ಲಿ ಏನೋ ಕೇಳಿದೆ...' ಹೇಳಿದಳು.

ಏನೆಂದು ಹೊಳೆಯಲಿಲ್ಲ! ನಾನು ಪ್ರಶ್ನಾರ್ಥಕವಾಗಿ ನೋಡಿದೆ.

'ನೀನು ಯಾರ ಥರ ಇದ್ದೀ ಅಂತ ಕೇಳಿದೆ, ಅಲ್ಲವಾ? ನೀನು ಭಾರೀ ಸೊಕ್ಕು ಮಾಡಿದೆ.. ಹೇಳಲೇ ಇಲ್ಲ... ಆದರೆ ನನಗೆ ಬೇಕಾದ ಉತ್ತರ ನನಗೆ ಸಿಕ್ಕಿತು. ನೀನು ಹೇಳದಿದ್ದರೂ ತಿಳೀತು...'

'ವ್ವಾಟ್ಟ್? ಆರ್ ಯು ಸ್ಪೈಇಂಗ್? ಆರ್ ಯು ಸ್ಟಾಕಿಂಗ್? ಐಇಂಗ್? ವಾಟ್ಟ್ ದಿ ಹೆಲ್ ಆರ್ ಯು ಡುಇಂಗ್? ವಾಟ್ಟ್ ಡ್ಯಾಮ್ ತಿಂಗ್ ಆನ್ ಅರ್ಥ್ ಆರ್

ಯು?’ ಸಿಡಿದುಬಿಟ್ಟೆ.

‘ಸುಮ್ಮನಿರೋ, ಐಳ, ಸುಮ್ಮನಿರು... ಅರಚಾಡೋಕೆ ಮೊದಲು ಏನೂಂತ ಹೇಳುತೀನಿ. ತಿಳಕೋ...’

‘ಹೇಳು...’ ದನಿ ತಗ್ಗಿಸಿದೆ.

‘ಗುಡಿಯಲ್ಲಿ ಆ ಕಮಲಾಕ್ಷ ಕೇಶವ ನಿನ್ನ ವಾಲೆಟ್ಟ್ ವಾಪಸು ತಂದುಕೊಟ್ಟನೋ ಇಲ್ಲವೋ? ಆಗ ಅದು ನಿನ್ನದೇ ಹೌದೋ ಅಲ್ಲವೋ ಅಂತ ನೀನು ಓಪನ್ ಮಾಡಿದ್ದು ಹೌದು ತಾನೇ? ಅದರಲ್ಲಿ ನಿಮ್ಮಮ್ಮನ ಫೋಟೋ ಇತ್ತು ತಾನೇ?’

ಮಾತಂಗಿಯ ಈ ಮಾತು ಕೇಳಿದ್ದೇ, ನನ್ನೊಳಗೆ, ಇದ್ದಲ್ಲೇ ನಿಂತುಹೋಗಿದ್ದ ಗುಂಡಿಗೆಯ ಗಡಿಯಾರ ಪುನಃ ಟಿಕ್–ಟಿಕ್ ಅನ್ನತೊಡಗಿತು!

ಸದ್ಯ... ಅಂದುಕೊಂಡು ಕೊಂಚ ನಿರಾಳನಾದೆ.

ನಿರಾಳನಾದೆನೆಲ್ಲಿ?

ನಿರಾಳನಾದೆನೆಂದು ಅನಿಸುತ್ತಿರುವಾಗ, ಕಿಸೆಯಲ್ಲಿ ವಾಲೆಟ್ಟಿದೆಯೋ ಇಲ್ಲವೋ ಎಂಬ ಶಂಕೆ ಹುಟ್ಟಿತು. ಮತ್ತೊಮ್ಮೆ ಅದನ್ನು ನಾನು ಕೈಬಿಟ್ಟಿದ್ದರೆ? ಅಥವಾ ಅದೇ ನನ್ನ ಕೈತಪ್ಪಿದ್ದರೆ?

ತಕ್ಷಣ ಎರಡೂ ಕೈಗಳನ್ನು ಹಿಂದಕ್ಕೊಯ್ದು, ಅಂಡಿನ ಮೇಲೆಲ್ಲ ಆಡಿಸಿ–ವಾಲೆಟ್ಟು ಜೇಬಿನೊಳಗೇ ಇದೆಯೆಂದು ಖಾತ್ರಿ ಮಾಡಿಕೊಂಡೆ.

ಇಷ್ಟಿದ್ದೂ, ನಿರಾಳನಾದೆನೆಲ್ಲಿ?

ಇನ್ನೂ ಈ ಹೆಣ್ಣಿನೊಡನೆ ಸೆಣಸಲಿಕ್ಕಿದೆಯಲ್ಲ? ಸುಖಾಸುಮ್ಮನೆ ದರೋಡೆ ಯಾಕೆಂದು, ತರವಲ್ಲವೆಂದು ಹೇಳಿ ಮಣಿಸಬೇಕಲ್ಲ? ರಮಿಸಿ ಒಲಿಸಬೇಕಲ್ಲ? ಸಣ್ಣಪುಟ್ಟ ಕಳ್ಳತನವಾದರೇನೋ ಸೈ... ಅಡ್ಜಸ್ಟಾದೀತು. ಏಕ್‌ದಮ್ ದರೋಡೆಗೆ ಕೈಹಾಕುವುದೆಂದರೆ?

‘ಐಳ... ಆಲ್ ಓಕೆ? ವಾಲೆಟ್ಟು ಜೋಬೊಳಗೇ ಇದೆ ತಾನೇ? ನವ್ ಲೆಟ್ಸ್ ಗೋ...’

ಮಾತಂಗಿ ಹೇಳಿದ್ದು ನೋಡಿ, ಆ ಕ್ಷಣಕ್ಕೆ, ದರೋಡೆಯ ಸಂಗತಿಯನ್ನು ಕೈಬಿಟ್ಟಳೆಂದುಕೊಂಡೆ. ನಿಜಕ್ಕೂ ಹಾಗಂದುಕೊಂಡೆ! ಆದರೆ ನನ್ನೊಳಗಿನ ಶಂಕೆ ಮಾತ್ರ ಮುಂದುವರೆಯಿತು. ಶುರುವಿನಲ್ಲಿ ಕಳ್ಳತನ ಅಂತಂದವಳು, ಮುಂದಿನ ಮಾತಿಗೆಲ್ಲ ದರೋಡೆ ಅಂದಳಲ್ಲ... ಎರಡರ ನಡುವಿನ ವ್ಯತ್ಯಾಸವೇನು? ಅಥವಾ, ಇವಳಿಗೆ–ಎರಡರ ನಡುವಿನ ಅಂತರವೇನೆಂದು ಗೊತ್ತಿದೆಯೇ? ನನ್ನಷ್ಟೇ ಗೊತ್ತಿದೆಯೇ? ನನಗೆ ಗೊತ್ತಿರುವ ಅಂತರಕ್ಕೂ, ಇವಳು ತಿಳಿದಿರುವ ಅಂತರಕ್ಕೂ – ನಡುವೆ ಅಂತರವಿಲ್ಲವಷ್ಟೆ?

'ಎಲ್ಲಿಗೆ?'

'ದರೋಡೆ ಮಾಡಲಿಕ್ಕೆ!'

'ವ್ವಾಟ್ಟ್?'

ಅಯ್ಯಯ್ಯೋ... ಯಥಾಸ್ಥಿತಿಯೇ? ಇವಳಿಗೆ ತಿಳಿಹೇಳುವುದಾದರೂ ಹೇಗೆ? ಜಗನ್ನಾಥ... ಕೃಷ್ಣ... ವಾಸುದೇವ... ಎಂದೆಲ್ಲ 'ಒಬ್ಬಾತ'ನನ್ನೇ ಪರಿಪರಿಯಾಗಿ ನೆನೆದೆ! ಬೇಡಿಕೊಂಡೆ!

ಕಡೆಗೆ ಹೀಗೊಂದು ನಿರ್ಧರಿಸಿದೆ: ಇನ್ನೊಮ್ಮೆ ಹೇಳಿ ನೋಡಿದರಾಯಿತು... ಒಪ್ಪಿದರೆ ಸರಿ. ಇಲ್ಲವಾದಲ್ಲಿ, ಈ ರಾತ್ರಿಯ ಕರ್ಮವೆಂದುಕೊಂಡು, ಅದು ತೀರುವವರೆಗೂ ಒಡನುಳಿಯಬೇಕು. ಅಷ್ಟೇ ತಾನೇ? ಬೇರೆ ದಾರಿಯಾದರೂ ಇದೆಯೇ?

'ಓಹ್ಹ್... ಮರೆತೇಬಿಟ್ಟೆ, ಈಗ ಏನು ಪ್ಲ್ಯಾನು ಅಂತ ಹೇಳಬೇಕಲ್ಲವಾ?' ಅಂತಂದ ಮಾತಂಗಿ ಮತ್ತೊಮ್ಮೆ ನನ್ನ ಹತ್ತಿರಕ್ಕೆ ಬಂದಳು. 'ಎಲ್ಲಿ... ನಿನ್ನ ರುಮಾಲು ಕೊಡು...' ಅನ್ನುತ್ತ, ತಾನೇ ನನ್ನ ತಲೆಯಲ್ಲಿದ್ದ ಧೋತರವನ್ನು ಬಿಚ್ಚಿ- ತನ್ನ ತಲೆಯಲ್ಲಿ ಸುತ್ತಿಕೊಂಡಳು.

ಸುತ್ತಿಕೊಂಡಳು ಅಂತಂದರೆ ನನ್ನ ರುಮಾಲನ್ನು ತಾನು ಕಟ್ಟಿಕೊಂಡಳು ಎಂದು ಅರ್ಥವಲ್ಲ! ಮೋರೆಯೆಲ್ಲ ಪೂರ್ತಿ ಮುಚ್ಚಿಕೊಳ್ಳುವ ಹಾಗೆ, ಇತ್ತ ಮುಂದಲೆಯನ್ನೂ ಅತ್ತ ಹಿಂದಲೆಯನ್ನೂ, ಇತ್ತ ಮುಖವನ್ನೂ ಅತ್ತ ಕೊರಳನ್ನೂ... ಆಚೀಚಿನ ಕಿವಿಗಳನ್ನೂ... ಎದುರಿಗಿನ ಬಾಯಿ-ಮೂಗುಗಳನ್ನೂ... ಒಟ್ಟಾರೆ ಮುಖಕ್ಕೆ ಮುಖವನ್ನೇ ಮುಚ್ಚಿ ಬರೇ ಕಣ್ಣಷ್ಟೇ ತೋರಿಬರುವ ಹಾಗೆ, ಇಡೀ ರುಂಡವನ್ನು ಕವಿದು ಕಟ್ಟಿಕೊಂಡಳು!

ಅಬ್ಬಾ... ಅಂದುಕೊಂಡೆ. ಈ ಪರಿ ಮಾರುವೇಷವೇ? ನಿಜಕ್ಕೂ ದರೋಡೆಯ ರಿಹರ್ಸಲೇ? ಮೆಲ್ಲಗೆ ನಡುಗಿದೆ.

ನನಗೆ ಯೋಚಿಸುವಷ್ಟು ಗಡುವನ್ನೂ ಕೊಡದೆ, ಮಾತಂಗಿ, ತನ್ನಲ್ಲಿಯೇ ತೊಡಗಿ ಮುಂದುವರೆದಳು. ಮುಂದಿನ ಕ್ಷಣಕ್ಕೆಲ್ಲ, ಇನ್ನೇನೋ ತೋಚಿತೆಂಬಂತೆ- ಧೋತರವನ್ನು, ಸರಸರನೆ ಬಿಚ್ಚಿ, ಸಾಧ್ಯವಾದಷ್ಟೂ ಕಡಿಮೆ ಬಟ್ಟೆಯಲ್ಲಿ, ಅದನ್ನು ಸೊಂಟದವರೆಗೂ ಹೊದ್ದು, ಉಳಿದ ಬಟ್ಟೆಯಿಂದ ಮತ್ತೊಮ್ಮೆ- ಮೊದಲಿನಂತೆಯೇ ಮುಖಮುಚ್ಚುವ ಹಾಗೆ ಕಟ್ಟಿಕೊಂಡಳಷ್ಟೆ, ಈಗ ಅವಳಿಗೆ ಇನ್ನೂ ಏನೋ ಹೊಳೆದುಬಂತು!

ಈ ನಡುವೆ ನಾನೂ ಪರಿಪರಿ ಯೋಚನೆಗೀಡಾದೆ.

55

ರುಂಡವನ್ನು ಬಟ್ಟೆಯಿಂದ ಕವಿದು ಸುತ್ತಿ, ಅಳ್ಳಕವಿದ್ದಲ್ಲೆಲ್ಲ ಒತ್ತಿ ಒತ್ತಿ... ಮತ್ತೆ ಮತ್ತೆ ಕಟ್ಟಿಕೊಂಡಾಗ– ಮಾತಂಗಿ, ತನ್ನತನವನ್ನೇ ನೀಗಿಕೊಂಡು ಬರೇ ಮನುಷ್ಯಳಾಗಿಬಿಟ್ಟಳು! ಬಹುಶಃ ಮನುಷ್ಯೆಯೂ ಅಲ್ಲ, ಮೈಯಿ! ಬರೇ ಮೈಯಿ!

ಬುರುಡೆಯ ಹೊರ ಆಕಾರವನ್ನಷ್ಟೇ ಹೊರಗೆ ಕಾಣಗೊಟ್ಟು, ತಾನೊಂದು ಬೊಂಬೆ ಮಾತ್ರ ಅನ್ನಿಸಗೊಟ್ಟು, ಉಳಿದಂತೆ ತನ್ನ ಗುರುತನ್ನೇ ಮರೆಮಾಚುವುದೆಂದರೆ ಕಡಿಮೆಯೇ? ಅದು ಯಾರೂ ಆಗಬಹುದು!

ಹೆಣ್ಣೂ ಅಲ್ಲದ ಗಂಡೂ ಅಲ್ಲದ ಒಂದು ಶರೀರ ಮಾತ್ರ!

ಹಾಗಾದರೆ, ವ್ಯಕ್ತಿಯೊಬ್ಬನ ಗುರುತು-ಪರಿಚಯವೆಂಬುದರ ಅರ್ಥವೇನು? ಯೋಚಿಸಿದೆ. ಪರಿಚಯವೆಂಬುದು ಮೈಯೆಂಬ ಮೈಯ ಮೇಲಿನ ಕುರುಹಷ್ಟೆಯೇ? ಇಲ್ಲಾ, ತಲೆಯೆಂಬ ತಲೆಯು ತನ್ನ ಮುಂದೆ ತಾಳಿಕೊಳ್ಳುವ ಮುಖವಾಡವೇ? ಚಹರೆಯೇ? ಚಹರೆಯ ಮೇಲೆ ಇದ್ದೂ ಇರದೆ ತೋರುವ ತಾನೇ ತಾನೆಂಬ ಮೊಹರೇ? ಇನ್ನು ಈ ಮೊಹರಾದರೂ ಏನು? ಎಂಥದು? ಅದೇ ಕಣ್ಣು, ಮೂಗು, ಕಿವಿ, ತುಟಿ... ಎಲ್ಲರಿಗೂ ಇರುವಂಥದೇ... ಆದರೆ ಇವುಗಳೆಲ್ಲ ಇತರರಿಗಿಂತ ಭಿನ್ನವೂ ಇವೆಯಲ್ಲ... ಉದ್ದ, ಅಗಲ, ಎತ್ತರ, ಆಕಾರ, ಗಾತ್ರ, ಪಾತ್ರ, ಪ್ರಮಾಣ... ಎಲ್ಲವೂ ವಿಭಿನ್ನವಷ್ಟೆ? ಇವುಗಳು ಬೇರೆ ಬೇರೆ ಇರದೆ, ಒಂದೇ ಇದ್ದ ಪಕ್ಷಕ್ಕೆ– ಇವಳು ಇನ್ನೊಬ್ಬಳಿಂದ ಹೇಗೆ ತಾನೇ ಬೇರೆ? ಅಥವಾ, ನಾನು, ಇವಳೇ ಮಾತಂಗಿ ಎಂದು ಗುರುತಿಸುವುದು ಇವಳ ಮುಖವನ್ನಷ್ಟೆಯೇ? ಮುಖವಿಲ್ಲದೆಯೇ ಇವಳೇನೂ ಅಲ್ಲವೇ? ಹುಹ್ಞ್... ಇರಲಿ... ತಲೆಮರೆಸಿಕೊಳ್ಳುವುದೆಂದು ಹೇಳುತ್ತಾರಲ್ಲ, ಅದು ನಿಜಕ್ಕೂ ಹೀಗೆ ತಲೆಯನ್ನು ಮರೆಮಾಚಿಕೊಳ್ಳುವುದೇ?

ಮುಸುಕೊಳಗಿನ ಮೈಯನ್ನು ಹೊರಗಿನಿಂದ ನೋಡುವಾಗ, ಯಾರೂ ಯಾರಿನ್ನೊಬ್ಬರಾಗಿ ಅನಿಸಬಹುದೆಂಬುದೇ ನನ್ನನ್ನೊಂದಿಷ್ಟು ತಲ್ಲಣಿಸಿತು! ಇದೇನು ತನ್ನತನವೆಂಬುದರ ನಿಗದಿಯನ್ನೇ ಇಲ್ಲವಾಗಿಸುವ ರೀತಿಯೇ? ಅಥವಾ, ತಾನು 'ಯಾರಾದರೂ' ಆಗಬಹುದೆನ್ನುವಂತೆ 'ಇತರೆ' ಯಾವುದೇ ಐಡೆಂಟಿಟಿಯನ್ನು ಹಚ್ಚಿಕೊಳ್ಳುವ ಬಗೆಯೇ? ಹೋಗಲಿ, 'ಮಾತಂಗಿ'ಯೆಂಬ ಹೆಸರೇ ಈ ಹೆಣ್ಣಿನದೊಂದು ನಿಗದಿಯೇ? ಅದೂ ಸಹ ಖಾತ್ರಿಯಿಲ್ಲವಲ್ಲ? ಮಾತಂಗಿಯೋ, ಇಂದೀವರೆಯೋ... ಏನು ಸುಡುಗಾಡೋ... ಯಾರಿಗೆ ಗೊತ್ತು? ಇವಳೆಂಬ ಇವಳು ನಿಜಕ್ಕೂ ಏನೆಂಬುದೇ ನನಗೆ ಗೊತ್ತಿಲ್ಲವೇ!

ಹೀಗೆ, ನನ್ನೊಳಗೆ ನಾನು ಕಳೆದೇಹೋದೆನೆನ್ನುವ ನಡುವೆಯೇ, 'ಏನು

ಮಾಡುತಿದ್ದೀ, ಮಾತಂಗಿ?' ಎಂದು ಕೇಳಿದೆ.

ಹೆಣ್ಣು, ಆ ಕ್ಷಣಕ್ಕೆ ಉತ್ತರಿಸಲಿಲ್ಲ!

ಮನಸೊಳಗೇನೋ ಲೆಕ್ಕ ಹಾಕಿಕೊಂಡು, ಇನ್ನೇನೋ ನಿರ್ಧರಿಸಿ, 'ಇರು... ನೋಡುತಿರು...' ಅಂತಂದಳು.

ಸುಮ್ಮನೆ ನೋಡುವುದಲ್ಲದೆ ನನಗೆ ಬೇರೆ ದಾರಿಯಾದರೂ ಏನಿತ್ತು? ಎಲ್ಲಿತ್ತು?

ಸರಿ... ನೋಡುನೋಡುತ್ತಲೇ, ಮಾತಂಗಿ, ಕೌಶಿಕ ಮಹೋಪಾತ್ರನಿತ್ತಿದ್ದ ಕೇಸರಿ ಬಿಳಿ ಹಸಿರಿನ 'ತಿರಂಗೀ' ಧೋತರವನ್ನು– ಅದರ ಅಗಲದಲ್ಲಿ ಮೂರು ಸಮಾನ ಭಾಗಗಳಾಗಿ ವಿಂಗಡಿಸಿ ಹರಿದಳು. ಅಸಲಿನಲ್ಲಿ, ಕತ್ತರಿಯಿಲ್ಲದೆಯೇ ಸಲೀಸಾಗಿ ಕತ್ತರಿಸಿಬಿಟ್ಟಳು! ಧೋತರದ ಅಂಚನ್ನು ಮೊದಲೇ ನಿಗದಿಸಿಕೊಂಡ ಜಾಗದಲ್ಲಿ ಕೋರೆಹಲ್ಲಿಕ್ಕಿ ಕಚ್ಚಿ, ಅದು ಕೊಂಚ ಹರಿದಿದ್ದೇ ತಡ– ಆಚೀಚಿನಿಂದ ಎರಡೂ ಕಡೆ ಕೈಯಿಕ್ಕಿ, ಅತ್ತಿತ್ತ ಎಳೆದು, ಪರಪರಪರ ಪರ್ರನೆ ಪಿಸಿಯಿಸಿ ಮೂರು ಪಾಲುಗಳಲ್ಲಿ ಹಂಚಿಯೇಬಿಟ್ಟಳು!

'ಹೇ... ಇದೇನು ಮಾಡುತಿದ್ದೀ?' ತಡೆಯಹವಣಿಸಿದೆ. 'ಮಹೋಪಾತ್ರ ಎಷ್ಟು ಪ್ರೀತಿಯಿಂದ ಕೊಟ್ಟ ಅಲ್ಲವಾ?' ಬೇಜಾರಿನಿಂದ ಹೇಳಿದೆ.

ಮಾತಂಗಿಗೆ ನನ್ನ ಮಾತು ಕೇಳಿಸಿಕೊಳ್ಳುವ ಉಮೇದು ತಾನೇ ಎಲ್ಲಿತ್ತು? ತನ್ನ ಇರಾದೆಗಳನ್ನು ಮಾತ್ರ ನೆಚ್ಚಿಕೊಂಡಿದ್ದಳಷ್ಟೆ? ತಾನಿರದ ಪರವಿಲ್ಲವೆಂಬಂತೆ ತನ್ನ 'ಸದ್ಯ'ದಲ್ಲಿಯಷ್ಟೇ ಹೊಕ್ಕು ಇದ್ದುಬಿಟ್ಟಳು!

ಒಟ್ಟಿನಲ್ಲಿ, ಅಪರಿಚಿತನೊಬ್ಬನು ಆಪ್ತಗೊಳ್ಳುವ ಸಂಕೇತವೆಂಬಂತೆ ಉಡುಗೊರೆಯಾಗಿ ಕೊಟ್ಟ ಹೊಚ್ಚ ಹೊಸ ಧೋತರವು– ಈ ಆಗಂತುಕ ಹೆಣ್ಣಿನ ಆತುರದ ಹಲ್ಲಿಗೂ ಕೈಯಿಗೂ ಸಿಕ್ಕಿ, ಒಂದೇ ಮಿನಿಟಿನಲ್ಲಿ ಮೂರು ಪಾಲಾಗಿ ಹರಿದುಹೋಯಿತು! ಧೋತರವೆನ್ನುವ ಹೆಸರು ಮೀರಿದ ಹರುಕಾಯಿತು!

ಮಾತಂಗಿ, ಈಗ ಮತ್ತೊಮ್ಮೆ ನಾಟಕಕ್ಕಿಳಿದಳು. ಧೋತರದ ಮೂರೂ ಹರುಕುಗಳಲ್ಲಿ ಒಂದಾದ ಮೇಲೊಂದರಂತೆ ತೊಡಗಿಕೊಂಡಳು. ಒಂದನೆಯದನ್ನು ಪುನಃ ಮೊದಲಿನಂತೆಯೇ ರುಂಡಕ್ಕೆ ಸುತ್ತಿಕೊಂಡಳು. ಮುಂಚೆಯಂತೆಯೇ ಕಣ್ಣುಗಳನ್ನು ಮಾತ್ರ ನೋಡತೆರೆದು, 'ಉಳಿದ' ತಲೆ–ಮೋರೆಗಳನ್ನೆಲ್ಲ ಇನ್ನಷ್ಟು ಜತನ ತಾಳಿ ಕವಿದುಕೊಂಡಳು. ಈಗಾಗಲೇ ಎರಡು ಸರ್ತಿ ಪ್ರ್ಯಾಕ್ಟೀಸಾಗಿತ್ತಲ್ಲ, ಈ ಸಲ ಬಲು ಸಲೀಸಾಗಿ ಸುತ್ತಿ ಕಟ್ಟಿದಳು. ಕೊನೆಗೆ, ತಲೆಯೆಂದರೆ ಸೋರೆಯ ಬುರುಡೆಯಷ್ಟೇ ಎಂಬಂತೆ ಮಾರ್ಪಟ್ಟುಹೋದಳು! ಧೋತರದ ಎರಡನೇ ಭಾಗವನ್ನು ಮೇಲುಮೈಯಲ್ಲಿ ಹೊದ್ದು ಎದೆ ಮುಚ್ಚಿಕೊಂಡಳು. ಇಷ್ಟೆಲ್ಲ ಸರ್ಕಸು ಮಾಡಿದ ಮೇಲೆ, ಹೆಣ್ಣು, ನವಿಲಿನೆದುರು ಗರಿಗೆದರಿ ನಿಂತ ಭೂತದ ಹಾಗೆ– ಕಡು

ಭಯಾನಕವಾಗಿ ಕಂಡಳು!

'ಹೇಗಿದೆ?' ಅಂತಂದು, ಖಳನಾಯಿಕೆಯ ಕಳೆ ಹೊತ್ತು ನನ್ನ ಸುತ್ತಲೂ ಒಮ್ಮೆ ಸುತ್ತಿದಳು.

'ಭಯಂಕರವಾಗಿದೆ!' ಎಂದು ನಗತೊಡಗಿದೆ.

'ಡೋಂಟ್ ಲಾಫ್! ಭಯಂಕರ ಅಂದೆಯಲ್ಲ... ಅಷ್ಟು ಸಾಕು!'

ನಾನು ಮತ್ತೂ ನಗತೊಡಗಿದೆ! ಈವರೆಗೆ ನಗದಿರುವಷ್ಟು ಜೋರಾಗಿ ನಕ್ಕುಬಿಟ್ಟೆ!

ನಾನು, ಬೇಕೆಂದೇ ಗಹಗಹಿಸುವ ನಗು ಮುಂದುವರೆಸುವಾಗ, ಮಾತಂಗಿ ಕೊಂಚ ವಿಚಲಗೊಂಡಳೇನೋ, ತಕ್ಷಣ ಕಿಸೆಯಿಂದ ಫೋನೆತ್ತಿಕೊಂಡು– ಒಂದು ಸೆಲ್ಫೀ ಕ್ಲಿಕ್ಕಿಸಿಕೊಂಡು, 'ಇಷ್ಟೆಲ್ಲ ಹಾಸ್ಯ ಮಾಡೋ ಅಷ್ಟು ಕೆಟ್ಟದಾಗಿಲ್ಲ, ಬಿಡು!' ಅನ್ನುತ್ತ ತಾನೂ ನಕ್ಕು, ಮುಂದಿನ ಗಳಿಗೆಗೆಲ್ಲ ಮತ್ತೆ ಗಂಭೀರಳಾಗಿ, 'ದರೋಡೆ ಕಣೋ... ದರೋಡೆ...' ಅನ್ನುತ್ತ, ಥೇಟು ಪಾತಾಳದಿಂದ ಎದ್ದುಬಂದ ಮಾಟಗಿತ್ತಿಯ ಹಾಗೆ, ನನಗಿಂತ ಕೆಟ್ಟದಾಗಿ ಅಟ್ಟಹಾಸವನ್ನು ನಕ್ಕು ಮೆರೆದಳು!

'ಯೆಸ್ಸ್ ಯೆಸ್ಸ್... ಡಾಕೂದೇವಿ!' ಎಂದು ನಾನು ನಾಟಕೀಯವಾಗಿ ಹೇಳಿದೆ.

ಮುಂದಿನ ಕ್ಷಣಕ್ಕೆಲ್ಲ ಇನ್ನಷ್ಟು ಮತ್ತಷ್ಟು 'ಡಾಕೂ'ತನ ತಾಳಿದಳು. ತಾನಲ್ಲದ ಪರಕಾಯವನ್ನೇ ತಳೆದುಬಿಟ್ಟಳು. ಬಳಿಕ, ಕೈಯಲ್ಲಿದ್ದ ಧೋತರದ ಉಳಿದ ಭಾಗವನ್ನು– ನನ್ನ ಕೈಯಲ್ಲಿ ತುರುಕಿ, 'ಹ್ಞೂಂ' ಎಂದೊಮ್ಮೆ ಹೂಂಕರಿಸಿ, ಕಟ್ಟಿಕೋ ಎಂಬಂತೆ ಆಜ್ಞಾಪಿಸಿದಳು.

ಬಲು ಮುಜುಗರವಾಯಿತಾದರೂ, ಆ ಹರುಕುಬಟ್ಟೆಯಿಂದ ಪೂರ್ತಿ ರುಂಡ ಕವಿದುಕೊಂಡು, ಈವರೆಗಿನ ಬದುಕಿನಲ್ಲಿ ಎಂದೂ ಮಾಡಿದ್ದಿರದ– 'ಅವತಾರ'ಕ್ಕೆ ಅಣಿಗೊಂಡೆ!

56

ಮುಂದಿನ ಐದಾರು ಮಿನಿಟುಗಳಲ್ಲಿ, ನಾನು ಮತ್ತು ಮಾತಂಗಿ– ಬೀಚುಬದಿಯ ನಿರ್ಜನ ರಸ್ತೆಯಲ್ಲಿ, ಎಲ್ಲರಿಗೂ ಮೊದಲೇ. ಹೊಸ ದಿವಸದ ಹೊಸ ವ್ಯಾಪಾರಕ್ಕೆಂದು ಅನುವಾದ 'ಅತ್ಯಮಾಯಕ' ಬೇಕರಿಯೊಂದರ ಎದುರು 'ಅತ್ಯಮೋಘ' ಡಕಾಯಿತಿ'ಗೆಂದು ನಿಂತಿದ್ದೆವು!

ಮಾತಂಗಿ, ನಿಜಕ್ಕಿಂತಲೂ ನೈಜವಾದ ಮಾರುವೇಷ ತೊಟ್ಟು, ನನಗೂ ತೊಡಿಸಿ, 'ಲೆಟ್ಸ್ ಗೆಟ್ ಗೋಇಂಗ್...' ಅಂದವಳು, ಮರಕ್ಷಣಕ್ಕೆಲ್ಲ ಸರಕ್ಕನೆ ತಡೆದುನಿಂತು, 'ಒನ್ಸೆಕ್ ಒನ್ಸೆಕ್...' ಅಂತಂದು, ತನ್ನೆರಡೂ ಕಾಲುಗಳಲ್ಲಿನ ಝೋಕಾದ ಸ್ಯಾಂಡಲುಗಳನ್ನು

ಕಳಚಿದಳು. ನಾನು ಅಶ್ಚರ್ಯಚಕಿತನಾಗಿ ಅವಳನ್ನೇ ನೋಡುತ್ತ ನಿಂತೆ! ಇನ್ನೇನು ಹೊಸತು ಕಾದಿದೆಯೋ... ಎಂದು ಕಣ್ಣಲ್ಲಿ ಕಣ್ಣಿಟ್ಟು ಅಂದುಕೊಳ್ಳುತ್ತಿರುವಾಗಲೇ, ಎರಡೂ ಮೆಟ್ಟುಗಳನ್ನು, ಒಂದೊಂದಾಗಿ ಕೈಗೆತ್ತಿಕೊಂಡು– ಒಂದೊಂದರಿಂದಲೂ ಒಂದೊಂದು ಚಾಕುವನ್ನು ಹೊರತೆಗೆದಳು!

ಒಂದೊಂದು ಅಂದರೆ ಒಟ್ಟು ಎರಡು! ನನಗೊಂದು ಅವಳಿಗೊಂದು!

ಅಬ್ಬಬ್ಬಬ್ಬಾ! ನನಗೋ ಒಂದು ಕ್ಷಣ ಉಸಿರೇ ನಿಂತಿರಲು ಸಾಕು!

ನಿಜಕ್ಕೂ ಚಾಕುವೇ? ಕಣ್ಣರಳಿಸಿಕೊಂಡು ನೋಡಿದೆ. ಅಲ್ಲಲ್ಲ... ಬಾಕು! ಅಲ್ಲಲ್ಲ... ಚೂರಿ! ಅಲ್ಲಲ್ಲ... ಏನೋ ಒಂದು. ಮೈ ತಾಕಿದರೆ ಸಾಕು, ಚಿಳ್ಳನೆ ರಕ್ತ ಹೊಮ್ಮಿ ಚಿಮ್ಮಬೇಕು– ಆ ಪರಿಯ ಅಲಗು!

ಏನು ಚೂಪು... ಏನು ಹರಿತ... ಏನು ಮೊನಚು... ಏನು ಕಥೆ!

ಗುಂಡಿಗೆಯೇ ಬಾಯಿಗೆ ಬಂದಂತಾಯಿತು!

ಇವಳೇನು, ಅಸಲೀ ದರೋಡೆಗಾತಿಯೇ? ನಿಜಕ್ಕೂ ಡಕಾಯಿತಳೇ? ಭೂಗತ ಜಗತ್ತಿನ ಧೂರ್ತೆಯೇ? ಯಾವುದೋ ಪಾತಾಳದ ದುರುಳಗನ್ನೆಯೇ? ಖಳಖೂಳ ತಳಾಂಗನೆಯೆ? ದಾವೂದಾದಿ ಸಂತಂತಿಯ ಅತ್ಯುನ್ನತ ತಳಿಯೇ?

ಅಬ್ಬಾ! ಎಷ್ಟು ಚಾಲಾಕಿನಿಂದ, ಸ್ಯಾಂಡಲಡಿಯ 'ಸೋಲ್'ನಲ್ಲಿ ಹತಾರವನ್ನು ಅಡಗಿಸಿಟ್ಟಿದ್ದಾಳಲ್ಲ...

ಹೌದು... ವಾಸ್ತವವಾಗಿ ಅದು ಚಪ್ಪಲಿಯೇ ಅಲ್ಲ. ಚಪ್ಪಲಿಯನ್ನು ಹೋಲುವ ಡಬ್ಬ! ಯಾರಿಗೂ ಗುಮಾನಿಯುಂಟಾಗದ ಹಾಗೆ, ಚಾಕು–ಬಾಕು–ಚೂರಿಗಳನ್ನು ಬಲು ಜೋಪಾನವಾಗಿ ಒಳಹೊಂದಬಲ್ಲ ಬಾಕ್ಸು!

ಮಹಾ ಮಹಾ ಸಭ್ಯಸಾಧಾರಣನಾದ ನಾನು, ಈಗ, ಒಮ್ಮಿಂದೊಮ್ಮೆಗೇ ಜಾಸೂಸಿಯಲ್ಲಿ ತೊಡಗಿಬಿಟ್ಟೆ! ಹೆಣ್ಣಿನ ಉಡಿಕೆತೊಡಿಕೆಗಳನ್ನೆಲ್ಲ ಶಂಕಿಸತೊಡಗಿದೆ. ಸ್ಯಾಂಡಲು ಹೀಗಾದರೆ ಉಂಗುರದ ಕತೆಯಿನ್ನೇನೋ? ಅದೂ ಇಂಥದೇ ಇನ್ನೊಂದು ಹತಾರವೋ ಹೇಗೆ? ತನ್ನ ಮೂರು ಸುತ್ತುಗಳೊಳಗೆ, ಗುಟ್ಟುಗುಟ್ಟಾಗಿ ಇನ್ನೇನನ್ನಾದರೂ ಹೊಂದಿಸಿಟ್ಟುಕೊಂಡಿದೆಯೇ? ಅಲ್ಲ... ವಿಷವೋ ಪಾಷಾಣವೋ... ಸಯನೈಡೋ... ಹೀಗೇನಾದರೂ ಇದ್ದರೆ? ದೇವರೇ... ನನ್ನ ಪಕ್ಕೆಗಳನ್ನು ಇದರ ಲೋಹದ ಸರಕು ಎರಡು ಮೂರು ಸರ್ತಿ ಗೀಚಿದ್ದೂ ಹೌದೇ?

ತಕ್ಷಣ, ಉಂಗುರವು ಪದೇ ಪದೇ ನನ್ನ ಮೈತಾಕಿದ ಎಡೆಯನ್ನೊಮ್ಮೆ ಮುಟ್ಟಿ ಸವರಿಕೊಂಡೆ. ಇನ್ನೂ ಬದುಕಿದ್ದೇನೆಂಬುದನ್ನು ಖಾತ್ರಿಗೈದುಕೊಂಡೆ!

ಅಂದರೆ... ಅಂದರೆ...

ಹೆಣ್ಣು, ಇದಕ್ಕೆಲ್ಲ ಮೊದಲೇ ಅಣಿಗೊಂಡಿದ್ದಳೆಂತಲೇ ಆಯಿತು... ಇಷ್ಟೆಲ್ಲ

ಅನುವುಗೊಂಡಿದ್ದಾಳೆಂದರೆ ಇವಳ ಹಿಂದೊಂದು ಗ್ಯಾಂಗೇ ಇರಬಹುದೇ? ಸಾಲದುದಕ್ಕೆ, ಬಾಯಿತಪ್ಪಿದ ನಾಟಕ ಮಾಡಿ ಎರಡು ರೂಮು ಬುಕ್ ಮಾಡಿದ್ದೇನೆಂದು ಸಹ ಹೇಳಿದಳಲ್ಲ, ಇದರ ಅರ್ಥವೇನು? ಅದಿರಲಿ... ಇದರಲ್ಲಿ ಸುಮ್ಮನೆ ನನ್ನನ್ನೇಕೆ ಎಳೆದಿದ್ದಾಳೆ? ಒಲ್ಲೆಂದರೂ ತೊಡಗಿಸಿದ್ದಾಳೆ? ತನ್ನ ಚದುರಂಗದಲ್ಲೊಂದು ಕಾಯಿಯಾಗಿ ನನ್ನನ್ನು ಬಳಸುತ್ತಿದ್ದಾಳೆಯೆ? ವೈಯಾಮೈ ಬೀಇಂಗ್ ಯೂಸ್ಡ್? ವೈ ವೈ ಅಂಡ್ ವೈ?

ಸಣ್ಣಗೊಮ್ಮೆ ಕಂಪಿಸಿದೆ.

ಅಥವಾ, ನಾನೇತಕ್ಕೆ ನನ್ನನ್ನು ಬಳಸಗೊಟ್ಟಿದ್ದೇನೆ? ನನಗೇನು ತಲೆಯಿಲ್ಲವೇ? ಒಳಗೊಂದು ಮಿದುಳಿಲ್ಲವೇ? ಪ್ರಜ್ಞೆಯಿಲ್ಲವೇ? ವಿವೇಚನೆಯಿಲ್ಲವೇ? ನಾನೇಕೆ ಇವಳ ಕೈಗೊಂಬೆಯಾದೆ? ಯಾಕೆ?

'ವೆಲ್... ಹೆದರಿಕೋ ಬೇಡ!' ನನ್ನ ಯೋಚನೆಯನ್ನು ಆಮೂಲಾಗ್ರ ಅರ್ಥಯಿಸಿಕೊಂಡಳೆಂಬಂತೆ, ಮುಸುಕೊಳಗಿನ 'ಮಾತಂಗಿ' ಹೇಳಿದಳು. 'ಇದನ್ನು ನಾನು ಹೊರಗೆ ಓಡಾಡೋವಾಗ ಇಟ್ಟುಕೊಂಡಿರುತೀನಿ... ಏಕಾಕಿ ಹೆಣ್ಣು ನಾನು. ನನ್ನನ್ನು ನಾನು ರಕ್ಷಿಸಿಕೋಬೇಕಲ್ಲ...'

'ವ್ಹಾಟ್?'

ಗುಡಿಯ ಎದುರು ಮೆಟ್ಟುಕಳಚುವ ಸುಮಾರಿನಲ್ಲಿ, ಮಾತಂಗಿ, ತನ್ನ ಸ್ಯಾಂಡಲುಗಳ ಬಗ್ಗೆ ಹೇಳಿದ್ದು ನೆನಪಾಯಿತು. 'ದೇ ಆರ್ ಮೈ ಸೇಫ್ಟೀ ಇಂಡೆಂಟ್ಸ್...' ಎಂಬುದರ ನಿಜಾರ್ಥವು ಈಗ ತಿಳಿದುಬಂತು! ಅಲ್ಲದೆ, ಸ್ಯಾಂಡಲು ಕಳಚಿದ ಮೇಲೆ ಮತ್ತು ತೊಡುವುದಕ್ಕೆ ಮೊದಲು, ಅದರ ಅಡಿಯಲ್ಲೆಲ್ಲ ಮುಟ್ಟಿ ತಟ್ಟಿ ಪರೀಕ್ಷಿಸಿದ್ದೂ ಕಣ್ಣಿಗೆ ಕಟ್ಟಿಬಂತು!

'ಇದೆಲ್ಲ ಆಮೇಲೆ ಮಾತಾಡೋಣ... ಮೊದಲು ಕೆಲಸ!' ಗದರಿದಳು.

ನಿಜಕ್ಕೂ ಗದರಿದಳೋ, ಗದರುವ ನಾಟಕವಾಡಿದಳೋ– ಅವಳ ಮುಸುಕಿದ ಮೋರೆಯಲ್ಲಿನ ನಿಜಭಾವವಂತೂ ಕಾಣಿಸಲಿಲ್ಲ!

ಈಗಲಂತೂ ನನ್ನ ಕಣ್ಣಿಗೆ, ಈ ಹೆಣ್ಣು, ನೂರಕ್ಕೆ ನೂರು ದುಷ್ಟೆಯಂತೆ ಕಂಡುಬಂದಳು! ಆ ನಡಿಗೆಯೇನು? ನಡಿಗೆಯ ಪಾಡೇನು? ದಾಪುಗಾಲೇನು? ಚೂರಿಯ ಭಂಗಿಯೇನು? ಭಂಗಾಸಕ್ತ ಪರಿಯೇನು? ಚೂರಿಯನ್ನೊಮ್ಮೆ ನನ್ನ ಕಣ್ಣಿನವರೆಗೂ ತಂದು ಅಲುಗಿಸಿದ್ದೇನು?

'ಇದನ್ನು ನೀನಿಟ್ಟುಕೋ...' ಎಂದು ದನಿಯೆತ್ತರಿಸಿ ಹೇಳಿದ ಡಾಕೂದೇವಿ, ಒಂದು ಬಾಕುವನ್ನು ನನಗೆ ಕೊಟ್ಟು, ಇನ್ನೊಂದನ್ನು ತನ್ನ ಡೆನಿಮ್ಮಿನ ಬೆಲ್ಟಿನಡಿ ತೂಗಿದಂತಿದ್ದ ಸಣ್ಣನೆ ಒರೆಯೊಳಕ್ಕೆ ತೂರಿಕೊಂಡಳು!

ಅಯ್ಯಯ್ಯೋ... ಹೆಣ್ಣಿನ ಸೊಂಟದಲ್ಲೊಂದು ಒರೆಯೂ ಇದೆಯೇ? ಐದಾರು ತಾಸು ಒಡನಿದ್ದೆನಲ್ಲ, ಇವಳ ಬೆಲ್ಟಿನಲ್ಲಿ ಜೋತುಕೊಂಡಿರುವ ಇದು ನನಗೆ ಕಾಣಿಸಲೇ ಇಲ್ಲವಲ್ಲ? ಅಥವಾ ಈ ತನಕ ಅಂಗಿಯೊಳಗಿದ್ದುದನ್ನು ಈಗಷ್ಟೇ ಹೊರಕ್ಕೆಳೆದು ತೂಗಿದಳೇ?

ತತ್ತರಿಸುವಂತಾಯಿತು!

ಇಷ್ಟೆಲ್ಲ ವೇಷಕಾರ್ಯ ಜರುಗಿದ ಮೇಲೆ, ಮಾತಂಗಿ, ಅಲ್ಲಲ್ಲ ಡಾಕೂದೇವಿ- ಈ ಇಡೀ ಡಕಾಯಿತೀ-ಪ್ರಸಂಗದ ನಾಯಿಕೆಯೇ ತಾನೆಂಬಂತೆ, ಬೀಚುಬದಿಯ ರಸ್ತೆಯಲ್ಲಿ- ಮತ್ತೆ ದಾಪುಗಾಲಿಕ್ಕಿಕೊಂಡು ಮುನ್ನಡೆದಳು. ನಾನು ಅವಳ ಗ್ಯಾಂಗಿನಲ್ಲೊಂದು ಸಾಧಾರಣ ಪೇದೆಯೆಂಬಂತೆ, ಸಿಂಹದ ಅಂಡಿನಲ್ಲಿ ತುಳುಕುವ ವೃಷಣಕೋಶದ ಹಾಗೆ- ಹಿಂದೆ ಹಿಂದೆ... ಹಿಂಬಾಲಿಸಿಕೊಂಡು ನಡೆದೆ.

57

'ಕರಾಚಿ ಬೇಕರಿ' ಎಂದು ದೊಡ್ಡ ದೊಡ್ಡ ಕೆಂಪಕ್ಷರದಲ್ಲಿಯೂ, 'ನಂಬರ್ ಇಪ್ಪತ್ತೆಂಟು, ಬೀಚ್ ರೋಡ್, ಜಗನ್ನಾಥಪುರಿ, ಒದಿಶಾ' ಎಂದು ಕೆಳಗಿನ ಸಾಲಿನಲ್ಲಿ ಸಣ್ಣಗೆ ಬರೆದ- ಬೋರ್ಡು ತೂಗಿಕೊಂಡಿದ್ದ, ಆ ಬೇಕರಿಯನ್ನು, ನಾವಿಬ್ಬರೂ ನಾವಾಗಿಯೇ ಬೇಕೆಂದೇ ಹುಡುಕಿಕೊಂಡೇನೂ ಹೋಗಲಿಲ್ಲ. ನಮ್ಮ ನಡೆದಾರಿಯಲ್ಲಿ ಮೊದಲು ಕಾಣಸಿಕ್ಕ ಮತ್ತು ಆ ಅವೇಳೆಯಲ್ಲಿ ತೆರೆದಿದ್ದ ಒಂದೇ ಒಂದು ಅಂಗಡಿಯೆಂಬ, ಒಂದೇ ಒಂದು ಕಾರಣಕ್ಕೆ, ಸದರಿ ಬೇಕರಿಯು ನಮ್ಮ ಡಕಾಯಿತಿಗೆ ಬಲಿಯಾಯಿತು!

(ಇಂತಹ ಘನಘೋರ ಸನ್ನಿವೇಶದಲ್ಲೂ, ನನ್ನೊಳಗಿನ ಭಾಷಾಕಾರ ತೀರಾ ಎಚ್ಚೆತ್ತಿದ್ದನೆಂತಲೇ ಅನ್ನಬೇಕು! 'ಕರಾಚಿ ಬೇಕರಿ' ಎಂಬ ಹೆಸರನ್ನು ನೋಡಿದ್ದೇ- ಇವೊತ್ತಿನ ಸ್ವತಂತ್ರ ಭಾರತದ ಪೂರ್ವದಿಶೆಯಲ್ಲಿರುವ ಪುರೀಶಹರಕ್ಕೂ, ದೂರಪಶ್ಚಿಮದ ದುರ್ಗಮ ಪಾಕಿಸ್ತಾನದೊಳಗೆಲ್ಲೋ ಹುದುಗಿರುವ ಕರಾಚಿಗೂ ಏನು ಸಂಬಂಧವೆಂತೆಲ್ಲ ಯೋಚಿಸತೊಡಗಿದ! ಎರಡರ ನಡುವೆ, ಉಪ್ಪಿಗೂ ಮಾವಿನಮಿಡಿಗೂ ಇರುವಂಥದೇ ಲಿಂಕಿದ್ದೀತೆಂಬ ಲೆಕ್ಕಕ್ಕೆ ತೊಡಗಿದವನನ್ನು- ನಾನೇ ನಿರ್ದಯೆ ತಾಳಿ ಬಗ್ಗುಬಡಿದಿದ್ದಾಯಿತು!)

ಇರಲಿ... ಮಬ್ಬುಗತ್ತಲಿನೊಳಗೆ ಚೆಲ್ಲಿದ ಅಷ್ಟಿಷ್ಟು ಬೆಳಕಿನಲ್ಲಿ, ನಿಜಕ್ಕೂ ಡಾಕೂಗಳಂತೆ ನಾವಿಬ್ಬರೂ ಸಾಗುತ್ತಿರುವಾಗ, 'ಕರಾಚಿ ಬೇಕರಿ'ಯ ಹುಡುಗ- ಬಹುಶಃ ಇಪ್ಪತ್ತೊಂದು ಇಪ್ಪತ್ತೆರಡು ವಯಸ್ಸಿನವನೇನೋ, ಆಗಷ್ಟೇ ರೋಲಿಂಗ್ ಶಟರನ್ನು ಎಳೆದು ಮೇಲಕ್ಕೆ

ಎತ್ತಿಕ್ಕಿ ಒಳಹೋಗುತ್ತಿದ್ದ. ಕೆಲಕಾಲ ರಸ್ತೆಯಲ್ಲೇ ತಡೆದುನಿಂತ ನಾವು, ಹುಡುಗನು ಅಂಗಡಿಯ ಒಳಹೊಕ್ಕು ಲೈಟ್-ಆನು ಮಾಡುವುದನ್ನೇ ತವಕಿಸಿಕೊಂಡು ಕಾದೆವು.

'ಗೆಟ್ ರೆಡಿ...' ಎಂದು, ನನ್ನ ಡಾಕೂರಾಣಿ ಪಿಸುಗುಟ್ಟಿದಳಾದರೂ ಸಾಕಷ್ಟು ಗಡಸಾಗಿಯೇ ಆಜ್ಞಾಪಿಸಿದಳು. ಕೂಡಲೇ, ಸೊಂಟದ ಒರೆಯೊಳಗಿನಿಂದ ಚಾಕುವನ್ನು ಕೈಗೆಳೆದುಕೊಂಡಳು. ಒಡತಿ ಮಾಡಿದ್ದನ್ನೇ ನಾನೂ ಮಾಡಿದೆ. ಇಬ್ಬರೂ, ನಮ್ಮ ನಮ್ಮ ಚಾಕುಗಳನ್ನು ತೋರುತ್ತ ತೂರುತ್ತ, ಹಿಡಿಕೆಯೊಡನೆ ನಮ್ಮ ಮುಂಗೈಗಳನ್ನೂ ತುಯ್ಯುತ್ತ ತಿರುವುತ್ತ, ಚೂಪು ಮೊನಚು ಹರಿತಾದಿ ಸಂಗತಿಯ ಅಲಗು ಝಳಪಿಸುತ್ತ- ಒಳನುಗ್ಗಿದೆವು ಅಷ್ಟೆ!

ಅಷ್ಟೇ...

ಇನ್ನೇನೂ ಮಾಡಲಿಲ್ಲ! ಇನ್ನೇನೂ ಮಾಡುವ ಅಗತ್ಯವೂ ಇರಲಿಲ್ಲ!

ಹುಡುಗ ನಮ್ಮಿಬ್ಬರನ್ನೂ ನೋಡಿದ್ದೇ, ಒಂದು ಕ್ಷಣ ದಂಗಾಗಿ ಗರಬಡಿದವನಂತೆ ನಿಂತಲ್ಲೇ ನಿಂತುಬಿಟ್ಟ! ತುಟಿಯದುರಿಸಿಕೊಂಡು ಒಳಗೇ ಮಾತು ಜಡಿಯಿಸಿಕೊಂಡು ಉಳಿದ!

ಕೆಲಗಳಿಗೆಗಳ ಬಳಿಕ, ನಿಧಾನವಾಗಿ ಅದುರುಬಾಯಿ ತೆರೆದು, 'ಮತ್ ಮಾರೋ... ಜೋ ಚಾಹೋ ಲೇಕೇ ಜಾವ್!' ಅಂತಂದು, ಅಂಗಡಿಯೊಳಗೇ ತುಸು ಹಿಂದಕ್ಕಿದ್ದ ರೆಫ್ರಿಜೆರೇಟರಿನ ಹಿಂದೆ ಅಡಗಿಕೊಂಡು ನಿಂತ! ಕಣ್ಣೆದುರಿನ ಪರಿವೆಯೇ ಬೇಡವೆಂದು ಗಟ್ಟಿಯಾಗಿ ಕಣ್ಣು ಮುಚ್ಚಿಕೊಂಡು, 'ಜೈ ಜಗನ್ನಾಥ್ ಜೈ ಜಗನ್ನಾಥ್...' ಎಂದು ಪಿಟಿಪಿಟಿಸಿಕೊಂಡು, ಥರಗುಟ್ಟುತ್ತ ಮರಗಟ್ಟಿ ನಿಶ್ಚಲನಾದ!

ಡಾಕೂದೇವಿ ತಕ್ಷಣವೇ ನನ್ನತ್ತಲೊಮ್ಮೆ ನೋಡಿ ನಗೆಯ ಸದ್ದು ಬೀರಿದಳು. ನಗೆಯಲ್ಲ... ಅಟ್ಟಹಾಸ!

ಅಲ್ಲೇ ಮೇಜಿನ ಮೇಲಿದ್ದ ಪಾಲಿಥೀನು ಖೊಟ್ಟೆಯನ್ನು ಎಡಗೈಯಲ್ಲಿ ಎತ್ತಿಕೊಂಡು, 'ನೋಡು... ಏನೇನು ಬೇಕೋ ತುಂಬು...' ಅಂತಂದಳು. ಅನ್ನಲಿಲ್ಲ, ಅಪ್ಪಣೆಯಿತ್ತಳು!

ನಾನು ಕ್ಷಣಮಾತ್ರಕ್ಕೆಲ್ಲ ಆಜ್ಞೆಯನ್ನು ಪರಿಪಾಲಿಸಿ, ಒಂದು ಪೌಂಡ್ ಬ್ರೆಡ್ಡು, ಒಂದು ಪ್ಯಾಕೆಟ್ ರಸ್ಕು, ಒಂದು ಚಿಕ್ಕನೆ ಕೇಕಿನ ಲೋಫು... ಮತ್ತು ಆರೆಂಟು ಟ್ರಾಪಿಕೇನ-ಪೇಯದ ಟೆಟ್ರಾಪ್ಯಾಕು... -ಇವಿಷ್ಟನ್ನೂ ಖೊಟ್ಟೆಗೆ ಇಳಿಬಿಟ್ಟುಕೊಂಡೆ. 'ಸಾಕು ಬಿಡು... ಹೆಚ್ಚು ನುಕಸಾನು ಮಾಡೋದು ಬೇಡ...' ಡಾಕೂರಾಣಿ ಹೇಳಿದಳು.

ಇಬ್ಬರೂ ಒಳಹೊಕ್ಕಷ್ಟೇ ಸದ್ದಿಲ್ಲದೆ ಹೊರಕ್ಕೆ ಬಂದೆವು.

ಇಪ್ಪತ್ತೊಂದನೇ ಶತಮಾನದ- ಈ ಪರಿಯ ಅತಿಮಹತ್ತಿನ ಡಕಾಯಿತಿ ಪೂರೈಸಿಕೊಂಡು ಹೊರಬೀಳುವ ಮುನ್ನ, ಡಾಕೂರಾಣಿ ಮೇಜಿನಿಂದ ಇನ್ನೊಂದು

ಪಾಲಿಥೀನು ಸರಪರನೆ ಎಳೆದು, ಎಳೆದ ಭರದಲ್ಲೇ ಕಿಸೆಗಿಳಿಸಿಕೊಂಡು– 'ಹಮಾರ ಹೋಗಯಾ, ಭೈ...' ಎಂದು ಗಡಸುದನಿಯಲ್ಲಿ ಒರಲಿದಳು.

ಫ್ರಿಜ್ಜಿನ ಹಿಂದೆ ಥರಥರ ನಡುಗುತ್ತಿದ್ದ ಹುಡುಗನಾದರೂ, ಈಗ, 'ಹ್ಞಾಂಜೀ...' ಎಂದು, ಪಟಾಕಿ ಸಿಡಿಸುವಾಗ ಚರಂಡಿಯೊಳಗೆ ಬೆದರಿಕೊಂಡು ಅಡಗಿದ ಕುನ್ನಿಯ ಹಾಗೆ ಕುಂಯ್ಗುಟ್ಟಿದ!

ಅಂಗಡಿಯಿಂದ ಹೊರಬಂದಿದ್ದೇ, ಡಾಕೂರಾಣಿ– 'ಬಾ...ಬೀಚಿನ ಕಡೆ ಓಡೋಣ...' ಎಂದು ಅಪ್ಪಣೆ ಮಾಡಿದಳು.

ದೇವರೇ... ನಾನೇಕೆ ಹೀಗೆ? ಮೇ ಹೂಂ ಕ್ಯೋಂ ಐಸಾ?

ಹೌದು... ಆ ಹೊತ್ತಿನಲ್ಲಿ ನಾನು ಐಳನ್ ಧೀಮಣಿ ಮರುನ್ನದಿಯೆಂಬ ಗಂಡಸೇ ಆಗಿರಲಿಲ್ಲ. ಗೊತ್ತುಗುರಿಯಿಲ್ಲದ ಈ ಹೆಣ್ಣು ನಡೆಸುವ ಕೀಲುಗೊಂಬೆಯೇ ಆಗಿದ್ದೆ. ಈ ಪರಿ ಕಟಪುತ್ಥಳಿಯಾಗಿದ್ದೆನಲ್ಲ, ಹಾಗಾಗಿ ಈ ನನ್ನೊಡತಿ ಅಂದರೆ ಡಾಕೂರಾಣಿ ಹೇಳಿದ್ದನ್ನೆಲ್ಲ ಮಾಡಿದೆ. ಚಾಚೂ ತಪ್ಪದೆ ಮಾಡಿದೆ.

ರಸ್ತೆ ದಾಟಿದ್ದೇ ತಡ, ಡಾಕೂರಾಣಿ, ಮೊದಲು ಚಾಕುವನ್ನು ಒರೆಗಿಳಿಸಿಕೊಂಡು, ಮೈಮೋರೆ ಸುತ್ತಿದ ಬಟ್ಟೆಯನ್ನೆಲ್ಲ ತೆಗೆದು– ಕಿಸೆಯಲ್ಲಿದ್ದ ಇನ್ನೊಂದು ಪಾಲಿಥೀನೊಳಕ್ಕೆ ತುರುಕಿದಳು. ನನ್ನ ತಲೆಬಟ್ಟೆಯನ್ನೂ ಬಿಚ್ಚಿಸಿ ಇಸಕೊಂಡು, ಅದನ್ನೂ ಮುದುಮುದುಡಿ ಉಂಡೆಗೈದು ಅದರೊಳಕ್ಕೇ ತೂರಿಸಿಕೊಂಡಳು. ಬಳಿಕ, ನನ್ನ ಕೈಯಲ್ಲಿದ್ದ ಚಾಕುವನ್ನೂ, ತನ್ನ ಸೊಂಟದ ಒರೆಯಲ್ಲಿದ್ದ ಇನ್ನೊಂದನ್ನೂ ಹೆಕ್ಕಿ– ಮೊದಲಿನಂತೆಯೇ ಸ್ಯಾಂಡಲಿನಡಿಯಲ್ಲಿ ಅಡಗಿಸಿಟ್ಟುಕೊಂಡಳು.

ಇಷ್ಟು ಆಗುವ ಹೊತ್ತಿಗೆ, ಡಾಕೂರಾಣಿಯು ಮಾತಂಗಿಯಾಗಿಯೂ, ದರೋಡೆಯಲ್ಲಿ ಪಾಲ್ಗೊಂಡ ಪೇದೆಯು ಐಳನಾಗಿಯೂ– ಮಾಯೆಯೆಂಬಂತೆ ಮಾರ್ಪಟ್ಟರು!

58

'ಐಳ... ಲೆಟ್ಸ್ ರನ್ನ್...' ಮಾತಂಗಿ ಹೇಳಿದಳು.

ಆಟ ಮುಗಿದರೂ ಕಾಟ ಮುಗಿಯದೆನ್ನುವ ಹಾಗೆ, ನಾನು, ಹೆಣ್ಣು ಹೇಳಿದ್ದನ್ನು ಪರಿಪಾಲಿಸಿದೆ!

ಇಬ್ಬರೂ ಓಡತೊಡಗಿದೆವು. ಓಡಿಯೇ ಓಡಿದೆವು. ಓಡಿ ಓಡಿ ಓಡಿ ಹೋದೆವು!

ಆಗಷ್ಟೇ ಕೈಕೊಂಡ ದುರುಳ ದುಷ್ಕೃತ್ಯದ ಪಾಪವು ಬೆನ್ನಿಗಂಟೀತೆಂಬ ಎಚ್ಚರವನ್ನು ತಾಳಿ, ಬೆನ್ನಿಗೆ ಬೆನ್ನನ್ನೇ ಹಿಂಬಿಟ್ಟು ಓಡತೊಡಗಿದೆವು!

ಎರಡು ಮೂರು ಮಿನಿಟು ಕಾಲ, ಈ ಭೂಮಿಯ ಮೇಲಿನ ಯಾವುದೇ ವೇಗವನ್ನೂ ತ್ವರೆಯನ್ನೂ– ಪ್ರತಿರೋಧಿಸಿ ನಿಲ್ಲಿಸಬಲ್ಲ ಕಡಲ ಕಿನಾರೆಯ ಉಸುಕಿನ ಮೇಲೆ, ಹೆಜ್ಜೆ ಕಿತ್ತು ಹೆಜ್ಜೆ ನೆಟ್ಟು ನೆಟ್ಟು ಓಡಿದೆವು!

ಕಡೆಯಲ್ಲೊಮ್ಮೆ– ಒಮ್ಮಿಂದೊಮ್ಮೆ ಏದುಸಿರು ತಾಳಿಕೊಂಡು, ಒಂದೆಡೆಯಲ್ಲಿ ಮೈಯೆಲ್ಲ ಬೆವರಿ ನಿಂತೆವು! ಧೊಸಭೊಸ ಧೊಸಭೊಸ ಉಬ್ಬಸವುಂಟಾಗಿ ಬಂತು. ಹುಣ್ಣಿಮೆಯೆದುರಿನ ಕಡಲಿನ ಹಾಗೆ ಉಬ್ಬರೋನ್ಮತ್ತವಾಗಿ, ಇಬ್ಬರ ಎದೆಗಳೂ ಮೊರೆಮೊರೆಯುತ್ತ ಮೇಲೆ ಕೆಳಗೆ ಇಳಿಯತೊಡಗಿದವು! ತಕ್ಕುದಾಗಿ, ಒಡಲೊಳಗಿನ ಉಸಿರು ಕಾಯುವ ವಪೆಗಳೂ ಮೇಲಕ್ಕೂ ಕೆಳಕ್ಕೂ ಜಿಗಿದು ಜೀಕಿದವು!

'ಎಷ್ಟು ಮಜಾ ಬಂತಲ್ಲ...' ಮಾತಂಗಿ, ಈ ಹೊತ್ತಿಗೆ ನಿಜದ ಮಾತಂಗಿಯಾಗಿ ತೋರಿದಳು! 'ಐ ಕಾನ್ಟ್ ಬಿಲೀವ್ ದಿಸ್... ಐ ಹ್ಯಾವ್ ಡನ್ ವಾಟ್ ಐ ಹ್ಯಾಡ್ ಎವರ್ ನಾಟ್ ಡನ್!' ನಗತೊಡಗಿದಳು.

ಈ ಸಲದ್ದು ನಿಜವಾದ ನಗು. ಸಾಧಾರಣ ನಗು. ಹೌದು... ಸುಮ್ಮನೆ ನಕ್ಕಳು. ನಿಸ್ಸೀಮವಾಗಿ ನಕ್ಕೇ ನಕ್ಕಳು! ಜಗತ್ತನ್ನೇ ಗೆದ್ದ ಹುರುಪಿನಲ್ಲಿ ನಕ್ಕಳು!

ನಕ್ಕು ನಕ್ಕು ಸಾಕೆನಿಸುವಾಗ, 'ಸಿಟ್ಟ್... ಸಿಟ್ಟ್... ಲೆಟ್ಸ್ ಈಟ್...' ಅನ್ನುತ್ತ ಬಿರುಗಾಳಿಯೆದುರು ಧೊಪ್ಪನೆ ಅಡ್ಡಬೀಳುವ ಹೆಮ್ಮರವೊಂದರ ಹಾಗೆ, ಮರಳಿನ ಮೇಲೆ ಉರುಟಿಕೊಂಡಳು. ಕೈಯಲ್ಲಿದ್ದ ಪಾಲೀಥೀನಿನ ಚೊಟ್ಟೆಯನ್ನು, ಅದರೊಳಗಿನ ಕೆಲಸಮಸ್ತ ದೋಚು–ಲೂಟಿಯ ಸರಕಿನೊಡನೆ– ನಾನೂ, ಅದೇ ಮರಳಿನ ಮೇಲೆ ಚೆಲ್ಲಿಕೊಂಡು ಉರುಟಿಬಿದ್ದೆ!

'ಐಳ... ಥ್ಯಾಂಕ್ ಯೂ...' ಏದುಸಿರು ತುಸು ತಗ್ಗಿದ ಬಳಿಕ, ಮಾತಂಗಿ, ಬಿದ್ದಲ್ಲಿಂದಲೇ ಕದಲಿ ಹೇಳಿದಳು. ತಕ್ಷಣ ಎದ್ದು ಕುಳಿತಳು. 'ಕಮ್ಮ್ ಲೆಟ್ಸ್ ಅಟ್ಯಾಕ್...' ಅಂತನ್ನುತ್ತ, ಇನ್ನು ವರ್ಷಾಂತರಗಳ ಹಸಿವು ತೊಡೆಯುವುದೆನ್ನುವ ಹಾಗೆ– ತೊಡೆಯದೆ ಉಳಿಗಾಲವಿಲ್ಲವೆನ್ನುವ ಹಾಗೆ– ಹೊರಗಿನ ಪಾಲಿಥೀನನ್ನೂ, ಒಳತಿನಿಸುಗಳ ರ್‍ಯಾಪರಾದಿ ಮೊಹರನ್ನೂ ಪರಪರನೆ ಹರಿದು, ಹೊರಜಗತ್ತಿನ ಪರಿವೆಯೇ ಇಲ್ಲದೆ ಮುಕ್ಕತೊಡಗಿದಳು. ಹಸಿದಿದ್ದು ತಾನಲ್ಲ, ತನ್ನ ಹೊಟ್ಟೆಯಲ್ಲ... ಇಡೀ ಜಗತ್ತು ಅನ್ನುವಂತೆ ಎಡೆಗೊಡದೆ ಕಬಳಿಸಿದಳು. ಈ ತನಕದ ಓಟದ ಮೇರೆಗೆ ಒಣಗಿಕೊಂಡ ಅಂಗುಳು, ಗಂಟಲುಗಳೊಳಗೆ– ಬ್ರೆಡ್ಡು, ಕೇಕುಗಳ 'ಒಣ'ಸರಕು ಹೊಕ್ಕು, ಬಾಯಿಕಟ್ಟಿ ಬಿಕ್ಕಳಿಕೆ ಹುಟ್ಟುವಾಗ– ಟೆಟ್ರಾಪ್ಯಾಕು ಹರಿದು ಗಟಗಟ ಗಟನೆಂದು ಕುಡಿದಳು! ಸ್ವಲ್ಪ ಸುಧಾರಿಸಿಕೊಂಡಳು. 'ಅರ್‍ರೆ... ಸುಮ್ಮನೆ ನನ್ನನ್ನೇನು ನೋಡಿಕೊಂಡು ಕೂತಿದ್ದೀ? ತಿನ್ನು ತಿನ್ನು...' ಎಂದು ನನ್ನತ್ತಲೊಮ್ಮೆ ಹೇಳಿ ದಣಿವನ್ನೂ ಮಣಿಯಗೊಟ್ಟಳು. 'ಅಲ್ಲೇ ನೀರಿನ ಬಾಟಲಿಗಳಿದ್ದವಲ್ಲ... ಹಾಕಿಕೊಳ್ಳೋದಲ್ಲವಾ?'

ಎಂದು ಆಕಾಶಕ್ಕೆ ಕಣ್ಣಿಕ್ಕಿ ಕೇಳಿದಳು.

ಈ ನಡುವೆ, ನಾನೂ ಒಂದಿಷ್ಟು ತಿಂದು, ಎರಡು ಟ್ರಾಪಿಕೇನಾಗಳ ರಸ ಹೀರಿದೆ.

ತಿನ್ನುವಾಗ ಗಡ್ಡಮೀಸೆಗಳಿಗೆ ಅಂಟೀತೆನ್ನುವ ಗೊಡವೆಯೇ ಇಲ್ಲದೆ, ಒಡನಿರುವ ಹೆಣ್ಣಿನಷ್ಟೇ ಗಬಗಬ ಗಬನೆ ತಿಂದೆ! ಊಟದೆದುರಿನ ಸಭ್ಯತೆಯಾದರೂ ಹೊಟ್ಟೆ ತುಂಬಿದವರ ಸೋಗಿನ ರಿವಾಜೆನ್ನುವಂತೆ, ಒಂದಿನಿತೂ ನಯನಾಜೂಕಿಲ್ಲದೆ ಉಂಡೆ! ಶಿಷ್ಟಾಚಾರ, ಸೌಜನ್ಯ, ನಾಗರಿಕತೆ, ಸಂಭಾವಿತತೆ... ಇತ್ಯಾದಿಯೆಲ್ಲ ಹೊಟ್ಟೆಯೆದುರಿನ ಕೆಟ್ಟ ಕೇಡೆನ್ನುವಷ್ಟು ಸ್ವಾಭಾವಿಕವಾಗಿ, ಒಂದೇ ಸಮ ತಿಂಡಿತೀರ್ಥ ಕೈಕೊಂಡೆ!

ಮಾತಂಗಿ ಆಕಾಶವನ್ನೇ ನೋಡಿಕೊಂಡು ಇದ್ದಳು. ನಾನು ಕಿಸೆಯಲ್ಲಿನ ಟಿಷ್ಯೂವೆಳೆದುಕೊಂಡು– ಕೈಯೊರೆಸಿಕೊಂಡು, ಅಷ್ಟಿಷ್ಟು ಮುಸುಡಿಯನ್ನೂ ಗಡ್ಡಮೀಸೆಗಳನ್ನೂ ತಿದ್ದಿಕೊಂಡು, ಸಣ್ಣಗೊಮ್ಮೆ ತೇಗಿದ ಮೇಲೆ– ಅವಳ ಮೋರೆಯೊಳಕ್ಕೆ ಕಣ್ಣು ಹಚ್ಚುವ ಹಾಗೆ ಬಾಗಿ, 'ನವ್ವ್ ವ್ಹಾಟ್ಟ್?' ಎಂದು ಕೇಳಿದೆ.

ತಕ್ಷಣ, ನನ್ನ ಮೀಸೆಯೊಳಕ್ಕೆ ಕೈಯಿಕ್ಕಿ ತಿರುವಿದಳು. 'ಯೂ ಟೆಲ್ ಮೀ...' ಅಂತಂದಳು. ಹಿಂದೆಯೇ, ನನ್ನ ಗಡ್ಡದೊಳಗೆ ಸಿಲುಕಿದ ಬ್ರೆಡ್ಡಿನ ತುಣುಕೊಂದನ್ನು ಹೆಕ್ಕಿ ಉರುಬಿ, ನನ್ನನ್ನೇ ನೋಡಿಕೊಂಡು ಉಳಿದಳು. ನಾನು ಅವಳ ಬಲಗೈಯನ್ನು ಮೆಲ್ಲಗೆ ಹಿಡಿದು, ನಡುಬೆರಳಿನಲ್ಲಿನ ಉಂಗುರದ ಮೂರೂ ಸುತ್ತನ್ನು ನನ್ನ ತೋರುಬೆರಳಿನಲ್ಲೊಮ್ಮೆ ಸುತ್ತಿ– ಇದರ ಬಗ್ಗೆ ಏನೇನೋ ಯೋಚಿಸಿದ್ದೆನಲ್ಲ... ಅಂದುಕೊಂಡು ನಸುನಕ್ಕೆ. ಮೆಲ್ಲಗೆ ಅದೇ ಮುಂಗೈಯ ಮೇಲೆ ತುಟಿಯಿಟ್ಟು ಚುಂಬಿಸಿದೆ.

ಆ ಹೊತ್ತಿನಲ್ಲಿ, ಮೈಯಲ್ಲಿ ಬಿಸುಪೇರಿದ್ದು ನನ್ನೊಬ್ಬನಿಗೇ ಏನೋ... ನಾನು ಅಂದುಕೊಂಡಿದ್ದೇನೂ ಜರುಗಲಿಲ್ಲ! ನನ್ನ ಮುದ್ದಿಗೆ ಪ್ರತಿಯಾಗಿ ಮುಂದೇನೋ ಆದೀತೆಂದು ಎಣಿಸಿದ್ದು ಘಟಿಸಲೇ ಇಲ್ಲ!

'ಅಲ್ಲವೋ, ನಾವು ಸಂಜೆಯಿಂದ ಈವರೆಗೆ ಒಂದು ಹನಿ ನೀರು ಸಹ ಕುಡಿದಿರಲಿಲ್ಲವಲ್ಲೋ? ಹಸಿವಿಗಿಂತ ಹೆಚ್ಚು ಬಾಯಾರಿಕೆ ಆಗಿತ್ತು ನನಗೆ!' ಸುಮ್ಮನೆ, ಕೈಯನ್ನು ನನ್ನೊಡನೆಯೇ ಇರಗೊಟ್ಟು ಹೇಳಿದಳು.

'ಸುಳ್ಳು ಯಾಕೆ ಹೇಳುತೀ? ನೆನಪಿಸಿಕೋ.. ಒಂದು ಇಡೀ ನದಿಯಷ್ಟು ನೀರು ಕುಡಿದೆ ಅಲ್ಲವಾ ನೀನು?'

'ಹ್ಞಾಂ... ಆ ನಲ್ಲಿಯ ನೀರಲ್ಲವಾ? ಐ ಮೀನ್ ಡ್ರಿಂಕಿಂಗ್ ವಾಟರ್ ಫ್ರಮ್ ದಿ ಟ್ಯಾಪ್...'

'ಹೌದು... ಆ ನಲ್ಲಿಯ ಕುಡಿಯುತ್ತಿರುವ ನೀರು!' ಎಂದು ಇಂಗ್ಲಿಷನ್ನು ಕನ್ನಡಿಸಿ ಹೇಳಿದೆ. 'ಕುಡಿಯುತ್ತಿರುವ ನೀರು' ಎಂಬುದನ್ನು ಬೇಕೆಂದೇ ಒತ್ತಿಹೇಳಿದೆ.

ಮಾತಂಗಿ, ಆ ಕುರಿತು ಮಾತು ಬೆಳೆಸಹೊಂಚಿದವಳು, 'ಈಗ ಬೇಡ... ಲೆಟ್ಸ್ ಗೆಟ್ ಬ್ಯಾಕ್...' ಎಂದು ಇದ್ದಕ್ಕಿದ್ದಂತೆ ಹೇಳಿ, ನನ್ನ ಕೈಯಿಂದ ತನ್ನ ಕೈಕಿತ್ತುಕೊಂಡು– ಕಿನಾರೆಯ ಮರಳಿನಲ್ಲಿ ಊರಿಕೊಂಡಿದ್ದ ರಾಶಿ ರಾಶಿ ಆಲಸ್ಯದಿಂದ ಮೈಕೀಳುತ್ತ ನಿಧಾನವಾಗಿ ಎದ್ದಳು.

59

ಇಬ್ಬರೂ, ಬಲು ಉದಾಸದಿಂದಲೇ ಎದ್ದು ಮೈ ಮುರಿದೆವು.

ಕಡಲಿಗೆ ಎದುರಾಗಿ ನಿಂತು– ಎಡಕ್ಕೂ ಬಲಕ್ಕೂ, ಎಡದಿಂದ ಬಲಕ್ಕೂ, ಬಲದಿಂದ ಎಡಕ್ಕೂ... ಒಂದೆರಡು ಸಲ ಗೋಣು ಹಚ್ಚಿ, ಮುಂಬೆಳಗಿನ ಮಬ್ಬಿನಲ್ಲಿ ಹೂತುಹೋದ ಕಿನಾರೆಯ ಅಗಾಧತೆಯನ್ನು ಅಳೆದುಕೊಂಡೆವು. ಹಾಗೇ ಒಮ್ಮೆ, ನಿಂತಿದ್ದಲ್ಲೇ ಒಂದು ಸುತ್ತು ಮೈತಿರುವಿ– ಕಡಲಿನ ಪಶ್ಚಿಮಕ್ಕೆ ಮೈದೆರೆದಿದ್ದ ಪುರೀಶಹರವನ್ನೂ, ಮುಂದಿನ ಹಗಲಿನಲ್ಲಿ ತೆರೆಯಲಿಕ್ಕಿರುವ ಜಗನ್ನಾಥಕೃಷ್ಣನ ವರ್ಷದ ಮಹಾ'ಲೀಲೆ'ಗೆಂದೇ ಸಜ್ಜಾದ ಇಡೀ ಶಹರದ ಅಲಂಕಾರವನ್ನೂ... ಹಿಂಬದಿಯಲ್ಲಿ, ಇನ್ನೂ ಕತ್ತಲುಟ್ಟು ಹಬ್ಬಿರುವ ಆಕಾಶವನ್ನೂ... ಅದರೊಳಗಿನ ಕೋಟ್ಯಂತರ ನಕ್ಷತ್ರಗಳನ್ನೂ... ಒಂದೆರಡು ಕೋರೈಸುವ ಬೆಳ್ಳಂಬೆಳ್ಳಿಯ ಚಿಕ್ಕೆಗಳನ್ನೂ... ಕಡೆಗೆ, ಆಷಾಢದ ಶುಕ್ಲಪಕ್ಷವನ್ನು ತೆಳುವಾಗಿ ಸೂಚಿಸುತ್ತಿರುವ ಬಿದಿಗೆಯ ಮುನ್ನಿನ ಚಂದ್ರವನ್ನೂ... ಒಂದು ನಿಸ್ಸೀಮ 'ಪೆನಾರೊಮಾ'ದಲ್ಲಿ ಕಣ್ತುಂಬಿಕೊಂಡೆವು.

'ಹೊರಡೋಣವಾ?' ಎಂದು, ಕೊಂಚ ಲಗುಬಗೆಯಿಂದ ನಾನು ಕೇಳುವಾಗ, 'ಒಂದೇ ಒಂದು ನಿಮಿಷ. ಲೆಟ್ಸ್ ಡು ಎ ಸೆಲ್ಫೀ...' ಎಂದು ಹೇಳಿದ ಮಾತಂಗಿ, ಕಿಸೆಯಿಂದ ಫೋನು ಹೆಕ್ಕಿಕೊಂಡಳು. 'ನಿನ್ನೊಡನೆ ಕಳೆದ ಈ ಮಹಾರಾತ್ರಿಯ ನೆನಪು ನನಗೆ ಬೇಕು...' ಅನ್ನುತ್ತ, ಫೋನಿನಲ್ಲಿ ಸೆಲ್ಫೀಮೋಡ್ ಆವಾಹಿಸಿ, ಇಬ್ಬರನ್ನೂ, ಏಕತ್ರ ಒಂದೇ ಚೌಕದಲ್ಲಿಟ್ಟು ಅಳೆಯಹೊಂಚಿದಳು. ಬೆಳಕು ಕಡಿಮೆಯಿತ್ತಾದ್ದರಿಂದ ತುಸು ಸರ್ಕಸ್ಸೇ ಆಯಿತು!

'ಬೆಳಕೇ ಇಲ್ಲವಲ್ಲ...' ಚಡಪಡಿಸಿದಳು.

ಕಡಲಿಗೆ ಬೆನ್ನು ಮಾಡಿ ನಿಂತರೆ, ಹಿಂಬದಿಯ ಕತ್ತಲು– ಇಬ್ಬರ ಆ ಕ್ಷಣದ ಒಂದು 'ಮಹಾ'ಸಂದರ್ಭವನ್ನೇ ಹೊರತಾಗಿಸಿ ತೋರುವುದು. ಬಂಗಾಳಕೊಲ್ಲಿಯೆಂಬ ದೊಡ್ಡ ಸಮುದ್ರವಿರುವ ಪೂರ್ವದಿಶೆ ನಮ್ಮ ಹಿಂದಿದೆಯೆಂಬುದನ್ನೇ ಮರೆಮಾಚುವುದು! ಅಂದರೆ ಈ ಜಗತ್ತಿನಲ್ಲಿನ ಯಾವುದೇ ಕತ್ತಲನ್ನು ಗ್ರಹಿಸಿದಂತೆ ಅನ್ನಿಸುವುದು! ಇನ್ನು, ಪುರೀಶಹರದೆಡೆಗೆ ಬೆನ್ನಿಕ್ಕಿ ನಿಂತೆವೆಂದರೆ– ಶಹರವೇನೋ ಕಂಡುಬರುವುದು...

ಆದರೆ ಬೆಳಕೊಂದಿಷ್ಟೂ ಸಾಲದೆನ್ನಿಸುವುದು! ಅಕಸ್ಮಾತ್, ಕಂಡುಬಂದರೂ- ಅದು ಜಗನ್ನಾಥ ಪುರಿಯೇ ಎಂಬ ಮೊಹರು ದಕ್ಕೀತೇನು? ಈ ಬೃಹದ್ಭಾರತದ ಯಾವುದೇ ನಗರವೂ ಹೀಗೇ ತಾನೇ ಇದ್ದೀತು?

ಏನು ಮಾಡುವುದು?

'ಲೋ ಏನಾದರೂ ಮಾಡೋ...' ಫೋನನ್ನು ನನ್ನ ಕೈಗಿತ್ತಳು.

ಸರಿ... ಫೋನಿಸಕೊಂಡು ಸಜ್ಜಾದೆ. 'ಇಲ್ಲಿ ಬಾ...' ಅಂತಂದು, ಮಾತಂಗಿಯನ್ನು ನನ್ನ ಎದುರಿಗೆ ನಿಲ್ಲಿಸಿಕೊಂಡು, ಅವಳನ್ನು ಹಿಂದಿನಿಂದ ಬಳಸಿ, ಫೋನನ್ನು ಇಬ್ಬರಿಗೂ ಮುಂದೆ ತಂದುಕೊಂಡು- ನಿಧಾನವಾಗಿ ಶಹರದ ಹಿನ್ನೆಲೆಯೊಡನೆ ದೂರದ ಜಗನ್ನಾಥ ಶಿಖರವನ್ನೂ ಹುಡುಕಿ-ಹೆಕ್ಕಿ ಒಳತಂದುಕೊಂಡು, ಅಷ್ಟೇ ಜತನವಾಗಿ- ಮೇಲೆ ತೂಗುವ ಬಿದಿಗೆಯ ಮುನ್ನಾ ರಾತ್ರಿಯ ಚಂದ್ರವನ್ನೂ ಫ್ರೇಮೊಳಕ್ಕೆ ತಂದು... ನಮ್ಮಿಬ್ಬರ ಮೋರೆಗಳ ಫೋಕಸನ್ನೂ ಹೆಚ್ಚಿಸಿ... ಇನ್ನೇನು ಕ್ಲಿಕ್ಕೊತ್ತಬೇಕು ಎಂಬಷ್ಟರಲ್ಲಿ, ಮೊಬೈಲು, ಇದ್ದಕ್ಕಿದ್ದಂತೆ ತನ್ನ ಕೆಮೆರಾಮೋಡ್ ಮೀರಿ ಇನ್ನೊಂದಾಗಿಬಿಟ್ಟಿತು! ಬಹುಶಃ ತನ್ನೊಳಗಿನ ಫೋಟೋ ಗ್ಯಾಲರಿಯನ್ನು ತೆರೆಯಿತೇನೋ!

ಮಾತಂಗಿ ತಕ್ಷಣ ಫೋನು ಕಿತ್ತುಕೊಂಡಳು. ನಾನು ಫೋಟೋಗ್ಯಾಲೆರಿಯೊಳಗೆ ಇಣಿಕಿಯೇನೆಂಬ ದಿಗಿಲು ಹೆಣ್ಣಿಗೆ!

'ಹೇ... ಬೇರೆಯವರ ಫೋನೊಳಗಿಣಿಕೋದು ವಯೊಲೇಷನ್ ಅಂತ ನನಗೆ ಚೆನ್ನಾಗಿ ಗೊತ್ತು!' ಎಂದು ಒಮ್ಮೆಗೇ ಹೇಳಿ ಮೆಲ್ಲಗೆ ನಕ್ಕೆ.

'ಲೋ ಐಳ... ಅದು ಹಾಗಲ್ಲವೋ...' ನನ್ನ ತೋಳುಗಳೊಳಗಿದ್ದೇ ಸಮಜಾಯಿಷಿಗೆ ತೊಡಗಿದಳು.

ಇಷ್ಟಿದ್ದೂ, ಹೆಣ್ಣು ಬಲು ಕಡಿದಾಗಿ ಉಡುಪು ತೊಟ್ಟಿದ್ದ ಚಿತ್ರವೊಂದು ನನ್ನ ಕಣ್ಣಿಗೆ ಬಿತ್ತು. ಒಲ್ಲೆಂದರೂ ತೋರಿ ಕಂಡಿತು!

ಹೌದೋ ಅಲ್ಲವೋ, ಬಹುಶಃ ಸ್ವಿಟ್ಸರ್ಲೆಂಡ್ ಅನ್ನಬಹುದಾದ ಒಂದು ಸನ್ನಿವೇಶ. ಎಲ್ಲೆಲ್ಲೂ ಮಂಜುಕವಿದ ಬೆಟ್ಟಗಳ ಶುಭ್ರ ಶುಚಿ ಶ್ವೇತ ಸಂದರ್ಭ! ಎಲ್ಲವೂ ಬಿಳಿ. ಮರಗಿಡ, ಬೆಟ್ಟಗುಡ್ಡ, ತಗ್ಗುತಿಟ್ಟು, ಕಣಿವೆ... ಎತ್ತರ... ಹೀಗೆ ಒಂದೊಂದೂ ಬಿಳಿ. ನಡುವೆ ಒಂದೆರಡು ಕಟ್ಟಡಗಳಿದ್ದು, ಅವುಗಳ ಮೈಯಲ್ಲೂ ಹಿಮವೇ ಹಿಮವಾದ ಬಿಳಿ. ಅಲ್ಲಿಲ್ಲಿ ಎದ್ದುಕೊಂಡಿದ್ದ ಒಂದಷ್ಟು ಪೈನ್-ವೃಕ್ಷಗಳ ಸರಕೂ ಚೂಪುಚೂಪಾಗಿ ನಿಂತ ಬೆಳ್ಳಿ ಗೋಪುರಗಳೆಂಬಂತೆ ಬೆಳ್ಳಂಬಿಳಿ. ನಡುನಡುವೆ ಅಂಕುಡೊಂಕಾಗಿ ಬಳುಕುವ ದಾರಿಗಳೂ ಬಿಳಿಯನ್ನೇ ಉಟ್ಟುಹೊದ್ದಷ್ಟು ಬಿಳಿ... ಹೋಗಲಿ, ಆಕಾಶವಾದರೂ ನೀಲಿಯಿರಬೇಕಷ್ಟೆ? ಅದರಲ್ಲೂ ನೀಲಿ ತಗ್ಗಿಸಿ, ಸೊಕ್ಕಿದ ಬಿಳಿ ಹಚ್ಚಿದ ಹಾಗೆ ಬಿಳಿ.

ಹೀಗೆ ಬಗೆಬಗೆಯ ಬಿಳಿಶೇಡುಗಳ ಬಿಳಿ ಬಳಿದ ಬಿಳಿ!

ಇಂಥದ್ದೊಂದು ಹಿನ್ನೆಲೆಯ ಎದುರುನಿಂತು, ಕೆಂಪೇ ಕೆಂಪಗಿನ ತೆಳ್ಳನೆ ಸೀರೆಯುಟ್ಟು- ಮೈದೋರಿಕೊಂಡಿರುವ ಹೆಣ್ಣು, ನನಗೆ, ಇವಳೇನಾ ಅಂತನಿಸಿದ್ದು ಹೌದು! ಸಾಲದುದಕ್ಕೆ 'ಆಕೆ' ರವಿಕೆಯನ್ನೂ ತೊಟ್ಟಿರಲಿಲ್ಲ! ಹಾಗಂತ ಏನೂ ತೊಡದೆಯೂ ಇರಲಿಲ್ಲ! ಹಾಗಾದರೆ ಅದೇನು? ಹಾಗೆ ತೊಟ್ಟಿದ್ದುದಾದರೂ ಏನು?

ಎದೆಯಲ್ಲಿನ ಸ್ತನ'ಮಾನ'ವನ್ನಷ್ಟೇ ಕವಿಯುತ್ತ, ಸೀರೆಯಷ್ಟೇ ಕೆಂಗೆಂಪಗಿದ್ದು, ಇತ್ತ ರವಿಕೆಯೂ ಅಲ್ಲದ ಅತ್ತ ಬ್ರಾ ಅಂತಲೂ ಅನ್ನಿಸದ- ಎರಡರ ನಡುವಿನ ಬಲು ಮಹತ್ತನೆ ಕೆಂಪುಸಂಗತಿ ಅದು!

ಇವಿಷ್ಟನ್ನೂ, ನಾನು ನೋಡಿದೆನೋ ಇಲ್ಲವೋ- ಎಂದನಿಸುವ ಗಡುವಿನಲ್ಲಿ ನೋಡಿದೆ. ನೋಡಿದೆನೆಂಬುದೂ ಸುಳ್ಳೇ. ಹಾಗೇ, ನೋಡಲಿಲ್ಲವೆಂಬುದೂ ಸುಳ್ಳೇ!

ಯಾಕೆಂದರೆ- ಮಾತಂಗಿ, ಫೋಟೋದಲ್ಲಿರುವುದು ತಾನನಿಸಗೊಡದಷ್ಟು ಫಕ್ಕನೆ- ಫೋನಿನ ಗ್ಯಾಲರಿಯನ್ನು ಮುಚ್ಚಿಬಿಟ್ಟಳು!

'ಬೇಜಾರು ಮಾಡಿಕೋಬೇಡ...' ಎಂದು, ನನ್ನ ಎದೆಗೊರಗಿಕೊಂಡೇ ಆಕಾಶಕ್ಕೆ ಗೋಣಿಕ್ಕಿ, ನನ್ನ ಕೆಳಗಲ್ಲದ ಗಡ್ಡದೊಳಗೆ, ಗದ್ದವನ್ನೇ ಕಡಿದೇನೆಂಬಂತೆ- ಅಲ್ಲಿಯವರೆಗೆ ತುಟಿ ಹಚ್ಚಿ ಹೇಳಿದಳು.

ನಿಜಕ್ಕೂ ಅಜೀಬನ್ನಿಸಿತು.

'ಈಗ ತೆಕ್ಕೊಡೋ...' ಅನ್ನುತ್ತ, ಮತ್ತೊಮ್ಮೆ ಫೋನಿಗೆ ಸೆಲ್ಫೀಮೋಡ್ ಹಚ್ಚಿ ಕೈಗಿತ್ತಳು.

ಮತ್ತೊಮ್ಮೆ ಹಿಂದೆ ಮಾಡಿದ್ದನ್ನೇ ಮಾಡುವುದಾಯಿತು!

ಮೊದಲಿಗೂ ಹೆಚ್ಚು ಜತನವಾಗಿ, ಫೋನಿನ ತೆರೆಯೊಳಕ್ಕೆ- ಹಿನ್ನೆಲೆಯಲ್ಲಿನ ಶಹರದ್ರವ್ಯದಿಂದ ಜಗನ್ನಾಥ ಶಿಖರವನ್ನು ಹುಡುಕಿ-ಹೆಕ್ಕಿ ತಂದುಕೊಂಡು, ಅದರ ಶಿಖರಾದಿ ಪತಾಕೆಗಳ ಸಹಿತ, ಮೇಲೆ ತೂಗುವ ರೇಖಾಚಂದ್ರವನ್ನೂ ಫ್ರೇಮೊಳಕ್ಕೆ ತಂದು... ಫೋನೊಳಗಿನ 'ಡುಎಲ್' ಕೆಮೆರಾವನ್ನು ಉದ್ದೀಪಿಸಿ- ಹಿನ್ನೆಲೆಗೆ ಹಿನ್ನೆಲೆಯನ್ನೂ, ನಮ್ಮಿಬ್ಬರ ಮುನ್ನೆಲೆಯನ್ನೂ... ಒಟ್ಟಾರೆ ಸೋಸಿ ಸೋಸಿ... ಸೊಂಪಾಗಿ ಕಂಪೋಸಿಸಿ, ಬಾಯರಳಿಸಿ ನಕ್ಕ ಮಾತಂಗಿಯ ಎರಡೂ ದಂತಪಂಕ್ತಿಯೊಡನೆ ನನ್ನ ಹಲ್ಸಾಲುಗಳನ್ನೂ ಬೆರೆಸಿ... ಒಂದು ಪರಮಾತಿಶಯದ ನಗೆಹಾಸವನ್ನು ಕ್ಲಿಕ್ಕಿಸಿದ್ದಾಯಿತು.

ಒಂದು ಕ್ಲಿಕ್ಕಿನ ಹಿಂದೆಯೇ ಇನ್ನೊಂದು ಕ್ಲಿಕ್ಕಾಯಿತು. ಆ ಇನ್ನೊಂದು ಕ್ಲಿಕ್ಕಿನ ಮುಂದೆ ಇನ್ನೂ ಒಂದಾಯಿತು. ಇನ್ನೊಂದರ ಬಳಿಕ ಮತ್ತೊಂದು...

ಹೀಗೆ ಕ್ಲಿಕ್ಕೇ ಕ್ಲಿಕ್ಕಿನ ಸರವುಂಟಾಗುವ ನಡುವೆ, ನನ್ನೊಳಗೇನು ಉಮೇದು

ಹುಟ್ಟಿತೋ ಕಾಣೆ– ಒಮ್ಮೆಗೇ ಅವಳ ಬಲಗೆನ್ನೆಯೆದುರು ನನ್ನ ತುಟಿಗಳನ್ನು ತಂದು, ಇಡೀ ಜಗತ್ತನ್ನೇ ಊದಿ ಉದ್ದೀಪಿಸುವಂತಹ– 'ಉ'ಕಾರವನ್ನು ತಾಳಿ, 'ಉ...ಮ್... ಮ್ಮ್... ಮ್ಮ್... ಮ್... ಮ್...' –ಅನ್ನುತ್ತಲೊಂದು ಕೊನೆಯೇ ಇಲ್ಲದ ಮುತ್ತನ್ನು ಒತ್ತಿಬಿಟ್ಟಿದ್ದೂ ಸಹ, ನನಗೇ ಗೊತ್ತಿರದೆ ಫೋನಿನಲ್ಲಿ ಸೆರೆಗೊಂಡಿತು!

ಭಾರೀ ಭಾರೀ ಉಮೇದು ಹಚ್ಚಿದ ಮುದ್ದು ಅದು! ಎಷ್ಟೇ ದೀರ್ಘಯಿಸಿ ಕೊಟ್ಟರೂ ಸಾಲದೆನ್ನುವಂತಿತ್ತು!

ಕಡೆಗೆ, ಮಾತಂಗಿಯೇ ಕೊಸರಿಕೊಂಡು ನನ್ನ ತೋಳುಗಳನ್ನು ದಾಟಿದಳು.

'ಥ್ಯಾಂಕ್ಸ್, ಐಳ...' ಅಂತನ್ನುತ್ತ, ಹತ್ತೆಂಟು ಚಿತ್ರಗಳ ಸರಣಿಯನ್ನೊಮ್ಮೆ– ಮೀಂಟುತ್ತ ತೀಡುತ್ತ, ಕೆಲವು ಚಿತ್ರಗಳನ್ನು ಹಿಗ್ಗಿಸಿ ಕುಗ್ಗಿಸಿ ಪರೀಕ್ಷಿಸುತ್ತ, 'ಐ ತಿಂಕ್, ದಿಸ್ ಈಸ್ ದಿ ಬೆಸ್ಟ್ ಮೊಮೆಂಟ್...' ಅಂತಂದು, ಕಟ್ಟಕಡೆಯಲ್ಲಿ ನಾನು ಕೆನ್ನೆಗೆ ಮುತ್ತಿಕ್ಕುತ್ತಿರುವುದನ್ನು ತೆರೆದು ತೋರಿದಳು! ಆ ಚಿತ್ರವಾದರೂ, ಫೋನೊಳಗಿನ ಎರಡೂ ಕೆಮೆರಾಗಳ ಫೋಕಸು ತಪ್ಪಿ ಮಸುಕಿಕೊಂಡಿತ್ತು. ಅಥವಾ, 'ಡುಎಲ್' ಅನ್ನಲಾಗುವ ಫೋನೊಳಗಿನ ಜಂಟಿಕೆಮೆರಾದ ಒಳಪರಿಸ್ಥಿತಿಯೇ– ನಮ್ಮಿಬ್ಬರ ಆ ಮುಹೂರ್ತದೆದುರು ಸೋತು ಮಸುಕಿತ್ತೋ ಹೇಗೆ?

'ಫೋಕಸ್ಸೇ ಇಲ್ಲವಲ್ಲ?' ಕೇಳಿದೆ.

'ಕೆಲವು ಸಂಗತಿಗಳು ಹೀಗೇ ಇರಬೇಕು... ಫೋಕಸೇ ಇಲ್ಲದೆ! ತಾನೇನಂತ ತನಗೇ ನಿಖರವಾಗಿ ಗೊತ್ತಿಲ್ಲದೇ! ಆಗಲೇ ಬದುಕು ಸುಂದರವೆನಿಸೋದು!'

ದೊಡ್ಡ ಸಿದ್ಧಾಂತದ ಹಾಗಿದ್ದ ಮಾತಂಗಿಯ ಈ ಮಾತುಗಳಿಗೆ ಮನಸೋತುಹೋದೆ!

ಕೆಲವು ಕ್ಷಣಗಳ ಬಳಿಕ, ಮಾತಂಗಿ, ಹತ್ತನೇ ತಲೆಮಾರಿನ ಆ ಐಫೋನನ್ನು ಮತ್ತೆ ಕಿಸೆಗಿಳಿಸಿಕೊಂಡು– 'ಈಗೇನು ಮಾಡೋದು?' ಎಂದು ಕೇಳಿದಳು. ನಾನು ಶಹರದ ಸ್ಕೈಲೈನ್–ನಲ್ಲಿನ ಒಂದು ಕಟ್ಟಡವನ್ನು ಹೆಕ್ಕಿ, ಅದರತ್ತ ಬೊಟ್ಟುಗೈದು ತೋರಿದೆ. ಕಣ್ಣರಳಿಸಿಕೊಂಡು ನೋಡಿದಳು. ನಗರದೃಶ್ಯದ ಹತ್ತೂ ಸಮಸ್ತ ಮಿಣಿಕಲಂಕಾರದ ನಡುವೆ– ಬಲು ಸಣ್ಣಗೆ, ಆದರೆ ಕೋರೈಸಿ ಕಾಣುತ್ತಿದ್ದ 'ಹೆರಿಟೇಜ್ ಹೊಟೆಲ್' ಎಂಬ ಮಿರುಗುನೀಲಿಯ ಅಕ್ಷರಗಳನ್ನು ಓದಿ, 'ವ್ಹಾಟ್... ಇಷ್ಟು ಹತ್ತಿರ ಇದ್ದೀವಾ?' ಎಂದು ಕೇಳಿ ಒಂದೇ ಸಮ ನಲಿದುಬಿಟ್ಟಳು!

ಬಳಿಕ, ಇಬ್ಬರೂ ತಿಂದುಂಡು ಮಿಗಿಸಿದ ರ್‍ಯಾಪರು–ಕವರಿತ್ಯಾದಿ ಕಸವನ್ನೆಲ್ಲ ಜತನವಾಗಿ ಕಲೆಹಾಕಿ, ಎಲ್ಲವನ್ನೂ ಒಂದು ಪಾಲಿಥೀನಿನಲ್ಲಿಟ್ಟು ಕಿಸೆಗಿಳಿಸಿಕೊಂಡಳು. ಧೋತರದ ಮೂರು ಭಾಗಗಳಿದ್ದ ಇನ್ನೊಂದು ಪಾಲೀಥೀನನ್ನು, ನಾನು ಥೈಲಿಯ ಹಾಗೆ ಹಿಡಿದು ಎತ್ತಿಕೊಂಡೆ.

ಮರುಕ್ಷಣಕ್ಕೆಲ್ಲ ನಾವು ತಂಗಲಿಕ್ಕಿರುವ ಹೊಟೆಲಿನೆಡೆ ಸಾಗುವ ಐದು ಮಿನಿಟುಗಳ ದಾರಿಯನ್ನು ಹಿಡಿದೆವು.

60

'ಹ್ಞಾಂ... ಈಗ ನೆನಪಾಯಿತು. ಅದೇನೋ– ಇಡೀ ಒಂದು ನದಿಯನ್ನು ಕುಡಿದ ಹಾಗೆ ನೀರು ಕುಡಿದೆ ಅಂದೆಯಲ್ಲ, ನನಗೆ ಇಷ್ಟ ಆಯಿತು...' ಮಾತಂಗಿ ಮಾತಿಗಿಳಿದಳು.

ಆಶ್ಚರ್ಯವಾಯಿತು!

ಈ ಒಂದು ರಾತ್ರಿಯ ಪುರಾಣದಲ್ಲಿ, ಎಷ್ಟೋ ಅಧ್ಯಾಯಗಳ ಮೊದಲು ನಾನು ಹೇಳಿದ ಮಾತು ಇದು! ಕೆಲವು ಹೆಜ್ಜೆ ಒಡನಡೆಯುವಾಗ, ಒಂದಲ್ಲೊಂದು ಮಾತು ಹುಟ್ಟಿಸಬೇಕಾದ ಜರೂರಿಯಿರುವುದಲ್ಲ, ಆ ಮೇರೆಗೆ ಹೇಳಿದ ಮಾತು. ಅಥವಾ ರೇಲಿನಲ್ಲಿ, ಅಪರಿಚಿತ ಪ್ರಯಾಣಿಕನೊಡನೆ, ಎದುರಿಗಿದ್ದಾನೆಂಬ ಮರ್ಜಿಗೆ ಹರಟುವೆವಲ್ಲ– ಬಹುಶಃ ಹಾಗೇ.

ನಾನೇನೂ ಉತ್ತರಿಸದೆ ಸುಮ್ಮಗೊಮ್ಮೆ ನಕ್ಕೆನಷ್ಟೆ... ಮಾತಂಗಿ, 'ಹೇಳೋ...' ಎಂದು ಬದಿತಿವಿದು ಹೇಳಿದಳು.

'ಅರ್ರೇ...' ಅಂದುಕೊಂಡೆ. 'ಹೆಣ್ಣೇ... ನನ್ನೊಳಗೂ ನಿನ್ನ ಕುರಿತಾಗಿ ಕೆಲವು ಕೇಳಿಕೆಗಳಿವೆ. ನಿನ್ನಲ್ಲಿ ಉತ್ತರವುಂಟೇ? ಹೇಳು... ಉಂಟೆ? ಇರಬಹುದಾದರೂ ಸಮರ್ಪಕವುಂಟೇ? ನೀನಾದರೂ ನಾನು ಕೇಳಿದ್ದೊಂದು ಬಿಟ್ಟು ಉಳಿದಿದ್ದು ಆಡುತ್ತೀಯೆ. ಪಟ್ಟುಹಿಡಿಯುವಾಗ, ಒತ್ತಾಯಿಸಬೇಡ... ಅನ್ನುತ್ತೀಯೆ! ನಿನ್ನೊಳಗೊಂದು ಅರುಹಲಾಗದ ಮಜಬೂರಿ ಉಂಟೆನ್ನುತ್ತೀಯೆ,,. ಕುತೂಹಲ ಮಿಗಿಸುತ್ತೀಯೆ... ಹೇಳು ಆ ಮಜಬೂರಿಯಾದರೂ ಏನು?'

ಈ ಮಾತುಗಳನ್ನು, ಮನಸೊಳಗೇ ಮಾತಂಗಿಯನ್ನು ಉದ್ದೇಶಿಸಿ ಆಡಿಕೊಂಡೆ. ಯಾಕೋ ಕಾಣೆ, ಬಾಯಿಬಿಟ್ಟು ಕೇಳುವ ಉಮೇದುಂಟಾಗಲೇ ಇಲ್ಲ!

ಇನ್ನು, ನಾನೆಂಬ ನಾನಾದರೂ– ಮಾತಿಗೆಂತಲೇ ಉಂಟಾದವನು. ಮಾತಿಗೆಂದೇ ಹುಟ್ಟು ಕಂಡವನು. ಮಾತಿನಲ್ಲಿಯೇ ನಡೆಯುವವನು! ಅಥವಾ, ಮಾತಿಲ್ಲದ ನನ್ನನ್ನು ನಾನೆಲ್ಲಿ ತಾನೇ ಊಹಿಸಿಕೊಳ್ಳಬಲ್ಲೆ? ಅವಾಕ್ಕು ತಾಳಿದ ಏಳನ ಅಸ್ತಿತ್ವವಾದರೂ ಏನು? ಹೀಗಾಗಿಯೇ, ಈ ಹೆಣ್ಣು ಕೇಳಿದ್ದೇ ತಡ, ನಾನು ಯಾರು ಏನು ಎತ್ತವೆಂತೆಲ್ಲ ಪ್ರವರವೊಪ್ಪಿಸಿಬಿಟ್ಟೆ! ಇಷ್ಟು ಕೇಳಿದರೆ 'ಅಷ್ಟು' ಹೇಳಿದೆ... ಆದರೂ, ಇವಳು ಮಾತು ತಡೆಯುವ ರೀತಿಯನ್ನು ಮೆಚ್ಚಲೇಬೇಕು. ಮಾತಿರಲಿ ಮೌನಕ್ಕೂ

ಕಡಿವಾಣವಿಕ್ಕುವಳೋ ಏನೋ!

ನಿದ್ದೆಗಣ್ಣಿನ ನಡುವೆಯೂ, ನನ್ನ ಮನಸ್ಸು, ಹೀಗೆಲ್ಲ ಯೋಚಿಸತೊಡಗಿತು. ಹೆಜ್ಜೆಗಳು ಭಾರಗೊಂಡವು. ತೊಡರಿ ತಡವರಿಸಿದವು. ಮಾತನಾಡಿದರೆ ತೂಕಡಿಕೆಯಾದರೂ ನಿಂತೀತೇನೋ... ಅಂದುಕೊಂಡೆ. ಅಲ್ಲದೆ- ಜನರಿಲ್ಲದ, ಅದಿಬದಿಯ ನೋಟವೂ ಇಲ್ಲದ ಕತ್ತಲಿನಲ್ಲಿ ಎಚ್ಚೆತ್ತು ಸಾಗುವುದಾದರೂ ಹೇಗೆ? ಎಂತಲೇ ಮಾತಿಗಿಳಿದೆ.

'ಹೌದು... ನಾನು ಒಂದು ಕಡಲಿನಷ್ಟು ನೀರು ಕುಡಿದೆ!' ಎಂದು ಹೇಳಿದೆನಷ್ಟೆ, ಇಬ್ಬರ ನಡುವೆ, ಮತ್ತೊಮ್ಮೆ ಮಾತುಕತೆಯ ನಾನಾ ಪರಿಯೇ ಉಂಟಾಗಿಬಿಟ್ಟಿತು!

'ನಿನಗೆ ಗಂಗಾವತರಣದಲ್ಲೊಂದು ಕತೆ ಬರುತ್ತೆ, ಗೊತ್ತಾ?' ಮಾತಂಗಿ ಕೇಳಿದಳು. 'ಜುಹ್ನು ಮಹರ್ಷಿ ಇಡೀ ಗಂಗೆಯನ್ನು ಕುಡಿದು ಸುಮ್ಮನಾಗುತ್ತಾನೆ... ಆಗ ಭಗೀರಥ ಬೇಡಿಕೋತಾನೆ. ಗಂಗೆ ಜಾಹ್ನವಿ ಅನ್ನೋ ಹೆಸರು ತಾಳಿಕೊಂಡು ಹೊರಬರುತಾಳೆ...'

'ಹ್ಞೂಂ... ಈಗ ಇದ್ದಕ್ಕಿದ್ದ ಹಾಗೆ ಈ ಪುರಾಣದ ಕತೆ ಯಾಕೆ ನೆನಪಿಗೆ ಬಂತು?'

'ಸುಮ್ಮನೆ...' ಸಣ್ಣಗೆ ನಕ್ಕಳು. 'ಇಡೀ ರಾತ್ರಿ ನೀನು ಏನೇನೆಲ್ಲ ತಿಳಿಹೇಳಿದೆಯಲ್ಲ- ಅದಕ್ಕೇ! ನನಗೂ ಅಷ್ಟಿಷ್ಟು ಪುರಾಣ ಗೊತ್ತು ಅಂತ ನಿನಗೆ ತಿಳಿಸೋಕೆ!' ಎಂದು ಛೇಡಿಸಿದಳು.

'ನದಿಯನ್ನೇನು, ಇಡೀ ಕಡಲನ್ನೇ ಕುಡಿಯುವ ಕಲ್ಪನೆ ಇದೆ... ನಿನಗೆ ಅಗಸ್ತ್ಯ ಮಹರ್ಷಿ ಗೊತ್ತಲ್ಲವಾ? ನಾವು ತಮಿಳರು ಅಗಸ್ತ್ಯರ್ ಎಂದು ಅವರನ್ನ ಮನ್ನಿಸುತೀವಿ... ತಮಿಳು ಸಂಸ್ಕೃತಿಯಲ್ಲಿ ಅವರದ್ದು ಒಂದು ದೊಡ್ಡ ಹೆಸರು. ಹಾಗೇ ಅವರನ್ನು ಮದುವೆಯಾದಳು ಅನ್ನಲಾಗುವ ಲೋಪಾಮುದ್ರೆಯದ್ದು... ಐ ಮೀನ್ ಕಾವೇರಿಯದ್ದು...'

'ಹ್ಞೂಂ...'

'ಒಮ್ಮೆ ಈ ಅಗಸ್ತ್ಯರೆದುರು ಒಂದು ಸಮುದ್ರ ಸೊಕ್ಕಿ ಮೊರೆಯಿತಂತೆ... ಆಗ ಅವರು ಇಡೀ ಕಡಲನ್ನೇ ಆಪೋಶನ ತಕ್ಕೊಂಡರಂತೆ! ಕೆನ್ ಯು ಬಿಲೀವ್ ಇಟ್?'

'ಯೆಸ್ಸ್ ಐ ಕೆನ್... ಗಂಗೆಯಂತಹ ಒಂದು ದೊಡ್ಡ ನದಿಯನ್ನೇ ಒಬ್ಬ ಮನುಷ್ಯ ಕುಡಿಯಬಹುದು ಅಂತಂದರೆ, ಹತ್ತಾರು ಗಂಗೆಗಳು ಸೇರಿ ಉಂಟಾದ ಕಡಲನ್ನೂ ಕುಡಿಯಬಹುದಲ್ಲವಾ?'

'ಹೌದು... ಈ ಬಗೆಯ ಕಲ್ಪನೆಗಳೇ ಈ ದೇಶವನ್ನು ಕಟ್ಟಿರೋದು... ಇಲ್ಲಿನ ಪುರಾಣಗಳನ್ನು ಹುಟ್ಟಿಸಿರೋದು. ಕತೆಗಳಿಲ್ಲದ ನಮಗೆ ಅಸ್ತಿತ್ವವೇ ಇಲ್ಲ. ಹಾಗೇ, ಭಾರತ ಅಂತನ್ನುವ ಪರಿಕಲ್ಪನೆಯೂ ಇರಲ್ಲ...'

'ಹ್ಞೂಂ...'

'ಇನ್ನೂ ಒಂದು ವಿಷಯ... ಇದೇ ಒಡಿಸ್ಸಾದಲ್ಲಿ ರಥಯಾತ್ರೆಯಷ್ಟೇ ಜೋರಾಗಿ ಮಾಡುವ ಇನ್ನೊಂದು ಹಬ್ಬ ಇದೆ. ಅದನ್ನ ಬಾಲೀಯಾತ್ರೆ ಅಂತ ಕರೀತಾರೆ...'

'ಐ ಸೀ...'

'ಕಾರ್ತಿಕ ಮಾಸದ ಹುಣ್ಣಿಮೆಯ ದಿನ ಈ ಹಬ್ಬ ಬರುತ್ತೆ... ಅವೊತ್ತು ಇಡೀ ಒಡಿಸ್ಸಾ ರಾಜ್ಯವೇ ಇಡಿಯಾಗಿ, ಕಾಗದದ ದೋಣಿಗಳನ್ನು ಮಾಡುತ್ತೆ. ಅಂದರೆ, ಮನೆಮನೆಯವರೆಲ್ಲ ಒಂದೊಂದು ದೋಣಿ... ಬಣ್ಣ ಬಣ್ಣದ ದೋಣಿ... ಯಾವಯಾವುದರಿಂದ ಮಾಡಬಹುದೋ ಅವೆಲ್ಲದರಿಂದ ದೋಣಿ ಮಾಡುತಾರೆ. ವೀಳ್ಯದೆಲೆಯಿಂದಲೂ ದೋಣಿ ಮಾಡುತ್ತಾರೆ...'

'ಅಮೇಜಿಂಗ್...'

'ಹ್ಞೂಂ... ಆಮೇಲೆ ಮುಸ್ಸಂಜೆಯಲ್ಲಿ ಎಲ್ಲರೂ ಸೇರಿಕೊಂಡು, ಒಂದು ಹರಿವಾಣದೊಳಕ್ಕೆ ನೀರು ತುಂಬಿ ದೋಣಿಗಳನ್ನು ತೇಲಿಬಿಡುತ್ತಾರೆ... ಒಳಗೆ ದೀಪ ಹಚ್ಚಿಟ್ಟು ತೇಲಿಬಿಡುತ್ತಾರೆ...'

'ವ್ವಾಹ್ಹ್...'

'ಏನು ಗೊತ್ತಾ? ನಿನಗೆ ಗೊತ್ತೋ ಇಲ್ಲವೋ, ಈ ಭೂಪ್ರದೇಶದಲ್ಲಿ ಮಹಾನದಿ ಅಂತ ಒಂದಿದೆ... ಬಹು ಮುಖ್ಯವಾದ ನದಿ. ಇಲ್ಲೇ ಭುವನೇಶ್ವರಕ್ಕೆ ಉತ್ತರಕ್ಕಿರೋ ಕಟಕ್ ನಗರದಲ್ಲಿ ಬಂಗಾಳಕೊಲ್ಲಿಗೆ ಬಂದು ಸೇರುತ್ತೆ. ಕಡಲು ಸೇರುತ್ತಿರುವ ಯಾವುದೇ ನದಿಗೆ ಓಡುವ ಭರ ಇರೋದಿಲ್ಲ... ಐ ಮೀನ್, ಹರಿದು ಹೋಗುವ ಅವಸರ ಇರಲ್ಲ... ಮೆಲ್ಲಗೆ ಹರಿಯುವ ನೀರು ಕಲೆ ಹಾಕಿಕೊಂಡಿರುತ್ತೆ... ಈ ಪ್ರದೇಶವನ್ನ ಇಂಗ್ಲಿಷಿನಲ್ಲಿ ಡೆಲ್ಟಾ ಅಂತನ್ನುತಾರೆ. ಕನ್ನಡದಲ್ಲಿ ಮುಖಜಭೂಮಿ ಅನ್ನುತ್ತಾರೆ... ಬಾಲೀಯಾತ್ರೆಯ ದಿವಸ, ಮಹಾನದಿಯ ಮುಖಜ–ಪ್ರದೇಶದಲ್ಲಿ– ಲಕ್ಷಾಂತರ ಮಂದಿ ಈ ದೋಣಿಗಳನ್ನು ಮಾಡಿ, ದೀಪ ಹಚ್ಚಿ ನದಿಯೊಳಕ್ಕೆ ತೇಲಿಬಿಡುತಾರೆ... ಮಹಾನದಿ ಬೆಳಕೇ ಬೆಳಕಿನ ನದಿಯಾಗಿಬಿಡುತ್ತೆ! ಆ ಬೆಳಕಿಗೂ ಒಂದೇ ಬಣ್ಣ ಅಲ್ಲ... ಬಣ್ಣ ಬಣ್ಣದ ಬೆಳಕು ಅಂದರೆ– ಜಸ್ಟ್ ಇಮ್ಯಾಜಿನ್...'

'ಲೋ ಐಳ... ಒಂದು ಸಲ ಅಲ್ಲಿಗೆ ಬರೋಣವೋ...'

'ಹುಹ್ಹ್...'

'ಯಾಕೋ?'

'ನಾನು ಬರೇ ಒಂದು ರಾತ್ರಿಯ ಜೊತೆಗಾರ ಅಂದೆಯಲ್ಲೇ, ಹುಡುಗಿ!'

'ಹೌದಲ್ಲ... ಹೋಗಲಿ ಬಿಡು. ಈ ಬಾಲೀಯಾತ್ರೆ ತೋರಿಸುತೀನಿ ಅಂತಂದರೆ ನಿನ್ನೊಡನೆ ಇನ್ನೂ ಒಂದು ರಾತ್ರಿ ಕಳೀತೀನಿ...'

'ನಿಜವಾಗಲೂ?'

'ಯೆಸ್...'

'ಆದರೆ ಆ ಸರ್ತಿ ದರೋಡೆ ಗಿರೋಡೆ ಅಂತೆಲ್ಲ ಪ್ರೋಗ್ರಾಮ್ ಇಟ್ಟುಕೋಬೇಡ, ಅಷ್ಟೇ!'

ಮಾತಂಗಿ, ಸುಮ್ಮಗೊಮ್ಮೆ ನಾಚಿಕೊಂಡು, 'ಸರಿ... ಮುಂದಕ್ಕೆ ಹೇಳು...' ಎಂದು ನಸುನಕ್ಕು ಕೋರಿದಳು.

61

'ಇನ್ನು, ಈ ಬಾಲೀಯಾತ್ರೆಗೂ ಒಂದು ಹಿನ್ನೆಲೆಯಿದೆ... ಅಸಲಿನಲ್ಲಿ, ಇದನ್ನು ಬಾಲೀಜಾತ್ರೆ ಅಂತ ಕರೆಯಲಾಗುತ್ತೆ... ಸಂಸ್ಕೃತದ ಯಾತ್ರೆ ಕನ್ನಡದಲ್ಲಿ ಜಾತ್ರೆ ಅಂತಾಗುತ್ತಲ್ಲ, ಹಾಗೇ... ಇದೇ ಥರ- ಒಡಿಯಾ ಭಾಷೆಯಲ್ಲೂ ಬಂಗಾಳಿಯಲ್ಲಿ ಆಗುವ ಹಾಗೇ, ವಕಾರ ಬಕಾರವಾಗುತ್ತೆ! ಜಗನ್ನಾಥನ ಗುಡಿಯ ಬಾಜೂ ಇರುವ ಬಿಮಲಾದೇವಿ ದೇವಸ್ಥಾನ, ಆಕ್ಚುಅಲೀ ವಿಮಲಾದೇವಿಗೆ ಸಂಬಂಧಿಸಿದ್ದು... ಇಲ್ಲಿ, ಬಾಲೀಜಾತ್ರೆ ಅಂದರೆ ವಾಲೀ-ಯಾತ್ರೆ ಅಂತ ಅರ್ಥ...

'ರಾಮಾಯಣದಲ್ಲಿ ವಾಲಿಯ ವಧೆಯಾದ ಮೇಲೆ, ಶ್ರೀರಾಮ ವಾಲಿಯ ದೇಹವನ್ನು- ಒಂದು ಬಾಣ ಹೂಡಿ ಎತ್ತಿ, ಅದನ್ನು ಸಮುದ್ರದೊಳಕ್ಕೆ ತೂರಿಬಿಡುತ್ತಾನೆ... ವಾಲಿಯ ಅತ್ಯಗಾಧವಾದ ದೇಹವೇ, ಇವೊತ್ತು ಬಾಲೀ ಎಂದು ಹೆಸರಾಗಿರೋ- ಭಾರತಕ್ಕೆ ಈಶಾನ್ಯ ದಿಕ್ಕಿನಲ್ಲಿರೋ ಒಂದು ದ್ವೀಪವಾಗುತ್ತೆ... ಇದು ಇನ್ನೊಂದು ಕತೆ!

'ಸರಿ... ಈ ಬಾಲೀಜಾತ್ರೆಗೆ ಮತ್ತೆ ಬರುತೀನಿ... ಈ ದೇಶದಲ್ಲಿ, ಸುಮಾರು ಎರಡು ಸಾವಿರಕ್ಕೂ ಹೆಚ್ಚು ವರ್ಷಗಳ ಹಿಂದೆ- ಸಮುದ್ರಯಾನ ಸುರುವಾಯಿತಲ್ಲ, ಈ ಕತೆ ಆಗ ಹುಟ್ಟಿದ್ದು... ಅಂದರೆ ಈ ಪ್ರದೇಶವನ್ನು ಆಳಿದ ಒಬ್ಬ ದೊಡ್ಡ ದೊರೆ- ಅಂದರೆ ಅಶೋಕ ಸಾಮ್ರಾಟನ ಅಜ್ಜ ಚಂದ್ರಗುಪ್ತ ಮೌರ್ಯ, ಹೊಸತೊಂದು ಸಾಮ್ರಾಜ್ಯ ಹುಟ್ಟು ಹಾಕಿದನಲ್ಲ, ಅದು ಒರಿಸ್ಸಾ-ಬಿಹಾರುಗಳಲ್ಲೆಲ್ಲ ಹಬ್ಬಿಕೊಂಡಿತ್ತು... ಇನ್ನು ಬಿಹಾರ ಅಂತಂದರೆ ಬೌದ್ಧವಿಹಾರ ಅಂತಲೇ ಅರ್ಥ!

'ಆ ಕಾಲಕ್ಕೆ, ಒದಿಶಾದ ಭೂಪ್ರದೇಶವನ್ನ ಕಳಿಂಗ ಅಂತನ್ನುತ್ತಿದ್ದರು... ಇದೇ ಉತ್ಕಲ ಎಂದೂ ಹೆಸರಾಗಿತ್ತು!

'ಉತ್ಕಲಾ ಅಂತಂದರೆ, ಕಲೆಯ ಉದ್ಭವ ಅನ್ನುವ ಅರ್ಥ... ಅಥವಾ, ತಂತಾನೇ ಎದ್ದಿರುವ ಕಲೆ ಅನ್ನುವ ಅರ್ಥ! ಯಾವುದೇ ಭಾಷೆಯಲ್ಲಿನ ಯಾವುದೇ ಪದದ

ಬಗ್ಗೆ, ಅಗತ್ಯಕ್ಕೂ ಸ್ವಲ್ಪ ಹೆಚ್ಚಾಗಿ ಯೋಚಿಸಿದರೆ ಅದೇ ಪದದ ಹೆಚ್ಚುವರಿ ಅರ್ಥಗಳು ಸಿದ್ಧಿಸಿಕೊಂಡು ಬರುತ್ತವೆ... ಇರಲಿ... ನಮ್ಮ ರಾಷ್ಟ್ರಗೀತೆಯಲ್ಲಿ ದ್ರಾವಿಡ ಉತ್ಕಲ ವಂಗಾ– ಅಂತ ಹಾಡೋದು ಇದೇ ಉತ್ಕಲವನ್ನ... ಈ ಮಾತು ಈಗ ಬೇಡ...

'ಮೌರ್ಯರ ಕಾಲಕ್ಕೆ, ಅಂದರೆ ಕ್ರಿಸ್ತಪೂರ್ವದ ಮೂರು–ನಾಲ್ಕನೇ ಶತಮಾನದಲ್ಲಿ, ಸಾಗರಾಂತರದ ವ್ಯಾಪಾರ ವಹಿವಾಟು ಸುರಗೊಂಡಿತಲ್ಲ, ಆಗ ಈ ಪ್ರದೇಶದ ವರ್ತಕರು– ದೂರದ ಇಂಡೋನೇಶಿಯಾ, ಬಾಲೀ, ಜಾವ, ಸುಮಾತ್ರ... ಇನ್ನೂ ಆ ಕಡೆಗಿರುವ ವಿಯೆಟ್ನಾಮಿನವರೆಗೂ– ವಾಣಿಜ್ಯದ ನೆಪದಲ್ಲಿ ಯಾತ್ರೆಗೆ ಹೋಗುತಿದ್ದರು... ಲಕ್ಷಾಂತರ ಚದರಮೈಲುಗಳ ಉದ್ದಕ್ಕೆ ಈ ಮಂದಿಯ ವಹಿವಾಟು ನಡೆಯುತ್ತಿತ್ತು!

'ಇಲ್ಲಿನ ಕಡಲುಗಳಲ್ಲಿ– ಯಾನ ಕೈಕೊಂಡವರನ್ನು ಇಲ್ಲೇ ಉಳಿಯುವವರು ಬೀಳ್ಕೊಟ್ಟು ಬರುತ್ತಿದ್ದರಲ್ಲ, ಆ ನೆಪದಲ್ಲಿ ಬಾಲೀಯಾತ್ರೆ ಅಂತೆಂಬ ನಾವೆಗಳ ಹಬ್ಬ ಸುರುವಾಯಿತು! ಅಂದರೆ ಇವೊತ್ತಿನವರೆಗೂ ಇಲ್ಲಿ ಪ್ರಚಲಿತವಿರುವ ಈ ಹಬ್ಬ, ಮೌರ್ಯರ ಕಾಲದ ಸಮುದ್ರಯಾನದ ಸ್ಮರಣೆಯಲ್ಲಿ ಜರುಗುವಂಥದ್ದು! ಮೌರ್ಯ ದೊರೆಗಳೇ ಇದಕ್ಕೊಂದು ಹಬ್ಬದ ಪ್ರತೀತಿ ಹುಟ್ಟು ಹಾಕಿರಬೇಕು...

'ಅವೊತ್ತು ಮೌರ್ಯರು ಕಲ್ಪಿಸಿದ ಸಮುದ್ರಮಾರ್ಗವಿದೆಯಲ್ಲ, ಅದೆಷ್ಟು ದೊಡ್ಡದಾಯಿತು ಅಂತಂದರೆ– ಇಡೀ ಪೂರ್ವದೇಶೆಯಲ್ಲಿರುವ ದೇಶಗಳಲ್ಲೆಲ್ಲ ಹಬ್ಬಿ ಹರಡಿಕೊಂಡಿತು! ಈ ದೇಶದಲ್ಲಿನ ಮ್ಯಾರಿಟೈಮ್ ಹಿಸ್ಟೊರಿ... ಅಂದರೆ ಸಮುದ್ರಾಂತರದ ಇತಿಹಾಸವನ್ನು ಹೇಳಬೇಕು ಅಂತಂದರೆ, ಈ ಬಾಲೀಜಾತ್ರೆಯ ಹಬ್ಬದಿಂದಲೇ ಸುರುಮಾಡಬೇಕೇನೋ... ಎಷ್ಟರ ಮಟ್ಟಿಗಂದರೆ ಇದರಿಂದಲೇ ಒಂದು ಹೊಸ ಶಕೆಯೇ ಸುರುವಾಯಿತು!'

ನಾನು ಬಾಲೀಯಾತ್ರೆಯ ಬಗ್ಗೆ ಹೇಳುವ ಉದ್ದಕ್ಕೂ, ಮಾತಂಗಿ, ಹೆಚ್ಚು ಮಾತನಾಡಲಿಲ್ಲ. ಬರೇ ಹ್ಞೂಂಗುಟ್ಟಿಕೊಂಡು ಒಡನಡೆದಳು. ಇನ್ನು, ಎಂದಿನಂತೆ ನನಗೂ ಹೇಳಿಕೊಳ್ಳುವ ಇರಾದೆಯಿದ್ದಿತಷ್ಟೇ, ಹೆಣ್ಣು ಕೇಳಿಸಿಕೊಳ್ಳುತ್ತಿದೆಯೋ ಇಲ್ಲವೋ ಎಂಬುದನ್ನೂ ಲೆಕ್ಕಿಸದೆ– ಕತೆಯ ಹಾಗೆ, ಮಾತು ಬಡಬಡಿಸಿಕೊಂಡು ನಡೆದೆ.

ನಾನು ಮಾತುಗಳನ್ನು ಮುಗಿಸುವುದಕ್ಕೆ ಸರಿಯಾಗಿ, ಇಬ್ಬರೂ 'ಹೆರಿಟೇಜ್ ಹೊಟೆಲ್' ಆವರಣದೊಳಕ್ಕೆ ಬಂದು, ಎದುರಿಗಿನ ಬ್ರಿಟಿಷ್ ಕಾಲದ ಕಾರಂಜಿಯನ್ನು ಬಳಸಿಕೊಂಡು ಸುತ್ತುವ ಮೋಟಾರುದಾರಿಯಲ್ಲಿ ನಿಂತೆವು.

ಮಾತಂಗಿ ನನ್ನತ್ತಲೇ ನೋಡಿಕೊಂಡು ಕ್ಷಣಕಾಲ ಸ್ತಬ್ಧಯಿಸಿದಳು. ಎವೆಯಿಕ್ಕದೆ ನನ್ನನ್ನೇ ನೋಡುತ್ತ, ನನ್ನ ಮುಖದೊಳಕ್ಕೇ ತದೇಕಗೊಂಡು ನಿಂತಳು! ಮಾತೇ

ಹೊರಳದ ಅವಾಕ್ಕು ಸಾಧಿಸಿಕೊಂಡು ಅದರೊಳಕ್ಕೇ ಹೊಕ್ಕು ಸಂದುಕೊಂಡಿದ್ದಳು!

'ಹೇ... ಏನಾಯಿತು?' ಕೇಳಿದೆ.

'ಐಳ... ಯು ಆರ್ ಸೋ ಅಮೇಜಿಂಗ್... ನೀನು ಮನುಷ್ಯ ಅಲ್ಲ; ಗ್ರಂಥ! ಗ್ರಂಥ!' ಮಾತಂಗಿ ಹೇಳುವಾಗ, ಅವಳ ಕಣ್ಣುಗಳು ಪಸೆಗೂಡಿಕೊಂಡವು. 'ಐ ಫೀಲ್ ಸೋ ಸೋ ಇಲೇಟೆಡ್... ಥ್ಯಾಂಕ್ ಯು ಸೋ ಮಚ್...' ಅಂತನ್ನುತ್ತ ಅತ್ತೇಬಿಟ್ಟಳು. 'ನಾನು ಈ ರಾತ್ರಿಯನ್ನು ಜೀವಮಾನ ಪೂರ್ತಿ ಮರೆಯೋದಿಲ್ಲ...' ಅಂತಲೂ ಬಿಕ್ಕುತ್ತಿರುವ ನಡುವೆ ಗದ್ಗದಿಸಿದಳು!

ನಾನು ತಕ್ಷಣ ವಾಚು ನೋಡಿಕೊಂಡೆ. ನಾಲ್ಕು ಗಂಟೆ ನಲವತ್ತಮೂರು ನಿಮಿಷ ಇಪ್ಪತ್ತಾರು ಸೆಕೆಂಡುಗಳು!

ಅರೇ... ಇನ್ನೂ ಒಂದು ತಾಸಿನ ಅವಧಿಯಿದೆಯಲ್ಲ... ಈಗಲೇ ಬೀಳ್ಕೊಡುತ್ತಿರುವಳೇ? ಈ ಪರಿಯ ವಿದಾಯವನ್ನು ನಾನು ಎಣಿಸಿದ್ದೇ ಇಲ್ಲವಲ್ಲ! ಇನ್ನೂ ಈಗ ತಾನೇ ಹೊಟೆಲು ತಲುಪಿದೆವಷ್ಟೆ? ರಾತ್ರಿಗಿನ್ನೂ ಬಾಕಿಯಿದೆಯಲ್ಲವೆ? ಬೆಳಗಿನವರೆಗಿನ ಗಡುವಿದೆಯಲ್ಲವೆ? ಆಗಲೇ ರಾತ್ರಿ ತೀರಿತೆಂಬಂತೆ, ಮತ್ತು, ಈ ರಾತ್ರಿಯೊಡನೆಯೇ ಇಬ್ಬರ ಋಣ ತೀರಿತೆಂಬಂತೆ ಬಗೆದಿರುವಳಲ್ಲ? ಅಂದರೆ, ಈ ಕ್ಷಣದಾಚೆಗಿನ ಭವಿಷ್ಯದಲ್ಲಿ ನಮ್ಮ ನಡುವೆ ಕೊಡುಕೊಳುವೇ ಕೂಡದೆಂದು ಅರ್ಥವೇ? ಮುಂದಿನ ಹಗಲಿನಲ್ಲಿ, ಅಕಸ್ಮಾತ್ ಎದುರಾದರೂ– ಒಬ್ಬರಿಗೊಬ್ಬರು ಅಪರಿಚಿತರಂತೆ ಇರುವುದೆಂಬ ಇರಾದೆಯೇ? ಛೇ... ಬದುಕೇ, ನೀನೇಕೆ ಇಷ್ಟು ಕ್ರೂರಿ... ಬೆಳಕು ಹರಿಯುವವರೆಗಾದರೂ ಇಬ್ಬರನ್ನೂ ಒಡಹಿಡಿಯುವ ಪವಾಡವನ್ನು ಕಾಯ್ದಿರಿಸಬಹುದಿತ್ತಲ್ಲವೇ? ನನಗಾಗಿ ಕಿಂಚಿತ್ತು ಮಹಿಮೆ ಕಾಣಿಸುವುದಲ್ಲವೇ?

ನನಗೂ ಅಳುವೊತ್ತರಿಸಿ ಬಂತು.

'ಐ ಮಿಸ್ ಯೂ ಟೂ...' ಎಂದು ಹೇಳಿ, ಮಾತಂಗಿಯನ್ನು, ಅನಾಮತ್ತನೆ ಅಪ್ಪಿಕೊಂಡೆ. ಅವಳೂ ಮರುಮಾತು ಹುಟ್ಟಿಸದೆ ನನ್ನ ಮೈಯೊಳಗೆ ಅಡಗಿಕೊಂಡಳೇನೋ. ಸಮಯಕ್ಕೆ ಸಮಯವೇ ಸ್ಥವಿರಗೊಂಡು ಸ್ಥಿರವಾಯಿತೇನೋ! ಇಷ್ಟಿದ್ದೂ, ನಡುಬೀದಿಯಂತಹ ಆ ಎಡೆಯಲ್ಲಿ ಎಷ್ಟು ಕಾಲವಂತ ಮೈಮ್ಮೈ ಅಪ್ಪಿಕೊಂಡಿರುವುದು? ಎಷ್ಟೇ ಮನಸು ಬೆರೆಸಿಯೂ ಮೈಯೆರಡೇ ತಾನೇ?

'ಚಲ್... ಲೆಟ್ಸ್ ಗೆಟ್ ಗೋಇಂಗ್...' ಅನ್ನುತ್ತ ಮಾತಂಗಿಯ ಬೆನ್ನನ್ನೊಮ್ಮೆ ತಡವಿ ಮೆಲುವಾಗಿ ತಟ್ಟಿದೆ. 'ಎಲ್ಲಿ ಇನ್ನೊಂದು ಸಲ ಮೀಸೆ ತಿರುವಿಬಿಡೋ...' ಎಂದು ಸಣ್ಣಗೆ ಹೇಳಿದಳು. ಸರಿ ಅಂತಂದೆ. 'ಇರು... ಸ್ವಲ್ಪ ಹಿಂದೆ ಹೋಗುತೀನಿ..' ಅನ್ನುತ್ತ, ಐದಾರು ಹೆಜ್ಜೆ ಹಿಂದಕ್ಕೆ ಸರಿದು, ನಾನು ಮೀಸೆ ತಿರುವುತ್ತಿರುವ ಸಂಗತಿಯನ್ನು ಫೋನಿನಲ್ಲಿ ಕ್ಲಿಕ್ಕಿಸಿಕೊಂಡಳು. ಬಳಿಕ, 'ಹೇ... ಆ ಕ್ಯಾರೀಬ್ಯಾಗ್ ಎಲ್ಲಿ?' ಅನಾಮತ್ತನೆ

ಭಾವುಕತೆ ಕಡಿದ ಇಹಕ್ಕೆ ಬಂದಂತೆ ಕೇಳಿದಳು.

'ಇಲ್ಲೇ ಇದೆ...' ಎಂದು ಹೇಳಿ, ಈ ಮೊದಲು ನಾನು ನಿಂತಲ್ಲಿಯೇ ಕೆಳಕ್ಕಿಳಿಸಿದ ಎಡೆಯನ್ನು ತೋರಿದೆ. ದರೋಡೆಯ ಹೊತ್ತಿನಲ್ಲಿ ಇಬ್ಬರೂ ಮುಖ ಮುಸುಕಿಕೊಳ್ಳಲು ಬಳಸಿದ– ಒಡಿಸ್ಸೀ ಧೋತರದ ಹರುಕುಗಳಿದ್ದ ಪಾಲಿಥೀನನ್ನು ಹೆಕ್ಕಿಕೊಂಡು, 'ಇದನ್ನು ನಾನಿಟ್ಟುಕೋತೀನಿ ಆಯಿತಾ?' ಅಂದಳು. ನಾನು ಒಲ್ಲೆನ್ನದೆ, 'ನಡಿ... ಹೋಗೋಣ...' ಎಂದು ಹೊಟೆಲಿನ ಕಡೆ ತಿರುಗಿದೆ.

62

ಹೊಟೆಲಿನಲ್ಲಿ ಲಿಫ್ಟಿಲ್ಲವಾದ್ದರಿಂದ ಮೆಟ್ಟಿಲುಗಳನ್ನು ಏರುವುದಾಯಿತು.

ಏರಿ ಏರಿ ಏರಿದ್ದೇ ಆಯಿತು, ಈ ತನಕವಿದ್ದಿರದ ಮೈದಣಿವು, ನೀರಡಿಕೆ, ನಿದ್ದೆಗೇಡುಗಳೆಲ್ಲ– ಒಮ್ಮಿಂದೊಮ್ಮೆ ತಲೆದೋರಿದವು. ಹೆಜ್ಜೆಗಳು ಭಾರವೆನಿಸಿದವು. ಅಂತಿಂತಲ್ಲದ ಭಾರ. ಹೆಣದಂತಹ ಮಣಗಟ್ಟಲೆ ಭಾರ! ಕಾಲುಗಳನ್ನು ಎಳೆದು ಎತ್ತಿ ಹತ್ತುವುದಾಯಿತು!

ಮೊದಲನೇ ಮಹಡಿಯಲ್ಲಿ ಮಾತಂಗಿಯ ರೂಮು; ನೂರೊಂದನೇ ನಂಬರಿನದು. ನನ್ನದು ಮುನ್ನೂರಿಪ್ಪತ್ತೊಂದು; ಮೂರನೆಯ ಮಹಡಿಯಲ್ಲಿ ಎಡಗಡೆಗೆ ಕಟ್ಟಕಡೆಯದ್ದು. ಅಂದರೆ ನಾನು ನನ್ನ ರೂಮು ಸೇರಲಿಕ್ಕೆ ಮೂರು ಮಹಡಿಯೇರಬೇಕು. ಇವಳನ್ನು ಬೀಳ್ಕೊಂಡ ಮೇಲೆ– ಒಬ್ಬನೇ ಏಕಾಕಿಯಾಗಿ ಇನ್ನೆರಡು ಮಹಡಿಯೇರಬೇಕು!

ನೆಲಮಹಡಿಯಿಂದ ಐದಾರು ಮೆಟ್ಟಿಲೇರಿದ್ದೇ ಮಾತಂಗಿ ನನ್ನನ್ನು ಮತ್ತೊಮ್ಮೆ ಬಗಲು–ಬಳಸಿ ಹಿಡಿದುಕೊಂಡಳು. ನನ್ನ ಹೆಗಲಿಗೆ ತಲೆಯಾನಿಸಿ ಸಣ್ಣಗೇನೋ ಮುಲುಗಿದಳು. ನಾನೂ ಇನ್ನೊಂದು ಕೈಯಿಂದ ಅವಳ ತಲೆಯನ್ನೊಮ್ಮೆ ತಡವಿದೆ.

ಮುಂದಿನ ಮೆಟ್ಟಿಲುಗಳನ್ನು ಒಟ್ಟೊಟ್ಟಿಗೇ ಮತ್ತು ಮೆಲ್ಲಮೆಲ್ಲಗೆ ಕ್ರಮಿಸಿದೆವು.

'ನನಗೆ ನಿನ್ನನ್ನು ಬಿಟ್ಟುಹೋಗಬೇಕು ಅನ್ನೋ ಯೋಚನೆಯೇ ಹಿಡಿಸುತ್ತಿಲ್ಲ...' ಎಂದು ಮೊದಲ ಮಹಡಿ ತಲುಪಿದ್ದೇ ಹೇಳಿದಳು.

ನಾನು ಬೇಕೆಂತಲೇ ನಿರ್ಭಾವುಕತೆ ತಾಳಿದೆ.

ಮಹಡಿಯು ಫರ್ಸ್ಟ್–ಫ್ಲೋರು ಸೇರುವಲ್ಲಿ– ವಿಶಾಲವಾಗಿ ತೆರೆದುಕೊಳ್ಳುವ ಹಜಾರದಲ್ಲಿ ದೊಡ್ಡದೊಂದು ಗಡಿಯಾರವನ್ನು ತೂಗಿಡಲಾಗಿತ್ತು. ಮಹಡಿಯ ಮಗ್ಗುಲಿನ ಗೋಡೆಯಲ್ಲಿಯೇ ಇಳಿಬಿಡಲಾಗಿತ್ತು. ದೊಡ್ಡದೆಂದರೆ ಬಲು ದೊಡ್ಡದು. ಬ್ರಿಟಿಷರ ಕಾಲದ ಕರ್ರನೆ ಕಟ್ಟಿಗೆಯಿಂದ ಮಾಡಿದ್ದು. ಸರಿಸುಮಾರು ಒಂದು

ಬಾಗಿಲಳತೆಯ ಅಗಲ ಅದಕ್ಕೆ. ಗಾತ್ರಕ್ಕೆ ತಕ್ಕನೆ ಪೆಂಡುಲಮ್ಮು ತೂಗಿಕೊಂಡಿತ್ತು. ನಮ್ಮನ್ನು ನೋಡಿದ್ದೇ, ತನ್ನ ಅಳತೆಯಷ್ಟೇ ದೊಡ್ಡದಾಗಿ, ಐದು ಗಂಟೆಗೆ ಐದು ನಿಮಿಷ ಬಾಕಿಯೆಂದು ತೋರಿ– ಬೆಳಕು ಹರಿಯಲಿಕ್ಕಿನ್ನೂ ಕಾಯಬೇಕೆಂದು ಇನ್ನಷ್ಟು ದೊಡ್ಡದಾಗಿ ಸಾರಿತು.

'ಹೇ... ಇನ್ನೂ ಟೈಮಿದೆಯಲ್ಲ... ಇರು..' ಮಾತಂಗಿ, ಗಡಿಯಾರವನ್ನೇ ನೋಡಿಕೊಂಡು ಹೇಳಿದಳು.

ಹುಹ್ಹ್... ಈ ಸಮಯವು ಮುಂದಕ್ಕೆ ಹೊರಳದೆ ಇರುವಲ್ಲೇ ನಿಲ್ಲಬಾರದೇ... ಎಂದು ನಾನೂ ಅಂದುಕೊಳ್ಳುತ್ತಿರುವಾಗ, 'ಐಳ... ಅದರ ನಡೆಯುವ ಮುಳ್ಳನ್ನು ಕಿತ್ತುಬಿಡೋ...' ಎಂದು ಕೈ ಮುಂದೆ ಮಾಡಿ ಹೇಳಿದಳು. ನಾನು ಗಡಿಯಾರವನ್ನೊಮ್ಮೆ, ಅವಳನ್ನೊಮ್ಮೆ ನೋಡುತ್ತ, ಮಾತು ತೋಚದೆ ವಿಷಣ್ಣನಾಗಿ ನಕ್ಕೆ. 'ಸರಿ... ನಿನ್ನನ್ನು ರೂಮಿನವರೆಗೂ ಬಿಡುತೀನಿ... ತಡಿ...' ಎಂದು ಹೇಳಿ, ಅವಳ ಮೈಬಳಸಿಕೊಂಡೇ ನಡೆದುಹೋದೆ.

ನೂರೊಂದನೇ ನಂಬರಿನ ಬಾಗಿಲಿನೆದುರು ಇಬ್ಬರೂ ಗಕ್ಕನೆ ತಡೆದು ಸ್ತಬ್ಧಯಿಸಿದೆವು. ಗಡಿಯಾರದಲ್ಲಿನ ಗಳಿಗೆಯ ಮುಳ್ಳು ಒಂದೇ ಸಮ ಓಡುತ್ತಲೇ ಇತ್ತು! 'ಐಳ...' ಅಂತಲೊಮ್ಮೆ, ಮುಲುಗಿ ಮೊರೆದ ಮಾತಂಗಿ ನನ್ನನ್ನು ಮತ್ತಷ್ಟು ಒತ್ತರಿಸಿಕೊಂಡು ನಿಂತಳು.

ಆಗ ನಾನು, 'ಒಳಗೆ ಬಾ ಅಂತ ಹೇಳು, ಮಾತಂಗಿ... ಐ ಡೋಂಟ್ ಮೈಂಡ್...' ಎಂದು ಮೆಲ್ಲಗೆ, ಅವಳ ಕಿವಿಯಲ್ಲಿ ಉಸುರಿದೆನೇನೋ!

'ಈಗ ಬಂದಿರೋದೇ ಸಾಕು... ಐ ಕಾನ್ಟ್ ಟೇಕ್ ಯು ಇನ್ ಎನಿ ಮೋರ್...'

ಹೆಣ್ಣು ಹೀಗೆ ಹೇಳಿದ್ದು ಹೌದೇ? ಶಂಕೆ ಹುಟ್ಟಿತು... ನಿಜಕ್ಕೂ ಹೇಳಿದಳೆ? ಅಥವಾ, ನನಗೇ ಹಾಗೆ ಕೇಳಿಸಿತೆ? ಹೇಳಿದ್ದಲ್ಲಿ ಹೀಗೇಕೆ ಹೇಳಿದಳು? ಹೋಗಲಿ, ಈ ಮಾತಿನ ಅರ್ಥವಾದರೂ ಏನು? 'ನಾನು ನಿನ್ನನ್ನು ಇನ್ನು ಒಳಗೊಳ್ಳಲಾರೆ...' ಅಂದರೆ ಏನೆಂದು ತಿಳಿಯುವುದು? ನಾನು ಈಗಾಗಲೇ ಇವಳ ಅಂತಃಸ್ಥಿತಿಯಲ್ಲಿ ಊರಿಕೊಂಡಿದ್ದೇನೆಂತಲೇ? ಸೂಜಿಮೊನೆಯ ಹಾಗೆ ಅವಳ ಘನಸೂಕ್ಷ್ಮಗಳನ್ನೆಲ್ಲ ತೂರಿಕೊಂಡಿದ್ದೇನೆಂತಲೇ?

ಅರ್ಥವಾಗಲಿಲ್ಲ!

ಆದರೆ ಪರಿಸ್ಥಿತಿ ನನ್ನ ಕೈಮೀರಿ ಹೋಗಿತ್ತು. ಈ ಪರಿಯ ಅರ್ಥಾನರ್ಥಗಳಿಗೆ ನಿಲುಕದ 'ಇನ್ನೊಂದೇ' ಆಗಿ ಜರುಗಿಯೇ ಬಿಟ್ಟಿತು! ಏನಾಯಿತೆಂದು ಯೋಚಿಸಲಿಕ್ಕೇ ವ್ಯವಧಾನವಿಲ್ಲದ ಸಂಗತಿಯೊಂದು ನಮ್ಮ ನಡುವೆ ಘಟಿಸಿಬಿಟ್ಟಿತು! ನಮ್ಮನ್ನು ಏಕತ್ರ ಸಂಘಟಿಸಿ, ತನ್ನೊಳಗಿನ ಮಹಾದಿವ್ಯವೊಂದರಲ್ಲಿ ಈಡಾಗಿಸಿತು!

ಅಬ್ಬಾ... ಏನಿದೇನಿದು ಲೀಲೆ? ಏನಿದೇನಿದು ಮಹಿಮೆ?

ರಾತ್ರಿಯುದ್ದಕ್ಕೂ, ಇಬ್ಬರನ್ನೂ ತನ್ನ ಸುತ್ತಲೇ ಇರಿಸಿಕೊಂಡು... ಜರುಗಿಸಿಕೊಂಡು... ಕೆರಳಿಸಿಕೊಂಡು... ಮರುಳಿಸಿಕೊಂಡು... ಇದ್ದ– ಆ ದೇವರೇ ಮಾಡಿದ ಮೋಡಿಯೇ? ಯಾವ ಸೀಮೆಯಲ್ಲೂ ಇಲ್ಲದ ಕರಿಮರದ ಮುಸುಡಿಯನ್ನು ತೊಟ್ಟು, ಮೇಲೆ 'ಭಗವನ್ನಾಮ'ವಿಟ್ಟುಕೊಂಡ ಆ ಕೃಷ್ಣ–ಮಹಾಶಯನೇ ಉಂಟಾಗಿಸಿದ ಲೀಲೆಯೇ?

ಯಾರಿಗೆ ಗೊತ್ತು?

ಇನ್ನು, ಆ 'ನೂರೊಂದನೇ' ನಂಬರಿನ ಬಾಗಿಲು ತೆರೆದಿದ್ದಾದರೂ ಹೇಗೆ? ನಮಗಾಗಿ ಅದನ್ನು ತೆರೆದವರು ಯಾರು? ಮತ್ತು ಯಾಕೆ? ಹಾಗೇ ಹೇಗೆ?

ಎಂಟಡಿಯೆತ್ತರದ ಚೌಕಟ್ಟಿನ ಮೇಲೆ– ಸೂರನ್ನೇ ಮುಟ್ಟುವಷ್ಟು ರೌಂಡನೆ ಆರ್ಚು ತಾಳಿಕೊಂಡಿರುವ, ನೂರಾರು ಕಾಲದ ಆ ಭವ್ಯ ಪುರಾತನ ಬಾಗಿಲಿನಲ್ಲಿ ನಮಗೆ ರಹವೊದಗಿಸಿದ್ದು ಯಾರು? ದಪ್ಪ ದಪ್ಪನೆ ತೇಗದ ಕಟ್ಟಿಗೆಯುಳ್ಳ ಆ ಎರಡು ಮಜಬೂತಾದ ಕದಗಳನ್ನು– ನಮ್ಮಿಬ್ಬರಿಗಾಗಿ, ಆಚೀಚೆ ಜೀಕಿ ತೆರೆದಿದ್ದು ಯಾರು? ಅಷ್ಟೇ ದಪ್ಪ ದಪ್ಪನೆ ಉಕ್ಕಿನ ರಿವೆಟ್ಟಿಟ್ಟುಕೊಂಡು, ರಿವೆಟ್ಟಿಗೆ ತಕ್ಕ ಕಬ್ಬಿಣದ ಗಟ್ಟಿಯಲ್ಲುಂಟಾಗಿ, ಅಂಗೈಯುದ್ದದ ಕೀಲಿ ನುಗ್ಗಿಸಿದ ಮೇಲೆ– ಮೂರು ಸುತ್ತು ತಿರುವಲಷ್ಟೇ ತೆರೆಯುವ ಮತ್ತು ಬಾಗಿಲಿನಷ್ಟೇ ಭವ್ಯವೂ ಪುರಾತನವೂ ಇರುವ– ಆ ಬೃಹತ್ ಬೀಗಮುದ್ರೆಯನ್ನು ಬಿಡಿಸಿದ್ದಾದರೂ ಯಾರು?

ಯಾರಿಗೆ ಗೊತ್ತು?

ಮುಂದಿನ ಮೂರನೇ ಮಿನಿಟಿಗೆಲ್ಲ ನಾನು ಮತ್ತು ಅವಳು– ಆ ಖೋಲಿಯೊಳಗಿದ್ದೆವು!

ದಪ್ಪ ದಪ್ಪಗೆ ಅಡ್ಡಹಾಯುವ ಕಟ್ಟಿಗೆಯ ಜಂತಿಗಳ ಮೇಲೆ ಬೆಳ್ಳಂಬೆಳ್ಳನೆ ಸುಣ್ಣ ಬಳಿದ ಸೂರು ತಾಳಿದ್ದ... ನಡುವಿನಲ್ಲೊಂದು ಹೆಬ್ಬಾವು ಮಲಗಿರುವಂತೆ ಉದ್ದಾನುದ್ದ ಅನ್ನಿಸಿಬರುವ ಸೊಕ್ಕಿನ ಉಕ್ಕಿನ ತೊಲೆಯಿರುವ... ಅತಿ ಪುರಾತನ ಕಾಲದ ತಿಗರಿಯೆಂಬಂತೆ, ಬಹುಶಃ ಕಾಲಯಂತ್ರವೇ ತಾನೆಂದು ಅನ್ನಿಸಗೊಟ್ಟು, ಸದರಿ ತೊಲೆಯ ಬುಡದಲ್ಲಿ– ದೊಡ್ಡ ದೊಡ್ಡ ರೆಕ್ಕೆ ಕಟ್ಟಿಕೊಂಡು, ಸೂರಿನ ಅರ್ಧಮಟ್ಟಕ್ಕಿಳಿದು ಗರ ಗರ ಗರ ಗಿರಣಿಯ ಹಾಗೆ ಸುತ್ತಿಯೇ ಸುತ್ತುವ ಬೃಹತ್–ಫ್ಯಾನೊಂದು ತೂಗಿರುವ... ಅರೆದ ಸುಣ್ಣದ ನುಣ್ಣನುಣ್ಣನೆ ಗಾರೆ ಹೊದ್ದು, ತನ್ನೊಳಗೊಂದು ರಾಕ್ಷಸೀಯ ಸಂಗತಿಯಿದೆ ಅಂತೆಂಬ ಗಾತ್ರದಲ್ಲಿ, ಎಡೆಬಿಡದೆಯೇ, ನಿಂತೇ ನಿಂತು ಸುತ್ತುವರೆವ ಗೋಡೆಗಳ ಆವರಣವಿರುವ... –ಆ ಖೋಲಿಯೊಳಗಿನ ನಟ್ಟನಡುವಿನಲ್ಲಿ, ಚರಿತ್ರೆ ಇತಿಹಾಸ ಐತಿಹ್ಯಾದಿ ಪುರಾಣಕ್ಕೂ ಎಷ್ಟೋ ಮೊದಲುಮುನ್ನದ ಅರಸನೊಬ್ಬನ ತೂಗುತಲ್ಪವೇನೋ... ಎಂದನಿಸುವಂತೆ– ಸಿಂಹ, ಶಲಭ, ಶರಭ,

ಶಾರ್ದೂಲ... ಇತ್ಯಾದಿ ವನ್ಯಸಂಕುಲವನ್ನು ಮೈಯಲ್ಲೆಲ್ಲ ಕಟೆದಿಟ್ಟುಕೊಂಡು, ಮೇಲೊಂದು ದಪ್ಪದಪ್ಪನೆ ಮತ್ತು ಮೆತ್ತಮೆತ್ತನೆ ಮೆತ್ತೆಯನ್ನು ಹಾಸಿಕೊಂಡ ಪಲ್ಲಂಗದ ಮೇಲೆ– ಐಳನ್ ಧೀಮಣಿ ಮರುನ್ನದಿಯೆಂಬ ಈ ಗಂಡಸೂ, ಮಾತಂಗಿಯೋ ಇಂದೀವರೆಯೋ... ಇನ್ನೇನು ಸುಡುಗಾಡೋ... ಹೀಗೆ 'ಏನೋ' ಒಂದು ಹೆಸರಿನ ಹೆಣ್ಣೂ, ಇದ್ದಕ್ಕಿದ್ದಂತೆ ಒಟ್ಟೊಟ್ಟಿಗೇ ಉರುಟಿಕೊಂಡಿದ್ದವೆಂದರೆ... –ಮನಸಾರೆ ನಂಬಲಾದೀತೇನು? ಕಣ್ಣಾರೆ ಕಾಣಲಾದೀತೇನು? ಬಾಯಾರೆ ಹೇಳಲುಂಟೇನು? ಇಲ್ಲಾ, ಕಿವಿಯಾರೆ ಕೇಳಲುಂಟೇನು? ಅಥವಾ, ಕನಸಾರೆ ಕನಸಲುಂಟೇನು?

ಈ ಪರಿಯ ಇಂದ್ರವೈಭವವನ್ನು, ಖುದ್ದು ನಾನೇ ನಂಬೆನೆಂದರೂ– ಹೀಗೊಂದು ಆಯಿತೆಂಬ ನಂಬಿಕೆಯುಂಟಲ್ಲ, ಅದನ್ನು ನಂಬದಿರುವುದಾದರೂ ಎಂತು?

ಬಹುಶಃ, ಅದು ಇಂದ್ರಜಾಲವೇ ಇರಬಹುದು! ಐದೂ ಸಮಸ್ತ ಇಂದ್ರಿಯಗಳು ಕಂಡುಕೊಂಡ ಐಂದ್ರಿತವೇ ಇದ್ದಿರಬಹುದು... ಮನಸೊಳಗೇ ಮಳ್ಳಮಳ್ಳಗೆ ಉಂಟಾದ ಅನ್ಯೆಂದ್ರಿತವೂ ಇದ್ದಿರಬಹುದು.

ಆದರೆ ಇದು ಸತ್ಯ. ಆ ಕ್ಷಣದ ಸತ್ಯ.

ಹೇಗಾಯಿತೆಂದು ಕೇಳಿದರೆ, ಅದು ನನ್ನ ಗೋಚರದಾಚೆಯ ಇನ್ನೊಂದು ಸತ್ಯ! ಗೋಚಾರ!

63

'ಸ್ಮರಗರಲಖಂಡನಂ ಮಮ ಶಿರಸಿ ಮಂಡನಂ ದೇಹಿಪದಪಲ್ಲವಂ ಉದಾರಂ'

ಹೌದು... 'ಗೀತಗೋವಿಂದ'ದ ಹತ್ತೊಂಬತ್ತನೇ ಗೀತೆಯಲ್ಲಿ ಹೀಗೊಂದು ಸಾಲು ಬರುತ್ತದೆ.

'ಸ್ಮರಗರಲ' ಎಂಬುದೊಂದು ಅದ್ಭುತವಾದ ಕವಿಕಲ್ಪನೆ. ಬಹುಶಃ ಜಯದೇವನೇ ಹುಟ್ಟಿಸಿದ್ದು. ಅಂದರೆ, ಅವನೇ ಈ ಹೆಸರು ಕೊಟ್ಟಿದ್ದು!

'ಗರಲ'ವೆಂದರೆ ವಿಷ ಅಥವಾ ನಂಜು. 'ಸ್ಮರ'ವೆಂದರೇನೆಂದು ಇಷ್ಟರಲ್ಲಿ ಹೇಳುತ್ತೇನೆ. 'ಸ್ಮರಗರಲ'ವೆಂದರೆ ಮನಸೊಳಗೆ– ಮೊದಲು 'ಸ್ಮರ'ವುಂಟಾಗಿ, ಆ ಬಳಿಕ ಹುಟ್ಟಿದ ನಂಜು ಅಂತೆಂದು ಅರ್ಥ.

ನೆನಪಾಗುತ್ತಿದೆ... ಕನ್ನಡದಲ್ಲೊಂದು ಪದ್ಯವಿದೆ: 'ಮುಗಿಲ ಮಾರಿಗೆ ರಾಗರತಿಯ ನಂಜಯೇರಿತ್ತ; ಆಗ ಸಂಜೀಯಾಗಿತ್ತ...'

ಸ್ಮರಗರಲವೆಂದರೆ ಈ ಪರಿಯ ನಂಜು. ರಾಗರತಿಯ ನಂಜು!

ಸ್ಮರವೆಂಬುದಕ್ಕೆ ನಾನಾ ರೀತಿಯ ಅರ್ಥವಿದೆ. ಸ್ಮರವೆಂದರೆ 'ಉದ್ದೀಪನೆ'.

ಬಹುಶಃ, ಇದು ನೇರವಲ್ಲದ ಒಂದು ಬದಿಯ ಅರ್ಥ. ನಿಜಕ್ಕೂ ಹೀಗೊಂದು ಅರ್ಥವಿದೆಯೋ ಇಲ್ಲವೋ ಕಾಣೆ... ಆದರೆ ನನ್ನ ಮಟ್ಟಿಗೆ ಇದೆ. ಇನ್ನು ಈ 'ಉದ್ದೀಪನೆ'ಯಾದರೂ ಎಂಥದ್ದು? ಯಾತರದ್ದು? 'ವಾಂಛೆ'ಯದ್ದು. ವಾಂಛಲ್ಯದ ಸುತ್ತಲಿನ ಸಂಗತಿಗಳದ್ದು. ಕಾಮನೆಗಳದ್ದು. ಸರಳವಾಗಿ 'ಕಾಮ'ದ್ದು. ಎಷ್ಟರಮಟ್ಟಿಗೆಂದರೆ 'ಸ್ಮರ'ವೆಂದರೆ 'ಕಾಮ'ವೇ ಅನ್ನುವಷ್ಟು 'ಹತ್ತಿರ'ದಿಂದ ಇದನ್ನು ಬಳಸುವುದಿದೆ. ಇದೇ ಅದೆನ್ನುವ ಹಾಗೆ ಹೇಳುವುದೂ ಇದೆ!

ಉದಾಹರಣೆಗೆ: 'ಸ್ಮರಹರ'ನೆಂದರೆ ಶಿವ; ಕಾಮವನ್ನು ಹರಿದವನು; ಬಗೆಹರಿಸಿದವನು! 'ಸ್ಮರಪಿತ'ನೆಂದರೆ ವಿಷ್ಣು; ಅಂದರೆ ಕಾಮಜನಕ!

ಸ್ಮೃತಿ, ಸ್ಮರಣೆಗಳಲ್ಲಿಯೂ ಒಂದು ಸಣ್ಣನೆ ಝಲಕೆನ್ನುವಂತೆ ಇದೇ 'ಸ್ಮರ'ವಿದೆ. ಇವುಗಳಲ್ಲಿರುವ 'ಉದ್ದೀಪನೆ' ಏನೆಂದು ನಮಗೆ ಗೊತ್ತೇ ಇದೆ. ಸ್ಮೃತಿ–ಸ್ಮರಣೆಗಳು 'ಕಾಮ'ದಿಂದ ಕೊಂಚ ಬದಿಸರಿದರೂ, 'ಸ್ಮರಣಭೂ' ಅನ್ನುವಲ್ಲಿ, ಮತ್ತೆ 'ಕಾಮ'ವು ಉದ್ಭವಿಸುತ್ತದೆ! ಸ್ಮರಣಭೂ ಅಂದರೆ 'ಮನ್ಮಥ'ನೆಂತಲೂ ಅರ್ಥ! 'ಇಂದು ಎನಗೆ ಗೋವಿಂದ...' ಹಾಡಿನಲ್ಲಿ, 'ಕಂದನೆಂತೆಂದೆನ್ನ ಕುಂದುಗಳನ್ನೆಣಿಸದೆ ತಂದೆ ಕಾಯೋ, ಕೃಷ್ಣ– ಕಂದರ್ಪಜನಕನೇ...' ಎಂದೊಂದು ಸಾಲಿದೆಯಲ್ಲ, ಇಲ್ಲಿರುವ 'ಕಂದರ್ಪ'ಕ್ಕೂ 'ಸ್ಮರ'ನೆಂತಲೇ ಅರ್ಥ! 'ಕಂದರ್ಪ'ವೆಂಬುದು 'ಕಾಮದರ್ಪ'ದ ಹ್ರಸ್ವರೂಪವಂತೆ! ಹ್ಹಾಂ... ಕಾಮದರ್ಪ ಅಂದರೆ ಮನ್ಮಥ!

(ಇಲ್ಲಿ, 'ದರ್ಪ' ಎಂಬುದಕ್ಕಿರುವ– ಗರ್ವ, ಜಂಭ, ಅಹಂಕಾರ, ಹಮ್ಮು, ಸೊಕ್ಕು... ಈ ಇತ್ಯಾದಿ ಸಾಮಾನ್ಯ ಅರ್ಥಗಳೇನೇ ಇರಲಿ, ನನ್ನ ಮಟ್ಟಿಗೆ 'ದರ್ಪ'ವೆಂದರೆ 'ತೋರುವುದು' ಅಂತೆಂಬ ಮೂಲಾರ್ಥ. 'ದರ್ಪ'ಣದಲ್ಲಿರುವ ದರ್ಪವನ್ನು ಕಂಡೊಮ್ಮೆ ನೋಡಿ. ಕಾಮದರ್ಪನೆಂದರೆ ಕಾಮವನ್ನು ತೋರುವಾತ!)

ಇರಲಿ... ಸ್ಮರಗರಲವನ್ನು 'ರಾಗರತಿಯ ನಂಜು' ಎಂದು ಅರ್ಥೈಸಿಕೊಳ್ಳುವುದೇ ಹೆಚ್ಚು ಸಮಂಜಸವೇನೋ...

'ಆಗ ಸಂಜೀಯಾಗಿತ್ತ...' ಅನ್ನುವಲ್ಲಿ, ರಾಗರತಿಯ ನಂಜೇರಿದ್ದಾದರೂ ಎಲ್ಲಿ? ಅಥವಾ ಎಲ್ಲಿಗೆ?

ಹೌದು... ರಾಗರತಿಯ ನಂಜು ಏರಿದ್ದು 'ಮುಗಿಲ ಮಾರಿಗೆ!'

ಇನ್ನು, 'ಸ್ಮರಗರಲಖಂಡನಂ' ಅಂತಂದರೇನು? ಸ್ಮರಗರಲದ ಖಂಡನೆ ಎಂದು ಅರ್ಥ!

ಜಯದೇವನ ಈ ಹತ್ತೊಂಬತ್ತನೇ ಗೀತೆಯು ಪ್ರಸ್ತಾಪಿಸುವ 'ಸ್ಮರಗರಲ'ವೂ ಸಹ, ಮುಗಿಲಿನ 'ಮೋರೆಗೆ' ಏರಿದ ರಾಗರತಿಯ ನಂಜಿನ ಹಾಗೇ– (ಸ್ಮರಪೀಡಿತನ) ಶಿರಸ್ಸನ್ನು ಏರಿಬಿಟ್ಟಿದೆ! ಆತನ 'ಶೀರೋ'ಸವಾರಿಗೆ ತೊಡಗಿದೆ!

ಹಾಗೇ, ಈ ಜಯದೇವ ಬಣ್ಣಿಸುವ ಸ್ಮರಗರಲ–ಪೀಡಿತನು ಯಾರು? ಅವನು ಸ್ವಯಂ ಕೃಷ್ಣ!

ಯಾವ ಜಗನ್ನಾಥ ಕೃಷ್ಣನು– ಯಾರನ್ನು ತನ್ನ ಮನಸ್ಸಿನ ಮೂಲಕ ಹುಟ್ಟಿಸಿದನೋ, ಅವನೇ ಆ ಕೃಷ್ಣನನ್ನು ಪೀಡಿಸುತ್ತಿದ್ದಾನೆ. ಮಗನೇ ಅಪ್ಪನ ಶಿರಪೀಡೆಯಾಗಿ ಕಾಡುತ್ತಿದ್ದಾನೆ!

ಈ ಪದ್ಯದಲ್ಲಿ, ಕೃಷ್ಣನೆಂಬ ಕೃಷ್ಣನು ತನ್ನ ಪ್ರಿಯತಮೆಯನ್ನು ಕೇಳುತ್ತಾನೆ: 'ಸ್ಮರಗರಲಖಂಡನಂ ಮಮ ಶಿರಸಿ ಮಂಡನಂ ದೇಹಿಪದಪಲ್ಲವಂ ಉದಾರಂ! '

ಅಂದರೆ, 'ನನ್ನ ಸ್ಮರಗರಲವನ್ನು ಖಂಡಿಸಲು ನಿನ್ನ ಪಾದಗಳ ಪಲ್ಲವವನ್ನು ನನ್ನ ಶಿರಸ್ಸಿನಲ್ಲಿ ಕೊಟ್ಟು ಮಂಡಿಸು!'

ಸರಳವಾಗಿ: ನನ್ನ ತಲೆಗೇರಿರುವ ರಾಗರತಿಯ ನಂಜನ್ನು ನಿನ್ನ ಅಂಗಾಲಿನ ಚಿಗುರುಗಳನ್ನೊತ್ತಿ ನೀಗು!

ಜಯದೇವನ ಈ ಹತ್ತೊಂಬತ್ತನೇ ಹಾಡು ಸುರುಗೊಳ್ಳುವುದೇ ಹೀಗೊಂದು ಅರಿಕೆಯಿಂದ: 'ವದಸಿ ಯದಿ ಕಿಂಚಿದಪಿ ದಂತರುಚಿ ಕೌಮುದೀ ಹರತಿ ದರತಿಮಿರಮತಿಘೋರಂ'

'ನೀನು ಕಿಂಚಿತ್ತು ಮಾತನಾಡುವೆಯಾದರೂ ನಿನ್ನ ಬೆಳದಿಂಗಳಿನಂತಹ ಹಲ್ಲುಗಳು ನನ್ನೊಳಗಿರುವ ಅತಿಘೋರವಾದ ಭಯವನ್ನು ಹರಣ ಮಾಡಬಲ್ಲವು!

'ಪ್ರಿಯೇ... ಮಾತನಾಡು! ನಿನ್ನ ಮುಖಕಮಲವನ್ನು ನನಗೆ ಕೊಡು. ಮಧುಪಾನವನ್ನೂಡು! ಪ್ರಿಯೇ... ಚಾರುಶೀಲೆ... ನಿನ್ನ ಅಂಗಾಲುಗಳನ್ನು ನನ್ನ ನೆತ್ತಿಯಲ್ಲಿತ್ತು ಒತ್ತು. ಈ ಸ್ಮರಗರಲವನ್ನು ನೀಗು!

'ಪ್ರಿಯೇ ಚಾರುಶೀಲೆ!'

ಆಕೆ ಪ್ರಿಯಸಖಿಯಾದರೂ ಸೈಯೆ... ಅವಳು ತನ್ನ ಅಂಗಾಲುಗಳನ್ನು ಕೃಷ್ಣನ ತಲೆಯಲ್ಲಿ ಇರಿಸಿದಳಾದರೆ ಆ ದೇವರಿಗೇ ಅಪಚಾರವಲ್ಲವೇ... ಅಂದುಕೊಂಡು, ಜಯದೇವ– ಈ ಪರಿ 'ಸ್ಮರೋತ್ಕಟ' ಸಾಲುಗಳನ್ನು ಬರೆಯಲೇ ಇಲ್ಲವಂತೆ... ಒಲ್ಲೆ ಒಲ್ಲೆನೆಂದುಕೊಂಡು ಕೈಬಿಟ್ಟಿದ್ದನ್ನು ಕೃಷ್ಣನೇ ಖುದ್ದು ಬರೆದ ಅಂತೊಂದು ಕತೆಯಿದೆ! ಜಯದೇವ ಈ ಸಾಲನ್ನು, ಅಳಿಸಿ ಅಳಿಸಿ ತಳ್ಳಿದಂತೆಲ್ಲ ಅದು ತಂತಾನೇ ಮರುಹುಟ್ಟು ಪಡೆಯಿತಂತೆ. ಸ್ವಯಂ ಕೃಷ್ಣನೇ ಪಟ್ಟುಹಿಡಿದು ಬರೆದನಂತೆ! ಅಥವಾ, ಬರೆಸಿದನಂತೆ.

ಇರಲಿ... ಈಗ ಈ ಕತೆ ಯಾತಕ್ಕೆ? ನನ್ನ ಸದ್ಯದ ಸದ್ಯಕ್ಕೆ ಹಾಡು ತಾನೇ ಮುಖ್ಯ?

'ಪ್ರಿಯೇ ಚಾರುಶೀಲೆ... ಸ್ಮರಗರಲಖಂಡನಂ ಮಮ ಶಿರಸಿ ಮಂಡನಂ ದೇಹಿ

ಪದಪಲ್ಲವಮುದಾರಂ... ಜ್ವಲತಿ ಮಯಿ ಕಾರುಣ್ಯೋ ಮದನಕದನಾನಲೋ ಹರತು ತದುಪಾಹಿತವಿಕಾರಂ...

ಪ್ರಿಯೇ ಚಾರುಶೀಲೆ... ಪ್ರಿಯೇ ಚಾರುಶೀಲೆ... ·

64

'ಐಳ... ಕಡೆಯದಾಗಿ ಏನಾದರೂ ಹಾಡೋ!'

ಹೊತ್ತು ಹುಟ್ಟುವ ಮುನ್ನ, ಮಾತಂಗಿ, ಹೀಗೆ ಹೇಳಿದಂತೆ ನೆನಪು. ಹೇಳಿದಂತಲ್ಲ, ಅತೀವವಾಗಿ ಕೋರಿದಂತೆ! ಬೆಳಕಾಗಲಿಕ್ಕೆ ಮೊದಲು, ತನ್ನದೊಂದು ಕಟ್ಟಕಡೆಯ ಅಭೀಷ್ಟ ಪೂರೈಸೆನ್ನುವ ಹಾಗೆ ಬಿನ್ನಹವೆಂಬಂತೆ!

'ಟೈಮಿಲ್ಲವಲ್ಲೇ... ರಾತ್ರಿ ಮುಗಿಯುತ್ತಿದೆ...' ಎಂದು ನಾನು ಹೇಳಿದೆನೇನೋ.

'ನೋಡು...' ಎಂದು ಹೇಳಿ, ರೂಮಿನ ಕಿಟಕಿಯೊಂದನ್ನು ಕವಿದ ದಪ್ಪದಪ್ಪನೆ ಪರದೆಯನ್ನೆಲ್ಲ ನಸುತುಸುವೆ ಸರಿಸಿ– 'ಇನ್ನೂ ಬೆಳಕಾಗಿಲ್ಲ...' ಅಂತಂದು, ಮತ್ತೆ ಪರದೆಯ ಬಟ್ಟೆಯನ್ನು ಒತ್ತೊತ್ತರಿಸುವ ಹಾಗೆ ಮುಚ್ಚಿ, ಮಂಚದಲ್ಲೊಗೆದ ಪಾಲಿಥೀನೊಳಗಿನಿಂದ ಹರಿದ ಧೋತರದ ಮೂರೂ ಪಾಲುಗಳನ್ನು ಒಂದೊಂದಾಗಿ ಹೆಕ್ಕಿ– ಎರಡು ಮೂರು ಕಡೆ, ಎಲ್ಲಿಂದಲೂ ಹೊರಬೆಳಕು ಒಳಸೋರದಂತೆ ಜತನವಾಗಿ ಹೊಚ್ಚಿ ಮತ್ತು ಮುಚ್ಚಿ... 'ನಾಟಕ ಸಾಕು, ಹೆಣ್ಣೇ...' ಎಂದು ನಾನು ಹೇಳುತ್ತಿರುವಾಗ, ಜಗತ್ತಿನ ಯಾವುದೇ 'ಲವ್ಗತೆ'ಯೂ ನಾಟಕವೇ ಅಲ್ಲವೇ... –ಎಂದು ತನ್ನೊಳಗೇ ಗೊಣಗಿಕೊಂಡ, ಮಾತಂಗಿ, ಅಷ್ಟೇ ನಾಟಕೀಯವಾಗಿ, 'ನೋಡು ನೋಡು... ನಿನ್ನ ಸಲುವಾಗಿ ಈ ರಾತ್ರಿಯನ್ನೂ ತಡೆದೇನು!' ಅಂತಂದಳು!

ಇಷ್ಟಾದ ಮೇಲೆ, 'ಈಗ ಹಾಡುತೀಯಾ ಪ್ಲೀಸ್!' ಎಂಬ ಅರಿಕೆಯನ್ನೂ ಎದುರಿಟ್ಟಳು.

ನನಗೆ ಇಲ್ಲವೆನ್ನಲಾಗಲಿಲ್ಲ! ಒಲ್ಲೆನಿಸಿಯೂ ಅನ್ನಲಾಗಲಿಲ್ಲ!

ಬಳಕೆಯಿಲ್ಲದ ಮಂದಿ ಕೇಳಿದರೂ ಹಾಡಬಯಸುವ ಜನ ನಾನು! ಇನ್ನು ಇಷ್ಟಗನ್ನಿಕೆಯು ಅರುಹಿದರೆ ಒಲ್ಲೆನ್ನುವುದುಂಟೆ?

ಹಾಡಿದೆ. ಹಾಡುವ ಮೊದಲು ಹಾಡಿನ ಕುರಿತೇನೋ ಆಡಿದೆ ಸಹ! ಅಂದರೆ ಮಾತನಾಡಿದೆ!

'ಹಾಡುತೀನಿ... ಏಳೆಂಟು ಶತಮಾನಗಳ ಹಿಂದಿನದೊಂದು ಹಾಡು ಹಾಡುತೀನಿ... ಇದರಲ್ಲಿ, ಖುದ್ದು ಆ ಕೃಷ್ಣ ಜಗನ್ನಾಥನೇ ಬರೆದನೆಂದು ನಂಬಲಾಗುವ ಒಂದು ಸಾಲಿದೆ... ಅಸಲಿನಲ್ಲಿ, ಅವನು ತನ್ನ ಪ್ರಿಯೆಗೆ ಮಾಡುವ ನಿವೇದನೆ ಈ

ಹಾಡು. ನಿನ್ನ ಅಂಗಾಲುಗಳನ್ನು ನನ್ನ ನೆತ್ತಿಯಲ್ಲಿಟ್ಟು ತಲೆಬಿಸಿಯನ್ನು ತಗ್ಗಿಸು... ಎಂಬ ಅರಿಕೆ. ಇದನ್ನು ನಾನು ನಿನಗೇ ಕೇಳುತಿದ್ದೀನಿ ಅಂತಂದುಕೋ. ಅಲ್ಲಲ್ಲ... ಅಂದಕೊಳ್ಳೋದೇನು? ನಿಜಕ್ಕೂ ಕೋರಿ ಬಿಡುತೀನಿ... ಪೂರೈಸುತೀಯಾ?'

ಇಲ್ಲೊಂದು ಬದಿಮಾತು ಹೇಳುವುದಾದರೆ- ನನ್ನೊಳಗೊಂದು ಗುಟ್ಟಿದೆ. ಒಂದು ಗುಟ್ಟುಗುಟ್ಟಾದ ಆಸೆ!

ಹೌದು... ನನ್ನೊಳಗಿನ ನಿಗೂಢಾತಿನಿಬಿಡ ಅಭೀಷ್ಟವೇನೆಂದರೆ, ಪ್ರಣಯವೆಂಬ ಪ್ರಣಯವನ್ನು ಹೆಣ್ಣಿನ ಪಾದಗಳಿಂದ ಸುರುಮಾಡಬೇಕೆಂಬುದು! ಅಂದರೆ ಬುಡದಿಂದ ಸುರುಮಾಡಿ, ಮೆಲ್ಲಮೆಲ್ಲಗೆ ಮೇಲೇರುತ್ತ ಅವಳ ಮೈಹಬ್ಬಿಕೊಂಡು ಸಾಗುವುದು! ಅಸಲಿನಲ್ಲಿ, ಇದೊಂದು ನಮೂನೆಯ ಫೆಟಿಶ್ಶು! ಅಂದರೆ, ಸುಪ್ತಾತಿಸುಪ್ತ ಗುಪ್ತಾತಿಗುಪ್ತ ಪರಮಾಪ್ತ ವಾಂಛೆ!

ನಾನು ಈ ಸಲುವಾಗಿಯೇ, ಜಗನ್ನಾಥನ ಗುಡಿಯೆದುರು ಸ್ಯಾಂಡಲು ಕಳಚಿದ ಮಾತಂಗಿಯ- ಬೋಳು ಬೋಳು ಕಾಲುಗಳನ್ನು ಮೊಣಕಾಲಿನವರೆಗೂ ಆಶೆಬುರುಕಾಗಿ ಕಂಡಿದ್ದು. 'ನಿನ್ನ ಕಾಲು ಎಷ್ಟು ಚೆನ್ನಾಗಿವೆ! ಐ ಹ್ಯಾವ್ ಎನ್ ಇಮ್ಮೆನ್ಸ್ ಫೆಟಿಷ್ ಫಾರ್ ಬೇರ್ ಲೆಗ್ಸ್...' ಎಂದು ಹೇಳಿದ್ದು. 'ಥೂ... ಏನೋ ನೀನು! ಎಲ್ಲೆಲ್ಲೋ ಕಣ್ಣು ಹಾಕುತೀಯಾ!' ಎಂದು ಅವಳು ರೇಗಿ ರೇಗಿ ನಾಚಿದ್ದು.

ಈ 'ಫೆಟಿಶ್' ಅಂತೆಂಬುದು, ಇಂಗ್ಲಿಷಿನಲ್ಲಿ 'ಪ್ಯಾಶನ್' ಎಂದು ಇನ್ನೊಂದಿದೆಯಲ್ಲ- ಅದಕ್ಕೂ ಮುಂದಿನದು ಮತ್ತು ಹೆಚ್ಚಿನದು. ನಾನು ಈ ಕುರಿತಾಡಿದರೆ ಯಾರಿಗೂ ವಿಚಿತ್ರವೆನಿಸಬಹುದು. ಆಸಾಮಿ ಲಂಪಟನೆಂದುಕೊಳ್ಳಬಹುದು. ಆದರೆ ಏನು ಮಾಡಲಿ? ಇದು ನಾನು ಅಷ್ಟೆ! ಮತ್ತು ನನ್ನನ್ನು ಮಾಡಲಾಗಿರುವುದೇ ಹೀಗೆ! ಐ ಹ್ಯಾವ್ ಬೀನ್ ಜಸ್ಟ್ ವಯರ್ಡ್ ದಿಸ್ ವೇ!

ಇನ್ನು, ಜಯದೇವನ 'ಗೀತಗೋವಿಂದ'ವನ್ನು ಓದಿದರೆ, ಅದೊಂದು ಅಪ್ಪಟ ಸ್ಮರೋತ್ಪಾದಕ ಕಾವ್ಯ! ಅಷ್ಟೇ ಸ್ಮರಚೋದಕವೂ ಹೌದು. ಅವನ ಪದಗಳನ್ನು ಪದೇ ಪದೇ ಆಡಿ, ಹಾಡಿಪಾಡಿ ಕೊಂಡಾಡುವ ಮಂದಿ, ಇದೊಂದು ಮಹಾ ಮಹಾ ಪಾರಮಾರ್ಥಿಕ ಸರಕೆಂದು ಬಣ್ಣಿಸಿ ಬೀಗಬಹುದು! ಇರಬಹುದೇನೋ. ಆದರೆ ಸಂಗತಿಯೊಂದು ಪರಮಾರ್ಥಕ್ಕೇರುವ ಮೊದಲು, ಅದರಲ್ಲೊಂದು ಸಂಗತಿ ಇರಬೇಕಷ್ಟೆ? ಅಂದರೆ ಸಂಗತಿಯೊಂದು ಸಾಮಾನ್ಯ 'ಸಂಗತಿ'ಯೇ ಆಗಿ ಮೊದಲು ಅರ್ಥ ಕಾಣಬೇಕು. ಈ ಪರಿಯ ಅರ್ಥಾನಂತರದಲ್ಲಿಯಷ್ಟೇ (ಸ್ವಯಂ ಅಂದರೆ ತನ್ನಿಂತಾನೇ) ಪರಮಾರ್ಥವುಂಟಾಗಬೇಕು! ಫಿಸಿಕ್ಸೇ ಇಲ್ಲದೆಯೇ ಮೆಟಾಫಿಸಿಕ್ಸಿನದು ಏನು ಲೆಕ್ಕ? ಇಂದ್ರಿಯವಿದ್ದರೆ ತಾನೇ ಅನುಭವ? ಕಣ್ಣಿದ್ದರಲ್ಲವೇ ನೋಟ? ಈ ನೆಲದಾಚೆಗೊಂದು ಮಹಾ ಮಹಾ ಎಚ್ಚರವಿದೆ ಎಂದು ಅಂದುಕೊಳ್ಳುವಾಗ, ಈ

ನೆಲವೆಂಬ ನೆಲವೂ ಅದೇ ಎಚ್ಚರದೊಳಕ್ಕೆ ತನ್ನ ತಾನು ಅದ್ದಿಕೊಂಡಿರುವುದನ್ನೇ ಮರೆತುಬಿಟ್ಟರೆ? ಶೃಂಗಾರವೂ ದೈವಿಕವೆನ್ನುವ ಮೊದಲಿಗೂ ಮುನ್ನ ಶೃಂಗಾರವಿರಬೇಕಷ್ಟೆ? ಅದು ಮೈಯಲ್ಲಿ ಉಂಟಾಗಬೇಕಷ್ಟೆ?

ಇರಲಿ... ನನ್ನ ಈ ಒಳಪರಿಯನ್ನು ಹೀಗೆ ಉಪಮಿಸಬಹುದೇನೋ... ಸರಳವಾಗಿ ಹೀಗನ್ನಬಹುದೇನೋ: ಹಣ್ಣನ್ನು ಸಿಪ್ಪೆಯೊಟ್ಟಿಗೇ ತಿನ್ನಬೇಕೆನ್ನುವ ಹಠದ ಆಸಾಮಿ ನಾನು. ಹಣ್ಣಿಗೂ ಮೊದಲು ಸಿಪ್ಪೆ ಕಬಳಿಸುವ ಹವಣಿನವ ನಾನು. ಸಿಪ್ಪೆ ಬಿಡಿಸಬೇಕಾಗಿ ತಿನ್ನುವ ಹಣ್ಣೇ ಒಲ್ಲೆನೆಂತನ್ನುವ ಖಾಯಿಷು ನನ್ನದು! ಅಸಲಿನಲ್ಲಿ, ನನ್ನ ಮೈಯೊಳಗಿನ ರಾಗರತಿಯ ಸ್ಫುರಣದ ಪರಿಯೇ ಇಂಥದ್ದು!

ಏನು ಮಾಡುವುದು?

ಈ ಜಗತ್ತಿನಲ್ಲಿ, ಮೊದಲು ನಲ್ಲೆಯ ಮೋರೆಯನ್ನು ಮುದ್ದಿಸಿ, ಬಳಿಕ ಉಳಿದ ಅವಯವಗಳತ್ತ ತುಟಿ ಹಚ್ಚುವುದೊಂದು ಬಗೆಯಾದರೆ– ನಾನು ನಿಜಕ್ಕೂ ತದ್ವಿರುದ್ಧ! ರೊಮಾನ್ಸಿನಲ್ಲಿ, ಅಡಿಯಿಂದ ಮುಡಿಯತ್ತ ಸರಿದುಸಾಗುವ ಪಾರ್ಟಿ ನಾನು. ಹೆಣ್ಣೊಡಲಿನಲ್ಲಿ ಪಾದಗಳೇ ನನ್ನ ಮಟ್ಟಿಗಿನ ಮೊದಲ ದೌರ್ಬಲ್ಯ. ಪಾದವೆಂದರೆ, ನನಗೆ ಬರೇ ಪಾದವಲ್ಲ; ಅದು ಪದಾತಿಶಯ! ನನ್ನನ್ನು ನೂರಕ್ಕೆ ನೂರು ಉದ್ದೀಪಿಸಬಲ್ಲ ಏಕೈಕ ಚೋದಬಿಂದು! ಇಂತಹ ನಾನು, ಹೆಣ್ಣುಗಳ ಕಾಲು ಕುರಿತೇ ಒಂದು ಹಾಡು ಹೇಳುವುದಿದೆ... 'ಅಡುಗೆಯ ಶೋ'ಗಳಲ್ಲಿ ಇದನ್ನು ಆಗಾಗ ಹಾಡುತ್ತೇನೆ... ಅದರಲ್ಲಿ ಹೆಣ್ಣು–ಕಾಲುಗಳನ್ನು 'ಹೆಂಗಾಲು' ಎಂದು ಕರೆಯುತ್ತೇನೆ! ಅಂಗಾಲು, ಮುಂಗಾಲು, ಹಿಂಗಾಲು... ಇರುವಂತೆ ಹೆಂಗಾಲು!

'ಅಂಗಾಲ್ ಮುಂಗಾಲ್ ಹಿಂಗಾಲ್–ಗಳ ಹಾಗೇ ಹೆಂಗಾಲ್ ಅಂತೊಂದಿದೆಯೋ... ಅದು ಹೆಣ್ಣಿನ ಪದಸಿರಿಯೋ!'

ಇರಲಿ... ಹಾಡುಗಾರನಷ್ಟೇ ಆಡುಗಾರ ನಾನು! ವಿಷಯ ಎಲ್ಲಿಂದೆಲ್ಲೋ ಸವ್ವಾರಿ ಹೊರಟುಬಿಡುತ್ತದೆ!

'ಹೇಳು, ಪೂರೈಸುತೀಯಾ?' ಮಾತಂಗಿಯನ್ನು ಮತ್ತೊಮ್ಮೆ ಕೇಳಿದೆ.

ಈ ಪ್ರಶ್ನೆಗೆ ಉತ್ತರವಾಗಿ, 'ಕೊಡುವೆ– ಪದಪಲ್ಲವಮುದಾರಂ!' ಎಂದು ಜಯದೇವನ ಹಾಡನ್ನೇ ಉದಾಹರಿಸಿ ಹೇಳಿಬಿಟ್ಟಳು!

'ಓಹ್ಹ್... ಹಾಗಾದರೆ ಈ ಹಾಡು ನಿನಗೆ ಗೊತ್ತು!'

'ಅಲ್ಲಿಲ್ಲಿ ಕೇಳಿ ಗೊತ್ತು... ಆದರೆ ನಿನ್ನ ಬಾಯಿಂದ ಕೇಳಿಲ್ಲವಲ್ಲ... ಐ ಮೀನ್, ಜಗನ್ನಾಥ ಕೃಷ್ಣನ ಹಾಗೆ, ಯಾವ ಗಂಡಸೂ ನನ್ನಲ್ಲಿ ನನ್ನ ಪಾದವನ್ನು ಕೋರಿಲ್ಲವಲ್ಲ?'

ಸರಿ... ಸುರುಹಚ್ಚಿಕೊಂಡೆ.

ಪ್ರಿಯೇ ಚಾರುಶೀಲೆ... ಪ್ರಿಯೇ ಚಾರುಶೀಲೆ... ಪ್ರಿಯೇ...

ವದಸಿ ಯದಿ ಕಿಂಚಿದಪಿ ದಂತರುಚಿ ಕೌಮುದೀ ಹರತಿ ದರತಿಮಿರಮತಿಘೋರಂ
ಸ್ಫುರದಧರಸೀಧವೇ ತವ ವದನಚಂದ್ರಮಾ ರೋಚಯತಿ ಲೋಚನಚಕೋರಂ
ಪ್ರಿಯೇ ಚಾರುಶೀಲೆ... ಪ್ರಿಯೇ ಚಾರುಶೀಲೆ... ಪ್ರಿಯೇ...

ನಾನು ಈ ಹಾಡು ಮುಗಿಸಿದಂತೆ ನೆನಪು. ಹಾಡು ಮುಗಿದ ಮೇಲೂ, ಮಾತಂಗಿ, ನನ್ನ ಈ ಹಾಡುಳಿಸಿದ ಗುಂಗನ್ನೂ ಉನ್ಮತ್ತಳಾಗಿ ಕೇಳಿಸಿಕೊಂಡ ನೆನಪು. ಗುಂಗು ತೀರುವ ಹೊತ್ತಿಗೆಲ್ಲ, ಅವಳು ತನ್ನ ಪದಪಲ್ಲವವನ್ನು ನನ್ನ ನೆತ್ತಿಯಲ್ಲಿಟ್ಟು- ಮೆಲ್ಲನೊಮ್ಮೆ ನೇವರಿಸಿದ ನೆನಪು. 'ಸ್ಮರಗರಲ'ವನ್ನು ನೀಗುವುದಿರಲಿ, ನನ್ನ ಮೈಯಲ್ಲಿನ ಎಲ್ಲೆಲ್ಲೂ ರಾಗರತಿಯನ್ನು ಪುನರುದ್ದೀಪಿಸಿದ ನೆನಪು. ಕೆಂಡದ ಮೇಲುಗ್ಗಿದ ಸಾಮ್ರಾಣಿಯ ಹಾಗೆ, ನಾನು, ಭಗ್ಗಭಗ್ಗನೆ ಎದ್ದು ಉರಿದುರಿದು ಧೂಪ ಕಾರಿದ ನೆನಪು. ಅವಳ ಅಂಗಾಲನ್ನು, ಮುಂಗಾಲನ್ನು, ಹಿಂಗಾಲನ್ನು... ಒಟ್ಟಾರೆ ಎರಡು ಇಡೀ 'ಹೆಂಗಾಲು'ಗಳನ್ನೂ, ನಾನು ನನ್ನ ಮೋರೆಯಲ್ಲೆಲ್ಲ ತಾಳಿಕೊಂಡ ನೆನಪು. ಮರದ ಬುಡದಲ್ಲಿ ಸಣ್ಣಗೆ ಮೊಳೆತ ಬಳ್ಳಿಯೊಂದು, ಕಾಂಡವಿರಲಿ- ಮರದ ಟೊಂಗೆಗಳನ್ನೆಲ್ಲ ಹಬ್ಬಿ, ಮುಡಿಯವರೆಗೂ ಹೊಂಚಿ... ಬಳ್ಳಿತನವನ್ನೇ ದಾಟಿ ಹೆಮ್ಮರವಾಗಿ ಹೂತ ನೆನಪು! ಅಂಗಾಂಗದಲ್ಲೆಲ್ಲ ಪುಳಕ ಕುಸುಮಿಸಿದ ನೆನಪು... ಹಾಗೇ ಕುಸುಮವೇ ಪುಳಕಿಸಿದ ನೆನಪು!

65

ಅವೊತ್ತು ನಾನು ನಿದ್ದೆ ಕಳೆದೆದ್ದುದೇ ಒಂದು ಸಾಹಸಗಾಥೆ! ಹಾಗೇ ನಿದ್ದೆಯ ಬಳಿಕದ್ದೂ ಇಂಥದೇ ಇನ್ನೊಂದು!

ನೆಲದಲ್ಲಿ ನೇರವಾಗಿ ಊರಿಕೊಂಡ ಬೇರುಗಳಲ್ಲದೆ, ಮೈಯೆಲ್ಲ ಬಿಳಿಲು ಇಳಿಬಿಟ್ಟುಕೊಂಡಿರುವ- ಪುರಾಣಕಾಲದ ಆಲದ ಮರವನ್ನು, ಯಾರಾದರೂ ಸುಲಭವಾಗಿ ಕೀಳುವುದುಂಟೇ? ಒದ್ದೆ ಮಣ್ಣಿನಲ್ಲಿರುವ ಸಸಿಯನ್ನೆಳೆಯುವಂತೆ ಸಲೀಸಾಗಿ ಎಳೆಯುವುದುಂಟೆ? ನನ್ನದೂ ಭಾರೀ ಆಲದಂತಹ ಭಾರೀ ಪರಿಸ್ಥಿತಿಯೇ ಆಗಿತ್ತು. ಬೇರೊಡನೆ ನೆಲವೂ ಕಿತ್ತಿತ್ತೆನ್ನುವ ಹಾಗೆ, ನಿದ್ದೆಯ ಒಡನೊಡನೆಯೇ ನನ್ನನ್ನು ನಾನೇ ಎಬ್ಬರಿಸಿ ಕೀಳುವುದಾಯಿತು! ನನ್ನತನವನ್ನೇ ಕಿತ್ತೆಬ್ಬಿಸುವುದಾಯಿತು!

ಮೂವ್ವತ್ತಾರು ತಾಸುಗಳ ಒಂದು ಮಹಾ ಮಹಾ ಜಾಗೃತಿಯೆಂದರೆ, ಅದಕ್ಕೆ ತಕ್ಕ ಮಹಾ ಮಹಾ ಸುಷುಪ್ತಿಯೂ ಬೇಕಷ್ಟೆ?

ಇನ್ನು, ಮೂವ್ವತ್ತಾರು ತಾಸು ಕಾಲ ಒಂದಿಷ್ಟೂ ಕಣ್ಣುತೂಗಿಸದೆ ಎಚ್ಚೆತ್ತಿರುವುದೇನು

ಸಾಮಾನ್ಯವೇ? ಅದೂ ಎರಡು ರಾತ್ರಿ, ಒಂದು ಹಗಲಿನಲ್ಲಿ ಇನ್ನೇತಕ್ಕೂ ಎಡೆಗೊಡದೆ ಜರುಗಿಕೊಂಡ ಎಚ್ಚರವಷ್ಟೆ?

ಕಟ್ಟೆಚ್ಚರ!

ಮೊದಲನೆಯ ರಾತ್ರಿ, ಕಿಕ್ಕಿರಿದ ರೇಲಿನೊಳಗೆ– ಕಂಪಾರ್ಟ್‌ಮೆಂಟಿನ ತೆರೆದ ಬಾಗಿಲಿಗೆ ಆತುನಿಂತು, ಕೆಲವೊಮ್ಮೆ ಅಲ್ಲೇ ಹಾಗೇ ಆತುಕುಳಿತು, ಆಕಾಶ ನೋಡಿಕೊಂಡು... ನಕ್ಷತ್ರವೆಣಿಸಿಕೊಂಡು... ಏನೆಷ್ಟೆಲ್ಲ ದ್ಯುತಿಪಥಗಳಲ್ಲಿ ಸಂದುಕೊಂಡು... ಮನಸೊಳಗಿನ ತಮಸ್ಸು ಕಲಕಿಕೊಂಡು... ಹೀಗಿರುವುದು ತಪಸ್ಸೇ ಸೈಯಂದುಕೊಂಡು... –ಈ ಭೂಮಿಯೆಂಬ ಭೂಮಿಯಾಚೆಗೆ, ಕತ್ತಲೆಂಬ ಕತ್ತಲಿಗೂ ಆಚೆಗೆ, ಕಣ್ಣಿಗೆ ಕಾಣುವ ಗ್ರಹತಾರೆಗಳಿಗೂ ಆಚೆಗೆ, ವ್ಯೋಮಾಂತರಿಕ್ಷವೆಂಬ ಬಾನೇ ಬಾನಿನ ವ್ಯಕ್ತ ವಿವರಗಳಿಗೂ ಹೊರಗೆ– ಏನೋ ಇದೆಯೆಂದುಕೊಂಡು, ಅದೇನೆಂದು ಯೋಚಿಸಿಕೊಂಡು, ಆ ಎಚ್ಚರದಲ್ಲೇ ಪುರೀಶಹರಕ್ಕೆ ಬಂದಿಳಿದಿದ್ದೆ. ನನ್ನೊಳಗೆ, 'ಮೊದಲೇನು? ತೊದಲೇನು?' ಎಂಬ ಯೋಚನೆ ಹುಟ್ಟಿದ್ದೇ ಆಗ!

ಮಾರನೆಯ ಹಗಲನ್ನು ಇಡೀ ಜಗನ್ನಾಥ ಪುರಿಯಲ್ಲಿ ಹೊಟೆಲು ಹುಡುಕಿಕೊಂಡು ಅಂಡಲೆದೆ. ಬಿಸಿಲಿನುದ್ದಕ್ಕೂ ಅಲೆದಲೆದು ಹೈರಾಣಾದೆ. ಸಂಜೆಯ ಮೇಲೆ ಬಲು ದುಬಾರೀ 'ಹೆರಿಟೇಜ್' ಹೊಟೆಲು ಹೊಕ್ಕರೆ, ಕಂಡುಗೊತ್ತಿರದ ಹೆಣ್ಣೊಂದರ ಒಡಬಿದ್ದು– ಇನ್ನೂ ಒಂದು ರಾತ್ರಿಯನ್ನು, ರಾತ್ರಿಗೆ ರಾತ್ರಿಯೇ ಮಾಯೆಯೆನಿಸುವಷ್ಟು ಎಚ್ಚರದೊಳಗೆ ಕಳೆದೆ. ಇನ್ನೇನು, ಆ ಎರಡನೇ ರಾತ್ರಿ ತೀರಲಿಕ್ಕಿದೆ ಅನ್ನುವಾಗ, ಅದೇ ಮಾಯಾವಿ ಹೆಣ್ಣು, ನನ್ನ ಮೇಲೆ ಇನ್ನೂ ಒಂದು ಮಾಯೆಯೆಸಗಿಬಿಡುವುದೇ?

ಕಡೆಯಲ್ಲಿನ ಮಾಯೆಯಾದರೂ ಈ ತನಕದ ಬಿಡಿ ಬಿಡಿ ಮಾಯೆಗಳ ಇಡಿಯ ಮೇಲಿಟ್ಟ ಕಿರೀಟದಂತಹ ಮಾಯೆ!

ಮೈಯಲ್ಲೆಲ್ಲ ರಾಗರತಿಯ ನಂಜು ತಾಳಿಸಿದ ಮಾಯೆ!

ಮೈಗೆ ಮೈಯೇ ತನ್ನನ್ನು ತಾನು ನೀಗಹೊಂಚಿ ತಹತಹಿಸಿದ ಮಾಯೆ!

'ಹೇ... ನಿನ್ನ ಪಾದಪಲ್ಲವವನ್ನು ಈ ನೆತ್ತಿಯಲ್ಲಿಡು... ಗಾಯದಿಂದ ಒಸರಿಬರುವ ನೆತ್ತರನ್ನು ನೀಗುವ ಪಟ್ಟಕದ ಹಾಗೆ, ನಿನ್ನ ಪಾದವನ್ನು ಬಳಸಿ ನನ್ನ ನೆತ್ತಿಯನ್ನು ನೀವಿ ನೀವಿ ಈ ತಲೆಬಿಸಿ ನಿವಾರಿಸು...' ಎಂದು ನಾನು ಕೋರಿದೆನಾಗಿ, ಈ ಕೋರಿಕೆಯನ್ನು ಮನ್ನಿಸಿಯೇನೆಂದು ಖುದ್ದು ಈ ಮಾಯಾಂಗನೆಯೇ ಮನಸಾರೆ ಒಲಿದು ಈಡೇರಿಸಿದ ಮಾಯೆ!

ಎಚ್ಚರವೆಂದರೆ ತಾನೇ ಅನಿಸಗೊಟ್ಟು, ನನ್ನನ್ನು, ನನ್ನ ಮೈಯಾರೆ ಕೈಯಾರೆ... ಮನಸಾರೆ... ತನ್ನೊಳಗೆ ತೊಡಗಿಸಿಟ್ಟುಕೊಂಡ ಕಟ್ಟೆಚ್ಚರದಂತಹ ಮಾಯೆ!

ಕಡೆಗೂ ಈ ಮಾಯೆ ತೀರಿತೆನ್ನುವಾಗ ನನ್ನಲ್ಲಿ ಎಚ್ಚರವಿರಲಿಲ್ಲ. ಎಚ್ಚರ

ಉಳಿಯಲೂ ಇಲ್ಲ.

ಅಸಲಿನಲ್ಲಿ, ಅದು ಒನ್ನಮೂನೆ ಪತನ! ಉರಿ ತೀರಿದ ತಾರಕೆಯೊಂದು ಉರುಟುರುಟಿ ಬರುವಷ್ಟು ಉಲ್ಕಾಪಾತ! ಅಂತಿಂತಲ್ಲದ ಅಧಃಪಾತ! ಮೇಲಿಂದಿಳಿಯುವ ಗಂಗೆಯ ಧಾರೆಗೀಡಾಗಿ ಧರೆಗೆ ಧರೆಯೇ ಜರೆಯಿತೆಂಬಷ್ಟು ಮನೋಪಾತ!

ಅಲ್ಲಾ, ಪತಿಸಿದ್ದು ಬರೇ ಮನಸ್ಸಾದರೆ, ಪಾಪದ ಮೈ ತಾನೇ ಏನು ಮಾಡಿತ್ತು? ಪತಿಸುವುದಲ್ಲದೆ ಇನ್ನು ದಾರಿಯೇ ಇಲ್ಲದೆ, ಮೈಯೆಂಬ ಮೈಯೂ ತಂತಾನೇ ಅನಾಮತ್ತನೆ ಪತಿಸಿತ್ತು! ಪತಿಸಿಯೇ ಪತಿಸಿಹೋಗಿತ್ತು!

ಹೀಗೆ, ನನ್ನ ಮೈಗೆ ಮೈಯೂ ಮನಸ್ಸಿಗೆ ಮನಸ್ಸೂ ಪತಿಸಿತೆಂದ ಮೇಲೆ ನಾನು?

ನಾನೂ ಪತಿಸಿದೆ! ಪತಿಸಿ ಬಿದ್ದೆ!

ಹೌದು. ಪತಿತ ನಾನು... ಪಾವಕವು ಎಲ್ಲಿ?

ಇನ್ನು, ಮೈಯಿದೆಯೆಂದು, ಎಗ್ಗಿರದೆ ಅದೂ ಇದೂ ಮಾಡುವ ನನ್ನ ಕರ್ಮವಾದರೂ ಆ ಮೈಯಿನದೇ ತಾನೇ? ಈ ಸಲುವಾಗಿಯೇ, ಅಂದರೆ ಮೈಯಿದೆಯೆಂಬ ಮೇರೆಗೋ ಎಂಬಂತೆ, ನನಗೆ ಕಡೆಗೂ ಎಚ್ಚರವಾಯಿತು. ಅಂದರೆ ಮೈಯೆಂಬ ಮೈಯಿ– ತಂತಾನೇ, ತನ್ನ ತಾನೇ ಮತ್ತು ತನ್ನಿಂದ ತಾನೇ ಕಿತ್ತು ಕಿತ್ತು ಎಚ್ಚೆತ್ತಿತು!

ಈ ಎಚ್ಚರವಾದರೂ ಧಿಗ್ಗನೆದ್ದು ಬರುವ ಸಡನ್ನಾದ ಎಚ್ಚರವಲ್ಲ!

ಏನೋ ಮಂಪರು. ಏನೇನೋ ನಶೆ. ಏನೇನೋ ಕನವು... ಕನವರಿಕೆ!

ಮೇ ಮಾಸದ ಮೇರು ಧಗೆಯೆಂದು ಮೈಯೆಲ್ಲ ಹೂ ತಾಳಿ– ಒಳಹಸಿರನ್ನು ಕಾಪಿರಿಸಿಕೊಳ್ಳುವ, ನಿಜದ ಮೈಯನ್ನೇ ಮರೆತುಹೋಗುವ 'ಗುಲ್‌ಮೊಹರು'ಗಳಂತಹ ಹೂವಿನ ದಂಗೆ. ಕೆಂಪೇ ಕೆಂಪಿನ ದಂಗೆ. ಹೋಗಲಿ, ಈ ಹೂವುಗಳಾದರೂ ಅವು ಹಿಮ್ಮುಚ್ಚಿಕೊಂಡಿರುವ ಅಷ್ಟಿಷ್ಟು ಹಸಿರೆಲೆಯಷ್ಟು ಶಾಶ್ವತವೇ? ಊಹ್ಞೂಂ... ಗಾಳಿ ಸೋಕಿದರೆ ಸಾಕು, ದಳಬಳ ದಳಬಳ ಉರುಟಿಬೀಳುವ ಭಂಗುರ ಅದು... ಬಿದ್ದೇ ಬೀಳುವ ಪತನ. ಹೂ–ಪತನ!

ಓಹೋ... ಆಹಾ... ಮಹಾ ಮಹಾ ಪುಷ್ಪಪಾತ!

ಇನ್ನ, ಕನಸುಗಳೂ ಹೀಗೇ... ಒಂದೇ ಸಮ ಬಿದ್ದು, ಬಿದ್ದಿದ್ದೇ ಸುಳ್ಳೆನ್ನುವ ಹಾಗೆ– ಪುನಃ ಪುನಃ ಬಿದ್ದು ಬಿದ್ದು ಪತಿಸುತ್ತವೆ! ಅಸಲಿನಲ್ಲಿ, ಜಗನ್ನಾಥ ಕೃಷ್ಣನ ರಥದ ಜಾತ್ರೆಯ ದಿವಸ– ನನ್ನಲ್ಲುಂಟಾಗಿದ್ದು, ಈ ಪರಿಯ ಮಹಾಪುಷ್ಪಪಾತ!

ನಿವ್ವಳದಲ್ಲೇನು?

ದೇವರೇ... ಆ ಕುರಿತು ಆಡುವುದೇ ಬೇಡ!

66

ಕೆಲವು ಶತಮಾನಗಳ ಕಾಲದ 'ಕೋಮಾ'ವಸ್ಥೆಯನ್ನು ಮುಗಿಸಿಕೊಂಡೆದ್ದವನಂತೆ, ನಿದ್ರೆಯಿಂದೇನೋ ಎಚ್ಚೆತ್ತೆ ಹೌದು; ಆದರೆ ಸುತ್ತಲಿನ ಜಗತ್ತೇ ಬದಲಿಹೋಗಿತ್ತು! ಹೊತ್ತು ಕದಲಿ ಮಗ್ಗುಲು ಬದಲಿಸಿತೆಂಬಂತೆ, ಅದು ತನಗೆ ತಾನೇ, ಪೂರಾ ಇನ್ನೊಂದಾಗಿತ್ತು! ಅದೇ ಗೋಡೆ, ಅದೇ ಸೂರು... ಅದೇ ಕಿಟಕಿ... ಅವವೇ ತೊಲೆಜಂತಿಗಳು... ಅವವೇ ಸಿಂಹ, ಶಲಭ, ಶರಭ, ಶಾರ್ದೂಲಾದಿ ವನ್ಯಸಂಕುಲವನ್ನು ಕಟೆದಿಟ್ಟುಕೊಂಡ ಮಂಚ... ರೇಶಿಮೆಯ ಕುಸುರಿಯಂತಹ ಕಸೂತಿಯನ್ನು ಹೊದೆಸಿದ ಮೆತ್ತನೆ ಮೆತ್ತೆಯ ಹಾಸಿಗೆ... ಕಡೆಗೆ, ಕಾಲಮಾನದೊಳಕ್ಕೇ ರೆಕ್ಕೆಯಿಟ್ಟು ತಿರಿದೇ ತಿರಿಯುವ ಅದೇ ಯಂತ್ರಚಕ್ರದ ಫ್ಯಾನು... ಹೀಗೆ ಎಲ್ಲವೂ 'ಹಾಗೆ ಹಾಗೇ' ಇದ್ದವಾದರೂ... ನನಗೆ ನಾನೇ ನಾನಾಗಿರಲಿಲ್ಲ!

ಹೌದು... ನಾನು ಯಾರು? ಅರೇ... ನಾನು ಐಳನೇ ಅಲ್ಲವೇ? ಐಳನ್ ಧೀಮಣಿ ಮರುನ್ನದಿಯೆಂಬ ಅರೆತಮಿಳು ಅರೆಗನ್ನಡದ ಗಂಡಸು ತಾನೇ? ಹೌದು... ನನಗೆ ಹೀಗೇಕೆ ಅನಿಸುತ್ತಿದೆ? ಯಾವ ಕಾರಣಕ್ಕೆ? ಮರಳಿ ಮಂಪರಿಗೀಡಾದೆ. ಅರೇ... ಅರೆಬರೆ ಎಚ್ಚರದಲ್ಲೂ ನಾನಾರಂತೆಂಬ ಪ್ರಶ್ನೆ ತಲೆದೋರಿತು. ಒಂದೇ ಪ್ರಶ್ನೆಯ ಹತ್ತಾರು ತಲೆತಿರುಕ ಕವಲುಗಳು...ಉತ್ತರವನ್ನು ಹೊಂಚಿ ಹೊಂಚಿ ತಿರಿದೇ ತಿರಿಯುವ ತಿವಿತಗಳು.

ಇನ್ನು, ಕಣ್ಣು ಮುಚ್ಚಲು ಸಾಕು, ನೂರಾರು ಕನಸುಗಳು ಬಿದ್ದವು... ಅರ್ಥವಿಲ್ಲದ ಕನಸು. ಗುಲಮೊಹರಿನ ಹೂವಿನ ಹಾಗೆ ಒಂದೇ ಸಮ ಪತನಗೊಳ್ಳುವ ಕನಸು... ಪಾವಕವಿಲ್ಲದ ಪತಿತ ಕನಸು.

ಹೀಗೆ, ಎಚ್ಚರವಾದರೆ ಪ್ರಶ್ನೆ, ಮಂಪರಾದರೆ ಕನಸು... ಎಂದಾಗಿ, ನಾನು ಪರಿಪರಿಯಾಗಿ ಹರಿದುಹೋದೆನೆ? ಅಷ್ಟೇ ಪರಪರನೆ ಹರಿದೇ ಹೋದೆನೆ?

ಅಯ್ಯೋ... ಇದೇನು? ಮತ್ತೆ ಸುಪ್ತಿಗಿಳಿದೆನೇ? ಏನಾಗಿದೆ ನನಗೆ? ರಾತ್ರಿಯ ಕಡೆಕಡೆಯಲ್ಲೆಲ್ಲೋ ಕಡಲು ಮೊರೆದಂತೆ ಕೇಳಿಸಿತಲ್ಲ... ಎಲ್ಲಿರುವೆ ನಾನು? ಕಿನಾರೆಯ ಮೇಲೆ ಎಡೆಬಿಡದೆ ಓಡುತ್ತಿರುವೆನಲ್ಲ... ಅಕೋ... ನನ್ನೆದುರೊಂದು ಚಿಗರೆ ಓಡುತ್ತಿದೆಯಲ್ಲ, ಅದನ್ನು ನಾನು ಬೆನ್ನಟ್ಟಿದೆನೇ ಹೇಗೆ? ಇದ್ದೂ ಇಲ್ಲದಂತಿರುವ ಅದನ್ನು ಹಿಡಿಯಹೊರಟೆನೇ ಹೇಗೆ? ಅರೆ... ಓಡಿಯೂ ಓಡದಂತೆ ಅನಿಸಿದೆಯಲ್ಲ, ಏನಿದು? ಇಕೋ... ಏನಿದೇನಿದು? ಕಣ್ಣೆದುರೇ ಆ ಚಿಗರೆ ಹೆಣ್ಣಾಗಿ ಮಾರ್ಪಟ್ಟಿತಲ್ಲ... ಇದೇನು ಮಾಯಾಜಿಂಕೆಯೇ? ಮಾರೀಚಮಾಯೆಯೇ? ಏನು?

ಅದು ನಿಜವಾಗಿ ಏನು?

ಪ್ರಿಯೇ ಚಾರುಶೀಲೆ... | 185

ಓಡುವ ಹೆಣ್ಣು ಕೈಗೆ ಸಿಗಲೊಲ್ಲಳು. ಓಡಿಯೇ ಓಡುವಳು... ಮಥಿಸುವ ಕಡೆಗೋಲಿನ ಸರಭರದಂತೆ ಸರಸರ ದನಿಸಿ ಓಡುವಳು. ನಾನೂ ಬೂಟಿನ ಹೆಜ್ಜೆ ಪುಟಿಸಿಕೊಂಡು ಓಡಿಯೇ ಓಡುವೆನು. ಇಷ್ಟಾಗಿ, ಮುಂದೆ ಓಡುತ್ತಿರುವ ಹೆಣ್ಣು ಯಾರು? ನಾನೇಕೆ ಹಿಂದೆ ಓಡುತ್ತಿರುವೆ? ಈ ಪರಿ ಓಟ ಜೂಟಾಟಗಳ ಅರ್ಥವೇನು?

ಹೀಗೆ, ಏನನ್ನೂ ಅರಿಯದೆ ಸುಮ್ಮಸುಮ್ಮಗೆ ಓಡಿದ್ದೇ ಬಂತು. ಹೆಣ್ಣೂ ಸಿಗಲೊಲ್ಲಳು... ನಾನೂ ಓಡನಿಲ್ಲಿಸೆನು!

ಇದೇ ನಾಟಕದಲ್ಲಿನ ಇನ್ನೊಂದು ಹೊಚ್ಚ ಹೊಸ ಅಂಕವೆಂಬಂತೆ ಹೊಸತೇ ಇನ್ನೊಂದು ಮೊದಲಾಯಿತು... ತೋರಿಬಂತು!

ಇಲ್ಲೇ, ಇದೇ ಮಂಚದ ಮೇಲೆ ಕುಳಿತು– ಸ್ಮರೋನ್ಮತ್ತ ಸ್ವರ ತಾಳಿ ಹಾಡುತ್ತಿರುವ ನಾನು! ಬಲಗಡೆಯ ಮಂಡಿಯೆತ್ತರಿಸಿ, ಅದರ ಮೇಲೆ ಬಲಗಡೆಯ ಮೊಣಕೈಯೊತ್ತಿ, ಅಂಗೈಯಲ್ಲಿ ಮುಖವನ್ನಾನಿಸಿ– ಕುಳಿತು, ತದೇಕ ನನ್ನನ್ನೇ ನೋಡುತ್ತಿರುವ ಅವಳು!

ಹೌದು, ಆ ಮುಂದೆ ನಾನು ಹಾಡಿದ್ದೇನು? ಯಾವ ಹಾಡು? ಅವಳು ಕಿವಿಗೊಟ್ಟಿದ್ದೇನು? ಏನು ಪಾಡು?

ಪ್ರಿಯೇ ಚಾರುಶೀಲೆ... ವದಸಿ ಯದಿ ಕಿಂಚಿದಪಿ ದಂತರುಚಿ ಕೌಮುದೀ ಹರತಿ ದರತಿಮಿರಮತಿಘೋರಂ...

ಹಾಡು ಮುಗಿಯಿತೋ ಇಲ್ಲವೋ, ಇಬ್ಬರೂ– ಜಂಟಿ ಘಟಸರ್ಪಗಳ ಹಾಗೆ, ಒಬ್ಬರನ್ನೊಬ್ಬರ ಮೈಹಬ್ಬಿ... ನುಲಿ ನುಲಿದು... ನಲಿ ನಲಿದು... ಆಹಾ ಏನನ್ನುವುದು ಅದನ್ನು? ನಮ್ಮ ಸಲುವಿನ ನಿಮಿತ್ತವೇ ಇಲ್ಲವೆನ್ನುವ ಹಾಗೆ, ನಮ್ಮ ಹಣೆಗಳಲ್ಲಿ ನಾಳೆಯನ್ನೇ ಬರೆದಿಲ್ಲವೆನ್ನುವ ಹಾಗೆ– ಇಬ್ಬರೂ ಆಡಿದ್ದೇನು... ಮಾಡಿದ್ದೇನು... ನಲಿವೇನು... ನುಲಿವೇನು...

ಸರಿ... ಮುಂದೇನಾಯಿತು? ನೆನಪಿನಲ್ಲಿಲ್ಲ. ಇನಿತೂ ನೆನಪಿನಲ್ಲಿಲ್ಲ!

ಏನಾಗಿಹೋಯಿತು? ಗೆದ್ದೆನೆ? ಬಿದ್ದೆನೆ? ಎದ್ದೆನೆ? ಅವಳಾದರೂ ಗೆದ್ದಳೇ? ಬಿದ್ದಳೇ? ಎದ್ದಳೇ? ಅವಳು ಗೆದ್ದಳೆಂದರೆ ನಾನು ಬಿದ್ದ ಲೆಕ್ಕವಷ್ಟೆ? ನಾನು ಎದ್ದೆನೆಂದರೆ ಅವಳ ಸೋಲಿನ ಎಣಿಕೆ... ಹಾಗಾದರೆ ನಿಜಕ್ಕೂ ಆಗಿದ್ದೇನು?

ಎಷ್ಟೇ ತಿಣುಕಿದರೂ ನೆನಪಾಗುತ್ತಿಲ್ಲ. ತೋಚುತ್ತಲೇ ಇಲ್ಲ.

ಹ್ಞಾಂ... ಹೇಳಿದೆನಲ್ಲ, ಅದು ಅಧಃಪಾತ. ಉರಿ ತೀರಿದ ತಾರಕೆಯೊಂದರ ಉರುಟುರುಟು ಪತನ. ಉಲ್ಕಾಪಾತ!

ನಿದ್ರೆಯೇ ನಿದ್ರೆಯಿದ್ದ, ನಿದ್ರೆಯಲ್ಲದ ಬೇರೆ ಮುದ್ರೆಯೇ ಇಲ್ಲದ... ಭದ್ರಾತಿಭದ್ರ ಜಗತ್ತು ಅದು. ತಳವಿಲ್ಲದ ಆಳ ಅದಕ್ಕೆ. ನಿಜಕ್ಕೂ ಪಾತಾಳ. ಅಲ್ಲಿಂದ ಎದ್ದು ಹೊರಬಂದೇನೆಂಬುದೂ ವೃಥಾ ಹವಣು ಮಾತ್ರ. ಫಲಿಸಲಿಲ್ಲ! ಹೌದು...

ಆಳಾತಿ ಆಳದಲ್ಲಿ ನೂರೆಂಟು ಸೆಳೆತ. ಎಳೆತ. ನಾನು ಪದೇ ಪದೇ ಏಳುವುದು... ಏಳಹೊಂಚುವುದು... ನಾನು ಎದ್ದಷ್ಟೂ, ಅದು ಎಳೆಯುವುದು. ಸೆಳೆಯುವುದು. ಬೀಳಿಸುವುದು. ಹೀಗೆ, ಎದ್ದಷ್ಟೇ ಬಿದ್ದುದಾಯಿತು. ಬಿದ್ದಷ್ಟೇ ಎದ್ದುದಾಯಿತು

ಈ ಪರಿಯ ಏಳುಬೀಳುಗಳ ಕಡೆಯಲ್ಲೆಂಬಂತೆ, ಇನ್ನೊಂದು ದಿವಸದ ಮತ್ತೊಂದು ಹಗಲಿನಲ್ಲಿ– ಈ ಐಳ, ಕಡೆಗೂ ಎಚ್ಚೆತ್ತನಾದರೆ, ವಿಧಿಯೂ ಇನ್ನೊಂದಾಗಿ ಪರಿಣಮಿಸಿತ್ತು! ಎಚ್ಚರಕ್ಕೆ ಎಚ್ಚರವೇ ಮೋಸವೆನ್ನಿಸಿತು!

67

ಜಗತ್ತಿಗೆ ಜಗತ್ತೇ ಬತ್ತಲಾಗಿದೆಯೆಂಬಷ್ಟು ವಿವಸ್ತ್ರನಾಗಿದ್ದ ನಾನು, ಪೂರ್ತಿ ಎಚ್ಚರಗೊಂಡು, ಏನೆತ್ತವೆಂದು ಸುತ್ತಲಿನ ಪರಿವೆಯನ್ನು ಕಂಡುಕೊಳ್ಳುವಾಗ– ಮಾತಂಗಿ ಬದಿಗಿರಲಿಲ್ಲ! ಕಾಣಬರಲಿಲ್ಲ. ಕಣ್ಣೊಳಗಿನ ಮಬ್ಬುಮಂಪರು ಕಳೆಯುತ್ತ, ನಾನು ಅನಾಮತ್ತನೆ ಎಚ್ಚೆತ್ತಷ್ಟೇ ಧಿಗ್ಗನೆ, ಅವಳ ಗೈರು, ಬಟಾಬಯಲಾಗಿ ನನ್ನೆದುರು ತೆರೆದುಕೊಂಡಿತು. ಜಗತ್ತು ಮತ್ತೂ ಬೋಳನ್ನಿಸಿತು.

'ಹೇ...' ಎಂದೊಮ್ಮೆ ಅರಚಿಕೊಂಡೆ. ಅವಳು ಉತ್ತರಿಸಲಿಲ್ಲ. 'ಮಾತಂಗೀ...' ಈ ಸರ್ತಿ ಹೆಸರಿಟ್ಟು ಒರಲಿದೆ. ಮತ್ತೆ ಉತ್ತರವಿಲ್ಲ!

ದಿಗಿಲೇ ಮೊದಲಾಯಿತು!

ಎಷ್ಟೇ ಐಷಾರಾಮದ ಕೋಣೆಯಾದರೂ, ಏನೊಂದಕ್ಕೂ ಕೂಗಳತೆಯಷ್ಟೆ? ಪಿಸುಗುಟ್ಟಿದರೂ ಕೇಳುವಷ್ಟು ಆಯ ಮತ್ತು ದೂರ. ಹೀಗಿರುವಾಗ, ಎರಡು ಮೂರು ಸರ್ತಿ ಕರೆದರೂ ಓಗೊಡಳೆಂದರೆ, ಏನೆಂದು ಕಲ್ಪಿಸುವುದು? ಎಲ್ಲಿರಬಹುದೆಂದು ಊಹಿಸುವುದು? ಇನ್ನು, ಈ ಹೆಣ್ಣಿನ ಹೊತ್ತುಗೊತ್ತುಗಳೇನೆಂದು ಪ್ರೆಡಿಕ್ಟು ಮಾಡಲಿಕ್ಕೆ ನಮ್ಮದೇನು ವರ್ಷಾಂತರದ ಬಳಕೆಯೇ? ನಂಟೇ? ಜನ್ಮಾಂತರದ ಬಂಧವೇ? ಅವಳೇ ಹೇಳಿರುವಂತೆ ಒಂದೇ ಒಂದು ರಾತ್ರಿಯ ಜೊತೆ ತಾನೇ? ಹೀಗಿರುವಾಗ ಏನು ಮಾಡುವುದು?

ಯೋಚನೆಯಾಯಿತು.

ತಕ್ಷಣ ಹಾಸಿಗೆಯಿಂದಿಳಿದು, ಸೊಂಟಕ್ಕೊಂದು ಟವಲು ಸುತ್ತಿಕೊಂಡು– ಬಾತ್‌ರೂಮಿನವರೆಗೂ ನಡೆದು ನೋಡಿದೆ. ಇರುವ ಸುಳಿವಿರಲಿ, ಶೌಚವನ್ನು ಬಳಸಿದ ಸೂಚನೆಯೂ ಕಾಣಿಸಲಿಲ್ಲ. ವಾಪಸು ರೂಮಿಗೆ ಬಂದು ನೋಡಿದರೆ, ಅಲ್ಲಿ ನಾನಲ್ಲದೆ ಇನ್ನಾರೂ ಇರಲಿಲ್ಲ! ಹೋಗಲಿ, ಹೆಣ್ಣೊಂದು ನನ್ನೊಡನಿದ್ದಿತೆಂಬ ಸೂಚನೆಗಾದರೂ ಕೆಲವು ಕುರುಹಿರಬೇಕಷ್ಟೆ? ಅಥವಾ, ನೂರೊಂದನೇ ನಂಬರಿನ ಆ

ರೂಮು ಅವಳದೆಂದ ಮೇಲೆ, ಅವಳದಾಗಿರಬಲ್ಲ ಒಂದಲ್ಲೊಂದು ಸಂಗತಿಯಾದರೂ ಇರಬೇಕಷ್ಟೆ? ಮುಡಿ ಬಿಗಿಯುವ ಕ್ಲಿಪ್ಪೋ, ಹಣೆಗಿಡುವ ಬಿಂದಿಯೋ... ಬಳೆಯೋ... ಉಂಗುರವೋ... ಬಾಚಣಿಗೆಯೋ... ನೇಲ್‌ಪಾಲೀಶಿನ ಬಾಟಲೋ... ಕಡೆಗೆ, ಬಾತ್‌ರೂಮಿನ ಚಪ್ಪಲಿಯೋ... ಊಹ್ಞೂಂ... ಏನೊಂದೂ ಇರಲಿಲ್ಲ! ಬ್ಯಾಗು, ಸೂಟ್‌ಕೇಸಿತ್ಯಾದಿ ಲಗೇಜು ಸಹ ಇರಲಿಲ್ಲ... ಕಪಾಟು ತೆರೆದೆನಾದರೆ ಅದುವೂ ಖಾಲಿ! ಪೂರ್ತಾ ಪೂರ್ತಾ ಖಾಲಿ!

ದಿಗಿಲು ಇಮ್ಮಡಿಸಿತು!

ಇದು ನೂರೊಂದನೇ ನಂಬರಿನ ರೂಮೇ ಹೌದಲ್ಲವೇ? ಅಕಸ್ಮಾತ್, ಏನಾದರೂ ಇನ್ನೊಬ್ಬರ ಕೋಣೆ ಹೊಕ್ಕು ಮಲಗಿಬಿಟ್ಟೆನೆ? ಶಂಕೆಯಾಯಿತು. ಇದು ಇನ್ನೊಬ್ಬರ ಕೋಣೆಯಿದ್ದ ಪಕ್ಷಕ್ಕೆ, ನಾವಿಬ್ಬರೂ 'ಮಧುಮಂಚ'ವೆಂದು ಏರಿ, ಒಬ್ಬರನ್ನೊಬ್ಬರು ಹೊಂದಿ ಸಾಧಿಸಿದ್ದು– ನನ್ನದಲ್ಲದ, ಅವಳದೂ ಅಲ್ಲದ ಇನ್ನೊಂದು ರೂಮಿನ ಇನ್ನೊಬ್ಬರ ಪಲ್ಲಂಗವನ್ನೇ? ಛೇ ಛೇ...

ನಾಚುಗೆಯಾಯಿತು!

ತಕ್ಷಣ, ಬಾಗಿಲು ತೆರೆದು– ಅದರ ಮೇಲಿರುವ ರೂಮ್ ನಂಬರೇನೆಂದು ನೋಡಬೇಕೆನ್ನಿಸಿತು. ಬಾಗಿಲಿನತ್ತ ಸರಕ್ಕನೆ ಸರಿಯುವಾಗ, ನನ್ನ ಸೊಂಟದಲ್ಲೊಂದು ಟವಲಲ್ಲದೆ ಇನ್ನೇನೂ ಇಲ್ಲವೆಂಬುದು ಪರಿವೆಗೆ ಬಂದು, ಅಷ್ಟೇ ಸರ್ರನೆ ಮಂಚದತ್ತ ಸರಿದು, ಎಲ್ಲೆಲ್ಲೂ ಬಿಚ್ಚಿ ಬಿಸುಟಿದ್ದ ನನ್ನ ಉಡುಪುಗಳನ್ನು– ಒಂದೊಂದಾಗಿ, ಬಲು ಜತನವಾಗಿ ಹೆಕ್ಕಿ ತೊಟ್ಟೆ. ಸ್ಮರೋದ್ರಿಕ್ತ ಭರದಲ್ಲಿ ತೊಟ್ಟ ಬಟ್ಟೆಯನ್ನು ರಭಸವಾಗಿ ಕಳಚಿದ ನೆನಪಾಯಿತು. ಮೈಹೊರಳುವಷ್ಟೇ ಉಡುಪೂ ಹೊರಳಿ ಸುಕ್ಕುಸುಕ್ಕಾಗಿ ಚದುರಿಹೋಗಿತ್ತು! ಬಟ್ಟೆಯನ್ನೆಲ್ಲ ಮರಳಿ ಹೆಕ್ಕಿ ತೊಟ್ಟಿದ್ದೇ ಸೈ, ನಾನು ಹಿಂದಿನ ರಾತ್ರಿಯನ್ನೇ ತೊಟ್ಟುಬಿಟ್ಟ ಐಳನಾಗಿಬಿಟ್ಟೆ! ಅನಿಸಿಬಿಟ್ಟೆ! ಕೊನೆಯಲ್ಲಿ ಬೂಟಿಗೆ ಲೇಸು ಬಿಗಿದು ಕದಲುವ ಮೊದಲು, ಕನ್ನಡಿಯಲ್ಲೊಮ್ಮೆ ಇಣುಕಿ ಮುಡಿ ತಿದ್ದಿಕೊಂಡೆ. ಕಣ್ಣುಗಳಲ್ಲಿದ್ದ ಅಷ್ಟಿಷ್ಟು ನಿದ್ರೆಯ ಪಿಸುರನ್ನು ಬೆರಳಿಕ್ಕಿ ಒರೆಸುವಾಗ, ನನ್ನ ಈ ವರ್ತನೆಯ ಬಗ್ಗೆ ನಾನೇ ನಕ್ಕೆ! ಯಾವೊಬ್ಬ ಮನುಷ್ಯನೂ ಹೊರಜಗತ್ತಿನೆದುರು ತನ್ನ ತಾನು ತೆರೆದು ತೋರಿಕೊಳ್ಳುವಾಗ ಬಲು ಸಂಭಾವಿತನಾಗಿ ತೋರಬಯಸುತ್ತಾನೆಂಬ ಸಂಗತಿಯೇ ಸೋಜಿಗವೆನ್ನಿಸಿತು!

ಬಾಗಿಲು ತೆರೆದು ಹೊರಗಿಣುಕಿದೆ. ಕಾರಿಡಾರಿನಲ್ಲಿ ಯಾರೂ ಇರಲಿಲ್ಲ... ಯಾರೂ ಕಾಣಿಸಲಿಲ್ಲ. ಅಲ್ಲಿಯೇ 'ಸ್ಟೇರ್'ಲಾಬಿಯಲ್ಲಿ ತೋರಿಬಂದ ದೊಡ್ಡ ಪೆಂಡುಲಮ್ಮಿನ ಆ ದೊಡ್ಡನೆ ಗಡಿಯಾರದಲ್ಲಿ, ಆಗ್ಗಿನ ಸಮಯ ಮಧ್ಯಾಹ್ನದ ಮೂರೂ ಮುಕ್ಕಾಲೆಂದು ದೊಡ್ಡದಾಗಿ ತೋರಿಬಂತು.

ಹೌದು ಹೌದು. ಮಧ್ಯಾಹ್ನದ ಮೂರೂ ಮುಕ್ಕಾಲು!

ಬೆಳಿಗ್ಗೆ, ಇನ್ನೂ ಬೆಳಕು ಹುಟ್ಟಿರದ ಹೊತ್ತಿನಲ್ಲಿ– ಅದೇ ಗಡಿಯಾರವು, ಆಗಲಿನ್ನೂ ಐದು ಗಂಟೆ ಐದು ನಿಮಿಷವೆಂದು ತೋರಿ, ನಮ್ಮಿಬ್ಬರಲ್ಲೂ ಇನ್ನಷ್ಟು ಕಾಲ ಒಡತಂಗಿಸುವ ಉಮೇದು ಹಚ್ಚಿದ್ದು ನೆನಪಾಯಿತು. ಹಿಂದೆಯೇ, ಆ ಬಳಿಕದ ಸಂಗತಿಯೆಲ್ಲವೂ– ಒಂದೊಂದಾಗಿ ಮನಸ್ಸಿನಲ್ಲಿ ಮರುಕಳಿಸಿ, ಮೈಮೋರೆಯಲ್ಲೆಲ್ಲ, ನಾಚುಗೆಯೊಡನೆ ನೆತ್ತರುಗ್ಗುಗ್ಗಿ ಕೆಂಪೇರಿತು. ಕೆಂಪೇರಿಕೊಂಡು ಬಂದ ನಾಚುಗೆಯೆಲ್ಲ ನನ್ನ ಗಡ್ಡ–ಮೀಸೆಗಳ ಹಿಂದೆ ಅಡಗಿ ಇಲ್ಲವಾಯಿತು! ಮೆಲ್ಲಗೆ ರೂಮಿನಿಂದ ಹೊರಬಂದು, ಬಾಗಿಲಿನ ಮೇಲಿರುವ ಆರ್ಚಿನ ಚೌಕಟ್ಟಿನಲ್ಲಿ– ಲೋಹದ ಪಟ್ಟಿಯ ಮೇಲೆ ಬರೆದಿರುವುದು 'ಒನ್ ಜೀರೋ ಒನ್ನೇ' ಎಂಬುದನ್ನು ನೋಡಿ, ಒಂದು ಕ್ಷಣಕ್ಕೆ ನಿರಾಳನಾದೆ!

ಹಾಗಾದರೆ ಈ ಹೆಣ್ಣು ಎಲ್ಲಿ ಹೋದಳು? ಎಲ್ಲಿ ಕಾಣೆಯಾದಳು? ಪ್ರಶ್ನೆ ಮಿಕ್ಕಿಯೇ ಮಿಕ್ಕಿತು. ಮಿಗುವಷ್ಟೇ ಕಾಡಿತು. ವಾಪಸು ರೂಮೊಳಗೆ ಹೊಕ್ಕು, ಮಂಚದ ಬದಿಯಲ್ಲಿನ ಕುರ್ಚಿಯಲ್ಲಿ ಭಾರವಾಗಿ ಕುಕ್ಕರಿಸಿದೆ. ಪ್ರಶ್ನಾರ್ಥಕ ಮನಸ್ಸು ತಾಳಿಕೊಂಡೇ ಉಳಿದೆ. ಈಗ ಬಂದಾಳು, ಆಗ ಬಂದಾಳು... ಎಂದು ಕೆಲಕಾಲ ಕಾದೆ. ಕಾಯುತ್ತಿದ್ದರೂ ಕಾಯುವ ವ್ಯವಧಾನವಿಲ್ಲದೆ ಒಳಗಿಂದೊಳಗೇ ಕಾದುಹೋದೆ! ಅತ್ತಿಂದಿತ್ತ ಶತಪಥಿಸಿದೆ. ನನ್ನೊಡನೆ ಮೈಮನಸು ಸೋತು ಬೆರೆತ ಹೆಣ್ಣು, ಈಗ ತನ್ನ ಅಸ್ತಿತ್ವದ ಗುರುತನ್ನೂ ಇರಗೊಡದೆ ಕಾಣೆಯಾಗುವುದೆಂದರೆ? ಹುಹ್ಹ್... ಏನಿದರ ಅರ್ಥ? ಏನಿದರ ತುರ್ತು? ಎಲ್ಲಿ ಹೋದಳು? ಎಲ್ಲಿ ಸಂದಳು?

ರಮ್ಯವಾದ ಕನಸೊಂದು ಹರಿದು, ವಾಸ್ತವವೇ ಸುಳ್ಳೆಂದೆನಿಸುವ ಸಂದಿಗ್ಧದಲ್ಲಿ ಈಡಾದೆ. ಜಗತ್ತಿನ ಅಸಲೆಲ್ಲವೂ ನಕಲಿಯೆಂದು ಅನ್ನಿಸತೊಡಗಿತು!

68

ಜಗತ್ತು ನಕಲಿಯಾದರೆ ಅಸಲಿನಲ್ಲೇನೆಂಬ ಪ್ರಶ್ನೆ ಕಾಡತೊಡಗಿ ವಾಸ್ತವಕ್ಕಿಳಿದೆ.

ಯುಗದುದ್ದದ 'ಕೋಮಾವಸ್ಥೆ'ಯಿಂದ ಎದ್ದ ಬಳಿಕ, ಸದ್ಯದ ಎಚ್ಚರಕ್ಕೆ ಅಣಿಯಾಗುವುದಷ್ಟೆ? ಅನಿವಾರ್ಯವೂ ಹೌದಷ್ಟೆ? ಸರಿ... ವಾಪಸು ನನ್ನ ರೂಮಿಗೆ ಹೋಗುವುದೆಂದುಕೊಂಡೆ. ತೊಟ್ಟ ಬಟ್ಟೆಯೆಲ್ಲ ರಾತ್ರಿಪೂರ್ತಿಯ ಮಳೆ, ಬೆವರಿನಿಂದಾಗಿ, ಮುಗ್ಗುಲುನಾತ ಹೊಡೆಯುತ್ತಿತ್ತಲ್ಲ, ಮೊದಲು ಮಿಂದು ಮಡಿಯಾಗುವುದು ಸೈಯೆಂದುಕೊಂಡೆ. ಬಳಿಕ ಹೊಟ್ಟೆಗೇನಾದರೂ ಹಾಕಿಕೊಳ್ಳುವುದೆಂದೂ ನಿರ್ಧರಿಸಿದೆ.

ಮೂರನೇ ಮಹಡಿಯ ಸ್ಟೇರುಗಳಿಂದ ಎಡಕ್ಕೆ ಹೊರಳುವಾಗ ಕಟ್ಟಕಡೆಯ ರೂಮು ನನ್ನದು. ನಂಬರ್ ಮುನ್ನೂರ ಇಪ್ಪತ್ತೊಂದು. ನಿನ್ನೆ ಈ ಹೊಟೆಲಿಗೆ ಬಂದಿದ್ದಷ್ಟೇ, ರೂಮು ಹೊಕ್ಕು ಬೆನ್ನುಚೀಲವನ್ನು ಚೆಲ್ಲಿ, ಅಡ್ಡಾಗೋಣವೆಂದು ಮಂಚವೇರಿದರೆ– ಹಾಳಾದ್ದು ನಿದ್ದೆ ಬರಲಿಲ್ಲ. ವಾಪಸೆದ್ದು, ಹತ್ತೆಂಟು ಮಿನಿಟು ಶವರಿನಡಿಯಿದ್ದು ಮಡಿಯಾಗಿ– ಹೊಟೆಲಿನ ಹಿಂಬದಿಗಿದ್ದ ಕಡಲು ಕಾಣಲೆಂದು ಹೊರಟೆ. ನಿಜಕ್ಕಾದರೆ, ಈ ಇಡೀ ಪ್ರಕರಣವು ಮೊದಲುಗೊಂಡಿದ್ದೇ ಅಲ್ಲಿಂದ. ಬಂಗಾಳಕೊಲ್ಲಿಯ ತಟದಿಂದ. ತುದಿಮೊದಲೆಂದಿರದ ಎಡೆಯಿಂದ. 'ಮೊದಲೆಂಬ ಮೊದಲಿಗೂ ಮೊದಲಾದುದೇನು?' ಎಂಬಲ್ಲಿನಿಂದ!

ಇರಲಿ... ರೂಮಿನ ಕೀ ನನ್ನ ಬಳಿಯಿರಲಿಲ್ಲ. ಆರಿಂಚು ಉದ್ದದ ಕಬ್ಬಿಣದ ಬೀಗದ ಕೈಯಾದ್ದರಿಂದ ಕಿಸೆಯಲ್ಲಿಟ್ಟುಕೊಳ್ಳುವುದು ಕಷ್ಟವೆಂದು, ನಿನ್ನೆ ಸಂಜೆ ಬೀಚಿಗೆ ಹೊರಡುವ ಮೊದಲು ರಿಸೆಪ್ಷನ್‌ನಲ್ಲಿ ಬಿಟ್ಟೆ. ಆ ಬಳಿಕ ರೂಮಿಗೆ ವಾಪಸಾಗುವ ಪರಿಸ್ಥಿತಿಯೇ ಉಂಟಾಗದೆ, ಕೀ–ಯನ್ನು ಇಸಕೊಂಡೇ ಇರಲಿಲ್ಲ. ಈಗ ರೂಮಿಗೆ ವಾಪಸಾಗುವ ಯೋಚನೆ ಬಂದಿದ್ದೇ, ಅದರ ಸಲುವಾಗಿ ರಿಸೆಪ್ಷನ್ನಿಗೆ ಹೋಗುವುದಾಯಿತು.

ನೂರೊಂದನೇ ರೂಮಿನ ಬಾಗಿಲನ್ನು ಮುಂದೆ ಮಾಡಿಕೊಂಡು ಹೊರಟೆ. ಸ್ಟೇರಿನವರೆಗೂ ನಡೆದುಬಂದಾಗ ವಾಲೆಟು, ಫೋನು ಇವೆಯೇ ಎಂದು– ಪ್ಯಾಂಟಿನ ನಾಲ್ಕೂ ಕಿಸೆಗಳನ್ನು ತಡಕಿ ಪರೀಕ್ಷಿಸಿದೆ.

ಇದ್ದವು.

ಯಾತಕ್ಕೂ ಈ ರೂಮಿಗೆ ವಾಪಸಾಗಿ, ಏನೂ ಬಿಟ್ಟಿಲ್ಲವೇ ಎಂದೊಮ್ಮೆ ನೋಡುವುದು ಒಳಿತನ್ನಿಸಿತು.

ವಾಪಸಾದೆ.

ರೂಮಿನ ಚಚ್ಚೌಕದ ನಟ್ಟನಡುವೆ– ಇಡೀ ಚೌಕದ ಒಳಾಯವೆಲ್ಲ ನಿಚ್ಚಳವಾಗಿ ಕಾಣಿಸುವಂತಹ ಒಂದು ಸ್ಪಷ್ಟ ಎಡೆಯಲ್ಲಿ ನಿಂತು ನಿರುಕಿದೆ. ಒಂದು ಕಡೆಯಿಂದ ಕಾಣತೊಡಗಿ, ನಿಂತಲ್ಲೇ ಮೈಯನ್ನೊಂದು ಸುತ್ತು ತಿರುವಿ, ಮೈಯೊಡನೆ ನೋಟವನ್ನೂ ಭ್ರಮಿಸಗೊಟ್ಟೆ. ಏನೂ ಕಾಣಿಸಲಿಲ್ಲ. ರೂಮಿನ ಸ್ವಂತ ಸಂಗತಿಯಲ್ಲದೆ ಪರಕೀಯವಾದುದೇನೂ ಕಂಡುಬರಲಿಲ್ಲ! ಮತ್ತೊಮ್ಮೆ ವಾಷ್‌ರೂಮು ಹೊಕ್ಕು ಎಲ್ಲೆಲ್ಲೋ ನೋಡಿದೆ. ಶವರ್–ಕ್ಯುಬಿಕಲಿನಲ್ಲಿ ಸೋಪಿಡುವ ಕಡೆ, ಟವಲಿಡುವ ಕಡೆ, ಟವಲುಗಳ ಒಳಗೆ, ವಾಷ್‌ಬೇಸಿನಿನ ಕಟ್ಟೆಯಲ್ಲಿ ಮೇಲೆ ಕೆಳಗೆ, ಕಮೋಡಿನ ಹಿಂಬದಿಗೆ... ಮತ್ತೆ ಡಸ್ಟುಬಿನ್ನೊಳಗೆ... ಹೀಗೆ ಎಲ್ಲೆಲ್ಲೂ ಗುಮಾನಿಗಣ್ಣು ಇಳಿಬಿಟ್ಟು ನೋಡಿದೆ.

ಈ ಪರಿಯ ಪತ್ತೇದಾರಿಕೆಯ ಬಗ್ಗೆ ನನ್ನನಗೇ ನಗು ಬಂತು. ಏನನ್ನು ಹುಡುಕುತ್ತಿರುವೆ... ಎಂದು ಅನ್ನಿಸಿಬಂತು. ಅವ್ಯಕ್ತ ಅದೃಶ್ಯ ನಿಶಾನೆಗಳನ್ನೇ? ಹಿಮ್ಮಿಕ್ಕಿರಬಹುದಾದ ಬೆರಳಚ್ಚುಗಳನ್ನೇ? ಇನ್ನೂ ಅಲ್ಲಿಲ್ಲಿ ಸರಿದಿರಬಲ್ಲ ಮೈಯಿರದ ಸರಕುಗಳನ್ನೇ? ಏನನ್ನು? ಸಶಬ್ದವಾಗಿಯಾದರೂ ಮೆಲ್ಲಗೆ ನಕ್ಕೆ! ವಿಚಿತ್ರವನ್ನಿಸಿತು. ಬೆರಳಚ್ಚಿನಂತಹ ಸಂಗತಿಯೊಂದು ಕಾಣಸಿಕ್ಕರೂ, ಹೆಕ್ಕಿ ಕೊಂಡೊಯ್ಯಬಲ್ಲೆನೇ? ಸಾಧ್ಯವೇ? ಹುಷ್ಹ್...

ರೂಮಿಗೆ ವಾಪಸಾಗಿ ಮತ್ತೊಮ್ಮೆ ವಾರ್ಡ್‌ರೋಬು ತೆರೆದು ತಡಕಿದೆ. ಒಳಗೆ ಒಂದು ಕ್ವಿಲ್ಟೂ ಎರಡು ದಿಂಬೂ ಇದ್ದವು. ಹೊಟೆಲಿನ ಮಂದಿ ಮಡಿಚಿಟ್ಟಷ್ಟೇ ಜತನವಾಗಿ ಇದ್ದವು. ಒಂದೊದನ್ನೂ ಕದಲಿಸಿ, ಎತ್ತಿ, ಗೂರಾಡಿ... ವಾಪಸಿಟ್ಟೆ. ಅಂಥದೇನೂ ಸಿಗಲಿಲ್ಲ. ಇದ್ದರಲ್ಲವೇ ಸಿಗುವುದು? ವಾರ್ಡ್‌ರೋಬಿನಲ್ಲಿದ್ದ ಸಣ್ಣನೆ ತಿಜೋರಿಯ ಮುಚ್ಚಳವನ್ನು ತೆರೆದು, ಒಳಗೊಮ್ಮೆ ಕೈಯಾಡಿಸಿದೆ. ಬದಿಗಿದ್ದ ಲಾಂಡ್ರೀಬ್ಯಾಗನ್ನೂ, ಮೆಟ್ಟಿನ ಚೀಲವನ್ನೂ... ಇತರೆ ಆನುಕೂಲಿಕ ಸರಕನ್ನೂ ಒಮ್ಮೆ ಕೊಡವಿ ತಟ್ಟಿದೆ. ಇತ್ತ ಬದಿಯ ಓದಿನ ಮೇಜಿನ ಮೇಲೆ, ಕೆಳಗಿನ ಡ್ರಾಅರುಗಳಲ್ಲಿ... ಹಾಗೇ ಡ್ರೆಸಿಂಗ್ ಮೇಜಿನಲ್ಲಿ... ಅದರ ಡ್ರಾಅರಿನಲ್ಲಿ... ಒಂದಿಷ್ಟು ಹುಡುಕಿದೆ. ಒಂದರ್ಧದಲ್ಲಿ ಇಡೀ ರೂಮಿನ ತಪಾಸಣೆಯಾಯತು.

ಇನ್ನೇನನ್ನು ಬಿಟ್ಟೆ ಅಂತನ್ನಿಸಿ, ಯಾತಕ್ಕೂ ಒಮ್ಮೆ ಪರದೆಗಳನ್ನು ಸರಿಸಿಬಿಡುವಾ... ಎಂದು, ಕರ್ಟನುಗಳನ್ನು ಎಳೆದೆನಷ್ಟೆ, ಕಿಟಕಿಯ ಸರಳುಗಳಲ್ಲಿ ಒಂದು ಬಟ್ಟೆಯನ್ನು ಸಿಗಿಸಲಾಗಿತ್ತು. ಮುದುಡುಬಟ್ಟೆ! ಅದನ್ನೂ ಕೊಡವಲೆತ್ತುವಾಗ, ಉಂಡೆ ಬಿಚ್ಚಿಕೊಂಡಿಳಿದಿದ್ದೇ– ಅದು ಕೌಶಿಕ ಮಹೋಪಾತ್ರ ಕೊಟ್ಟ ಹರಿದ ಧೋತರವೆಂದು ಅನ್ನಿಸಿಬಂತು! ಕೇಸರಿ ಬಿಳಿ ಹಸಿರುಗಳ ತಿರಂಗೀ ಹರುಕು! ಒಂದೇ ಒಂದು ಹರುಕು!

ಆಘಾತವೇ ಮೊದಲಾಯಿತು!

69

ಅಂದರೆ... ಅಂದರೆ?

ಹೆಣ್ಣು, ಇದೊಂದನ್ನು ಬಿಟ್ಟು ಎಲ್ಲವನ್ನೂ ಒತ್ತಟ್ಟೆ ಎತ್ತಿಕೊಂಡು ಹೊರಟಿದ್ದಾಳೆ. ಈ ಒಂದನ್ನು ಮಾತ್ರ ಯಾಕೆ ಬಿಟ್ಟಿದ್ದಾಳೆ? ಹೀಗೇಕೆ ಕಿಟಕಿಯ ಸರಳುಗಳಲ್ಲಿ ಸಿಗಿಸಿಟ್ಟಿದ್ದಾಳೆ? ನನ್ನ ಸಲುವಾಗಿಯೇ? ದರೋಡೆಯ ನೆನಪನ್ನು ಭವಿಷ್ಯದ ಕೊನೆಯವರೆಗೂ ಸಂಗೋಪಿಸುವೆನೆಂದು ಇಟ್ಟುಕೊಂಡಳಲ್ಲ, ಈ ಒಂದನ್ನು ಮಾತ್ರ ಯಾಕೆ ಬಿಟ್ಟಳೋ... ಸರಿ, ಧೋತರದ ಉಳಿದೆರಡು ಪಾಲುಗಳೆಲ್ಲಿ? ಏನಿದರ

ಅರ್ಥ? ಇನ್ನು, ಎಚ್ಚರವೇ ಇಲ್ಲದ ಗಾಢ ನಿದ್ರೆಯ ಪಾತಾಳಕೂಪದಲ್ಲಿದ್ದ ನನ್ನನ್ನು ಏಕಾಏಕಿ ಬಿಟ್ಟು, ಓಡಿಹೋಗುವ ಅವಶ್ಯಕತೆಯಾದರೂ ಏನಿತ್ತು? ಒಂದು ಮಾತು ಹೇಳಿಹೋಗಬಹುದಿತ್ತಲ್ಲವೇ? ಒಂದು ರಾತ್ರಿಯ ಜೊತೆ ಎಂದು ಪದೇ ಪದೇ ಹೇಳಿದಳಲ್ಲ, ರಾತ್ರಿ ತೀರಿತೆಂದು ತಾನು ಮುಗಿದಳೇ? ವಿಚಿತ್ರವೆನ್ನಿಸಿತು! ಒಂದಂತೂ ಸತ್ಯ. ನಾನು ಕನಸಂದುಕೊಂಡಿದ್ದು ನಿಜಕ್ಕೂ ಕನಸಲ್ಲ... ಮನಸೊಳಗೇನೋ ಸುಮ್ಮನೆ ಅನ್ನಿಸಿ ಸರಿದ ಸಾರಿಗೆಯ ಸರಕಲ್ಲ. ಊಹಾಸಂಚಾರವಲ್ಲ! ನಿಜಕ್ಕೂ ನಡೆದಿದ್ದು!

ಹೌದು... ಮುಂಬೆಳಗಿನ ಮಬ್ಬಿನಲ್ಲಿ ಇಬ್ಬರೂ, ಉನ್ಮತ್ತವಾಗಿ ಈ ರೂಮು ಹೊಕ್ಕಿದ್ದೇವೆ. ಬಹುಶಃ ಇದು ಅವಳ ರೂಮೇ!

ನಾನು ನಿದ್ದೆಗೆ ಜಾರಿದ್ದೇ ತನ್ನ ಲಗೇಜೆತ್ತಿಕೊಂಡು ಪರಾರಿಯಾಗಿದ್ದಾಳೆ!

ಪರಾರಿಯೇ?

ಹುಹ್ಞ್... ಇರಲಾರದು. ನನ್ನೊಬ್ಬನ ಮಟ್ಟಿಗೆ 'ಇದು' ಪಲಾಯನವಿರಬಹುದು. ಆದರೆ ಹೊರಗಿನ ಸಂಭಾವಿತ ಜಗತ್ತಿನಲ್ಲಿ ಹೆಣ್ಣು ಸಭ್ಯವೇ ಇದ್ದಾಳು. ಅಥವಾ, ನಾನೇಕೆ ಇದನ್ನು ಪರಾರಿಯೆಂದು ಅರ್ಥೈಸಬೇಕು? ಈ ರಾತ್ರಿ ಈ ರಾತ್ರಿ... ಒಂದೇ ಒಂದು ರಾತ್ರಿ... ಎಂದು ಪದೇ ಪದೇ ಒತ್ತೊತ್ತಿ ಹೇಳಿ ಸ್ಪಷ್ಟಪಡಿಸಿದಳಲ್ಲವೇ? ನಡುನಡುವೆ ಒಂದಿಷ್ಟು ಭಾವುಕಳಾಗಿ, ತನ್ನದೇನೋ ಇತಿಮಿತಿ ಉಂಟೆಂದು ಹೇಳಿದಳಾದರೂ– ಈ ಹೆಣ್ಣಿಗೆ, ನನ್ನೊಡನಿದು 'ನಿನ್ನೆ'ಯ ಇರುಳಿನ, ಒಂದೇ ಒಂದು ರಾತ್ರಿಯ ಜೊತೆಯೆಂದು ನಿಚ್ಚಳವಾಗಿ ಗೊತ್ತಿತ್ತಲ್ಲವೇ? ನಿಖರವಾದ ನಿಗದಿಯೊಡನೆ ಖಡಾಖಂಡಿತ ಗೊತ್ತಿತ್ತು! ನನಗೇನಾದರೂ ಮೋಸ ಮಾಡುವುದಿದ್ದಲ್ಲಿ, ಇವನ್ನೆಲ್ಲ ಹೇಳದೆಯೇ ಮಾಡಬಹುದಿತ್ತು!

ಆದರೂ ಹೀಗೆ ಮಾಡುವ ಅಗತ್ಯವೇನಿತ್ತು? ಏನು ತುರ್ತು? ಏನಂತಹ ಲಿಮಿಟೇಶನು? ಏನವು ಅವಳನ್ನು ಸುತ್ತಿಕೊಂಡಿರುವ ಇತಿಮಿತಿಯ ಏಳುಗೆರೆ? ಎಂತಹ ಲಕ್ಷ್ಮಣರೇಖೆ?

ಹತ್ತಾರು ಬಗೆಹರಿಯದ ಪ್ರಶ್ನೆ ತಾಳಿಕೊಂಡೇ ಉಳಿದೆ. ಯೋಚಿಸಿದಷ್ಟೂ ಅದೇ. ಅವವೇ! ನಿನ್ನೆಯ ಸಂಜೆಯಿಂದ ಈವರೆಗಿನ ಕತೆಯೆಲ್ಲ ಮತ್ತೆ ಮತ್ತೆ ಮಿದುಳಿನಿಂದೆದ್ದು ಒಡಮೂಡಿಕೊಂಡವು. ಜರುಜರುಗಿದ ಅವವೇ ಕ್ರಮದಲ್ಲಿ ಅಲ್ಲಲ್ಲದಿದ್ದರೂ ತುಣುತುಣುಕು ಸಂಗತಿಗಳಾಗಿ, ಬಿಡಿ ಬಿಡಿ ಪ್ರಸಂಗಗಳಾಗಿ ನೆನಪಾದವು. ಹತ್ತಿಕ್ಕಿದಷ್ಟೂ ಮತ್ತೆ ಮತ್ತೆ ಮುಸುರಿಬಂದವು.

ಈ ನಡುವೆ ಇನ್ನೊಂದು ಹೊಳೆಯಿತು. ಹೌದು... ಇಬ್ಬರೂ ಈ ರೂಮು ಹೊಕ್ಕುವ ಸುಮಾರಿನಲ್ಲಿ, ಇಲ್ಲಿ ಇನ್ನೇನಾದರೂ ಇದ್ದುದನ್ನು ಗಮನಿಸಿದೆನೇ? ಐ ಮೀನ್, ಅವಳದೆನ್ನುವ ಏನಾದರೂ ನಿಶಾನೆ? ಸೂಟ್‌ಕೇಸು, ವ್ಯಾನಿಟಿಬ್ಯಾಗು,

ಕಳಚಿಟ್ಟ ಮೆಟ್ಟು... ಉಟ್ಟು ಬಿಸುಟಿದ ಬಟ್ಟೆ... ಹೀಗೆ? ಉಹ್ಞೂಂ... ನೆನಪಾಗಲಿಲ್ಲ... ನೋಡಿದ್ದರಲ್ಲವೇ ನೆನಪಾಗಲಿಕ್ಕೆ? ಹೆಣ್ಣಿನಲ್ಲಿ ತೊಡಗಿದ್ದು ಬಿಟ್ಟರೆ, ನನಗೆ, ಇನ್ನಿತರೆ ಲೋಕದ ಅರಿವೆಲ್ಲಿತ್ತು? ಅವಳಲ್ಲದ ಇನ್ನೇನು ತಾನೇ ನನಗೆ ಗೊತ್ತಿತ್ತು? ಅವಳನ್ನೇ ಸುತ್ತುವ ಗುಂಗು ತಾಳಿದ ಗುಂಗುರಾಗಿದ್ದೆ. ಗುಂಗುರವಾಗಿದ್ದೆ. ದುಂಬಿಯಾಗಿದ್ದೆ. ಭ್ರಮಿಸುವ ಭ್ರಮರವಾಗಿದ್ದೆ. ಇನ್ನು, ಈ ಹೆಣ್ಣಿಗೀಡಾಗಿ ಈಡಾಡಿದ್ದಲ್ಲದೆ ಇನ್ನೇನು ತಾನೇ ಮಾಡಿದೆ?

ಯೋಚಿಸುವ ನಡುವೆಯೇ, ರೂಮಿನಲ್ಲಿ ಎರಡು ಸಿಂಗಲ್-ಸೀಟರ್ ಸೋಫಾಗಳಿದ್ದವಲ್ಲ- ಅವುಗಳ ಮೈಯನ್ನೆಲ್ಲ ಒಮ್ಮೆ ತಡಕಿದೆ. ಮೆತ್ತೆಯ ಮೇಲೊಮ್ಮೆ ಬಡಿದು ನೋಡಿದೆ. ಎರಡರ ನಡುವಿನ ಮೇಜಿನ ಮೇಲೆ ಮತ್ತು ಕೆಳಗೆ ಕಣ್ಣು ಹರಿಯಬಿಟ್ಟೆ. ಬಾಗಿಲಿನತ್ತ ಸರಿದು, ಎರಡೂ ಕದಗಳನ್ನು ಒಮ್ಮೊಮ್ಮೆ ಹಿಂದಕ್ಕೆ ಮುಂದಕ್ಕೆ ಜೀಕಿ ನೋಡಿದೆ.

ಇನ್ನು, ನೋಡದೆ ಮಿಕ್ಕಿದ್ದು ಮಂಚವನ್ನು ಮಾತ್ರವಷ್ಟೆ? ಅದನ್ನೂ ಪರೀಕ್ಷಿಸಿದೆ.

ಎರಡು ಸ್ಮರಾಸಕ್ತ ಮೈಗಳು ಒಂದರಲ್ಲೊಂದು ತೊಡಗಿದ ನಿಶಾನೆಗಳೆಲ್ಲ ಆ ಪಲ್ಲಂಗದಲ್ಲಿದ್ದವು. ಮಂಚದೊಡನೆಯ ಮೇಲುಸಂಗತಿಗಳೆಲ್ಲ ಅದಿಬದಿ ಅದಬದಲಿ ಕದಲಿಹೋಗಿದ್ದವು. ಮೇಲುಹೊದಿಕೆಯು ಹೊರಳಿ ಗುಪ್ಪೆಯಾಗಿತ್ತು. ದಿಂಬುಗಳು ಅಕ್ರಮ ಆಕ್ರಮಣಕ್ಕೀಡಾದವೆಂಬಂತೆ ಅಡ್ಡಾದಿಡ್ಡಿ ಜರುಗಿ ಕ್ರಮ ತಪ್ಪಿದ್ದವು. ಆಕ್ರಂದಿಸಿದ್ದವೆಂಬುದು ಹೆಚ್ಚು ಸರಿ! ಸಜ್ಜುಗೊಂಡ ಮಂಚದ ಮೇಲೆ ಸುಮ್ಮನೆ ಚಂದಕ್ಕೆಂದು ಅಡ್ಡವಾಗಿ ಒಂದು ಕುಸುರಿಯ ಬಟ್ಟೆ ಹರಿಬಿಡುತ್ತಾರಲ್ಲ, ಆಹಾ... ಹೇಳತೀರದು ಅದರ ಪಾಡು! ಅತಿಕ್ರಮಣಕ್ಕೊಳಗಾದ ಹೆಣ್ಣಿನ ಹಾಗೆ ಚದುರಿ ಚೆಲ್ಲಿತ್ತು! ಒಟ್ಟಿನಲ್ಲಿ ಮಂಚಕ್ಕೆ ಮಂಚವೇ ಲೂಟಿಯ ನಂತರದ ಊರಿನಂತಿತ್ತು. ಸೂರೆಗೊಂಡಿತ್ತು!

ಸರಿ... ಮಂಚ-ಸಂಬಂಧಿತ ಸಂಗತಿಯನ್ನೆಲ್ಲ ಒಮ್ಮೊಮ್ಮೆ ಕೊಡವಿ ಮಡಿಚಿ ಸರಿಮಾಡಿ ಇರಿಸಿದೆ. ದಿಂಬು, ಹೊದಿಕೆ, ರಗ್ಗು... ಎಲ್ಲವೂ ತಕ್ಕ ಮಟ್ಟಿಗಿನ 'ಸರಿ'ಸ್ಥಿತಿ ಸಾಧಿಸಿದವು. ಅವುಗಳ ಮೇಲೆ ಹೊರಳಾಡಿದ ಸುಕ್ಕು ಮಿಕ್ಕವಾದರೂ ತಕ್ಕ ಮಟ್ಟಿಗೆ 'ಪ್ರೆಸೆಂಟಬಲ್' ಅನ್ನಿಸಿದವು.

ಈ ಪರಿ ಅಣಿಗೊಳ್ಳದೆ ಕಡೆಯಲ್ಲಿ ಮಿಕ್ಕಿದ್ದು ಎರಡು ಟವಲು ಮಾತ್ರ. ಬೆಳ್ಳಂಬೆಳ್ಳನೆ ಮೆತ್ತಮೆತ್ತನೆ ಚಂದದ ಮೈಯುಳ್ಳ ಎರಡು ಟರ್ಕಿ ಟವಲುಗಳು. ಅವುಗಳನ್ನು, ಒಂದಕ್ಕೊಂದು ಮುತ್ತಿಕ್ಕುವ ಬಾತುಕೋಳಿಗಳಂತೆ ಸಜ್ಜು ಮಾಡಿಟ್ಟಿದ್ದ ನೆನಪು. ಈಗ ಮಂಚದ ಒಂದು ಬದಿಯಲ್ಲಿ ಎತ್ತೆತ್ತಲೂ ಹಿಂಡಿ ಗೂರಾಡಿಕೊಂಡು ಬಿದ್ದಿದ್ದವು. ಅವನ್ನೂ ಮಡಿಚಿಟ್ಟು ಬಿಡುವಾ- ಅಂದುಕೊಂಡು ಒಂದನ್ನೆತ್ತಿ ಕೊಡವಿದೆನಷ್ಟೆ,

ಠಣ್ಣೆಂದು ಏನೋ ಸದ್ದಾಯಿತು!

ಟವಲೊಳಗಿನ ವಸ್ತುವಿನಿಂದ ಇನ್ನೇನೋ ಲೋಹದ ವಸ್ತುವು ಬಿದ್ದು, ಉರುಟುರುಟಿ ಉರುಳಿ– ಮಂಚದ ಕೆಳಗಿನ ಸಂದಿನಲ್ಲಿ ಸೇರಿಸಂದಿತು!

70

ಅಭಿಜ್ಞ ಮತ್ತು ಅಭಿಜ್ಞಾನ

ಈ ಶಬ್ದಗಳನ್ನು ಕುರಿತ ನನ್ನ ಜಿಜ್ಞಾಸೆ ಇಂದು ನಿನ್ನೆಯದಲ್ಲ. ಕಾಳಿದಾಸನಿಗೂ ಮೊದಲಿನದು. ಬಹುಶಃ, ಈ ಭೂಮಿಯ ಮೇಲೆ, ಒಂದಾನೊಮ್ಮೆ ನಡೆದಾಡಿದವೆಂದು ನಂಬಲಾಗುವ ಡೈನೋಸಾರುಗಳಷ್ಟೇ ಹಳೆಯದು!

'ಅಭಿಜ್ಞ' ಎಂಬುದನ್ನು ಪುರುಷವಾಚಕವಾಗಿಯೂ, 'ಅಭಿಜ್ಞಾ' ಎಂದು ಸ್ತ್ರೀಸಂಬಂಧಿತವಾಗಿಯೂ ಗುರುತಿಸುವ ಪದ್ಧತಿಯಿದೆ. 'ಅಭಿಜ್ಞ' ಅಂದರೆ ಚೆನ್ನಾಗಿ ತಿಳಕೊಂಡವನೆಂದು ಅರ್ಥ. 'ಅಭಿಜ್ಞಾ' ಎಂಬುದು ಇದೇ ಅರ್ಥದ ಸ್ತ್ರೀಲಿಂಗಸೂಚಿ. 'ಅಭಿಜ್ಞಾ' ಅಂತಂದರೆ ನೆನಪು ಅಂತಲೂ ಇನ್ನೊಂದು ಅರ್ಥವಿದೆಯೇನೋ... ಇದನ್ನು ಅಭಿಜ್ಞೆ ಅನ್ನಬಹುದು. ನಾನು 'ಅಭಿಜ್ಞೆ'ಯನ್ನು ಬಳಸುವುದು, ಯಾವೊತ್ತೂ ಈ ಅರ್ಥದಲ್ಲೇ.

ಇನ್ನು 'ಅಭಿಜ್ಞಾನ' ಅಂತಂದರೇನು? ಬಹುಶಃ ಕಾಳಿದಾಸನನ್ನೇ ಕೇಳಬೇಕು!

ಇರಲಿ. 'ಅಭಿಜ್ಞಾನ'ವೆನ್ನುವಾಗ, 'ಅಭಿಜ್ಞೆ'ಯ ಪದಾರ್ಥವು ಕೊಂಚ ಪಲ್ಲಟಿಸುವುದೆಂದು ನನ್ನ ಅನಿಸಿಕೆ. ಅಂದರೆ 'ಅಭಿಜ್ಞೆ'ಯ 'ಅರ್ಥ'ವೇ ಮುಂದುವರೆದು 'ಅಭಿಜ್ಞಾನ'ವಾಗುವುದು. 'ಅಭಿಜ್ಞಾನ'ವೆಂಬುದು 'ಅಭಿಜ್ಞೆ'ಯ ಕುರುಹು. ಅಂದರೆ ನೆನಪಿಗೊಂದು ಪುರಾವೆ.

ಇಷ್ಟೆಲ್ಲ ಪೀಠಿಕೆಯಿಟ್ಟಿದ್ದಕ್ಕೆ ಕಾರಣವಿಲ್ಲದಿಲ್ಲ. ಆವೊತ್ತು, ಮಂಚದ ಕೆಳಹೊಕ್ಕು ಕುಳಿತ ಲೋಹದ ಸರಕು, ನನ್ನಲ್ಲಿ, ಹೆಣ್ಣೊಬ್ಬಳ 'ಅಭಿಜ್ಞೆ' ಹುಟ್ಟಿಸಿದ್ದು ಹೌದು. ಅದೇ ಮುಂದೆ 'ಅಭಿಜ್ಞಾನ'ವಾಗಿದ್ದೂ ಹೌದು.

ಇನ್ನು, ನೆಲಕ್ಕಂಟಿದ ದೊಡ್ಡ ಪೆಠಾರಿಯಂತಿದ್ದ ಆ ಮಂಚದ ಕೆಳಗೆ ಉರುಟಿ ಸಂದ ಲೋಹಮುದ್ರೆಯನ್ನು ಎತ್ತಿಕೊಳ್ಳಲು ಕೊಂಚ ತ್ರಾಸೇ ಆಯಿತು. ಠಣ್ಣೆಂದು ಬಿದ್ದು ಉರುಳಿದ್ದು ಒಂದೋ ಎರಡೋ ರೂಪಾಯಿಯ ಪಾವಲಿಯೇನೋ ಅಂದುಕೊಂಡರೂ, ಅಕಸ್ಮಾತ್, ಅಲ್ಲವಾಗಿದ್ದರೆ... ಎಂಬ ಸಣ್ಣನೆ ಶಂಕೆಯಿಂದಲೇ, ಶತಾಯಗತಾಯ ಹೆಣಗಿ– ಅದನ್ನು ಹೊರತೆಗೆದಿದ್ದಾಯಿತು. ತೆಗೆಯುವವರೆಗೂ ಮೈಮನಸಿನಲ್ಲೆಲ್ಲ ಕಾತರಿಸಿಕೊಂಡು ಇದ್ದುದಾಯಿತು. ಕೈಗೆಟುಕಿದ್ದೇ ಬಲು ಜತನವಾಗಿ

ಅಂಗೈಯೊಳಕ್ಕೆ ತಾಳಿ, ಹೆಕ್ಕಿ... ಕಡುಕೌತುಕದಿಂದ ಕಣ್ಣಿಗೆ ತಂದುಕೊಂಡು, ಕಣ್ಣಿಗೆ ಕಣ್ಣಿಕ್ಕಿ ನೋಡಿದ್ದಾಯಿತು!

ಹ್ಞಾಂ... ಅದು ಮೂರು ಸುತ್ತಿನ ಉಂಗುರ!

ಒಂದೂವರೆ ಎಮ್ಮೆಮ್ಮು ದಪ್ಪದ ಬೆಳ್ಳನೆ ಮಿರುಗುಲೋಹದ ತಂತಿಯನ್ನು ಮೂರು ಸಲ ಸುತ್ತಿ ತೆಗೆದ ಸುರುಳಿಯಂತಹ ಉಂಗುರ, ಅದು. ಕೆಲವೊಮ್ಮೆ ತಾಮ್ರದ ಹಾಗೆ ಫಳಿಸಿತಾದರೂ ತೀರಾ ತಾಮ್ರವೇನಲ್ಲ. ತಾಮ್ರಗೆಂಪಿನ ತೆಳ್ಳನೆ ರೇಕಿರಿಸಿಕೊಂಡ ಬೆಳ್ಳಂಬೆಳ್ಳನೆ ಲೋಹ! ಒಳಬದಿಯಲ್ಲಿ 'ಮಿಲಾನ್ ಹ್ಯಾಂಡ್‌ಕ್ರಾಫ್ಟ್' ಎಂದು ಬರೆಯಲಾಗಿತ್ತು. ಸಣ್ಣ ಸಣ್ಣ ಅಕ್ಷರಗಳನ್ನು ಕೊರೆಯಲಾಗಿತ್ತು. ಇಟಲಿಯಲ್ಲೆಲ್ಲೋ ಉಂಟಾದ ಕರಕುಶಲ ಸರಕೇನೋ... ದುಬಾರಿಯಿದ್ದೀತು...

ಈ ಉಂಗುರವನ್ನು ಎಂದೂ ಬಿಚ್ಚುವುದಿಲ್ಲವೆಂದು ಹೇಳಿದ್ದಳಲ್ಲ? ನೆನಪಾಯಿತು. ಯಾಕೆ ಬಿಚ್ಚಿಟ್ಟಳೋ? ಬಿಚ್ಚಿ ಮರೆತುಬಿಟ್ಟಳೆ? ಐ ಮೀನ್, ಪುನಃ ತೊಟ್ಟುಕೊಳ್ಳಲು ಮರೆತುಬಿಟ್ಟಳೇ? ಇರಬಹುದು... ಆದರೆ ಬಿಚ್ಚಿದ್ದು ಯಾಕೆ? ಮತ್ತು ಯಾವಾಗ?

ನೆನಪಿಸಿಕೊಂಡೆ. ಇಬ್ಬರೂ ಈ ಮಂಚದಲ್ಲಿ ಉರುಟಿದ ಮೇಲಿರಬೇಕು. ನಾನು 'ಪ್ರಿಯೇ... ಚಾರುಶೀಲೆ...' ಎಂದು ಹಾಡುತ್ತಿರುವ ನಡುವೆ ಇರಬಹುದು. ಇಲ್ಲಾ, ಹಾಡಿನ ನಂತರ. ಅವಳು ನನ್ನ ಮುಡಿಯಲ್ಲಿ ಕಾಲಿರಿಸಿ, ಹಬ್ಬಿಕೋ ಎಂದು– ತನ್ನ 'ಪದಪಲ್ಲವ'ವನ್ನು ಉದಾರವಾಗಿ ಕೊಟ್ಟ ಮೇಲೆ ಇರಬಹುದು... ನನ್ನನ್ನು ಆಲಂಗಿಸುವಾಗ ಬೆನ್ನು ಗೀಚಬಹುದೆಂಬ ಕಾರಣಕ್ಕಿರಬಹುದು. ಅಥವಾ, ಮೈ ಬೆವೆತಂತೆ ಕೈಯೂ ಬೆವೆತುಂಟಾದ ರೇಜಿಗೆಯಿಂದ ಬಿಚ್ಚಿರಬಹುದು.

ಕಾರಣವೇನೇ ಇದ್ದರೂ, ಬಿಚ್ಚಿದ್ದಷ್ಟೇ ಸತ್ಯ. ಆ ಕ್ಷಣದ ಸತ್ಯ! ಯಃಕಶ್ಚಿತ್ ಉಂಗುರವೇ ಆದರೂ ಮೈಗೇಳಿಯಲ್ಲಿ ಅದು ವಜನೇ ತಾನೇ? ರತ್ಯಾಸಕ್ತ ಮೈಯ ಸರಾಗಕ್ಕೆ ಅಡಚಣೆಯೇನೇ!

ಕಳಚಿದ್ದೇನೋ ಸರಿ, ಯಾಕೆ ವಾಪಸು ತೊಡಲಿಲ್ಲವೆನ್ನುವ ಸಂಗತಿ– ನನ್ನನ್ನು ಅಷ್ಟಿಷ್ಟು ಕಾಡಿತು. 'ನನ್ನನ್ನು ಕಳಕೊಂಡರೂ ಇದನ್ನ ಕಳಕೊಳ್ಳಲಾರೆ...' ಅಂದಿದ್ದಳಲ್ಲ, ಹೀಗೇಕೆ ಮರೆತು, ಹಿಂಬಿಟ್ಟು ಮರೆಯಾದಳು? 'ನೀನು ಇದರ ಮೇಲೆ ಇಷ್ಟು ಕಣ್ಣು ಹಾಕಿದೆಯಲ್ಲ, ಅದಕ್ಕೇ ಇದು ಪ್ರೆಶಿಯಸ್ಸ್...' ಅಂತಂದ ಇನ್ನೊಂದು ಮಾತಿನ ಅರ್ಥವೇನು? ಎಲ್ಲಕ್ಕಿಂತ, 'ಆಹಾ... ನನ್ನನ್ನು ಈ ಪರಿ ಹಚ್ಚಿಕೋಬೇಡವೋ. ಹಾಗೇ ನನ್ನನ್ನೂ ಹಚ್ಚಿಕೊಳ್ಳದ ಹಾಗೆ ತಡಿ... ವೆನ್ ವಿ ಪಾರ್ಟ್ ಇಟ್ ಶುಡ್ ನಾಟ್ ಬಿ ಟಫ್... ಬೋತ್ ಆಫ್ ಅಸ್ ಶುಡ್ ಬಿ ಎಟ್ ಅಟ್ಮೋಸ್ಟ್ ಈಸ್! ನಮ್ಮಿಬ್ಬರ ವಿದಾಯವೂ ಭೇಟಿಯಷ್ಟೇ ಮಧುರವಾಗಿರಬೇಕು, ತಿಳೀತಾ?' –ಅಂದಿದ್ದು?

ಇದನ್ನು ಮರೆಯುವುದುಂಟೆ?

ನನ್ನ ಕಣ್ಣುಗಳು ಪಸೆಗೂಡಿಕೊಂಡವು. ಪರಿವೆಯನ್ನು ಮೀರಿ ಒಂದೆರಡು ಹನಿಯುದುರಿದವು.

ಸೀತೆಯ ಚೂಡಾಮಣಿಯನ್ನು ನೋಡಿ, ಶ್ರೀರಾಮ ಪರಿತಪಿಸಿದ್ದೊಂದು ಕತೆಯಾದರೆ– ನನ್ನದೂ ಹಾಗೇ ಇನ್ನೊಂದಾಯಿತೇನೋ! ಎಷ್ಟರ ಮಟ್ಟಿಗೆಂದರೆ, ಸೂರಿನಲ್ಲಿ, ಸಮಯಯಂತ್ರದ ಹಾಗೆ ಗರಗರನೆ ತಿರುಗಿ ನಿಂತಿದ್ದ ಫ್ಯಾನನ್ನೂ, ಅದರ ರೆಕ್ಕೆಗಳನ್ನೂ... ಹೊತ್ತುಗೊತ್ತುಗಳ ಭವ್ಯ ಪೆಠಾರಿಯಂತಿರುವ ಮಂಚವೆಂಬುದರ ಮೂಕಸಾಕ್ಷಿಯನ್ನೂ, ಅದರ ಮೂರೂ ಮತ್ತೊಂದು ಕಾಲುಗಳನ್ನೂ... ಮೇಲೆ ಚೆಲ್ಲಿರುವ ಹೊದಿಕೆ–ದಿಂಬುಗಳನ್ನೂ... ಅವಳೆಲ್ಲಿ ಅವಳೆಲ್ಲಿ– ಎಂದು, ಒಂದೇ ಸಲ ಪೀಡಿಸಿ ಕೇಳಬೇಕನ್ನಿಸಿತು!

ದುಮ್ಮಾನದ ಮೋಡವೊಂದು ಮನಸೊಳಗೆ ಸಾಂದ್ರಯಿಸಿ ತಳೆಯಿತು. ಕರ್ರಂಕರಿಯಾಯಿತು. ಎದೆಯೊಡೆದುಕೊಂಡು ಅತ್ತಿತು!

'ಮಾತಂಗೀ...' ಅಂತಲೊಮ್ಮೆ ಚೀರಿದೆ. ಕೆಟ್ಟ ಕನಸು ಕಂಡು ಎಚ್ಚಂತನ್ನಿಸಿತು!

ಕೆಲವು ಸಂಗತಿಗಳನ್ನು ಕತೆ ಅಂದುಕೊಂಡರೆ ಕತೆ. ಊಹೆಯೆಂದುಕೊಂಡರೆ ಊಹೆ. ಅಲ್ಲವೆಂದರೆ ಅಲ್ಲ! ಇಷ್ಟಾಗಿ, ಈ ಜಗತ್ತನ್ನು ನಡೆಸುವುದು ನಂಬಿಕೆಯೇ ತಾನೇ? ಕರಿಬಣ್ಣ ಹಚ್ಚಿದ ಮರದ ಮುಸುಡಿಯಲ್ಲಿ ಕೃಷ್ಣನನ್ನು ಕಾಣುವ ಅಸಂಖ್ಯಾತ ಮಂದಿಯಿರುವಾಗ, ಮತ್ತು ಸಾವಿರಾರು ಕಾಲದಲ್ಲಿ ಹೀಗೊಂದು ಜರುಗಿರುವಾಗ– ನಾನು, ಈ ಉಂಗುರದಲ್ಲಿ ಮಾತಂಗಿಯನ್ನು ಕಾಣುವುದು ತಪ್ಪೇ? ಅಥವಾ, ಕಂಡಿದ್ದು ಸುಳ್ಳೇ?

ದುಷ್ಯಂತನ 'ಅಭಿಜ್ಞೆ'ಯಲ್ಲಿದ್ದ ಶಕುಂತಲೆಗೆ, ಅವನಿತ್ತ ಉಂಗುರವೇ 'ಅಭಿಜ್ಞಾನ'ವಾಯಿತಷ್ಟೆ? ಅದು ಶಚೀತೀರ್ಥದೊಳಗೆ ಮುಳುಗಿದ ಮಾಯೆಯಲ್ಲಿ ದುಷ್ಯಂತನ 'ಅಭಿಜ್ಞೆ'ಯೇ ಮರೆತು ಇಲ್ಲವಾಯಿತಷ್ಟೆ?

ಹಾಗಾದರೆ 'ಅಭಿಜ್ಞೆ'ಯೆಂದರೇನು? 'ಅಭಿಜ್ಞಾನ'ವೆಂದರೆ ಏನು?

ಹೌದು... ಮೂರೇ ಮೂರು ಸುತ್ತುಗಳ ಒಂದು ಉಂಗುರದೊಡನೆ ಏನೆಷ್ಟೆಲ್ಲ ಸುತ್ತುಗಳ ನೆನಪು ಗೊತ್ತೇ?

71

ನೆನಪು ಸುರುಗೊಂಡರೆ ನಿಲ್ಲುವುದುಂಟೇ? ಸರಿಯುವ ಸಾರಿಗೆಯ ಹಾಗೆ ಬರತೊಡಗಿದವು. ಮನಸ್ಸನ್ನೇ ಕೊರೆಕೊರೆದು ಬಂದವು. ಮೊರೆದು ಬಂದವು. ಮೆರೆದು ಬಂದವು. ಮೆರವಣಿಗೆಯನ್ನೇ ಕೈಕೊಂಡು ಜರುಗಿದವು!

ಇಬ್ಬರೂ ಕೈ ಹಿಡಿದಾಗಲೆಲ್ಲ, ಈ ಉಂಗುರವು, ಒಳಗೊಳಗೇ ಒತ್ತುತ್ತಿದ್ದುದು ನೆನಪಾಯಿತು. ನನ್ನ ಅಂಗೈಯನ್ನೆಷ್ಟು ಒತ್ತಿತ್ತೋ ಅಷ್ಟೇ ಅವಳ ಮುಂಗೈಯನ್ನೂ ಒತ್ತರಿಸಿ ಕೆತ್ತಿತೇನೋ... ಹಾಗೇ, ಐದಾರು ಸರ್ತಿ ನನ್ನ ಕಿಬ್ಬೊಟ್ಟೆಯ ಎಡಗಡೆಯಲ್ಲಿ ಗೀಚಿದ್ದು ನೆನಪಾಯಿತು. ಒಂದೆರಡು ಸಲ ಆಳವಾಗಿ ಚುಚ್ಚಿದ್ದನ್ನೂ ನಾನು ಮಧುಮಧುರವೆಂದು ಎಣಿಸಿದ್ದು ನೆನಪಾಯಿತು. ಅದು ನನ್ನನ್ನು ತಾಕಿದಾಗಲೆಲ್ಲ ಸ್ವರ್ಗದೆಟುಕಿನಂತಹ ಚೋದ್ಯವುಂಟಾಗಿದ್ದು ನೆನಪಾಯಿತು! ಎಲ್ಲಕ್ಕಿಂತ, ಬಳ್ಳಿಯ ತುದಿಯಲ್ಲಿನ ತಳಿರಂತಿರುವ ಬೆರಳನ್ನೇ ಇನ್ನೊಂದು ತಳಿರುಸುಳಿಯಂತೆ ಸುತ್ತಿದ ಈ ಉಂಗುರವನ್ನು, ನಾನು ಆಗಿಂದಾಗ್ಗೆ ನೋಡಿದ್ದು ನೆನಪಾಯಿತು!

'ದಿಸ್ ಈಸ್ ಸೋ ಯೂನಿಕ್... ಜಸ್ಟ್ ಲೈಕ್ ಯು...'

'ಹೋಗೋ! ದಾರಿ ನೋಡಿಕೋ... ಸುಮ್ಮನೆ ಫ್ಲರ್ಟ್ ಮಾಡಬೇಡ... '

'ಹಾಗಲ್ಲವೇ, ಹುಡುಗೀ... ದಿಸ್ ಡಿಫೈನ್ಸ್ ಯುಅರ್ ಐಡೆಂಟಿಟಿ... ರಾದರ್ ಗಿವ್ಸ್ ಯು ಒನ್ಸ್!'

'ಇದು ಸ್ವಲ್ಪ ಅತಿಯಾಯಿತು ಅನಿಸಲ್ಲವಾ?'

'...'

'ಹೋಗಲಿ ಬಿಡು... ನನಗೆ ಚಿನ್ನದ ಬಣ್ಣ ಮತ್ತು ಹೊಳಪು ಅಷ್ಟಾಗಿ ಇಷ್ಟ ಆಗಲ್ಲ. ಹೊಳೆಯಬೇಕು, ಆದರೆ ಹೊಳೆದು ಕೋರೈಸಬಾರದು, ಆ ಥರದ ಒಡವೆ ನನಗಿಷ್ಟ...'

'ನನಗೂ ಅಷ್ಟೇ... ಅದಕ್ಕೇ ನೀನು ನನಗೆ ಇಷ್ಟ ಆಗೋದು!'

ಈ ಪರಿಯ ಮಾತುಕತೆಗಳು ನೆನಪಿಗೆ ಬಂದವು.

'ಅದು ಸರಿ... ಇದನ್ನೇಕೆ ನಡುಬೆರಳಿನಲ್ಲಿ ತೊಟ್ಟಿದ್ದೀ?' ಎಂದೊಂದು ಪ್ರಶ್ನೆಯೊಡನೆ ಸುರುಗೊಂಡ ಸಂಗತಿ– ಉಂಗುರವನ್ನೂ ದಾಟಿ ಕೈಬೆರಳುಗಳನ್ನು ಕುರಿತೇ ಕೆಲಕಾಲ ಹೊರಳಿಕೊಂಡಿತ್ತು. ಆಹಾ... ಏನೆಲ್ಲ ಮಾತು? ಏನು ಕತೆ?

'ಇದು ಹೆಬ್ಬೆರಳಲ್ಲವಾ? ಇದು ಕಿರುಬೆರಳಲ್ಲವಾ? ಇದು ತೋರುಬೆರಳು. ಇದು ನಡುಬೆರಳು... ಈ ಐದನೇದಕ್ಕೆ ಹೆಸರೇ ಇಲ್ಲವಲ್ಲೋ?'

'ಹ್ಞೂಂ... ಸಂಸ್ಕೃತದಲ್ಲಿ ಇದಕ್ಕೆ ಅನಾಮಿಕ ಅಂತಲೇ ಅನ್ನುತ್ತಾರೆ... ಅಂದರೆ ಹೆಸರಿಲ್ಲದ್ದು ಅನ್ನೋ ಅರ್ಥ! ಆದರೆ ಉಳಿದ ಹೆಸರುಗಳನ್ನ ನೋಡು... ಹೆಬ್ಬೆರಳು ಅಂದರೆ ಅಂಗುಷ್ಠ, ಕಿರುಬೆರಳು ಅಂದರೆ ಕನಿಷ್ಠ, ನಡುಬೆರಳು ಅಂದರೆ ಮಧ್ಯಮ... ಸೋ–ಕೈಯಲ್ಲಿರೋ ಆಕಾರಕ್ಕೆ ತಕ್ಕ ಸ್ಥಾನಮಾನ! ಸ್ಥಾನಮಾನಕ್ಕೆ ತಕ್ಕ ಹೆಸರು! ಇನ್ನು ಈ ಇದನ್ನು ನೋಡು... ತೋರುಬೆರಳಂತೂ ತೋರಲಿಕ್ಕೆಂದೇ ಉಂಟಾಗಿರೋದು. ಅಂದರೆ ಜಗತ್ತನ್ನು ತೋರಲಿಕ್ಕೆ ಮತ್ತು ತನ್ನನ್ನು ತಾನು ತೋರಿಕೊಳ್ಳಲಿಕ್ಕೆ... ಇಲ್ಲಿ

ನೋಡು... ಒಂದು ಅನ್ನಬೇಕಾದರೆ ನಾವು ತೋರಿಸೋದೇ ಇದನ್ನ. ಅಕೋ ಅಲ್ಲಿ ನೋಡು ಅನ್ನಬೇಕಾದರೂ ತೋರಿಸೋದೇ ಇದನ್ನ. ಜಗಳ ಕಾಯೋವಾಗ ಕೈಮುಂದು ಮಾಡಿ ಮಾತಾಡುತೀವಲ್ಲ– ಆಗ ಮೂತಿ ತಿವೀಲಿಕ್ಕೆ ಹೀಗೆ ಫುಲ್ ಕೈ ಬಳಸುತೀವಿ. ಆದರೆ ಹುಷಾರ್ ಅನ್ನುತ ಇನ್ನೊಬ್ಬರಿಗೆ ವಾರ್ನ್ ಮಾಡಬೇಕಾದರೆ, ತೋರುಬೆರಳು ಮುಂದಿಡುತೀವಿ... ಆಶ್ಚರ್ಯ ಆಗುತ್ತೆ ಅಲ್ಲವಾ?'

'...'

'ತೋರುಬೆರಳಿಗೆ ಸಂಸ್ಕೃತದಲ್ಲಿ ತರ್ಜನಿ ಅನ್ನುತಾರೆ... ಹ್ಞಾಂ, ತರ್ಜನೀಮುದ್ರೆ ಅಂತಲೂ ಒಂದಿದೆ. ಹಾಗಂದರೆ, ಇದೇ ತೋರುಬೆರಳನ್ನು ಮುಂದುಮಾಡಿ ಹೇಳುವ, ಹೇಳೋದಕ್ಕಿಂತ ಹೆಚ್ಚಿಗೆ ನಾವು ತೋರಿಸುವ ಎಚ್ಚರಿಕೆ! ದೇವಸ್ಥಾನಗಳಲ್ಲಿರೋ ದ್ವಾರಪಾಲಕರು ಈ ಮುದ್ರೆ ತಾಳಿರುತ್ತಾರೆ... ವೈಕುಂಠದ ಬಾಗಿಲನ್ನು ಕಾಯುವ ಜಯವಿಜಯರನ್ನು ನೋಡು– ಒಂದು ಬೆರಳೆತ್ತಿ ಎಚ್ಚರಿಕೆ ಹೇಳುತಿರುತ್ತಾರೆ! ಅಂದರೆ, ಬಂದಿರೋರ ಎದುರು– ಒಳಗೆ ವಿಷ್ಣು ಮಲಗಿದ್ದಾನೆ... ಎಚ್ಚರ ಅಂತ ಹೇಳೋದಂತೆ! '

'ಓಹ್ಹ್!'

'ಹೀಗೆ ಬೆರಳು ಬೆರಳಿಗೂ ಹೆಸರಿದೆ... ಆದರೆ ಈ ಒಂದು ಬೆರಳಿಗೆ ಮಾತ್ರ ಇಲ್ಲ. ಅದಕ್ಕೇ ಇದು ಅನಾಮಿಕ...'

'ಇಂಟರೆಸ್ಟಿಂಗ್...'

'ಅಕಸ್ಮಾತ್ ನಿನಗೆ ನಾನೇನಾದರೂ ಉಂಗುರ ತೊಡಿಸೋದಾದರೆ ಈ ಅನಾಮಿಕಕ್ಕೆ ತೊಡಿಸಬೇಕಂತೆ... ಆಗ ನನ್ನ ಹೆಸರು ನಿನ್ನ ಜೊತೆ ಅಂಟಿಕೊಳ್ಳುತ್ತೆ! ಹಾಗೇ ನಿನ್ನ ಅನಾಮಿಕೆಗೆ ನನ್ನ ಉಂಗುರದ ಹೆಸರು!'

'ಹೋಗೋಲೋ...'

'ಎಲ್ಲಿಗೆ ಹೋಗಲಿ?'

'ಎಲ್ಲಾದರೂ... ಬೇಡ ಬೇಡ ಬೇಡ! ಈಗ ಬೇಡ... ಪ್ಲೀಸ್... ಈ ರಾತ್ರಿ ಮುಗಿದ ಮೇಲೆ ಹೋಗು!'

ಇವಿಷ್ಟೂ ಬೆರಳುಗಳ ಸಂಗತಿಯಾದರೆ, ಉಂಗುರದ್ದೇ ಇನ್ನೊಂದು! ಇನ್ನೂ ಒಂದು!

ಇದು ಅಂಥದೇ ಇನ್ನೊಂದು:

'ಅದು ಸರಿ... ನೀನಿದನ್ನ ಎಲ್ಲಿ ತಗೊಂಡೆ?'

'ಯಾಕೆ? ನಿನಗೂ ಒಂದು ಬೇಕಾ?'

'ಹ್ಞೂಂ... ಊರಿನಲ್ಲಿ ಹೆಂಡತಿ ಕಾಯುತಿದ್ದಾಳಲ್ಲ, ಸಾಧ್ಯವಾದರೆ ಅವಳಿಗೊಂದು

ತಗೊಂಡು ಹೋಗುತೀನಿ...'

'ಥೂ ನಿನ್ನ! ಆಡೋದು ನೋಡು... ನಿನ್ನಂಥ ಅಡಾವುಡಿ ನನ್ನ ಮಗನಿಗೆ ಯಾವೋಳಾದರೂ ಹೆಂಡತಿಯಾಗೋದುಂಟಾ?'

'ಹುಹ್ಹ್... ನಿನ್ನ ಮಗನಿಗೆ ನೀನು ಹೆಂಡತಿಯಾಗೋದುಂಟಾ? ಸಾಧ್ಯನಾ? ಇರಲಿ... ಈ ಮಾತು ಹೇಳಿದ್ದೀ ಅಂದರೆ ಹೆಂಡತಿಯಾಗೋ ಯೋಚನೆ ನಿನ್ನ ಮನಸನ್ನೊಮ್ಮೆ ಹೊಕ್ಕಿತ್ತು ಅಂತಾ ತಾನೇ?'

'ಹೋಗೋಲೋ... ನೋಡು ನೋಡು! ಈ ಪಂಡಾ ನಮ್ಮನ್ನೇ ನೋಡುತಿದ್ದಾನೆ! ಕೈಬಿಡು... ಸುಮ್ಮನೆ ಬಂದು, ಗಂಡಹೆಂಡತೀನಾ ಅಂತ ಕೇಳಿಬಿಟ್ಟಾನು!'

ಇರಲಿ... ಒಂದೊಂದು ನೆನಪೂ, ಬದುಕಿನದೊಂದು ಹಿಸ್ಸೆಯನ್ನೇ ಒಳಗೊಂಡಿರುತ್ತದಷ್ಟೆ?

ಅಥವಾ, ಯಾವುದರ ಮೇಲೆ ನಾನು ನಮ್ಮ ಜೀವದ ಒಂದು ಪಾಲನ್ನು ಹೂಡಿರುತ್ತೇವೆಯೋ, ಅದೇ ನೆನಪಾಗಿ ಬರುತ್ತದೆ. ಮನಸಲ್ಲುಂಟಾಗುತ್ತದೆ. ಕನಸಲ್ಲಿಯೂ ಬಂದು ಕಾಡುತ್ತದೆ. ಇಷ್ಟಾಗಿ, ಹೂಡಿಕೆಗೆ ತಕ್ಕುದಾಗಿ ಫಲ. ಠೇವಣಿಗೆ ತಕ್ಕ ಬಡ್ಡಿ. ಸಾಲದಷ್ಟು ಇಸಕೊಂಡಾಗ ನೆನಪು ಚಕ್ರಬಡ್ಡಿ!

ಇನ್ನು, ಅಭಿಜ್ಞೆಯೆಂದರೆ ಸುಮ್ಮಗೆಯೇ? ಹಾಗೇ, ಅಭಿಜ್ಞಾನದ ಬಗ್ಗೆ ಆಡುವುದೇ ಬೇಡ!

72

'ಕೆನೈ ಹ್ಯಾವ್ ಮೈ ರೂಮ್ ಕೀ ಪ್ಲೀಸ್...' ರಿಸೆಪ್ಷನ್‌ನಲ್ಲಿದ್ದ ಚಿಂಕೀಮೋರೆಯ ಲಲನೆಯೆದುರು ನಿಂತು ಕೇಳಿದೆ.

ಜನ್ಮಾಂತರಗಳ ಕರ್ಮವನ್ನು ಹೊತ್ತಿರುವ ಹಾಗೆ, ನಿನ್ನೆಯೆಂಬ ನಿನ್ನೆಯನ್ನೇ ಮೈಯಲ್ಲೆಲ್ಲ ಉಟ್ಟುತೊಟ್ಟಿದ್ದ- ನನ್ನನ್ನು ನೋಡಿ, ಆಕೆಗೆ ವಿಚಿತ್ರವೆನಿಸಿರಲು ಸಾಕು!

ಕನ್ನಡಿಯಲ್ಲಿ ನೋಡಿಕೊಳ್ಳದೆಯೂ ನಾನು ಹೇಗಿದ್ದೆನೆಂದು ನನಗೆ ಗೊತ್ತಿತ್ತು. ಕೆದರಿದ ಕೂದಲು. ಚದುರಿದ ಗಡ್ಡ. ನಿದ್ದೆಗೆಟ್ಟ ಕೆಂಗಣ್ಣು. ಮುದುಡಿದ ಉಡುಗೆ. ಮುಗ್ಗುಲು ನಾತ. ಸಾಲದುದಕ್ಕೆ, ಧೋತರದ ಹರುಕನ್ನು- ಶಿವನ ಕೊರಳು ಸುತ್ತುವ ಸರ್ಪದ ಹಾಗೆ, ಅಡ್ಡಾದಿಡ್ಡಿ ಇಳಿಬಿಟ್ಟುಕೊಂಡಿದ್ದೆ! ಕೈಯಲ್ಲಿ ಬುಡುಬುಡಿಕೆಯೊಂದು ಬಾಕಿಯಿತ್ತು!

ಚಿಂಕೀಮೊರೆಯ ರಿಸೆಪ್ಷನಿನಾಕೆ ಏನಂದುಕೊಂಡಳೋ ಏನೋ, 'ಯೆಸ್ ಸರ್... ಯುವರ್ ನೇಮ್ ಅಂಡ್ ರೂಮ್ ನಂಬರ್?' ಕಕ್ಕಾವಿಕ್ಕಿಗೊಂಡು ಕೇಳಿದಳು.

'ತ್ರೀ ಟೂ ಒನ್ನ್...'

ಎಡಗೈಯ ಕಿರುಬೆರಳಿನಲ್ಲಿ ತೊಟ್ಟ– ಮೂರು ಸುತ್ತಿನ ಉಂಗುರವನ್ನೇ ನೋಡಿಕೊಂಡು ಹೇಳಿದೆ. ಆಗಷ್ಟೇ ತೊಟ್ಟಿದ್ದೆನಾಗಿ ಪದೇ ಪದೇ ನೋಡಿಕೊಳ್ಳುವ ಉಮೇದು. ಇಷ್ಟದ ಹೆಣ್ಣಿನ ಕೈಹಿಡಿದಿರುವ ಭ್ರಮೆಯಲ್ಲಿದ್ದೆನೇನೋ... ಉಂಗುರವನ್ನು ಬಲಗೈಯಲ್ಲಿನ ಕೆಲವು ಬೆರಳುಗಳಲ್ಲಿ ತೊಟ್ಟು, ತೆಗೆದು... ತೊಟ್ಟು, ತೆಗೆದು... ಕಡೆಗೆ ಎಡಗೈಯ ಕಿರುಬೆಟ್ಟಿಗೇ ಚೆನ್ನೆಂದು ತೊಟ್ಟುಕೊಂಡಿದ್ದೆ. ಮೈಯಿಗೆ ಏನೇ ಹೊಸ ಸರಕು ಏರಿಸಿಕೊಂಡರೂ, ಅದನ್ನು ಒಳಗೊಳ್ಳುವವರೆಗೂ ಗಮನ ಅತ್ತತ್ತಲೇ ಸರಿಯುವುದಷ್ಟೆ– ಹಾಗಾಗಿ, ಪದೇ ಪದೇ ನೋಡಿಕೊಂಡೆ.

ಮನಸೊಳಗಿನ ಪ್ರಶ್ನೆಗಳಂತೂ ಬಗೆಹರಿದಿರಲಿಲ್ಲ. ಮನಸನ್ನೇ ಅಟ್ಟಾಡಿಸಿದ್ದವು.

'ಸರ್... ಹಿಯರ್...' ಅನ್ನುತ್ತ, ಆ ಪರಿಚಾರಿಕೆ ಬೀಗದ ಕೈಯಿತ್ತಾಗ, ಮಾತಂಗಿಯ ಬಗ್ಗೆ ವಿಚಾರಿಸುವುದೆಂದುಕೊಂಡೆ. ಒಡನೆಯೇ ನಾನಿದ್ದ ಅವತಾರದಲ್ಲಿ ಕೇಳುವುದು ತರವಲ್ಲವನ್ನಿಸಿತು. ಕೊಂಚ ಮೈ–ಆರೈಸಿಕೊಂಡು ಬಂದು ವಿಚಾರಿಸೋಣವೆಂದುಕೊಂಡೆ.

ರೂಮಂತೂ ಬಿಟ್ಟಿದ್ದು ಬಿಟ್ಟ ಹಾಗೇ ಇತ್ತು. ಮಂಚದಲ್ಲಿನ ಮೇಲುಹೊದಿಕೆ ಗೂರಾಡಿಕೊಂಡಿತ್ತು. ಬಿಚ್ಚಿ ಬಿಸುಟಿದ ಪ್ಯಾಂಟು–ಶರಟು, ಅಂಡರ್ವೇ‌ರಿನ ಸಹಿತ ಅಲ್ಲಿಲ್ಲಿ ಚೆಲ್ಲಿಕೊಂಡಿದ್ದವು. ಬೆನ್ನುಚೀಲವು ದೊಡ್ಡದಾಗಿ ಬಾಯ್ದೆರೆದು ಒಳಸಂಗತಿಯನ್ನೆಲ್ಲ ಕಾರಿಕೊಂಡಿತ್ತು. ನೀರಿನ ಬಾಟಲಿಯ ಮುಚ್ಚಳ ಬಿಚ್ಚಿತ್ತಾದರೆ, ಬದಿಯಲ್ಲಿನ ಗ್ಲಾಸಿನಲ್ಲಿ ಸ್ವಲ್ಪವೇ ಕುಡಿದು ಮಿಕ್ಕ ನೀರಿನಲ್ಲಿ– ನುಸಿಯಂತಹ, ಒಂದಿಷ್ಟು ಸಣ್ಣನೆ ಹುಳುಗಳ ಹೆಣ ತೇಲಿದ್ದವು!

ಥತ್ತ್... ಅಂದುಕೊಂಡೆ. ಮೊದಲು ಕೊರಳು ಸುತ್ತಿ ಇಳಿಬಿಟ್ಟುಕೊಂಡಿದ್ದ ಧೋತರದ ಹರಕನ್ನು ತೆಗೆದೆ. ಜತನವಾಗಿ ಮಡಿಚಿ ವಾರ್ಡ್‌ರೋಬಿನಲ್ಲಿಟ್ಟೆ. ತಕ್ಷಣ, ಅಕಸ್ಮಾತ್ ಮರೆತುಬಿಟ್ಟರೆ... ಎಂದೆಣಿಸಿ, ಎತ್ತಿಕೊಂಡು ಬೆನ್ನುಚೀಲದ ಬದಿಪೌಚಿನಲ್ಲಿ ತುರುಕಿದೆ. ಕೂಡಲೆ ಜಿಪ್ಪು ಮುಚ್ಚಲಾಗಲಿಲ್ಲವಾದ್ದರಿಂದ, ಹರುಕನ್ನು ಮತ್ತೊಮ್ಮೆ ಹೊರಕ್ಕೆಳೆದು, ಪೌಚಿನ ಅಳತೆಗೆ ತಕ್ಕುದಾಗಿ ಮಡಚಿ ಒಳಗಿಟ್ಟೆ.

ಇದ್ದಕ್ಕಿದ್ದಂತೆ, ವಾಲೆಟಿದೆಯೇ ಎಂದು ಗಾಬರಿಯಾಯಿತು. ಅದು ಇಟ್ಟಲ್ಲೇ– ಅಂದರೆ ಪ್ಯಾಂಟಿನಲ್ಲಿ, ಹಿಂದಕ್ಕೆ ಅಂಡಿನ ಬಲಗಡೆಯ ಡುಬ್ಬದ ಕಿಸೆಯಲ್ಲಿಯೇ ಇದ್ದಿತು. ಜತನವಾಗಿ ತೆಗೆದು ಮೇಜಿನ ಮೇಲಿಟ್ಟೆ. ಆ ತರುವಾಯ, ನೆಲದ ಮೇಲೆ ಬಿಚ್ಚಿಬಿಸಾಕಿದ ಬಟ್ಟೆಯನ್ನೆಲ್ಲ ಹೆಕ್ಕಿ ಬಾತ್‌ರೂಮಿಗೆ ಒಯ್ದು ನೆನೆಹಾಕಿದೆ. ಕೂಡಲೇ ಒಗೆದು ಒಣಹಾಕದಿದ್ದರೆ, ನಾಳೆ, ಹೊಟೆಲು ಬಿಡುವಾಗ ಒದ್ದೆಬಟ್ಟೆಯನ್ನೇ ತುರುಕಿ ಒಯ್ಯಬೇಕಾದೀತೆಂದು ಎಚ್ಚರ ಹೇಳಿಕೊಂಡೆ. ಗ್ಲಾಸಿನಲ್ಲಿನ ಕೊಳೆನೀರನ್ನು ಸಿಂಕಿಗೆ

ಚೆಲ್ಲಿದೆ. ವಾಟರ್-ಬಾಟಲಿಗೆ ಮುಚ್ಚಳವಿಕ್ಕಿ ಬದಿಗಿಟ್ಟೆ. ಇತ್ತಲಿನ ನಡುಮೇಜಿನಿಂದ ಇನ್ನೊಂದು ಬಾಟಲಿಯೆತ್ತಿಕೊಂಡು ಗಂಟಲಿಂಗುವಷ್ಟು ನೀರು ಕುಡಿದೆ. ಒಂದು ಜನ್ಮದಷ್ಟು ಬಾಯಾರಿದ್ದೆನೇನೋ... ಒಂದು ಲೀಟರಿನಷ್ಟು ಒಳಗಿಳಿದ ಮೇಲೆ ಸ್ವಲ್ಪ ಹಾಯೆನಿಸಿತು. ಹೀಗೆ ನೀರು ಕುಡಿಯುವಾಗ, ಮಾತಂಗಿಯ 'ಡ್ರಿಂಕಿಂಗ್ ವಾಟರ್' ಮಾತುಕತೆ ನೆನಪಾಯಿತು.

ಇರಲಿ... ಈ ಹೊಟೆಲಿನ ರೂಮುಗಳಲ್ಲಿ ಏಸಿ ಇದೆಯಾದರೂ ಜೊತೆಗೊಂದು ಫ್ಯಾನೂ ಇದೆ. ದೊಡ್ಡ ರೆಕ್ಕೆಗಳ ದೊಡ್ಡ ಬೀಸಿನ ಈ ಫ್ಯಾನಿರುವುದು, ಅಗತ್ಯಕ್ಕಿಂತ ಹೆಚ್ಚಾಗಿ- ಹೊಟೆಲಿನ 'ಹೆರಿಟೇಜ್' ಥೀಮಿಗೆ ಹೊಂದಿಸಲಿಕ್ಕಿರಬೇಕು. ನಟ್ಟುಬೋಲ್ಟನ್ನೆಲ್ಲ ಅದುರಿಸುತ್ತ, ಗರಗರ ಸದ್ದು ಮಾಡುತ್ತ- ನಿಧಾನವಾಗಿ ಭ್ರಮಿಸುವ ಫ್ಯಾನು ನೂರು ಕಾಲದ ಹಿಂದಿನ ಗಾಳಿಗಿರಣಿಯನ್ನು ನೆನಪಿಸುವುದೂನೂ- ಇದೇ ಥೀಮು-ಸ್ಕೀಮುಗಳ ಮುಂದುವರಿಕೆ.

ಏಸಿಯೊಡನೆ ಫ್ಯಾನೂ 'ಆನು'ಮಾಡಿ, ಒಂದೆರಡು ಗಳಿಗೆ ಮೈತಣಿಸಿಕೊಂಡು, ಬಳಿಕ ಕಿಟಕಿಯ ಪರದೆಗಳನ್ನು ಸರಿಸಿದೆ.

ಅಬ್ಬಾ! ಹೊರಗೆ ಒಂದೇ ಸಮ ಮಳೆ ರಾಚುತ್ತಿತ್ತು! ನಿಜಕ್ಕೂ ರಾಚುಮಳೆ!

ಎಲ್ಲೆಲ್ಲೂ ಕರ್ರನೆ ಕಾರ್ಮೋಡಗಳಿಂದ ಬೂದುಗಟ್ಟಿದ ಆಕಾಶ. ಕಿನಾರೆಯಾಚೆಗೆ ಕಡಲೇ ಇಲ್ಲವೆನ್ನುವ ಹಾಗೆ, ಮೇಲೆ ಆಕಾಶವೂ ಇಲ್ಲವೆನ್ನುವ ಹಾಗೆ- ಎರಡೂ ಒಂದರಲ್ಲೊಂದು ಬೆರೆತು ಹಬ್ಬಿದ ಬರೇ ನೀರ್ಪಸೆ ಅಂತೆಂಬ ಪರಿಸ್ಥಿತಿ. ನೀರಲ್ಲದ ಲೋಕವೇ ಇಲ್ಲವಂತೆಂಬ ಸಂದರ್ಭ!

ನನಗೇ ಗೊತ್ತಿರದೆ, ಜಯದೇವನ 'ಪ್ರಳಯಪಯೋಧಿಜಲೇ...' ಗುನುಗಿಕೊಂಡೆ. ಒಮ್ಮೆಗೇ ಎಚ್ಚೆತ್ತೆ. ಅರ್ರೇ... ಈ ಪರಿ ಮಳೆಯೇ... ಸಣ್ಣಗೊಂದು ಪ್ರಶ್ನೆ ತಾಳಿದೆ. ಕೆಳಗಿನ ರೂಮಿನಿಂದ ರಿಸೆಪ್ಷನಿನವರೆಗೂ, ರಿಸೆಪ್ಷನ್‌ನಿಂದ ಈ ರೂಮಿನವರೆಗೂ ನಡೆದುಬರುವಾಗ, ಈ ಸುರಿಮಳೆಯ ಭರಾಟೆಯನ್ನು ಗಮನಿಸಲಿಲ್ಲವೇ... ಎಂದೊಂದು ಆಶ್ಚರ್ಯವನ್ನೂ ತಾಳಿದೆ. ಕೂಡಲೇ, ಹಿಂದಿನ ರಾತ್ರಿ ಜಡಿಮಳೆಯಲ್ಲಿ ನಡೆದಾಡಿದ್ದೆಲ್ಲ ನೆನಪಾಯಿತು. ಅನಾಮತ್ತನೆ ಸುರಿದ ಮಳೆಗೆ ತಕ್ಕುದಾಗಿ, ಅಷ್ಟೇ ಅನಾಮತ್ತನೆ ಉಂಟಾದ ಕೊಡೆಯೇ ಕೊಡೆಯಾದ ದೃಶ್ಯವೂ ನೆನಪಿಗೆ ಬಂತು! ಹಿಂದೆಯೇ, 'ಎಲ್ಲೀಂತ ಗೊತ್ತಿಲ್ಲ, ಮಾತಂಗೀ... ಒಬ್ಬ ಆರ್ಟಿಸ್ಟು ಒಂದು ಇಡೀ ಗುಡ್ಡಕ್ಕೆ ಬಣ್ಣ ಬಣ್ಣದ ಕೊಡೆ ಇಟ್ಟು, ಗುಡ್ಡಕ್ಕೆ ಗುಡ್ಡವನ್ನೇ ಬಣ್ಣದ ಗುಡ್ಡ ಮಾಡಿದ್ದನಂತೆ... ಐಡಿಯಾ ಇನ್ ಇಟ್ಸೆಲ್ಫ್ ಈಸ್ ಮೆಸ್ಮರೈಸಿಂಗ್...' ಎಂದು ನಾನು ಹೇಳಿದ್ದೂ, 'ವೆಲ್ಲ್... ದಿಸ್ ಈಸ್ ನಾಟ್ ಎನಿ ಲೆಸ್ಸ್ ಟು ಇಟ್!' ಎಂದು ಅವಳು ಉದ್ಗರಿಸಿದ್ದೂ ನೆನಪಾಯಿತು!

ಥುತ್... ಎಂದು ನನ್ನಷ್ಟಕ್ಕೆ ಕನಲಿಕೊಂಡೆ. ಹಿಂದೆಯೇ ಒಂದಿಷ್ಟು ಲೊಚಗುಟ್ಟಿದೆ.

ನಾನು, ರಾತ್ರಿಯ ಮಳೆಯನ್ನಾದರೂ ತಡೆದುಕೊಂಡೇನು... ಆದರೆ ಬೆಳಗಿನದು ನಿಜಕ್ಕೂ ಕಷ್ಟ. ಹಗಲಿನಲ್ಲಿನ ಜಡಿಮಳೆಯೆಂದರೆ, ಆಕಾಶ-ಭೂಮಿಗಳ ಮೇಲೆ ಒಂದೇ ಸಮ ಜಡಿದುಬರುವ ಮ್ಲಾನ ದುಮ್ಮಾನ! ಏನೋ ರೇಜಿಗೆ. ವಿಪರೀತ ಪಿರಿಪಿರಿ. ಸುಖಾಸುಮ್ಮನೆ ಬೇಜಾರು ತರುವ ಸಂಗತಿ... ನಾನಿರುವ ಚೆನ್ನೈಯನ್ನು ಆಗಿಂದಾಗ ಕಾಡುವ ಸೈಕ್ಲೋನ್ ಮಳೆಯೂ ಇಂಥದೇ... ಮಬ್ಬಡರಿದ ಆಕಾಶ ದುಃಖದ ಎದುರಿಗಿಟ್ಟ ಕನ್ನಡಿಯಿದ್ದಂತೆ. ಥೇಟು ನನ್ನೊಳಗಿರುವ ಪರಿಸ್ಥಿತಿಯೇ! ದುಗುಡ ದಟ್ಟಯಿಸಿತೆಂದು ಮೈಮನಸ್ಸಿಗೆ ಮ್ಲಾನ ತಾಳಿರುವುದು... ಯಾರಿಗೆ ಬೇಕು?

ಅಳುವೊತ್ತರಿಸಿ ಬಂತು. ಮಾತಂಗೀ... ಅನ್ನುತ್ತಲೊಮ್ಮೆ ಚೀರಿದೆ.

ಹೆಣ್ಣೇ... ನೀನು ಹೀಗೆ ಮಾಡಬಾರದಿತ್ತು. ಹೇಳದೆಯೇ ಹೊರಡಬಾರದಿತ್ತು. ಹೀಗೇಕೆ ಮಾಡಿದೆ? ಒಬ್ಬರಿಗೊಬ್ಬರು ಸಿಕ್ಕಷ್ಟೇ ಸಂತೋಷದಿಂದ ಬೀಳ್ಕೊಡಬೇಕೆಂದು ಹೇಳಿದ್ದೆಯಷ್ಟೆ? ಮೊದಲ ಭೇಟಿಯಷ್ಟೇ ವಿದಾಯವೂ ಚೆನ್ನಿರಬೇಕೆಂದು ಅಂದಿದ್ದೆಯಷ್ಟೆ? ಹೇಳು, ಯಾಕೆ ಹೇಳಿ ಹೋಗಲಿಲ್ಲ?

ಒಳಗೆ ಅನಿಸಿದ್ದನ್ನು ಹೊರಗೆ ಹೇಳಿಕೊಂಡೆನೋ ಇಲ್ಲವೋ, ಅರಿಯೆ... ಒಟ್ಟಾರೆ ಈ ಮಾತುಗಳನ್ನು ನನಗೆ ನಾನೇ ಆಡಿಕೊಂಡೆ.

73

ಮಾತಂಗಿ ತೊರೆದುಹೋಗಿದ್ದಕ್ಕಿಂತ ಹೇಳದೆಯೇ ತೊರೆದಳೆಂಬುದು ನನ್ನನ್ನು ಘಾಸಿಗೊಳಿಸಿತ್ತು. ಹೆಚ್ಚು ಕಂಗಾಲಾಗಿಸಿತ್ತು. ಮೊದಲು ಆಘಾತವಾಯಿತು. ಬಳಿಕ ಸಿಟ್ಟು ಬಂತು. ಇನ್ನೇತಕ್ಕೋ ನನ್ನನ್ನು ಬಳಸಿಕೊಂಡಳೆಂಬ ಶಂಕೆ ಹುಟ್ಟಿತು. ಯಾತಕ್ಕಾಗಿ ಎಂಬ ಪ್ರಶ್ನೆ ಎದ್ದಿತು. ಉತ್ತರವಿರದೆ ಸೋತಿತು. ಹೇಸಿಗೆ ಅನ್ನಿಸಿತು. ಕೈಯೊರೆಸಿದ ಮೇಲೆ ಬಿಸುಟುವ ಟಿಶ್ಯೂ ಪೇಪರಿಗಿಂತ ಕಡೆಯೇ... ಎಂದು ನನ್ನ ಬಗೆಗೇ ಅನ್ನಿಸಿತು. ಕೀಳರಿಮೆಯೇ ತಳೆದುಬಂತು. ಬೇಜಾರಾಯಿತು. ಹೀಗೆಲ್ಲ ಅನಿಸುತ್ತಿರುವ ಹಾಗೆ, ಕಡೆಯಲ್ಲಿ ದುಃಖವೂ ಉಂಟಾಯಿತು.

ಒಂದು ರಾತ್ರಿಯ ಸಖ್ಯ ಮಾತ್ರಕ್ಕೆಲ್ಲ, ಒಡನಾಡಿ ಹೆಣ್ಣೊಂದು ಈ ಪರಿ ಮನಸೂರಿಕೊಂಡು ಉಂಟಾಗುವುದು- ಅಜೀಬನಿಸುವಷ್ಟೇ, ನನ್ನನ್ನು ನಾನೇ ತನಿಖಿಸಿಕೊಂಡಿದ್ದೂ ಆಯಿತು.

ಹೌದು... ನಾನು ಅತ್ತಿದ್ದಾದರೂ ಯಾಕೆ? ಇದೇನು ವರ್ಷಾಂತರಗಳ ನಂಟೇ? ನೀನಿರದೆ ನಾನಿರೆನೆಂಬ ಸಾಂಗತ್ಯವೇ? ಸರಿಸಮದ ಸಮತೋಲವೇ? ಹುಹ್ಹ್...

ಎಂತಾದೀತು? ಆಕಾಶಕಾಯವೊಂದು ಅಕಸ್ಮಾತ್ ಕಕ್ಷೆ ತಪ್ಪಿ ಸಂಧಿಸಿದಂತಹ ಸಂದರ್ಭವಿದಲ್ಲವೇ? ಅಣುವೊಳಗಿನ ಇಲೆಕ್ಟ್ರಾನೊಂದು ದಾರಿ ತಪ್ಪಿ, ಪಕ್ಕದ ಅಣುವೊಳಗಿನ ಇನ್ನೊಂದನ್ನು ಡಿಕ್ಕಿ ಹೊಡೆದ ಸನ್ನಿವೇಶದ ಹಾಗಲ್ಲವೇ? ಎಲ್ಲಕ್ಕಿಂತ, ನೀನು ಈ ರಾತ್ರಿ–ಮಾತ್ರದ ಗೆಣೆಕಾರನೆಂದು, ಹೆಣ್ಣು ಮೊದಲೇ ಹೇಳಿದ್ದಳಲ್ಲವೇ? ಪದೇ ಪದೇ ಹೇಳಿ ನನ್ನ ಮನವರಿಸಿದ್ದಳಲ್ಲವೇ? ನಾನಾದರೂ ಅವಳು ಹೇಳಿದ್ದಕ್ಕೆಲ್ಲ ಸೈಯೆಂದಿದ್ದೆನಲ್ಲವೇ? ಈ ಒಂದು ರಾತ್ರಿಯ ಸಂಸರ್ಗವನ್ನು ನಾನೂ ಒಪ್ಪಿ ಒಡಂಬಡಿಸಿದ್ದೆನಲ್ಲವೇ?

ಹೀಗಿರುವಾಗ, ನಾನೇಕೆ ಹೀಗೆ ದುಃಖಿಸುತ್ತಿರುವೆ? ಯಾಕೆ ಕಲಕಲ ಕಲಕಿಹೋಗಿರುವೆ? ಕಳಕಳ ಕಳವಳಿಸುತ್ತಿರುವೆ?

'ಏಳ! ಗ್ರೋ ಅಪ್... ಲುಕ್ ಬಿಯಾಂಡ್!' ಎಂದು, ನಾನು ನನ್ನನಗೇ ಎಚ್ಚರಿಸಿಕೊಂಡೆ. ಎಚ್ಚೆತ್ತೆ. ರಾತ್ರಿಯೊಡನೆ ಮಾತೂ ಮುಗಿಯಿತೆಂದು ಅಂದುಕೊಂಡೆ. ಒಂದೆರಡು ಸರ್ತಿ ಗಟ್ಟಿಯಾಗಿ ಉಚ್ಚರಿಸಿ ಹೇಳಿಕೊಂಡೆ.

ಇಷ್ಟಿದ್ದೂ ಕಿಟಕಿಯಾಚೆಗಿನ ಸುರಿಮಳೆ ಸುಮ್ಮನೆ ಕೆಣಕಿ ಕಂಗೆಡಿಸಿತು. ಈ ಪಾಟಿ ಮಳೆಯಲ್ಲಿ ರಥಯಾತ್ರೆಯುಂಟೇ... ಎಂದು ಶಂಕೆಯಾಯಿತು. ತಕ್ಷಣ ಟೀವಿ 'ಆನ್' ಮಾಡಿದೆ. ಹಲಸಮಸ್ತ ಒಡಿಯಾ ಚಾನಲುಗಳು ರಥಯಾತ್ರೆಯನ್ನು ಒಟ್ಟೊಟ್ಟಿಗೆ ಬಿತ್ತರಿಸಿದ್ದವು. ನೇರ ಪ್ರಸಾರ ಅನ್ನುತ್ತಾರಲ್ಲ, ಅದು! ಕಣ್ಣೊತ್ತರಿಸಿಕೊಂಡು ನೋಡಿದೆ. ಅಬ್ಬಾ! ನಂಬಲಾಗಲಿಲ್ಲ!

ಅಂತಿಂತಲ್ಲದ ಮಳೆಯಾದರೂ ಮಂದಿ ಮಂದಿ ಮಂದಿ. ನಿನ್ನೆಯ ರಾತ್ರಿ ಕಣ್ಣಾರೆ ಕಂಡಿದ್ದಕ್ಕೂ ಹೆಚ್ಚು ಮಂದಿ. ದುಪ್ಪಟ್ಟು ಮುಪ್ಪಟ್ಟು ಮಂದಿ! ಕಣ್ಣೆದುರಿನಲ್ಲೇ ಲೋಕನಾಯಕನಿರುವಾಗ, ಇದೇ ಲೋಕವಿಸ್ತಾರದಲ್ಲೊಂದು ಸಣ್ಣನೆ ಅಂಶವಾದ ಮಳೆಯದೇನು ಲೆಕ್ಕ... ಅಂತೆಂಬಂತೆ, ಜಾತ್ರೆಯೋಪಾದಿ ನೆರೆದೇ ನೆರೆದ ಮಂದಿ... ರಾತ್ರಿಯಲ್ಲಿದ್ದಂತೆಯೇ, ಹಾಡಿಪಾಡಿ ಕುಣಿದು ನಲಿದಾಡುವ ಮಂದಿ. ಜರುಗುವ ತೇರುಗಳ ಹಿಂದೆಮುಂದೆ ಮುಗಿಬಿದ್ದು ಮುಸುರಿನಿಂತ ನೋಡುಮಂದಿ!

ಆಹ್ಹ್... ಅಂದುಕೊಂಡೆ!

ಮೂರೂ ತೇರುಗಳು ಕಿಲೋಮೀಟರುದ್ದದ ರಥಬೀದಿಯಲ್ಲಿ ನಡುದಾರಿಯಲ್ಲಿದ್ದವು. ಜಗನ್ನಾಥಕೃಷ್ಣನನ್ನು ಹೊತ್ತ 'ನಂದಿಘೋಷ'ವು ಸ್ವಲ್ಪ ಮುಂದೆ ಜರುಗಿತ್ತಾದರೆ, ಇನ್ನೆರಡು ರಥಗಳು ತುಸು ಹಿಂದಕ್ಕಿದ್ದವು. ಸುಭದ್ರೆಯ ತೇರು ಬಲಭದ್ರನಿದ್ದುದಕ್ಕಿಂತ ತುಸು ಮುಂದೆ ಇತ್ತು. ಸರಾಸರಿ ನಲವತ್ತೈದು ಅಡಿ ಎತ್ತರವಿದ್ದು ಮೋಟಾರಿಲ್ಲದೆ ಜರುಗುವ ಸರಕೆಂದರೇನು ಸುಮ್ಮಗೆಯೇ? ಅದೂ ಗಾಲಿಗಳ ಮೇಲೆ ಹೊರಳುವ ಮನುಷ್ಯನಿರ್ಮಿತಿಯೆಂದರೆ ನಂಬಲಾದೀತೆ? ಇನ್ನು,

ಮೂರೂ ರಥಗಳು ಮಳೆ ಸುರಿಯುವ ಆಕಾಶವನ್ನೇ ಅಳೆದುಕೊಂಡಿದ್ದವು. ಈ ಪೃಥ್ವಿಯಲ್ಲಿ ಮಳೆಗೂ ಮಿಗಿಲಾದ ಮಹಿಮೆಯೆಂದಿದ್ದರೆ, ಅದು ಜಗನ್ನಾಥನೇ ಎಂಬಂತೆ, ಈ ಮಹಾಶಯನ ಮಹಿಮೆ ಸಾರುವ ಹಾಗೆ– ತಂತಮ್ಮ ನೆತ್ತಿಗಳಲ್ಲಿನ ತುತ್ತತುದಿಯನ್ನು ಮೋಡಗಳೊಳಕ್ಕೆ ನೆಟ್ಟು ತೂರಿಕೊಂಡಿದ್ದವು! ಟೀವಿಯಲ್ಲಿ ಕಂಡ ಕೆಲವು ಚಿತ್ರಿಕೆಗಳಂತೂ ನನ್ನನ್ನು ನವಿರೆಬ್ಬಿಸಿ ರೋಚಿಸಿದವು. ರಥಗಳ ಸುತ್ತಮುತ್ತಲಿನ ಮಂದಿ ನಿಜಕ್ಕೂ ಇರುವೆಗಳಂತೆ ಮುತ್ತಿ ತೋರಿದರು!

ಮೈಯಲ್ಲಿ ಝುಮ್ಮನಿಸಿಬಂತು!

ಇಕೋ, ಈ ರಸ್ತೆಯಲ್ಲಿ ತಾನೇ ನಾನು ನಿನ್ನೆ ನಡೆದಿದ್ದು... ಎಂದು ಒಂದೆರಡು ಸಲ ಅಂದುಕೊಂಡೆ. ರಸ್ತೆಯಲ್ಲಿನ ಕೆಲವು ಚಿತ್ರಗಳು ಪರಿಚಿತವೆನಿಸಿದವು. ಒಂದು ಚಾನಲಿನಲ್ಲಿ, ಪುರೀಶಹರದ ಮಹಾರಾಜನ ಮನೆಯ ಮುಂಬದಿಯನ್ನು ತೋರಿಸುವಾಗ– ವೆರಾಂಡದ ಆರ್ಚುಗಳನ್ನೆಲ್ಲ ಕಂಡು, ಮತ್ತೊಮ್ಮೆ ನೆನಪಿನೊಳಕ್ಕೆ ಸಂದುಹೋದೆ. ಅಲ್ಲಿನ ನಡುಕಮಾನಿನಲ್ಲಿ ನಿಂತು, ಮಾತಂಗಿಯೊಡನೆ ಲಲ್ಲೆ ಹೊಡೆದಿದ್ದೆಲ್ಲ ಕಣ್ಣಿಗೆ ಕಟ್ಟಿಬಂತು. ಅರಮನೆಯ ಚೌಕೀದಾರ, 'ಹೊಸತಾಗಿ ಮದುವೆಯಾದವರಾ?' ಎಂದು ಕೇಳಿದ್ದೂ– ಪ್ರತಿಕ್ರಿಯೆಯಾಗಿ ಅವಳು ಮುನಿದಿದ್ದೂ, ನಾನು ಪುಲಕಿಸಿದ್ದೂ... ಎಲ್ಲವೂ ಸರಣಿಯ ಹಾಗೆ ಸ್ಮರಣೆಗೆ ಬಂದವು!

ಪಿಚ್ಚೆನ್ನಿಸಿತು. ಒತ್ತಾಯದಿಂದ ಕಣ್ಣು ಕಿತ್ತು ಟೀವಿಯನ್ನು ಆಫ್ ಮಾಡಿದೆ. ಆದರೆ ಅಳುವ ಮನಸ್ಸಿನೊಳಗೆ ಒಂದೇ ಸಮ, ಒಂದಾದ ಮೇಲೊಂದು ಸವ್ವಾರಿಗೆ ಹೊರಟ ನೆನಪಿನ ಪಟಗಳನ್ನು ಏನು ಮಾಡುವುದು? ಪುಟಗಳನ್ನೆಲ್ಲಿ ಮುಚ್ಚುವುದು? ಎಲ್ಲಿ ಬಿಚ್ಚುವುದು? ಹುಹ್ಹ್... ಅಂದುಕೊಂಡೆ. ಕೆಲವು ಸಲ ಸಶಬ್ದವಾಗಿ ಲೊಚ್ಚೆಂದೆ. ಕಿಸೆಯಲ್ಲಿ ಸತ್ತು ಮಲಗಿದ್ದ ಫೋನನ್ನು ಹೊರಕ್ಕೆಳೆದು, ಬೆನ್ನುಚೀಲದಿಂದ ಚಾರ್ಜರು ಹೆಕ್ಕಿ– ಟೀವಿಯ ಬದಿಗಿನ ಪ್ಲಗ್ಗಿಗೆ ಹಚ್ಚಿ ವಿದ್ಯುತ್ತೂಡಗೊಟ್ಟೆ.

ಬಳಿಕ ಬಾತ್‌ರೂಮು ಹೊಕ್ಕು– ಮೊದಲು ಮುಖಮೋರೆ ಹಲ್ಲುಬಾಯಿಗಳ ಮಜ್ಜನ ಕೈಕೊಂಡು, ಕಮೋಡಿನ ಮೇಲೆ ಕುಳಿತು ಮೈಶೌಚ ನಡೆಸಿ, ಶನರಿನಡಿ ನಿಂತು– ಹದವಾದ ಬಿಸಿನೀರು ಹುಯ್ಯಗೊಟ್ಟೆ. ಸಾವಕಾಶವಾಗಿ ಮಿಂದ ಮೇಲೆ ಮನಸು ಕೊಂಚ ಹಗುರಾಯಿತು. ಸೊಂಟಕ್ಕೆ ಟವಲು ಸುತ್ತಿಕೊಂಡು ಕುಳಿತು, ಕೊಳೆಬಟ್ಟೆಯನ್ನೆಲ್ಲ ಬಕೆಟ್ಟಿನಲ್ಲಿ ನೆನೆಯಲೊಡ್ಡಿ– ಒಂದೊಂದಕ್ಕೂ ಸೋಪುಣಿಸಿ ಕುಸುಕಿ ಜಾಲಾಡಿ ಹಿಂಡಿದೆ. ಒಗೆದ ಬಟ್ಟೆಯನ್ನು ಹರವಲಿಕ್ಕೆಂದು ಬಾಲ್ಕನಿಗೆ ಬಂದಾಗ ಮಳೆಯ ಭರಾಟೆ ತುಸು ತಗ್ಗಿತ್ತನ್ನಿಸಿತು.

ವಾಪಸು ರೂಮು ಹೊಕ್ಕಿದ್ದೇ ಕೈಫೋನಿನಲ್ಲಿನ ಚಾರ್ಜು ಪರೀಕ್ಷಿಸಿದೆ. ಸುಮಾರು ಐದು ದಿನದಿಂದ ಸ್ವಿಚ್ ಆಫ್ ಆಗಿತ್ತಾದ್ದರಿಂದ ಬ್ಯಾಟರಿಯಿನ್ನೂ ಎಚ್ಚೆತ್ತಿರಲಿಲ್ಲ. ಮೈಗೆ

ಬೇರೆ ಬಟ್ಟೆಯೇರಿಸಿಕೊಂಡು, ಮಂಚದ ಬದಿಯ ಕುರ್ಚಿಯಲ್ಲಿ ಅಂಡೂರಿಕೊಂಡು– ಫೋನು ಚಾರ್ಜಾಗುವುದನ್ನೇ ಕಾದುಕುಳಿತೆ.

ಫೋನನ್ನು ಆನ್ ಮಾಡುವುದೋ ಬೇಡವೋ ಎಂಬುದೇ ಇನ್ನೊಂದು ಚಿಂತೆಯಾಯಿತು.

74

ಬರೇ ಚಿಂತೆಯಲ್ಲ... ಚಿಂತೆಗಳ ಸಂತೆ! ಮಹಾಚಿಂತೆ!

ಅಸಲಿನಲ್ಲಿ, ಇವೊತ್ತಿಗೆ, ನಾನು ಮೊಬೈಲಾಫು ಮಾಡಿ ಐದನೇ ದಿವಸ. ಅಂದರೆ, ನನ್ನೆಲ್ಲ ಪರಿಚಿತ ಜಗತ್ತಿನಿಂದ ನಾನು ಹೊರತಾಗಿದ್ದೇನೆ. ಆಪ್ತೇಷ್ಟರನ್ನೂ ಸಂಪರ್ಕವಲಯದಿಂದ ಆಚೆಗಿಟ್ಟಿದ್ದೇನೆ. ಸುತ್ತಲೊಂದು ವೃತ್ತವೆಳೆದುಕೊಂಡು, ನಾನೂ ಈ ವರ್ತುಲವನ್ನು ದಾಟಕೂಡದೆಂಬ ಎಚ್ಚರ ವಹಿಸಿದ್ದೇನೆ! ನಾನೆಲ್ಲಿ ಏನೆತ್ತವೆಂಬುದು ಯಾರಿಗೂ ಗೊತ್ತಿಲ್ಲ. ಗೊತ್ತಾಗಗೊಟ್ಟಿಲ್ಲ... ಹೊರಗಿನವರಿರಲಿ, ಮನೆಯವರಿಂದಲೂ ನನ್ನ ಹೊತ್ತುಗೊತ್ತುಗಳನ್ನು ಮರೆಮಾಚಿದ್ದೇನೆ. ಲೋಕದೊಡನೆಯ ಇನ್ನಿತರೆ ಲೇವಾದೇವಿಯನ್ನೇ ಕಡಿದುಕೊಂಡಿದ್ದೇನೆ. ಇಮೇಲು ಬಳಸಿಲ್ಲ. ಇಂಟರ್ನೆಟ್ ಹೊಕ್ಕಿಲ್ಲ. ಯಾರಿಗೂ ಫೋನು ಮಾಡಿಲ್ಲ. ಈ ಮೊಬೈಲಿನಿಂದಿರಲಿ, ಲ್ಯಾಂಡ್ಲೈನ್‌ನಿಂದಲೂ ಯಾರೊಡನೆಯೂ ಸಂವಹಿಸಿಲ್ಲ! ಆ ಪಾಟಿ ಹುಷಾರು ತಾಳಿದ್ದೇನೆ!

ಇನ್ನೊಂದು ಹೇಳುವುದಾದರೆ, ಯಾವೊತ್ತೂ ಓದಿಲ್ಲದೆ ಇರಲೊಲ್ಲದ ಆಸಾಮಿ ನಾನು. ಎಚ್ಚರವಿರುವ ಅಷ್ಟೂ ಹೊತ್ತು ಒಂದಲ್ಲೊಂದು ಮಾಡಿಕೊಂಡಿರುವ ಮನುಷ್ಯ. ಹಾಡು ಗುನುಗುತ್ತಿರಬೇಕು. ಹಾಡು ಹುಟ್ಟಿಸುತ್ತಿರಬೇಕು. ಅಡುಗೆ ಮಾಡಬೇಕು. ಇಲ್ಲಾ, ಮಾತನಾಡಬೇಕು... ಈ ರೀತಿಯ ವ್ಯಕ್ತಿ. ಈ ಏನನ್ನೂ ಮಾಡದೆ ಇದ್ದೇನೆಂದರೆ ಸತ್ತೆನೆಂತಲೇ ಅರ್ಥ! ಇನ್ನು, ಸುಮ್ಮನಿರುವಾಗಲೂ ಸುಮ್ಮನಿದ್ದೇನೆಂದಲ್ಲ. ಫೋನೊಳಕ್ಕೆ ಕಣ್ಣು ಹೂಡಿ, ಅದು ಇದು ಕೆಲಸಕ್ಕೆ ಬಾರದ್ದು ಗೂಗಲಿಸಿಕೊಂಡಿರುತ್ತೇನೆ! ಹೀಗಿರುವಾಗ, ಮನೆಬಿಡುವೆನೆಂದು ನಿರ್ಣಯಿಸಿದ್ದೇ, ನನಗೆ, ಎಲ್ಲಕ್ಕೂ ಮೊದಲು ಫೋನಿನದೇ ಚಿಂತೆಯಾಗಿದ್ದು ಹೌದು. ಗೂಗಲಿಲ್ಲದೆಯೇ ಏನೆಂತೆಂಬ ಚಿಂತೆಯೋ ಚಿಂತೆ!

ಸರಿ, ಪಾರ್ಥ ಎಂದು ನನಗೊಬ್ಬ 'ಕ್ಲೋಸೆಸ್ಟ್ ಆಫ್ ಆಲ್ ಫ್ರೆಂಡ್ಸ್' ಇದ್ದಾನೆ. ನನ್ನ ಒಳಬದುಕನ್ನು ಇಡಿಬಿಡಿಯಾಗಿ ಕಂಡರಿತಿರುವ ಮನುಷ್ಯ. ಅವನಲ್ಲಿ ಮೊರೆ ಹೊಕ್ಕೆ. ಅವನ ಐಡಿಯಾದ ಮೇರೆಗೆ, ಈಗ, ಅವನ ಹೆಂಡತಿಯ ಹೆಸರಿನಲ್ಲೊಂದು ಹೊಸ 'ಸಿಮ್' ದಕ್ಕಿಸಿಕೊಂಡು– ಅವನ ಐಪ್ಯಾಡಿನಲ್ಲೇ ಹೂಡಿ ಬಳಸುತ್ತಿದ್ದೇನೆ.

ನಾನು ಸದ್ಯಕ್ಕೆ ಬಳಸುತ್ತಿರುವ ಕ್ರೆಡಿಟ್ ಕಾರ್ಡು ಕೂಡ, ಪಾಪ, ಅವಳದೇ!

ಇನ್ನು, ನಾನು ಇಷ್ಟೆಲ್ಲ ಕಾಳಜಿ ತಾಳಿರುವುದಕ್ಕೆ ಕಾರಣವಿದೆ. ಇದೊಂದು ಬಗೆಯ ಖದೀಮ ಎಚ್ಚರ! ಪೊಲೀಸರ ಕಣ್ತಪ್ಪಿಸಲಿಕ್ಕೆ ಕಳ್ಳಕಾಕರು ಹುಷಾರು ತಾಳುವರಲ್ಲ, ಆ ರೀತಿಯ ಜೋಪಾನ!

ಈ ಮನುಷ್ಯಲೋಕದೊಳಗೆ ಎಲ್ಲೇ ಭೂಗತವಿದ್ದರೂ– ತನ್ನ ಬುದ್ಧಿಮತ್ತೆಯ ಪಾತಾಳಗರಡಿಯಿಳಿಸಿ, ಜರಡಿಯಾಡಿ ಹೆಕ್ಕಬಲ್ಲ ನನ್ನ ಅಪ್ಪನ ಕೊಕ್ಕೆಯಿಂದ ಪಾರಾಗಲಿಕ್ಕೆ ಇದೊಂದೇ ಉಪಾಯವೇನೋ. ಎಲ್ಲಿ ಯಾವ ಗವಿಯನ್ನು ಹೊಕ್ಕರೂ, ಆಕಾಶದೊಳಕ್ಕೇ ಅಂತರ್ಧಾನನಾದರೂ– ಗಂಟೆಗಳಲ್ಲಿ ಹುಡುಕುವಷ್ಟು 'ಕ್ಲೌಟು'ಳ್ಳ ಅಪ್ಪನಿಂದ ತಪ್ಪಿಸಿಕೊಳ್ಳಲು ಮಗನಾದವನು ಏನು ತಾನೇ ಮಾಡಿಯೇನು? ಸಣ್ಣನೆ ಸುಳುಹು ಸಿಕ್ಕರೆ ಸಾಕು, ತಮಿಳುನಾಡಿನ ಅತ್ಯುನ್ನತ ಬೇಹುಪಡೆಯನ್ನೇ ಕಳಿಸಿ– ಹೆಕ್ಕೊಯ್ಯುವಷ್ಟು ಶಕ್ತನಾದ ಅಪ್ಪನ ಕಣ್ತಪ್ಪಿಸುವುದೆಂದರೆ ಸುಲಭವೇ?

ಹೀಗಾಗಿಯೇ ನಾನು ಮೊಬೈಲ್ 'ಆಫ್' ಮಾಡಿರುವುದು! ಅಷ್ಟೇ, 'ಆನು' ಮಾಡಲಿಕ್ಕೆ ಹಿಂದೇಟು ಹೊಡೆಯುವುದು!

ಚಾಲೂ ಮಾಡುತ್ತಲೇ, ಒಂದಲ್ಲೊಂದು 'ಟವರಿನ' ಸಿಗ್ನಲಿಗೆ ನನ್ನ ಫೋನು ತಗುಲಿ– ಎಲ್ಲಿದ್ದೇನೆನ್ನುವ ನನ್ನ ಅಕ್ಷಾಂಶ–ರೇಖಾಂಶವೆಲ್ಲ, ನಿಖರವಾದ ಕೋಆರ್ಡಿನೇಟು ಸಹಿತ, ಕ್ಷಣಾರ್ಧದಲ್ಲಿ ಪೊಲೀಸರನ್ನು ಸೇರಿ ಪ್ರಮಾದವೇ ಜರುಗಬಹುದಷ್ಟೆ? ಕೆಲವೇ ಗಂಟೆಗಳಲ್ಲಿ ಅಪ್ಪ ನಿಯೋಜಿಸಿರಬಹುದಾದ ಗೂಢಚರ ಮಂದಿ ನನ್ನನ್ನು ಮುತ್ತಿಬಿಡಬಹುದಷ್ಟೆ?

ಎಂತಲೇ, ಇಡೀ ತಮಿಳುರಾಜ್ಯದ 'ಇನ್ಸ್‌ಪೆಕ್ಟರ್ ಜೆನೆರಲ್ ಆಫ್ ಪೊಲೀಸ್' ಆಗಿರುವ ಅಪ್ಪನ ಇಲಾಖೆಯ ಮುತುವರ್ಜಿಯನ್ನು ಮೀರಿ ವರ್ತಿಸಬೇಕು. ನನ್ನ ಮರ್ಜಿಗಳನ್ನು ಸದಾ ಅವಿಸಿಕೊಂಡು ಇರಬೇಕು... ನಾನು ಚೆನ್ನೈನಲ್ಲಿರುವಾಗ– ಎಲ್ಲಿ ಹೋದೆ ಎಲ್ಲಿ ಬಂದೆ... ಯಾರೊಡನೆ ಇದ್ದೆ... ಯಾರೊಡನೆ ಮಲಗಿದೆ... ಎಂದೆಲ್ಲ ಸಂಗತಿಯ, ಎಷ್ಟೇ ಗುಟ್ಟು ಮಾಡಿದರೂ, ಅಪ್ಪನಿಗೆ ತಿಳಿಯುತ್ತಿತ್ತೆಂದರೆ ಸುಮ್ಮಗೆಯೇ?

ಹೌದು... ದಿನ ಬೆಳಗಾದರೆ ಸಾಕು, ನನ್ನನ್ನು ಫಜೀತಿಗೀಡಾಗಿಸುವ ಅಪ್ಪನಿಂದ ತಪ್ಪಿಸಿಕೊಳ್ಳಲು– ನನ್ನೆದುರು, ಇನ್ನು ದಾರಿಯೇ ಇರಲಿಲ್ಲ. ಈ ಮೂವತ್ತೆರಡನೇ ವಯಸ್ಸಿಗೂ, ನಾನು, ಮದುವೆಯಾಗಿ ಸಂಸಾರದಲ್ಲಿ ತೊಡಗಿಲ್ಲವೆಂದು, ಒಂದೇ ಕಣ್ಣಿನಲ್ಲಿ ಅಳುವ ಅಮ್ಮ ಮತ್ತು ಸಂಸಾರದ ಮಾತಿರಲಿ, ಇನ್ನೂ ಸರಿಯಾದ ಕೆಲಸದಲ್ಲಿ ತೊಡಗಿ ಬದುಕು ಕಟ್ಟಿಕೊಂಡಿಲ್ಲವೆಂದು, ಒಂದೇ ಸಮ ಪಿರಿಪಿರಿ ಮಾಡುವ ಅಪ್ಪ– ಈ ಇಬ್ಬರ ಕಾಟ ತಡೆಯಲಾಗದೆಯೇ ನಾನು, ಹೀಗೆ ಏಕಾಏಕಿ ಮನೆ ಬಿಟ್ಟಿದ್ದು!

ಲೋಕರೂಢಿಯಲ್ಲಿ ಆಡಿದೆನಾದರೆ ಓಡಿಬಂದಿದ್ದು!

ದಿನದಿನವೂ ಜಗಳ. ಸುಮ್ಮನಿದ್ದರೆ ಕದನ. ಮಾತೆತ್ತಿದರೆ ಕಾದಾಟ. ಎದುರಾಡಿದರೆ ಹೋರಾಟ!

ಹೀಗಿರುವಾಗ ಬೇರೆ ದಾರಿ ತಾನೇ ಎಲ್ಲಿತ್ತು?

'ಅಪ್ಪ... ಐ ಕಾನ್ಟ್... ಐ ಸೀರಿಯಸ್ಲೀ ಕಾನ್ಟ್! ಅಯಾಮ್ ನಾಟ್ ಮೇಡ್ ಫಾರ್ ದಿಸ್ ಕೈಂಡ್ ಆಫ್ ವರ್ಕ್. ಇದನ್ನೆಲ್ಲ ಮಾಡಿಕೊಂಡಿದ್ದರೆ ನನ್ನ ಉಳಿದ ಆಸಕ್ತಿಗಳನ್ನು ನಿಭಾಯಿಸೋದು ಹೇಗೆ? ಹೇಳಿ, ನನ್ನ ಪದ್ಯವನ್ನ ಬೇರೆಯವರಿಗೆ ಗುತ್ತಿಗೆ ಕೊಡೋಕಾಗುತ್ತಾ? ನನ್ನ ಹಾಡನ್ನು ನಾನೇ ಹಾಡಬೇಕಲ್ಲವಾ?' ಹೀಗೆಲ್ಲ ಎಷ್ಟು ಸಲವಂತ ಹೇಳಿದ್ದೇ ಹೇಳುವುದು? ಆಡಿದ್ದೇ ಆಡುವುದು? 'ಆಫೀಸು, ಐಷಾರಾಮ... ಹೈಎಂಡ್ ಕಾರು... ದೊಡ್ಡ ದೊಡ್ಡ ಸಂಬಳ... ಅದಕ್ಕೆ ತಕ್ಕ ಕತ್ತೆಯ ದುಡಿತ... ಇವುಗಳ ನಡುವೆ ಕಳೆದುಹೋಗಿಬಿಡುತೀನಿ, ಅಪ್ಪ... ನನ್ನಿಂದ ಸಾಧ್ಯ ಇಲ್ಲ...'

'ಅಡುಗೆ ಮಾಡಿಕೊಂಡು ಬದುಕುತೀನಿ ಅಂತೀಯಲ್ಲೋ, ಮಗನೇ? ಅದೂ ಒಂದು ಲಕ್ಷಣವಾ? ಗಂಡಸಿನ ಥರ ಇರೋ... ಯಾವಾಗ ನೋಡಿದರೂ ಹಾಡುಹಸೆ ಅಡುಗೆ ಅಂತಿರುತೀಯಲ್ಲ!' ಅಪ್ಪನಿಗೆ ನನ್ನನ್ನು ಅರ್ಥ ಮಾಡಿಕೊಳ್ಳಬಲ್ಲ ಮನಃಸ್ಥಿತಿಯೇ ಇಲ್ಲ. 'ನಿನ್ನ ಮೇಲೆ ಏನೆಲ್ಲ ಉಮೇದಿಟ್ಟುಕೊಂಡಿದ್ದೆ... ನನ್ನ ಹುದ್ದೆಗೆ ತಕ್ಕುದಾಗಿ ನಿನ್ನನ್ನು ಬೆಳೆಸಿದೀನಿ ಅನ್ನೋ ಭ್ರಮೆಯಲ್ಲಿದ್ದೆ. ಎಷ್ಟೆಲ್ಲ ನಿರೀಕ್ಷೆಯಿಟ್ಟುಕೊಂಡಿದ್ದೆ. ಎಲ್ಲಾ ಸುಳ್ಳಾದವು... ಬೇಡವೋ... ಬೇಡ, ಮಗನೇ... ನಾನು ಹೇಳೋದು ಕೇಳು!'

ಇನ್ನು ನನ್ನ ಅಮ್ಮನೋ, ಗಂಡ–ಮಗನ ನಡುವೆ ತನ್ನತನವನ್ನೇ ಹರಿದು ಹಂಚಿಕೊಂಡಿರುವ ಹೆಂಗಸು. ನನ್ನೊಡನಿರುವಾಗ ನನ್ನ ಥರ. ಅಪ್ಪನೊಡನೆ ಅವರ ಥರ! ಈ ಥರವೆಂದರೆ ಇದರ ಪರ; ಆ ಥರವೆಂದರೆ ಅದರ ಪರ! ಒಟ್ಟಾರೆ, ಈ ಪರಿ ಪರಾಪರಗಳ ಸರಿತಪ್ಪನ್ನೇ ಅರಿಯಳೆಂದರೆ ಏನು ಮಾಡುವುದು? ಇಂತಹ ನನ್ನ ಅಮ್ಮನಿಗೆ, ಇದ್ದಕ್ಕಿದ್ದಂತೆ– ನನ್ನ ಮದುವೆ, ಸಂಸಾರ... ತನಗೊಬ್ಬ ಸೊಸೆ, ಮೊಮ್ಮಗು... ಎಂದೆಲ್ಲ ಇರಾದೆಯುಂಟಾಯಿತು, ನೋಡಿ, ನಮ್ಮ ಮನೆಯ ವಾತಾವರಣವು ಮತ್ತೂ ಬಿಗಡಾಯಿಸಿತು. ಋತು ಬದಲುವ ಹಾಗೆ ಇನ್ನೊಂದಾಯಿತು! ಎಕ್ಕುಟ್ಟಿ ವ್ಯಗ್ರವಾಯಿತು!

ಮೊದಮೊದಲು, ಸಲಹೆ ಸಮಾಲೋಚನೆ ಎಂದು ಸುರುಗೊಂಡಿದ್ದು– ದಿನ ಕಳೆದ ಹಾಗೆ ರಗಳೆಯಾಗಿಬಿಟ್ಟಿತು. ರಗಳೆಯೆಂದರೆ ರಗಳೆ. ಒಂದೇ ಮಾತನ್ನು ಬಗೆಬಗೆಯಾಗಿ ಹೇಳುವ ಬಗೆ ಬಗೆ ಬಗೆ ಬಗೆ ರಗಳೆ! ಎದೆಯನ್ನೇ ಬಗೆದು ಬದಿಗಿಟ್ಟಷ್ಟು ರಗಳೆ! ಅಪ್ಪನಿಗೆ ನಾನು ರಗಳೆಯಾದರೆ, ಅವರಿಗೆ ನಾನು! ಹೀಗೇ

ಕೆಲತಿಂಗಳು ಕಳೆದ ಮೇಲೆ, ಇಬ್ಬರಿಗೂ, ಒಬ್ಬರಿಗೊಬ್ಬರ ತಲೆ ಕಂಡರೆ ಆಗದಷ್ಟು ಪಿರಿಪಿರಿಯಾಗಿಬಿಟ್ಟಿತು. ವರ್ಷದಿಂದೀಚೆಗಂತೂ ಮಾತೆತ್ತಿದರೆ ಜಗಳ! ಕದನ... ಕಾದಾಟ... ಸಮರ... ಹೋರಾಟ!

ನಾನು ಮನೆಯಲ್ಲಿದ್ದೇನೆಂದರೆ 'ಮನೆಯಲ್ಲಿ'ಯೇ ಇದ್ದೇನೆಂಬ ಅರ್ಥವಲ್ಲ. ಸದಾ, ಮನೆಯೊಳಗಿನ ಮನೆಯಂತಿರುವ ನನ್ನ ರೂಮಿನಲ್ಲಿರುವೆನೆಂಬ ಅರ್ಥೈಕೆ. ನಾಲ್ಕು ಗೋಡೆಗಳ ನಡುವಿನದಷ್ಟೇ ನನ್ನ ಮಟ್ಟಿಗೆ ಮನೆಯೊಳಗಿನ ಬದುಕು! ಥೂ... ಸಂಸ್ಕಾರವೇ ಇಲ್ಲದವರ ಮನೆಯಲ್ಲಿ ಯಾಕಾದರೂ ಹುಟ್ಟಿದೆನೋ! ದೇವರೇ... ನನ್ನನ್ನು ಈ ರೀತಿ ಮಾಡಿದ ನೀನು, ರೀತಿಗೆ ತಕ್ಕ ವಾತಾವರಣವನ್ನು ಕೊಡಲಿಲ್ಲವಲ್ಲ, ನೀನೆಷ್ಟು ಕ್ರೂರಿ! –ಎಂದು ಆಗಿಂದಾಗ್ಗೆ ಕರ್ತಾರಿಕೆಯನ್ನು ದೂರುತ್ತಲೇ ಇರುವುದಾಗಿದೆ. ಸದಾ ಗೋಣಗಿನ ಬದಕಾಗಿಬಿಟ್ಟಿದೆ. ಯಾವ ತಪ್ಪಿಗೆ ಈ ಶಿಕ್ಷೆಯೆಂದೆಲ್ಲ ಯೋಚನೆಯಾಗುತ್ತದೆ. ಆಡುವುದೇ ಬೇಡ! ಅನುಭವಿಸಿದರಷ್ಟೇ ಅದೇನೆಂದು ಗೊತ್ತಾಗುವುದು...

ಮೊನ್ನೆ ಮೊನ್ನೆ, ಅಂದರೆ ಕಳೆದ ವಾರ, ಅಪ್ಪನೊಡನೆ ವಾದಿಸುವ ಭರದಲ್ಲಿ– ಇದೇ ಮಾತನ್ನು ಹೊರಗೆಡಹಿದ್ದೇ ಬಂತು, ದೊಡ್ಡದೊಂದು ರಾದ್ಧಾಂತವೇ ಜರುಗಿಹೋಯಿತು. ಒನ್ನಮೂನೆ ಮೂರನೆಯ ಜಗದ್ಯುದ್ಧ!

'ಇದು ನನ್ನ ಮನೆ. ನೀನು ನನ್ನ ಮಗ... ನನ್ನ ರೀತಿಗೆ ತಕ್ಕ ವಾತಾವರಣವನ್ನು ನೀನೇನಾದರೂ ಕಲ್ಪಿಸಿದೀಯಾ? ನೆನಪಲ್ಲಿಟ್ಟುಕೋ– ಜನ ನಿನ್ನನ್ನು ಗುರುತಿಸೋದು ನನ್ನ ಮಗ ಅಂತ! ತಮಿಳುನಾಡಿನ ಐಜೀಪಿ ಗೋಪಾಲಕೃಷ್ಣ ಧೀಮಣಿಯ ಮಗ ಅಂತ...' ಅಪ್ಪ ಒಂದೇ ಸಮ ಮಾತು ಥಳಿಸಿದರು. 'ನನ್ನನ್ನು ಯಾರೂ ಐಳನ ಅಪ್ಪ ಅಂತ ಕರೆಯೋಕಾಗಲ್ಲ... ಹಾಗೆ ಕರೆಯೋದೇ ಬೇಡ. ನಿನ್ನಂಥವನ ಅಪ್ಪನಾಗಿರೋಕೆ ನನಗೆ ಇಷ್ಟವೂ ಇಲ್ಲ!'

ಅಷ್ಟೇ! ಅಷ್ಟೇ!

ಅಪ್ಪನ ಕಡೆಯ ಮಾತು ನನ್ನ ಮರ್ಮದೊಳಕ್ಕಿಳಿದು ಮನಸ್ಸನ್ನು ಕಲಕಲಕಲ ಕಲಕಿಬಿಟ್ಟಿತು! ಏಕಾಏಕಿ ಮನೆ ಬಿಟ್ಟೆ!

75

ಮನೆಯಿಂದ ಹೊರಟಿದ್ದೇ ಮೊಬೈಲನ್ನು 'ಆಫ್' ಮಾಡಿದೆ. ಹೊತ್ತಲ್ಲದ ಹೊತ್ತಿನಲ್ಲಿ ಪಾರ್ಥನ ಮನೆಯ ಬಾಗಿಲು ತಟ್ಟಿದೆ.

ಮಹಾ ಮಹಾ ಕರುಣಾಳು ಮನುಷ್ಯನಾತ. ನನ್ನೆಲ್ಲ ವಾರ್ತೆ–ವರಾತಗಳಿಗೆ ಬಲು

ಸಹನೆಯಿಂದ ಕಿವಿಗೊಟ್ಟ. 'ಹೇಗಿದ್ದರೂ ಈಸ್ಟ್ ಕೋಸ್ಟಿನಲ್ಲಿ ಟ್ರಾವೆಲ್ ಮಾಡಬೇಕೂಂತ ದೊಡ್ಡ ಆಸೆಯಿತ್ತು, ಕಣೋ... ಈ ನೆಪದಲ್ಲಿ ಪೂರೈಸಿಕೋತೀನಿ...' ಅಂತಂದೆ. ತನ್ನ ಮಡದಿಯನ್ನು ಕರೆದು, ಸಮಸ್ತ ಸಂಗತಿಯನ್ನು ವಿಶದವಾಗಿ ಚರ್ಚಿಸಿ– ತನ್ನ ಐಪ್ಯಾಡನ್ನೂ, ಆಕೆಯ ಕ್ರೆಡಿಟ್ ಕಾರ್ಡನ್ನೂ, ಅವಳ ಹೆಸರಿನಲ್ಲೊಂದು ಹೊಚ್ಚ ಹೊಸ ಸಿಮ್‌ಕಾರ್ಡನ್ನೂ ಕೊಂಡು ಕೈಗಿತ್ತು, 'ಆಲ್ ದಿ ಬೆಸ್ಟ್...' ಅಂತಂದ. 'ಯಾವುದೇ ಕಾರಣಕ್ಕೂ ಯಾರಿಗೂ ಫೋನು ಮಾಡಬೇಡ. ನನಗೆ ಸಹ ಮಾಡಬೇಡ... ಫೇಸ್‌ಬುಕ್, ಟ್ವಿಟರುಗಳಲ್ಲೂ ಕಾಣಿಸಿಕೋಬೇಡ– ತಿಳೀತಾ?' ಎಂದು ಪದೇ ಪದೇ ಎಚ್ಚರಿಸಿ, 'ಇಲ್ಲದಿದ್ದರೆ ಇಡೀ ಪ್ಲ್ಯಾನು ಪಢ್ಚ ಆಗುತ್ತೆ...' ಅಂತಲೂ ತಿಳಿಹೇಳಿ ಬೀಳ್ಕೊಟ್ಟ.

ಯಾವ ಗೊತ್ತುಗುರಿಯೂ ಇಲ್ಲದೆ, ಸೀದಾ 'ಚೆನ್ನೈ–ಸೆಂಟ್ರಲ್'ಗೆ ಬಂದು, ದೇಶದ ಪೂರ್ವ ಕರಾವಳಿಯಲ್ಲಿ ಉತ್ತರದತ್ತ ಸಾಗಲಿಕ್ಕಿದ್ದು, ಆ ಕ್ಷಣಕ್ಕೆ ಹೊರಡಲಿಕ್ಕಿರುವ ಒಂದು ರೇಲೇರಿದ್ದಾಯಿತು. ಕಿಸೆಯಲ್ಲೊಂದು ಆಫಾದ ಮೊಬೈಲು, ಬೆನ್ನಿನಲ್ಲೊಂದು ತೂಗುಚೀಲ ಅಷ್ಟೆ... ಬೇರೇನೂ ಇರಲಿಲ್ಲ. ಮೊದಲು ಮಚಲೀಪಟ್ಟಣ, ಬಳಿಕ ವಿಶಾಖಪಟ್ಟಣ, ಸದ್ಯಕ್ಕೆ ಜಗನ್ನಾಥಪುರಿ... ಹೀಗೆ. ಒಟ್ಟು ಹದಿನೈದಿಪ್ಪತ್ತು ದಿನ ಸುತ್ತಾಡುವ ಇರಾದೆಯೊಡನೆ ಹೊರಟಿದ್ದು. ಕೊಲ್ಕೊತ್ತಾದ ಹೂಗ್ಲೀ ನದಿ, ನಾನು, ಆ ಕ್ಷಣಕ್ಕೆ ಅಂದುಕೊಂಡ ಕೊನೆಯ ಗುರಿ.

ಇನ್ನು, ಈ ಪರಿ ಅನಿಯತವಾಗಿ ಕೈಕೊಳ್ಳುವ ಪ್ರಯಾಣವೆಂದರೆ ನನಗೆ ಮೊದಲಿನಿಂದಲೂ ಇಷ್ಟವೇ. ಇಂತಲ್ಲಿನಿಂದ ಇಂತಲ್ಲಿಗೆ ಇಂತಿಂಥ ದಿವಸವೇ ಪ್ರಯಾಣವೆನ್ನುವ ವೇಳಾಪಟ್ಟಿಯಿಲ್ಲದೆ ಅಡ್ಡಾಡುವ ಚೆನ್ನೇನೆಂದು ಅಡ್ಡಾಡಿದವರಿಗಷ್ಟೇ ಗೊತ್ತು! ಒಂದು ಕಡೆ ತಂಗಿ, ಊರಿನ ಹಾದಿಬೀದಿಗಳಲ್ಲೆಲ್ಲ ಅನಿಗದಿತವಾಗಿ ಸುತ್ತಿ, ಊರಾಚೆಯ ನಿಸರ್ಗವನ್ನೂ ಕಂಡರಿತು... ಅಡುಗೆ, ಹಾಡುಪಾಡು, ಕಂತಾದಿ ಕರಕುಶಲತೆಯನ್ನೆಲ್ಲ ನೋಡಿ ಕೇಳಿ... ಆನಂದ ತಾಳಿ... ಇನ್ನು ಸಾಕೆನಿಸುವವರೆಗೂ ಇದ್ದೆಡೆಯೇ ಇದ್ದು, ಬೇಕೆನಿಸುವಾಗ ಹೊಸ ದಾರಿ ತುಳಿಯುವುದು ನನಗೆ ಅಚ್ಚುಮೆಚ್ಚು. ನಾಲ್ಕಾರು ಕಿಮೀ ಅಗಲದ ರಾಜಮುಂಡ್ರಿಯ ಗೋದಾವರಿ, ಸರಿಸುಮಾರು ಇಷ್ಟೇ ಅಗಲದ ಮಹಾನದಿ– ಇವೆರಡರ ಗಾತ್ರಪಾತ್ರಗಳನ್ನೂ ಅವುಗಳ ಒಡನಿದ್ದು ಕಾಣುವ ಆಸೆಯೂ ಇದೆ... ನೋಡುವಾ... ಏನೇನಾಗುತ್ತದೋ!

ವಿಶಾಖಪಟ್ಟಣದಿಂದ ರಾತ್ರಿಯ ರೇಲು ಹಿಡಿದರೆ ಭೋಗಿಯಲ್ಲಿ ಜನವೋ ಜನ. ಒಡನಿದ್ದ ಮುಕ್ಕಾಲು ಮಂದಿ ಪುರಿಯಲ್ಲಿನ ರಥಯಾತ್ರೆಗೆ ಹೊರಟವರೆಂದು ಇಲ್ಲಿ ಬಂದಿಳಿಯುವಾಗ ನನಗೆ ತಿಳಿದುಬಂತು. ಪುರೀಶಹರದ ಸ್ಟೇಶನಿನಲ್ಲೂ ನಾ ತಾ ಮುಂದೆಂದು ಹೊರಹೋಗಲು ಮುಸುರಿದ್ದ ಜನರನ್ನು ನೋಡಿದ ಮೇಲಷ್ಟೇ ಸದರಿ

ರಥಯಾತ್ರೆ ಯಾವಾಗ, ಏನು–ಎತ್ತ–ಎಂತುಗಳು ನನಗೆ ಗೊತ್ತಾಗಿದ್ದು.

ರೇಲಿನಲ್ಲಿ ರಾತ್ರಿಯಿಡೀ ಎಚ್ಚೆತ್ತಿದ್ದೇ ಆಯಿತು. ಕಿಟಕಿಯ ಆಚೆ ತೋರುವ ಸ್ವಚ್ಛ ನಿರಭ್ರ ರಾತ್ರ್ಯಾಕಾಶವನ್ನೇ ನೋಡಿಕೊಂಡಿರುವಾಗ, ಈ ಆಕಾಶಕ್ಕೂ ಆಚೆ ಏನಿದೆಯೆಂಬ ಪ್ರಶ್ನೆ ತಲೆದೋರಿ, ಅದನ್ನು ಬೆನ್ನುಹತ್ತಿದ್ದೇ ಬಂತು– ಹತ್ತೆಂಟು ಯೋಚನೆಗಳು ತಳೆದುಬಂದವು. ಆಕಾಶದಿಂದಲೇ ತಳೆತಳೆದು ಇಳಿದುಬಂದವು! 'ಹಗಲಿನ ಕೊನೆಮೊದಲು ಕರಿಗತ್ತಲ ಕಾನು! ಹೆಗಲಿನ ಹೊರೆ ತಾನು ಬರಿಬತ್ತಲ ಬಾನು!' –ಹೀಗೊಂದು ಸಾಲು ಹೊಳೆದಿದ್ದೇ ಮೈಯೆಲ್ಲ ಹುಚೆದ್ದು ಕುಣಿಯುವಂತಾಯಿತು! ಈ ಸಾಲನ್ನು ಬೆನ್ನಟ್ಟುವಾಗಲಂತೂ– ಆ ಆಕಾಶವನ್ನೂ, ಅದರೊಳಗಿನ ನೀಹಾರಿಕೆಗಳನ್ನೂ, ಆಚೆಗಿನ ಆಕಾಶಗಂಗೆಯನ್ನೂ... ಒಂದೇ ಏಟಿಗೆ ಹೊಕ್ಕು ಬಂದಂತಾಯಿತು. ಹಿಂದೆಯೇ, 'ಮೊದಲೆಂಬ ಮೊದಲಿಗೂ ಮೊದಲಾದುದೇನು? ತೊದಲೆಂಬ ತೊದಲಿನ ತೊದಲಾದರೂ ಏನು?' – ಈ ಇನ್ನೊಂದು ಹೊಳೆಯಿತು. 'ಕಾಲದ ಬಗಲೊಳಗೆ ಮೊದಲೆಂಬುದೇನು?' –ಹೀಗೆ ಇನ್ನೂ ಒಂದು. ಈ ಪರಿಯ ಬಿಡಿ ಬಿಡಿ ಸಾಲುಗಳನ್ನು ತಿದ್ದಿ ತೀಡಿ, ಪರಿಷ್ಕರಿಸಿ– ಒಂದು ಹಾಡು ಕಟ್ಟಿ, ನನಗೆ ನಾನೇ ಹಾಡಿಕೊಂಡಾಗ– ಮೈಮನಸಿನಲ್ಲೆಲ್ಲ ಒನ್ನಮೂನೆ ಆಕಾಶಾತೀತ ಅನುಭವವೇ ಉಂಟಾಯಿತು!

ಆವಾಗಲಿನಿಂದ ಪುರೀಶಹರದ ಸ್ಟೇಶನಿನಲ್ಲಿ ಇಳಿಯುವವರೆಗೂ ನಾನು ಆಕಾಶದಲ್ಲಿಯೇ ಇದ್ದೆನೇನೋ.

ನಿನ್ನೆಯ ಹಗಲಿಡೀ ರೂಮು ಹೊಂಚಿಕೊಂಡು ಇಡೀ ಶಹರವನ್ನು ಸುತ್ತಿ, ಸಂಜೆಯ ಮೇಲೆ ಈ ಹೊಟೆಲಿನಲ್ಲಿ ಸಂದು, ಶವರಿನಡಿ ಮಿಂದು ಬಂದ ಮೇಲೆ... ನನ್ನ ಹಾಡನ್ನು ಇಡೀ ಜಗತ್ತಿನ ಹಾಡಾಗಿಸಬೇಕೆನ್ನುವ ಉಮೇದು ಹುಟ್ಟಿಬಂತು! ಅಂತಿಂತಹ ಉಮೇದಲ್ಲ. ಹತ್ತಿಕ್ಕಲಾಗದ ಅದಮ್ಯ ಆಸ್ಥೆ!

ನನ್ನ ಮಟ್ಟಿಗೆ ಈ ಪರಿಯ ಉಮೇದುಗಳ ಬಗ್ಗೆಯೇ ಒಂದು ಥಿಯೊರಿಯಿದೆ. ಈ ಎಲ್ಲ ಉಮೇದುಗಳುಂಟಾಗುವುದೇ ಬಾಹ್ಯಾಕಾಶದಲ್ಲಿ... ಅಲ್ಲಿ ದೂರದಲ್ಲೆಲ್ಲೋ ಇರುವ ಯಾರೋ, ನೆಲದಲ್ಲಿರುವ ನಮ್ಮತ್ತ, ಒಂದೇ ಸಮ ಹೊಳಹುಗಳನ್ನು ತೂರಿಬಿಡುತ್ತಾರೆ. ರೇಡಿಯೋ ಸಂಕೇತಗಳ ಹಾಗೆ ತೇಲಿಬಿಡುತ್ತಾರೆ. ಈ ಭೂಮಿಯ ಮೇಲಿರುವ ಕಲಾವಂತ ಮಂದಿ, ಇವುಗಳನ್ನು ಹೆಕ್ಕಿ, ಈ ಹೊಳಹಿಗೊಂದು ಉಲುಹು ಕೊಟ್ಟು ಹಾಡಾಗಿಸುತ್ತಾರೆ. ಇನ್ನು ಕಲಾವಂತಿಕೆಯೆಂದರೆ ಕೆಲವೇ ಮನುಷ್ಯರ ತಲೆಯೊಳಗೋ, ಎದೆಯೊಳಗೋ, ಮಿದುಳೊಳಗೋ... ಹೃದಯದೊಳಗೋ... ಇರುವ ಟ್ರಾನ್ಸಿಸ್ಟರಿನಂತಹ ಸರಕು. ಇಂತಹ ಮಂದಿ ತಂತಮ್ಮ ಟ್ರಾನ್ಸಿಸ್ಟರುಗಳನ್ನು ಟ್ಯೂನ್ ಮಾಡುವಾಗ, ದಕ್ಕಿಬರುವ ಹೊಳಹು ತಂತಾನೇ ಉಲುಹಾಗಿ ಮಾರ್ಪಟ್ಟು

ಹಾಡು ಹುಟ್ಟುತ್ತದೆ!

ಇನ್ನು, ಹೊಳಹುಂಟಾಗುವುದೇ ಇಡೀ ಭೂಮಂಡಲದಲ್ಲಿ ಪಸರಿಸಿಕೊಳ್ಳಲಿಕ್ಕೆ! ನಭದಲ್ಲಿ ತಳೆದು ಭುವಿಯಲ್ಲಿ ಬಿಳಿಲಿಳಿಸಿ ತಾಳಲಿಕ್ಕೆ! ಮೂಡಲಿಕ್ಕೆ! ಹೌದು... ಆಕಾಶವೆಂಬ ಆಕಾಶದಲ್ಲಿ ಹುಟ್ಟಿ, ಮನಸ್ಸೆಂಬ ಇನ್ನೊಂದು ಆಕಾಶದಲ್ಲಿ ಮೈಪಡೆಯುವ ಉಲುಹುಗಳನ್ನು ಎಲ್ಲೆಲ್ಲೂ ಹಬ್ಬಿಸುವುದು ಪದ್ಯಕಾರನ ಮತ್ತು ಹಾಡುಗಾರನ ಕರ್ತವ್ಯ ಕೂಡ. ಕರ್ತವ್ಯಕ್ಕೂ ಹೆಚ್ಚಿಗೆ ಕರ್ಮ ಅಂದೆನ್ನಬಹುದೇನೋ... ಯಾಕೆಂದರೆ ಅವನು ಅವ್ಯಕ್ತ ರೇಡಿಯೋ ಸಂಗತಿಗಳನ್ನು ಮಾತಾಗಿ ಹಾಡಾಗಿ ಬಿತ್ತರಿಸುವ ಟ್ರಾನ್ಸಿಸ್ಟರು ಮಾತ್ರ!

ದೊಡ್ಡ ದೊಡ್ಡದನ್ನು ಓದಿ ತಿಳಿದ ಮಂದಿ– ಸಿದ್ಧಿ, ಪ್ರಾಪ್ತಿ ಎಂದೆಲ್ಲ ಆಡುವರಲ್ಲ, ಈ ಅರ್ಥದಲ್ಲಿಯೇ! ಆಕಾಶದಲ್ಲಿನ ಹೀಗೊಂದು ಸಂಗತಿಯನ್ನು ಎಟುಕಿಸಿಕೊಂಡಿದ್ದೆಂಬ ರೀತಿಯಲ್ಲಿಯೇ. ನಾವು ಮರ್ತ್ಯದ ಮಂದಿ ತಪಸ್ಸು ಅಂತೊಂದನ್ನು ಕರೆಯುವೆವಲ್ಲ, ಅದೂ ಸಹ ಹೀಗೇ ಒಂದು ಸಿದ್ಧಿ. ತದೇಕಚಿತ್ತವಾಗಿ ಮನಸೊಳಗಿನ ಎಚ್ಚರವನ್ನು ಆಕಾಶದೊಳಗಿನ ಇನ್ನೊಂದು ಮಹಾ ಮಹಾ ಕಟ್ಟೆಚ್ಚರದೊಡನೆ ಹೊಂಚಿ ಹೊಂದಿಸಿಬಿಡುವಾಗ, ಆಕಾಶದೊಳಗಿನ ಅರಿವು ಮನಸೊಳಗೆ ಹರಿದುಬಂದು– ಆ ಆಕಾಶವೂ ಈ ಮನಸ್ಸೂ ಒಂದೇ ಆಗಿಬಿಡುತ್ತವೆ. ಇದನ್ನೇ ಬಲ್ಲವರು ಸಿದ್ಧಿ ಅಂತನ್ನುವುದು. ಪ್ರಾಪ್ತಿ ಅಂತನ್ನುವುದು. ಇನ್ನು ಈ ಪರಿ ತಪಸ್ಸಿದ್ಧಿಯ ತಹತಹವಾದರೂ ಎಂತಿರುತ್ತದೆಂದರೆ, ತಾನು ಕಂಡುಕೊಂಡಿದ್ದನ್ನು ಇತರೆ ಜಗತ್ತಿನೊಡನೆ ಹಂಚಿಕೊಳ್ಳುವವರೆಗೂ ಅದಕ್ಕೆ ತೃಪ್ತಿಯಿಲ್ಲ! ಉಳಿಗಾಲವಿಲ್ಲ!

ಉದಾಹರಣೆಗೆ: ಸಿದ್ಧಾರ್ಥ ಗೌತಮ. ಯಾರನ್ನು ನಾವು ಬುದ್ಧ ಅನ್ನುತ್ತೇವೆಯೋ ಆತ. ಈ ಮಹಾಶಯನು ಬೋಧಿವೃಕ್ಷದ ಕೆಳಗಿದ್ದು ಏನನ್ನೋ ಕಂಡುಕೊಂಡು 'ಬುದ್ಧ'ನಾದಲ್ಲ, ತಕ್ಷಣ ತಾನು ಕಂಡಿದ್ದನ್ನು ಎಲ್ಲರಿಗೂ ಹೇಳಲು ಉತ್ಸುಕನಾದನಷ್ಟೆ? ಈ ಉತ್ಸುಕತೆಯಿಂದಲೇ ಅವನು ಸಂಘ ಕಟ್ಟಿದ್ದು. ಸಂಘಟಕನಾಗಿದ್ದು!

ನನ್ನಲ್ಲುಂಟಾದ ಈ ಹಾಡನ್ನು ಜಗತ್ತಿನೊಡನೆ ಬಿತ್ತರಿಸಬೇಕೆಂಬ ಉಮೇದು ಇದ್ದೇ ಇದೆ.

ಆದರೆ ಈವರೆಗೂ ಏನೇನೆಲ್ಲ ಎಷ್ಟೆಷ್ಟೆಲ್ಲ ಅಡೆತಡೆ? ಹಲವೆಂಟು ವಿಘ್ನ.

ನಿನ್ನೆ ಸಂಜೆ, ಇದೇ ರೂಮಿನಲ್ಲಿ ಈಗ್ಗಿನ ಹಾಗೆ ಸ್ನಾನ ಮುಗಿಸಿ ಬೀಚಿಗೆ ಹೋಗಿದ್ದೇ ನಾನು ಈ ಕೆಲಸಕ್ಕೆ... ಗೊತ್ತಲ್ಲ. ಈವರೆಗೆ ಏನೇನಾಗಿದೆ ಅಂತ?

76

ಕಡೆಗೂ ನಾನು ಫೋನನ್ನು 'ಆನ್' ಮಾಡಲಿಲ್ಲ.

ಚೆನ್ನೈಯಲ್ಲಿ ಏನೇನೆಲ್ಲ ಆಗಿರಬಹುದೆಂಬ ಕೆಟ್ಟ ಕುತೂಹಲವಿದ್ದೇ ಇದ್ದಿತು. ಅಪ್ಪ-ಅಮ್ಮನ ಅಷ್ಟಿಷ್ಟು ಯೋಚನೆಯಾಯಿತು. ಇರುವ ಒಬ್ಬನೇ ಒಬ್ಬ ಮನೆಯ ಮಗ ಕಾಣೆಯಾಗಿದ್ದಾನೆಂದರೆ ಏನೆಲ್ಲ ಎಂತೆಲ್ಲ ಪರಿತಪಿಸಿರಬಹುದೆಂದು ಚಿಂತೆಯೂ ಆಯಿತು. ಅಮ್ಮನ ಪೇಲವವಾದ ಮೋರೆ ಕಣ್ಣೆದುರೊಮ್ಮೆ ಸುಳಿದು ಇಲ್ಲವಾಯಿತು. ಅಳುವಾಗಲಂತೂ ಅವಳು ಇನ್ನಿರದೆ ಅಮಾಯಕಳೆನಿಸುತ್ತಾಳೆ. ಕಣ್ಣಾ ಕಣ್ಣಾ... ಎಂದು ಕೃಷ್ಣನೆದುರಿನ ಯಶೋಮತಿಯ ಹಾಗೆ ಹಾತೊರೆಯುತ್ತಾಳೆ. ಅವಳ ಮೂಗಿನಲ್ಲಿನ ಎರಡೂ ಕಡೆಯ ಮೂಗುತಿಗಳಲ್ಲಿನ ವಜ್ರಗಳು ಕಣ್ಣೀರಿನಲ್ಲಿ ತೊಯ್ದು ಮಾಸಿರಬಹುದೆಂದು ಅನ್ನಿಸಿತು. ಅವಳನ್ನು ವೃಥಾ ನೋಯಿಸಿದೆನೇ... ಅಂತಲೂ ಅನ್ನಿಸಿ ಕಾಡಿತು.

ನನ್ನ ಮಟ್ಟಿಗೆ ಹೇಳುವುದಾದರೆ, ಅಪ್ಪನ ಸಿಟ್ಟು ಸೆಡಹನ್ನಾದರೂ ತಾಳಿಯೇನು... ಅಮ್ಮನ ಅಳು ನೋಡಲಾರೆ. ನಾನು ಈ ಪರಿ ತಲೆಮರೆಸಿಕೊಂಡು ಬಂದಿರುವುದಕ್ಕೆ ನನ್ನ ಅಪ್ಪನೊಂದು ವ್ಯಕ್ತ ಕಾರಣವಾದರೆ, ಅಮ್ಮ, ನೇರ ಕಾರಣವೇ ಅಲ್ಲದ ವಿಷಯಸೂಕ್ಷ್ಮ ಮಾತ್ರ!

ಈಗ, ಒಮ್ಮೆ ಫೋನು ಚಾಲೂ ಮಾಡಿದ್ದಾದರೆ- ಧಂಡಿ ಧಂಡಿ ಮಿಸ್ಡ್ ಕಾಲ್ ಅಲರ್ಟುಗಳು, ಎಸ್ ಓ ಎಸ್ ಮೆಸೇಜುಗಳು... ವಾಟ್ಸ್ಯಾಪಿನಲ್ಲಿ ಓರಗೆಯವರ ಸಂದೇಶಗಳು... ಬಂದಿರುತ್ತವಷ್ಟೆ? ಆ ಮೇರೆಗೆ, ಚೆನ್ನೈಯಲ್ಲಿನ ಸನ್ನಿವೇಶದ ತೀವ್ರತೆಯಾದರೂ ಅರ್ಥವಾದೀತು- ಎಂದೊಮ್ಮೆ ಅಂದುಕೊಂಡೆ. ಹಿಂದೆಯೇ, 'ನನಗೆ ಸಹ ಫೋನು ಮಾಡಬೇಡ...' ಎಂದು ಪಾರ್ಥ ಹೇಳಿದ ಎಚ್ಚರಿಕೆಯ ಮಾತನ್ನು ನೆನೆದು, ಈ ಯೋಚನೆಯನ್ನೇ ಹತ್ತಿಕ್ಕಿದೆ.

ಯೋಚನೆಗಳ ನಡುವೆ ಅಪ್ಪನ ಗಡಸುಮೋರೆಯೂ ಕಣ್ಣಿಗೆ ಕಟ್ಟಿಬಂತು. ತನ್ನ ಪೊಲೀಸಿಕೆಗೆ ತಕ್ಕುದಾಗಿ ಮುಖದ ಭರ್ತಿ ತಾಳುವ ಗತ್ತು, ಹಮ್ಮು, ಸಿಟ್ಟು, ಸೆಡಹುಗಳೊಡನೆ- ಎರಡೂ ಕೆನ್ನೆಗಳಲ್ಲಿ ಕಿವಿಯವರೆಗೂ ಚಾಚಹೊಂಚುವ ಅವರ ಗಿರಿಜಾಮೀಸೆ ಸಹ ವಿಶೇಷವಾಗಿ ನೆನಪಿಗೆ ಬಂತು. ನಾನು ನನ್ನ ಮೀಸೆಯ ತುದಿಗಳಲ್ಲಿ ಎರಡು ಬೆರಳಿಕ್ಕಿ ತಿರುವುವ ಕೆಲಸವನ್ನೇ ಅವರು ತಮ್ಮ ಇಡೀ ಕೈಯಿಕ್ಕಿ ಮಾಡುವ- ಇನ್ನೂ ಹೆಚ್ಚಿನ ವಿಶೇಷವು, ಅಷ್ಟೇ ವಿಶೇಷವಾಗಿ, ನನಗೆ ನೆನಪಾಯಿತು!

ಹೇಳುವುದಾದರೆ, ನಾನು ಮೀಸೆ-ಗಡ್ಡ ಬೆಳೆಸತೊಡಗಿದ್ದೇ ಇತ್ತೀಚೆಗೆ. ಅಂದರೆ ಎರಡು ಮೂರು ತಿಂಗಳುಗಳಿಂದೀಚೆಗೆ. ಅಲ್ಲಿಯವರೆಗೂ ಮುಖ-ಮೂತಿಯನ್ನೆಲ್ಲ

ಹತ್ತಾ ಹೆರೆದಿಟ್ಟುಕೊಳ್ಳುತ್ತಿದ್ದ ಜನ ನಾನು! ಕೆತ್ತಿದ ಎಳನೀರಿನ ಹಾಗೆ, ಕೆನ್ನೆ-ಗಲ್ಲಾದಿ ಗದ್ದಗಳನ್ನು ಬ್ಲೇಡು ಹಚ್ಚಿ ಸವರಿಟ್ಟುಕೊಂಡರೇನೇ ನನಗೆ ತೃಪ್ತಿ ಮತ್ತು ತುಷ್ಟಿ!

ಇದಕ್ಕೊಂದು ಕಾರಣವೂ ಇದೆ. ಮೀಸೆ-ಗಡ್ಡವಿಟ್ಟುಕೊಂಡ ಗಂಡಸರೆಲ್ಲ ಕೇಡಿಗರಂತೆಂಬ- ಒಂದು ನಿಸ್ಸೀಮ ಪೂರ್ವಗ್ರಹವೂ ನನ್ನಲ್ಲಿದ್ದಿತೇನೋ! ಬಹುಶಃ ನನ್ನ ಅಮ್ಮನೇ ನನ್ನನ್ನು ಈ ದೆಸೆಯಲ್ಲಿ ಪ್ರೇರೇಪಿಸಿದ್ದಿರಬಹುದು... ಪ್ರಭಾವಿಸಿದ್ದಿರಬಹುದು. ಈ ದೇಶದಲ್ಲಿನ ದಕ್ಷಿಣದ ಮಂದಿಯೆಂದರೆ ಮೀಸೆ-ಗಡ್ಡವುಳ್ಳ ದ್ರಾವಿಡ ಕರ್ಕಟ-ಮರ್ಕಟರು... ಎಂದೊಂದು ಕಟುಕರ್ಮಠ ನಾರ್ತ್-ಇಂಡಿಯನ್ ನಂಬಿಕೆಯಿದೆಯಲ್ಲ, ಇದನ್ನು ನನ್ನ ಈ ಅಮ್ಮ ಹೇಗೆ ಹೊತ್ತುಕೊಂಡಳೋ ಕಾಣೆ, ಅದನ್ನೇ ನನ್ನ ಮೇಲೂ ಎರೆದು ಪೊರೆದಿದ್ದಳು! ಕನ್ನಡಸೀಮೆಯಲ್ಲಿ ಹುಟ್ಟಿ ತಮಿಳುದೇಶದ ಸೊಸೆಯಾದ ಅವಳಿಗೆ, ನನ್ನ ಅಪ್ಪನ ಮುಖದಲ್ಲಿ ಸದಾ ರಾರಾಜಿಸುವ ಗಿರಿಜಾಮೀಸೆಯೆಂದರೆ, ಒನ್ನಮೂನೆ ಅಸಡ್ಡೆ ಮತ್ತು ಹೀಗಳಿಕೆ. ಬಹುಶಃ, ನಿಗಿನಿಗಿ ಕೆಂಡದಂತಹ ನನ್ನ ಅಪ್ಪನ ಜಮದಗ್ನೀ-ಮುಸುಡಿಯನ್ನು, ಮತ್ತಷ್ಟು ಗಡಸಾಗಿಸುವ ಈ ಮುಖರೋಮವು- ಅವಳ ಪತಿಪರ-ಪ್ರೀತಿಯನ್ನೇ ಕೆಣಕಿರಲು ಸಾಕು! ಅಥವಾ, ಅಷ್ಟೇ ಅವಳ ಪಾತಿವ್ರತ್ಯವನ್ನೂ ತಗ್ಗಿಸಿದ್ದಿರಬಹುದೆ?

ಇನ್ನು, ಕುಂಭಕೋಣಮ್ಮಿನ ಅಪ್ಪಟ 'ತಮಿಳು'ಕಾವೇರಿಯನ್ನು ಕುಡಿದುಂಡು ಬೆಳೆದ ನನ್ನ ಅಪ್ಪನನ್ನು, ಕಿವಿಯಿಂದ ಕಿವಿಗೆ ಹಬ್ಬುವ ಪೊದೆಮೀಸೆಯಿಲ್ಲದೆ- ಊಹಿಸಿಕೊಳ್ಳುವುದೂ ಅಪಚಾರವೇನೇ. ಪೊಲೀಸ್ ಇಲಾಖೆಯಲ್ಲೊಂದು ಉನ್ನತ ಹುದ್ದೆಯಲ್ಲಿರುವ ಗೋಪಾಲಕೃಷ್ಣ ಧೀಮಣಿ ಎಂಬ ಆತನನ್ನು, ಇಡೀ ತಮಿಳ್ಕುಲದ ಮಂದಿ ನೆನೆಯುವುದೇ ಈ ಮೀಸೆಯಿಂದ! ಇದನ್ನು, ಆತ ಸದಾ ತಿರುವುತ್ತಿರುವ ಅಸಾಧ್ಯ ಬಗೆಯಿಂದ! ಇನ್ನು, ನಮ್ಮ ಮನೆಯ ಹಳೆಯ ಆಲ್ಬಮುಗಳಲ್ಲಿರುವ ನವತಾರುಣ್ಯದ 'ಗೋಪಾಲಕೃಷ್ಣ ಧೀಮಣಿ'ಯನ್ನು ಗುರುತಿಸುವುದೂ ಈ ಮೀಸೆಯಿಂದಲೇನೇ... ಅಪ್ಪನ ಮೈಯಿಗೆ ವಯಸ್ಸಾಯಿತಾದರೂ, ಮುಡಿ ತಗ್ಗಿ ಬೊಕ್ಕಾಗಿದೆಯಾದರೂ, ಡೀಎಮ್ಕೆ-ಏಐಡೀಎಮ್ಕೆಗಳ ನಡುವೆ ಸರಕಾರಗಳು ಬದಲಿದರೂ- ಅವರ ಮೋರೆಗೂದಲು ಮಾತ್ರ, ಇವೊತ್ತಿಗೂ, ಯಾವೊತ್ತಿನಂತೆಯೇ ಇವೆ!

ಒಟ್ಟಾರೆ ಮಹಾಶಯನ ಗುರುತಿನೊಟ್ಟಿಗೇ ಬೆಸೆದಂತಿರುವ ಮೀಸೆಯ ಬಗ್ಗೆ ಎಷ್ಟು ಹೇಳಿದರೂ ಕಡಿಮೆಯೇನೆ! ಇವೊತ್ತು, ತಮಿಳುನಾಡಿನ ಪೊಲೀಸ್ ದಂಡಾಧಿಕಾರಿಯೆಂದು- ಗೂಗಲಿನಲ್ಲಿ ಟೈಪಿಸಲು ಸಾಕು- ಅವರ ಮುಖಕ್ಕೂ ಮಿಗಿಲಾಗಿ, ಮೀಸೆಯೇ ಮೀಸೆಯುಳ್ಳ ನೂರಾರು ಚಹರೆಗಳು ತೆರೆದು ಮೂಡುವುವೆಂದರೆ ಸಾಮಾನ್ಯವೇನು?

ಇಂತಹ ಅಸಾಮಾನ್ಯ ಮನುಷ್ಯನ ಏಕೈಕ ಮಗನಾದ ನಾನು, ಬರೇ ಮೂರ್ನಾಕು ತಿಂಗಳುಗಳ ಹಿಂದಿನವರೆಗೂ- ಅವರ ಮೀಸೆಯ ಗತ್ತುಮಹತ್ತಿಗೆ ವಿರುದ್ಧವಾಗಿದ್ದೆನೆಂದರೆ ನಂಬಲಾದೀತೆ?

ಯೌವನದ ಶುರುಶುರುವಿನಿಂದಲೇ ಅಂದರೆ, ಕೆನ್ನೆಗದ್ದಗಳಲ್ಲಿ ಕೂದಲು ಚಿಗಿತಾಗಿನಿಂದಲೂ- ಅನುದಿನವೂ ತಪ್ಪದೆ ಮುಖಕ್ಷೌರ ಮಾಡಿಕೊಳ್ಳುತ್ತಿದ್ದ ನಾನು, ಈಗ ಮುಸುಡಿಗೆ ಬ್ಲೇಡು ತಾಕಿಸೆನೆಂಬುದೂ ನನ್ನ ಮಟ್ಟಿಗಿನ ಆಶ್ಚರ್ಯವೇ ಸರಿ. ನನ್ನ ಈ ಪರಿ ಬದಲಾವಣೆಗೆ ವಿಶೇಷ ಸಲುವೆಂದೊಂದು ಇರದಿದ್ದರೂ, ಮುಳ್ಳನ್ನು ಮುಳ್ಳಿಂದಲೇ ತೆಗೆಯುವ ಹಾಗೆ- 'ಅಪ್ಪನ ಗತ್ತನ್ನು ಅಂಥದೇ 'ಪ್ರತಿ'ಗತ್ತಿನಿಂದ ಸೆಣಸಲಿಕ್ಕೆ...' ಎಂದು, ನಾನು, ಅಮ್ಮನೆದುರು ತಮಾಷೆ ಮಾಡಿದ್ದಿದೆ. ಇದ್ದಕ್ಕಿದ್ದಂತೆ ಮೋರೆಭರ್ತಿ ಕೂದಲು ತಾಳಿದ ಈ ಮಗನನ್ನು ನೋಡಿ, ನನ್ನ ಅಪ್ಪ, ತನ್ನ ವಾರೆಗಣ್ಣಿನಲ್ಲೇ ಹೆಮ್ಮೆ ಸೂಸಿದ್ದೂ ಇದೆ!

ಇದೇನೇ ಇರಲಿ, ಇಂತಹ ನನ್ನ ಅಪ್ಪ- ಈ ಹೊತ್ತಿಗಾಗಲೇ ತನ್ನ ಬೇಹುಗಾರರನ್ನು ದಿಕ್ಕುದಿಕ್ಕಿಗೂ ಕಳುಹಿದ್ದಿರಬಹುದು. ನನ್ನ ಬಗೆಗಿನ ಮಾಹಿತಿಯನ್ನು ಕಲೆಹಾಕಿದ್ದಿರಬಹುದು... ಯಾರಿಗೆ ಗೊತ್ತು? ನನ್ನ ಬೆನ್ನಲ್ಲಿಯೇ ಇದ್ದು, ಈ ಮಂದಿ ನನ್ನೆಲ್ಲ ಏನೆತ್ತಗಳನ್ನು ಹೊಂಚಿರಬಹುದು... ಈ ಪರಿಯ ಊಹೆಗಳ ನಡುವೆ ನನಗೆ ಹೀಗೊಂದೂ ಹೊಳೆದು ಬಂತು!

ಅಥವಾ... ಅಥವಾ?

ನಿನ್ನೆ ರಾತ್ರಿ ಪೂರ್ತಿ ನನ್ನೊಡನೆ ಎಚ್ಚೆತ್ತುಕೊಂಡಿದ್ದು, ಬೆಳಬೆಳಿಗ್ಗೆ ಒಡಮಲಗಿ ಮರೆಯಾದ- ಈ ಮಾತಂಗಿಯೂ, ಏನಾದರೂ ನನ್ನ ಈ ಅಪ್ಪನ ಅಪ್ಪಣೆಯ ಮೇರೆಗೆ ಬಂದ ಗುಟ್ಟಿನ ಹೆಣ್ಣೇ- ಅಂತಲೊಮ್ಮೆ ಅನಿಸಿದ್ದೇ, ನನ್ನ ಯೋಚನೆಯ ಜಾಡೇ ಬದಲಿಹೋಯಿತು!

77

ಇಷ್ಟಕ್ಕೂ, ಗೂಗಲಿನಲ್ಲಿ ಸಂಗತಿ ಹುಡುಕುವುದು ಸಾಮಾನ್ಯವೇನಲ್ಲ. ಹುಡುಕುವುದೆಂದರೆ ಕೇಳುವುದು. ಪ್ರಶ್ನೆ ಕೇಳುವ ಹಾಗೇ ಮಾತನ್ನು ಬರಹವಾಗಿಸಿ ಟೈಪಿಸುವುದು! ಹಾಗಂತ, ಇದು ಸರಳವೇನಲ್ಲ. ಸರಿಯಾದ ಮಾಹಿತಿ ಬೇಕಿದ್ದಲ್ಲಿ ಸರಿ ಸುಸೂತ್ರವಾಗಿ ಕೇಳಬೇಕು. ಪ್ರಶ್ನಿಸಬೇಕು. ಉತ್ತರಕ್ಕೆ ತಕ್ಕ ಪ್ರಶ್ನೆ ಗೊತ್ತಿರಬೇಕು. ಸೂಕ್ಷ್ಮವಾದ ವಿಷಯವಾದಲ್ಲಿ ಪ್ರಶ್ನೆಯೂ ಸೂಕ್ಷ್ಮವಿರಬೇಕು!

ಎಂತೆಂತಹ ಗಹನ ಸಂಗತಿಯನ್ನಾದರೂ ಗೂಗೆಗಣ್ಣಿಟ್ಟು ಗೂಗಲಿಸುವ ನಾನು,

ನಿಜಕ್ಕೂ ಎಡರಿದ್ದು ಈ ಮಾತಂಗಿಯ ವಿಷಯದಲ್ಲಿ ಮಾತ್ರ. ಈ ಜಗತ್ತಿನ ಜಟಿಜಟಿಲ ಕುಟಿಕುಟಿಲ ಮಾಹಿತಿಯನ್ನೆಲ್ಲ ಅರೆಕ್ಷಣದ ಅರೆಕ್ಲಿಕ್ಕಿನಲ್ಲಿಯೇ ಕಂಡುಕೊಳ್ಳುವವನಿಗೆ– ಇವಳನ್ನು, ಅಂದರೆ ಹೆಣ್ಣಿನ ಹೆಸರನ್ನು ಸೋಸುವುದರಲ್ಲಿ ಸೋಲಾಯಿತೆಂಬುದು ಸತ್ಯವೇನೇ! ಇವಳಿರಲಿ, ಇವಳು ಯಾರಿರಬಹುದೆಂಬ ಪೂರ್ವಾಪರಗಳ ಸಂಗತಿಯೂ, ನನ್ನನ್ನು ಗೂಗಲಿನೆದುರು, ಇನ್ನಿರದಂತೆ ಇಟ್ಟಾಡಿಸಿ ಅಟ್ಟಾಡಿಸಿ ಕೆಣಕಿಟ್ಟಿದ್ದು ಹೌದು!

ಇಷ್ಟಾಗಿ, ಏನು ಕೇಳುವುದೆಂದು ಗೊತ್ತಿದ್ದರೆ ತಾನೇ ಸರಿಯಾಗಿ ಕೇಳಬಹುದು? 'ಗೂಗಲು'ಬ್ರಹ್ಮದೊಳಕ್ಕೆ ಟೈಪಿಸಿ–ಗೈಪಿಸಿ ಕಂಡುಕೊಳ್ಳಬಹುದು?

'ಮಾತಂಗಿ' ಆಯಿತು. 'ಇಂದೀವರೆ'ಯಾಯಿತು. ಎರಡನ್ನೂ ಪರಿಪರಿಯಾಗಿ ಕೇಳಿದ್ದಾಯಿತು. ಒಟ್ಟೊಟ್ಟಿಗೆ ಬರೆದಿದ್ದಾಯಿತು. ಎರಡರೊಡನೆಯೂ ಹಿಂದೊಮ್ಮೆ ಮುಂದೊಮ್ಮೆ 'ಕನ್ನಡ' ಎಂದು ಟೈಪಿಸಿದ್ದಾಯಿತು. ಕನ್ನಡದ ಹೆಸರುವಾಸೀ ನಟೀಮಣಿ ಅಂದಿದ್ದಾಯಿತು... ಹೀಗೆ ತೋಚಿದ್ದು ಗೀಚಿದ್ದನ್ನೆಲ್ಲ ಒಳಗಿಟ್ಟಿದ್ದಾಯಿತು... ಊಹ್ಞೂಂ, ಗೂಗಲು ಮಾತ್ರ ಬಗ್ಗಲಿಲ್ಲ! ನನ್ನ ಮುತುವರ್ಜಿಯನ್ನೇ ಬಗ್ಗುಬಡಿದು ಸುಮ್ಮಗಾಯಿತು ಅಷ್ಟೆ! ನಿನ್ನದೇನು ಮರ್ಜಿ ಎಂಬಂತೆ 'ನೋ ರಿಸಲ್ಟ್ಸ್ ನೋ ರಿಸಲ್ಟ್ಸ್...' ಎಂದು ತೋರಿ ತೋರಿ ಸೆಣಸಿಸಿತು. 'ಮಾತಂಗಿ' ಎಂಬುದರಡಿ ಹಲಕೆಲವು ಕೆಲಸಕ್ಕೆ ಬಾರದ್ದು ತೋರಿದವಾದರೂ, ಬೇಕಾದ ಮಾಹಿತಿಯಿರಲಿಲ್ಲ. ಇನ್ನು, 'ಇಂದೀವರೆ'ಯ ಬಗೆಗಿನ ಎಲ್ಲ ಕೆದಕುಗಳೂ ಪಡ್ಚವೇ ಆದವು! 'ಇಂದೀವರೆ'ಯನ್ನು ಇಂಡಿವೇರ್, ಇಂಡಿಕೇರ್, ಇಂಡಿಗೇರ್... ಎಂದೆಲ್ಲ ತಿದ್ದಿ ತಿದ್ದಿ ತೋರಿ ತೆರೆದು, ಕಡೆಗೊಮ್ಮೆ, 'ಡಿಡ್ ಯು ಮೀನ್ ಅಂಡರ್ವೇರ್?' ಎಂದು ನನ್ನನ್ನೇ ಕೇಳಿ ಬೇಸ್ತು ಪಡಿಸಿತು! ಅಷ್ಟೇ ತಾನೂ ಬೇಸ್ತು ಪಟ್ಟು ಸುಸ್ತಾಯಿತು!

ಏನು ಮಾಡುವುದಂತ ತೋಚಲಿಲ್ಲ. ಹೆಣ್ಣಿನ ಬಗ್ಗೆ ಕುತೂಹಲ ಮಿಕ್ಕಿತೇ ವಿನಃ ಗೂಗಲು ಸಹಕರಿಸಲಿಲ್ಲ! ಏನೊಂದೂ ಪ್ರಯೋಜನಕ್ಕೆ ಬರಲಿಲ್ಲ!

ಈ ನಡುವೆ, ಐಪ್ಯಾಡು 'ಬ್ಯಾಟರಿ ಲೋ' ಎಂದು ಸೂಚಿಸಿ ಅದಕ್ಕೂ ಚಾರ್ಜೂಡುವುದಾಯಿತು. ಹಾಸಿಗೆಯ ಮೇಲೆ ಉರುಟಿಕೊಂಡೇ ನನ್ನ ಗೂಗಲಿಕೆಯನ್ನು ಮುಂದುವರೆಸಿದೆ. ಎರಡೂ ಹೆಸರುಗಳ ಸ್ಪೆಲಿಂಗು ಕುರಿತಾಗಿಯೇ ಕೆಲಹೊತ್ತು ತಲೆಕೆಡಿಸಿಕೊಂಡೆ. ದೀರ್ಘಸ್ವರಗಳನ್ನು ಹೇಗೆ ಬರೆಯುವುದೆಂದೇ, ಕೆಲಕಾಲ, ಯೋಚಿಸಿ ಚಿಂತಿಸಿ ತಿಣುಕಿದ್ದಾಯಿತು. ಸ್ಪೆಲಿಂಗಿನ ಪರಿಪರಿ ಬಗೆಗಳ ಬಗ್ಗೆಯೇ ಅನ್ವೇಷಿಸಿದ್ದಾಯಿತು. ತ–ಕಾರ ದ–ಕಾರಗಳಿಗೆ, ಒಮ್ಮೆ 'ಎಚ್' ಹಾಕಿಯೂ ಇನ್ನೊಮ್ಮೆ ಹಾಕದೆಯೂ ಟೈಪಿಸಿದ್ದಾಯಿತು. ಇಲ್ಲ... ಅನುಕೂಲವಾಗಲೇ ಇಲ್ಲ! ಕಡೆಗೆ, 'ಮಾತಂಗಿ'ಯಲ್ಲಿನ 'ಆ'ಕಾರವನ್ನೂ, 'ಇಂದೀವರೆ'ಯಲ್ಲಿನ 'ಈ'ಕಾರವನ್ನೂ

ಪರಿಪರಿಯಾಗಿ ಕೀಲಿಸಿದ್ದೂ ಆಯಿತು. ಯಾಪರಿ ಮೊರೆಯಿಟ್ಟರೂ ಗೂಗಲು ಒಲಿಯಲೇ ಇಲ್ಲ!

ತಕ್ಷಣ ಇನ್ನೊಂದು ಹೊಳೆಯಿತು. ಬೆಂಗಳೂರಿನಲ್ಲಿ, ಚಂದ್ರದೀಪ್ತ ಎಂದೊಬ್ಬ ಗೆಳೆಯನಿದ್ದಾನೆ. ಮೈಸೂರಿನ 'ಮರಿಮಲ್ಲಪ್ಪಾಸ್' ಶಾಲೆಯಲ್ಲಿ, ನಾನು ಹೈಸ್ಕೂಲು ಓದುತ್ತಿರುವಾಗ ಸಹಪಾಠಿ. ಚೆನ್ನಾಗಿ ಕನ್ನಡ ಬಲ್ಲವನಾದ್ದರಿಂದ 'ಪ್ರಿಂಟ್ ಮೀಡಿಯಾ'ದಲ್ಲಿದ್ದಾನೆ. ಬೆಂಗಳೂರಿನಲ್ಲಿ, ಯಾವುದೋ ಕನ್ನಡ ಪತ್ರಿಕೆಯಲ್ಲಿ ಸುದ್ದಿ ಸಂಪಾದಿಸುತ್ತಾನೆ. ಅವನಿಗೆ ಫೋನು ಮಾಡಿ ಕೇಳಿದರೆ ಏನು ಎತ್ತ ತಿಳಿಯಬಹುದೇ... ಎಂದನ್ನಿಸಿತು.

ಇದರ ಹಿಂದೆಯೇ, ನನ್ನ ಈ ಪ್ರಯಾಣದುದ್ದಕ್ಕೂ ಯಾರನ್ನೂ ಸಂಪರ್ಕಿಸಕೂಡದೆಂಬ ಪಾರ್ಥನ ಮಾತೂ, ನನ್ನದೇ ಹುಷಾರಿಕೆಯೂ– ಒಟ್ಟೊಟ್ಟಿಗೇ ಮನಸೊಳಗೆ ಮೂಡಿ, ನನ್ನನ್ನು ತಡೆದವು. 'ಬೇಡ, ಐಳ... ಬೇಡ...' ಎಂದು ಪ್ರತಿರೋಧಿಸಿದವು. ತರವಲ್ಲ ತರವಲ್ಲ ಎಂದು ಥರಥರವಾಗಿ ಎಚ್ಚರಿಸಿದವು.

ಫೋನು ಮಾಡುವುದೋ, ಬೇಡವೋ... ಅಂತಲೇ, ಇವೆರಡರ ಮಧ್ಯೆ, ನದಿಯ ಹರಿವು ಮತ್ತು ತಟದ ಸ್ತಬ್ಧತೆಗಳ ನಡುವೆ ಜಿಗಿದಾಡುವ ಹಾಗೆ, ಸುಮಾರು ಹೊತ್ತು ಜೀಕಿದೆ. ಅಲ್ಲಿಂದಿಲ್ಲಿ ಇಲ್ಲಿಂದಲ್ಲಿ ಹಾರಿದೆ. ಅಕಸ್ಮಾತ್, ಫೋನು ಮಾಡಿದ್ದಾದರೆ ಮುಂದೆ ಆಗಬಲ್ಲ ಪರಿಣಾಮಗಳನ್ನೆಲ್ಲ ಚಾಚೂ ತಪ್ಪದೆ ಎಣಿಸಿದೆ. ನಿನ್ನೆ ಸಂಜೆ, ಏಕ್‌ದಮ್ ಫೇಸ್‌ಬುಕ್‌ನಲ್ಲಿ ತೊಡಗಿಕೊಳ್ಳುವ ಉಮೇದುಂಟಾಗಿತ್ತಲ್ಲ, ಇದೇನು ಮಹಾ... ಅಂದುಕೊಂಡೆ. ಫೇಸ್‌ಬುಕ್ಕಿನಲ್ಲಿ ನಾನು ಪೋಸ್ಟ್ ಹಚ್ಚಿದ್ದಿದ್ದ ಪಕ್ಷಕ್ಕೆ ಈ ಹೊತ್ತಿಗೆಲ್ಲ ಅಪ್ಪನ ಸೇನಾಪಡೆಯ ಮಂದಿ ನನ್ನನ್ನು ಮುತ್ತಿರುತ್ತಿದ್ದರಷ್ಟೆ? ಎತ್ತಿಕೊಂಡು ಹೋಗಿರುತ್ತಿದ್ದರಷ್ಟೆ? ಸೋ ವಾಟ್ಟ್? –ಎಂದೆಲ್ಲ ಸಮಜಾಯಿಷಿ ಹೇಳಿಕೊಂಡೆ. ಹೊರಗೆ ಹೋಗಿ ಯಾವುದಾದರೂ ಲ್ಯಾಂಡ್‌ಲೈನ್‌ನಿಂದ ಕರೆಯಬಹುದಲ್ಲ ಎಂದೂ ಎಣಿಸಿದೆ. ಅಯ್ಯೋ... ಈ ದಿನಗಳಲ್ಲಿ ಟೆಲಿಫೋನ್ ಬೂತೆಂಬ ಸಂಗತಿಯೇ– ಇಡೀ ಜಗತ್ತಿನಲ್ಲಿ ಇಲ್ಲವೇ? ಈಗೇನು ಮಾಡಲಿ? ಎಲ್ಲಿ ಹುಡುಕಲಿ... ಎಂಬ ಯೋಚನೆಗೆ, ನನಗೆ ನಾನೇ ಸೋತೆ!

ಅಲ್ಲಲ್ಲ... ನನಗೇಕೆ ಈ ಹೆಣ್ಣಿನ ಬಗ್ಗೆ ಈ ಪರಿಯ ಉಸಾಬರಿ? ಆಗಿದ್ದಾಯಿತು. ಅವಳೊಡನೆ ಸಂದುಕೊಂಡ ಕಾಲವನ್ನು ವಯಸ್ಸಿನ ಹುಡುಗಾಟವೆಂದು ಸುಮ್ಮನಾಗಬಹುದಷ್ಟೇ? ಒಂದು ಉನ್ಮತ್ತರಾತ್ರಿಯಲ್ಲಿನ 'ಫ್ಲಿಂಗ್' ಎಂಬಂತಿದ್ದ ಈ ಸಂಗತಿಯನ್ನು ಹೀಗೇ ಮರೆಯಬಹುದಷ್ಟೇ? ಮರೆತು ಮುಂದುವರೆಯಬಹುದಷ್ಟೆ? ಅಕಸ್ಮಾತ್ ನಾಳೆ ಅವಳೇ ಸಿಕ್ಕಿ ಕೇಳಿದರೂ, 'ಸೋ ವಾಟ್ಟ್... ಐ ವಾಸ್ ಜಸ್ಟ್ ಬೀಇಂಗ್ ಎಫಿಮೆರಲ್... ನೀರ್ಗುಳ್ಳೆಯನ್ನು ಸತ್ಯ ಅಂದುಕೊಳ್ಳುವುದು ತಪ್ಪು!'

ಎಂದೊಂದು ಸಿದ್ಧಾಂತ ಮಂಡಿಸಬಹುದಷ್ಟೆ?

ಒಟ್ಟಿನಲ್ಲಿ ಹೊಳೆಯಿಂದ ದಡಕ್ಕೂ, ದಡದಿಂದ ಹೊಳೆಗೂ ಎಗರೆಗರಿ ಹಾರಾಡಿದ್ದೇ ಆಯಿತು!

ಕಡೆಗೂ, ಮನಸೊಳಗಿನ ಕುತೂಹಲವೇ ಗೆದ್ದಿತು!

ತಕ್ಷಣ, ಐಪ್ಯಾಡನ್ನು 'ಆಫ್' ಮಾಡಿ– ಅದರೊಳಗಿನ 'ಸಿಮ್ಮ್' ತೆಗೆದು, ಹಾಗೇ ಫೋನಿನದನ್ನೂ ಕಳಚಿ, ಇದನ್ನು ಅದರೊಳಗಿಕ್ಕಿದೆ. ಮೊಬೈಲು ಬೂಟ್ ಆಗುವುದಕ್ಕೆ ಕೆಲಗಳಿಗೆಗಳೇ ಸಂದವು. ಒಮ್ಮೆ ಸಹ ಎವೆಯಿಕ್ಕದೆ, ಫೋನಿನ ತೆರೆಯನ್ನೇ ಎದುರುನೋಡಿಕೊಂಡು ಕುಳಿತೆ.

ಅಷ್ಟರಲ್ಲಿ, ಇದ್ದಕ್ಕಿದ್ದಂತೆ ಬಾಗಿಲಿನಲ್ಲಿ ಸದ್ದಾಯಿತು! ಎದೆ ಧಡಕ್ಕನೊಮ್ಮೆ ಗೇರು ಬದಲಿಸಿದ ಕಾರಿನ ಹಾಗೆ ಜರ್ಕುಗೊಂಡಿತು! ಗಳಿಗೆಗಳನ್ನು ಎಣಿಸಿಕೊಂಡೇ ಕುಳಿತಲ್ಲಿಂದ ಎದ್ದು ಅಗುಳಿ ಬಿಚ್ಚಿದೆ. ಸೊಂಟದಲ್ಲೊಂದು ಟವಲಲ್ಲದೆ ಬೇರೇನೂ ಇದ್ದಿಲ್ಲವಷ್ಟೆ, ಮೆಲ್ಲಗೆ ಮೆಲ್ಲಮೆಲ್ಲಗೆ ತುಸುವೇ ಕದ ತೆರೆದು, ಸಂದಿನಿಂದ ಇಣಿಕಿ ನೋಡಿದರೆ, ಹೊರಗೆ ಹೌಸ್‌ಕೀಪಿಂಗಿನ ಹುಡುಗನಿದ್ದ!

ಅಬ್ಬಾ...ಅಂದುಕೊಂಡು ಉಸಿರು ಸಂಬಳಿಸಿದೆ.

ಮೈಯಲ್ಲೆಲ್ಲ ಉಗ್ಗಿದ ಅಡ್ರಿನಾಲಿನು, ನನ್ನನ್ನು, ಇನ್ನಿರದೆ ಕೆಂಪಾಗಿಸಿತ್ತೆಂದು ಅನ್ನಿಸಿಬಂತು. ಕಿವಿಗಳ ತುದಿಗಳಲ್ಲಿ ಕಾವುಂಟಾದಂತನ್ನಿಸಿತು.

'ಕೆನ್ನೈ ಹ್ಯಾವ್ ದಿ ರೂಮ್ ಕ್ಲೀನ್ಡ್, ಸರ್?' ಹುಡುಗ ಕೇಳಿದ. ಒಲ್ಲೆ ಅಂತಂದೆ. ಅವನನ್ನು ಒಳಗೆ ಬರಮಾಡಿಕೊಂಡು, ನೀರಿನ ಬಾಟಲಿಗಳನ್ನು ಕೇಳಿದೆ. ಆತ ನಾನು ಕುಡಿದು ಖಾಲಿ ಮಾಡಿದ ಬಾಟಲಿಗಳನ್ನು ಎತ್ತಿಕೊಂಡು, ಹೊಸತೆರಡನ್ನು ಮೇಜಿನಲ್ಲಿ ಅಣಿಗೊಳಿಸಿ ಹೊರಡುವಾಗ, 'ಹೇ... ದಿಸ್ ಈಸ್ ನಾಟ್ ಎನಫ್... ಕೆನ್ನೈ ಹ್ಯಾವ್ ಒನ್ ಮೋರ್ ಪ್ಲೀಸ್?' ಎಂದು ಕೇಳಿದೆ.

'ಯೆಸ್ ಸರ್... ಗಿವ್ ಮಿ ಸಮ್ಟೈಮ್... ವಿಲ್ ಗೆಟ್ ಇಟ್...' ಅನ್ನುತ್ತ ಹುಡುಗ ಹೊರಕ್ಕೆ ನಡೆದ.

ಮತ್ತೆ ಅಗುಳಿಯಿಕ್ಕಿ ಗೂಢಚಾರಿಕೆ ಕೈಕೊಂಡೆ.

78

'ಯಾವ ನಂಬರೋ ಇದು? ಟ್ರೂಕಾಲರಿನಲ್ಲಿ ಹೈಂದವಿ ಅಂತ ಬರುತಾ ಇದೆ...'

ಒಂದಿಷ್ಟು ಕುಶಲೋಪರಿಯ ಬಳಿಕ ಚಂದ್ರದೀಪ್ತ ಕೇಳಿದ. ಕೊಂಚ ತಬ್ಬಿಬ್ಬಾದೆ. 'ಹೈಂದವಿ'ಯೆಂಬುದು ಪಾರ್ಥನ ಹೆಂಡತಿಯ ಹೆಸರೆಂದು ಆ ಕ್ಷಣಕ್ಕೆ ಹೊಳೆಯಲಿಲ್ಲ!

ಸ್ವಲ್ಪ ಪೇಚಾಡುವುದಾಯಿತು!

'ಇದು ನನ್ನ ಫ್ರೆಂಡಿನ ಫೋನು, ದೀಪ್ತ... ನನ್ನ ಫೋನಿಂದ ಟ್ರೈ ಮಾಡಿದೆ. ಸಿಗಲಿಲ್ಲ...' ಸುಳ್ಳು ಹೇಳಿದೆ.

ಸುಳ್ಳಲ್ಲದ ಇನ್ನೊಂದನ್ನು ಆಡುವ ಪರಿಸ್ಥಿತಿಯಾದರೂ ಎಲ್ಲಿತ್ತು, ನನಗೆ? ಇಡೀ ಮಾತುಕತೆಯೇ ನನ್ನ ಸುತ್ತಲಿನ ಮುಚ್ಚುಮರೆಯನ್ನೇ ಅವಲಂಬಿಸಿತ್ತು ತಾನೇ?

'ಸರಿ... ಎಲ್ಲಿದ್ದೀಯಾ? ಹೇಗಿದ್ದೀಯಾ? ಏನು ಕತೆ?'

'ಆಲ್ ವೆಲ್ಲ್ ಅಂಡ್ ನೋ ಕಂಪ್ಲೇಂಟ್ಸ್... ನಿನ್ನದೇನು ಸಮಾಚಾರ?'

'ಏನಿಲ್ಲಮ್ಮಾ... ಹೀಗೇ ನಡೀತಾ ಇದೆ. ಏನೋ ಸ್ಟೋರಿ ಹುಡೀಕ್ಕಂಡು ತಲೆಕೆಡಿಸಿಕೊಂಡಿದೀನಿ...'

'ಸ್ಟೋರೀನಾ? ಕತೆಗಿತೆ ಬರೆಯೋಕೆ ಶುರು ಮಾಡಿದೀಯಾ?'

'ಅಯ್ಯೋ... ಆ ಥರದ ಕತೆ ಅಲ್ಲವೋ. ಪತ್ರಿಕೆಯಲ್ಲಿರುವವರಿಗೆ ದಿನಕ್ಕೊಂದು ಕತೆ ಹುಟ್ಟಿಸೋ ದರ್ದಿರುತ್ತಲ್ಲ... ಇರಲಿ ಬಿಡು... ಇದು ನಿನಗೆ ಅರ್ಥ ಆಗಲ್ಲ. ಹೇಳು ಏನು ವಿಷಯ?'

ಹೀಗೆ, ಅದೂ ಇದೂ ಪೀಠಿಕೆಯುಂಟಾದ ಮೇಲೆ, ನಿಧಾನವಾಗಿ ಸಮಯ ಸಾಧಿಸಿ, 'ಹೇ ದೀಪ್ತ್... ನಿನಗೆ ಮಾತಂಗಿ ಅನ್ನೋ ಹೆಸರಿನ ಯಾವುದಾದರೂ ನಟಿ ಗೊತ್ತೇನೋ? ಐ ಮೀನ್ ಎನ್ ಆಕ್ಟ್ರೆಸ್?' ಎಂದು ಕೇಳಿದೆ.

ನನ್ನ ಮಾತು ಕೇಳಿದ್ದೇ, ಚಂದ್ರದೀಪ್ತನ ಕಿವಿ ನಿಮಿರಿಕೊಂಡಿದ್ದು– ಅವನನ್ನು ಎದುರಿನಿಂದ ನೋಡದೆಯೂ ನನಗೆ ತಿಳಿದುಬಂತು. ಅವನ ಕುತೂಹಲಕ್ಕೊಂದು ಮೀಟರಿದ್ದ ಪಕ್ಷಕ್ಕೆ ತಾರಕಕ್ಕೇರಿ ತೋರುತ್ತಿತ್ತೇನೋ! ಕುಳಿತಲ್ಲೇ ಎಗರಿ ಸೂರು ಮುಟ್ಟಿ ಇಳಿದನೋ, ಹೇಗೆ? 'ಯ್ ಯಾರು? ಮಾತಂಗಿನಾ? ಆ ಹೆಸರಿನವರು ಯಾರೂ ಇಲ್ಲವಲ್ಲ?' ಎಂದು ಹೇಳಿದ. 'ಯಾಕೆ? ಏನು ವಿಷಯ?' ಕೆದಕಿದ.

'ಇನ್ನೂ ಒಂದು ಹೆಸರು ಕಣಯ್ಯಾ... ಏನೋ ಇಂದೀವರೆ ಅಂತೆ. ಈ ಹೆಸರಿನವಳಾದರೂ ಇದ್ದಾಳಾ? ಕನ್ನಡದಲ್ಲಿ ದೊಡ್ಡ ರೇಜ್ ಅಂತೆ ಹೌದಾ?'

'ವ್ವ್... ವಾಟ್ಟ್? ಅವಳು ನಿನಗೆ ಹೇಗೆ ಗೊತ್ತು, ಐಳಾ? ನಿಜ ಹೇಳು... ಟೆಲ್ ಮೀ ದಿ ಟ್ರುಥ್... ಡಿಡ್ ಯು ಮೀಟ್ ಹರ್? ಅಂಡ್ ವ್ವೇರ್... ಅಂಡ್ ಹವ್ವ್... ವ್ವೆನ್?'

ಚಂದ್ರದೀಪ್ತನ ಈ ಪರಿಯ ಪ್ರಶ್ನಾರ್ಥಕ ಕುತೂಹಲವು ನನ್ನನ್ನೂ ಇನ್ನಿರದೆ ರೋಚಿಸಿಟ್ಟಿತು!

ನಾನೂ ನಿಂತಲ್ಲೇ ಎಗರಿ ಮುಗ್ಗರಿಸಿಬಿದ್ದೆ! ಈಗ 'ಅದೇ' ಮೀಟರನ್ನು ನನಗೆ ತಗುಲಿಸಿದ ಪಕ್ಷಕ್ಕೆ ನಾನೂ ತಾರಕದಲ್ಲಿರುತ್ತಿದ್ದೆನೋ, ಏನೋ!

ತಕ್ಷಣ ಯೋಚನೆಗಿಳಿದೆ.

ಅಂದರೆ... ಅಂದರೆ?

ಈ ಮಾತಂಗಿ, ತಾನು ಇಂದೀವರೆಯಲ್ಲವೆಂದು ಅಲ್ಲಗಳೆದಿದ್ದೆಲ್ಲ ಸುಳ್ಳು! ತಾನು 'ಅವಳಂತೆಯೇ' ಇರುವ 'ಇನ್ನೊಬ್ಬಳು' ಅಂತಂದಿದ್ದೂ ನಾಟಕವೇ! ಕೇಳಿದಾಗಲೆಲ್ಲ, ತಾನು ಮಾತಂಗಿಯೆಂದೇ ಪ್ರತಿಪಾದಿಸಿದಳಲ್ಲ... ಹುಹ್ಹ್... ಮೋಸ ತಾನೇ? ಒಂದು ರಾತ್ರಿಯ ಜೊತೆ ಸಾಧಿಸಿದ ನನ್ನನ್ನಿರಲಿ, ಸಾಕ್ಷಾತ್ ಜಗನ್ನಾಥನ ಮೇಲೂ ಆಣೆ–ಪ್ರಮಾಣ ಮಾಡಿದಳಲ್ಲವೇ? ಎಷ್ಟಾದರೂ ನಟೀಮಣಿಯಷ್ಟೆ? ಅವಳು ನಂಬಿಸಿದಳು... ನಾನು ನಂಬಿಬಿಟ್ಟೆ! ಪ್ರತಿಸಲ, ಈ ಕುರಿತು ಕೇಳುವಾಗಲೂ 'ಟ್ರಸ್ಟ್ ಮಿ...' ಅಂದಳಲ್ಲವೇ? ನಾನು ಮುಟ್ಠಾಳ ತಾನೇ?

'ಇಲ್ಲ... ಸುಮ್ಮನೆ ಕೇಳಿದೆ. ಅವಳ ಬಗ್ಗೆ ಯಾರೋ ಈಗಷ್ಟೇ ಯಾರೋ ಪಕ್ಕದ ಟೇಬಲಿನಲ್ಲಿ ಮಾತಾಡುತಿದ್ದರು...'

'ಏನು ಕೇಳಪಟ್ಟೆಯಪ್ಪಾ? ಮೊದಲು ಹೇಳು... ನಾನು ಈಗಷ್ಟೇ ಸ್ಟೋರಿ ಅಂದೆನಲ್ಲ ಇದೇ ವಿಷಯ. ಸದ್ಯಕ್ಕೆ ಇಡೀ ಕರ್ನಾಟಕದ ಸುದ್ದಿಮನೆಯಲ್ಲಿ ಇವಳದೇ ಹೆಸರಾಗಿಬಿಟ್ಟಿದೆ!'

ಈಗ ನನ್ನ ಕಿವಿಗಳೊಳಗಿನ ತಮಟೆ ಬಡಿದಿದ್ದೂ ನನಗೆ ಕೇಳಿಬಂತು! ಹಾಗೇ ಎದೆಯೊಳಗಿನ ಚಂಡೆ–ನಗಾರಿಗಳೂ ಸಹ! ಅವಕಾಶವಿದ್ದಿದ್ದಲ್ಲಿ ಮೇಲಕ್ಕೆ ಹಾರಿ ಸೂರು ತೂರಿ ಆಕಾಶವನ್ನೇ ಮುಟ್ಟುತ್ತಿದ್ದೆನೇನೋ, ಅಂತಹ ಉದ್ವೇಗ!

ತಕ್ಷಣ ಎಚ್ಚರ ತಾಳಿದೆ. 'ಏನಿಲ್ಲ... ಅಯಾಮ್ ವಿತ್ ಸಮ್ ಫ್ರೆಂಡ್ಸ್ ಎಟ್ ಎ ಹೊಟೆಲ್...' ಸುಳ್ಳು ಹೊಸೆದೆ.

'ಎಲ್ಲಿದ್ದೀ?'

'ಇಲ್ಲೇ ಚೆನ್ನೈಯಲ್ಲೇ ಇದ್ದೀನಿ... ಪಕ್ಕದ ಟೇಬಲಿನಲ್ಲಿ ಒಂದಿಷ್ಟು ಕನ್ನಡದವರಿದ್ದರು. ಈ ಬಗ್ಗೆ ಮಾತಾಡುತಾ ಇದ್ದರು... ತಾನಾಗೇ ಕೇಳಿಬಂತು..'

ಒಂದು ಸುಳ್ಳಿನ ನೇರಕ್ಕೇ ಇನ್ನೊಂದು ಹೊಂಚಿ ಆಡುವುದು ಕಷ್ಟವೆಂದು ಗೊತ್ತಿದ್ದೂ, ಎಚ್ಚರ ವಹಿಸಿ ಆಡಿದ್ದಾಯಿತು. ನನ್ನ ಸುದೈವವೆಂಬಂತೆ ಚಂದ್ರದೀಪ್ತನೇನು ನನ್ನನ್ನು ಹೆಚ್ಚು ಕೆದಕಲಿಲ್ಲ. ಸಂಶಯಿಸಲಿಲ್ಲ!

'ಅಷ್ಟೇನಾ? ಸರಿ... ಟೀವೀ ನೋಡು. ಏನಂತ ಗೊತ್ತಾಗುತ್ತೆ. ಈ ಮನೆಹಾಳಿ ಇದ್ದಕ್ಕಿದ್ದಂತೆ ಮಾಯ ಆಗಿದ್ದಾಳೆ. ಇದೊಂದು ದೊಡ್ಡ ಸಮಸ್ಯೆ ಅನ್ನೋ ಹಾಗೆ ಚಾನಲುಗಳು ಕವರು ಮಾಡುತಿವೆ... ಇಡೀ ರಾಜ್ಯವೇ ಕಂಗಾಲಾಗಿದೆ ಅನ್ನೋ ಅಷ್ಟು ಸುದ್ದಿಯಾಗಿದೆ. ಈ ಬಗ್ಗೆ ಇನ್ನೂ ರೋಚಕವಾಗಿ ಬರೀ ಅಂತ ನಮ್ಮ ಎಡಿಟರು ಚಡ್ಡೀ ಬಿಚ್ಚಿಸುತಿದ್ದಾನೆ...'

ಇಷ್ಟು ಮಾಹಿತಿ ಸಿಕ್ಕಿತಲ್ಲ, ಇನ್ನೇನು ತಾನೇ ಬೇಕು? ಮಾತು ಮೊಟುಕಿದೆ.

'ನೀನು ಈ ಹೇಳಿದ ಇನ್ನೊಂದು ಹೆಸರೇನು ಹೇಳು... ಮಾತಂಗಿ ಅಲ್ಲವಾ?' ಚಂದ್ರದೀಪ್ತ ಕೇಳುತ್ತಿರುವಾಗಲೇ ಫೋನು ಬಡಿಚಿದೆ.

ಇಷ್ಟಾದ ಬಳಿಕ, ನನಗೆ, ಒಂದೇ ಸಮ ಢವಿಸಿ ಕಾಡುವ ಗುಂಡಿಗೆಯನ್ನು ಮಣಿಸುವುದೇ ಕೆಲಸವಾಯಿತು!

ಚಂದ್ರದೀಪ್ತ ಪದೇ ಪದೇ ವಾಪಸು ಕರೆದನಾದರೂ ನಾನು ರಿಸೀವು ಮಾಡಲಿಲ್ಲ. ಕೈಫೋನನ್ನು 'ಫ್ಲೈಟ್ ಮೋಡ್'ನಲ್ಲಿಟ್ಟು ಕನ್ನಡ ಚಾನಲು ಹುಡುಕಿದೆ.

79

ಹೊರರಾಜ್ಯದಲ್ಲಿ ಇನ್ನೊಂದು ಭಾಷೆಯ ಚಾನಲು ಹುಡುಕುವುದು ಕಷ್ಟವೇ ಆಯಿತು. ಎಂಟೊಂಬತ್ತು ನೂರು ವಾಹಿನಿಗಳ ನಡುವೆ ಏನಂತ ಏಗುವುದು? ಎಲ್ಲಂತ ಹುಡುಕುವುದು? ನನ್ನ ಸಹನೆಯನ್ನು ನಾನೇ ಪರೀಕ್ಷೆಗೊಡ್ಡಿಕೊಂಡೆ. ಹತ್ತೆಂಟು ಮಿನಿಟುಗಳ ಕಾಲ ಸುಮ್ಮನೆ ಸ್ಕ್ರಾಲಿಸಿ ಸ್ಕ್ರಾಲಿಸಿ ಜಾಲಿಸಿದ್ದೇ ಬಂತು. ಈ ನಡುವೆ ಮನಸೊಳಗಿನ ಮೆರ್ರಿ-ಗೋ-ರೌಂಡನ್ನು ಸಂಬಳಿಸುವುದಿತ್ತಷ್ಟೆ? ಹಾಗೇ, ಮಿದುಳೊಳಗಿನ ರಾಕೆಟ್ಟನ್ನೂ ತಡೆಯುವುದಿತ್ತಷ್ಟೆ? ಒತ್ತಾಯದ ಸಹನೆ ತಾಳಿ, ಮೆಲ್ಲಮೆಲ್ಲಗೆ ರಿಮೋಟೊತ್ತಿದೆ.

ಕಡೆಗೂ ಒಮ್ಮೆ ಒಂದು ಕನ್ನಡವಾಹಿನಿ ಸಿಕ್ಕಾಗ ಗಬಕ್ಕನೆ ಹಿಡಿದುಕೊಂಡು ನಿಂತೆ. ಈ ಚಾನಲಿನಲ್ಲೇನೋ ಅಡ್ವರ್ಟೈಸುಮೆಂಟು ಜರುಗಿತ್ತು. ಮೂಲೆಯಲ್ಲಿ ಇನ್ನೂ ಒಂದೂವರೆ ಮಿನಿಟು ಬಾಕಿಯಿದೆಯೆಂಬ ಕ್ಷಣದೆಣಿಕೆಯೂ ಇತ್ತು!

ಕಾಯಲಾಗಲಿಲ್ಲ! ದೇವರೇ... ಈ ಟೀವಿಯೊಳಗಿನ ಕ್ಷಣಗಣನೆಗಿಂತ ನನ್ನ ಹೃದಯದ ಬಡಿತವೇ ವೇಗವಿದೆಯಲ್ಲ... ಅಂದುಕೊಂಡೆ. ಮತ್ತೆ ರಿಮೋಟೊತ್ತಿ ಮುಂದುವರೆದೆ. ಮುಂದಿನ ಹತ್ತಾರು ನಂಬರುಗಳಲ್ಲಿ ಕನ್ನಡದ್ದೇ ವಾಹಿನಿಗಳಿದ್ದವು! ನೋಡಸಿಕ್ಕವು!

ಚಂದ್ರದೀಪ್ತ ಹೇಳಿದಂತೆ ಎಲ್ಲದರಲ್ಲೂ ಒಂದೇ ಸುದ್ದಿ. ಆಡಿದ್ದೇ ಆಟ. ಮಾಡಿದ್ದೇ ಮಾಟ!

ಎಲ್ಲಿ ಉರುಟಿತು ತಾರೆ?

ಇಂದೀವರೆ... ನೀನೆಲ್ಲಿ ಮರೆ?

ಮರೆಯಾದ ನಕ್ಷತ್ರ; ಯಾರಲ್ಲಿದೆ 'ಉತ್ರ'?

ಉಲ್ಕಾಪಾತ.

'ಇಂದೀ' ನೀನೆಂದು ಬಂದೀ?

'ಇಂದೀ' ನೀನೆಲ್ಲಿ ಬಂಧಿ?

'ಇಂದೀ...' ಎಲ್ಲಿ ಹೋದೀ?

ಇಂದೀವರೆ ಪುನಃ ಬಂದೀವರೆ?

ಕಾಣೆಯಾದಳು ಇಂದೀ... ಇನ್ನೆಲ್ಲಿಯ ಸಂಧಿ?

–ಹೀಗೆ ಒಂದೊಂದು ಸುದ್ದಿಮನೆಯಲ್ಲೂ ಒಂದೊಂದು ಶೀರ್ಷಿಕೆ. ಒಂದೇ ಸುದ್ದಿಗೆ ಹತ್ತಾರು ತಲೆಬರಹ!

ಎಲ್ಲದರಲ್ಲೂ ಮಾತಂಗಿಯೇ ಮಾತಂಗಿ! ಅಲ್ಲಲ್ಲ... ಇಂದೀವರೆಯೇ ಇಂದೀವರೆ!

ಈ ಹೆಣ್ಣನ್ನು ಹೇಗೆ ಕರೆಯುವುದೆಂದು ಒಂದು ಕ್ಷಣ ಶಂಕೆಯಾಯಿತು. ಮಾತಂಗಿಯೋ, ಇಂದೀವರೆಯೋ? ಇಂತೋ ಅಥವಾ ಅಂತೋ? ಹೀಗೋ ಇಲ್ಲಾ ಹಾಗೋ? ಏನು ಕರೆದರೇನು? ಅವಳು ಅವಳೇ ತಾನೇ? ನನ್ನ ಮಟ್ಟಿಗೆ ಒಂದು ರಾತ್ರಿಯ ನಕ್ಷತ್ರ. ತಾನಾಗಿಯೇ ಎಟುಕಿ ಉಂಟಾದ ತಾರೆ. ಆಗಂತುಕೆಯಂತೆ ಬಂದು, 'ಹೀಗೂ ಉಂಟೆ?' ಎಂದು ಅನಿಸಗೊಟ್ಟು ಆಗಿಹೋದವಳು! ಬಂದಂತೆಯೇ ಸಂದು ಮರೆಯಾದವಳು!

ಸರಿ... ಯಾವುದೋ ಒಂದು; ಎರಡರಲ್ಲೊಂದು ಹೆಸರು ಅಂದುಕೊಂಡರೂ, ನನ್ನ ರೆಫರೆನ್ಸಿಗೊಂದು ಬೇಕಲ್ಲ? ಕಡೆಗೆ ಮಾತಂಗಿಯೇ ಇರಲಿ ಅಂದುಕೊಂಡೆ.

ರಿಮೋಟಿನ ಒಂದೊಂದು ಕ್ಲಿಕ್ಕಿಗೂ ಒಂದೊಂದು ಮಾತಂಗಿ ಮೈದೋರಿದಳು. ಏನೇನೋ ಪಾತ್ರ. ಏನೇನೋ ವೇಷ. ಏನೇನೋ ಪರಿ ಪರಿ ಪರಿಧಾನ... ಏನೆಲ್ಲ ಔಟ್‌ಫಿಟ್ಟು... ಏನೆಲ್ಲ ಔಟ್‌ರೀಚು... ಏನೇ ಆದರೂ ಅವಳು ನನ್ನ ಮಟ್ಟಿಗೆ 'ಅವಳೇ'! ನಾನು ಮುದ್ದಿಸಿದ ಹೆಣ್ಣೇ! ನನ್ನೊಡನೆ ಮೈಬೆರೆಸಿದ ಮಾತಂಗಿಯೇ... ನನ್ನ ನೆತ್ತಿಯ ಮೇಲೆ ತನ್ನ ಪಾದದ ಪಲ್ಲವವನ್ನಿರಿಸಿ ನನ್ನ ಸ್ಮರಗರಲವನ್ನು ನೀಗಿದ ಹೆಣ್ಣು. ಅಡಿಯಲ್ಲಿ ತಳೆದು ಮುಡಿಯವರೆಗೂ ಒಡನುಂಟಾಗಿ ಹೋದ ಹೆಣ್ಣು!

ಸುಮ್ಮನೆ ಚಾನಲು ಬದಲಿಸಿಕೊಂಡೇ ಉಳಿದೆ. ಹತ್ತಾರು ಸಲಿ ಮೇಲಕ್ಕೆ... ಅಷ್ಟೇ ಹತ್ತಾರು ಸಲಿ ಕೆಳಕ್ಕೆ...

ನಡುನಡುವೆ ತಡೆದು ಹೆಣ್ಣಿನ ಸ್ಟಿಲ್‌ಗಳನ್ನು ಎವೆಯಿಕ್ಕದೆ ನೋಡಿದೆ. ನಗುತ್ತಿರುವ... ಅಳುತ್ತಿರುವ... ಚಕಿತಳಾಗಿರುವ... ಬೀಭತ್ಸ ತಾಳಿರುವ... ಭರ್ತ್ಸನೆಗೈದಿರುವ... ಏನೆಲ್ಲ ರಸಮಯ ಭಂಗಿಗಳ... ಹೆಣ್ಣು. ಹಿನ್ನೆಲೆಯಲ್ಲಿ ಅವಳ ಮೈಸೊಗಸನ್ನು ಮಾತ್ರ ವಿವರಿಸುತ್ತ ಹಾಡಿಹೊಗಳುವ ಹಾಡು! ಕುಲಗೆಟ್ಟ ವೈಚಿತ್ರ್ಯ ಕಟ್ಟಿ ಹಾಡುವ ಪಾಡು!

ಯಾಕೋ ಏನೋ, ನನ್ನಿಂದ ತಡೆಯಲಾಗಲಿಲ್ಲ! ಈ ಹೊತ್ತಿನ ಸಿನೆಮಾಗಳ ಜಾಯಮಾನವೇ ಹೀಗೆಂದು ಅನ್ನಿಸಿಬಂತು. ತೀರಾ ಅಸಹ್ಯವೆನಿಸದಿದ್ದರೂ,

ಕೇಳಿಸಿಕೊಳ್ಳಲು ತುಸು ತ್ರಾಸೇ ಆಯಿತು. ಅಷ್ಟೇ ನೋಡಲಿಕ್ಕೂ ಚೆನ್ನನಿಸದೆ ಹೋಯಿತು. ಸಭ್ಯವೆಂದರೆ ಏನು? ಸಂಭಾವಿತತೆ ಅಂದರೇನು? ಹಾಗೇ 'ವಲ್ಗರ್' ಅಂತದರೇನು? ಸರೀನ್, ಪ್ರೆಸ್ಟೀನ್... ಎಂದೆಲ್ಲ ವಿಶೇಷಿಸಬಲ್ಲ ಇನ್ನೊಂದಂದರೇನು? ಮನಸೊಳಗೇ ತನಿಖಿಸಿಕೊಂಡೆ. ಆ ಮುಂದಕ್ಕೆ, ಅವಳನ್ನೊಬ್ಬ ವ್ಯಕ್ತಿಯಾಗಿ ಕಾಣುವುದು ತುಸು ಕಷ್ಟವೇ ಆಯಿತು. ಇನ್ನು, ಮನಸಾರೆ ಮುದ್ದಿಸಿದ ಹೆಣ್ಣನ್ನು ಹುಚ್ಚಾಪಟ್ಟೆ ಮಸಾಲೆ ಹಚ್ಚಿದ ಸಿನೆಮಾಗಳ ನಾಯಿಕೆಯಂತೆ ನೋಡುವುದು, ನನ್ನ ಮಟ್ಟಿಗಂತೂ ದೂರದ ಮಾತೇ! ಕೆಲವೊಮ್ಮೆ ತುಸುವೇ ತಡೆದು ಕೆಲವು ದೃಶ್ಯಗಳನ್ನು ಅನುಸರಿಸಿ ನೋಡಿದೆ. ಪಕ್ಕಾ ವ್ಯಾಪಾರೀ ಚಿತ್ರಗಳಾದ್ದರಿಂದ ವಿಶೇಷವೆಂತಲೇನೂ ಅನ್ನಿಸಲಿಲ್ಲ. ಅಭಿನಯಕ್ಕೂ ಹೆಚ್ಚಿಗೆ ಅಬ್ಬರವೇ ಇರುವ ಈ ಕಾಲದ ಬಗ್ಗೆ ಏನು ತಾನೇ ಅನ್ನುವುದು? ಎಲ್ಲ ಭಾಷೆಗಳಲ್ಲೂ ಅದೇ ತಾನೇ? ಭಾಷೆ ಮಾತ್ರ ಬೇರೆ, ಉಳಿದಂತೆ ಎಲ್ಲವೂ ಡಿಟ್ಟೋ ಡಿಟ್ಟೋ... ಟೀವಿಯನ್ನು 'ಮ್ಯೂಟಿಸಿ' ನೋಡಿದ್ದಾದರೆ ಎಲ್ಲವೂ ಒಂದೇ. ದಕ್ಷಿಣದ ಕನ್ನಡವೂ ಅದೇ, ದೂರದ ಬಂಗಾಳಿಯೂ ಅದೇ!

ಇಷ್ಟಿದ್ದೂ, ಒಂದೇ ಚಾನಲಿಗೆ ಅಂಟಿಕೊಂಡು ಉಳಿಯುವುದು ಸ್ವಲ್ಪ ಕಷ್ಟವೇ ಆಯಿತು. ಆಯ್ಕೆಗಳು ವಿಪುಲವಿದ್ದಾಗ ಆಯುವುದೂ ಕೋಟಲೆಯೇ ತಾನೇ? ಸೋವಿ ಸರಕಿನ ಗುಡ್ಡೆಯಿಂದ ಚೆನ್ನಾದ್ದು ಹೆಕ್ಕುವುದೇನು ಸುಲಭವೇ? ಸೋಡಿ ಬಿಟ್ಟು ಮಾರುವ ಮಳಿಗೆಯಲ್ಲಿ ನೇರ್ಪಿನದು ಹುಡುಕಿದಂತಾಯಿತು, ನನ್ನ ಪರಿಸ್ಥಿತಿ!

ಕಡೆಗೂ ಒಂದು ವಾಹಿನಿಯಲ್ಲಿ ಕೆಲಕಾಲ ಉಳಿದು ವಿಷಯವನ್ನು ಸ್ಥೂಲವಾಗಿ ಅರ್ಥೈಸಿಕೊಂಡೆ.

ವಿಷಯವಿಷ್ಟೇ:

ಕನ್ನಡ ಸಿನೆಮಾದಲ್ಲಿ ಸದ್ಯಕ್ಕೆ ಅತಿ ದೊಡ್ಡ ಹೆಸರು ಮಾಡಿರುವ ನಟೀಮಣಿ ಇದ್ದಕ್ಕಿದ್ದಂತೆ ಕಾಣೆಯಾಗಿದ್ದಾಳೆ. ಭಾರೀ ಬೇಡಿಕೆಯಲ್ಲಿರುವ ನಟಿ. ಸಿಕ್ಕಾಪಟ್ಟೆ ಸಾಮೂಹಿಕ ಅಪೀಲುಳ್ಳಾಕೆ... ಎಲ್ಲಿದ್ದಾಳೆಂದು ಯಾರಿಗೂ ಗೊತ್ತಿಲ್ಲ. ಇದ್ದಾಳೋ, ಇಲ್ಲವೋ ಎಂದೂ ಗೊತ್ತಿಲ್ಲ. ಇಲ್ಲವಾಗಿದ್ದರೆ ಇಲ್ಲವಾಗಿರುವ ಕುರುಹಾದರೂ ಬೇಕಷ್ಟೆ? ಮೈಯೆಂಬ ಮೈಯ ಕಳೇವರವಾದರೂ ಸಿಕ್ಕಿರಬೇಕಷ್ಟೆ? ಜನ ಕಂಗಾಲಾಗಿದ್ದಾರೆ. ಜನಕ್ಕೂ ಮಿಗಿಲಾಗಿ ಚಾನಲುಗಳು ಕಂಗಾಲಾಗಿವೆ! ನಾಲ್ಕಾರು ಚಿತ್ರಗಳು ಅರೆಬರೆ ಮುಗಿದು ಮಿಕ್ಕಿವೆಯಂತೆ! ಕೋಟ್ಯಂತರ ದುಡ್ಡು ಹೂಡಿದವರ ಗತಿಯೇನು?

ಅಬ್ಬರಿಸುವ ಹಿನ್ನೆಲೆಯ ಸಂಗೀತದ ಮುಂದೆ ನಿರೂಪಕ ಹೇಳುತ್ತಿದ್ದ:

'ಇದು ನಿಜಕ್ಕೂ ಕೋಟಿ ದುಡ್ಡಿನ ಪ್ರಶ್ನೆ. ಕೋಟ್ಯಂತರ ಕನ್ನಡದ ಪ್ರಶ್ನೆ! ಇಂದೀವರೆ... ವಾಪಸು ಬಂದೀವರೆ... ಇಂದೀವರೆ ಪುನಃ ಬಂದೀವರೆ?'

80

ಅಡುಗೆ, ಪದ್ಯ ಮತ್ತು ಹಾಡುಪಾಡುಗಳಾಚೆಗಿನ ನನ್ನ ಕೆಲವೇ ಇತರೆ ಆಸಕ್ತಿಗಳಲ್ಲಿ ಸಿನೆಮಾ ಸಹ ಒಂದು.

ಚಿತ್ರ ಮತ್ತು ಚಲನೆ– ಎರಡೂ ನನ್ನನ್ನು ಸದಾ ರೋಚಿಸಿರುವ ಸಂಗತಿಯೇನೇ... ಚಲಿಸುವ ಚಿತ್ರ ಎಂಬ ಪರಿಕಲ್ಪನೆಯೇ ಎಷ್ಟು ಚೆನ್ನು, ನೋಡಿ! ಇಪ್ಪತ್ತನೇ ಶತಮಾನದ ಆಧುನಿಕತೆಯೊಟ್ಟಿಗೇ ಹುಟ್ಟು ಕಂಡುಕೊಂಡ ಸಿನೆಮಾ, ಇವೊತ್ತು, ನಮ್ಮ ಇಡೀ ಸಂಸ್ಕೃತಿಯೊಡನೆ ಬೆಸೆದುಕೊಂಡಿರುವ ರೀತಿಯೂ ಅಷ್ಟೇ ಚೆನ್ನಿನದನಿಸುತ್ತದೆ.

ಜಗತ್ತಿನಲ್ಲಿರುವ ಸರಿಸುಮಾರು ಎಲ್ಲ ದೇಶಭಾಷೆ ವಿಂಗಡಣೆಗಳಲ್ಲಿರುವ– ಅಷ್ಟೇ ಸರಿಸುಮಾರು ಚಿತ್ರರಂಗಗಳಿಗೂ, ಇವೊತ್ತು, ಸರಿಸುಮಾರು ಒಂದು ನೂರು ವಯಸ್ಸಾಗಿದೆ! ಕ್ಷಣವೆಂಬ ಕ್ಷಣವೂ ಒಂದು ತಲೆಮಾರಿನಷ್ಟು ಕುಗ್ಗಿ ಸಂಕ್ಷಿಪ್ತಿಸಿರುವ ಇವೊತ್ತು, ಯಾವುದೇ ದೇಶ–ಭಾಷೆಯ ನೂರು ಕಾಲದ ಸಿನೆಮಾವನ್ನು ಅವಲೋಕಿಸಿದಲ್ಲಿ, ಆಯಾ ಸಂದರ್ಭದ ಸಾಂಸ್ಕೃತಿಕ ಪಲ್ಲಟಗಳಷ್ಟೇ– ಅಲ್ಲಲ್ಲಿನ ಸಾಮಾಜಿಕ, ಆರ್ಥಿಕ ಮತ್ತು ರಾಜಕೀಯದ ಸ್ಥಿತ್ಯಂತರಗಳನ್ನೆಲ್ಲ ಗುರುತಿಸಬಹುದಷ್ಟೆ? ಒಂದರ್ಥದಲ್ಲಿ ಸಿನೆಮಾ, ಕಳೆದ ಒಂದು ನೂರು ವರ್ಷಗಳ ಚರಿತ್ರೆಯೂ ಹೌದು! 'ಚಾರಿತ್ರಿಕ' ದಾಖಲೆಯೂ ಹೌದು!

ನಮ್ಮ ನಡುವಿನ ಸಿನೆಮಾ ಮತ್ತು ಟೀವೀ– ಭ್ರಷ್ಟಗೊಂಡಿವೆಯೆಂದರೆ, ಅದು ನಮ್ಮನಮ್ಮಗಳ ಭ್ರಷ್ಟತೆಯ ಇಂಡೆಕ್ಸೂ ಹೌದಾಗಿದೆ!

ಇರಲಿ... ಇನ್ನು, ಈ ಇಪ್ಪತ್ತೊಂದನೇ ಶತಮಾನವಂತೂ 'ಮಲ್ಟಿಮೀಡಿಯಾ' ಎಂದು ಇನ್ನೊಂದರ ಬಗ್ಗೆ ಆಡುತ್ತದಲ್ಲ, ಹಾಗಂದರೇನು? ಮೊಟಕಾಗಿ ಹೇಳಿಬಿಡುತ್ತೇನೆ. ಫಿಲ್ಮು, ಟೆಲಿವಿಶನ್ನು, ವಿಡಿಯೋ... ಇತ್ಯಾದಿಗಳ 'ಚಲನ'ಚಿತ್ರವಿರುವ ಡಿಜಿಟಲ್ ಅಭಿವ್ಯಕ್ತಿಯನ್ನು ಒಟ್ಟಾಗಿ ಈ 'ಮಲ್ಟಿಮೀಡಿಯಾ' ಎಂಬುದು ಧ್ವನಿಸುತ್ತದೆ. ಮಲ್ಟಿಮೀಡಿಯಾ ಅಂದರೆ ಬಹುಮಾಧ್ಯಮ! ಸಿನೆಮಾಕ್ಕೆ ಸಿನೆಮಾವೇ ಒಂದರ್ಥದಲ್ಲಿ ಸಂಸ್ಕೃತಿ ಎಂದಾದರೆ, ಈ ಬಹುಮಾಧ್ಯಮವೂ ಇಂಥದೇ ಇನ್ನೊಂದು ಸಂಸ್ಕೃತಿ. ಬಹುಶಃ ಸಿನೆಮಾಕ್ಕಿಂತಲೂ ದೊಡ್ಡದು; ಮತ್ತು ಸಿನೆಮಾವನ್ನು ಸಣ್ಣದಾಗಿ ಒಳಹೊಂದಿರುವಂಥದ್ದು.

ಹೊಸಕಾಲದ ಅಭಿವ್ಯಕ್ತಿಯ ಬಗ್ಗೆ ಆಡುವುದಾದರೆ, ಮಲ್ಟಿಮೀಡಿಯಾದ ಬಗ್ಗೆ ಹೇಳದೆ ಮುಂದುವರೆಯಲಾಗುವುದಿಲ್ಲ. ಹೆಚ್ಚು ಆಡಹೊರಟರೆ, ಇದೇ ಇನ್ನೊಂದು ಕತೆಯಾದೀತು... ಹಾಗಾಗಿ ಬೇಡ.

ಇಷ್ಟಿದ್ದೂ, ಈ ಸಿನೆಮಾ ಎಂಬುದು ಹೊಸಕಾಲದ ಮನುಷ್ಯನು

ಕಂಡುಕೊಂಡಿರುವ ಅತ್ಯದ್ಭುತ ಇಂದ್ರಿಯಾನುಭೂತಿಯೇ ಸರಿ! ಇದೇ ಸಿನೆಮಾವನ್ನು ಇಂದ್ರಿಯಗಳಿಗೆ ನಿಲುಕಿಸಿ ಸಿಲುಕಿಸಿಯೂ,ವುಗಳ ನಿಲುಕು–ಸಿಲುಕುಗಳ ಆಚೆಗೆ ಕೊಂಡೊಯ್ಯುವುದಾದರೆ– ಅಂದರೆ ಸಿನೆಮಾವನ್ನು ಇಂದ್ರಿಯಾತೀತವಾಗಿಸಿದರೆ ಇನ್ನೊಂದೇ ಆಗಬಹುದು... ಇನ್ನೂ ಎತ್ತರದ ಅನುಭವವುಂಟಾಗಬಹುದು. ಹೈಆರ್ಟ್ ಅನ್ನುತ್ತಾರಲ್ಲ, ಅಂದರೆ ಕಲೆಯೊಂದು ತನ್ನ ಸಲುವಾಗಿಯಷ್ಟೇ ತಾನು ಉಂಟಾಗುವ ರೀತಿ– ಅದಾಗಬಹುದು.

ಹೌದು... ಈ ಪರಿಯ ಅನುಭವಕ್ಕೆ ಏನನ್ನುವುದು? ಈ ಪರಿಭಾವವನ್ನಾದರೂ ಏನೆಂದು ಕರೆಯುವುದು?

ಬಹುಶಃ ಸಾಕ್ಷಾತ್ಕಾರ?

ಇನ್ನು, ಈ 'ಸಾಕ್ಷಾತ್ಕಾರ' ಎಂಬುದನ್ನೂ ಕೊಂಚ ಬಿಡಿಸಿ ನೋಡುವಾಗ ಈವರೆಗೆ ಕಂಡಿರದ ಅರ್ಥಸ್ಫುರಣವಾಗಬಹುದು. 'ಸಾಕ್ಷಿ' ಅಂದರೆ ಸಬೂತು ಎಂಬುದು ಸಾಮಾನ್ಯ ಗ್ರಹಿಕೆ. ಸ–ಅಕ್ಷಿ ಎಂದು ವಿಭಜಿಸಿ, 'ಕಣ್ಣಾರೆ' ಕಂಡುಕೊಳ್ಳುವಾಗ– ಗ್ರಹಿಕೆ ಇನ್ನೊಂದು ಸ್ತರಕ್ಕೇರುವುದು. ಹಾಗೇ, ಈ 'ಸಾಕ್ಷಾತ್' ಎಂಬುದು 'ಸಾಕ್ಷಿ'ಗೂ ಮಿಗಿಲಾದ ಇನ್ನೊಂದು ಹಂತ. ದೊಡ್ಡ ಹಂತ. ಕಣ್ಣಾರೆ ಕಂಡಿದ್ದಕ್ಕೂ ಒಂದೆರಡು ಮೆಟ್ಟಿಲು ಎತ್ತರದ್ದು. ಈಗ 'ಸಾಕ್ಷಾತ್ಕಾರ' ಅಂದರೇನೆಂದು ಯೋಚಿಸಿ... ಗ್ರಹಿಕೆಯು ಇನ್ನೂ ಒಂದಾದೀತಲ್ಲವೇ? ಅದರ ಅರ್ಥಸ್ತರವೇ ಉನ್ನತವಾಗುವುದಿಲ್ಲವೇ?

ಮತ್ತೆ ಸಿನೆಮಾದೆಡೆಗೆ ವಾಪಸಾದರೆ, ಅದರ 'ಸ್ಟೈಲಿಂಗ್' ಮತ್ತು 'ಏಸ್ಥೆಟಿಕ್ಸ್' ಕುರಿತೇ ಮಾತು ಬೆಳೆಸಬಹುದು. ರಸ, ರಸಾನುಭವ, ರಸಾನುಭೂತಿ... ರಸಿಕ, ರಸಿಕತೆ... ಎಂದೆಲ್ಲ ವಿಸ್ತರಿಸಿ ಆಡಬಹುದು. ರಸಜ್ಞತೆ ಎಂಬುದು ರಸದ ಬಗೆಗಿನ ಇನ್ನೊಂದು ಅರಿವು. ಕಲೆಯ ರಸಾಸ್ವಾದವನ್ನು ಕುರಿತಾದುದು... ಈ ಪರಿಯ ಚರ್ಚೆಗಿಳಿದರೆ ಬೋರು ಹೊಡೆಯಬಹುದು. ಆದರೆ ನನ್ನ ಮಟ್ಟಿಗೆ ಇವೆಲ್ಲವೂ ಬಲು ಮುಖ್ಯವೇ. ಭಾಷೆಯನ್ನು ವಿಪರೀತ ನೆಚ್ಚುವ ನಾನು ಇವುಗಳ ಬಗ್ಗೆ ಯೋಚಿಸದ ದಿನವೇ ಇಲ್ಲವೇನೋ... ಇಷ್ಟಾಗಿ, ರೆಟೊರಿಕ್ ಎಂದೊಂದನ್ನು ಹೊರತಿರಿಸಿ ಮನುಷ್ಯಸೃಜನೆಯ ಬಗ್ಗೆ ಆಡುವುದು ಹೌದೆ? ಆಡಲಾದೀತೆ? ಅಥವಾ ಆಡುವುದು ಸರಿಯೇ?

ಇಷ್ಟೇ ಅಲ್ಲದೆ, ಹಾಡೆಂಬ ಹಾಡು ನಮ್ಮ 'ಪ್ಯಾನ್' ಇಂಡಿಯನ್ ಸಿನೆಮಾ ಪ್ರಸ್ತುತಿಗಳಲ್ಲಿ ಹೊಂದಿಕೊಂಡಿರುವ ಬಗೆ, ನನ್ನನ್ನು ಸದಾ ಕೆಣಕುವುದು ಹೌದು. ಇದು ನಮ್ಮ ಹಳೆಯ ಸಾಹಿತ್ಯದ ಮುಂದುವರಿಕೆಯೆಂತಲೇ ನನ್ನ ಭಾವನೆ. ಹೇಗೆಂದು ಹೇಳಿಬಿಡುತ್ತೇನೆ: ಭಾಷೆಯೆಂಬ ಭಾಷೆಯು ಸಾರ್ಥಯಿಸುವುದೇ ಪದ್ಯದಲ್ಲಿ. ಅಂದರೆ ಭಾಷೆಯೊಳಗೆ ಪದ್ಯ ಉಂಟಾದಾಗ. ಅಥವಾ, ಭಾಷೆಗೆ ಭಾಷೆಯೇ ಪದ್ಯವಾದಾಗ.

ಪದ್ಯಾತ್ಮಕಗೊಂಡಾಗ! ಹಾಗೆ ನೋಡಿದರೆ, ಜಗತ್ತಿನ ಪ್ರತಿಯೊಂದು ನುಡಿಯೂ 'ಲಿರಿಕಲ್' ಆಗಿದೆ. ಅಂದರೆ ತನ್ನ ಉಡಿಯೊಳಗೊಂದು ತನ್ನದೇ ಮಾತನ್ನು ಪದ್ಯವಾಗಿ ಹಿಡಿದುಕೊಂಡಿದೆ. ಸದಾ ಗ್ರಹಿಸಿಟ್ಟುಕೊಂಡಿದೆ. ಎಂತಲೇ ಭಾಷೆಯು ಪದ್ಯಾತ್ಮಕವಾಗಿಯೇ ಇದೆ. ನುಡಿಗಾರಿಕೆಯಲ್ಲಿ 'ಆಡೂ' ಇದೆ, ಅಷ್ಟೇ 'ಹಾಡೂ' ಇದೆ. ಅಂದರೆ ನಮ್ಮ ಮಾತುಗಾರಿಕೆಯನ್ನು ಆಡುವುದರಷ್ಟೇ ಹಾಡಿಯೂ ಮಾಡಬಹುದು! ಇವೊತ್ತು ನಮ್ಮ ನಡುವಿನ ತುರ್ತೇನೆಂದರೆ, ನುಡಿಯನ್ನು ಹಾಡಾಗಿಸಬಲ್ಲ ಸಮರ್ಥ ಮಂದಿ ಬೇಕು ಅಷ್ಟೆ! ಇಂಥವರನ್ನು ಆ ನುಡಿಯೇ ಆಯ್ದುಕೊಡಬೇಕು!

ವಿಷಯ ಎಲ್ಲಿಂದೆಲ್ಲೋ ಸವ್ವಾರಿ ಹೊರಟಿತು.

ಇನ್ನು, ನಿನ್ನೆ ಸಂಜೆಯಿಂದ ಈವರೆಗೆ, ನನ್ನ ಬದುಕಿನಲ್ಲಿ ಜರುಗಿರುವುದನ್ನೇ ಎಣಿಸಿದ್ದಾದರೆ, ಏನನ್ನುವುದು ಇದನ್ನು?

ಅರ್ಥವಾಗುತ್ತಿಲ್ಲ!

ನನಗೇ ಇದನ್ನು ನಂಬಲಾಗುತ್ತಿಲ್ಲ. ನನ್ನನ್ನು ನಾನೇ ನಂಬಲಾಗುತ್ತಿಲ್ಲ. ಕಮರ್ಷಿಯಲ್ ಸಿನೆಮಾದ ಪಟಕತೆಯ ಹಾಗೆ, ಒಂದೇ ಸಮ ಜರುಗಿರುವ ಇದನ್ನು ಏನಂತ ಬಣ್ಣಿಸುವುದು? ಏನೆಂಬ ವ್ಯಾಖ್ಯೆ ಹೇಳುವುದು?

ಅರ್ಥವಾಗುತ್ತಿಲ್ಲ!

ಒಂದು ರೀತಿಯಲ್ಲಿ ನನ್ನ ಬದುಕೂ ಒಂದು ಸಿನೆಮಾ ಇದ್ದ ಹಾಗೆ. ಅದು ನಿಜಕ್ಕೂ ಚಲಿಸುವ ಚಿತ್ರಗಳ ಸರಣಿಯೇ. ಅಲ್ಲದೆ, ಯಾವುದೇ ಕಲೆಯು ಹುಟ್ಟುವುದಾದರೂ ಬದುಕಿನಲ್ಲಿ ತಾನೇ? ಮನುಷ್ಯನ ಮಥನಕ್ಕೊಳಪಡುವ ಯಾವ ಸಂಗತಿಗಾದರೂ ಮಥನದಾಚೆಗಿನ ಸಲುವಿರುತ್ತದೆ. ಉದ್ದೇಶವಿರುತ್ತದೆ. ಇಷ್ಟಾಗಿ, ಇವೆಲ್ಲವೂ ಮನುಷ್ಯಕೃತವಷ್ಟೆ? ಮನುಷ್ಯನು ಬದುಕನ್ನು ಅರ್ಥೈಸಿಕೊಂಡ ಮೇರೆಗುಂಟಾದ ಸತ್ಯವಷ್ಟೆ? ಅಂದರೆ ಪರಮ ಮಾನವೀಯ ಸತ್ಯ!

ಹಾಗೇ, ಮಥನವೆನ್ನುವುದೂ ಮನುಷ್ಯನದೇ ಅರ್ಥೈಕೆ. ಅವನು ಕೈಕೊಳ್ಳುವ ಮಂಥನಕ್ಕೆ, ಅವನ ಭಾಷೆಯು ಕೊಟ್ಟಿರುವ ಮಾತು ಅಷ್ಟೇ! ಯೋಚಿಸಿ ನೋಡಿ: ಹಾಲು ಕರೆಯುವ ಪ್ರಾಣಿಗಳಿಗೆ, ತಾವು ಕರೆದ ಹಾಲು ಕಡೆಯುವಾಗ ಬೆಣ್ಣೆ ಹುಟ್ಟುವುದೆಂಬ ಕಲ್ಪನೆಯಾದರೂ ಉಂಟೆ?

ಒಟ್ಟಾರೆ ಕಲೆಗೆ ಕಲೆಯೇ ಮನುಷ್ಯಕರ್ಮ!

81

ಮಾತಂಗಿಯ ಪೂರ್ವಾಪರಗಳ ಬಗ್ಗೆ ಕಿಂಚಿತ್ತು ತಿಳಿದುಬರುವಾಗ, ನನ್ನ

ಮನಸ್ಸು ತಂತಾನೇ ಸುಧಾರಿಸಿತು. ತಿಳಿಯಲೇಬೇಕೆನ್ನುವ ಹಠಾತ್ತನೆ ಹಠದಂತಹ ಹಾತೊರೆತವಿದ್ದಿತಲ್ಲ, ಅದು ಕಡಿಮೆಯಾಯಿತು!

ಕುತೂಹಲ ತಣಿಯಿತಾದರೆ ಇನ್ನೇನು ತಹತಹ? ಮದ್ದು ಸಿಡಿದು ಸುಮ್ಮನಾದ ಮೇಲೆ ಇನ್ನೇತರ ತಳಮಳ?

ಈ ಹೆಣ್ಣು ಯಾರು ಏನು ಎತ್ತ... ಎಂದು ಅಷ್ಟೆಷ್ಟೆಲ್ಲ ತಲೆಕೆಡಿಸಿಕೊಂಡಿದ್ದೆನಲ್ಲ, ಅವಳೊಬ್ಬ ಥಳುಕು ವೈಯಾರದ ನಟೀಮಣಿಯಷ್ಟೇ ಎಂದು ಗೊತ್ತಾಗಿದ್ದೇ– ನನಗೊಂದಿಷ್ಟು ನಿರಸನವಾಗಿದ್ದು ಹೌದು. ಅಥವಾ, ಅವಳ ಬಗ್ಗೆ ನನಗೇ ಗೊತ್ತಿರದೆ ನೂರೆಂಟು ಉಮೇದಿಟ್ಟುಕೊಂಡಿದ್ದೆನೋ ಹೇಗೆ? ಮೈಯ ರೂಪಿಗೂ ಹೆಚ್ಚು ಮನಸ್ಸು ಮನ್ನಿಸುವ ಯಾರಿಗೂ ಹೀಗೇ ಆಗುವುದೇನೋ... ಹಾಗಂತ ಅವಳ ಬಗ್ಗೆ ಸಸಾರವನಿಸಿತು ಅಂತೇನಲ್ಲ. ಆದರೆ ಈ ಮೊದಲಿದ್ದ ಎತ್ತರಕ್ಕೆ ಮನಸ್ಸು ಮರಳಿ ಏರಲಿಲ್ಲ!

ಇಷ್ಟಾದ ಮೇಲೆ ನನ್ನ ಮನಸ್ಸಿನ ಜಾಡೇ ಇನ್ನೊಂದಾಗಿದ್ದು ಹೌದು. ಒಂದರ್ಥದಲ್ಲಿ, ಏರೇರಿ ಹಾರದ ಇಳಿದಿಳಿದು ಜಾರದ ಸಮಸ್ಥಿತಿಯನ್ನು ತಂತಾನೇ ಕಂಡುಕೊಂಡಿತು.

ಟೀವಿಯನ್ನು ಹಾಗೇ 'ಆನ್'ಸ್ಥಿತಿಯಲ್ಲಿ ಇರಗೊಟ್ಟು, ವಾಲ್ಯೂಮನ್ನು ಕೊಂಚ ತಗ್ಗಿಸಿ– ಮರಳಿ ಸ್ವಂತ ವ್ಯವಹಾರಕ್ಕಿಳಿದೆ. ಆ ಕೂಡಲೇ, ಹೊಟೆಲಿಂದ ಹೊರಬಿದ್ದು ರಥಬೀದಿಗೆ ಹೋಗಬೇಕೆಂದುಕೊಂಡೆ. ಅಲ್ಲಿರುವ ಸಂದಣಿಯಲ್ಲಿ ಒಬ್ಬನೇ ಒಬ್ಬನಾಗಿರುವುದೂ ಎಷ್ಟು ಚಂದವೆಂದು ನನಗೆ ನಾನೇ ಎಣಿಸಿಕೊಂಡೆ. ಅಸಲಿನಲ್ಲಿ, ನಾನು ಚೆನ್ನೈ ತೊರೆದು ಬಂದಿದ್ದೇ– ಹೀಗೆ ನನಗೆ ನಾನೇ ಒಬ್ಬನೇ ಒಮ್ಮನಸ್ಸು ತಾಳಿಕೊಳ್ಳುವ ಮೇರೆಗೆ. ಕೆಲಕಾಲ ನನ್ನೊಳಗೆ ನಾನಾಗಿ ಇದ್ದರೆ ಮನಸ್ಸು ಸ್ಪಷ್ಟಯಿಸಬಹುದೆಂಬ ಉಮೇದಿನ ಮೇರೆಗೆ. ವಾಪಸಾದ ಮೇಲೆ, ಅಪ್ಪನೆದುರು ಖಡಾಖಂಡಿತವಾಗಿ ನಿಂತು, ಮನಸೊಳಗಿನ ನಿಲುವನ್ನು ನಿಚ್ಚಳಿಸಿ ಹೇಳಿಕೊಳ್ಳುವುದೆಂದೆಲ್ಲ ಅಂದುಕೊಂಡಿದ್ದೆ. ಈ ನಡುವೆ, ಹಾರುವ ಹದ್ದನ್ನು ನೆಲದ ಮೇಲಿನ ಕೋಳಿ ಸೆಳೆಯುವಷ್ಟೇ ಸ್ವಾಭಾವಿಕವಾಗಿ, ನನ್ನ ಮನಸೊಳಗಿನ ಗುರಿ ತಪ್ಪಿತ್ತು. ಮತ್ತೆ ಮನಸ್ಸು ಸಾಧಿಸಬೇಕೆಂದು ನಿರ್ಧರಿಸಿದೆ.

ಇನ್ನು, ಐಪ್ಯಾಡಿನ ಸಿಮ್‌ಕಾರ್ಡನ್ನು ಫೋನೊಳಕ್ಕೆ ಇಳಿಸಿದ್ದೆನಲ್ಲ, ಪುನಃ ತೆಗೆದು ಐಪ್ಯಾಡಿಗೆ ಹಾಕುವುದೇ... ಎಂದು ಯೋಚನೆಯಾಯಿತು. ವ್ಯತ್ಯಾಸವೇನು? ಹೀಗೆ ಮಾಡುವುದರಿಂದ ಲಾಭವೇನು? ಫೋನಿನಲ್ಲಿದ್ದರೆ ಬೇಕಾದಾಗ ಗೂಗಲು ಬಳಸಬಹುದಷ್ಟೆ... ಎಂದೆಣಿಸಿ ಸುಮ್ಮನಾದೆ. ಹೊರಗಿದ್ದ ಸಿಮ್ಮನ್ನು ಜತನವಾಗಿ ಎತ್ತಿ ಐಪ್ಯಾಡಿನಲ್ಲಿಕ್ಕಿ, ಅದನ್ನು 'ಆನ್' ಮಾಡದೆಯೇ ಮುಚ್ಚಿಟ್ಟೆ. ಹಿಂದೆಯೇ,

ಬೆನ್ನುಚೀಲದೊಳಗಿದ್ದ ಸಾಮಗ್ರಿಯನ್ನೆಲ್ಲ ಒಂದೊಂದಾಗಿ ಹೊರತೆಗೆದು ಮತ್ತೆ ಜೋಡಿಸಿದೆ. ಆ ಬಳಿಕ, ಮಂಡಿಮುಟ್ಟುವ ಹಾಗೊಂದು ಕಡುಹಸಿರು ಬಣ್ಣದ ಚಲ್ಲಣದ ಮೇಲೆ ತೆಳ್ಳನೆ ಗಿಣಿಹಸಿರಿನ ಟೀಶರ್ಟು ತೊಟ್ಟು, ಕನ್ನಡಿಯ ಎದುರೊಮ್ಮೆ ನಿಂತು ಮೈತಿದ್ದಿಕೊಂಡೆ. ಒಮ್ಮೆಗೇ ಗಡ್ಡದ ನಡುವೇನೋ ಬೆಳ್ಳಗೆ ನವಿರು ಕಂಡಂತಾಗಿ ಹೌಹಾರಿದೆ. ಒಂದೇ ರಾತ್ರಿಯಲ್ಲಿ ಮುಪ್ಪಡರಿಬಿಟ್ಟಿತೇ... ಎಂದನಿಸಿ, ಮೋರೆಯನ್ನು ಕನ್ನಡಿಯವರೆಗೂ ಒಯ್ದು ನೋಡಿದೆ. ಸದ್ಯ... ಬಿಳಿ ಕೂದಲಾಗಿರಲಿಲ್ಲ! ಅದೊಂದು ತೆಳ್ಳಬೆಳ್ಳನೆ ನೂಲಿನೆಳೆ! ಬಹುಶಃ ಕೊರಳಿಗೆ ಇಳಿಬಿಟ್ಟುಕೊಂಡ ಧೋತರದಿಂದ ಬಂದಿದ್ದಿರಬೇಕು... ಕನ್ನಡಿ ನೋಡಿಕೊಂಡೇ ಆ ನೂಲೆಳೆಯನ್ನು ಹೆಕ್ಕಿ ಬಿಸುಟಿದೆ. ಒಮ್ಮೆ ಗಡ್ಡ ತೀಡಿಕೊಂಡು, ಮೀಸೆಯನ್ನು ಆಚೀಚಿನಿಂದ ಹಾಗೇ ಒಮ್ಮೆ ತಿರುವಿದೆ!

ಮಾತಂಗಿ ಪದೇಪದೇ ನನ್ನ ಈ ಗಡ್ಡದೊಳಕ್ಕೆ ಕೈಯಿಕ್ಕಿ ಕಲಕುತ್ತಿದ್ದುದು ಇದ್ದಕ್ಕಿದ್ದಂತೆ ನೆನಪಾಗಿ, ಒಂದು ಬಗೆಯ ಪುಳಕ ಹುಟ್ಟಿತು. ಈ ಹೆಣ್ಣಿನಲ್ಲಿ ನಾನೇನು ಬಯಸಿದೆ ಎಂಬುದೇ ಪ್ರಶ್ನೆಯಾಗಿ ತಲೆದೋರಿತು. ಹಾಗೇ, ಈ ಹೆಣ್ಣಿನಿಂದ ಏನು ಬಯಸಿದೆನೆಂಬುದೂ ಹುಟ್ಟಿಬಂದು, ಪ್ರಶ್ನೆಯಾಗಿಯೇ ಮಿಕ್ಕು ಕಾಡಿತು!

ಈ ಇಡೀ ಪ್ರಸಂಗವೇ ವಿಚಿತ್ರವನ್ನಿಸಿತು!

ಟೀವಿಯಲ್ಲಿ ತಮ್ಮ 'ನಾಯಿಕೆ'ಗಾಗಿ ಜನ ಮುಗಿಬೀಳುತ್ತಿರುವ ಝಲಕು ತೋರಲಾಗುತ್ತಿತ್ತು. ಯಾವುದೋ ಹಳೆಯ ಕ್ಲಿಪ್ಪಿಂಗಿರಬೇಕು. ಸೋ ಕಾಲ್ಡ್ ಅಭಿಮಾನಿಗಳು ಸೆಲ್ಫಿಯ ಸಲುವಾಗಿ ನುಗ್ಗಿ ನುಗ್ಗಿ ಮುಗಿಬೀಳುತ್ತಿದ್ದರು. ಮಾತಂಗಿಯ ಹಿಂದಿದ್ದ ಬೌನ್ಸರುಗಳು ನೂಕುವ ಮಂದಿಯನ್ನು ನಿಯಂತ್ರಿಸಲು ಹರಸಾಹಸ ಕೈಕೊಂಡಿದ್ದರು. ನೋಡುನೋಡುತ್ತಲೇ ಝಲಕು ಕುಗ್ಗಿ ಸಣ್ಣದಾಯಿತು. ತೆರೆಯ ಮುನ್ನೆಲೆಯಲ್ಲಿ ನಿರೂಪಕ ಕಾಣಿಸಿಕೊಂಡ. 'ಆರತಿ, ಮಂಜುಳ, ಮಾಲಾಶ್ರೀ... ಆದ ಮೇಲೆ ಇಷ್ಟು ಸ್ಟಾರ್-ವ್ಯಾಲ್ಯೂ ಇರುವ ನಟಿ ಕನ್ನಡದಲ್ಲಿ ಬೇರೆ ಯಾರೂ ಇಲ್ಲ...' ಎಂದೆಲ್ಲ, ನಿರೂಪಕನು ಒಂದೇ ಸಮ ಬೊಬ್ಬೆ ಹೊಡೆಯುವಾಗ, ಥಟಕ್ಕನೆ ವಾಲ್ಯೂಮು ತಗ್ಗಿಸಿದೆ.

ಇಷ್ಟೆಲ್ಲ ರೂಪು, ಹೆಸರು... ಹಣಕಾಸು... ಅಭಿಮಾನ ಸಂಪಾದಿಸಿರುವ ಈ ಮಾತಂಗಿಗೆ ಅರೆಯಾಗಿರುವುದೇನು? ತನ್ನಲ್ಲಿರದ ಏನನ್ನು ಬಯಸಿದ್ದಾಳೆ? ಯಾವುದನ್ನು ಹಂಬಲಿಸಿದ್ದಾಳೆ? ನಿನ್ನೆ, ಒಡಸಿಕ್ಕಾಗಲಿನಿಂದ ಈವರೆಗೆ ಮಾಡದ್ದು ಮಾಡುವೆನೆಂದು ಪದೇ ಪದೇ ಹೇಳಿಕೊಂಡಳಲ್ಲ, ಏನದು? ಏನಿರಬಹುದು? ಇನ್ನು, ತನ್ನ ಬಗ್ಗೆ ತಾನು ನಿಸ್ಸಂಕೋಚವಾಗಿ ಹೇಳಿಕೊಳ್ಳಲಾಗದ ತುರ್ತಾದರೂ ಏನು? ಹೆಸರನ್ನು ಸಹ ಮುಚ್ಚಿಟ್ಟು ಇನ್ನೊಂದು ತಾಳಿ ನಡೆದುಕೊಂಡಳಲ್ಲ- ಕಾರಣವೇನು? ಹತ್ತು ಪ್ರಶ್ನೆಗೆ ಒಂದು ಉತ್ತರ ಹೇಳಿ, ಸದಾ ನನ್ನಿಂದ ನುಣುಚಿಕೊಂಡಳಲ್ಲ,

ಏನನ್ನುವುದು ಇದನ್ನು? ಕೆದಕಿದಷ್ಟೂ ಮುದುಡಿಕೊಳ್ಳುವ ದರ್ದಾದರೂ ಏನು? ಅಥವಾ, ತನಗೆ ತನ್ನದೇ ಇತಿಮಿತಿಗಳಿವೆಯೆಂದು, ಏನಂತ ಹೇಳಲಾರೆನೆಂದು– ಥೇಟು ಬಸವನಹುಳುವಿನ ಹಾಗೆ, ಹೊರಗೆ ಶಂಖು ಕವಿಚಿ ಒಳಸೇರಿಕೊಳ್ಳುವ ಅಗತ್ಯವೇನು? ಅಥವಾ, ಅವಳ ಪರಿಮಿತಿಗಳಾದರೂ ಏನು?

ಏನು?

ಅಥವಾ, ಇವಳೂ ಏನಾದರೂ ನನ್ನ ಹಾಗೇ ಓಡಿಬಂದಿದ್ದಾಳೆಯೇ?

ಹೀಗೊಂದು ಹೊಳೆಯಿತಷ್ಟೆ, ನನ್ನ ಮನಸ್ಸು ಅನಾಮತ್ತನೆ ಮುಗ್ಗರಿಸಿತು! ಒಳಗೇ ಮಗುಚಿಯೇ ಹೋಯಿತೇನೋ!

ಇದ್ದರೂ ಇರಬಹುದು... ಹೊರಗಿನಿಂದ ಚಂದವಿದ್ದರೂ ಒಳಬದುಕಿನ ಕಷ್ಟವು ಅದನ್ನು ಉಂಡವರಿಗಷ್ಟೇ ಗೊತ್ತು! ಉದಾಹರಣೆಯಾಗಿ ನಾನೇ ಇಲ್ಲವೇ? ಮಂದಿಯ ಕಣ್ಣುಗಳಲ್ಲಿ ನಾನು ಪೊಲೀಸ್ ದಂಡಾಧಿಕಾರಿಯ ಮಗ. ಬಹು ದೊಡ್ಡ ಹುದ್ದೆವಂತನ ಬಲು ದೊಡ್ಡ ಮುದ್ದಿನಲ್ಲಿ ಬೆಳೆದವ! ಒಳಗಿನ ಬೇನೆಯೇನೆಂದು ನನಗೆ ತಾನೇ ಗೊತ್ತು? ನನಗೊಬ್ಬನಿಗೆ ಮಾತ್ರ ಗೊತ್ತು! ದೇವರೇ... ಒಲ್ಲದ್ದು ಮಾಡಬೇಕಾಗುವ ಅನಿವಾರ್ಯ ಯಾರಿಗೂ ಬೇಡ... ಅದಿರಲಿ, ಈ ಹೆಣ್ಣಿಗಿರುವ ಸಮಸ್ಯೆಯಾದರೂ ಏನು? ಇವಳೂ ನನ್ನಂತೆಯೇ ಅನಿಸಿದ್ದು ಮಾಡಲಾಗದ ಸನ್ನಿವೇಶದಲ್ಲಿದ್ದಾಳೆಯೇ? ಇವಳನ್ನು ಕಾಡುತ್ತಿರುವ ಅಡಚಣೆಯಾದರೂ ಏನಿರಬಹುದು?

ಅರ್ರೇ... ನಾನೇಕೆ ಹೀಗೆ ತಲೆಕೆಡಿಸಿಕೊಂಡಿರುವೆ? ನನ್ನದೇ ಹಾಸಿ ಹೊದೆಯುವಷ್ಟು ಸಂಕಟವಿರುವಾಗ ಇವಳ ಕೋಟಲೆಯಾದರೂ ನನಗೇಕೆ ಬೇಕು... ಎಂದು, ನನಗೆ ನಾನೇ ಹೇಳಿಕೊಂಡು– ಮತ್ತೆ ಬ್ಯಾಗಿಗೆ ಕೈಯಿಕ್ಕಿ, ಬದಿಪೌಚಿನ ಜಿಪ್ಪಿನಲ್ಲಿ ತೊಡರಿದ್ದ ಧೋತರದ ಹರುಕನ್ನು ಬಿಡಿಸುತ್ತಿದ್ದೆನಷ್ಟೆ, ಆ ಟೀವೀ ನಿರೂಪಕ, ಈಗೊಂದು ಬ್ರೇಕಿಂಗ್ ಸುದ್ದಿಯೆಂದು ಜೋರುದನಿಯಲ್ಲಿ ಕೂಗಿಕೊಂಡ! ಕೂಗುವುದೇನು ಅರಚಿಕೊಂಡ!

ಮತ್ತೊಮ್ಮೆ ನನ್ನ ಕುತೂಹಲದ ಹುರುಪೇರಿ ಹುರಿಗೊಂಡಿತು!

ತಕ್ಷಣ ಕುಳಿತಲ್ಲಿಂದ ಎದ್ದು ನಿಂತೆ. ಏಳುವ ಭರದಲ್ಲಿ ಮೈಯಿಂದ ಕೆಳಜಾರಿದ ಟವಲನ್ನು ಹೆಕ್ಕಿ, ಅದನ್ನು ಕುರ್ಚಿಯ ಬೆನ್ನಿನಲ್ಲಿ ಹರವಿ– ಇನ್ನೊಂದು ಕೈಯಲ್ಲಿದ್ದ ರಿಮೋಟೊತ್ತಿ ಟೀವಿಯ ವಾಲ್ಯೂಮು ಹೆಚ್ಚಿಸಿದೆ. 'ಇದೀಗ ನಟಿ ಇಂದೀವರೆಯವರ ತಾಯಿ ನಮ್ಮೊಡನೆ ಫೋನ್ ಸಂಪರ್ಕಕ್ಕೆ ಬರಲಿದ್ದಾರೆ... ಅದಕ್ಕೂ ಮುನ್ನ ಪುಟ್ಟದೊಂದು ವಿರಾಮ!' ಎಂದು ಹೇಳಿದ ನಿರೂಪಕನನ್ನು, ಆ ಮುಂದೆ ಬಂದ ಕಮರ್ಷಿಯಲ್ ಜಾಹಿರಾತು ಹಿಂದಿಕ್ಕಿ ತೆರೆಯಿತು.

ವಿಚಿತ್ರವೆಂದರೆ ಆ ಕಮರ್ಷಿಯಲಿನಲ್ಲೂ ಮಾತಂಗಿಯೇ ಇದ್ದಳು! ಯಾವುದೋ

ಸೌಂದರ್ಯ ಪ್ರಸಾಧನದ ಜಾಹಿರಾತು ಅದು! ತೆಳ್ಳನೆ ಕೆಂಪನೆ ಸೀರೆಯುಟ್ಟು, ಮಾದಕವಾಗಿ ಮೈದೋರುತ್ತ- ಹಿಮಾಚ್ಛಾದಿತ ಬೆಟ್ಟಗಳ ಮುಂದೆ ನಿಂತಿದ್ದಳು. ಹಿನ್ನೆಲೆ ಸಂಗೀತಕ್ಕೆ ತಕ್ಕುದಾಗಿ ತುಸುವೇ ಬಳುಕಿದಳು. ತಕ್ಷಣ ನನ್ನ ಮನಸ್ಸು ಹಿಂದಕ್ಕೆ ಓಡಿ, ಕಡಲಿನ ಕಿನಾರೆಯಲ್ಲಿನ ನಮ್ಮಿಬ್ಬರ ನಿಕಟ ಸನ್ನಿವೇಶವನ್ನು ಮೆಲುಕಿತು. ಅವಳ ಫೋನಿನಲ್ಲಿ ಒಮ್ಮೆಂದೊಮ್ಮೆ ತೆರೆದುಕೊಂಡ 'ಚಿತ್ರ'ದ ಝಲಕು ಕಣ್ಣಿಗೆ ಕಟ್ಟಿಬಂತು. ಅನಿಯಂತ್ರಿತವಾಗಿ ನನ್ನ ಮೈ ಈಗಲೊಮ್ಮೆ ಝುಮ್ಮನೆ ಪುಳಕಿತು!

ಟೀವಿಯೆದುರೇ ಉಳಿದು ಕಾದೆ.

82

'ನಮಸ್ಕಾರ ಮೇಡಂ... ನಿಮ್ಮ ಮಗಳು ಕಾಣೆಯಾಗಿ ಇವೊತ್ತಿಗೆ ಮೂರನೇ ದಿವಸ. ರಾಜ್ಯಕ್ಕೆ ರಾಜ್ಯವೇ ಅವರ ಬಗ್ಗೆ ತಲೆಕೆಡಿಸಿಕೊಂಡಿದೆ. ಕರ್ನಾಟಕದ ಆರು ಕೋಟಿ ಜನರ ಹೆಮ್ಮೆಯ ಮಗಳು ಅವರು. ಅಭಿಮಾನಿಗಳ ಪಾಲಿನ ಇಂದೀ... ತಮ್ಮ ಆರಾಧ್ಯದೇವತೆ ಕಾಣೆಯಾಗಿದ್ದಾರೆ ಅಂತ ಎಲ್ಲರೂ ತತ್ತರಿಸಿಹೋಗಿರೋದು ನಿಮಗೆ ಗೊತ್ತೇ ಇದೆ. ವಿಷಯ ಬೆಳಕಿಗೆ ಬಂದಾಗಿನಿಂದ, ಅಂದರೆ ಸತತವಾಗಿ ಎರಡು ದಿವಸಗಳಿಂದ ಈ ಸಂಬಂಧದ ಸುದ್ದಿಯನ್ನು ಬಿತ್ತರಿಸುತ್ತಲೇ ಬಂದಿದೀವಿ... ಚಿತ್ರರಂಗದವರು, ರಾಜಕೀಯದವರು, ಪೊಲೀಸ್ ಇಲಾಖೆಯವರು... ಹೀಗೆ ಈ ಬಗ್ಗೆ ಕಾಳಜಿ ಇರಬೇಕಾದವರೆಲ್ಲ ತತ್ಸಂಬಂಧಿತವಾಗಿ ಹೇಳಿಕೆಗಳನ್ನು ಕೊಟ್ಟಿದ್ದಾರೆ. ಇಂದೀವರೆಯವರು ಕಾಣೆಯಾಗಿರೋದಕ್ಕೆ ಕಳವಳ ವ್ಯಕ್ತಪಡಿಸಿದ್ದಾರೆ... ಆದರೆ ಈವರೆಗೆ ಈ ನಟಿಯ ಕುಟುಂಬದಿಂದ ಯಾವುದೇ ಅಧಿಕೃತ ಹೇಳಿಕೆ ಬಂದಿಲ್ಲ ಅಂತ ನಟಿಯ ಅಭಿಮಾನಿಗಳು ಆತಂಕಗೊಂಡಿದ್ದಾರೆ... ಇದೇ ಮೊದಲ ಸಲ... ಅಂದರೆ ಇದೇ ಫರ್ಸ್ಟ್ ಟೈಮ್ ಕುಟುಂಬವನ್ನು ಪ್ರತಿನಿಧಿಸಿ ನೀವು ಬಂದಿದ್ದೀರಿ. ಈ ಹೊತ್ತಿನಲ್ಲಿ ನಿಮಗೆ ಏನನಿಸುತ್ತಿದೆ, ಮೇಡಂ?'

'ನಾನೇನು ಹೇಳಬಲ್ಲೆನಪ್ಪ... ಅವಳು ಎಲ್ಲೇ ಇದ್ದರೂ ಹುಷಾರಾಗಿರಲಿ ಅಂತ ಪ್ರಾರ್ಥಿಸುತ್ತೀನಿ ಅಷ್ಟೆ...'

'ಮೇಡಂ... ಎರಡು ದಿವಸಗಳಿಂದ ಇಂದೀವರೆಯ ಕುಟುಂಬದ ಯಾರೂ ಮಾಧ್ಯಮದೆದುರು ಬರಲಿಲ್ಲ ಅನ್ನುವ ಪುಕಾರೆದ್ದಿದೆಯಲ್ಲ, ಈ ಬಗ್ಗೆ ಏನು ಹೇಳುತೀರಿ?'

'ಕಾಣೆಯಾಗಿರೋದು ನನ್ನ ಮಗಳಪ್ಪ... ಪಕ್ಕದ ಮನೆಯ ಹುಡುಗಿ ಅಲ್ಲ! ತಾಯಿಯಾದವಳಿಗೆ ಗಾಬರಿ ಕಳವಳ ಅಂತಿರುತ್ತಲ್ಲವಾ? ನಾವೂ ಮನುಷ್ಯರಲ್ಲವಾ?

ನಮ್ಮದೇ ಆದ ಸ್ಪೇಸ್ ಅಂತಿರುತ್ತೆ ಅಲ್ಲವಾ? ಇದರಿಂದ ಆಗಿರೋ ಆಘಾತದಿಂದ ನಾವು ಯಾರೂ ಇನ್ನೂ ಹೊರಗೆ ಬಂದಿಲ್ಲ... ನನ್ನ ಹುಡುಗಿಯ ಅಭಿಮಾನ ದೊಡ್ಡದು. ಸಾಕಷ್ಟು ಜನ ಸಂಪಾದಿಸಿದ್ದಾಳೆ. ಅವರ ಅಭಿಮಾನದ ಸಲುವಾಗಿ ನಾನು ನನ್ನ ವೈಯಕ್ತಿಕ ದುಃಖವನ್ನು ಮರೆತು ಈಗ ಫೋನಿಗೆ ಬಂದಿದೀನಿ... ಎಲ್ಲರಿಗೂ ನಾನು ಋಣಿಯಾಗಿದ್ದೀನಿ...'

'ನಿಮಗೆ ಇಂದೀವರೆಯವರನ್ನು ಯಾರಾದರೂ ಅಪಹರಿಸಿದ್ದಾರೆ ಅಂತನಿಸುತ್ತಾ?'

'ಒಂದೊಂದು ಸಲ ಹಾಗನಿಸುತ್ತೇಪ್ಪ... ಆದರೆ ಅವಳು ಯಾರ ಜೊತೇಲೂ ವೈರ ಕಟ್ಟಿಕೊಂಡವಳಲ್ಲ. ಎಲ್ಲರ ಜೊತೆ ಅಭಿಮಾನದಿಂದ ಗೌರವದಿಂದ ಮಾತಾಡೋಳು. ಹಾಗೇನಾದರೂ ಕಿಡ್‌ನ್ಯಾಪ್ ಆಗಿದ್ದ ಪಕ್ಷಕ್ಕೆ ಈ ಹೊತ್ತಿಗೆ ಯಾರಾದರೂ ಫೋನು ಮಾಡಬೇಕಿತ್ತಲ್ಲವಾ?'

'ಹೌದು ಮೇಡಂ... ಪೊಲೀಸ್ ಅಧೀಕ್ಷಕರು ಕೂಡ ಸ್ವಲ್ಪ ಹೊತ್ತಿನ ಹಿಂದೆ ಇದೇ ಮಾತನ್ನು ಹೇಳಿದರು. ಅವರನ್ನು ಹುಡುಕುವ ಎಲ್ಲ ಪ್ರಯತ್ನಗಳನ್ನೂ ಮಾಡುತಿದ್ದೀವಿ... ಎಲ್ಲರೂ ಶಾಂತಿಯಿಂದ ಇರಬೇಕು ಅಂತ ಜನತೆಯಲ್ಲಿ ಕೋರಿಕೊಂಡರು...'

'ಹೌದು ಕಣಪ್ಪ... ನಾನೂ ಕನ್ನಡದ ಸಮಸ್ತ ಜನತೆಯನ್ನು ಹೀಗೇ ಪ್ರಾರ್ಥಿಸುತ್ತೀನಿ. ನನ್ನ ಮಗಳು ವಾಪಸ್ಸು ಬಂದರೆ ಸಾಕು...'

'ನಿಮಗೇನನಿಸುತ್ತೆ? ಅವರು ಎಲ್ಲಿಗೆ ಹೋಗಿರಬಹುದು ಅನಿಸುತ್ತೆ?'

'ಇದು ನಮ್ಮ ಕುಟುಂಬದವರಿಗೆಲ್ಲ ಯಕ್ಷಪ್ರಶ್ನೆ ಆಗಿಬಿಟ್ಟಿದೆ ಕಣಪ್ಪ... ಯಾರಿಗೂ ಹೇಳದೆ ಹೋಗಿದ್ದಾಳೆ ಅನ್ನೋದೇ ದೊಡ್ಡ ಪ್ರಶ್ನೆಯಾಗಿದೆ. ಅವೊತ್ತು ದಿನ ಪೂರ್ತಿ ಮನೆಯಲ್ಲೇ ಇದ್ದಳು. ನಮ್ಮಗಳ ಜೊತೆ ಕೂತುಕೊಂಡು ಊಟ ಮಾಡಿದಳು. ಅವಳಿಗೆ ತಮ್ಮ ಅಂದರೆ ನನ್ನ ಚಿಕ್ಕ ಮಗ ಅಂತಂದರೆ ಪ್ರಾಣ. ಅವನ ಜೊತೆ ಶಟಲ್ ಆಡಿದಳು... ಅಷ್ಟೇ... ಆಗ ನಾಲ್ಕೂವರೆ ಐದು ಗಂಟೆ ಇರಬಹುದು... ಆಮೇಲೆ ಹೇಗೆ ತಪ್ಪಿಸಿಕೊಂಡು ಹೋದಳು ಅನ್ನೋದೇ ನಮಗೆ ಅರ್ಥ ಆಗುತ್ತಿಲ್ಲ... ಮನೇಲೇ ಇದ್ದೋಳು ಇದ್ದಕ್ಕಿದ್ದ ಹಾಗೆ ಕಾಣೆಯಾಗೋದು ಅಂದರೆ ಸುಮ್ಮನೇನಾ? ನಮಗೆಲ್ಲ ಎಲ್ಲಿಗೆ ಹೇಗೆ ಹೋದಳು ಅನ್ನೋದೇ ಅರ್ಥ ಆಗುತ್ತಿಲ್ಲ...'

'ಇದು ಇಡೀ ಕರ್ನಾಟಕದ ಪ್ರಶ್ನೆಯೂ ಆಗಿದೆ, ಮೇಡಂ... ಎಲ್ಲೇ ಇರಲಿ, ಸುರಕ್ಷಿತವಾಗಿ ಬರಲಿ ಅನ್ನೋದೇ ಎಲ್ಲರ ಪ್ರಾರ್ಥನೆಯಾಗಿದೆ... ಮೇಡಂ, ಇನ್ನೂ ಒಂದು ವಿಷಯ.. ಕೇಳಬಹುದೋ ಇಲ್ಲವೋ ಗೊತ್ತಿಲ್ಲ. ಇಂದೀವರೆಯವರು ಯಾರ ಜೊತೆಯಲ್ಲಾದರೂ ಪ್ರೀತಿಪ್ರೇಮದಲ್ಲಿ ಸಿಲುಕಿದ್ದರಾ? ತಮ್ಮ ಪ್ರಿಯತಮನ ಜೊತೆ ಗುಟ್ಟಾಗಿ ಕಾಲ ಕಳೀತಾ ಇರಬಹುದು ಅನಿಸುತ್ತಾ?'

'ಅಂಥದ್ದೇನೂ ಇಲ್ಲಪ್ಪ... ನಮ್ಮ ಮನೆದೇವರಾಣೆ ಹಾಗೇನೂ ಇಲ್ಲ. ಇದ್ದಿದ್ದಿದ್ದರೆ ಅವಳು ನನ್ನ ಹತ್ತಿರ ಹೇಳಿಕೋತಿದ್ದಳು... ನಾನು ನನ್ನ ಮಗಳು ಅಕ್ಕ-ತಂಗಿಯರ ಥರ ಇದ್ದೀವಿ. ಅವಳು ನನ್ನಿಂದ ಏನೂ ಮುಚ್ಚಿಡೋ ಸಾಧ್ಯತೆ ಇಲ್ಲ...'

'ಸರಿ... ಮೇಡಂ... ಇಂದೀವರೆಯವರ ನಡತೆಯ ಬಗ್ಗೆ ಇಡೀ ಚಿತ್ರರಂಗವೇ ಅವರನ್ನ ಗೌರವದಿಂದ ನೋಡುತ್ತೆ... ಈ ಮಾತನ್ನ, ಅವರ ಜೊತೆ ನಟಿಸಿರುವ ಕನ್ನಡದ ಕೆಲವಾರು ನಾಯಕನಟರು ನಮ್ಮೊಡನೆ ಹಂಚಿಕೊಂಡರು... ಇನ್ನು ಇಂದೀವರೆಯವರೇ ಹಿಂದೊಮ್ಮೆ ನಮ್ಮ ಚಾನಲಿಗೆ ಕೊಟ್ಟ ಸಂದರ್ಶನದಲ್ಲಿ, ಹೀಗೊಂದು ಹೇಳಿದ್ದರು. ಪ್ರೀತಿಪ್ರೇಮ ಅನ್ನೋದು ಕೇಳಿಕೊಂಡುಂಟಾಗುತ್ತಾ? ಹಾಗೇನಾದರೂ ಆದರೆ ಮೊದಲು ನಿಮ್ಮಲ್ಲಿಗೇ ಬಂದು ಹೇಳಿಕೋತೀನಿ ಅಂತಂದಿದ್ದರು... ಕಡೆಯದಾಗಿ ಮೇಡಂ, ನೀವು ನಮ್ಮ ವಾಹಿನಿಯ ಮೂಲಕ ನಿಮ್ಮ ಮಗಳ ಅಭಿಮಾನಿಗಳಿಗೆ ಏನು ಹೇಳಬಯಸುತೀರಿ?

'ನಾನು ನಿಮ್ಮ ಟೀವೀಯ ಮೂಲಕ ನನ್ನ ಮಗಳಿಗೊಂದು ಸಂದೇಶ ಕೊಡಬಹುದೇನಪ್ಪ?'

'ಧಾರಾಳವಾಗಿ, ಮೇಡಂ... ಹೇಳಿ...'

'ಚಿನ್ನು... ನೀನು ಎಲ್ಲೇ ಇರು, ಚೆನ್ನಾಗಿರು ಮಗಳೇ... ಚೆನ್ನಾಗಿದ್ದೀಯಾ ಅನ್ನೋ ನಂಬಿಕೆ ನನಗಿದೆ. ನೀನು ಕಾಣೆಯಾಗಿದ್ದೀಯ ಅನ್ನೋದೇ ನನಗೆ ಅರಗಿಸಿಕೊಳ್ಳಲಾಗದ ವಿಷಯ ಆಗಿದೆ, ಮಗಳೇ... ನಿನ್ನ ಅಮ್ಮನಾಗಿ ಬೇಡಿಕೋತಾ ಇದ್ದೀನಿ. ನನಗೆ ಗೊತ್ತಿರದ, ಅಥವಾ, ನೀನು ನನ್ನ ಹತ್ತಿರ ಹೇಳಿಕೊಳ್ಳಲಾಗದ ವಿಷಯ ಏನಾದರೂ ಇದ್ದರೆ ನಿಸ್ಸಂಕೋಚವಾಗಿ ಹೇಳಬಹುದು, ಕಣೇ- ಚಿನ್ನು... ಪ್ಲೀಸ್ ವಾಪಸು ಬಾ... ಇಲ್ಲಿ ಜನ ತಲೆಗೊಂದು ಮಾತಾಡಿಕೊಳ್ಳೋಕೆ ಮೊದಲು ವಾಪಸು ಬಂದುಬಿಡು...'

'ಹಾಗೇ ಅವರ ಅಭಿಮಾನಿಗಳಿಗೆ ಮೇಡಂ...'

'ನಾನು ಆರು ಕೋಟಿ ಕನ್ನಡ ಜನತೆಯಲ್ಲಿ ಕಳಕಳಿಯಿಂದ ಮನವಿ ಮಾಡಿಕೋತೀನಿ... ಏನೇನೋ ಊಹಾಪೋಹಕ್ಕೀಡಾಗಬೇಡಿ. ನನ್ನ ಚಿನ್ನು ಸುರಕ್ಷಿತವಾಗಿ ವಾಪಸು ಬಂದೇ ಬರುತಾಳೆ ಅನ್ನೋ ನಂಬಿಕೆ ನನಗಿದೆ. ನಿಮ್ಮೆಲ್ಲರ ಅಭಿಮಾನ ದೊಡ್ಡದು. ಅವಳು ನಿಮ್ಮ ಅಭಿಮಾನವನ್ನ ಯಾವೊತ್ತಿನಂತೆ ಉಳಿಸಿಕೊಳ್ಳುತಾಳೆ...'

'ಧನ್ಯವಾದಗಳು ಮೇಡಂ...'

83

ಇಡೀ ಪ್ರಕರಣವೇ ತಮಾಷೆ ಅಂತನ್ನಿಸಿತು. ಹಾಗೇ ಈ ಚಾನಲಿನ ಮಂದಿ ಇದನ್ನೊಂದು ದೊಡ್ಡ ಸುದ್ದಿ ಮಾಡಿರುವ ರೀತಿ! ಅಷ್ಟೇ ರಂಪ ಮಾಡಿರುವ ರೀತಿ! ಏಕ್‌ದಮ್ ಸುದ್ದಿರಂಪ!

ಇನ್ನು ನನ್ನ ಮನೆಯಲ್ಲೂ ಹೀಗೇ ಆಗಿರಬಹುದು... ಹೀಗೊಂದು ವಾರ್ತಾಲಾಪವಿಲ್ಲದಿದ್ದರೂ- ನಮ್ಮ ಕುಟುಂಬದವರ ನಡುವೆ, ಅಪ್ಪ ಕೆಲಸಕ್ಕಿರುವ ಇಲಾಖೆಯಲ್ಲಿ, ನನ್ನ ಸ್ನೇಹವರ್ತುಲದಲ್ಲಿ... ದೊಡ್ಡದೊಂದು ಪುಕಾರೆದ್ದಿರಬಹುದು. ನನ್ನ ಕುರಿತು ತಲೆಗೊಂದು ತಲಾ ಮಾತು ಜರುಗಿರಬಹುದು. ಯಾವೊಳಡನೆಯೋ ಓಡಿಹೋಗಿದ್ದೇನೆಂದು ಮಂದಿ ಆಡಿಕೊಂಡೂ ಇರಬಹುದು.

ಬಟ್ ಹೂ ಕೇರ್ಸ್?

ಹೀಗೆ ಹೇಳುವುದು ಉಡಾಫೆ ಅಂತನಿಸಬಹುದು. ಆದರೆ ನನ್ನ ಅಪ್ಪನ ಸೆಡಹಿನೆದುರು ಇದು ತಪ್ಪೇನಲ್ಲ. ಅವರ ಪೊಲೀಸಿಕೆಯ ಗತ್ತು, ಅಂತಸ್ತು, ಇಲ್ಲಸಲ್ಲದ ಮಹತ್ತುಗಳೆದುರು ನಾನೇನು ಮಾಡಿದರೂ ಮಾಫಿಯೇ. ಇದನ್ನು ಜಗತ್ತು ಮನ್ನಿಸದಾದರೂ ನನಗೆ ನಾನೇ ಮಾಫಿ! ಇಷ್ಟಕ್ಕೂ, ಇದು ನನ್ನ ಬದುಕು. ಇಟ್ಸ್ ಮೈ ಲೈಫ್! ನನ್ನ ಬದುಕನ್ನು ನಾನು ಬದುಕಬೇಕು. ನನ್ನಿಷ್ಟದಂತೆ ಬದುಕಬೇಕು... ನನ್ನ ಕರಾರುಗಳ ಮೇಲಷ್ಟೇ ಬದುಕಬೇಕು! ಹೀಗಾಗಿ ನಾನು ಮಾಡಿರುವುದು ನನ್ನ ಮಟ್ಟಿಗೆ ಸರಿಯೇ. ಏನೇ ಆದರೂ ನಾನು ನನ್ನ ಸದ್ಯವನ್ನು ಬಿಟ್ಟುಕೊಡಬಾರದು. ಸದ್ಯದ ಸ್ವಮಗ್ನತೆಯನ್ನು ಕೈಬಿಡಬಾರದು. ಅಂದುಕೊಂಡಿರುವ ಮುಂದಿನ ಪ್ರಯಾಣವನ್ನು ಕೈಕೊಳ್ಳಲೇಬೇಕು... ಪೂರೈಸಲೇಬೇಕು... ಅಂಡ್ ನೋ ಯೂಟರ್ನ್!

ಕಮ್ಮ್ ವಾಟ್ ಮೇ, ನೋ ರಿಟರ್ನ್ ಎಟ್ ಆಲ್!

ಹೀಗೆಲ್ಲ ನನಗೆ ನಾನೇ ನಿಷ್ಕರ್ಷಿಸಿ, 'ನೋ ಯೂಟರ್ನ್ ಎಟಾಲ್...' ಎಂದು ಗಟ್ಟಿಯಾಗಿ ಹೇಳಿಕೊಂಡು, ಮರಳಿ ಮಂಚದ ಮೇಲಿನ ಬೆನ್ನುಚೀಲಕ್ಕೆ ಕೈಯಿಕ್ಕಿದೆನಷ್ಟೆ, ಟೀವಿಯಲ್ಲಿ ಇನ್ನೊಂದು ಸ್ಫೋಟಕ ಸುದ್ದಿ ಸಿಡಿಯಿತು!

ಟೀವಿಯ ಜನರ 'ಬ್ರೇಕಿಂಗ್ ನ್ಯೂಸ್' ಅಂದರೆ ಗೊತ್ತೇ ಇದೆಯಲ್ಲ? ಇಲಿಯನ್ನೂ ಹುಲಿಯಂತೆ ತೋರಿಸುವ ಸಮಾಚಾರ! ಹಾಗಾಗಿ ತಲೆಕೆಡಿಸಿಕೊಳ್ಳಬಾರದು ಎಂದುಕೊಂಡರೂ, ಅದರಲ್ಲಿ ತೊಡಗಿರದೆ ನಿಲ್ಲಲಾಗಲಿಲ್ಲ!

ನಿರೂಪಕ ಹೇಳಿದ್ದು ನಿಜಕ್ಕೂ ಸಿಡಿಮದ್ದೇ ಆಗಿತ್ತು!

ಆಟಂಬಾಂಬಿನ ಮದ್ದಿಗೆ ಊದುಕಡ್ಡಿಯ ಕಿಡಿಯಿಕ್ಕಿ ಓಡಿದ ಮೇಲೆ, ಮಕ್ಕಳು ದೂರ ನಿಂತು- ಸಿಡಿಯುವುದನ್ನೇ ಎದುರುನೋಡಿಕೊಂಡು, ಕಿವಿಮುಚ್ಚಿಕೊಂಡು

ಕಾಯುತ್ತಾರಲ್ಲ, ಹಾಗಿತ್ತು ನನ್ನ ಪರಿಸ್ಥಿತಿ.

ನೋಡುತ್ತಲೇ ನಿಂತೆ!

ಟೀವಿಯ ತೆರೆಯಲ್ಲಿ 'ಇಂದೀವರೆಯೋ? ಮಾತಂಗಿಯೋ?' ಎಂದೊಂದು ನಡುಬರಹವು ಮೂಡಿಬಂತು!

ವ್ವ್ ವ್ವ್ ವ್ವ್... ವ್ವಾಟ್ಟ್?

ಹೀಗೊಂದು ಅವಾಕ್ಕು ತಳೆದು, ಬಾಯ್ಕಳೆದುಕೊಂಡು ನಿಂತೆ! ನಿಂತೇ ನಿಂತೆ! ನಿಂತಲ್ಲೇ ಕಂಭವಾಗಿಹೋದೆ!

ಟೀವಿಯ ನಡುವಲ್ಲಿ ಉಂಟಾದ ಬರಹವು ಒಂದೆರಡು ಸಲ ಮಿಣುಕಿತು. ಬಳಿಕ, ಮಳಮಳನೆ ಹರಿಯುವ ಸಹಸ್ರಪದಿ-ಹುಳುವಿನ ಹಾಗೆ, ಬಲಗಡೆಯಿಂದ ಎಡಕ್ಕೆ ನಡೆಯತೊಡಗಿತು! ಮತ್ತೆ ಎಡದಿಂದ ಬಲಕ್ಕೂ ನಡೆದು ಸಾಗಿತು! ಕಡೆಗೆ ಮತ್ತೆ ನಡುವಿಗೆ ಬಂದು ಮಿಣುಕಿಯೇ ಮಿಣುಕಿತು!

ನನ್ನ ಗುಂಡಿಗೆ ಒಂದು ಕ್ಷಣಕ್ಕೆ ಕುಸಿದೇ ಹೋಯಿತು!

ತಕ್ಷಣ ಸುದ್ದಿಯೇನೆಂದು ನಾನು ಊಹಿಸಿಬಿಟ್ಟೆ. 'ಐಳ... ಇವೆಲ್ಲ ಬೇಕಾ? ಬೇಕಿತ್ತಾ, ನಿನಗೆ?' ಎಂದು ನನ್ನನ್ನು ನಾನೇ ಕೇಳಿಕೊಂಡೆ. ಟೀವಿಯಲ್ಲಿ, ಆ ಮುಂದಕ್ಕೆ ನಾನಂದುಕೊಂಡಂತೆಯೇ ಜರುಗಿತು. ಯಥಾವತ್ತನೆ ಜರುಗಿತು.

'ಇಂದೀವರೆಯೋ? ಮಾತಂಗಿಯೋ?' ಎಂಬುದರ ಅಡಿಯಲ್ಲಿ, 'ಇಂದೀವರೆ ಚೆನ್ನೈಯಲ್ಲಿರುವರೇ?' ಎಂಬ ಇನ್ನೊಂದು ಸಾಲು ಮಿಣುಕಿ ತೋರಿತು. ಮುಂದಿನ ಕ್ಷಣಕ್ಕೆಲ್ಲ ಎರಡನೆಯದು ಮೊದಲಿನದಕ್ಕೂ ದೊಡ್ಡದಾಗಿ ಹಿಗ್ಗಿತು. ಹಿಂದೆಯೇ ಮೊದಲಿನದು ಹಿಗ್ಗಿತು! ಒಮ್ಮೆ ಮೊದಲಿನದು ದೊಡ್ಡದಾಯಿತು. ಇನ್ನೊಮ್ಮೆ ಎರಡನೆಯದು ದೊಡ್ಡದಾಯಿತು. ಒಂದು ಮಿನಿಟಿನಷ್ಟು ಕಾಲ, ಈ ಎರಡೂ ಸಾಲುಗಳು ಒಂದನ್ನೊಂದು ಪೈಪೋಟಿಯಲ್ಲಿ ಕುಗ್ಗಿಸುವ ಆವರ್ತ ಕೈಕೊಂಡವು... ನಡುನಡುವೆ, 'ಇದೀಗ ಬಂದ ಸ್ಫೋಟಕಸುದ್ದಿ!' ಎಂದು ಓದಿಸುವ ಇನ್ನೊಂದು ಬರಹ ಬೇರೆ! ಜೊತೆಗೆ ಟೀವಿಯ ಎದೆಯನ್ನೇ ಬಗೆದು ಬಿಸುಟುವಷ್ಟು ವಿಕೃತವೆನಿಸುವ ಸಂಗೀತ ಮತ್ತು ಅಬ್ಬರ!

'ವೀಕ್ಷಕರೇ... ನಮ್ಮ ವಾಹಿನಿಗೆ ಈಗಷ್ಟೇ ಒಂದು ಸ್ಫೋಟಕ ಮಾಹಿತಿ ಲಭ್ಯವಾಗಿದೆ...' ಅನ್ನುತ್ತ ನಿರೂಪಕನು ಎದುರಾಗಿ ಮೈದೋರಿದ. ಕೆಟ್ಟದಾಗಿ ಕಾಣುವ ಸೂಟುಬೂಟು ತೊಟ್ಟಿದ್ದ. ಮುಖದಲ್ಲಿ ಢಾಳಾದ ಮೇಕಪ್ಪು ಬೇರೆ!

ತಾನು ಸ್ಫೋಟಿಸಲಿಕ್ಕಿರುವುದು ತನ್ನ ಚಾನಲೊಂದರದ್ದೇ 'ಎಕ್ಸ್‌ಕ್ಲೂಸಿವ್ ಸುದ್ದಿ' ಎಂದು ಬೀಗಿ ಬೀಗಿ ಹೇಳಿಕೊಂಡ. 'ವೀಕ್ಷಕರೇ... ಇದು ನಮ್ಮ ಚಾನಲಿಗಷ್ಟೇ ಬಂದಿರುವ ಸುದ್ದಿ... ಇದರ ಸತ್ಯಾಸತ್ಯತೆಯೇನೆಂದು ಪರೀಕ್ಷಿಸಬೇಕಾಗಿದೆ. ಆದರೆ

ನಮಗೆ ದಕ್ಕಿರುವ ಮಾಹಿತಿಯಂತೂ ನಿಜವೇ!' ಎಂದು ಘೋಷಿಸಿದ. 'ಹೌದು ವೀಕ್ಷಕರೇ... ಇದು– ಇಂದೀವರೆಯೋ ಮಾತಂಗಿಯೋ ಎಂಬ ಪ್ರಶ್ನೆ. ಇದೀಗ ನಮಗಷ್ಟೇ ಲಭ್ಯವಾಗಿರುವ ಸುದ್ದಿ. ಹಾಗೇ, ನಮ್ಮೆಲ್ಲರ ನೆಚ್ಚಿನ ಅಚ್ಚುಮೆಚ್ಚಿನ ತಾರೆ ಇಂದೀವರೆ ಚೆನ್ನೈಯಲ್ಲಿದ್ದಾರೆಯೇ?' ಎಂದು ಒರಲಿಕೊಂಡ!

ಇಷ್ಟು ಹೇಳುತ್ತಲೇ ಮಹಾಶಯ ಕಾಣೆಯಾದ. ಈಗ ಅವೇ ಎರಡು ಸಾಲುಗಳು ಮತ್ತೆ ಮತೆ ಒಂದಾದ ಮೇಲೊಂದರ ಹಾಗೆ, ಮಿಣುಮಿಣುಕಿ ತಾಳಿದವು. ಮೇಲಿಂದ ಕೆಳಕ್ಕಿಳಿದವು. ಕೆಳಗಿಂದ ಮೇಲಕ್ಕೆದ್ದವು. ಎಡಕ್ಕೂ ಬಲಕ್ಕೂ ಹರಿದು ಜೇಕಿ ತೋರಿದವು. ತಕ್ಕುದಾಗಿ ಮ್ಯೂಸಿಕ್ ಬೇರೆ!

ಈ ಪರಿಯ ಅಬ್ಬರದ ಸಾಲುಗಳೊಡನೆ ಗದ್ದಲದ ಸಂಗೀತ ಮುಗಿದಿದ್ದೇ, ಮರಳಿ ಮೈದೋರಿದ ನಿರೂಪಕ, ಮತ್ತೆ ಮತ್ತೆ ಹೇಳಿದ್ದನ್ನೇ ಹೇಳಿ– ನನ್ನ ಸಹನೆಯನ್ನು ಕೆಣಕಿದ. ಒಂದೆರಡು ಮಿನಿಟು ಆಡಿದ್ದನ್ನೇ ಆಡಿ, 'ವೀಕ್ಷಕರೇ... ಈ ಕುರಿತು ಮತ್ತೆ ಮುಂದುವರೆಸಲಿಕ್ಕಿದ್ದೇನೆ, ಚಿಕ್ಕದೊಂದು ಬ್ರೇಕ್ನ ನಂತರ...' ಎಂದು ಮರೆಯಾಗುವುದೇ?

ಥುತ್ತ್...

ದೇವರೇ... ಈ ಜಗತ್ತಿನಲ್ಲಿ ವೇಳೆಯೆಂಬ ವೇಳೆಯನ್ನೂ ವಿಳಂಬಿಸಬಹುದಾದರೆ ಟೀವಿಯವರು ಮಾತ್ರ!

ಕಾದೆ. ಕಾದೆ. ಕಾದೆ.

ಎರಡು ಮೂರು ಮಿನಿಟುಗಳ ವಾಣಿಜ್ಯಾತ್ಮಕ ವಿರಾಮದ ಬಳಿಕ, ಮೈಮನಸ್ಸು ಕೆಣಕುವ ಸಾವಧಾನವನ್ನು ತಾಳಿ ನೋಡಿದರೆ– ಕಡೆಗೂ ಅಂದುಕೊಂಡಿದ್ದು ಅಂದುಕೊಂಡಂತೆಯೇ ಆಗಿಯೇಬಿಟ್ಟಿತು!

'ನಮ್ಮ ವಾಹಿನಿಯ ಬಾತ್ಮೀದಾರ ಚಂದ್ರದೀಪ್ತ ಬನ್ನೂರು ಈಗ ನಮ್ಮೊಡನೆ ಸಂಪರ್ಕದಲ್ಲಿದ್ದಾರೆ. ಮಾತನಾಡುವಾ... ಹಲೋ ಹಲೋ... ಹಲೋ ಚಂದ್ರದೀಪ್ತ್...' ಅನ್ನುತ್ತ ನಿರೂಪಕ, ನನ್ನ ಖದೀಮ ಗೆಳೆಯನ ಧ್ವನಿಯನ್ನು ಹರಿಯಗೊಟ್ಟ.

'ಯೆಸ್ ಶಾಂಭವ್... ಈಗಷ್ಟೇ ನನಗೊಂದು ಫೋನು ಬಂದಿತ್ತು. ಚೆನ್ನೈನಿಂದ... ಯಾವುದೋ ಅನಾಮಿಕ ವ್ಯಕ್ತಿ. ಫೋನು ಮಾಡಿ ನಿಮಗೆ ಮಾತಂಗಿ ಗೊತ್ತಾ ಎಂದು ಕೇಳಿದ... ಹಿಂದೆಯೇ, ಇಂದೀವರೆ ಅಂತ ಕನ್ನಡದಲ್ಲಿ ಯಾರಾದರೂ ನಟಿಯಿದ್ದಾರಾ ಅಂತ ಕೇಳಿದ. ಆತನ ಪರಿಚಯ ಕೇಳುವಾಗ ತಾನು ಯಾರೆಂದು ಹೇಳಿಕೊಳ್ಳೋದನ್ನು ಅವಾಯ್ಡ್ ಮಾಡಿದ. ಚೆನ್ನೈಯಲ್ಲಿ ಒಂದು ಹೊಟೆಲಿನಿಂದ ಮಾತಾಡುತಿದ್ದೀನಿ ಅಂತ ಹೇಳಿಕೊಂಡ... ಈ ವ್ಯಕ್ತಿಗೂ ನಟಿ ಇಂದೀವರೆಯವರಿಗೂ ಏನಾದರೂ ನಂಟಿದೆಯೇ ಎಂದು ಪರೀಕ್ಷಿಸಬೇಕಿದೆ... ಹಾಗೇ, ಈ ಫೋನ್ಕರೆಗೂ

ಇಂದೀವರೆಯವರು ಸದ್ಯಕ್ಕೆ ಇರುವ ಜಾಗಕ್ಕೂ ತಾಳೆತಲುಕಿದೆಯಾ ಎಂದೂ ವಿಚಾರಿಸಬೇಕಿದೆ...'

ಎಲಾ ಎಲಾ... ಅಂದುಕೊಳ್ಳುತ್ತಿದ್ದೆನಷ್ಟೆ, ಅಷ್ಟರಲ್ಲಿ ಕರೆಂಟ್ ಹೋಗಿ- ಟೀವೀ ಅನಾಮತ್ತನೆ ಬಂದ್ ಆಯಿತು! ಹುಹ್ಹ್ ಅಂದುಕೊಂಡೆ. ನಿಜ ಹೇಳುತ್ತೇನೆ: ಸದ್ಯಕ್ಕೆ ನನಗೆ ಮಾತಂಗಿಯ ಬಗ್ಗೆಗಿಂತ, ಈ ಟೀವೀ ಮಂದಿಯ ಅಡಾವುಡಿಯ ಬಗ್ಗೆ ಕುತೂಹಲ ಉಂಟಾಗಿತ್ತು. ಗೆಳೆಯನೊಬ್ಬನ ಸಾಧಾರಣ ಕರೆಯನ್ನೂ ಸುದ್ದಿ ಮಾಡುವ ಚಂದ್ರದೀಪ್ತನ ಮನಃಸ್ಥಿತಿಯ ಬಗ್ಗೆ ಸಿಟ್ಟುಬಂತು. ಮಾತೆಂಬ ಮಾತನ್ನೂ ಮಾರಿಕೊಳ್ಳುವ ಮಾರಿತೋರುವ ಕಾಲಸ್ಥಿತಿಯೇ ಕಳಪೆಯನ್ನಿಸಿತು.

84

ಚಿಕ್ಕಂದಿನಿಂದ ಬಳಕೆಯಲ್ಲಿರುವ ಸ್ನೇಹಿತ ಚಂದ್ರದೀಪ್ತನ ಉದ್ಧಟತನವೇನೇ ಇರಲಿ, ಅವನೊಳಗಿನ ವ್ಯಾಪಾರೀ ಮನಃಸ್ಥಿತಿಯದೇ ದೊಡ್ಡ ವಿಸ್ತರಣೆಯಂತಿರುವ ಈ ಚಾನಲುಗಳ ಮನೆ ಹಾಳಾಗಲಿ... ನನಗಂತೂ ಈ 'ಟೀವೀನೋಟ' ಅಷ್ಟಿಷ್ಟು ಒಳಿತನ್ನೇ ಮಾಡಿತು. ಕಂಡುಗೊತ್ತಿರದ ಹೆಣ್ಣಿನ ಮಾಯೆಗೀಡಾಗಿ, ಸುಖಾಸುಮ್ಮನೆ ಮನಸನ್ನೇ ಹಾಳುಹೊಯ್ದುಕೊಂಡಿದ್ದೆನಲ್ಲ, ಅದು ಅಲ್ಪಸ್ವಲ್ಪ ತಗ್ಗಿತು. ಮಿದುಳು ಮತ್ತು ಮನಸ್ಸಿಗಿಂತಲೂ ಮೈಮಾಟವನ್ನೇ ನೆಚ್ಚಿಕೊಂಡು, ಮೈಯನ್ನೂ ಸರಕೆಂಬಂತೆ ಮಾರುವ- ಕಮರ್ಷಿಯಲ್ ಸಿನೆಮಾಗಳ ಬಗ್ಗೆ, ನನಗೆ ಮೊದಲಿನಿಂದಲೂ ಅಷ್ಟಕ್ಕಷ್ಟೇ ಆದ್ದರಿಂದ, ಈ ಮಾತಂಗಿಯೆಂಬ ಹೆಣ್ಣು- ನಿಜಕ್ಕೂ ಯಾರೆಂದು ತಿಳಿದಾದ ಬಳಿಕ, ನನ್ನೊಳಗಿನ ಕುತೂಹಲವೇ ಸೋರಿಹೋಯಿತು. ಸೊರಗಿ ಇಲ್ಲವಾಯಿತು! ಸಿನೆಮಾವನ್ನೊಂದು ಉದಾತ್ತ ಕಲೆಯನ್ನಾಗಿಸದ ಜನಪ್ರಿಯ ಸಂಸ್ಕೃತಿಯ ಬಗ್ಗೆ ಅಸಡ್ಡೆಯಿರುವ ನನಗೆ, 'ಅಭಿನೇತ್ರಿಕೆ'ಯೆಂದರೆ ಚಂದುಳ್ಳಿ ಹೆಣ್ಣೊಂದರ ಯೌವನಸ್ಥ ಮೈ'ಮೆರೆ'ಯಿಸುವ ಮದುವೆಗೆ ಮೊದಲಿನ ಹುಚ್ಚಾಟವೆಂದು, ಮಂದಿಯಿರಲಿ, ಖುದ್ದು ಆ ಕಲಾವಿದೆಯೇ ಅಂದುಕೊಳ್ಳುವಾಗ- ಇಂತಹ ಹೀರೋಇನ್ನುಗಳ ಬಗ್ಗೆ ಎರಡನೇ ಮಾತು ಹೇಳುವುದೂ ವ್ಯರ್ಥವೆಂದು ಸುಮ್ಮನಾಗಿದ್ದೆ.

ಆದರೆ ಮನಸ್ಸು ಕೇಳಬೇಕಲ್ಲ?

ಜಗನ್ನಾಥ ಕೃಷ್ಣನದೇ ಮೋಹನ'ರಾಗ'ಕ್ಕೀಡಾದಂತೆ, ಈ ಹೆಣ್ಣಿನೊಡನೆ ಒಂದು ರಾತ್ರಿಯನ್ನೂ ಒಂದು ಬೆಳ್ಳಂಬೆಳಗಿನ ಹಗಲನ್ನೂ ಸ್ಮರೋನ್ಮತ್ತವಾಗಿ ಕಳೆದನಲ್ಲ- ಈಗ ಹೀಗೆಲ್ಲ ಹೇಳಿದರೆ ತಪ್ಪಾಗುವುದಷ್ಟೆ? ಸಿನೆಮಾ ನಾಯಿಕೆಯೊಬ್ಬಳು ಇಷ್ಟು ಸಸಾರವೆನಿಸಿದ ಪಕ್ಷಕ್ಕೆ, ನಾನೇಕೆ ಅವಳ ಮೋಡಿಗೀಡಾದೆ? ಅವಳ ಬೆರಳಿರಲಿ

ಉಂಗುರದಂತಹುದರ ನಿರ್ಜೀವಸೋಂಕಿಗೂ ಯಾಕೆ ಪದೇ ಪದೇ ಸೋತು ಮೋಹಕ್ಕೊಳಗಾದೆ? ಇದು ಬರೇ ಮೈವಾಂಛೆಯಾಗಿದ್ದಲ್ಲಿ ಒಂದು ಇರುಳಿಡೀ, ಅವಳ ಸಂಗವನ್ನೂ ಸಂಗತಿಯನ್ನೂ ಸಾಂಗತ್ಯವನ್ನೂ ಹಾತೊರೆಯುತ್ತ ಕಳೆಯುವ ಅಗತ್ಯವಿತ್ತೇ? ಒಂದು ಹಂತದಲ್ಲಿ ನಾನು ಈ ಹೆಣ್ಣಿಗೆ ಪೂರಾ ಮನಸೋತಿದ್ದು ಸುಳ್ಳೇ? ನಿನ್ನೆಯ ಇರುಳು ನನ್ನ ಬದುಕಿನ ಸ್ಮರಣೀಯ ರಾತ್ರಿಯೆಂದು ಅವಳಿಗೂ ಹೆಚ್ಚಾಗಿ ಬಗೆದಿದ್ದು ಸುಳ್ಳೆ? ಅಥವಾ, ಇದೇನು ಸುಮ್ಮನೆ ಮೈಮೋಹವೇ? ಅವಳು ಮನಮೋಹನೆಯೂ ಹೌದಲ್ಲವೇ? ಇಲ್ಲದಿದ್ದಲ್ಲಿ ಇವಳೊಡನೆ ಬ್ರೆಡ್ಡು-ಕೇಕುಗಳ ಸುಲಿಗೆ ಮಾಡುತ್ತಿದ್ದೆನೆ? ಬರೇ ಸುಲಿಗೆಯಾದರೂ ಮಾಫಿ! ದರೋಡೆಯೆಂಬ ದರೋಡೆಯಲ್ಲಿಯೂ ಸಾಥಿತ್ತೆನಲ್ಲವೇ?

ದರೋಡೆಯ ವಿಚಾರ ಬಂದಿದ್ದೇ, ನನಗೆ ನಾನೇ ನಕ್ಕು ಎಡಗೈಯಲ್ಲಿದ್ದ ಉಂಗುರವನ್ನೊಮ್ಮೆ ಮುದ್ದಿಸಿದೆ. ಅಚಾನಕ್ಕನೆ ಮುದ್ದಿಸಿದ್ದೇಕೆಂದು ದಡಬಡನೆ ತಡವರಿಸಿ ಎಚ್ಚೆತ್ತೆ. ಅದನ್ನು ಬಿಚ್ಚಿ ಚೀಲದಲ್ಲಿ ಒತ್ತರಿಸಬೇಕೆಂದು ಅಂದುಕೊಂಡೆ ಸಹ. ಆದರೆ ಒಲ್ಲೆನ್ನಿಸಿ ಸುಮ್ಮನಾದೆ.

ಮಾತಂಗಿಯ ಅಮ್ಮನ ಮಾತುಗಳನ್ನು ಕೇಳಿಸಿಕೊಂಡಾಗ, ಆಕೆಯದಿರಲಿ, ಮಾತಂಗಿಯದ್ದೂ- ಈ ದೇಶದ ಯಾವುದೇ ಕೆಳಮಧ್ಯಮ ವರ್ಗದ ತಲೆತಿರುಕ ಹುರುಪೇನೋ ಅನ್ನಿಸಿದ್ದು ಹೌದು. ಹೆಚ್ಚೇನೂ ಶಿಕ್ಷಣವಿಲ್ಲದೆ, ಮನಸಿರಲಿ ಬುದ್ಧಿಯನ್ನೂ ದುಡಿಸದೆ, ನಗರೋನ್ನತ ಮಂದಿಯ ಸಂಪರ್ಕವಿಲ್ಲದೆ, ಇದ್ದಕ್ಕಿದ್ದಂತೆ ಬದುಕಿನಲೊಂದು ಭಾಗ್ಯ ತೆರೆದು- ಬಲು ಕ್ಷಿಪ್ರವಾಗಿ ಮುಂಚೂಣಿಗೆ ಬಂದ ಕೇಸು ಇದಾಗಿರಬಹುದು. ವಿಚಿತ್ರವೆಂದರೆ, ಹೀಗೆ ಉಂಟಾದ ಮಂದಿಯೆಲ್ಲ, ತಮ್ಮನ್ನೇ ತಾವು ಕಡು 'ನಾಗರಿಕ'ವೆಂದು ಬಗೆಯುವುದು! ಇವರ ಮಟ್ಟಿಗೆ 'ನಾಗರಿಕತೆ'ಯೆಂದರೆ ಎಂಥದೋ ಮಾಯೆಯ ಉತ್ಪತ್ತಿಯಂತಿರುವ ನಗರ-ಶಹರಗಳ ರಿವಾಜುಗಳನ್ನು ಮೈವೆತ್ತಿ ನಡೆಯುವುದು!

ಇಷ್ಟಕ್ಕೂ ನಾಗರಿಕತೆ ಅಂದರೇನು?

ಸುಡುಗಾಡು... ಈಗ ಈ ಪರಿ, 'ಪ್ರೀಚೀ ಪ್ರೀಚೀ' ಮಾತುಗಳೇಕೆ? ಸುಮ್ಮನೆ ಬೋಧನೆಗಳೇಕೆ?

ಇಷ್ಟಿದ್ದೂ, ಈ ಮಾತಂಗಿ, ತನ್ನ ಬದುಕಿನಿಂದ ಚೂರೂ ಪಾಠ ಕಲಿತಿಲ್ಲವೇನೋ... ಸಿನೆಮಾವೆಂಬ ಥಳುಕುಬಳುಕಿನಲ್ಲಿರುವ ಬಹುತೇಕ ಮಂದಿ ಹೀಗೇ ತಾನೇ? ಆಡುವುದೆಲ್ಲ ಹೇಳಿಕೊಟ್ಟ ಮಾತಷ್ಟೆ? ಯಾರೋ ಬರೆದು ಕೊಟ್ಟಿದ್ದನ್ನು ಗಿಣಿಪಾಠದ ಹಾಗೆ ಒಪ್ಪಿಸುವುದು... ಬರೆದಿತ್ತ ಮಾತಿನ ಅರ್ಥಾನರ್ಥವನ್ನೂ ಅರ್ಥೈಸಿಕೊಳ್ಳದೆ ಬದುಕುವುದು! ಇದ್ದಕ್ಕಿದ್ದಂತೆ ಉಂಟಾದ ಗ್ಲಾಮರಿನ ಹೊಳೆಯಲ್ಲಿ ಈಡಾಗಿ

ಈಡಾಡುವ ಈ ಮಂದಿ ಬದುಕಿಗೆ ತಮ್ಮನ್ನು ತಾವು ಒಡ್ಡಿಕೊಳ್ಳುವರೆಲ್ಲಿ? ಬದುಕಿನೆದುರು ತೆರೆದುಕೊಂಡು ತನ್ನ ನಿಜವಾದ ಜಾಯಮಾನವೇ ಇದೆಂದು ಒಪ್ಪಿಕೊಂಡಾರೆಲ್ಲಿ?

ಇನ್ನು, ಈ ಹೆಣ್ಣೊ, ತನಗೆ ಇಂಗ್ಲಿಷಿನ ಮಾತು ಮಾತ್ರ ಗೊತ್ತು, ಓದು ಬರೆಯಲು ಗೊತ್ತಿಲ್ಲ ಅಂದಳಲ್ಲ– ಏನನ್ನುವುದು ಇದನ್ನು? ಹೀಗೆ ಹೇಳಿದ್ದರ ಅರ್ಥ, ಬದುಕಿನೊಡನೆಯ ವ್ಯವಹಾರಕ್ಕೆ ಎಷ್ಟು ಬೇಕೋ ಅಷ್ಟು ಕಲಿಕೆ ಸಾಕೆಂದು ತಾನೇ? ಇರಬಹುದು... ಇಲ್ಲದೆಯೂ ಇರಬಹುದು... ಹುಹ್ಹ್... ನಾನೇಕೆ ಮತ್ತೆ ನನ್ನ ಅಭಿಮತಗಳನ್ನು ಹೇರುತ್ತಿರುವೆ? ಮುಂದೆಂದೂ ಭೇಟಿಯಾಗದ ಹೆಣ್ಣೊಂದರ ಮೇಲೆ ಹೀಗೆಲ್ಲ ಉಮೇದುಗಳನ್ನು ಹೂಡುವುದೇ? ಬೇಡ ಅಂದುಕೊಂಡೆ. ಉಂಗುರವನ್ನು ಕಿರುಬೆರಳಿನಿಂದಲೊಮ್ಮೆ ಹೊರತೆಗೆದು, ಕೆಲಗಳಿಗೆ ಅದನ್ನೇ ದಿಟ್ಟಿಸಿ ನೋಡಿ ವಾಪಸು ತೊಟ್ಟೆ.

ಮುಂದಿನ ಕ್ಷಣಕ್ಕೆಲ್ಲ, ಅಂದರೆ ಹೋದ ಎರಡನೇ ಮಿನಿಟಿಗೆಲ್ಲ ಕರೆಂಟು ಬಂತು. ತಲೆಯ ಮೇಲೆ ತೂಗಿ ಸ್ತಬ್ಧವಾಗಿದ್ದ ದೊಡ್ಡ ರೆಕ್ಕೆಗಳ ಫ್ಯಾನಿನ ಕಾಲಚಕ್ರ ಮತ್ತೆ ಹೊರಳತೊಡಗಿತು. ಹಾಗೇ ಏಸಿ ಚಾಲೂಗೊಂಡಿತು. ತಾನೂ ವಿದ್ಯುತ್ ತಾಳಿದೆನೆಂದು ಟೀವಿಯಲ್ಲಿ ಸಣ್ಣನೆ ಕೆಂಪನೆ ಮಿಣುಕುಬೊಟ್ಟು ತೋರಿಬಂತು.

ತಕ್ಷಣ ರಿಮೋಟೊತ್ತಿದೆ. ಏನೂ ಬರಲಿಲ್ಲ. ಕಿಟಕಿಯಾಚೆ ಸಣ್ಣಗೆ ಹನಿಯುತ್ತಿರುವ ಮಳೆಯು– ತನ್ನೊಳಗೆ ಮಾತ್ರ ಜೋರಾಗಿದೆಯೆಂಬಂತೆ– ಟೀವಿ, ಬೆಳ್ಳನೆ ಕಪ್ಪನೆ ಚುಕ್ಕಿಗಳನ್ನು ಸರಭರನೆ ಸರಿಸಿ ಸರಿಸಿ ತೋರಿತು. ರಿಮೋಟಿನಲ್ಲೊಂದಿಷ್ಟು ಅಲ್ಲಿಲ್ಲಿ ಒತ್ತಿ ಒತ್ತಿ ಸರ್ಕಸು ಮಾಡಿದೆ. ಉಪಯೋಗವಾಗಲಿಲ್ಲ.

ಚಂದ್ರದೀಪ್ತ ಏನೋ ಹೇಳುತ್ತಿದ್ದನಲ್ಲ, ಅದನ್ನು ಪೂರ್ತಾ ಕೇಳಿಸಿಕೊಂಡ ಮೇಲೆ– ಹೊರಹೊರಡುವುದೆಂದು ನಿರ್ಧರಿಸಿಕೊಂಡಿದ್ದರೆ, ಆಗಿದ್ದೇ ಇನ್ನೊಂದು! ಆಗಬಾರದ್ದು!

ಸರಿ... ಅಷ್ಟರಲ್ಲಿ ಬೆಲ್ಲಾಯಿತು. ಎದ್ದು ಬಾಗಿಲು ತೆರೆದೆ. ಹೌಸ್‌ಕೀಪಿಂಗಿನ ಹುಡುಗ ನೀರಿನ ಬಾಟಲಿಯೊಡನೆ ವಾಪಸು ಬಂದಿದ್ದ. 'ಕಮ್ಮ್ ಕಮ್ಮ್...' ಅನ್ನುತ್ತ ಬರಮಾಡಿಕೊಂಡೆ. 'ಕೆನ್ ಯು ಚೆಕ್ ದಿಸ್ ಟೀವಿ, ಪ್ಲೀಸ್...' ಎಂದು ಹೇಳಿ ರಿಮೋಟು ಕೈಗಿತ್ತೆ.

ಹುಡುಗ ಏನೋ ಮೋಡಿ ಮಾಡಿದ. ಟೀವಿಯಲ್ಲಿ ಒಡಿಸ್ಸೀ ಚಾನಲೊಂದು ತೆರೆದುಬಂತು. 'ಆಪ್ ಕ್ಯಾ ದೇಖ್‌ನಾ ಚಾಹೇಂಗೇ?' ಕೇಳಿದ. 'ರಥಯಾತ್ರಾ...' ಎಂದು ಸುಮ್ಮನೆ ಹೇಳಿದೆ. ಯಾಕೆ ಸುಳ್ಳು ಹೇಳಿದೆನೋ, ಅರಿಯೆ... ಒಟ್ಟಾರೆ ಹೇಳಿದೆ! ನನಗೆ ಒಡಿಯಾ ಭಾಷೆ ಗೊತ್ತಿಲ್ಲವೆಂದು ಊಹಿಸಿದವನು, ತಕ್ಷಣ ಯಾವುದೋ ನಂಬರೊತ್ತಿ ರಿಮೋಟನ್ನು ನನ್ನ ಕೈಗಿತ್ತ.

ಟೀವಿಯಲ್ಲಿ ರಥಯಾತ್ರೆಯ ಇಂಗ್ಲಿಷ್ 'ಅವತರಣಿಕೆ' ಮೂಡಿಬಂತು.

85

ಇನ್ನೊಂದು ಆಘಾತ ಕಾದಿತ್ತು!

ಕರೆಂಟು ಹೋಗಿ, ಕನ್ನಡದಿಂದ ಒಡಿಸ್ಸೀ ಚಾನಲಿನಲ್ಲಿ ಕಣ್ಣು ಬಿಚ್ಚಿಕೊಂಡ ಟೀವೀ, ಕಾಕತಾಳೀಯವೆನ್ನಿಸದ ಹಾಗೆ– ಹೊಸತೇ ಅವಘಡವೊಂದು ತೆರೆದು ತೋರಿತು!

ರಿಮೋಟಿನಲ್ಲಿ ಮುಂದಿನ ನಂಬರು ಒತ್ತೋಣವೆಂದುಕೊಂಡೆನಷ್ಟೆ, ಟೀವಿಯಲ್ಲಿ ಒಂದು ಪರಿಚಿತ ಘಟನೆ ಮೂಡಿಬಂತು. ಘಟನೆಯೆಂದರೆ ಚಿತ್ರಿಕೆ! ಒಂದು ಅನಿರೀಕ್ಷಿತ ಘಟೇಜು! ಇಬ್ಬರು ಮುಸುಕುಧಾರಿಗಳು ಕೈಯಲ್ಲಿ ಚಾಕು ಝಳಪಿಸಿಕೊಂಡು ಬೇಕರಿಯೊಳಗೆ ನಿಂತಿದ್ದ ದೃಶ್ಯ!

ಅಬ್ಬಾ! ನಿಂತಲ್ಲೇ ನಿಂತು ಧಸಕ್ಕನೆ ಕುಸಿದುಹೋದೆ!

ಸಾವರಿಸಿಕೊಳ್ಳುವುದು ಕಷ್ಟವೇ ಆಯಿತು. ಕುಸಿದಲ್ಲೇ ಕುಸಿಯದೆಯೆ ಏಕತ್ರ ನಿರುಕು ತಾಳಿದೆ. ಒಂದೇ ಸಮ ಎವೆಯಿಕ್ಕದೆ ನೋಡಿದೆ. 'ಬ್ರೆಡ್ ಡೆಕಾಯ್ಟಿ' ಎಂದು ದೊಡ್ಡ ದೊಡ್ಡ ಇಂಗ್ಲಿಷ್ ಅಕ್ಷರಗಳಲ್ಲಿ ಬರೆದಿದ್ದು ಓದಿದೆನಷ್ಟೆ, ಏನೆಂದು ನಿಚ್ಚಳಿಸಿಬಿಟ್ಟಿತು! ದಂಗುಬಡಿದುಹೋದೆ. ಸಿಡಿಲೆರಗಿದ ಗರದಲ್ಲಿ ನಿಲ್ಲಲೊಲ್ಲದ ನಿಲುವು ತಾಳಿ ನಿಂತೆ. ನಿಧನಿಧಾನವಾಗಿ ಹಕೀಕತಿನೊಳಕ್ಕೆ ಬಂದೆ.

'ಪುರೀ ನಗರದಲ್ಲಿ ಬೆಳ್ಳಂಬೆಳಿಗ್ಗೆ ಒಂದು ಡಕಾಯಿತಿ ಜರುಗಿದೆ. ಅದೂ ರಥಯಾತ್ರೆಯ ದಿನವೇ ಜರುಗಿದೆ. ಏನನ್ನು ಲೂಟಿ ಮಾಡಲಾಗಿದೆಯೆಂದರೆ ಆಶ್ಚರ್ಯವಾಗಬಹುದು...' ಬೆಳ್ಳನೆ ಶರಟಿನ ಮೇಲೆ ಕಡುಹಳದಿಯ ಕೋಟೂ, ಅದೇ ಹಳದಿಯ ಪ್ಯಾಂಟೂ ತೊಟ್ಟಿದ್ದ ಹೆಣ್ಣು ಮಾತನಾಡುತ್ತಿದ್ದಳು. 'ಹೌದು... ವೀಕ್ಷಕರೇ. ಬರೇ ಒಂದಿಷ್ಟು ಬ್ರೆಡ್ಡನ್ನು ಲೂಟಿಮಾಡಲಾಗಿದೆ...'

ವ್ವ್... ವ್ವಾಟ್?

ಪರದೆಯ ಮೇಲೆ ಮತ್ತೆ ಮತ್ತೆ ಇಬ್ಬರು ಮುಸುಕುಧಾರಿಗಳ ಚಿತ್ರಿಕೆಯನ್ನು ಹರಿಬಿಡಲಾಯಿತು. ವಿಡಿಯೋದ ಗುಣಮಟ್ಟ ಚೆನ್ನಿರಲಿಲ್ಲವಾದ್ದರಿಂದ, ಅದು 'ಕರಾಚಿ' ಬೇಕರಿಯೊಳಗಿನ ಸೀಸೀಟೀವಿಯ ದಾಖಲೆಯೆಂದು ಗೊತ್ತಾಗುತ್ತಿತ್ತು.

ಜಯ ಜಗನ್ನಾಥ ಹರೇ!

ಈ ಹೆಣ್ಣಿನ ಮಾತು ಕೇಳಿ ಕೆಟ್ಟೆನಲ್ಲಪ್ಪಾ... ಅಂದುಕೊಂಡೆ! ಇನ್ನು ಆ ಜಗನ್ನಾಥನ ಭಜನೆಯೇ ಗತಿ ಅಂತನ್ನಿಸಿಬಂತು!

'ಇಡೀ ಪುರೀ ಶಹರದಲ್ಲಿ ಕಟ್ಟೆಚ್ಚರವನ್ನು ಹೂಡಲಾಗಿದೆ. ಯಾವುದೋ

ಉಗ್ರಗಾಮೀ ಸಂಘಟನೆಯ ಮಂದಿ ಊರೊಳಗಿದ್ದಾರೆಯೇ ಎಂಬ ಕೋನದಿಂದ ಪೊಲೀಸರು ಇಡೀ ಸನ್ನಿವೇಶವನ್ನು ವಿಶ್ಲೇಷಿಸುತ್ತಿದ್ದಾರೆ. ಹಾಗೇ ಜಗನ್ನಾಥಜೀಯವರ ರಥಯಾತ್ರೆಗೆ ಏನೂ ಅಡಚಣೆಯಾಗದಂತೆ ಭದ್ರಾತಾಸಿಬ್ಬಂದಿಯನ್ನು ಹೂಡಲಾಗಿದೆ. ಅದಿಬದಿಯ ರಾಜ್ಯಗಳಿಂದ ಭದ್ರತಾ ಸಿಬ್ಬಂದಿಯನ್ನು ಕರೆಸಲಾಗಿದೆ. ಈಗಾಗಲೇ ಪಶ್ಚಿಮ ಬಂಗಾಳ ಮತ್ತು ತೆಲಂಗಾಣದಿಂದ ಪೊಲೀಸ್ ಪಡೆ ಬಂದಿಳಿದಿದೆ. ಕೇಂದ್ರ ಸರ್ಕಾರದ ವಿಶೇಷ ತನಿಖಾದಳವೂ ಇನ್ನೇನು ಬರಬಹುದೆಂದು ಊಹಿಸಲಾಗಿದೆ!'

ಅಯ್ಯಯ್ಯೋ... ಇನ್ನೇನು ಗತಿ?

ಸುಮ್ಮನೆ ತಮಾಷೆಗೆಂದು ಕೈಕೊಂಡಿದ್ದು ಈ ಪರಿ ವಿಪರೀತಕ್ಕೆ ಹೋಗುವುದೇ? ಜಗನ್ನಾಥ! ಕೃಷ್ಣ ಕೃಷ್ಣ!

ಟೀವಿಯಲ್ಲಿ ಎರಡೂ ಮುಸುಕುಧಾರಿಗಳ ಬುರುಡೆಯನ್ನೇ ನೇರ ತೋರುವ ಹಾಗೆ, ವಿಡಿಯೋವನ್ನು ಸ್ತಬ್ಧ ಮಾಡಲಾಯಿತು. ತಕ್ಷಣ ನನ್ನ ಗುಂಡಿಗೆಯೂ ಸ್ತಬ್ಧಯಿಸಿತೋ ಹೇಗೆ? ಟೀವಿಯವರ ಕಂಪ್ಯೂಟರು ನೇರ ಇಮೇಜಿನ ಒಳಹೊಕ್ಕು ಅದನ್ನು ಸಾಧ್ಯವಾದಷ್ಟೂ ಹಿಗ್ಗಿಸಿ ತೋರಿತು. ಚಿತ್ರ ವಿಸ್ತಾರಗೊಂಡಷ್ಟೂ ಅದರೊಳಗಿನ ಪಿಕ್ಸೆಲುಗಳು ಸ್ಪಷ್ಟತೆ ಕಳಕೊಂಡವಾದರೂ, ಮುಸುಕಿಗೆ ಬಳಸಿದ ಬಟ್ಟೆಯನ್ನು ಮಾತ್ರ ಯಾತರದ್ದೆಂದು ಊಹಿಸಬಹುದಾಗಿತ್ತು!

ಹುಹ್ಹ್... ಬೇಕಿತ್ತೇ ಇವೆಲ್ಲಾ? ಬ್ಲಡೀ ಬಿಚ್ಚ್... ಮಾತಂಗಿಯನ್ನು ಮನಸಾರೆ ಹಳಿದೆ!

ನೋಡುನೋಡುತ್ತಲೇ ಚಿತ್ರವನ್ನು ಕುಗ್ಗಿಸಲಾಯಿತು. ಅಲ್ಲಿದ್ದ ನನ್ನ ಬುರುಡೆಯ ಸುತ್ತಲೂ ಒಮ್ಮೆ, ಮಾತಂಗಿಯದರ ಸುತ್ತಲೂ ಒಮ್ಮೆ– ಹೀಗೆ ಎರಡು ಹಳದಿವೃತ್ತಗಳನ್ನು ಕಂಪ್ಯೂಟರು ಬಿಡಿಸಿತು.

ಏನಿದೇನಿದು? ಅಯ್ಯೋ... ವೃತ್ತವೋ ಉರುಳಿನ ವರ್ತುಲವೋ? ಒನ್ನಮೂನೆ ನಡುಕವುಂಟಾಯಿತು!

'ಈ ಫುಟೇಜನ್ನು ಆಧರಿಸಿ ಪೊಲೀಸರು ಚಿತ್ರದಲ್ಲಿರುವುದು ಒಬ್ಬ ಗಂಡಸೆಂದೂ, ಇನ್ನೊಬ್ಬ ಹೆಂಗಸೆಂದೂ ಊಹಿಸಿದ್ದಾರೆ... ದರೋಡೆಯಲ್ಲಿ ಪಾಲುಗೊಂಡ ಈ ಇಬ್ಬರಲ್ಲಿ, ಕರಾಚಿ ಬೇಕರಿಯಲ್ಲಿ ಆ ಹೊತ್ತಿನಲ್ಲಿದ್ದ ಏಕೈಕ ಸಿಬ್ಬಂದಿಯೊಡನೆ– ಒಂದು ಹೆಣ್ಣುದನಿ ಮಾತನಾಡಿತೆಂದು ಹೇಳಲಾಗಿದೆ. ಆಕೆಯ ಒಡನಿದ್ದ ಇನ್ನೊಬ್ಬ ವ್ಯಕ್ತಿ ಗಂಡಸೆಂದೂ, ಗಡ್ಡಧಾರಿಯೆಂದೂ ಶಂಕಿಸಲಾಗುತ್ತಿದೆ. ಅಲ್ಲದೆ, ಈ ಮುಸುಕುಧಾರಿಗಳು ತಮ್ಮ ತಲೆಗಳಿಗೆ ಸುತ್ತಿಕೊಂಡಿರುವುದು ಜಗನ್ನಾಥ ಗುಡಿಯಲ್ಲಿ ಪಂಡಾಗಳು ಬಳಸುವ ಬಟ್ಟೆಯನ್ನೇ ಎಂದು ಪ್ರಾಥಮಿಕ ತನಿಖೆಯ ಮೇರೆಗೆ ದೃಢಪಟ್ಟಿದೆ...'

ದೇವರೇ... ಈಗೇನು ಮಾಡುವುದು? ಥರಥರನೆ ನಡುಕ ಹುಟ್ಟಿತು. ಈವರೆಗೆ ತನ್ನ ತಾನೇ ತಿನ್ನುವಷ್ಟು ಹಸಿದಿದ್ದ ಹೊಟ್ಟೆಯನ್ನೇ, ಇನ್ನಿರದೆ ಬಂದೆರಗಿದ ಈ ಆತಂಕವು ನೊಣೆದು ನೀರು ಕುಡಿಯಿತೇನೋ!

ಇಷ್ಟು ಸಾಲದೆಂಬಂತೆ, ಟೀವಿಯಲ್ಲಿನ ಚಿತ್ರವನ್ನು ಮಾತಂಗಿಯ ಬಲಗೈಯ ಸುತ್ತಲೂ ವಿಸ್ತರಿಸಲಾಯಿತು.

ಹೌದು... ಚಾಕು ಹಿಡಿದಿದ್ದ ಬಲಗೈ! ಹೆಣ್ಣುಗೈ!

ಈಗ ಟೀವಿಯವರ ಕಂಪ್ಯೂಟರು ಇನ್ನೂ ಒಂದು ಕೈಚಳಕ ಕೈಕೊಂಡಿತು. ದೃಶ್ಯವು ಇನ್ನೂ ಗಹನಗೊಂಡು, ಅವಳ ಕೈಯಲ್ಲದೆ, ನಡುಬೆರಳಿನವರೆಗೂ ಆಳವಾಗಿ ನಿರುಕಿಸಿ ತೋರಿತು! ಹೌದು... ಮೂರು ಸುತ್ತಿನ ಉಂಗುರ!

ಸದ್ಯಕ್ಕೆ ನಾನು ಎಡಗೈಯ ಕಿರುಬೆರಳಿನಲ್ಲಿ ತೊಟ್ಟಿರುವ– ಅದೇ ಮೂರು ಸುತ್ತಿನ ಉಂಗುರ!

'ಈ ಚಿತವನ್ನು ನೋಡಿ. ಈ ಮೂರು ಸುತ್ತಿನ ಉಂಗುರವನ್ನು ಗಮನಿಸಿ... ಪೊಲೀಸರು ಈ ಉಂಗುರದ ಜಾಡು ಹಿಡಿದು ತನಿಖೆ ಕೈಕೊಂಡಿದ್ದಾರೆ. ಇಡೀ ಪ್ರಕರಣದ ರಹಸ್ಯವನ್ನು ಭೇದಿಸುವಲ್ಲಿ ಇದು ಕೆಲಸಕ್ಕೆ ಬಂದೀತೆಂದು ಹೇಳಲಾಗುತ್ತಿದೆ!'

ಮರುಕ್ಷಣಕ್ಕೆಲ್ಲ ನನ್ನ ಎಡಗೈಯ ಕಿರುಬೆರಳಿನಲ್ಲಿದ್ದ ಉಂಗುರವು ಬಲಗಡೆಯ ಅಂಗೈಯನ್ನು ತಲುಪಿತು. ಕರತಲಾಮಲಕದಂತೆ ತೋರಿ ಬಂದಿತು. ಅದರ ಮೇಕು, ಮಾಟ, ಒನಪು, ಒಡಪುಗಳನ್ನೆಲ್ಲ ಎವೆಯಿಕ್ಕದೆ ನೋಡತೊಡಗಿದೆ. ನೋಡಿದೆ. ನೋಡಿದೆ. ನೋಡಿಯೇ ನೋಡಿದೆ. ಇದಕ್ಕೇ ತಾನೇ ನಾನು ಇನ್ನಿರದೆ ಮರುಳಾಗಿದ್ದು? ಇದರ ಮೂರು ಸುತ್ತಿನ ಮೋಹಕ್ಕೀಡಾಗಿದ್ದು? ಹುಷ್... ಅಂದುಕೊಂಡೆ. ತಕ್ಷಣ ಅದನ್ನು ಬಿಸಾಡುವುದನ್ನಿಸಿತು. ಯಾಕೋ ಮನಸ್ಸು ಬರಲಿಲ್ಲ!

ಇನ್ನು ನೇಣಿನ ಕುಣಿಕೆಗೆ ಕೊರಳೊಡ್ಡುವುದೇ ಸೈ... ಅನ್ನಿಸಿಬಂತು. ಅಪ್ಪನಿಗೆ ಮೊರೆ ಹೋಗದೆಯೇ ಸಂದಿಗ್ಧ ಇತ್ಯರ್ಥಿಸದಲ್ಲವೇ... ಎಂದು ಅನ್ನಿಸಿತು. ಉತ್ಕಟವಾಗಿ ಅನ್ನಿಸಿತು. ಈಗಿಂದೀಗಲೇ ಫೋನು ಮಾಡುವುದೇ... ಅಂದುಕೊಂಡೆ.

ಹುಷ್... ಬೇಡ ಬೇಡ! ಅಪ್ಪನೊಡನೆ ಮಾತಿರದೆ ಸೆಣಸುವುದೆಂಬ ಇರಾದೆಯಲ್ಲಿ ಓಡಿಬಂದೆನಲ್ಲ, ಈ ಪಲಾಯನಕ್ಕೊಂದು ಘನತೆಯಾದರೂ ಬೇಕಲ್ಲವೇ? ನಾನೇ ಅದರ ಅಸ್ಮಿತೆಯನ್ನು ಹಾಳುಗೆಡಹುವುದೇ? ಈ ಪರಿ ಪುಕ್ಕಲನಾಗಿ ಕೈಬಿಡುವುದೇ? 'ಐಳ... ಸಾವಾದರೂ ಸರಿಯೇ... ನಿನ್ನ ನಿಲುವು ಸಂಭಾಳಿಸಿಕೋ...' ಎಂದು ನನಗೆ ನಾನೇ ಹೇಳಿಕೊಂಡೆ.

ನಿಧಾನವಾಗಿ ಧೃತಿ ತಾಳಿದೆ.

ಏನೋ ಹೊಳೆದು ಬಂತು. ನಾನು ತೊಟ್ಟಿದ್ದ ಕಡುಹಸಿರು ಬಣ್ಣದ

ಹೊರಚಲ್ಲಣವಿದೆಯಲ್ಲ, ಅದಕ್ಕೆ ಎಂಟು-ಹತ್ತು ಜೇಬುಗಳಿವೆ. ಹಿಂದೆ, ಅಂಡಿನ ಒಂದೊಂದೂ ಡುಬ್ಬದ ಮೇಲೆ ತಲಾ ಎರಡು, ಮುಂದೆ, ಎಡದ ಮತ್ತು ಬಲದ ತೊಡೆಗಳಲ್ಲಿ ಎರಡೆರಡು. ತೊಡೆಗಳಲ್ಲಿ ಮಂಡಿಯ ಸ್ವಲ್ಪ ಮೇಲಕ್ಕೆ ಮಂಡಿಯವರೆಗೂ ಇಳಿದುಬರುವ ಜೇಬುಗಳೊಳಗೆ ಇನ್ನೂ ಎರಡು ಮರಿಜೇಬುಗಳಿವೆ. ಹೀಗೆ ಟೋಟಲೀ ಹತ್ತು ಜೇಬುಗಳುಳ್ಳ ಈ ಚಲ್ಲಣವನ್ನು ನಾನು ಪ್ರಯಾಣದ ಸಮಯದಲ್ಲಿ ಅಡ್ಡಾಡಲಿಕ್ಕೆ ಬಲು ಹಿತಕಾರಿಯೆಂದು ಸದಾ ಬಳಸುತ್ತೇನೆ. ಮೊಬೈಲು, ವಾಲೆಟಿತ್ಯಾದಿ 'ಹ್ಯಾಂಡೀ' ಸರಕನ್ನೆಲ್ಲ ಮೈಯಾರೆ ತೊಡಬಹುದೆನ್ನುವ ಇರಾದೆಯಿಂದ ತೊಡುತ್ತೇನೆ.

ಸರಿ... ಉಂಗುರವನ್ನು ಸೀದಾ ಬಲಗಡೆಯ ತೊಡೆಯಲ್ಲಿರುವ ಜೇಬೊಳಗಿನ ಮರಿಜೇಬಿನಲ್ಲಿ ಇಳಿಬಿಟ್ಟುಕೊಂಡೆ. ಒಳಗೆ ಹೀಗೊಂದು ನಿಗೂಢ ಎಡೆಯಿದೆಯೆಂದು ಯಾರಿಗೆ ತಾನೇ ಗೊತ್ತಾದೀತೆಂಬ ಧೈರ್ಯ ತಾಳಿ ಒಳಕ್ಕಿಳಿಸಿದೆ

ಈಗ ಮನಸ್ಸಿಗೆ ಸ್ವಲ್ಪ ಹಿತವೆನ್ನಿಸಿತು.

'ಪೊಲೀಸರು ಎಲ್ಲ ಹೊಟೆಲುಗಳಲ್ಲೂ ಒಂದೊಂದಾಗಿ ತನಿಖೆ ಕೈಕೊಳ್ಳುತ್ತಿದ್ದಾರೆ. ಗೃಹಸಚಿವಾಲಯವು ಇಡೀ ಸನ್ನಿವೇಶವನ್ನು ತನ್ನ ಸುಪರ್ದಿಯಲ್ಲಿ ನಿರ್ದೇಶಿಸುತ್ತಿದೆ...' ಟೀವೀ-ಲಲನೆ ಒಂದೇ ಸಮ ವಿಲವಿಲನೆ ವಿಲನಿನ ಹಾಗೆ ಒರಲಿಕೊಂಡಳು!

ಸತ್ತೆನೋ ಬೇಸತ್ತೆನೋ ಎಂಬಂತೆ- ತಕ್ಷಣ ಟೀವಿಯನ್ನು 'ಆಫ್' ಮಾಡಿದೆ.

ಒಮ್ಮಿಂದೊಮ್ಮೆ ನನ್ನ ಗಮನವಷ್ಟೂ ಬೆನ್ನುಚೀಲದ ಬದಿಪೌಚಿನೊಳಗಿನ ಧೋತರದ ಹರುಕಿನತ್ತ ಹರಿದುಹೋಯಿತು. ಹೋಗಲಿ... ಇದನ್ನೇಕೆ ನಾನು ಎತ್ತಿಕೊಂಡು ಬಂದೆ? ಅಥವಾ, ಈ ಹೆಣ್ಣೇಕೆ ಇದೊಂದನ್ನು ನನ್ನ ಪಾಲಿಗೆಂದು ಉಳಿಸಿ ಹೋಗಬೇಕಿತ್ತು? ನಿನ್ನ ಪಾಲಿನ ಅಪರಾಧದ ಕುರುಹು ನಿನ್ನಲ್ಲಿಯೇ ಇರಲಿ... ಅಂತೆಂದೇ? ಹುಹ್ಹ್... ಈಗ ಇದನ್ನೇನು ಮಾಡಲಿ? ಸದ್ಯಕ್ಕೆ ಇದನ್ನು ನಿರ್ನಾಮ ಮಾಡುವುದೊಂದೇ ನನ್ನೆದುರಿಗಿನ ದಾರಿ! ಆದರೆ ಹೇಗೆ ಮಾಡುವುದು? ಎಲ್ಲಿ ವಿಸರ್ಜಿಸುವುದು?

ಹಿಂದೆಯೇ ಏನೇನೆಲ್ಲ ಪತ್ತೇದಾರೀ ಸಿನೆಮಾಗಳು ನೆನಪಾದವು. ಹಿಚ್‌ಕಾಕ್, ಶೆರ್ಲಾಕ್ ಹೋಮರನ್ನೆಲ್ಲ ಒಟ್ಟೊಟ್ಟಿಗೆ ನೆನೆನೆನೆದು ಕೈಮುಗಿದೆ! ಜೇಮ್ಸ್ ಬಾಂಡಿನ ಥರಥರದ ಹೀರೋಗಿರಿಯನ್ನೆಲ್ಲ ಸ್ಮರಿಸಿದೆ. ಛೇ... ಇವೆಲ್ಲ ಹಳೆಯ ಐಡಿಯಾಗಳಾದವು. ಈ ಮಂದಿಯಾಚೆಗೂ ಜಗತ್ತು ಮುಂದುವರೆದಿದೆಯಷ್ಟೇ... ಅಂದುಕೊಂಡೆ.

ಈ ಭುವಿಯಲ್ಲುಂಟಾಗಿ ಮನುಷ್ಯ ಕೈಯಾಡಿಸಿದ ಸಂಗತಿಯನ್ನು ಇಲ್ಲವಾಗಿಸುವುದು ಎಷ್ಟು ಕಷ್ಟ ಅಂತನ್ನಿಸಿತು! ಕೊಲೆ ಮಾಡುವುದು ಸುಲಭ, ಆದರೆ ಹೆಣವನ್ನು ಇಲ್ಲವಾಗಿಸುವುದು ಹೇಗೆ? ನನ್ನ ಕೊರಳಿನ ಉರುಳಾಗಬಲ್ಲ ಈ ಹರುಕುಬಟ್ಟೆಯನ್ನು ಹರಿದು ಬಿಸಾಡುವುದೇ ಗತಿ ಅಂದುಕೊಂಡೆ. ಹಿಂದೆಯೇ

ವಿರುದ್ಧ ನಿಲುವು ತಾಳಿದೆ. ಛೇ.. ಛೇ... ಇದು ಸರಿಯೇ... ನನ್ನ ಬದುಕಿನ ಅತ್ಯಂತ ಆಪ್ಯಾಯಕರ ರಾತ್ರಿಯೊಂದರ ಕುರುಹಲ್ಲವೇ? ಆ ಹೆಣ್ಣು ಹೆಂಗಸೇ ಇದನ್ನೊಂದು ಸ್ಮರಣಿಕೆಯಾಗಿ ಬಳಿಯಿಟ್ಟೇನೆಂದು ಇರುವಾಗ, ನಾನು ಬಿಸಾಡುವುದೇ?

ಸರಿ... ಕೊನೆಗೊಂದು ಹೊಳೆಯಿತು. ಹರುಕುಬಟ್ಟೆಯನ್ನು ಕಿಸೆಯಲ್ಲಿಳಿಸಿ ಕನ್ನಡಿ ನೋಡಿಕೊಂಡೆ. ಸರಿ ಅನಿಸಲಿಲ್ಲ. ಜೇಬಿನಲ್ಲಿ ಬಾಂಬಿಟ್ಟುಕೊಂಡಂತೆ ಕಂಡಿತು! ಮತ್ತೆ ಹೊರಗೆಳೆದೆ. ಹೊರಚಲ್ಲಣವನ್ನು ಬಿಚ್ಚಿ, ಒಳಚಡ್ಡಿಯ ಮೇಲುಪಟ್ಟಿಯ ಮೇಲೆ– ಕಿಬ್ಬೊಟ್ಟೆಗೂ ಕೊಂಚ ಕೆಳಗಿನ ಸೊಂಟದ ಸುತ್ತಲೂ ಈ ಹರುಕುಬಟ್ಟೆಯನ್ನು, ಒಂದೂವರೆ ಸುತ್ತಿನಷ್ಟು ಸುತ್ತಿ ಕಟ್ಟಿಕೊಂಡೆ. ಮತ್ತೆ ಹೊರಚಡ್ಡಿಯನ್ನೇರಿಸಿಕೊಂಡು, ಟೀಶರಟು ಕೆಳಗಿಳಿಸಿಕೊಳ್ಳುವಾಗ– ಕನ್ನಡಿಯಲ್ಲಿ ಎಲ್ಲವೂ ಸುಸೂತ್ರವೆನ್ನಿಸಿತು!

ರಥಬೀದಿಯ ಮಂದಿಸಂದಣಿಯಲ್ಲಿ ಯಾರಿಗೂ ಕಾಣಿಸದ ಹಾಗೆ ಇದನ್ನು ವಿಸರ್ಜಿಸುವುದು... ಅಂದುಕೊಂಡು, ಮಂಚದ ಮೇಲಿನ ಕೈಫೋನು ಎತ್ತಿಕೊಂಡೆ. ಅದು ಫ್ಲೈಟ್‌ಮೋಡಿನಲ್ಲಿ ಉಂಟಷ್ಟೇ ಎಂದೊಮ್ಮೆ ಪರೀಕ್ಷಿಸಿ, ಕಿಸೆಗಿಳಿಸಿಕೊಂಡು ಬೂಟು ಕಟ್ಟಿದೆ. ಮೇಜಿನಲ್ಲಿ ಇಟ್ಟಿದ್ದ ವಾಲೆಟನ್ನು ಹೊರಚಲ್ಲಣದ ಎಡತೊಡೆಯಲ್ಲಿರುವ ಆಳವಾದ ಇನ್ನೊಂದು ಕಿಸೆಗಳಿಸಿಕೊಂಡು ಅಣಿಯಾದೆ.

ಮುನ್ನೂರ ಇಪ್ಪತ್ತೊಂದನೇ ರೂಮಿನ ಬಾಗಿಲಿಗೆ ಬೀಗ ಜಡಿದು, ಎಂದಿನ ಅಭ್ಯಾಸದ ಮೇರೆಗೆ ಮೀಸೆ ತಿರುವಲು ಕೈಯೆತ್ತುವಾಗ ವಾಚಿನಲ್ಲಿ ಟೈಮು ನೋಡಿಕೊಂಡೆ. ಇಳಿಸಂಜೆಯ ಐದೂ ಹತ್ತಾಗಿತ್ತು.

86

ಕೆಳಕ್ಕಿಳಿದು ಬರುವಾಗ ರಿಸೆಪ್ಷನಿನಲ್ಲಿ ಅದೇ ಹೆಣ್ಣಿದ್ದಳು. ಈ ಮೊದಲಿದ್ದ ಚಿಂಕೀಮೋರೆಯ ಈಶಾನ್ಯ–ಭಾರತದ ಲಲನೆ. ಈಗ ಶುದ್ಧ ಶುಚಿರ್ಭೂತನಾಗಿ ಮಾರ್ಪಟ್ಟಿದ್ದ ನನ್ನನ್ನೇ ನೋಡಿ, ವಾರೆಗಣ್ಣಿನಲ್ಲೇ ಒಮ್ಮೆ ನನ್ನ ಮೈಯಳೆದು– ಒಂದು ನಗುಮುಗುಳು ತಾಳಿದಳು. ರೂಮಿನ ಬೀಗದ ಕೈಯನ್ನು ಅವಳಿಗೊಪ್ಪಿಸುವಾಗ ಇಸಕೊಂಡು, 'ಆರ್ ಯು ಗೋಇಂಗ್ ಇನ್ಟು ದಿ ಸಿಟಿ, ಸರ್?' ಎಂದು, ನಗೆಮುಗುಳು ಉಳಿಸಿಕೊಂಡೇ ಪ್ರಶ್ನಿಸಿದಳು.

'ಯೆಸ್ಸ್ ಯೆಸ್ಸ್... ಟು ದಿ ರಥಯಾತ್ರಾ!' ಮೀಸೆ ತಿರುವಿಕೊಂಡು ಹೇಳಿದೆ.

'ಕೀಪ್ ಯುವರ್ ಐಡೀ ಕಾರ್ಡ್, ಸರ್... ಪೊಲೀಸ್ ಕೆನ್ ಚೆಕ್ ಎನಿ ಟೈಮ್...'

ಈ ಎಚ್ಚರಿಕೆ ಮಾತಿನಿಂದ, ಮನಸೊಳಗೇ ಸಣ್ಣಗೆ ನಡುಗಿದೆನಾದರೂ ಧೃತಿ

ತಾಳಿಕೊಂಡೆ. ಮತ್ತೆ ರೂಮಿಗೆ ವಾಪಸಾಗಿ, ಸೊಂಟದಲ್ಲಿರುವ ಹರುಕುಬಟ್ಟೆಯನ್ನು ಬಿಚ್ಚಿಡುವುದೇ... ಅಂದುಕೊಂಡೆ. ಪೊಲೀಸರು ತಪಾಸಣೆಯ ನೆಪದಲ್ಲಿ ನೇರ ಸೊಂಟಕ್ಕೇ ಕೈಯಿಕ್ಕಿದರೆ ಏನು ಗತಿ... ಅಂತೊಮ್ಮೆ ಅನ್ನಿಸಿತು. ಹುಷ್ಷ್... ಆಗಿದ್ದಾಗಲಿ. ಜಗನ್ನಾಥನೇ ನೋಡಿಕೊಳ್ಳಲಿ... ಎಂದು ಸುಮ್ಮನಾದೆ. ಸುಮ್ಮನಾಗಲಿಲ್ಲ, ಭಂಡನ ಹಾಗೆ ಒಳಗೇ ಬಂಡೆದ್ದುಕೊಂಡು ಉಳಿದೆ!

'ಯೆಸ್ ಯೆಸ್... ಐ ಕ್ಯಾರೀ ಮೈ ಆಧಾರ್ ಅಂಡ್ ಪ್ಯಾನ್ ಆಲ್ ದಿ ಟೈಮ್...'

'ಸರ್... ಇಫ್ ಯು ಡೋಂಟ್ ಮೈಂಡ್... ಇನ್ನೊಂದು ಹೇಳಲಾ?' ಲಲನೆ ಮಾತು ಮುಂದುವರೆಸಿದಳು.

'ಪ್ಲೀಸ್...'

'ನೀವು ಈ ಮೊದಲು ಬಂದಾಗ, ಕೊರಳಿನಲ್ಲಿ ಬಟ್ಟೆ ಇಳಿಬಿಟ್ಟುಕೊಂಡಿದ್ದರಲ್ಲ... ಅದು ತುಂಬ ಚೆನ್ನಾಗಿತ್ತು. ಒಡಿಸ್ಸೀ ಬಟ್ಟೆಯನ್ನು ಹೀಗೆ ಸ್ಟೋಲ್ ಥರ ಗಂಡಸರು ಬಳಸೋದು ನಾನಂತೂ ನೋಡಿಲ್ಲ... ಹಾಗೇ ನೀವು ಆಗಾಗ ಮೀಸೆ ತಿರುವೋ ರೀತೀನೂ ಇಷ್ಟ ಆಗುತ್ತೆ!'

ಅಬ್ಬಾ! ಹೆಣ್ಣು ನನ್ನ ಮೇಲಿನ ಬಟ್ಟೆಯನ್ನೆಲ್ಲ ಗಮನಿಸಿದ್ದಾಳೆಯೇ?

ಬೆಳ್ಳಂಬೆಳಿಗ್ಗೆ ಕರಾಚಿ ಬೇಕರಿಯಲ್ಲಿ ಬ್ರೆಡ್ಡು ದೋಚಿದ ಮಂದಿ ಇಂಥದೇ ಒಂದನ್ನು ಮುಸುಕಿಕೊಂಡಿದ್ದರೆಂಬುದು, ಅಕಸ್ಮಾತ್ ಇವಳಿಗೆ ಗೊತ್ತಾಗಿಬಿಟ್ಟರೆ? ಒಂದು ಕ್ಷಣ ಅಧೀರನಾದೆ. ಆಗಿದ್ದಾಗಲಿ... ಅಂದುಕೊಂಡು, ಮನಸೊಳಗಿನ ಭಂಡತನವನ್ನು ಹುರಿಗೊಳಿಸಿ ನಕ್ಕೆ. ಹಾಗೇ ನನ್ನ ಸೊಂಟದ ಸುತ್ತಲೂ ಒಮ್ಮೆ ಕಣ್ಣಾಡಿಸಿಕೊಂಡು, ಒಳಗಿನದೇನೂ ಕಾಣುತ್ತಿಲ್ಲವಷ್ಟೇ... ಎಂಬ ಎಚ್ಚರ ತಾಳಿದೆ.

ಇನ್ನು, ನನ್ನ ಮೀಸೆಯ ಬಗೆಗೂ ಪ್ರಶಂಸೆ ಹೇಳಿದಳಷ್ಟೆ? ತನ್ನೆದುರಿಗಿನ ಅಪರಿಚಿತ ಅತಿಥಿಯ ಬಗ್ಗೆ, ಹೊಟೆಲಿನೊಬ್ಬ ಪರಿಚಾರಿಕೆ ಆಡಬಹುದಾದ ಮಾತೇ? ಹೀಗೆಲ್ಲ ಹೇಳಬಹುದೇ?

ಈ ಪರಿ ಯೋಚನೆಯ ನಡುವೆಯೇ, 'ಥ್ಯಾಂಕ್ಸ್...' ಅಂತಂದು, ಮತ್ತೆ, ಹೊರಗಿರಬಹುದಾದ ಪೊಲೀಸರ ಬಗ್ಗೆ ತಲೆಕೆಡಿಸಿಕೊಂಡೆ.

'ಓಕೆ, ಸರ್... ಪ್ಲೀಸ್ ಗೆಟ್ ಗೋಇಂಗ್... ಹೊಟೆಲ್ ವಿಷಸ್ ಯು ಅ ಗ್ರೇಟ್ ರಥಯಾತ್ರಾ!' ಅನ್ನುತ್ತ, ತನ್ನ ಚಿಂಕೀಮೋರೆಯಲ್ಲೊಂದು ಅಪ್ರತಿಮ ಭಾರತೀಯ ಮೊಹರು–ಮ್ಯಾನರು ತಾಳಿ, ಕೈಮುಗಿದು ಬೀಳ್ಕೊಟ್ಟಳು.

ಹೊಟೆಲಿನ ಕೆಫೆ ಹೊಕ್ಕು ತಿನ್ನುವುದೆಂದುಕೊಂಡಿದ್ದನ್ನು ಕಡೆಯ ಗಳಿಗೆಯಲ್ಲಿ ಬದಲಿಸಿದೆ. ಮೊದಲು ಇಲ್ಲಿಂದ ಹೊರಡುವುದು ಒಳ್ಳೆಯದು. ಮಳೆಯೂ ಅಷ್ಟೇನಿಲ್ಲವಲ್ಲ... ದಾರಿಯಲ್ಲಿ ಎಲ್ಲಾದರೂ ಒಂದು 'ಜಾಇಂಟು' ಸಿಕ್ಕರೆ ನೋಡುವಾ...

ಅಂದುಕೊಂಡು, ಹೊಟೆಲಿನ ಮುಂಗಟ್ಟು ದಾಟಿ ಹೊರಗೆ ಬಂದೆ.

ಕಾರಂಜಿ ಎದುರಾಯಿತು. ಅಲ್ಲೇ ಅದರೆದುರೇ, ಬೆಳ್ಳಂಬೆಳಿಗ್ಗೆ- ನಾನೂ ಮಾತಂಗಿ ಒಬ್ಬರನ್ನೊಬ್ಬರು ಅಪ್ಪಿಕೊಂಡು ಜಗತ್ತು ಮರೆತಿದ್ದು ನೆನಪಾಯಿತು. ಇಬ್ಬರ ನೆರಳುಗಳೇನಾದರೂ ಈ ಕಾರಂಜಿಯ ಸುತ್ತಮುತ್ತ ಇವೆಯೇ... ನಾವೇ ಹಿಂಬಿಟ್ಟೆವೇ... ಎಂದೊಂದು ಊಹಾತ್ಮಕ ಭಾವ ತಾಳಿ, ಈ ಯೋಚನೆಗೆ ಮನಸೊಳಗೇ ನಕ್ಕು ಮುಂದಕ್ಕೆ ಸರಿದೆ.

ಹೊಟೆಲಿನ ಗಡಿಗೋಡೆ ದಾಟಿದ್ದೇ ಗಕ್ಕನೆ ನಿಲ್ಲುವುದಾಯಿತು. ದಾರಿಯುದ್ದಕ್ಕೂ, ಅಂದರೆ ಪ್ರತಿ ಹತ್ತು-ಹತ್ತು ಅಡಿಗೆ ಪೊಲೀಸರು ನಿಂತಿದ್ದರು. ಅಂತಿಂತಲ್ಲದ ಬಂದೋಬಸ್ತು! ಅವಸಾನವೇ ಸನ್ನಿಹಿತವಾಯಿತೆಂಬಂತೆ, ಗಕ್ಕನೊಮ್ಮೆ ತಡೆದುನಿಂತೆ! ಅರ್‍ರೇ... ಸಾವನ್ನೇನು ಮುಂದೂಡುವುದು... ಅಂದುಕೊಂಡು ಮತ್ತೆ ಮುನ್ನಡೆದೆ! ನನ್ನ ಬಗೆಗೆ ನನಗೇ ಒನ್ನಮೂನೆ ಹಮ್ಮು ತಾಳಿದೆ!

ಇಬ್ಬರು ಪೇದೆಗಳ ನಡುವೆ ನಡೆದು ರಸ್ತೆಗಿಳಿಯುತ್ತಿರುವಾಗ ಒಬ್ಬಾತ ಒಮ್ಮೆಗೇ ಕೂಗಿ ಕರೆದ. 'ಐಡೀ ದಿಖಾಯಿಯೋ...' ಎಂದು ಹೇಳಿದ.

ನಾನು ಪರ್ಸು ತೆಗೆದು ಆಧಾರ್ ಕಾರ್ಡ್ ಹೊರತೆಗೆಯುವ ಸುಮಾರಿಗೆ, ಬದಿಬಂದು ನಿಂತ ಬೈಕಿನಿಂದೊಬ್ಬ ಇನ್ಸ್‌ಪೆಕ್ಟರು ಬಲು ಗತ್ತಿನಿಂದ ಕೆಳಕ್ಕಿಳಿದು ನಡೆದುಬಂದ. ಎತ್ತರದ ನಿಲುವು. ಅಷ್ಟೇ ಧೀಮಂತ ನಡೆ. ಇನ್ನು ಗತಿ ಮುಗಿಯಿತೆಂತಲೇ ಅಂದುಕೊಂಡೆ! ನಡೆದುಬಂದಾತ, ನನ್ನ ಆಧಾರ್ ಕಾರ್ಡನ್ನು ತಾನೇ ಕೈಯೊಡ್ಡಿ ನನ್ನ ಕೈಯಿಂದ ಇಸಕೊಂಡು- ಒಂದು ಕ್ಷಣ ಅದನ್ನೂ, ಮರುಕ್ಷಣಕ್ಕೆ ನನ್ನನ್ನೂ ನೋಡಿ, ಏನೋ ತಾಳೆ ಹಾಕಿಕೊಂಡು, ಕೂಡಲೇ ಕಾರ್ಡನ್ನು ವಾಪಸಿತ್ತು, 'ಸೇ ಮೈ ರೆಗಾರ್ಡ್ಸ್ ಟು ಡ್ಯಾಡ್...' ಅನ್ನುತ್ತ ಕೈಕುಲುಕಿದ.

ಆಶ್ಚರ್ಯವೇ ಮೊದಲಾಯಿತು! ನನ್ನ ಅಪ್ಪನೆಂಬ ಅಪ್ಪನ ಕೀರ್ತಿ ಈ ಮಟ್ಟದ್ದೇ... ಇಡೀ ಭಾರತವನ್ನು ಮುಟ್ಟಿದೆಯೇ... ಅಂತನ್ನಿಸಿ ಹೆಮ್ಮೆಯಾಯಿತು!

'ವೈ ಈಸ್ ದಟ್ ಯೂ ಗಯ್ಸ್ ಆರ್ ಇನ್ ಸಚ್ ಎ ನಂಬರ್ ಟುಡೇ, ಇನ್ಸ್‌ಪೆಕ್ಟರ್?'

'ಚೀಫ್ ಮಿನಿಸ್ಟರ್ ಬರುವ ದಾರಿ ಇದು... ರಥಯಾತ್ರೆಗೆ ಬರುತಾ ಇದ್ದಾರೆ. ಇನ್ನೇನು ಬಂದುಬಿಡುತಾರೆ...' ಎಂದು ಹೇಳಿದ ಇನ್ಸ್‌ಪೆಕ್ಟರು, ಆ ಹೊತ್ತಿಗೆ ಸರಿಯಾಗಿ ಬೀಪಿಕೊಂಡು ಬಂದ ವಯರ್ಲೆಸ್ಸ್ ಸಂದೇಶವನ್ನು ಕೇಳಿಸಿಕೊಂಡು, 'ಯು ಗೆಟ್ ಗೋಇಂಗ್... ಈ ಮೇನ್ ರೋಡ್ ಅವಾಯ್ಡ್ ಮಾಡಿ. ದಾರಿಯಲ್ಲಿ ಯಾರಾದರೂ ಪೊಲೀಸರು ತಡೆದರೆ ಇದನ್ನ ತೋರಿಸಿ...' ಅಂತಂದು, ತನ್ನ ಕಿಸೆಯಿಂದಲೊಂದು ಹೆಸರಿರುವ ಕಾರ್ಡು ಹೆಕ್ಕಿ ಕೈಗಿತ್ತ. 'ಸ್ಸ... ಸಾರೀ... ಇವೊತ್ತು ನಾನು ಮಾತಾಡೋ

ಸ್ಥಿತಿಯಲ್ಲಿಲ್ಲ... ಟೆಲ್ ಡ್ಯಾಡ್ ದಟ್ ಐ ವಿಲ್ ಟಾಕ್ ಟು ಹಿಮ್ ಸೂನ್...' ಎಂದೂ ಹೇಳಿ, ಕೈಕುಲುಕಿ ಬೀಳ್ಕೊಟ್ಟ.

ಕೈಕುಲುಕುವ ನಡುವೆ ಇನ್ಸ್‌ಪೆಕ್ಟರಿನ ಮೇಲಂಗಿಯಲ್ಲಿ ತೂಗಿದ ನೀಲಿಬಣ್ಣದ ಲೋಹದ ಫಲಕವನ್ನು ನೋಡಿದೆ. 'ಅಬಿನಾಶ್ ಸೇನಾಪತಿ' ಎಂದು ಬೆಳ್ಳಂಬೆಳ್ಳನೆ ಅಕ್ಷರಗಳಲ್ಲಿ ನಾಜೂಕಾಗಿ ಕೊರೆದು ಬರೆಯಲಾಗಿತ್ತು. ಹೆಸರನ್ನು ನೆನಪಿನಲ್ಲಿಟ್ಟುಕೊಳ್ಳಬೇಕೆಂದು, ಮನಸಿನಲ್ಲೇ ಅದನ್ನು ಎರಡು ಮೂರು ಸರ್ತಿ ಹೇಳಿ ಗಟ್ಟಿಮಾಡಿಕೊಂಡೆ. ಬಳಿಕ, ಬಲು ಕ್ಷಿಪ್ರವಾಗಿ ರಸ್ತೆಯನ್ನು ದಾಟಿ, ಅಲ್ಲಿನದೊಂದು ಅಡ್ಡರಸ್ತೆಯನ್ನು ಹೊಕ್ಕೆ. ಕೈಯಲ್ಲಿದ್ದ ಕಾರ್ಡನ್ನೊಮ್ಮೆ ನೋಡಿ, ಇನ್ಸ್ಪೆಕ್ಟರನ ಹೆಸರನ್ನು ಇನ್ನೂ ಒಮ್ಮೆ ಮನದಟ್ಟು ಮಾಡಿಕೊಂಡು ನಡೆದೆ.

ಅಯ್ಯೋ... ಇದ್ದಕ್ಕಿದ್ದಂತೆ ನೆನಪಾಯಿತು. ಈ ಎಲ್ಲ ಗಡಿಬಿಡಿಯ ನಡುವೆ ಮಾತಂಗಿಯ ಬಗ್ಗೆ ಹೊಟೆಲಿನಲ್ಲಿ ವಿಚಾರಿಸುವುದೇ ಮರೆತುಬಿಟ್ಟೆನೇ? ಥುತ್... ವಾಪಸು ಹೋಗಿ ಕೇಳುವುದೇ? ಯೋಚಿಸಿದೆ. ಮನಸ್ಸು ಒಲ್ಲೆಂದಿತು. ಹೊಟ್ಟೆ ತನ್ನನ್ನು ತಾನೇ ಕುಟ್ಟಿಕೊಂಡು ಹಸಿದಿತ್ತು! ಹೇಗಿದ್ದರೂ ಇನ್ನು ಎರಡು ಮೂರು ತಾಸು ತಾನೇ? ವಾಪಸು ಬಂದು ಕೇಳಿದರಾಯಿತು ಅಂದುಕೊಂಡು ಸುಮ್ಮನಾದೆ. ಇಷ್ಟು ಮುಖ್ಯವಾದ ಸಂಗತಿಯನ್ನೇ ಮರೆತೆನೆಂಬುದು ನನ್ನನ್ನು ಆಶ್ಚರ್ಯಕ್ಕೀಡಾಗಿಸಿತು!

ಅಡ್ಡರಸ್ತೆಯಲ್ಲಿ ಮೊಟ್ಟ ಮೊದಲು ಸಿಕ್ಕು ಕೊಂಚ ಡೀಸೆಂಟನಿಸಿದ 'ಜಾಇಂಟು' ಹೊಕ್ಕು– ಒಂದು ಪ್ಲೇಟ್ 'ಚೊಕುಲಿಪಿತ' ಮತ್ತು ನೆಂಚಲಿಕ್ಕೊಂದಿಷ್ಟು 'ಡಾಲ್ಮಾ' ಆದೇಶಿಸಿ ಕುಳಿತೆ.

87

'ಚೊಕುಲಿಪಿತ' ಅಂದರೆ ನಾವು ದಕ್ಷಿಣದ ಮಂದಿ ಮಾಡುವ ದೋಸೆಯಂಥದೇ, ಆದರೆ ತೀರಾ ದೋಸೆಯಲ್ಲದ ಭ್ರಷ್ಟ ತಿನಿಸು. ಬೆಂಗಳೂರಿನ ಹೊಟೆಲುಗಳಲ್ಲಿ 'ಸೆಟ್ ದೋಸೆ' ಎಂದು ಕೊಡುವರಲ್ಲ, ಆ ತರಹದ್ದು. ಮತ್ತು ಅದೇ ಗಾತ್ರ, ಆದರೆ ಸೆಟ್‌ದೋಸೆಗಿಂತಲೂ ಮೆದು. ಇನ್ನು, 'ಡಾಲ್ಮಾ' ಅಂತಂದರೆ ಬೇಳೆ ಮತ್ತು ತರಕಾರಿ ಬೆರೆಸಿ ಮಾಡಿದ ತೊವ್ವೆ, ಆದರೆ ತೊವ್ವೆಗಿಂತ ತುಸು ಮಂದವಾದ ಬದಿತಿನಿಸು. ಇದು ಜಗನ್ನಾಥನಿಗೆ ಬಲು ಪ್ರಿಯವಾದುದಂತೆ... ಇನ್ನು, ಈ ಮಹಾಶಯನು ಸಿಕ್ಕಾಪಟ್ಟೆ ಬಯಸುವ ಸಿಹಿಯೆಂದರೆ ಮಲಪೋವಾ. ಇಡೀ ಒಡಿಸ್ಸಾ ಸೀಮೆಯಲ್ಲಿ, ಈ ಮೂರೂ ಅಂದರೆ– ಚೊಕುಲಿಪಿತ, ಡಾಲ್ಮಾ ಮತ್ತು ಮಲಪೋವಾ ಸಿಗದಿರುವ ಹೊಟೆಲೇ ಇಲ್ಲವೇನೋ! ಆ ಪಾಟಿ ಪಾಪ್ಯುಲರು ಈ ಮೂರೂ!

ಈ 'ಚೊಕುಲಿಪಿತ'ದಲ್ಲಿ ಪಿತ ಅಂತನ್ನುವ ಶಬ್ದವಿದೆಯಲ್ಲ, ಅದು ಸಂಸ್ಕೃತದ ಪಿಷ್ಟ ಎಂಬುದರಿಂದ ಬಂದಿದ್ದು. ಪಿಷ್ಟ ಅಂತಂದರೆ ಕಾರ್ಬೋಹೈಡ್ರೇಟುಳ್ಳ ಧಾನ್ಯದ ಹಿಟ್ಟು ಎಂಬ ಅರ್ಥ. ಇನ್ನು ಹಿಟ್ಟೆಂಬ ಹಿಟ್ಟೂ ಈ 'ಪಿಷ್ಟ'ಮೂಲದ್ದೇ ವಸ್ತು! ನಿಪ್ಪಿಟ್ಟು, ಉಪ್ಪಿಟ್ಟು, ತಾಳಿಪ್ಪಿಟ್ಟು... ಗಳಲ್ಲಿನ 'ಪಿಟ್ಟೂ', ತಂಬಿಟ್ಟು, ಹುರಿಟ್ಟುಗಳಲ್ಲಿರುವ 'ಇಟ್ಟು ಅಥವಾ ಹಿಟ್ಟು' ಸಹ ಇದೇ ಪಿಷ್ಟದ ಸಂಗತಿಯೇನೇ! ಇಡೀ ಸೆಂಟ್ರಲಿಂಡಿಯಾದ ಮಂದಿ, ಪಿಷ್ಟವನ್ನು 'ಪಿತ' ಎಂದು ಅಪಭ್ರಂಶಿಸಿ ಆಡುತ್ತಾರೆ!

ಇರಲಿ... ಹೊಟೆಲಿನಲ್ಲಿ ಇವೆರಡೂ ತಿನಿಸು ಆದೇಶಿಸಿ, ಅವನ್ನೇ ಎದುರುನೋಡುತ್ತ– ಕೆಲಕಾಲ ಮೇಜಿನಲ್ಲಿ ಉಳಿಯುವುದಾಯಿತು. ಊಟದ ಮೇಜಿನಲ್ಲಿ ಕಾಯುವುದು ನನಗೆ ಎಂದೂ ಆಗಿಬರದ ಕೆಲಸ. ಇದರಷ್ಟು ಘೋರವಾದ ನರಕ ಇನ್ನೊಂದಿಲ್ಲವೆಂತಲೇ ನನ್ನ ಅನಿಸಿಕೆ! ಆದರೆ, ಈ ಸರ್ತಿ ಕಾಯುವುದು ತ್ರಾಸೆನಿಸಲಿಲ್ಲ. ಬೇರೆ ದಾರಿಯೂ ಇರಲಿಲ್ಲ... ಯಾಕೆಂದರೆ ನನ್ನ ಮಟ್ಟಿಗೆ ಇದೊಂದು, ಪರಿಪೂರ್ಣವಾಗಿ ಏನೂ ಕೆಲಸವಿಲ್ಲದ ಆಲಸೀ ದಿವಸ. ಇನ್ನು, ರಾತ್ರಿಯವರೆಗೂ ಬೋರು ಹೊಡೆಸಿಕೊಂಡು ಕಾಲಹರಣ ಮಾಡುವುದು ಇದ್ದೇ ಇದೆಯಲ್ಲ? ಹಾಗೇ, ಇವೊತ್ತು ರಾತ್ರಿ ತಡವಾದರೂ ಪರವಾಗಿಲ್ಲ... ಹಗಲಿನುದ್ದಕ್ಕೂ ಒಂದು ಜನ್ಮಕ್ಕಾಗುವಷ್ಟು ನಿದ್ದೆಯಾಗಿದೆಯಷ್ಟೆ? ಅಕಸ್ಮಾತ್, ನಿದ್ದೆ ಬರದಿದ್ದರೆ ಮಾತ್ರ ತ್ರಾಸಾದೀತು... ಇನ್ನು, ಬೆಳಿಗ್ಗೆ ಏಳುತ್ತಿದ್ದಂತೆಯೇ ಹೊಟೆಲು ಖಾಲಿ ಮಾಡಬೇಕು. ಸುಖಾಸುಮ್ಮನೆ ಎರಡು ದಿವಸಗಳ ಬಾಡಿಗೆ ಬೇರೆ ತೆರಬೇಕು... ಈ ಪರಿ ಸ್ವಗತದ ನಡುವೆಯೇ ಕಾದು ಉಳಿದೆ.

ನನ್ನ ಈ ಮೊದಲಿನ ಯೋಜನೆಯೇ ಬೇರೆ ಇತ್ತು. ನಿನ್ನೆ, ಈ ಊರಿನಲ್ಲಿ ಎಲ್ಲೂ ರೂಮು ಸಿಗದಿದ್ದಾಗ– ನಿನ್ನೆಯ ರಾತ್ರಿಯನ್ನು ಮಾತ್ರ ಈ ದುಬಾರಿ ಹೊಟೆಲಿನಲ್ಲಿ ಕಳೆದು, ಇವೊತ್ತು ಇನ್ನೊಂದು ಸೋವಿಯ ರೂಮು ಹಿಡಿಯುವುದು ಅಂದುಕೊಂಡಿದ್ದೆ. ಇವೊತ್ತು ಪೂರ್ತಿ, ರಥಬೀದಿಯಲ್ಲೇ– ರಥದ ಸುತ್ತುಮುತ್ತಲಿನ ಸಂದಣಿಯೊಳಗೇ ಹಗಲಿಡೀ ಇರುವುದು. ಮತ್ತೆ ಸಂಜೆಯ ಮೇಲೆ, ಯಾವುದಾದರೂ ರೇಲೋ ಬಸ್ಸೋ ಹಿಡಿದು ಭುವನೇಶ್ವರಕ್ಕೆ ಹೋಗಿ ಅಲ್ಲಿ ತಂಗುವುದು... ಎಂತೆಲ್ಲ ಯೋಜಿಸಿಕೊಂಡಿದ್ದೆ. ಆದರೆ ಈ ಮಾತಂಗಿಯಿಂದಾಗಿ ಇಡೀ ಪ್ಲ್ಯಾನು ಉಲ್ಟಾ ಹೊಡೆದಿತ್ತು! ಸಾಲದುದಕ್ಕೆ, ಇವೊತ್ತು ನನಗೆ ಎಚ್ಚರವಾಗುವ ಹೊತ್ತಿಗೆಲ್ಲ ಮಧ್ಯಾಹ್ನ ಉಂಟಾಗಿತ್ತು. ಅಂದರೆ ಚೆಕೌಟ್ ಟೈಮು ಮೀರಿ ಮೂರು ತಾಸಿನ ಬಳಿಕ! ಹೀಗಾಗಿ, ಬೇರೆ ನಿರ್ವಾಹವೇ ಇಲ್ಲದೆ– ಮನಸ್ಸು ದಬಾಯಿಸಿಕೊಂಡು 'ಹೆರಿಟೇಜ್' ಹೊಟೆಲಿನಲ್ಲಿ ಇನ್ನೊಂದು ರಾತ್ರಿ ತಂಗುವುದೆಂದು ನಿರ್ಧರಿಸಿದ್ದೆ.

ಸದ್ಯಕ್ಕೆ ತಿಂಡಿ ಎದುರುನೋಡಿಕೊಂಡು ಕುಳಿತ 'ಜಾಇಂಟ್'ನಲ್ಲಿ, ಕಣ್ಣೆದುರೇ

ಟೀವೀ ಚಾಲೂ ಇತ್ತು. ರಥಯಾತ್ರೆಯ ಸಂಜೆಯ ಕಲಾಪಗಳು ಅದ್ದೂರಿಯಾಗಿ ಜರುಗಿದ್ದವು. ಮೂರೂ ರಥಗಳು ನಾನು ಈ ಮೊದಲು, ಹೊಟೆಲಿನ ಟೀವಿಯಲ್ಲಿ ನೋಡಿದ್ದಕ್ಕಿಂತ ಹೆಚ್ಚು ಮುಂದುವರೆದಿದ್ದವು. ಇನ್ನೇನು ಒಂದೆರಡು ತಾಸುಗಳಲ್ಲಿ ಗುರಿ ತಲುಪಬಹುದಾದಷ್ಟು ದೂರ. ಇಷ್ಟಿದ್ದೂ ಮಂದಿಸಂದಣಿಯ ಅಂಕಿಸಂಖ್ಯೆಯೇನೂ ಕಡಿಮೆಯಾದಂತಿರಲಿಲ್ಲ. ಮಳೆಯೆಂಬ ಮಳೆಯಲ್ಲೇ ಇದ್ದು, ವಾತಾವರಣದ ಪ್ರತಿಕೂಲಕ್ಕೆ ತಕ್ಕಂತೆ- ನೆನೆದುಕೊಂಡೋ, ಒಣಗಿಕೊಂಡೋ, ನಡುನಡುವೆ ನಡುಗಿಕೊಂಡೋ... ಇದ್ದರು. ಇನ್ನು, ಈ ರೀತಿಯ ಜಾತ್ರೆಗಳಿರುವುದೇ ಈ ಪರಿಯ ಮಂದಿಯಿಂದಲಷ್ಟೆ? ನಾವು ನಗರ-ಶಹರದ ಮಂದಿ ಈ ಪರಿ ಪರಿಷೆಗಳನ್ನೆಲ್ಲಿ ನೆಚ್ಚಿಯೇವು?

ತಿನಿಸು ಸರಬರಾಜು ಮಾಡುವ ಮಾಣಿ, ಮೇಜಿಗೆ ನನ್ನ ಆರ್ಡರು ತಲುಪಿಸುವುದಕ್ಕೂ- ಟೀವಿಯಲ್ಲಿನ ಜಾಡು ಬದಲುವುದಕ್ಕೂ ಹೊಂದಿಬಂತು. ನಾನು ತಟ್ಟೆಯಲ್ಲಿನ ದೋಸೆಯಲ್ಲದ ದೋಸೆಗೆ ಕೈಯಿಕ್ಕಿ, ಬದಿಗಿರಿಸಿದ ಬೆಂದ ಬೇಳೆಯ ತಿನಿಸು ನೆಂಚಿ ತಿನ್ನುತ್ತಲೇ- ಟೀವಿಯಲ್ಲಿ ಚಾಲೂಗೊಂಡ 'ಬ್ರೆಡ್ ದರೋಡೆ'ಯ ವಿಚಾರವನ್ನು ಮತ್ತೊಮ್ಮೆ ನೋಡಿದೆ. ಮತ್ತೆ ಮತ್ತೆ, ಈ ಮೊದಲು ನೋಡಿದ ದೃಶ್ಯಗಳೇ... ಹೆಚ್ಚಿನದೇನೂ ಇರಲಿಲ್ಲ!

ಬೇಕರಿಯ ಕೆಮೆರಾವು ಸೆರೆಹಿಡಿದ- ನನ್ನ ಮತ್ತು ಮಾತಂಗಿಯ ನಡಿಗೆ ಚೆನ್ನನ್ನಿಸಿತು! ಅವಳಂತೂ ಥೇಟು ಡಾಕೂರಾಣಿಯ ಹಾಗೇ, ದಾಪುಗಾಲಿಕ್ಕಿ ನಡೆದು, ಚಾಕುವಿನ ಅಲಗನ್ನು ಮುಂದಕ್ಕಿಟ್ಟು, ಹುಡುಗನನ್ನು ಬೆದರಿಸಿದ ರೀತಿ- ಬಲು ಮಜವಾಗಿತ್ತು! ಪರವಾಗಿಲ್ಲವೇ... ಹೆಣ್ಣು ಚೆನ್ನಾಗಿ ನಟಿಸಬಲ್ಲಳು... ಅಂದುಕೊಂಡೆ!

'ದೇಖೋ ದೇಖೋ... ಬರೀ ಬ್ರೆಡ್ಡನ್ನು ಸಹ ದರೋಡೆ ಮಾಡುತಾರಲ್ಲಪ್ಪ, ಜನ!' ಅನ್ನುತ್ತ, ಬದಿಮೇಜಿನಲ್ಲಿದ್ದ ಒಬ್ಬ ತನ್ನೆದುರಿಗಿದ್ದ ಇನ್ನೊಬ್ಬನಿಗೆ ಹೇಳಿ ನಕ್ಕ. 'ಏನದು? ಏನದು?' ಎಂದು ಆತನನ್ನು ಸುಮ್ಮನೆ ಕೇಳಿದೆ. ಆತ ನಾನು ಕೈಕೊಂಡ ದರೋಡೆಯನ್ನೇ ನನಗೆ, ನಾವು ಮಾಡಿದ್ದಕ್ಕೂ ಹೆಚ್ಚು ರಸವತ್ತಾಗಿ ಬಣ್ಣಿಸಿದ!

ನನಗೆ ಗೊತ್ತಿರುವ ಸಂಗತಿಯ ಇನ್ನೊಂದು ಆವೃತ್ತಿಯನ್ನು ಕೇಳಿ, ಒಮ್ಮೆ ಮನಸಾರೆ ನಕ್ಕೆ!

'ಕಹಾಂ ಕೇ ಹೋ, ಆಪ್?' ಎಂದು ಆತ ಕುತೂಹಲ ತಾಳಿ ಕೇಳಿದ್ದನ್ನು, ನಾನು ಹೆಚ್ಚು ಮನ್ನಿಸಲಿಲ್ಲ!

88

ಮಾಣಿ, ನೂರರವತ್ತೂ ಚಿಲ್ಲರೆ ದುಡ್ಡಿನ ಬಿಲ್ಲನ್ನು ಮೇಜಿಗೆ ತಂದಿರಿಸಿದಾಗಲೇ– ನನಗೆ, ನನ್ನ ಬಳಿ ಹಣವಿಲ್ಲವೆಂದು ಗೊತ್ತಾಗಿದ್ದು! ಅಯ್ಯಯ್ಯೋ... ಅಂದುಕೊಂಡೆ! ವಾಲೆಟಿನಲ್ಲಿದ್ದ ಅಷ್ಟೂ ಹಣವನ್ನು, ರಾತ್ರಿ, ಆ ಕಮಲಾಕ್ಷ ಕೇಶವನಿಗೆ ತೆತ್ತಾಯಿತಷ್ಟೆ? ತನ್ನಲ್ಲಿರಲಿ, ನನ್ನ ಬಳಿಯೂ ಹಣವಿಲ್ಲವೆಂದು ತಾನೇ, ಮಾತಂಗಿ, ನನ್ನೆದುರು ಈ ದರೋಡೆಯ ಪ್ರಸ್ತಾವವಿಟ್ಟಿದ್ದು? ಇನ್ನು, ನನ್ನ ಬಳಿ ದುಡ್ಡು ತಾನೇ ಎಲ್ಲಿರಲು ಸಾಧ್ಯ?

ಹುಹ್ಹ್... ಅಂದುಕೊಂಡೆ. ಈ ಹೆಣ್ಣಿನಿಂದಾಗಿ ಏನೇನೆಲ್ಲ ಜರುಗಿಹೋಯಿತು? ಬದುಕಿನಲ್ಲಿ ಮಾಡಬಾರದ್ದನ್ನೆಲ್ಲ ಮಾಡಿದ್ದಾಯಿತು! ಅವಳಿಗೇನೋ ಈ ತನಕ ಮಾಡದ್ದು ಮಾಡಬೇಕಿತ್ತು... ಅಂತಹ ದರ್ದು ಅವಳಿಗಿತ್ತು! ಆದರೆ ನನಗೆ? ಇನ್ನು, ನಾನೂ ಈವರೆಗೆ ಮಾಡಿದ್ದನ್ನು ಮಾಡಿದ ಒಂದೇ ಒಂದು ಸಂಗತಿಯೆಂದರೆ ಹೆಣ್ಣೊಬ್ಬಳಲ್ಲಿ ಅನಿರ್ಬಂಧಿತವಾಗಿ ಬೆರೆತುಹೋಗಿದ್ದು! ಇಕೋ... ತಕೋ... ಅನ್ನುವಷ್ಟು ನನ್ನನ್ನು ನಾನೇ ಕೊಟ್ಟುಕೊಂಡಿದ್ದು. ಅಷ್ಟೇ ತೆತ್ತುಕೊಂಡಿದ್ದು! ಅಲ್ಲದೆ, ನನ್ನನ್ನು ನಾನು ಅವಳಲ್ಲಿ ಬೆರೆಸಹೊಂಚಿದಷ್ಟೂ, ಅವಳೂ ನನ್ನನ್ನು ಒಳಗೊಳ್ಳಲು ಮನಸಾರೆ ತೆರೆದುಕೊಂಡಳಲ್ಲವೇ? ಏಕ್‌ದಮ್, ತನ್ನತನವನ್ನೇ ನನ್ನೊಡನೆ ಬೆರೆಯಗೊಟ್ಟಳಷ್ಟೆ?

ಹೀಗೆ ಬೇರೆಲ್ಲೋ ಜೀಕಹೊರಟ ಮನಸ್ಸನ್ನು, ಒತ್ತಾಯದಿಂದ ವಾಪಸು ತಂದು ಮೇಜಿನಲ್ಲಿರಿಸಿದೆ. ಈಗೇನು ಮಾಡುವುದು? ಹೇಗಾದರೂ ದುಡ್ಡು ಹೊಂಚಬೇಕಷ್ಟೆ? ಹೊಟೆಲಿನಲ್ಲಾದರೂ ಒಮ್ಮೆ ವಾಲೆಟು ಪರೀಕ್ಷಿಸಬೇಕಿತ್ತಲ್ಲವೇ? ಹಾಳು ಮರೆವೇ?

ನನ್ನನ್ನು ನಾನು ಹಳಿಯುತ್ತಲೇ, 'ಕಾರ್ಡ್ ಲೇಂಗೇ, ಕ್ಯಾ?' ಎಂದು ಮಾಣಿಯನ್ನು ಕೇಳಿದೆ.

'ನೈಜೀ...' ರಾಗವಾಗಿ ಹೇಳಿದ.

'ಏನು ಮಾಡೋದೋ, ಭಯ್ಯಾ... ಹಣ ತಂದಿಲ್ಲ... ಇಲ್ಲೆಲ್ಲಾದರೂ ಏಟೀಎಮ್ ಇದೆಯಾ?'

ಇನ್ನು, ಏಟಿಎಮ್ಮ್‌ನಿಂದ ಹಣವೆಳೆಯುವುದೂ ಸಂಚಕಾರವೇ ತಾನೇ? ನಾನು ನನ್ನ ಕಾರ್ಡು ಬಳಸುವಂತಿಲ್ಲ. ಬಳಸಿದಲ್ಲಿ, ನಾನು ಈವರೆಗೆ ಹುಷಾರು ತಾಳಿದ್ದೆಲ್ಲ ವ್ಯರ್ಥವಾದೀತು! ಪಾಪ, ಪಾರ್ಥನ ಹೆಂಡತಿ ಹ್ಯಂದವಿಯ ಕ್ರೆಡಿಟ್ ಕಾರ್ಡನ್ನೇ ಉಜ್ಜಿ, ದುಡ್ಡೆಳೆಯಬೇಕು! ಕಾರ್ಡಿದೆಯೆಂದು ಏಟೀಎಮ್‌ನಿಂದ ಕ್ರೆಡಿಟ್ಟಿನ ಹಣ ತಕ್ಕೊಳ್ಳೋದು ಸರಿಯೇ? ಥೇ... ಆಗಿದ್ದಾಗಲಿ. ಮುಂದಿನ ಪ್ರಯಾಣದ ಮೇಲು ಖರ್ಚಿಗಾದರೂ ಹಣ ಬೇಕಲ್ಲವೆ? ಡ್ರಾ ಮಾಡುವುದೇ ಸೈ ಅಂದುಕೊಂಡೆ.

'ದೇಖೀಯೋ... ಸೌ ದೋ ಸೌ ರಹೇಗಾ ಹೀ!' ಮಾಣಿ, ನಾನು ನನ್ನ

ಎಡತೊಡೆಯಲ್ಲಿನ ಕಿಸೆಯಿಂದ ದಪ್ಪನೆ ವಾಲೆಟೆಳೆದಿದ್ದೇ, ಅದರ ಗಾತ್ರವನ್ನೇ ಒಮ್ಮೆ ಅಳೆದು ಹೇಳಿದ.

'ಮಾರಾಯಾ... ಇಲ್ಲ ಅಂದರೆ ನಂಬಬೇಕಲ್ಲವಾ?' ಅನ್ನುತ್ತ ಕನಲಿ ವಾಲೆಟು ಬಿಚ್ಚಿ ತೋರಿದೆ!

ಆಶ್ಚರ್ಯ! ಪರಮಾಶ್ಚರ್ಯ! ಅದರಲ್ಲಿ ಕೆಲವು ನೋಟುಗಳಿದ್ದವು! ನಿಜಕ್ಕೂ ಇದ್ದು ನನ್ನೆರಡೂ ಕಣ್ಣು ಕುಕ್ಕಿದವು!

ಅರರೇ... ಇದು ಹೇಗೆ ಸಾಧ್ಯ ಅಂದುಕೊಂಡೆ. ವ್ಯಾಲೆಟಿನ ಹೊರಗಡೆಯ ಫ್ಲ್ಯಾಪಿನಲ್ಲಿ ಹಣವನ್ನು, ಬಲು ಜತನವಾಗಿ ಹರಡಿ ಇರಿಸಲಾಗಿತ್ತು! ಸರಿಯಾಗಿ ಐನೂರ ಎಂಬತ್ತು ರೂಪಾಯಿಗಳು! ನೂರು ರೂಪಾಯಿಯ ಐದು ಬಂಧಗಳು... ಮತ್ತು ಮೊತ್ತದಲ್ಲಿ ಎಂಬತ್ತು ಆಗುವಷ್ಟು- ಐದು, ಹತ್ತು, ಇಪ್ಪತ್ತು ರೂಪಾಯಿಗಳ ನೋಟುಗಳು!

ನಾನು ಕಮಲಾಕ್ಷ ಕೇಶವನಿಗೆ, ಏನೆಲ್ಲ ಎಣಿಸಿಕೊಟ್ಟಿದ್ದೆನೋ ಅಷ್ಟೂ ಹಣವೂ- ಅಂತಂತೆಯೇ ವಾಲೆಟಿನಲ್ಲಿ ಇತ್ತು!

ಸರಿ... ನೂರರ ಎರಡು ನೋಟುಗಳನ್ನು ಎಳೆದು ಮಾಣಿಯ ಕೈಗಿತ್ತು, ಯೋಚನಾಶ್ಚರ್ಯವನ್ನು ಮುಂದುವರೆಸಿದೆ.

ಕೊಟ್ಟ ದುಡ್ಡಷ್ಟೂ ಕೊಟ್ಟ ಹಾಗೇ ವಾಪಸು ಬಂದಿದೆಯೆಂದರೆ, ಏನೋ ಮಸಲತ್ತು ಜರುಗಿರಲೇಬೇಕಷ್ಟೆ? ಕಮಲಾಕ್ಷ ಕೇಶವನೇ ಇದರಲ್ಲಿ ವಾಪಸಿಟ್ಟನೇ? ಅಲ್ಲಾ, ಎಷ್ಟು ಲಾಲಸಿಯಾಗಿ ಹಣ ಕೇಳಿದ್ದನಲ್ಲ? ಕೇಳುವುದಕ್ಕೂ ಹೆಚ್ಚಾಗಿ ನನ್ನ ಕೈಯಿಂದಲೇ ದುಡ್ಡು ಬಾಚಿಕೊಂಡಿದ್ದನಷ್ಟೆ? ಅದಿರಲಿ... ಅವನು ನನ್ನ ಪ್ಯಾಂಟು-ಜೇಬಿನಲ್ಲಿದ್ದ ವಾಲೆಟನ್ನು ಹೇಗೆ ಲಪಟಾಯಿಸಿದ? ಇದು ಅವನ ಕೈ ತಲುಪಿದ್ದಾದರೂ ಹೇಗೆ? ಈ ಜಗತ್ತಿನಲ್ಲಿ ಜಗನ್ನಾಥನಷ್ಟು ದೊಡ್ಡ ಕಳ್ಳ ಇನ್ನೊಬ್ಬನಿಲ್ಲ ಎಂದು ಬೇರೆ ಹೇಳಿದನಷ್ಟೆ? ಹೌದು... ಅವನು ವಾಲೆಟು ವಾಪಸು ಕೊಟ್ಟಾಗಲಾದರೂ ನಾನಿದನ್ನು ತೆರೆದು ನೋಡಬೇಕಿತ್ತಷ್ಟೆ? ನನ್ನದೇ ಹೌದೋ ಅಲ್ಲವೋ ಅಂತಲಷ್ಟೇ ಪರೀಕ್ಷಿಸಿದೆ... ಒಳಗೆ ನನ್ನ ಅಮ್ಮನ ಫೋಟೋ ಕಾಣಿಸಿದ್ದೇ, ನನ್ನದೇ ಹೌದೆಂದು ಮಡಿಚಿ ಕಿಸೆಗಿಳಿಸಿಕೊಂಡೆ. ಸುಮ್ಮನಾದೆ. ಅಕಸ್ಮಾತ್, ನೋಡಿದ ಪಕ್ಷಕ್ಕೆ- ಈ ದರೋಡೆ ಡಕಾಯಿತಿ... ಇತ್ಯಾದಿ ಫಜೀತಿಯೇ ಇರುತ್ತಿರಲಿಲ್ಲವಲ್ಲ?

ಸುಮ್ಮನೆ ಬೇಸ್ತಿನ ಚಹರೆ ತಾಳಿಕೊಂಡು ಉಳಿದೆ. ಇಷ್ಟಿದ್ದೂ, ವಾಲೆಟು ಕಮಲಾಕ್ಷ ಕೇಶವನ ಕೈಗೆ ಹೋಗಿದ್ದಾದರೂ ಹೇಗೆಂಬುದು ನಿಗೂಢವೇ ಉಳಿಯಿತು!

ಅಷ್ಟರಲ್ಲಿ, ಮಾಣಿ ಚಿಲ್ಲರೆ ತಂದು ಕೈಗಿತ್ತ. ಅವನ ಕೈಗೆ ಹತ್ತು ದುಡ್ಡಿನ ಭಕ್ಷೀಸು ಇಡುವಾಗ, 'ನೈಜೀ... ಆಜ್ ದೇನೇ ಕಾ ದಿವಸ್ ಹೇ... ಪೈಸಾ ಲೇತೇ ನೈ...' ಎಂದು

ದೊಡ್ಡದೊಂದು ಸಿದ್ಧಾಂತವನ್ನು ಅರುಹಿ, ನನ್ನ ಬಾಯ್ಮುಚ್ಚಿಸಿದ. ಕೈಕಟ್ಟಿಸಿದ. ಸರಿ... ವಾಲೆಟನ್ನು ಮತ್ತೊಮ್ಮೆ ಎಡತೊಡೆಯ ಕಿಸೆಯಲ್ಲಿಳಿಸಿ ಅನುವಾದೆ.

ಪುನಃ ರಸ್ತೆಗಿಳಿದು, ಇನ್ನೂ ಐದು ಹೆಜ್ಜೆ ನಡೆದಿರಲಿಲ್ಲ ಮಾಣಿ ಬೆನ್ನಟ್ಟಿಬಂದ. 'ಸಾಬ್ಜೀ... ಯೇ ಆಪ್ ಕಾ ಹೇ ಕ್ಯಾ?' ಎಂದು ಕೇಳಿ, ನಾನು ಮೇಜಿನಲ್ಲಿ ಮರೆತಿದ್ದ ಅಬಿನಾಶ್ ಸೇನಾಪತಿಯ ಕಾರ್ಡು ಕೈಗಿತ್ತ. 'ಹೇ... ಥಾಂಕ್ಯೂ ಭಯ್ಯಾ...' ಅಂತಂದು ನಾನು ಅದನ್ನು ಇಸಕೊಂಡಿದ್ದೇ ವಾಪಸು ಓಡಿಹೋದ.

ಕಿಸೆಯಿಂದ ಫೋನೆಳೆದುಕೊಂಡು, ಅದನ್ನು ಮುಚ್ಚುವ ತೊಗಲಿನ ಫ್ಲ್ಯಾಪೊಳಕ್ಕೆ– ಜತನವಾಗಿ ಕಾರ್ಡನ್ನು ತೂರಿಸಿರಿಸಿ, ವಾಪಸು ಇಳಿಬಿಟ್ಟುಕೊಂಡೆ. ಬಳಿಕದ ದಾರಿಯುದ್ದಕ್ಕೂ, ವಾಲೆಟು ಕುರಿತಾದ ಪವಾಡದಂತಹ ಆಶ್ಚರ್ಯ ತಾಳಿಕೊಂಡು ಮುನ್ನಡೆದೆ!

89

ನಡೆದಾರಿಯು ಕೆಲದೂರ ಸಾಗಿದ ಮೇಲೆ, ನಿನ್ನೆ ರಾತ್ರಿ, ನಾನು ಮತ್ತು ಮಾತಂಗಿ ನಡೆದುಹೋದ ಇನ್ನೊಂದು ಒಳರಸ್ತೆಯೊಳಕ್ಕೆ ಸಂದು ಮುಗಿಯಿತು. ಈ ರಸ್ತೆಯನ್ನು ನೋಡಿದ್ದೇ, ನನ್ನೊಳಗೆ, ರಾತ್ರಿ ಕಂಡ ಸಂಗತಿಗಳೆಲ್ಲ ಈಗ, ಒಂದೊಂದಾಗಿ ಅಪ್ಪಟ ಹಗಲೊಳಗೆ ಮಾರ್ಪಟ್ಟು ಮರುಕಳಿಸಿದವು! ಹಗಲೆಂದರೆ ಹಗಲೇ ಅಂತಲ್ಲ; ಸಂಜೆ; ಮುಸ್ಸಂಜೆಗೆ ತುಸು ಮುನ್ನದ ಇಳಿದಿವಸದ ಹೊತ್ತು!

ರಸ್ತೆಯಲ್ಲಿ 'ಆ' ಹನುಮನಾದಿಯಾಗಿ, ಸ್ಥಿರಚರಾದಿ ಸರಕೆಲ್ಲ ಸ್ಥಿರಚರವಾಗಿಯೇ ಕಂಡುಬಂದವು. ಎದುರಾಗಿದ್ದೇನೋ ತಾವೇ, ಆದರೆ ಖದರು ತುಸು ಬೇರೆ... ಎಂಬಂತೆ ತೋರಿದವು. ಅವವೇ ಹಾಲ್ಗಡಲು... ಅವವೇ ಖೋವಾ ತಿನಿಸು... ಅವವೇ ಕುರುಕಲು ತಿಂಡಿ... ಮತ್ತು ಅವವೇ ಮೇಳದ ಮಂದಿ ಮತ್ತು ಸಂದಣಿ... ಇಷ್ಟಿದ್ದೂ, ಗದ್ದಲವು ಮಾತ್ರ ನಿನ್ನೆಯನ್ನೂ ಮೀರಿಸಿ ಸದ್ದಿಗೆ ತೊಡಗಿತ್ತು! ಹಾಗೇ, ಹದ್ದಿರದ ಹಿಗ್ಗು ಎಲ್ಲೆಲ್ಲೂ ಉಂಟಾಗಿತ್ತು!

ನಾನಾದರೂ– ನಿನ್ನೆಗಿಂತಲೂ ಹೆಚ್ಚು 'ಇವೊತ್ತಾಗಿ' ಮತ್ತು ನಾನೇ ನಾನಾಗಿ, ಬಹುಬಹಳ ಅಂತರ್ಮುಖಿಯಾಗಿ ನಡೆಯತೊಡಗಿದೆ. ಹಾಗೇ, ಆ ರಸ್ತೆಯೊಳಕ್ಕೆ ಬಂದು ಸುರಿಯುವ ಇನ್ನೆರಡು ರಸ್ತೆಗಳನ್ನು ದಾಟಿದೆನಷ್ಟೆ, ಯಾರೋ ಕರೆದಂತಾಯಿತು. ನೋಡಿದರೆ ಯಾರೂ ಇಲ್ಲ. ಮತ್ತೊಮ್ಮೆ ಅದೇ ಯಾರೋ ಕರೆದಂತಾಯಿತು! ಯಾರೋ ಅಂದರೆ ಯಾರೋ ಒಬ್ಬ ವ್ಯಕ್ತಿಯಲ್ಲ... ಮಂದಿ! ಒಂದಲ್ಲ, ಎರಡಲ್ಲ... ಹತ್ತಾರು ಮಂದಿ! ಯಾರೆಂದು ಯಾಕೆಂದು ದನಿ ಬಂದೆಡೆ

ತಿರುಗಿ ನೋಡಿದೆ... ನಾಲ್ಕಾರು ಮಂದಿ ಒಟ್ಟೊಟ್ಟಿಗೆ ಕೊರಳು ಬೆಸೆದು, 'ಉಧರ್ ದೇಖಿಯೋ... ಉಧರ್...' ಎಂದು ಒಂದೆಡೆಗೆ ಬೆಟ್ಟಿಕ್ಕಿ ತೋರಿದವು. ಒಮ್ಮೆಗೇ ಒನ್ನಮೂನೆ ಅಚ್ಚರಿಗೂ ಮಿಗಿಲಾದ ಖುಷಿಯುಂಟಾಯಿತು! ಮಾತಂಗಿ ಏನಾದರೂ ಬಂದುಗಿಂದಳೇ? ಇಲ್ಲೆಲ್ಲಾದರೂ ನಿಂದು ಕರೆದಳೇ?

ಒಂದೇ ಕ್ಷಣ... ಒಂದೇ ಒಂದು ಕ್ಷಣ, ಇಡೀ ಜಗತ್ತೇ ಒತ್ತರಿಸಿ ಉರುಟಿ ಹೋದಂತನ್ನಿಸಿತು. ಸಟೆಯೆಲ್ಲ ಕಳೆದು ದಿಟವೇ ದಿಟವೊಂದು ಅಪ್ಪಟ ಚೊಕ್ಕಟವಾಗಿ ಮೈದಳೆಯಿತೇ ಅಂದುಕೊಂಡರೆ, ಅದೂ ಠುಸ್ಸನೆ ಇಲ್ಲವಾಯಿತು! ಉಹ್ಞೂಂ... ಅಲ್ಲಿ ಮಾತಂಗಿಯಿರಲಿಲ್ಲ! ಬದಲಿಗೆ, ಬದಿಯ ಭಿತ್ತಿನಲ್ಲಿದ್ದ 'ಹನುಮ' ನನ್ನನ್ನೇ ನೋಡಿಕೊಂಡು ಕಿಚಾಯಿಸುತ್ತಿದ್ದ!

ಈ ಪರಿ ಉಂಟಾದ ನಿರಸನವನ್ನು ಮೀರಿ ಸುಧಾರಿಸಿಕೊಳ್ಳುತ್ತಿದ್ದೆನಷ್ಟೆ, ಯಾರೋ ನನ್ನನ್ನು ಮೈಮುಟ್ಟಿ ಕರೆದಂತಾಯಿತು. ಕರೆದರೆಲ್ಲಿ, ದರದರನೆ ಎಳೆದುಕೊಂಡೇ ಹೊರಟಂತಾಯಿತು! ನೋಡಿದರೆ ಅವನೊಬ್ಬ ಪೊಲೀಸ್ ಪೇದೆ. ನೇರ ನನ್ನ ಸೊಂಟಕ್ಕೇ ಕೈಯಿಕ್ಕಿ ಎಳೆದ! ಇನ್ನು ಸಿಕ್ಕಿಹೋದಂತೆಯೇ... ಅಂದುಕೊಂಡು ಹೌಹಾರಿದೆ! ಸೊಂಟಕ್ಕೆ ಸುತ್ತಿದ ಧೋತರದ ಹರುಕೆಲ್ಲಿ ಇವನ ಪಾಲಾದೀತೋ... ಎಂದು ಬೆದರಿದೆ. ಸಣ್ಣಗೆ ಬೆವರಿದೆ!

ಸಾಲದುದಕ್ಕೆ ಮಹಾಶಯನ ಮೋರೆಯಲ್ಲಿ ನನ್ನ ಅಪ್ಪನನ್ನೇ ಹೋಲುವ ಖದರಿತ್ತು! ಅಂಥದೇ ಪೊದೆಮೀಸೆ ಕಿವಿಯಿಂದ ಕಿವಿ ಹೊಂಚಿ ಹಬ್ಬಿಕೊಂಡಿತ್ತು!

'ಕಹಾಂ ಸೇ ಹೋ?' ಆತ ಗಡಸುದನಿಯಿಕ್ಕಿ ಕೇಳಿದ. ಥರಥರನೆ ನಡುಗುವಂತಾಯಿತು!

ಇಂತಹ ಶಿಥಿಲ ಹೊತ್ತಿನಲ್ಲಿ ಜಗನ್ನಾಥನೇ ದಾರಿ ತೋರಿದನೆನ್ನಬೇಕು. ತಕ್ಷಣ, ಕಿಸೆಯೊಳಕ್ಕೆ ಕೈಯಿಕ್ಕಿ ಮೊಬೈಲಿನ ಫ್ಲಾಪ್ಯೊಳಿದ್ದ ಕಾರ್ಡು ಹೆಕ್ಕಿ ತೋರಿದೆ. ತಂತಾನೇ ರಹವೊದಗಿ ಬಂತು! ಕಾರ್ಡಿನಲ್ಲಿದ್ದ ಅಬಿನಾಶ್ ಸೇನಾಪತಿಯ ಹೆಸರು ನೋಡಿದ್ದೇ, ಪೇದೆ ಏಕ್ದಮ್ ರಿವರ್ಸು ಹೊಡೆದ! 'ಜಾಯೀಯೋ... ಜಾಯೀಯೋ...' ಅಂತಂದು ನನ್ನನ್ನು ಮುನ್ನಡೆಯಬಿಟ್ಟ, ಕಾರ್ಡನ್ನು ಮೊಬೈಲಿನಷ್ಟೇ ಜೋಪಾನವಾಗಿ ಕಿಸೆಯೊಳಕ್ಕೆ ವಾಪಸಿಳಿಸಿ ಮುನ್ನಡೆದೆ.

ನಿನ್ನೆಗೂ ಇವೊತ್ತಿಗೂ ಢಾಳಾಗಿ ಕಂಡ ವ್ಯತ್ಯಾಸವೆಂದರೆ, ಹೀಗೆ ಹೆಜ್ಜೆ ಹೆಜ್ಜೆಗೂ ಕಾಣಸಿಕ್ಕ ಪೊಲೀಸ್ ಮಂದಿ. ನನ್ನ ಕಣ್ಣೊಳಗುಂಟಾದ ಪ್ರತಿಯೊಂದು ನೋಟದಲ್ಲೂ ಒಬ್ಬನಾದರೂ ಲಾಠಿಧಾರೀ ಪೇದೆ ಕಾಣಸಿಗುವನು. ಹಾಗೆ ಕಾಣಿಸಿದ್ದೇ ನನ್ನ ನಡಿಗೆಯು ತಂತಾನೇ ಧಾಟಿ ಬದಲಿಸಿ ಎಚ್ಚರ ತಾಳುವುದು! ಎಲ್ಲಿಂದ ಯಾರು ಅತಿಕ್ರಮಿಸಬಹುದೆಂದು ಚಿಂತೆಯಾಗುವುದು! ಕೆಲವು ದೂರ ನಡೆಯುವಷ್ಟರಲ್ಲಿಯೇ

ಸಾಕುಸಾಕಾಗಿಹೋಯಿತು. ಅಬ್ಬಾ... ಈ ಪರಿಯ ಸೆಕ್ಯುರಿಟಿಯೇ ಅಂತನ್ನಿಸಿಬಂತು! ಇನ್ನು, ಸೊಂಟದಲ್ಲಿದ್ದ ಹರುಕನ್ನು ನಾನು ವಿಸರ್ಜಿಸಿದಂತೆಯೇ! ಅದನ್ನು ಅಲ್ಲೇ ಇರಗೊಟ್ಟು ಸುಮ್ಮನಿರುವುದೇ ಕ್ಷೇಮ ಅಂತಂದುಕೊಂಡೆ. ಈ ನಡುವೆ, ಇನ್ನೆರಡು ಸರ್ತಿ ನನ್ನನ್ನು ಅಡ್ಡಗಟ್ಟಿ ತಪಾಸಣೆ ಮಾಡಲಾಯಿತು. ಎರಡೂ ಸಲವೂ ಅಬಿನಾಶ ಸೇನಾಪತಿಯ ಕಾರ್ಡು ಕೆಲಸಕ್ಕೆ ಬಂತು!

ಅಂಗೈಯಲ್ಲಿ ಎರಡೂವರೆ ಬೆರಳಗಲಕ್ಕಿರುವ ಕಾಗದದ ಚೂರೊಂದು ಈ ಬಗೆಯ ಶ್ರೀರಕ್ಷೆಯಾಯಿತೆಂಬುದೂ, ಒಂದು ನಂಬಿಕೆಯ ಸಲುವಿನಲ್ಲಿ ಲಕ್ಷಾಂತರ ಮಂದಿಯನ್ನು ನೆರೆಸಿ ಕರೆಸಿಕೊಳ್ಳುವ ಈ ಪುರೀ ಶಹರದಷ್ಟೇ ಸೋಜಿಗದ್ದನ್ನಿಸಿತು. ಅದಕ್ಕೂ ಹೆಚ್ಚು ಅಚ್ಚರಿಯೆಂದರೆ, ನಾನು, ಈ ಕಾಗದದ ಚೂರನ್ನು ನನ್ನ ಮೊಬೈಲಿನಷ್ಟೇ ಜೋಪಾನ ಮಾಡಿದ್ದು!

ಏತನ್ಮಧ್ಯೆ ಮಾತಂಗಿಯ ನೆನಪಾಯಿತು. ಅವಳೇನಾದರೂ ನಾನಿರುವ ಪರಿಸ್ಥಿತಿಯಲ್ಲಿ ಇದ್ದಿದ್ದರೆ ಏನಾಗುತ್ತಿತ್ತು... ಅಂತ ಒಮ್ಮೆ ಯೋಚಿಸಿದೆ. ಹೆಣ್ಣು ಇಲ್ಲೇ ಇದ್ದಾಳೋ? ಇಲ್ಲಾ, ಇನ್ನೆಲ್ಲಾದರೂ ಹೊರಟಾಗಿದೆಯೋ? ಒಂದು ಟಾಸ್ಕು ಮುಗಿಸಿ ಇನ್ನೊಂದರಲ್ಲಿ ತೊಡಗುವುದೆಂದು, ಈವರೆಗೆ ಮಾಡಿರದ ಮತ್ತೊಂದರ ಬೆನ್ನಟ್ಟಿ ಹೊರಟಳೋ? ಯಾರಿಗೆ ಗೊತ್ತು?

ಈ ಯೋಚನೆಗಳ ನಡುವೆಯೇ, ನಾವಿಬ್ಬರೂ ಇದೇ ರಸ್ತೆಯಲ್ಲಿ– ನಿನ್ನೆ ಕೈಕೈ ಹಿಡಿದು ನಡೆದಿದ್ದು ನೆನಪಾಯಿತು. ಹಾಗೇ, ನನ್ನನ್ನು ಒಂದೇ ಸಮ ಉಂಗುರ ಚುಚ್ಚಿದ್ದು... ಕಿಬ್ಬೊಟ್ಟೆಯನ್ನು ಗೀಚಿ ಕಾಡಿದ್ದು... ಇದ್ದಕ್ಕಿದ್ದಂತೆ ಹನುಮನೆದುರಾದನೆಂದು ಚೀರಹೊರಟು, ಅದನ್ನು ತಡೆದು ನನ್ನನ್ನು ಅನಾಮತ್ತನೆ ಅಪ್ಪಿಕೊಂಡಿದ್ದು! ಹುಹ್ಹ್... ಒಂದು ರಾತ್ರಿ–ಮಾತ್ರಕ್ಕೆ ಜೊತೆಯಾದ ಹೆಣ್ಣೊಂದು ನನ್ನನ್ನು ಇಷ್ಟೆಲ್ಲ ಆವರಿಸುವುದೇ? ವಿಚಿತ್ರವನ್ನಿಸಿತು. ಯಾಕೋ ಕಾಣೆ, ತುಸು ಭಾವುಕನಾದೆ. 'ಆದರೂ... ಆದರೂ... ನೀನು ನನಗೆ ಹೇಳಿ ಹೋಗಬೇಕಿತ್ತು, ಮಾತಂಗೀ...' ಮನಸ್ಸಿನ ಮಾತನ್ನು ನಿಜಕ್ಕೂ ಹೊರಗೆಡಹಿ, ಬಲಗಡೆಯ ತೊಡೆಯಲ್ಲಿ ಮರಿಜೇಬಿನಲ್ಲಿದ್ದ ಉಂಗುರವನ್ನೊಮ್ಮೆ ನೇವರಿಸಿ, ಒಂದು ಅನಿರ್ವಚನೀಯ ಮುದ ಸಂಪಾದಿಸಿದೆ.

ಆ ರಸ್ತೆಯಲ್ಲಿನ ಸಂದಣಿಯಲ್ಲಿ ನಡೆದು ಸಾಗಲಿಕ್ಕೆ, ಕಡಿಮೆಯೆಂದರೂ ಮುಕ್ಕಾಲು ತಾಸು ಸಂದುಹೋಯಿತು. ಅಷ್ಟೇ ನಿಧಾನವಾಗಿ ಹೊತ್ತೂ ಮುಳುಗಿಕೊಂಡು, ಇನ್ನೊಂದು ರಾತ್ರಿಯ ತಲೆ ಸವರುತ್ತ– ಇನ್ನು ನಿನ್ನ ಪಾಳಿಯೆಂದು ಬಿಟ್ಟುಕೊಟ್ಟಂತನ್ನಿಸಿತು! ಈ ಹೊತ್ತಿಗೆಲ್ಲ, ಶಹರಕ್ಕೆ ಶಹರವೇ ವಿದ್ಯುತ್ತಿನ ಅಲಂಕಾರ ತಾಳಿ, ಬೆಳಕೇ ಬೆಳಕಿನ ಝಗಮಗವನ್ನುಟ್ಟ ವಧುವಿನಂತೆ ಕಾಣತೊಡಗಿತು. ಕತ್ತಲು ಇಳಿಬಿಟ್ಟ ಅಂತಃಪಟದ ಆಚೆಗೆಲ್ಲೋ ಇರುವ ರಾತ್ರ್ಯಾಕಾಶದಲ್ಲಿ ಬಿದಿಗೆಯ

ಬಿಂಬದಂತಹ ವರನಿದ್ದಾನೆಂದೂ, ಅವನ ಸಲುವಾಗಿ ತಾನು ಸಜ್ಜಾದೆನೆಂದೂ– ನಗರ'ವಧು' ನೇರ ಹೇಳಲೊಲ್ಲದ ನಾಚುಗೆ ತಾಳಿತ್ತು!

ರಥಬೀದಿಗೆ ಬಂದು ನಿಂತರೆ, ತೇರುಗಳು ನಿನ್ನೆ ರಾತ್ರಿಯಿದ್ದ ವಿರುದ್ಧ ದಿಕ್ಕಿನಲ್ಲಿ ಅಂದರೆ ಜಗನ್ನಾಥನ ಗುಡಿಗೆ ಬಲುದೂರದಲ್ಲಿ ಸಂದು ಸರಿಯುತ್ತಿದ್ದವು. ನಿನ್ನೆ, ನಾನು ಸದ್ಯಕ್ಕೆ ನಿಂತಲ್ಲಿನಿಂದ ಎಡಗಡೆಗೆ ಇದ್ದವುಗಳು ಈಗ ಆಪೋಸಿಟು ದಿಕ್ಕಿನಲ್ಲಿದ್ದವು. ಇನ್ನುಳಿದಂತೆ ಅದೇ ಗತ್ತು ಮತ್ತು ಮಹತ್ತು! ಈ ಹೊತ್ತಿನಲ್ಲಿ, ನನ್ನ ಎಡಕ್ಕಿರುವ ಗುಡಿಯನ್ನು ಕೃಷ್ಣಸನ್ನಿಧಿಯೆನ್ನುವುದೇ ತಪ್ಪೇನೋ! ಅವನ ಸನ್ನಿಧಾನವೆಲ್ಲ ಬಲಗಡೆಯ ತೇರಿನಲ್ಲಿದೆಯಾದ್ದರಿಂದ, ಮತ್ತು ಮುಂದಿನ ಎಂಟೊಂಬತ್ತು ದಿನಗಳ ಕಾಲ ಈ ರಸ್ತೆಯಲ್ಲೇ ತಂಗುತ್ತಾನಾದ್ದರಿಂದ– ಈ ಬೀದಿಯೇ ಬಿಡದಿ. ಬಿಡಾರವೇ ಬೃಂದಾವನ!

ಇಷ್ಟಿದ್ದೂ, ಗುಡಿಯೊಳಗೆ ಸದ್ಯಕ್ಕೆ ಏನಿದೆ, ಏನಾಗುತ್ತಿದೆ ಎಂಬ ಕುತೂಹಲ ನನ್ನೊಳಗೆ ಮೂಡಿಬಂತು. ಯಾವ ಕಡೆ ಸಾಗುವುದೆಂದು, ಕೆಲಹೊತ್ತು ಸಂದಿಗ್ಧವಾಯಿತು. ಬಲಗಡೆಯ ಬೃಂದಾವನಕ್ಕೋ, ಎಡಗಡೆಯ ಬರಿಗುಡಿಗೋ? ಅಯ್ಯೋ ಧರ್ಮಸಂಕಟವೇ ಅಂದುಕೊಂಡೆ!

90

'ನಮಸ್ತೇ... ' ಬದಿಬಳಸಿ ನನ್ನ ಎಡಕ್ಕೆ ಸಾಗುತ್ತಿದ್ದ ಪಂಡಾನೊಬ್ಬನನ್ನು ತಡೆದು ನಿಲ್ಲಿಸಿದೆ.

'ಜೀ...' ಅನ್ನುತ್ತ ಮಹಾಶಯ ನನ್ನತ್ತಲೇ ನೋಡಿ ನಿಂತ. 'ಈ ಜನ ಕಡಿಮೆ ಆಗೋದು ಯಾವಾಗ?' ಕೇಳಿದೆ.

'ಮತಲಬ್?' ಎಂದು ಪ್ರಶ್ನಾರ್ಥಕವಾಗಿ ನನ್ನನ್ನು ನೋಡಿ, ತನಗೆ, ನಾನು ಕೇಳಿದ್ದು ಅರ್ಥವಾಗಲಿಲ್ಲವೆಂಬುದನ್ನು ತಿಳಿಸಿದ.

'ಜಗನ್ನಾಥರ ದರ್ಶನ ಆಗಬೇಕಲ್ಲ...' ಎಂದು ಹೇಳಿದೆ.

'ವೋ ದೇಖೋ...' ಅನ್ನುತ್ತ ತನ್ನ ತೋರುಬೆರಳನ್ನು ಜಗನ್ನಾಥನ ರಥವರೆಗೂ ಹರಿಯಗೊಟ್ಟು, 'ವೋ...' ಅಂದುದನ್ನು– ಅಷ್ಟೇ ದೀರ್ಘವಾಗಿ ಎಳೆದು ಹೇಳಿದ. 'ಇನ್ನೊಂದು ಒಂದೂವರೆ ತಾಸಿನಲ್ಲಿ ರಥ ಬೀದಿಯ ಆ ಪಾರನ್ನು ತಲುಪುತ್ತೆ... ಅಲ್ಲಿ ಗುಂಡೀಚಮ್ಮನ ಗುಡಿ ಇದೆ. ಅಲ್ಲಿ ಜಗನ್ನಾಥಜೀ ಈ ರಾತ್ರಿ ನೆಲೆ ನಿಲ್ಲುತ್ತಾರೆ. ಅದಾದ ನಂತರ ಇಷ್ಟೆಲ್ಲ ಜನ ಇಲ್ಲಿದ್ದಿದ್ದೇ ಸುಳ್ಳು ಅನ್ನೋ ಹಾಗೆ ಖಾಲಿಯಾಗಿಬಿಡುತ್ತಾರೆ... ಆಮೇಲೆ ಆರಾಮ್ ಸೇ ದರ್ಶನ ಆಗುತ್ತೆ...'

ತಕ್ಷಣ ವಾಚು ನೋಡಿಕೊಂಡೆ. ಏಳೂ ನಲವತ್ತರ ಹೊತ್ತು. ಅಂದರೆ ಇನ್ನೂ ಒಂದೊಂದೂವರೆ ತಾಸು ಕಾಯಬೇಕು! ಏನು ಮಾಡುವುದು? ಹೇಗೆ ಹೊತ್ತು ನೂಕುವುದು? ಯಾಕೋ ಏನೋ, ಒಬ್ಬರಿಗೊಬ್ಬರು ಮೈಗಂಟಿಕೊಂಡಿದ್ದ ಜನರೊಡನೆ ನನಗೆ ಮತ್ತೊಮ್ಮೆ ಮೈಬೆರೆಸುವ ಉಮೇದುಂಟಾಗಲಿಲ್ಲ.

ಪಂಡಾ ನನ್ನ ಮನಸ್ಸನ್ನು ಅರ್ಥೈಸಿಕೊಂಡವನಂತೆ, 'ತಬ್ ತಕ್ ಇಧರ್ ಹೀ ಘೂಮೋ ಗಾವೋ ನಾಚೋ...' ಅನ್ನುತ್ತ ತನ್ನ ಪಾಡಿಗೆ ತನ್ನ ದಾರಿಬೆಳೆಸಿ ಮರೆಯಾದ.

ಅಲೆದಾಡು... ಹಾಡು... ಕುಣಿ... ಎಂದು, ಆತ ಹೇಳಿದ್ದು, ಬಲು ರಮ್ಯವಾದ ಐಡಿಯಾ ಅಂತನ್ನಿಸಿತು. ಗುಡಿಯ ಕಡೆಗೆ ಹೆಜ್ಜೆಯಿಕ್ಕಿ ಸುತ್ತುವುದೇನೋ ಮಾಡಬಹುದು... ಉಳಿದ ಇನ್ನೆರಡು ಕಷ್ಟವಲ್ಲ... ಅಂದುಕೊಳ್ಳುತ್ತಿದ್ದೆನಷ್ಟೆ, ಬದಿಯಿಂದಲೊಂದು ಮೇಳ ಗುಡಿಯ ಕಡೆಗೇ ಹೊರಟಿದ್ದು ಕಂಡುಬಂತು. ಮದೋನ್ಮತ್ತರಾಗಿ ಕೃಷ್ಣಗಾಥೆಯಲ್ಲಿ ತೊಡಗಿದ್ದ ಮಂದಿ. ಎಣಿಕೆಯಲ್ಲಿ ಮೂವತ್ತಿದ್ದರೇನೋ... ಹಾಡುವವರಿದ್ದರು. ಕುಣಿಯುವವರಿದ್ದರು. ವಾದ್ಯಕಾರರು ಇದ್ದರು. ತಾಳಮೇಳಗಳಿದ್ದವು. ಸರಿ... ಇದು ಸುತ್ತಾಡಲಿಕ್ಕೆ ನನಗೇ ಹೇಳಿ ಮಾಡಿಸಿದ್ದೆಂದು ಅವರೊಡಗೂಡಿದೆ. ಅದಿಬದಿಯವರು ಹಾಡಿದ್ದನ್ನೇ ಹಾಡತೊಡಗಿದೆ.

ಈ ಹೊತ್ತಿಗೆ ಆಕಾಶವು ಮೋಡವಿಲ್ಲದೆ ಪರಿಶುಭ್ರವಾಗಿತ್ತು. ದಿನವಿಡೀ ಮಳೆ ಸುರಿದಿದ್ದೇ ಸುಳ್ಳೆನ್ನುವ ಹಾಗೆ, ನೆಲವು ಪೂರ್ತಿ ಒಣಗಿಹೋಗಿತ್ತು. ಮೇಳದ ಹಿಂದಿನ ಬಾಲವೆನ್ನುವ ಹಾಗೆ, ಅದು ಹೋದಲ್ಲೆಲ್ಲ, ನಿಧಾನವಾಗಿ ಹಿಂಬಾಲಿಸಿಕೊಂಡು ಹೋದೆ. ಖೋರಸಿನಲ್ಲಿ ದನಿ ಬೆರೆಸಿ, ದನಿಯನ್ನೇ ಇಲ್ಲವಾಗಿಸಿ ಹಾಡುವುದು– ಬಲು ಚಂದದ ಅನುಭವವೆಂದು, ಈಗ ನನಗೆ ಇನ್ನಿರದೆ ಅನ್ನಿಸಿಬಂತು.

ಗುಡಿಯ ಕಡೆಯ ಹಾದಿ ಹಿಡಿದು, ಅರ್ಧ ಕಿಲೋಮೀಟರಿನ ದಾರಿಯಲ್ಲಿ ಏಳೆಂಟು ಕಡೆ ನಿಲ್ಲಿಸಿ, ಜಗನ್ನಾಥ ಗಾಥೆಯನ್ನು ಹಾಡಿ ಕುಣಿದು ಸಂಭ್ರಮಿಸಿದ ಮೇಳವು, ಸರಿಯಾಗಿ ಒಂಬತ್ತು ಗಂಟೆಯ ಸುಮಾರಿಗೆ ದೇವಾಲಯದ ಸಿಂಘದ್ವಾರದ ಎದುರು ಕೊನೆಗೊಂಡಿತು. ನನ್ನ ಸುತ್ತಲೂ ಇದ್ದ ಮೇಳದ ಮಂದಿ ಇದ್ದಕ್ಕಿದ್ದಂತೆ ಎಲ್ಲಿ ಸಂದರೆನ್ನುವ ಮಟ್ಟಿಗೆ, ಒಮ್ಮೆಗೇ ಮಾಯವಾದರು. ನಾನು ಸಿಂಘದ್ವಾರದೆದುರಿನ ಅರುಣಸ್ತಂಭದೆದುರು ಆಲ್ಮೋಸ್ಟ್ ಒಬ್ಬನೇ ನಿಂತಿದ್ದೆ.

ನಿನ್ನೆಯ ಹಾಗೆ, ದ್ವಾರದ ಎದುರು ಮಂದಿಯಿರಲಿಲ್ಲ. ಜೇನುಗೂಡಿನಂತಹ ಸಂದಣಿಯಿರಲಿಲ್ಲ. ನೂಕುನುಗ್ಗಲಿರಲಿಲ್ಲ. ಒಳಗುಡಿಯ ದೇವರುಗಳೆಲ್ಲ ವಿಹಾರಕ್ಕೆ ಹೊರಟ ಬಳಿಕ, ಇಲ್ಲೇನು ಕೆಲಸ ಅನ್ನುವ ಹಾಗೆ, ಮಂದಿ, ರಥಬೀದಿಯ ಇನ್ನೊಂದು ಕಡೆಯಲ್ಲಿ ನೆರೆದು ಸರಿದಿದ್ದರು. 'ಅಂದರ್ ಜಾ ಸಕ್ತೇ ಹೇ, ಕ್ಯಾ?' ಬದಿಗಿದ್ದ

ಆಸಾಮಿಯನ್ನು ಕೇಳಿದೆ. 'ಶಾಯದ್ ಮನಾ ಹೇ... ಉಧರ್ ಪೂಛೋ..' ಎಂದು, ಆತ ಸಿಂಹದ್ವಾರದಲ್ಲಿದ್ದ ಒಬ್ಬ ಚೌಕೀದಾರನತ್ತ ಬೆರಳು ಹಚ್ಚಿ ಹೇಳಿದ.

ಚೌಕೀದಾರನನ್ನು ಕೇಳುವಾಗ ಅವನೂ ಅದೇ ಮಾತು ಪುನರಾವರ್ತಿಸಿದ. ಗುಡಿಯೊಳಕ್ಕೆ ಪ್ರವೇಶವಿಲ್ಲವೆಂದು ತಡೆದ. ಇಷ್ಟಿದ್ದೂ, ಗುಡಿಯ ಒಳಕ್ಕೂ ಹೊರಕ್ಕೂ ಸಾಗುತ್ತಿದ್ದ ಕೆಲವು ಪಂಡಾಗಳು ಇದ್ದೇ ಇದ್ದರು. ಗುಡಿಯ ಅಂತರಂಗದ ಮಂದಿಯಾದ ನಮಗೆ ಸದಾ ಪರವಾನಗಿಯಿದೆಯೆಂಬಂತೆ, ಚೌಕೀದಾರನತ್ತ ನೋಡಿಯೂ ನೋಡದೆಯೇ ಒಳಹೋಗುವರು ಮತ್ತು ಹೊರಬರುವರು! ಇದನ್ನೇ ಕೆಲಗಳಿಗೆ ತಡೆದುನಿಂತು ನೋಡಿದ ನನಗೆ, ಗುಡಿಯೊಳಗೆ ಹೋಗಿ– ಇಡೀ ಪ್ರಾಕಾರದ ಪ್ರಾಂಗಣದೊಳಗೆ ಕೆಲಹೊತ್ತು ಇರಬೇಕೆಂದು ಅದಮ್ಯವಾದ ಆಸೆಯುಂಟಾಯಿತು.

ನಿನ್ನೆ ಸಿಕ್ಕ ಕಮಲಾಕ್ಷ ಕೇಶವ ಇವೊತ್ತೂ ಸಿಗಬಾರದೆ ಅಂದುಕೊಂಡು, ಅತ್ತಿತ್ತ ನೋಡಿದೆನಷ್ಟೆ... ನಾನಿಟ್ಟ ಮೊರೆ ಕೇಳಿ ಜಗನ್ನಾಥನೇ ತೇರಿನಿಂದಿಳಿದು ಬಂದನೆಂಬಂತೆ, ಈತ ಬಂದೇ ಬಿಡುವುದೇ?

ಚಕಿತನಾಗಿ ನಿಂತಲ್ಲೇ ನಿಂತೆ! ಕಮಲಾಕ್ಷ ಕೇಶವನತ್ತಲೇ ಎವೆಯಿಕ್ಕದೆ ನೋಡಿಕೊಂಡು ನಿಂತೆ! ತನ್ನ ತೆರೆದ ಎದೆಯ ಆಚೀಚಿನ ಬಾಹುಗಳಲ್ಲಿ, ಭುಜಕೀರ್ತಿಯಂತಹ ಶಂಖುಚಕ್ರ ತಾಳಿಕೊಂಡು ಅವತರಿಸಿದ್ದ! ನಿನ್ನೆಗಿಂತಲೂ ಭವ್ಯವಾಗಿ ಕಂಡ. ಅದೇ ಮೋಟುಕಚ್ಚೆಯ ಧೋತರ. ಆದರೆ ತೊಯ್ದಿರದ ಮುಡಿ. ಹಣೆಯಲ್ಲೊಂದು ತೆಳ್ಳನೆ ಕೃಷ್ಣನಾಮ!

ಅಬ್ಬಾ... ಆ ಹೊತ್ತಿನಲ್ಲಿ ನನ್ನಲ್ಲುಂಟಾದ ಹಿಗ್ಗಿಗೆ ಎಣೆ ಹಚ್ಚುವುದುಂಟೇ? ಬೆಣೆ ಹೊಡೆದು ಹಿಡಿವುದುಂಟೆ?

ಸಮಯಾಸಮಯವುಂಟೆ ಭಕ್ತವತ್ಸಲ ನಿನಗೆ... ಎಂದು ನನಗೆ ನಾನೇ ಗುನುಗಿಕೊಂಡೆ.

'ಓಹ್ ಆಪ್!' ಅನ್ನುತ್ತ, ಕಮಲಾಕ್ಷ ಕೇಶವನೇ ನನ್ನನ್ನು ನೋಡಿ ಗುರುತಿಸಿ ನಕ್ಕ. 'ನಮಸ್ತೇ, ಪಂಡಾಜೀ...' ನಾನೂ ಕೈಜೋಡಿಸಿ ಮುಗಿದೆ. ಅವನೂ ವಾಪಸು ನಮಸ್ಕರಿಸಿದ. 'ಅಕೇಲೇ ಹೋ ಕ್ಯಾ? ಅಪ್‌ನೀ ಗುಡಿಯಾ ಹೇ ಕಹಾಂ?' ಎಂದು ನನ್ನ ಅದಿಬದಿಯಲ್ಲೆಲ್ಲ ಮಾತಂಗಿಗಾಗಿ ಹುಡುಕಿದ. ಅವಳನ್ನು ನಿನ್ನೆ ನನ್ನ ಹೆಂಡತಿಯೆಂತಲೇ ಬಗೆದಿದ್ದನಷ್ಟೆ, ನನಗೆ, ಈಗ ಬಲು ಮುಜುಗರವಾಯಿತು. ಕೊಂಚ ಪಿಚ್ಚೆನ್ನಿಸಿತು ಕೂಡ. ಇಷ್ಟಿದ್ದೂ, ನನಗೂ ಅವಳಿಗೂ ಏನೂ ಸಂಬಂಧವಿಲ್ಲವೆಂದು ಹೇಳಬೇಕೆನಿಸಲಿಲ್ಲ. 'ಅವಳು ಇವೊತ್ತು ದೇವಸ್ಥಾನಕ್ಕೆ ಬರುವ ಹಾಗಿಲ್ಲ...' ಎಂದು, ಹಳೆಯ ಕಾಲದ ಗಂಡಸರ ಹಾಗೆ, ಒಂದು ಸುಳ್ಳು ಹೊಸೆದೆ. ಕನ್ವಿನ್ಸಾದನೇನೋ. ಆ ಬಗ್ಗೆ ಅವನು ಮರುಮಾತು ಹೇಳಲಿಲ್ಲ.

'ನಾನು ಗುಡಿಯೊಳಗೆ ಹೋಗಬೇಕಲ್ಲ... ಒಳಕ್ಕೆ ಬಿಡಿಸೋಕಾಗುತ್ತಾ?' ಎಂದು ಕೇಳಿದೆ. 'ಹ್ಞಾಂ ಹ್ಞಾಂ... ಕ್ಯೋಂ ನಹೀಂ?' ಎಂದು ಹೇಳಿದ ಕಮಲಾಕ್ಷ ಕೇಶವ, ಕೂಡಲೇ ನನ್ನ ಕಾಲುಗಳತ್ತ ನೋಡಿ, ಬೂಟು ಕಳಚಿ ಬರುವಂತೆ ಸೂಚಿಸಿದ. ನಾನೂ ನನ್ನ ಕಾಲುಗಳತ್ತ ನೋಡಿ, 'ಯೇ ಹಾಫ್ ಪ್ಯಾಂಟ್ ಚಲೇಗಾ ಕ್ಯಾ?' ಎಂದು ಹಿಂಜರಿಯುತ್ತಲೇ ಕೇಳಿದೆ. ಎಲ್ಲಿ ನನ್ನ ಹೊರಚಲ್ಲಣವನ್ನು ನೋಡಿ ಒಳಗೆ ಬಿಡರೋ ಎಂಬ ಆತಂಕದಿಂದ ಕೇಳಿದೆ. 'ಇದು ಗುಡಿಯೊಳಗೆ ನಡೆಯುತ್ತೆ ಅಂತಾದರೆ ಅದೂ ನಡೆಯುತ್ತೆ...' ಎಂದು ತನ್ನ ಪಂಚೆಯತ್ತಲೊಮ್ಮೆ, ನನ್ನ ಚಲ್ಲಣದ ಮೇಲೊಮ್ಮೆ ಕಣ್ಣು ಹರಿಸಿ, ಒಂದನ್ನೊಂದು ಹೋಲಿಸುತ್ತ ಹೇಳಿದ.

ಒಂದೆರಡು ಮಿನಿಟುಗಳಲ್ಲಿ ಬೂಟು ಕಳಚಿಟ್ಟು ಬಂದಿದ್ದೇ, 'ಕಿತನಾ ಹೋಗಾ?' ಎಂದು ನೇರವಾಗಿ ಬ್ಯುಸಿನೆಸ್ಸಿಗಿಳಿದೆ.

'ನಿನ್ನೆಯದೂ ಇವೊತ್ತಿನದೂ ಸೇರಿಸಿ ಬರೀ ಎರಡು ರೂಪಾಯಿ ಕೊಡು...' ಎಂದು, ಕಮಲಾಕ್ಷ ಕೇಶವ ಅರ್ಥಗರ್ಭಿತವಾಗಿ ಹೇಳಿ ನಕ್ಕ. ನನಗೂ ಈ ಮಾತಿನ ಮರ್ಮವೇನೆಂದು ಸಲೀಸಾಗಿ ಹೊಳೆದುಬಂತು. ಆದರೆ, 'ನಿನ್ನೆಯದೂ ಸೇರಿಸಿ ಕೊಡು...' ಎಂಬ ಮಾತು, 'ಕಮ್ಮ್ ವಾಟ್ ಮೇ, ಐ ಮೀನ್ ಬ್ಯುಸಿನೆಸ್...' ಅನ್ನುವ ಹಾಗಿತ್ತು!

ಕೂಡಲೆ ಕಿಸೆಯಿಂದ ಪರ್ಸು ಹೆಕ್ಕಿ ಐದು ರೂಪಾಯಿಯ ಒಂದು ನೋಟನ್ನು ಕಮಲಾಕ್ಷ ಕೇಶವನ ಕೈಯಲ್ಲಿಟ್ಟೆ. ಅವನು ತನ್ನ ಸೊಂಟದ ಗಂಟಿನಿಂದ ಒಂದೊಂದು ರೂಪಾಯಿಯ ಐದು ಬಿಡಿ ನಾಣ್ಯಗಳನ್ನು ತೆಗೆದು, ನಾನು ಕೊಟ್ಟ ನೋಟಿನೊಡನೆ ಮರಳಿ ಗಂಟು ಬಿಗಿದು, 'ಲೆಕ್ಕ ಸರಿಯಿರಬೇಕಲ್ಲವಾ? ದುಡ್ಡಿನ ಲೆಕ್ಕವಾದರೂ ಸರಿ, ಮನಸ್ಸಿನ ಲೆಕ್ಕವಾದರೂ ಸರಿ...' ಎಂದೊಂದು ತತ್ತ್ವದ ಮಾತು ಹೇಳಿ, ಐದೂ ನಾಣ್ಯಗಳನ್ನು ನನ್ನ ಕೈಯಲ್ಲಿ ತುರುಕಿದ.

ಆಶ್ಚರ್ಯವಾಯಿತು!

'ಇದರಲ್ಲಿ ಎರಡು ರೂಪಾಯಿಯನ್ನ ಒಳಗೆ ಹುಂಡಿಗೆ ಹಾಕು... ಇವೊತ್ತು ನಾವು ಹಣ ಇಸಕೊಳ್ಳೋದಿಲ್ಲ. ಬರೀ ಕೊಡುತೀವಿ!'

ನಾನು ಒಮ್ಮಿಂದೊಮ್ಮೆ ಭಾವುಕನಾದೆ. ಒನ್ನಮೂನೆ ಕೊರಳುಕ್ಕಿ ಬಂತು. ಈ ನಡುವೆ, 'ನಿನ್ನೆ ನೀನು ಯಾವ ಮಾಯೆಯಲ್ಲಿ ನನ್ನ ಪರ್ಸು ಲಪಟಾಯಿಸಿದೆ?' ಎಂದು ಕೇಳಬೇಕೆನಿಸಿದ್ದನ್ನು ಕೇಳಲೊಲ್ಲದೆ ಒಳಮಿಗಿಸಿಕೊಂಡೆ.

ಆ ಮುಂದಿನ ಎರಡು ಮೂರು ಮಿನಿಟಿಗೆಲ್ಲ ನಾನೊಬ್ಬನೇ ಸಿಂಘದ್ವಾರವನ್ನು ದಾಟಿದ್ದೆ!

91

ಹೌದು. ಒಬ್ಬನೇ ಸಿಂಘದ್ವಾರವನ್ನು ದಾಟಿದೆ. ನಿನ್ನೆ ರಾತ್ರಿ ನನ್ನೊಡನಿದ್ದ ಇಷ್ಟಕನ್ನಿಕೆಯು ಸದ್ಯಕ್ಕೆ ಇರಲಿಲ್ಲವೆಂಬುದಿರಲಿ, ದ್ವಾರದ ಒಳಬದಿಯನ್ನು ದಾಟಿ ಮೆಟ್ಟಿಲೋಣಿಗೆ ಬರುವಾಗಲೂ– ಒಬ್ಬರೆಂದರೆ ಒಬ್ಬರಾದರೂ ಇರಬೇಡವೇ? ಹೋಗಲಿ... ಆ ಶಿಶುಪಾಲ, ದಂತವಕ್ರರಾದರೂ ಬೇಡವೇ? ಇನ್ನು, ನಮ್ಮನ್ನು ಒಳತೂರಿಸಿಕೊಂಡು ಹಾಯಿಸುವ ಲೋಹಾನ್ವೇಷಕವಾದರೂ ಇರಬೇಕಲ್ಲವೇ?

ನಿಜಕ್ಕೂ ವಿಚಿತ್ರವೆನ್ನಿಸಿತು.

ಮೆಟಲ್ ಡಿಟೆಕ್ಟರೇನೋ ಇದ್ದಲ್ಲೇ ಇದ್ದಿತು. ಆದರೆ ಅದರ ವಿದ್ಯುತ್ತೂಟವನ್ನು ಕಡಿಯಲಾಗಿದ್ದು, ಗತಿಯಿಲ್ಲದಷ್ಟು ಅನಾಥವೆನ್ನಿಸಿತು! ಒಳ್ಳೆಯದೇ ಆಯಿತಷ್ಟೆ? ಅಕಸ್ಮಾತ್ ಚಾಲೂ ಇದ್ದಿದ್ದಲ್ಲಿ ನಾನು ನಿಜಕ್ಕೂ ಫೇಲಾಗುತ್ತಿದ್ದೆ! ಚಲ್ಲಣದೊಳಗೆ ಗುಟ್ಟು ಗುಟ್ಟಾಗಿ ಇಟ್ಟುಕೊಂಡಿರುವ ಉಂಗುರವು ರಟ್ಟಾಗಿ, ಜೈಲಿನಲ್ಲಿ– 'ನಾಥ ಹರೇ... ಜಗನ್ನಾಥ ಹರೇ...' ಎಂದು ಭಜನೆಗೆ ತೊಡಗಬೇಕಿತ್ತಷ್ಟೇ... ಎಂದನಿಸಿ, ಈ ಯೋಚನೆಯ ಮೇರೆಗೆ ನಾನೇ ನಕ್ಕುಕೊಂಡೆ.

ದ್ವಾರದೊಳಗೆ ಒಬ್ಬ ಸೆಕ್ಯುರಿಟಿ ಆಸಾಮಿ ಇದ್ದನಂದೆನಲ್ಲ, ಅವನೂ ನನ್ನ ಬಗ್ಗೆ ಹೆಚ್ಚೇನೂ ತಲೆಕೆಡಿಸಿಕೊಳ್ಳಲಿಲ್ಲ. ಎಲ್ಲಿ ಸೊಂಟಕ್ಕೆ ಕೈಯಿಕ್ಕಿ ಮೈ ತಡಕುತ್ತಾನೋ... ಅಂದುಕೊಂಡು, ನಾನು ಸಿಕ್ಕಾಪಟ್ಟೆ ಜಾಗರೂಕನಾಗಿದ್ದು ವ್ಯರ್ಥವಾಯಿತು! ಈ ಚೌಕೀದಾರ, ಕಮಲಾಕ್ಷ ಕೇಶವನತ್ತ ಕೊಂಚ ಕೆಂಗಣ್ಣು ತಾಳಿ, ಒಡಿಯಾ ಭಾಷೆಯಲ್ಲಿ ಏನೋ ರೇಗಿದ. ಒಂದೇ ಸಮ ಸಿಡುಕುತ್ತ ಗದರುತ್ತ ಮಾತನಾಡಿದ. ಇವನೂ ಒಂದಿಷ್ಟು ಸಮಜಾಯಿಷಿ ಹೇಳಿದ ಬಳಿಕ, ನನ್ನನ್ನುದ್ದೇಶಿಸಿ, 'ಭಯ್ಯಾ... ಅಂದರ್ ಜ್ಯಾದಾ ದೇರ್ ಮತ್ ರುಕ್‌ನೇ ಕಾ... ನನ್ನ ಜವಾಬ್ದಾರಿಯ ಮೇಲೆ ನೀನು ಒಳಹೋಗುತಿದ್ದೀ...' ಎಂದು ಎಚ್ಚರಿಸಿ ಹೇಳಿದ. ಸೆಕ್ಯುರಿಟಿಯಾತ, ತನಗೆ ಇಷ್ಟವಿಲ್ಲದ ಮುಲಾಜಿನ ಮೇರೆಗೆ ನನ್ನನ್ನು ಒಳಬಿಡುತ್ತಿದ್ದಾನೆಂದು ಚೆನ್ನಾಗಿ ಗೊತ್ತಾಯಿತು. ಒಡಿಯಾ ಭಾಷೆಯಲ್ಲೇ ಇನ್ನಷ್ಟು ಗೊಣಗುಗಳಾದವು. 'ಮೊಬೈಲ್ ಆಫ್ ಆಗಿದೆ ಅಲ್ಲವಾ? ಒಳಗಡೆ ಫೋಟೋ ತೆಗೆಯೋ ಹಾಗಿಲ್ಲ...' ಎಂದು ಕಮಲಾಕ್ಷ ಕೇಶವ ಸಾರಿ ಸಾರಿ ಹೇಳಿ ಬೀಳ್ಕೊಟ್ಟ. 'ಪಂಡಾಜೀ... ಆಪ್ ನಹೀ ಆವೋಗೇ?' ಅನ್ನುವಾಗ, 'ಹಮೇ ಬಾಹರ್ ಕುಛ್ ಕಾಮ್ ಹೇ...' ಎಂದು ಸರಭರನೆ ಸರಿದುಹೋದ.

ಸಿಂಘದ್ವಾರವನ್ನು ಕೊಂಚ ಬೇಗನೆಯೇ ದಾಟಿದೆ. ಸೆಕ್ಯುರಿಟಿಯವನು ಎಲ್ಲಿ ವಾಪಸು ಕರೆದು ತಪಾಸಣೆಗೆ ತೊಡಗುವನೋ ಎಂಬ ಅಳುಕಿನಿಂದ ದಾಪುಗಾಲಿಕ್ಕಿ ನಡೆದೆ. ನಿನ್ನೆಯ ರಾತ್ರಿ, ಧುಮುಕುವ ಹೊಳೆಯ ಹಾಗೆ ನೀರು ಹರಿಸುತ್ತಿದ್ದ

ಮೆಟ್ಟಿಲುಗಳ ಓಣಿ ಸಹ, ಈಗ ಖಾಲಿ ಖಾಲಿ ಅನ್ನಿಸಿತು. ಎಡಗಡೆಯ ದಿಬ್ಬದ ಮೇಲೆ ನಿಂತು ಜನರನ್ನು ನಿರ್ದೇಶಿಸುತ್ತಿದ್ದ ನರೆಗಡ್ಡದ ನಡುವಯಸ್ಸಿನ ಪಂಡಾ ಕಾಣಸಿಗಲಿಲ್ಲ. ಬಲಗಡೆಯ ಗೋಡೆಯಲ್ಲಿದ್ದ 'ಕುಡಿಯುತ್ತಿರುವ' ನೀರಿನ ನಲ್ಲಿಯೂ ಮಂದಿಯನ್ನು ಕಾಣದೆ ಹಪಹಪಿಸಿತ್ತು. ಮೆಟ್ಟಿಲುಗಳ ಕೊನೆಯಲ್ಲಿ, ಮೇಲುಗಡೆ, ಇಬ್ಬರು ಚೋಟುಗಚ್ಚೆಯ ಪಂಡಾಗಳು ಕಾಣಸಿಕ್ಕರು. ತಂತಮ್ಮಲ್ಲೇ ಗಹನವಾಗಿ ಏನೋ ನಿಷ್ಕರ್ಷೆಗೆ ತೊಡಗಿದ್ದರು. ತ್ವರೆ ತ್ವರೆಯಾಗಿಯೇ ಮೊದಲ ನಾಲ್ಕು ಮೆಟ್ಟಿಲುಗಳನ್ನು ಏರಿದ ನಾನು, ಒಂದು ಕ್ಷಣ ತಡೆದು ನಿಂತೆ. ಎದುರಿಗಿದ್ದ ಎರಡನೇ ದ್ವಾರವೂ, ಈ ಮೊದಲು ದಾಟಿದ ಸಿಂಘದ್ವಾರವೂ, ಎಡಗಡೆಯ ಜಗುಲಿಯೂ, ಬಲಗಡೆಯ ಗೋಡೆಯೂ... ಹೀಗೆ ನಾಲ್ಕೂ ಬದಿಗಳು ಒಟ್ಟಾಗಿ, ಸುತ್ತಲಿನಿಂದ–ನನ್ನನ್ನೂ, ಮೆಟ್ಟಿಲುಗಳನ್ನೂ ಕವಿದು, ಒಂದು ಅದ್ಭುತ ಆವರಣವನ್ನು ಸೃಜಿಸಿದ್ದವು!

ಇನ್ನುಳಿದಂತೆ, ಹಾಳುಹೋದ ಊರಿನ ಹಾಗೆ ಖಾಲಿ ಖಾಲಿಯೆನ್ನಿಸಿದ ಆ ಸ್ಪೇಸು ನಿನ್ನೆಯಷ್ಟು ಚೆನ್ನನಿಸಲಿಲ್ಲ. ನಿಜಕ್ಕೂ ಚೆನ್ನನಿಸಲಲ್ಲ! ಸಭೆ ಮುಗಿದ ಸಭಾಂಗಣದಲ್ಲೊಂದು ಭಣಗುಡುವ ಖಾಲಿತನವಿರುತ್ತದಲ್ಲ, ಥೇಟು ಹಾಗನ್ನಿಸಿತು!

ಮತ್ತೆ ಬೇಗ ಬೇಗನೆ ಮೆಟ್ಟಿಲೇರಿದೆ. ಮತ್ತೊಮ್ಮೆ ಮೊದಲಿನಿಂದ ಮೆಟ್ಟಿಲೆಣಿಸಿಕೊಂಡು, ನಾನಿದ್ದುದು ನಾಲ್ಕನೆಯದರಲ್ಲೆಂದು ಖಾತ್ರಿ ಮಾಡಿಕೊಂಡು, ಐದನೇ ಮೆಟ್ಟಿಲಿನಿಂದ ಮುಂದಕ್ಕೆಣಿಸಿಕೊಂಡು ಏರತೊಡಗಿದೆ. ಒಟ್ಟು ಇಪ್ಪತ್ತೆರಡಾದವೆಂದು ಕೊನೆಯ ಮೆಟ್ಟಿಲು ಸೇರುವಾಗ ನನ್ನನಗೇ ಹೇಳಿಕೊಂಡೆ. ಎರಡನೆಯ ದ್ವಾರದಲ್ಲೂ ಸಿಂಘದ್ವಾರದಲ್ಲಿ ಇದ್ದಂತೆಯೇ, ಬಾಗಿಲಿನ ಆಚೀಚೆ ಸಿಂಹಗಳಿದ್ದವು. ಆದರೆ ಗಾತ್ರದಲ್ಲಿ ಕೊಂಚ ಕಡಿಮೆಯಿದ್ದವು. ಹಾಗಾದರೆ, ಇದು 'ಛೋಟಾ ಸಿಂಘದ್ವಾರ'ವೇನೋ... ಅಂದುಕೊಂಡೆನಷ್ಟೇ, ಆ ಮರಿ ದ್ವಾರಕ್ಕೆ ಎದುರಿದ್ದ ಫಲಕದ ಮೇಲೆ ಹಾಗೇ ಬರೆದಿತ್ತು!

ಈ ದ್ವಾರವನ್ನು ದಾಟುವಾಗ ನಿನ್ನೆಯಷ್ಟು ಭೀಕರವಾದ ಅಚ್ಚರಿಯೇನಾಗಲಿಲ್ಲ. ಯಾಕೆಂದರೆ ಆಚೆಗಿನ ಏನೂ ಅನಿರೀಕ್ಷಿತವಿರಲಿಲ್ಲ. ಆದರೆ, ನಿನ್ನೆಗಿಂತ ಚೆನ್ನಾಗಿ ಒಳಾವರಣವು ತನ್ನೆಲ್ಲ ವಿವರಗಳೊಡನೆ ಪ್ರಸ್ತುತಗೊಂಡಿತು. ಪಿರಮಿಡಿನಂತಹ ಭೋಗಮಂದಿರದ ಮೇಲಿನ ಅಂತಸ್ತುಗಳೆಲ್ಲ ನಿಚ್ಚಳವಾಗಿ ತೋರಿಬಂದವು. ಹಿಂದೆಯೇ, ಇಳಿಗತ್ತಲಿನ ಆಕಾಶವನ್ನು ಮೈಗಿಳಿಸಿಕೊಂಡ ಜಗನ್ನಾಥ ಶಿಖರದ ಅಷ್ಟಿಷ್ಟು ಝಲಕು.

ವಾಚು ನೋಡಿಕೊಂಡೆ. ಎಂಟು ಗಂಟೆ, ಹತ್ತು ನಿಮಿಷ, ಇಪ್ಪತ್ತೆರಡು ಸೆಕೆಂಡುಗಳು.

ಮಂದಿರದ ಪೂರ್ವದ್ವಾರವನ್ನು ಮುಚ್ಚಲಾಗಿತ್ತು. ಅಂದರೆ ಚಿಲಕವಿಕ್ಕದೆ

ಕದಗಳನ್ನು ಮುಂದೆ ಮಾಡಲಾಗಿತ್ತು. ಬಾಗಿಲಿನ ಬದಿಯಲ್ಲಿ ಇಬ್ಬರು ಖಾಕಿ ತೊಟ್ಟ ಚೌಕೀದಾರರು ಕಂಡರು. ದಿಟ್ಟಿಸಿ ನೋಡುವಾಗ ನಿನ್ನೆ ನೋಡಿದ ಶಿಶುಪಾಲ-ದಂತವಕ್ರರೇ ಅಂತನಿಸಿದರು. ಸುಮ್ಮನೆ ನಿಂತು ಪಟ್ಟಾಂಗ ಹೊಡೆಯುತ್ತಿದ್ದರು. ನನ್ನನ್ನು ನೋಡಿದ್ದೇ ಅವರಲ್ಲೊಬ್ಬ, ಅಂದರೆ ನಿನ್ನೆ ರಾತ್ರಿ ನಾನೂ, ಮಾತಂಗಿ-ಹಾಡಿಕುಣಿದು ವಾಪಸಾಗುವಾಗ, ಇಬ್ಬರನ್ನೂ ಗದರಿ ಹೊರಗಟ್ಟಿದನಲ್ಲ, ಅವನು, 'ಮಂದಿರ್ ಬಂದ್ ಹೇ... ಅಂದರ್ ಮತ್ ಘುಸೋ!' ಎಂದು, ನಾನೇನೂ ಮಾಡುವ ಮೊದಲೇ ನನ್ನನ್ನು ಎಚ್ಚರಿಸಿ ಒರಲಿದ!

ಆಶ್ಚರ್ಯವಾಯಿತು!

ಗುಡಿಯೊಳಗೆ ಪ್ರವೇಶವಿದೆಯೇ ಎಂದು ನಾನೇ ಪರವಾನಗಿ ಕೇಳಹೊಂಚಿದ್ದೆನಷ್ಟೆ, ನನ್ನ ನಡಿಗೆಯನ್ನಾಧರಿಸಿಯೇ- ಮಹಾಶಯ, ಆಗದೆಂದು ಹೇಳಿಬಿಡುವುದೇ? ಅಲ್ಲಗಳೆಯುವುದೇ? ಎಂತಹ ಚುರುಕುಗಣ್ಣಿನ ಆಸಾಮಿ! ಮಂದಿಯ ಚಲನವಲನವನ್ನು ನೋಡಿಯೇ ಮುಂದೇನು ಆಗಬಹುದೆಂದು, ಮಾಡಬಹುದೆಂದು ಊಹಿಸುತ್ತಾನೆಯೇ? ವರ್ಷಾನುಗಟ್ಟಲೆ ಮಂದಿಯನ್ನು ನೋಡಿನಿರುಕಿ ಕಣ್ಣು ಪಳಗಿಸಿದ್ದಲ್ಲಿ ಎದುರಿದ್ದವರ ಮನೋಗತವೆಲ್ಲ ಅರ್ಥವಾದೀತೆ? ಭೇಷ್... ಅಂದುಕೊಂಡೆ!

ಗುಡಿಯೊಳಗೇನೂ ವಹಿವಾಟಿಲ್ಲವೆಂದ ಮೇಲೆ ಈಗೇನು ಮಾಡುವುದೆಂಬ ಯೋಚನೆಯಾಯಿತು. ತಕ್ಷಣ ಇನ್ನೊಂದು ಹೊಳೆಯಿತು. ರಥವಿಹಾರಕ್ಕೆ ಹೊರಟಿರುವುದು ಜಗದ್ಭದ್ರ, ಬಲಭದ್ರ, ಸುಭದ್ರೆ- ಈ ಮೂವರು ಮಾತ್ರವಷ್ಟೆ? ಮುಖ್ಯದೇವರು ಇಲ್ಲವೆಂದು ಮರಿದೇವರು ನಿದ್ದೆ ಹೋದಾರೆ? ಅವರುಗಳನ್ನು ಕಾಣಬಹುದಲ್ಲ... ಅಂದುಕೊಂಡೆ. ಅಲ್ಲದೆ, ನಿನ್ನೆ ಕಮಲಾಕ್ಷ ಕೇಶವನೊಡನೆ ಗುಡಿ ಹೊಕ್ಕಿದ್ದು, ಮಾತಂಗಿ ಹೇಳಿದ ಹಾಗೆ, ಕಳ್ಳದಾರಿಯ ಮುಖೇನ! ಚಕ್ರೀಯ, ಅಪಚಕ್ರೀಯ... ಸ್ವಯಾಪಸವ್ಯಗಳ ಗೊಡವೆಯೇ ಇಲ್ಲದೆ, ಹೇಗೆ ಹೇಗೋ ಅಡ್ಡಾದಿಡ್ಡಿ ಸುತ್ತಿದ್ದಾಯಿತು! ಈಗಲಾದರೂ ದೊಡ್ಡದೊಂದು ಪ್ರದಕ್ಷಿಣೆ ಬಂದರೆ ಒಳಿತು... ಸಾಕಷ್ಟು ಹೊತ್ತೂ ಕಳೆದೀತು -ಅಂದುಕೊಂಡು ಎಡಕ್ಕೆ ಹೊರಳಿದೆ. ಬಿಮಲಾಂಬಿಕೆ, ಉಚ್ಛಿಷ್ಟ ಗಣಪತಿ, ಮಹಾಲಕ್ಷ್ಮಿ, ಸೂರ್ಯ ಭಗವಾನ್, ಸರಸ್ವತಿ, ಭುವನೇಶ್ವರಿ, ಹನುಮಾನ್... ಇಂದ್ರದ್ಯುಮ್ನ... ಈ ದೇವಾನುದೇವತೆಗಳನ್ನು ಒಂದೊಂದಾಗಿ ಕಂಡುಕೊಂಡು, ಒಬ್ಬೊಬ್ಬರೆದುರೂ ಬೇಕೆಂದೇ ಅಗತ್ಯಕ್ಕೂ ಹೆಚ್ಚು ಕಾಲಹರಣ ಕೈಕೊಂಡು, ಕಾಲವೆಂಬ ಕಾಲವನ್ನೇ ವಿಳಂಬಿಸಿಕೊಂಡು... ನಿಧಾನವಾಗಿ ಸಖ್ಯಮಂಟಪದತ್ತ ನಡೆದಿದ್ದೆನಷ್ಟೆ, ಬದಿಗೋಡೆಯ ಮೇಲೊಂದು ಬರಹ ಓದಸಿಕ್ಕಿತು.

ಬರಹ ದೇವನಾಗರಿಯಲ್ಲಿತ್ತು. ಹಿಂದಿ-ನುಡಿಯ ಒಕ್ಕಣಿಕೆ. 'ಇಲ್ಲೇ ಹನ್ನೆರಡನೇ

ಶತಮಾನದ ಒದಿಶಾ ಮೂಲದ ಮೇರುಕವಿ ಕುಳಿತು ಗೀತಗೋವಿಂದವನ್ನು ಬರೆದಿದ್ದು...' ಎಂದು ಓದಿದ್ದೇ, ನನ್ನ ಮೈಯಲ್ಲೆಲ್ಲ ರೋಮಾಂಚನವಾಯಿತು! ಇಷ್ಟಕ್ಕೂ, ಜಯದೇವ ನನ್ನ ಎಣಿಕೆಯಲ್ಲಿ ಇಷ್ಟಕವಿ ತಾನೇ? 'ಗೀತಗೋವಿಂದ' ಅಷ್ಟೇ ನನ್ನ ಇಷ್ಟಕಾವ್ಯ. ಅವನ ಅಷ್ಟೂ ಅಷ್ಟಪದಿಗಳನ್ನು ಬಾಯಿಪಾಠ ಮಾಡಿಕೊಂಡಿದ್ದೇನೆ. ತಕ್ಕಮಟ್ಟಿಗೆ ಹಾಡುತ್ತೇನೆ ಕೂಡ! ಗೋಡೆಯ ಮೇಲೆ, ಈ ದೇವನಾಗರಿ ಬರಹದ ಕೆಳಗೆ- ಒಂದು ತೆಂಗಿನಕಾಯಿ ಗಾತ್ರದ ಕೆಂಪನೆ ವೃತ್ತವನ್ನು ಬರೆದಿದ್ದು ಬಿಟ್ಟರೆ, ಇನ್ನೇನೂ ಕಾಣಸಿಗಲಿಲ್ಲ. ತಕ್ಷಣ, ಆ ಕೆಂಪುಬೊಟ್ಟನ್ನೇ ಮುಟ್ಟಿ ಕಣ್ಣಿಗೊತ್ತಿಕೊಂಡು, ನನಗೇ ಗೊತ್ತಿರದೆ, 'ಧೀರಸಮೀರೇ ಯಮುನಾತೀರೇ ತವವಿರಹೀ ಕೇಶವ...' ಎಂಬ ಗುನುಗು ತಾಳಿಕೊಂಡು ಮುನ್ನಡೆದೆ. ಯಾಕೋ ಏನೋ ಬಲು ತೀವ್ರವಾಗಿ ಮಾತಂಗಿಯ ನೆನಪುಂಟಾಗಿ ಬಂತು!

ಸುತ್ತಮುತ್ತಲೂ ಬೆರಳೆಣಿಕೆಯಷ್ಟೇ ಮಂದಿಯಿದ್ದರು. ಇದ್ದವರೆಲ್ಲ ಹೆಚ್ಚುಕಮ್ಮಿ ಪಂಡಾಗಳೇ... ಇಲ್ಲಾ, ಚೌಕೀದಾರ ಮಂದಿ. ಒಬ್ಬಿಬ್ಬರು ದೇವಸ್ಥಾನದ ಸಿಬ್ಬಂದಿ. ಊರಿಗೆ ಊರೇ ಭಕ್ತಾದಿಗಣದೊಡನೆ ತೇರಿನ ಸಂತೆಯೊಳಗೆ ಮಗ್ನವಿರುವಾಗ, ಕರಿಮುಸುಡಿಯ ದೇವರೂ ಒಳಗೆ ಇಲ್ಲದಿರುವಾಗ- ತನ್ನ ಪಾಲಿನ ಕ್ರಿಯಾಕರ್ಮವಾದರೂ ಏನೆಂಬಂತೆ ಗುಡಿಗೆ ಗುಡಿಯೇ ಸುಮ್ಮನೆ ತೂಕಡಿಸುವಂತಿತ್ತು. ಇನ್ನುಳಿದಂತೆ, ಏನೋ ಉದಾಸ. ಉದಾಸೀನ!

ಜಗನ್ನಾಥ ಶಿಖರದ ಮೇಲೆ ನಿನ್ನೆಯ ಹಾಗೆ ಫ್ಲಡ್-ಲೈಟು ಉಗ್ಗಿರಲಿಲ್ಲ. ಅದರ ಮೇಲ್ಮೈಯಲ್ಲೂ, ಅಷ್ಟೇ ಸುತ್ತಲೂ- ಬೆಳಕಿಗಿಂತ ಹೆಚ್ಚು ನೆರಳೇ ಉರುಟಾಡುತ್ತಿತ್ತು! ಎಲ್ಲ ಮಸುಕು ಮಸುಕು. ಮಬ್ಬು ಮಬ್ಬು. ಹೆಚ್ಚೇನೂ ಬೆಳಕಿಲ್ಲದೆ ಮಬ್ಬು ಮಬ್ಬಾದ ಆವರಣಗಳಿಗೆ ಒಂದು ಬಗೆಯ ನಿಗೂಢತೆ ಇರುವುದಷ್ಟೆ? ಹೌದು... ಮಬ್ಬುಗತ್ತಲಿನ ಶಿಖರವು ಮೈಯಲ್ಲೆಲ್ಲ ಆಕಾಶದ ಗುಟ್ಟು ತಾಳಿಕೊಂಡು ನಿಂತಿತ್ತು. ನಿನ್ನೆಗಿಂತಲೂ ಹೆಚ್ಚು ಚೆನ್ನೆನಿಸಿತು. ಆಪ್ತವೆನ್ನಿಸಿತು. ಎಲ್ಲಕ್ಕಿಂತ, ರಾತ್ರ್ಯಾಕಾಶದ ಕತ್ತಲನ್ನೇ ಕಲಕಿ ಚೆಲ್ಲಾಡಿತೇ ಅಂತನ್ನಿಸಿಬಂತು!

ಇದ್ದಕ್ಕಿದ್ದಂತೆ ಯಾರೋ ಹೊರಳಿದಂತನ್ನಿಸಿತು. ಜಗನ್ನಾಥ ಶಿಖರದ ಬದಿಗತ್ತಲಿನಲ್ಲಿ ಯಾರೋ ನನ್ನನ್ನು ಕರೆದು ಕೂಗಿದ ಸದ್ದು!

'ಐಳಾ... ಐಳಾ...' ಎಂದು ಸಣ್ಣಗೆ ಹೆಸರಿಟ್ಟು ಚೀರಿದ ಸದ್ದು! ಹೌದು ಹೌದು... ಗಂಡಸಿನ ಧ್ವನಿ!

ಇದ್ದಲ್ಲೇ ಇದ್ದು, ನಿಂತಲ್ಲೇ ನಿಂತು- ಸುತ್ತಲೂ ತಿರುಗಿದೆ. ಕತ್ತಲೊಳಗೆಲ್ಲ ಕಣ್ಣಿಕ್ಕಿ ಹುಡುಕಿದೆ. ಕಗ್ಗತ್ತಲನ್ನೇ ತಡತಡಕಿ ನೋಡಿದೆ. ಯಾರೂ ಕಾಣಿಸಲಿಲ್ಲ! ಮತ್ತೊಂದು ಸುತ್ತು ತಿರುಗಿದೆ. ಭ್ರಮಿಸಿದೆ. ಕಣ್ಣೊಡನೆ ಕತ್ತಲಿಗೂ ಭ್ರಮಿಸಗೊಟ್ಟು ಸುತ್ತಿದೆ!

ನನ್ನ ಹೆಸರು ಗೊತ್ತಿರುವ ಮಂದಿ ಇಲ್ಲಾರು ಇದ್ದಾರು? ಛೇ... ಭ್ರಮೆ ತಾನೇ... ಅಂದುಕೊಂಡು ಮುಂದುವರೆದೆ!

'ಐಳಾ... ಇಧರ್ ಇಧರ್..' ಕೂಗು ಮತ್ತೊಮ್ಮೆ ಬಂತು! ಎಲ್ಲಂತ ನೋಡುವುದು? ಇದೇನಿದು? ಧ್ವನಿಯೇ? ಪ್ರತಿಧ್ವನಿಯೇ? ಪುರಾಣಕಾಲದ ಕಟ್ಟಡಗಳಲ್ಲಿ ಮಾರ್ದನಿಯುಂಟಪ್ಪೆ? ಅಥವಾ, ಕತ್ತಲೋ ಕತ್ತಲೊಳಗಿನ ಕಲ್ಲೇ ನುಡಿಯಿತೋ ಹೇಗೆ?

ಧ್ವನಿ ಬಂದ ಕಡೆ ಕಣ್ಕಿರಿದು ಮಾಡಿ ದಿಟ್ಟಿಸಿ ನೋಡಿದೆ. ಕಡೆಗೂ ಮನುಷ್ಯ ಕಾಣಿಸಿದ!

ಹೌದು! ಅವನೇ... ಅವನೇ! ಕೌಶಿಕ ಮಹೋಪಾತ್ರ!

92

'ಪಂಡಾಜೀ... ಆಪ್?' ಎಂದು ಕೊರಳೆತ್ತಿ ಒರಲಿದರೆ, 'ಶ್...' ಎಂದು, ಕೌಶಿಕ ಮಹೋಪಾತ್ರ, ತನ್ನ ತುಟಿಗಳ ಮೇಲೆ ತನ್ನದೇ ತೋರುಬೆರಳಿಟ್ಟು, ಸುಮ್ಮನಿರೆಂದು ಸನ್ನೆ ಮಾಡಿದ. 'ಆವಾಜ್ ಮತ್ ಕರೋ...' ಅಂತಲೂ ಸಣ್ಣಗೆ ಪಿಸುಗುಟ್ಟಿ ಹೇಳಿದ. 'ಇಧರ್ ಆವೋ...' ಎಂದು, ಹಿಂದೆಯೇ ಕೈಯೆತ್ತಿ ಸನ್ನೆ ಮಾಡಿ ಕರೆದ. ತಕ್ಷಣ, ಅತ್ತಿಂದಿತ್ತ ಕಣ್ಣಾಡಿಸಿದ ನಾನು, ಸುತ್ತಲೂ ಯಾರೂ ಇಲ್ಲದಿರುವುದನ್ನು ಖಾತ್ರಿ ಮಾಡಿಕೊಂಡು, ಸದ್ದಿರದ ಹೆಜ್ಜೆಯಿಕ್ಕುತ್ತ ಅವನನ್ನು ಅನುಸರಿಸಿಕೊಂಡು ಸೇರಿದೆ.

ಹೀಗೇಕೆ ಕೈಸನ್ನೆ ಬಾಯ್ಸನ್ನೆ ಮಾಡಿದನೆಂದು ಫಕ್ಕನೆ ಅರ್ಥವಾಗಲಿಲ್ಲ. ಮಹೋಪಾತ್ರ ಕರೆಯುತ್ತಲೇ ನಾನೂ ಕಳ್ಳನ ಹಾಗೆ ಓಡಿದೆನಲ್ಲ, ವಿಚಿತ್ರವೆನ್ನಿಸಿತು! ನಿಜಕ್ಕೂ ಅಜೀಬನ್ನಿಸಿತು! ಗುಡಿಯ ಪ್ರಾಂಗಣದಲ್ಲಿ ನನ್ನಿಂದ ಮಾಡಬಾರದ್ದು ಮಾಡಿಸುವ ಯೋಚನೆಯೋ ಹೇಗೆ?

ಗೊತ್ತಾಗಲಿಲ್ಲ.

ಮಹೋಪಾತ್ರನತ್ತಲೇ ಕಣ್ಣಲ್ಲಿ ಕಣ್ಣಿಟ್ಟು ನೋಡಿದೆ. ನಿನ್ನೆಯಂತೆಯೇ ತಿರಂಗೀ ಕಚ್ಚೆ ಕಟ್ಟಿಕೊಂಡಿದ್ದ. ಕಲರೂ ಅವವೇ ಕೇಸರಿ, ಬಿಳಿ ಮತ್ತು ಹಸಿರೆಂದು– ಅವನ ಮೈ ತೊಯ್ಯಿಸಿದ್ದ ಮಬ್ಬುಗತ್ತಲಿನಲ್ಲಿ ನನ್ನ ಕಣ್ಣುಗಳು ಹೊಂದಿಬಂದ ಮೇಲೆ ಅನ್ನಿಸಿತು!

'ಆಪ್ ಇಧರ್ ಅಕೇಲೇ ಕ್ಯೋಂ?'

ಮಹೋಪಾತ್ರ, ಮತ್ತೊಮ್ಮೆ ನನಗೆ ದನಿ ತಗ್ಗಿಸೆಂದು ಸನ್ನೆ ಮಾಡಿ, ತಕ್ಷಣ ನನ್ನ ಬಲಗೈ ಹಿಡಿದು, ಇಂದ್ರದ್ಯುಮ್ನ ಮಂಟಪದತ್ತ ಕರೆದೊಯ್ದ. ಒಂದರ್ಥದಲ್ಲಿ ದರದರನೆ ಎಳೆದು ಕೊಂಡೊಯ್ದನೇನೋ! ಅವನು ಮಾಡಿದನೆಂದು ನಾನೂ,

ಥೇಟು ಒಂದು ಕಳ್ಳಬೆಕ್ಕಿನ ಹಾಗೆ, ಒಂದಿಷ್ಟೂ ಹೆಜ್ಜೆ ಸಪ್ಪಳಿಸಗೊಡದೆ– ಮುಂಗಾಲಿನ ಮೇಲೇ ಪಾದಗಳನ್ನು ಆದಷ್ಟೂ ಹಾರಿಸಿಕೊಂಡು ನಡೆದೆ. ಮಂಟಪದ ಒಳಹೊಕ್ಕಿದ್ದೇ, 'ಇಲ್ಲಿ ಕಂಭ ಗೋಡೆಗಳಿಗೆಲ್ಲ ಕಣ್ಣುಕಿವಿ ಇರುತ್ತೆ, ತಿಳೀತಾ? ಮಾತಾಡಕೂಡದು...' ಎಂದು ಮತ್ತೊಮ್ಮೆ ಪಿಸುಗುಟ್ಟಿ ಹೇಳಿ, ನನ್ನನ್ನೊಂದು ನಡುಗಂಬಕ್ಕೆ ಒತ್ತರಿಸಿ, ಅದರ ಮರೆಯಲ್ಲಿ ನಿಲ್ಲಿಸಿದ.

'ಪಂಡಾಜೀ... ಹಮ್ ಕ್ಯಾ ಕರ್ ರಹೇ ಹೇ?' ಸಾಧ್ಯವಾದಷ್ಟೂ ದನಿ ತಗ್ಗಿಸಿ ಕೇಳಿದೆ.

'ನೋಡು... ಇಲ್ಲಿ ನಿಂತು ಜಗನ್ನಾಥ ಶಿಖರವನ್ನೇ ನೋಡುತಾ ಇರು...' ಎಂದು ಶಿಖರದತ್ತಲೇ ಕೈಮಾಡಿ ಹೇಳಿದ.

ಮೈಯಲ್ಲೆಲ್ಲ ಸಣ್ಣನೆ ನಡುಕವುಂಟಾಯಿತು!

ಆತಂಕವಾದಿಗಳ ದಾಳಿಯೋ, ಬೇಹುಗಾರಿಕೆಯ ಸಂಚೋ– ಈ ಎರಡರಲ್ಲೊಂದು ನಡೆಸುತ್ತಿರುವ ಹಾಗೆ ಗುಟ್ಟು ಮಾಡಿದ ಮಹೋಪಾತ್ರನ ಬಗ್ಗೆ, ಅಂತಿಂತಲ್ಲದ ಸಂಶಯವಾಯಿತು! ಈ ಮನುಷ್ಯ ನನ್ನನ್ನು ಸಿಕ್ಕಿಸಿಹಾಕಿಬಿಟ್ಟರೆ? ಯಾರಾದರೂ ಇದೇನೋ ಪಿತೂರಿಯೆಂದು ಬಗೆದುಬಿಟ್ಟರೆ? ಶಿಶುಪಾಲ–ದಂತವಕ್ರರಾದರೂ ಕೂಗಳತೆಯ ದೂರದಲ್ಲಿದ್ದಾರಷ್ಟೆ?

ಈಗಲಂತೂ ನನ್ನ ಎದೆಯ ಏರಿಳಿತವೇ ನಿಂತಂತಾಯಿತು. ನಾಡಿಮಿಡಿತವೇ ತಪ್ಪಿಹೋಯಿತೇನೋ!

'ಮಗರ್ ಕ್ಯೋಂ?'

'ಮಾತಾಡಬೇಡ. ಸುಮ್ಮನೆ ಹೇಳಿದ್ದು ಮಾಡು... ಯಾರಾದರೂ ಬಂದರೆ, ಪಂಡಾ ನಾನು... ಯಾರೂ ನನ್ನ ಮೇಲೆ ಸಂಶಯ ಪಡಲ್ಲ. ನೀನು ಸಿಕ್ಕಿಹಾಕ್ಕೋತೀ ಅಷ್ಟೇ!' ಒಡಪೊಡಪಾಗಿ ಬಡಬಡಿಸಿದ.

ಅಯ್ಯಯ್ಯೋ! ಏನನ್ನುವುದು ಈ ಮನುಷ್ಯನ ಬಗ್ಗೆ? ನಿನ್ನೆ ಅಷ್ಟೆಲ್ಲ ಅಕ್ಕರಾಸ್ಥೆಯಿಂದ ಪ್ರಸಾದ ತಿನ್ನಿಸಿ, ಬಳಿಕ ಧೋತರವನ್ನೂ ಉಡುಗೊರೆಯಿತ್ತನಲ್ಲ? ಈಗ ಗುಡಿಯೊಳಗೆ ಮುಖ್ಯದೇವರು ನೆಲೆಸಿಲ್ಲವೆಂದು ಈ ಪರಿ ಪಿತೂರಿಯೇ? ಸಂಚೇ?

ಹುಹ್ಹ್...

'ಪಂಡಾಜೀ... ಯೇ ಠೀಕ್ ನಹೀ ಹೇ...'

'ಶ್ಶ್... ಸುಮ್ಮನೆ ಅಲ್ಲೇ ನೋಡಿಕೊಂಡಿರು ಅಂದೆನಲ್ಲ... ಹೇಳಿದ್ದು ಮಾಡು!'

'ನಾನು ಚೌಕೀದಾರನ್ನ ಕರೀತೀನಿ ಅಷ್ಟೇ...' ಅಳುಕಿನ ನಡುವೆಯೇ ಧ್ವನಿ ಶೇಖರಿಸಿಕೊಂಡು ಹೇಳಿದೆ. ತುಟಿಯದುರುತ್ತಿದ್ದರಿಂದ ಪಿಸುಮಾತೂ ನಡುನಡುಗಿ ಬಂತು!

'ಕರಕೋ... ಕರೆದರೆ ನಿನಗೇ ನುಕಸಾನು ಅಷ್ಟೇ. ಜಗನ್ನಾಥದ್ರೋಹ ಅಂದರೆ ರಾಜದ್ರೋಹ! ಈ ಗುಡಿಯೊಳಗೆ ಈ ದೇಶದ ಯಾವುದೇ ಕಾನೂನು ಜಾರಿಯಾಗಲ್ಲ... ಆಮೇಲಿಂದ ಇಲ್ಲಿನ ರಾಜ ಹೇಳಿದ್ದೇ ನ್ಯಾಯ; ಕೊಟ್ಟಿದ್ದೇ ಶಿಕ್ಷೆ! ಯೋಚನೆ ಮಾಡು!'

ಮಹೋಪಾತ್ರ, ಇಷ್ಟೂ ಮಾತುಗಳನ್ನು ಪಿಸುಪಿಸುವೇ ಆಡಿದರೂ, ಬಲು ಕ್ರೂರವಾಗಿ ಹೇಳಿದ. ಅಬ್ಬಾ... ಒಂದು ಕೆಟ್ಟ ಹಿಂದೀ ಸಿನೆಮಾದ ಬಲು ಖತರುನಾಕ್ ಖಳನಂತೆಯೇ ಅನ್ನಿಸಿಬಂದ. ಗಹಗಹಿಸಿ ನಗುವುದೊಂದೇ ಬಾಕಿ, ಅಷ್ಟೇ!

'ಯಕೀನ್ ಕರೂಂ?' ಮೆಲ್ಲಗೆ ಕೇಳಿದೆ.

'ಬಿಲ್‌ಕುಲ್!' ಎಂದಷ್ಟೇ ಹೇಳಿದ ಮಹೋಪಾತ್ರ ಮತ್ತೊಮ್ಮೆ, ಶಿಖರದ ನೆತ್ತಿಯತ್ತಲೇ ಬೆಟ್ಟು ತೋರಿ– 'ಅಲ್ಲೇ ನೋಡುತಾ ಇರು!' ಎಂದು ಹೇಳಿ, ಮತ್ತೆ ಆ ಮೊದಲಿದ್ದ ಕತ್ತಲೊಳಕ್ಕೇ ವಾಪಸಾಗಿ ಕಾಣೆಯಾದ! ಲೀನವಾದನೆಂಬುದು ಹೆಚ್ಚು ಸರಿ!

ಶಿಖರದತ್ತಲೇ ನೋಡಿಕೊಂಡು ನಿಂತೆ.

ಇನ್ನೂರಿಪ್ಪತ್ತು ಅಡಿಯ ಎತ್ತರವೆಂದರೇನು ಸಾಮಾನ್ಯವೇ? ಸರಿಸುಮಾರು ಇಪ್ಪತ್ತೆರಡು ಮಹಡಿಗಳ ಅಳತೆ! ಈ ಪರಿ ಉದ್ದಾನುದ್ದದೊಳಗೆ ಎಲ್ಲಂತ ನೋಡುವುದು? ಎಲ್ಲಂತ ಬಿಡುವುದು? ಸುಮ್ಮನೆ ನೋಡಬೇಕೆಂದರೂ, ಕೊರಳನ್ನು ನೀಡಿ ಬಾಗಿಸಿ ಮೇಲೆ ಕೆಳಗೆ ಕೊಂಕಿಸಿ ಕಣ್ಣು ಹಾಯಿಸಿ ನೋಡುವುದಾಗುವುದು. ಹೀಗೇ ನೋಡಿಕೊಂಡಿರೆಂದು ಬಿಟ್ಟುಹೊರಟರೆ ಯಾವ ಭಾಗವನ್ನು ನೋಡುವುದು?

ಇನ್ನು, ಆ ಹೊತ್ತಿನಲ್ಲಿ ನಾನೆಷ್ಟು ಬೆದರಿಹೋಗಿದ್ದೆನಂದರೆ, ಈ ಎಲ್ಲ ಕಳ್ಳ–ಗಡಿಬಿಡಿಯ ನಡುವೆ, ಮಹೋಪಾತ್ರ ಯಾವ ಕಡೆ ಬೆಟ್ಟು ಮಾಡಿದನೆಂತಲೇ ಮರೆತು ಹೋಯಿತು! ಶಿಖರದ ಬುಡವನ್ನೇ? ನಡುವನ್ನೇ? ನೆತ್ತಿಯನ್ನೇ? ಇಲ್ಲಾ, ಉರುಟುರುಟಾದ ಅದರ ಒರಟುಮೈ ಸುತ್ತಲನ್ನೇ? ಸುತ್ತಳತೆಯನ್ನೇ?

ಏನನ್ನು?

ಸುಮ್ಮನೆ ಒಮ್ಮೆ, ಶಿಖರವನ್ನು, ಅದರ ಅಡಿಯಿಂದ ಮುಡಿಯವರೆಗೂ ನೋಡಿದೆ. ಹಾಗೇ, ನೋಟವಿಳಿಸಿಕೊಂಡು– ನಿಧಾನವಾಗಿ ಬುಡದವರೆಗೂ ಕಣ್ಣು ಹಾಯಿಸುತ್ತ ಬಂದೆ. ಉಹ್ಞೂಂ... ಏನೂ ಕಾಣಿಸಲಿಲ್ಲ. ಅಂದರೆ ವಿಶೇಷವಾದುದೇನೂ ಕಂಡುಬರಲಿಲ್ಲ. ಈಗ ಮತ್ತೊಮ್ಮೆ ಅಡಿಯಿಂದ ಮೇಲಕ್ಕೆ, ಶಿಖರದ ಭೂಮಿ–ಭೂಮಿಯ ಮೇಲೂ ಕಣ್ಣು ಹೊರಳಿಸಿ ಸಾಗಿಸಿದೆ. ಕಣ್ಣು ಹಾಯುವಲ್ಲೆಲ್ಲ ಉದ್ದುದ್ದ ಅಗಲಗಲ ಹರಿಯಗೊಟ್ಟೆ. ಮೇಲೆ ಆಕಾಶದಲ್ಲಿ, ಸದ್ಯಕ್ಕೆ ತಾನೊಂದೇ ಇರುವುದೆಂಬಂತೆ ಹೊಳೆದುಕೊಂಡಿದ್ದ ನೀಲವರ್ತುಲವೆಂಬ ಲೋಹದ ಚಕ್ರವನ್ನೂ– ಅದಕ್ಕೂ ಮೇಲೆ ನೆಟ್ಟು ಹಾರುವ ಪತಿತಪಾವಕವೆಂಬ ಬಾವುಟವನ್ನೂ– ಒಂದು ಕ್ಷಣ ನೋಡಿದೆ.

ನೋಡಿಯೇ ನೋಡಿದೆ!

ಎಲ್ಲಿಂದಲೋ ಕಾಣೆ, ಈ ಚಕ್ರಧ್ವಜಗಳ ಮೇಲಷ್ಟೇ ಬೆಳಕು ಚೆಲ್ಲುವ ಹಾಗೆ– ಫ್ಲಡ್‌ಲೈಟು ಸಜ್ಜುಮಾಡಲಾಗಿತ್ತು. ಅದರಿಂದ ಹೊಮ್ಮುವ ಬೆಳ್ಳನೆ ಬೆಳಕು ಶಿಖರದ ಮೇಲಿನ ಕಲಶದ ವಿವರಗಳನ್ನು ವಿಶದಿಸಿ ತೋರುತ್ತಿತ್ತು. ಎಷ್ಟರಮಟ್ಟಿಗೆಂದರೆ, ಮೇಲೆ ಆಕಾಶದಲ್ಲಿ ಹಾರುವ ಬಾವುಟದ ಮೇಲೂ ಬೆಳಕು ಚೆಲ್ಲಿ, ಅದರ ಕೆಂಬಟ್ಟೆಯಲ್ಲಿ ಬರೆದ ಅರ್ಧಚಂದ್ರದ ಮೊಹರೂ ಸ್ಪಷ್ಟವಾಗಿ ತೋರಿಬಂತು!

ಒಂದಾನೊಂದು ಕಾಲಕ್ಕೆ, ಕಡಲ ಮೇಲಿನ ಹಡಗಿನ ಮಂದಿಗೆ– ಈ ಶಿಖರಕ್ಕೆ ಶಿಖರವೇ ಒಂದು ದಿಕ್ಸೂಚಿಯ ಹಾಗೆ ಇದ್ದಿತಂತೆ. ಬಂಗಾಳಕೊಲ್ಲಿಯ ನೀರುಗಳನ್ನು ಮೀಟುವ ಜನವು, ದೂರದಿಂದಲೇ ಈ ಬಾವುಟವನ್ನು ಗುರುತಿಸಿ, ಪುರೀಶಹರದ ಜಾಡು ಹಿಡಿಯುವರಂತೆ... ಎಂದೆಲ್ಲ, ಇತ್ತೀಚೆಗೆ ಗೂಗಲಿಸಿ ಕಂಡುಕೊಂಡಿದ್ದು ನೆನಪಾಯಿತು!

ಒಮ್ಮೆಗೇ ಮೈ ಝುಮ್ಮೆನಿಸಿ ಬಂತು.

ತಕ್ಷಣವೇ, 'ಅಯ್ಯೋ... ನನ್ನ ಓದಿನ ಮನೆ ಹಾಳಾಯಿತು. ಈ ಮಹೋಪಾತ್ರ, ಈ ಕೆಲಸಕ್ಕೆ ಬಾರದ ಕೆಲಸಕ್ಕೆ ತೊಡಗಿಸಿ ಕಾಣೆಯಾದನಲ್ಲ...' ಅಂದುಕೊಂಡೆ. ನನಗಾದರೂ ಇವೆಲ್ಲ ಬೇಕಿತ್ತೆ? ನಿನ್ನೆ, ಈ ಮಹಾಶಯನ ಪಂಚೆ ಚಂದ ಕಂಡಿತೆಂದು ಮಾತನಾಡಿಸಿದ್ದೇ ತಪ್ಪಾಯಿತೇ? ಛೇ... ಈಗೇನು ಮಾಡುವುದು? ಅಕಸ್ಮಾತ್, ಹೇಳದೆ ಕೇಳದೆ ಓಡಿಹೋದರೆ ಏನು ಮಾಡಿಯಾನು... ಅಂತನ್ನಿಸಿತು. ನನ್ನಷ್ಟೇ ಅಕಸ್ಮಾತ್ತನೆ, ಇವನೂ ಕೂಗಿ ಹುಯಿಲೆಬ್ಬಿಸಿ, ಆ ಕೂಡಲೇ, ಆ ಶಿಶುಪಾಲ–ದಂತವಕ್ರರು ಬಂದು– ಒಮ್ಮೆಗೇ ನನ್ನನ್ನು ಸೆರೆಹಿಡಿದರೆ? ಏನು ಕತೆ? ಏನು ಗತಿ? ಈ ಊರಿನ ರಾಜ ಕೊಟ್ಟಿದ್ದೇ ನ್ಯಾಯ, ಹೇಳಿದ್ದೇ ಶಿಕ್ಷೆ ಅಂತ ಬೇರೆ ಹೇಳಿದನಲ್ಲ? ಹುಹ್ಹ್...

ಹಿಂದೆಯೇ, ನಿನ್ನೆ, ನನ್ನ ಕಣ್ಣೆದುರೇ ಆ ಮಲೆಯಾಳಿ, ಸೆಕ್ಯುರಿಟೀ ಮಂದಿಯಿಂದ ಧಭಧಭನೆ ತದುಕಿಸಿಕೊಂಡಿದ್ದೆಲ್ಲ ನೆನಪಾಯಿತು. ಹಾಗೇ ಅವನೊಡನಿದ್ದ ಹೆಂಗಸು ಆಕ್ರಂದಿಸಿದ್ದನ್ನೂ ಎಣಿಸದೆ, ಅವನನ್ನು ಎತ್ತಿಕೊಂಡು ಹೋದ ರೀತಿ!

ಥರಥರ ಥರನೆ ನಡುಗಿಹೋದೆ!

93

ಎವೆಯಿಕ್ಕದೆ ನೋಡುತ್ತಲೇ ಇದ್ದೆನಲ್ಲ, ಒಂದು ಹಂತದಲ್ಲಿ, ನೋಡುತ್ತ ನೋಡುತ್ತ ಕಣ್ಣು ಸೋತವು. ಕತ್ತಲಿಗೆ ತಕ್ಕುದಾಗಿ ಕಣ್ಪಾಪೆ ಹೊಂದಿಸಿಕೊಳ್ಳುವುದೇನು ಸುಲಭವೇ? ಸಾಮಾನ್ಯವೇ? ನನಗೇ ಗೊತ್ತಿರದೆ ಎವೆಯಿಕ್ಕಿಬಂದವು. ಒಂದು

ಕ್ಷಣ ನಿಂತಂತೆಯೇ ತೂಕಡಿಸಿದೆನೇನೋ... ಬೀಳುವಂತಾಯಿತೇನೋ... ಹೌದು, ಒಮ್ಮಿಂದೊಮ್ಮೆ ಮುಗ್ಗರಿಸುವಂತಾಗಿ, ಕಂಭಕ್ಕೆ ಆಯಕೊಟ್ಟು ಮೈಸಂಬಳಿಸಿಕೊಂಡೆ. ಮತ್ತೆ ಮತ್ತೆ ಎಚ್ಚೆತ್ತು ಒತ್ತಾಯದ ಕಣ್ಣು ಹಚ್ಚಿ ಶಿಖರವನ್ನೇ ನೋಡತೊಡಗಿದೆ.

ಇದ್ದಕ್ಕಿದ್ದಂತೆ ಅಲ್ಲೇನೋ ಸದ್ದಾದಂತಾಯಿತು! ಶಿಖರದ ಉರುಟು ಮೈಯೊಳಗಿನ ಸಂದನ್ನು ಹೊಕ್ಕುಮಲಗಿದ್ದ ಪಕ್ಷಿಯೊಂದು ಪಟಪಟಿಸಿ ಹಾರಿತೋ ಹೇಗೆ? ಆದರೆ ಈ ಸದ್ದು ಹಕ್ಕಿಯ ರೆಕ್ಕೆಬಡಿತದಂತೆ ಇಲ್ಲವಲ್ಲ? ಇಲ್ಲ... ಇರಲಿಕ್ಕಿಲ್ಲ. ಇಕೋ ಇಲ್ಲೇ... ಅಕೋ ಅಲ್ಲೇ... ಶಿಖರದ ಎತ್ತರದಲ್ಲಿ, ನೆಲದಿಂದ ಮೂರನೇ ಒಂದು ಭಾಗದ ದೂರದಲ್ಲಿ ಏನೋ ಹೊರಳಿದಂತಾಗುತ್ತಿದೆ. ಕತ್ತಲೊಳಗಿನ ನೆರಳು ತೆವಳಿದಂತನಿಸುತ್ತಿದೆ. ಬಹುಶಃ ನನಗೆ ಕೇಳಿಸಿದ್ದು ಈ ಹೊರಳೇ ಇರಬೇಕು! ನೆರಳೇ ಇರಬೇಕು! ಹಾಗೇ, ಆ ಎತ್ತರದಿಂದ ಯಾರೋ ಉಸ್ಸೆಂದು ಉಸ್ಸ್-ಗರೆದಂತನ್ನಿಸಿದೆಯಲ್ಲ? ಏನಿದು? ಉಬ್ಬಸವೇ? ಏದುಸಿರಿನ ಸದ್ದೇ?

ಇಲ್ಲ. ಬಹುಶಃ ಇಲ್ಲ. ಆ ಎತ್ತರದಿಂದ ಎಪ್ಪತ್ತು ಅಡಿ ಕೆಳಕ್ಕೆ ಮತ್ತು ಇನ್ನೊಂದು ಇಪ್ಪತ್ತು ಅಡಿ ದೂರದಲ್ಲಿ ನಿಂತಿರುವ ನನಗೆ, ಏನೇ ಸದ್ದು ಕೇಳಿಸಿದ್ದೇ ಸುಳ್ಳಿರಬಹುದು. ಬಹುಶಃ ಕಣ್ಣಿಗೆ ಕಾಣಿಸಿದ್ದು ಮನಸ್ಸಿನಲ್ಲಿ ಸದ್ದೆಂದು ಭ್ರಮೆ ತಂದಿರಬಹುದು!

ದೇವರೇ... ಏನಿದು ಹೀಗೆ? ನೋಡುವುದಕ್ಕೂ ಕೇಳುವುದಕ್ಕೂ ವ್ಯತ್ಯಯವೇ ಇಲ್ಲವೇ? ಏನಾಗಿದೆ ನನಗೆ?

ಸರಿ... ಈಗ ಮೈಯೆಲ್ಲ ಕಣ್ಣಾಗಿ ಕಾಣತೊಡಗಿದೆ. ಸಹಸ್ರಾಕ್ಷ ಎಂದೊಬ್ಬ ಆಕಾಶದ ದೇವರಿದ್ದಾನಲ್ಲ, ಅಂದರೆ ಸಾವಿರ ಕಣ್ಣುಗಳ ದೇವತೆ, ಬಹುಶಃ ಅವನ ಹಾಗೇ ಆಗಿಬಿಟ್ಟೆ! ನಿಜಕ್ಕೂ ಆ ಇಂದ್ರನ ಹಾಗೇ ಆಗಿಬಿಟ್ಟೆ!

ಕಣ್ಣಿನ ಸಂಗತಿ ಬಂದಿದ್ದೇ, ಇನ್ನೂ ಒಂದು ಅನ್ನಿಸಿತು. ಅಲ್ಲಾ... ಶಿವನಿಗೆ ಮೂರು ಕಣ್ಣು. ಷಣ್ಮುಖನಿಗೆ ಹನ್ನೆರಡು. ಇಂದ್ರನಿಗೆ ಸಾವಿರಾರು. ಇನ್ನು, ನಾನೆಂಬ ನನಗೆ ಎಲ್ಲರಂತೆ ಎರಡು ಮತ್ತು ಎರಡೂ ಕುರುಡು!

ಹೌದು.. ಈ ಪರಿ ಕುರುಡುಗಣ್ಣಿನಲ್ಲಿ ಏನನ್ನು ನೋಡುವುದು? ಏನನ್ನು ಬಿಡುವುದು?

ಸರಿ... ಪ್ರಯತ್ನ ಹಚ್ಚಿ ನೋಡಿಕೊಂಡೇ ಉಳಿದೆ.

ಆ ಎತ್ತರದಲ್ಲಿ ಹೊರಳಿದ್ದು ಕೈಕಾಲುಗಳಿರುವ ಆಕೃತಿಯೆಂದು ನಿಧಾನವಾಗಿ ಅನ್ನಿಸಿಬಂತು. ಮನುಷ್ಯಾಕೃತಿಯೇ ಎಂದು ತುಸು ತಡವಾಗಿಯಾದರೂ ನಿಚ್ಚಳಿಸಿ ಕಂಡುಬಂತು! ಖರೆಯೇ... ಇದು ಮನುಷ್ಯಪ್ರಾಣಿಯೇ! ಯಾಕೆಂದರೆ, ಇತರೆ ಪ್ರಾಣಿಯಾಗಿದ್ದ ಪಕ್ಷಕ್ಕೆ ಇಷ್ಟೆಲ್ಲ ತ್ರಾಸುಪಡುತ್ತ ಹತ್ತುವ ಅವಶ್ಯಕತೆಯೇ ಇರಲಿಕ್ಕಿಲ್ಲ... ಬಾವಲಿಯ ಹಾಗೆ ಅತ್ತಿಂದಿತ್ತ ಪಟಪಟನೆ ಲಾಳಿ ಹೊಡೆಯುತ್ತಿತ್ತು! ಇಲ್ಲಾ, ಮಂಗದ

ಹಾಗೆ ಮೈಜೀಕಿಸಿ ಅಲ್ಲಿಂದಿಲ್ಲಿ ಹಾರುತ್ತಿತ್ತು! ಆದರೆ ಈ ಪ್ರಾಣಿಗೆ ಬಾಲವೇ ಇಲ್ಲವಲ್ಲ?

ಹೌದು... ಈ ಮನುಷ್ಯಪ್ರಾಣಿ, ಶಿಖರದ ಎರಡು ಲಂಬವಾದ ಉಬ್ಬುಗಳ ನಡುವೆ– ಅಡ್ಡಡ್ಡ ಹಾಯುವ ದುಂಡನೆ ಮೆಟ್ಟಿಲುಗಳನ್ನು, ಒಂದೊಂದಾಗಿ ಏರಿಕೊಂಡು ನಿಧಾನವಾಗಿ ಹತ್ತುತ್ತಿತ್ತು. ಮಕ್ಕಳ ಕಾರ್ಟೂನಿನಲ್ಲಿ ಸ್ಪೈಡರ್–ಮ್ಯಾನ್ ಅಂತಲೇನೋ ಇದೆಯಲ್ಲ, ಹಾಗೆ ಹೊಟ್ಟೆಯನ್ನು ಗೋಡೆಯ ಕಡೆಗಿಟ್ಟುಕೊಂಡು, ಜೇಡದ ಹಾಗೆ ಹತ್ತುತ್ತಿರಲಿಲ್ಲ. ಬೆನ್ನನ್ನು ಗೋಡೆಗೊತ್ತಿಕೊಂಡು, ಮುಂದೆ ನೋಡಿಕೊಂಡೇ ಮೇಲೆ ಮೇಲೆ ಮೆಟ್ಟಿಲೇರಿಕೊಂಡು, ಪ್ರತಿ ಸರ್ತಿ ಏರುವಾಗಲೂ, ತನ್ನ ಕೈಗಳನ್ನು ಎರಡೂ ಕಡೆಯ ಉಬ್ಬಿನ ಮೇಲಿಕ್ಕಿ ಆಯ ಕೈಕೊಂಡು, ಮೈಯನ್ನು ಇಡಿಯಾಗಿ ಮೇಲಕ್ಕೆ ಜೀಕಿ ಮತ್ತು ಎತ್ತಿ– ತನ್ನ ತಾನೇ ಸ್ಥಳಾಂತರಿಸುತ್ತಿತ್ತು!

ಈ ಹೊತ್ತಿಗೆ ನನ್ನ ಕಣ್ಣುಗಳೊಳಗೆ ಇನ್ನಿಲ್ಲದ ಎಚ್ಚರವುಂಟಾಯಿತು! ಹೊರಗಣ್ಣುಗಳೊಡನೆ ಒಳಗಣ್ಣೂ ತೆರೆದುಬಂತು!

ಅಬ್ಬಬ್ಬಬ್ಬ... ಇದು ಸೋಜಿಗವಲ್ಲದೆ ಮತ್ತೇನು? ಇನ್ನೂರ ಇಪ್ಪತ್ತು ಅಡಿಗಳ ಶಿಖರ ಮತ್ತು ಎಂಟು ಗೇಣಿನ ಮೈಯಿ! ಆಹಾ... ಅದೆಲ್ಲಿ? ಇದೆಲ್ಲಿ? ಆನೆಯ ಮೈಯೇರಿದ ಗೊದ್ದದಂತಹ ಭ್ರಮೆ. ಭಾಸ ಮತ್ತು ಆಭಾಸ! ಇನ್ನು ಎಂಟು ಗೇಣೆಂದರೆ, ಸರಾಸರಿ ಐದಡಿ ಎತ್ತರದ ಮನುಷ್ಯ ಅಂತಿಟ್ಟುಕೊಂಡರೂ, ಈ ಶಿಖರವನ್ನು ಏರಲಿಕ್ಕೆ– ಸದರಿ ಮೈ ತನ್ನನ್ನು ತಾನೇ ಕಡಿಮೆಯೆಂದರೂ ನಲವತ್ತೈವತ್ತು ಸರ್ತಿ ಕ್ರಮಿಸಬೇಕಲ್ಲವೇ? ಅದೂ ಏಕ್‌ದಮ್ ಗೋಡೆಯಂತಿರುವ ಸಪಾಟು ಸಮತಲದ ಮೇಲೆ?

ಅಬ್ಬಾ!

ಯೆಸ್ಸ್ ಯೆಸ್ಸ್... ಈ ಮನುಷ್ಯಾಕೃತಿಯು, ಕತ್ತಲೊಳಗಿನ ನೆರಳಿನ ನೆರಳೇ ತಾನೆಂಬಂತೆ, ಮೆಲ್ಲಮೆಲ್ಲಗೆ ಮೈ ಮಿಸುಕಿಯಿಸುವುದು. ಮೆಲ್ಲಗೆಂದರೆ ಮೆಲ್ಲಗೆ. ಮೆಲ್ಲ ಮೆಲ್ಲ ಮೆಲ್ಲ ಮೆಲ್ಲ...ಗೆ! ಒಂದೊಂದು ಏರಿಗೂ ಕಡಿಮೆಯೆಂದರೂ ಹತ್ತು ಸೆಕೆಂಡುಗಳ ಅಂತರ. ಅಂದರೆ, ಐದಾರು ಸರ್ತಿ ನಿಧಾನವಾಗಿ ಕಣ್ಣು ಮಿಟುಕಬೇಕು, ಅಂತಹ ಗಡುವು. ಅಷ್ಟು ನಿಧಾನ. ಪುಟುಪುಟುನೆ ಎತ್ತರದಲ್ಲಿ ಓಡಲಿಕ್ಕೆ ಈ ಮೈಯೇನು ಮರ್ಕಟಕ್ಕೆ ಕೆಟ್ಟುಹೋಯಿತೇ? ಒಂದೊಂದು ಸರ್ತಿ ಮೈಜೀಕಿಸಿ ಏರುವಾಗಲೂ, ನಡುವೆ ನಾಲ್ಕಾರು ಸೆಕೆಂಡುಗಳಷ್ಟು ತನ್ನ ತಾನೇ ಸಂಬಳಿಸಿಕೊಂಡು ವಿರಮಿಸುವುದು. ಬಳಿಕ ಮತ್ತೆ ಏರುವುದು. ಮತ್ತೆ ವಿರಮಿಸುವುದು. ನಡುನಡುವೆ, ಶಿಖರವೆಂಬ ಶಿಖರವನ್ನು ಉಂಟುಮಾಡುವ ಹಲವೆಂಟು ಮರಿಶಿಖರಗಳಿರುತ್ತವಲ್ಲ, ಅವುಗಳ ನೆತ್ತಿಯನ್ನು ಆತುಕೊಂಡು ಕೊಂಚ ಮೈಸಲಹಿಕೊಳ್ಳುವುದು. ವಾತಾವರಣದಲ್ಲಿರುವ ಪ್ರಾಣವಾಯುವನ್ನೇ ಸೂರೆ ಮಾಡುವ ಹಾಗೆ ತಾಳಿ ಮೈಯನ್ನು ಆರೈಸಿಕೊಳ್ಳುವುದು. ವಿಶ್ರಾಂತಿಗೆ ತೊಡಗುವುದು!

ಹೀಗಿರುವಾಗ– ಇದ್ದಲ್ಲೇ ಇದ್ದು, ಕಂಭದ ಬದಿಯ ಕಂಬದ ಹಾಗೆ ನಿಂತು, ನಾನು ಮೈಸಂಬಳಿಸುವುದು ಸುಲಭವೇ? ನಾನೂ ನನ್ನ ಎಚ್ಚರ ಕಾಯ್ದುಕೊಳ್ಳಬೇಕಷ್ಟೆ? ಇರುವುದೇ ಇಲ್ಲವೆಂಬಂತೆ, ಉಸುರಿದ್ದೂ ಬದಿಗಂಬಕ್ಕೆ ಗೊತ್ತಾಗದಂತೆ ಇರಬೇಕು. ಹೀಗಿರುವುದೇನು ಸಾಧುವೇ? ಸಿಂಧುವೇ? ಸಾಧ್ಯವೇ? ದೇವರೇ... ಈ ಇರುವುದು ಅಂದರೇನು? ಇದ್ದೇನೆ ಅಂದರೇನು? ಇದೆ ಅಂದರೇನು? ಇಲ್ಲ ಅಂತಂದರೇನು? ಹೀಗೆಲ್ಲ ತಾತ್ತ್ವಿಕವಾದ ಪ್ರಶ್ನೆಗಳು ನನ್ನ ಮನಸಿನೊಳಗೇ ನೂರೆಂಟಾಗಿ ಎದ್ದವು. ಇದ್ದವು. ಕನಸಿನ ಹಾಗೆ ಬಿದ್ದು ಬಿದ್ದು ಕಾಡಿದವು! ಇದೆ ಎಂಬುದೇ ಇಲ್ಲ ಅಂತಾದರೆ, ಇಲ್ಲ ಎಂಬುದೆಲ್ಲಿದೆ?

ಹುಹ್ಹ್... ಭಾಷೆಯನ್ನು ಚಮತ್ಕರಿಸುವ ಹೊತ್ತು ಇದಲ್ಲ... ಅಂದುಕೊಂಡು ಮತ್ತೆ ಎಚ್ಚರ ತಾಳಿದೆ.

ಮತ್ತೊಮ್ಮೆ ಕಣ್ಣಿಕ್ಕಿ ನೋಡಿದರೆ ಆ ಶಿಖರಾರೋಹಿ–ಶರೀರವು ಕೊಂಚ ನಿಂತು ವಿಶ್ರಾಂತಿಗೆ ತೊಡಗಿತ್ತು. ನೋಡುನೋಡುತ್ತಲೇ ಮತ್ತೆ ಆರೋಹಿಸತೊಡಗಿತು. ಮುಂದಿನ ಮೆಟ್ಟಿಲೇರುವಾಗ, ಅದರ ಮೈ ಕೊಂಚ ತೂಗಿದಂತಾಗಿ... ಅಯ್ಯೋ... ಸಂತುಲನೆ ತಪ್ಪಿತೆಂತಲೇ ಅನ್ನಬೇಕು. ದೇವರೇ ಬಿದ್ದರೇನು ಗತಿ? ಸೀದಾ ನಿನ್ನ ವೈಕುಂಠ ತಾನೇ... ಎಂದೊಮ್ಮೆ ಕಣ್ಣು ಮುಚ್ಚಿ ಜಗನ್ನಾಥನನ್ನು ನೆನೆದೆ.

ಹೀಗೆ ಹೊರಗಿನದೇನೂ ಕಾಣಿಸದ ಬರೀ ಒಳಗನ್ನು ನೋಡಿಕೊಂಡು ಇರುವುದು ಕಷ್ಟವೇ! ಈ ಹೊತ್ತಿನಲ್ಲಂತೂ ಅಸಾಧ್ಯ! ಫಕ್ಕನೆ ಕಣ್ತೆರೆದರೆ ಆ ಶಿಖರಗಾಮಿ ಕಾಣಿಸಲಿಲ್ಲ!

ಓಹ್... ಮುಗಿಯಿತೇ? ಮೈಯೆಂಬ ಮೈಯೇ ಮುಗಿದು ಇಲ್ಲವಾಯಿತೇ?

ಇಲ್ಲ... ಇರಲಾರದು... ಕರಿಮುಸುಡಿಯ ದೇವರು ಇಷ್ಟು ಕ್ರೂರನಿರಲಿಕ್ಕಿಲ್ಲ... ಜಗದ್ಪಾಲನಲ್ಲವೇ ಆತ? –ಅಂದುಕೊಂಡೆನಷ್ಟೇ, ಅಲ್ಲೇ ಕತ್ತಲೊಳಗಿನ ನೆರಳು ಸರಿಯಿತೆನ್ನುವ ಹಾಗೆ, ಆ ಮೈ ಮತ್ತೆ ಕಂಡುಬಂತು! ಸದ್ಯ... ಅಂದುಕೊಂಡೆ.

ಹೀಗೇ ನಿಂತಲ್ಲೇ ಕಣ್ಣು ನೆಟ್ಟು ಹದಿನೈದಿಪ್ಪತ್ತು ಸೆಕೆಂಡುಕಾಲ ಮಿಸುಕದೆ ನಿಂತೆನೇನೋ, ಕಣ್ಣೆದುರು ಯಾರೋ ಸರಿದಂತಾಯಿತು!

ನೋಡಿದರೆ ಅವರಿಬ್ಬರು! ಅಯ್ಯಯ್ಯೋ... ಧೂರ್ತರು! ಶಿಶುಪಾಲ ಮತ್ತು ದಂತವಕ್ರರು!

ಇಬ್ಬರೂ ಮೀಸೆ ತಿರುವುತ್ತ ಬಲು ಧಾರ್ಷ್ಟ್ಯದಿಂದ ನಡೆದುಬಂದರು!

ಅಯ್ಯೋ... ಇತ್ತಲೇಕೆ ಬಂದರು? ನನ್ನತ್ತಲೇ ಬಂದರೇ? ಇನ್ನೇನು ಗತಿ... ಅಂದುಕೊಂಡೆನಷ್ಟೆ, ನಾನು ನಿಂತಿದ್ದ ಇಂದ್ರದ್ಯುಮ್ನ ಮಂಟಪದವರೆಗೂ ಬಂದು, ಅಲ್ಲೇ ಒಂದೆರಡು ಕ್ಷಣ ನಿಂತರು. ಉಸಿರನ್ನು ಬಿಗಿಹಿಡಿಯುವುದಾಯಿತು. ಎಲ್ಲಿದ್ದಿತೋ

ಕಾಣೆ... ಮನಸಾರೆ ಧೃತಿ ತಾಳಿದೆ. ಮೈಯಲ್ಲಿ ಇನ್ನಿರದ ಕಲ್ಲುತನವನ್ನು ಹೂಡಿನಿಂತೆ!

ಆ ಮುಂದಿನ ಎರಡು ಕ್ಷಣಕ್ಕೆಲ್ಲ, ಇಬ್ಬರೂ ಸಖ್ಯಮಂಟಪದತ್ತ ಸರಿದುಸಂದರು!

ಮತ್ತೆ ಶಿಖರ ಮೇಲ್ಮೈಯಲ್ಲೆಲ್ಲ ಆ ಏರುಮೈಯನ್ನು ಹುಡುಕಿದ್ದಾಯಿತು.

94

ಇಷ್ಟರಲ್ಲಿ, ಹಿಂದಿನಿಂದ ಯಾರೋ ತಡವಿ ನನ್ನನ್ನು ಅಲುಗಿಸಿದಂತಾಯಿತು! ಒಂದೇ ಕ್ಷಣಕ್ಕೆ ಮೈಯೆಲ್ಲ ನಡುಗಿ ಕಂಭದೊಳಕ್ಕೇ ಉಡುಗಿಹೋದೆ!

'ದಿಖ್ ರಹಾ ಹೇ ಕ್ಯಾ?'

ಎಲ್ಲಿದ್ದನೋ ಏನೋ, ಕೌಶಿಕ ಮಹೋಪಾತ್ರ– ನನ್ನ ಕಿವಿಯೊಳಗೇ ಆವಿರ್ಭವಿಸಿ ಕೇಳಿದ. ಪಿಸುಗುಟ್ಟಿದ! ಥೇಟು ವಿಕ್ರಮಾದಿತ್ಯನ ಬೆನ್ನಿನಲ್ಲಿ ಬಿದ್ದ ಬೇತಾಳದ ಹಾಗೇ ಭಾಸವಾದ!

'ಹ್ಞಾಂ!' ಅಷ್ಟೇ ಮೆಲ್ಲಗೆ ಹೇಳಿದೆ.

'ಕ್ಯಾ?'

ಮೆಲ್ಲನೆ ಕೈಯೆತ್ತಿ ಶಿಖರದ ಮೇಲಿದ್ದ ಹೊರಳುಮೈಯನ್ನು ತೋರಿದೆ. 'ಠೀಕ್ ಹೇ... ಹಿಲ್‌ನಾ ಮತ್... ಐಸೇ ಹೀ ಠೆಹರ್...' ಅಂತಂದು, ಹೇಗೆ ಬಂದನೋ ಹಾಗೇ ಕಾಣೆಯಾದ. ಬಳಿಕದ ಮನಸ್ಸು ನಿಭಾಯಿಸುವುದೇ ಒಂದು ಮಹದ್ಕರ್ಮವಾಯಿತು!

ಮುಂದಿನ ಐದು ಮಿನಿಟುಗಳಲ್ಲಿ ಶಿಖರದಲ್ಲಿದ್ದ ನೆರಳುಮೈ, ಉತ್ತುಂಗದಲ್ಲಿನ ಆಮಲಕಕ್ಕೆ ಬರೇ ಐದಾರು ಘುಟ್ಟು ಕೆಳಗೆ ತೋರಿಬಂತು.

ಆಮಲಕವೆಂದರೆ ನೆಲ್ಲೀಕಾಯಿ ಎಂದು ಅರ್ಥ. ನೆಲ್ಲೀಕಾಯಿಯನ್ನು ಅರ್ಧರ್ಧ ಸೀಳಿದಾಗ ಉಂಟಾಗುವ ಎರಡು ಅರೆಗೋಳಗಳಲ್ಲಿ, ಮೇಲಿನ ಭಾಗವನ್ನು, ಶಿಖರಶೃಂಗದಲ್ಲಿ ಪ್ರಸ್ಥತಲದ ಹಾಗೆ ಕವಿಚಿಡುವುದು– ದೇವಾಲಯಗಳಲ್ಲೊಂದು ವಾಡಿಕೆ. ಎಂತಲೇ ಆಮಲಕವೆಂದು ಹೆಸರು. ವಾಸ್ತವದಲ್ಲಿ ಅದು ಶಿಖರಶೃಂಗವೇ ಅಲ್ಲ! ಶೃಂಗವಿರುವುದು ಇನ್ನೂ ಮೇಲೆ. ಆಮಲಕದ ಮೇಲಕ್ಕೆ ಕಲಶ. ಕಲಶದ ಮೇಲೆ ಲೋಹದ ಮಣಿಮುಕುಟ. ಮುಕುಟದ ಮೇಲೆ ಶೃಂಗ!

ಇನ್ನು, ಶೃಂಗವೆಂದರೆ ಅಳತೆಯೇ ಇಲ್ಲದ ಒಂದು ಬಿಂದು! ನೆಲದ ಮೇಲಿನಿಂದ ಸುರುಗೊಳ್ಳುವ ಗೋಪುರದ ವಸ್ತುರಾಶಿಯು, ಮೇಲೆ ಆಕಾಶದಲ್ಲಿ, ಆಕಾಶವನ್ನೇ ಛೇದಿಸುವ ಹಾಗೆ ಸಂದುಕೊಳ್ಳುವ ಒಂದೇ ಒಂದು ಬಿಂದು! ಶಿಖರಸಾಮಗ್ರಿಯ ಪಾಇಂಟಿನಂತಹ ನೆತ್ತಿ!

ಇದೇ ಬಿಂದುವಿನಲ್ಲಿಯೇ– ಆಕಾಶವೆಂಬ ಗೋಳದಲ್ಲಿ ನೆಲಕ್ಕೆ ಲಂಬವಾಗಿ

ಉಂಟಾಗುವ ತ್ರಿಜ್ಯವು, ಭೂಗೋಳದ ತ್ರಿಜ್ಯವನ್ನು ಒಂದೇ ರೇಖೆಯಲ್ಲಿ ತಾಳಿ, ಒಮ್ಮೆಗೇ ಒಂದಾಗಿಬಿಡುವುದು! ಅಂದರೆ ಆಕಾಶದ ಅಕ್ಷವು ಭುವಿಯ ವಕ್ಷದೊಡನೆ ನೇರವಾದ ಸಂಬಂಧ ಸಾಧಿಸುವುದು!

ಅಲ್ಲದೆ, ಜಗನ್ನಾಥ ಶಿಖರದ ಆ ಪಾಟಿ ಗಾತ್ರಕ್ಕೆ ತಕ್ಕುದಾಗಿ, ಆಮಲಕಕ್ಕೂ ಆ ಪಾಟಿ ಅಳತೆಯೇ. ಅದರ ಮೇಲೆ ಕಲಶ. ಕಲಶದ ಮೇಲೆ ನೀಲವರ್ತುಲ. ಆ ಮೇಲೆ ಪಾವಕಧ್ವಜ! ಅಂದರೆ, ಆಮಲಕಕ್ಕೆ ಹೋಲಿಸುವಾಗ ತುಸು ಕೆಳಗಿದ್ದ ಆ ಮನುಷ್ಯ ಮೈ, ಇನ್ನೂ ಕಡಿಮೆಯೆಂದರೂ ನಲವತ್ತೈವತ್ತು ಅಡಿ ಏರಬೇಕಾಗುವುದು!

ಇವೆಲ್ಲವನ್ನೂ ಎವೆಯಿಕ್ಕದೆ ಕಾಣುತ್ತಿದ್ದ ನನ್ನ ಕಣ್ಣುಗಳೊಳಗಿನ ಬೆಕ್ಕಸವು ಒಮ್ಮೆಗೇ ಬೆರಗಾಗಿ ಮಾರ್ಪಟ್ಟಿತು. ಮರಳಿ ಬೆರಗು ಬೆಕ್ಕಸವಾಯಿತು. ಎರಡೂ ಒಂದಕ್ಕೊಂದು ಬೆಸೆದು ಬರೇ ಬೆಕ್ಕಸಬೆರಗುಳಿಯಿತು!

ನಾನು ನಿಂತಿದ್ದ ಎಡೆಯಿಂದ ತಾನೊಂದು ಮನುಷ್ಯಮೈಯೆಂದು ಅನ್ನಿಸಿ ತೋರಿತಲ್ಲ, ಅದು, ಕೆಲವೇ ಕೆಲಗಳಿಗೆಗಳಲ್ಲಿ ಆಮಲಕದ ಮೇಲೆ ಏರಿಕೊಂಡಿದ್ದೇ, ತನ್ನ ಆಕೃತಿಯನ್ನು ಅಷ್ಟಿಷ್ಟು ನಿಚ್ಚಳಿಸಿಕೊಂಡು ಮತ್ತಷ್ಟು ವ್ಯಕ್ತಗೊಂಡಿತು. ಆಕೃತಿಯೆಂದರೆ ನಪುಂಸಕವಲ್ಲ ಎಂದು ನನಗೆ ಹೊಳೆದಿದ್ದೇ ಈಗ! ಮನುಷ್ಯನೆಂದರೆ ಗಂಡಸೇ ಆಗಬೇಕಿಲ್ಲವೆಂತಲೂ ಅನ್ನಿಸಿಬಂತು!

ಹೌದು... ಇದೇನು ಹೆಣ್ಣೇ? ಮೈಯಲ್ಲೊಂದಿಷ್ಟು ವಯ್ಯಾರವಿದೆಯಲ್ಲ? ಮೀನಿನ ಹಾಗೆ ಬಳುಕುತ್ತದಲ್ಲ? ಮೇಲ್ಮೈಯಲ್ಲಿ ಉಬ್ಬುತಗ್ಗುಗಳಿವೆಯಲ್ಲ?

ದಿಟ್ಟಿಸಿ ನೋಡಿದೆ. ಕಣ್ಣೊಳಗೆ ಕಣ್ಣು ತಾಳಿ ಗಮನಿಸಿದೆ!

ಹೌದು! ಹೆಣ್ಣೇ!

ತಕ್ಷಣಕ್ಕೆ, ನನ್ನೊಳಗೆ ಇನ್ನೂ ಒಂದು ಹೊಳೆದೇಬಿಟ್ಟಿತು! ಕೋಟ್ಯಂತರ ವಾಟೇಜಿನ ಕೋಲ್ಮಿಂಚು! ಕತ್ತಲಿನಲ್ಲಿ ನೆಲಮುಗಿಲುಗಳ ಮೇರೆಯನ್ನು ಸಾರಿ, ಕ್ಷಣಿಕದ್ದಾದರೂ, ಬೆಳಗಿಯೇ ಬೆಳಗಿ– ಇಡೀ ಜಗತ್ತನ್ನೇ ಬೆಳಕಿನಲ್ಲಿ ತೋರಬಲ್ಲ ವಿದ್ಯುಲ್ಲತೆ!

ಆಹಾ... ಬಳ್ಳಿಮಿಂಚು!

ಮಾತಂಗೀ... ಎಂದು ಕರೆದು ಕೂಗಬೇಕೆನ್ನಿಸಿತು! ಒಳಗೇ ಕರೆದು ಕೂಗಿದೆನೇನೋ! ಈ ಹೆಸರನ್ನು ಅಣುರೇಣುಗಳಲ್ಲಿ ತಾಳಿ ಮೊರೆದೆನೇನೋ!

ಇನ್ನು, ಈ ಪರಿಯ ಹರ್ಷೋದ್ಗಾರವನ್ನು ಹೊರಗೆಡಹದೆಯೇ ಅದುಮಿ, ಇರುವಲ್ಲೇ ಕುಣಿಸಿ ಕುಪ್ಪಳಿಸಗೊಟ್ಟು ಇರುವಂತೆ ತಡೆದ ಶಕ್ತಿಯಾದರೂ ಆ ಜಗನ್ನಾಥಕೃಪೆಯೇ ಇದ್ದೀತು! ಒಟ್ಟಿನಲ್ಲಿ ತಡೆದಿದ್ದಾಯಿತು!

ಇಷ್ಟಕ್ಕೂ ಇದು ಹೆಣ್ಣೇ ಅಂತೆಂಬ ಖಾತ್ರಿಯೆಲ್ಲಿ? ಹೆಣ್ಣಾಗಿದ್ದರೂ 'ಇವಳೇ' ಎಂಬ ಗ್ಯಾರೆಂಟಿಯೇನು?

ಮನಸ್ಸಿನ ಉದ್ವೇಗಾದಿ ಉದ್ರೇಕವನ್ನು ತಡೆತಡೆದು ಕಾಯುವುದೇ ಆಯಿತು!

ಶಿಖರ ಮೇಲ್ಭಾಗದಲ್ಲಿರುವ ಆಮಲಕದ ಸೀದಾ ಕೆಳಕ್ಕೆ– ಏಳರಿಂದ ಎಂಟು ಅಡಿ ಎತ್ತರವೂ, ವಯಸ್ಕಮನುಷ್ಯರ ಮೊಣಕಾಲಿನಷ್ಟು ದಪ್ಪವೂ ಇರುವ– ಹತ್ತಾರು ಜೋಡಿಕಂಬಗಳಿದ್ದವು. ಈ ಬಗೆಯ ಕಂಬಗಳು ಆಮಲಕದ ಸುತ್ತಳತೆಯ ಉದ್ದಕ್ಕೂ ಪ್ರತಿ ಆರೇಳು ಅಡಿ ಅಂತರದಲ್ಲಿ ಆವರ್ತಿಸುತ್ತ, ಆಮಲಕವನ್ನು ಮೇಲಕ್ಕೆತ್ತಿ ಹಿಡಿಯುತ್ತ– ಅಲ್ಲೊಂದು ಸಮತಲವುಳ್ಳ ಭವಂತಿಯನ್ನು ನಿರ್ಮಿಸಿದ್ದವು. ಭವಂತಿಯೆಂದರೆ ಗ್ಯಾಲರಿ. ಆಮಲಕದ ಬುಡದಲ್ಲಿ ಸುತ್ತಲೂ ದುಂಡಗೆ ಸುತ್ತಬಹುದಾದ ಪ್ರದಕ್ಷಿಣೆಯ ಗ್ಯಾಲರಿ!

ಈ ಭವಂತಿಯ ಸುತ್ತಲೂ ಎಂಟು ದಿಕ್ಕಿನ ಎಂಟೂ ಕಡೆ ಒಂದೊಂದು ನಂದಾದೀಪ! ದಿಕ್ಪಾಲಕರನ್ನು ಸಾಂಕೇತಿಕವಾಗಿ ಸೂಚಿಸುವ ಅಷ್ಟದೀಪ!

ದೇವರೇ... ಆ ಎತ್ತರದಿಂದ ಏನೇನೆಲ್ಲ ಕಾಣಬಹುದು ಅಂದುಕೊಂಡು ಊಹಿಸಿದೆ. ಆಕಾಶಕ್ಕೆ ಆಕಾಶವೂ, ಭೂಮಿಗೆ ಭೂಮಿಯೂ, ಕಡಲಿಗೆ ಕಡಲೂ... ಇತ್ತ ಕೆಳಗಿರುವ ಇಡೀ ದೇವಾಲಯದ ಹತ್ತೆಕರೆ ವಿಸ್ತೀರ್ಣವೂ... ಪುರೀನಗರದ ಸಮಸ್ತ ನಾಗರಿಕತೆಯೂ... ದೂರದಲ್ಲೆಲ್ಲೋ ಇರುವ ಗುಂಡೀಚಮ್ಮನ ಗುಡಿಯೂ... ಆ ಗುಡಿಯೆದುರೇ ಇಡೀ ಜಗತ್ತಿನ ರಾತ್ರಿ–ಪಹರೆಗೆ ಅಣಿಯಾಗುತ್ತಿರುವ ಜಗನ್ನಾಥನೆಂಬ ಇಲ್ಲಿನ ಅಧಿದೈವವೂ... ಅವನಂತೆಯೇ ರಥಾರೂಢರಾದ ಆತನ ಅಣ್ಣದೇವರೂ... ತಂಗಿದೇವರೂ... ಆಹಾ... ಹೀಗೊಂದು ಊಹೆಯುಂಟಾಗಿದ್ದೇ, ಊಹೆಗೆ ಊಹೆಯೇ ನನ್ನನ್ನು ಪುಲಕಿಸಿಬಿಟ್ಟಿತು!

ಶಿಖರದ ಮೇಲಿನ ವ್ಯಕ್ತಿ ಈ ಭವಂತಿಯಲ್ಲೊಮ್ಮೆ ಒಂದು ಸುತ್ತು ಬಂದು ಒಂದೆಡೆ ನಿಂತಿತು. ಕಣ್ಣೆದುರಿನ ದೀಪಕ್ಕೆ ಕೈಮುಗಿಯಿತು! ಅಲ್ಲೇ, ಅಂದರೆ ಈ ವ್ಯಕ್ತಿಯ ಬೆನ್ನಿನಲ್ಲಿ ತುಸು ಹಿಂದಕ್ಕೆ, ಮೇಲಿರುವ ಕಲಶದ ತುತ್ತತುದಿಯಿಂದ ಆಮಲಕದ ಇತ್ತಲಿನ ಬುಡಕ್ಕೂ ಹಬ್ಬಿದ– ಹೆಗ್ಗಾತ್ರದ ಹೆಬ್ಬಾವು ದಪ್ಪದ ಉಕ್ಕಿನ ಕೊಂಡಿಗಳುಳ್ಳ ಸರಪಳಿಯೊಂದು ಇಳಿಬಿದ್ದಿತ್ತು. ಭವಂತಿಯನ್ನು ಪ್ರದಕ್ಷಿಸಿದ ಆಸಾಮಿ, ಈಗ ಈ ಸರಪಳಿಯಲ್ಲಿ ತೊಡಗಿ, ಕೊಂಡಿಯಿಂದ ಕೊಂಡಿಗೆ ಕಾಲಿಕ್ಕಿ ಮೈಯೇರಿಸತೊಡಗಿತು. ಕೊಂಡಿ ಕೊಂಡಿಗೂ ವ್ಯಕ್ತಿಯ ಅರೆಮೈಯಷ್ಟು ಎತ್ತರ! ಹೀಗೆ ಸರಪಳಿಯನ್ನು ಏರುವಾಗಲೇ ನನಗೆ, 'ವ್ಯಕ್ತಿ' ಅಂತಂದರೆ ಗುರುತು–ಪರಿಚಯವಿಲ್ಲದ ಬರೇ ಗಂಡಸಷ್ಟೇ ಅಲ್ಲ... ಹೆಣ್ಣೂ ಆಗಿರಬಹುದೆಂದು ಅಂತನ್ನಿಸಿದ್ದು!

ಅಲ್ಲದೆ, ಇವೊತ್ತು ಬೆಳಿಗ್ಗೆ, ಇನ್ನು ಮುಂದಿನ ಹಗಲೇ ಇಲ್ಲವೆನ್ನುವ ಹಾಗೆ, ನಾನು ಮೈಯಾರೆ ನನ್ನೆಲ್ಲ ಮೈ ಹೂಡಿದ್ದೆನಲ್ಲ, ಪ್ರತಿಯಾಗಿ ತಾನೂ ಮೈದೆರೆದು ನನ್ನಿಂದ ಮೈ ಹೂಡಿಸಿಕೊಂಡಿತಲ್ಲ– ಆ ಹೆಣ್ಣೂ ಆಗಿರಬಹುದೇ... ಎಂದೂ

ಹೊಳೆದು ಬಂದಿದ್ದು!

ಸರಪಳಿಯನ್ನು ಹತ್ತುತ್ತಿದ್ದ ಮೈಯನ್ನು, ಈಗ, ಬಲು ವ್ಯವಧಾನ ತಾಳಿ ನೋಡಿದೆ. ನೋಡಿಯೇ ನೋಡಿದೆ. ಅದರ ಆಕೃತಿಯೊಳಗಿನ ಅಂಕಿಅಂಶವನ್ನೆಲ್ಲ ಗಮನಿಸಿದೆ. ಆಗಲೇ ನನಗೆ ಅದರ ಬೆಡಗು ಕಾಣಿಸಿದ್ದು. ಅತ್ಯಪೂರ್ವ ಬಿನ್ನಾಣದ ದರ್ಶನವಾಗಿದ್ದು! ಆಗಲೇ ನಾನು, ಇದು ಮಾತಂಗಿಯಿರಬಹುದೇ... ಹೌದೇ... ಎಂದು ಊಹಿಸಿದ್ದು!

95

ಹೆಣ್ಣು ಮಾತಂಗಿಯೆಂದೇನೋ ಅನ್ನಿಸಿತು. ಒಮ್ಮೆಗೇ, ಅಕಸ್ಮಾತ್ ಅಲ್ಲದಿದ್ದರೆ... ಎಂತಲೂ ಅನ್ನಿಸಿಬಂತು!

ಈ ಬೆಳಿಗ್ಗೆ, ಇದೇ ಮೈಯನ್ನೇ ತಾನೇ ನಾನು ಇಂಚಿಂಚೂ ಬಿಡದೆ ಹೊಂದಹೊಂಚಿದ್ದು... ಎಂಬ ಯೋಚನೆಯಲ್ಲಿ, ಒಂದು ಸರ್ತಿ ಅತ್ಯಖಂಡವಾಗಿ ರೋಮಾಂಚನ ತಾಳಿದೆನಷ್ಟೆ- ಈ ಯೋಚನೆಯ ನಡುವೆಯೇ ಬಲತೊಡೆಯ ಮರಿಜೇಬನ್ನು ಹೊರಗಿನಿಂದಲೇ ಮುಟ್ಟಿ, ಉಂಗುರದ ಉಬ್ಬುತಗ್ಗನ್ನು ನೇವರಿಸಿ, 'ಆಹಾ ಹೆಣ್ಣೇ... ನೀನು ಮತ್ತೆ ಸಿಕ್ಕೀಯೆ ಅಂದುಕೊಂಡಿರಲಿಲ್ಲ...' ಅಂತೆಂಬ ಸುಖಾಸ್ವಾದದೊಳಗೆ ಇಳಿಯಹೋದೆನಷ್ಟೆ- ಆಗಲೇ... ಆಗಿಂದಾಗಲೇ, ನನ್ನೊಳಗೆ- ಅಯ್ಯೋ, ಈ ಹೆಣ್ಣಿನ ದೂರದ ಮೈ ನೋಡಿ ಇವಳು ಅವಳೇ ಅಂದುಕೊಂಡೆನಲ್ಲ, ಅಕಸ್ಮಾತ್, ಅವಳಲ್ಲವಾಗಿದ್ದರೆ... ಅನ್ನಿಸಿ, ಒಮ್ಮಿಂದೊಮ್ಮೆ ರಸಭಂಗವೂ ಉಂಟಾಗಿದ್ದು ಹೌದು!

ಈಗೇನು ಮಾಡುವುದು? ಇನ್ನು ಕಾಯುವುದೇ ಸೈಯಿ. ಇವಳು ಅವಳೇ ಎಂದು ಖಾತ್ರಿ ಮಾಡಿಕೊಳ್ಳಲಿಕ್ಕಾದರೂ ಕಾಯಲೇಬೇಕು... ಎಂದು, ಸರಪಳಿಯಲ್ಲಿದ್ದ ಹೆಣ್ಣನ್ನೇ ನೋಡಿಕೊಂಡು ನಿಂತೆ.

ಈ ನಡುವೆ, ಮೈ ಕೊಂಚ ಬೆವರಿದಂತನ್ನಿಸಿತು. ಕಡಲದಂಡೆಯ ಊರಿನಲ್ಲಿ ಸೆಖೆಗೇನು ಬರವೇ? ಇಳಿಯಗೊಟ್ಟರೆ ಮೈಯಿಗೆ ಮೈಯೇ ದಳಬಳನೆ ದ್ರವಿಸಿ ಹರಿದೀತಷ್ಟೆ? ಮೈಕೈ ಒರೆಸಿಕೊಳ್ಳೋಣವೆಂದರೆ ನಿನ್ನೆಯ ಹಾಗೆ ಟಿಷ್ಯೂ ತರುವುದನ್ನು ಮರೆತುಹೋಗಿದ್ದೆ. ಜೇಬಿನಲ್ಲಿ ಎಂದೂ ಕರ್ಚೀಫು ಇಡುವ ಆಸಾಮಿ ನಾನಲ್ಲ! ಸರಿ... ಬೇರೆ ವಿಧಿಯಿಲ್ಲದೆ, ಮುಖವೊರೆಸಿಕೊಳ್ಳಲೆಂದು ತೊಟ್ಟಿದ್ದ ಟೀಶರ್ಟು ಮೇಲಕ್ಕೆತ್ತಿದವನು, ಎತ್ತಿದ ಭರದಲ್ಲಿಯೇ ಕೆಳಕ್ಕಿಳಿಸಿದೆ. ಟೀಶರ್ಟಿನೊಳಗೆ ಸೊಂಟದಲ್ಲಿ ಧೋತರದ ಹರುಕಿದೆಯೆಂದು ಬಲು ಅನಾಮತ್ತಾಗಿ ನೆನಪಾಯಿತು! ಒಂದು ಕ್ಷಣ

ಗಾಬರಿಯೂ ಆಯಿತು!

ಆಗಲೇ, ಇದ್ದಕ್ಕಿದ್ದಂತೆ, 'ಇಧರ್ ಹೋ ಆಪ್?' ಅನ್ನುತ್ತ– ಎಲ್ಲಿಂದಲೋ ಕಮಲಾಕ್ಷ ಕೇಶವ ನಡೆದುಬರಬೇಕೆ?

ಹುಷ್ಟ್... ಈ ಮನುಷ್ಯನಿಗೆ ಬೇರೆ ಕೆಲಸವೇ ಇಲ್ಲವೆ? ಈ ಹೊತ್ತಿನಲ್ಲೇ ಅವತರಿಸಬೇಕೆ? ಥುತ್... ಎಂದು ಮನಸೊಳಗೇ ಶಪಿಸುವ ಸುಮಾರಿಗೆ, 'ಕ್ಯಾ ಕರ್ ರಹೇಹೋ?' ಎಂದು ಆಕ್ಷೇಪಣೆಯ ದನಿಯೆತ್ತಿ ಕೇಳಿದ. ಅವನನ್ನು ನನ್ನತ್ತಲೇ ಬರಮಾಡಿಕೊಂಡರೆ– ಎಲ್ಲಿ ಶಿಖರದ ಮೇಲಿನ ಸಂಗತಿಯೆಲ್ಲ ಕಂಡು ಪುಕಾರೇಳುವುದೋ ಅಂದುಕೊಂಡು, ಗಾಬರಿಯಿಂದ, ನಾನೇ ಅವನ ಬಳಿಸಾರಿ, 'ಏನಿಲ್ಲ... ನಿನ್ನೆಯ ರಶ್ಶಿನಲ್ಲಿ ಗುಡಿಯನ್ನು ಸರಿಯಾಗಿ ನೋಡೋಕಾಗಲಿಲ್ಲವಲ್ಲ... ಹಾಗಾಗಿ ಇಲ್ಲಿ ನಿಂತು ನೋಡುತ್ತಿದ್ದೆ!' ಎಂದು ಸಮಜಾಯಿಷಿ ಹೇಳಿದೆ.

ಕಮಲಾಕ್ಷ ಕೇಶವ, ನನ್ನ ಈ ಮಾತನ್ನು ನಂಬಿದನೋ ಬಿಟ್ಟನೋ, ಗೊತ್ತಾಗಲಿಲ್ಲ. ಏನೋ ತರಾತುರಿಯಲ್ಲಿ ಇರುವಂತಿದ್ದ. 'ಹೊರಡೋದಲ್ಲವಾ? ಆಗಲೇ ಒಂಬತ್ತೂವರೆ ಆಯಿತು...' ಎಂದು ಗದರುವಾಗ, 'ಪಂಡಾಜೀ... ಪ್ಲೀಸ್. ಇನ್ನು ಅರ್ಧ ಗಂಟೆ ಇರುತೀನಿ ಅಷ್ಟೆ...' ಅನ್ನುತ್ತ, ಮಹಾಶಯನ ಕೈಕೈ ಹಿಡಿದು ವಿನಂತಿಸಿಕೊಂಡೆ. 'ಬೇಕಿದ್ದರೆ ಇನ್ನಷ್ಟು ದುಡ್ಡು ಕೊಡಬಲ್ಲೆ...' ಅಂತಲೂ ಅರಿಕೆಯಿಟ್ಟೆ.

ಕೂಡಲೇ, ನನ್ನತ್ತಲೊಮ್ಮೆ ಕೌತುಕದ ನೋಟ ಬೀರಿದ ಕಮಲಾಕ್ಷ ಕೇಶವನು, 'ಸರಿ... ಹೇಗಿದ್ದರೂ ಎರಡು ರೂಪಾಯಿ ಹುಂಡಿಗೆ ಹಾಕು ಅಂದೆನಲ್ಲ, ಇನ್ನೂ ಒಂದು ರೂಪಾಯಿ ಹಾಕುತೀಯಾ?' ಎಂದು, ಆಲ್ಮೋಸ್ಟ್ ನನ್ನ ಕಿವಿಯಲ್ಲಿಯೇ ಪಿಸುಗುಡುವ ಹಾಗೆ ಉಸುರಿ, ಸರಸರನೆ ಸರಿದುಹೋದ. ನಾನು ಅವನ ಹೆಜ್ಜೆಗಳ ಜಾಡನ್ನೇ ಕಣ್ಣಿನಲ್ಲಿ ತಾಳಿಕೊಂಡು ನಿಂತೆ. ಮುಂದಿನ ಒಂದೆರಡು ಕ್ಷಣಗಳಲ್ಲಿ ಸೀದಾ ಕೌಶಿಕ ಮಹೋಪಾತ್ರನಿದ್ದ ಕತ್ತಲೊಳಗೆ ಹೊಕ್ಕು ಕಾಣೆಯಾದ!

ನೋಡುತ್ತಲೇ ಉಳಿದೆ.

ಕೆಲಗಳಿಗೆಗಳ ಮುಂದಕ್ಕೆ, ಅಲ್ಲೇ, ಆ ಕತ್ತಲೊಳಗಿನಿಂದಲೇ ಈ ಇಬ್ಬರೂ ಪಂಡಾಗಳು, ಒಡಿಯಾ ಭಾಷೆಯಲ್ಲಿ ಏನೋ ಗುಸುಗುಸು ನಡೆಸಿದ್ದು ಕೇಳಿಬಂತು!

ಆಶ್ಚರ್ಯವೆನ್ನಿಸಿತು.

ಈ ಶಿಖರಾರೋಹಿ ಹೆಣ್ಣಿಗೂ, ಕೆಳಗಿರುವ ಈ ಎರಡು ಪಂಡಾರಿಗೂ ಏನು ಸಂಬಂಧ? ಮೂವರೂ ಕೈಕೈ ಮಿಲಾಯಿಸಿ ಏನೋ ದೊಡ್ಡ ಸಂಚು ಕೈಗೊಂಡಿದ್ದಾರೆಯೇ? ಈ ಪರಿ ದರೋಡೆಗಿಳಿದಿದ್ದಾರೆಯೇ? ಅಥವಾ, ಮೇಲಿರುವ ಶಿಖರಗಾಮೀ–ಸ್ತ್ರೀ ಮಾತಂಗಿಯೇ ಅಲ್ಲದಿರಬಹುದು. ಅಕಸ್ಮಾತ್ ಮಾತಂಗಿಯೇ ಆಗಿದ್ದಲ್ಲಿ, ಇವಳಿಗೇಕೆ ಇಂತಹ ಥಗಾಕೋರ ದುರ್ಬುದ್ಧಿ? ಎಷ್ಟಿದ್ದೂ ಸಿನೆಮಾತಾರೆ.

ಸಾಕಷ್ಟು ಹಣಕಾಸು ಕಂಡವಳು... ಇಂಥವಳಿಗೆ ಇವೆಲ್ಲ ಬೇಕೆ? ನಿಜಕ್ಕೂ ಬೇಕೆ? ಅಥವಾ, ನಿನ್ನೆ ಒಡನಿರುವಾಗ, ಈವರೆಗೆ ಮಾಡದ್ದನ್ನೆಲ್ಲ ಮಾಡುವೆನೆಂದು ಪದೇ ಪದೇ ಹೇಳಿಕೊಂಡಳಲ್ಲ, ಇದು, ನಿನ್ನೆಯದಷ್ಟೂ ನಿನ್ನೆಗೇ ಮುಗಿದು, ಇವೊತ್ತು ಸುರುಗೊಂಡ ಇನ್ನೊಂದು ಅಧ್ಯಾಯವೇ? ಇದ್ದರೂ ಇರಬಹುದು. ಚಪ್ಪಲಿಯೊಳಗೆ ಚಾಕು-ಚೂರಿ ಬಚ್ಚಿಡಬಲ್ಲವಳು, ಇನ್ನೂ ಏನೇನನ್ನೆಲ್ಲ ಮಾಡಬಲ್ಲಳೋ- ಯಾರಿಗೆ ಗೊತ್ತು?

ಯಾಕೋ ಏನೋ, ನನಗೆ ಈ ಯೋಚನೆಯೇ ಸರಿ ಅನ್ನಿಸಲಿಲ್ಲ! ಸರಿಬರಲಿಲ್ಲ!

ಬೇಕಿತ್ತೆ ಈ ದುರುಳ ಹೆಣ್ಣಿನ ಗೊಡವೆ? ಈ ಇಬ್ಬರು ಪುಂಡ ಪಂಡಾಗಳ ಭಂಡ ಗೋಜು? ಹೊರಡುವುದೇ ಲೇಸು... ಅಂದುಕೊಂಡರೆ, ಅದನ್ನೂ ಮಾಡಲಾಗಲಿಲ್ಲ! ನನ್ನೊಳಗಿನದೇ ಸಂಗತಿಯೊಂದು ನನ್ನನ್ನು ತಡೆಯಿತು. ಇರು ಇರು... ಎಂದು ಚೋದಿಸಿ ಪ್ರಚೋದಿಸಿ ನಿಲ್ಲಿಸಿತು. ಲೋಲುಪತೆಯೂ ಶಕುತಿಯೇ ಎಂದು ಮೊಟ್ಟಮೊದಲ ಸರ್ತಿ ನನಗೆ ಅನ್ನಿಸಿಬಂತು!

ಸರಿ... ವಾಪಸ್ಸು ಕಂಭಕ್ಕಾತುಕೊಂಡು ಮುಂದಿನ ತಮಾಷೆಯನ್ನು ನೋಡತೊಡಗಿದೆ!

96

ಶಿಖರೋತ್ತುಂಗದಿಂದ ಆಮಲಕದ ಬುಡದವರೆಗೂ ಇಳಿದಿದ್ದ ಸರಪಳಿಯನ್ನು ಸರಭರನೆ ಏರಿದ ಹೆಣ್ಣು, ಕೆಲವೇ ಮಿನಿಟುಗಳಲ್ಲಿ ಕಲಶವನ್ನು ತಲುಪಿತು! ನಾನು, ಈವರೆಗೂ ಎದುರುನೋಡುತ್ತಿದ್ದ ಕಾತುರದ ಗಳಿಗೆಯೊಂದು, ಇನ್ನೇನು ಉಂಟಾಗತೊಡಗಿತು! ಗಳಿಗೆಯೆಂದರೆ ಬರೀ ಗಳಿಗೆಯಲ್ಲ. ಸಾವಿನಲ್ಲೂ ಜೀವ ಚಿಗಿಯಿಸಬಲ್ಲ ಗಳಿಗೆ! ಸಾಧಾರಣ ಮಳೆಹನಿಯೊಂದು ಮುತ್ತಾಗಿ ಪರಿಣಮಿಸತಕ್ಕ ಹೊತ್ತು!

ಕಾದೆ. ಕಾದೆ. ಕಾದೆ. ಕಣ್ಣಲ್ಲಿ ಕಣ್ಣಿಟ್ಟುಕೊಂಡು ಕಾದೆ.

ಕಲಶದ ಬುಡವನ್ನು ತಲುಪಿದ ಹೆಣ್ಣು, ಫ್ಲಡ್‌ಲೈಟಿನ ಬೆಳಕಿನಲ್ಲಿ ಒಡಮೂಡುವಾಗ- ಯಾರೆಂದು ನಿಚ್ಚಳವಾಗಿ ಕಾಣಬಹುದೆಂದು ಅಂದುಕೊಂಡಿದ್ದು ಸ್ವಲ್ಪವೇ ಸುಳ್ಳಾಯಿತು. ಸ್ವಲ್ಪ ಸತ್ಯವೂ ಆಯಿತು!

ಯಾಕೆಂದರೆ ಈ ಹೆಣ್ಣು ತನ್ನ ಮೈಮೋರೆಯನ್ನೆಲ್ಲ ಕವಿದುಕೊಂಡಿತ್ತು! ಇವೊತ್ತು ಬೆಳಿಗ್ಗೆ, ಬ್ರೆಡ್ಡಿನ ದರೋಡೆಯ ಸುಮಾರಿನಲ್ಲಿ, ನನ್ನೊಡನಿದ್ದ ಹೆಣ್ಣು ಧೋತರದ ಎರಡು ಹರುಕುಗಳಿಂದ ತನ್ನ ಐಡೆಂಟಿಟಿಯನ್ನು ಮುಸುಕಿಕೊಂಡಿತ್ತಲ್ಲ, ಥೇಟು

ಹಾಗೇ– ಈ ಹೆಣ್ಣೂ ಸಹ ತನ್ನ ತಲೆಮರೆಸಿಕೊಂಡಿತ್ತು. ಮೈಮರೆಸಿಕೊಂಡಿತ್ತು!

ಅವಳೇ ಇರಬಹುದೇ?

ಮತ್ತೊಮ್ಮೆ ನೋಡಿದೆ. ನಿಗಾ ಗಾಢಯಿಸಿ ಕಂಡೆ!

ಹೌದು! ಹೌದು!

ಈಕೆಯ ಮೈಯಲ್ಲಿರುವುದು ಅದೇ ಧೋತರದ ಎರಡು ಪಾಲು ಹರುಕೇ ಹೌದು! ನನ್ನ ಸೊಂಟದಲ್ಲಿರುವ ಇನ್ನೊಂದನ್ನು ಇವೆರಡರೊಡನೆ ಬೆರೆಸಿದ ಪಕ್ಷಕ್ಕೆ ಕೌಶಿಕ ಮಹೋಪಾತ್ರನ ಉಡುಗೊರೆಯು ಪರಿಪೂರ್ಣವಾಗುವುದಷ್ಟೆ? ಆ ಎರಡು ಹರುಕುತುಂಡುಗಳು ತಾನೇ ಇವು?

ಅರರೇ ಅಲ್ಲವೇ? ಹೌದಂತಲೇನೋ ಅನ್ನಿಸಿದೆ. ಅದರೆ ಖಾತ್ರಿಗೆ ಕೊಂಚ ಕಮ್ಮಿಯಿದೆಯಲ್ಲ?

ಈಗ ಕಣ್ಣುಗಳನ್ನು ತುಸುವೇ ಕಿರಿದುಗೊಳಿಸಿ, ದೃಷ್ಟಿಯ ತೀವ್ರತೆಯನ್ನು ಹೆಚ್ಚಿಸಿ ನೋಡತೊಡಗಿದೆ. ಸುಮ್ಮನೆ ಸರ್ಕಸೇ ಆಯಿತು.

ಫ್ಲಡ್‌ಲೈಟಿನಿಂದ ಹೊಮ್ಮುವ ಮಿರುಗುವ ಹಿಮದಂತಹ ಬೆಳ್ಳಂಬೆಳಕು ಎಷ್ಟು ಕೋರೈಸುತ್ತಿತ್ತೆಂದರೆ, ಈ ಹೆಣ್ಣಿನ ನೆರಳು, ಒಮ್ಮಿಂದೊಮ್ಮೆಗೇ ಕಲಶದ ಮೇಲೆಲ್ಲ ಚೆಲ್ಲಿ– ಅಂಕುಡೊಂಕಾದ ವಿಚಿತ್ರ ಚಿತ್ರವೊಂದನ್ನು ಬಿಡಿಸಿತು. ವಿಚಿತ್ರವೂ ಸಮ್ಮೋಹಕವಾಗುವ ಪರಿಯೇನೆಂದು, ಈ ಹೊತ್ತಿನಲ್ಲೀಗ ನನ್ನೊಳಗೆ ಅರಿತುಬಂತು!

ನೋಡಿದೆ. ಮತ್ತೂ ನೋಡಿದೆ.

ಹೌದು... ಹೆಣ್ಣನ್ನು ಮುಸುಕಿರುವುದು ಕೌಶಿಕ ಮಹೋಪಾತ್ರನು ಕೊಟ್ಟ ಧೋತರದ ಹರುಕೇ ಸರಿ! ಅದೇ ಕೆಸರಿ, ಬಿಳಿ ಮತ್ತು ಹಸಿರುಗಳ ಧೋತರದ ಬಟ್ಟೆ! ಹ್ಞಾಂ ಹ್ಞಾಂ... ಈಕೆ ನಿಸ್ಸಂದೇಹವಾಗಿ ಅವಳೇ! ನನ್ನ ಪಾಲಿಗೆ ಒಂದು ರಾತ್ರಿಯ ಸಲುವಾಗಿ ಮಾತಂಗಿಯಾಗಿ ಬಂದ ಇಂದೀವರೆಯೇ!

ಅಬ್ಬಾ... ಅನ್ನಿಸಿಬಂತು. ಆಶ್ಚರ್ಯವೂ ಮೂಕಯಿಸಿತು. ಮೌನವೂ ಸುಮ್ಮನಿರದೆ ಕಾಡಿತು!

ಮುಂದಿನ ಒಂದೆರಡು ಕ್ಷಣಗಳಿಗೆಲ್ಲ, ಹೆಣ್ಣು, ಕಲಶದ ಮೇಲಿನ ಅಟ್ಟಣಿಗೆಯಂತಹ ವಸ್ತುವನ್ನು ಪುಟುಪುಟನೆ ಏರಿ, ಸೀದಾ ನೀಲವರ್ತುಲವೆಂಬ ಆ ಪಂಚಲೋಹದ ಚಕ್ರಕ್ಕೇ ಆತುನಿಂತಳು! ಟೈಟಾನಿಕ್ ಸಿನೆಮಾದ ಹೀರೋಇನ್ನು ಹಡಗಿನ ಮುಂಚೂಣಿಯಲ್ಲಿ, ಎರಡೂ ತೋಳುಗಳನ್ನು ಆಚೀಚೆ ಚಾಚಿ ನಿಲ್ಲುವುದಿಲ್ಲವೇ, ಅ ಪರಿಯ ಮೋಹನಾಂಗಿಯಂತೆಯೇ ಕಂಡಳು! ಇನ್ನೇನು– ಆ ರಾತ್ರ್ಯಾಕಾಶದಲ್ಲಿ ಹಾರಲಿಕ್ಕೆ ರೆಕ್ಕೆ ತೆರೆದುಕೊಂಡ ದೇವಕನ್ನಿಕೆಯೇ ತಾನೆಂಬಂತೆ ತೋರಿದಳು!

ಆಹಾ! ಎಂತಹ ಹೊತ್ತು ಇದು? ಅಂತಿಂತಲ್ಲದ ಫೋಟೋಫ್ಲ್ಯಾಷ್

ಮೊಮೆಂಟು!

ಒಂದು ಗುಲಗಂಜಿಯಷ್ಟು ತೂಕ ಹೆಚ್ಚಿದರೆ, ಬಹುಶಃ, ಜಗತ್ತಿನ ಯಾವುದೇ ಅವಲೋಹವೂ ಚಿನ್ನವಾಗಬಹುದನ್ನಿಸುವ ಬಂಗಾರದ ಹೊತ್ತು ಅದು! ಪರುಷಮುಹೂರ್ತ!

ಅಂತಹ ಹೊತ್ತಿನಲ್ಲಿ ನನ್ನೊಳಗೆ ಉಂಟಾದ ಉನ್ಮಾದವನ್ನಾದರೂ ತಡೆದೇನು ಹೇಗೆ? ಮನಸ್ಸಿಗೆ ಮನಸ್ಸೇ ಶಿವನಸಮುದ್ರದ ಕಾವೇರಿಯಾಗಿರುವಾಗ ಧುಮ್ಮಿಕ್ಕುವ ಬೆಡಗನ್ನು ಒಲ್ಲೆನ್ನುವುದುಂಟೆ? ಅಲ್ಲದೆ, ಈ ಹೆಣ್ಣು ನಿಜಕ್ಕೂ ಜಗನ್ನಾಥನ ಜಗದುತ್ತುಂಗವನ್ನೇ ಏರಿ ಮೆಟ್ಟಿದ್ದೇನು ಸಾಮಾನ್ಯವೇ? ಅಥವಾ, ಜಗತ್ತನ್ನೇ ತಾಳಿದವನ ಶಿಖರದ ನೆತ್ತಿಯಂದರೆ ಸುಮ್ಮಗೆಯೇ?

ಮೈಯೆಲ್ಲ ನವಿರೆದ್ದು ಬಂದಿತು!

ಯಾವುದೋ ಮಾಯೆಗೀಡಾದಂತೆ, ಮರುಕ್ಷಣಕ್ಕೆಲ್ಲ, ನನ್ನ ಚಲ್ಲಣದ ಎಡತೊಡೆಯಲ್ಲಿ ಮುಂಬದಿಯ ಕಿಸೆಯಲ್ಲಿದ್ದ ಫೋನು ಕೈಯಲ್ಲುಂಟಾಗಿಬಂತು! ನಾನೇನು ಮಾಡುತ್ತಿರುವೆನೆಂಬ ಪರಿವೆಯೇ ಇಲ್ಲದೆ, ಫೋನಿನ ಕೆಮರಾ ತೆರೆದುಕೊಂಡಿತು! ಪರವಶತೆ ಅನ್ನುವರಲ್ಲ ಅಂತಹ 'ಫೋನ್ವಶತೆ'ಯುಂಟಾಯಿತು!

ಯೆಸ್ಸ್... ಅಷ್ಟೆ!

ಶಿಖರದಿಂದ ಆಮಲಕವನ್ನೂ, ಆಮಲಕದಿಂದ ಕಲಶವನ್ನೂ, ಕಲಶದಿಂದ ನೀಲವರ್ತುಲವನ್ನೂ, ನೀಲವರ್ತುಲದಿಂದ ಪಾವಕಧ್ವಜವನ್ನೂ... ಒಡನೊಡನೆ ಆ ಎತ್ತರದಲ್ಲಿದ್ದ ಹೆಣ್ಣನ್ನೂ... ಫ್ಲಡ್‌ಲೈಟಿನ ಬಿಳಿಯೇ ಬಿಳಿಯಾದ ಬೆಳಕನ್ನೂ... ಹೀಗೆ ಆ ಅಭೂತಪೂರ್ವ ಸನ್ನಿವೇಶವನ್ನೇ, ಒಟ್ಟಾಗಿಸಿ, ಒಂದು ಫ್ರೇಮಿನಲ್ಲಿ ಹಿಡಿದು ಕೆಮೆರಾ ಕ್ಲಿಕ್ಕಿಸಿದೆ!

ಹೌದು ಕ್ಲಿಕ್ಕಿಸಿದೆ! ಮತ್ತೆ ಕ್ಲಿಕ್ಕಿಸಿದೆ! ಕ್ಲಿಕ್ಕಿಸಿಕೊಂಡೇ ಹೋದೆ!

ಒಂದಲ್ಲ ಎರಡಲ್ಲ... ಹತ್ತಾರು ಬಾರಿ ಕ್ಲಿಕ್ಕಿಸಿದೆ. ಒಂದೊಂದು ಕ್ಲಿಕ್ಕಿಗೂ ಕೆಮೆರಾದ ಅಪರ್ಚರು ಕುಗ್ಗಿಸಿ, ಕಂಡ ಸಂಗತಿಯನ್ನು ಮೊದಲಿಗೂ ಹೆಚ್ಚು ಹಿಗ್ಗಿಸಿ, ವಿಸ್ತರಿಸಿ ಕಾಣಿಸಿ, ನೋಟವನ್ನು ಗಹನವಾಗಿಸಿ, ಒಂದೇ ಸಮ ಕ್ಲಿಕ್ಕಿಸಿಕೊಂಡು ಹೋದೆ!

ಇನ್ನೇನು ಕಡೆಯ ಸಲದ ಕ್ಲಿಕ್ಕನಿಸುವಂತಹ ಕೆಲವೇ ಗಳಿಗೆಗಳಷ್ಟು ಸಣ್ಣನೆ ಹೊತ್ತಿನಲ್ಲಿ ಕಲಶದ ಮೇಲಿನ ಹೆಣ್ಣು ತಾನೇ ತಾನಾಗಿಬಿಡುವುದೇ? ನಿಜಕ್ಕೂ ಅವಳೇ ಅಂತನ್ನಿಸಿಬಿಡುವುದೇ?

ಹೌದು... ನೋಡುನೋಡುತ್ತಲೇ, ಆಕೆ, ತನ್ನನ್ನು ಕವಿದ ಎರಡೂ ಮುಸುಕುಗಳನ್ನು ತೆರೆದಳು. ಬಂಧಮುಕ್ತಗೊಂಡಳು. ಮೊದಲು ಮೈಯಿನದನ್ನು ತೆರೆದಳು. ಬಳಿಕ ಮೋರೆಯದನ್ನು ತೆರೆದಳು. ಕಡೆಗೆ ಮಾತಂಗಿಯೇ ಆಗಿಬಿಟ್ಟಳು!

ಮುಸುಕು ತೆರೆದುದಷ್ಟೇ ಅಲ್ಲ, ಇನ್ನು ಆ ಹರುಕುಗಳೇ ಬೇಡವೆಂದು, ತಾನೊಂದು ಇಡಿಯಾಗಿ ಹೆಣ್ಣೇ ಹೌದೆಂದು– ಎರಡೂ ಬಟ್ಟೆಗಳನ್ನು ಒಂದೊಂದಾಗಿ ಆ ಅತ್ಯಪೂರ್ವ ರಾತ್ರ್ಯಾಕಾಶದಲ್ಲಿ ತೇಲಿಬಿಟ್ಟಳು!

ಆ ಹರುಕುಗಳಾದರೂ ತಮ್ಮಿಂತಾವೇ ಪಟಪಟಿಸಿ ಹಾರಬಲ್ಲ ಎರಡು ಹಕ್ಕಿಗಳೆಂಬಂತೆ– ನಿಧಾನವಾಗಿ ಮತ್ತು ಹಗುರವಾಗಿ, ತೇಲಿ ತೇಲಿ, ಅನತಿದೂರದ ಕಡಲಿನವರೆಗೂ ಹಾರಿ ಹಾರಿ, ಎಲ್ಲೋ, ಭರಪೂರ ಅನಂತರದ ಅನಂತವನ್ನು ಹೊಕ್ಕು ಇಲ್ಲವಾದವು!

ಲೀನವಾದವು!

ಮಾತಂಗಿ ಈವರೆಗೆ ಮಾಡದ್ದನ್ನು ಮಾಡಿದಳಾದರೆ, ನಾನೂ ಈವರೆಗೆ ನೋಡದ್ದನ್ನು ನೋಡಿದೆ!

97

ಹುಹ್ಹ್...

ಈ ಮುಂದಿನದೆಲ್ಲ ದುರಂತದ ಕತೆ! ಪ್ರೇಮಕತೆಯೊಂದು ಸುಖಾಂತದಲ್ಲಿ ಮುಗಿಯುವುದು ವಿಡಂಬನೆಯೇ ತಾನೇ? ಇದಕ್ಕಿಂತ ವಿಪರ್ಯಾಸವುಂಟೆ?

ನನ್ನದೂ ಅದೇ ಕತೆಯಾಯಿತು!

ಫೋಟೋ ಕ್ಲಿಕ್ಕಿಸಿದ ಮೇಲೆ ಫೋನನ್ನು ಮರಳಿ ಕಿಸೆಗಿಳಿಸಿ ಶಿಖರದತ್ತ ನೋಡುವಾಗ ಆ ಹೆಣ್ಣು ಕಾಣಿಸಲಿಲ್ಲ! ಹೌದು, ಮಾತಂಗಿ ಅಲ್ಲಿ ಇರಲಿಲ್ಲ! ಫೋನಿನ ನೆಪದಲ್ಲಿ ಕಿಸೆಯತ್ತ ಬಾಗುವ ಕೆಲಕೆಲವೇ ಕ್ಷಣಗಳಲ್ಲಿ ಎಲ್ಲಿ ಹೋದಳೋ ಕಾಣೆ, ನನಗೆ ತಿಳಿಯಲೇ ಇಲ್ಲ! ಕಲಶಶೃಂಗವನ್ನು ಮುಟ್ಟಿದ ಮೇಲೆ, ಬಿಂದುವಂತಹ ಆ ಬಿಂದುವಿನಲ್ಲಿ– ಕಾಲವೆಂಬ ಕಾಲವೂ ಒಂದು ಹನಿಬಿಂದುವೇ ತಾನೇ? ಅದರೊಳಕ್ಕೆ ಹೊಂದಿಹೋದ ಇನ್ನೊಂದು ಬಿಂದುವಾದಳೇನು? ಇನ್ನೆಲ್ಲೋ ಲೀನಯಿಸಿ ಮರೆಯಾದಳೇನು? ಇಲ್ಲಾ, ತಾನು ಹರಿಬಿಟ್ಟ ಬಟ್ಟೆಯ ಹಾಗೇ ಹಾರಿಹೋದಳೋ?

ಈ ಪರಿಯ ಚಾಮತ್ಕಾರಿಕ ಮಾತುಗಳೆಲ್ಲ ಬರೆದೊರೆಯಲು ಮಾತ್ರ ಚೆನ್ನಷ್ಟೆ? ಹಕೀಕತೆಂಬುದು ಎಂದೆಂದೂ ಕಟುವೇ!

ಹಾಗಾದರೆ ಎಲ್ಲಿ ಹೋದಳು? ತಕ್ಷಣ ಕೆಲಸ ಮುಗಿಯಿತೆಂದು ಇಳಿದಳೋ ಹೇಗೆ? ಇಳಿದಿದ್ದಾದರೆ ಹೇಗೆ ಇಳಿದಳು? ಮತ್ತು ಎಲ್ಲಿ ಇಳಿದಳು? ಅಥವಾ, ಇಳಿದಿದ್ದು ನಿಜವೇ? ನಿಜಕ್ಕೂ ನಿಜವೇ?

ಛೇ... ಮತ್ತೊಮ್ಮೆ ನಿರಾಶೆಯೇ ಆಯಿತು!

ಹೌದು... ಈ ಹೆಣ್ಣಿನ ಹೊತ್ತುಗೊತ್ತುಗಳ ಬಗೆಗೇ ನನ್ನಲ್ಲೇನೂ ಅರಿವೇ ಇಲ್ಲವಲ್ಲ? ಎಲ್ಲಿ ಏನು ಎತ್ತವೆಂಬ ಪರಿವೆಯೂ ಇಲ್ಲ... ಹೋಗಲಿ, ಇವಳ ಫೋನಂಕಿಯನ್ನಾದರೂ ಇಟ್ಟುಕೊಳ್ಳಬೇಕಿತ್ತಲ್ಲವೇ? ಕೇಳಿ ಇಸಕೊಳ್ಳಲಿಲ್ಲವೇ? ಊಹ್ಞೂಂ... ನಾನೂ ಕೇಳಲಿಲ್ಲ; ಅವಳೂ ಕೊಡಲಿಲ್ಲ. ಅವಳೂ ಕೇಳಲಿಲ್ಲ; ನಾನೂ ಕೊಡಲಿಲ್ಲ. ಇಷ್ಟಿದ್ದೂ, ಇಬ್ಬರೂ ಒಬ್ಬರಿಗೊಬ್ಬರು ಕೊಟ್ಟುಕೊಂಡಿದ್ದು ನಮ್ಮನ್ನು ನಾವೇ! ಅದೂ ಕೆಲಕಾಲಕ್ಕಷ್ಟೇ ಎಂದು ಸೀಮಿತವಾಗಿ! ಇನ್ನು, ಮೈಕೂಡುವ ಗಳಿಗೆಯು ಎಷ್ಟೇ ಸ್ವರ್ಗಸದೃಶವಾದರೂ, ಬೇರೆಯಾದ ಮೇಲೆ ಸುತ್ತಲಿನದಷ್ಟೂ ಕಡುಮರ್ತ್ಯವೇ ತಾನೇ? ಸಾಯುವ ಜಗತ್ತಿನೊಳಕ್ಕೆ ವಾಪಸಾದ ಮೇಲೆ, ಸುಡುಗಾಡು ಐಡೀ–ನಂಬರುಗಳಿಲ್ಲದೆಯೇ ಲೋಕ ಜರುಗುವುದೆಲ್ಲಿ? ಅಯ್ಯೋ... ಈಗಲಾದರೂ ಸಿಗುತ್ತಾಳೆಂದು ಅಂದುಕೊಂಡೆ. ಸಿಕ್ಕಾಗ ನಂಬರು ವಿನಿಮಯಿಸುವುದೆಂದುಕೊಂಡೆ... ಈಗ ನೋಡಿದರೆ ಇದ್ದಿದ್ದೇ ಇಲ್ಲವೆನ್ನುವ ಹಾಗೆ ಎಲ್ಲೋ ಹೊರಟೇಬಿಡುವುದೇ?

ಕೆಲಕಾಲ ನಿಂತಲ್ಲೇ ನಿಂತುನೋಡಿದೆ. ಕೆಲಕಾಲವೆಂದರೆ ಒಂದೆರಡು ಮಿನಿಟು ಅಷ್ಟೇ... ಆ ಒಂದೆರಡು ಮಿನಿಟೂ ಒಂದೆರಡು ಯುಗಗಳಂತೆ ಸಂದುಹೋದವು! ಸರಿ... ಈ ಒಂದೆರಡು ಯುಗಗಳು ಕಳೆದಿದ್ದೇ ಸೈಯಿ, ತಕ್ಷಣ, ಮಂಟಪದಿಂದ ಇಳಿದು, ಬಹುಶಃ ಕಲಶದ ಇನ್ನೊಂದು ಪಾರಿನಲ್ಲಿರಬಹುದೇ ಎಂದು ಓಡಿಹೋದೆ. ನೋಡಿದೆ. ಕಾಣಿಸಲಿಲ್ಲ!. ಮರಳಿ ಇನ್ನೊಂದು ಪಾರಿಗೆ ಸಂದಳೇ... ಎಂದು ನೋಡಿದೆ. ಮರಳಿ ಓಡಿದೆ. ಅಲ್ಲೂ ಇರಲಿಲ್ಲ!

ನಾನು ನೆಲದ ಮೇಲೆ ಸುತ್ತುವ ಹಾಗೇ, ಅವಳೂ ಮೇಲೆ ಕಲಶದ ಸುತ್ತ–ಅದರ ಇನ್ನೊಂದು ಬದಿಯಲ್ಲಿ ಸುತ್ತುತ್ತಿದ್ದರೆ? ಅಥವಾ, ಆ ಕಲಶಕ್ಕೇನು ಕಡಿಮೆ ಗಾತ್ರವೇ? ಅದರೊಳಗೊಂದು ಟೊಳ್ಳಿದ್ದ ಪಕ್ಷಕ್ಕೆ, ಹತ್ತೆಂಟು ಮಾತಂಗಿಯರು ಹೊಕ್ಕು ಪೇರಿಕೊಳ್ಳಬಹುದು– ಅಂತಹ ಅಳತೆ ಅದಕ್ಕೆ! ಯಾಕೋ ಏನೋ ಅವಳು ಇನ್ನೂ ಇಳಿದಿಲ್ಲವೆಂತಲೇ ನನ್ನೊಳಗೆ ಒತ್ತರಿಸಿ ಅನ್ನಿಸಿತು!

ಎಂತಲೇ, ಅತ್ತಲಿರಬಹುದೆಂದು ಇತ್ತಲಿರಬಹುದೆಂದು ಮತ್ತೆ ಮತ್ತೆ ಓಡಿದೆ. ಮತ್ತೆ ಮತ್ತೆ ನೋಡಿದೆ. ಓಡುವಷ್ಟೇ ನೋಡಿದೆ ಮತ್ತು ನೋಡುವಷ್ಟೇ ಓಡಿದೆ. ಓಡುತ್ತ ನೋಡುತ್ತ ಇಡೀ ಜಗನ್ನಾಥ ಗುಡಿಯನ್ನೇ ಬಳಸಿ ವಾಪಸ್ಸಾದೆ. ಮತ್ತೊಮ್ಮೆ ಇಂದ್ರದ್ಯುಮ್ನ ಮಂಟಪವನ್ನು ಏರಿ, ಅದೇ ನಡುಗಂಬದ ಪಕ್ಕ ನಿಂತು ಮರಿಗಂಬದ ಹಾಗೆ ಆತುನಿಂತೆ!

ಮಾತಂಗಿ ಕಾಣಸಿಗಲೇ ಇಲ್ಲ!

ತಕ್ಷಣ ಮಂಟಪದಿಂದಿಳಿದು, ಶಿಖರದ ಬದಿಗತ್ತಲಿನೊಳಕ್ಕೆ– ಮೊದಲು ಕೌಶಿಕ ಮಹೋಪಾತ್ರನೆಂಬ ಪಂಡಾನೂ, ಕೆಲಹೊತ್ತಿನ ಬಳಿಕ ಅವನನ್ನೇ ಅನುಸರಿಸಿ

ಕಮಲಾಕ್ಷ ಕೇಶವನೆಂಬ ಇನ್ನೊಬ್ಬನೂ ಸರಿದು ಸಂದುಹೋದರಲ್ಲ... ಅಲ್ಲಿಗೆ ಓಡಿದೆ. ಕತ್ತಲೊಳಗೆಲ್ಲ ಹುಡುಕಿ ತಡಕಿ ನೋಡಿದೆ. ಆಶ್ಚರ್ಯವೆಂದರೆ ಅವರಿಬ್ಬರೂ ಅಲ್ಲಿ ಇರಲಿಲ್ಲ! ಕಾಣಿಸಲಿಲ್ಲ!

ದೇವರೇ... ಏನಾಗಿ ಹೋಯಿತು? ಈ ಮೂವರ ಕಣ್ಣಾಮುಚ್ಚಲೆಯೇನು ಮುಗಿದೇಹೋಯಿತೆ? ಸಂಚು ಫಲಿಸಿತೆ? ಇದೇನಿದು ಕಣ್ಕಟ್ಟೆ? ಮಾಯೆಯೇ? ಜಗನ್ನಾಥನ ಜಾದೂಗಾರಿಕೆಯೇ? ಮೂವರೂ ಒಟ್ಟೊಟ್ಟಿಗೆ ಮಾಯವಾಗಿದ್ದಾದರೂ ಎಲ್ಲಿ? ಮತ್ತು ಹೇಗೆ?

ಅಥವಾ, ಈ ಇಡೀ ಪ್ರಸಂಗವೇ, ನಾನೆಂಬ ನಾನು ಕೆಂಗೆಂಡದ ಹಾಗೆ ನಿಗಿನಿಗಿ ಎಚ್ಚೆತ್ತುಕೊಂಡಿದ್ದೂ ಕಂಡ ಕನಸೇ?

ಹೌದು... ಈ ಕಮಲಾಕ್ಷ ಕೇಶವನು, ತಾನು ಜಗನ್ನಾಥ ದೇವರ ಮುಸುಡಿಗೆ ಕಣ್ಣು, ಮೂಗುತಿ ಬರೆಯುವ ಕುಟುಂಬದವನೆಂದು ಹೇಳಿಕೊಂಡನಲ್ಲ– ದೇವರಿಗೇ ಕಣ್ಣು ದಯಪಾಲಿಸಬಲ್ಲ ಈ ಮನುಷ್ಯನೇ ಹೀಗೊಂದು ಚಿತ್ರಿಕೆಯನ್ನು ಬರೆದನೇ? ಮಾಯಾಚಿತ್ರವನ್ನು ಕಲ್ಪಿಸಿದನೇ? ಆಟ ಕಟ್ಟಿದನೆ? ಇನ್ನು, ಆ ಇನ್ನೊಬ್ಬ ಪಂಡಾ, ಕೌಶಿಕ ಮಹೋಪಾತ್ರ, ತನ್ನ ಮನೆಯ ಮಂದಿಯೇ– ನಿತ್ಯವೂ ಜಗನ್ನಾಥ ಶಿಖರದ ಮೇಲಿನ ಧ್ವಜಪರಿವರ್ತನೆ ಮಾಡುವುದೆಂದು ಹೇಳಿಕೊಂಡನಲ್ಲ, ಇವನೂ ಕಮಲಾಕ್ಷ ಕೇಶವನೂ ಒಡಗೂಡಿ– ಅಸಲಿನಲ್ಲಿ ಇಲ್ಲವೇ ಇಲ್ಲವಾದ ಮಾತಂಗಿಯನ್ನು ನನ್ನ ಕಣ್ಣೆದುರು ತಂದು, ಸುಳ್ಳು ಸುಳ್ಳೇ ಒಂದು ಭ್ರಮೆ ಹುಟ್ಟಿಸಿದರೇ?

ಛೇ... ನನಗಾದರೂ ಬುದ್ಧಿ ಬೇಡವೇ? ಈ ಎರಡೂ ಪಂಡಾಗಳ ಕೈಗೆ ಸಿಕ್ಕಿ ಹಾಳಾದೆನಲ್ಲ!

ಹೀಗೆಲ್ಲ ಯೋಚಿಸಿ, ನಾನು ಈವರೆಗೆ ಕಂಡ ಹೆಣ್ಣಾದರೂ, ನೂರಕ್ಕೆ ನೂರರಷ್ಟು ಕನಸೊಳಗಿನ ಕಾಣ್ಕೆಯೆಂದು, ನನಗೆ ನಾನೇ ಸಮಜಾಯಿಷಿ ತಾಳಿ– ವಾಸ್ತವಕ್ಕಿಳಿದರೆ, ಆ ವಾಸ್ತವವೇ ಕಟುವಾದ ಇನ್ನೊಂದಾಗಿಬಿಟ್ಟರೆ ಏನು ಮಾಡುವುದು? ಯಾರನ್ನು ದೂರುವುದು?

ಜಗನ್ನಾಥ... ಕೃಷ್ಣ... ವಾಸುದೇವ...

ಪರಿಪರಿಯಾದ ಮೊರೆ ಪರಿಪರಿಯೇ ಉಳಿಯಿತು! ಆಗಬಾರದ್ದು ಆಗಿಹೋಯಿತು!

ಕಡೆಗೆ, ಶಿಖರದ ಮಗ್ಗಲಿನ ಮಬ್ಬುಗತ್ತಲನ್ನು ದಾಟಿ ಹೊರಟೆನಷ್ಟೆ, ಯಾರೋ ಇಬ್ಬರು ಧೂರ್ತರು ಬಂದು ನನ್ನನ್ನು ಅನಾಮತ್ತನೆ ಹಿಡಿದುಕೊಂಡರು! ಇತ್ತಲಿಂದೊಬ್ಬ, ಅತ್ತಲಿಂದೊಬ್ಬ! ಎಡಗಡೆಯಿಂದೊಬ್ಬ ಬಲಗಡೆಯಿಂದೊಬ್ಬ!

ನನ್ನ ಎಡಬಲಗಳೇ ಉಡುಗಿಹೋಗುವ ಹಾಗೆ, ತೋಳುಗಳನ್ನು ಹಿಡಿದು

ದರದರನೆ ಎಳೆಯತೊಡಗಿದರು! ಎಳೆದೇ ಎಳೆದರು!

ನಾನೆಂಬ ನಾನು ಕಸಾಯಿಖಾನೆಯೊಳಕ್ಕೆ ಎಳೆಯಲ್ಪಡುವ ದನದಂತೆ ಆಗಿಬಿಟ್ಟೆ!

ನಾನು ಕೊಂಚ ಕೊಸರಿದೆನೆಂದು, ಇಬ್ಬರೂ, ಎರಡೂ ಕಡೆಗಳಲ್ಲೊಮ್ಮೆ ಇಕ್ಕಿದರೋ... ಇಕ್ಕಿದಂತಾಯಿತೋ, ಕಾಣೆ, ಪಕ್ಕೆಗಳೇ ಉದುರಿಹೋದವು! ಹೀಗೇ ಸುಮಾರು ಐದಾರು ಮೀಟರು ಅವರೊಡನೆ ಕ್ರಮಿಸಿದೆನೇನೋ... ನೀರಿನಿಂದೆಳೆದ ಮೀನಿನ ಹಾಗೆ ಒದ್ದಾಡುವ ನಡುವೆಯೇ, ಅವರಿಬ್ಬರೂ ಯಾರೆಂದು ನೋಡಿದೆ!

ಇನ್ನು ಯಾರು? ಅವರೇ! ಶಿಶುಪಾಲ ಮತ್ತು ದಂತವಕ್ರರೇ!

ಹೀಗೆ ನನ್ನನ್ನು, ಎಳೆದಾಡುತ್ತಿರುವ ನಡುವೆ– ಏನು ಮಾಯೆಯೋ ಏನೋ, ಸೊಂಟದಿಂದ ನನ್ನ ಹೊರಚಲ್ಲಣವು ಇಳಿಯತೊಡಗಿತೇ ವಿನಃ, ನಾನು ಅಲ್ಲಿ ಸುತ್ತಿಕೊಂಡಿದ್ದ ಧೋತರದ ಮೂರನೇ ಹರುಕು ಮಾತ್ರ, ಇದ್ದಲ್ಲಿಯೇ ಸುಭದ್ರವಾಗಿಯೇ ಇತ್ತು! ಮಿಕ್ಕಿತು!

ಯಾವಾಗ ನನ್ನ ಚಡ್ಡಿಯಿಳಿಯಿತೋ, ಇಬ್ಬರೂ ತಾವೂ ಮನುಷ್ಯರೆನ್ನುವ ಹಾಗೆ, ನನ್ನನ್ನು ಕೈಬಿಟ್ಟರು. 'ಚಡ್ಡಿ ಠೀಕ್ ಕರೋ...' ಎಂದು ಶಿಶುಪಾಲ ಆಜ್ಞಾಪಿಸುವಾಗ, ದಂತವಕ್ರ ಕಿಸಕ್ಕನೆ ನಕ್ಕ. ನನ್ನ ಪುಣ್ಯಕ್ಕೆ, ನನ್ನನ್ನು ಸುತ್ತಿದ್ದ ಧೋತರದ ಮೂರನೆಯ ಹರುಕು– ಆ ಮಬ್ಬುಗತ್ತಲಿನಲ್ಲಿ, ಈ ಎರಡೂ ಮಂದಿಗೆ ಸರಿಯಾಗಿ ಕಂಡುಬರಲಿಲ್ಲ! 'ನನ್ನನ್ನೇಕೆ ಹಿಡಕೊಂಡಿರಿ? ಏನು ಮಾಡಿದೆ?' ಚಡ್ಡಿ ಸರಿಪಡಿಸಿಕೊಂಡು ಕೇಳಿದೆ. 'ಅರೇ ಛುಪ್ಪ್... ಆವೋ!' ಎಂದು ಗದರಿದ ದಂತವಕ್ರ, ಮತ್ತೆ ನನ್ನ ತೋಳುಗಳಿಗೆ ಕೈಯಿಕ್ಕಿದ. ಕೊಸರಿಕೊಂಡು, 'ಹೀಗೆಲ್ಲ ಮಾಡಬೇಡಿ. ಎಲ್ಲಿ ಬರಬೇಕು ಹೇಳಿ... ಛುಪ್‌ಛಾಪ್ ಬರುತೀನಿ...' ಅಂತಂದೆ.

ಸರಿ ಅಂತೆಂಬಂತೆ ಒಡಂಬಡಿಕೆಯಾಯಿತು!

ಈ ನಡುವೆ ನನ್ನ ಇಷ್ಟದ ಹೆಣ್ಣಿಗೆ ಏನಾಯಿತೋ... ಹಾಗೆ ಆ ಇಬ್ಬರು ಪಂಡಾರು ಎಲ್ಲಿ ಹೋದರೋ... ಯಾರಿಗೆ ಗೊತ್ತು?

ಕೊನೆಯಲ್ಲಿನ ದುರಂತಕ್ಕೊಂದು ಪೀಠಿಕೆಯಂತೂ ಜರುಗಿಹೋಯಿತು!

98

'ಮೊಬೈಲ್ ದಿಖಾಯೀಯೋ!' ಎದುರಿಗಿದ್ದ ದಪ್ಪ ಗಾಜಿನ ದಪ್ಪನೆ ಆಸಾಮಿ, ದುಡ್ಡೆಣಿಸುತ್ತಿದ್ದವನು ನನ್ನತ್ತ ನೋಡದೆಯೇ ಹೇಳಿದ.

ಮಹಾಶಯನು ಇಡೀ ಜಗನ್ನಾಥ ಮಂದಿರದ ಉಸ್ತುವಾರಿಯ ಮುಖ್ಯಸ್ಥನೆಂದು, ಈ ಮಾತಿನಲ್ಲಿದ್ದ ಗತ್ತಿನ ಮೇರೆಗೆ ಗೊತ್ತಾಗಿಬಂದರೆ, ಹೆಸರು

ಉತ್ಪಲ ಮೊಹಂತನೆಂದು– ಆತನ ಮೇಜಿನಲ್ಲಿದ್ದ ಫಲಕವು ತೋರಿ ತಿಳಿಸಿತು. ಆತನ ಬಲಗಡೆಗೆ ಜಗನ್ನಾಥದೇವರ ಕರಿಮರದ ಮುಸುಡಿಯ ದೊಡ್ಡದೊಂದು ಪಟವು ತೂಗಿಕೊಂಡಿತ್ತು. ಅದರ ಬದಿಯಲ್ಲಿ ಪುರೀ ಸಂಸ್ಥಾನದ ಮಹಾರಾಜರ ಫೋಟೋ.

ಉತ್ಪಲ ಮೊಹಂತ, ನನ್ನ ಮೊಬೈಲು ಕೇಳಿದೊಡನೆಯೇ ನನ್ನನ್ನು ದಸ್ತಗಿರಿ ಮಾಡಿದ್ದಕ್ಕೆ ಕಾರಣ ತಿಳಿದುಬಂತು! ಅಂದರೆ ಈ ಇಬ್ಬರ ಖೂಳರು ದೂರದಲ್ಲೇ ನಿಂತು ನನ್ನನ್ನು ಗಮನಿಸಿದ್ದಾರೆ! ಎಲ್ಲಿದ್ದರೋ ಏನೋ? ನನಗಾದರೂ ಸುತ್ತಮುತ್ತ ಯಾರೂ ಇದ್ದಂತೆ ಕಾಣಿಸಲಿಲ್ಲವಲ್ಲ? ಅಲ್ಲೇ ಎಲ್ಲಾದರೂ ಅಡಗಿನಿಂತಿದ್ದರೇ? ಅಥವಾ, ಗುಡಿಯ ಸುತ್ತಲೂ ಅಲ್ಲಿಲ್ಲಿ ಇರಬಹುದಾದ ಸೀಸೀ–ಕೆಮೆರಾಗಳು ನನ್ನನ್ನು ಹಿಡಿದು ತೋರಿದವೇ?

ಜಗನ್ನಾಥ ಮಂದಿರದ ಟ್ರಸ್ಟ್ ಆಫೀಸಿನಲ್ಲಿ– ಆಚೆಗೊಬ್ಬ ಈಚೆಗೊಬ್ಬನೆಂಬಂತೆ, ನನ್ನ ಅಕ್ಕಪಕ್ಕ ನಿಂತಿದ್ದ– ಶಿಶುಪಾಲನ ಕಡೆಗೊಮ್ಮೆ, ದಂತವಕ್ರನ ಕಡೆಗೊಮ್ಮೆ ವಾರೆಗಣ್ಣಿಕ್ಕಿ ನೋಡಿದೆ. ಥೇಟು ಲಂಕಾಪುರಿಯ ಕಿಂಕರರಂತೆ ಅನ್ನಿಸಿದರು! ಕೆಂಗಣ್ಣು. ಕೋರೆಹಲ್ಲು. ಪೊದೆಮೀಸೆ. ಡೊಳ್ಳುಹೊಟ್ಟೆ. ವಕ್ರನೋಟ... ಮುಡಿಯಲ್ಲೊಂದು ಕೊಂಬು ಮಾತ್ರ ಬಾಕಿಯಿತ್ತು, ಅಷ್ಟೇ!

ಉತ್ಪಲ ಮೊಹಂತನು ಮತ್ತೊಮ್ಮೆ ಮೊಬೈಲಿನ ಬಗ್ಗೆ ಕೇಳಲಿಕ್ಕೆ ಮೊದಲೇ, ಅದನ್ನು, ನಾನು ಕಿಸೆಯಿಂದ ಎತ್ತಿ ಅವನ ಮೇಜಿನ ಮೇಲಿಟ್ಟೆ. ಮನಸ್ಸು ನೂರೆಂಟು ಲೆಕ್ಕಾಚಾರದಲ್ಲಿತ್ತು. ನನ್ನ ಸದ್ಯದ ಭವಿಷ್ಯವೇನೆಂದು ನನ್ನ ಕಣ್ಣೊಳಗೆ ನಿಚ್ಚಟಿಸಿ ಕಾಣತೊಡಗಿತು. ಆಗಿದ್ದಾಗಲಿ ಅಂದುಕೊಂಡು ಸುಮ್ಮಗೆ ನಿಂತೆ.

ಐನೂರು ರೂಪಾಯಿಗಳ ಎರಡು ಕಟ್ಟುಗಳನ್ನು ಎಣಿಸಿ ಮುಗಿಸಿದ ಮೇಲೆ, ಉತ್ಪಲ ಮೊಹಂತ, ಅವುಗಳನ್ನು ಮೇಜಿನ ಡ್ರಾದೊಳಕ್ಕೆ ತುರುಕಿ, 'ಓಪನ್ ಕರಿಯೋ...' ಎಂದು ಆದೇಶಿಸಿದ. ಹೇಳಿದ್ದು ನನಗೇ ಎಂದು ಫಕ್ಕನೆ ಅನ್ನಿಸಲಿಲ್ಲ. ಇನ್ನೊಮ್ಮೆ ನನ್ನತ್ತಲೇ ನೋಡಿಕೊಂಡು ಹೇಳಿದ, ಈ ಸರ್ತಿ, ನನಗೆ ಫೋನನ್ನು ಓಪನ್ ಮಾಡಲು ಹೇಳಿದನೆಂದು ಅರ್ಥವಾಯಿತು. ಮೊಬೈಲಿಗೆ ಪಾಸ್‌ಕೋಡನ್ನುಣಿಸಿ ಅವನೆದುರು ಇಟ್ಟೆ. ಮೊಹಂತ ಕೂಡಲೇ ಫೋನಿನಲ್ಲಿನ ಫೋಟೋ ಗ್ಯಾಲರಿಯ ಮೇಲೆ ಮೀಂಟಿ ತೆರೆದ. ಓಪನಾಗಲಿಕ್ಕೆ ತುಸು ಸಮಯವೇ ಆಯಿತು. ಸದ್ಯವೆಂಬ ಸದ್ಯದ ಕಡೆಯ ಕ್ಷಣಗಳನ್ನು ಎಣಿಸಿಕೊಂಡು, ನಡುನಡುವೆ ಜಗನ್ನಾಥನ ಪಟವನ್ನೇ ನೋಡಿಕೊಂಡು ಕಳೆದೆ. ಸಹನೆಯೆಂಬುದು ತನ್ನ ತಾನೇ ಕೆಣಕಿ ಸೆಣಸಿಕೊಂಡಿತು!

ಹತ್ತಿಪ್ಪತ್ತು ಸೆಕೆಂಡುಗಳ ಬಳಿಕ ಫೋಟೋಗಳ ಫೋಲ್ಡರು ತೆರೆಯಿತು!

ಆಶ್ಚರ್ಯ! ಪರಮಾಶ್ಚರ್ಯ!

ಫೋಲ್ಡರೊಳಗೆ ಒಂದಾದರೂ ಫೋಟೋ ಇರಬೇಡವೇ? ಒಂದೇ

ಒಂದಾದರೂ ಇರಬೇಡವೇ? ನಾನು ಫೋಟೋ ತೆಗೆದಿದ್ದೇ ಸುಳ್ಳೆನ್ನುವ ಹಾಗೆ– ಶಿಖರವನ್ನೂ, ಆಮಲಕವನ್ನೂ, ಕಲಶವನ್ನೂ, ಚಕ್ರಧ್ವಜಗಳನ್ನೂ... ಒಟ್ಟಿಗೆ ಆ ಹೆಣ್ಣೆಂಬ ಮಾಯೆಯೊಡನೆ, ಕಂಪೋಸಿಸಿ ಕ್ಲಿಕ್ಕಿಸಿದ್ದೂ ಸುಳ್ಳೆನ್ನುವ ಹಾಗೆ– ನನ್ನ ಫೋನಿನಲ್ಲಿ ಒಂದೇ ಒಂದು ಫೋಟೋವೂ ಕಾಣಸಿಗಲಿಲ್ಲವಲ್ಲ? ಇದ್ದರಲ್ಲವೇ ಕಾಣಿಸಲಿಕ್ಕೆ?

ಹೌದು... ನಿಜಕ್ಕೂ ಇರಲೇ ಇಲ್ಲ!

ಹಾಗಾದರೆ ಎಲ್ಲಿ ಮಾಯವಾದವು?

ಅದು ಹೆಣ್ಣಲ್ಲ, ಮಾಯೆ ಮಾಯೆ ಅಂದೆನಲ್ಲ– ಬಹುಶಃ, ಅದೇ ಮಾಯೆಯ ಮೇರೆಗೆ ಅವಳೂ, ಆ ಕಮಲಾಕ್ಷ ಕೇಶವನೂ, ಈ ಕೌಶಿಕ ಮಹೋಪಾತ್ರನೂ... ಕಡೆಗೆ ಇದೇ ಫೋನಿನಲ್ಲಿನ ಹತ್ತಾರು ಕ್ಲಿಕ್ಕುಗಳೂ... –ಇವೆಲ್ಲವೂ ಹೇಳಹೆಸರಿಲ್ಲದೆ ಮಾಯವಾದವೇನೋ? ಹಾಗಾದರೆ ನಾನು ಶಿಖರದ ಮೇಲೆ ಕಣ್ಣೊಳಗೆ ಕಣ್ಣಿಟ್ಟು ಛಾಯಾಗ್ರಹಿಸಿದ್ದೇ ಸುಳ್ಳೇ?

ಉತ್ಪಲ ಮೊಹಂತ, ಫೋಟೋಫೋಲ್ಡರನ್ನು ಮುಚ್ಚಿ, ಬಿಚ್ಚಿ... ಮುಚ್ಚಿ, ಬಿಚ್ಚಿ... ತಿಣುಕಾಡಿದ. ಏನೇನೋ ತೆರೆದ. ಏನನ್ನೆಲ್ಲ ಸರಿಸಿದ. ಊಹ್ಞೂಂ... ಒಂದೂ ಇರಲಿಲ್ಲ. 'ಫೇಸ್ಬುಕ್ ದಿಖಾಯಿಯೋ!' ಆಜ್ಞಾಪಿಸಿದ. 'ಈ ಫೋನಿನಲ್ಲಿ ಇಲ್ಲ...' ಅಂತಂದೆ. 'ವಾಟ್ಸ್ಯಾಪ್ ಪ್ಲೀಸ್...' ವಿಜ್ಞಾಪಿಸಿದ. ಇದ್ದರಲ್ಲವೇ ತೋರಲಿಕ್ಕೆ?

ತಕ್ಷಣ ಒಡಿಯಾ ಭಾಷೆಯಲ್ಲಿ, ಶಿಶುಪಾಲ–ದಂತವಕ್ರರನ್ನು ತರಾಟೆಗೆ ತಕ್ಕೊಂಡ. ಸಿಕ್ಕಾಪಟ್ಟೆ ಬಯ್ದಾಡಿಬಿಟ್ಟ. ಇಬ್ಬರೂ ತಮ್ಮಿಂದೇ ಪ್ರಮಾದವಾಯಿತೆಂಬಂತೆ ನನ್ನತ್ತಲೇ ನೋಡಿದರು. ಮೊಹಂತ, 'ಸ್ಸಾರೀ ಫಾರ್ ದಿ ಇನ್‌ಕನ್ವೀನಿಎನ್ಸ್ ಕಾಸ್ಡ್... ವಿ ಅಪಾಲೊಜೈಸ್...' ಅನ್ನುತ್ತ ಎದ್ದು ನಿಂತು ನನ್ನ ಕೈಕುಲುಕಿದ. 'ಅಬ್ ಜಾ ಸಕ್‌ತೇ ಹೋ...' ಎಂದು ಗಂಭೀರವಾಗಿ ಹೇಳಿದ.

ಶಿಶುಪಾಲ–ದಂತವಕ್ರರಂತೂ ಈ ಹೊತ್ತಿಗೆ ಹಲ್ಲು ಕಿತ್ತ ಹಾವಿನ ಹಾಗೆ ಮೆತ್ತಗಾಗಿಬಿಟ್ಟಿದ್ದರು. ನನ್ನತ್ತ ಕಣ್ಣೆತ್ತಿ ಕಾಣಲಿಕ್ಕೂ ನಾಚಿಕೊಂಡರು. 'ಭಯ್ಯಾ... ಹಮಾರೇ ಲಿಯೇ ಏಕ್ ಮದದ್ ಕರೋಗೇ?' ಕಡೆಯಲ್ಲಿ ನಾನೇ ಮಾತನಾಡಿಸಿದೆ. ಜೀ... ಅನ್ನುತ್ತ ಇಬ್ಬರೂ ತಲೆಯೆತ್ತಿದರು. ಕಣ್ಣಿನಲ್ಲಿ, 'ಪಾವಂ' ಅನ್ನಿಸುವಷ್ಟು ತಪ್ಪಿತಸ್ಥಭಾವ ತಾಳಿದ್ದರು. ನಾನು ಕಿಸೆಯಿಂದ, ಒಂದು ರೂಪಾಯಿಯ ಮೂರು ನಾಣ್ಯಗಳನ್ನು ತೆಗೆದು, ದಂತವಕ್ರನ ಮುಂದೊಡ್ಡಿ 'ಇದನ್ನು ನಾಳೆ ಜಗನ್ನಾಥನಿಗೆ ಒಪ್ಪಿಸೋಕಾಗುತ್ತಾ? ಲೇಟಾಗಿ ಹೋಗಿದೆ...' ಎಂದು ವಿನಂತಿಸಿದೆ. ಅವನು ನಡುಗುವ ಕೈಗಳಿಂದಲೇ ದುಡ್ಡು ಇಸಕೊಂಡ. ಅಜೀಬನ್ನಿಸಿತು. ಇವೇ ಕೈಗಳೇ ನನ್ನನ್ನು ಕೆಲಹೊತ್ತಿನ ಹಿಂದೆ ಅತಿಕ್ರಮಿಸಿದ್ದು... ಅಂದುಕೊಳ್ಳುವಾಗ, ಬೇಕುಬೇಕೆಂದೇ

ನನ್ನ ಮೀಸೆಗೆ ಕೈಯಿಕ್ಕಿ ದೌಲತ್ತು ಮಾಡಿದೆ!

ಉತ್ಪಲ ಮೊಹಂತ ಬಲು ಪೇಚುಗೊಂಡು ನನ್ನತ್ತಲೇ ಒಮ್ಮೆ ನೋಡಿ, ಪೆಕರು ಪೆಕರಾಗಿ ನಕ್ಕ. ನಾನೂ ಹಮ್ಮು-ಹೆಮ್ಮೆಗಳ ನಗು ತಾಳಿ, ಇನ್ನೂ ಒಮ್ಮೆ ಮೀಸೆಯ ಎರಡೂ ಕೊನೆಗಳನ್ನು ಮೇಲಕ್ಕೆತ್ತಿ ತಿರುವಿದೆ! ಅವನೇ ಮೇಜಿನಲ್ಲಿದ್ದ ಫೋನು ಹೆಕ್ಕಿ ನನ್ನ ಕೈಗಿತ್ತ. ಫೋನನ್ನು ತಕ್ಷಣ ಕಿಸೆಗಿಳಿಸಿಕೊಂಡು ಅನುವಾದೆ.

ಆ ಬಳಿಕ, ಶಿಶುಪಾಲ ನನ್ನನ್ನು ಹಸ್ತಿದ್ವಾರದ ಮುಖೇನ ಗುಡಿಯ ಪ್ರಾಂಗಣದಿಂದ ಹೊರಕ್ಕೆ ಕಳಿಸಿದ. 'ಮೇರೇ ಜೂತೇ ಉಸ್ ತರಫ್ ಹೇಂ ನಾ?' ಎಂದು ದ್ವಾರವನ್ನು ದಾಟುವಾಗ ಹೇಳಿದೆ. ಹಸ್ತಿದ್ವಾರದಿಂದ ಸಿಂಹದ್ವಾರದವರೆಗೂ ಹೋಗುವ ರಹತೋರಿ ಬೀಳ್ಕೊಟ್ಟ.

99

ಇಂಗ್ಲಿಷಿನಲ್ಲಿ 'ಹೆಲುಸಿನೇಷನ್' ಎಂದೊಂದು ಬಳಕೆಯಿದೆ. ಅದನ್ನು ಯಥಾವತ್ತಾಗಿ ನಮ್ಮಗಳ ಮಾತಿನಲ್ಲಿ ಹೇಳುವುದು ಕಷ್ಟ. ಒತ್ತಾಯದಿಂದ ಇದಕ್ಕೊಂದು ಅರ್ಥ ಕೊಡಬಹುದಾದರೂ, ಅದು ಸುಮ್ಮನೆ ತರ್ಜುಮೆ ಅಷ್ಟೆ. ಅನುಭವಿಸಿಯೇ ಕಂಡುಕೊಳ್ಳಬೇಕು!

'ಹೆಲುಸಿನೇಶನ್' ಅಂದರೆ ಒನ್ನಮೂನೆ ಭ್ರಮೆ! ಉತ್ಕಟವಾದ ಭ್ರಮೆ! ಸುಳ್ಳೂ ಸತ್ಯವೆಂದೇ ತೋರಿ ನಂಬಿಸುವ ಭ್ರಾಂತು! ಇಷ್ಟು ಹೊತ್ತೂ ನನ್ನಲ್ಲಿ ಉಂಟಾಯಿತಲ್ಲ, ಬಹುಶಃ ಅದೇ!

ನಾನು ಮಾತಂಗಿಯನ್ನು ನೋಡಿದ್ದೊಂದಾದರೆ, ನೋಡಲೇ ಇಲ್ಲವೆನ್ನುವಂತೆ ಕಾಣೆಯಾದಳಲ್ಲ- ಏನನ್ನುವುದು ಇದನ್ನು? ಕಮಲಾಕ್ಷ ಕೇಶವನೂ, ಕೌಶಿಕ ಮಹೋಪಾತ್ರನೂ ಸಹ ಕಾಣದಾದರಲ್ಲ, ಇದಕ್ಕೇನನ್ನುವುದು? ನಾನು ಇವರುಗಳನ್ನು ನೋಡಿದ್ದು ಸುಳ್ಳೇ? ಇಲ್ಲಾ, ನೋಡದ್ದು ಸುಳ್ಳೇ? ಈ ಎರಡೂ ಸತ್ಯಗಳು ಆಯಾ ಹೊತ್ತಿನ ಬಿಡಿ ಬಿಡಿ ಸತ್ಯ ಅಂತಾದರೆ ಯಾವುದು ಇಡಿಯಾದ ಸತ್ಯ? ಕಟುವಾದ ಸತ್ಯ? ಯಾವುದು ಹೆಚ್ಚು ಸತ್ಯ? ಇನ್ನು, ನಾನು ಅಷ್ಟೆಲ್ಲ ಫೋಟೋ ಕ್ಲಿಕ್ಕಿಸಿದ್ದು ಸತ್ಯವೇ? ಕ್ಲಿಕ್ಕಿಸಿದ್ದೇ ಸುಳ್ಳೆನ್ನುವ ಹಾಗೆ ಎಲ್ಲವೂ ಕಾಣೆಯಾಗಿದ್ದು ಸತ್ಯವೇ?

ಥುತ್... ಈ ಇಡೀ ಪುರೀಯಾತ್ರೆಯೇ ಒಂದು ಭ್ರಮೆಯಾಗಿಬಿಟ್ಟಿತೆ? ಇದೆ ಮತ್ತು ಇಲ್ಲಗಳ ನಡುವೆ ಸುಮ್ಮನೆ, ಒಂದೇ ಸಮ ಮನಸ್ಸು ತುಯ್ಯಿಸಿಕೊಂಡು ಇರುವುದಾಗಿದೆಯಲ್ಲ? ಯಾವ ಹೊತ್ತಿನಲ್ಲಿ ಈ ಕುರಿತೊಂದಿಷ್ಟು ಮಾತು ಹೊಳೆದು, 'ಇದೆಯಿಲ್ಲವಾದರೆ ಇಲ್ಲವೂ ಇಲ್ಲ' ಎಂದು ಬರೆದೆನೋ, ಆವಾಗಲಿಂದ ನಾನು

'ಹೆಲುಸಿನೇಶನನ್ನೇ' ಬದುಕುತ್ತಿದ್ದೇನಲ್ಲ? ಅಥವಾ ನನಗೆ ನಾನೇ ಒಂದು ಭ್ರಮೆಯೇ?

ಹೋಗಲಿ... ಈ ಪರಿಯ ಭ್ರಮೆಗಳೇನು ಖುಷಿದಾಯಕವೇ? ಊಹ್ಞೂಂ... ಸುಮ್ಮನೆ ಒಂದಿಷ್ಟು ಉದ್ರೇಕ ಹಚ್ಚಿ, ಮೈಮನಸುಗಳನ್ನು ಇಲ್ಲಸಲ್ಲದ ತಹತಹಕ್ಕೀಡಾಗಿಸಿ, ಏಕ್‌ದಮ್ ಪ್ರಪಾತಕ್ಕೆ ತಳ್ಳಿಬಿಡುತ್ತಿವೆ. ಇರಲಿ... ಯಾಕಿಂತಹ ಅಧಃಪಾತ? ಯಾವ ಕಾರಣಕ್ಕೆ? ಅಥವಾ, ಒಂದೇ ಹೊತ್ತಿನಲ್ಲಿ ಹೈ-ಲೋಗಳ ನಡುವೆ ಜೀಕುವುದೇನು ಸುಲಭವೇ? ಅದೂ 'ಹೈಎಸ್ಟ್ ಆಫ್ ಆಲ್ ಹೈಸ್' ಮತ್ತು 'ಲೋಎಸ್ಟ್ ಆಫ್ ಆಲ್ ಲೋಸ್'ಗಳ ನಡುವೆ? ಸಂತೋಷವೂ ಅತಿರೇಕ. ದುಃಖವೂ ಅಷ್ಟೇ ಅತಿರೇಕ. ಆಶೆ, ನಿರಾಶೆ, ಹತಾಶೆ... ಇವುಗಳದ್ದೂ ಅಂಥದೇ ಅತಿರೇಕ. ಥರಥರದ ಥರಾವರೀ ಭಾವತಿರೇಕ! ಹೋಗಲಿ, ಸುಡುಗಾಡು ದುಃಖ ತಾನೇ, ಅನುಭವಿಸಿದರಾಯಿತು... ಎಂದು ಮನಸೊಡ್ಡಿಕೊಳ್ಳೋಣ ಅಂದುಕೊಂಡರೆ, ಅದಕ್ಕೆ ಕಾರಣವಾದ ಮೂಲಸಂಗತಿಯೇ ಸುಳ್ಳೆಂತನಿಸಿ ಅದೂ ದುಃಖವೂ ಸುಳ್ಳಾಗಿಬಿಟ್ಟರೆ? ಛೇ...

ಬಲ್ಲವರ ಪ್ರಕಾರ, ಸುಳ್ಳೆಂಬುದರ ನಿಜಾರ್ಥವೇ ಸತ್ಯದ 'ಸುಳುಹು' ಅಂತಲಂತೆ! ಅಂದರೆ 'ಸತ್ಯವಲ್ಲ' ಅಂತಲಂತೆ! ಹಾಗಾದರೆ ಸತ್ಯವಾದರೂ ಏನು? ಸತ್ಯವಾಗಿಯೂ 'ಸತ್ಯ'ವೆಂದರೆ ಏನು? ನನ್ನ ಈಗ್ಗಿನ ಸತ್ಯವು ಪರಿಪರಿಯಾದ ಈ ಸುಳ್ಳುಗಳದೊಂದು ಸರಣಿಯೇ?

ಒಟ್ಟಿನಲ್ಲಿ ಮನಸ್ಸು ಕೆಟ್ಟುಹೋಯಿತು. ಏನೇನೋ ಕೋಲಾಹಲ. ಸುಮ್ಮನೆ ಹಾಲಾಹಲವುಂಡ ತಳಮಳ!

ಮರಳಿ ಬೂಟು ತೊಟ್ಟುಕೊಂಡು ರಥಬೀದಿಯಲ್ಲಿ ನಡೆಯುತ್ತಿರುವಾಗ ನನಗೆ ಇಹಪರಗಳ ಪರಿವೆಯೇ ಇಲ್ಲವಾಯಿತು. ಭ್ರಮಾಧೀನವಾಗಿಯೇ ನಡೆದೆ. ನಡೆದೆ. ನಡೆದೇ ನಡೆದೆ. ಅಥವಾ, ಈ ಪರಿಯ ನಡಿಗೆಯೂ ಒಂದು ಭ್ರಮೆಯೇ? ಹುಚ್ಚು ತಾನೇ?

ಒತ್ತಾಯದಿಂದ ಮನಸ್ಸನ್ನೇ ಕೊಡವಿ ಸುಮ್ಮನಾದೆ. ಎಚ್ಚರ ತಾಳಿದೆ.

ರಥಬೀದಿಯಲ್ಲಿ ಮಂದಿಸಂದಣಿ ಜರುಗಿಯೇ ಇತ್ತು. ನಿನ್ನೆ, ಇದೇ ಹೊತ್ತಿನಲ್ಲಿ ನೋಡಿದಷ್ಟು ಅಲ್ಲವಾದರೂ, ಅಥವಾ, ಟೀವಿಯಲ್ಲಿ ಕಂಡಷ್ಟು ಇಲ್ಲವೆಂದನಿಸಿದರೂ– ಜನರಂತೂ ಇದ್ದೇ ಇದ್ದರು. ಮಂದಿ ಸೇರಿದರೆ ದೊಂಬಿ ಅನ್ನುವರಲ್ಲ, ಹಾಗೆ ಸಂತೆ ನಡೆಸಿದ್ದರು. ಯಾಕೋ ಈ ಮಂದಿಯೇ ಬೇಡವನ್ನಿಸಿತು. ಈ ಊರಿನ ಸಹವಾಸವೇ ಬೇಡವೆನ್ನಿಸಿತು. ಇಲ್ಲಸಲ್ಲದ ಕನಸುಗಳನ್ನು ಕಟ್ಟಿ, ಕಣ್ಣೆದುರೇ ಅವುಗಳ ತಲೆಯೊಡೆಯುವ ಸನ್ನಿವೇಶವೇ ಘೋರವಂತನ್ನಿಸಿತು. ಒಲ್ಲಂತನಿಸಿತು. ಸುಮ್ಮನೆ ಹೊಟೆಲು ಸೇರುವುದೇ ಒಳಿತೆಂದು ಅನ್ನಿಸಿಬಂತು. ಬೀದಿಯ ಕಡೆಯವರೆಗೂ ನಡೆದು ರಥಾರೂಢ ದೇವರುಗಳನ್ನೊಮ್ಮೆ ಕಾಣುವುದು ಅಂದುಕೊಂಡಿದ್ದೆನಲ್ಲ,

ಸದ್ಯಕ್ಕೆ ಬೇಡವೆಂದು ತಡೆದೆ. 'ಹೇ ಜಗನ್ನಾಥ... ನಿನ್ನ ಸಂಯೋಗ ಸಹಯೋಗ ಸಾಕು ಕಣಯ್ಯ... ನಾಳಿನ ಬೆಳಗು ನೇರ್ಪಿದ್ದಲ್ಲಿ ಮತ್ತು ನೀನು ಕರೆಸಿಕೊಂಡಲ್ಲಿ ಬಂದು ಕಂಡೇನು...' ಎಂದು, ದೂರದಲ್ಲಿದ್ದ ಮೂರೂ ರಥಗಳನ್ನೊಮ್ಮೆ ಕಣ್ಣಿಗೆ ತಂದುಕೊಂಡು, ನಿಂತಲ್ಲೇ ಕೈಮುಗಿದು, ಹೊಟೆಲಿನತ್ತ ದಾರಿ ಹೊರಳಿಸಿದೆ.

ರಥಬೀದಿಯಿಂದ ಬಲಕ್ಕೆ ಹೊರಳಿ, ಕಡಿದಾದ ಗಲ್ಲಿಯಂತಹ ರಸ್ತೆಯಲ್ಲಿ ನುಗ್ಗಿ ನಡೆಯತೊಡಗಿದೆ. ಕೊಂಚ ದೊಡ್ಡ ದೊಡ್ಡ ಹೆಜ್ಜೆಗಳನ್ನೇ ಇಕ್ಕಿದನೇನೋ... ರಸ್ತೆ ಕ್ರಮಿಸಿದಂತೆ, ಅದಿಬದಿಯ ಮಂದಿಯ ಸಂಖ್ಯೆ ತಗ್ಗಿ ಆಲ್ಮೋಸ್ಟ್ ನಿರ್ಜನಗೊಳ್ಳುವಾಗ ಟೈಮು ನೋಡಿಕೊಂಡೆ. ಹನ್ನೊಂದು ಗಂಟೆ ಹತ್ತು ನಿಮಿಷ ಮೂವತ್ತೆರಡು ಸೆಕೆಂಡುಗಳು!

ಅರೆ... ಇಷ್ಟು ಹೊತ್ತಾಗಿಹೋಯಿತೇ? ಈ ವಾಚು ಕೈಕೊಟ್ಟಿಲ್ಲವಷ್ಟೇ... ಅಂದುಕೊಂಡು ಕಿಸೆಯಿಂದ ಮೊಬೈಲೆಳೆದುಕೊಂಡರೆ, ಅದರ ತೆರೆಯಲ್ಲಿ ಇನ್ನೊಂದು ಆಶ್ಚರ್ಯಾಘಾತವಿತ್ತು. ನನಗಾಗಿಯೇ ಕಾದುಕೊಂಡಿತ್ತು! 'ನೀನು ತೆಗೆದ ಫೋಟೋಗಳನ್ನು ಯಶಸ್ವಿಯಾಗಿ ಐ-ಡ್ರೈವಿಗೆ ಎಳೆಯಲಾಗಿದೆ. ನೋಡಬಯಸುತ್ತೀಯಾ?' ಎಂದೊಂದು ಇಂಗ್ಲಿಷ್ ಒಕ್ಕಣಿಕೆಯನ್ನು ತೆರೆದುಕೊಂಡಿತ್ತು!

ವ್ವಾ... ವಾಟ್ಟ್?

ಯಾವ ಫೋಟೋ? ಏನು ಕತೆ? ದೇವಸ್ಥಾನದಲ್ಲಿ ತೆಗೆದ ಶಿಖರೋತ್ತುಂಗದ ಚಿತ್ರಗಳೇ? ಮಾತಂಗಿಯ ಚಿತ್ರಗಳೇ?

ನಂಬಲಾಗಲಿಲ್ಲ!

ಅರ್ರೇ... ಈ ಫೋನನ್ನು ಫ್ಲೈಟ್‌ಮೋಡ್‌ನಲ್ಲಿ ಇಟ್ಟಿದ್ದೆನಲ್ಲ... ಯಾವ ಮಾಯೆಯಲ್ಲಿ ಸುಸ್ಥಿತಗೊಂಡಿದೆ? ತಂತಾನೇ ಚಾಲೂಗೊಂಡಿತೆ? ಆಶ್ಚರ್ಯ ತಾನೇ? ಮೈಕೈಯಲ್ಲೆಲ್ಲ ಅಡ್ರಿನಾಲಿನು ಉಗ್ಗಿ ಸಂಚಯನಗೊಂಡಿತು!

ಹೌದು... ಮೊಬೈಲು ಜಾರಿಯಲಿತ್ತು! ನಾಲ್ಕು ಬಾರಿನ ಸಿಗ್ನಲುಗಳಿದ್ದವು! ಇಂಟರ್ನೆಟ್ ಡೇಟಾ ಸಹ ಹಾರುಹೊಡೆದುಕೊಂಡಿತ್ತು!

ಅಯ್ಯೋ... ಅಂದುಕೊಂಡೆ. ಅಂದರೆ, ಫೋಲ್ಡರಿನಲ್ಲಿನ ಫೋಟೋಗಳನ್ನು ಈ ಸುಡುಗಾಡು ಐ-ಡ್ರೈವು ಸೆಳೆದು ಒಳಗಿಟ್ಟುಕೊಂಡಿದೆ. ನನ್ನ ಪರವಾನಗಿಯೇ ಇಲ್ಲದೆ ಎಳೆದುಕೊಂಡಿದೆ! ಹಾಗಾಗಿಯೇ, ಉತ್ಪಲ ಮೊಹಂತನು ಇಡೀ ಫೋನು ತಡಕುವಾಗ, ಒಂದಾದರೂ ಫೋಟೋ ಕಾಣಸಿಗಲಿಲ್ಲ! ಇದ್ದರಲ್ಲವೇ ಕಾಣಿಸುವುದು?

ಇಷ್ಟಿದ್ದೂ, ಈ ಫೋನೇಕೋ ಸರಿ ಅನಿಸಲಿಲ್ಲ. ಸಾಫ್ಟ್ವೇರೆಂಬ ಸರಕಲ್ಲದ ಸರಕೇ ಮನುಷ್ಯಬುದ್ಧಿಯನ್ನು ಹೀಗೆ ಸೈಡು ಹೊಡೆವುದೇ? ಮನೆ ಕಾಯಿ ಎಂದು ನಾಯಿ ತಂದಿಟ್ಟರೆ, ನಾಯಿಯೇ ಮನೆಯ ಓನರಾಗಿಬಿಟ್ಟರೆ? ಹೀಗಾಯಿತು ಈ ಫೋನಿನ

ಕಥೆ!

ಏನೇ ಇರಲಿ, ಆಗಿದ್ದಂತೂ ಒಳಿತೇ ಆಯಿತು... ಅಂದುಕೊಂಡೆ.

ಇನ್ನು, ಆ ಫೋಟೋಗಳನ್ನು ನೋಡುವುದೇ ಬೇಡವೇ... ಅಂತಲೇ ಮನಸ್ಸು ಜೀಕಿದೆ. ಬೇಕು-ಬೇಡಗಳ ನಡುವೆಯೇ ಸುಮಾರು ಹೊತ್ತು ನೂಕಿದೆ. ಕಡೆಗೆ ಆಗಿದ್ದಾಗಲಿ ಅಂದುಕೊಂಡು, ಫೋನಿಗೆ 'ಯೆಸ್ಸ್' ಅಂದು ಒತ್ತಿದೆ.

ಕೆಲವೇ ಕ್ಷಣಗಳಲ್ಲಿ ಹತ್ತಾರು ಫೋಟೋಗಳು ತೆರೆದು ಬಂದವು. ಒಂದು ಮೀಟಿದರೆ ಒಂದು... ಹಿಂದೆಯೇ ಒಂದು. ಮೀಂಟುಮೀಂಟಿಗೂ ಒಂದೊಂದು! ಎಲ್ಲವೂ ಶಿಖರಶೃಂಗದಲ್ಲಿ ಮಾತಂಗಿ ಬೀಗಿ ಮೆರೆಯುತ್ತಿದ್ದವುಗಳು! ಒಂದಕ್ಕಿಂದ ಒಂದು ಚೆನ್ನಿತ್ತು. ಚೆನ್ನನಿಸಿತು. ಎಲ್ಲದರಲ್ಲೂ ಅವಳು ಜಗನ್ನಾಥನ ಮುಡಿ ಭಂಜಿಸಿದ ಗತ್ತು ನೆಲೆಗೊಂಡಿತ್ತು! ಆದರೆ ಈ ಹೆಣ್ಣಿನ ಮುಖದಲ್ಲಿ ಒಂದಿನಿತೂ ಗರ್ವವಿರಲಿಲ್ಲ. ಅಹಮಿಕೆಯ ಸುಳುಹೇ ಇರಲಿಲ್ಲ. ಒನ್ನಮೂನೆ ಪ್ರಮತ್ತ ಪ್ರಶಾಂತತೆ ನೆಲೆಸಿತ್ತು!

ಹೆಣ್ಣಿನ ಮೈಮೋರೆಯನ್ನು ಮುಸುಕಿದ್ದ ಹರುಕುಬಟ್ಟೆಗಳು, ಅವಳನ್ನು ತೊರೆದು ಹಾರುತ್ತಿರುವ ಸಂದರ್ಭವಂತೂ ಅದ್ಭುತವಾಗಿ ಕಟ್ಟಿಕೊಂಡಿತ್ತು. ಕತ್ತಲೇ ಕತ್ತಲಿನ ಆಕಾಶ. ಅವಳ ಮೇಲಷ್ಟೇ ಬೆಳಕು. ಕಲಶದ ಮೇಲೆ ಅವಳಷ್ಟೇ ದಿಟ್ಟವಾಗಿ ಚೆಲ್ಲಿಕೊಂಡ ಅವಳ ನೆರಳು. ಅಕ್ಷಿಪಟಲದ ಹಾಗೆ ಬೆಳಕನ್ನು ಒಪ್ಪವೆನಿಸುವಷ್ಟೇ ಜತನವಾಗಿ ಸೋಸಿ ಸೂಸುವ ಬಟ್ಟೆಗಳು... ಪಟಪಟಿಸುವ ಅಂತಃಪಟಲಗಳು... ಬೆಳಕೊಡನೆ ಸಲ್ಲುವಷ್ಟೇ ನೇಪಥ್ಯದ ಕತ್ತಲೊಡನೆಯೂ ಬೆರೆಯಹೊಂಚುವ ಬಣ್ಣಗಳು... ಕೇಸರಿ ಬಿಳಿ ಹಸಿರುಗಳು ಸ್ವಲ್ಪ ಸ್ವಲ್ಪವೇ ಕದಡಿ ಮುಸುಕಿದಂತೆ ತೋರುವ ಬಿಡಿ ಬಿಡಿಯಾದ ಹವಣುಗಳು... ಒಟ್ಟಾರೆ ಇಡೀ ಸನ್ನಿವೇಶವೇ ಒಂದು ಅದ್ಭುತ ಚಿತ್ರಿಕೆಯಾಗಿತ್ತು!

ನಿಧಾನವಾಗಿ ಮೊಬೈಲು ಮೀಟಿ ಮಾತಂಗಿಯ ಮೋರೆಯನ್ನು ಗಹನವಾಗಿ ನೋಡಿದೆ. ನನ್ನ ಗಮನಕ್ಕೂ ಹೆಚ್ಚು ಗಹನವೆನ್ನಿಸಿದಳು. ಆ ಮೋರೆಯಲ್ಲಿನ ಸ್ನಿಗ್ಧತೆ ಮತ್ತು ಸ್ಥಿತಪ್ರಜ್ಞತೆ ನಿಜಕ್ಕೂ ಮೋಹಕವೆನ್ನಿಸಿದವು. ಇವಳು ಭೂಮಿಯವಳಲ್ಲ, ಆಕಾಶಕನ್ನಿಕೆಯೇ ಸೈ ಅಂತನ್ನಿಸಿ ತೋರಿದಳು! ಜಗನ್ನಾಥನ ಮಡದಿ ಸಿರಿದೇವಿಯೇ ಮುಡಿಗೇರಿದಳೋ ಅನ್ನಿಸಿತೋರಿದಳು!

ಇಷ್ಟಿದ್ದೂ- ಏನಿದೇನಿದು... ಭ್ರಮೆಯೋ ಭ್ರಮಾತೀತವೋ ಎಂದು, ಒಮ್ಮೆ ಸಣ್ಣದಾಗಿ ನನ್ನ ಮೊಣಕೈ ಚಿವುಟಿಕೊಂಡೆ.

100

ಎಷ್ಟೇ ಖುಷಿ ತಡೆದೇನೆಂದರೂ, ಆ ಹೊತ್ತಿನಲ್ಲಿ ಉಂಟಾದ ಸಂತೋಷಕ್ಕೆ ಪಾರವೇ

ಇರಲಿಲ್ಲ. ಭರಪೂರ ಮೈನೆರೆದ ಶರಾವತಿಯ ಹಾಗೆ, ಮೊರೆಮೊರೆದುಕೊಂಡು ಜೋಗದಗುಂಡಿಯೊಳಕ್ಕೆ ಮರಮರಳಿ ಬಿದ್ದೇ ಬಿದ್ದೆ. ಹೊಗನಿಕಲು-ಶಿವನಸಮುದ್ರದ ಕಾವೇರಿಯ ಹಾಗೆ, ನೀರ್ಝುಂತುರಿನ ಪಸೆಮೋಡ ಸಿಡಿಸಿ ಪತಿಸಿಯೇ ಪತಿಸಿದೆ! ಒಮ್ಮೆಗೇ ಮನಸ್ಸಿಗೆ ಮನಸ್ಸೇ ಧುಮ್ಮುಕ್ಕಿಬಿದ್ದ ಅತಿರೇಕ ಅದು! ಈ ಬಗೆಯ ಪಾತಿತ್ಯಕ್ಕೆ ಪಾವಕವೇ ಇಲ್ಲವೆಂದುಕೊಂಡೆ. ಪಾವನವಾಗುವುದೇ ಒಲ್ಲೆಂದೆ. ಇನ್ನು ಉದ್ಧಾರವೇ ಬೇಡವೆಂಬಷ್ಟು ಬಿದ್ದು ಬಿದ್ದು ಬಿದ್ದೆ!

ಎಲ್ಲಿದ್ದಿತೋ ಕಾಣೆ, ಇನ್ನೊಂದು ಮಾಯಕವೂ ಮನಸೊಳಗೆ ಉಂಟಾಯಿತು! ಮಾಯೆಯೇ ಈ ಜಗತ್ತಿನ ರೀತಿ ಅನ್ನಿಸಿಬಂತು. ಈ ಮೊದಲಿನದೇ ಮಾಯಾಮೋಡಿಗೆ ಈಡುಗೊಂಡು, ತಕ್ಷಣ, ಫೇಸ್‌ಬುಕ್ಕಿನಲ್ಲಿ 'ಇನ್' ಆದೆ. ಬಯಸಿ ಬಯಸಿ ಒಳಹೋದೆ. ಒಂದೇ ಏಟಿಗೆ, ಅಲ್ಲಿದ್ದ ಫೋಟೋಗಳನ್ನು ನಾನೇ ಹಾಕಿದೆನೋ, ಮಾಯೆಯೇ ಸೆಳೆಯಿತೋ... ಎಂದು ಗೊತ್ತಾಗದಷ್ಟು ಸಣ್ಣನೆ ಹೊತ್ತಿನಲ್ಲಿ, ಎಲ್ಲವೂ ಒಂದೊಂದಾಗಿ ಪೋಸ್ಟುಗೊಂಡವು! ಇಡೀ ಜಗತ್ತನ್ನೇ ಪಸರಹೊಂಚಿ ಬಿತ್ತರಗೊಂಡವು!

ಒಂದಲ್ಲ, ಎರಡಲ್ಲ, ಮೂರಲ್ಲ... ಬರೇ ಅರ್ಧಮಿನಿಟಿನೊಳಗೆ- 'ಐಳನ್ ಧೀಮಣಿ ಮರುನ್ನದಿ' ಎಂಬ ಅಕೌಂಟಿನಲ್ಲಿ, ಲೈಕೋಲೈಕುಗಳ ಅತಿರೇಕವೇ ಉಂಟಾಗಿಬಿಟ್ಟಿತು! ಹಾಗೇ ಲಕ್ಷಗಟ್ಟಲೆ ಶೇರು! ಶೇರು!

ಯಾಪರಿ ಮೆಸೇಜುಗಳು? ಏನೆಲ್ಲ ಎನ್‌ಕ್ವಯರಿಗಳು? ಏನೇನೆಲ್ಲ ಪ್ರಶ್ನೆಗಳು? ನೂರೆಂಟು ಉದ್ಗಾರಗಳು. ಸಾವಿರಾರು ಹೃದಯಾದಿ ಮನಸ್ಸೂರೆಗಳು!

ಹೂ ಈಸ್ ದಿಸ್? ಯಾರೀಕೆ? ಯಾರು ಈಕೆ? ಯಾವ ಲೋಕದ ಕನ್ನಿಕೆ? ಯಾವ ಆಕಾಶದ ಚಂದ್ರಿಕೆ? ಎಲ್ಲಿಂದೆಲ್ಲಿ ಹೊಂದಿಕೆ! ಜಗನ್ನಾಥನ ಮಡದಿಯೇ? ಚೆಲುವೆಂಬುದರ ಬಿಡದಿಯೇ? ಸಿರಿದೇವಿಯ ವರದಿಯೇ? ಸೊಂಪಿನ ಹೊಸ ಸರದಿಯೇ? ಆಹಾ... ಶರದ್ಭೂತ ಶರಧಿಯೇ? ಯಾರು? ಯಾರು? ಯಾರು?

ಈಕೆ ಯಾರು?

ತಾರೀಫು ನನ್ನದಲ್ಲದ ಈ ಹೆಣ್ಣಿಗೋ? ನನ್ನದೇ ಆದ ಫೋಟೋಕ್ಕೋ?

ಅರಿಯದಾದೆ!

ಹತ್ತು ಮಿನಿಟಿಗೆಲ್ಲ ಇಡೀ ಜಗತ್ತೇ ತತ್ತರಿಸುವಷ್ಟು ಮಂದಿಗೆ ಫೋಟೋಗಳಷ್ಟೂ 'ಇಷ್ಟ'ವಾದವು. ತಲೆತಲೆಗೂ ಒಂದೊಂದು ಕಮೆಂಟಾದವು. ಯಾರು ಯಾರು... ಯಾರೆಂದು ಮಂದಿ, ಪ್ರಶ್ನೆಯನ್ನೇ ತೊರೆಯದಷ್ಟು ಹಾತೊರೆದವು! ಸಂಗತಿಯಾದರೂ ಸಾಂಕ್ರಾಮಿಕ ಸೋಕಿನಂತೆ ಹಬ್ಬಿಹೋಯಿತು! ವೈರಲ್ ಅಂದರೇನೆಂದು ಅರಿಯದಾಯಿತು! ಈ ವೈರಲೆಂಬುದರ ಅರ್ಥಕ್ಕೆ ಅರ್ಥವೇ ಸಾಲದಾಯಿತು!

ನೋಡುನೋಡುತ್ತಲೇ, ನನಗೆ, ಇದೂ ಒಂದು ಭ್ರಮೆಯೇ ಅಂತ ಅನ್ನಿಸಿಬಂತು.

ದಿಗಿಲೇ ಆಯಿತು. ಇನ್ನೇನು ಕಾದಿದೆಯೋ... ಎಂಬ ಆತಂಕ ಹುಟ್ಟಿತು. ಕೂಡಲೇ ಮೊಬೈಲನ್ನು ಕಿಸೆಗಿಳಿಸಿದೆ. ದೇವರೇ... ಇದೂ ಇನ್ನೊಂದು ಭ್ರಮೆಯೇ ಆಗಿದ್ದಲ್ಲಿ ಈ ಕೂಡಲೇ ನೀಗಿಸಪ್ಪ... ಅಂದುಕೊಂಡೆ. ಈ ಸರ್ತಿ ಮೊಬೈಲನ್ನು ಸ್ವಿಚಾಫ್ ಮಾಡಿ ಕಿಸೆಗಿಳಿಸಿಕೊಂಡೆ. ಒಂದೆರಡು ಹೆಜ್ಜೆ ನಡೆದಿದ್ದೆನಷ್ಟೆ, ಮತ್ತೊಮ್ಮೆ ಫೋನೆಳೆದುಕೊಂಡು, ನಿಜಕ್ಕೂ ಅದು 'ಸ್ವಿಚಾಫ್' ಆಗಿದೆಯೆಂಬುದನ್ನು ಖಾತ್ರಿ ಮಾಡಿಕೊಂಡು, ಈ ಬಾರಿ ಹೊರಚಲ್ಲಣದ ಹಿಂದಿನ ಜೇಬಿಗೆ ಇಳಿಬಿಟ್ಟೆ.

ಬಳಿಕದ ದಾರಿಯನ್ನು ಬಿರ್ರನೆ ನಡೆದೆನಾಗಿ, ಮುಂದಿನ ಹತ್ತು ಮಿನಿಟಿಗೆಲ್ಲ ಹೊಟೆಲ್ಲು ತಲುಪಿದೆ. ರಿಸೆಪ್ಷನಿನಲ್ಲಿ ಬೀಗದ ಕೈಗಾಗಿ ಕೊಂಚ ಕಾಯುವುದಾಯಿತು. ಒಂದೆರಡು ಮಿನಿಟಾದ ಮೇಲೆ ಬಂದ ಪರಿಚಾರಕ ತಾನೇ, 'ಸ್ಸಾರಿ, ಸರ್... ವೆರಿ ವೆರಿ ಸ್ಸಾರಿ. ತ್ರೀ ಟೂ ಫೈವ್ ರೈಟ್?' ಎಂದು, ನನ್ನ ರೂಮ್ ನಂಬರನ್ನು ಊಹಿಸಿ ಕೇಳಿದ. ತಪ್ಪೇಕೆ ಕೇಳಿದನೋ ಯಾರಿಗೆ ಗೊತ್ತು? 'ನೋ ನೋ... ತ್ರೀ ಟೂ ಒನ್ನ್...' ಎಂದು ಹೇಳಿದೆ. ಅವನು ಕೂಡಲೇ, ಕಂಪ್ಯೂಟರಿನಲ್ಲಿ, ನನ್ನ ದಾಖಲೆಗಳನ್ನು ತೆರೆದು, 'ಮಿಸ್ಟರ್... ಐ ಈ...' ಎಂದೆಲ್ಲ ನನ್ನ ಹೆಸರು ಹೇಳಹೊರಟು ತಡವರಿಸಿದ. ಮೊದಲು ಬರೀ 'ಐಳನ್...' ಎಂದು ಹೇಳಿ, ಹಿಂದೆಯೇ– 'ಐಳನ್ ಧೀಮಣಿ ಮರುನ್ನದಿ...' ಎಂದು ಪೂರ್ತಿ ಹೆಸರನ್ನು ಸ್ಪಷ್ಟವಾಗಿ ಹೇಳಿದೆ. 'ಥ್ಯಾಂಕ್ಸ್, ಸರ್... ಯು ವರ್ ಟು ಚೆಕೌಟ್ ಟುಡೇ ರೈಟ್?' ಎಂದು ಕೇಳಿದ. 'ಯೆಸ್ಸ್ ಯೆಸ್ಸ್... ಬಟ್ ಐ ಓವರ್ಸ್ಲೆಪ್ಟ್... ಅಂಡ್ ಆಲ್ಸೋ ವೋಕಪ್ ಲೇಟ್... ನಿನ್ನೆ ರಾತ್ರಿ ವಾಪಸು ಬಂದಿದ್ದು ತಡ ಆಯಿತು. ಹಾಗಾಗಿ ಏಳೋ ಹೊತ್ತಿಗೆ ಮಧ್ಯಾಹ್ನ ಆಗಿಬಿಟ್ಟಿತ್ತು...' ಎಂದು ಹೇಳಿದ ಮೇಲೆ, ಇಷ್ಟೆಲ್ಲ ವರದಿ ಕೊಡಬೇಕಿತ್ತೇ ಅಂತನ್ನಿಸಿ ನಾಲಿಗೆ ಕಚ್ಚಿಕೊಂಡೆ.

ಪರಿಚಾರಕ, ನನ್ನ ಸಮಜಾಯಿಷಿಯನ್ನು ಕೇಳಿ ನಸುನಗುತ್ತ, 'ಆಕ್ಚುಅಲೀ ಸರ್, ನಾಳೆಯಿಂದ ಹೊಟೆಲಿನಲ್ಲಿ ಒಂದು ಕನ್ವೆನ್ಷನ್ ಇದೆ... ಕಾರ್ಪೊರೇಟ್ ಮೀಟ್... ನೀವು ಬೆಳಿಗ್ಗೆ ಚೆಕೌಟ್ ಮಾಡಲೇಬೇಕು...' ಎಂದು ಬಲು ನಮ್ರವಾಗಿ ಹೇಳಿದ.

'ಐ ಸೀ...' ಸ್ವಲ್ಪ ಯೋಚಿಸಿ ಹೇಳಿದೆ. 'ನಾಟ್ ಎನ್ ಇಷ್ಯೂ... ನಾನು ಹೇಗಿದ್ದರೂ ಬೆಳಿಗ್ಗೆ ಹೊರಡುವನಿದ್ದೆ... ಈಗಲೇ ಬಿಲ್ ಕೊಟ್ಟರೆ ಸೆಟಲ್ ಮಾಡಬಲ್ಲೆ...'

'ಗಿವ್ ಮಿ ಎ ಮಿನಿಟ್... ' ಅಂತಂದ ಮನುಷ್ಯ, ಕರಾರುವಾಕ್ಕಾಗಿ ಮುಂದಿನ ನಿಮಿಷಕ್ಕೆಲ್ಲ ಬಿಲ್ಲಿನ ಪ್ರಿಂಟು ತೆಗೆದು ಕೈಯಲ್ಲಿತ್ತ.

ಹದಿನೆಂಟು ಸಾವಿರ ಚಿಲ್ಲರೆ ದುಡ್ಡಾಗಿತ್ತು! ಇದು ಮೊದಲೇ ಗೊತ್ತಿತ್ತಾದ್ದರಿಂದ ಹೆಚ್ಚೇನೂ ತಲೆಕೆಡಿಸಿಕೊಳ್ಳಲಿಲ್ಲ. ಈ ಜಗತ್ತಿನಲ್ಲಿ ಕಿಂಚಿತ್ ಸಂತೋಷಕ್ಕೂ ಬೆಲೆ ತೆರಲೇಬೇಕಷ್ಟೆ? ಇನ್ನು ಸಂತೋಷಾತಿಶಯವೆಂಬುದೂ 'ಫೈವ್ ಸ್ಟಾರ್' ಫೆಸಿಲಿಟಿಯೇ ತಾನೇ?

ಕಿಸೆಯಿಂದ ಹೈಂದವಿಯ ಅಂದರೆ ಗೆಳೆಯನ ಹೆಂಡತಿಯ ಕಾರ್ಡು ಹೆಕ್ಕಿ ಉಜ್ಜಿಸಿದೆ. ಇದ್ದಕ್ಕಿದ್ದಂತೆ, ಇಷ್ಟು ಖರ್ಚು ಮಾಡಿದೆನೆಂದು ಪಾರ್ಥ ಬಯ್ದುಕೊಳ್ಳಬಹುದೇ ಅಂತನ್ನಿಸಿಬಂತು. ಇಟ್ಟುಕೊಂಡಿರೆಂದು ದನ ಕೊಟ್ಟರೆ ಕೆಚ್ಚಲಿನಿಂದ ಹಾಲಿನೊಡನೆ ರಕ್ತವನ್ನೂ ಹಿಂಡಿದನೆಂದು ಅಂದುಕೊಂಡಾನು... ಥುತ್... ನಾಚಿಕೆಯನ್ನಿಸಿತು! ಯಾತಕ್ಕೂ ನಾಳೆ ನಾಳಿದ್ದರಲ್ಲಿ ಅವನೊಡನೆ ಮಾತನಾಡಬೇಕು... ಸೌಜನ್ಯಕ್ಕಾದರೂ ಫೋನು ಮಾಡಬೇಕು... ಎಂದೆಣಿಸಿದೆ.

ಹೊಟೆಲಿನ ದಾಖಲೆಯ ಮೇಲೆ ರುಜು ಮಾಡಿ ರೂಮಿನತ್ತ ಹೊರಟೆ. ಒಂದೆರಡು ಮೆಟ್ಟಿಲೇರಿದ್ದೇ ಮಾತಂಗಿಯ ನೆನಪಾಯಿತು. ಕೇಳುವುದೋ ಬೇಡವೋ ಎಂಬ ಮೀನಮೇಷದ ನಡುವೆಯೇ, ವಾಪಸು ರಿಸೆಪ್ಷನ್ ಮೇಜಿನತ್ತ ನಡೆದೆ. 'ಹೇ... ಕೆನ್ ಯು ಡು ಮಿ ಎ ಫೇವರ್?' ಎಂದು ಮೆಲುದನಿಯಲ್ಲಿ ಕೇಳಿದೆ.

'ಯೆಸ್ಸರ್...' ಪರಿಚಾರಕ ಹೇಳಿದ.

'ಇಲ್ಲಿ ಮಾತಂಗಿ ಅನ್ನುವ ಹೆಸರಿನೊಬ್ಬಾಕೆ ಇದ್ದರಲ್ಲ... ನಿನ್ನೆ ದೇವಸ್ಥಾನದಲ್ಲಿ ಸಿಕ್ಕಿದ್ದರು. ಅವರ ರೂಮ್ ನಂಬರೇನಾದರೂ ಸಿಗುತ್ತಾ?'

ಮಹಾಶಯ ಅನುಮಾನಿಸಿದ. 'ಹಾಗೆಲ್ಲ ಇನ್ಫರ್ಮೇಶನ್ ಹೇಳೋ ಹಾಗಿಲ್ಲ, ಸರ್... ಆದರೂ ಟ್ರೈ ಮಾಡುತೀನಿ...' ಎಂದು ಮತ್ತೆ ಕಂಪ್ಯೂಟರಿನಲ್ಲಿಳಿದ. 'ಏನು ಹೆಸರು ಹೇಳಿದಿರಿ?'

'ಮಾತಂಗಿ...'

'ನೋ ಸರ್... ನೋ ರೂಮ್ ಈಸ್ ಇನ್ ದಟ್ ನೇಮ್...'

ಪಿಚ್ಚೆನ್ನಿಸಿತು. ನಿರೀಕ್ಷಿದ್ದೇ ತಾನೇ ಅಂದುಕೊಂಡು, 'ಓಕೆ... ಕೆನ್ ಯು ಚೆಕ್ ಇಫ್ ದೇರ್ ಈಸ್ ಎನಿ ಒನ್ ಬೈ ನೇಮ್ ಇಂದೀವರೆ...' ಎಂದು ಕೇಳಿದೆ. ಈ ಸರ್ತಿ ಕೇಳುವಾಗ, ಎರಡೆರಡು ಸರ್ತಿ 'ಪ್ಲೀಸ್ ಪ್ಲೀಸ್' ಅಂತಂದು ವಿನಂತಿಸಿಕೊಂಡೆ.

ಹುಡುಗ ಕಡೆಗೂ ಒಬ್ಲೈಜು ಮಾಡಿದ. 'ನೋ ಸರ್... ನೋಬಡಿ ಬೈ ದಟ್ ನೇಮ್ ಟೂ...' ಎಂದು ನಮ್ರನಾಗಿ ಹೇಳಿ ನಕ್ಕ. 'ಈಸ್ ದೇರ್ ಎನಿತಿಂಗ್ ಮೋರ್ ದಟ್ ಐ ಕೆನ್ ಹೆಲ್ಪ್ ಯೂ ವಿತ್?'

'ನೋ ಥ್ಯಾಂಕ್ಸ್...' ಅಂತಂದು ಮೆಟ್ಟಿಲೇರತೊಡಗಿದೆ.

ಮಾತಂಗಿಯೋ, ಇಂದೀವರೆಯೋ– ಅಥವಾ ಮತ್ತಿನ್ನೇನೋ ಆದ ಒಂದಾದ ಈ ಹೆಣ್ಣು ಎಷ್ಟು ನಿಗೂಢ ಅನ್ನಿಸಿ ಕಾಡಿತು. ಒಂದಲ್ಲ ಎರಡು ರೂಮು ಕಾದಿರಿಸಿದೆನೆಂದು ಹೇಳಿದಳಲ್ಲವೇ? ಮತ್ತೊಮ್ಮೆ 'ದಿಟ–ಸಟೆ'ಗಳ ಆವರ್ತದೊಳಕ್ಕೆ ಬೀಳಹೊರಟೆ! ತಕ್ಷಣ, ಈ ಹೆಣ್ಣಿನ ಯೊಚನೆಯಲ್ಲಿ ತೊಡಗುವುದೇ ಕೇಡೆಂದುಕೊಂಡು, ಮನಸೊತ್ತಾಯಿಸಿ ಮುನ್ನಡೆದೆ!

101

ರೂಮಿಗೆ ವಾಪಸಾಗಿದ್ದೇ, ಏಸಿ ಮತ್ತು ಫ್ಯಾನು ಚಾಲೂ ಮಾಡಿ, ಧೊಪ್ಪನೆ ಮಂಚದಲ್ಲುರುಳಿದೆ. ಬಿರ‍್ರನೆ ನಡೆದುಬಂದು ಮೈಯೆಲ್ಲ ಬೆವೆತಿತ್ತಷ್ಟೆ, ಕೊಂಚ ಸುಧಾರಿಸಿಕೊಂಡೆ. ಸೊಂಟವನ್ನು ಬಿಗಿದಿದ್ದ ಧೋತರದ ಹರುಕು, ಒಳಗೇ ಇರುಕುತ್ತಿದೆಯೆಂದು– ಅದರ ಬಂಧವನ್ನು ಕೊಂಚ ಸಡಿಲಿಸಿದೆ. ಪೂರ್ತಿ ಬಿಚ್ಚೋಣವೆಂದುಕೊಂಡರೆ ದಣಿದಿದ್ದ ಮೈಯಾದರೂ ಹೊರಳಲು ಸಹಕರಿಸಲಿಲ್ಲ. ಹಿಂದಿನ ಕಿಸೆಯಲ್ಲಿದ್ದ ಫೋನನ್ನು ಎತ್ತಿ ದಿಂಬಿನಡಿಯಿಟ್ಟೆ. ಸರಿ... ಕಾಲವನ್ನೇ ಕಲಕುವಂತಿದ್ದ ಫ್ಯಾನಿನ ತಿರುಗಣಿಯಲ್ಲೇ ಕಣ್ಣಿಕ್ಕಿಕೊಂಡು ಮಲಗಿದೆ. ಮೈತಣಿಯಿತಾದರೂ ಮನಸ್ಸು ಕುದಿಯುತ್ತಲೇ ಇತ್ತು! ಮಾತಂಗಿಯ ಸುತ್ತಲಿನ ವಿದ್ಯಮಾನಗಳು ಮತ್ತೆ ಎದ್ದೆದ್ದು ಕಾಡತೊಡಗಿದವು. ಬಗ್ಗು ಬಡಿದರೂ ಎದ್ದು ಕಾಡುವ ಕುತೂಹಲ. ಥುತ್... ಅಂದುಕೊಂಡೆ. ಇನ್ನು ಮನಸ್ಸು ತಿಳಿಯಾಗಲಿಕ್ಕೆ ಎಷ್ಟು ಕಾಲ ಬೇಕೋ ಏನೋ! ಬೆಳಿಗ್ಗೆ, ಹೊತ್ತು ಹುಟ್ಟುವ ಮೊದಲೇ ಎದ್ದು– ಬಸ್‌ಸ್ಟ್ಯಾಂಡೋ ಸ್ಟೇಷನೋ ಹೊಕ್ಕು, ಭುವನೇಶ್ವರಕ್ಕೋ ಕಟಕ್ ನಗರಕ್ಕೋ ಹೋಗುವುದೆಂದು ನಿರ್ಧರಿಸಿದೆ. ಪುರೀಶಹರವಂತೂ ಬರೀ ಮೋಸವೇ ಆಯಿತು... ಮಹಾನದಿಯ ತೀರದಲ್ಲಿ ಕುಳಿತು, ತಪಸ್ಸಿನ ಹಾಗೆ– ಮತ್ತೆ ಮನಸ್ಸು ಕಟ್ಟಿಕೊಳ್ಳುವುದೆಂದು ಅಂದುಕೊಂಡೆ.

'ದೀಪಾವಳಿಯ ಸುಮಾರಿನಲ್ಲಿ ಬಾಲೀಯಾತ್ರೆಗೆ ಹೋಗೋಣವಾ?' ಎಂದು ಮಾತಂಗಿ, ಒಮ್ಮಿಂದೊಮ್ಮೆ ಮನಸಿನಲ್ಲಿ ಮೂಡಿ ಕೇಳಿದಳು!

'ಅಮ್ಮಾ ತಾಯಿ... ಬೇಡಮ್ಮ ಬೇಡ...'

'ಅಮ್ಮಾತಾಯೀ ಅಂತೆಲ್ಲ ಕರೀಬೇಡವೋ, ಐಳ... ನಿನ್ನೇನೇ ಹೇಳಿದೆನಲ್ಲ...' ನಗತೊಡಗಿದಳು. 'ನಮ್ಮೂರ ಕಡೆ ಅಮ್ಮಾತಾಯಿ ಅಂದರೆ ನಿರ್ಗತಿಕ ತಿರುಪೆಯವಳು ಅಂತ ಅರ್ಥ!'

ಹೀಗೆ ಮತ್ತೆ ಮತ್ತೆ ಏನೇನೋ ಲೋಲುಪಲೀಲೆ!

ಥತ್ ತೇರಿ... ಈ ಹುಚ್ಚು ಮನಸ್ಸಿಗೆ ಬೇರೆ ಕೆಲಸವೇ ಇಲ್ಲವೇ... ಎಂದು ಮನಸ್ಸನ್ನೇ ಕೊಡವುವ ಹಾಗೆ ಎದ್ದುನಿಂತೆ. ಧೋತರದ ಹರುಕು ಅಳ್ಳಕಗೊಂಡಿತೆಂದು, ಬಿಚ್ಚಿ ಮಂಚದ ಮೇಲೆ ಚೆಲ್ಲಿದೆ. ಬಾಲ್ಕನಿಗೆ ಬಂದು ಒಣಹಾಕಿದ್ದ ಬಟ್ಟೆ ಒಣಗಿದೆಯೇ ಎಂದು ನೋಡಿದರೆ, ಸ್ವಲ್ಪವೇ ಸ್ವಲ್ಪ ಒದ್ದೆಯಿತ್ತು. ಇನ್ನೊಂದು ಅರ್ಧ ತಾಸಿನಲ್ಲಿ ಒಣಗಬಹುದೆಂದು, ಎಲ್ಲವನ್ನೂ ಉಲ್ಟಾಗೈದು ಹರವಿ ರೂಮಿಗೆ ವಾಪಸಾದೆ.

ಅಷ್ಟು ಸುಸ್ತಾಗಿತ್ತಾದರೂ ನಿದ್ರೆಯ ಸುಳುವಾದರೂ ಬೇಡವೆ? ನೋಟದಲ್ಲಿ

ದಣಿವಿತ್ತಾದರೂ ಕಣ್ಣುಗಳಲ್ಲಿ ಇನ್ನಿಲ್ಲದ ಎಚ್ಚರ! ಹುಹ್ಹ್... ಅಂದುಕೊಂಡೆ. ಮಂಚದ ಮೇಲೆ ಸುರುಟಿಕೊಂಡಿದ್ದ ಧೋತರದ ಹರುಕನ್ನು ಎತ್ತಿಕೊಂಡು ನೀಟಾಗಿ ಮಡಿಚೋಣವೆಂದರೆ, ಅದರ ಬಗ್ಗೆಯೇ ನನಗೆ ಸಿಟ್ಟುಬಂತು. ಮನೆಹಾಳ ಮಹೋಪಾತ್ರನಿಂದಾಗಿ ಏನೇನೋ ಆಗಿಹೋಯಿತು! ಕೆಲಸಕ್ಕೆ ಬಾರದ ದರೋಡೆ ಬೇರೆ! ಛೇ... ನನಗೆ ಇವೆಲ್ಲ ಬೇಕಿತ್ತೆ... ಎಂದು ಹಳಿದು, ಹರುಕನ್ನು ಹಾಗೇ ಮಂಚದಲ್ಲಿ ಬದಿತಳ್ಳಿ ಬಿಸುಟಿದೆ.

ಏನು ಮಾಡುವುದಂತ ತೋಚದೆ ಟೀವಿ ಆನ್ ಮಾಡಿದರೆ, ಒಡಿಯಾದ ಚಾನಲೊಂದು, 'ಬ್ರೆಡ್' ದರೋಡೆಯ ದೃಶ್ಯವನ್ನೇ ಸುತ್ತಿ ಸುತ್ತಿ ತೋರುತ್ತಿತ್ತು. ಅಯ್ಯಯ್ಯೋ... ಇನ್ನೂ ಮುಗಿದಿಲ್ಲವೇ? ನಾನು ಮುಗಿದರೂ ಇದು ಮುಗಿಯದೇನೋ!

ಮುಂದೆ ನೋಡುವುದೇ ಬೇಡವೆನ್ನಿಸಿತು. ತಕ್ಷಣ, ರಿಮೋಟನ್ನು ಮುಂದಿನ ಕಿಸೆಗಿಳಿಸಿ, ಮಂಚದ ಮೇಲಿದ್ದ ಹರುಕೆತ್ತಿಕೊಂಡು ಬೆನ್ನುಚೀಲದಲ್ಲಿ ತುರುಕಲಿದ್ದವನು, ಇದು ಸೊಂಟದಲ್ಲಿರುವುದೇ ಲೇಸೆಂದುಕೊಂಡು– ಮತ್ತೊಮ್ಮೆ ಅದನ್ನು ಕಿಬ್ಬೊಟ್ಟೆಗಿಂತ ಸ್ವಲ್ಪ ಕೆಳಕ್ಕೆ ಸುತ್ತಿ, ಟೀಶರ್ಟನ್ನು ಇಳಿಬಿಟ್ಟೆ. ಮತ್ತೆ ಕಿಸೆಯಲ್ಲಿದ್ದ ರಿಮೋಟು ತೆಗೆಯಹೋದರೆ, ಗೊತ್ತಿಲ್ಲದ ಏನೋ ಒತ್ತಿಕೊಂಡು, ಇದ್ದಕ್ಕಿದ್ದಂತೆ ಟೀವಿಯಲ್ಲಿ ಕನ್ನಡ ಚಾನಲು ಮೂಡಿಬಂತು!

ಕರ್ನಾಟಕದ ವಾರ್ತೆಯಂತೂ ಇಂದೀವರೆಯ ಸುತ್ತಲೇ ಜಡಿದುಕೊಂಡಿತ್ತು. ಎಲ್ಲಿದ್ದಾಳೆ ಇಂದೀವರೆ... ಎಂಬುದರ ಬಗ್ಗೆ ಚರ್ಚೆ ನಡೆಯುತ್ತಿತ್ತು! ಮಂದಿಗೇನು ಬೇರೆ ಕೆಲಸವಿಲ್ಲವೇ? ಈ ಕುರಿತೇ ಮಾತುಕತೆಯೇ... ಎಂದು ಹೇಸಿ, ಟೀವಿಯನ್ನು 'ಆಫ್' ಮಾಡಲೆ ಅಂದುಕೊಳ್ಳುವುದಕ್ಕೆ ಸರಿಯಾಗಿ, ಒಮ್ಮೆಗೇ– ನಾನು ಫೇಸ್‌ಬುಕ್‌ನಲ್ಲಿ ಹಚ್ಚಿದ ಮಾತಂಗಿಯ ಚಿತ್ರ ತೋರಿಬಂತು! ಫಕ್ಕ್... ಎಂದು ಉದ್ಗರಿಸಿದೆ. ಒಳ್ಳೇ ಫಜೀತಿಯಾಯಿತಲ್ಲ... ಎಂದೆಣಿಸಿ, ತಕ್ಷಣ ಫೋನೆತ್ತಿಕೊಂಡು 'ಆನ್' ಮಾಡಿದೆ. ಅದು ತೆರೆಯುವಷ್ಟು ವ್ಯವಧಾನವೇ ನನ್ನಲ್ಲಿರಲಿಲ್ಲ. ಮಿಕ್ಕಿರಲಿಲ್ಲ. ಸರಿ... ಐಪ್ಯಾಡು ತೆರೆದೆನಾದರೆ, ಅದು– 'ತನ್ನೊಳಗೆ' ತಾನು ಗುರುತಿಸದ ಸಿಮ್‌ಕಾರ್ಡ್ ಹೊಂದಿರುವೆ– ಎಂಬ ಮೆಸೇಜು ತೋರಿತು!

ಫೋನು ಕಡೆಗೂ ಚಾಲೂಗೊಂಡಿತು. ತಕ್ಷಣ ಫೇಸ್‌ಬುಕ್ಕು ಹೊಕ್ಕೆ. ಅಲ್ಲೂ ಕೋಲಾಹಲವೇ ಜರುಗಿತ್ತು! ಜನವೋ ಜಾತ್ರೆಯೋ ಎಂಬಂತೆ ಮಂದಿ ನಾ ತಾ ಮುಂದೆಂದು ಕಮೆಂಟಿಸುತ್ತಲೇ ಇದ್ದರು! 'ನಿನ್ನ ಫೋಟೊಗಳನ್ನು ಮೂರು ಲಕ್ಷ ಮಂದಿ ನೋಡಿದ್ದಾರೆ... ಶುಭಾಶಯಗಳು' ಎಂದು ಫೇಸ್‌ಬುಕ್ಕಿನದೇ ಒಂದು ಮೆಸೇಜು ಬಂತು. ಥುತ್ತ್ ಇಲ್ಲಿಯೂ ಇದೇ? ಕರ್ಮ ತಾನೇ? ಮಾಡಬಾರದ್ದು ಮಾಡಿ ಅನುಭವಿಸುವುದೇ ಸೈ... ಎಂದು ಫೋನು ಬಡಿಚುತ್ತಿದ್ದರೆ, ಇದ್ದಕ್ಕಿದ್ದಂತೆ

ಬಡಿದುಕೊಳ್ಳತೊಡಗಿತು!

ಹೆದರಿಕೆಯಾಯಿತು!

ಈ ಹೊತ್ತಿನಲ್ಲಿ ಯಾರು ಫೋನು ಮಾಡಿರಬಹುದು? ಛೇ... ಈ ಫೋನನ್ನು ನೋಡಿರದಿದ್ದರೆ ಚೆನ್ನಾಗಿರುತ್ತಿತ್ತು. ಯಾಕಾದರೂ ನೋಡಹೋದೆ? ಸುಮಾರು ಹೊತ್ತು ಅದರತ್ತ ಗಮನವೀಯದೆಯೆ ಉಳಿದೆ. ಮೊಬೈಲು, ಎರಡು ಮೂರು ಸರ್ತಿ ರಿಂಗಾಗಿ ಸುಮ್ಮನಾಗುವ ನಡುವೆ– ಯಾರದ್ದೆಂದು ನೋಡಿದೆ. ಚೆನ್ನೈನಿಂದ ಪಾರ್ಥ ಕರೆಯುತ್ತಿದ್ದ! ಪಾರ್ಥ ಅಮೃತಂ ಎಂಬ ಹೆಸರಿನ ಮಿಣುಕು ನೋಡಿ ದಿಗಿಲೇ ಮೊದಲಾಯಿತು. ಈ ಹೊತ್ತಿನಲ್ಲಿ ಫೋನ್ ಮಾಡಿದ್ದಾನೆಂದರೆ ಏನಾದರೂ ತುರ್ತೇ ಇದ್ದೀತು! ಏನೇ ಆದರೂ ಯಾರಿಗೂ ಫೋನು ಸಲ್ಲದೆಂದು ತಾನೇ ಬುದ್ಧಿಮಾತು ಹೇಳಿದ್ದನಲ್ಲ... ಅಂದುಕೊಂಡೆ. ಮತ್ತೊಮ್ಮೆ ರಿಂಗ್ ಆಗಿದ್ದೇ ಎತ್ತಿಕೊಂಡೆ. ಧಭಧಭಧಭ ಮಾತು ಸುರಿದ. ಸುತ್ತಿಗೆಯ ಹಾಗೆ ನೆತ್ತಿಗೆ ಕುಟ್ಟಿದ!

'ವೈ ದಿ ಫಕ್ ಯು ಗಾಟ್ ಆನ್ಟು ಫೇಸ್‌ಬುಕ್, ಮ್ಯಾನ್? ದಟ್ ಟೂ ಫ್ರಮ್ ಮೈ ವೈಫ್ಸ್ ಫೋನ್! ಆರ್ ಯು ಇನ್ ಯುವರ್ ಸೆನ್ಸಸ್?' ಎಂದು ಒಂದೇ ಸಮ ಜಡಿಯತೊಡಗಿದ.

ಪಾರ್ಥನನ್ನು ಸಂಬಳಿಸುವುದು ಕಷ್ಟವೇ ಆಯಿತು. ಅವನು ಯಾವೊತ್ತೂ ಹೀಗೆ. ನಾವು ಗೆಳೆಯರ ಮೇಲೆ ಕೋಪ ಸಾಧಿಸುವುದಿದ್ದರೆ ಢಬ್‌ಢಬ್ ಎಂದು ಬರೇ ಇಂಗ್ಲಿಷು ಹೊಡೆಯುತ್ತಾನೆ. ರೋಷ ಹೆಚ್ಚಿದ್ದಷ್ಟೂ ಹೆಚ್ಚು ಹೆಚ್ಚು ಉಗ್ರವಾಗಿ ಇಂಗ್ಲಿಷ್ ಆಡುತ್ತಾನೆ. ಕೊಂಚ ಮನಸ್ಸು ತಣಿದ ಮೇಲೆ ತಮಿಳಿಗಿಳಿಯುತ್ತಾನೆ. ಮಹಾರಾಯನ ಜಾಯಮಾನವೇನೆಂದು ಗೊತ್ತಿರುವುದರಿಂದ ನಾನು ಸುಮ್ಮನೆ ಇದ್ದು, ಒಂದಿಷ್ಟೂ ಎದುರಾಡದೆಯೇ, ಅವನು ಹೇಳುವುದನ್ನೆಲ್ಲ ಸಹನೆಯಿಂದ ಕೇಳಿಸಿಕೊಂಡೆ. ನಾನೇನೇ ವಾಪಸಾಡಿದರೂ ನನ್ನ ತಪ್ಪು ಸರಿಹೊಂದದೆಂದು, ಗೊತ್ತಿದ್ದಿತಾದ್ದರಿಂದ ತುಟಿ ಪಿಟಿಕ್ಕನ್ನದೆ ಇದ್ದೆ.

ಅವಘಡವೇನೆಂದು ಊಹಿಸಲು ಕಷ್ಟವಾಗಲಿಲ್ಲ!

ಅಪ್ಪನ ಇಲಾಖೆಯ ಸೈಬರ್–ಕ್ರೈಮ್ ವಿಭಾಗದ ಪೊಲೀಸರು, ನಾನು ಫೇಸ್‌ಬುಕ್ಕ್‌ನಲ್ಲಿ ಫೋಟೋಸ್ 'ಅಪ್‌ಲೋಡ್' ಮಾಡಿದ್ದೇ ತಡ, ನನ್ನನ್ನು 'ಟ್ರ್ಯಾಕ್' ಮಾಡತೊಡಗಿ– ಯಾವ ಮೊಬೈಲಿನ ಯಾವ ನಂಬರು, ಎಲ್ಲಿನ ಟವರು... ಎಂಬ ದಿಕ್ಕುದಿಶೆಯನ್ನೆಲ್ಲ ಜಾಲಾಡಿ, 'ಸಿಮ್‌ಕಾರ್ಡು' ಪಾರ್ಥನ ಹೆಂಡತಿ ಹೈಂದವಿಯ ಹೆಸರಿನಲ್ಲಿದೆ ಎಂದು ತಿಳಿದಿದ್ದೇ, ರಾತ್ರೋರಾತ್ರಿ ಪಾರ್ಥನ ಮನೆಗೆ ಹೋಗಿ ಬೆಲ್ ಮಾಡಿದ್ದಾರೆ! ಜೀವದ ಗೆಳೆಯನಾದ ಈ ಪಾರ್ಥ ಸಿಕ್ಕನೆಂದರೆ ನಾನು ಸಿಕ್ಕಂತೆಯೇ ತಾನೇ? ಅಪ್ಪ ಪೂರ್ವಾಪರ ಎಣಿಸಿಯೇ ರೇಡು ಮಾಡಿಸಿದ್ದಾರೆ. ಮನೆಗೆ ಬಂದ

ಪೊಲೀಸು ಮಂದಿ, ಅವನನ್ನೂ ಅವನ ಹೆಂಡತಿಯನ್ನೂ- ಈಗಿಂದೀಗಲೇ ಸ್ಟೇಷನ್ನಿಗೆ ಬರುವುದೆಂದು ತಾಕೀತು ಮಾಡಿ ಹೊರಟರಂತೆ. ಇವನು ಸುಮಾರು ಹೊತ್ತು ಅವರೊಡನೆ, ಬಳಿಕ ನನ್ನ ಅಪ್ಪನೊಡನೆ... ಮಾತನಾಡಿ, ಇಬ್ಬರನ್ನೂ ಒಪ್ಪಿಸಿ, 'ನೀವು ಹೊರಡಿ... ನಾನು ಹಿಂದೆಯೇ ಬಂದೇನು...' ಎಂದು ಹೇಳಿ, ನನಗೆ ವಿಷಯ ತಿಳಿಸುವುದಕ್ಕೆಂತಲೇ ಮನೆಯಲ್ಲಿ ಉಳಿದಿದ್ದಾನೆ!

'ಎನ್ನಡಾ? ಆಚಿಯಾ, ಇಲ್ಲಾ ಇರುಕಾ?' ನಾನು ತಮಿಳಿನಲ್ಲಿಯೇ ಮಾತಿಗಿಳಿದೆ. 'ನೀನೇನೋ ನನಗೆ ವಿಷಯ ತಿಳಿಸಲಿಕ್ಕೆ ಅಂತ ಫೋನು ಮಾಡಿದೆ... ಈ ಹೊತ್ತಿನಲ್ಲಿ ಏನಾಗುತಿರುತ್ತೆ ಗೊತ್ತಾ? ಇಬ್ಬರ ಫೋನೂ ಟ್ಯಾಪ್ ಆಗುತಾ ಇರುತ್ತೆ... ಇನ್ನೇನು ಇಲ್ಲಿನ ಪೊಲೀಸರಿಗೂ ಅಲರ್ಟ್ ಆಗಿರುತ್ತೆ! ಕರ್ಮ ತಾನೇ?'

'ಒಂದು ಕೆಲಸ ಮಾಡು... ತಕ್ಷಣ ಫೋನ್ ಆಫ್ ಮಾಡಿ ತಪ್ಪಿಸಿಕೋ. ಓಡಿಹೋಗು! ಅದಕ್ಕೇ ನಾನು ಫೋನು ಮಾಡಿದ್ದು!'

'ಹಾಗಿದ್ದ ಪಕ್ಷಕ್ಕೆ ಇಷ್ಟು ಹೊತ್ತು ಇಂಗ್ಲಿಷ್ ಹೊಡೆಯೋ ಅವಶ್ಯಕತೆ ಇತ್ತೇನೋ, ಮಗನೇ?' ನಾನು ನಗತೊಡಗಿದೆ.

ಪಾರ್ಥನೂ ನಗಲಿಕ್ಕೆ ಸುರುಹಚ್ಚಿ, ನಡುವೆಯೇ ಗಂಭೀರನಾಗಿ, 'ನೋಡು... ಇನ್ನೇನೂ ವರಿ ಮಾಡಬೇಡ. ನಿನ್ನ ಪಾಡಿಗೆ ನಿನ್ನ ಪ್ಲ್ಯಾನ್ ನೋಡಿಕೋ? ಹಾಗೆ ಆ ಹುಡುಗಿ ಯಾರು ಹೇಳು... ಶಿ ಈಸ್ ಸ್ಟನ್ನಿಂಗ್!' ಎಂದೂ ಒಂದಿಷ್ಟು ಮಾತು ತಿರುಗಿಸಿ, ಫೋನು ಬಡಿಚಿದ.

ನಾನು ಪಲಾಯನಕ್ಕೆ ದಾರಿ ಹುಡುಕಿದೆ!

102

ಮುಂದಿನ ಐದನೇ ಮಿನಿಟಿಗೆಲ್ಲ ರೂಮಿನಿಂದ ಹೊರಬಿದ್ದೆ.

ಐಳನ್ ಧೀಮಣಿ ಮರುನ್ನದಿ ಎಂಬ ಈ ಆಸಾಮಿಯ ಯಾವುದೇ ಅವಶೇಷವೂ ಹಿಮ್ಮೆಗದ ಹಾಗೆ ಎಚ್ಚರ ವಹಿಸಿ, ಬಾಲ್ಕನಿಯಲ್ಲಿದ್ದ ಅರೆಬರೆ ಒಣಗಿದ ಬಟ್ಟೆಗಳನ್ನೆಲ್ಲ ಚೀಲಕ್ಕೆ ತುರುಕಿಕೊಂಡು, ಮಂಚದಲ್ಲಿ, ಅದಿಬದಿಯ ದೀಪದ ಮೇಜುಗಳಲ್ಲಿ, ಅವುಗಳ ಡ್ರಾಗಳಲ್ಲಿ, ವಾರ್ಡ್‌ರೋಬಿನಲ್ಲಿ... ಓದಿನ ಮೇಜಿನಲ್ಲಿ... ಬಾತ್‌ರೂಮಿನ ಬಡುಗಳಲ್ಲಿ... -ಹೀಗೆ ಎಲ್ಲೂ ಏನೂ ಬಿಟ್ಟಿಲ್ಲವೆಂದು ಖಾತ್ರಿ ಮಾಡಿಕೊಂಡು, ಸೊಂಟಕ್ಕೆ ಸುತ್ತಿದ್ದ ಹರುಕಿನ ಭದ್ರತೆ ಸರಿಪಡಿಸಿಕೊಂಡು, ಹೇಗಿದ್ದರೂ ಬೂಟು ಬಿಚ್ಚಿದ್ದಿಲ್ಲವಷ್ಟೆ, ಅದರ ಲೇಸನ್ನೂ ತಿದ್ದಿಕೊಂಡು... ಇವೆಲ್ಲಕ್ಕೂ ಮುನ್ನ ಮೊಬೈಲನ್ನು ಆಫ್ ಮಾಡಿ... ಅದು ನಿಜಕ್ಕೂ ಆಫ್ ಇದೆಯೇ ಎಂದು ಮತ್ತೆ ಮತ್ತೆ ಪರೀಕ್ಷಿಸಿ...

ಸರಿಯಾಗಿ, ಠೀಕು ಐದನೇ ಮಿನಿಟಿಗೆಲ್ಲ ರೂಮಿನಿಂದ ಹೊರಬಿದ್ದೆ!

ತಕ್ಷಣ, ಹೇಗಾದರೂ ಹೆದ್ದಾರಿಯನ್ನು ತಲುಪಿ, ಈ ಊರಿನಿಂದ ಹೊರಹೋಗುವ ಯಾವುದಾದರೂ ಬಸ್ಸೋ ಟ್ರಕ್ಕೋ ಟ್ಯಾಕ್ಸಿಯೋ... ಹೀಗೆ, ಏನಾದರೂ ಸೈಯೆ, ಹತ್ತಿ ಹೊರಡುವುದೆಂದು ನಿರ್ಧರಿಸಿದೆ. ಇಲ್ಲಾ, ಬೆಳಿಗ್ಗೆಯವರೆಗೂ ರೇಲ್ವೇ ಸ್ಟೇಷನಿನಲ್ಲಿ ತಂಗಿ ಮುಂದುವರೆಯುವುದೆಂಬ- ಇನ್ನೂ ಒಂದು ಪ್ಲ್ಯಾನು ಕೈಕೊಂಡೆ.

ರೂಮಿನಿಂದ ಹೊರಬಿದ್ದಿದ್ದೇ, ಬಾಗಿಲಿಗೆ ಅಗುಳಿ ಸಹ ಇಕ್ಕದೆ- ಧಭಧಭ ಸ್ಟೇರ್ಸು ಇಳಿಯತೊಡಗಿದೆ. ಕಟ್ಟಿಗೆಯ ಮೆಟ್ಟಿಲುಗಳಾದ್ದರಿಂದ ಬೂಟಿನ ಸದ್ದು ಒಂದೇ ಸಮ ಅನುರಣಿಸಿ ಕೇಳಿಬಂತು! ಬೆನ್ನುಚೀಲದೊಳಕ್ಕೆ ಕೈಗೆ ಸಿಕ್ಕಿದ್ದನ್ನೆಲ್ಲ ಸಿಕ್ಕಂತೆಯೇ ತುರುಕಿದ್ದೆನಾದ್ದರಿಂದ, ಅದು ತುಂಬುಬಸುರಿಯ ಹಾಗೆ ಅಡ್ಡಡ್ಡ ಉದ್ದುದ್ದ ಹೊಟ್ಟೆ ತಾಳಿ, ಬೆನ್ನಲ್ಲಿಯೇ ಉಸ್ಸುಗರೆಯುತ್ತಲಿತ್ತು. ರಿಸೆಪ್ಷನ್ನಿನಲ್ಲಿದ್ದ ಪರಿಚಾರಕ ಏನಾಗಿಹೋಯಿತೆನ್ನುವ ಹಾಗೆ ನನ್ನನ್ನು ನೋಡಿ, 'ಎನಿ ಪ್ರಾಬ್ಲೆಮ್, ಸರ್...' ಎಂದು ನನ್ನತ್ತಲೇ ಕೇಳಲಿಕ್ಕೂ, ಹೊಟೆಲು-ಲಾಬಿಯ ಗಾಜಿನ ಕದ ನೂಕಿಕೊಂಡು- ಒಬ್ಬ ಇನ್ಸ್‌ಪೆಕ್ಟರು, ಒಡನೆರಡು ಪೇದೆಗಳು ಬರುವುದಕ್ಕೂ ಸರಿಯಾಗಿ ತಾಳೆಯಾಯಿತು!

ಸರಿ... ಮುಂದಿನದು ಗೊತ್ತೇ ಇದೆಯಲ್ಲ? ವಾಮನ ತ್ರಿವಿಕ್ರಮನು- ಬಲಿ ಮಹಾರಾಜನ ತಲೆಯ ಮೇಲೇ ಅಂಗಾಲೊತ್ತಿ, ಪಾತಾಳಕ್ಕಟ್ಟಿದ ಕತೆಯನ್ನು ಹೇಳಲೇಬೇಕೇನು?

ಸರಿ... ಆಗಿದ್ದಾಗಲಿ ಅಂದುಕೊಂಡು ನಿಂತಲ್ಲೇ ಹೆಪ್ಪಿಹೋದೆ. ನಿಜಕ್ಕೂ ಪ್ರತಿರೋಧಿಸಲೇ ಇಲ್ಲ. ಇನ್ಸ್‌ಪೆಕ್ಟರು ಹೇಳಿದ್ದಕ್ಕೆಲ್ಲ ಸೈ ಸೈ ಅನ್ನುತ್ತ, ದೂಸರಾ ಮಾತಿಲ್ಲದೆ ಶರಣಾಗಿಬಿಟ್ಟೆ! ನಾನು ಹೀಗೆಲ್ಲ ಸಹಕರಿಸುವೆನೆಂದು, ಮಹಾಶಯ, ಅಂದುಕೊಂಡಿರಲಿಲ್ಲವಷ್ಟೆ? 'ಪ್ಲೀಸ್ ಗೆಟ್ ಇನ್ ಟು ದಿ ಜೀಪ್...' ಎಂದು ತಣ್ಣಗೆ ಆದೇಶಿಸಿದ. ಆಜ್ಞೆಯನ್ನೂ ಹೇಳಿಕೆಯ ಹಾಗೆ ಒಪ್ಪಿಸಿದ. ಒಂದೂ ಮಾತಿಲ್ಲದೆ ಹೇಳಿದ್ದು ಮಾಡಿದೆ. ಜೀಪಿನೊಳಗೆ, ನನ್ನನ್ನು ಹಿಂದಿನ ಸೀಟಿನಲ್ಲಿ ನಡುವೆ ಕೂರಗೊಟ್ಟು- ಎರಡೂ ಪೇದೆಗಳು ಆಚೀಚೆ ಕುಳಿತರು. ಇನ್ಸ್‌ಪೆಕ್ಟರು ಮುಂದೆ ಕುಳಿತ.

ಜೀಪು ನಿಧಾನವಾಗಿ ಹೊರಟಿತು.

ಈ ಹೊತ್ತಿಗೆ, ನನ್ನ ಮನಸ್ಸು- ಸತತವಾಗಿ ಇಪ್ಪತ್ತನಾಲ್ಕು ಗಂಟೆಗಳ 'ಹೈ-ಲೋ' ಕಂಡಿದ್ದಿತಲ್ಲ, ಏನನ್ನೂ ಯೋಚಿಸದಷ್ಟು ಅಶಕ್ತವಾಗಿ, ಭಾವನೆಗಳೇ ಇಲ್ಲದೆ ಬರಡಾಗಿ ಹೋಯಿತು! ಇದೇನಿದು- ಧೃತಿಗೆಟ್ಟ ಸ್ಥಿತಿಯೋ, ಭಂಡತನದ ಬಂಡಾಯವೋ... ಎಂದು ನನ್ನನ್ನು ನಾನು ಕೇಳಿಕೊಂಡೆನಾದರೂ, ಮತಿಯಲ್ಲೇನೂ ಎಟುಕದಾಯಿತು. ನಿಲುಕದೆ ಹೋಯಿತು!

'ವೇರ್ ಆರ್ ಯು ಫ್ರಮ್?' ಇನ್ಸ್‌ಪೆಕ್ಟರು, ನನ್ನನ್ನು ಸೀದಾ ಬೀಚ್‌ರಸ್ತೆಯ್ಲಿರುವ

ಸ್ಟೇಷನ್ನಿಗೆ ಕರೆದೊಯ್ದು, ಎದುರಿಗೆ ನಿಲ್ಲಿಸಿಕೊಂಡು ವಿಚಾರಣೆಗೆ ತೊಡಗಿದ. 'ಅಂಡ್ ವಾಟ್ಸ್ ಯುವರ್ ನೇಮ್?' ಧ್ವನಿ ಕೊಂಚ ಗಡಸಾಗಿತ್ತು.

'ಇನ್ಸ್‌ಪೆಕ್ಟರ್, ನೀವು ಧ್ವನಿಯೆತ್ತರಿಸಬೇಡಿ. ಐ ಹ್ಯಾವ್ ಬೀನ್ ಕಾರ್ಡಿಯಲ್ ವಿತ್ ಯು, ಆಲ್ ಅಲಾಂಗ್...' ದಿಟ್ಟವಾಗಿಯೇ ಹೇಳಿದೆ. ಮನುಷ್ಯ ಕೊಂಚ ತಬ್ಬಿಬ್ಬಾದನೇನೋ, ಸಾವರಿಸಿಕೊಂಡು, 'ಫೈನ್...' ಅಂತಂದ. 'ಓಕೆ... ಓಕೆ... ಯು ಮೇ ಆನ್ಸರ್ ನವ್...' ಅಂತಂದು ನನ್ನತ್ತಲೇ ನೋಡಿದ.

'ಅದಕ್ಕೆ ಮೊದಲು ನಾನು ಕೂತುಕೋಬಹುದಾ, ಇನ್ಸ್‌ಪೆಕ್ಟರ್?' ಎಂದು ಕೇಳಿ, ಆತನಿಂದ ಯೆಸ್ಸೆಂಬ ಅಪ್ಪಣೆ ಬಂದಮೇಲೆ, ಅವನೆದುರಿಗಿದ್ದ ಕುರ್ಚಿಯನ್ನು ಎಳೆದು ಕುಳಿತೆ. 'ನಿಮ್ಮ ಪ್ರಶ್ನೆಗೆ ಉತ್ತರ ಹೇಳುವ ಮುನ್ನ, ನನ್ನನ್ನು ಯಾವ ಕಾರಣಕ್ಕೆ ಅರೆಸ್ಟ್ ಮಾಡಲಾಗಿದೆ? ಕೆನ್ ಯು ಪ್ಲೀಸ್ ಲೆಟ್ ಮಿ ನೋ?' ಹೀಗೆ ಹೇಳುವಾಗ, ಅಭ್ಯಾಸಬಲವೆನ್ನುವ ಹಾಗೆ, ನನಗೇ ಗೊತ್ತಿರದೆ ನನ್ನ ಕೈ ಮೀಸೆಯನ್ನು ತಲುಪಿತು! ತಕ್ಷಣ ಕೆಳಗಿಳಿಸಿ ನಸುನಕ್ಕೆ!

'ವೆಲ್ಲ್... ನಿಮಗೆ ಗೊತ್ತಿದೆ, ಯಾವ ಕಾರಣಕ್ಕೆ ಅಂತ...' ಅನ್ನುತ್ತ, ಇನ್ಸ್‌ಪೆಕ್ಟರು, ತನ್ನ ಮೇಜಿನ ಮೇಲಿದ್ದ ಎರಡು ಮಡಿಚಿದ ಕಾಗದಗಳನ್ನು ಬಿಚ್ಚಿ ಎದುರಿಗಿಟ್ಟ. ಅವುಗಳಲ್ಲಿ ನನ್ನ ಫೇಸ್‌ಬುಕ್ಕ್ ಪ್ರೊಫೈಲಿನಿಂದ ಹೆಕ್ಕಿದ ಫೋಟೋಗಳಿದ್ದವು. ಪ್ರಿಂಟಾಗಿದ್ದವು. 'ನಿಮಗೆ ಇದೂ ಗೊತ್ತಿರಬಹುದು, ದೇವಸ್ಥಾನದ ಆವರಣದಲ್ಲಿ ಫೊಟಾಗ್ರಫಿ ನಿಷಿದ್ಧ ಅಂತ...' ಎಂದು ಬಲು ಗಂಭೀರವಾಗಿ ಹೇಳಿದ.

'ವೆಲ್ಲ್... ಐ ಜಸ್ಟ್ ಕುಡ್ ನಾಟ್ ಹೆಲ್ಪ್. ಆ ಗಳಿಗೆಯನ್ನು ನಾನು ಸೆರೆ ಹಿಡಿಯಲೇಬೇಕಿತ್ತು. ಅದು ನನಗೆ ಅನಿವಾರ್ಯವೂ ಆಗಿತ್ತು...' ನಾನು ಈಗಾಗಲೇ, ಈ ಪರಿಯ ಕ್ವೆರಿ–ಎನ್‌ಕ್ವಯರಿಗೆ ಸಿದ್ಧನಾಗಿದ್ದುದರಿಂದ, ಒಂದಿಷ್ಟೂ ಅಳುಕದೆಯೇ ಉತ್ತರಿಸಿದೆ.

'ಚಿತ್ರದಲ್ಲಿರುವ ಈ ಹೆಣ್ಣು ಯಾರು?'

'ನಿಜವನ್ನೇ ಹೇಳಬೇಕು ಅಂತಂದರೆ ಅದನ್ನು ಹೇಳುವ ಸ್ಥಿತಿಯಲ್ಲಿ ನಾನಿಲ್ಲ!'

'ನೀವು ನನ್ನ ಮೊದಲಿನ ಪ್ರಶ್ನೆಗೆ ಉತ್ತರಿಸಲಿಲ್ಲ...'

'ನಾನು ಚೆನ್ನೈಯಿಂದ ಬಂದವನು. ಐಳನ್ ಎಂದು ನನ್ನ ಹೆಸರು...'

ಇನ್ಸ್‌ಪೆಕ್ಟರ್, ತಕ್ಷಣ ಇನ್ನೇನೋ ಕೇಳಲಿಕ್ಕೆ ಬಾಯ್ತೆರೆದವನು, ನನ್ನ ಹಿಂದೆ ಯಾರೋ ಬಂದರೆಂದು ಮಾತು ನಿಲ್ಲಿಸಿ, ದಡಬಡಿಸಿ ಎದ್ದು ನಿಂತ. ನಾನಂತೂ ಕುಳಿತಲ್ಲೇ ಕುಳಿತು ಇದ್ದಂತೆಯೇ ಉಳಿದೆ. ಹಿಂದೆ ತಿರುಗಿ ಯಾರೆಂದು ನೋಡುವ ಕುತೂಹಲ ತೋರಲಿಲ್ಲ. ಅಥವಾ, ನನ್ನಲ್ಲಿ ಕುತೂಹಲವೇ ಉಂಟಾಗಲಿಲ್ಲ!

ನೇಣು ಶತಸಿದ್ಧವೆಂದಿರುವಾಗ ನಿಲ್ಲಲಿಕ್ಕಿರುವ ಉಸಿರಿನ ಉಸಾಬರಿಯಾದರೂ

ಯಾಕೆ?

'ನಮಸ್ಕಾರ್ ಮೊಹಂತಜೀ... ಬನ್ನಿ ಬನ್ನಿ. ಇಲ್ಲಿ ಕೂತುಕೊಳ್ಳಿ...' ಎಂದು ಇಂಗ್ಲಿಷಿನಲ್ಲಿ ಹೇಳಿದ ಇನ್ಸ್‌ಪೆಕ್ಟರು, ಬಂದಾತನನ್ನು ನನ್ನ ಬದಿಯಲ್ಲಿ ಖಾಲಿಯಿದ್ದ ಕುರ್ಚಿಯಲ್ಲಿ ಕೂರಹೇಳಿದ. ಬಂದವನು ಉತ್ಪಲ ಮೊಹಂತನೆಂದು ನನಗೆ ತಕ್ಷಣ ಗೊತ್ತಾಯಿತು. ನಾನು, ಬೇಕೆಂತಲೇ ಕೆಲಗಳಿಗೆಯಷ್ಟು ತಡೆದು, ನಿಧಾನವಾಗಿ ಆತನ ಕಡೆ ತಿರುಗಿ– 'ನಮಸ್ತೇ...' ಎಂದು ಕೈಜೋಡಿಸಿದೆ.

ಮೊಹಂತ, ನಿನ್ನೊಡನೇನು ಮಾತು ಎಂಬಂತೆ ನನ್ನನ್ನು ಅವಗಣಿಸಿ, ಸೀದಾ ಇನ್ಸ್‌ಪೆಕ್ಟರೊಡನೆ, ಒಡಿಯಾ ಭಾಷೆಯಲ್ಲಿ ಮಾತಿಗಿಳಿದ. ಇಬ್ಬರೂ ಮಾತಂಗಿಯ ಬಗ್ಗೆ ಮಾತನಾಡಿದ್ದೆಂದು ಅಷ್ಟಿಷ್ಟು ಗೊತ್ತಾಯಿತು. 'ವಿ ಆರ್ ಟ್ರೈಇಂಗ್ ಅವರ್ ಬೆಸ್ಟ್...' ಎಂದು ಇನ್ಸ್‌ಪೆಕ್ಟರು ಇಂಗ್ಲಿಷಿನಲ್ಲಿ ಹೇಳಿದ್ದರಿಂದ, ಅವಳನ್ನೂ ಸೆರೆಹಿಡಿಯುವ ಹವಣಿನಲ್ಲಿದ್ದಾರೆಂದು ಚೆನ್ನಾಗಿಯೇ ಗೊತ್ತಾಯಿತು. ಆ ಬಳಿಕದ ಒಂದಿಷ್ಟು ಮಾತು ನನ್ನನ್ನೇ ಕುರಿತು, ಒಡಿಯಾದಲ್ಲಿ ಮುಂದುವರೆಯಿತು. ನಡುನಡುವೆ ಪುರೀ ಮಹಾರಾಜನ ಪ್ರಸ್ತಾಪವೂ ಬಂದಿತು. ಮೊಹಂತ, ಒಂದೇ ಸಮ ಒಂದೇ ಸಂಗತಿಯನ್ನು ಒತ್ತೊತ್ತಿ ಹೇಳಿ ಒತ್ತಾಯಿಸುವಾಗ, ಇನ್ಸ್‌ಪೆಕ್ಟರು ಅದನ್ನು ಅವನಷ್ಟೇ ಒಂದೇ ಸಮ ಅಲ್ಲಗಳೆಯುತ್ತಿದ್ದಾನೆಂತಲೂ ಅನ್ನಿಸಿಬಂತು.

'ಇನ್ಸ್‌ಪೆಕ್ಟರ್, ಕೆನ್ನೈ ಮೇಕ್ ಅ ರಿಕ್ವೆಸ್ಟ್?' ನಾನು ಮಾತು ತುರುಕಿದೆ. 'ಐ ಹ್ಯಾವ್ ದಿ ರೈಟ್ ಆಫ್ ಇನ್ಫರ್ಮೇಶನ್, ಐ ಗೆಸ್... ನನ್ನ ಬಗೆಗಿನ ಮಾಹಿತಿಯ ಮೇಲೆ ನನಗೆ ಹಕ್ಕಿದೆಯಲ್ಲವೆ? ನೀವಿಬ್ಬರೂ ನನಗೆ ಅರ್ಥವಾಗುವ ಭಾಷೆಯಲ್ಲಿ ಮಾತಾಡಬಹುದಲ್ಲವಾ? ಇಂಗ್ಲಿಷ್?'

ಉತ್ಪಲ ಮೊಹಂತ, ಈಗ ಕೊಂಚ ಕಕಮಕಿಸಿ, ನನ್ನತ್ತಲೇ ನೋಡುವಾಗ– ಈ ಸರ್ತಿ, ಬೇಕೆಂತಲೇ ಮೀಸೆಗೆ ಕೈಯಿಕ್ಕಿ, ವಾಪಸು ನೋಡಿದೆ. ಅವನಿಗೆ ನನ್ನ ಈ ಚರ್ಯೆ ಇಷ್ಟವಾಗಲಿಲ್ಲವೆಂದು ಗೊತ್ತಾಯಿತು. ನನ್ನ ಉದ್ದೇಶವಾದರೂ ಅದೇ ಆಗಿತ್ತು!

'ವೆಲ್ಲ್... ಇವರು ದೇವಸ್ಥಾನದ ಉಸ್ತುವಾರಿ ಕಮಿಟಿಯ ಮುಖ್ಯಸ್ಥ...' ಇನ್ಸ್‌ಪೆಕ್ಟರು ವಿವರಿಸತೊಡಗಿದ. 'ನಿಮ್ಮನ್ನು ಇವರ ಸುಪರ್ದಿಗೆ ವಹಿಸಬೇಕು ಅಂತ ಹೇಳುತಿದ್ದಾರೆ... ಹಾಗಂತ ಇಲ್ಲಿನ ಮಹಾರಾಜ ಹೇಳಿದ್ದಾರಂತೆ. ಆದರೆ ನಿಮ್ಮನ್ನು ಇವರು ದೇವಸ್ಥಾನದ ಹುಕುಮ್ಮತಿರುವ ಜಾಗದಲ್ಲಿ ಹಿಡಿದಿದ್ದ ಪಕ್ಷಕ್ಕೆ, ಮಾತು ಬೇರೆ ಇರುತ್ತಿತ್ತು... ನಿಮ್ಮನ್ನು ಮಂದಿರದ ಹೊರಗೆ ನಾವು ಸೆರೆ ಹಿಡಿದಿರುವುದರಿಂದ ಆಗೋದಿಲ್ಲ ಅಂತ ಹೇಳುತಿದ್ದೀನಿ...'

'ಕಾನೂನು ಹೇಗಿದೆಯೋ ಹಾಗೇ ಆಗಲಿ, ಇನ್ಸ್‌ಪೆಕ್ಟರ್... ನಾನು

ಸಹಕರಿಸುತೀನಿ...' ಎಂದು ಹೇಳುತ್ತಿರುವ ನಡುವೆ, ಉತ್ಪಲ ಮೊಹಂತ ಏನೋ ಕಣ್ಸನ್ನೆ ಮಾಡಿದ್ದು ಕಂಡು, ನಾನು ಸರಕ್ಕನೆ ಹಿಂದೆ ತಿರುಗಿ ನೋಡಿದರೆ– ನನ್ನ ಬೆನ್ನಿನಲ್ಲಿಯೇ ಆ ಶಿಶುಪಾಲ ಮತ್ತು ದಂತವಕ್ರರು ಧೂರ್ತಾವತಾರ ತಾಳಿ, ನನ್ನ ಮೇಲೆ ಎರಗನಿಂತಿದ್ದರು! ಬಹುಶಃ, ತಮ್ಮ ಧಣಿಯ ಆಣತಿಯನ್ನೇ ಕಾದಿದ್ದರೇನೋ! ಮೊಹಂತ ಮತ್ತೊಂದು ಸಂಜ್ಞೆ ಮಾಡಿದ್ದೇ– ಇಬ್ಬರೂ, ಸ್ವಲ್ಪ ಕಾಲದ ಹಿಂದೆ, ನನ್ನ ಫೋನಿನಲ್ಲಿ ಯಾವ ಫೋಟೋವೂ ಸಿಕ್ಕದೆ ಸೋತು ಸುಣ್ಣವಾಗಿದ್ದರಲ್ಲ, ಈಗ ಮುಂಚಿನದೇ ಶೌರ್ಯ–ಪರಾಕ್ರಮವನ್ನು ತಾಳಿ, ನನ್ನನ್ನು ಅನಾಮತ್ತನೆ ಅತಿಕ್ರಮಿಸಿ ಹಿಡಿಯಹೊಂಚಿದರು.

ಇನ್ಸ್‌ಪೆಕ್ಟರು ತಕ್ಷಣ ಆವೇಶಯುಕ್ತವಾಗಿ ಒಡಿಯಾದಲ್ಲಿ ಇಬ್ಬರನ್ನೂ ಬಯ್ದನೆಂದು ಕೈಕೊಡವಿ ಹಿಂದೆ ಸರಿದರು.

ಉತ್ಪಲ ಮೊಹಂತ ತೀರಾ ಹತಾಶನಾಗಿ ಎದ್ದು ನಿಂತು, ಇನ್ಸ್‌ಪೆಕ್ಟರನಿಗೆ ಏನೋ ಗದರಿ– ಸರಭರನೆ ಎದ್ದು ಹೊರಕ್ಕೆ ಹೋದ. ಒಡನಿದ್ದ ಚೌಕೀದಾರರೂ ಅವನನ್ನು ಹಿಂಬಾಲಿಸಿ ಸರಿದರು.

103

'ಇವೊತ್ತು ಬೆಳಿಗ್ಗೆ ನಡೆದ ಬ್ರೆಡ್ ದರೋಡೆಯಲ್ಲೂ ನೀವಿಬ್ಬರೂ ಇನ್ವಾಲ್ವ್ ಆಗಿದ್ದಿರಾ?' ಇನ್ಸ್‌ಪೆಕ್ಟರ್, ಈಗ ನೇರ ಕೇಳಿಬಿಟ್ಟ!

ತನಿಖೆ ಇನ್ನೊಂದೆಡೆಗೆ ಹೊರಳಿದ್ದು, ನನ್ನಲ್ಲಿ ಇನ್ನಿರದ ಆಶ್ಚರ್ಯ ಹುಟ್ಟಿಸಿತು! ಆದರೆ ಸಂಗತಿಯಾದರೂ ನಿರೀಕ್ಷಿತವೇ ಇದ್ದಿತು. ಐ ಮೀನ್, ಹೀಗೆ ಕೇಳುತ್ತಾನೆಂದು ನನಗೆ ಈಗಾಗಲೇ ಗೊತ್ತಾಗಿತ್ತು!

ಶಿಶುಪಾಲ– ದಂತವಕ್ರರು ನನ್ನನ್ನು ಹಿಡಿದು ಎತ್ತಹೊಂಚುವಾಗ, ನನ್ನ ಟೀಶರಟಿನ ಅಡಿಯಿಂದ ಸೊಂಟಕ್ಕೆ ಸುತ್ತಿದ್ದ ಧೋತರದ ಹರುಕು, ಈ ಇನ್ಸ್‌ಪೆಕ್ಟರಿಗೆ ಕಂಡಿರಬೇಕೆಂದು, ನನಗೆ ತಕ್ಷಣ ಅರ್ಥವಾಗಿತ್ತು! ಇಬ್ಬರೂ ನನ್ನ ಕೈಬಿಟ್ಟಿದ್ದೇ ತಡ, ಸರಸರನೆ, ಆದರೆ ಬಲು ಜತನವಾಗಿ ಟೀಶರ್ಟು ಸರಿಪಡಿಸಿಕೊಂಡಿದ್ದೆ. ಈಗ, ಇನ್ಸ್‌ಪೆಕ್ಟರಿನಿಂದ ಈ ಮಾತು ಬಂದಿದ್ದೇ ತಡ– ಸೊಂಟದ ಹರುಕನ್ನು ಬಿಚ್ಚಿ, ಸರಭರನೆ ಸೆಳೆದು ಮೇಜಿನ ಮೇಲೆ ಇಳಿಬಿಟ್ಟು ನಕ್ಕೆ. 'ಯೆಸ್ಸ್ ಯೆಸ್ಸ್... ಆಲ್ ಯುವರ್ಸ್, ಇನ್ಸ್‌ಪೆಕ್ಟರ್...'

'ನಾನು ಕೇಳಿದ್ದಕ್ಕೆ ನೀವು ಉತ್ತರಿಸಲಿಲ್ಲ...'

'ಎರಡು ಸರ್ತಿ ಯೆಸ್ಸ್ ಅಂದೆನಲ್ಲ...' ಎಂದು ಮತ್ತೊಮ್ಮೆ ನಕ್ಕು, 'ಯು ಮೇ

ಬುಕ್ ಮಿ ನವ್ವ್ ಅಂಡರ್ ಆಲ್ ದಿ ಸೆಕ್ಷನ್ಸ್...' ಅನ್ನುತ್ತ ಬಲು ಗತ್ತಿನಿಂದ ಮೀಸೆಗೆ ಕೈಯಿಕ್ಕಿದೆ.

ಈಗ ಇನ್ಸ್‌ಪೆಕ್ಟರು ಕೊಂಚ ಕಕ್ಕಾವಿಕ್ಕಿಗೊಂಡನಾದರೂ, 'ನಿಮ್ಮ ಫೋನು ಇಲ್ಲಿ ಕೊಡುತೀರಾ?' ಎಂದು ಕೇಳಿದ.

ಕಿಸೆಯಲ್ಲಿದ್ದ ಫೋನೆಳೆದುಕೊಂಡು, ಮುಂದಿನ ಆದೇಶ ಬರುವ ಮುನ್ನವೇ ಅದರ 'ಪವರ್ ಆನ್' ಸ್ವಿಚ್ಒತ್ತಿ, ಮೇಜಿನ ಮೇಲಿರಿಸಿದೆ. ಇನ್ಸ್‌ಪೆಕ್ಟರು ಕಾತರಯುಕ್ತನಾಗಿ ಫೋನಿನಲ್ಲಿ ಜೀವ ಕುದುರುವುದನ್ನೇ ಎದುರುನೋಡಿದ. ನಾನೂ ಅವನ ಮೋರೆಯಲ್ಲಿಯೇ ಕಣ್ಣಿಕ್ಕಿಕೊಂಡು, ಮಹಾಶಯನ ಮುಂದಿನ ನಡೆನುಡಿಗಾಗಿ ಕಾದೆ.

ಫೋನಿನ ಒಳಸತ್ತ್ವವು ಅರಳಿ ಮೂಡಲಿಕ್ಕೆ ಕೆಲವು ಮಿನಿಟುಗಳೇ ಆದವು. ಹೈಎಂಡ್ ಸ್ಮಾರ್ಟ್‌ಫೋನು ತನ್ನ ತಾನು ತೆರೆದು ತೋರುವುದೆಂದರೆ, ಅದರೊಳಗಿನ ಸಮಸ್ತ ತಂತ್ರಾಂಶವೂ ಒಂದೊಂದಾಗಿ ಚಿಗುರಬೇಕಷ್ಟೆ? ಕೆಲವಾರು ಸರ್ತಿ ಒಂದೇ ಸಮ ಎಂಬಂತೆ ಬುಗುರಿ ತಿರುಗುವುದಷ್ಟೆ? ಅಲ್ಲದೆ, ಈ ತಿಗರಿ ತಕಲಿಗಳ ಸಕಲ ತಿರುಗಣಿಯೂ ಸುಧಾರಿಸಿ ಬರಬೇಕಷ್ಟೆ? ಕಡೆಯಲ್ಲಿ ಸಿಗ್ನಲೆಂಬ ಸಿಗ್ನಲೂ ಉಂಟಾಗಿ, ಫೋನು ಇದರೊಡನೆ ತಗುಲಿ 'ಜಗದ್ಸರ್ವ'ದೊಡನೆಯ ನಂಟು ತಾಳಬೇಕಷ್ಟೆ?

ನಾನಾದರೂ, ಫೋನೊಳಗಿನ ಸರಕು ಅಣಿಯಾಗುವವರೆಗೂ, ನಿರುಮ್ಮಳವಾಗಿ ನನ್ನ ಮೀಸೆ-ಗಡ್ಡಗಳಲ್ಲಿ ಕೈತಾಳಿಕೊಂಡಿದ್ದೆ. ಒಂದೆರಡು ಸರ್ತಿ ಮೀಸೆ ತಿರುವಿದೆ ಸಹ! ಇನ್ಸ್‌ಪೆಕ್ಟರು, ಬಹುಶಃ, ಈ ಪರಿ ದರ್ಪ ಮಾಡುವ ಅಪರಾಧಿಯನ್ನು- ತನ್ನ ಬದುಕಿಡೀ ನೋಡಿರಲಿಲ್ಲವೇನೋ! ಕಸಿವಿಸಿಯೊಳಗೇ ಮಿಕ್ಕ! ನಡುನಡುವೆ ಪೆಕರು ಪೆಕರಾಗಿಯೂ ನಕ್ಕ!

ಇಷ್ಟಿದ್ದೂ ನನಗೆ ಅರ್ಥವಾಗದ ಸಂಗತಿಯೆಂದರೆ, ನಾನೇಕೆ ಹೀಗೆ ವರ್ತಿಸಿದೆಯೆಂಬುದು. ಕೆಲಗಂಟೆಗಳ ಹಿಂದೆ ಬೆದಬೆದರಿ ಬೆವಬೆವರಿ ಮೈಯೊಳಗೇ ಕುಸಿದುಹೋದ ಭಯಭೀತ ಜಿಂಕೆಯಂತಿದ್ದೆನಲ್ಲ, ಈಗ ಇಷ್ಟು ನಿರ್ಭಾವುಕನಾಗಿ, ಇನ್ನೇನು ತಾನೇ ಆದೀತು... ಎಂದು ತಟಸ್ಥನಾಗಿದ್ದು ಯಾಕೆ? ಅಥವಾ, ಜಗನ್ನಾಥನ ಕುಮ್ಮಕ್ಕಿನ ಮೇರೆಗೆ ನಿರಂಕುಶ ಸಿಂಹದ ಹಾಗೆ ಆಗಿಬಿಟ್ಟೆನೇ? ಇನ್ನು, ಇನ್ಸ್‌ಪೆಕ್ಟರಾದರೂ ತನ್ನ ಹುದ್ದೆಗೆ ತಕ್ಕ ವರ್ಚಸ್ಸಿನಲ್ಲಿ ನಡೆಯಬಹುದಿತ್ತೆ?

ಏನೊಂದೂ ಅರ್ಥವಾಗಲಿಲ್ಲ!

ಸರಿ... ಕಡೆಗೂ ನನ್ನ ಫೋನು ಬಳಕೆಗೆ ಅಣಿಯಾಯಿತು. ತಕ್ಷಣ, ಅದಕ್ಕೆ ಪಾಸ್‌ಕೋಡ್ ಉಣಿಸಿ- ಇನ್ಸ್‌ಪೆಕ್ಟರನ ಕಡೆಗೆ ತಳ್ಳಿದೆ. ಮುಂದಿನ ಆದೇಶಕ್ಕಾಗಿ ಕಾದೆ.

ಇನ್ಸ್‌ಪೆಕ್ಟರು ಫೋನೆತ್ತಿಕೊಂಡು, ಅದರ ಮೇಲ್ಮೈಯನ್ನೊಮ್ಮೆ ಮೀಟಿ, 'ವೇರ್

ಆರ್ ದಿ ಪಿಕ್ಚರ್ಸ್?' ಎಂದು ಗತ್ತಿನಿಂದ ಕೇಳುವುದಕ್ಕೂ, ಫೋನನ್ನು ಮುಚ್ಚುವ ಫ್ಲ್ಯಾಪೊಳಗಿನಿಂದ ಅಬಿನಾಶ್ ಸೇನಾಪತಿಯ ಕಾರ್ಡು ಕೆಳಗೆ ಬೀಳುವುದಕ್ಕೂ ಸರಿ ಹೊಂದಿತು! ಅವನು, ಮೊಬೈಲನ್ನು ಮೇಜಿನಲ್ಲಿಯೇ ಬಿಟ್ಟು, ತನ್ನ ಕಾಲಡಿಯಲ್ಲಿ ಬಿದ್ದ ಕಾರ್ಡನ್ನು ಎತ್ತಿಕೊಳ್ಳಲೆಂದು ಬಗ್ಗಿದ್ದಷ್ಟೇ ಬಂತು– ಬಾಗುವಾಗಲಿದ್ದ ಮುಖಚರ್ಯೆ ಮೇಲೇರುವಾಗ ಇರಲಿಲ್ಲ! ಪೂರಾ ಪೂರಾ ಬದಲಾಗಿತ್ತು!

ಪವಾಡವೇ ಜರುಗಿಕೊಂಡಿತ್ತು!

ಮನಃಪರಿವರ್ತನೆ ಅನ್ನುವರಲ್ಲ, ಥೇಟು ಹಾಗೆ ಬದಲಿಹೋಗಿತ್ತು! ಈಗಲಂತೂ ಮನಸ್ಸಿನದೇ ಮುಖವಾಡವೆನ್ನುವಷ್ಟು ಪೆಚ್ಚುಮೋರೆ!

ಇನ್ಸ್‌ಪೆಕ್ಟರು ಹಾವು ಮೆಟ್ಟಿದಂತಹ ಕಂಗಾಲು ತಾಳಿ ನನ್ನತ್ತ ನೋಡಿದ!

ನಿಜಕ್ಕಾದರೆ, ಅಬಿನಾಶ್ ಸೇನಾಪತಿಯ ಕಾರ್ಡು ನನ್ನೊಡನಿದೆಯೆಂದು, ನನಗೆ ಮರೆತೇಹೋಗಿತ್ತು! ಅದನ್ನು ಈ ಇನ್ಸ್‌ಪೆಕ್ಟರಿಗೆ ಮೊದಲೇ ತೋರಿಸಿದ್ದಲ್ಲಿ, ಈ ಕತೆಯಲ್ಲದ ಕತೆಯು ಈಗಾಗಲೇ ಮುಗಿದಿರುತ್ತಿತ್ತೇನೋ!

ಇನ್ಸ್‌ಪೆಕ್ಟರು ತಕ್ಷಣ ತನ್ನ ಫೋನೆತ್ತಿಕೊಂಡು ಅಬಿನಾಶ್ ಸೇನಾಪತಿಯನ್ನು ಕರೆದ. ನನ್ನ ಸಲುವಾಗಿಯೇ ಕರೆದಿದ್ದ. ಇಬ್ಬರೂ ಮಾತನಾಡಿದ ಪರಿ ನೋಡಿದರೆ, ಅವನು ಇವನಿಗೂ ಮೇಲಿನ ಅಧಿಕಾರಿಯೆಂದು ಸ್ಪಷ್ಟವಾಗಿ ತೋರಿಬಂತು. ಎರಡೂ ಮಂದಿ ಸುಮಾರು ಹೊತ್ತು 'ಒಡಿಯಾ'ದಲ್ಲಿ ಸಂಭಾಷಿಸಿದರು. ಅವನ ಒಂದೊಂದು ಮಾತಿಗೂ ಇವನು– ಯೆಸ್ಸರ್... ಜೀಸರ್... ಎಂದು ತಲೆಯಾಡಿಸುತ್ತಿದ್ದ! ಆಜ್ಞೆಯಿಡಿ, ಮಾಡಿಯೇನು... ಎಂಬಂತೆ ವಿಧೇಯನಾಗಿದ್ದ!

ಈ ನಡುವೆ, ಈ ಇನ್ಸ್‌ಪೆಕ್ಟರಿನ ಹೆಸರೇನೆಂದು ಅವನ ಮೇಲಂಗಿಯನ್ನು ಗಮನಿಸಿ ನೋಡಿದೆ. ನೀಲಿಬಣ್ಣದ ಲೋಹದ ಫಲಕದಲ್ಲಿ ಬೆಳ್ಳಗೆ 'ನೀಲಮಾಧವ ದಾಸ್' ಎಂದು ಬರೆದಿತ್ತು. ನೀಲಮಾಧವನೆಂದರೆ ಜಗನ್ನಾಥ ದೇವರ ಪೂರ್ವಾಶ್ರಮದ ಹೆಸರಲ್ಲವೇ ಅಂದುಕೊಳ್ಳುತ್ತಿದ್ದೆನಷ್ಟೆ, ನನ್ನ ಮೊಬೈಲು ರಿಂಗಾಗತೊಡಗಿತು. 'ಅಪ್ಪ' ಎಂದು ಮಿಣುಕಿಬಂತು. ಇನ್ಸ್‌ಪೆಕ್ಟರು ಇತ್ತ ನೋಡುವ ಮೊದಲೇ ಈ ಫೋನನ್ನು ಸೈಲೆಂಟಾಗಿಸಿದೆ. ಇವನು ಅಬಿನಾಶ್ ಸೇನಾಪತಿಯೊಡನೆ ಉದ್ದಾನುದ್ದವಾಗಿ ಮಾತು ಬೆಳೆಸಿದ್ದ. ನಡುನಡುವೆ ಕೆಲವು ಇಂಗ್ಲಿಷ್ ಮಾತುಗಳೂ ಆದವಾದ್ದರಿಂದ, ನನಗೂ ವಿಷಯವೇನೆಂದು ಅಷ್ಟಿಷ್ಟು ತಿಳಿದುಬಂತು. ಇಬ್ಬರೂ– ನಾನು ಯಾರು... ನನ್ನ ಅಪ್ಪ ಯಾರು... ಏನು ಎತ್ತ... ಎಂದೆಲ್ಲ, ಪರಸ್ಪರ ವಿವರಣೆಯಲ್ಲಿ ತೊಡಗಿದ್ದರು. ಅವನು ಹೇಳಿದ ಕೆಲವು ಸಂಗತಿಗಳಿಗೆ, ಇವನು, 'ಅಪ್ಪುಡಿಯಾ? ಐಸಾ ಹೇ ಕ್ಯಾ?' ಎಂದು ಮಂದಿ ಕಟ್ಟಚ್ಚರಿ ತಾಳುವರಲ್ಲ, ಹಾಗೇ ಉದ್ಗರಿಸುತ್ತಿದ್ದ!

ಅಪ್ಪ ಮತ್ತೆ ಎರಡು ಮೂರು ಸರ್ತಿ ಫೋನು ಮಾಡಿದರು. ಒಂದೇ

ಸಮ ಕರೆದರು. ನಾನು ಬೇಕೆಂತಲೇ ಉತ್ತರಿಸಲಿಲ್ಲ. ರಿಸೀವು ಮಾಡದಿರಲಿಕ್ಕೆ, ಸ್ಟೇಷನಿನಲ್ಲಿದ್ದೇನೆಂಬ ಸ್ಪಷ್ಟ ಕಾರಣವೂ ಇದ್ದಿತಷ್ಟೆ- ಹಾಗಾಗಿ ಸುಮ್ಮನಾಗಿಬಿಟ್ಟೆ. ಅಲ್ಲದೆ, ಸುಖಾಸುಮ್ಮನೆ ಮಾತಿಗೆ ತೊಡಗಿ ಇಲ್ಲಸಲ್ಲದ ಬುಧ್ಧಿವಾದಕ್ಕೀಡಾಗುವುದು ನನಗೆ ಬೇಕಿರಲಿಲ್ಲ. ಈ ನಡುವೆ ಒಮ್ಮೆ ಪಾರ್ಥನ ಕರೆಯೂ ಬಂದಿತಾಗಿ, ಅಪ್ಪ, ಇವನೊಡಗೂಡಿ ದೊಡ್ಡದೊಂದು ಪ್ಲ್ಯಾನು ಮಾಡಿದ್ದಾರೆಂತಲೇ ಅಂದುಕೊಂಡೆ.

ಇನ್ಸ್‌ಪೆಕ್ಟರ್ ನೀಲಮಾಧವನು ಮಾತು ಮುಗಿಸುವುದನ್ನೇ ಎದುರುನೋಡಿಕೊಂಡು ಉಳಿದೆ.

104

ಅಬಿನಾಶ್ ಸೇನಾಪತಿಯೂ, ನೀಲಮಾಧವ ದಾಸನೂ- ಕಡಿಮೆಯೆಂದರೂ ಇಪ್ಪತ್ತು ಮಿನಿಟುಗಳಷ್ಟು ಮಾತನಾಡಿದರು.

ಸುಮ್ಮನೆ ಆಚೀಚೆ ಗೋಣು ತಿರುವಿ ನೋಡಿದೆ. ನಾವಿಬ್ಬರೂ ಇದ್ದ ಕೋಣೆಯ ಆಚೆ ಎರಡು ಪೇದೆಗಳು ಕಾವಲು ನಿಂತಿದ್ದರು. ಈಗಿಂದೀಗಲೇ ಎದ್ದು ಓಟ ಕಿತ್ತರೆ ಹೇಗೆ... ಎಂದೊಂದು ಯೋಚನೆಯೂ ಮನಸು ಹೊಕ್ಕು ಸುಮ್ಮಗಾಯಿತು. ಓಡುವುದೇ ಆದರೆ ಈ ಮೇಜಿನಿಂದ ಫೋನೆತ್ತಿಕೊಳ್ಳಬೇಕು. ಮೇಜಿನ ಹಿಂಬದಿಯಲ್ಲಿ ನೀಲಮಾಧವನ ಕಾಲುಬಳಿಯಿರುವ ನನ್ನ ಚೀಲವನ್ನು ಹೆಕ್ಕಬೇಕು... ಬೆನ್ನಿಗೇರಿಸಿಕೊಳ್ಳಬೇಕು... ಮತ್ತು ಈ ಮೂರನ್ನೂ ಕ್ಷಣಾರ್ಧದಲ್ಲಿ ಮಾಡಬೇಕು. ಬಳಿಕ, ಹೊರಗಿರುವ ಪೇದೆಗಳನ್ನು ಸೆಣಸಬೇಕು... ಇಂಥವರೇ ಈ ಸ್ಟೇಶನಿನ ಹೊರಗೂ ಕಾವಲಿಗಿದ್ದಲ್ಲಿ ಅವರನ್ನೂ ಮಣಿಸಬೇಕು! ಇವೆಲ್ಲ ಯಕಃಶ್ಚಿತ್ ಮನುಷ್ಯನಾದ ನನ್ನಿಂದ ಸಾಧ್ಯವೇ? ಸಾಧುವೇ?

ಈ ನಡುವೆ ಮಾತಂಗಿ ಎಲ್ಲಿರಬಹುದೆಂದು ಯೋಚನೆಯಾಯಿತು. ಬಲು ಧೈರ್ಯಸ್ಥ ಹೆಣ್ಣು. ದರೋಡೆಯಂತಹ ದರೋಡೆಗೂ ಹೇಸಳಲ್ಲವಲ್ಲ... ಅನ್ನಿಸಿಬಂತು. ದಿಟ್ಟಾತಿ ದಿಟ್ಟೆ ಹೆಂಗಸು... ಇಲ್ಲದಿದ್ದಲ್ಲಿ ಇನ್ನೂರಿಪ್ಪತ್ತು ಘಟ್ಟೆತ್ತರದ ಶಿಖರವನ್ನು ಏರುವುದೇನು ಸಾಮಾನ್ಯವೇ? ಅಂದುಕೊಂಡಿದ್ದನ್ನು ಮಾಡುವ ಅವಳೆದುರು, ನಾನು ಗೌಣವೇ ತಾನೇ? ದರೋಡೆಯ ಸುಮಾರಿನಲ್ಲೂ ನಾನು ಎಷ್ಟು ಅಳುಕಿಕೊಂಡಿದ್ದೆ! ಈಗ, ಇಲ್ಲಿಂದ ಎದ್ದು ಓಡುವುದು ಹೌದೇ?

ಕಡೆಗೂ ಇನ್ಸ್‌ಪೆಕ್ಟರ್ ದಾಸ್ ಫೋನಿಳಿಸಿ ನನ್ನತ್ತಲೊಮ್ಮೆ ನೋಡಿದ. 'ಮಿಸ್ಟರ್ ಐಳನ್... ವಿ ಹ್ಯಾವ್ ಡಿಸ್ಕಸ್ಡ್ ಯುವರ್ ಕೇಸ್ ಎಟ್ ಲೆಂಥ್ ವಿತ್ ಮೈ ಸುಪೀರಿಯರ್ಸ್...' ಎಂದು ಮಾತಿಗೆ ತೊಡಗಿದನಷ್ಟೆ, ಅವನ ಫೋನು ಮತ್ತೊಮ್ಮೆ ರಿಂಗಾಯಿತು. 'ಯೆಸ್ ಸರ್... ಗುಡ್ ಈವನಿಂಗ್, ಸರ್...' ಅನ್ನುತ್ತ, ಮರಳಿ

ಮಾತಿಗೆ ತೊಡಗಿದ. ಈ ಸರ್ತಿಯ ಮಾತುಕತೆ ಇಂಗ್ಲಿಷಿನಲ್ಲಿ ಜರುಗಿತಾದ್ದರಿಂದ ವಿಷಯವೇನೆಂದು ನಿಚ್ಚಳವಾಗಿ ತಿಳಿದುಬಂತು.

ಕರೆದಿರುವುದು ನನ್ನ ಅಪ್ಪ! ನನ್ನ ಬಿಡುಗಡೆಯ ಔಪಚಾರಿಕತೆಯನ್ನು ಕುರಿತು ಚರ್ಚೆ. ಏನೇನೋ ಪ್ಲ್ಯಾನು... ಫಾರ್ಮ್ಯಾಲಿಟಿ ಮತ್ತು ಯೋಜನೆ. ಸದ್ಯಕ್ಕೆ ನನ್ನನ್ನು ವಾಪಸು ಹೊಟೆಲಿಗೇ ಬಿಟ್ಟು, ಅಲ್ಲಿ ನನ್ನನ್ನು ಕಾಯಲಿಕ್ಕೆಂದು ರೂಮಿನ ಹೊರಗೆ ಒಬ್ಬ ಪೇದೆಯನ್ನೂ ಇರಗೊಟ್ಟು, ಬೆಳಿಗ್ಗೆ ಭುವನೇಶ್ವರಕ್ಕೆ ನನ್ನನ್ನು ರವಾನಿಸಿ... ಅಲ್ಲಿಂದ ಫ್ಲೈಟು ಹತ್ತಿಸುವುದೆಂದೆಲ್ಲ ಒಡಂಬಡಿಕೆ.

ಯಾವುದೇ ಕೈದಿಯನ್ನು 'ಸುಮ್ಮನೆ' ಬಿಟ್ಟುಬಿಡಲಿಕ್ಕೂ, ಅವನ ಬಗ್ಗೆ ಈಗಾಗಲೇ ಪುಸ್ತಕಗಳಲ್ಲಿ ಬರೆದಿರುವುದಕ್ಕೆ ಷರಾ-ಟಿಪ್ಪಣಿ ಬರೆಯಬೇಕಷ್ಟೆ? ಏನೇನೋ ದಾಖಲೆ ತಿದ್ದಬೇಕು. ಅಷ್ಟೇ ಕಾರಕೂನಿಕೆ ಜರುಗಿಸಬೇಕು! ಸಾಲದುದಕ್ಕೆ- ನಾನು, ಮಾತಂಗಿ ನಡೆಸಿದ 'ಬ್ರೆಡ್ಡ್ ದರೋಡೆ'ಯಿಂದಾಗಿ ಕೆಲವೆಂಟು ತಿರುವು ಕಂಡ ಕೇಸ್ ಇದು... ಸುಮ್ಮನೆ ಮುಚ್ಚಲಾದೀತೆ? 'ಸುತ್ತು'ವುದೇ ಕರ್ಮವಾದ ಚಾನಲುಗಳೇನು, ಈ ಕುರಿತೂ ಸುತ್ತದೆ ಸುಮ್ಮನಿದ್ದಾವೆ?

ನನ್ನ ಸದ್ಯದ ಬಿಡುಗಡೆಯನ್ನು- ಇಷ್ಟೆಲ್ಲ ಪರಿ ಪರಿಯಾಗಿ ಮುಂದಾಲೋಚನೆಯಿಂದ, ನನ್ನ ಅಪ್ಪ ಯೋಜಿಸಿರುವುದೂ ಒಂದು ಕುಚೋದ್ಯವೇ ಅನ್ನಿಸಿಬಂತು!

ಹುಹ್ಹ್... ಯಾರಿಗೆ ಬೇಕು? ಇದು ನನ್ನ ಮಟ್ಟಿಗಿನ ಬಿಡುಗಡೆಯೇ ಅಲ್ಲವಲ್ಲ? ಅಪ್ಪನ ಕಬಂಧ ಬಾಹುಗಳು ಇಲ್ಲಿನವರೆಗೂ ಬಂದ ಮೇಲೆ, ನಾನು ಈ ನೆಲದ ಮೇಲೆ ಎಲ್ಲೇ ಇದ್ದರೂ, ಚಾಚಿ ಬಾಚಿ ಹಿಡಿಯಬಲ್ಲವಷ್ಟೆ? ಇಲ್ಲಿನ ಬಿಡುಗಡೆಯೆಂದರೆ ಚೆನ್ನೈಯಲ್ಲಿ ಸೆರೆ ತಾನೇ? ಯಾಕೋ ಏನೂ ಚೆನ್ನನಿಸಲಿಲ್ಲ. ಇಷ್ಟಿದ್ದೂ, ಇವನ್ನೆಲ್ಲ ಒಪ್ಪದೆಯೇ ಇರುವ ದಾರಿಯಾದರೂ ನನ್ನಲ್ಲಿದೆಯೇ? ಯೋಚಿಸಿದಷ್ಟೂ ಬೇಜಾರೇ ಆಯಿತು! ಸರಿ... ವಾಪಸು ಹೋಗಿ, ಅಪ್ಪ ಅಮ್ಮನ ಒಡನಿದ್ದೇ ಬದುಕು ಸೆಣಸುವುದೆಂದು ನಿರ್ಧರಿಸಿದೆ. ಯಾರಿಗೆ ಗೊತ್ತು, ಈ ನಾಲ್ಕೈದು ದಿನಗಳಲ್ಲಿ ಇಬ್ಬರ ಮನಸ್ಸು ಬದಲಾಗಿದ್ದರೂ ಇರಬಹುದು... ಅಕಸ್ಮಾತ್ ಆಗಿಲ್ಲದಿದ್ದರೆ?

ಈ ಮುಂದಿನದನ್ನು ಯೋಚಿಸಲೇಕೂಡದೆಂದು ನಿರ್ಧರಿಸಿ, ಅಪ್ಪ-ಅಮ್ಮನೆದುರಿನ ಶರಣಾಗತಿಗೆ ಮನಸ್ಸು ಅಣಿಗೊಳಿಸಿಕೊಂಡೆ.

ಈ ನಡುವೆ ಮಾತಂಗಿಯ ಬಗ್ಗೆ ಯೋಚನೆಯಾಯಿತು. ಅವಳನ್ನು ಒಂದೇ ಒಂದು ಸರ್ತಿ, ಬಹುಶಃ ಕಡೆಯ ಸಲವೆನ್ನುವ ಹಾಗೊಮ್ಮೆ ಭೇಟಿ ಮಾಡಲೇಬೇಕೆಂದು ಅನ್ನಿಸಿಬಂತು. ಅದಮ್ಯವಾದ ವಾಂಛೆ! ಹೆಬ್ಬಯಕೆ ಅನ್ನುವರಲ್ಲ, ಆ ಥರದ ಹಂಬಲ! ಇದನ್ನು ಈ ನೀಲಮಾಧವನೆದುರೇ ವಿನಂತಿಸಿಕೊಳ್ಳುವುದೆಂದು ಅಂದುಕೊಂಡೆ.

ಇವನು ಫೋನ್ಮಾತು ಮುಗಿಸುವುದನ್ನೇ ಕಾದುಕುಳಿತೆ.

'ವೆಲ್ಲ್... ಏನೂ ಹೇಳುವ ಅವಶ್ಯಕತೆ ಇಲ್ಲ, ಇನ್ಸ್‌ಪೆಕ್ಟರ್... ಐ ಹ್ಯಾವ್ ಅಂಡರ್ಸ್ಟುಡ್ ಎವೆರಿ ಬಿಟ್ ಆಫ್ ಯುವರ್ ಟಾಕ್ ವಿತ್ ಮೈ ಡ್ಯಾಡ್...' ಇನ್ಸ್‌ಪೆಕ್ಟರ್ ದಾಸ್, ಫೋನಿನಲ್ಲಿನ ಮಾತುಕತೆ ಮುಗಿಸಿದ್ದೇ ಹೇಳಿದೆ. ಅವನಿಗೆ ಆಶ್ಚರ್ಯವಾಯಿತು. 'ನಾನು ನಿಮ್ಮ ಯಾವುದೇ ಫಾರ್ಮ್ಯಾಲಿಟಿಯನ್ನೂ ಧಿಕ್ಕರಿಸಲಾರೆ... ಸಹಕರಿಸುತ್ತೀನಿ...' ಅಂತಲೂ ಹೇಳಿ, ಕುಳಿತಲ್ಲಿನಿಂದ ಎದ್ದು, ನನ್ನ ಬೆನ್ನುಚೀಲ ಹೆಕ್ಕ ಹೊರಟವನು, ತಕ್ಷಣವೇ ತಡೆದು- ಚಲ್ಲಣದ ಬಲತೊಡೆಯ ಕೆಳಜೇಬೊಳಗಿನ ಮರಿಜೇಬಿನಲ್ಲಿದ್ದ ಮಾತಂಗಿಯ ಉಂಗುರವನ್ನು ಹೆಕ್ಕಿದೆ.

ಜೇಬಿನಿಂದ ಹೆಕ್ಕಿದ್ದನ್ನು ಮೇಜಿನಲ್ಲಿಟ್ಟಿದ್ದೇ, ಇನ್ಸ್‌ಪೆಕ್ಟರು, ಏಕ್‌ದಮ್ ಹಿಂತೆಗೆದು ಹೋದ! ಒನ್ನಮೂನೆ ಆಘಾತವೇ ಆಯಿತೇನೋ... ಅವನ ಕಣ್ಣುಗಳು ಕಾದ ಎಣ್ಣೆಯಲ್ಲಿಳಿದ ಉದ್ದಿನ ಹಪ್ಪಳದಂತೆ ಅಡ್ಡಾದಿಡ್ಡಿ ಅರಳಿಕೊಂಡವು!

ಮೂರು ಸುತ್ತಿನ ಉಂಗುರ!

ಮುಸುಕುಧಾರೀ ಹೆಣ್ಣು ತೊಟ್ಟಿದ್ದ ಉಂಗುರ!

ಕರಾಚಿ ಬೇಕರಿಯ ಸೀಸೀ ಟೀವಿಯ ಫುಟೇಜಿನಲ್ಲಿ ಕಾಣಸಿಕ್ಕಿ, ಇಡೀ ಒಡಿಶಾದ ಪೊಲೀಸ್ ಮಿದುಳನ್ನು ಒಂದು ದಿನವಿಡೀ ಕೆದಕಿ ಕೆಣಕಿತ್ತಲ್ಲ- ಅದೇ ಮೂರು ಸುತ್ತಿನ ಉಂಗುರ!

'ಕೆನ್ ಯು ಡೂ ಮಿ ಎ ಫೇವರ್, ಇನ್ಸ್‌ಪೆಕ್ಟರ್?'

'ಯೆಸ್ಸ್... ಟೆಲ್ ಮೀ'

'ಇದನ್ನ ಆ ಹುಡುಗಿಗೆ ಕೊಡಲಾಗುತ್ತಾ?'

'ಇದೆಲ್ಲಿ ನಿಮಗೆ ಸಿಕ್ಕಿತು, ಮಿಸ್ಟರ್ ಐಳನ್?'

ಈ ಮಾತಿಗೆ ನಾನೇನು ತಾನೇ ಹೇಳಬಲ್ಲೆನಿದ್ದೆ? ಸತ್ಯವನ್ನು ಹೇಳಬೇಕೆಂದುಕೊಂಡರೂ ಹೇಳಿಕೊಳ್ಳುವಂತಹ ಸತ್ಯವೇ ಅದು? ನನ್ನದಲ್ಲದಿದ್ದರೂ ಮಾತಂಗಿಯ ಘನತೆಯ ಪ್ರಶ್ನೆಯಲ್ಲವೇ?

'ಅದು ಮುಖ್ಯ ಅಲ್ಲ, ಇನ್ಸ್‌ಪೆಕ್ಟರ್... ನಿಮಗೆ ಈ ಕೇಸನ್ನು ಕ್ಲೋಸ್ ಮಾಡಲಿಕ್ಕೆ ಈ ಉಂಗುರ ಸಹಾಯಕ್ಕೆ ಬರುತ್ತೆ...' ಎಂದು ಹೇಳಿದ್ದೇ, ಚೀಲವನ್ನೆತ್ತಿ ಬೆನ್ನಿನಲ್ಲಿ ತೂಗಿಕೊಂಡೆ.

ಅಷ್ಟರಲ್ಲಿ, ಇನ್ಸ್‌ಪೆಕ್ಟರು ಇನ್ನಾರಿಗೋ ಫೋನು ಮಾಡಿದ. ಒಡಿಯಾ ಭಾಷೆಯಲ್ಲಿ ಏನನ್ನೋ ಹೇಳಿದ. ಎರಡೇ ಮಿನಿಟುಗಳಲ್ಲಿ ಫೋನನ್ನು ನನ್ನ ಕೈಗಿತ್ತ. ಯಾರು ಏನು ಯಾಕೆ... ಎಂದು ವಿಚಾರಿಸುವಾಗ, 'ಯು ಗೆಟ್ ಟು ದಿ ಕಾಲ್, ಯು ವಿಲ್ ಅಂಡಸ್ಟ್ಯಾಂಡ್!' ಎಂದು ಒಡಪಿನ ಮಾತು ಹೇಳಿದ.

ಆಶ್ಚರ್ಯವಾಯಿತು! ಸಿಡಿಲನ್ನೇ ಫೋನಿನಲ್ಲಿ ತಾಳಿ ಕೊಟ್ಟನೋ ಹೇಗೆ?

'ಹೇ ಐಳಾ... ಎಲ್ಲಿದ್ದೀಯೋ?' ಅನ್ನುತ್ತ ಮಾತಂಗಿ ಫೋನಿಗೆ ಬರುವುದೇ?

ಒಂದು ಯುಗದುದ್ದದ ನಿರೀಕ್ಷೆಯು ಫಲಿಸಿದಂತನ್ನಿಸಿತು. ಬೆಳದಿಂಗಳಿಗೆ ಹಾತೊರೆಯುವ ಚಕೋರದೆದುರು ಆ ತಿಂಗಳೇ ಖುದ್ದಾಗಿ ಮೈದಳೆದುಬಂದರೆ? ಚಂದ್ರಕ್ಕೆ ಚಂದ್ರವೇ ಉರುಟಿಬಂದು ಎದುರುಂಟಾದರೆ?

'ಅಂತೂ ನಾನು ಯಾರು ಅನ್ನೋದು ಕಂಡುಕೊಂಡುಬಿಟ್ಟೆಯಲ್ಲಾ... ಜಾಣ ಕಣೋ ನೀನು! ನೀನು ಕಂಡುಕೊಳ್ಳೋದೇನು? ಇಡೀ ಜಗತ್ತಿಗೇ ಸಾರಿಬಿಟ್ಟೆ ಅಲ್ಲವಾ?' ನಕ್ಕಳು. 'ಏನು ಗೊತ್ತಾ? ನನಗೆ ಪುರೀಸಂಸ್ಥಾನದ ಮಹಾರಾಜರ ದರ್ಶನ ಕೂಡ ಸಿಕ್ಕಿತು... ಹೇಳಿದೆ– ನೀವು ನಮ್ಮೂರಿನವರು ಅಂತ! ಏನೇನೋ ವಿಚಾರಣೆ, ನ್ಯಾಯ, ಶಿಕ್ಷೆ... ಅಂತೆಲ್ಲ ಶುರುವಾಗಿದ್ದು, ಅವರ ಆಸ್ಥಾನವನ್ನೇ ನೋಡುವ ಭಾಗ್ಯವುಂಟಾಯಿತು!' ಹಕ್ಕಿ ಗುಟುರಿಡುವಂತೆ ನಕ್ಕು ನಲಿದಳು. 'ಅಲ್ಲವೋ, ಏನು ಕೆಲಸ ಮಾಡಿಬಿಟ್ಟೆಯೋ? ಬೆಂಗಳೂರಲ್ಲಿ ಅಷ್ಟೂ ಚಾನಲುಗಳ ಮಂದಿ ಕೆಕ್ಕರಿಸಿಕೊಂಡು ನಿನ್ನ ಫೇಸ್‌ಬುಕ್ಕನ್ನೇ ಅನಲೈಸು ಮಾಡುತಿದ್ದಾರಂತಲ್ಲೋ? ಬೇಕಿತ್ತಾ ಇವೆಲ್ಲ?' ಮತ್ತೂ ನಕ್ಕಳು. 'ಅದಿರಲಿ... ನಿನ್ನದೇನು ಕತೆ? ಯಾವಾಗ ಸಿಗುತೀಯಾ? ಈ ದೀಪಾವಳಿ ಕಳೆಯುತ್ತಲೇ ಬಾಲೀಯಾತ್ರೆಗೆ ಬರೋಣ ಆಯಿತಾ? ನಾವೂ ಒಂದು ದೋಣಿ ಮಾಡಿಕೊಂಡು ದೀಪ ಹಚ್ಚಿ ಮಹಾನದಿಯಲ್ಲಿ ತೇಲಿಬಿಡೋಣ... ಆಗ ಇಷ್ಟೆಲ್ಲ ರಾದ್ಧಾಂತ ಮಾಡಲ್ಲ, ಆಯಿತಾ? ಯ್ಯ್ ಯಾಕೋ? ಏನೂ ಮಾತಾಡುತಲೇ ಇಲ್ಲ. ಎಲ್ಲಿ? ಹಾಗೇ ಒಂದು ಸಲ ಮೀಸೆ ತಿರುವಿಬಿಡು, ನೋಡೋಣ!'

ಮಾತು ಬೆಳೆಸಿಕೊಂಡೇ ಹೋದಳು!

ನಾನಾದರೂ, ಸಾವಿರಾರು ಕಾಲದ ಏಕಾಂತ ಮುಗಿಯಿತೆನ್ನುವ ಖುಷಿಯಲ್ಲಿ– ಒಂದಲ್ಲ ಎರಡಲ್ಲ... ಹತ್ತಾರು ಸರ್ತಿ ಮೀಸೆ ತಿರುವಿಕೊಂಡು ನಿಂತೆ!

❄

ಛಂದ ಪುಸ್ತಕ ಬಹುಮಾನ

ಪುಟ್ಟ ಪಾದದ ಗುರುತು – ಸುನಂದಾ ಪ್ರಕಾಶ ಕಡಮೆ – ₹ 120
ಈ ಕತೆಗಳ ಸಹವಾಸವೇ ಸಾಕು – ಅಲಕ ತೀರ್ಥಹಳ್ಳಿ – ₹ 60
ಹಟ್ಟಿಯೆಂಬ ಭೂಮಿಯ ತುಣುಕು – ಲೋಕೇಶ ಅಗಸನಕಟ್ಟೆ – ₹ 180
ಗೋಡೆಗೆ ಬರೆದ ನವಿಲು – ಸಂದೀಪ ನಾಯಕ – ₹ 60
ಮೊದಲ ಮಳೆಯ ಮಣ್ಣು – ಕಣಾದ ರಾಘವ – ₹ 140
ಆಟಿಕೆ – ಬಸವಣ್ಣೆಪ್ಪಾ ಕಂಬಾರ – ₹ 100
ಮಾಯಾಕೋಲಾಹಲ – ಮೌನೇಶ ಬಡಿಗೇರ – ₹ 140
ಕೇಪಿನ ಡಬ್ಬಿ – ಪದ್ಮನಾಭ ಭಟ್, ಶೇವ್ಕಾರ – ₹ 150
ಮನಸು ಅಭಿಸಾರಿಕೆ – ಶಾಂತಿ ಕೆ ಅಪ್ಪಣ್ಣ – ₹ 230
ದೇವರು ಕಚ್ಚಿದ ಸೇಬು – ದಯಾನಂದ – ₹ 140
ಧೂಪದ ಮಕ್ಕಳು – ಸ್ವಾಮಿ ಪೊನ್ನಾಚಿ – ₹ 130
ಡುಮಿಂಗ – ಶಶಿ ತರೀಕೆರೆ – ₹ 130
ಬಯಲರಸಿ ಹೊರಟವಳು – ಛಾಯಾ ಭಟ್ – ₹ 120
ಮಾಕೋನ ಏಕಾಂತ – ಕಾವ್ಯಾ ಕಡಮೆ – ₹ 130

ಕಥಾಸಂಕಲನ

ಶಕುಂತಲಾ – ಗುರುಪ್ರಸಾದ್ ಕಾಗಿನೆಲೆ – ₹ 80
ಜುಮುರು ಮಳೆ – ಸುಮಂಗಲಾ – ₹ 160
ಶಾಲಭಂಜಿಕೆ – ಡಾ. ಕೆ. ಎನ್. ಗಣೇಶಯ್ಯ – ₹ 130 (6ನೆಯ ಮುದ್ರಣ)
ಕಾರಂತಜ್ಜನಿಗೊಂದು ಪತ್ರ – ಸಚ್ಚಿದಾನಂದ ಹೆಗಡೆ – ₹ 150
ಹಕೂನ ಮಟಾಟ – ನಾಗರಾಜ ವಸ್ತಾರೆ – ₹ 80
ಕಾಲಿಟ್ಟಲ್ಲಿ ಕಾಲುದಾರಿ – ಸುಮಂಗಲಾ – ₹ 80
ಹುಲಿರಾಯ – ಕೀರ್ತಿರಾಜ್ – ₹ 80
ನಿರವಯವ – ನಾಗರಾಜ ವಸ್ತಾರೆ – ₹ 125
ಹನ್ನೊಂದನೇ ಅಡ್ಡರಸ್ತೆ – ಸುಮಂಗಲಾ – ₹ 170
ಗಾಳಿಗೆ ಮೆತ್ತಿದ ಬಣ್ಣ – ಕರ್ಕಿ ಕೃಷ್ಣಮೂರ್ತಿ – ₹ 120
ಕನ್ನಡಿ ಹರಳು – ಪದ್ಮನಾಭ ಭಟ್, ಶೇವ್ಕಾರ – ₹ 130
ಒಂದು ಚಿಟಿಕೆ ಮಣ್ಣು – ಲಕ್ಷ್ಮಣ ಬಾದಾಮಿ – ₹ 130
ಬಂಡಲ್ ಕತೆಗಳು – ಎಸ್ ಸುರೇಂದ್ರನಾಥ್ – ₹ 160
ದೇವರ ರಜಾ – ಗುರುಪ್ರಸಾದ್ ಕಾಗಿನೆಲೆ – ₹ 150

ಕಟ್ಟು ಕತೆಗಳು – ಎಸ್ ಸುರೇಂದ್ರನಾಥ್ – ₹ 210
ಮಡಿಲು (ನೀಳ್ಗತೆ) – ನಾಗರಾಜ ವಸ್ತಾರೆ – ₹ 15
ತಿರಾಮಿಸು – ಶಶಿ ತರೀಕೆರೆ – ₹ 210

ಪ್ರಬಂಧ

ಪೂರ್ವ ಪಶ್ಚಿಮ – ಎಂ. ಆರ್. ದತ್ತಾತ್ರಿ – ₹ 80
ರಾಗಿಮುದ್ದೆ – ರಘುನಾಥ ಚ. ಹ. – ₹ 120
ಕುಟ್ಟವಲಕ್ಕಿ / ಗೊಜ್ಜವಲಕ್ಕಿ – ಪ್ರಶಾಂತ ಆಡೂರ – ₹ 140 / ₹ 140
ಕಿಲಿಮಂಜಾರೋ – ಪ್ರಶಾಂತ್ ಬೀಚಿ – ₹ 80
ಮಿಸಳ್ ಭಾಜಿ – ಭಾರತಿ ಬಿ ವಿ – ₹ 190
ನೀ ಮಾಯೆಯೊಳಗೋ... – ವಿಕ್ರಮ ಹತ್ವಾರ – ₹ 120
ಸಾವೆಂಬ ಲಹರಿ – ಗುರುಪ್ರಸಾದ ಕಾಗಿನೆಲೆ – ₹ 140
ವೈದ್ಯ, ಮತ್ತೊಬ್ಬ – ಗುರುಪ್ರಸಾದ ಕಾಗಿನೆಲೆ – ₹ 120
ಅಪ್ಪನ ರ್‍ಯಾಲೀಸ್ ಸೈಕಲ್ – ದರ್ಶನ್ ಜಯಣ್ಣ – ₹ 110

ಅನುವಾದ

ದಿ ಚಾಯ್ಸ್ – ಈಡಿತ್ ಎವಾ ಎಗರ್ (ಜಯಶ್ರೀ ಭಟ್) – ₹ 280
ದೇಹವೇ ದೇಶ – ಗರಿಮಾ ಶ್ರೀವಾಸ್ತವ (ವಿಕ್ರಮ ವಿಸಾಜಿ) – ₹ 250
ಪರ್ಸೆಪೊಲಿಸ್– ಮಾರ್ಜಾನ್ ಸತ್ರಪಿ (ಪ್ರೀತಿ ನಾಗರಾಜ) – ₹ 395
ಗಾಳಿ ಪಳಗಿಸಿದ ಬಾಲಕ – ವಿಲಿಯಂ ಕಾಂಕ್ವಾಂಬಾ (ಕರುಣಾ ಬಿ ಎಸ್) – ₹ 180
ಅಮೋಸ್ ಫಾರ್ಚೂನ್ – ಎಲಿಝಬೆತ್ ಯೇಟ್ಸ್ (ಜಯಶ್ರೀ ಭಟ್) – ₹ 100
ನವ ಜೀವಗಳು – ವಿಲಿಯಂ ಡಾಲ್ರಿಂಪಲ್ (ನವೀನ ಗಂಗೋತ್ರಿ) – ₹ 250
ಮೈಕೆಲ್ ಕೆ – ಜೆ.ಎಂ. ಕುಟ್‌ಸೀ (ಸುನಿಲ್ ರಾವ್) – ₹ 170
ಲೇರಿಯೊಂಕ – ಹೆನ್ರಿ ಆರ್. ಓಲೆ ಕುಲೆಟ್ (ಪ್ರಶಾಂತ ಬೀಚಿ) – ₹ 140
ಅರೆಶತಮಾನದ ಮೌನ – ಯಾನ್ ರಫ್–ಓ'ಹರ್ನ್ (ಅರುಣ್) – ₹ 310
ಪರ್ವತದಲ್ಲಿ ಪವಾಡ – ನ್ಯಾಂಡೊ ಪರಾಡೊ (ಸಂಯುಕ್ತಾ ಪುಲಿಗಲ್) – ₹ 340
ಚಂದಿರ ಬೇಕೆಂದವನು – ಮಿಮಿ ಬೇರ್ಡ್ (ಪ್ರಜ್ಞಾ ಶಾಸ್ತ್ರಿ) – ₹ 180
ಬಂಡೂಲ – ವಿಕಿ ಕಾನ್‌ಸ್ಟಂಟೀನ್ ಕ್ರುಕ್ (ರಾಜ್ಯಶ್ರೀ ಕುಳಮರ್ವ) – ₹ 425
ರೆಬೆಲ್ ಸುಲ್ತಾನರು – ಮನು ಎಸ್ ಪಿಳ್ಳೈ (ಸಂಯುಕ್ತಾ ಪುಲಿಗಲ್) – ₹ 420
ಫಾಲೋಯಿಂಗ್ ಫಿಶ್ – ಸಮಂತ್ ಸುಬ್ರಮಣಿಯನ್ (ಸಹನಾ ಹೆಗಡೆ) – ₹ 280
ಜಗವ ಚುಂಬಿಸು – ಸುಬ್ರೊತೋ ಬಾಗ್ಚಿ (ವಂದನಾ ಪಿ ಸಿ) – ₹ 240

ಪರ್ದಾ ಅಂಡ್ ಪಾಲಿಗಮಿ – ಇಕ್ಬಾಲುನ್ನೀಸಾ ಹುಸೇನ್ (ದಾದಾಪೀರ್) – ₹ 380
ವಾಡಿವಾಸಲ್ – ಚಿ. ಸು. ಚೆಲ್ಲಪ್ಪ (ಸತ್ಯಕಿ) – ₹ 70
ನಾಲ್ಕನೇ ಎಕರೆ – ಶ್ರೀರಮಣ (ಅಜಯ್ ವರ್ಮಾ ಅಲ್ಲೂರಿ) – ₹ 100
ಮಾವೋನ ಕೊನೆಯ ನರ್ತಕ – ಲೀ ಕ್ಸಿನ್‌ಶಿಂಗ್ (ಜಯಶ್ರೀ ಭಟ್) – ₹ 340
ಕೋಬಾಲ್ಟ್ ಬ್ಲೂ – ಸಚಿನ್ ಕುಂಡಲ್‌ಕರ್ (ಸಪ್ನಾ ಕಟ್ಟಿ) – ₹ 150

ವಸುಧೇಂದ್ರ

ಮನೀಷೆ – ಕತೆಗಳು – ₹ 120 (8ನೆಯ ಮುದ್ರಣ)
ಯುಗಾದಿ – ಕತೆಗಳು – ₹ 190 (9ನೆಯ ಮುದ್ರಣ)
ಚೇಳು – ಕತೆಗಳು – ₹ 120 (8ನೆಯ ಮುದ್ರಣ)
ಹಂಪಿ ಎಕ್ಸ್‌ಪ್ರೆಸ್ – ಕತೆಗಳು – ₹ 195 (9ನೆಯ ಮುದ್ರಣ)
ಮೋಹನಸ್ವಾಮಿ – ಕತೆಗಳು – ₹ 270 (7ನೆಯ ಮುದ್ರಣ)
ವಿಷಮ ಭಿನ್ನರಾಶಿ – ಕತೆಗಳು – ₹ 280 (4ನೆಯ ಮುದ್ರಣ)
ಕೋತಿಗಳು – ಪ್ರಬಂಧ – ₹ 120 (8ನೆಯ ಮುದ್ರಣ)
ನಮ್ಮಮ್ಮ ಅಂದ್ರೆ ನಂಗಿಷ್ಟ – ಪ್ರಬಂಧ – ₹ 75 (25ನೆಯ ಮುದ್ರಣ)
ರಕ್ಷಕ ಅನಾಥ – ಪ್ರಬಂಧ – ₹ 110 (5ನೆಯ ಮುದ್ರಣ)
ವರ್ಣಮಯ – ಪ್ರಬಂಧ – ₹ 200 (5ನೆಯ ಮುದ್ರಣ)
ಐದು ಪೈಸೆ ವರದಕ್ಷಿಣೆ – ಪ್ರಬಂಧ – ₹ 280 (5ನೆಯ ಮುದ್ರಣ)
ಹರಿಚಿತ್ತ ಸತ್ಯ – ಕಾದಂಬರಿ – ₹ 200 (6ನೆಯ ಮುದ್ರಣ)
ತೇಜೋ–ತುಂಗಭದ್ರಾ – ಕಾದಂಬರಿ – ₹ 450 (13ನೆಯ ಮುದ್ರಣ)
ಮಿಥುನ – ಶ್ರೀರಮಣರ ಕತೆಗಳು – ₹ 120 (8ನೆಯ ಮುದ್ರಣ)
ಎವರೆಸ್ಟ್ – ಜಾನ್ ಕ್ರಾಕೌರ್ – ₹ 420 (4ನೆಯ ಮುದ್ರಣ)

ಕಾದಂಬರಿ

ಎನ್ನ ಭವದ ಕೇಡು – ಎಸ್ ಸುರೇಂದ್ರನಾಥ್ – ₹ 75
ನ್ಯಾಸ – ಹರೀಶ ಹಾಗಲವಾಡಿ – ₹ 250
ಗುಣ – ಗುರುಪ್ರಸಾದ್ ಕಾಗಿನೆಲೆ – ₹ 150
ದ್ವೀಪವ ಬಯಸಿ – ಎಂ. ಆರ್. ದತ್ತಾತ್ರಿ – ₹ 320
ತಾರಾಬಾಯಿಯ ಪತ್ರ – ದತ್ತಾತ್ರಿ ಎಂ ಆರ್ – ₹ 160
ಅಗೆದಷ್ಟೂ ನಕ್ಷತ್ರ – ಸುಮಂಗಲಾ – ₹ 230
ಪ್ರಿಯೇ ಚಾರುಶೀಲೆ – ನಾಗರಾಜ ವಸ್ತಾರೆ – ₹ 380

ಋಷ್ಯಶೃಂಗ – ಹರೀಶ ಹಾಗಲವಾಡಿ – ₹ 125
ಅಂತು – ಪ್ರಕಾಶ ನಾಯಕ್ – ₹ 200
ಚುಕ್ಕಿ ಬೆಳಕಿನ ಜಾಡು – ಕರ್ಕಿ ಕೃಷ್ಣಮೂರ್ತಿ – ₹ 200
ಬರೀ ಎರಡು ರೆಕ್ಕೆ – ಸುನಂದಾ ಪ್ರಕಾಶ ಕಡಮೆ – ₹ 220
ದೀಪವಿರದ ದಾರಿಯಲ್ಲಿ – ಸುಶಾಂತ್ ಕೋಟ್ಯಾನ್ – ₹ 160
ದಾರಿ – ಕುಸುಮಾ ಆಯರಹಳ್ಳಿ – ₹ 395
ಬರೀ ಎರಡು ರೆಕ್ಕೆ – ಸುನಂದಾ ಪ್ರಕಾಶ ಕಡಮೆ – ₹ 260

ಕವಿತೆ

ಮದ್ಯಸಾರ – ಅಪಾರ – ₹ 60
ಪೂರ್ಣನ ಗರಿಗಳು – ಪೂರ್ಣಪ್ರಜ್ಞ – ₹ 30
ಹಲೋ ಹಲೋ ಚಂದಮಾಮ – ರಾಧೇಶ ತೋಳ್ಪಾಡಿ – ₹ 50

* ನಮ್ಮ ಪ್ರಕಟಣೆಯ ಎಲ್ಲ ಪುಸ್ತಕಗಳ ಪ್ರತಿಗಳೂ ಲಭ್ಯ
* ಪುಸ್ತಕದ ಪ್ರತಿಗಾಗಿ ವಾಟ್ಸಾಪ್ ಮಾಡಿ 98444 22782

ಓದಿ ಓದಿ ಮರುಳಾಗಿ!

ಛಂದ ಪುಸ್ತಕ ಬಹುಮಾನ

ಹೊಸ ಕತೆಗಾರರನ್ನು ಗುರುತಿಸುವ ಸಲುವಾಗಿ ನಮ್ಮ ಪ್ರಕಾಶನ ಸಂಸ್ಥೆಯು ಕಳೆದ ಹದಿಮೂರು ವರ್ಷಗಳಿಂದ ಕತೆಗಳ ಹಸ್ತಪ್ರತಿ ಸ್ಪರ್ಧೆಯನ್ನು ನಡೆಸುತ್ತಾ ಬಂದಿದೆ. ಈವರೆಗೆ ಒಂದೂ ಕಥಾಸಂಕಲನವನ್ನು ಪ್ರಕಟಿಸದವರು ಈ ಸ್ಪರ್ಧೆಯಲ್ಲಿ ಭಾಗವಹಿಸಬಹುದು. ಇತರ ಪ್ರಕಾರಗಳಲ್ಲಿ ಒಂದೆರಡು ಪುಸ್ತಕಗಳನ್ನು ಪ್ರಕಟ ಮಾಡಿದವರೂ ಇದರಲ್ಲಿ ಭಾಗವಹಿಸುವ ಅವಕಾಶವಿರುತ್ತದೆ. ಮೊದಲ ಸುತ್ತಿನ ಆಯ್ಕೆಯನ್ನು ಪ್ರಕಾಶನದ ಸದಸ್ಯರು ಮಾಡಿ, ಕೊನೆಯ ಆಯ್ಕೆಗಾಗಿ ಸುಮಾರು ಹತ್ತು ಹಸ್ತಪ್ರತಿಗಳನ್ನು ನಾಡಿನ ಹಿರಿಯ ಸಾಹಿತಿಗಳಿಗೆ ಒಪ್ಪಿಸುತ್ತಾರೆ. ಆಯ್ಕೆಯಾದ ಹಸ್ತಪ್ರತಿಯನ್ನು ಪುಸ್ತಕ ರೂಪದಲ್ಲಿ ಪ್ರಕಟಿಸಿ, ಪ್ರಶಸ್ತಿ ಪತ್ರ, ಫಲಕ ಹಾಗೂ ಮೂವತ್ತು ಸಾವಿರ ರೂಪಾಯಿ ಬಹುಮಾನವನ್ನು ನೀಡಲಾಗುತ್ತದೆ. ಈವರೆಗೂ ಈ ಪ್ರಶಸ್ತಿಯಲ್ಲಿ ಬಹುಮಾನ ಪಡೆದವರ ವಿವರಗಳ ಪಟ್ಟಿಯನ್ನು ಮುಂದಿನ ಪುಟದಲ್ಲಿ ನೀಡಿದ್ದೇವೆ.

ಇವರಲ್ಲಿ ಮೌನೇಶ ಬಡಿಗೇರ, ಶಾಂತಿ ಕೆ ಅಪ್ಪಣ್ಣ, ಪದ್ಮನಾಭ ಭಟ್ ಶೇವ್ಕಾರ ಮತ್ತು ಸ್ವಾಮಿ ಪೊನ್ನಾಚಿ ಅವರಿಗೆ ಕೇಂದ್ರ ಸಾಹಿತ್ಯ ಅಕಾಡೆಮಿಯ ಯುವ ಪುರಸ್ಕಾರ ದೊರೆತಿದೆ. ವಿನಯಾ, ಶಾಂತಿ ಕೆ ಅಪ್ಪಣ್ಣ ಮತ್ತು ಪದ್ಮನಾಭ ಭಟ್ ಶೇವ್ಕಾರರ ಪುಸ್ತಕಗಳಿಗೆ ಕರ್ನಾಟಕ ಸಾಹಿತ್ಯ ಅಕಾಡೆಮಿಯ ಪುಸ್ತಕ ಬಹುಮಾನ ಅಥವಾ ದತ್ತಿ ಬಹುಮಾನಗಳು ಸಂದಿವೆ. ಇನ್ನೂ ಹಲವಾರು ನಾಡಿನ ಪ್ರಮುಖ ಪ್ರಶಸ್ತಿ ಮತ್ತು ಬಹುಮಾನಗಳೂ ಈ ಕೃತಿಗಳಿಗೆ ಲಭ್ಯವಾಗಿವೆ.

ನೀವು ಈ ಸ್ಪರ್ಧೆಯಲ್ಲಿ ಭಾಗವಹಿಸಬೇಕೆ? ಹಾಗಿದ್ದರೆ ನಮ್ಮ ಮುಂದಿನ ವರ್ಷದ ಸ್ಪರ್ಧೆಯ ಆಹ್ವಾನವನ್ನು ಖ್ಯಾತ ಕನ್ನಡ ನಿಯತಕಾಲಿಕಗಳಲ್ಲಿ ಅಥವಾ ಸಾಮಾಜಿಕ ಜಾಲತಾಣಗಳಲ್ಲಿ ನಿರೀಕ್ಷಿಸಿರಿ. ಹೆಚ್ಚಿನ ವಿವರಗಳಿಗೆ 98444 22782 ಗೆ ಸಂದೇಶ ಕಳುಹಿಸಿರಿ.

ಓದಿ ಓದಿ ಮರುಳಾಗಿ!

ಛಂದ ಪುಸ್ತಕ ಬಹುಮಾನ ಪಡೆದ ಕೃತಿಗಳು

ಕತೆಗಾರರು	ಕಥಾಸಂಕಲನ	ತೀರ್ಪುಗಾರರು
ಸುನಂದಾ ಪ್ರಕಾಶ ಕಡಮೆ	ಪುಟ್ಟ ಪಾದದ ಗುರುತು	ಅಶೋಕ ಹೆಗಡೆ/ ಸುಮಂಗಲಾ
ಅಲಕ ತೀರ್ಥಹಳ್ಳಿ	ಈ ಕತೆಗಳ ಸಹವಾಸವೇ ಸಾಕು	ಕೇಶವ ಮಳಗಿ/ ಸುಮಂಗಲಾ
ಲೋಕೇಶ ಅಗಸನಕಟ್ಟೆ	ಹಟ್ಟಿಯೆಂಬ ಭೂಮಿಯ ತುಣುಕು	ಬೊಳುವಾರು ಮಹಮದ್ ಕುಂಞಿ
ವಿನಯಾ	ಊರ ಒಳಗಣ ಬಯಲು	ನೇಮಿಚಂದ್ರ
ಸಂದೀಪ ನಾಯಕ	ಗೋಡೆಗೆ ಬರೆದ ನವಿಲು	ಅಮರೇಶ ನುಗಡೋಣಿ
ಕಣಾದ ರಾಘವ	ಮೊದಲ ಮಳೆಯ ಮಣ್ಣು	ಕೆ. ಸತ್ಯನಾರಾಯಣ
ಬಸವಣ್ಣೆಪ್ಪಾ ಕಂಬಾರ	ಆಟಿಕೆ	ಕುಂ. ವೀರಭದ್ರಪ್ಪ
ಮೌನೇಶ ಬಡಿಗೇರ	ಮಾಯಾಕೋಲಾಹಲ	ಓ.ಎಲ್. ನಾಗಭೂಷಣಸ್ವಾಮಿ
ಪದ್ಮನಾಭ ಭಟ್ ಶೇವ್ಕಾರ	ಕೇಪಿನ ಡಬ್ಬಿ	ಎಂ. ಎಸ್. ಆಶಾದೇವಿ
ಶಾಂತಿ ಕೆ ಅಪ್ಪಣ್ಣ	ಮನಸು ಅಭಿಸಾರಿಕೆ	ಎಚ್.ಎಸ್. ರಾಘವೇಂದ್ರ ರಾವ್
ದಯಾನಂದ	ದೇವರು ಕಚ್ಚಿದ ಸೇಬು	ನಾ. ಡಿಸೋಜಾ
ಸ್ವಾಮಿ ಪೊನ್ನಾಚಿ	ಧೂಪದ ಮಕ್ಕಳು	ಎಂ. ಎಸ್. ಶ್ರೀರಾಮ್
ಶಶಿ ತರೀಕೆರೆ	ಡುಮಿಂಗ	ಲಲಿತಾ ಸಿದ್ಧಬಸವಯ್ಯ
ಛಾಯಾ ಭಟ್	ಬಯಲರಸಿ ಹೊರಟವಳು	ತಾರಿಣಿ ಶುಭದಾಯಿನಿ
ಕಾವ್ಯಾ ಕಡಮೆ	ಮಾಕೋನ ಏಕಾಂತ	ಟಿ.ಪಿ. ಅಶೋಕ

www.ingramcontent.com/pod-product-compliance
Lightning Source LLC
LaVergne TN
LVHW012231200825
819220LV00034B/349